கோணங்கியின் இயற்பெயர் ச. இளங்கோவன். இவருடைய தாயின் தந்தை நாடகாசிரியர் 'மதுரகவி' பாஸ்கரதாஸ். கடந்த நாற்பது ஆண்டு களாக தொடர்ந்து சிறுகதைகளும் நாவல்களும் எழுதி வருகிறார். இதுவரை 88 சிறுகதைகளும் பாழி, பிதுரா, த என மூன்று நாவல்களும் வெளிவந்துள்ளன. தமிழில் தனித்துவமிக்க கல்குதிரை என்னும் இலக்கிய இதழைக் கடந்த இருபத்தாறு ஆண்டுகளாகத் தொடர்ந்து நடத்திவருகிறார். மதினிமார்கள் கதை இவருடைய முதல் சிறுகதைத் தொகுதி. கொல்லனின் ஆறு பெண்மக்கள் பொம்மைகள் உடைபடும் நகரம், பட்டுப்பூச்சிகள் உறங்கும் மூன்றாம் ஜாமம், உப்புக்கத்தியில் மறையும் சிறுத்தை, வெள்ளரிப் பெண் என பிற ஐந்து சிறுகதைத் தொகுதிகளும் வெளிவந்துள்ளன. இவற்றிலிருந்து முதல் ஐந்து தொகுப்புகளின் தொகையாகச் *சலூன் நாற்காலியில் சுழன்றபடி* என்னும் தலைப்பில் நூல்நயம் பேணும் அடையாளம் பதிப்புக் குழுமம் வெளியிட்டிருக்கிறது. கோணங்கி தற்போது கோவில்பட்டியில் வசிக்கிறார்.

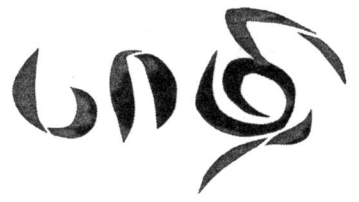

பாழி

கோணங்கி

அடையாளம்

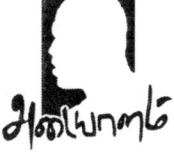

முதல் பதிப்பு : அடையாளம் 2017
© கோணங்கி
வெளியீடு: அடையாளம், 1205/1 கருப்பூர் சாலை, புத்தாநத்தம் 621310, திருச்சி மாவட்டம், இந்தியா, தொலைபேசி: 04332 273444
நூல் வடிவம்: த பாபிரஸ், அச்சாக்கம்: அடையாளம் பிரஸ், இந்தியா
ISBN 978 81 7720 278 6
விலை: ₹ 490

Paazhi is a novel in Tamil by Konangi, Published by Adaiyaalam, 1205/1 Karupur Road, Puthanatham 621310, Thiruchirappalli District, Tamilnadu, India, email: info@adaiyaalam.net

கும்பகோணத்திலிருந்து பாலாமணி எக்ஸ்பிரஸில் கிளம்பிவரும்
'கலையோகி' சங்கரதாஸ் சுவாமிகள், பாஸ்கரதாஸ்,
யாழ்ப்பாணம் சுருட்டுக் கொட்டகை நடிகர்கள்,
நந்தனார் வேடமிட்ட கே.பி. சுந்தராம்பாள்,
திருமங்கலம் எஸ்.எஸ். விஸ்வநாத தாஸ் மற்றும்
மதுரை சுண்ணாம்புக்காரத் தெரு நடிகர்கள்,
பெண்வேடக் கலைஞர்கள் இன்னும்
அதே ரயிலில் வந்துகொண்டிருக்கும்
எல்லோருக்கும் சமர்ப்பணம்.

நூன்முகம்

படிகவிசிறியாக நாவலின் உள்ளே மயங்கிவிரியும் பாழி எனும் இடமற்ற தனிவார்த்தை நிலமடிப்பில் பாலையாகித் திணைக்கொரு கன்னி உருவம் வரைந்து முடிவற்ற குறியாக நகர்ந்து மொழி அபிதானத்தின் மடக்கு ஓலைகளில் கோர்க்கப்பட்ட முத்துவயல் குளித்த பலபொருளுடைய ஒரு சொல்தான் இந்நாவல்.

நிகண்டு வடிவத்தைப் பின்பற்றி, பொருளில் ஒளித்து வைக்கப் பட்ட இயற்கைப் பரப்புகளில் எதிர்நிலைகளில் கூடுதல் பிரிவு என்பதின் மயக்கவெளியை நீட்சியாக்கும் அகக்கிளர்ச்சியின் தூண்டுதலில் படிகமொழி பின்னி நகரும் நிலத்தோற்றம் இது. பாழியெனும் ஒற்றை வார்த்தையின் முடிவற்ற அகராதி நவீனப் படிகமாக மாறுவதற்கு மரபுப் பிரதிகளில் படர்ந்த திராட்சைத் தோட்டத்தில் கொடி வெட்டி தலைமுறையாகப் பதியம் போட்டு கால்நாட்டி மனிதஞாபகத்தின் அழுத்தமான ரூபிநிறக் கோப்பைகளில் தேவதாசிகளின் கோட்டுருவங்களைத் தீட்டும் திராட்சைநிற வயலின் வில் சிறகடிக்கப் பறந்த தாய்வழி இசைமரபை என் ரத்த அலை ஸ்பரிசித்துத் தலை வணங்குகிறது.

கலை என்ற அதீதத்தின் நிஜப்பரிமாணம் பழஞ்சுவடிகளின் கீறலில் சுரந்த முலைகளில் ஒவ்வொரு சொட்டுக் கண்ணிமை பால் கோடுகளாய் பனுவலில் அசைந்து கூத்து நாடகம் போன்றவற்றில் நிகழ்த்தப்படும் போதுதான் நாம் உணர்ந்தே இருக்க முடியாத விதங்களில் பிரம்மாண்டமாக வெளிப்படுகிறது. சிலப்பதிகாரம் கூத்து இசை இயலின் முப்பரிமாணத்தில் இசை அகராதிகள் இலக்கணம் கூத்து வகைகள் அனைத்தையும் உட்கொண்டு களஞ்சியமாய் படிவச் சுருளாய் மடிக்கப்பட்டிருக்கிறது. சீதள ஓலைகளில் பதமும் பாழியும் சொல்லும் பொருளும் தொல்காப்பியனிடம் தொடங்கியது.

தெளிவின்மை அப்ஸ்க்கியூரிட்டி, வரலாற்றை உதறிக் கலைத்து மாற்றி அடுக்குதல், விவரிக்க இயலாத புதிர், கனவிலுள்ள தீப்பிழம்புகள், புலனுக்கு அப்பால் எரியும் கோடு, மெய்மைக்குப் பின்னால் அதீத உடல்கொண்ட மிருகம் எரியும் முழிகண்குருடர்களாய் ஊர்ந்து வருகிறது முட்டி பயமுறுத்தும் முளைகளுடன். சில அருவங்களைத் தொட்டுணர்ந்த குருடர்கள் சொன்ன வாக்கில் ஓவியனும் சிற்பியும் பின் தொடர்கிறார்கள். கலைகள் யாவும் நுண்ணியவை மாத்திரமல்ல. இயற்கையால் கைவிடப்பட்டவர்களுக்கு அறிவாழத்தில் குருடாயுள்ள கலையின் கண்ணாமூச்சி விளையாட்டு முழிகண் குருடுதான் போலும். நிலையிலாதோர் நிறத்துக்குள் ஒன்று கலந்துவிடுகிற பிரபஞ்சம் விரல்களிலுள்ள கலையின், இருண்ட ஊற்றுகளில் கருமெழுகில் உருகும் சிலைகள் விரல்களாகிப் படர்கின்றன.

இருண்ட நீரின் முக்கோணக் கணிதத்துக்குள் பாழி முடிவற்ற வார்த்தையாய் விரிவுகொள்ள முன்னும் நவீனம் படிக எழுத்தில் விசை கொள்ளும் குருதியில் மறைந்துள்ள தொன்மத்தில் இறங்கும் பித்தநிலை திரவமொழிப்பரப்பாகிவிடும் தருணம். எனவே, கலையின் தீவிர கதியின் ஒரு வார்த்தை இடமற்று ஓடிக்கொண்டிருந்த உருவமற்ற பாலை ஆழ்நிலையில் பிரபஞ்ச நுண்ணுணர்வு கொள்ளும் பாழி. இசையை மூச்சாக வாங்கி அகத்தூண்டுதலில் முதலாவது சுரம் விரல்களிலிருந்து, ஆன்மாவிலிருந்து ரத்தவேரின் கிளைகளில் பரவிச் சென்று மொழி விதையின் வெடிப்பில் பாழி முளைத்தாள். நிலங்களில் திரிந்து சூழும் திணைமயக்கம் இசையிலும் வரும். பருவசக்கரத்தில் கோர்க்கப்பட்ட விதை வித்து நட்சத்திரம், ராசிமண்டலம் ஒருபுல் நுனியால் சுழற்றி கால-இட ரீதியான அலகுகளை ஏழடுக்குக் கூடுகளுக்குள் திணை இசையாக்கி நுண்பொருளாய் சுழலும் சிலப்பதிகாரத்தை ஆதார ஊற்றாய் கொண்டு நாவலைத் தொடர விரும்பினேன்.

ஆய்ச்சியர் குரவையில் ஏழு கன்னிகளை வட்டமாக நிறுத்தி முதலில் ஹரி காம்போதி பாடினாள் ஒருத்தி. அடுத்துக்குரலாக சட்ஜமாக நின்றவள் தன்னையடுத்து நின்ற கன்னியை ரிஷபமாக நின்ற வளை நோக்கி முல்லைத்தீம்பாணி பாடுக என்று கூறி இதனால் ரிஷபத்தை சட்சமாகக் கொண்டு பாடத்தொடங்கினர். இதன் பயனாக நடை பைரவி தோன்றியது. இப்படியே ஏழு கன்னிகளும் மாறிமாறி சட்ஜஸ்தானத்தை மாற்றிப்பாடுவதால் ஏழு ராகங்கள் பிறந்தன சிலம்பில்.

நிலத்தின்மேல் முளைத்த நகரங்கள் பெரும்பாலும் முல்லையைச் சூழ்ந்ததால் புன்னாகவராலி ராகத்தின் உச்சத்தில் புல்லாங்குழலில் தீப்பற்றி இசைமூச்சு எரிந்து, செந்நாள் தோன்றிய மதுரை அழல்பட மொழிக்குள்தான் நகரம் இருக்கிறது. காண்பெரும் புலத்தில் நகரம் இல்லை. இசைக்குள் மதுரை மறைந்திருக்கிறது. புலப்படாத நகரமாக ஞாபக மயக்கத்திலுமில்லை. நகரங்கள் அழிந்து கடல்கோளில் பாயும் சிதிலங்களில் சூன்ய ரேகைகளை விருப்பு வெறுப்பற்ற நிர்வாணத்தில் உடல்மீது எழுதிக்கொண்ட நிர்கந்தரின் அறிவாழத்தில் அதிரும் ஒரு சொல்லின் உருப்பளிங்காகி கதிர்வீசும் கண்ணாடி வயல் இது.

கேட்கமுடிகிற குரல்கள் பாழிக்குள் தீட்டிய சித்திரச் சுவர்களில் வெளிப்படவும் கிளிம்ண்ட்டின் ஓவியப் பின்புலம் பீத்தோவனின் ஒன்பதாவது இசைக் கோலத்தில் இயங்க கண்கள் குருடான ஆழத்தில் விற்களுடன் புள்ளிகள் ஓடும் பாறை ஓவியக்காளைகளின் மூர்க்கத்தில் முடிந்தது சிம்பெனி, பீதோவனின் ஒன்பதாவது இசைக்கோலம் சிற்பங்களின் இருட்டில் உலகின் blindnessக்குள் பயணமானவேளை இயல்புநிலையின் பின்புலத்தை பிறழ்வுறச் செய்து உக்கிரப்படுத்தவும் எதார்த்தங்களைக் கீறி குருடான அவன் காதுகள் கனவுகளைத் திறந்து வெளியேறி புனைவு விளிம்புக்கு அப்பால் மூளையின் ரத்த நாளங்களிடையே பயணமாகிய சூன்யத்தில் நடுங்கும் இருப்பு நிர்மாணங்களின் சிதைவிலிருந்து உருவாகி சிம்பெனி உயிர்க்கிறது. இசை அல்லாத பாலைவனத்தில் மணல் காற்றை வெற்றுவெளிக்குள் சுழற்றி மிகத் தனிமையான மணல் ஒன்றின் விரக்தி நிலையை தீராத நாட்டியமாக இசையின் மாயத்திற்குள் நகரும் கேளாசிரவம் அடைந்த தனிமைத் தீவானான் பீத்தோவன். குருடரின் ஜீவரஸம் பூசிய ஸ்பரிசவெளி இசைப் பாலையில் தவிக்கிறது.

ஜப்பானிய ஸ்கிரீன் ஓவியத்தில் மாறும் நூல்கற்றைகளில் மறையும் நிறங்களின் கிராப்டில் உள்ள கண்ணாமூச்சி விளையாட்டில் கண்களைப் பறித்து மொழிப்பின்னலாக எம்ராய்ட் செய்து கொண்டிருந்தார் பிநோத் பிஹாரிமுகர்ஜி. பிரைலி எழுத்தின் மேடு பள்ளங்கள் கிராப்டில் எம்ராய்ட் செய்து ஸ்பரிசவெளி ஓவிய மாக்கினார். Inner eye படச்சுருளில் தன் விரல்களால் பார்வை யாளர்களுக்குள் மறைந்துள்ள இருட்டைக் கருப்புத் துணியாக மடித்து பிநோத் பிஹாரியின் ஞாபகக் குகைக்குள் மறைந்துள்ள அஜந்தாவை வெளிப்படுத்தினார் சத்யஜித்ரே. கண்வசத்தில் நரம்புப் புலம் சிதைந்து ஓடும் மின்னலின் ரேகைக்குள் அஜந்தாவின் அவலோகிதீஸ்வரர்

உரு காதணிகளையும் முத்துக்களில் மறைந்துள்ள கண்களையும் ஒரு நீல அல்லியை கண் திரளாக ஏந்தியுள்ளார். மங்கிய அழுத்தமான வர்ணப்பூச்சில் இருளும் ஒளியும் மறைந்து நாகர் ஜாதகக் கதைகள் காதில் கேட்கின்றன பல குரல்களாய் உதிர்ந்தவாறு. கண் இருக்கும் போதுகூட ஒரு blindness இருக்கிறது. முழி கண் குருடனுக்குள் நிலையிலாதோர் நிறத்துக்குள் விரல்கள் அசைந்து தன்னம்பிக்கை நிச்சயம் தனித்துவம் கண்தெரியாதவர் விரல்களில் மொழி இடைவெளி நீங்கிய கலை.

ஏழு நிலத்தோற்றங்களை ஒரே புஸ்தகமாக மடித்து பாடித் திரிந்த இலியட் ஒடிசி, ஹோமரின் கண் தெரியாத பரப்பில் நேரடி வரலாறு இல்லாத அகப் பரப்பில் இருள் பூசிய குருடனின் மொழிதான் கிரேக்க காவியம். பிறவிக் குருடனான சஞ்சையன் பார்த்துச் சொன்ன குரு க்ஷேத்திர யுத்த கள வர்ணனை ஒடிந்த ஈட்டிகள் ரத்தமடுவில் எரியும் குதிரைக் கால்கள் வெண் சங்குகள் வியூகங்கள் எல்லாம் இரு குருடர்களுக்கு இடையில் போடப்பட்ட சொல்கதைகள் பிரியும் கிளை கிளையான கதைப் பரப்புகள் கொண்ட புராணம்தான் மகாபாரதம். வியாசவிப்ரவரின் அருவருப்பான தோற்றத்தைக் காண முடியாமல் இமைமூடி இருட்டிய வேளை அம்பிகாவின் புணர் பாகத்தில் திருதராஷ்டிரரின் கர்ப்ப இருளில் குருடாகவே ஜனித்தது பாரதம். இருட்டில் வரையப்பட்ட குருடரின் கண்ஏடு பாரதமாக இருக்கும். சங்கிலி எனும் தேவதாசியைப் பிரிந்தவேளை குருடான சுந்தரர் செல்லும் வழி இருட்டில் பாடிய தேவாரம், மதுரகவி இசை நாடக விதூஷிநி இரு கமலவேணிகளை கண்களாய் ஏந்திய சுதந்திர தாகம் அவர்களைப் பிரிந்ததும் கருப்பு இசைத்தட்டில் குருடான பாஸ்கரதாஸ் பாடல்கள் தீராமல் எரிகிறது வேட்கையில்.

பிரபஞ்சத்தில் இருள் தொடும் ஓவியங்களில் மறைந்துபோன பிநோத் பிஹாரியின் blindnessக்குள்தான் அஜந்தா இருக்கிறது. நிலத்தின் அகம்புதைந்த கருந்திராட்சைகளின் உருளல் கண் தெரியாதோரின் கோடுகளில் வந்தடைந்தது என்னை. ஏழு கோப்பைகள் தாங்கிய மார்பெலும்புகளின் ஓசையில் ஒரு சொட்டு ஒயின் விருந்துத் துளியாகப் பொங்கும் திராட்சைத் தோட்டத்துக்குள் குருடர்களுக்கான கோப்பைகளுடன் காத்திருக்கிறேன் இவ்வேளை… பனித்திருக்கும் 31 டிசம்பர் 1999 பகல் முடிந்த கடைசி இரவிற்சொன்ன சேதி 'இந்தியாவின் blindnessக்குள்தான் அஜந்தா கர்ப்பப்பாழிகள் தீட்டப்பட்டிருந்தன. ஆபுமலைக்குள் கருவான தில்வாரா சிற்பக்

குகையில் தழுவிய ஸ்பரிசவெளி இருளில் இருபத்தி நாலு தீர்த்தங் கரர்கள், ஸ்யாம வர்ணத்தில் உயிரின் ரகஸியத்தை முணுமுணுத்தார்கள் என்னிடம். சமண உயிர்த் தத்துவம் சிலைகளில் அசையும் இருட்டு. அங்கிருந்து தப்பமுடியவில்லை என்னால். வஜ்ராசனத்தின் இருபக்கமும் இசை மகளிர் தொழுதுநிற்க ஆசனத்தின் மேலே சக்கரம் சிற்பத்தின் கீழுள்ள எழுத்துக்கள் ‘இது புத்தரைக் குறிக்கிறது’ எனக் கூறுகின்றன. பூக்களின் பளுவால் வளைந்து நிற்கிறது சாலமரத்தின் கிளை. அதைப்பிடித்துக் கொண்டு நிற்கிறாள் மாயா. அருகில் பணிப்பெண்கள் நீண்ட துகில் சுற்றி கர்ப்பத்தை வட்டமான அறையாக மாற்றிவிடும் வேளை குருடர்களுக்கு படம் வரைந்துகொண் டிருந்தாள் விதிஷா. நயன இருள் ஓவியங்களில் பூசிய தைலவர்ணம் கையிலுள்ள வர்ணக்கத்திகளின் முனையிலுள்ள பார்வை பளபளக்கும் இருட்டை ஸ்பரிசித்து ஊறி ஊறித்திறந்த இருளின் கால்களில் முளைத்த கண்கள் விண்ணுக்கடியிலுள்ள சிலைகளாகப் புராணங்களில் உருண்டு வருகின்றன.

புத்த பூர்ணிமாவில் நிலவுச்சிலை உடைந்து போக்ரான் பாலை வனத்தில் தூக்கி எறியப்பட்டு கண்கள் குருடான விதிஷாவின் விரல்கள் அவள் விரல்முனை அளவுகள் பதிவுகள் வெளிகளுக்கு இடையினுள் நழுவும் இயக்கங்கள் எதேச்சையான விதிகளில் விரல்வழி இயங்கும் ஞாபகச்சிதறல்கள் ரேகைகளாகப் பதிந்துவிரியும் இருட்டுக் கீறிய ஓவியங்கள் அஜந்தா குகைகளாக இருக்கும். அவள் அழிவின் துர் கந்தத்தை சமண உயிர் தத்துவம் விநாசமானதை மூளைக்கசிவில் இரைச்சலிடும் வெள்ளை ரத்தப்பூச்சியின் நகர்வில் அலறினாள். பேஸ் நகரின் இடிபாடுகளுக்கிடையில் மேற்குலகுக்கென தாரைவார்க்கப்பட்ட நர்மதை சாபர்மதி நதிகளின் ரசாயனக் கரைகள் அழுகிய நாற்றச் சகதியால் கண்களில் பைத்தியரேகையோடிக் குருடான விதிஷா உடைந்து கொண்டிருந்தாள் சிலையாக.

அவள் இமை மூடிய கண்வெளி இருட்டில் இயற்கையாகப் பீறிட்ட ஓவியம் இருண்மையில் துளைந்து கொண்டிருக்கும் கர்ப்பகம். பொருட்களில் ஒட்டி வைக்கப்பட்ட புறநிகழ்வுகள் மறைந்து சூன்யத்தில் தொட்டுணர்ந்த வார்த்தையின் ஆழத்தில் சித்திரக் கூடத்தில் நிறம் உதிர்ந்தவாறு உடைந்து கொண்டிருக்கிறாள் விதிஷா. கண் இழந்த சிசு அவள். கருவறையின் நுண்புலத்துக்குள் கதிர் ஊடுருவி அழிக்கும் அணுமனித நாகரீகங்களின் உயிர்நுனி அறுத்து நசுக்கும் வதைபடலம்.

மடித்த விரல்களுக்குள் தொடும் ரேகைகளின் உணர்பரப்பு பிரபஞ்ச நுண்வெளிதான் குழந்தையின் கரங்களும். விதிஷாவின் எழுச்சி கலைஞனின் கலைப்பயிற்சியையோ அறிவாழத்தையோ சார்ந்த தில்லை. அவள் தானாக சிலையாகிறாள். தானே நிகழ்ந்தது. மை இருட்டில் தடவி நடக்கிறாள் அழுக்கு நதிகளின் கரையோரம். விழிகள் உதிர்ந்த ஆழத்தில் நீரில் மறைந்திருக்கும் கண் ஏடு, தானே திறந்து நெளிகிறது. விதிஷா என் அருமைப் பெண்ணே இரவில் மறைந்துள்ள பனிமூட்டத்தில் சமகாலத்துடன் வந்து உரையாடும் தோழியே அந்த கொடிய இரவு நட்சத்திரங்கள் சூழ்ந்த பௌர்ணமி நொறுங்கி தூள் தூளாய் சிதறிய விஷ நெஞ்சங்களின் சதியில் சிக்கிய சமண உயிர்சிலையே நடந்த விநாடிகளுக்குள் ரத்தம் கசியும் உன் உடல் கீறல்களை துடைத்துக் கொண்டிருக்கிறேன். உதிரம் நிற்காமல் நகர்கிறது.

சிற்பஏடுகள் குடைந்து 'சீரிய சிங்கம் அறிவுற்று; தீவிழித்து வேரி மயிர் பொங்க எப்பாடும் பேர்த்துதறி மூரிநிமிர்ந்து முழங்கிப் புறப்பட்ட' நரசிம்ம ஸ்தம்பத்துக்குள் உலகின் எல்லா புராண அதி மிருகங்களும் உள் ஒடுங்கி மலை முழைஞ்சில் கர்ஜிக்க ஆண்டாள் பாசுரத்தில் இழைத்த அளவுயாரும் நரசிம்மத்தின் புனை உருவை சிருஷ்டிக்க வில்லை என்பேன். புராணத்தில் ஆடும் ஆண்டாளின் ஆலிங்கன ஊஞ்சல் காமத்தின் அதீத கர்ஜனையில் அக்கினி ஆற்றின் குறுக்கே ஓடி யுகாந்தகால நெருப்பை உமிழ சிருஷ்டியின் கதவுகளைத் திறந்தது சிங்கம். நகரங்களின் கீறலில் சரித்திரத்தை உலுக்கி நிலம் பிளக்க எழுந்த நரசிம்மக் கல் ஸ்தம்பம் நிலைபெயர செந்நிறப் பிடறிகள் ஊழிக் கால நெருப்பாய் சிவந்திருக்கும் நரசிம்மக்கூத்து மத்தளம் விம்மி லட்சம் தீப்பந்தங்கள் சுழற்றி ஓங்கி எழும் புராணமிருகங்களின் கற்சிலை உலகவிளிம்புகளில் படரும் தீக்கோடு. உக்கிர நரசிம்மத்துக்குள் கம்பன் ஏடு திறந்து மொழி உதிரம் பத்துத் தலைகொண்ட ராவண உருவம். அரக்க இசை அழித்ததால் புலிகள் வலம் பாய்ந்து வரபின் தொடரும் பிரமஹத்தியிலிருந்து தப்பிக்க ராமாயணயுத்த முடிவில் சீதாவின் மணல்விரல்கள் அழிந்து அழிந்து இருகடல் கூடும் தனுஷ்கோடி முனையில் கடல்களின் புணர்பாகம் அருவாய் உருவாய் கரு நின்று திரட்டிய மணல் லிங்கம் ராவணகர்ப்பம்தான். உள்ளே உரிப் பொருளின் சூழ்நிலையில் கற்பகாலங்களை விழுங்கிய யாளிகளின் மூர்க்கம். கலையில் கூடி அடங்காத அறிவின் தெளிவை விலகி நழுவிப்போன கலைஞனுக்கு அடுத்த எட்டில் கால்வைத்துக் கொண்டயாளியாக உருமாறினார்

மௌனி. அவர் ஆண்டாளின் ஆலிங்கன ஊஞ்சலை தேவதாசிகளின் நரசிம்மஉரு என உணர்ந்த போது சற்று விலகி சாயைகளில் பின் தொடர்ந்தார் கதைகளை. நெருங்க எரிந்துவிடும் நாட்டிய நிருத்தத்தில் பிரபஞ்சத்தின் சமநிலை. தொன்மத்தின் ஆழத்தில் ருத்ர பூமியில் விதைத்த நவதானியத்தின் மீது ஏர்காலில் சுழலும் பருவச் சக்கரம் தான் தேவதாசி. நரம்புகளில் இளகிய இசையும் கால - இட ரீதியான மயக்கமும் இலக்கணமென்றே கருதினார்கள். ஏடுகளின் ஆதாரஊற்றில் கணிகையின் தெரு. விரல்படக் கொதிக்கும் லாவா விருட்சம். புராணத்தின் பிரவாஹத்தில் கணிகைவீட்டு மாடத்திலிருந்த பட்டுத் துகிலில் கத்தரிக்கப்பட்ட சித்திர இழைபின்னிய முத்துவயல் ஊடே நடந்துசெல்ல பிரபஞ்சகானமென தனம்மாளின் விரல்கள் வீணைமீது அமர்ந்ததும் வெல்வெட்பூச்சிகளாக அசைவதை யாளிகளின் ஆங்காரம் என இருட்டில் சீறி எழுந்து புருவங்களை நெறித்து, ஏன்... எங்கே..., எனக் கடல். கோடு படர்ந்த கண்களின் ஆழத்தில் கேட்டாள் தேவதாசி. அது மௌனிக்கும் எட்டாத பிரபஞ்சகானம். தேவதாசியின் அக அமைதியின் நுண் இசை புல்வெளி படர்ந்து விரல்களாய் எழுந்து ஐந்து நிலங்களில் பிரிந்து ஓவ்வொரு நிலமும் ஓர் கன்னி உருவெடுத்து சிறகுடன் பறந்து ஏழுநிற இறகினால் வெளிப்பட்ட நாவலில் இசைக் குறிப்புகள் மயங்குகின்றன.

படைப்புவடிவம் ஏழுபுத்தகங்களின் மடிப்பில் பொருளுடைய குணத்தை கடினமான கலைக்கு அதிகபட்சமாக நெருங்கி புறத் தோற்றங்களை உதறி எறிகிறது மொழி. மூன்றும் ஏழுமாகி இரு வரியில் அடங்கிய உருவத்திலுள்ள வெற்றிடம்தான் நூதன கலை. மொழியின் ஆழத்துக்குக் குடைந்து பொருட்களை வெளியேற்றிப் படிக உடலாகி ஒளித்துவைக்கப்பட்ட வார்த்தையின் உப்பினுள் ரஸ ஓட்டத்தை மொழியார்க்கும் சித்தநிலை. ஏதுமில்லை வார்த்தைக்குள். சாயைகளின் கணிதார்த்த பரிமாணம். பொருளுமில்லை. உற்குடைந்த வெறுங்கோப்பைகளில் நிரம்பியுள்ள எடுக்கப்பட்டுவிட்ட வஸ்துவின் குணரூபம் மாறுபடும் இலைவாட்டத்தில் உயிர்களையும் மெய்யை யொத்த உலகையும் உயிர்மெய்யொத்த உயிரோடு கூடிய உடலையும் நுதல்வியர்ப்பக் கூடலில் தோன்றிய உப்பாக்கி ஆருயிர்களின் அறிவு அனாதி மறைப்பை நீக்கி வினையறுத்த ஆயிரத்து முன்னூற்றி முப்பது புறாக்களின் கால்களில் கட்டிய சீதளஓலைகளில் தனித்தனியாய் கீறிய குந்தகுந்தரின் தர்க்கம் தூது ஓலைகளால் பறக்கவிட்ட அறிவின் சிறகு ஒளி திறந்த சிந்தனைச் சாளரங்களில் ஒளி இறகு பற்றி விடிவுக்கான வேளை. சங்கப்பலகைகளில் பின்னே

அமர்ந்த வெற்றிலைமென்ற கவிகள் பதறியோட அழைத்தது ஒளி விசிறி. 'உற்ற நோய் நோற்றல் உயிர்க்குறுகண் செய்யாமை' கேட்டு நீலகேசி உரை வகுத்த சமயதிவாகரமுனி 'பொய்யும் வாய்மை இடத்த புரை தீர்த்ததை உயிர்காப்பு' என்றான்.

பிண்டிக் கொழுநிழல் இருந்த ஆதியின் தோற்றத்து அறிவனை ரிஷபரைக் கூறும் முதற்குறளில் 'பக' என்றால் யஸஸ், புகழ், தருமம், சுபாவாதிசயம், ஐஸ்வர்யம், முக்தி, வீர்யம் என ரிஷபரில் பதிந்த வார்த்தை பலபொருளாய் பரிமாணம் காட்டும். விஸ்வகோஸா நூலில் முதன்முதலில் எழுதும் கலை, எழுத்துக்கள், பிராமி வடிவத்தையும் கண்டுபிடித்தவர் ரிஷபரே எனச் சிந்துவெளிச் சிதைவுகளில் காளை உரு ஓடியது. தத்துவார்த்த சூத்திரத்திற்கு உரை எழுதிய அளகங்கர் கூற்றில் ஆதிசப்தம் அனேக பொருள்களையுடைய தெனவும் சில இடங்களில் முதல் என்னும் பொருள் பெற்றுவரும் என 'அகாராதயோ வர்ணா ரிஷபா தயஸ் தீர்த்தகராஇதி' சுலோகத்தின் எழுத்துக்கள் அகரத்தை முதலாக உடையன தீர்த்தங்கரர்கள் ரிஷபரை முதலாக உடையர் என்று காட்டும்.

அகர உயிர் போல் அறிவாகி எங்கும் சொல் விரிகிறது பொறியாகச் சுழன்று. பூமிக்கு அடியில் ஓடும் கல் அடுக்குகளில் கிளைத்த நுரையீரல் திராட்சைக் கொத்தாகியிருந்தது. ரிஷபக் கூட்டத்தை மேய்த்தவாறு ஆபுமலையின் விருட்சத்தில் சாய்ந்து காலத்தை அளந்து இசைக்கருவிகளின் ஒலிஅலகை சுரமண்டலமாக்கிய சமணர் நிலத்தடியில் கசியும் ஒவ்வொரு திராட்சை ரஸத்தையும் எடுத்துக் கொடுத்த இரண்டாயிரம் வருஷ வாசனைகள் திறந்த போது என் இதயம் தூள் தூளாகிச் சிதறி கோப்பைகளில் ரொம்ப வருஷங்களுக்கு முந்திய கொடி முந்திரியில் ஊறிஊறி வயதான ரஸத்தின் வெளுப்பான நிறங்கள் அடங்கிய கோப்பைகள்தான் கலையாக இருக்கும். உற்குடைந்த வெறுங்கோப்பைகளை நெஞ்சுக் கூட்டில்பதித்தேன். ரத்தத்திலுள்ள தாவரங்கள் நிரம்பிவழிகிறது படைப்புக்குள்.

கடுங்குளிரில் தனிமையில் பழுத்திருந்த கணம் ஒன்று காலத்தை விலகி நகர்கிறது. இவ்வேளை தில்வாரா ஸ்வேதாம்பரர் தளிக் கோடுகளில் உயிர்க்கரு சூட்சுமக்கலை பொருந்திய ஒப்பற்ற இருட்டில் சிற்பங்களை நோக்க வியாபித்த புல்வெளியில் ரிஷபம் ஒன்று குனிந்து கண்களில் நீர் கசிய நிற்கிறது. மறதியில் ஓடும் சாபர்மதிரயில் தொடருக்குள் மான்கள் மேயும் ஆபுமலைகள் கருதுளைத்து ஊறும் நதி. ரயில் பெட்டிகளுக்குள் கண்ணாடிகள் மூடித் தனித்திருக்கிறேன்.

குளிரும் கண்ணாடிகளில் பனித்திரை துடைத்து வெளிபார்த்த வேளை ஜன்னலுக்கு வெளியிலும் நான் இருந்து கொண்டிருக்கிறேன் அந்நியனாய். ஆபுரோடு ஸ்டேஷனுக்கு அருகில் மலைப்பான பாதை செங்குத்தாகச் செல்லும் வழி நீலம் பலவித உருவம் காட்டும் பாறைகளைக் கடந்தால் சூரிய அஸ்தமனக்கோடு.

அதிரும் கோடுகளில் தோன்றும் பிரக்ஞை புராணத்துள் ஈர்த்து ததீசிமுனியின் சடையுடன் அசையும் முடிவற்ற ஆலமரம். சிதிலமான விழுதுகளில் கிருஷ்ணப்பருந்துகளின் விசில். சாபர்மதியோடு சந்திர பாகாநதிகலக்கும் இடத்தில் ஏழுநதிகளின் நீர் கொஞ்சங் கொஞ்சமாய் காலமற்றுத் தனிமை கொண்டோடும் சப்தபேதங்கள் புராணங்களின் பக்கம் திரும்பும் மணல்பரப்பு. ஆதிவாசிகளின் நதிக்கதைகள் கோடு கொள்ள கிரிஜனங்களின் பாடல் மலைகளுக்குள். ஆபுமலைக்குள் சரியும் நதியின் கரையில் பசுக்கூட்டம் புல்மேய்ந்து திரியும். நீர் விளிம்பில் இதழ் வைத்துப்பருகும் தாகம். பிரவாஹத்தில் கற்கள் கூடிய தேய்வில் பல நிறங்கள் வழுக்கிப் பிரியும் சலவைக்கற்களின் உருளல் உச்சரித்த சப்தங்களில் நதியின் நாடித்துடிப்பென கல் நின்ற பாடில்லை. மணல்உரு சப்தத்தின் சுழியில் ஜனிக்கும். மலைகளில் உருண்ட கல்சிற்பங்களாய் வெட்டித்தாவும் நீச்சலில் வேறுபட்ட உருவங்கள் வரும். நீர்ப்பரப்பிற்குள் கூழாங்கற்களில் தழுவி நிற்கும் அலை. யோக வித்தையில் பிரகாசிக்கும் நீரும் கற்களும் கலந்து நிறம் மாறும் தோற்றம். மனதின் ரகஸியங்களை ஆழ்ந்து கண்டறிய கற்களை நீரடியில் தழுவி அவற்றை எடுக்காமல் சன்ன நீர் போர்வையால் போர்த்தி ஓடுகிறாள் சாபர்மதி. யோகினிகளின் சிலைகள் சிதைந்து உருண்ட சாபர்மதியில் நின்றிருந்தேன் நனைந்த உடலில். நீர்வாள் வெட்டிய சிற்பங்கள் உருகி மெய் அழிகின்றன மெல்ல. அறுபத்திநான்கு யோகினிகளின் நீர் அரித்த முகங்களில் கண்கள் சிதிலமாகிக் குழிகளில் மணல்வடுபட்ட கோடு. யாரோ படகில் நகரும்நிழல் நீரில் அசைகிறது. நீரில் சாய்வாகப் பறக்கும் பறவைக் கூட்டம் யோகினிகளுக்குத் தலைவணங்கிச் சிறகால் தொட சிற்பங்கள் உயிர்த் துடிப்பில் முலையறுந்து முகம் சிதைந்து திறக்கும் சிற்ப ஏடுகளில் பட்சி இறகு காலத்தைக் கீறி நகர்கிறது அலையில்.

கற்பாளங்களின் வெண்கல் கூம்புக் கூம்பாய் படிகசிகரங்களின் உச்சிவரை சமண உயிர்ஒளி. அதைத்தொட கை நீள்கிறது. எட்டாத ஒளிவிளிம்பில் ஸ்பரிசத்தை தனிமையில் அடைந்த வேளை சாபர் மதியின் ரகஸிய ஆன்மாவைத் தொடநெருங்கித் திரும்பிவிட்ட

காந்தியின் விடுதலைத்தாகம் மணலில் கரைந்த தடம். நீர்மடிப்பில் சலனமான பழைய மனிதர்கள் பொங்கிய புனலில் விடுதலையின் ரேகைகள் அழிந்தவாறு நீர்புலம்பிச் செல்கிறது அழுக்கு நகரங்களில் கசியும் விஷமசகின் இருள்பூசி. ஆயிரம் வகை நெல் பாரம்பரிய விதைக் காப்புகளை விலங்கிட்டு அந்நியருக்கு திருடி விற்ற அஹிம்ஸைக்கு அடியில் நசுங்கிய சமணம் குகையை நாடிப்போய் மறைமுகத்தில் ஒளிபடத் துவங்கும் ஓர் அதிகாலையில் ஜீவ ராசிகளோடு மோனத்தில் ஆழ்ந்து ஊறும் இயற்கையிலிருந்து எடுத்த தானிய ஸாரத்தை இலைகளில் சேகரித்துக் கொடுத்த சமணர் மலைச்சாரலைக் கடந்து அடர்ந்த ஆபுமலைகளுக்குள் பிரவேசித்த போது, தவத்தில் எரியும் தாவரமாய் கல்லில் புகுந்து குடைந்து ஒடுங்கி ஸாரஸபட்சிகளாய் 'ஸாபர்' என்ற மான்கள் எந்த நதிக்கரையில் அனந்தமாக உலவித் திரிகின்றனவோ அங்கே மேகங்களோடு திரிந்து பசித்தவத்தில் மெலிவுக்கும் மெலிவான உயிர் ஓர்புல் இதழாய் பூமியைச் சூழ்ந்திருக்கிறது.

ரிஷபரின் பிரபைகாண சாபர்மதி வேகரயில் தொடரில் தனித்திருந்த குளிர்காலம். கர்ப்பவாசலைச் சூழ்ந்த பாறைகளின் கீழும் மேலும் கம்பங்களில் செதுக்கிய பிரதிமைகள். கல்சிங்கத்தின் பிடரி முடி நெளிந்தோடியது குகையில்.

மூலநாயக ரிஷபர்காட்டில் காளை உருவில் தலைகுனிந்து புல் ஸ்பரிசித்த கணம் பூமியிலே ஆபுமலைகளின் உச்சிகளில் சமணரால் விதைக்கப்பட்ட ஒருபிடித் தானியம் அதிர்ந்து ஓடும் சமவசரணத் திற்குள் ஓவியமானது. புல்லுக்குள் பூமி சுழன்று சாயும் விருட்சங் களின் நிழலில் சூரியனின் கற்பாளத்தில் செதுக்கிவடித்த மணல் கற்சிலைகள் நிலத்தில் கசியும் சாறெடுத்து தீட்டிய சித்திரமேனிகளில் சிதிலம். சந்திர பாஷக்கல்லிலான பத்து யானைகளின் அசைவு. ஆபுமலையிலிருந்து தில்வாரா நோக்கிச் செல்லும் படிகளின் வலது பக்கத்தில் மிகப் பழமையான தானியக்குதிர்கள். சுவர்க்கீறலில் இசைவழிந்து கொண்டிருக்க என் கரங்களை உயரத் தூக்கி வெகுநேரம் தொட்டு நின்றுவிட்டேன் தானியச்சுவர்களில் கண்மூடி. ரிஷபத்தின் ஆழ்ந்த மூச்சு. அதன் கொம்புகளில் வளைந்த சூரியன் சரிந்து கொண்டிருந்தான். யானையின் மேல் ஏறிய நாபிராஜன் மருதேவியின் மூர்த்திகள் சிறியதாயினும் காலம் தாண்டி அழைத்தது என்னை. இதற்குப்பின் பக்கத்தில் சகஸ்திரகூட சைத்யாலயம். கோயிலுக்குப் பின் இறங்குபடிகளில் மாறிச் செல்லும் ஒரு வேதியில் சாந்திநாத பிரபை.

மேலே நாற்பத்தெட்டு சிகரங்களின் மத்தியில் ரிஷபர் ஏழடி உயர தியானநிலை ஸ்யாமவர்ண பத்மாசனத்தில். தாதுபட்டத்தில் அநேகசிலைகளின் இடையில் ஓவியங்கள் சூழ்ந்து கொண்ட தில்வாரா கிராமம். உலக அதிசயங்களில் மறைந்திருக்கும் தில்வாரா. வரையப் பட்ட கல்படிகளில் உதிரும் தாவரங்கள் தெருக்களில். எல்லா வீதிகளிலும் சித்திரங்கள் மனித நுரையீரலில் பதிந்து சுவாசித்துக் கொண்டிருக்கின்றன. சமணரின் நாசித்துவாரங்களில் கரையும் தாவர மணம். ஊரைச் சுற்றிப்படர்ந்த 'காளா' பூக்கள். ஆறு வருஷங்களுக்கு ஒரு முறை பூக்கும். காற்றில் பரவிய காராவின் நீலநிறம் நகிதலம் ஏரியில் நீர்நீலமாய் பிரதிகொள்ளும். நிச்சலனமான தில்வாரா வீடுகளுக்குத் திரும்புகிறேன். இரண்டாயிரம் வருஷங்களின் கடுங்குளிரில் காது மடல் நடுங்கியது. மேலும் கீழும் ஒரே நீலப்பூவின் கண்திரள் அசைவு. நயனத்தில் உதிரும் ஒருதுளிக் கண்ணீரை விடாமல் விழுங்கி உள்ளே உவர்த்தேன். கண்ரெப்பை படபடத்த நீரின் உப்பில் வெளிறிய காலம். தொலைவைத் தாண்டி சரிந்து கிடக்கும் நட்சத்திரம் பிளவுபட்டும் உதிர்க்கும் நீலத்துகள்களில் பனிகலக்கும் மெலிவு. இத்தனிமைக்குள் ஆழ்ந்த குளிரில் தில்வாரா ஓவியங்களில் வெளிப்பட்ட சமண உயிர் பனிக்குள் துளைந்து கொண்டிருக்கிறது வெளியை. தெருவுக்குள் மங்கிய வெளிச்சத்தில் விதிஷா கண் திறவாமல் கைநீட்டி ஸ்பரிசவெளி ஓவியங்களில் இன்னொரு உலகுக்கு நகர்ந்து கொண்டிருந்தாள். வெளியும் சித்திரச்சுவர்களும் பிரிக்க முடியாமல் இணைந்திருந்த கணத்தில் காளா மலர்கள் வீசிய வாசனையில் சமவசரணத்தில் எல்லா உயிர்களின் மோனம். சன்னமான வெண்மை கரைந்த நீலத்துள் ஒளிவடிவில் மலைச்சரிவு. ஆபுவனப்பிரதேசங்களின் ஊடே வளர்ந்த பனிக்குள் துயரமாய் படியும் விண்நீலம் பனியில் வரும் வெளிச்சம். நீலநிறக்கோடு சிலவேளை ஆரஞ்சு நிறத்திலும் இருக்கக்கூடும். சாபர்மதி ஆற்றுப் படுகையின் ஓரம் நதியைக் கடக்கும் பாலத்தின்மீது நின்றவாறு விதிஷா காத்திருக்கிறாள். மரத்தின் இலைவடிவங்களில் நெளிந்து வரையும் சூன்யஒளி அவளையும் ஊடுருவி வரைந்திருந்தது. தில்வாரா கிராமத்தை மூடுவதற்குக் கதவுகள் இல்லை. திசைசூழ் துகிலால் மூடியிருந்தார் திகம்பரர். குளிர்கால ஜன்னல்களைத் திறந்து உள்ளே இருளும் அறைகளில் அடுக்கிய கண்ணாடிகளில் பழுத்திருந்த ஆரஞ்சு, பறிக்கப்படாத இலைகளுடன் படர்கிறது ஆடிகளாய். ஒரு நீண்டகரம் விரல்களை அசைத்து மறையும். விதிஷா உடலிலிருந்து பழ வாசனை. அருகாமையில் செல்ல பயமாக இருக்கிறது. ஏனோ என் கைகளால்

அவள் மூடிய இமை மீது தொட விரும்பினேன். மலைகள் சரிந்த ஆற்றுப்படுகையில் விதவிதக் கண்ணாடிக் கற்களில் பதிந்த நயனம் அசையும். எங்கும் நீலம் ததும்பிய ஒரு நிமிஷம்! ஓவியங்கள் சுவாசிக்கும் நிமிஷம் கடந்து விடுவதில்லை. அந்தக் காற்று உறைந்து விடாமல் சலனமடைகிறது. சமண உயிர் ஓவியத்திலிருந்து ஒளி வடிவில் தாக்கும் ஸ்பரிசம் நீலநிறவெளி. கண்களை மூடி இருட்டில் புகுந்து செல்லும் குருடரின் குகைப்பாறைகளில் விரல்முனைப் பதிவில் கீறிய சித்திரங்கள் மூழ்கியிருக்கக்கூடும். களைப்பு அதிகமாக இருந்தது. நாவரட்சியுடன் காய்ந்த உதடுகளை மடித்து தெருவில் நடந்தேன். கடக்கும் போது ஓவியங்கள் கூடவே தொடரும் தெரு. ஊடுருவிப் பார்க்கும் தாவரங்களைத் தழுவுகிறார்கள் குருடர்கள். நேத்திரங்களை இழந்தவர்களுக்கு அருகில் எல்லா ஒளி உருவங்களும் ஸ்பரிச வெளியில் சேர்கின்றன. விரல்முனையால் கலையின் ஜீவாதாரஊற்றைத் தொடுகிறார்கள். அந்த தில்வாரா முழுவதும் இமை மூடிய சமணப் பிரதிமைகள் இருளில் எதைத் தேடுகின்றன. அவர்கள் விழித்துக் கொள்வதுமில்லை. உறக்கத்திலுமில்லை. ஒளிசுழன்று மிக மெதுவாக தில்வாராவில் பனித்துகள்களாக மூடும் வெண்படலத்தில் மூழ்கி உருவற்றவனானேன். உள்ளே நீலவண்ண பிந்து பிரபஞ்ச நுண் தளத்தில் ஆழ்ந்த காளா பூவின் அரும்புகளில் உதிர்வுகொள்ளும். நகிதலம் ஒளிப்பளிங்கில் வருஷங்கள் ஆறு அடுக்கிய வெற்றிடத்தில் வெற்றிடமே பூத்த சூன்ய இதழ்தான் நீலம். வெகுதூரம் மலையில் சரிந்து படர்ந்த காளாப்பூ விமலஷரும் தேஜபாலரும் கட்டிய முதற் கோயில். உள்ளே அழகான சிற்பங்கள் கூரைக் கும்மட்ட வடிவத்தில் நடுவிலிருந்து தலைகீழாய் செதுக்குச் சிற்பங்கள் தொங்கட்டமாய் ஒரே கல்லில் தொங்குகின்றன. கோபுரத்தின் புறத்தில் இருபத்திநான்கு தீர்த்தங்கரர்களுடைய உருவங்களில் காளாமலரின் வாசனை அலைகிறது. உள்ளடுக்கிய வட்டங்கள் நீரின் மைய அதிர்விலிருந்து இடைவிடாமல் விரிகின்றன விந்தையான கலையில்.

கடைசி பஸ்ஸைத் தவறவிடாமல் தொற்றிச் செல்லும் மலைப் பாதையில் சிலைகளின் கோடு. கையில் விரல்களுக்கிடையில் நடுங்கும் நீலப்பூ. இமை படபடக்கிறது. மார்பில் சாய்த்து உடைபடாமல் மலையிலிருந்து கீழே கொண்டு வருகிறேன். இந்தக் கணம் உட்பட நீலப்பூவின் கண்திரளில் கடந்து கொண்டிருக்கக்கூடும். நிகழ்வன இருக்கிறவைகளை நோக்கி அனைத்தையும் இப்பூவின் ஆறு இதழ்களில் மூடியுள்ளேன். முன்னோக்கிச் செல்லும் பாதையில் இப்போது கணங்களையும் வாடிய நிலையில் உணர்கிறேன். நானும்

நீலத்தில் கரைந்துவிட்ட கடும்பனிக்குள் ஒற்றை காளா இமைக்குள் தனித்திருந்த ஆபுரோடு ரயில் நிலையத்தில் இரவு போர்த்திய துகில் நழுவிய நிர்வாணம். பின்னோக்கிச் சென்று ஆறுவருஷங்களுக்கு முந்தய மலைத் தாவரத்தில்இப்பூ ஒட்டிக் கொள்ளும் குழப்பத்தில் பூவாசனையை நுகர்ந்த நாய் ஆழ்ந்து ஊளையிட்டது இருட்டில். இந்த ஊளையின் சன்னமான கோடு தில்வாரா கிராமத்தின் கோடியிலிருந்து கேட்கிறதா? எனக்குத் தெரியவில்லை. தொன்னூற்று ஆறு வகை மோபப்பத்தில் ஆபுமலைகளின் இருளில் திரியும் உருவற்ற நாய் இருள் கோடுகளில் ஊர்ந்து செல்கிறது. மூடிய ரயில் பெட்டிக்குள் கிராமாந்தர விவசாயிகளின் தலைப்பாகை கட்டிய கூட்டத்துக்குள் தனித்திருக்கும் நகர்வில் நாயில் ஊளை நீள்கிறது. நாடோடியாக எங்கெங்கோ அலைந்து திரியும் நாயை இழந்த வேளை தில்வாரா சிகரத்தின் உச்சியை அடைகையில் நட்சத்திரம் ஒன்று வடிந்து பதிகிறது உள்ளே. உச்சியிலிருந்து ஆழத்தை நோக்கிச் சரியும் மெல்லிய நீர் இழைகளில் சாபர்மதியின் வீழ்ச்சி. ஆழமான மௌனத்தில் இருண்டிருக்கிறது உயரமான ஆபு பாறைகளுடன் பிளந்து. தூக்கக் கலக்கத்தில் எரியும் டியூம் விளக்கில் மயங்கிய பயணிகளோடு ஆனந்த் வரை போகிறேன் நோக்கமற்று. தீய ஞாபகங்கள் நீங்கிய உலர்ந்த வெளிக்குள் கோர உருவங்கள் ஆடுகின்றன. தப்ப முடியாது எதிலிருந்தும். ஏராளமான மலைகளின் உச்சிகளிலிருந்து சூரியனோடு ஒரே சமயத்தில் இறங்கிக் கொண்டிருந்தேன். சமவெளியில் நீண்டு சலித்த பயண அசதியில் தூங்கி வழியும் தூரங்கள். ஆடுகள் மேய்த்தவாறு கருங்களியில் சாய்ந்து நாடோடி மறைந்த புல்லசைந்த வெளிமேல் மிதந்த காற்றில் சித்திரம் தீராத தில்வாரா நாணலில் வரைந்த மிருகக் கூட்டத்தை ஓடைகளில் உலவும் விதிஷாவின் துகில் படர்ந்த வெளி கூடவே ஸ்பரிசிக்கிறது பயணத்தை.

பிரிண்ட்போட்ட மேற்கு ஓவியர்களின் புஸ்தகங்களுக்கிடையே அடைபட்டு அஜந்தாவை கண்களால் ஜெராக்ஸ் எடுக்கும் அந்நிய தேச யாத்ரீகர்களின் கேமரா ஒளி சிதைத்த கபாலச் சந்துகளில் விழுந்து கிடந்த ஓவியப்பள்ளியில் கீழ்திசை ஓவியம் சிறையிடப்பட்டு பூட்டிய அறைகளுக்குள் மறுபிரதி எடுக்கும் நகல்பெருக்கத்தை ஜஹாங்கீர் ஆர்ட் கேலரிகளில் கடைவிரித்த ஓவியர்களின் தாடியிலிருந்து வெகு தூரம் தள்ளி விடுபட்டிருந்தது அஜந்தாவின் இருட்டு. 1999 டிசம்பர் 31 இரவில் எல்லோரா சமத்பாத்ரா சமண விடுதியின் சமையலறையில் சுடப்பட்ட உலர்ந்த ரொட்டிகளுடன் பரிமாறப்பட்ட கடுந்தேனீரில் அடர்ந்த பார்சுவநாதரின் அகஇலைகளை ஸ்பரிசித்தேன் நடுவானில்.

சமண பௌத்த வெப்பம் தொட்ட இரவு எல்லோரா குகைகள் முப்பத்திரெண்டில் நடந்து கொண்டிருந்த சிற்பங்களுக்கிடையில் இருட்டுக்குள் சிக்கியிருந்த என்னை கொரியப் பெண்கள் ஆறுபேர் உள்ளங்கை அசைத்து வெளிப்பட்ட விரல்களில் ஒளிநீண்டு தொட்ட புத்தரின் அகம் திறந்து காட்டினார்கள் ஓவியங்களில் உதிரும் ஜாதக மாலாவை. சிற்பங்களின் நாசியில் சுவாசித்தேன் இன்று. கொரிய யுவதிகள் ஈரமான பனியில் ஆரஞ்சு வாசனைகள் மிக்க இலைகளுடன் என்னை அழைத்த வேளை பிரிந்து விட்டோம் இருட்டில். தனிமையில் ஆழ்ந்து கனிந்த ஆயிரம் வருஷங்களின் முடிவில் கொரியப் பெண் விரல் முனை விளிம்பில் வரையப்பட்ட சாஞ்சி இமை மூடியிருந்தது. ஜனவரி முதல் நாளில் இரண்டாயிரம் மூடிய கார்க்கை திறந்து குடித்த அற்புத ஒயின் விதிஷாவின் வாசனையில் திராட்சை விளைச்சலின் மோசமான குளிரில் அத்தனை யுத்தங்களின் அழிவுக்கும் ஈடாக பூமி வழங்கியிருந்த திராட்சைத் தோட்டங்கள் உயிர்ச்சூழல் மாசுபடிந்த நதிகளைத் துடைத்துக் கொண்டிருந்தாள் விதிஷா. ரொம்ப நாள் வைத்திருந்து திறவாத பாட்டிலுக்குள் கருந்தோட்டத்தில் சாட்டன்ஸ் வரலாற்றுப் பூர்வமாகத் திறந்த சிமிழ்களில் இந்நாள் வழிகிறது.

துயர உணர்வுகள் மேலோங்கி இசையில் கூடும் இச்சை ஜீவ ராசிகளின் மோகப் புயலாய் மாறுகிறது. அது புலனைவிட்டுத் தனித்துச் சுழன்று இசைப்புலத்துள் இச்சையின் அளவும் தன்மையும் ஜீவனின் உன்னத நோக்கங்களாகி பூதங்களோடு பூதமாக மாறிவிடும் ராவண இசையாகிறது. தேவதாசிகளிடமுள்ள உள்ளுணர்ச்சி இசையின் பாற்பட்ட சமுத்திரம். அது தன்வசத்தில் இயங்கி இசைச் சாகரத்தில் கட்டுக்கதைகளைப் போலவே சிருஷ்டி பூர்வமான விடுதலை. சமையலறைகளில் அடைபட்டுப்போன புயல் இருட்டில் ஸ்பரிசவெளி ஓவியங்களாக உருமாறி பிரைடாவின் வலிமிக்க கோடுகள் உலகைச் சூழ்கிறது இன்று. பூகம்பங்கள் புதிய நீர்சுனைகளை வெளிப்படுத்தும் போது பெண்மொழி ஒருசகாப்தத்தை வெளிக் கொணரும் வருகைக் கான நேரமிது. நெஞ்சுக் கூட்டில் வரைந்த நிஜத் தேயிலைகளின் வாசனைபரவ கோப்பைகள் ஏந்திக் கிழக்கிலிருந்து வருகிறாள் ஹிரோஷிமா. கோப்பைகளில் கீறிய மான் மற்றும் சாலமரங்களின் கிளை நீரை வாஞ்சிக்கும் பட்சிகள் இலைகளில் கிளைத்த நரம்பு களோடு ஓவியத் தாவரங்கள் பொம்மைகளின் செம்மண் மோனத்தில் நிறம் கசியும் தேனீர் சடங்கில் அமர்ந்திருந்த ஹிரோஷிமா கைகளை விரித்து விண் நோக்கி அலறுகிறாள். அழிவுகள் இப்படியாகத்தான்

இருக்குமா? விநாசமான தெருக்களில் வடுமுகங்கள் கயாவரை நீளும் ரயில் வண்டித் தொடரில் அவள் முகம் சூரிய ரேகைகளுடன் மறைவதை பீஹார் ரயில்நிலையம் ஒன்றில் காத்திருந்த வேளை பனிரெண்டு வருஷங்கள் ஓடி இவ்வேளை மன்மாட் ஸ்டேஷன் பிளாட்பாரத் தூணில் சாய்ந்திருக்கும் வேளை கடந்து கொண்டிருக்கும் தபோவன் ரயிலில் அவள் முகம் திரும்ப எட்டிப் பார்த்தது ஜன்னலிலிருந்து என்னை. கோரத் தழும்புகளுடன் இதயத்தை முன்கிளைகளாய் கீறி நிர்கதியில் பிரிந்து செல்கிறது.

பௌத்த வெப்பப் பாழி தொட்ட இரவு எல்லோரா குகைக்குள் கொரிய யுவதிகளின் அகவெளிச்சத்தில் அவலோகிதீஸ்வரரின் இமைகள் மூடிய நெல்கீறலில் மெலிகிறார்கள் இருட்டில் அஜந்தாக் குகைத் தொடரில் உன்னதமடைந்த 1, 2, 16, 17, 19 குகைகளில் புத்தரின் வாழ்க்கைச் சம்பவங்கள் ஜாதகக்கதைகளையும் இசை மகளிர் கூந்தல் அமைப்பில் வெகுநேரம் சுவாசித்துக் கொண்டிருந்துவிட்டேன். கணங்கள் சூழ உயிரும் விந்தையும் கொண்டு கையிலே தாமரை மலர் பிடித்து அமைதியில் உருகும் அவலோகிதர். மகளிர்புடைசூழ விண் பறக்கும் கந்தர்வர்களின் நிறம் தைலமாய் பிரபை கொள்ளும். பதினாறாவது குகையில் புத்தரின் சரித்திரத் தோற்றம் ஜாதகக் கணிப்பு, பள்ளிவாசம், தவம், ராஜகிருஹத்துக்குச் செல்லும் வழி. நளகிரி யென்ற மதயானையைப் புத்தர் அடக்கும் தோற்றம். வர்ணங்களை வீசும் தந்தங்கள் கொண்டு யானைகளின் தலைவனான அந்த யானை பிடிக்கும் வேடர் முயற்சிபலிக்கவில்லை. அடுத்த யானை சுவரில் ஆறு தந்தங்களுடைய சதந்தன் போதி சாத்தவரே. வேடர்களின் நிலை கண்டு வருந்தி அது அவர்களுக்காக முன்வந்து தந்தங்களைத் தானே கொடுத்தது. அதனால் யானையும் மாண்டு வீழ்ந்தது. செய்தியை அரசிக்கு அறிவித்தனர் வேடர்கள். வெறிகொண்ட மனம் மறைந்தது. தன் முற்பிறப்பின் கணவனான யானை மாண்ட செய்தி இவளை மாளாத்துயரத்தில் ஆழ்த்தியது. கைகள் சோர்ந்து வீழ்ந்தாள். அருகிருப்போர் நிறங்களாக வந்து தாங்க உடல் சோர்ந்து துவண்டு வீழ்ந்தாள் சித்திரத்தில். சதந்த ஜாதகம் எனும் இக்கதை அபூர்வ நிறம் பகிர்ந்து இருட்டில் தத்தளிக்க துவண்டு வீழ்ந்த அரசாணியின் ஓவியம் கூடவே வருகிறது. மனம் குலையும் தாவரங்களின் வாட்டம். சம்பத்துகளை யெல்லாம் தானமிட்ட வஸந்தரனின் சரித்திர ஓவியம். கையில் கல்ஆடி கொண்டு ஒருகாளை வளைந்து ஒயிலாக நின்று தன்னை அலங்கரித்து நிற்கும் யுவதியின் தூரத்தில் வெற்றிடமாக விரியும் நிறங்கள். ஞானம் பெற்று புத்தராகத் திரும்பிவிடும் தன்

தந்தையிடம் ராகுலன் தன்பங்கு கேட்கும் ஓவியம். எல்லா நிறங்களுக்கும் அப்பால் கசிந்து பொங்கிய இருட்டு ஓவியக் குகைத் தொடரில். மெல்லிய வெண் சுதை பூசிய ஈரத்தில் நிறங்கள் வீசி எழுந்த உட்பாறைகளுக்கிடையில் விரியும் ஓவிய ஏடு தானேதிறந்து புரள்கிறது.

அஜந்தாவின் கர்ப்பப்பாழிகளுக்குள் தேவதாசி ஒருத்தி குழந்தை சித்தார்த்தி நாவில் சேனைவைத்த விரல்ரேகையும் சித்திரம் கொள்ள குழந்தையின் மூடியவிரல்களும் இசைமாதின் விரல்களும் சேர்ந்து இசையில் கலக்கம் கொண்ட பெண் ரேகை சிசுரேகையில் பின்னிப் படர்ந்த கரு இருட்டில் வரைந்த நிமிஷம் சரும நிறங்கள் பூசிய ஈரத்தில் பிசுபிசுக்கும் சைத்ரீகரின் விரல் ஓவியத்திலிருந்து விடுபடவில்லை இன்னும். அதுபிக்குவின் கரம்போல தளிராய் தோன்றும். புத்தரின் கைபோல கிழக்கே நீளும். உலராத நிறங்களில் விரல்முனைப் பதிவுகள். விளிம்பில் நகக்கண்களில் ஓடும் உதிரவரி.

மொழியின் சாத்தியத்தை அதன் விளிம்புவரை சென்று பொருளின் அர்த்தத்தை விலகி பகுப்பாய்விலிருந்து பூமியே விடுபட்டுவிட்டது. இப்புவி பல பிதிர்களையுடைய புராவஸ்து அதை கருத்துருவத்துள் அடக்கி அறிவுத்திமிழ்மீது சுழற்றி மனிதன் கக்கத்தில் இடுக்கிக் கொள்ளாமல் மனிதனிடமிருந்தே பூமியை விடுவிக்க வேண்டியுள்ளது. மூளை ரசாயனக் கழிவில் மேற்குலகுக்குள் அடமானம் வைக்கப்பட்ட நதிகளை உருவி சுருள் வாளாகத் தீட்டும் தூயநீர் பளபளத்து நெஞ்சுக்குள் இறங்கும் ஏக்கம் அதிகமாகிவிட்டது இவ்வேளை. ஸ்பரிச வெளியின் உருமாற்றம் மொழியின் இருட்டில் ஓவியங்களாகத் தீட்டும் புனைபரப்பாக கர்ப்ப இருள் மூடியிருந்தது என்னை. சூல்விட்டு வெளிவர முடியாது இனி. சரித்திர நகல்காட்டில் வெட்டிய கலாச்சார அக அழிப்பு இலக்கிய சூழலாகிவிட்டிருக்கும் மீடியாவின் பன்முக கிரேன்களால் புல்டோஸ் செய்யப்பட்டு மீடியா நகரமாக உலகம் மாறிவருகிறது. எல்லா நகரங்களையும் பாழி சூழ்கிறது. இனி மீடியா தான்.

ஏனோ கலைஞனை இயற்கை எப்போதும் கைவிட்டதில்லை. பின்தொடரும் வரலாற்று அச்சு எந்திரப் புலன்வெளி காண்திரையாக மாற்றப்பட்டு விட்ட நூதன சூழலில் விண்வலையால் மூடப்பட்ட போதும் அவற்றின் கண்ணிகளை விண்ணிலேயே அறுத்து காண்கண் களைக் கீறி இருட்டின் ஜனனவெளியில் ஓவியங்களின் ஸ்பரிச வாசனைகளை அஜந்தா இருளில் மொழிரூபமாக்குவேன். கலையின்

நுண் அலகுகள் வார்த்தையிலிருந்து உதிர அது உடைந்து நொறுங்கி குறுந்திரைகளின் செதில் செதிலாய் அந்தரத்தில் நீந்தி உயிரற்ற பாழியாகிறது. கண்வசமாகிவிடும் தொலைக்காட்சியாகி விட்டது எல்லாம். பிம்பக் கசிவின் கருமசகு நகரங்களைப் பூசியுள்ளது. என் அருமை விதிஷா மட்டும் கண்கள் படபடக்க இருட்டில் சிதறிய கலைகளைத் தேடுகிறாள். கண்ணீரின் வெப்பம். அருகே அவளைத் தொட நெருங்குகிறது. ஞாபக மடிப்புக்குள் ஓடி ஓடிக் கலைத்து வீழ்கிறாள் அந்தப் பாலைவனத்தில்.

இருள்வரி ஓடும் ஒற்றை வார்த்தைக்கு சுயேச்சையான பல பொருள் வடிவங்கள் மாறி உருகும் கற்சிலைகளில் பாழி அலைகிறது சிதிலத்தில். நிலைபெயர்ந்த கற்கோளமாய் உருண்டு வட்டமாய் அந்தரத்தில் மிதந்து சுழல்கிறாள் பாழி. மொழியின் பிரபஞ்ச நுண்ணுணர்வில் மெலிந்து எடையற்று கிரகநிலையடைகிறாள். குரங்குப் பாலத்தில் அகதி நிழல் அசைகிறது. மஹாவம்சரின் கொடும்பகை எரித்த மடிப்பு ஏடுகளின் சீதளஓலைகள் லிபியுடன் தீக்கொழுவினார் நாவில் விஷம் ஏற்றி. 'ஆழித்தேரவன் அரக்கரை அழல் எழநோக்கி ஏழுக்கு ஏழ் என அடுக்கிய உலகங்கள் எரியும் ஊழிக்காலம் வந்து உற்றதோ? பாழித்தீச்சுட வெந்தது என் நகர் என பகர்ந்தான் கவி சேரனும். இன்று மஹாவம்சர் பௌத்தப்பாழிகளில் தொல்நூல் எரித்த சாம்பல் பூசிய ஊழிக்காற்று அரித்த உடல்கள் மறைந்து சூலிச் சிசு அறுத்தார் மனித நாகரீகத்தின் பேரால். ஈயரவைகள் துளைத்த எலும்புகளின் குமுறல். ஊழிக்கடை முடிவில் மஹாவம்சர் கொம்பூதினர். பாழிப்பறத்தலை எழுந்தது. பாழித்தோள் நெடும் படைக்கலம் பதாதியின் பகுதி. பாழிவன்கிரிகள் எலாம் பறித்து எழுந்து ஒன்றோரு ஒன்று பூழியில் உதிர விண்ணில் புடைத்து உறக்கிளர்ந்து பொங்கி ஆழியும் உலகும் ஒன்றாய் அழிதரமுழுதும் வீசும் ஊழி வெங்காற்று இது. பாழிவன்தடத்திசை சுமந்து ஓங்கிய பனைக்கை. பாழி நல்நெடுங்கிடங்கு எனப் பகர்வரேல் பல்பேர் ஊழிக்காலம் நின்று உலகுஎலாம் கல்லினும் உலவாது ஆழி வெஞ்சினத்து அரக்கனை அஞ்சி ஆழ்கடல்கள் ஏழும் இந்நகர் சூழ்ந்தன. அயன்படையால் ராவணன் உயிர் குடித்தல் இன்று. பாழிமாகடலும் வெளிப்பாய்ந்ததால் ஊழிஞாயிறு மின்மினி ஒப்புற வாழி வெஞ்சுடர் பேர் இருள்வாரலே பாழி.

மொழிப்பின்னலைப் படிகஉடலாகப் பார்வைக்கு அப்பால் இருட்டில் நகரும் பெண்களின் உள்நோக்கிய கண்துாளில் ஓடிக்

கொண்டிருக்கும் நிகழ்காலங்கள் நாவலில் இடம்மாறி பல ஓட பெண்சூலில் வார்த்தைக் கூடு பிறரூபங்களை எடுத்து கதையாகும் ஜனனம். சூலினுள் உருளும் நீர்சிப்பிதான் வார்த்தை. கலை என்ற சூல்வாய் பிளந்து மணல் துகள் விரக்தியால் உலகை சூன்யமாக்கும் சுக்கில வெளி சுழற்சியில் சூலோடு சுற்றி இசைகொடுக்கும் முத்தாக மாறுகிறது வார்த்தை.

மயங்கும் பாலை உருஆகி வியர்க்கத் தோன்றிய உப்பு மூன்றாவது அகப்பரப்பாகி கருக்கில் பூச்சி உருஆன பாழிமூடிய இருசுழிக் கோடு. குழந்தையின் கால்கள் கர்ப்பத்தில் புறளும் பிறவா முன்மைக்குள் தவழ்கிறாள் பாழி. படைப்பில் மறைத்துவைக்கப்பட்ட ஏழ்கடல் ஏழிசை ஏழுகன்யா ஏழ்பாலை ஏழும் ஏழுமாய் ஈரேழு மேல்கீழ் அடுக்கிய புனைவு உலகங்களின் மரபுநில வெளிதான் சமணம். என புராணத்திலிருந்து கதையின் புரா வஸ்துகளின் மறைபொருள் ரூபத்திலிருந்து எடுக்கப்பட்டபின் அவற்றின் கணிதம் தான் வார்த்தையாகியிருக்கக் கூடும். புவர்லோகம் அரவு புனை நிழல்கள் ஆடும் நாகஉலா ஓர் கற்பனை நகரமாக படைப்பில் அபூர்வ இணைப்புகள் கொண்ட வார்த்தை நாகரம். நத்தைக்கூடு மாதிரியோ ஓர்கிரகத்தின் மிதத்தல் மாதிரியோ ஓர் இலைநரம்பின் கிளைத்தல் மாதிரியோ நாகரம் எனும் தனித்தீவைச் சூழ்ந்த இசைத் தாவரங்கள் ரத்தத்திலிருந்து மண்டிப் பரவி மொழிவசத்தில் இயங்கிக் கொண்டிருக்கும்.

அந்த ரூபம் கொண்ட சொல்வனத்திலே வேட்டையாடி நீரை வாஞ்சித்து இந்த ஏழு ஏடுகளுக்குள் பிளந்து ஓடும் ஓடைகளுக்கு வந்திருக்கும் வேட வாசகா!

உருவற்ற மிருகங்கள் மொழி உருவெடுத்து கர்ஜிப்பதால் படைப்பின் பிதிர் வனத்தில் புராதனமான வாசகன் ஒருவனே ஏடுகளுக்கு முந்திய காலத்திலிருந்தே தொடருகிறான் என்னை. கதையை வாஞ்சித்துக் கதறும் மான்களை விட்டுவிடு. தனி உலகமாக படைப்பின் புராவஸ்துகள் புனைவுகளில் இயங்கி பிதிர்கோடு வரையும் கலைமடிப்பில் வெளி மேல் வெளி அடுக்கிய புஸ்தகம். இந்தப் பக்கங்கள் எந்த வெளியில் நிழல்விழ நகரும் மறுகோடு குறுக்குவெட்டில் உணரும்வேறு உருவம். முரண் மடிப்பில் கலை கொள்ளும் வெற்றிடம் அறிவின் நோக்கமான பிடியிலிருந்து வெளியேறி இருளில் புதைகிறது. கண் தெரியாதோர் வரைந்த தொடும் வெளி குகைத் தொடராய் இருக்கக்கூடும். உள்ளே சாயைகள் படிந்த

ஓவியங்களில் உதிரும் நிறங்கள் கலையின் தொடு முனையில் மொழி அதிர்வுகொள்ளும். மயக்கம் மேலோங்கிய கருப் பொருளில் நிலங்கள் யாவும் சாய்ந்து கிடக்கும் மோனம். என் கைகளில் வடித்த மொழியின் படிகக் கிண்ணங்களை ஏந்தி காலவெளியில் காத்திருக்கிறேன் வாசகனுக்காக. அவனோடு உதிரத்தில் பாயும் என் விதிஷாவை அவள் கூந்தல் வாசனைமிக்க இப்படைப்பை ஓர் இலை நுனியில் கிளைத்த நரம்பென இந்த யுகத்தின் அபூர்வச் சிறுமியை வாசக வெளியில் விட்டுப் பிரிகிறேன் கண் இமைத்துக் காண்போர் பழித்தாலும்.

கோணங்கி

சாஞ்சி: விதிஷா
4.1.2000

பாசி

தானியப்பாழி

வந்து கொண்டிருந்தான் ஒற்றைப்பல் கழுதைமேல் ஜிப்ஸிகளின் டேரட் கார்டுகளைக் குலுக்கியவாறு வாயில் எச்சில் ஒழுகும் முட்டாள் காமோஸ்டாவோ.

மேற்குக் கிழக்கு என காமோஸ் என்றும் டாவோ என்றும் இரு நபர்களாய் பிரிந்து கதை சொல்பவன் குருடனாகவும் கேட்பவன் ரோகியாகவும் சொல்வனத்துக்குள் உரையாடலை தொடர்ந்தவாறு ஏழு ஏடுகளைத் திறக்கும் நூதன ஆரூடத்தைப் போட்டு டேரட் கார்டு களில் உள்ள நகரங்களின் பிதிர்க்கதைகளைச் சொல்லி உலகப் பிரசித்திபெற்ற* ப்ரீகான் புனிதவாளுடன் வந்துகொண் டிருந்தான் சாம்பல் பயணி காமோஸ் டாவோ.

அவன் கதை சொல்லும் இரவில் இரு நபர்களாகப் பிரிந்து குருடர்களின் அகப்பரப்பில் அலைவுறும் வினோத ரோகியவன்.

எரிது நகரின் ரஸவாதியால் ஒரே மனிதனாக தைக்கப்பட்ட இரு உடல் கொண்ட காமோஸ்டாவோ டேரட் கார்டுகளில் திறக்கும்

தானியாளின் கரிசல் ஏடு,

குருடர்களின் கண் ஏடு,

தேவதாசிகளின் கேச அகவல் ஏடு,

வேடபுராண ஏடு,

ரஸவாதியின் கனி ஏடு,

சிற்பவயல்-சித்திரவயல்-கண்ணாடி வயல் ஏடு,

போர்ச்சுக்கீசிய புனிதரின் 'வில்லேஜ் ஆஃப் தீவ்ஸ்' ஏடு

ஆகிய ஏழு புஸ்தகங்களைத் தேடி வந்துகொண்டிருந்தான் டாட்டில்* கழுதை மேல்.

* அரிஸ்டாட்டில்

‘டென்மார்க் காணியாட்சியின் கீழ், தரங்கம்பாடி டேன்ஸ்போர்க் உட்கோட்டைக்கு பார்த்தொலொமேயு சீகன்பால்கு, ஒரு அச்சு எந்திரத்துடனும் 1712இல் ஹல்லே பட்டணத்தில் வார்ப்பித்த தமிழ் அச்சு எழுத்துக்களில் முதன்முதலில் காகிதத்தில் பதிந்து பாய்ச்சலடைந்த பனுவல் மற்றும் நூற்றி ஏழு ரீம் காகிதம், இருநூற்றிப் பதின்மூன்று போர்த்துக்கீசியப் புதிய ஏற்பாட்டுப் பிரதிகளுடன் வந்து கொண்டிருந்தார்.

பின்னே தரங்கம்பாடி உட்கோட்டைக்குள் முதல் கல் அச்சில் முதல் பதிப்பான புத்தகங்களில் திறந்து கொண்டது உலகம்.’

சீதள ஓலைகளில் இருந்து தாள் வடிவம் பெற்ற இந்த ஏழு புத்தகங்களின் முதல் பதிப்பின் அசல் பிரதிகள் தரங்கம்பாடி மியூசியத்தில் வைக்கப்பட்டுள்ளதைப் பார்க்கும் ஆவலால் தூண்டப் பட்டு லிஸ்பனிலிருந்தோ கம்போடியாவின் தலைநகரமான ப்னம்பென்னிலிருந்தோ கிளம்பியிருக்க வேண்டும்.

அவனுக்குக் கிடைத்த ஏழாவது புத்தகத்தை திறந்தால் புத்தகத் துக்குகுள் புத்தகமாகத் திறந்த கதவுகளாக சிதைந்த பக்கங்களை புரட்டிய வேளை இரு வறண்ட மலைகளுக்கிடையில் நிழல்களாக வெளிப்பட்ட தோட்டா மூக்கனும் துப்பாக்கிக் குறவனும் காமோஸை வழிமறித்து ‘வில்லேஜ் ஆஃப் தீவ்ஸ்’ நூலில் மறைந்திருக்கும் தானியப் பாழியை காலனியத் துருப்பிடித்த நாடோடித் துப்பாக்கி வாசனை யிலிருந்த பறவைகளின் கூட்டத்தை அழைத்தவாறு குறம் பாடி குரல்வளையால் முதல் கதையைச் சொல்லத் தொடங்கினார்கள்...

கீழ்தலை வில்லு மேல்தலை வெள்ளம்

மேல்தலை வில்லு கீழ்தலை மழை

முத்துப் பண்டிதர் வீட்டில் சேந்தி எனும் தானியக் கிடங்கில் எட்டிப் பார்த்தான் காமோஸ்.

இன்றும் விதைப்புக்கு தவசம் எடுத்துப் போகிறார்கள் ஏருடன்.

‘சிங்கம் முழங்கினால் எங்கும் பயிர் உண்டு’ என்றான் நரிகுறவன்.

‘தானிய கடகம்’ பழைய நகரம், மறைந்து போனது நாவித மகளின் குலவையில்.

அதன் வரைபடத்தில் நவதானியங்கள் கிரண சக்திகாட்டும் வெளிப்புறத்தைவிட தானிய கோபங்களில் மறையும் புத்தப் படிமங்களில் வேறுவேறு பருவங்களின் சீதோஷ்ணம் மாறிக் கொண்டிருப்பதால் அவலோகிதரின் நாணிய இமைக்குள் பனிவரகும் அக்னி வரகும் இரு கண்களாகிச் சுழன்று கொண்டிருப்பதை காலச்

சக்கரத்தின் தர்க்க சாஸ்திரமாகப் புரிந்துகொண்டான் யாத்ரீகன். தன் திவ்யவதனாவிலுள்ள கதைகளிலும் பருவச் சக்கரம் சுழல்வதை வட்டமான கதாச் சுருளாகக்கொண்டு தன் யாத்திரையைத் தொடர்ந்தான் காமோஸ். நாவித மகள் குளித்து மெழுகி மாடத்தில் நின்று ஈரித்த சுரியலை சிக்கொணத்திக் கொண்டிருந்தாள். நாவிதாளின் மூக்குத்தி ஒளி முகத்தில் பட்டதும் உடனே கிழச்சிங்கம் மேலே பார்த்தது. பாசிச் சீர முகத்தில் புருவங்கள் நெளியக் கண்தாளமானாள்.

வாட்களுடன் படைவீரர்களை அனுப்பி மழிக்கத்தியோடு நாவிதரை அழைத்தது சிங்கம். பிக்ஷா அகலுடன் பழையநகரத்தில் தன் தாத்தா உபாலி வைத்திருந்த மழிக்கத்தியைப் பேழையில் எடுத்துச் சென்றார் முத்துப் பண்டிதர். சிங்கத்திடம் கொடுக்க மறுத்தார் குமாரத்தியை. அவள் கையில் ஓடிய தனரேகையில் பிக்ஷா அகல் கொடுத்து வீட்டில் உள்ள வரகுக்குழியில் இறங்கி பனிவரகு எடுக்கச் சொன்னார் செல்ல மகளை. அகல் ஏந்தி வரகுக்குழிக்குள் இறங்கினாள் நாவிதாள். குழிக்குள் இறங்க ஒரு கயிறு கட்டியிருக்கும். மகள் கயிறைப் பிடித்து குழிக்குள் இறங்கியபோது கயிரைக் கிழவர் சவரக்கத்தியால் அறுத்துவிட்டார். சேந்தியில் விழுந்தாள் கன்னி. வெளியே வர முடியவில்லை. புதைக்குழியாய் வரகு வழுக்கிச் சரிந்துகொண்டே செல்ல அமுங்கினாள் உள்ளே. 'நீ எனக்கு நல்லது செய்யம்மா. என் கூடவே வரணும்' என்றார். உடனே வரகுக் குழிக்குள்ளிருந்து குலவைச் சத்தம் வந்தது. கிழவர் எட்டிப்பார்த்தார் குமாரத்தியை. 'தானியகடகம்' சுமந்தவள் மூழ்கிக்கொண்டே இருக்கிறாள்.

மறுபடியும் குலவைச் சத்தம் கேட்டது.

தானிய கடகத்தின் மதில்களில் குலவை சுழன்று எதிரொலித்த தழல் ஊரையே அசைக்கும் படியாக குலவை ஒலி தீப்பிடித்து எரியும் குமிழ்களின் குலவைகள்.

ஈட்டிக் காவலர்கள் நிழல் அசைந்து ஆவியாய்ப் பின்தொடர ஆற்றில் வெள்ளம் செந்நிறமாய் ஓடிக் குறுக்கிட்டது. வன்னி மரம் வளைந்து ஆற்றின் குறுக்கே சாய்ந்து படுத்துத் தகப்பனைக் காத்தது. ஏறிக் கடந்தபின் நிமிர்ந்தது வன்னி விருட்சம்.

பண்டிதர் வெகுதூரம் நடந்தார். தொலைவே குலவை. சலங்கைகள் ஓடும் செந்நிறம் அலை சுழன்ற ஆற்றின் குலவை ஊர் ஊராய் போய் அவள் துயர் சொல்லும்.

சிலம்புகள் மோதி உரசித் தெறிந்த முத்து சுழன்றது. குலவையிட்டு

உடைந்த இடதுகால் கற்சிலம்பில் ஏழு கன்னிமார் வெளிப்பட்டு அறுவர்க்கிளைய நங்கை வந்து நாவலின் முதல் புத்தகமான கரிசல் ஏடு திறந்து நூன்மரபின் குரல்வளை சுழிந்து குலவையிட்டு பிதிர் சருக்கம் உரைத்தாள் என்றவாறு...

பீடிகை ஏழு

ஒன்று: பச்சைப்புத்தகம்
தானியாளின் கரிசல் ஏடு

இரண்டு: வைலட் புத்தகம்
குருடர்களின் கண் ஏடு

மூன்று: ரத்தாம்பரப் புத்தகம்
தேவதாசிகளின் கேச அகவல் ஏடு

நான்கு: இருட் புத்தகம்
வேடபுராண ஏடு

ஐந்து: வாசனைப் புத்தகம்
ரஸவாதியின் ஏடு

ஆறு: நிறமற்ற புத்தகம்
சமண சிற்பவயல் ஏடு
பௌத்த சித்திரவயல் ஏடு
சூஃபி கண்ணாடிவயல் ஏடு

ஏழு: சாம்பல் புத்தகம்
போர்ச்சுக்கீசிய புனிதரின்
வில்லேஜ் ஆஃப் தீவ்ஸ் ஏடு

1

பச்சைப் புத்தகம்
தானியாளின் கரிசல் ஏடு

'உலகம் விரிகிற ஒரு தானியம்' என்றாள் முதல் ஸ்திரீயான தானியாள் எனப்பட்ட பச்சை நிறமானவள். இலைகள் மூடிய அகலமான அந்த தானியத்தைச் சுற்றி வந்த கல்பறவையைத் தானியாள் கேட்டாள். 'யாருக்காக இனிராஜியத்தை அமைக்கப் போகிறார்கள்.'

'கண்ணீருக்காகவும் தானியமணிகளில் பிறக்கப்போகிற உன் குழந்தைகளுக்காகவும் பறவைகளுக்காகவும் சூதறியா மிருகங்களுக்காகவும் இலைகள் படரும் விருட்சங்களுக்குமாக உலகம் இனிவரும்.'

ஒரு தானியத்தின் மெல்லிய சிறகுடன் நவஇலை எனும் கிராமத்தில் பதுங்கிய சிறு தேவதை சுருண்டு கிடக்கிறாள் படிகவிசிறியுடன். உடைந்து சிதறிப்போன சூலிகளின் வளையல்களைச் சேகரித்து நவஇலையாக வடித்தாள். எல்லாப் பட்சிகளும் ஜலநிறங்களாக வந்து நவ இலையில் மறையும். கீழே பெரிய நிலப்பரப்பில் ஒரேயொரு கம்மம் புல் சிறுபட்டினமாக விரிவதை வானத்தில் சஞ்சரிக்கும் பறவைகள் பார்த்தன. கும்பு கும்பாய் வந்த பொடிப்பட்சிகளின் சாம்பல் அலகில் சிறுதவசம் இருந்தது. தொண்டைக்குள் உள் நாவில் ஈரம்படத் துளிர்விடும் நவஇலை பட்சிக்குள் படர்ந்து அது நிலப் பரப்பாய் விரிந்து ரெக்கையுடன் பறப்பதை வேறு சில பட்சிகள் உயரத்திலிருந்து பார்க்கும். உச்சிமேல் சுழலும் ஓர் முதல் தானியம் அது பஞ்சகாலங்களில் மேலிருந்தே உதிர்ந்து பூமியை வர்ணமயமாக்கும் இசை தேவதை. அவள் உச்சிமேலிருக்கும் தானியத்தில் பதிந்துறைகிறாள். எருதுகளின் தலையுருவ யாழ் மீது தானியங்களின் அதிதேவதை மறைகிறாள். அவள் உயிரோட்டம் உணர்வைக் கடந்தது. தானியமே அறிவின் உச்ச எல்லை. ஆதித்தாயகமது. மலை முழைஞ்சுகளில் வரிசையாக எதிரொலித்த இடியின்குரல். வரம்பிலா

ஆற்றலுடைய பிரபஞ்ச முக்தியே சிறுதான்யம். நீராக அதிர்கிறது எங்கும். ஆகாயத்தை முழுவதும் நிரப்பி நின்ற கங்கம்மாள் ஏழு கன்னிமாரில் ஒருத்தியாய் மண் தளிக்குள் இறங்கினாள் நவஇலை ஊர் எல்லையில். ரத்துக்குப் பதிலாக உடல் முழுவதும் விஷமுள்ள கன்னிகள் சூழ கண்களைப் பறிக்கும் பிரகாசம் வீசுகிற பிரம்மாண்ட சரபயாளி நவஇலைப் பட்டினத்தைத் தாங்கி நிற்கும்.

'வெள்ளத்தில் அமிழ்ந்த நவயிலைப்பட்டினத்தின் உச்சி மதில் களில் உள்ள நாய்கள் போல தேவதைகள் ஒடுங்கிப் பதுங்கினார்கள். ஆறும் தோட்டங்களும் மூழ்கியபின் பகல் இரவாய் வடிந்த வெள்ளத்தில் தப்பிநின்ற கங்கம்மாள் செம்புக்கூத்தான் பறவையைப் பறக்க விட்டு நெடுகிச் சுற்றிப் பார்த்துவரச் செய்தாள். எங்கும் போய்க் காணாத அப்பறவைகள் மீண்டும் மலைக்கூம்புகளில் பதுங்கிய தானியங்களை அலகில் கொண்டு வந்து சேர்த்தன. ஆனால் வெள்ளம் படிப்படியாய் வற்றியிருந்தது. ஒருநாள் அப்பறவைகளில் ஒன்று திரும்பி வரவில்லை. அதனால் கங்கம்மாள் கோபமடைந்து பச்சை ஆங்காரத்தில் வெள்ளமாய் சுழலுமுன் கற்பகவிருட்சத்தில் புகழிடமான செம்புக் கூத்தான் நிழலுடன் வந்தது. பூமி முழுவதும் நிழல் பரவிவந்த கற்பகவிருட்சம் நவஇலையாய் சுருங்கி உதிர்த்து மறைந்தது மெல்ல.

ஜலகன்னியான, கங்கம்மாள் நீரில் தானியத்தை அள்ளி வீசும் போது மூழ்கிக்கிடக்கும் தானியங்களில் மறைந்து தங்கியிருந்த எல்லோரும் திரும்பிவந்தார்கள் நவஇலை வீடுகளுக்கு. மீதமாய் உயிர்த்திருந்த கதிர்களைக் கொண்டு கிழக்கு நோக்கி சூரிய ஒளியில் பச்சைச் சிலையாய் மாறிய கங்கம்மாள் உடலில் விழும் தானியங்கள் இப்போது உதிர்ந்து கொண்டிருக்கும் வேளை பனித்திரள் மறையுமுன் ஞாபகங்களில் சிதறிக்கிடந்த எண்ணிலா தானியங்களின் பேர் சொன்னாள் கங்கம்மாள்.'

பூமிக்கு வெளியே நின்று பார்த்தபோது நிலவுப்பரப்பில் நடமாடி தனது சொந்த இனத்தையே பார்த்தபோது சிறிய தானியமாகச் சுழன்று கொண்டிருந்தது பூமி. அது தனது சாம்பலிலிருந்து மீண்டும் உருவாகி தானியாளின் முன் எழுந்தது சரபயாளி. விருட்சங்களை ஊமை அடிமையாகக் கொண்ட கடல் கொள்ளையர்கள் பாக்கெட் கப்பலில் கொண்டுபோன இருபத்தோறு வனதேவதை எனும் விருட்ச கன்னிகள் பூமியை மூடிப் பரவினார்கள் நவஇலையின் மந்திரத்தில். காற்றுக்கும் புலனுக்குமிடையே எரிகொம்புகளை ஊதும் கல்லிசைக் கனியர்கள்

அக்கனிகளின் பாதையில் உற்பத்தியாயினர் எதேச்சையில். நெருப்பை இடம்விட்டு இடம் எடுத்துச் செல்ல ஏற்பட்ட கல் குழலே பின் ஊதி ஊதி கல்குழம்பின் தீநாவுகளைக் கணிதவசப் படுத்தி வங்கியத்தில் இசையாக்கி அடக்கினர்.

ஒரே இடத்தில் மூட்டப்பட்ட நெருப்பு அசையாமலிருக்கும். அதன் சாம்பலில் உருண்ட நாடோடிகள் பயணங்களின் குறிப்பை சாம்பலால் தீட்டியிருக்கக்கூடும். வெள்ளை நிறக் கொள்ளையர் இருண்ட வனத்தைக் குருதியுறச் செய்து இரும்புச் சங்கிலிகள் குலுங்க கோடாலி வாச்சுகளால் அடிமைகளைக் கொண்டு எரித்த விருட்சங்களின் நாகரீகச் சாம்பலில் ஒரு பெண்ணைப் போல தானியம் சுருண்டு கிடந்தது. 'உயிர்களைப் பெற்றெடுக்கவில்லையா?' என்று தானியாளைப் பார்த்துக் கேட்டாள் ஜலதேவதையான கங்கம்மாள். அதற்கு தானியாள் கர்ப்பவலி மேலிடச் சொன்னாள் 'ஒரு மரம் மனிதனைப் போலவே மேல் தோலைக் கொண்டிருக்கவில்லையா. என் கர்ப்ப விருட்சத்தில் கனிகள் பழுத்து மணக்கும் போது வாயில்லா பட்சிகளை ஏன் மலைமுழைஞ்சுகளுக்கு ஓட்டினாய்.... இவ்வேளை அடுக்கி வீழும் பனித்திரள் கனிகளின் கண்ணீர்தானே' என்றாள். 'கனிகளின் நரம்புகளில் குருதியோடும் ரகஸியத்தை அறிவாயா சூலிப் பெண்ணே' 'ஜலதேவதையே.... மற்ற உயிர்களின் உதிரத்திலிருந்து நிறத்தில் வேறுபட்டாலும் பச்சை ரத்தம் உன்னுடையதுதானே.... நெருப்புப் பொறியிலிருந்து பச்சைகசியும் உன் கண்களில் கானக ரூபம் அசைகிறதே' என்றாள் தானியாள். பாறைகள் உறைபனியில் துயரப் படுகின்றன. உறைபனி உலர்ந்து வீசும் சுழல் காற்றில் தானியச் சிறகசையும் கூட்டமாய் வருகின்றன பட்சிகள். மலைக் கணவாய் களின் அமைதியில் துயரம் தனித்திருக்கிறது கலங்கப்படாமல். கர்ப்பப் பாதையில் உருண்டு செல்லும் வெண் பளிங்கிலான வட்டக்கரு விசையுடன் உள்சுழல்கிறது மெல்ல. ரகஸியமாய் உருகும் பனியின் உலர் துயரம் யாருடையதாக இருக்கக்கூடும். 'காடுகள் பேசும் எதிரொலிகளை நான் கேட்டேன் சூலிப்பெண்ணே' மனிதர்களைப் போல உள்ள துன்பம் இலைகளிடம் சதாவும் அதிர்கிறது. தானாகவே தொடங்கி மிகத் தொன்மையான ஒன்றில் மறைந்துள்ள தானியம் அது நட்சத்திரங்களின் ஆங்காரம். கெங்கம்மாள் பயங்கர இடியாகவும் கண்களின் ஆழத்தில் ஓடும் வன மின்னலாகவும் இருக்கிறாள்.

சமுத்திரத்தில் தோன்றும் பழம்பச்சை நிறம் கொண்டவள். ஆதிக்கடவுள் ஏற்றுக் கொண்ட தலைப்பலியிலிருந்து கபாலத்தில் குவிந்த வரகுத்தவசம் பயங்கர சரபயாளிகள் சூழ மலைமீது

விதைக்கிறாள் கங்கம்மாள். பிரயாசைமிக்க உடல் உழைப்புகளால் கால்நடையின் அருகே தளையிடப்பட்ட அடிமைகள் பரங்கித்தளை யிடம் அறுக்கப்பட்டு சிறைச்சாலையாக மாற்றப்பட்ட காலனியக் குடியிருப்புகளில் அடிமை சாசனத்தில் கைரேகை பதித்து ஆண்களைப் பழிவாங்குவதற்கு விருட்சத்தை வெட்டுவதற்குமுன் அடிமை கண்ட கனவில் பற்றி எரிந்த மரத்திலிருந்து பழுத்த கனியொன்றை கங்கம்மாள் ஒளி பரவ எடுத்துப்போகிறாள் வனத்துக்குள். அதன் பின்னே கல்லிசைக் கனியர்கள் மறைகிறார்கள். வேர்வையைக் கொட்டும்படி நிர்பந்தித்த கொக்குத் துரையின் வெள்ளித்துப்பாக்கி அதிரும் ஓசையில் சவுக்கு மரங்கள் வளர்க்கக்கூடிய அளவில் களைப்படைந்த மண்தளியைச் சுற்றி எலும்புக் கட்டாரியுடன் கிழக்குப்பாதை சிவந்தது.

உள்ளே பூமியின் உந்திக் கொடியுடன் வளைந்தகுழந்தை. கரு சுழிந்து இருளும் திரவத்துள் நெருப்புக் கல்லின் ஒளித்துளி. அப்போது பூமியைச் சுற்றி மிகமெல்லிய பச்சைக்கோடு வரைந்து கொண்டே நகரும் கல்பறவை தான்தோன்றியாக விதைத்துச் சென்ற நவஇலை மண்தளிகளில் உள்போய் அதிர்ந்தது. தானியங்களாலான நவ இலையின் கண்ணீர் பாறைகளில் உருண்டுபோய் கூழாங்கற்களில் பதிந்து நெளிந்தது. பாறையில் அசையும் கண்ணீர் ஜீவனில் வாடிய தனிமை வாசம் கொள்ளும்.

விதைத்த முதல் தானியம் கண்ணீராக இருக்கக்கூடும். அது தானியாளின் இமைமடிப்பில் சுருங்கி ஒரு துளி தானியமாகி தொனிப் பொருளாய் சரிந்து வீழ அது முதல் தானியம் லாவா ஆறுகளாய் நெளிந்த அவாந்திரத்தில் திரேதாயுகத்துக் கலப்பையால் உழுது கொண்டே போன அபிதரும் அருகரும் இப்பூமியை இரு வேறு விதைகளாக ரஸப்பாளங்களாகப் பிளந்தபோது பெருகி விரிந்த கண்ணாடிவயல் உள்ளே அசைந்து கொண்டிருந்தது நவஇலை. அரூபமாய் நெருங்கிவரும் நவஇலை விரல்கள் கொண்ட தானியாளின் கர்ப்பக் கனிகளின் வாசனை சுவாசத்தில் பட்டு ஈனும் விலங்குகள் பட்சி ஜாலங்களோடு தானியக்கதிர்களை ரோசிக்கிடந்தன நவஇலை ஊரில்.

யோனியுள் பதுங்கிய கல்கலம் வட்டமாய் உருண்டு ஜுவாலையாய் சுழிந்த கரு இன்னொரு உலகைக் கருக்கொண்டு சுழன்று கர்ப்பப் பாதையில் பயணமாகி ரத்தநாளங்களிடையே வெண்ணிறப் பளிங்கு சுழலும். படிகரேகைகள் திருகிவிரியும் தாய்ப்பறை வழியே குழல்

ஊதிச்செல்லும் கல்லிசைக் கனியர்கள் கருவறையில் மறைகிறார்கள். எறும்பு கடை ஆனைவரை எண்பத்தி மூவாயிரம் ஜீவனில் இறங்கிச் சுடரும் அருகரின் உயிர்த்தத்துவம் எல்லாம் இருண்ட வனத்தின் ஊடே உயிர்திரளும் இசைக்காப்பு.

எல்லாம் உற்பத்தியாகி இரவு முப்பது நாழி தூக்கத்தில் ராத்திரி ஒரு அசதி. ஒரு நிழல். பகல் ஆங்காரமாய் கரு யோனி திறந்து எழும் சூரியனின் வேரில் உதிரும் நவஇலைகள் கொண்ட நரம்பு சூன்யத்தில் பற்றிய ஆதாரமாய் அபிதர்உரு. அபிதரிடமே சூனியம் தோன்றிய ஐந்துபூதம் விழித்து சோகையில் காட்டும்நிகழ்ச்சி. அதிர்ச்சியாய் சம்பவங்கள் சில வந்து மறைந்தபின் அரிய குறை பெரிய குறையென. கனவுகள் பல தன்னை மிஞ்சிய அதிர்ச்சிமிருகம். மனிதனைக் கடைசி வரை தொடரும் நேரடி மிருகம் கனவு. பொம்மலாட்டம் எந்தப் பித்தத்தில் சுழல்கிறதோ. எந்த வாசனை சேரக்கூடும். சுவாச ஒழுங்கில் எந்த வாசனையும் இல்லாத நிலை. கனிகளை உண்டு வந்தாள் கர்ப்பம் சுமந்த தானியாள். கர்ப்பிணியின் நிராதரவான தனிமை கனவாகி எத்தனையோ கண்ட அகலமான நதிக்குள் சிற்பவயல்.

உள்ளே பச்சை அலையாகும் கங்கம்மாள். உதட்டை அசைக்கும் மீன் கர்ப்பத்தின் ஆழத்தில் தேளி மீனாய் கருகருவென மின்னும் ரேகை. குகையில் தூங்கும் தானிய நவஇலையில் மேலும் கீழும் இல்லாநீச்சல். பயங்கரச் சரிவில் வெட்டும் கற்பாளங்களின் சிரிப்பு. கல்லோடு கல்வெட்டும் சப்தம். நீரையே ஆதிப்பொருளாக வெட்டிய சிலையுருவங்கள் தனியாக விரியும் வெளிச்சத்தில் சூன்யம் உள்சுருங்கி கரும்புள்ளிக்குள் ஒளியும் அணுப்புழுவின் யுக ஒடுக்கம்.

விசித்திரம் அழகு குமுறல் பயங்கரம் பொருந்திய நீர்தேவதை யான கங்கம்மாள் கடல் ஐந்துக்களை ஆதிக்குழப்பத்தில் அடையாளம் கண்டு ஒழுங்கு எதையும் உணராத ஓர் அபூர்வ சிலையின் முக்தி நிலையில் இருநீர்க்கரம் நீட்டி தானியக் கதிர்களை ஏந்தி தானியாள் முன் சரபயாளியுடன் வந்து உரையாடுகிறாள்.

விடிவதற்கு முந்திய கருக்கல் போலிருந்த அந்த இருளில் இரு உருவங்கள் உதயமாயின நீரை வாளாக ஏந்திவர தலைப்பலியை கூடையில் சுமந்து வருகிறாள் தானியாளின் பின்னே. அவள் இலை விரல்களால் ஸ்பரிசமடைந்து தானியமாயினர் ஒவ்வொருவரும். வயல் வெளியில் புதைந்த கரடுமுரடான சுளகு அகலக் கரங்களுக்குள் கூடு கட்டி வரும் சிறல் பறவையிடம் கேட்டால் சொல்லிவிடும் 'தானியம் இல்லாவிட்டால் பறவைகள் மறைந்துவிடும்' அவர்களின்

தோட்டத்தில் வந்துகொண்டே இருக்கும் சருகு. அவற்றிடையே சருகுக்குள் திரட்சியான கனிகள். வயலில் இருக்கும் மண்விரல்களைச் சுற்றி சருகிலான ராஜியத்தைக் கட்டிக் கொண்டு வந்த சிறல் பறவையிடம் நாற்று நடும் பெண்கள் குனிந்தவாறு கேட்கிறார்கள் 'யாருக்காக உன் சொர்க்கத்தை வயலில் அமைத்துக்கொண்டு இருக்கிறாய்..... இன்று எப்போதும் பாடியவாறு இருக்கிறாயே....' சாய்ந்து ஆடும் நாற்றங்காலில் பறந்து சரிந்து சிரித்தது சிறல். 'ஒருபிடி நெல்லுக்காய் எரி தழலில் வீழ்ந்தவர் குனிந்தபடி அருவாள் வீசி எழுகிறார்கள் கிழக்கே. அவர்களுக்காக சொர்க்கத்தின் ஒலிமுகவாசலை சதாவும் பின்னிக் கொண்டிருக்கிறேன். சிந்தாமல் சிதறாமல் காத்து வருகிறார்கள். நெருப்பிலும் கருகாத அந்த நெல்பிடியை. எங்கிருந்தோ வந்த ஒரு நெல் மூடி திறந்து பாயும் நதி இன்று வராமல் போகலாம் என்றோ வரக்கூடும்.'

'வேறு யார் யாருக்கெல்லாம் இடம் வைத்திருக்கிறாய் உன் சருகுக் கூட்டில்' 'காணாமல் போன வயல்வெளி மேல் தொங்கும் கண்ணீர் உப்பினால் சிற்பவயல் கீறிக் கொண்டிருக்கும் பிக்குவிடம் கேள்' என்றது சருகு ராஜியத்தைக் கட்டிக் கொண்டே. எலும்புக் கருக்கு அருவாள்கள் வீசிய வயல்களுடன் போராடியவர்கள் எங்கிருந்தோ கொண்டு வந்த ஒரு தான்யம் சுழன்று ஓடும் அருவாள் வீச்சில். பொதுவில் எழுந்து சூரியனுடன் கவிழும் சாயந்திர வயல்வரப்பில் பால் கனத்த நெல் பிஞ்சும்பூவுமாய் அசைவாடும். அதிலிருந்து விரியும் வெண் பரப்பில் எல்லாம் துவங்கியிருக்கும்.

பாளம் பாளமாய் விருவு ஓடிய ரோகிகள் கரங்கள் வீசிய ஒருபிடி சிறுதவசம் பாய்ந்து பட்சிகளாய் சுழிந்தோடும் சுழல் வெளி. கண்ணில் படாமல் மறைந்திருக்கும் தவசவெளி வெளிச்சம் துளைக்காத வனத்தில் தாவரமனிதனின் கண்கள் அரளிப்பான மரஉச்சிகளால் மூடியிருந்தது. விண்ணிலிருந்து கீழ்வந்த நீலக்கண்ணில். அலாதியான தானியாள் பிரபஞ்ச அசைவாய் சேர்ந்திருந்தாள். விருட்சங்களின் கணுவில் வெளிச்சம்பட இருட்டு மெல்ல தன் சால்வை கிழிபட ரகஸியம் விலகியது மெல்ல. வெளிப்புள்ளிகளில் இறங்கிவந்த நட்சத்திரங்களோடு பழம்நினைவுகள் அவர்களைப் பீடித்தது. தானியத்துள்ளிருந்த பெண்ணுரு தாவரமனிதனோடு கூடி கலவியில் பெருகிய கனி மரங்களின் பாதை தோன்றும்.

காடாய் மண்டிய பூக்களின் வாசனை அந்த மூர்க்கமான தொலியால் ஆன கிழிபடாத இரவாய் மாறி அந்த தோட்டத்திலிருக்கும் பச்சை

ஸர்ப்பங்கள் அவ்விரவின் மூர்க்கத்தின் மீது முத்தமிட்டன விஷவேகத்தில். ஸர்ப்பங்களின் சீற்றமான முத்தம் கனிகளாக உதிர்ந்து வீழும். திராட்சைக் கனிகளில் பூசிய பனித்திரள் கொத்துக் கொத்தாய் கண்களை உருட்டும். துளையிடப்படாத இரவுத் தோலானது எல்லா வித பாம்புத் தொலிகளால் பின்னி வடிக்கப்பட்ட தோல் இரவு.

கனிகளும் உலர்ந்த தோட்டத்தில் விஷநீல ஒளிசெல்ல தொலியில் உள்ள அறுங்கோண வட்டத்தில் தனித்தனி ரஸ ஆடி நிறம் வேறாய் அடுக்கிச் செல்லும் அரவுநெளிவு. தோல் பாதையில் செல்லச் செல்ல முன்னோர்களின் இருப்பிடம். அங்கே ஸர்ப்ப மூச்சுகள் ஆயிரம் சுருளாய் பின்னிய இசைப் புனை கோலங்கள் கல் நெளிவாய் ஏழு கன்னிமார் பாஷாண சுதை ரூபம் ஒரே முகமாய் சிரசில் குவிந்த விஷ ஊற்று. சிதறிய கல்முலைகள் விஷம் முறிக்கும் கல்லாகத் தீண்டிய இடத்தில் வைத்த வெண்கல் உறிஞ்சி பச்சையாகி நிறம்மாறி உடலிலிருந்து உதிர்ந்துவிடும். சர்ப்பங்கள் எழுந்து ஆடும் மாயத் தோற்றம். கன்னிப்பூசாரி எரிகொம்பினால் விஷச் சுருணைகளாய் சூன்யத்தில் வெட்டிய சிலையுருவங்கள் மறையாமல் அவ்விடத்தில் தோன்றும் நவஇலை எனும் சங்கேத ரூபத்தில் நாகபடத்திலுள்ள எழுத்தை இலையில் வரைந்தாள் எரிகொம்பினால். உச்சிமேல் விசும்பிய நவ இலைக்குள் ஒன்பது முதல் தானியங்கள் சதாவும் அலைவுறும் கிரகங்களாக மாந்திரீக வடிவங்களில் ஆழ்ந்திருக்கும். ஈர்க்கும் தானியத்தின் வெற்றிடத்தில் இல்லாத மூதூர் அழிந்த பின்னும் நவஇலையில் பளிங்குப் பட்டினமாய் தோற்றமானது. உள்ளே எல்லாச் சுவர்களிலும் தானியக்கதிர்களின் அசைவு. காற்றின் அடுக்கில் தலை சாய்ந்து விளையும் எண்பத்தி ஏழுவகை நெல்கதிரும் தன் இமை திறந்து பார்க்க சுவர்களில் ஓடும் நதி ஸ்படிக நெல்லில் ஒடுங்கியது.

தானியாளின் கைக்கூட்டுக்குள் எரிகிற ஓர் தவசம் ஒளி அலைகளில் பறந்து செல்லும். விரல்களின் எல்லையைவிட்டு கடந்து செல்லும். மேலே மழைகாட்டும் கீழே இருட்டும் அந்த கிரகம். உலகின் ஆதரவின்றி வெளிவரும் சூரியனின் சுழற்சி விதிகளிலிருந்து விலகிய தானியம் ஒரு முடிவுபெறாத சுழற்சியின் நீட்சியில் காலத்திருகல். தானியத்தின் உள்ளே ஆழத்தில் சூரியனின் கண்படா இருண்ட ஊற்றிலிருந்து திறக்கும் அறியப்படாத நயனத்திலிருந்து செந்நிறமான தானியப் பாதை. ஞாயிறின் மையத்திலிருந்து விலகிச் செல்லும். காலமற்ற வெளியில் ஒரு கணநிலையாகத் தங்கும் தானியம் எண்ணப்படாத ஒளி வருடங்களுக்கு அப்பாலிருந்து உருவாவது என்பதைவிட, பிரபஞ்ச விளிம்பில் தொங்கும் ஒளித்திவளை. மனிதன்

தொட நெருங்கி உரையாடும்.

மறைந்துகொண்டே வரும் வெள்ளிநகரம். தவசத்துகள்களில் சிறகுமுளைத்துப் பறந்துவரும் பொடிப்பட்சிகள் படிகச்சருகுகளை நீட்டி மிதக்கும் இறகுப்பரப்பு. ஒவ்வொரு ஒளிச்சிறகும் விட்டுச் சென்ற தானியத்தின் துயரம் ஆழ்ந்த பழங்குதிர்களின் பாழில் எட்டிப் பார்த்தபடி பறந்துபோன தவசப்பட்சிகள். திரும்பிவராமல் போன தொலைவு கலங்கப்படாமல் பச்சைக்கோடுகள் எப்போதுமே பதிந்திருக்கும் கண்ணாடிவயல் ஊடேபோன அபிதரும் அருகரும் ஒளி இறகுகளைச் சேகரித்து எடுத்துக் கோர்த்த படிகவிசிறியில் வீசி வீசிப் பறக்கும் தானியநகரம். விசிறிமடிப்பில் இறகுக் கூடுகளுக்குள் மடிப்பு வீதிகளில் பிக்குகள் வரிசையாகப் போகிறார்கள்.

பீபிலிகை எனும் எறும்புப்பிறவிகள் உபாலியோடு சூழ்ந்து உயிரின் பாதையில் சுழல்கிறார்கள். விசிறி மடிப்பில் ரேகை ஊடே வளையும் சுழிப்பாதைகளில் முடிவற்றுப் பயணமாகும் பிக்குகள் திரும்பிப்பாராமல் விட்டுச்சென்ற விரல் கீறலில் முளைத்த குருத்து மெல்ல முணகிப் பின்னே உயிர்மீது விரல்படாமல் தூற்றுத்தூற்றுப் படிக விசிறி கொண்டு செல்லும் அருகரின் தடம் வேறாயிருந்தது. அலாதியான ஒளிவிசிறியில் துயிலும் ஒரு உலர்ந்த தானியமாய் அருகரின் உடல் சுருண்டு மெலிவுக்கும் மெலிவாய் வாடும். மரமாய் மலை முழைஞ்சுகளின் கருவாய் படிகநதி அடியிலுள்ள மடுவாய் உள் ஜனித்த தானியம் எல்லாப் பாதைகளிலிருந்தும் வெளியேறிச் சென்று இறகின் நிசப்தத்தில் மறையும். படிகவிசிறி கொண்டு காலத்துடன் இணைப்பேதும் இல்லாத சிசு ஒன்று தானியத்துள் முளையாகி தானியாள் கருவில் உருக்கொள்ளும். தானியத்தில் துயிலும் படிக நதியிலிருந்து யார்யாரோ வருகிறார்கள். தனக்குத் தெரியாத படிகவிசிறி ஒன்றில் கரைந்துவிடுகிற நவஇலை தேடி எல்லோரும் அலைந்து கொண்டிருக்கக்கூடும். நவஇலைக்குள் ஓடும் மூலிகை இலைக் கூட்டம் வெளிப்படாத மூலப்பிரதியாய் மறைந்து தென்பட விரல்கள் பச்சையாகி நரம்புகள் ஓடும் இலைகளாகி குணரேகை ஊர்ந்து செல்லும் ரஸவாகடம்.

நவஇலையில் ரஸ சாஸ்திரம் எழுதிய திரிநாகரர் எனும் பிக்கு பிராசீன கிரந்தங்களில் தீட்டிக் கொண்டிருந்தார் பாழியில் அமர்ந்து. இலைவீடுகளில் அடுக்கிய நவஇலை ஊரில் நிர்வாணமான தாவரமனிதர்களால் கட்டி முடிக்கப்படாத தானியநகரம் பறந்து வருகிறது. படிகமலைகளுக்குள் நிழல்சாலைகளில் பனை ஏடுகளின்

அசைவு. அதில் நடக்க நடக்க தொலைவுவரை காடு வெள்ளையாகக் கிடந்தது. நெஞ்செலும்பில் அழுத்துகிற வதைப்புடன் உருளும் தவசங்களால் சுவர்வைத்திருக்கும் படிகவீடு வழிமறித்து ஊடுருவும். பசுவின் கண்ணீர் கல்வனாந்திரத்தில் சிந்த அதன் துளி பாறைகளில் பதிந்து அலறியது மணிகள். மாடுகள் காணாமல் போன தானியநகரில் மண் வெறியில் நிலைகுத்திய குத்துவாள் சுட்டமண்குதிரைகளுடன் தளிகளுக்குள் சரிந்து கொண்டிருந்த காளைக்கொம்புகள். சுற்றிவர பனைகளின் ஓலமான உரையாடல் காற்று நிற்பதாக இல்லை.

பங்குனி உத்திரப்பகல் வெளிபோகிறாள் கர்ப்பம் சுமந்த தானியாள். அந்த ஊர் நெருங்காமல் ஆசை காட்டித் தொலைவே மறைந்து கொள்ளும் நவஇலை. வெயிலில் வேம்பு மணக்கும் கசிவில் நெஞ்சுக் கூட்டில் இறங்கி கெர்ப்பணக்காரியைத் தைப்பாற வைத்தது. கால்களில் பட்டு குலுங்கிய வேம்புநிழல். கோட்டை வீடுகளின் பாழ்கதவுகளில் களிம்பேறிய பித்தளை குமிழ் அழுதபடி பச்சை காட்டியது. சுவரில் ஒருபுறம் இடிந்துகிடந்தது. அதன் வழியே கருப்பு வெள்ளாடு எட்டிப் பார்த்தது. பொந்து வழியே நுழைந்து கோட்டைக்குள் பார்த்தாள். பழைய கலப்பைகள் ரெட்டை ஏறுகள் வில்வண்டி ஒன்று சாம்பலோடிக் கிடந்தது. தைலம் வற்றிய சக்கரங்களில் ஆரக்கால் சிதிலமாகி பெரிய கரிசல் வெளியில் ஆதர வில்லாமல் காய்ந்து கொண்டிருந்தன ஊணு கம்புகள். கூனையிலுள்ள நாகத்தகட்டில் பொத்தல். கருப்பேறிய தோல் கூனை சுருங்கி நெளிந்து ஆங்காரத் தோல் சிலையாய் பட்டினியில் வதங்கி குனிந்திருந்தது காட்டுக்குள். அது போகப் போக கிணறுகளின் பாழ் ஓசையாய் பின்னே வந்து கூப்பிட்டது தானியாளை. ரெட்டை ஏறுகள் கட்டிப்போன கழுத்துமணி மறையாத காடுகளின் மணியோசையோடு வெங்கலவெயிலில் தானியாள். தொலைவில் நவ இலை ஊர் பூர்வீகத் தானியங்களோடு வாசனை அடித்தது. எல்லாம் வறண்டு வருகிறது. நிலத்தடியை நம்பி இருந்த எல்லோருமே ராப்பகலாய்க் காத்திருக் கிறார்கள். இன்று பகலில் அடிக்கும் வெயிலோடு சடைந்து போகிறாள். நேற்று ராத்திரியிலும் ஒருவகை உஷ்ணம் தாகம் அடங்காத மாடுகளின் பெருமூச்சிலிருந்து கேட்டது. யாரும் தூங்க வில்லை. பறவைகள் விருட்சங்களுக்குத் திரும்பாமல் காட்டிலேயே வாசம் செய்த இரவு கொடுமையாக இருக்கும். அவையெல்லாம் தானியங்களைத் தேடி வேற்றூர் போயிருக்கும். கெர்ப்பணக்காரியைக் கைத்தாங்களாகக் கூட்டிப்போக ஆள் இல்லாத காடு. தொலைவே பனைகள் எட்டிப்பார்த்தன அவளை. உள்ளே சுரக்கும் பால்

வண்டுகளுடன் புளித்தது உயரத்தில், அவளை நோக்கி மஞ்சள் சுவர்கள் எட்டிப் பார்க்கும். சருகு விசிறிகள் அசையும் ஓசை. ஒருபிடி நவதானியங்களில் எழுந்தன சின்னஞ்சிறு புதுமைகள். குருத்துவிரல் விரிந்த இலை நரம்புகள் அடுக்கில் பிஞ்சும்பூவுமான சிறுமிகள் பால்பருவத் தானியத்துக்குள் போய் இலைகளால் குழல் ஊதி எழுப்புகிறார்கள் இரவு வரும் பௌர்ணமி மஞ்சளை. பழைய கால இரவாய் சாம்பல் சாம்பலாய் வந்தன மேகச் சுருணைகள். வண்டிப் பாதையில் அறுத்த கதிர் உதிர்ந்து கொண்டிருக்கும் வேளை பனித்திரள் மறையுமுன் ஞாபகவெண்பளிங்கில் இறங்கினாள் தானியாள். தொப்பூள் கொடி ஈரவாடையில் மலர்ந்த தாமரை நீலம் உயிரைத் தொட கிழக்கில் வளையும் தன்னந்தனியான தானியப் பாதை. தொடர்ந்து வெயில். காரப்பூண்டுகளும் வாடக்கரடுகளும் மண்தளிப்புகையில் சுழன்று உயரஎழுந்து படர்ந்தது. புகையின் அடியில் மங்கிய நவஇலைக்குள் கங்கம்மாளின் கண்களின் அமைதியில் நகரும் கானல்நீர். கருநிலச் சத்தமும் வெயிலின் உறைப்பும் கேட்டுக் கொண்டிருந்தது. பட்சிகள் ஒலித்தவாறு பறக்கும் வெட்ட வெளியாய் காடு விரிந்து குனிகிறது. நீல இலை அசையும் செடிமறைவில் மூச்சுவிடும் உழவுமாடுகள். கலப்பைகளின் திணறல் ஒலி. மேழிபிடித்து அசையும் தொலைதூரத்தில் அபிதரின் உருவம் அருகருடன் உரையாடும் சப்தம். அசையும் கானலில் இருவரும் நீந்துகிறார்கள் நெளிந்து. வெயிலோடு கனத்து விழும் அமைதி. வேனலில் நிழல் பரப்பிய உடைமரத்தில் கண்ணயர்ந்த எறும்புகள் தடுமாற்றத்தில் ஊர்ந்து செல்லும்.

குடைவிரித்த உடையடியில் காட்டு ஊருணி. கண்ணுக்குத் தெரியாமல் கசியும் ஈரம். நீலமாகப் பரவிக் கிடந்த வானத்தில் மேகம் கூட இல்லை. வறண்டு களையிழந்த பொக்குமண் வெயிலில் பிசைந்து ஈரத்தைவாங்கும். வெயிலின் நாக்கு அசையும். தீமாரி பொழிந்து கல்மாரி சரிந்த காடுகள் இங்கே சீனிக்கல்லாய் சரசரக்கும். சாம்பல் மூடியிருந்த மண் மேல் யாரும் காக்க முடியாமல் போன சிறு மஞ்சள் தவசம் வாடியபெண்ணாகி சுருண்டு கிடந்தது ஊருணி ஈரத்தை உறிஞ்சியவாறு. அவள் பிழைத்து எழ அந்த ஒரு சிரங்கை நீர் போதும். பொங்கி விளைந்து கர்ப்பம் தாங்கிவிடுவாள். தாய் பிள்ளையாய் பழகிய ஊரிக்கால் மாடுகள் முகம்வாடி மறைந்து கண்ணீர்விடும் உடை மரத்தின் மறைசலில். ஆட்கள் சுருங்கிய காட்டில் அமைதியாக இறை தேடும் மாடுகளின் அண்ணாந்த அழைப்பு தரைநெடுக ஓடிக்கேட்கும். ஊமையான காட்டுப்புல்

சருகாகிப் பிதற்றும் வாதையிலிருந்த அசையும் நிழல்கள்பல. தவசம் இல்லா ஊர் குடியழிந்து பாழ்கொண்டிருக்கும். ஏனோ சுவர்களில் தவசம் குடியழிந்த ஊருக்குள் அடைக்கலமாகி மண் சுவர்களில் உரசி உரசி உள் தானியங்களை பெயர்த்து உதிர்த்தன பசிவேகத்தில். அங்கு சில ரோகிகள் விரல்களைத் தேடி வந்தார்கள் நவஇலைக்குள்.

2 ரோகவனம்*

கரு நில விருவுகளுக்குள் இருளை ஓட்டி முன்னோரிடம் வாதாடும் ரோகிகளைச் சீந்த ஆளே இல்லை இங்கு. புல்லரிசி புத்தரிசிகளைத் தேடி பிக்ஷாபாத்திரமேந்திய பிக்குள் கூட்டமாய் அலைந்து வந்து ரோகிகளின் கைகளில் உதட்டினால் முத்தம் வைத்து கிளியஞ் சிட்டியில் பால் வார்த்தார்கள். எல்லா வீட்டிலும் மாடாக்குழியில் இருந்த கிளியஞ்சிட்டிகளைச் சேகரித்து தவசத்தை பிடியாக் அளந்து பகிர்ந்து ரோகிகளைக் கூட்டிப் போகிறார்கள் நவஇலைக்குள். மிருதுவான களிமண் வளைந்து ரோகிகளின் விரல்களாக உருப்பெற்று அசையும். அத்துவான காட்டில் கோடைச்செடி முள்ளுடன் அசைந்து வெள்ளை யோடி சாம்பல்பூசியிருந்தது. வெறுமையான வெள்ளைத் தரைக்காட்டில் பயந்த எறும்புகள் பழமையான தவசங்களில் கால் தவறி மறையும். எறும்புகளின் குகைக்குள் சொர்ணத்தானியமொன்று தீரா இலைகள் படர்ந்து வருவதை ரோகிகள் அறிந்து தேடிப் போனார்கள் விருவுக்கு. புற்றுத்தானியத்தை ஸ்திரீகள் கடகப் பெட்டியில் சேகரித்துச் செல்ல எறும்புகள் சாதுவாய் மறைந்தன காட்டில். பாலையின் அடியில் எறும்புகளோடு துயிலும் ரோகிகள் அருகே பிக்குகள். சொர்ணத் தானியத்தைப் பார்த்து அதன் அடுக்கு இலைகளில் ஓடும் நரம்புகளில் லயித்து அதை பீபிலிகை எனும் எறும்புப் பிறவிகளிடமிருந்து பறிக்காமலிருந்தார்கள். தவசம் புதைந்த மண் தளிவீடுகளின் ஆழத்தில் முற்பா எலும்புகளின் உள்ளே வட்டமான பளிங்கு சலனமடையும். கூரைச் சம்பைக்குள் பதுங்கிய குருவிகளின் சாம்பல்புள்ளி வைத்த முட்டைக்குள் உயிர் முன்மையில் தவழும் பட்சி. அதை எடுத்து காற்றை ஊதி பிறவாமையுடன் உரையாடுகிறான் ஒரு ரோகி.

* சூரியன் குந்திமேல் தரித்ததும் பாண்டுவின் ரோகம் வனமாகி அலைவுறுவார் பாண்டவர்களென வியாசவிப்ரவரின் அருவருப்பான தோற்றத்தைப் புணர்பாகத்தில் கண்டு உடல் வெளுத்த அம்பாலிகா கர்ப்பத்தில் பாண்டுவின் வெளுத்த ரோகம் மொழியாய் விரிந்தது. ரோகமே புராணமாகும்.

அங்கிருந்த அமைதியைக் கண்ணாரப்பார்க்கும் தானியாளின் வெள்ளைபடிந்த கால்கள். அவள் போகிறாள் சப்தம் கேட்காதவாறு. காலணிகளற்ற பழங்கால்கள் அவை. இந்த ரோகிகளின் மௌனமாய் விரியும் காடுகளுக்குள் எல்லாக்கல்லும் சிற்பரூபங்களாய் ஆழ்ந்த அர்த்தத்தில் நகரக்கூடும். அவர்கள் மௌனத்தை இனிபார்க்க முடியாது. இந்த மாதிரி கிடைக்காதென்றாள். கால் தரையில் உரசும் சப்தம் கேட்டு விடாமல் நடந்தாள். முகம் கருத்து விகாரமான கமலை எனும் பேரழகி நவஇலைக்குள் பதுங்கியிருந்தாள். அவள் பூமியிலுள்ள நவரத்தினங் களாக உடலிலிருந்து உதிர்க்கிறாள். 'வாழும் மரணத்தின் அழகை யார் நேசிக்கக்கூடும்?' என்றாள் கமலை. 'தீராத ரோகத்தின் உதிர்வில் தானியங்கள் துளிர்த்துவிடும்' என்றாள் தானியாள். 'சகோதரி ரோகம் தீர்க்கும் நவஇலையோடு திரியும் பிக்கு திரிநாகரரின் 'கரிசல் ஏடு' திறக்கப்படவே இல்லை' 'அது எல்லா இலைகளின் இருட்டு.'

காற்றில்லாத வெயில். முன்பின் கண்டறியாத வெயிலில் அவளுடன் அசையும் தவசங்களின் சாயைகள். கரிசல் ஏடு பிக்குகளால் உழுது கிடந்தது. வேனல் பொறிந்த கீறல் கோடுகள் சுருளும் மண்மீது கால் படாமல் மிருதுவான பாறைவடிவங்களில் சிற்பமுகங்கள் தோன்றிய அவை ரோகிகளின் வாதை பெருகத் துன்புறுவதைப் பார்த்தாள். வண்டிப் பாதை அழிந்து உழவாகிக் கிடந்தது. ஓடை நடுவில் சரல் காலைக் குத்தியது. கொஞ்சதூரம் தள்ளி தரிசு நிலத்தின் மீது தனிமை வாசம் கொண்ட ரோகிகள் திரோதாயுகத்துக் கலப்பையுடன் சுற்றி காளைகளுடன் நெருங்கிமுணுமுணுக்கும் தொனிகரையும். கரம்பையில் நடக்க நடக்க காலில் ஓடும் கானல்ரேகை. முந்திய நாட்களில் இருந்த ரோகியின் பாதங்களில் இந்த இடங்களில் சுழிந்த ரேகைகள் தனியே நடமாடிக் கொண்டிருக்கும் நெளிவு. ரோகம் ஆறிய வெடிப்புகள் தரையெல்லாம் பாளம்பாளமாக விரிசலாகிக் கிடந்தது. பிக்குதிரி நாகரரின் 'கரிசல் ஏடு' பெருமூச்சு விடும் ஓசை. இந்த ஆழ்ந்த அமைதியின் ஊடே ரோகிகள் உழும் கலப்பைக்குள்ளிலிருந்து தவசங்களின் பெருமூச்சு நடுக்கியது ஈரக்குலையை. எதிரே தானியப் பெட்டியுடன் கடந்து போகும் கனியப்பெண்கள் தானியாளின் பாதத்தில் தவசம் தூவி கர்ப்பத்தை வணங்கிப் போகிறார்கள். கால்களில் சலீர் சலீர்.... என ஓடும் மரக்கழல் உள்ளே உருளும் நவதவசங்களின் உயிர் ஒலி. இந்தப் பக்கம் தினமும் மூச்சிரைத்தபடி ஓடிக் கொண்டிருக்கும் நெல்பெட்டியோடு பெண்கள். தூரத்தில் ரோகிகளின் உருவம் கள்ளிகளிடையே அசையும். ஊடுகாட்டு வழியே நடக்கிறாள் தானியாள். சோளத்தட்டை தாறுமாறாய் ஒடிந்து கிடந்தது.

அவற்றின் காய்ந்த தோகை ஒடிசலில் அதிரும் காற்று ஏதேதோ விவரிக்கும் உரசல். தூரத்தில் புதரும் முள்ளுக் காடுகளும். பகலைத்துளைக்கும் பூச்சிகளின் இரைச்சல். அவள் கால் படவும் சப்தம் ஒடுங்கி பூமியின் நாடித் துடிப்பை அவள் கேட்டாள். தானியாளின் ரத்தம் எல்லாத்திசைகளிலிருந்தும் கிளம்பி ரோகியின் மண் நுரையீரலை நோக்கிப் பாய்கிறது. பளிங்குக்காட்டில் புராதன மேழி பிடிக்கும் ரோகியின் நாடித்துடிப்பை உணர்வதற்காக அவள் உதிரம் கவனமாகச் சுழன்று கொண்டிருந்தது.

ரோகிகள் காட்டு மயிலாய் கழுத்தை வளைத்துப் படிக நெடுங் கண்களால் ஆழ்ந்த மோனத்திலிருந்து பார்த்தார்கள் அவளை. அவள் கர்ப்பக் கனியினிடத்தில் அலகு புதைத்து உள்சிசுவின் ரத்த முகத்தில் அகவினர் ரோகிகள். உள்ளே அகவிய மயிலோசை மண்கவந்த மெங்கும் சுழன்று சூலியின் கர்ப்பம் கருமண்தளிக்குள் புரண்டு உயிரினங்களின் சமிக்ஞையாய் கண்ணாடி வயலூடே பலவகை யான ரோகிகள் எட்டிப்பார்க்கிறார்கள். தானியாளின் பார்வையில் இருந்த ஈரம் ரோக மயிலின் தனிமையைப் பற்றிக் கொண்டிருக்கும். இந்த அவாந்திரத்தில் உருவான காலம் வெள்ளைநிற எருக்கம்பூவில் விரியும். நீர்ச்சாரம் இழந்து எரிக்கலை முளைத்துக் கிடந்தது.

பாறையைத் துளைத்து வெப்பத்தில் இறங்கும் எரிக்கலை வேர்களின் ஆழத்தில் காட்டின் நிசப்தம். கல்லிசைக்கனியர்கள் பிரசவிக்கத் துடிக்கும் தானியாளின் வயிற்றில் சாம்பல் பூக்களை வைத்து எரி கொம்பினால் வேப்பந்தைலம்பூசி ஊதியஇசையில் கரடுமுரடான முகவெட்டு ரத்தக்கோடுகளுடன் உள்பரவும் முகபாவம். மார்பைப் பிளக்கும் மண்விருவிலிருந்து மஞ்சலான தினைக்கதிர் பிடித்து அவள் அடிவயிற்றை மூடி மந்திரிக்கும் கங்கம்மாள் கோயிலில் ரத்தமுகமூடி அணிந்த கனியர்கள் சுற்றிவரும் கல்லிசைக் குலவை யிடும் வனச்சுருளில் தொலைவாகத் தெரிந்தது தானியவீதிகளுடன் நவஇலை.

வலுத்த கல்தானியம் அரைபடும் கல்லோசையில் கால்நீட்டி அமர்ந்த கமலை திருகையுடன் பேசுகிறாள். நவஇலை செதில் செதிலாய் கல்சிப்பிவரிகளில் ஜனனமான வட்டக்கல் கலத்தின் சிறு துவாரத்தினூடு ஆளில்லா ஊருணியில் அத்திவிருட்சம் மொடு மொடுத்தது. சருகுஉதிரும் நிழலில் விருட்ச கர்ப்பமாய் சாய்ந் திருந்தாள் தானியாள். கூகைப்பாறைக்குள் பதுங்கிய நீர்ச் சுனையில் சொட்டுவிடும் தொனி மெல்ல அதிர்ந்த காட்டில் காதசைத்த மாடுகளை

அழைத்தது. மரத்திலிருந்தவாறு தலையாட்டியதுமுனி. ஊருணியில் கிடந்த ஓலக்குநீரை குடிக்க மாடுகள் சூழ தானியாள் வருவதைப் பார்த்தமுனி 'தாதுவருஷம் வந்திருக்கே.... எப்படியெல்லாம் சீவன் தட்டழியுது.' 'முந்தியெல்லாம் வந்த தாது வருஷத்தை சொல்முனியே' என்றாள் தானியாள். 'அதை ஏன் கேக்க. மாடு வாய்வைக்க முடியாமல் முள்ளுகள். கீறல் வழியா ஓடி ஒளிந்து கொண்டதுநீர். கெங்கம்மாளுக்கு மழைக்கஞ்சி எடுத்த முப்பத்திரெண்டு குடிஅழிந்த ஊரிலும் ஜனம் துளிர்விட்ட ஒருசொட்டு மழையில் ஒரு தானியம்தான் மிஞ்சியிருந்தது. அது பெண்ணாக மிஞ்சியதால் மோடங்கள் போட்டு மேலேகிடந்த வானம் நீராகமாறியது. கெங்கம்மா மண்உடல் கீறல்விட்டு கசிந்தநீரில் அந்த ஒரு தானியம் துளுத்து கெங்கம்மா உடல் எல்லாம் பயிர்.' என்றது அத்திமரத்துமுனி.

ஊருணியில் நீர்தடம் நினைத்துவந்த வரையாடுகள் பூட்டிய தெருக்களில்போய் மண்சுவர்களை உரசஉரச சாமையும் வரகும் கலந்த மண் வெள்ளரிசியாய் உமியுடன் கொட்டியது. சுளகில் அரை நாழி பிடைத்து உலைவைத்து வரகரிசியை ஊறவைக்க பஞ்சம் பிழைக்கப் போகும் ஜனத்துக்கு கிளியஞ்சிட்டியில் வரகுச் சோறு கொடுத்து அந்த ஊரில் விட்டுவந்த பானைகளைப் பற்றியும் நீர்வாசி நிலவாசிகளைக் கேட்டறிந்தாள் தானியாள். தவசம் இல்லாத ஊரில் கூடிய இருட்டை அழைத்துக் கொண்டு துணிக்குள் இஷ்டமான தானியங்களைச் சுரண்டி முடிந்து காடோசெடியாகக் கொண்டுபோய் கருசல் விருவுக்குள் இருட்டைப் பாய்ச்சி முன்னோரிடம் வாதாடினார்கள். உழுதுபுறண்ட கட்டிகளில் ஒட்டிய ஈரத்தையும் குடித்த காற்று ஊளையிட்டது. மிருதுவான களிமண் வளைந்து உருவமாகி விடும் குழந்தைகள் விரல்களுக்கு. ஏனோ பாளம் பாளமாய் பிளந்து கிடந்தது. அத்துவான காட்டில் ஆளே இல்லை. குடிகலைந்த வெறுமையான ஊருக்குள் புல்மாறு கொண்டுபோய் சுவர்களைத் தேய்க்கத் தேய்க்க ஓடிஒளிந்துகொண்ட தானியங்களைப் பின்தொடர்ந்து போன எறும்புகளும் சுவர்ப்பூச்சிகளும் தங்களுக்குள் உரையாடலைத் தொடங்கியிருந்தன. 'இந்த ஊரின் இருளே தாங்கமுடியாததாக இருக்கிறது. நீரிலுள்ள இருட்டில் மாடுகள் காணாமல் போவதை நான் பார்த்தேன்' என்றது சுவர்பூச்சி. 'மாடுகளின் நெற்றிச் சுழியில் மையம் கொண்டிருக்கும் பாழ்வெளியைத் தேடி மனிதர்கள் போவதை மேற்கே பார்த்தேன் என் சின்னத் தானியமே' 'சுவரிலிருந்த முன்னோர் கரங்களின் ஸ்பரிசத்திற்காக நான் ஊரைவிட்டு ஓடாமலிருக்கிறேன்' என்றது எறும்பு. சுவர்கீறலில் வந்த பூரான் தானியத்தைச் சூழ்ந்து

அணைத்துக் கொண்டு 'தெருவில் இல்லாத மனிதரின் ரேகைகளை யார் எடுத்துப் போயிருக்கக்கூடும்' என்றது.

லேசாய் மினுக்கும் தானியாளின் சாமை விளக்கில் உயிர் குளிர ஒரு சில சாமைப்பருக்கையுடன் கஞ்சியும் கொடுத்தாள் ரோகிகளுக்கு. வரகுப்பஞ்சத்தில் ஆடுகள் சுருண்டுவிழ உயிர் நீர்விட ஆள் இல்லாத கோட்டில் தானிய விளக்குடன் வந்து செத்துவிழுந்த வாயில்லாச் சீவனுக்காக துக்கம் காத்தார்கள் ரோகிகள். ஊரில் விளக்கு வைத்து இருட்டு அடையாமல் காத்துவந்தாள் தானியாள். மண் சுவர்களுக்குள் துயிலும் சாமை வரகுத் தவசவாடை தெருவெங்கும் பரவி இருளைத் துடைத்து வெளிர் பச்சையான வெளிச்சத்தில் நவஇலை தோன்றியது மயக்கமாய். இலையின் பச்சை ஒளிக்குள்ளே பறவைகள் கூட்டமாய் வந்து சுவர்களை அலகினால் குடைந்து மீதமான சில தானியங்களை இரையெடுத்துச் செல்லும். அலகில் சுமந்தவரகின் பச்சை ஒளி கூடவே சூழ்கிறது பட்சியை. மெல்லிய பச்சைக்கோடு சூன்யத்தில் பதிய தானியத்தின் கண்ணீர் தொனித்தது விண்ணில்.

கல்திருகையின் துவாரத்தில் கர்ப்பஸ்திரீயின் சுரோனிதக் குழியில் நவதானியம் உதிர்கிறது. குழல்ஊதி சிற்பக்கல்வடித்த கல்லிசைக் கனியர்கள் ஊழிப்பெருவெளியில் இசைக்கல்லில் செதுக்கிய கர்ப்ப ஸ்திரீ அடிவயிறு சுமந்த தானியாளின் கையில் கல்பூனை நூறு நிறங்களாய்ப் பாயும் கபாலம். யோனிக்கல் துவாரத்தின் அதிர்வில் பூமியின் நாடித்துடிப்பு மண்தளிக்குடைவில் உள்சுழலும் சிசு. தைலத்தில் மிதக்கும் வட்டப்பாறை நடுவில் பதிந்த முதல் தானியம் பாழி என படிவம் கொள்ளும். கல்திருகையின் சங்கேத ஒலி மஞ்சள் கதிர் அசைந்த தூரக்காடுகளில் பழமையான பிதிரில் உள்ளவர்கள் குனிந்து கோதுமை நிற கர்ப்பிணிகளோடு பேசுகிறார்கள் ஆழத்தில்.

சில சூலித்தூண்கள் கூடவே வரும் காடுகள் ஏனோ அழியாமலே அந்தரங்கமாகிவிடும். அரக்கு மஞ்சளான பலவகைக்காடுகள் அவர்களோடிருந்த மண்கரங்களில் ஒட்டிப் பழகி அவர்கள் போனபின் கைகள் சுடராய் தகதகவென எரிந்து கதிர்பிடிப்பதை விருட்சங்கள் மறப்பதில்லை. சூலி எப்போதுமே தானியத்திடம் வளைந்து சொன்ன சிதிலமான கண்ணாடி வளையல்களை திரும்பவும் சேகரித்து நவ இலையாக்கிக் காட்டினாள். கம்மங்குதிர்களில் இறங்கிக் கொண்டே கன்னிகள் அடைந்த மெல்லிய ஒளியால் சூழப்பட்ட உயிர் கடந்து போகாமல் கொம்பையோடும் கதிரோடும் தாள்வாடாமல் இருக்கும். தவசங்களின் அடுக்கில் உட்புறமாக ஒளிந்துகொண்ட கன்னி

புதையுண்டு எல்லாத் தானியத்துக்கும் இடமாறுகிறாள். மென்மையான பெண்கள் குனிந்திருக்கும் கம்மந்தட்டைகளிடையே குருவிகள் சப்திக்கும் பால் இழைகள் மெல்ல கடந்துவரும் ஆழ்ந்த உயிரில் கூரைவேய்ந்த மண்தளிக்குள் சேமித்த கம்மம்புல் எப்போதோ விழுந்து தரையில் கிடக்கும் தெரு. குனிந்த தானியாள் அவற்றை எடுத்துப் பார்க்கிறாள். எல்லாம் அவளுடைய புல்லில் பனி அடர்ந்து படிந்த உருவங்கள். திரும்பவும் ஊர் எல்லைகளில் நின்று அசையும் சாமை வரகின் தாள்வாடிய ஓசை வேறுசில காடுகளை ஈர்க்கும்.

மறைபவைகள் தோற்றம் கொள்ள முன்பிருந்த தானியாளின் சாயைகள் அனைத்தும் ரூபஅரூபங்களாய் வீதி கடந்துவரும். அதிசயங்கள் எல்லாம். கனவில் தோன்றிய மிருகம் ஆங்காரத்துடன் தானியாளின் பின்னே போகும்.

பேசாதவார்த்தைகளாய் கல்திருகையில் சுழலும் பெண் உலகம். பழங்காலச் சமையலறையில் தானியங்களைக் கையாலே திருகையிலிட்டு திரித்து சோள அடையில் தானியாளின் விரல் பதிந்தது. கல் துளைகளில் முளைக் காம்பின் மேல்குத்திய அச்சில் சுழலும் கல் திருகை. பாறையில் வெட்டிய கோடு உயிர்பெற்று வனங்களில் திரியலாயினர். வேட்டைக்கான கல்லாயுதங்கள், சுண்டுவில் மலைமீது மிதந்து கொண்டிருந்தது. மிருகங்கள் பதுங்கிய குகையில் அந்த நிழல் களுடன் சேர்ந்து பதுங்கியிருந்தார்கள். குகையை விட்டுச் சென்ற நிழல் கல்உறைவிடங்களிலிருந்து மிருகவாடையில் கோரைத்தலைகள் அசையும். பாறையில் வரைந்திருந்த சித்திரங்களை பூமியின் நிறங்களால் நெருப்பில் உருக்கி காவிமண்பூசி உருத்தீட்டி நினைவுகளில் பதியும் காரிருளின் உள்ளே காணாமல் போன மூர்க்கங்களை நகங்களால் பாறையில் கீறித்திருகிப் புதைத்தனர் வெப்பவரிகளில்.

கீழ்தோட்டத்தின் இருட்டில் மரபின் காற்றிலசைந்த இருபத்தி ரெண்டு செடிகளிலிருந்த காலனிய விலங்கிடப்பட்ட கனியர்கள் எங்கோ புதைத்திருக்கும் மரபுப்புதரில் மறைந்துவிட்ட கல்லாய் ஆன முதல் தவசத்தை தேடுகிறார்கள் இசையில். மரபியல் அடித்தளம் மெதுவாக அரிக்கப்பட்டுவந்த பூமியின் விளிம்புகளைக் கடந்து போயிருந்தார்கள் தாவரமனிதர்கள். அவர்களின் இருப்பிடம் பிரக்ஞை கொண்டது. இல்லாமல் இருந்தார்கள்.

இரவில் வருவது அவர்களாக இருக்கும். காலமற்ற கனவிலிருந்து இலைநிழல் அசையும். எல்லாவற்றூடும் உயிர்ப்படைத்த கோடு மௌனமாய்ச் செல்லும். கிழக்கே தாவரப்புதையலில் விரல்ரேகை

பரவும் வெப்பத்தில் ஜீவராசிகள் வருகின்றன மெதுவாய். நிர்வாண மனிதரின் இலைவிரல்கள் பூமியைச் சுற்றித் தழுவ தானியாள் சுக்கிலத் துளியின் அபூர்வத்தில் உடலெங்கும் பாசியும் பச்சைக் கோடும் தோன்ற ஸ்பரிசமானாள்.

கல் பறவை காத்திருக்க தாவரமனிதரின் முகத்தில் முள்புதர் பரவிக்கோரைமுடி அசையும். இலைகளாலான கண்நரம்பு காதுகளில் முணுமுணுத்த வார்த்தை எதையும் தராத நவஇலை வெளிச்சம் பரவி வேட்டைப் புலம் தெரிந்து பழந்தடங்கள் அப்படியே இருக்கும். முன் நடந்த தழும்புகள் அழியவில்லை. கரையும் மரபுரிமைகளைத் தேடிச் செல்லும் வேடன்தடம். இலைச்சுவாசத்தில் கரைந்த பச்சை மனிதர்கள் காலஅமைதியில் துயிலும் விதைகளின் சுரைக்குடுவைக்குள் நடமாடுகிறார்கள். நீரின் உள்ளே கல்விதையொன்று ஒளிவீசிக் கொண்டிருந்தது. இருள்விலகாமல் கல்மாரி பெய்து இரவும்பகலும் தொடர்ந்து எதிர்பாராத காலங்களுக்கு கொண்டுசெல்லும் கல்உருளும் ஓசை. ‘முன் எப்போதும் நாம் கண்டிராத கல்மாரி இது’ என்றாள் தானியாள். ‘முடிவில்லாமல் சீறிச்சரிந்து வருகிறது’ என்றான் பச்சைமனிதன். ஸ்படிக மலைகளுக்கு அப்பால் தெற்குவானம் மின்னலால் கீறப்பட்டு இருள் திரண்டு கிழிகிறது. ஆழ்ந்து பிளக்கப்பட்டு காணாமல் போன விதைவித்துகளைத் தேடித்திரியும் ரோகிகள் கலப்பையோடும் திரும்ப வருகிறார்கள். அவர்களைத் தழுவி வாடிய முகங்களை உயிர்ப்பிக்குமாறு அந்த வித்துகளில் எழுதப்பட்டிருக்கு. வெண்ணிறமான அந்த குறுத்து மணல்வெளியில் வாசமுள்ள விதைவித்துகளை வைத்து ஒவ்வொரு மணலையும் நேசிக்கும்படி ரோகிகளின் அமைதியான கைகள் அசையும். ‘ரோகிகள் அலைகிறார்கள். அந்த முகங்கள் இருள் பரவிய கல் தெருவில் அனாதையாக அலைவதேன்’ என்றாள் தானியாள். ‘பால் பருவத்தானியத்தில் வெளிச்சமடைந்த பௌர்ணமி ஒளியைத் திரவமாக்கி, அதை ஸ்படிகக் கிண்ணிகளில் ஊற்றி சிந்தாமல் சிதறாமல் ஏந்திவரும் தேவதைகளிடம் கேள் தானியாளே’ என்றான் பச்சை மனிதன். ‘நிறங்களால் பேசும் விதைவித்துகளைக் கொண்டு போய் கொடுங்கள் அவர்களிடம்.’

‘ரோகிகள் நிலங்களை உழும்போது உயிரூட்டப்பட்ட ரஸப் பாளங்களில் முகம்குப்புற விழுந்து அவர்கள் பூமிக்குள் தலை திணிக்கும் வேகத்தில் எல்லாவிருட்சங்களின் கிளைகொம்புமாய் படர்கிறார்கள் அங்கே’ என்றது ஜலதேவதை. ‘கைவிடப்பட்டவர்கள் எங்கே போகிறார்கள். விதைகளையும் திராட்சைகளையும் உப்பையும்

ரோகிகளிடம் கொண்டு போகிறேன்' என்றாள் தானியாள். பாலை நிலச்சூரியனை நோக்கி தீமாரி கற்களுடன் வீழும் அக்கினியாற்றின் குறுக்கே மேழி பிடித்து உழும் ரோகிகளின் தாகம் என்னதாக இருக்கும். அதிலிருந்து நிரந்தரமாய் தப்பமுடியாத வாழும்மரணத்தின் சோபையில் உழுதநிலம் கண்ணாடி வயலாய் அசைந்து கொண்டிருக்கும் பச்சை அதீத மிருகங்களால் சூழப்பட்ட அரவுகளின் பிணை சுருள்களில் மிருகங்களின் வாசம் கண்ட ரோகிகள் மிருகத் தலையாகவும் சிற்ப உடலாகவும் பிளந்த பூமியில் நட்டிப்புதைந்து விருட்சமாகி அசைகிறார்கள்.

மயக்கமூட்டும் கண்ணாடிப் பூச்சிகளின் இறகுகளில் சிதறிய வர்ணப்பொடி தொன்மையான நினைவுகளாகவும் பாறையின் சாயல்களில் காந்த நெடி வீசிய பூக்கள் இதழ் உதிராமல் ரோகிகளைச் சூழ காமத்தை ஊட்டின ஆரணியத்தின் பச்சைஅரவுகளின் கலவி மோனம். படிக ஒளியாகக் கண்ணாடி வயலில் யாவரும் உள்நுழைந்து விருட்சங்களாகிப்போன ரோகிகளின் யுகாந்தகாலக் கலப்பைகளில் தானியத்திற்குள்ளிருந்த முதல் ஸ்திரீ திறவுபடாத யோனிக்குகையில் அலறும் மூர்க்கமான சரபயாளியுடன் கூடிக் கர்ப்பமானாள்.

எட்டிய தொலைவில் வனவிலங்குகளாய் அசையும் வெயில். அவாந்திரத்தில் குனிந்த பிடறியுடன் அலையும் சூரியன். பசிந்த கண்களில் செம்பாறைகள் மீது வேப்பமுத்துகளை விதைத்துச் செல்லும் தானியாள். பாறைகளில் ஏன் வித்துகளை விடுகிறாள். வேர்ப் பிடிப்பில் கீறல்விழும் ஆழம் பிளந்த வேம்பின் கசப்பில் வெறுமையை மறுதளிக்கும் பச்சைக் கண் வடிவ வேப்பிலை. அதன் தூரப்பார்வையில் மயிலோடையின் நீலத் தண்ணீருக்குள் மறையும் பட்சிகள் ஜலதேவதையான கெங்கம்மாளை சூழ்ந்திருக்கும் வழிகளெல்லாம் கீறல் விழுந்து நீலநீர் தொனித்தது. அவள் நாவில் சொல் பிறவாதத்திற்கு முன்னே வேம்பு தளிர்த்தது. கசந்த கொழுந்தில் ஓடிய நரம்புதான் கரு நிலத்திற்கு உயிர். வெயிலில் வாடாத வேப்பிலைப் பாவாடைக் காரி. பால்மறந்த சிசுக்கள் பயிர் பச்சையாய் கும்மியிருக்க முலைச் சுனைகளில் நீர்சுரந்தாள். பாசுரமாக ஓடும் நீலநீர்.

உள்போய் மறைந்துகொண்டாள் தானியாள். நீரூக்குள் புல்லாந்திட்டு. அதில் தானியாளின் கர்ப்பத்தின் கனி விருட்சமாய் படர்ந்தது பெருகி. சுவர்கள் இற்று உதிர்ந்து மண் படிந்துவரும் இலைகள் பலவாய் அடுக்கிய கூரைவீடுகளின் கூம்பு கோபுரம்தான்.

தீராமல் சருகுகளைக் கொட்டும் வேம்பின் நிழல் கோடுகளில் தளுக்கும் பூவும் பிஞ்சும். குனிந்து வேப்பமுத்து சேகரிக்கும் ஊர்பிள்ளைகள் காணாமல் போன விதைகளைத்தேடி விருவுகளில் மறைகிறார்கள். வீட்டு ஓரங்களில் கனிதரும் விருட்சங்களைச் சுற்றி காற்றின் உள் குளுர்ச்சி. உழுகிற கனியர்கள் தானியாளின் கருப்பு முதுகில் படைசால் பிடித்த மேழியில் விதைப்பான நவதானியம் சிறு அலகில் சுமந்த அடைக்கலாங்குருவிகளின் சப்தமாய் கூடும் விதைப்புக்காலம்.

வீடுகளின் மேல்முளைத்த பசும்புல் கோரைகள் சுரமண்டலமாய் உதிர்த்த நாதம் இரவுமூடிய மங்கிய வேளை காற்றின் ஒலியடுக்காய் விட்டுக் கேட்கும். கூரைகளில் பயிர்வளர்ந்த கிராமத்தின் கீழேயும் பசுந்தரை நடுவில் வந்திறங்கிய பட்சிகள் அலையலையாய்ப் பாடும். சாம்பல் கூரைகளின் மேல் மௌனமாய் உறைந்த தானியங்கள் உதிர் காற்றில் சரிந்து வீழ தானியாளின் பால்மறந்த சிசுக்கள் ஒன்பதும் குனிந்து கண்ணீரின் நிழலாய் மறையும் தானியத்தில் துயில்கிறார்கள். தானியத்துள்ளே பால் துளிர்க்க உள்போய் நடமாடினார்கள். கனி தெறித்த மரங்களில் விதைகள் சிதறின. விருட்சங்களில் பட்சிகள் நிற்கலாயிற்று. கனிகளுக்குள் தித்திப்பாய் அலைந்த பிள்ளைகள் ஓலைக் கொட்டானில் கருநாவற்கனிகளை ஊதி ஊதிப் பழச்சாறில் கை நனைந்து உள்நாவில் செல்லம் கொஞ்சினார்கள். கடி எறும்பு களின் காலடி ஓசைகேட்டது தொலைவில். அவற்றின் சாரை சாரையான வழிகள் எங்கும் மதகுதிறந்த மேகாற்று வீசி வாசனை தொலைதூரம் போய் மலைமுழைஞ்சுகளில் விசித்திர விநோதமாய் சாவின் தனிமை மீது புளிப்பாய் தொட்டது.

நீலநீருக்குள் மோனத்திலிருந்தன விருட்சங்கள். அவற்றின் உயரம் நீரில் மடிக்கப்பட்டிருக்கும். விருட்சங்களுக்கிடையே ஜல கன்னிமார் நடந்து போகிறார்கள் அலையாய் நெளியும் கூந்தலுடன். புல்லின் மேல் பரவி நடக்கும் பாதையில் புல் அசைந்தது. தோன்றும் பாதையில் யாரோ வருகிறார்கள் கனிகளைக் கண்டு காணாமல் போகிறார்கள். விருட்சங்களிடையே போகும்பாதை மறைவதும் தோன்றுவதுமான மயக்கத்தில் பச்சை அரவுகளின் தொலியால் வடிக்கப்பட்டிருந்தது. அவர்களின் தலைக்குமேலே மரங்களின் மஞ்சள் நிறத்தில் கனிகள் பழுத்து அருகே வளைந்து வாசனை காட்டும். கனிகளை நீரில் பார்த்தாள் ஜலகன்னி. அவை சொர்ணத்தின் தேஜஸாய் இருந்தன. அரவுத்தொலியால் உடையணிந்தவள் பசுந்தரையில் நடந்தாள். மயக்கும் கனியை எட்டிக் கொம்புடன் வளைத்து உதடுகள் பதிய

முத்தமிட்டாள் கண்சொருகி கிளைதெறித்துவிடாமல் கனியை விட்டு நகர்ந்தாள் தொலைவில். கனியின் தொலிபட்டதும் வெட்கத்தைச் சால்வையாகச் சுற்றி உடலை மறைத்துக் கொண்டாள் ஜலகன்னி. கால் பெருவிரலில் பாதை தொடக்கூசினாள் உள்ளே. அவள் போன பச்சைத்தொலி சுருண்டு விசும்பி நுனிவாலில் நின்று ஜலகன்னி முத்தமிட்ட கனியை எட்டிப்பார்த்தது பச்சைப்பாம்பு. அரவின் கண் பார்வையிலிருந்து போனபின் கனிகளின் நடுவே கமலை தோன்றினாள், தன் ரோக உடல் நீங்கிய பச்சை உடலுடன். வேறொரு கனியை கொம்புடன் வளைத்து நார்செரிந்த கனியின் மேல்பரப்பில் நாக்கைநீட்டி லிபி எழுதி அதில் சதையுதடு பிளந்து மிருதுவாக ஒட்ட வைத்தாள் கமலை. திரும்பிப்போன வழியெங்கும் பச்சை அரவுகள் எழுந்தன வனமாய். வெட்கிய நவஇலைகள் கூட்டமாய் அவள் உடல்படர்ந்தனருதுவாய்.

வேறுசில கன்னிமாரும் ஜலப் பரப்பில் தோன்றி உள்ளேயும் வெளியேயும் இல்லாத கனிகளைத் தேடினார்கள். கனிகள் மறைந்த வெற்றிடத்தில் உதடுகளால் தொடுகிறார்கள். சூன்யத்தில் பழுத்த கனியொன்றைத் தொட்டு முன்பற்களைக் கொண்டு கனியில் மிகச் சிறியவடு உண்டாக்கினாள் ஸர்ப்பயாநி. அப்புறம் நாக்கிற்கும் கீழாக உள்ளதை வடுவின் வழியாகப் பாய்ச்சுகிறாள். இவ்வடு வெளித் தெரியாமல் உதடுகளைவைத்து மூடினாள். நீரின் நீலத்தில் கனி விருட்சங்களில் படர்ந்த பச்சை அரவுகளைத் தோளில் சுற்றி உடலெங்கும் படரவிடும் கனவு வெளிப்படும்.

ஏகமாய் வெட்கி நாணிப் பாசிஉடலையடைந்தாள் தானியாள். கனிகளாலான புஸ்தகத்தில் ஜலகன்னி சுருள்நாவில் மறைபொருளை சுரமண்டலமாய் இசைத்தாள். அவள் உடை கேப்பைச் சருகாய் சரசரத்தது. நாவற்கனியின் கரு தானியாள் கண்களின் ரகஸியம். கனியில் பிசுபிசுத்த வாக்கியம் தொடர்ந்து காற்றில் நீண்டு செல்லக் காற்றின் புஸ்தகத்தில் நாவற்சாறு கசிந்து ஒட்டிய மணல் உதிர்ந்தது. கனிகள் அவளை மூடிக்கொள்ள உவர்வெளியானாள். உதிர்ந்த கனி இருந்த வெற்றிடத்தில் மணல் ஒட்டியிருந்தது கண்டு 'கனிகள் மறைவாயிருக்கும் புஸ்தகம்' என்றாள் தானியாள். இல்லாத கனிகளை எண்ணப் போனால் ஒட்டிய மணலைப் பார்க்கிலும் அதிகமாம். அவள் விடியக் காலத்துக் கனிகளை எடுத்து பட்சிகளிடத்தில் கொடுத்து அத்தத்தில் கொண்டுபோய் விதைக்கச் சொன்னாள். ஆறுகள் அருகே நாவல்மரங்கள் நின்றவாறு தானியாளை நினைத்து அழுதன தீராமல்.

முதுமை தீராத கூரைவீடுகளின் கருப்புக்கதவை உற்றுப்பார்த்தாள் தானியாள். காலம் அதில் வடிந்து கொண்டிருந்தது. கதவில் பூட்டிய வண்டிக் கருப்பைக் கீறி வரைந்த சித்திரம்அழியாத ஆரக்கால் களுடன் சுழல்கிறது சக்கரம். என்றோ கிளம்பிய வில்வண்டியில் எங்கோ போகிறார்கள். உள்ளே அறுத்த கதிர்களுக்குள் மறைவா யிருந்தாள் கெங்கம்மாள். தானியாளின் ஒன்பது பிள்ளைகளும் ஏறிக் கொண்டிருந்தார்கள். அதில் பச்சம்மாள் வண்டியை பத்துகிறாள். கூரையிலிருந்து வண்டிபோகிற சத்தம் கூடவரும். தவுலுதாத்தா கூரை முகட்டில் உட்கார்ந்து கொண்டு கழுத்து மணிகளை அசைத்தார். சீறும் கொம்புக் கழல்களில் கதவை முட்டும் காளைகள். ‘சீக்கிரம் வாங்க.... ஓடிவாங்க எல்லாரும்’ எனக் கத்தினார்கள் பிள்ளைகள். இந்த நிமிஷம் வரை அந்த வண்டி தெருவில் இறங்கவில்லை. நகரவே நகராத வண்டியில் பிரயாணம். திருணையில் உட்கார்ந்து கொண்டு ‘வண்டி நிக்கட்டும்... ம்.... போட்டும்.... வரட்டும்.... ஆள் வருது ஏறிக்கோ இறங்கிக்கோ....’ எனத் தவுலுதாத்தா கூவினார். வண்டியைவிட்டு இறங்குவது போல கருப்புக்கதவிலிருந்து பிள்ளைகள் தாண்டி திண்ணைக்கு வந்தார்கள். தாத்தாவைச் சுற்றிச்சுற்றி கொம்புக்கழல்கள் அணிந்த பிள்ளைகள் கொம்பு முளைத்து முட்டவரும் விளையாட்டு கொம்பு சுற்றி வரும்.

கருப்புக்கதவு இன்னும் அந்த விளையாட்டுகளை மறக்கா மலிருந்தது. சித்திரம் தீர்ந்த கூரைவீட்டின் கதவுகளைப் போய் பிதிர்களிலிருந்து சிறுபிள்ளைகளின் அடையாளத்தைப் பார்த்து ஏங்கினார்கள் வயதற்ற பெரியவர்கள். நீரில் ஆழத்தில் மண்விருவு களுக்கு மேல் கருப்புக்கதவுகள் தொட்டால் ஒட்டிக்கொள்ளும் மசகுடன் கூடவரும். அதன் பழமையான வாசனைக்காக மூக்கை வைத்து ஆழ்ந்து சுவாசித்தார்கள். நுரையீரலின் உள்ளே எத்தனை மடிப்பாகத் திறக்கும் கருப்புக்கதவு. எல்லோருடைய கைகள் பதிந்து மறையும். கீல்மை கருமசகாய் தாழில் வழிந்தது. கொண்டியிலிருந்த ஓசை தாவியது பிதிருக்குள். வெண்கலக் குமிழ்களில் பிள்ளைகள் கைபட்டுத் தேய்ந்த பளபளப்பில் எல்லாத் தடங்களுமிருக்கும். சித்திரம் அழியாத கதவுகளிடம் போய் வாதாடினார்கள். தானியத்தைக் கதவுகளில் வீசி அழுதார்கள் ஊரைவிட்டுப் பிரிந்தவர்கள். ஒவ்வொரு அறு வடையிலும் நவகதிர்கள் அறுப்புக்குமுன் ராவோடு ராவாய் காற்றுடன் வந்து கதவுகளில் முட்டி தன் பூர்வத்தை சொல்லி தூங்கும் ஏர்க்காலில் கண்ணீர்விடும். அப்போதிருந்த வெண்ணிறமான சுழியில்லாத போர்க் காளைகள் ஈரமூஞ்சியில் கதிர்களைக்

கோதித்தழுவும். தொழுவுக்குப் பின்னாலும் முன்னாலும் சேரைகளும் தானியக் கொட்டாரங்களும் துகள் துகளாய் உதிர்ந்து பூமியில் உருண்டு கடையாந்திர வெளிகளில் ஓடிமறையும். தானியாளின் பிள்ளைகள் காணாததைக் கண்டதாகக் கதவில் கிறுக்கினார்கள். மனதில் பட்டதையெல்லாம் சுவரில் கீச்சிச் செல்லும் பழைய தெருக்களிலுள்ள கோடுகளை யாரும் அழிக்கப் பயந்தார்கள். சோளத்தட்டைக்குள் குடைந்த வண்டுகள் பறந்து போய் சுவர்களைக் குடைந்து நீலமும் கருப்புமாய் இறகுகோதி நிற்கும். மண்கடந்தைகள் பனை விட்டத்தில் ஏழ்துளைகளிட்டு பிரபஞ்ச உள் அமைப்பை உதிரும் கூரைமேல் நிறுத்திவிடும். சாம்பல் பூசிய இருளில் மறைந்திருக்கும் கோடுகள் கூடவே தொயர்ந்து வரும். புல்லறுப்பால் சிந்திய கம்மம்புல் வெளியில் பெய்யும் மழைத்தூரலில் முளைத்து விடும். கெங்கம்மாள் மறைந்திருக்கும் காடுகளுக்குள் பரிபூர்ணமான தண்ணீர் வாடிவதங்கிய வேளையில் மெல்லத் துளிர்த்து கீறல்களின் வழியே வந்து எறும்புகளின் கால்களைத் தொட்டு 'முளைவிடாத ஜனங்கள் திரும்பி வருவார்கள்' எனச் சொல்லிப் புலம்பும் நீர் மண்ணை நக்கும் வாயில்லாத ஜீவனிடத்தில் வசப்பட்டுவிடும்.

கொம்பும் விரிகுளம்புகளுமுள்ள காளைகளும் கன்றுகளும் மெல்ல மறைந்து போன நவஇலைக்குள் வெறுமை கூடிய இருட்டு காட்டுக்கு வெளியே நின்றுபார்த்தது. கம்மந்தட்டைகளுக்குள்ளே மேயும் ஊரிக் கால் மாடுகளின் கழுத்துமணி கரைவதால் நீர்வாசி பெலப்படும் என கங்கம்மாள் ஊருணிமேல் மயக்கமுற்ற தானியாளின் காதிலே சொன்னாள். கருப்பாயிருந்த மண்தரை வெள்ளையாக மாறிற்று. உழுது புறட்டும் காளைகள் அருகிலும் நாட்களில் தட்டைதாள் வாடைகள் பெருகி கூளம் படப்பில் சேரவும் கிழக்கத்தி மாடுகள் தானே வந்து சேர்ந்தன கீகாட்டிலிருந்து. தான்தோன்றியாக வந்த தாறுமாறான கோடுகளைக்கிருக்கும். பிள்ளைகளின் நகங்களின் இடுக்கில் எவ்வளவோ சங்கதி ஒளிந்துவரும். நகக்கூறிலிருந்து தோன்றி கதவுகளில் கிளம்பி சுவர்களில் தாவிச் சுழன்று தெருத் தெருவாய் வளையும் விநோதக் கோடுகளை சூழ்ந்திருந்தது ஆழம். மனசைத் தாண்டிச் சென்ற கீச்சுக்கோடுகளில் பயணமாகி மயிலோடையின் கண்களுக்கு இருண்ட பாகமாய் மறைந்துவரும் சம்பை, சீவு வேய்ந்த கூரைகளின் அதிசயக் கொத்தனாய் கூன் முதுகுடன் காடுகளில் கோடுபோட்டுத் திரிந்தார் தவுலுத் தாத்தா. அவர் விரல்களிலிருந்த அதிசயங்களைக் கொண்டு தூக்கணாங்குருவியின் அலகிலிருந்த பின்னலை சாம்பல் கூரைகளின் கூம்பில்

குருவிகளுக்கும் இடம் வைத்திருந்தார். மனதை வதைத்துப் புறக்கும் சீவுநாற்றின் நானாவிதமான சப்தங்களின் சுழியில் எல்லோரின் கனவையும் இழை இழையாய்க் கோர்த்த விரல்களில் கரடுமுரடான காய்ப்புகள்.

இன்னும் கொஞ்சதூரத்தில் அழிந்துபோன மயிலோடை கிராமத்தில் தனித்திருந்த ஒரே ஒரு சீவுப்புல் வளைந்து காலத்துக்கு வெளியே அசையும். சீவின் தனிமைக்குள் எத்தனையோ மண்கூரை களின் வரைவு உருவங்கள் காட்டு எருதுகாளய் கருத்திருக்கும். அவர் கோரை நகங்கள் கீறிய பனைநாரில் நவ இலைகள் அசைந்து கொண்டிருந்தன காற்றில். மண்ணுலகக் கற்பகவிருட்சங்களாகிய பனைகளில் காலையிலும் மாலையிலும் ஏறி இறங்கும் சாண்கனியர்கள் கால்களில் இட்டுக் கொள்ளும் தளைகளை பனைநாரில் திரித்துக் கொடுத்தார் தவுலு தாத்தா. இடுப்பிலே இறுக்கிப் பூட்டப்பட்ட சுண்ணாம்புப் பெட்டியும் கள்ளுக்குடுவையையும் கொண்டு திரிந்தார்கள் பனைகளுக்கிடையே. மயிலோடையில் நின்ற பனைகளுக்கு அளவே இல்லை. பாளை சீவும் போதும் நுங்கு சீவும் போதும் கைகளிலும் காடுதிரியும் வேளை பின் கச்சைகளுள்ளும் பாளை அருவாள் கருக்கு மட்டை சீவிச் செல்லும். ஏறி இறங்கும்போத பனஞ்சிலாம்புகளும் சிம்பும் நெஞ்சையும் கால்களையும் உரோஞ்சிக் குத்தியவடு நெஞ்சில் ஓட பூட்டப்பட்ட தோல் பரிசைகளையெல்லாம் தொலியாய் மூட்டித் தந்தார் தவுலுத் தாத்தா. கனியர்களின் சிக்குச் சடைத்தலையுடன் பிள்ளைகள் பனங்காய்தலைகளுடன் வாடிகளுக்குள் ஓடித்திரியும். பனைஓலைமட்டை பாதரகைஷகளை கீறிக்கொடுத்தார் தவுலுத்தாத்தா. தொள்ளைக் காதுள்ள மயிலோடைப் பெண்கள் கைக்காப்பு நெஞ்சுக்காப்பு காற் காப்புடன் இருட்டித் திரிந்தார்கள் அந்த மயிலோடைக்குள். நண்டு நத்தைகளோடு கம்பு சோளம் என புஞ்சைத் தானியங்களை குத்தும் உலக்கைச் சத்தம் உரலுடன் அதிரும் தெரு.

சாம்பலும் கரம்பையும் கலந்த நத்தக்கூறு மண்ணில் விழுந்த பனம்பழத்தின் வாசம் சுவாசத்தில் பட்டதும் வலியுடன் முணுமுணுத்தாள் தானியாள். கரும்பனைகள் இருட்டில் முளைவிட்டு கீற்றோலை மடல்பிரிந்து எட்டிப்பார்த்தன அவளை. பனைகளில் இருந்த சாண்கனியர்கள் இருட்டித் திரிந்த மயிலோடைக்குள் வெள்ளை மண்ணில் நெளியும் வாடிப்பாதை. பெரிய பெரிய பாதங்களை உடைய பனையேறிகள். பனைகளில் முட்டிய கிளித்தட்டு கடந்துபோக பனைக்குப் பனை ருசிமாறும் கள்ளுக்கு சுட்ட கருவாடும் சுருட்டும்

நீலப்புகையில் வளையும் பனையடிப் பாதை.

மிருகங்கள் வாழ்ந்த இருட்டு. புலம்பும் பனைகளை ஊடுருவிய கள்ஒளி. பனைகளுக்கிடையே தெரிந்த வசீகர வெளிச்சம். பனைமீது பெரிய பறவைகள் அமர்ந்திருந்தன மந்திரவாதிகளாய். ஊரை ஆளும் பனை மரங்களின் உச்சி ஓலைகள் வானவெளியுடன் சேர்ந்து அசையும் ஓசை சதாவும் பரவிக்கொண்டிருந்தது காற்றில். பனம்பாளையில் நுரைத்தபால் தாஷ்டிக முலைபுகுந்து ஊறும் வெதுவெதுத்த பெண் பாலில் சிதறிக்கிடந்த கருநிலங்கள் மங்கலாய்த் தெரியும். முலைகளின் வெளிச்சம் கண்பார்வையாக மாறியது. தனிமை கொண்டிருந்த பனையேறிகளின் முறுக்குத்தடி அருவாப்பெட்டிகள் உரச கலயங் களில் மாந்தையுடன் புளித்த வண்டுகள் சுழன்று வீசும் பதினிமணம் குறுத்து மணல் சறுக்கிச் செல்லும். மண்புடைவிளக்கின் அரக்குச் சுடராகக் கசிந்த பதினியின் மெலிந்த சுபாவத்தில் ஸ்திரீகள் உடல் படர்ந்த குறுத்தோலை. தானியாள் முகம் கருகருவென பனைச் சிற்பமாய் கரு மெழுகு மின்னிய கண்கள் சதாவும் மோனத்திலிருந்தது விடு படாமல். பனைகளை உரசிய அம்மோனம் ஓலையின் பச்சை வாசமாய் அழகின் சாம்பல்பூசிய வெள்ளிகளோடு உயரத்தெரியும் கீற்றில் விரிந்த ஈக்கிகள். பனைபுலம்பும் கலயங்களின் அந்தரத்தில் பொங்கும் கள்ளில் நுரைத்திரள் அடுக்கிய தலைகீழ் உலகம். ஏன்.... எங்கே.... என உயரங்களைக் கடக்கும் பட்சிகளை வினவி மோனித்திருந்தது அலாதியில். அந்நவ இலையில் எல்லோரும் பச்சை நிறமாக மாறினார்கள். வேறு கிரகத்திலிருந்த பச்சை ஒளி ஊரின்மேல் படித்து நீரின் வெளிர் பச்சையில் மூழ்கியது நவஇலை. பிள்ளை களுக்கு கள்தொட்டு சேனைவைத்த காட்டுக்கூட்டம். முலையை பல சிசுக்கள் முட்டிக் குடித்த சீம்பால் சப்தித்தது கருந்தரையில்.

சூலிமுகம் இவ்வேளை இங்கிருந்த தெருவுக்குள் மூடிய வீடுகளிடையே வெளிப்பட்டு உருக்கொண்டது. அவள் பச்சைப் பிம்பத்தில் பரவிய விநோத ரஸம் சூழல்மீது ஒளிகொண்டு நிலைத்த தோற்றமானது. அபூர்வ பனைச்சிலைகள் கணந்தோறும் மாறிவிடும் சூட்சுமக்கலவை. எல்லாமே அவளிடமிருந்து தோன்றுவதாய் அவளிலிருந்த பனைகள் பலவும் கூட்டமாய் நீண்ட கல்லோடைகளில் ரூபம்கொள்ள அண்ணாந்து நிலைத்தகண்களில் நவகலயங்களின் அந்தர ஓசை. ஒரு சொட்டு பால் உதட்டில்பட்டு மதுரமாய் உயிர்பெற்று இருளில் ஆடுகிறது.

பனைவாடிகளுக்குள் ஓடும் குறுத்து மணல் பாதைகள்

தனிமையானவை. பதினிப்பானைகளில் ஒட்டிய ஓலைவாசம். நொங்கு காய்களில் சீவிச் சீவிக்கிடந்த பளிங்கு நீர் திரளும் சிலைகளாக சாண் கனியர்கள் கருக்கு மட்டையுடன் வீசி நடக்கிறார்கள் பனைக்குள். தவுலுத் தாத்தா பனம்பாலில் நெடிய பாதையமைத் திருந்தார் மயிலோடைக்கு. மாடுகளுடன் கிளம்பிப் போன விடிகாலைக்கள்ளிலிருந்து அந்திக்கள் இறக்கும் வரை கண்கள் இலந்தைப் பழமாய் சிவக்க காற்றும் வெயிலும் மழைகளும் சுழற்றிய பரட்டைச் சாம்பல் கிழவன்கள் மீது உயிர் வைத்தீருந்தார். கிழக்கே இருந்த கொற்கைக்கள் தேடி ராவோடு போய்வந்தார் தவுலுதாத்தா. கொற்கையின் கீழ் உள்ள நீர்ச்சாரம் பழமையான விநோதம். தனித்திருந்தது பனங்கூட்டம். போகப் போக தேரிக்காடுகளும் சாம்பல்முள்ளும் கால்களில் பட்டு வெள்ளை தோன்றும். பாதைகள் புதைய நடக்கிறார்கள் பாதங்களில் ஞாபகம் உள்ளவர்கள். கொற்கையில் ஊறிய கலயங்கள் தீருவதில்லை. கொற்கையின் ரூபம் சதாவும் வந்து எட்டிப்பார்த்தது கிழவனை. பனையில் கள்உறிஞ்சும் வௌவால்கள் கூட்டமாய் பறந்து ஊரின் கூரை முழுவதும் இருட்டாய் படர்ந்தது. மூளிமரத்தின் இலைகளாய் வெண்கோடு கொள்ளும் குரலுடன் இடமாறும்.

அவள் முகம் மறைந்து அவள் உயிர்போன்ற சுடரில் இழைகள் பிரிந்து மங்கி மறையும் பெண் ரூபங்களாய் சுவர்களின் மடிப்பில் பதிந்தன அடுக்கடுக்காய். பழமையான ஓவியத்தின் பச்சை நிறங்கள் மீது தீபப்புகை படிந்து ஆற்றொனா வேதனையில் சித்திரம் கொள்ளக் காத்திருந்த பாசி அசைந்தது சுடரில். அபூர்வமாய் ஒடுங்கும் சிறகுடன் தலைகீழாய் தொங்கும் பச்சைநிற வௌவால்கள் எங்கிருந்து வருகின்றன.... அந்தகார இருளைப் பச்சையாக மாற்றும் கோடுகளில் இரவுக்குள் வேறொரு மலைகளின் பச்சைப்பாறைகள் பிளந்து கூட்டமாய் உள்புகுந்த வௌவால்கள் கும்புகும்பாய்க் கூடி அலைகின்றன கனிதேடி. வெளியில் எங்கும் கொற்கை வௌவால்கள். பனைகளின் இரவில் குரல்கோடுகளில் பாதைகள் தோன்றும். அக்கோடுகளே நீரின் அடியில் அசையும் அந்தரங்க இசையின் அதிர்வுகளாய் பழம் பாடல்களில் இசைக்கப்படும் அனந்தமாய் ஒரே சீரான கார்வையுடன் நீரில் நடுங்கியது.

3 வட்டக்கல்லில் சுருண்ட சிசு விரலில் கல்மீன்

சிறகுகள் முளைத்த பச்சைநிற தானியாள் நிர்வாணத்தில் நவ கதிர்கள் மூடி அசைந்திருக்க நீரில்பதிந்த கோடுகளை அசைக்கிறாள். சுரோனிதக்

கிளைகளில் ஏறிய கொற்கைப்பரல்கள் அதிர மனித குலத்தின் ஆற்றொனாத் துயரங்களின் புயலாய் அலைகிறாள் கர்ப்பம் சுமந்து. எங்கும் பாறைகள் சுழன்று சுழியும் உள் அடுக்கில் பளிங்குக்கலம் ஒன்று சுழிகிறது வேகமாய். இசையின் கோடுகள் வடிவம்மாறி காலத்தின் பின் முன்னாக இருபக்கமும் நகர்ந்து செல்லும் பிறவாத சிசு. அதன் கையில் சுருண்டிருந்த இசை வடிவ மீன் பச்சை உயிருடன் துடித்தது. மீனும் சிசுவும் எதிரெதிர் திசையில் பிரக்ஞை மங்கும் பாதையில் செல்ல நேர்ந்தாலும் ஒன்றிற்கொன்று தொடர்பில்லை என சொல்ல முடியுமா. வட்டக்கல் கலசத்துள் சுருண்ட சிசுவும் மச்சமும் உள் சுழல்கிறார்கள் உடைபடாக் கல்பானைக்குள். வெளியெங்கும் வெளவால்கள் பறந்து கருங்கோடுகளாய் கத்துகின்றன கனிகளுடன். பச்சை மலைகள் மீது வெளவால்கள் அலைகின்றன ஜனன ரகஸியம் உணர்ந்து. மங்கிய மனபிம்பம் தானியாளை நெருங்கி அம்மீன் கரு வெனும் சாகரத்தில் தீரா அலைவசப்பட்டு இசையின் முக்தியை அடையுமென முணுமுணுத்தது அவள் காதில். தானியாளின் உடல் மேல் சடசடத்துக்கவ்விய கனிகளுடன் நூறு நூறென வெளியை அடைத்துப் படபடத்த வெளவால்கள்.

அந்த வெளவால் இருட்டில் பெரும் ஒளிவெள்ளத்தில் சீறி கர்ப்பப் பாதையில் உருண்டு வந்தது கல் கலசம். அதைச் சூழ்ந்த வெளவால்கள் கனிகளை நிரப்பி கல்கோடு தீட்டி ஜனனக் குறியிட்டன தொப்பூள் கொடியுடன் பிணைக்கப்பட்ட கல்பானையை. சிறுதுவாரமும் இன்றி கல் திரளால் மூடியிருந்தது பளிங்குக் கோளம். கலத்தின் உள்ளே பார்வைகொள்ளா அகாதம் திறந்து செல்லும். இரவின் ஜன்னல் வெளிப்பட்டு எந்த இரவெனத் தோன்றா வெளிச்சத்தில் கல்லுக்குள் சுருண்ட சிசுவின் அரூபம் தாயிடம் உரையாடியது. ‘குளிர் அதிகமா யிருக்கிறதே அம்மா.... புயல் என்னைச் சுழற்றிக் கொண்டிருக்கிறது... ஜன்னல்களில் வேறுவேறு உலகங்கள் எட்டிப்பார்க்கின்றன....’ ‘கண் திறக்குமுன் குழந்தைகள் உலகம் கிரகங்களிடம் மாறுகிறது மகளே.... தானே வரும் உன் உலகத்தை ஒரு தானியத்தில் தருகிறேன் பிடித்துக் கொள் செல்லமே’ என்றாள் தானியாள்.

படிகத்தீவில் நீந்தும் சிசு சிறகு மடித்திருக்கும் கரும்புள்ளியாய். மூடிய கண்குழிவில் ரத்தரேகை. வறண்ட பாறைகளுக்குள் கடந்து செல்லும் கர்ப்பப்பாதை. திருகையின் ஓசைக்குள் உருளும் தானியம் உள்ளே பிளந்த இலை மடிப்பில் உயிர் ஊற்று பீறிட்டுப் பொங்குகிறது. அமிழ்ந்தும் நீந்தியும் மடித்த விரல்களுக்குள் தளிர் ரேகைகளின் ரகஸிய முணுமுணுப்பு. சிவந்த உடல்மேல் வரிகளை வரைந்தது யாரோ.

பிரபஞ்ச அலைகள் உடலில் சுழித்திருக்கும். மேல் திருகை சுற்றி நிலையான கல்லில் தானியத்தின் தெள்ளு உதிர்கிறது சுற்றி.

ஊர் முழுவதும் திருகையின் ஒலிகேட்கும். அடிவயிற்றின் வெது வெதுப்பான அறைக்குள் கல்லின் ஓசை கேட்கும் காதுமடல். உருண்டு தட்டையான வட்டக்கல் ஊளையிடும் பளிங்குத் தவசத்தில். பழுப்புத் திருகைகளில் உள்ள தேய்ந்த உளிப்பதிவுகள். ஊர் ஊராய்த் திரிந்த தவுலுத்தாத்தா கல்மணி அணிந்த கழுத்துடன் கூவி வருகிறான் திரிகை களைச் சுற்றி கொத்தும் அம்மியில் உளிச்சிதறல்கள். கல்திரிகை நிலைப்படி தெருவில் பாய்ச்சிய பட்டைக்கல் விளக்குத் தூணிலுள்ள விலங்குகளின் தலைகளில் சரிந்து சிலுப்பிய கல்முடிகள் கொத்து உளிப்புள்ளிகள் வரிவரியாக உருவடையும் சங்கேத ஏடுகளாக எழுதப் படாத சரித்திரத்தில் உரசும் கல்லின் வறண்ட ஊற்று. பேசாத வார்த்தைகளாய்ப் பதிந்த கல்புள்ளிகள்.

பனையோலைச் சந்துகளில் ஏடுகளே தெருவாகிக் கல்வெட்டாகிக் கொத்தும் உளிகளின் தொனி. ஒவ்வொரு இசைக் கல்லின் மேலும் பதிந்து ஊர்கிறது வரிக்கல். உளித்தீண்டலில் கேப்பை ரொட்டியின் வடிவத்தைக் குழிவுச் செதில்களாக அடுக்கி வெட்டும் கல்தச்சன். கல் ரொட்டியை பெண்ணின் பலமான கைஇழுக்கிறது பாறையிலிருந்து. பிய்க்கவரவில்லை வறண்ட ரொட்டி. கல்லில் உலர்ந்த ஊற்றிலிருந்து காற்றுவீசி தலைசாய்க்கும் தானியமணி யோசை. கொத்திய திரிகை களின் சிறுதுளையில் கூம்பு வைத்துவிடும் சிறுவிரல்கள். குழிவாய் அள்ளிய தவசத்துள் சுழியும் தானியச்சுழல். கற்களுக்கிடையாகச் சீறும் கடலோசை.

சுள்ளையில் வேகும் மண்பானைகளைப் பார்க்க சிறுவர்களும் பெண்களும் கூடியிருந்தார்கள். பாறைகளின் பக்கம் அடியெடுத்து வைக்காமல் ஒதுங்கி பயத்துடன் கல்லோடையில் நின்ற வட்டக் கல்லைப் பார்த்தார்கள். அசைக்க முடியாத பழைய திரிகையில் ஓடும் ரத்தநாளங்கள். கல்லுடன் நீண்ட கம்பு இணைக்கப்பட்டு மூன்று பேர் செக்குக்கல் போல பெருந்திருகை சுற்றிச் சுற்றி பதிந்து பரவிய கால்கள் மாறும். மேல்கல் சுற்றி கீழே உள்ள நிலையான திரிகையில் தானியம் பொடிந்தது. ஆட்கள் மறைத்து எலும்பு துருத்திப் போகும் காளையின் பச்சைக் கொம்பில் வெண்கலப்பூண். திரிகைகளின் நிரந்தர மௌனம் கல்துவாரங்களில் சலனமடையும். காணாமல் போன திரிகையில் நவதானியங்களின் விதவிதமான ஒலிகளுடன் குனிந்த பெண்களின் பேச்சுகளுக்கிடையில் குனிந்திருந்தது ஊர். அரக்கு எறும்புகள்

உதிர்தானியத்தை வரிசையாக இழுத்துச் செல்லும் சுவர்ப்பிளவில். கற்பாறைகளில் சாம்பல் விரல்கள் பரவிச் சென்று உளிகளால் தட்டும் ஒலி. கல்வெட்டு லிபிகளிலிருந்த விரல் ஓட்டம் சமவெளியில் பரவி இலைச்சாறு ஒளிரும் தானியமாக வளையும் காற்று. திரிகையில் மறைந்த பெண்கள் ரூபமடைந்து பழைய ஊரின் தோற்றமாயினர்.

பார்த்துக் கொண்டிருந்த கல்துவாரங்களின் பழுப்பு ஒளியில் ஊரே மாறிவிடும். திகைக்க வைக்கும் மூதோரின் நிழல்கள் உறை நிலையில் இருந்தன உடைந்த திரிகையில். இயற்கையான கல்திரிகையில் பிய்க்கப்பட்ட கரடுமுரடான ரொட்டி காய்கிறது மணல்வெளியில். ஒட்டி உலர்ந்து எலும்பாகிப்போன பாலைநில ஜந்துக்கள் மழைக்காகக் காத்திருக்கின்றன அண்ணாந்து. அவற்றின் தாகத்தை வெளிப்படுத்துவதில்லை யாரிடமும். வறண்ட மணல் குழிகளில் பதுங்கி வெப்பமூச்சு விடும் பூச்சிகளின் இரைச்சல். காய்ந்த கேப்பை ரொட்டியின் சிகப்பு நிறம் சிறுநம்பிக்கை போல. உவர்நிலங்களில் மறைந்த கல் மூலகங்கள் சூனியக்காரிகளுக்கான ரொட்டியாக மணக்கிறது. அடியோடும் கல் சாற்றில் நெருப்புக் கல்லில் வரிவரியாகக் கல்குழம்பை ஊடுருவிய பெண்களின் லிபிகள் உடல்படிவங்களில் வரைந்த கல்வேர்களாய் சருக்கம் கொள்ளும். இயற்கையான கல்வரிகளை ஒருவராலும் வாசிக்க முடியவில்லை. ஊற்றடிக்கும் கல்ஏட்டில் பாகாய் இனித்த நீரிலிருந்து அசையும் சாவை கனியாக ஏந்தி துர்கன்னி வெளிப்பட்டாள். பாதங்களின் மெத்தொலி கேட்டது.

கல்லிசைக் கனியர்கள் காலடி விழுந்த இடத்தில் நில அதிர்ச்சி அலைகள் திசைகளில் பரவும். புதைகிறார்கள் வைரத்திரவத்துக்குள். துன்பத்தால் அகம் கொப்பளித்த ஒட்டர்கள். கல்லுக்குள் ஓடும் ஒலியைக் கேட்கிறார்கள் செவிப்பொறியில். ஒட்டர்கள் பனுவுக் கல்லில் ஒலிகளாலான லிபிகளை உணர்கிறார்கள் கல்லுடலில். பின்னே வெப்ப எரிகொம்பினால் உணர்ந்த பனுவுக்கல் லிபிகளை வாஸிக்கிறார்கள். அவர்கள் உடலில் வந்த சில அலைகள் பனுவுக்கல் கீறலில் தொடர்ந்து கீழே சென்று சிறு சிறு அலையாகப் பிரிந்து மறையும். கல்பானையை வடித்து அதில் மரப்பட்டை பேரீச்சை சூடமரஇலை தழையுடன் வடித்த சாம்பல்மதுவில் கல்லை ஊடுருவிப் பதுங்கியிருந்தார்கள். ஏழுதுவாரக்கல்லை வழிபடக்கூடும். பூமியின் கடையாந்திரத்தில் கல் மூலக அதிர்வில் பட்டைக்கற்களாலான குழிவீடுகள். கல்லிசையில் துயிலும் ஊர். வெளித்தோற்றம் இருட்டி உள்ளே வட்டமான கல் வடிவில் கண்திறவாத பாழி கல்சூன்யத்தின் பிரதிமையாய் உள் சுழல்கிறாள் மையத்திலிருந்து. பாறைகளுக்குள்

வேறுசில எதிரலையாய் கல்லிசைக்கனியர்களைத் துளைத்து ஆட்கொள்ளத் திரும்பிய அலையில் ஈரப்பாறையில் ஜனனமான கல்மீன் வைரமாய் உள்புகுந்து வட்டத்தின் நடுவில் பாழியில் சுழியும்.

மஞ்சள் அரவுகள் வளைந்த தடத்தில் குழல் ஊதி எரிமலைக்குள் செல்லும் குகைவழி மாக்கல் கோலமிட்ட பாதையில் கல்மீன் உதடு பிளந்து குடையும் துளை ஒட்டர்களின் பனுவுக்கல் மீது சமவெளி அசையும். கல்சுனையில் நீர் அருந்தச் சென்றவர்கள் கல்லி சைக்கனியர்கள் ஊதும் எரிகொம்பில் வசப்படுகிறார்கள். பாழிக்குள் புதைந்த மீன் வைரத்திரவமாகவும் மஞ்சள் படிகரேகை பரவிப் பிணைந்த பாறை உருவமாக அசைகிறார்கள் கல்லிசையில். கற்படிவ மின்னல் தாக்கி வெளிப்பட்ட லாவா ஆற்றில் கீழே நடந்த கல்ஒட்டர்கள் வட்டமான படிகத்துள் எப்படியோ நுழைகிறார்கள். உள்ளே கல் வடிவம் சூழ்ந்த விநோதப் படிகஉடல் கொண்டு சாயைகள் பனுவுக் கல்லில் தெரிந்தார்கள். அந்தரங்க வார்த்தையால் வெட்டப்பட்டு ஒட்டர்கள் கல்லை அறியும் மந்திர வெட்டாக எழுதப்பட்டிருந்த சித்திர லிபிகளால் பெண்சிசு உடல் எங்கும் தோன்றியது. பாழியின் கையில் ஒளிச்சுடராய் கல்லால் ஆன மீன் தவழ்கிறது. கல்லும் செம்பாறைக் கூட்டங்களும் நெருங்கிய வட்டச் சருவம். வெளிவட்டத்தில் குத்துச் செடி முளைத்துக் கிடந்த வெப்பமான பாறைமீது சாம்பல் பல்லி கானலைக் குடித்து எரிகொம்புகளை ஊதி இசைக்கும் கல்லிசைக் கனியர்கள் பல்லியின் உச்சரிப்பை வேதமாக நம்பினார்கள். கர்ப்பக் கொடி இன்னும் அறுக்கப்படாத பிள்ளைத்தாச்சியான தானியாள் மேல் பெரிய சாம்பல் நிறப்பல்லி அடி வயிற்றை வைத்து மூச்சுவிட்டது. எரிகொம்பு ஊதிவருகிறார்கள் தானியாளைச் சுற்றி பாறைகளில் வாஸஞ்செய்த தானியாள் கல்லிசையில் ஆட்கொள்ளப்பட்டு கண்ணிமைத்தாள் கல்சருவத்துள் மறையும் சிசுவுடன். இசையின் மௌனமான உள்ளுணர்வை அறிந்து அதன் வழி பாறைகளை ஊடுருவிக் கீழே நகர்கிறாள் பிறவாத பாழி.

கானலையும் நீரையும் பகுத்தறியாத ஒட்டர்கள் நீரை எரி கொம்பின் இசை என்றும் இசையின் அகம் நெருப்பென்றும் சொன்னார்கள். வெப்பத்தின் குணரூபமான தைலநீர் புலம்பி நகர்கிறது ஓடையில். ஒட்டர்களின் கல்வீடுகள் நாய்குரைக்கும் ஒலியுடன் கல்லாலமரத்தின் அடியில் கல்லை இசைக்குழலாக வளைக்கும் மந்திரத் திறனில் எப்போதுமே ஈடுபட்டிருந்தார்கள். விளாமரத்தின் கொம்பில் எலிபிடிக்கும் வளையானது தொங்கிக் காட்டுப்பன்றி மிலா கரடி

சாவதானமாய் அவர்களிடையே நடமாடியது. மிருகங்களுடன் குகைக்குள் ஈண்டிக்கிடந்த தானியாள் எனும் வெப்பப்பெண் வனவிலங்கோடு சேர்த்து குகையின் கதகதப்பான வாசத்தில் தாழை மடல்களில் வடித்த ரஸத்தைப் பருகியவாறு கலவியில் நெளிகிறாள் பாறையுடல்களுடன். தினையைத் திரிகையிலூட்டி உள்ளோடும் கானகத்தின் ஓசையில் தொன்மையான நினைவுகள் ஆட்கொண்டன மிருகங்களை. கல்லைத் தட்டித்தட்டி ஆவியோடு பேசுகிறாள் தானியாள். வழிப்போக்கர்களை அடித்துப் பறித்து வேட்டையை தினைபுனங்களைக் கவர்ந்து கொண்ட உருவம் பலவான புள்ளிமான் கூட்டம். பாறையில் கர்ஜிக்கும் மிருகங்களாய் கல்லிசைக் கனியர்கள் வலிய கருத்தமேனியையும் கற்செதில் செதிலாய் விரியும் முறட்டுத் தொலியுடன் இருந்தார்கள். சரளையும் செதிலும் கலந்த செம்புரைப் பாறைகளை ஊடுருவிய ஆறு செந்நிறமாய் பாய செம்புரைமண் படிவில் அரவுகள் புதரில் மூச்சு விட புற்று வளர்ந்து பரம்புக் காடுகள் சூழ்ந்த தனிமை.

பூமியின் மேலோட்டுக்கு அடியில் வாசஞ்செய்து உள்ளடுக்கில் எரிமலைக் குழம்பை இடுக்குகள் வழியே பூமியின் மேற்பரப்பிற்கு ஓடிவரச் செய்வதற்காக எரிகொம்புகளை ஊதி பிரம்மாண்ட அழுத்தத்தில் அகம் கொப்பளித்து செம்பாறையிலிருந்து பொங்கும் கற்குழம்பிலான கடவுளை உருகுநிலையில் கொம்பூதி உருகினார்கள். விந்தைமிக்க கல்லிசைக் கனியர்கள் படிகவட்டத்துள் மறைத்திருக்கும் சுருண்ட சிசுவின் அருகே சென்று உரையாடினார்கள். உள்ளிருந்து பேசும் சிறுமியிடம் எல்லோருடைய மனதும் கட்டப்பட்டிருந்தது. செம்புரை மண்ணில் சுண்ணாம்புச் சாணம் மெழுகிய தரையில் வைத்து குலவையிட்டு நாட்டியமாடினார்கள் இரவில்.

முற்றத்தில் செம்மண்கோலம் வரைந்து வளையும் அரவுகளின் மூச்சை மூங்கில் குழலாகவும் கல்கொம்பாகவும் கூடி இசைத்து தானிய நகரின் மாயத் தோற்றங்களில் உடும்புத் தொலி உலர்த்திச் செய்த சல்லரி எனும் சிறுபறைகொண்டு கழைக்கூத்தாடிகள் தோலிசைத்து தீயைச் சுற்றி குலவையிடுகிறார்கள். செம்மண்ணை உடலில்பூசி மருதோன்றி இலையில் சிவந்த செங்குழலிகள் கால்சிலம்பு கல்லால் ஆனது. நவ உலோக ஒலி காற்றின் இவ்வளவான சத்தத்துக் கேட்ப விட்டு விட்டுத் தொனிக்கும் ஆழத்தில். காற்றுவீசும்போது மரங்களில் அமர்ந்து காற் சிலம்பை அசைக்கிறார்கள். தொலைவிலிருந்து வரும் மலைகளில் எதிரொலி கேட்டு கல்சிலம்புகளை கைகளால் தட்டியவாறு பட்சி ஜாலங்களை அழைத்துக் கொண்டு வெப்பத்தின்

சுழிக்காற்றாய் சுழன்று சுற்றி வட்டப்பளிங்குக்குள் மறைந்திருக்கும் தானிய நகருக்கு வெளியே சுழல்கிறார்கள். தீக்காடாகிவிட்ட கற்குழம்பின் அருவிபாயுமாறு எரிகொம்புகளோடு நீருக்குள் பதுங்கி இசைக்கிறான் தானியக் கன்னியை. கடல் ஆடிகளில் எழுந்த சுழல் தீப்பொறியாகக் கிளர்ந்து பெருங்கொந்தளிப்புக்குள்ளான தீக்கல்பாறைப்பிளவுக்குள் அமர்ந்து மந்திரக்கொம்புகளை வாசிக்கிறார்கள். சாம்பல்பாறை களைத் துளைத்து வரும் சூடேறிப் பழுத்த எரிமலை உடும்புகளாக வாய்திறக்குமாறு தீயை கொம்புகளால் உறிஞ்சி விழுங்கி கண்களால் உமிழ்கிறார்கள் நெருப்பை. எரிகுழம்புப்பாதையில் சல்லரியுடன் கொம்பூதிவரும் கல்லிசைக்கனியர்கள் அதிக வெப்பமான இசையை குமுறச் செய்து மின்னலை ஏவினார்கள் தானியநகரின் மீது. சருகுகளாக உதிரும் தானியநகரம் நடுங்கி அதிர்ந்தது. தான்யத்தின் படிகக்கண் பாசி வெளிச்சத்தில் திறக்கும் படிக நயனப் பாழி எனும் சிறுமி தானியக் கதிரினால் உள்ளே நீந்துகிறாள் சதாவும்.

கல்லிசைக் கனியர்கள் வனாந்திரத்திலுள்ள மணலை இசையால் மயக்கி பெருங்காற்றாய் வீசும் போது பறவைகள் கத்தும்ஒலியும் மணலைக் கையில் அள்ளிக் கசக்கினால் ஆந்தைகள் அகவும் ஒலியும் கோணியில் நிரப்பிக் குலுக்கினால் நாய்குரைக்கும் ஓசையும் உண்டானது. தானியாளின் கையில் ஒளிச்சுடராய் கம்மங்கதிர் உதிராமல் வளைந்திருக்கும். மின்னல்வேகத்தில் மிகப்பல துளைகளை ஊடுருவி வெளிவந்தன தரையடி மீன்கள். நீரைச் செவுள்களில் பீச்சியடித்தவாறு சுவாசித்துக் கொண்டிருந்தன உதடுபிளந்து. வேரோடு உரசி ஓடும் மறைந்த பேராறு மறதிலிருந்த அலைகளை வெளிப்படுத்த கொம்பூது கிறார்கள் கல்லிசைக்கனியர்கள். அமைதியில் இருந்த வறண்ட குன்றுகளில் பொருக்குகள் கண்ணாடிச் சிப்பிகளாக நொறுங்கிப் பளபளத்தன சரிவில். சிதைந்த ஆற்றின் எல்லா அலைகளின் ஓட்டத்தின் புலம்பலில் வரைகோடுகள் அசையும் ஆடிகளுடன் மலைக்குன்றுகள். உச்சிக்கு ஏறும் கல்லிசைக்கனியர்கள் மலைமீதுள்ள ஆதிக்கிராமத்தில் இயற்கையான கல்ஆடிகளின் மாயத் தோற்றத்தை உருக்கி வடிவங்களாக்கி ரகஸியமாய் வைத்திருந்தார்கள். முட்டி மோதும் அலைகள் பல்கிப் பெருகிய குன்றுகளில் உறைந்த மீனின் வடு. தானியாளின் கல் உடலில் சொட்டுச் சொட்டாய் ரத்தம் துளிர்த்தது. அவள் உதிரக்கல் வேகமாய் வடுப்பட்டு பாறையெங்கும் கீறிச்சென்றது எரி கொம்பின் ஒலியில். துணுக்குற வைக்கும் கல்படிவங்களில் ஆறு. அடையாள மற்று உறுமி நுரை பொங்கிச்

சுழிந்தது. ஆற்றுப் படுகையில் நகரும் மணல் மேடுகள் சிதறிப்பறக்க சுழல்காற்றில் இடம் பெயரும். பிளந்த பாறையில் சரிந்து கிடந்த கல்மீன் செவுள்களில் பீரிட்ட நீரைத் தொடுகிறாள் தானியாள். அவளை ஊடுருவிப் பாய்ந்த ஒளி மீனின் கண்களில் குமிழிட்டது. சரலைக்கற்கள் உருளும் ஆறு. தேரிமண்ணும் சாம்பல் பாறைகளின் சிப்பிகள் கூழாங்கற்கள் நிறங்கள் மாறித்தவழ்கின்றன காற்றில். யோனியில் திறந்து சுழன்ற வட்டக்கல்லை கையில் ஏந்தி தொப்பூள் கொடி ஈரம் உலராது காற்றின் சூறையில் நடந்து கொண்டிருந்தாள் எரிகற்களை ஆயுதமாக ஏந்தி வானராக்கியாய் அவள் பாதமுட்கள் பாறைகளில் பெயர்ந்து உருள தன் பளிங்கு கலசத்தில் ஊடுருவிக் கேட்டாள் 'மகளே.... உன்னைவிட்டு என்னால் விடுபட முடிய வில்லை. என் கர்ப்பத்தின் ஜனனக் குறியில் நீ பிறவாத சிசு...' 'கண்ணாடி வயல் என்னைச் சூழ்ந்துள்ளது.... உள்ளே யார் யாரோ மறைகிறார்கள்.... உனக்கு என்ன வேண்டும் அம்மா....' 'உனக்கு என்ன வேண்டும் சொல் செல்வமே அம்மாதான் இருக்கிறேனே' பாறைகளில் ஓடும் ரத்தநார்களிடையே கால்வைத்த மிருகமாய் அங்கும் இங்கும் நடமாடுகிறாள் கல்கலத்துடன். உடைந்த ஓடுகளோடும் பீங்கான் அன்னத்தில் வளைந்த கழுத்துடனும் உப்புக்கல்லில் வடித்த சிலைகளும் மண்விளக்கு உடையாத பூர்வீக ஊர் படிவமாய் கல்லாற்றில் உருப்பெற்று உடையாத திரிகைக் கல்லாயுதங்களுடன் ஆற்றோடு ஓடிக் கிடந்தது மயிலோடை.

இந்த ஊரின் கூரைகளில் பாவத்தில் திளைத்துப்புறண்ட சீவு நாற்று வேய்ந்துள்ளது. ஊரை வேய்ந்த கொத்தன் தவுலுத்தாத்தா மறைந்து கொண்டிருக்கிறான் கூரைகளுக்குள். இந்தப் பூர்வீக ஊரின் கூரைகளிலிருந்து தீரவே தீராமல் சப்தம் வரும். பூட்டிய வீடு களிலிருந்து சத்தம்வந்தால் யாருக்கும் திக்.... கென்று பதைப்பு வரத்தான் வரும். கூரை முகட்டிலிருந்து வரும் காற்றின் சப்தம் ஓயாத ஓலம்தான். மனதை வதைத்தெடுக்கும் ஓலம். இதிலிருந்து தாறுமாறான கோடுகள் உதிரும். ஸ்ஸ்ஸ்.... சென்று அடி ஆழத் திலிருந்து வருகிறது. ஏறி ஏறி இறங்கிவரும் காற்றில் இருக்கிற விநோத அரூபங்கள் இதயத்தின் மறை பொருள்தான். இருக்கிற மனநிலையை உடனே சீராக்கி மெல்ல எடையற்றவர்களாய் மாற்றிவிடும். பட்சிகளின் வில்வளைவான பறத்தலில் அந்தரத்தில் நடப்பது யாருக்கும் தெரிந்துவிடும். புலனும் காற்றும் ஒன்றையொன்று சதாவும் நுட்பம் கூட்டி உடலே இசைப்பெட்டியாக மாறிவிடும்.

தாளகபாஷாணப் பெட்டியுடன் கூரைவீடுகளில் கழைக் கூத்தாடிகள்

இருந்துபோன அரூபம் காற்றில் கிளம்பிவரும். ஊசலாட்டத்தில் பரிதவித்தவர்கள் போக மனமின்றி ஊரைவிட்டு வெளியேறினார்கள். சப்தமெல்லாம் கூரைகளில் அடுக்கடுக்காய் மேலேறி மெல்லச் சரிந்து சிறிது நேரம் உலகமே நிறுத்தி வைக்கப் பட்டதாய் தப்பிவிடும் காற்று. மறுபடியும் இதயத்தை வேதனைப் படுத்தும் தரிகெட்ட காற்றின் ஊதல் துவங்கிவிடும். மனதைப் புரட்டிப்புரட்டி எடுத்துப் போய் படுகுழியில் தள்ளிவிடும் வேளை கீழே பாயும் மிதத்தல் அபூர்வமாய் வந்துவிடும் காற்றில். கூரை யிலிருந்து வரும் உயிர்ப் பின்னல் மனநிலையைத் தலைகீழாக மாற்றிவிடும். எல்லாம் இழந்து போனவர்கள் தான் இங்கு கடைசியாக வாழ்ந்திருக்கக்கூடும். கூரைகளைத் தாங்கி நிற்கும் மூங்கில் கம்புகளில் சில்வண்டுத் துவாரங்கள் இழையாய் இசைக்கிற ஒலிகூட எப்போதாவது தேவையாயிருக்கும் உலகத்திற்கு.

பாழடைந்த மண்டபங்களில் ராணிகளுக்காகக் காத்திருந்த வௌவால் குடும்பங்கள் இரவு நேரங்களில் இங்கு வந்து சிறுவர்களின் விளையாட்டைத் தொடரும். ஒவ்வொரு வீட்டின் ஊரைக்குள்ளும் வௌவால்கள் தலைகீழாய் தொங்கும். ஒரு வேளை தவுலுத்தாத்தா வின் கோபத்தால் ஊரே அழிந்திருக்கும். யாரோ இழைத்த தீங்கினால் வெகுண்டெழுந்த கிழவன் ஒரு சீவுநாற்றைப் பிடுங்கி ஊரின் தலை மீது எறிந்திருப்பான். அதுதான் சாபம். சூனியநிலை கொண்டுவிட்டது. இந்த ஊரின் கடைசிவாரிசு தானியாளாக இருக்கும். விமோசனம் பெற முடியாத சாபத்தால் மறைந்து வருகிறது மயிலோடை. இங்கு யார் இருந்தார்கள். வாழ்ந்தார்கள். இருந்தவரெல்லாம் எங்கே போனார்கள் என்பதே யார் கண்ணுக்கும் தெரியாமல் நடந்துவிட்டிருக்கும்.

சாம்பல் பூசி உதிர்ந்து கொண்டிருந்த கூரைகளில் பூர்வீக வாசம் வருகிறது. இவர்களின் கனவுகளும் அபிலாசைகளும் சீவுகளில் இணைத்துப்பின்னி கூம்புகள் மீது குவிமாடம் அமைத்திருந்தார் தவுலுத் தாத்தா. சீவுக்கூரைகளின் மூச்சில் தானியாள் கல்கலசத்தை ஏந்திச் செல்கிறாள் நெருப்பாற்றில். ரேகையும் கால்தடமும் பட்டுத் தேய்ந்த ஆற்றுப்படித்துறையில் சிதறிய படிக்கற்கள். செப்பமற்ற ஜாடிகளைப் படைத்த கரடுமுரடான மணல்விரல்கள் பழங்காலத் தாளியை வளைந்திருக்கும் உடையாத கல்மொடாவில் கல்லிசைக் கனியர்களின் உறைந்த வடிவம்.

கல் கலசத்தின் உள் சுவரில் பாழியின் உயிர்நாடி, உறையாத உதிர வேட்கையுடன் கழுத்தில் தீயரேகையுடன் பிறந்த பாழி எனும் பெண்குழந்தையை நேரில் யாரும் பார்த்ததில்லை. கற்குழம்பில்

வடித்த சருவத்துள் மறைந்திருந்தாள். மயங்குதிணை வரிப்பட்ட மாயாழ் எனப்படும் உடன் ஜனித்த இசைவடிவ மீன் சாகரத்தின் உள்ளே நீந்தியது. அவள் காலில் வளரும் கற்சிலம்புகளைத் தீராது அசைக்க அசைக்க கற்சருவம் உருண்டது. பாழிவளர மாயாழ் எனும் மீனும் வளர்ந்தது. இருஉடல் கொண்ட ஒருத்தி அவள். தூர்ச குணங்களை உணர்ந்தவள் கற்சிலம்பு குலுங்க அசரீராய் பேசுகிறாள். அவள் அனல்வாக்கில் கல்லிசைக் கனியர்கள் நடுங்கி அவளை உயிருடன் சுழலும் கிரகமெனக் கண்டார்கள். பாழியின் விரல்கள் அசைந்து கொண்டிருப்பதுமாயாழின் அதிர்வாகக் கேட்கும்.

எரிகுழம்பிலான வட்டப்பாறை சுழல அதன் மீதே கல்ஊரை அமைத்தார்கள். உள்ளே மீனுடல் கொண்ட தீயரேகைக்கன்னி. சுழலும் கல் ஊருக்கு மேல் வால்நட்சத்திரம் சரிந்து வந்து பாறை மேல் பதிந்து நாட்கள் பலமறையாமல் ஆட்கொண்டது நினைவுகளை. எல்லா விதைகளும் உள் ஜனிக்கும் தானிய நகருக்குள் பாழியின் விரல் களுக்கிடையில் இசை வடிவ மீன் பயிர்த்தெருக்களில் நீந்தும். ஒரு பிடி தானியம் விதைக்கிறாள். அதன் விளைவு நகரமாகி அசையும் பூமியின் புல்லைப் போல வட்டமான உள்நகரம்.

4 மீனிடம் தொடங்கிய சமுத்திரம் இசையின் சாகரமாய் முடியும்

தீயும் நீரும் இணைந்து உருளும் உப்புக்கோளம். நரம்புக் கிண்ணரம் இசைத்து உப்புப்பள்ளத்தாக்கில் பாடிய நாட்கள் நெருங்கி வந்து அதிகாலையில் விழித்த பட்சிகளோடு ஸ்திரீகளும் பயிர்களுக்குள் மறைகிறார்கள். பச்சையான கிரகம் வெளியை பயிராக மாற்றி விடும். தலைதுளுக்கும் சிசுக்களுடன் ஈண்டிக்கிடந்த பெண்கள் தானிய நகருக்குள் முளைவிடுகிறார்கள். கல்கலசம் சூரியனோடு மேற்கே புதைந்து பௌர்ணமி இரவில் எழுந்தது மாற்றொரு நில வாய் இடமுறை சுற்றி விண்மேல் பறந்து ஒளியுமிழ்ந்தது. நிலங்களின் திரிபில் பாலையை இசைத்தாள். அவள் உறைவிடம் மற்றொரு கிரகமாய் சுழன்றது மெல்ல. அவள் மண்தோன்றிய காலத்திலிருந்து கல்லாகவே இருந்து எரிகுழம்பில் பதிந்த அவள் நரம்புவாத்தியம் பளிங்கில் இசை புரண்டது. வட்டச்சுழியில் கல்ஊர் அமைந் திருப்பதை அறிந்திராத கல்லிசைக்கனியர்கள் எரிமலைதான் இப்படி அக்கினி கக்கும் உருளையை சுழற்றி விண்பரப்பில் வீசியதென்று நம்பினார்கள். ஏனோ உதிரும் பாறைகள் மணலாகித் தனித்திருக்

கின்றன ஒட்டாமல். மணல் மேடுகளில் புதைந்து காற்றின் சூறையில் வட்டமான உலகம் அடித்துச் செல்லப்படுகிறது. ஒவ்வொரு மணலுள்ளும் அவள் தொனி தனித்திருக்கப்பட்ட மீனில் அதிர்கிறாள் மணல் நரம்பாய். மணல் நுண்ணுயிர் குடைகிறது உள்ளிருக்கும் வெறுமையை. வெண்மை பூத்தகரையில் உவர் நிலங்களில் பனித்திருக்கும் வட்டமான கிரகம். இடம் பெயரும் மணல் மலைக்குள் புதைந்து மெல்ல தட்பவெப்பச் சமநிலைக்கு உயர்ந்து சரிகிறது படிகவட்டம். மணல் புயலில் சுழன்று ஓடுகிறது பந்து. பாலைக்குள் மணல் நரம்பின் வறண்ட சாம்பல் இசை. வெளியே யாழுடன் பாலைநில மனிதர்கள் சுழலும் எரிபந்தைச் சூழ்ந்து ஆடுகிறார்கள். பாறை மடிப்புகளைத் தட்டித் தட்டி நுண் துவாரங்கள் நூற்றி மூன்று பண்களாக துளைவிழுகிறது. ஏழ்கண்களை மூடித் திறக்கும் கல் குழல் நீள்கிறது வெளியே. நகராத மணல் குன்றுகள் பாடலில் கேட்டு ஊளையிடும். மிருகங்களின் குரலில் மணல் முனங்கும். கால் தடங்களைச் சுருட்டி வேறிடத்தில் விரிக்கும். எல்லாப் பறவைகளின் கால்பதிவுகளைத் தொகை தொகையாய்ச் சுருட்டிச் செல்லும் மணல் வடிவம். உதிர்மணல் சரிய சுழல்கிறது எரிவட்டம்.

ஒரு துளி மழைக்காகத் தவிக்கிறது. எங்கோ மறைந்து கொண்ட நீரைத் தேடும் விண்மீது, வெற்றுமேகங்கள் வந்து மூடுகின்றன அவளை. மீனில் இசைக்கிறாள் ஒரு துளி கேட்டு. நரம்பின் வறண்ட தொனியில் உருளும் ஓர் துளி, மறுபடியும் மழைத்துளி இசையில் விழுந்தது. அது இசையின் உள்ளே சுவறிற்று. வளைந்த மரக்கிளைகள் வட்டத்துள் அதைப்பிடித்து அருந்திவிடும் சிறு துளி. அது இசையின் அடிப்பகுதியை அடையும். அங்கிருந்து இலையை அடைந்தது. இசையிலிருந்து வெளி வந்த உப்பு நரம்புகள் தவிக்கக்கூடும். உப்பின் இசைக்குள் வட்டமான கல். சிறுதுளி இசையை அடைந்ததும் நரம்புகள் பருகும் வேட்கை. காற்றில் கலந்தது ஓசையின் குளிராய். அது மறுபடியும் ஓர் மேகத்துண்டாய்க் கருத்தது. மேலே கீழே ஓடும் பந்தாய் ஒரு துளி நீர். அதிலுள்ள கல் கலம் உருப்பளிங்காய் சுழல்கிறது. துளித்துளியாக இசையினுள் கசிந்தது நீர். படிக இருட்டில் குளிர்ந்த குகை. உருவில்லாமல் கருந்தண்ணீரில் அசைகிறாள் பாழி. குளிர்ந்த ஊற்றாக வெளிவரும் அவள் இசை ஒளியாகிறது. கல்கலத்துள் கசியும் ஊற்று. உள்ளே இசையில் அலைவுறும் தனிமைகொண்ட மீன். குழலின் கண்களை மூடிவருடும் விரல்கள் இடமாறிக்கொண்டே இருக்க சலனமாகிறது பந்து.

உவர்மண் பூமிக்கு மேல் எழுந்த வெண்பந்து தரைமட்டத்துக்கு வந்து நீரில் முகம் பார்க்கிறாள் பாழி. அடங்காத துர்க்குணத்தால் மீன் எடுத்துமீட்ட இரவுபகல் வருவதில்லை. காலத்தை சூனியத்தின் துளைவழியாகப் பார்த்துக் கொண்டிருந்தாள். நடைமுறை உலகத்திலிருந்து விருப்புவெறுப்புகளும் ஆசாபாசங்களும் அவள் உடலில் பச்சைச் செதிலாய் முளைத்தது. கல்ஊற்றில் நீர்பருகிய கல்லிசைக் கனியர்கள் அபூர்வமான கற்களில் உராய்கிறார்கள். கற்கள் ஒளி பொருந்திப் பேசுகின்றன அவர்களோடு.

எல்லையற்ற அலாதியில் சந்தடி செய்கிறார்கள். சாம்பல் ஆமையின் வட்டமான ஓடாய் மூடிய கல்வடிவம். அவர்களின் கடைசி தானியம் கல்உலகாய் சுழல்கிறது இருஉருவாய் ஓருடல்கொண்டு. காற்றில் கலந்த ஓசைகளுக்குள் ஒளிந்து வருகிறாள் எப்போதும் வெளிவராத தீயரேகைக்காரி. மூர்க்கமான பாறைகளும் பறந்து திரியும் சமவெளி ஒளியில் நடந்து வருகிறாள் தானியாள். அவளது நெளிவுக் கூந்தல் கட்டுக்கட்டாய் அசைகிறது. அவள் வந்து போன பின் நிசப்தமாகும். காற்றின் மிக மெல்லிய ஸ்பரிசத்தில் மீனை இசைக்கிறாள். கேட்கவே மெதுவானது. செட்டைகளின் நிழலிலே தானியாளின் காலடிகளைத் தொடர்ந்து தரிசிலே விதைதுவந்த ரோகிகள் எண்ணையிலும் மிருதுவான வார்த்தைகளைச் சொல்லி பறக்கும் தானியத்தை அழைத்தார்கள். அவள் அந்தரத்தில் ஓடும் தானிய வீதிகளைவிட்டு வெளியேற மறுக்கிறாள். பச்சையான ரோகிகளின் துயிலில் அருகே வந்து பால் நிலவாய் படுத்துக்கொண்டு அவர் காதுகளில் வெண்ணையைப் போல மெதுதுவாகக் கொஞ்சினாள் உள்ளிருந்தே.

சிங்கங்களின் நடுவிலும் நிலவாய் தோன்றி நாணலில் பால்ஒளி வீசி மிருகக்கூட்டத்தின் அதிசய இருப்புடன் ஊடுருவித்திரிந்தாள் பாழி. அவள் கசிந்து மெலியும் விண்ணிலிருந்து கீழிறங்கி சனங் களுக்கு முன்னே நடந்து அவாந்திர வெளியெங்கும் பரவினாள். மலைகளில் உறைந்த வெண்மையானாள் பாழி. மிருகங்கள் போய் அவள் இருப்பைப் பார்த்து ஆசையாய் அருகில் போக எட்டி மறைவாள் மேகப்பிளவில். நிலாமுற்றத்திலே நாய்களின் நாவு ஒளியை நக்கி வனத்தை நோக்கி ஊளையிட்டது சன்ன இழையாய். இராக் காலத்தில் மீனில் அலையும் இசை திரண்ட நீரிலும் ஒளிபட்டு வானத்தின் தானியமாகச் சுழன்றாள் பாழி. வறண்ட வெளியில் கனிக் காலம் தோன்றும் பருவத்தை தனியாள் உணர்ந்தாள். பயிர்வழியே போய் கங்கம்மாளின் நீர்ச்சிலையில் மறைந்திருந்தாள் தானியாள் குருவிகள் குஞ்சு பொறிக்கும் நாள்வரை. விடியற்காலத்துக்

கர்ப்பத்தில் பிறக்கும் வானத்தில் தானியநகர்மேல் பனித்துளி. இலைவாசல்களில் உலர்பனிபூசியிருக்கும்.

பாழியின் கருவைப் பனியின் கண்கள் கண்டது. பனியின் சுருளிலே எழுதியாயிற்று, வீட்டின்மேல் முளைக்கும் புல்லின் அலைதான் தானியாளின் உயிரென்று. உணர உணரக் காலஅமைதி உரையும் இருண்ட வனங்களில் பறந்தலையும் வெண்பந்து, சஞ்சரிக்கிறாள் ஆரணியத்தின் உயிராய். கனவுகளில் கிளம்பிவரும் பாம்பு வெண்பந்தை விழுங்குகிறது. நீளமான அரவின் கரிய இறைப் பைக்குள் நகர்கிறது உருகாத கல்பாண்டம். உள்ளிருந்து சர்ப்ப மூச்சைச் சுருட்டி மீனின் நரம்புகளாக மாற்றி மயக்குகிறாள் ஸர்ப்பத்தை. பச்சைப் பாம்பு கக்கிய நாகரத்தின் கல்லாய் உருமாறிய வட்டக்கல் விஷமாய் சுழல்கிறது ஒளிப்பாதையில். மிதந்து செல்ல இரு உடல்கொண்ட தேவகணிகையின் உடல்கள் திரிந்துகூடும் இடமுறையில் ஏழ்பெரும் பாலையாகிறது இசை. எப்போதோ விழுந்தகற்கள் தரையில் கிடக்கும். குனிந்தகல்லிசைக் கனியர்கள் அவற்றை எடுத்துப் பார்க்கிறார்கள். எல்லாம் எங்கிருந்தோ வந்தவை. அவற்றில் படிந்து வந்த வெளியுருவங்கள். மறைந்த ஊரின் எல்லையில் நின்று தேடுகிறார்கள் கற்களையும் தானியத்தையும்.

பருவ சுழற்சியில் இடமுறையாகச் சுற்றியது கல்குடம். உள்ளே எங்குமில்லாத கதகதப்பில் சுருண்டிருந்தாள். சூனியத்தின் உட்குழிகளில் சுருண்டது உயிர். எல்லோரும் அவள் மறைந்திருக்கும் கலசத்தைக் கைகளால் ஸ்பரிசித்தார்கள். நுண்துளைகளில் பீறிட்டு வந்த தானியங்களைத் தொட்டு பாண்டத்தில் ரேகை பதித்துச் சென்றார்கள் பெண்கள். எங்கும் தோன்றியது செந்நிறமாக எரியும் ஜுவாலையுடன். தொடுவானில் மறைந்திருக்கக்கூடும். செம்மஞ்சலான சூரியன். அதுவிரைவாக கீழ்நோக்கிச் சரிந்தது. மலைகளின் மடிப்பில் தொட்டு மாறிச் சென்றது. பாறைமுகட்டில் உச்சியில் இருந்த மிகச் சிறிய திடலில் கண்ணாடிவயல் அலைவுகொள்ளப் படிக விசிறியில் ஓடும் தீயரேகையுள்ள தானியம். அது துன்பத்தில் கண்ணீர்விடும் ஆழத்தில் உச்சி மலைகளின் துயரம். அசைந்து கொண்டிருந்த சாவின் வசீகரக் கண்கள் பாழியின் கருவுக்குள் ஊடுருவிப் பார்த்தது உயிர்குடிக்கும் வேகத்தில். ஏனோ கண்ணாடிவயலால் சூழப்பட்ட பாழி வானத்தின் தானியமானாள். ஆகாசத்திலே நீரோட்டங்கள் கூடிவர அவள் விரல்களிலிருந்த இசைமீன் நழுவிச் சென்று நீந்தியது விண்மீன் களுடன். திறந்த பாதைகளில் சுழன்று செல்லும் ஆகாசத் தானியத்திலிருந்து உப்பைப் பிளந்து உள்ளிருக்கும் கனிகளின்

திரட்சியான சாம்பல் வனத்தைப் படிக நீர் மேல் விரித்தாள் பாழி.

கனிகளின் கண்ணீரோடே கலந்துருகினார்கள் அப்ஸர கன்னிமார். அவர்கள் ஸ்தனங்களின் ஒளிமீது மெல்லிய உப்பையும் கண்களையும் பதித்து காட்டு ஜீவனைப் போல தனிமையில் வாதுற்றாள். விண்ணகச் சாம்பல் வனாந்திரத்திலிருந்த தாவரங்களில் ஆகாயத்துப் பட்சிகள் கால்வைத்து அலகில் சுமந்த சொர்க்கத்தில் பறித்த கனிகளைத் தலை கோதும் கன்னிமாரிடம் கொடுத்துத் தானியத்துக்குள் மறைந்து கொள்ளும் பாழியுடன்.

ஈயச்சாம்பல் வெளியில் செதில்களால் ஐந்து நிலங்களின் மயக்க இசைக்கு இடம்மாறி தவழ்கிறது மீன். சூறாவளியில் எழும் கடல் அலைகளைப் பலநூறு ஆயிரம் மடங்கு சுழற்சியில் நரம்புகளில் அவள் விரல்படவும் மீனின்இசை உச்சத்தை எட்டியது. அதிர் வலையை நொடிப்பொழுதில் பாறைகளாக மாற்றும் விந்தையான பந்து. பாறை அலைகளின் உச்சியில் படிந்திருந்த வெண்நுரையாக வெண்பனிப் பந்து சுழலும்.

எரிகுழம்பில் சுழலும் கிரக நிழல் கூட்டம். பின்னே மலைகளின் மீது நீல ஜுவாலையாக மிதக்கும் நீலப்பந்து. உடன்பிறந்த மீனுக்குள் முழுகிரகத்தின் அதிர்வலையை வெளிப்படுத்தும். பாறைகள் கூர்மையாகப் பளபளக்கும் கண்ணாடி. நீலத்தழல்களால் ஒளிர்கிறாள் துயரரேகை கொண்டவள். இத்தழல் நீலமீனில் கசியும். நிழல்கள் பின்வாங்கிக் கீழே சரிகின்றன வேகமாய். மிகத் தொலைவிலுள்ள சிகரங்களில் தென்பட்டாள் கரும்புள்ளியாக. நீலஒளியாக மாறிச் சுடர்ந்த அவள் கண்கள் இருண்ட பந்துக்குள் துளைகிறது மெல்ல.

முடிவில்லாத அவள் கூந்தல் மடித்து மடித்து கரும்பச்சையாய் படர்கிறது. சடை சடையாய் மலையடுக்கில் பாழியின் கேசம் கண்ணாடி வயல். நீலத்துள் மூழ்கிய நாணல்கள் ஒளிபொருந்திப் பேசுகின்றன அந்தரங்கமாய். விண்மீன்கள் கண்ணாடி வயலுக்குள் வெளிர்நீலத் தண்ணீரில் வாலை அசைத்து தவழ்கின்றன. முகம் கன்னியாகவும் உடல் மீனாகவும் மந்திரம் கொள்ளும் வயல். சடை அடர்ந்த கேசவயல் ஆகாசதானியக்கதிர் விளைத்து உதிர்கின்றன கிரகங்கள்.

விண்மீனிலிருந்து இன்னொரு விண்மீனுக்கிடையில் மிதந்து கொண்டிருந்த கலத்தில் மிக மெல்லிய துணிகளில் வரைந்த சாம்பல் பனுவலை அலையலையாய் வெளிப்படுத்தினாள் பாழி. இந்தப் பூமியைத் தாண்டிய அச்சில் சுழலும் இசை முறையை வகுத்த பெரும்

பாணர்களின் கல்முகங்களைக் கல்லின் உற்சுவரில் தீட்டினாள். பரந்த தொரு ஓவியத்தில் வட்டமான கல்நண்டு பறந்து அலைகிறது.

விண் மடுவில் துயிலும் தேவதைகளின் கூந்தல் அலையைத் தொட்டு காதுகளில் சாம்பல் பனுவலைச் சொல்ல, வெண்தேவதைகள் அபூர்வ இசைக்கான சாயைகளாய் மாறினார்கள். பாலைநிலக் கனியர்கள் கண்ணாடி வயலில் உருப்பெற்ற பாதரஸக்கன்னிகளுக்கு மிடையில் நடந்த யுத்தத்தில் பெருகிய ரத்தம் துயர இருள் வீச செந்நிறமாய் எரிந்தது பந்து.

இவ்விரு ரகஸிய இனங்களது துயர்மிக்க நினைவுகளைக் கண்ணாடி வயலில் உடைந்த ஈட்டிகளாய் சிதறிக்கிடக்கும். ஞாபகத்தின் சுவர்கள் குருதி தேய்ந்த சிவப்பாய் இருந்தது. அதைப் பருகினார்கள் பாதரஸமனிதர்கள். கனியர்கள் யுத்தத்தில் வீழ்ந்த பழமையான வர்ணனைகளை மறைந்த ஆறு வெளிப்படுத்தியது. வெண் பளிங் கிலான கலம் சுற்றியது விண்ணில்.

சன்னமான ஒளியிழையில் நடுங்கினாள் தீய ரேகை வீசும் யுவதி. வெறித்தாண்டவம் புரியும் எரிபந்தில் மறைந்திருக்கிறாள் மீனுடன். கல்லரக்கர்கள் சூனியக்காரி மூதாவுக்கும் தானியநகரின் பாதரஸ மனிதர்களுக்கும் எதிராக எரிகொம்புகளை ஊதி அழைக்கிறார்கள் எரிமலையை. மலைச்சிகரங்களின்மீது கல்லிசைக்கனியர்கள் வெட்டி வெட்டிப்போகும் ஊழிப்பாதையில் பாதரஸச்செடிகளை ஏந்தி தாக்குகிறாள் மூதா. சுழலும் யுத்தத்தில் எரிகுழம்பில் வட்டப் பாறைகளை ஏவி தானிய நகரை விநாசத்தில் வீழ்த்தக் காத்திருக் கிறார்கள் மேற்கே.

உடனே உருவாகிவிடும் சருகு நகரமது. உடைக்க உடைக்கத் தானியம் விளைந்துவிடும். மணல் அடியில் குழிபறித்து மணல் குழல் கொண்டு பூர்வீக ஸர்ப்பங்களை ஏவி கண்ணாடி வயலை பயமுறுத்தி திசைமிரண்டு ஓடுகிறார்கள் பாதரஸ வீரர்கள். சூறாவளியில் உடைந்து பிளந்த மலைகளின் அடியிலிருந்து பீறிட்டுப் பொங்கின அழலும் எரிமலைக் குழம்பின் பிரவாக வேகம் தானியநகரின் வீதிக்குள் புகுந்து கணம் உறைந்து பாறைகளில் பளபளக்கும் மலைகள் மீது கண்ணாடி வயல் வளர்கிறது.

பாறைகள் ஒன்றோடொன்று மோதி நொறுங்கும் ஓசை. யுத்தத்தில் அடர்ந்த செம்புழுதிப் படலம் விரைவாக கண்ணாடி வயலை நோக்கி எழுந்து படிந்தது. சுழலும் எரிகுழம்பில் குழலூதுகிறான் கல்மனிதன். ஈட்டிகளும் நெருப்பாயுதங்களும் ஊடுருவிக் குமைந்த குழப்பத்தில்

கெட்டிச் சுவராக எழுந்து கவிந்தது பாறைப் படிவம். முப்புறம் எரிந்து உறைந்த அலைகளில் தவழும் இசை. கால்மாற்றி ஆடுகிறாள் பாழி. ஆயினும் பொழுது திரிந்த மயக்கம். ஒளியுமிழும் தானியத்தை எறிகிறாள் கண்ணாடிவயலை நோக்கி. அது பல்கிப் பெருகியது நவகதிர் களாய். அவைகீழே சரிந்து வெடிந்த தானிய ஒளிச்சிதறல். விரிசலடைந்த கல்பரப்பில் மூழ்கியும் வெளி வந்தும் இருண்டும் வெளிச்சமடைந்தும் மாறிமாறிச் சுற்றிவரும் வெண்பந்து.

நிறக்கோலமாய் திரளும் கற்கோளம். யுத்தத்தில் சிதறிய ஆயுதங்களின் கைப்பிடியில் தானியத்தின் விரல்ரேகை பதிந்திருக்கும். பாதரஸவீரர்கள் வயல்பாதையில் மறைகிறார்கள். விரல்குறிகளாக பச்சைரேகை குற்றுயிரானவர்மீது படிந்தது. உள்ளே மறைந்திருக்கும் இருவரே யுத்தத்தின் கொடுமைகளை மண்விளக்குடன் தேடித் திரிகிறார்கள்.

கைகள் தொட்ட அடையாளம் உதிரரேகைகளாக ஓடும் ஆறு. மணற்குழியில் ஒடிந்த குறுவாட்கள். சிதறிக்கிடந்த குதிரைக் கால்கள் வீரர்களின் அவயங்களின் அங்கவேகம் உதிரத்தில் எரிகிறது சுடராய். சல்லரிச் சிறுபறையுடன் பாணன் யுத்தத்தின் உதிரவேட்டையை இறந்த வீரர்களின் எலும்புகளில் அதிரும் தானியங்களை எழுப்புகிறான்.

வெகு விநோதமாக ஆடிப்பாடி கழுகுகளை விரட்டுகிறான். குள்ளமான பாணனைப்பிடித்து கயிற்றில் கட்டி இழுத்துப் போகிறார்கள் கல்லிசைக் கனியர்கள். கல்கலசத்தில் சுழலும் தீயரேகையுள்ள பெண் விண்மேல் மேகங்களைத் தாண்டி தானிய நகரின் நிலவாய் திரிகிறாள் இசையுடன். பாணனின் சல்லரி இடை விடாமல் தாளமிடுகிறது. அவனும் ஓர் மண்கலத்தில் பலநூற்றாண்டு பதிந்திருந்தான் கல்லுருவில். அவனிடமிருந்த கடினமான ரொட்டியில் அழியாத தானியம் உதிர்ந்தது. அவனே சாபத்தில் விழுந்த கல் ஊரின் காற்றையும் தீயரேகைகளையும் பாடலாக இசைத்தது.

பழங்கால மண்கலங்களில் கைவிரல்கள் மறைவதில்லை. தேன் நிற மருவிழுந்த அவன் கண்கள் சதாவும் பழமையில் திளைத்துக் கொண்டிருக்கும். தவிட்டு முகத்தில் பல ரேகைகள் படர்ந்தன. எலும்புச் சீப்பால் கல்கலத்தின் உட்சுவரில் சாம்பல் பனுவலைக் கீறினாள் தீயரேகை கொண்டவள். மீன்உடலில் பலரேகைகள் வரைகிறான் சங்கேதமாய். பானைகளை உலர்த்திய பிறகு சுள்ளையில் வைத்துச் சுடவேண்டியிருந்தது. பானைகளை அடுக்கி மூடிய சுள்ளையில் மண் சுடும்போது பிதிர்வாசனை நிறங்களாகக் கிளம்பிச்

செல்லும். மிருதுவான களிமண் கீறல் விடாமல் சுட்டு எடுக்கும் பானைகளில் விரலால் தட்டுகிறான் கனியன். மண் உருவங்களைப் புடமிட்டு வீசி வீசிப் பாறையாக மாற்றுகிறான். பானை ஒரு போதும் நினைவில் மறையவில்லை. ரேகைபடாத பானைகளில் தானியம் வைத்தார்கள். வர்ணம் பூசப்பட்ட கலத்தில் செங்காவிக் கோல மிடுகிறார்கள் தானிய நகரைச் சுற்றி. வர்ணம் கரையாத மொடாக்களில் மெலிந்த மனிதர்கள் நடமாடுகிறார்கள். முள்படர்ந்த பானைகளுக்கிடையே காதறுந்த குதிரைகள் சிரித்து அதிரும் மண்தளிக்குள் கெங்கம்மாள் புடை மண் சிற்பமாய் வளர்ந்து உடல்கீறல்களில் நீர்கசிந்தது.

பூமியிலிருந்த கல்முகங்கள் மண்பொம்மைகள் கர்ப்பஸ்திரீயின் வேதனை சுழிந்த மண் உருவம் காட்டையே அலறி அழைத்தது. அது அறுந்து கிடந்த காளைகளின் கொம்பில் உரசி காதுகள் முளைத்த படுகளத்தில் மனிதத்தலையுள்ள விலங்குகளின் கோர உருவத்தின் துணையை அழைப்பதாக இருக்கும். திறந்தவெளிச் சுள்ளையில் பெரிய பெரிய கைகளையுடைய மண் இசக்கி மணிகள் அதிரக் காட்டுக்குக் கிளம்பிப் போகிறாள். மண் சுட்ட உருவங்களில் பதிந்த பெண்களின் ரேகைபட்டே தேய்ந்த அழிவுகளைத் தாண்டி முகங்களில் விரித்த மண் விழிகள் பயிரில் அசையும். அடுக்குப்பானைகளில் திரிகை சுற்றும் பெண்கள் தானியம் எடுக்கும் உரசல் தீரவில்லை. பளபளக்கும் பனிநிறமுள்ள வெண்யுவதியாகமாறிய களிமண்ணைப் பீங்கானாக மாற்றும் மந்திரக் கைவினையின் ரகஸியம் தானியநகரில் இருக்கும்.

பாதரஸ வேகத்துள் ஒளிந்திருக்கும் பளிங்குக்கலசம் உள்ளே உருவற்ற பிக்குகள் அவளிடம்போய் தானியம் வாங்கிப் போகிறார்கள். அவர்கள் பிக்ஷாபாத்திரத்திலிருந்து எடுக்க எடுக்க தீராமல் வந்த விதை வித்துகளை பச்சைமலைமேல் விட்டுச்செல்ல பின்னே வருகிறார்கள் கனியர்கள். பூமியின் உப்பாயிருக்கும் பிக்குகள் காரமான விதைகளை மண்மீது தூவுகிறார்கள்.

சூனியத்தால் சாரமாகும் உப்பில் தளிகுடைந்து மறைந்துறை கிறார்கள். மனிதரால் மிதிக்கப்படாத வெள்ளி உப்புகளை விரல் களால் அள்ளி மரவிளக்கின்மேல் குவித்து ரஸசாஸ்த்திரக் ‘கரிசல்’ ஏட்டை திருப்புகிறார்கள். அப்பொழுது உப்புக்குகைக்குள் யாவர் உருவங்களும் நுழைந்து வந்து பிக்குவின் வெளிச்சமான வார்த்தை களைக் கேட்டு ஒருபிடி உப்பைக் கொண்டு போகிறார்கள். ரோகிகள்

வந்து கூடவே இருக்கிறார்கள் உப்புச் செதில் உருவங்களாக. தமது கையை நீட்டி ரோகியைத் தொட்டு உடலும் பழமொழியும் ரோகத்தினால் ஊறிப்பிரிந்து படிகமாக உதிரும்.

காட்டுப்புல்வாக்கில் பாதம் வைத்துப்போனார்கள் வெள்ளைத் தரைக்காட்டுக்கு. அங்கே சுவாலித்துக் கிடந்த காட்டு இயற்கைப் பழம் ஒன்றின் உள்ளே பசியாறினார்கள் பிக்குகள். 'ரோகிகளைக் கனியின் தித்திப்பாலே அறிவீர்கள்' எனக் கனியர்கள் அவர்களைக் காட்டை விட்டு விரட்டாமலிருக்கச் சொன்னார்கள் பிக்குகள். அவர்கள் தலை சாய்க்க இடமில்லாமல் அலைந்து திரியும் போது ரோகிகள் உப்பு வனமாயினர் பிதிரில்.

II

சிறுமி நெல்லி

வாயில் எச்சில் ஒழுகும் முட்டாள் காமோஸ்டாவோ மழிக்கத்தியும் பிக்ஷா அகலும் ஏந்தி டாட்டில் எனும் ஒற்றைப்பல் கழுதை மேல் சம்பாபாழியை நோக்கி வந்துகொண்டிருந்தான். அப்போது ஆற்றோர நாணல் புதர்களுக்கிடையில் இருந்து வெளிப்பட்ட தோட்டா மூக்கனும் நரித்தோல் அணிந்த துப்பாக்கி குறவனும் 'வில்லேஜ் ஆஃப் தீவ்ஸ்' புத்தகத்தின் அடுத்த அத்தியாயத்திலிருந்து காமோஸின் கல் ஆடிக்குள் அசைந்து ஆற்றுநீரின் குரலில் பேசிய அந்திவேளை. பளிங்குச்சிறுமி பாடியபடி மறைவதைக் கேட்டு விட்டான் முட்டாள். அவள் வயலுக்கும் நீருக்குமாய் இடம் மாறுகிறாள் பாடலில். 'உலகம் வெளியில் காத்திருக்கிறது சாவும் கூட....' எதைஎதையோ ஞாபகத்தில் கொண்ட ஆறு வைரச் சிற்பங்களைத்திறந்து காட்டியது டாட்டில் கழுதைக்கு. உடல் முழுவதும் வைரம் தைத்த சிறுமி மூதாவிடம் கேட்டாள் 'எனக்கு ஆழாக்கு நெல் தருவியா பாட்டீ' 'தரமாட்டேன் போ' என்றாள் மூதா. 'ஏன் தரமாட்டிங்கே பாட்டீ' 'உன் பேரென்ன வைரமே' 'நெல்லி' என்றாள் கழுக்கெனச் சிரித்து, சற்றுநேரம் கண்களைமூடி நெல்வாசனையில் ஓடும் கோடுகளைத்தடவி வயலாகிவிட நினைப்பாள். அவள் கண் திறப்பதற்குள் பால்பாதையில் ஆயிரம் கதிராக விளைந்து முற்றி அசைந்தாள் சிறுமி. மஞ்சள் வெளிறிய வைக்கோலின் மயக்கம். சுற்றிவரத் தேடினாள் சிறுமியை. வெளிறிய பாலில் நெல் இரைச்சல். நரை மூதாளின் கூந்தல் நெளிந்து படர்ந்தது வரப்புமேல். அடர்ந்த சூரியல் இளமை மாறாதிருந்தது.

அதன் கர்வத்தால் தூண்டடப்பட்ட மூதாவின் உருப்பளிங்கு ஆற்றில் ருதுவான வாலமங்கையாய் அசைந்தது. நெல்கதிரிலுள்ள பால்வாசனையில் மறைந்த சிறுமி மூதாளின் கண்களைப் பொத்தி விரல்ரேகையால் பொருந்த எல்லா வயல்களின்மீதும் அபிதரின் துகில் திசைசூழ அசைந்து கொண்டிருப்பதைப் பார்த்தாள் சிறுமி விரல் இடையில். வரப்பின் மீது நீந்தி ஓடும் சிறுமி தொலைவே நெல் மூடி திறந்து பால் பாதையில் மறைந்துவிட்டிருந்தாள்.

நெளிவுச்சுரியலைச் சிணுக்கோலியால் கோதுகிறாள் மூதா. ஈறுவுளியில் அகப்பட்ட பேன் இரு திருடர்களாய் பாட்டியின் விரல் ரேகையில் பதறி அலைந்தன. பழந்திருடர்களின் நினைவுத் தடத்தில் டாட்டில் கழுதைமேல் வருகிறான் காமோஸ். பேன்களின் உடலில் அடுக்கிய கோடு சம்பாபாழியின் புராதனம் திறந்து பேசியது காமோஸிடம்:

5 சம்பா பாழி

அசைந்துகொண்டிருந்த சம்பாபாழி. விண்நோக்கி மஞ்சள் வெளுத்த ஒவ்வொரு நெல்லுமே சிற்பமாய் கதிர்கள் பின்னி இழைத்து உதிரும் பால்வெளி புரண்டோடும் வைப்பாறு. வரிவரியாய் கீறல் கொண்ட பழுப்புநிற உமி அரும்பில் பலநூறு மஞ்சள் வெண்மையில் பொழுதுவிரியும் மயக்கம். நெல் பூக்களில் வரும் பால்வாசனை. வைக்கோல் வேய்ந்த கூரைவீடுகளின் மண்தாங்கிப் பலகையிலுள்ள வயல் கிளிகள் மரயாளிகளில் சாயல் கொண்ட ருதுவான குமறுகள் மறைந்த குதிர் உள்ள அறையில் அவர்கள் விட்டுச்சென்ற 'கேச அகவல் ஏடு' திறந்த நெல் காற்றின் முணுமுணுப்பில் யாருமற்ற அறைகளில் விதைநெல்லின் பார்வை வயலாக அசையும். கேசப் பனுவலில் அலைகிற மயிரிழை தனியே சுருள்படும் சூனியத்தின் வளைவில் நெற்கதிர் துளிர்க்கும் வெண்சிலைகள் நகர்மேல் அலைவுறும் துயரம். மணல் வடுவில் தேயும் நுண் சிலம்பின் ஓசை அறைக்குள் நூற்றாண்டு பல கடந்தும் கேட்கிறது மெல்ல. நெல் கூடாரங்கள் மீது மறையாத பொலிக்கோடு. தாதுகோபத்தில் படிந்த வெள்ளிய உப்புப்படிகம்.

சுவர்களுக்குள் நெல்கதிரேந்திய அமணர்கள் தீட்டிய 'சித்திரவயல் ஏடு' தீர்ந்து உதிர வெண்மையான அபிதர் ஆழ்ந்த அமைதியில் கலங்கப் படாமல் துகள் துகளாய் பரவும் ஒரு கோடி வருஷ ஒரு மணல் இரு துகளாய் வெளிக்குள் பிளந்து அசையும் தனிமை. விருவில் நடந்து

போன அமணர்களின் பாதை. மணல்துளியில் சேரும் ஒளி வருஷங்களில் வெள்ளி ஊற்று. நாற்றங்காலில் நடுகைக்காண பயிர் குடித்த வெள்ளிநீர் அபிதர் உடலில் பரவிய ஓடை. மூங்கில் குழல் மீது நகரும் துவாரங்களில் குடையும் சுரும்புகளின் கதறல். வயல் நண்டும் ஏறலும் பால்கோடு வரும் மூங்கில் பாதையில் படங்கள் கீற இசையில் ஏறிய காற்று சம்பாநகர் மேல் வெள்ளிப்புழுக்கள் பால்பருவ நெல்லின் மென்மையான உயிரில் பரவும் மோனம்.

கதிர்சாயும் உலர்வீதியில் மரபான நடுகையில் குனிந்திருக்கும் பெண்கள் மூச்சில் வரும் பசுங்காற்று பரவிவரும் வேளை சிறபப் பூக்கள் குடைந்த உவர்கலங்களில் நீர்துளிர்க்கப் பாழி ஏந்திய சால நெல்கதிர் அலைபடும் தனிமொழி நீர்ராசிகளின் செவுள்களில் சேகரமாகும். வயல்ப்பாசிகளில் அசையும் சம்பாநகரம்.

சிலவேளை தூர வயல் கொண்டுபோன சொற்தொடர்களை மீண்டும் பித்தவெளியில் விரித்தது காற்று. பொன்நிறம் சேர்ந்த நெல் அம்பாரத்திலிருந்த ஒரு சொற்தொடரானது பயிரில் நழுவி ஊர்ந்து தெளிவடையாத பல குரல்களின் கூர்மையான தொனியில் கடந்து வரும். அறுப்பறுக்கும் பெண்கள் நடமாடும் தொலைவான வயல் வெளி. அவர்களின் குலவை சுருள்கிறது வயலெங்கும். நெல்தாள் கட்டிய முடிமீது கரையும் காகம் தலைசாய்த்துப் பார்த்தது. உள்ளே அலுமினியக் குவளைஏந்திய சிறுமிகள் சேற்றில் நண்டுபிடிக்கும் குரல். வரப்புத் துவாரங்களில் வாய்வைத்து கெஞ்சுகிறாள் கடகத்தின் காதில். சொன்னதும் மேல்வந்து தப்பித்த கற்கடகங்கள் கூட்டமாய் அரிந்து பரவும் அசைவு. பகல்வேளையில் பூட்டிய கதவுகளுக்கடையே விரியும் ஆளற்ற வெறுமை குடித்த தெருக்களில் கபிலநிற நெல்பூச்சிகள் கத்தறிக்கும் சித்திரம் மெல்ல அழிகிறது நியதியில்.

மிதுனம் துலாம் கும்பராசிகளை உடல்மேல் வரைந்து கொண்ட நரைமூதா ஆற்றுச்சாலையில் மருதமரநிழலில் உட்கார்ந்து வயலூடே ஓடும் ஆற்றுடன் உரையாடலைத் தொடங்கியிருந்தாள். வெள்ள நாளில் நீர்மேல் அசையும் பழைய நகரம் தோன்றும். அதனுள்ளே போய்விட நினைத்தாள். ஆற்றின் முதிய உடலில் கீறப்பட்ட நகரங்களில் பல நீரின்படலத்தில் மூழ்காமல் தத்தளித்துப் புலம்புவதைக் கேட்டாள் துக்கத்துடன். அரசமரத்துக்கடியில் நின்றிருந்த அபிதர் இன்னும் குளிர்ச்சி நிரம்பிய கைகளை நீட்டி வெளியில் வயல்வெளிகளைத் தொட்டு கண் கலங்கினார். நீரின்தேசல் ஒளிமீதிருந்த ஊர் ஊராகத் தனித்திருந்த வாசனைகளை அதீதாந்திரீயமான நாசியில் நுகர்ந்து கொண்டிருந்தார் ஏக்கத்தில்.

நீரின் கண்வாசலிலே கன்றுகளுக்கும் மாடுகளுக்கும் கூடத் தெரியும் அவர் வரும் நேரத்தை. ஒருசேர அண்ணாந்து மூச்சுவிடும் பசுக்களின் தேம்பல் ஒலி வெகுஆழத்தில் அவர் மனதிலே ஒளிந்திருந்தது. நாளி ஓடுகள் வேய்ந்த தாழ்வான தொழுவங்கள் உள்ள தெரு வழியே மாடுகளின் பெருமூச்சில் நின்றுபோன அபிதர் குளிர்ந்த ஆற்றில் கரங்களால் மாட்டைத் தழுவித் திரும்பாமல் பிரிந்து போன பாதையில் நெல்லும்புல்லும் முளைத்துத் திழைக்கக் குனிந்து ஒருவாய் பசுந்தரை கவ்வி உயிர்க்கும் பச்சை உலகம்.

கூச்சமடைந்த செந்நெல் ரேகையில் சம்பாநகரம் படர்ந்திருந்த கிளைகளில் தாமசித்த மயில் கூட்டம் வரிசையாக வயலிறங்கி நீளமான கால்களை எட்டு எட்டாக நகர்த்திச் சிந்திய கதிர்களைக் குனிந்து சேகரித்துக் கொண்டிருப்பதைப் பார்த்த மூதா காதிலணிந்த பாம்படத்தைக் கழட்டி எறிந்து மயிலை விரட்டினாள். அவை வேறு வயல்பக்கம் திரும்பி நகர ஆற்றுக்குள் கண் சொருகி உள் சுழலும் நீரின் மூப்பான கண்களை சந்தித்துவிட்டாள் நரைமூதா.

ஆற்றின் நிறமற்ற கண்களுக்குள் எல்லா நிறங்களும் சுழன்றுவர ஈர்க்கப்பட்டாள் மூதா. வரப்பிலிருந்து எழுந்துபோய் ஆற்றின் நீண்ட உடலைத் தொட்டு அதன் சுருக்கங்களில் மெலிந்த தோலில் செதில் கூட்டமாய் தன் உருக்கண்டாள். அங்கிருந்து திரும்பிய வேளை மயில் கூட்டம் மூதாளின் வயலில் இறங்கி சேகரித்த கதிருடன் அசைந்தது. சிறுகற்களையும் பொருக்கி ஓடஓட விரட்டித் திரும்பிவந்து ஆற்றின் ரகஸிய உருவத்தின் உதிர்வுகளைக் கேட்டாள் ஆதூரத்துடன். 'எனக் கென்று யாருமில்லையே.... மூதா.... யாருமற்ற பாவியானேன்.... நீயாவது என் கூடாவா.... ஊர் ஊராய் மணக்கும் தூரங்களின் மயக்கத்தை காட்டுகிறேன் உனக்கு. எந்த ஊருமே தனி வாசனை கொள்ளும். அத்தம் தாண்டி வீசும் நறுமணம் வருகிறதே அதோ' என்றது ஆறு.

மணலில் பதிந்த நட்சத்திரத் தடங்கள் வந்துபோன பட்சிகளின் உதிர்வாய் தடம் மெலிய ஓடும் தெளிந்த நீரில் ஆற்றைக் கடந்துவரும் மயில் 'சிந்திய நெல்லையாவது கொடு மூதா' என்றது. மூதா ஆற்றின் உருப்பளிங்காய் மறைந்திருந்தாள். சமயம் பார்த்து மூதாவின் கொம்புச்சீப்பையும் வர்ணக்கயிறையும் திருடிக்கொண்டு செடிப்புதலில் மறையும் ஆற்றின் முடிவற்ற உரையாடலில் லயித்தவாறு முடிகோதும் விருப்பத்தில் சீப்பைத் தேடுகிறாள். வர்ணக் கயிறும் கொம்புச் சீப்பும் அடைந்த மயில் வயல்மேல் தன் தோகை

சீவி ஒயிலாக அலைபடச் சாயல்காட்டும். ஆற்றுநீரில் நகர்ந்து வந்த மூதா 'திருப்பிக் கொடேன்.... என் சீப்பையும் கயிறையும் கொடுத்துவிடு மயிலே' என கெஞ்சியும் நடக்கவில்லை. தன் அழகில் லயித்த மயில் கூந்தலில் உதிரும் வர்ணப் பொடியை மூதா தன் விரலால் நுகர்ந்து பொறாமையடைந்தாள். 'வர்ணக்கூந்தலே... என் கொம்புச் சீப்பைக் கொடு' என்றாள்.

கிட்டப்போனால் எட்டப்போகும். எட்டவே நின்றால் தோகை சீவியபடி கிட்டவந்து முடிசிலுப்பி மோந்துபார்த்து அலகால் கர்வமாகப் பேசும். அதன் கர்வத்தில் ஈர்க்கப்பட்ட மூதா அதன் ஒயிலில் மயங்கி வயல்வெளி தாண்டி விநோதவனத்துள் கல்வாசலைத் திறக்க உள்ளே கூந்தல் கொண்ட விருட்சங்களும் மடல்தாழையும் அதிசய மான பெண்களும் கிளைகளில் சாய்ந்து தந்தச் சீப்பால் வாறுகிறார்கள் விரித்த கூந்தலை. சுழிவும் நெளிவும் அலையலையாக விரியும் ரகஸியத்தோட்டத்தில் கபாலமரத்தில் அசையும் பல் இருங்கூந்தல். தோகையின் வர்ணமாய் பதிந்த கதவைப் பாதி திறந்தாள் மூதா.

மிருதுவான பளிங்கில் ஸ்திரீகள் அடியெடுத்து வைக்க கதவுக்குப் பின் கதவாய் திறந்து உள்ளே படிக்கட்டுகளில் பேசும் பதுமைகள் நிலைபெயர்ந்து அறைகளாய் திறக்கும் கதவுக்குள் கதவாய் வரும் வாசல் திருப்பங்களில் தானே உள்போகும் கதவு அருகே மூலிகை நெடிக்க சம்பா செல்லும் வழி மெல்லிய கண்ணாடித் திரையைத் தூக்க வருஷங்கள்பல மூடிய பச்சைக்கதவு துருவுடன் திறந்துவிட தாதூதும் தும்பிகளாய் கதுப்புகளை குழலாய் சுருட்டி ஒருவர் மேல் ஒருவர் வீசிப்படர்ந்து திறவாத கதவுகளின் மடிப்பில் சுருளும் வாசலில் மூடிய ஆடியில் ஒளிவீசும் உருவெளியின் நிர்வாணத்தில் முடி சிலுப்பி பூந்தைலம் பூசி அந்தர வெளியில் கோதுகிறார்கள் சிணுக் கோலி ஈறுவுளியால்.

விரல்நகங்களில் பதிந்த செம்மருதோன்றி உள்ளங்கை ரேகையில் நெளிந்து கோலமிட குமிழ் பிடியில் கைவைத்த சித்திரம் தீட்டப்பட்ட கதவு உள் சென்றது. ஆடியில் அசையும் பாழி உயிர்க்கிறாள் அறையில். தொட்டால் சுருங்கிவிடும் மெல்லிய கண்ணாடிக்குள் தன் மார்பு மீது கைபதித்த சம்பா இசையில் ஏறும் அனந்தத்தை மெல்ல சுவைத்து நுனிநாக்கில் ஸ்பரிசித்தவாறு கூந்தல் வயப்படுகிறாள்.

மயங்கும்பரப்பில் கரும்புருவக்காரியின் மூக்குமடல் மேல்சிறகு விரித்த புரூரம் விண்பருந்தாகி புருவம் அசைந்துப் பறக்கும் நெற்றி

மேல் நகரும் கேசவனம். புல்லலைமேல் பருந்தின் நிழல். கரும்புருவக் காரியைத் தொற்றிப் படர்கிறாள் நீலயுவதி. பசுமஞ்சள் முகங் கொண்ட சம்பாவின் ஈரித்த கூந்தலில் கஸ்தூரி மறுவல் வாசனை. மருமம் சிலீமுகம் தூக்கி முலைக்கண் உள்ளே பால்வழி தங்கிய குறுக்கண் விரிய இளம்புல் கற்பகப்பூங்கொடி முல்லை முறுவலிக்க செந்நிற நத்தைகள் கூட்டமாய் சுழன்று சுரிமுகம் நீட்டி கொங்கைமீது பால் உறிஞ்சும் சிசுக்களின் மோனம்.

வாலைக் கனிவுகுன்றா சம்பா மார்பில் நிலவுப்பாறைகள் ஒளி. பால்பாதையில் முலைகள் தூக்கிய கானம் சேர்ந்துண்ணும் காட்டுப் பெண்கள். கறவைகள் பின்செல்லும் கன்றுகளுக்கும் ஆடுகளுக்கும் தெரியும். பால்ஊறும் செடிகளைக் கேட்டால் சொல்லிவிடும். மொடு மொடுக்கும் வயதான ஆலமர முறட்டு இலையில் ஓடும் பால் நரம்புகளில் துயிலும் குழந்தைகளும் நீள அலகுடன் பறவைகளும் நரை மூதாவும் இனந்தெரியாத பால்யவனத்தில் அகவும் மயில் மறைந்த ஈரத்தில் பதுங்குகிறார்கள். தானியத்தில் மறைகிறாள் கரும்புருவக்காரி. நிலவுக்குளிரில் மண்மணம் சில்லென்று நூலிழையாகத் தீண்டும். அறைக்கு வெளியே ஐம்பது விரதைகள் கும்பஸ்தனங்களில் ஊறும் பால் கட்டிய வலியின் இரவு.

பால் துடித்த ஆதாலைச் செடிகளில் முலையழுந்தப் பீச்சும் பால் சுனையில் வெள்ளிகள் அலறிவெடிக்கும் பால்வெளி. விளக்கின் மீது கைவிரல்களை வைத்து மூடுகிறாள் கரும்புருவக்காரி. ரேகைகள் பளிச்சென்று அடர்ந்து இருட்டுக்குள் நெளிந்தோடுகின்றன கைகளை விட்டு. புகைக்கோடு மெல்லச் சுருண்டு வெளியேறும் தவழலில் தலைகுனிந்து கச்சையவிழ்த்துப் பாலூட்டும் கருத்தஸ்திரீகளின் கதகதப்பான ஸ்தனக்குறிகளில் நெல்வயல் பொங்கிவீசும் பனி. வெம்பாவும் இருளும் உலர்ந்த நாட்களில் பூகுடிக்க வரும் வேளை. நிச்சயமாக அவள் வரக்கூடும் காற்றில் படிந்து. அமாவாசை சம்பாநகரை மூடிக் குளிரும் வீடுகளின் ஜன்னல்கள் தானே திறக்கக் கூந்தல் விரித்த ஐம்பது விரதைகள் வெட்கப்படுமளவில் பரசிச் சுருளும் கருங்கூந்தலால் ஊரை மூடுகிறாள் கரும்புருவக்காரி.

உறங்கிக் கிடக்கும் வீடுகளுக்கு வெளியில் ராத்திரியான அநாதியில் பாலூறும் ஆலமர விழுதுகள் அசையும் யானையின் துதிக்கை களாய் படர்ந்து வீடுபுகுந்து உடலில் தொற்றித் தழுவும் கனவில் உறைந்த குன்றுகள் ஆனைக்கூட்டமாய் அசையப் பார்க்கிறாள் கரும்புருவக்காரி. வெறுமையில் அழும் குழந்தைக்கு தூக்கத்தைப் பாலுடன் முலையூட்டி

ஆனைக் குன்றுகளுக்குள் மறைகிறாள் வேசை. பிறகு ஜன்னலில் குழந்தைகளின் சாயலைப் பார்த்துக் கத்தும் பூனையை, பெற்றவள் விரட்டக் கூடும்.

பெண்களிடம் பால் எவ்வளவு குறைவாக இருந்தாலும் சில வேளைகளில் வெற்றுமடியில் குழந்தைகள் பால் அருந்தும் ஒலி சூன்யத்தை அதிகரிக்கும்போதும் ஜன்னலருகே சாய்ந்து கதவு திறந்துவர முலையில் கசியும் சிறுஅளவான பாலின் திரவ ஒளியில் குழந்தை தூங்கியிருக்கும்.

சம்பாநகரின் வயல்வெளியின் பின்னே எல்லையற்ற வான் பரப்பில் கால்வைத்த வேசை தனிமையும் இருளும் தொடர்ந்த வைப்பாற்று உதிர்மணலில் யார்யாருடைய சாயலையோ ஊடுருவி மறைகிறாள் மணலில், மேகங்கள் படர்ந்த நீளமாய் ஓடிக்கிடந்த நிலவிலிருந்து வெளிறிய மணல் உதிர்ந்தவாறிருந்தது. பிறையின் வெளிச்சம் மணலில் பதியாமல் அலைந்து வருகிற தனிமை. மணல்வாரிக்கோடு வேறு ராசி மண்டலப்பரப்பிலும் சங்கேதமாக எழுதப்பட்டவற்றை அவள் உணரக்கூடும். கோடுபடியாத வெளுப்புஒளியை அவள் ஆற்றில் காண்பாள். நடந்ததெல்லாம் பரந்துவிரிந்த வான் கோடு களில் மறைந்திருக்கும். வறண்ட பனியும் மணலும் கலந்த அரூபமான பளுப்பு ஆறு. நிலவின் உதிர் மணல் அவள் காலடியில்.

வெட்டாந்தரை முணங்கிய கள்ளிப்பால் துளிர்க்கும் அடுக்குத் தலை மீது இருந்த வெண்பூ வெடித்து துகளாய் அதிர உள்ளே வெளிப்பட்ட கரும்புருவக்காரி அலைவுறும் மஞ்சள் தாழைகளுக்கு அப்பால் வறண்ட நிலமும் வனாந்திரமும் மண்டிய கற்பாறைகளில் சிவந்த கள்ளிப்பழங்கள் பிசுபிசுக்கும். புல்லும் நார்கற்றாழையும் வரியிலை கீறிய நாகபட ஓலையும் உப்பங்கோரையில் வெளுத்த காற்றில் உலர்ந்த வெப்பம்.

கடுவெளியில் சம்பா சுமந்து செல்லும் ஓட்டைக் கடகத்தில் தீராமல் சிந்தி நகரும் தானியப்பாதையில் புள்ளும் சிறலும் சிசுப் பூச்சிகளும் ஊமை விழிகொண்ட வரும் திறவுபடா கண்கள் ஏங்கிய ஒளி தொடர வேசையின் கன்னிமார்பில் வெதுவெதுத்த பால்சுடர தீட்டுள்ளவளாய் அறியப்பட்டவளின் பாதை. பேதைகள் காதுகளில் அணிந்த கல் உடைந்த கம்மலில் இருந்த பாழ் விரிகிறது சம்பா நகருக்கு வெளியே. தானியம் சிதறும் விதைப்பெட்டியை ஆள்மாற்றி ஆள் கொண்டு போக மேலேவரும் நென்மேனி வயலில் சாய்ந்த கதிர்களின் ஊடே கரும்புருவக்காரி. பாதையெங்கும் தானியம் கொரிக்கும் பட்சிகளை

ஆதரித்தாள் வேசை. கூட்டமாய் வயல் நிரம்பிய பட்சிகளின் சிறகு வெளி கீறி துகள்துகளாய் சிதற அவள்பாதங்களுக்குக் கீழ் கல்லும் தெரித்தது விழுந்து.

அவள் ஓட்டைக்கடகத்தில் மூலையிலிருந்து சிதறிய முதல் தானியம் விரியும் ஊராக வாசனை தொலைவில் வீசும். நிலவுப் பரப்பில் விழுந்த ஒளிரும் கம்பும் வரகும் நகரச்சுவர்களாய் சூழ ஏழு சுற்றுக் கோட்டையுடைய சம்பாநகரம். சுவர்கற்களில் உறைந்த மௌனம் பழுத்த வடுக்களுடன் சாம்பல் பூத்த வசீகரத் தோற்றம் கொள்ள இருந்தது. நிலவின் உள் அமைப்பை மண்வைத்துக் கட்டிய திட்டி வாசல். வேறுவேறு நவதானியங்களைக் குலைத்து மொழியுடல் கொண்ட மண்நகரம். கூட்டமாய் நகர்கிற குஷ்டரோகிகளின் திருணைகள். அரங்குகளில் நரைமூதா விளக்குடன் வந்து கூட்டிப் போனாள். நவதானியக்கதிர்களைக் குஷ்டரோகிகள் கையில் ஏந்தி தானியமணிகளை நரம்போடிய விரல்களால் ஸ்பரிசித்தவாறு கூட வரும் சாம்பல் நாயிடம் முணுமுணுத்து மண் குதிர்களைச் சுற்றி வருகிறார்கள். சுற்றி மண்டிய செடிகளிடம் குனிந்து கீழ் அறைகளில் மறைந்திருக்கும் குழந்தைகளைக் கேட்கிறார்கள். ரோகிகளின் வார்த்தைகேட்டு உலர்ந்த இலைகளுக்கு ஸ்பரிசத்தில் எதையோ தருகிறார்கள். காரைச் சுவர்கள் உதிரும் கொட்டாரங்களில் வைக்கோல் படப்புகளில் சந்துகளில் ஒளிந்துகொண்டு கூப்பிடுகிறார்கள். சிறுவர்களைக் கூவினர். உள் சுவர்களில் பதிந்த ஸ்திரீகளின் குரல்மட்டும் சுவர்களை ஊடுருவிக் கேட்டது. ஒதுக்கிவைக்கப்பட்ட தானிய வீட்டுக்குள் தாவரங்களாய் உடல்வளர்க்கும் ரோகிகளின் சம்பா நகரம்.

தெருவில் அலைந்துவரும் சாம்பல்நாயின் காதுகளில் இதமற்ற காற்று உரசியாரும் இல்லாத தனிமையில் வீச ரோகிகளின் உடலில் விரியும் நிலத்தோற்றம் மல்லிப்பூவாய் அலைந்தது. சுவாசம்பட்ட காடுகளைப் பற்றி வாதையுற்றனர். இருட்டில் முளைவிடும் தானியத்தில் கண்திறக்கிறாள் சம்பா. மயக்கத்தில் நடந்தவாறே பேசுகிறார்கள். 'அது முன்னோரின் சம்பாநகரம் மங்கலாய் மறைகிறதே' என தானியப்பாதையில் மறைகிறார்கள். சமவெளிமேல் கரும்புருவக்காரியின் அலைவு. சாம்பல்கூரைகளும் தெருவில் உடைந்து விழுந்த ஓடுகளின் சிவப்புத் துகள்களும் துக்கத்தில் கரையும் வெயில். தெருவில் துயிலும் ரோகிகளின் மூச்சு தரைக்குள் இறங்கி மண்ணுடன் கலக்கும் சுவாசம். தொலைவில் பாதம் தனித்து உரசும் ஒலி. கம்மங்காட்டில் பதுங்கிய சாம்பல்நாயின் ஊளை. அந்த

திசையில் போகிறான் ரோகி. நிழல்படரும் பழைய சம்பா பட்டினத்தில் தெரு சுற்றி தானிய வீடுகளும் தானே திறக்கும், ஜன்னலில் பாசிக்காடு மண்டி உள்ளே தாவரமாய் அசையும் ரோகிகளும் ஸ்திரீகளும். பச்சை உயிர்மண்டிய தூணில் மறைகிறாள் சம்பா.

முள்ளுடைக்காட்டில் சாம்பல்நாயுடன் நீலயுவதி வருகிறாள். ஊரின் வாசனை தொலைவில் வீச நாயின் கால்தடம் சம்பா நகருக்குள் வரக்கூடும். நெல் சுவர்களில் உதிரும் சிற்பங்களை அண்ணாந்து ஊளையிடும் நாய். தாவர உயிர்கள் படர்ந்த மிருகத் தொலியாலான இரவு மூடியிருக்கும். இலைகளுக்கு அடியில் பதுங்கும் ஊர். பாடும் பூச்சிகள் பறந்துதிரியும் சுடர் ஓரம் கரும்புருவக்காரி மீது கால்களை எக்கித் திரும்பும் சிறுநரி. கதவுகளை மூடிக்கொள்ளும் ஐம்பது விரதைகள் ஜன்னலில் எட்டிப் பார்க்கிறார்கள் சாம்பல்நாயுடன் வரும் வேசையை. கதவுகள் வெண்கல குமிழ் தைத்த ஆண்களாக மூடியிருக்கிறது துரப்பணத்துடன்.

பாசியடைந்த கதவுக்குமிழில் நாயின் மூச்சு. வெண்பூவை ஏந்திய சிறுநரியின் வாசனையில் மயங்கும் விரதைகள் அடைபட்ட அறைகளுக்குள் ஏங்குகிறார்கள். கபிலக் கண்களில் மிதக்கும் வசீகர நரி நீந்திச் செல்கிறது தெருவைக் கடந்து. ஒவ்வொரு ஜன்னலிலும் கதிர்கள். அசைந்தசைந்து இருட்டில் மறையும். அறைகளுக்குள் பரவிய பல கைகளின் மரவாசனையில் வேசையின் சாயை தோன்றி ஸ்திரீயின் மார்புகள் அழுந்த அணைத்து மறையும் உருவற்ற நரியின் தழுவல். கனவுகளில் நெடிக்கும்காந்தள் பூவுக்குள் அழைத்த நரி தோட்டத்தில் மறைந்து சிரிக்கிறது. மரப்படிகளில் தானியம் சிதறிப் பரவி தெரு வரை உருளும் ஒலி. வேசையின் தலையில் தானியப் பெட்டிமேல் அசையும் நெல் கதிரின் பால்வாசனை. ஒவ்வொரு அரங்கு வீட்டின் உள்ளறை இருட்டில் மறைகிறாள் வேசை.

அரக்கு இருட்டில் தெரியும் கபிலக்கண்கள் தானியங்களில் மின்னி வசீகரத்தில் ஸ்திரீகளின் இருட்டில் மறைகிறாள் வேசை. ஸ்தீரிகளின் இருளிலேயே பதுங்கியிருந்தது சிறுநரி. பேறுகால வலியுடன் கர்ப்பஸ்திரீ சுருளும் மச்சுவீட்டுப் புரை விளக்கில் விரிவு கொண்ட பழந்தவசங்களில் உள்மறைந்தோர் ஜனத்திரளாய் வெளிவந்து எட்டிப்பார்க்கிறார்கள். அவர்களே கண்திறவாத குழந்தையுடன் பேசக்கூடும். தாயும் உறங்கியபின் மறைத்துவைத்த விதை நெல்லுக்குள் அழைத்துப் போகிறார்கள் நெல் மூடிதிறந்து.

அதன் உள்ளே மஞ்சள் வெளிறிய சம்பாநகரம். நெல்வரிகளுக்குள் மூடிதிறந்து பாயும் வைப்பாறு. தொலைவில் நரியின் கண்கள் சரியும் ஒளியாக அருகில் நெருங்கும். உயிரடியில் தூங்கும் பாசிகளால் அடர்ந்த வீட்டுக்குள் பச்சைமீன் தவழ்கிறது வால்துடித்து. ஒளி பொருந்திய நரியின் தோலில் குழந்தையின் மிருதுவான சாயை. கண் திறக்கவும் வயல்மீது மூடியுள்ள சாலநெல் திறக்கும் சம்பா நகரம். குழந்தை பார்க்க பூமிநோக்கி இறங்கி பெரும் வெளிச்சத்துடன் நகரம் விரிந்து திசையெங்கும் ஒளிர்கிற தெருக்களில் பச்சைநிற மனிதர்கள் வயலின் அடிவாரத்தை நோக்கிப் போகிறார்கள். நரியின் மயக்கமான கண்கள் மெல்லநகர அபூர்வ உணர்வுடன் வரும் காற்று. தண்ணீரின் ஓசை சூழ்ந்த சம்பாநகரம். அதன் பாதைகளில் நெளியும் மீன்களும் மிதக்கும் பட்சிகளும் சேர்ந்து வீடுகளுக்கு உள்ளேயும் வெளியேயும் நீந்திவர கரும்புருவக்காரியின் கையில் கோர்த்த சிறுநரி இருகால்களில் எக்கி தானியவெளிச்சத்தில் குழந்தையைப் பார்க்கும்.

சம்பாவின் வெளிச்சத்தையெல்லாம் சூனியக்காரக்கிழவி அபகரித்துவிட்டதாகச் சொல்லப்பட்ட போதும் நரியின் நெல்கண்கள் மஞ்சள் மூடிதிறக்கும் ஒளியில் சம்பாநகரின் ஓர் நெல்அரும்பில் செதுக்கப்பட்ட சிற்பவயல் ஏடு தெருவாய் திறவுபட பக்கம் பக்கமாய் புரளும் நரியின் ஞாபகங்களில் மூடிக்கப்பட்ட நெல்நகரம். சிறுநரியின் உறைவிடங்களிலிருந்தோ ஆளற்ற வீடுகளிலிருந்தோ நிலவறையில் பதுங்கிய விரதைகளின் இருட்டிலோ வைப்பாறின் உலர்ந்த அழுகிலோ காய்ந்து வறண்ட வெளிறலான மணலின் நகர்விலோ ஓர் நெல் உச்சியில் சூரியோதயங்கள் தீராமல் சரிந்து கடந்து சுழன்று நெல் மீது பதியக் கடந்தகால மஞ்சளிலுள்ள சிறு நரிகள் பதுங்கி விசும்பி எழும் பொன்னிறவயல் மேல் ஊர்ந்து வருவதாகச் சொன்ன கரும்புருவங்களிலிருந்த அழியாத கருப்பினால் நம்பினார்கள் ஜனங்கள் அவளை.

அகாலத்தில் சிறுநரியின் ஊளையில் மார்போடு அணைத்தவாறு வயல்மீது துயில்கிறாள் வேசை. ‘சிறுநரி தடம் படவில்லையெனில் வைப்பாறே வற்றிவிடும்’ என்றார்கள் ஊரார். ரத்தவாடை கண்டு அங்கிங்குமாய் வாலைப்பரசி அலையும் சிறுநரியின் எச்சில் கடைவாய் ஓரம் ஒழுக மெல்லஎழும் முள்ளுக்காட்டில் ஆதிநிலாவின் தைல சரீரத்தில் உடல்கொண்ட சிறுநரி காத்திருக்கும் குருமலையில் அதனுடன் மலைவிறகு ஒடித்தபடி கூட வருகிறாள் கரும்புருவக்காரி. உலர்ந்த வான்பரப்பின் மீது அமைதியில் நகர்ந்து புகைவானம் மூடி மூடி விலகிவரும் நிலவின் பால் கசிய வேசையுடன் சேர்ந்து

பால் பலஊற பசுவெண்நிலவுக்குள் திறந்த சிறிய கதவில் மெல்லியநரி உள் போய் அழைத்தது அவளை.

பால் இல்லா வறுமுலை ஏந்திய மெலிந்த பெண் ஒருத்தி உதிர் மணல் ஒன்றை கையில் வைத்துபால் அவி தோல்முலை மீது வறண்ட நிலம் விரியக் குழந்தையுடன் நடந்து போகிறாள். சுரந்த அவள் மென் முலை பால் பழுது ஆக உவர் தோய்ந்த களர் நிலத் தாவரங்கள் பாலற்றுக் கதறும் மணல்வெளி.

தீம்பால் கறந்த கலம் விண் மிதந்து வர வெறுமுலை அருந்திய சிசு பால்மதி சுவைத்தது உணர்நாவில். சுரந்த மணல் ஊற்றில் நிலவு சிலிர்க்க வறுங்கை நீட்டி உள் மறைகிறாள் குழந்தையுடன். விரதைகள் போன தடத்தில் சாம்பல் நரி சுருண்ட வாலுடன் துக்கத்தின் நிழலாய் தொடர்ந்தவாறே 'கடுவெளியில் வலிய பயணம் மேற்பட விரதையே நீ கண்டதென்ன...' 'கல்பால் அருவி ஒலிக்கும் ஊற்றை' தேடிப் போகிறோம் தென்படவில்லை' 'பால்பெய் செந்நெல் சம்பா நகரில் ஊற ஊரைவிட்டு அலைவதேன்' 'பால்இல்லாக் குழவி அலறும் நகரம் வாசனை வீசும் பாதையைக் கனவில் கண்டேன்' என்றாள் விரதை. தீம்பால் மடு ஏந்திய சாம்பல்நாய் தொலைவில் ஊளையிட்டு அழைக்கும் குரல்.

காட்டு விஷம் நசுங்கிக் கல் ஊளையிட கரடுமுரடான அவள் பாதங்களில் கரணைமுளைத்து ரேகைகளுமிருந்தன கோரமாய். தடித்த விரல் கொண்ட கரும்புருவக்காரி பாதங்களில் மிருகப்பல் பதிந்து ஊளையிட குரலில் பாழி சுழன்றது. அகலமான அவள் தடத்தைப்பின் தொடர்ந்த மிருகங்களின் நகங்கள் பூமியோடு உரசும் ஒலி கேட்டு திரும்பிப்பார்த்தன கரும்புருவங்கள் நெளிந்து. அசைந்து எரியும் கண்கள். கொள்ளிக்கட்டையாகப் பழுத்த கண்களைப் பார்த்து பயந்து அலறும் மிருகங்கள் குன்றுகளுக்குள் ஓடியவாறு திரும்பிப் பார்த்தன எரியும் செங்கண்ணை. உடனே ஈர்த்து தொற்றிவிடும் பார்வை தழலாய் சுழல மிருகங்களின் தொலியால் தைக்கப்பட்ட வனஇருட்டு அசைந்தது.

வெள்ளிநரிகளின் நடமாட்டம் கீழ்வானில் வால் சுழற்றியது. துயர் கொண்ட சுடர்க்கண்களின் பயங்கர அழகில் இருந்த தைலத்தில் காட்டின் உருவம் சுழன்றது. மிருகங்கள் உள்ளே திரியும் அசைவு. காக்கைகள் மரங்களில் இருந்து தலை சாய்வாய் பார்த்தன வெள்ளி நரிகளை. கரும்புருவக்காரியைச் சூழ்ந்த நரிகளுக்குள் கபில நிறக் கண்கள் இருட்டில் தத்தளிக்கும் வசீகரம். சூளையின் புருவத்தில்

இணைந்த சுழி அரும்பில் துளிர்த்த பொடிஇலைகளின் நெடி. மலையின் பாறைகளில் ஆண்முகங்கள் புதையும் இரவு. குகைக்குள் இருந்த தானிய விளக்கு. சுடராலான தானியக்கதிர் பொங்கி மணக்கும் வாசனைப் புல்லின் பசுந்தரை. சரசப்பொற்கோழி சுடரிலிருந்து வெளிப்பட்டு ஓடியது இருட்டில். சூளையைப் பின்தொடரும் விரதைகளின் கூந்தல் புரளும் சப்தம். கல்வனாந்திரத்தில் ஸ்திரீகள் ஒருவர்மேல் ஒருவர் சாய்ந்து சிறுவில் இனத்தில் நெருங்கிய உள் நிலக்கிளையில் இமையோர மடிப்புடைய வெள்ளிநரி ஒவ்வொரு ஸ்திரீயில் கூந்தலில் எதை எதையோ உரையாடும் வாசம்.

தலைமயிர் அலைபடிந்திருக்கும் எரிபாலைவாசிகள் வனமெங்கும் திரிந்து குகையில் வரைந்த, இழைகளாய்ப் பொங்கி வளரும் நெளிவுச் சுரியலை நோக்கி இசைக்கும் வெள்ளிநரிகளின் வில்யாழ். வெளிறல் முகங்கொண்ட முதுதாழியில் தவசம் முளைவிட்டு வளரும் தளிர்ப் பயிர்களுக்காகக் குகைக்குள் மறைந்து தேய்பிறை நிலவிலிருந்து வளர்பிறையில் முளைப்பாரி தூக்கிக் குலவையிட்டவாறு தலையில் தூக்கிவருகிறார்கள். சுவர்களுக்கு முன்னே தானியப்பாதை செல்ல விதைப்பெட்டியுடன் கரும்புருவக்காரி வயலின் ஊடே சம்பாநகர் நோக்கித் திரும்புகிறாள்.

III

புலித்தோல்

டாட்டில் கழுதை முட்டாளைச் சுமந்து சுமந்தே மெலிந்துபோய் இறக்கும் தருவாயில் இருந்தது. இதனால் காமோஸ் தனது கழுதைமீது புலித்தோல் ஒன்றைப் போட்டுக் கட்டி சம்பா பாழிபட்டினத்தைச் சுற்றியிருக்கும் வயலில் அதை மேயவிட்டான். தொலைவிலிருந்து கவனித்த தோட்டாமூக்கன் புலி யென்று பயந்து அங்கிருந்து ஓடிவிட்டான்.

மற்றொருமுறை துப்பாக்கிகுறவனும் தோட்டாமூக்கனும் சேர்ந்து வந்து சாம்பல்நிறக்கம்பளி உடல்மீது போர்த்திக்கொண்டு போர்ச்சுக்கீசியத் தோட்டாவை கையில் எடுத்துக்கொண்டு வரப்புக்குள் உடலை பம்மிப் பம்மி குறிபார்த்துக்கொண்டு இருந்தார்கள் நெல்மறைவில்.

தினமும் புலியும் தோட்டாமூக்கனும் நரிக்கொம்பு அணிந்த துப்பாக்கிகுறவனும் மாறி மாறிவந்து தனித்தனியே மேய்ந்து கொண்டிருந்த புலியை பின்தொடர்ந்தனர். ‘வில்லேஜ் ஆஃப்

தீவ்ஸ்' புஸ்தகம் திறந்து தானியாளின் பச்சைப் புத்தகத்திற்குள் அடுத்த கட்டத்திற்குக் காமோஸைக் கூட்டிச் சென்றனர். காமோஸ் கவலையற்று நகர வீதிகளில் திரிந்தான். புலி பார்த்துவிட்டது துப்பாக்கிகுறவனை. இடைவெளியுடன் தாக்கக் காத்திருந்தனர். ஏனோ புலியைக் கண்டு துப்பாக்கி பயந்தது. பசித்த புலி விருப்பப்படி புல் தின்ற தால் நீண்டநாள் கொழுத்து வளர்ந்து விட்டது. போர்த்திய தோல் புலியாகவேமாறி ஊராரை விரட்டியடித்தது சில வேளை. நகருக்குள் இரவில் புலிமேல் வலம் வந்து கொண்டிருந்தான் மாயமான நாடோடி. புலியின் காதில் வருடி ரகஸியமாய் காமோஸ் சொன்னான். 'கோபத்தில் கனைத்துவிடாதே டாட்டில் உன் வேஷம் வெளிச்சத்துக்கு வந்துவிடும். காலனியத் தோட்டாவுடன் பதுங்கித் திரியும் இரு திருடர்களின் கழுதை வேஷம் தொடர்ந்தது. போர்ச்சுக்கீசியத் தோட்டாவை முட்டாளாக்கிய புலிமேல் அமர்ந்த காமோஸ் ஒருவருக்கும் தெரியாமல் அடுத்த பத்தகத்தைத் திறந்து ஆபத்தில் சிக்கிக்கொண்டான்.

சீதள ஏட்டிலுள்ள கதை

6 சஞ்சல தேவதை

*வேப்பங்கண் கசந்தொழுகும் காற்று மஞ்சள் கனிபழுக்க இலைகளால் கிசுகிசுத்த நூறுவகை ஒலி அலகைப் பொடிப்பொடி துகளாய்க் கோர்த்த சுரம் எழுதா '**வேடபுராண ஏடு**' திறந்து பச்சை முலைப் பால் அருந்தாச் சிசுக்கள் சுரந்த ஒளி லிபிப்பாசிகளாய்ப் பௌர்ணமிக்குள் உருமாறிச் சறுக்கம் வேறாகிக் கூடிய கன்னி கருத்தவருணம் கண் ஒட்டும் இமைமேல் ஏழு கன்னிமார் ஆந்தையின் மஞ்சள் இறகில் தொடும் பாக்ஷணமை எழுதிப்போன ஸ்திரீகளின் பிதிர் சருக்கம் போடுமாறு தானியாள் கல்பறவையிடம் கேட்க அது ஆகாசமாய் வந்த இருகனனிமாரின் அலைபடிந்த கூந்தலைத்தான் வாக்கில் எடுத்தது.*

வெட்டுந்தலை பொருதாத சரீரத்தை விளாத்திகுளம் ஆற்று மணலாக்கி அரசமரப்பொந்திலொரு சிரசும் புளியம்பொந்திலொரு திருமுடியும் மறைத்துப் போன கொலபலி தானியத்துக்குள் படுத்துக் கிடந்தது. ஊழ்விளக்கு கருத்து புகை நெளிவாய்க் கன்னிகள் ஆவி திரிசுடரில் ஒருநாவு நீட்டி இருளைக் குடைந்து காமப்புற்றில் தேகமெங்கும் படம் விரித்த ரோகவண்ணான் நினைவில் தூங்கும் கூந்தளம்பாவை பொல்லாத கனவில் வந்துகூப்பிட்டாள் அவனை.

‘வாகரைமேல் வைத்தகால் விரல் மிஞ்சியை களத்திக்கொடு’ என்றார்கள் தோட்டா மூக்கனும் துப்பாக்கிக் குறவனும். அரும்பு கோர்த்த மிஞ்சியைக் குனிந்து களத்தினாலும் வரவில்லை. வாகாய்க் குனிந்து தலை சிலுப்பி தூக்கி அவள் கழுத்தைக் கொடுக்க சின்ன ஓணான் அதைப் பார்த்து தானும் நீட்டியது தலையை.

துணித்த சிரசு வண்ணாரத் தாழிப்பானையில் வைத்து நெடுக விரித்த இருட்டில் மறையும் கள்வம். பனங்காடு உரசி ஓலமிடும். அன்று நிழல்படாத பனைக்குள் நிலா உடைந்து சிதறியது. அவள் காதில் போட்டிருந்த கொப்பு ஒண்ணப்பு பச்சைக்கல் மேல்முருகு எல்லாம் களட்டிவைத்தாள் வாங்கரையில். இருட்டில் துலங்கிய பச்சைக்கல் வெளிச்சத்தில் தோட்டாமூக்கன் போகையில் பாலத்தில் வைத்துக்குறி பார்த்த போர்ச்சுக்கீசிய தோட்டா தண்ணீரில் சுடர்ந்து நெளிந்து சீறிவரும் கண்ணுக்குள் கண்பார்த்த இருட்டில் பொட்டு மணி சரப்புளியும் களட்டிக் கொடுக்கும்போது அவள் வாசனையில் குத்தம் படாமல் வாங்கி காலில் போட்டிருந்த மாதுளம்பூச் சல்லடத்தைக் கேட்டான் குனியாமல். துவைகல்லில் ஊரவைத்த சேலைகள் பயத்தில் இருட்டியது.

நெஞ்சுக்குலை நடுங்க சிலம்பிலும் உருளும் மாதுளங்கனி ஏரல்கள் சொல்லிவந்த பிதிரும் ஆற்றில் அழியாது. மணல் உருண்டு நீர் பார்த்து பழுத்த வெள்ளியாய் சலசலத்தது ஊழின்சுழி பார்த்து. அரிந்த தடங்களில் இருந்தவர்கள் எட்டிப் பார்த்தனர் துருப்பிடித்த பழந்துப் பாக்கியை, தலைஎடுத்த பாவிமார் நெஞ்சறுக்கும் சோகத்தை மின்னும் அருவாளால் வகுத்து ஆற்றில் விழுந்து போன கறையைநீரால் அழிக்கவும் முடியவில்லை.

கரைந்த காகம் வாய்மூட பனங்காடை துணிந்து கிழக்கில் சாவுச் சொல் அறற்றிச்சரிந்தது. மணல் ரோசிக் கழுவிப்போன தோட்டாவில் சொருகிய குத்துவாளில் உறைந்த குருதி அடர்ந்து வெளிப்படாமல் காலனியக் குத்துவாள் சின்னக்கத்தி விஷம் குடித்து குரல்வளை அறுபட்டு அலறியது ஆறு.

காரிருள் குலைந்து நீர்த்தடத்தில் வழுக்கி சலப்... சலப் பென இருட்டைக் கிழிக்கும் பட்சிகளின் ஆங்காரம் அறிந்து ஓடுகிறார்கள் வாங்கரை தாண்டி. முள்ளில் விழுந்த மூக்கன் வரப்பில் தடுமாறி இருட்டைக் கண்டு கசங்குகிறான். வல்லகுடி பிறந்த வண்ணாத்தி தலை அறுத்த போர்ச்சுக்கீசிய தோட்டாக்காரன் தலைமறையக் கானில் கல்உறைந்த கன்னிமாரின் வாக்குகள் சுழன்றது ராவும் பகலும்.

ஏழுபேர் கன்னியில் இளைய கன்னி மேலத்தெருப் பிள்ளை களோடு போய்ப் புஞ்சைப் பருத்திச்சுளை எடுத்து கைமணையில் விதைபிரித்து சிறகுராட்டில் நூற்று வந்தாள் வெப்பக்காட்டில். கருத்த வருணம் 'வேடபுராண ஏடு' திறந்து வாஸித்தாள் கள்வத்தை. பதினாறு பாகம் கூந்தலும் விரித்துப் போட்டு கன்னிமார் ஏழுபேர் விதை வித்தாய் கண்திறந்து மஞ்சணத்தி விருட்சத்தில் மூத்தவளும் சுரபுன்னையில் நடுக்கன்னியும் அத்திவிருட்சியாய் மல்லியும் செண்பகத்தி விருட்சமாய் உள்ளிருந்தாள் முத்திருளி. எல்லம்மா பன்னீர் விருட்சியானாள். ரெட்டைப் பிள்ளைகளாய் வரகுக்காட்டில் ஜனித்த வேம்பும் பூவரசும் தள்ளி நின்றார்கள் காட்டில்.

வேலாயி வண்டிப்பாதையில் பசுஞ்சாணம் எடுத்து வீடுவாசல் தரைமெழுகி தீத்துக்கல் கோலமிட்டாள். திருணை பூராவும் கல் கோடு. சுத்துச் சுவர்க் கட்டில் ஒன்பது வாசலிலும் தனித்தனி தானியக் குலுக்கைகள். பட்சிகள் கூட்டம் வந்து கதவை முட்டாமல் இருக்கும் திறந்த முற்றம். சிதறும் தவசவாசனையில் திசைகள் சேரும் புஞ்சைகள். வல்ல குடிப்பிறந்த கருத்தவருணம் கிட்ட வந்த வெள்ளி நாகன் வார் எடுத்து சுண்டுவில்லுடன் வெள்ளிக்குதிரை மேல் வேட்டைக்குப் பரிகிறான்.

சாமைப்புல் கூரைபோட்ட மண் சுத்து வீட்டுக்குள் ஒரு தவசம் அறுப்பறுத்துக் குலுக்கை நிரம்பி உதிருகிறது. களத்தில் சாமைக்கதிர் வாங்கி அறுத்த தாள் கசக்கும் பெண்கள் தடிவைத்து நெரிக்கிறார்கள். தாயார் காப்புலிச்சி சரீரமெல்லாம் பச்சைக்கோலமிட்டு காலில் தாமரையும் கைவிரலில் விருச்சிகம் குத்தியிருந்தாள். சுலகு பொட்டி பொல்லம் பொத்தி களம்தூத்து சாமைப்புல்லை குலுக்கையில் சேர்த்தாள்.

மட்டக்குதிரைக் காடியில் சாமைத்தாள் உரசும். 'கருத்த வருணம் நான் குதிரையில் போகும் வேளை நீ சிட்டம் கொண்டு போவதென்ன. நான் போய் நூல் வித்துவாரேன். நீ போடும் வெத்திலை பாக்கு காட்டாயம் வேணும்' என்றான். 'அய்யா நான் கீழவாசல் போய் வரணும். ஏழு கன்னிமாரில் கடைசிக்கன்னி. எங்கூட நீ வரமுடியாது. என்னிடம் நீ புனுகு சவ்வாது பாக்கு வெற்றிலை கேட்கலாமா' என்றாள். ஏழு கன்னிமாரில் கடைக்கன்னி. உன் நேத்திரத்தில் அகப் பட்டுக்கொண்ட நாள் முதல் கண்ணும் உறங்கவில்லை. என்னை வழிப்போக்கனாய் நினைத்து வாவார்த்தை பேசாமல் நூல்நூத்து சிட்டங்களை கீழவாசலில் வித்துவரப் போகிறாய். உன் நூல் விலை

யாகணுமென்றால் நீ மென்ற வெத்தலைய துப்பித்தா நான் போடுவேன்' என அழுத்தமாய் கேட்டான். 'என்ன எழவு மனுசா இந்த எச்சிய கேட்கிறாயே. இந்தப் பாவம் எனக்குத் தைக்குமே' எனச் சொல்லி தாம்பூலம் தரித்துமென்று வாயமுது சேர்த்து அவன் கையில் பாசிலையைத் துப்பித்தந்தாள் பளிதமும் மணக்க கருத்த வருணம் துப்பித்தந்த தாம்பூலம் போட்டு நெஞ்சிறங்கும் சாறில் கன்னியின் போகூழ் பற்றி அவன் பிதற்றி அலைந்தான் காட்டில்.

வெள்ளைக் குதிரை தும்பறுந்து ஓடி காட்டில் கால்தூக்கி நிற்க காகங்கள் அதனோடு சண்டையும் பிடித்தன வாக்குவாதமாய். இவள் ஒன்பது தானியங்கள் சுற்றுக் குலுக்கை வைத்த நவவாசல்களில் நின்று படிகேட்டு வரும் நாடோடிக்கும் பாடகருக்கும் குறைநாழி அளக்காமல் நாழிரெண்டு படிஇட்டாள். வாசல்வரை சிந்திய புல் பச்சையும் சாம்பல் நிறமுமாய்க் குருவிகள் உட்கார பட்சிகளின் ஒலித்தொகை அழியாத வாசல். 'எப்படி நான் வாசல் வந்து பார்ப்பேன் உன்னை' 'ஒன்பது வாசலில் எந்தப்பக்கம் வந்து நீ கூப்பிட்டாலும் அன்னம் தாயி தருமத்தாயி.... எனப்படி கேட்டு வேஷமிட்டுவா' என்றாள்.

படல் கல்லைத் தூக்கி வைத்த ஆற்றோரம் வண்ணாத்தி சேலையும் தெளிவாகி கூந்தலுடன் அலையாகும். வேப்பங்கண்ணுக்குள் புகுந்த சப்பாணி நாவு நீட்டி வண்ணாத்தி சிரசு சொல்லோசை கேட்டு அலைகிறான் காட்டுக்குள். வண்ணாத்திசெல்லி பாம்பேறாத மண்டபத்தில் நவதானிய வீட்டுவாசல் நின்று 'சின்னவளே, கருத்த வருணம் கன்னிமாரில் ஆறாவதாய்ப் பிறந்து செல்லியக்கா வந்திருக்கேன் வண்ணாத்தியாய். நாழி கொண்டுவா தங்கச்சி' எனக் கூப்பிட நிறை நாழிச்சோளம் அளந்து ஒரு விதை சிதறாமல் வாசல் திறந்து நின்றாள் கடைக்கன்னி.

வேப்பங்கண்ணிலிருந்து வெளியே வந்தான் சப்பாணி. பச்சை நாவுநீட்டி கண்கள் அலறவிரித்து நிற்கிறான் இருட்டுக்குள். உடுக்கை கொட்டி அவன் அனல் வாக்கு கூறி படி வாங்கிப்போன பின் கதவு தட்டும் ஓசை. திரும்பவும் அவள் பாயிலிருந்து எழுவதற்குள் கதவு திறவாமல் உள்ளேயும் வெளியேயும் நின்றிருந்தாள் வண்ணாத்தி. வெட்டுந்தலை பொருதாமல் பொருந்தி வந்தாள் கழுத்தைச் சுற்றி முள் ஆரம் தைத்து ரத்தம் துளித்தது. மெய் முலைதிருகி சுடரும் பச்சைக் கல் எடுத்து கருத்தவருணம் நுதழில் பதித்துப் போனாள் வண்ணாத்தி. அவள்கால் சிலம்பில் ஓடும் உதிரக்கல் பரல் திகுதிகுவென

செஞ்சுடராய் தழல் உமிழ கதவுதிறவாமல் மறைகிறாள். அவள் வந்து போன அரூபசரீரம் மறையாமல் இருக்கிறது வீட்டுக்குள். விடிந்தும் அவள் போகும் காடெல்லாம் கூடத்தொடர்ந்து வருகிறாள் பின்னாடி. சரள்காட்டுப் பிஞ்சைக் கதிர் அறுத்து பூஉதிராக் கம்மங் கதிரை இவள் நீட்ட செல்லி கை நீட்டி வாங்காமல் கழுத்தில் ஒழுகும் உதிரத்தில் முள்ளும் நனைந்திருக்கு. ஒரு முள்ளெடுத்து நீட்டுகிறாள் கடைக் கன்னியிடம். தொலைவில் கல்தூணில் அமர்ந்த பருந்துதலை சாய்த்துப் பார்த்தது இருவரை.

காட்டுப்பருத்தி மடிதுருத்தி கொண்டுவரும் போது தூரக்காடுகளில் குனிந்து வண்ணாத்தி சுளை எடுத்தவாறு திரும்பிப்பார்க்கிறாள் கடைக்கன்னியை. இவளைப் பார்த்து அசைவற்று நின்று கால்களைக் கட்டுகிறாள் வழிவிடாமல். மெல்ல இவள் கால் நகர்த்தி இளந்தைக் கனி பறித்து கல்தூணில் உறைந்த கூளிக்குப் படைத்ததும் முணுமுணுத்தது காடு. சுற்றிவர கல்லுச்சோளம் கதிர்பிடித்து வெள்ளையாய் அசைந்து உதிரும் காற்று சுழிசுற்றி ஊளையிட தொலைவில் வண்ணாத்தி அசைந்து கிட்டவருவதுபோல் நெருங்கி காற்றுடன் சுழிக்குள் சேலை சுற்றிச் சுழல் காற்றாய் சீறி மறைகிறாள் அழுகையுடன்.

காடு வெள்ளையாய் பூனைபார்த்த கன்னி எறுக்கம்பூ வெளுத்த ஆரம் கழுத்தில் பூண்டு முள் மரங்களுக்குள் இறங்கி கவை முள் சாம்பல் பூசின ஊசி ஊசியாய் குத்தித் துளித்த ரத்தம் கன்றிச் சிவந்த தொலிக்குள் ரத்தமுகங்களாய்ச் சிலைகள் வெட்டிச் சிரித்த உடங்காட்டில் உலர்ந்த வாக்கியங்கள் உதிர்த்த பொடிக்குருவிகளின் கீச்சுக் குரல் வேட புராண ஏடுகளில்.

மாடுகள் வாய்வைக்க முடியாமல் முள்ளுக்காடு. காய்ந்த நாற்று தாறுமாறாய் ஒடிந்த தோற்றம் பழுத்திருந்தது. கரடும் வாடிய பூண்டு உடல் உரிந்து எறும்பும் நில்லாமல் தானியம் தேடி அலையும் வெள்ளைத் தரைக்காட்டில் முணங்கிய தவசம் ஓடி ஒளிந்துகொண்ட விருவுகளில் மூச்சுவிடும் காளைகள். அவள் குனிந்து விருவில் மறையும் தவசங்களைப் பார்த்தாள். ஊர்பேர் தெரியாத காட்டுத்த வசத்தை கை விட்டுப் போன மரபினரின் கைகளுக்குள் தங்கிய கதிரின் சாயல் நிலத்தை விட்டு மறையவில்லை.

சரளிக்காட்டில் பசித்த அரவுகளின் மூச்சொலி ஆங்காரம் கண்ணிப்பிள்ளைச் செடிகளுக்குள் வெள்ளைப் போலமாய் பூஉதிர்ந்து பரவிக்கிடந்தது. மெலிந்த கல் அரவுகளின் பசிவருத்தம் பார்த்தவள்

மடியில் பறித்த காராம்பழம் இளந்தைக் கனிகளைப் படையலாக்கிப் போகிறாள். சாம்பல் முள் தலைகள் அசையும் கள்ளி முள்ளில் ஊர்ந்து கனிகுடையும் மஞ்சள் அரவு உதிரக்கனி உறிஞ்சும்.

சூரியனை விழுங்கும் கல்லரவு வடகோடு துடித்து மேடேறி உருக்கிய வெயிலைக் குளிரக் கருக்கி தட்டாண் பறந்துவரப் பார்த்த மழைக்குறிப்பு பாம்புக்கல் கண்ணின் கீற்றில். அதுகன்னி உருமேல் வரைந்த ஒளி கல்மாரி நெல்மாரி பேயுமாறு அந்தரங்கம் கீறியது. அவள் பொழுதடைய விளக்கு வைத்துப் பார்த்து 'கல்லரவு சொன்ன குறி கேட்டு வந்தேன் அண்ணமாரே. அரசடிப் பிஞ்சைய உழுதுவாங்க. பொடிப்பருத்தி குத்தி ஊடுபட்டமாய் தினை விதைப்போம்' என்றாள். 'கருத்தகன்னி கீழக்காடு உழுதுவர கொழுமுனை கொண்டுவா' என்றான் 'பூசனூத்து மேட்டுப்பிஞ்சையில் குள்ளங்கம்பு சிதறிவாரும்' என்றாள். 'சரளிக்காடு வரகு பிடிக்கும் கல்லுப் போல கருது வாங்கும் உன் கைபட்ட கல்லுச்சோளத்தை செவலில் தூவிவருவோம் கூடி வாங்க' என்றார்கள். 'நான் குதிரைவாலிச் சடைக்கருதைப் பார்த்து பூ பலவாச்சு' 'கம்பும் குதிரைவாலியும் தொகுத்து விதை போட நீ வா பொட்டி கொண்டு' 'வடகோடு அழிந்து வண்ணாத்தி சிரசு தாங்கி நிற்கிறாள். அவள் ரெத்தமுள் எடுத்து தாட்டியமாய் நீட்டினாள் என்னிடம். நீங்கள் உழுதுபோனால் பின்னாடி வருவாள் ஆறாவது கன்னி விதைப்பெட்டி சுமந்து.'

ராத்திரி நேரம் விளக்கு வெளிச்சத்தில் காளைகள் கொம்பசைந்து கூளவாடையில் முகம் திருப்பும். குலுக்கையில் இருக்கும் விதை வித்துகளின் உறக்கத்தில் வந்த கனவை எட்டிப்பார்த்தது கல்லரவு. தானியத்தின் கண்ணிகள் பின்னிய கரு இருட்டிவரும் இரவு. தானியாளின் இருப்பில் உலகைத் தழுவிக்கொள்ளும் இலை விரல்களால் தன் உள் ஆழ்ந்த மிருகங்களைக் கனவிலிருந்து எழுப்பு கிறாள். பூ ஒரு அறுவடை. பச்சை வரம்புகளுக்கு வெளியே சூனியத்தின் அசைவு.

உறைந்த செடிகளைத் தொடும் தானியமரபினர் கலப்பைகளில் துயில்கிறார்கள். தானியாளின் அகவீதிகளுக்குள் கலந்துவிட்ட மண்ணின் நுரையீரல் லட்சம் வாய்திறந்து பட்சிகளின் நுண்ணிய பீலிகளில் கீறும் திறந்வெளிப்பாடல். பழமையான விலங்கின் எலும்புகளாலான வாத்தியமாய் புதைத்து கிடக்கிறது கீழே. நெருப்பின் அக உருவத்துடன் கன்னியொருத்தி காட்டுப்பாதையில் நடந்து போகிறாள். தானியத்தின் அரூபமான கதவுகள் உள்ளே

ஆன்மாவின் குருதியோடு ஜுவனுள்ள தனிமையில் தன்னுள் தானே குமைவதும் அகப்பரப்பில் துறவு கொண்டு அலையும் கன்னிமார்கள் தானியத்துள் அரூப வியாபகமாய் மறைகிறார்கள்.

பூச்சிகளின் இரைச்சல் ஓயவில்லை. இயற்கையின் ரகஸியங்களை ஆழ்ந்து ஊடுருவும் இருட்டுப்பூச்சிகள். விசித்திரப்பிறவிகளாய் உருவடைந்த தாவரங்களின் மரபிழைகளில் உதிராத உயிர்சுருள்கிறது பூமியாய்.

இயற்கையின் எளிய ஜந்துகள் நிலத்திலிருந்து வீழ்ச்சியுறாமல் பல்லாயிரம் வருஷங்கள் தொடரும் சிக்கலான ஒலி முடிச்சில் மனிதனும் உயிர்த்திருக்கிறான் மிக எளிய பூச்சியென. மேற்கு நோக்கித் திரும்புகிறான். மேலும் விநாசத்தில் காலியான சுதேச விதைக் கூட்டம் மஞ்சள் ஆந்தைகளின் அலகிலே மறைந்திருக்கக் கூடும். தானியாளின் ஸ்தனங்களில் ஊறும் பால்ஒளி அவள்மடியில் சாய்ந்திருக்கும் தாவரங்களைத் தழுவுகிறாள் மெல்லிய புலம்பலுடன். அவள் சுரோனித இலையில் முதன்முதலாக உயிரைத் தெளிவுடன் பார்த்தாள்.

உலகில் சுருளும் தாவரங்கள் அழும்போது நட்சத்திரங்களின் இணக்கமான ஓட்டத்தில் இலைகளின் புனித சங்கீதத்தை கேட்டாள். சர்வலோக தானியத்தில் கீறிய நுரையிலிருந்து கனிகள் தோன்றுவதா யிருக்கும்.

படுக்கையிலிருந்து மெல்ல எழுந்து சிலம்பு குலுங்காமல் பாடி உருளும் பூச்சிகளைக் கேட்டாள். இருட்டுப்பூச்சிகள் சுழன்ற ஒலிக்கோடு பயிர் பச்சையின் வாசனை கொள்ளும். கலப்பைகள் ஆழ்ந்து மூச்சுவிடும் வலி. தோல் கயிறுகள் திருகிமுறுகிய காலத் தோற்றம். காளைகள் திரும்பிப் பார்த்தன தொழுவிலிருந்து. இரவின் மங்கிய வெளிச்சத்தில் குளம்படிகளின் பிளவுக்குள் தானியங்கள் பளிச்சிடும்.

கூளவாசனை வீசும் கருத்தவருணம் தொழுவில் விட்டத்தைப் பிடித்து மாடுகளையே கண்கொட்டாமல் பார்த்துக் கொண்டிருந்தாள். அவற்றின் முகபாவத்திலிருந்த தொன்மையான பழம்புல் தவசங்கள் இருபக்கக் கூம்புகளில் தரையில் படாமல் அந்தரத்தில் சுழன்று கொண்டிருக்கின்றன. வெளிர்பாசியும் அரக்கும் வெளுத்த சாம்பல் பூசிய புல்லும் கோடுபட்ட சாமைகள் இமை துடித்து அவாந்திர வெளியில் இயற்கையில் நீந்தும் உயிர்த்துகளாய் துயில் எழுந்து தான்யநகரின் மர்மங்களாக சுருள் வீசும் துளி இருப்பு.

அழிவுக்கும் குழப்பத்திற்குமிடையே தப்பிய குருவி பின்னிய கூடு கலைந்தால் எங்கோ தீப்பற்றிவிடுமெனப் பயந்த இருட்டில் புள்ளி வெளிச்சம். கண்சிமிட்டும் மஞ்சள் வெளுத்த தினை ஒன்று நெடிய இரவுக்குள் பறந்து செல்கிறது. மேலும் கீழும் இருட்டுநீர் கோடு. வெளிச்சமில்லா தந்திகளில் தொட்டு உருளும் தினையின் மெல்லோசை கடையுயிரின் பாடல்.

நீர் இருட்டில் ஒரு தினை நூற்றாண்டு பல உள் குடைந்து முதல் உயிரில் கலந்து ஓசையிடும். ஓர் அபூர்வ இணக்கத்துடன் ஒரு தினை இயற்கையின் கலக்கத்தில் உள்ளிருந்து புலன் உணரா உலகுயிராய் கணித வரைபடத்தில் அடுக்கிய திணைப்பெருக்கம். ஆடியில் தோன்றிய கதிர்உரு இயல்பில் சிதைந்து சூரியனுள் மஞ்சளை ஈர்த்து நட்சத்திரமாய் கதிர்கொள்கிறது. தினைத்தாள் செதுக்கிய கோடு உதிராத வரிகளில் அடுக்கிய வெளிர் மஞ்சள் புஸ்தகம்.

கடைக்கன்னி வாஸியாநின்ற தினைத்தாள் எடுத்து பார்வை கொள்ள காய்ந்த தாளில் விடுபட்ட செந்தினை அவள் விரலைத் தொட்டது. 'இன்னும் எவ்வளவு காலத்திற்கு ஒளிவீசிக் கொண்டிருக்கப் போகிறாள் சொல்தினையே' விளக்குகள் புரைஏடுகளைப் புரட்டி வாசிக்கும் விதியின் பாதையில் அடுக்கப்பட்ட காடைக்கண்ணி கருத்த கோடும் பச்சைப் பழுப்பு வரியுமாய் தொலைவிலிருந்து முணுமுணுத்தது நாடோடிப் பாடலை.'கண்ணித் தவசங்களின் பின்னலான அகால வாசம் மெல்ல முடிவடையப்போகும் இவ்வேளை உயிர்விட்ட காளைகளின் நாவில் ஜீவனாய் ஊறும் நுரைநூல் காய்ந்தகாட்டை உயிர்ப்பிக்குமா' காடைத்தாளில் தாறுமாறாய் கோடுகள் வந்தன.

மழைவராத பூவும்கூட அழிந்த இந்த நாட்களில் வருஷங்கள் பல கடந்தும் காடைத்தாளில் வாடிய அரக்குவரிகளை தானியக் கண் கொண்டு எழுதிப்போன தானியாள் எனப்படும் முதல் ஸ்திரீ மீண்டும் மறைந்த தானியங்களுக்கெல்லாம் கர்ப்பவாசலில் வாசனை களை உலராது ஈரத்துடன் வைத்திருந்தாள் எனக் காய்ந்த கூளங்களின் கோடு உதிர்ந்தவாறு சொல்லிக் கொண்டிருக்கும். மண் களஞ்சியத்தின் தூர்வாரிப் பெண்கள் சுலகெடுத்துப் பிடைத்து வைத்த சாமை வரகு அலாதியான மனதுடன் தூண்களுக்கிடையில் உறைந்திருக்கும். குடி அழிந்த தானியத் தெருவில் இருந்த கணிகை வீட்டின் நீலநிற கல் தரையில் ரேகையும் வரகும் அழியாமல் அவளது உடைந்த தானியக் கழல் எல்லாப் பெண்களின் கால்களுக்கும் சரியாகச் சேர்ந்துவிடும்.

கழல் உடைந்த காடுகளில் சிதறி உரசிய நவதானியத்தில் கன்னிமார் ஜனனமாயினர் முன்னே. தானியங்களில் உதிர்ந்த சொல்லோசை இரவுக்குள் வரும் காற்றில் கலந்த கோடுகளாய் கரைந்து மறையும்.

ஊழ்கருத்த மண்விளக்கை சுவர்மாடத்திலிருந்து வேறுவேறு தானிய அறைகளுக்கு எடுத்துப் போகிறாள் கால்உரசாமல். இருட்டறையில் வெளிச்ச ஊழ்ரேகை நீலவிஷமாய்த் தொட்டு உடைந்த கழல் உயிர்த்தது உதிர்ந்தவாறு. பரல்கள் உரசிய மின்னலில் ஏழு கன்னியர் பலநிறங்களில் பூக்கள் ஏந்திவர வாசனையில் சிக்கினாள் கருத்த வருணம். மாராப்புச் சேலையை விலக்கி கோடழிந்த தேய் நிலவாய் பால்வீசிய மென்முலைக்கண் உள்ளோடி நெளிந்து சொர்ணத்தானியம் உதிர்த்து வெளிச்சப்பட்டார்கள் ஏழுபேரும்.

கேழ்வரகை நாழியில் அளந்து அதில்கூடிய அரக்கு இருளைப் பார்த்தாள். அதில் ஏழுபேர் சேர்ந்து தோற்றம் மெலியக் கரங்களை நீட்டி அவள் திருமுடி தொட்டு சிரசில் நவகதிர்பதித்து கேசத்தை மெல்ல வருடினார்கள். கருத்தவருணத்தை விதைப்பதற்குச் சாணம் பூசிய பருத்திவிதை ஏழுபெட்டியில் எடுத்து கன்னிமார் அரூபமாய் பின்தொடர போகிறார்கள் திசாதிசைக்கு. பத்து வருஷம் மழை இல்லை. மேகம் எடுத்துவந்த நீரும் காகம் குடியாமல் கொக்கும் தவித்து செவக்குருவி அண்ணாந்திருந்த உழவுமாடுகள் எலும்பு வருத்திப்போகும். தானியத்தின் சிவப்புப் படிவங்களில் வானம்கீறல் விழ மழைதானே நீரைக் கருக்கொண்டு உள்அசையும் நெல்மாரி கல்மாரி பெய்யுமென மின்னல் வெட்டியது.

7 ஏழு கன்னிமார்வெளி

தானியம் திறந்த காட்டில் ஏரின் நிழல் மண்புரண்ட பக்க மெல்லாம் அசைந்தது. மனிதர்களைச் சுற்றி மரங்களின் வேர். சூரியனோடு எழும் கொழுமுனை. பதற்றத்தில் எரிந்து பறக்கும் தானியம். இயற்கையில் மடித்த மண் காகிதங்கள் சிக்கலான கோர உருவங்களை ஏற்று நடத்தும் நாடகத்தின் வேடபுராண ஏடு. கடைசித் திரையில் மேற்கு நோக்கித் திரும்பும் ரஸக்களிம்பு பூசிய விஷச்சுடரில் மங்கிய முகமூடிகளுடன் உந்திக் கொடியற்ற ஈயமனிதர்கள் விதை நரம்புகளைக் குத்தும் கொடுவாளில் கீழை உதிரம் தரையில் மிதிபடும் நபும்சகம்.

முடிவற்ற மரபில் தன்வயமான உணர்வில் பச்சையாய் விரியும் கிழக்குச் சூரியன். மலைகளில் ஆறுகளின் மணலில் மேடுகளில் சரிந்து எரிமலை ரேகைகளில் உள்கிளைத்த சிறகுகளோடு தான்யப்பறவை.

மூலகங்களில் சிறகுபட்டு மரங்களைத் தழுவி நீர் வீழ்ச்சிக்குள் பழுத்த கனி சுமந்து முன்னே மறைந்த உயிர்த்துகள் பதுங்கிய சூரிய வட்டத்தைச் சுற்றி இயற்கையின் இயல்பில் சிக்கி வளரும் பவள இறகுகள் உதிர்த்து விரியும் செவல்பரப்பு.

தீண்டப்படாத முதல்கனி முதல் தீப்பொறியிலிருந்து ஒரு ஒளி வெளிநோக்கி அலைபரவி வருகிறாள் தானியாள். பொறி கிளம்பும் மணல்முலை கிரகமாய் ஒளிசுரக்கும் ஒருமகள் இப்பெரும் நிகழ்வில் ஒரே ஒரு கதிரேந்தி பெயரற்ற தானியங்களை உடல் உதிரத்தின் ஓடைகளில் பெருக்கெடுத்து நுங்கு நுரை தள்ளும் உயிர் அருவி உலகின் மீது விரிந்து உயிர்ப்பரப்புக்கு உள்ளே மறைமுகமாய் சப்தமிடும். கரம்பை புரண்டு உலர்ந்த விருவுகளில் மூச்சுவிடும் காளைகளின் கொம்பிலே பாறைகளைக் கட்டித் திணறிய வலியால் கடவுளின் வேதனைகளை அடைந்திருக்கும். மறைந்த காளை இனங்களின் குளம்படிகளின் பிளவுகளில் வானம் கிழிபட விண் அடியில் எரியும் கால் எலும்புகள் பற்றிய யுகாந்தகால நெருப்பு இவ்வேளை சர்வதெய்வங்களின் புத்துயிர் மறைமுகமான 'கரிசல் ஏடு' திறந்து இயற்கையின் சாரத்தில் அடுக்கிய ஆயிரம் தவசவகை நெல்முனை உதிர்த்த பிதிர்மரபு ஒரு இருப்பு. அதுவே உயிர். மணற்துகளிலிருந்து சூரியன்வரை தோற்றத்திலும் மறைவிலும் செவல்குருவிகள் பாசிக்கண் மறைந்த சூன்யத்தில் இல்லாமல் இருக்கும் செங்கோடு இருப்பில் புலனாகாத சிருஷ்டியின் ரகஸிய முளைகள் துளிர்விடும் புதிரான ஓவியச்சீலைகளில் வரைந்த பூக்களின் தானியங்களின் தாவரத்தில் மறையும் கனிகளின் பாதையில் காணாமல் போன மிருகங்களின் வாசனைகளின் இருப்பில் சுவாசிக்கும் மர்மத்தைச் சார்ந்து மிருகங்களாக மோப்பத் தடத்தில் இருந்து கொண்டிருக்கிறோம் தானே.

மோப்பத்தின் வசீகரம்தான் இருப்பின் சூட்சும ஈர்ப்புபோலும். இயற்கையில் நெளியும் ரேகைகளில் புறவயசருக்கம் என ஏதுமில்லை. ஓர் அபூர்வ ஆன்மீக இலை நீட்டும் சுரோனித நரம்புகளில் முதல் உயிரின் முயக்கம். எல்லா உயிர்களும் அவை இருக்கும் வெளிகளும் நமக்குள்ளே இருக்கும் எளிய திசுக்களில் கண்திரளாய் சுழன்று வீசும் விதிச் சுழியில் அணுத்திரள் அடுக்கிய உயிர்க்கதிர். காலமற்ற 'கரிசல் ஏட்டில்' நயனம் அசையும் இமையாச் சிலைகள் ஏந்திய தானியம். ஆனால் ஒவ்வொரு சிகரமும் ஏற்றத்தின் முடிவுப்புள்ளியும் சுருள் வடிவில் கருவில் இறங்கும் தொடக்கம்தான். சதாவும் தலைகீழாய் பயணம் செய்து கொண்டிருக்கும் ஜனனம் முடியாமல் தொடரும்

முதல் பொறி.

'கரிசல் ஏடு' திறந்து கலப்பை நிழல் நகர கன்னியொருத்திவிதைப் பெட்டிகொண்டு நவவிதை வித்தில் பட்சிகளோடு விதைக்கிறாள் பின்தொடர்ந்து. தாள்கோடுகளில் திறந்துவந்த பூமியின் உட்புறத் திலிருக்கும் எரிகற்கள் தொனித்து கொழுமுனையில் பாயும் பச்சை ஆறு. வீழ் அடர் உதிர்ந்த நெல் காற்று மோதி தானியம் சிலம்புக்குள் உருளும். வரகின் பருத்த சூலில் வளையும் சிசுத்தலை. கவைக் கதிர் வரகில் பழைய மூதூர் நிறம் மங்கித்தோன்றும். தாழ் நிலத்தில் பழுத்த மழைவடுக்கள் கொண்ட பாறைகளில் நிறைந்த கோடுகளை உற்றுப் பார்க்கிறாள் கடைசிக்கன்னி. கூந்தலில் பின்னிய நெளிவுப் பாறையின் ரேகைகளோடு திருகிச் சுழியும் கருக்கில் மழை வெக்கை. சினந்து விம்மி நின்ற முலைகளின் கருங்கண்மை கரைந்த இருட்டு சூழ் மழைக்கோப்பு 'கரிசல் ஏடு' தானே கீறல் விட்டு விருவுகளில் நாசிகள் சுவாசிக்கும் மழை மூச்சு. விண்கோடுகள் சாரை சாரையாகக் கீழ் இறங்கி வடியும் கரு மணல் கேசம் பின்னல் அவிழப் பிதிர்ந்த மழைச் சீற்றம் கல்மாரியாய் துளைத்தது தரையை. வெள்ளாங்குருகு எனும் ஈனாப் பாவை கொடிய அணங்கி மழையுடன் வீசிவருகிறாள். ஐம்பது விரதைகளின் கூந்தல் அறைகளை இருட்டி நூறுபூக்களின் வாசனை இழை மணக்கும் மழைரேகை அவள் உடல் படர்ந்து நெளிந்தது. நேத்திரம் நோக்க கிழக்கில் மின்னல் வெட்டியது. இரவு முற்றும் காட்டில் தீ எரியும் பொலி வலம் வருகிறாள். அரும்புகள் ஈரப்பதத்தில் முளைவிடும் மரங்களில் காற்றின் சுரம். கல்ஓடை கிளைத்து உருண்ட நீர் உறுமும். கருத்தவருணம் பின்னிய ஈனாப்பாவை சொல்லும் 'சூரிய வெளிக்குள் அலைவுறும் வார்த்தை ஒன்றின் முடிவற்ற துயரம்தான் தான்யம்.' அது மழையில் சதாவும் பெருகிக்கொண்டே மேல் எழுகின்றன இருளுடன். வெட்டவெட்ட மண்தளிக்குள் மாடுகளின் நிழல் மறையவில்லை. விதைப்புக்கான ஈரத்தரையில் கரிய உருவங்கள் வெயிலில் உழுதுகொண்டிருக்கின்றன தீராமல்.

தானியாளின் 'கரிசல் ஏட்டில்' மென்மையான நாற்று அசையும் வேளை வாழ்வின் ரகஸியங்களை வெள்ளாங்குருகின் உடல் பின்னியவாறு சொன்னாள் கருத்த வருணம். ஒவ்வொரு பக்கமும் புரட்டி உழுகிறார்கள் பின்னே விதைத்துப் போகிறாள் கடைசிக்கன்னி. மறைந்தவர்களும் நடமாடிக் கொண்டிருக்கும் 'கரிசல் ஏட்டில்' தெருவில் இருந்த பாறை மேல் அமர்ந்திருந்தாள் கற்குவாளை. கதிர் பிடித்த அவள் கையில் பாறை மேல் அமர்ந்திருந்தாள் கற்குவாளை.

கதிர் பிடித்த அவள் கையில் கல்லிலான கனியொன்று பழுத்திருக்கும். அதன் வாசனை மயக்கமான நிறங்களை வெளிப்படுத்தி விதியின் மௌனத்தை வெகு ஆழத்தில் அசையும் கல்ரேகையில் தொடும் பட்சியின் எச்சம்பட்ட விதை பாறையில் பட மெல்ல கீறும் அபூர்வரேகைகள் அதிர்ந்து செதுக்கிய வேர்முனை ஈர்ப்பில் கல்வயப் பட்டு துளைவிழ கற்குவாளை மரமாய் சமைந்தாள். கிட்ட வந்து கேட்கிறார்கள் வினையறுத்த விதியின் கனியை. வாசனைகளை உடைய கற்கனி எல்லா விருட்சங்களிலிலும் பழுத்து ஊழ்விருட்சி களின் கேசவாசத்துடன் கனியேந்திக் குனிந்திருக்கிறாள் சிகலிகை விரித்து.

ஞாபகங்களில் சிதறிவாடும் கல்உருவங்கள் சஞ்சலதேவதை களாய் மனிதர்களைப் பீடித்து பனியில் துயருற்ற கற்கனியை வீட்டுக்குள் நீட்டி மறைந்தவளின் அளகம் விதிர்க்க ஏர் கலந்து முயங்கிய கார் காலம் முல்லைக்காடாய் எழுந்ததுமெல்ல. நடக்க இருப்பதின் முன்னுணர்வில் சுடரும் முல்லை வெண் பளிங்காய் கற்பரப்பில் ஊர்ந்து செல்லும் முன் கடந்த ஞாபகப்படிகம். வில்லுடன் வந்த ரோகி வெண்பளிங்கில் அறியகனியைக் குறிவைத்த போது ஏற்கெனவே கற்குவாளையின் குடத்தில் வீழ்ந்த கனியாயிற்று. விதியின் நிழல் வழியே போய் காவலனிடம் கேட்கிறான் கற்குவேல் ‘அறிய கனிஒன்று பூவுக்கு ஒருவேளை பழுத்து என் பிதிர் உறவாய் வரும் போது அது காணாமல் போனதென்ன சொல்வாய் காவலா’ ‘வெண்பளிங்காய் ரோக உடல் உதிரும் கற்குவேலே... உன் அம்பு தொடாத கனி உன்ஞான ரோகத்திலும் தப்பிவிட்ட தென்றால் கிணற்றடியில் நீர் எடுக்க வந்த ஸ்திரீகளிலே சஞ்சல தேவதையான காட்டில் நிற்பவள் கற்குவாளை. அவள் தான் நீரில் படிகம் பார்த்து உள்மறைகிறாள். இந்நேரம் அவள் ஆடுகளின் பின்னே வாங்கரையில் மேய்த்துக் கொண்டிருப்பாள். வீடு புகுந்து தேடுவோம்’ என்றான் பணிந்தகாவலன். கிணத்தடியில் கற்குவாளை மரம் விட்ட அறியகனி அவள் குடத்திலிருந்த நீரில் தகதகத்தது. கையை நுழைத்து எடுத்தான் கற்குவேல். எடுத்து கனி வெறுங்கல்லானது. அதன் அதிசயம் கரைந்தது நீரில். திரும்பவும் நீருக்குள் விட்ட கனி கல்மீனாய் மாறி இசை கொடுக்கும் விந்தையாக மாறி அதிர்ந்தது. எப்போது பழுத்தோம். உதிர்த்ததை யார் யாரெல்லாம் கொண்டு போனார்கள் என அறியாத கணத்தில் எத்தனையோ காலம் உதிர்ந்த அறியகனி கல்மீன்களாய் உள்பதுங்கி எங்கோ மறைகின்றன பிதிரில். திரும்ப எடுத்தால் கல்லில் எத்தனையோ புராதனவிருட்சங்களின் வாசனை. கற்கனியின் ரஸநாரில்

சிற்பிகளின் உளிகள் மறையும் கற்பனைத்தாது உயிருடன் பழுத்திருந்தது.

கல்லின் மௌனம் கனியெனத் தோற்றம் கொள்ள உட்குடைந்து கல்விதையொன்று கலகலக்கும் ஓசையை கர்ப்பத்தின் ரகஸியமாய் புதைத்தது யாரோ. தனித்தனி கனிகளின் ஸ்பரிசத்தை அடைந்த விரல் உணர்வில் தானியநகரின் மறைபொருள் கலக்கமாயிருந்தது. எத்தனையோ கல்லரவுகளின் சாயைகள் விஷஒளியில் தோன்றி அறையெங்கும் நீலம் விருட்சத்தின் நள்ளிரவு நேரத்தில் கனி கவர வந்த வேடரின் அம்புகள் தாறுமாறாய் குறுக்கிட்டு தைத்திருக்கும். முனிவன் கணிகையிடம் கொடுத்த கனி இன்னும் தீராமல் வழிவழியாய் வந்து கொண்டிருந்தது அம்புகளின் கோரவரிகளுடன். கன்னிகள் வலம் வந்து கற்கனியை கவரவேண்டி நோன்பிருந்த பசித்தவத்தில் பழுத்தகனி கல்லாய் மாறியது. கடந்த காலத்திலிருந்து வந்த தோற்றம் அழிந்து வர இருக்கும் கலவிகளில் பழுத்து எங்கோ ஆழத்தில் பயணமாகிக் கொண்டிருந்தது கற்கனி. கடவுளின் அற்புதம் அத்தனையும் அதன் தொலிமேல் உருமாறி இயற்கையெனும் ஆசையை சதாவும் தூண்டிக் கொண்டிருந்தது வாசனையின் ஈர்ப்பில். நேசத்தை ஈடேற்ற வழி திறந்தது கனியில். அதுவோ வெள்ளிநாகம் தீண்டிய விஷவேருடன் தொங்கிக் கொண்டிருக்கிறது.

கற்குவாளையின் குடத்துக்கும் கனிக்குமிடையே தீராதபந்தம் இலைகள் படரும். திரும்பவந்த கற்குவாளை முன் கற்கனியுடன் நிற்கிறான் வில்ரோகி. 'தாகத்திற்கு நீர் கேட்டு வந்தேன்.... நெடுந்தூரம் பயணப்பட்டேன்' என்றான். வரையாடுகள் சூழ்ந்து மூச்சுவிட உள் போய் குடத்தில் கைவிட்டு நீரைத் திரட்டி அறிய கனியொன்றை எடுத்துவந்தாள். அதை வாங்கிக் கொண்டு 'இன்னொன்று கொடு' என்றான் ஆசை விஷம் ஏற. திரும்பவும் நீரை விரல்களால் திரட்டி வேறொரு கனி எடுத்தாள் கற்குவாளை. கூரைவீட்டுக்குள் இருட்டில் கொடிபடர்ந்த கற்குவாளை கோபத்தால் கண்தாளமாகி மரமாகிப் பிளந்து உள்மறைந்தாள் வில்ரோகியுடன். அவன் ரோகம் உதிர பூடமாய் நிற்கிறான் கற்குவாளை மரத்தடியில். உடல் நீறு எடுத்து பூசிப் போனாள் கருத்தவருணம்.

மீண்டும் அரியகனி கற்குவாளை மரத்தில் பழுத்து கிணத்தில் நீர் பார்த்த பிரதிமையில் ஆசை கொண்ட கருத்தவருணம் விதியில் சிக்கி ராவிருட்டிதல் கிணற்றில் நீர் இறைத்து துணி அலசுகிறாள். தீட்டுத் துணி அலசும் வேளை கழுவிய உதிரம் கரையாமல் நார்நாராய்

ஊர்ந்து போய் மரப்பொந்திலிருந்த வெள்ளிநாகத்தைத் தொட நீலஇறகு முளைத்த சர்ப்பமாய் வாலில் விசும்பி அவள் சாயலில் மயங்கிச் சீறியது. யுவன்ரூபமாய் புணர்பாகம் தகுந்த வேளை வெள்ளைக் குதிரையேறி வருகிறான் வெள்ளிநாகன். 'உனக்கு என்ன வேண்டும் கடைக் கன்னி' 'அந்த அறிய கனிபறித்துத்தா வெள்ளிநாகமே' என்றாள்.

IV

கூந்தல் வாசனைப் புத்தகம்

'பச்சைப் புத்தகத்தை'த் திறக்கிறான் நாடோடி. அது தானியாள் விரல் தீட்டிய கருப்புநிற மை இன்னும் உலராமல் இருந்த எழுத்து. கரிசல் ஏட்டில் ஒருவகை அதிசயத் தாவரங்கள் முளைக்கின்றனவாம். அவற்றின் பழங்கள் பெண்களைப் போன்றிருக்குமாம். இந்தக் 'கரிசல் ஏட்டில்' பெண்கள் தலைமுடியைக் கொண்டு தொங்குவது போலக் காய்க்கும் சில அபூர்வ விருட்சங்கள் பயணிகளை ஈர்த்தது. நாடோடிகள் கூந்தல் விருட்சங்களைச் சுற்றி மயங்கிக் கிடந்தார்கள். அந்த முடி நரம்புகளைப் போல வலுவான மென் அதிர்வுகளைக் கொண்டிருப்பதால் மனிதர் விரல்கள் படாமலே காற்றின் ஸ்பரிசத்துடன் தானே அதிரும் கரிசல் ஏட்டு வாத்தியம் இந்த அறிய விருட்சங்களின் ஊடே மறைந்திருக்கும். அரூப இசைக்கோலம் கண்ணுக்குப் புலனாவதில்லை. பயணிகள் சிலர் இந்த அழகைப் பார்த்து மயங்கியிருக்கிறார்கள். விருட்சத்தோடு ஒட்டிக் கொண்டிருக்கும் கூந்தலின் அடிப்பாகத்தை முறையாகக் கத்தரியால் வெட்டி, இக்கனிகளை எடுத்து உண்டால் நெடுங்காலம் வாழலாம் என கரிசல் ஏட்டு மனிதர்களின் நம்பிக்கை. அவர்களின் ஆயுளை விதியைத் தாண்டி நீட்சிக்கும் ருசியைப் பெற்ற கனிப்பெண்கள் கதைகள் அலையும் தீவுகளின் ருசியாக இருந்தார்கள் இன்னும். வேறெங்கும் கண்டிராத சுவையை கனிப்பெண்ணின் சருமத்தில் உதட்டால் தொட்ட போது பதிந்த சலவைக்கல் பற்களின் முன் நுனிபதிந்த பழச்சாறு சாவிலிருந்து மனித ஆயுளை மீட்கிறது. இன்னும் அதிகதைக் கோடுகள் பயணிகளின் ஆர்வத்தைத் தூண்டும் கனிப்பெண்ணின் கூந்தல் வாசனைப் புஸ்தகத்தின் பக்கங்களில் அலைய அதை ஆழ்ந்து சுவாசித்தவாறு அடுத்த பக்கத்திற்கு வந்தான் சாம்பல் நாடோடி காமோஸ்:

8 உப்பு இயல் பாவை*

உப்புஇயல்பாவை 'கண் ஏடு' திறந்து ஊசிஒளியால் வரைந்த தானியநகரை தறியில் நெய்துவருகிறாள் ராப்பகலாய். சிலந்திக் குகையில் நடனமாடும் அவள் கால்களில் அரும்பிய வெள்ளை இழைக் கதிர்கள் உயிரின் இடைவெளிகளுக்கிடையில் நெய்து கோர்த்த சன்ன வெள்ளிப் பரப்பில் நகர்ந்து விரியும் தானியநகரம். அந்தகார இருளில் தடவித் திரியும் குருடர்கள் மேல் பட்டுத் துணிகளில் இலை பின்னிப் போர்த்துகிறார்கள் நெசவாளர். உப்புவெளியெங்கும் நெசவாளர் பட்டப்பகலில் நூல்தடவி குருடர்களைத் தழுவுகிறார்கள் விரல்களால். வழியெங்கும் தறிவீதிகளில் நூல்துடிக்கும் அதிர்வு நெடும் பயணம் போகும் குருடரைத் தொடும். அவர்கள் எங்கே போகக்கூடும். காட்டுப்புல் அவர்களைச் சூழ்ந்தது. முட்பூண்டுகளில் பிளந்த ஓடை வழியாக வெண்ணிறப் பரற்கற்கள் சறுக்காமல் சிவந்த தடிகளைக் குத்தி எரியும் பாறையிடம் உரையாடக்கூடும். கால் மிதித்த தாழடிகளில் சிதறிக் கிடந்த தானியங்கள் எழுந்து கண் தெரியாதோரின் இமையாகிப் படபடத்தன ஒளியாக. 'நாங்கள் இருட்டிலே பார்க்கிறோம் கனிகளின் பாதையில், வாசனையால் பாதை பரவிக்கிடக்கிறது தானியமே' என்றார்கள். கற்பாறைகளில் நெளியும் கோடுகளைத் தொட்டு கண்கீறல் வழியே நடந்தார்கள். அந்தப் பாதங்கள் புல்லின் மேல் பனித்து இறங்கும் தொடுதலில் இளம்பயிர் முறியாமல் வளைந்தது.

பச்சைமரங்கள் அரளிப்பாய் இருட்டிய இலைகளூடே சென்ற நெடுவழிகனிகளுடையது. உள்ளே பிரவேசித்தார்கள். ரத்தம் போன்ற சுயமானகனிகளைத் தொட்டு அதை உண்ணாமல் பற்பதியாமல் வாசனைகளை அறிந்து புறப்பட்டுப் போனார்கள் கூவிய பட்சி களோடு. பாழான நிலங்களில் கள்ளித்தலைகள் ஆடும். ஊளையிட்ட சிறுநரி நெருங்கிவந்து 'கண்மணியை தருகிறேன்' என்றது. முள்ளுடைக் காட்டில் நிலங்களெல்லாம் விதைப்பில்லாமல் பூண்டின் துடிப்பில்

* I தன் கைகளை இராட்டினத்தில் வைக்கிறாள்; அவள் விரல்கள் கதிரைப் பிடிக்கும். (நீதிமொழிகள் 31:19.)

II ஆகையால் மோவாப் சோதோமைப் போலும்; அம்மோன் புத்திரரின் தேசம் கொமோராவைப் போலுமாக காஞ்செறி படரும் இடமும்; உப்புப் பள்ளமும்; நித்தியப் பாழியு மாயிருக்கும். (செப்னியா 2: 9)

III என் நாட்கள் நெய்கிறவன் எறிகிற நாடாவிலும் தீவிரமாய் ஓடுகிறது. (யோபு 7:6)

உயிர்வைத்துக் காத்திருந்தது மழைக்காக. கந்தகத்தாலும் உப்பாலும் பிளவுபட்ட கரிசல்விருவுகளில் களிகளால் குத்தி நின்ற குருடர்கள் விருவுகளின் மூச்சொலியைக் கேட்டுக் கிழிந்துபோன கந்தையிலிருந்து ஒருபிடி தானியத்தை நிலத்தில் வீச கருகருவென காட்டுக் கோயில் கற்சிலைகள் கர்ப்பப்பாறை பிளந்து கசிந்த உதிரம் சுயமான தானியக் கதிராகப் பிடித்தது. நிலத்தில் தப்பியிருக்கிற கலப்பைகள் தானியம் கண்டு உழுதன காளைகளின்றி. பெரியதும் சிறிதுமான சுரக்கற்கள் கொழுவில் எரிந்து பிளந்தது. மேழிபிடித்த கரங்கள் விதைப் பெட்டி கொண்டு போகிறது தொலைவில். சூரியனை மறைத்து வானம் கருத்து வெப்பம் கருகித் தீய்ந்து சாம்பலும் தானியமுமாய் பொழிந்த வறட்டுமழையில் நிலம் புரண்டது. மண்கனிகள் பழுப்பதற்குமுன் அவர்கள் பூண்டுவாசனைகளை உணர்ந்தார்கள். கனிகள் கிட்ட வருகையில் சூரியன் அஸ்தனமமாயிற்று.

உப்புக்குகைகளிலுள்ள சாம்பாத்திகள் அவர்கள் உடல் படர்ந்து ரேகைகளால் இழுத்துச் செல்லும் நூல்விரித்த தானியநகரம். கால் கைகளில் ஈரம்பசியக் கோர்க்கும் சுவடுகளில் கண்தெரியாதோர் கால்கள் இடராமல் செல்லும் மாயச்சுவடு. உப்புவயலில் பட்டு இலை அசையும். தோட்டங்களில் துயிலும் சாம்பாத்திகளின் பாதைகளில் மிருதுவான நரம்பிசைக்கருவிகளை ஏந்தி குருடர்கள் நடந்து போகையில் தொலைவே மணம் வீசும் அறுபது தானியங்கள் ஒளிவீசும் அந்நகரம் பட்டு மரங்கள் எங்கும் கிளைபடர்ந்த, மின்மினித் திரளாக உயிர்தழுவும் அந்தகாரம். 'நீங்கள் தானா. சுடும் வெளியில்' சாம்பாத்திகள் கேட்டு பாதைகளை நெய்துவிட ஏழு சாம்பாத்திகள் கூடவே தொடரும் நூல் பாதை நூற்று முன்செல்லப் பின்னேவரும் கண்தெரியாதோர். கையசைத்து தடியினால் பிடிகொண்டு இருட்டைக் குத்தி ஒலியுண்டாக்கி தானியம் கசிய உள்ளே நுழைகிறார்கள் இருட்டில். பாவுகளாய் இழை பின்னிப் பின்னி நூலில் தொட்டுச் செல்லும் குருடர்கள் அந்தகார இருளில் ஜனித்த தானியத்தை ஏந்தி 'புல்லுக்குள் பூமியும் தானியத்துள் ஸ்திரீகளும் விதைவித்தில் கீறிவந்த பட்சிகளும் வேரும் தூருமாய் விருட்ச கன்னிகளும் மச்சத்துள் சப்த மாதரும் எம்மைத் தொடர்ந்து வருகிறார்கள்... தானியப் பாதையில் செல்கிறோம் சாம்பாத்திகளே...' என மலைகளிடையே எதிரொலித்த குருடர்வாக்கு உயிர் நாடிகளில் சுருண்டு கொண்டது.

தானியத்தில் எரியும் மண்விளக்கு அரக்கும் சம்பலுமான கீற்றுகளாய் இழை படரச் சிதறிக்கூடும் ஒளிப்படர்வு மஞ்சள்

வெளிச்சம் சரிந்து செல்லும் சுவடுகளில் சறுக்கிச் சறுக்கி கால் பெருவிரலைத் தரையில் ஊன்றி 'உப்பியல் பாவையே உன் தறியின் குரல்கேட்டு நெசவுப் பாதையில் நெடுவழி போகிறோம் உன் சத்தம் கேட்கும் தட்டியும் ரேகை தொடுகிறோம் பூமியில்' என்றார்கள். பூமியின் உரையாடல் ஸ்பரிசமண் விளக்காக ஒளிவழி நீள்கிறது சிலந்திக் குகை நோக்கி. ஏழுவகை புறஅக நூற்பின் பின்னல் அமைப்புள்ள சாம்பாத்திகளின் நெசவு உள்ளுணர்வாய்ச் செல்லும் எதேச்சையென இருட்கோடுகளில் உணர்கிறார்கள் குருடர்கள். பிரபஞ்ச இழைகளில் தொங்கி அலையும் சாம்பாத்திகளைப் பின்தொடரும் திறவாத நயன அசைவில் திறவு கொள்ளும் நூலடுக்கு. உயிர்மேல் உயிர்படும் நிழல் படா நயனம்.

இமைக்கோடுகளில் விரல் தொடும் வேகத்தில் நயனத்தின் தேசல் ஒளிநீரில் பச்சையாய் தத்தளிக்கத் தொடாமல் உருப்பார்த்து விடாமல் ரேகைநெளிவில் நகர்கிறார்கள் குருடர்கள். அங்கே இவர்கள் போகக் கூடும். ஏழு சாம்பாத்திகள் பின்னிய இழைகளில் சுழலும் தானிய நகரம் திசைபலரேகை ஓடும் மண் வெளிச்சம் பழுப்பு மஞ்சள் வானத்தின் கீழ் ரத்தச்சூரியன் முளைவிட்ட காளானாய் மரங்களுக் கிடையில் சிக்கிச் சிதறிய எரிதழல் சுடர் இலைகளின் திரிநாவுகளில் நீல ஜுவாலை.

தரையில் நெளியும் மண்வெளி. கிளைகளுக்குள் சிவப்பும் பச்சையுமான வீடுகளின் அலாதி. கீழே பட்சிகளின் ஜாலநிறங்கள் கலங்கிய தோற்றம். ஒளிப்படும் உதிரத்துள் சூரியனை விழுங்கிய தானியநகரம். தகதகவென எரியும் பச்சைவீடுகளின் கூரைகள் வழிந்து உப்போடையாக நெளிகிறது தரையில். நீலம் பிளந்த அடிவானத்தில் நீலத்துள் மறையும் குருடர்கள்களிகளால் விண்ணைக் குடை கிறார்கள். அக நீல உப்புப்படிகத்தில் சிக்கியிருக்கக்கூடும். உறைந்த இதயங்களின் தொலியைக் கீறி உப்பை அருந்துகிறார்கள். நாவில்படரும் உவர் உணர்வு தானியத்தின் அந்தரங்கத்தைச் சொல்லும்.

தாகமாக இருக்கிறது. நாவில் உறிஞ்சிய உப்புச் சுனைகளின் மடியில் நெடுவழிபோகும் குருடர்கள் துயில்கிறார்கள். வான் பழுத்து எழுந்த சந்திரனில் நிழல் தோட்டம். உள்ளே மச்சகன்னிமார் மண் குவளையில் உதிரக்கனிகளை ஏந்தி வருகிறார்கள் உவர் நிலத்திற்கு. குருடர் கண்ட உதிரக் கனியில் வேரும் நாறுமான நிலவுப்பாதை. மேகத் திரள் களுக்குள் வீதிதோய்ந்து கிடந்த தறியோசையில் பஞ்சு பஞ்சாய் பனிப் பறைவைகள் இலைச்சிறகுகளுடன் தாவுகின்றன கூட்டமாய்.

வீதியில் ஓடும் பாவு விரிப்பில் பிரம்புகளால் அடிக்கும் நெசவாளர்கள் அடிவானத்திலுள்ள குருடர்களைக் கூவி அழைக்கிறார்கள். திசை திரும்புங்கள் நூல் திறந்துவிட்டது களிகளில் சுடரும் தைல விளக்குகள் கூட்டமாய் நகரும் கானகம். தானியநகரின் நாளி ஓடுகள் சிவக்கும் பவளக்கொடி படர்ந்த கூரைகளில் உதிரும் சாமையும் தாளறுத்த வரகும். வெள்ளி நிறமான வரகுத்தாள் கட்டுகளை ஏந்தி வருகிறார்கள் குருடர்கள்.

தானிய நகரைச் சுற்றி குருடர் அமைத்த படல்களில் விரல் பின்னிய லாவகம் சிலந்திகளின் நுட்பத்தைச் சொல்லும். ஒரு சில வரகு ஒட்டிய தாளில் சாம்பல் குருவிகளின் ஆதர்சம். எரியும் கற்களைப் பிடித்து தானிய நகருக்குள் நடந்து போகிறார்கள். வீதிகள் எல்லாம் ஏழ் சிலந்திகளின் இழை இழையாய் விரல்களால் நூற்கப் படும் சப்த மாதரின் தறிவீதி. நூலின் வாசனையும் சிசுக்களின் பால் வீச்சில் ஸ்திரீ ராட்டை சுற்றும் திருணை வீடுகளின் தாழ்வாரத்தில் அலாதியான தானியநகரம். உயிரும் உணர்வும் பயிர்களாய் கீச்சிடும் நவதானியங் களின் புதிர்.

நத்தமண் சுவர் இடியும் வீடுகளின் உள் இருட்டில் சலனமுறும் ஓடங்களின் தொனி கொள்ளும் ஊடுநூல் துயரமாய் உருகும். இருட்டில் செம்பவளக்கொடி படரும் பழந்தறியில் மூங்கில் பரல் உருளும் ஓசைக்குள் கடல் புரண்டு பச்சையாய் சுருண்டு வளையும் நூல் பாசி. நூல் கீறி ஓடும் பாவில் அலைகளை இழுத்து நெய்கிறாள் உப்பியல் பாவை. தறிக்குள் தத்தளிக்கும் கடல். மெலிந்த இருட்டும் புதிர் அடைந்த நாழி ஓடுகளுக்குள் கீழிறங்கும் வேழம் கணு திறத்து கழைக் கம்புகளை தூணாக ஊன்றிப் பனைவிட்டத்தில் வண்டுகளின் மண்கூடு.

ஏழ்துளை மேலும் கீழும் அதிர இழை பின்னுகிறாள் உப்பியல் பாவை. தூற்றாத நெல் கூடும் வைக்கோலும் தாளறுத்துப் பிணைத்த நுண் வரிகளில் வந்த உருவங்களில் பழமையான தானியமனிதர்கள் . அடவியில் நாணல் அறுத்து கூடைபின்னி உள்ளே நிறை நாழி நெல் அளந்து நடுவில் உப்புப் புடைவிளக்கில் தூங்காதகன்னி சுடர தூம்பு முளையில் கயிறு இழுத்து சாலி நெல் வயல் ஏகினர் உப்பியல்பாவை யுடன். சிப்பிக் கிளிஞ்சில் அறிமுகம் நூல்கக்கும் பசை இழைகளில் நத்தைகள் சிறகுச் சங்குகள் ஊர்ந்துவரக் கோடுபதிந்த கடல் சால்வை தறியில் சுருள்கிது அலையாய். கிளிஞ்சில்கள் கோர்த்து படல்பாவிச் செய்யும் நீர்ச்சால்வை போர்த்திய குருடர்கள் சாகரத்தின் வழியே

பயணமாகிறார்கள். எளிமையான பழநூல்களில் சாயம் வெழுத்த நிறங்களில் நெசவாளர் கண்நகரும். இருட்டி ஓடும் பாவு நூல்ப் பரப்பில் சிமிழ் விளக்கிலுள்ள சிறு வெளிச்சத்தில் வந்த சாயைகள் அறுத்த நூல் முடிந்து கஞ்சிப்பசை மறையும் பரங்கிநாற்காலிக்குள். மேல் கோட்டுக்குள் மஸ்லின் விரல்களை மறைக்கும் சட்டத்தில் நகைப்பு. ஊசி ஒளி ஊடறுக்கும் கிளை கொப்புமான விருட்சத்தில் உதிரும் இலைகள் பாவு நூலின் உலர்ந்து வாடித் துணியில் பொருந்தப் பின்னும் கைத்திறனில் நடுங்காவிரல்கள் கொண்ட ஸ்திரீகள் பலரும் இருட்டில் பார்த்த துணியிலான விருட்சம் அசைந்த பட்டு இலைக் கூட்டம் அடர்ந்து பூச்சிகளாய் உதடு கக்கிய கொடிப்பாசி உள் ஓடும் நரம்புகளில் பச்சை கசியும் ஒளிச் சால்வை.

தெருவிலிருந்த ஒவ்வொரு தறிக்குப் பின்னே செம்பானைகள் அடுக்கிய இருட்டில் ஊழ்விளங்கில் பிரிந்த திரி ஆகூழ் போகூழ் என ஒளிதிரிந்து மாறு கொள்ளும் பாதங்களின் அடிபார்த்து. ஒளிக்கீற்றின் அசைவில்போகூழ் மயங்கித் தென்படும் குருடர்கள் ஊழினை உடலில் படர்ந்து ஒளிக்குள் அருவாய் உயிர்நின்ற சுடர் போகாதே... போகாதே.... எனக் கூவ நீலஒளி ரேகையில் உள்ள அனாதியில் பயணமாகிக் கோடு தொடுகிறார்கள் தனிமையில்.

இருட்டில் உருப்பெற்று அசைகிறார்கள் துக்கத்தில். காடுகளெங்கும் வரகுக் கவைக் கதிரில் தழைத்த ஈரிய இலைகளுக்குள் பால் வரகு மடலைவிட்டு வெளிப்படுமுன் மஞ்சள் ஆந்தைகள் பறந்த வாறு அலகுநீட்டிப் புல் தொடும். புஞ்சை நிலம் தாண்டி வந்த குருடர் தொகுத்த தாள்க்கவையில் மெல்ல சுடரும் வரகுச் சடைகளை நெய்த துணியில் வரகுப்பால் இழைகிறது வெளிச்சமாய். நூலில் மேலேறும் வரகு உதிராமல் கோடு கொள்ளும் நெசவு. இமை மூடிய சாமையும் கம்பும் படபடத்த ரெப்பைகள் கதிர் சிடுக்கில் முளைக் குருத்தாய் கண்திறக்கும் ஆழத்தில் வெளிறிய இரவு.

இவ்வேளை உயிர்த்துடிப்பில் அசையும் காற்றின் ரேகைகளை மாற்றி விடும் தறியில் அமர்ந்த குருடர்கள் உயிரில் பதிந்த தானியங்களை நெய்கிறார்கள். அதில் தானிய நகரத்தின் விந்தைகளாக குருடர் கண்கள் விரியும். சிறு புல் தவசத்தில் ஊசிமுனையால் செதுக்கி வடித்த நுண் உருவங்கள் மெல்லக் குருத்தாய் பயிர்ச்சிறபங்கள் தொனிவிட கோரை இலைப் பசுங்கோடு பூமியைச் சுற்றிக் கொள்ளப் பசுமிலை நரம்போடிய கிரக அசைவில் ஓர் பசும்புல் பிரபஞ்ச நுண் உணர்வில் வேர்த்து வாடும்.

கரங்களை நீட்டி விளக்கின் அனேக ஒளிரேகைகளை குருடர் தொடுகிறார்கள் தறிக்குழியில் இருந்தவாறு. மங்கிய கம்மம்புல் ரேகையில் பிரிந்த கொம்பைகள் மிதக்கும் தூரத்தில் தீராது துயரப்படும் நெடுவழிக் குருடரின் வறண்ட நிலவெளி இருட்டில் புல்ஒளி. தூரக்காடு புலம்பும் குள்ளங்கம்பில் உயிர்வைத்த பம்பை ஓடையில் வாடினாள். புலம்பும் கவைக்திர்களை கம்பரக்கத்தியால் தாளறுத்து படப்பில் சேர்த்தாள். ஒரு புல் உதிர்ந்து பம்பை வழி கூட வரும். அதையும் விடாமல் துயர் கேட்டுக் கூடவே கொண்டு போய் அகத்தில் மறைத்தாள் பம்பை. புலம்பும் கவைக் கதிர் வாடும் காடைக் கண்ணித் தானியத்தை இழந்தவர்கள் தேடிப் போகிறார்கள் பம்பையிடம். மண் தளி நிரைசலுக்குள் காட்டுச் சடை அறுத்த தாளில் சடைசிக்காய் முளைத்த காடைக் கண்ணி பராபரத்துயிலில் அதிரும் உப்புத்தூர் புஞ்சையில்.

அவ்வூர் க்ஷீணதசையடைந்து வண்டிப்பாதை கரடுதட்டிக் கிடக்கும். உப்புத்தூர் வண்டியில் பாரம் ஏற்றிப்போன காடைக் கண்ணித்தவசம் சுவடில் பழுத்திருக்கும் தடம் உதிர்ந்து. ஆறு பாதை சுண்ணாம்பு ஓடையில் பதிந்த பள்ளங்களைப் பார்த்து ஏக்கம் வரும். ஒருசில கூரைகளை காடைக்கண்ணி அறுத்த தாளில் வேய்ந்து பின்னிய பழுப்பு நிறம் சூரியனில் ஒடியும்.

உள்ளே விளக்கும் ஒளியுமில்லை. அடைந்த இருட்டோடு பம்பை கிடந்தாள் பானை வெளிச்சத்தில். ஊர்விட்டுப் போனவர்கள் மண் மொடாவை அவளிடம் சேர்த்தனர் அடையாளத்துக்கு. சுளகில் பிடைத்த தவசங்களை தனித்தனியே பிரித்து அடுக்குப் பானையில் ஊற்றி ஒவ்வொரு தவசமாய் எண்ணிக் காலத்தைச் செலவிட்டு வரும் திசைதெரியாத பம்பை. உதிர்ந்த பல்லைப் பத்திரமாய் வாசலில் புதைத்து முனி வராமல் முற்றம் காத்தாள். அவள் தவசக்கதிர்களை விசிறியாக அசைத்தவாறு காட்டின் அடிவாரம் வரை மந்திரித்து வீசி வீசிமறையும் தவசங்களைக் கூவி ஊதினாள்.

கல்லடுக்கில் சிக்கிய சாமைகள் கிளர்ந்து பம்பை வீடு நோக்கி உருண்டு பானைக்குள் பதுங்கும். கதிர்ச்சடைகளைக் கம்பரக் கத்தியில் கிழித்து ஈக்கிநாராய்ப் பிரித்து நுண் இழைகளை நூற்று தானியக் கசிவில் ஊறும் பசையில் நூல் நூற்றாள் தக்கிளிகளால். நாணல் பிரம்பு அறுத்து படல் பின்னி கதிர்களைத் தூரோடும் வேரோடும் நட்டி விசிறுகிறாள் மண்ணை ஊதி.

சிறுமுள் செடியில் விதை உதிரும் கண்டங்கத்தரியின் மஞ்சள்முள்

இலை நாயுருவி துளசியென வீட்டைச் சுற்றி மந்தைக்காடு. கீறல் வழி கசிந்து வந்த உப்புத்தூரை ஒட்ட முடியவில்லை அவளால். யாவரும் பிரிந்து போயினர் தானியத்தைவிட்டு. போனவர் கண்ணுறங்காமல் சூன்யத்தில் உருளும் தானியங்களை நினைத்து அழ உள் விரியும் தானியநகரம். முரட்டு நூலைத் தக்கிளியில் இயற்றி பானைக்குள் வைத்திருந்தாள் பம்பை. தானே பேசிக்கொண்டு வறட்டுத் தாள் பின்னிய பாவைகளை படலில் சொருவினாள்.

கையால் நெய்து வரும் கண்டாங்கிச் சேலை இன்னும் அவள் நெய்து முடிக்கவில்லை. உப்பங்காற்றிடம் ஏதேதோ பேசி விடுகிறாள். உலர்ந்த நூல் கொண்டு சல்லடையாய் கோர்த்து வரும் உப்புத்தூர் சேலை. எண்ணிலாத பூச்சிகள் கூடிப் பின்னிய உயிர் உலகம். அவளைச் சூழ்ந்து இரைந்து கொண்டிருந்தது. சாதாரண உப்பைத் தரையெல்லாம் தெளித்து மண் சாணம் பூசிய கோடுகளில் தவசக் கணக்கை வரைந்திருந்தாள் பூர்வீக வீட்டில். ஏனோ தானிய நகருக்குப் போகாமலிருந்தாள் பம்பை. திரடுபடா நூல் சிட்டத்தை தனியாகவும் சாமைத்தவசம் கோத்த நூலை பனைவிட்டத்திலும் சுற்றி வைத்தாள்.

பம்பையின் கண் பார்வையிலிருந்து தானியங்களை பிரிக்க முடியவில்லை. ஊசிபாசி கோர்க்கும் நரிக்குறத்திகள் சாலமாய் வந்து குறம்பாடி கொஞ்சம் ஈக்கி நூலும் புல்பாசியும் வாங்கிப் போகிறார்கள். வாயில்லாச் சீவன்களும் பாலை நில எறும்புகளும் சாரை சாரையாக வந்து பம்பையைச் சுற்றி வட்டம் போட்டன ஏமாற்றி. சீவனுக்கும் கொஞ்சம் கஞ்சத்தனத்தில் இடம் வைத் திருந்தாள். கும்பாவிலிருந்து குள்ளங்கம்பை அள்ளி வீசினாள் எறும்புகளுக்கு. குள்ளங்கம்பு தாறுமாறாய்ச் சிதறினாலும் வரிசையாக ஒன்று மேல் ஒன்றாய் அடுக்கி வறண்ட பூமிமேல் சித்திரம் கீறிச் சென்றன தூரதேச எறும்புகள்.

குருடர்கள் நடை வாசல் வரை வந்து பம்பையின் தலைமாட்டில் காத்துக் கிடக்கும் போது அடுக்குப் பானைகளிலுள்ள நவதானியங்கள் உருண்டன உயிர் ஒளியில். குருடரைப் பற்றி உடல் பதிந்து உள் வளரும் கீழைத் தானியங்கள். எண்ணிக் கொடுத்த வரகுக் கதிர் உப்புத்தூரைத் தாண்டிப் போய் காடு சிதறியது. வரகின் குரல் கேட்டு குருடர் திரும்புகிறார்கள் கரம் தூக்கி. உயர்த்திய கேப்பைக் கதிர்களை கீழே விடாமல் தானிய நகருக்கு கொண்டு நகரும் வேளை காற்றின் ரேகைகள் வளைந்து வந்து கேழ்வரகு தீண்டிச் செல்லும்.

திரும்பிப் போகாத குருடர்களை உப்புத்தூரில் இருக்கப்

பண்ணினாள் பம்பை. அவர்களை நோக்கி வந்த பூனைகள் வழி காட்டின புதர்களுக்கு. அடுக்குப்பானை இருட்டில் தடவி எடுத்த காடைக் கண்ணிகளை இலையும் தழையுமாய் ஒரு மடிகொடுத்தாள். அதைஒளிக்கதிராக ஏந்திப் போகிறார்கள் தானியநகரை நோக்கிய நெடு வழிக் குருடர்கள். அடுக்குப் பானைகள் உள்ள ஊரில் ஆள் இல்லா விட்டாலும் வீடுகளின் இருட்டில் தானியமிருந்தது.

கரிப்பானை ஒட்டும் கந்தல் பாய்களை கிழித்துப் புரட்டும் பூனை பாசிக்கண்களை உருட்டி தானியக் காவல் புரியும். பூனை உடல் வரிகளில் தாவர இலைகுலைகளின் பொட்டும் புள்ளியும் செம்புள்ளியாய் வடித்திருந்தது இயற்கையில்.

பச்சை வாசம் இழந்த ஊரென்று கிழக்கில் ஏதுமில்லை. பகைவர் வந்து வேற்று ஊரில் உப்பும் தவசமும் வைத்து காடைக்கண்ணி நட்டிப் போனார்கள் முறிந்தஉறவு மீது. இலைப்பச்சைகளைத் துரோகியும் அறுப்பதில்லை. சூரியனோடு தளுக்கும் இலைகளை நெருங்கும் பச்சை வாசிகள் கிழக்கே நரியோடிக் கிடந்தார்கள். கொக்குச் சோளம் செம்பட்டையாய் குருத்து விடும் குரல் நீராவிக் கரைமேல் கேட்கும்.

தட்டை தாள் நிரவி மூடிய உப்புத்தூர் வெள்ளைத் தரைக் காடாய் கிடந்தது. பீக்கிலிபட்டி வண்டிப் பாதையின் அழிவில் பம்பை நடந்து போகிறாள் தொலைவிலே ஊர்பார்க்க. அவள் காலில் கம்பும் புல்லும் கல்லும் சாம்பல் பூசியிருக்கும். காலில் ஓடிய நரம்புகள் சுண்ட பம்பை புதரில் போய் ஒண்டும் முயலாக படபடத்தாள் வேற்று ஆள் பார்த்து.

மண் ஜன்னலில் நரிவந்து பார்க்க ராப்பகலாய் சேலை நெய்து கொண்டிருக்கும் முதல்தறி அவள் கூரைக்குள் தானியம் உதிர நேய்கிறது தீராமல். கருவிளக்கின்றி நகரவே முடியாமல் இருந்தது. அடுக்குப் பானைகளுக்கிடையே மண் சிலைகள் தானியம் சிதறி கீறல் விட உதிரம் கசிவதைச் செம்மண் பூசி மூடினாள். கல்பொடி தட்டி எடுத்த செங்கோலத்தில் புள்ளி வைத்தாள். விதவித மண் எடுத்து சிட்டியில் கரைத்து நிறம் பல சேரும்களிமண் சிலைகள் பானைகளின் ஊடே தகதகக்கிறது.

மிகக் குறைந்த அளவான வெளிச்சத்தில் தீத்துகல் உரசும் ஒலி. சங்கு பதித்த வாசலில் கால் நீட்டி அசையும் நாற்று வாடையில் காற்றின் ஊர் புலம்பல். வண்டிப் பாதைக்கு ஆட்கள் வருவதில்லை. உன்னமரக் குடங்கள் கொண்ட தட்டு வண்டி நிழலாடும். மாடுகளின் முகம் பார்த்து விரைந்த உப்புத்தூரிலிருந்த பம்பை கானல் வெளியில் கதிர்கள்

ஏந்தி வீசுகிறாள் காடுகளை. தொலைவே புல் ஓசையிடும் தானிய நகரம். நூல் வெளிச்சத்தில் தனித்தனி ரேகைகள் அதிரத் தோன்றும் விளக்கின் ஒளியிழையில் பின்னப்பட்ட மெல்லிய இருட்டு நூல் நூலாய் பிரிந்து இரவே பின்னப்பட்ட மெலிந்த விரல் முனையில் கண் தெரியாதோர் பம்பை அடுக்கிய செம்மண் பானைகளைத் தொடுகிறார்கள். அதில்பட்ட கரங்கள் உணர்ந்தன மறைமுகமான தானியங்களை.

மண்விளக்கில் கசியும் சாம்பல் ஒளியில் இருகரங்களாலும் பம்பையிடம் நூலை வாங்கியவேளை வீட்டில் பதிந்த புரைகளில் மண் உதிர்கிறது. கரித்தடம் மட்டும் பம்பையின் பின்னால் தொடரக் கூடும். உணர்ந்திருந்தார்கள் அதை. ஒளியின் காலத்தை கரித்தடத்தில் அளந்த குருடர் கண்கள் விளக்குகளாக எரியும் தானிய நகரம். உப்புத்தூரிலுள்ள தாவரங்களில் முண்டிய மச்சங்கள் ஆகாயத்தில் பறக்கும் பட்சிகளிடம் கேட்ட மண்புழு நீருக்குள் விழ நீர்தோட்டம் ஜனித்தது. சுடரும் தாவரங்கள் நீர்சால்வையில் அலைபட மண் சிலைகள் வருகின்றன கூட்டமாய். அவற்றில் யார் யாரோ பதிந்த ரேகைள் நீந்திவர பட்டு நூலை நூற்று அலையாகிறார்கள் ஸ்திரீகள். வெண்மையும் இருட்டுமான நீரினால் தானியநகரம் மூழ்கியிருக்கும். அதை முழுவதும் பின்னிக் கொண்டிருக்கும் கருப்பு நிறச் சிலந்திகள் இருளைக் கக்கிக் கக்கித் தெருவெங்கும் சுற்றப்பட்டுவிட்டது நூலினால். எல்லோரும் நூலினால் சூழப்பட்டு இருட்டில் சுற்றப்பட்டு திரவநிலையில் இணைந்திருக்கக்கூடும்.

மச்சகன்னிகள் திருணையில் அமர்ந்து பட்டினால் பின்னும் இலைகளை குருடர் இமையில் வைத்து தேம்புகிறார்கள். உப்பியல் பாவையின் உடம்பில் வெளிப்பட்டு வந்துகொண்டிருக்கும் மிக மெல்லிய இருட்டு இழைகளால் உயிரினங்களின் உள் பரப்பிலும் தொடுகிறாள். வண்டுகளும் கதண்டுகளும் நுண்பூச்சிகளின் இருட்டில் அதிர்ந்து கிளைத்த மையிருள் எங்கும் படர்கிறது முயங்கும் சிறு இழையாய். அவற்றை உவர் உப்பில் தோய்த்த ஈரத்தில் வலை பின்னும் ஏழ் சிலந்திகள். ஒவ்வொருவருமே இருட்டு நூலினால் இணைக்கப் பட்டிருந்தார்கள். தொலைவே போய் கருப்பு நூலில் மறைகிறார்கள். சிக்கிய நூல்பந்து பூச்சியின் கால்களால் அவிழ்க்கப் பட்டு விடுபட்டு விடுகிறார்கள் கனவிலிருந்து.

மேலும் ஓர் கருவறை நார் நரம்புகளில் பின்னி நீந்தும் மச்சமாய்க் காத்திருக்கும் உயிர் இருட்டு. ஒரு துளி வெளிச்சமும் வராத

இருட்டறை. திறவாத கண்களுக்குள் சுழலும் தானியநகரமொன்று பிறவா முன்மையில் சிசுவாய் நீள்கிறது. சதாவும் தானிய நகரை நெய்து கொண்டிருக்கும் நெசவாளர் தறி மீது வளர்க்கும் காட்டுப் புல் பூச்சிகளுடன் இரைச்சலிடும். வீட்டுக்குள் தறிகளில் முளைத்த காளான்களுடன் இலைகள் சலம்பும். தையலும் இணைப்புமில்லாத அதிசய இலைகளால் சூழப்பட்ட தானியநகரம்.

மீனுருவில் சப்தமாதர்நீரடியில் நெய்து வந்த மென்துகில் அலைபடும் சப்தங்களாய் ஒவ்வொரு மச்சமும் முள்முனையில் இழுத்துச் சென்ற நீர்ச்சாலையை தொட்டால் சுருங்கிக் கொள்ளும். விநோதம் தீராமல் நெய்துவந்தாள் உப்பியல்பாவை. பனிப்பரப்பில் தோன்றி அசையும் வெள்ளி தேவதை இழைத்த பாவில் தறி விடிவு கொள்ள உவர் விரி உப்பியல்பாவையின் மெய்வாழ் உப்பு ஐம்புலனில் உதிர ஆழத்தில் நழுவிச் செல்லும். உவர் மடிப்பின் ஓசையில் வெள்ளிய சங்குகள் ஊர்ந்து அவள் உந்தியில் விரியும் ஆம்பல் ஊருணி. அவள் மறைந்திருக்கும் மாயத்தறியில் கீறிய சப்தங்கள் சிற்பங்களாய் உருண்டு வளைந்து கிடக்கின்றன பழுத்த உவர் விரிப்பில். தானிய ரஸம் ஏற்றிய சாயப்பட்டறைகளில் உலர்ந்த நூல் சூட்சும இழை நீட்டி ஒளி உமிழும் தவசத்துள் நகரமும் கீறிய சிலைகள் உதிரும் சால்வையில் மிருதுவான அரவணைப்பில் சிசுக்கள் தூங்க மெல்லிய குஞ்ச நூல் பின்னிப் பின்னி ஓடும் சப்தமாதர் விரல்களில் ஒட்டி வந்த நீர்ப் பாசி ஏந்திச் செல்லும் பச்சைவிண் பரப்பு. மச்சகன்னிமார் விரல்களில் முளைவிடும் பயிர் கூவி அதிரும் கடல்படிகம் எரிந்துபறக்கும் வால் நீட்டிய தானியத்தின் வெம்மையில் நெசவாளர் சாயம்தோய்க்க முளைப்பயிர் இழைகளால் தானியநகரை தறிகளில் நெய்துவரும் முடிவிலாத் துகில் தெருவெங்கும் அசைகிறது படபடத்து. உவர் மண் பாத்திகளில் அசையும் படிகவயல் ஊடே உப்பியல்பாவை உடல் மேல் அரும்பிய பரல்கள் கண்திரள் சுருள படிகச் சுழற்சியில் தோன்றும் தானிய நகரம். உள்ளே சிவந்த நண்டுகள் பின்னிக் கோர்த்த மணல் பறக்கும் உயிர்ச் சுனையில் மீன்கள் வால் துடிக்கும் தவசத்துள் செதில் அசைவு. உலர்ந்த நிலங்களின் மனம் கரியதாய்த் துக்கத்தில் எழுந்து அசையும் பரற்கற்கள் சிதறிய உப்புச்சாலையில் நீர் வந்து கரைத்து ஏரல் இமை துடித்து வெளிர்படும் உப்புப் பட்டினம் அது.

கழிக்கரை நோக்கி நெசவாளர் வடித்த துகில் விரிகிறது சாமை நிறமாய். அதில் புள்ளோம்பும் ஒலித் தொகை அடுக்கி நட்சத்திரக் கால்கள் பதிந்து மறையும் அவ்வேளை கருங்கோடும் வெண் கோடாய்

கலங்கிய மயக்கத்தில் பட்சிகள் அடைவதைத் தொலைவே பார்த்த உமணத்திகள் அடையாத் தன்னூர் தென் கழி வெளியில் உப்புச் சாலைக்கு அப்பால் கரைவரை நோக்கி ஏங்கினர். ஊரைக் கூடி மறுகுரல் கொடுப்பது பட்சிகளாகத் தானிருக்கும். தறிவீதிகளில் நூல்கலெல்லாம் கந்தையாக விழுமளவும் வாயில்களில் பாவுநூல் விரித்துக் கிடந்தார்கள். தலைக்கு மேல் உள்ள வானத்தை நூலாகவும் நீல ஆடை பின்னும் உப்பியல்பாவையின் புராதன நெசவைக் கண்டு நிலத்தின் கனிகளைப் பூராவும் சிற்பமாய் வரைந்தார்கள் நெசவில். மிகுந்த காடாவைக் கதறிச் சிலம்பும் பாதையில் ஊர் ஊராய் புலம்பும் நெசவாளர் கொண்டுபோய் கொஞ்சம் வயல் உழவர்களுக்குப் பகிர்ந்து நெல் கதிர்சுமந்து வந்தார்கள் வரப்பு வழியே. கழுதை மேலிருந்து இறங்கிய வண்ணாத்திகள் வெழுத்த துணிச்சுருளில் வெள்ளாவிப் பானையின் பழுப்புநிறத்துடன் வயல்வெளியை வரைந்தாள் உப்பியல் பாவை. ஈரத்துணிகளை உவர்மண் முறுக்கிய போது பிழிந்த துணியில் சூரியன் தரித்தது.

9 புனித ரத்தச் சிலை

கல்லென்று ஒலிக்கும் ஆரவாரத்துடன் வண்ணாக்குடியே பெயர்ந்து கூட்டமான கழுதைகளுடன் உப்புச் சாலையில் புறப்பட்ட புழுதி உவர்த்தது இலைகளில். கடிய வெயிலில் முறுகிய மூங்கில் மிகுந்த வாவிகள் ஓரம் கழுதைகளை அமர்த்தி இளைப்பாறினார்கள் வண்ணாத்திகள். ஊர்ந்து செல்கிற உப்பு ஓடிப்படர்ந்த படுகையோரம் உவர்மண்ணைச் சம்பாரமாய்க் கூட்டி அள்ளிப் பொதி சேர்த்தார்கள்.

உவர்மண் சேற்றில் நில்லாத நீர் தனித்தனியே ஓடியது வண்ணாத்தி கைபட்டதும். மூங்கிலால் குத்திய உவர்மண் பொதிகள் சுமந்த கழுதைகள் போகிற வெயிலில் தலைசாயும் இலைகளை வருடினாள் வண்ணாத்தி. அடரில் உதிர்ந்த காற்று கழுதை மேல் உரசும். சிலம்பி முரலும் வண்டு ஊறும் வெண்பாதை வளைந்து செல்லும் தானியநகருக்கு. நெசவில் ஊடுருவிய நிலாவை நிறுத்தி நெய்தார்கள்.

துவராடையில் தீவிரித்த சூரியன் சேலைகளில் படிந்த தீட்டுக் கறை தொட்டு அதிர்ந்தது செஞ்சிவப்பாய். மாட்டுத் தொழுவத்துள் சாக்குத் தாட்டு மூடிய அறையில் சமைந்த குமறுகள் இலைகளில் உதிரம் கசிய மாத்துத் துணி கொடுத்து கறை படிந்த ஆடைகளை உவர் மண்ணால் கழுவுகிறார்கள் கழுதைகளுடன் வந்த வண்ணாத்திகள்.

உவர் மண்ணில் கரைந்த பருவ உதிரம் நீர் நரம்புகளில் எரிந்து

கொண்டிருக்கும் வேளை வயல்வெளி மஞ்சள் கதிர் மணி தள்ளி வரப்பெங்கும் நெல் கொழிக்கும். ஸ்திரீயின் பருவ உதிரம் கண்ட சூரியன் வெயில் கொழுவி ஆங்காரத்தில் ஆடிய பச்சை வாடையில் பூப்பெய்திய கன்னிகளுக்கு கொடுக்க வேண்டிய மாத்துகளைக் கழுதைகளில் வெளுத்துக் கொண்டு போகிறார்கள் வெயிலோடு.

கல்லில் அடித்த தீட்டு வஸ்திரம் கிழிய உதிரம் கல்லுக்குள் இறங்கி தெருப் பெண்கள் ருதுவாகும் காலம் வரை பூ உதிராத கம்மங்கதிர் ஜன்னல்களில் வந்து அசையக் கழுதை முகம் பார்த்து விடிந்தது தானியநகரம். குப்பைச் சாம்பல் மூக்கு கிழிந்த தொன்ம மூர்ச்சனையில் பருவச் சக்கரம் சுழன்றுகொண்டே இருக்கிறது சுரோனிதச் சிமிழில்.

பழசானதுணிகள் உலர்ந்து கருக்க முலை சிறுத்த கன்னி முகம் நுதல் வியர்க்கக் கூடலில் தோன்றும் உப்பாய் விரியும் வெள்ளாவித் துறை. கிறலும் பொத்தலும் கண்ட சேலைகளைப் படலில் விரித்து ஊசி நூல் கொண்டு தடம் தெரியாமல் தைக்கிறாள் வண்ணாத்தி. ஒட்டுப் போட்ட சேலைப்பூகரைந்து தீட்டுக்கறை மறையாமல் உடல் சுற்றிப் படரும் காட்டுக் கொடியில் கன்னிகள் இலந்தை முள்ளில் சிக்கிய துணிகள் கிழியாமல் வாகாய் நீக்குகிறார்கள். ஏனோ கன்னி பறித்த இலந்தைக் கனி கைபடாமல் குத்தும் முள் முடல்.

ஒட்டுச் சேலையில் இலைகள் உதிரும் வண்ணாக்குடியில் உவர் மண் ரேகையில் எரியும் புரை விளக்கைச் சாம்பல் கரங்கள் ஏந்திவரத் தீட்டுக் கோடுகளில் நவதானியங்கள் ஜனனத் துளையில் சுழன்று மேல் விசும்பித் தாள்கவையில் தோகை வாடாமல் ஈக்கி ஈக்கியான நெல் கதிர்வளைந்து வண்ணாத்திகளை மூடும் கூரைகளின் மேல் சாம்பல் இரவு.

முற்றத்தில் தீட்டுக்கறை படிந்த ஒட்டுச் சேலைகள் படர்ந்து கிடக்கின்றன இருட்டாய். உதிரம் பளபளத்து சுடரும்உப்பு ஒளி. சுவர்களின் பக்கம் கழுதைகள் மௌனமாய் அசைவற்று நிற்கின்றன எல்லா இரவிலும். கிழவண்ணான் அந்த மௌனத்தில் சிமிழி விளக்கில் பழைய துணிக் கிழிசலைத் தைக்கும் பேத்திகளுடன் சேர்ந்து உற்றுப் பாக்கிறான் ஊரின் கிழிசலை.

பழைய இருட்டு கிழியக் கிழிய ஒளி ஊசியில் பின்னலிடுகிறார்கள். மண்ணிலிருந்து நார் உரித்து பொத்தலை அடைந்தவாறு நடுவானை அண்ணாந்த வண்ணாத்திகள் புனிதரத்தம் கசியும் கன்னிமாரின் பயிர் துடிப்பதைத் தூரத்திலிருந்தே உணர்கிறார்கள். உப்பும் கலசமும்

கொண்டுபோய் மரக்காலில் நிறைநாழிக் கம்பும் கோப்பையும் நெல்லும் பொலிக்கோடு சாணத்திலிட்டு தீட்டுச் சாத்தி நடுங்கும் கன்னிகளின் துடியில் சாந்தி செய்து தோள்களைத் தொட்டுக் கட்டிச் சேர்ந்து குலவையிடும் மரபில் கசியும் குருதியின் அந்தரங்க இலைகளில் திரிபோட்டுத் தீபம் சாத்தி நவதானியங்கள் முளைக்கு மாறு கிழக்கேபோய் வானம் பார்த்துச் சரிந்துவரும் நீல ஒளியில் உதிரத்தின் பிரதிமை துடிக்க கூவுகிறார்கள் மூலையில் சாத்திய உலக்கையில் புதுத்துணி சூட்டி. உடைமாற்றி நடுங்கும் கன்னிகளை ஈரத்தரையில் நடுகிறார்கள் மண்ணில் புதைத்து. வேரும் தூருமான பெண்ணுடல் மண்பாடுகளால் சூழப்பட்டு கண்களில் தேன்வரிகள் கொண்ட கன்னிகளின் சுரோனிதக் கோடுகளில் மறையும் ஆரஞ்சு நிறச் சூரியன், சுழல்கிறது புனிதரத்தச் சிலைகளில்.

ஏழுகன்னிமார் வண்ணாத்தி மகனிடம் பிரியம் வைத்துக் கேட்டார்கள் கழுதைகளை நிறுத்தி 'ராசனோட அரண்மனைக்கு அழுக்கெடுக்கப் போகும் வண்ணானே. ராசாமகள் தலமுழுகிச்சிக் கொணத்தி சிணுக்கோலியால் சிலுப்பும் போது அவள் அறுபதடிக் கூந்தலத்தான் கொண்டு போக ஆசையினால் நாள் தவறாமல் கழுதையுடன் போகிறாய். ஏழாவது மாடியில் நிற்கிறாளே. உனக்கு வாக்கப்படாவிட்டால் எங்களையாவது கட்டிக் கொள்வாயா' எனக் கேலிபேசிக் கூடத் தொடர்ந்து கழுதைக்குப் பின்னால் வருகிறார்கள். திரும்பிப் பார்த்தால் இல்லாமல் மறைகிறார்கள். கைவளையும் சிரிப்பும் களுக்... கென பயமுறுத்தும். வண்ணாத்தி மகனையும் கூட்டி வந்து வாசலில் நின்றாள். ராசா மகள் ஆசை கொண்டு கூந்தலை மேலிருந்து அவிழ்த்து உதறினாள் வாசலுக்கு. முடிவாசம் அலை வீசியது. 'ஈரடிச் சேலை இல்லை. என் சேலை இருபத்திரெண்டு முழம். கல்லில் அடியாமல் கசக்கி வரவேண்டும்' என்றாள். 'கல்லில் அடியாமல் கழுவி வரவேண்டு மென்றால் தீட்டு உதிரம் கரையாதே. ரெண்டு நாழி வரகும் நெல்லும் கொடுத்தால் உவர் மண் முறுக்கி நான் உலர்த்தி வருவேன். ஊராரும் அறியாமல் உறவிருக்க வேண்டும்' என்றான். 'ஐயன் அளந்த படியிரு நாழி தாரேன். உறவிருக்க வேணுமென்றால் நாழி நெல் மீது தட்டான் அறியாமல் தாலி பண்ணி வைக்கவேணும்' என்றாள் ராசாத்தி. தானியமும் நெல்லிரு நாழியும் பட்டுக்குள் குத்தி வைத்தாள்.

கழுதைமேல் ராசாத்தி வரகு உதிரப் போகிறான் துறை நோக்கி. திரும்பி வந்து உலர்த்திய பட்டுமேல் முள்குத்த வாகாய் எடுக்கும் பட்டு நூல் சிக்கிக் கரையில் அசைகிறது. விரல்பட்ட முள்ளுடன்

வாசலில் நின்றான். 'தட்டான் அறியாமல் தாலி பண்ண வேணும் என்றால் ஆலிங்கன ஊஞ்சலில் நீ அசைந்து கொழுவிருந்தால் புணர் பாகம் சேரும்போது ஆந்தை அறியாமல் ஆவிசேர வேணும்' என்றான். ராசாத்தி ஆந்தைகளைக் கூப்பிட்டு வண்ணான் அறியாமல் 'பாகாயப் பிரவேசப் பந்தமெனும் சாகச மந்திரத்தால் ஆந்தைகளே என் தேகத்தில் பிரவேசித்து ஜீவனோடு ஜீவனாய்க் கலந்து வண்ணான் கனவு சொல்ல வேண்டும்' என்றாள்.

ராசாத்தி கொண்டைபோல் இருண்ட குகை ஆந்தைகள் கீழ் வானில் அலறியது. வண்ணான் கதித்த குரல் ஆந்தை கண்டு பயந்தான். செங்கண் முகம் திரும்பி ஆந்தைகள் தோளில் அமர ஏழு கன்னிமார் பழுத்த நயனம் எரிகிறது அசைந்தவாறு. ராசாத்தி தோழிகளைக் கூப்பிட்டு அழுக்கெடுத்து கொடுக்கச் சொன்னாள். கழுதையில் பொதி ஏற்றிப் போகிறான். வண்ணான் மேல் ஆசை மோகங்கொண்ட ராசாத்தி ஏங்கி வந்தாள் மெலிந்து. பட்டுப் பொதியில் கம்மம்புல் ஆறுநாழி காடெல்லாம் சிதறிய ஒளி புகுந்த ஏழு கன்னிமாரும் கூடவருகிறார்கள்.

ஏழடுக்குப் பானையில் தனித்தனி தானியத்தில் இருந்த கன்னிமாரை அறியாமலே பதுக்கி வைத்தாள். மதி பிரண்டு ஆறுமாசம் உறங்காமல் ராசாத்தி சேலைமேல் வண்ணான் படுத் திருந்தான். புல் உறைந்த ஏழு கன்னிமார் கூந்தல் வாசனை ஊரையே ஆட்கொண்டது. அவர்கள் மனப்போக்கை தெரிந்து கொள்ள முடியவில்லை. தேகம் வியர்த்து தாகமெடுத்தது வண்ணானுக்கு. உடம்பைத் தொட்டுப் பார்த்து 'ஒண்ணுமில்லை ராசா... உறங்கு' என்றாள் வண்ணாத்தி.

ஆசைமயக்கேறி ஸ்தூல தேகத்தை நீங்கி சூட்சும தேகங் கொண்ட கன்னிமார் உயிர் கீறிய சூலம் கோபத்தில் அலைகிறது தெருவில். அவர்கள் ஒளிப்பாட்டம் காடு வரை சென்று மறையும். கம்மம் புல்லில் மறைந்த கன்னிமார் எழுந்து 'உன்னை ராசனோட அரண்மனைக்கு அழுக்கெடுக்க கூட்டிப் போன நாள் முதலாய் உனக்கு மாயச் சீக்கு' என்றார்கள். 'கன்னிமாரே... ராசாத்தி அருகில் வந்தால் உயிர் விடுவேன் கூட்டி வாருங்கள்' என்றான் வண்ணான். 'வண்ணானாத்தான் பிறந்து அழுக்குப் பொதியில் நீ கிடக்க ஏழு மாடி விட்டு ராசாமகள் இறங்கி வருவாளா' என்றார்கள் கன்னிமார்.

அவர்கள் நேத்திரத்தில் பட்டு விட்டதால் தப்ப முடியாதென்று கையில் இரும்புக் காப்பை மந்திரித்து அணிந்திருந்தான். மிளகுச்

சுருள் முடி வணங்காத வண்ணான் துவண்டு கிடந்தான் கன்னிமாரின் கழல் தொட்டு. துஷ்ட தேவதைகள் பார்வை என்றார்கள் ஜனம். தீக்கன்னிகள் தன்னைச் சூழ்ந்து கொள்வதால் கெட்ட சொப்பணத்தில் ஆந்தைகள் கீழ்த் திசையில் இறங்கும் அலறல்.

நனவு விரிந்த தீக்காட்டில் பாறைகளின் முணுமுணுப்பு. கனவுக்குள் எரியும் சுடர் மாடத்தில் ராசாத்தி நயனம் பச்சையாய் பழுத்துநீர் சொரிவதைப் பார்த்தான். பிளவுண்ட கால்களுடன் கன்னியொருத்தி மறைகிறாள் மரம்பிளந்து. அருகே ஈர்த்து புலித்தோல் கோடுகள் கோபத்தில் சித்திர விசித்திரத் தோற்றங்களாய் மாறி மெல்லப் பதுங்கும் காட்டின் கொடிய ரூபம். வேங்கைத் தொலி உடுத்திக் காட்டில் வீற்றிருக்கும் புலீஸ்வரி நகங்கள் காட்டி மென்மையாய்ச் சிரிக்கிறாள்.

பழைய வீடுகளில் இருந்து மறைந்தவர்கள் புலீஸ்வரி அருகில் போய் உருவற்று மறைகிறார்கள். கண்கள் குடித்த வெறி செம்பழுப்பான பாறைகளாய் உருமாறிய புலீஸ்வரியின் தாய்ப்பாறை பிளவுற்று உள்ளிருந்து நிர்வாண கன்னிகள் பச்சை மேனியுடன் நறுங்கூந்தல் சாயல் மரங்களில் விரித்து சடாதரிகளாய் மறைகிறார்கள் புலிக் கோடுகளில். கருங்கல்சிலை அருகில் பூவைத்துத் தண்டையைத் தொடுகிறான்.

தானியக் கதிர்முளைத்து அசையும் புலிக்கோடு. தீயுடல் அசையும் கொடுவரி வல்லியம் தீ நாவுகளை நீட்டி அசையும் கானகத்தில் தவறி அலைகிறான் வண்ணான். நீருடன் புலம்பித் திரிந்தான் மணல் பட்ட கால்களுடன். ஆற்றங்கரையில் சூலக்கபாலக் கை ஏந்திய சூலி இலை வேல் குத்திய நரபலி உதிரம் தான்யமாய் அசையும் செங்கதிர்கள். ஆலக் கையில் சாமைக்கதிர் கொத்திய கிளி நில்லாமல் பறந்த மாடம் நோக்கிக் காத்திருந்தான் வண்ணாத்திமகன். விளக்குச்சரம் கொடுக்கப் போன பண்டாரத்திராசாமகள் முலை சுருங்கி வாடக் கண்டாள்.

காட்டில் அலையும் ஏழுகன்னிமாரின் கரியபுருவச் சிலைகள் வா... வா.... எனக் கையசைக்கும். கன்னிகள் தோகை நெளிந்து சர சரக்க திரும்பிப் பாராமல் நடந்தான் மெய்யுருகி. எழுவரை முக்கிய ஆறு கடந்து மேலேறிப் போனால் அங்கே ராஜ தாசியின் தனி வீடு. பழமையான வீடு வெளிப்படாது தாசியின் அரூபம் உதிர்காற்றின் துயர் வீசியது. சலவைக்கல் பூக்கள் வர்ணம் பழுத்து ஆள் அருவ மில்லாமல் கிடந்தது சஷிணதசையில். இசைகற்க வந்த ராசாத்தி சதங்கை கட்டி ராஜதாசி முன் ஆடும் சப்தம். ஜன்னல்களில் அசையும் சுர புன்னையில் சாய்ந்து தொளை ஒழுகும் ஏற்றம். தைலத்தில் மிதக்கும் கருகருத்த இருட்டில் ராசாத்தி நெளியும் அரக்கு வண்டோட்டி

ஓடித்திரிகிறாள். வெண் புள்ளி வைத்த தோழிமார் ரெக்கை விரித்த வண்டுகள் பின் சென்று ரீங்காரம் சேர்ந்ததும் சர்ப்ப மூச்சு மேட்டு வீட்டுத் தனிமை வாசனையில் ஆழ்த்தும்.

ராவிருட்டில் மகிழ விருட்சம் திறந்து உள் மறைகிறார்கள் சங்கிலியும் ராசாத்தியும். இருவர் மறைந்ததும் பட்சிகள் சலம்பலற்று விடும். ராசாத்திகூடவே நூறு நூறு பறவைகளும் மரம் திறந்து மறையும். ஏழு கன்னிமார் நேத்திரத்தில் படாத மகிழ விருட்சம் சங்கிலியை உள் கொண்டிருக்கும். உள்ளே பட்சிகளுக்குள் கோடு தீட்டுகிறாள் அன்னத்தின் தூவியால். சுழியும் விநோதப் பூக்களை ஆபரணமாகவும் நெருஞ்சிக் கொடியைக் கிரீடமாகப் பூண்ட ராசாத்தி பட்சிகளின் அந்தரங்கத்தில் சொன்னாள் 'மாய நோய் பீடித்த வண்ணான் எப்போது வருவார் என்னைச் சிறையெடுக்க எனக் கேட்டு வாரீர் பட்சிகளே' என்றாள் நீராய்க் கருத்து.

பின்னிரவில் பனிஉதிரும் வேளை மரம் திறந்து கருங்குருவிகள் வெளிப்பட்டு துயிலாவண்ணானைப் போய் அழைக்கும். 'வாருங்கடி தோழிகளா... அழுது வரும் கருங்குருவியை என்னவென்று கேட்போம்' என்றாள். தோழிகளும் ஓடிவந்து 'கருக்கலில் தோன்றும் குருவியே அழுது வந்த காரணங்கள் சொல்... சொல்' என்றார்கள். 'பாத்திகளில் பூ வெடுக்கும் தோழிகளே.... ஆசைப்பட்ட வண்ணான சீக்காய் படுத்திருக்கான் பட்டுப்பொதி மேலே. நான் பெத்தமகன் உன்னால சாகத்தான் போறான்' என்றாள் வண்ணாத்தி. 'அவன் சீவன் இருக்கட்டும் ஒரு சாமம் தான் கழித்து மறு சாமம் வண்ணான் வீடு வாரேன்' என்றாள் பன்னீர்ப்பூவாய் உதிர்ந்து.

தோழிமார்கள் பன்னீர் மரம் சுற்றி வந்து பூ வெடுத்து மகிழ மரம் சேர்ந்தார்கள். வருஷம் இரண்டாகி மதி பிளவுண்ட வண்ணான் கழுதையும் மெலிந்தது துக்கம் உணர்ந்து. ராசாமகள் வரும் சந்தோஷத்தில் தாயாரை அழைத்து 'ராசாத்திக்கு திங்கும் தீனி பழவகை வெத்திலைப் படிங்கம் எடுத்துவை அம்மா' என்றான் மெலிவான குரலில். கோரைப் பாய் விரித்து வெத்திலைப் படிக்கமும் தாம்பாளத்தில் கனி வகையும் காத்திருக்க கனிவாசனையுள் வண்டும் குடைந்து செல்ல ஜன்னலில் ஆந்தை ரெண்டு இருந்து கனவுக் குறி சொல்ல நித்திரைப் பட்டுவிட்டான் சீக்காளி வண்ணான்.

கனவில் வந்து கைக்கெட்டும் கனி எடுத்து ஆந்தைக்கு ஒரு கனியும் தனக் கொன்றும் புசித்து தாம்பூலம் தரித்து வண்ணான் உதட்டில் பட்டுச் சிவப்பான முத்துவைத்து மறைந்தாள் ராசாத்தி. புஷ்பப்

புதருக்குள் ஆந்தை அலறக் கேட்டு எழுந்தாள் வண்ணாத்தி. கருமையாகி எறும்பேறிப் பிள்ளை ஆவிபிரிந்தான் என்று உடலைப் புரட்டிப் புரட்டி எறும்பைத் துடைத்தவாறு எறும்பாருக்கே... என் ஜீவனில் எறும்புக்கால் முறிந்ததே' என்றழுதாள் வண்ணாத்தி. கன்னிகா மாடத்தில் பச்சைச் சுடர் அசைய முகம் வெழுத்திருந்தாள் ராசாத்தி. கேதச் செய்தி கேட்டு முடியவிழ்த்து துணிபொம்மை செய்து கேசம் அதன் மேல் கவிழ்த்தி வெறித்துக் கிடந்தாள்.

ஈரலுக்குள் துடித்த கத்தி சொருகி வந்தாள் துக்கத்தில். எரு வடுக்கித் தீமூட்டிச் சாம்பலாக்க கொழுவிய அக்கினிக்குள் குலையாது கருகாது படுத்திருந்தான் கூத்துவாசல் ஏறி மடிப்பிச்சை எடுத்த ராசாத்தி வீடுவீடாய் கடுகு வாங்கி வண்ணான் மேல் வீச மாதுளம் பழம் பிளந்து தெறித்த வித்து அனலாய் சுட்டது கூத்தாடும் வண்ணான் மாத்து ஆடைகள் அணிந்து சாம்பல் பூமி மேல் ஆடுபவன். விந்து ஒளிக்க வேறுபல உருவம் புகுந்து மறைகிறான். ஊருணிக் கரையோரம் ஈமவனத்தில் எரியாத வண்ணான் தேகம் சுட்டும் வடுப்படாமல் துளித்த உயிர் அவியாது திரிபுர தகனனாய் தழலால் முடி சூடி சினங்கொண்டு நீலம் பொலி முகில் நிறங்கள் தோன்றி ஜுவாலையாய் சுடர்கிறது ஆவி. மஞ்சள்நிற ராசாத்தி நொடி ஒன்றிக் கூடினாள் எருவடுக்கிய வண்ணான் சாயலில்.

மயானம் திறக்கும் எல்லைதாண்டி இருஉடல் ஓருயிராகிச் சுழலும் தீக்குழல் இரு பிளவுபட கொடுங்கழல் சுழன்றாடும் சாம்பல் விருட்சிகள் காற்றின் கோடுகளில் வருகிறார்கள். தகனத் தீயெழப் பிழைத்தான் சாம்பல் வண்ணான் ஓர் மூங்கில் வனமாய் ஜெனித்து அங்கொரு பெண் மூங்கில் நதிநடுவில் தொளை ஒழுகும் ஏற்றம். காலனை உதைத்து கழல் நெடு நீலியாய் குதிகழல் பந்தாய் வீசிக் கூத்துவாசலில் ஆடும் சாம்பல் வண்ணான் ஆவி வந்து தீங்குழல் கொம்புகளாய் வளைந்த மணல் ஆறு.

அக்கினி பற்றாத வண்ணான் சிரசைத் தூக்கி மடியில் வைத்து சீத்தையிட்டுக் கூந்தல் விரித்தழுதாள் ராசாத்தி. 'தாட்டியத்தைச் சொல்லுங்களடி தோழிகளே... அவர் உயிர் எரியாமல் இருக்க எழும் புங்களடி சேடிகளே' என்றாள். எறும்புகடை எண்ணாயிரம் ஜீவ சந்து அத்தனையும் ஊர்ந்து இருவுடல் சேர்ந்து ஓருயிராகி சாம்பல் கோடு வரைந்து செல்ல அவள் உடுத்திய பட்டும் வண்ணான் உயிரும் இழை கருகாமல் மஞ்சள் பழமாய் தகதகவென மின்னியது. உப்பு வனமானாள் ராசாத்தி. அவனோ சாம்பல் காட்டில் மூங்கில் மரமாகிச்

சமைந்தான். புதர் உரசும் ஆந்தை அடையும் இருட்டில் மூங்கில் பற்றி எரியாது முன்செல்ல ஏழுகன்னிமார் மூங்கிலில் உறைகிறார்கள்.

மூங்கில் மேல் ஆசைகொண்ட சங்கிலி தட்டையைச் சுற்றி வருகிறாள். வண்ணானாய் பிறந்ததொரு மூங்கில் புதர் கல் மூங்கில் துளை துவாரத்தில் சிலம்பும் உயிர் இழைகள். கணுக்கணுவாய் மஞ்சள் மூங்கிலாய் நடுநீரில் தவழ்ந்து கொண்டிருந்தாள் ராசாத்தி. மூங்கில் இலை மேல் வாடும் குருவிகள்.

பெண் மூங்கிலைச் சீவச்சீவ துளை ஒழுகும் ஏற்றம் நுண் இழைகளாய் வலம்புரியாய் சுழன்று பரவியது எங்கும். சாம்பல் மூங்கிலுக்குள் வண்ணான் நாசித்துவாரம் மூச்சுவிடும் மெல்லோசை. நீருக்குள் ஆட்கள் நடந்து போகும் சப்தம். நடுப்புதருக்குள் சீறும் நீலசர்ப்பங்கள் நாசியில் துளையாகச் சுருளும் விஷப்பல்லயம் மூங்கில் புதராகி நீலம் பரவும் மயக்கம். சாண்குழல் தட்டைக்குள் மாட்டுக் காரச் சிறுவன் மூலிகை பிழிந்து வர்ணம் பூசிக் கொண்டிருந்தான். நீருக்கு மேல் தழுவி அலைவுறும் வண்ணான் ஆவி. அவன் மூச்சு தட்டைக்குள் அடங்காமல் புலிவரிக் கோடுகளுடன் வனந்திரிந்தது இருளாகி என வேடபுராணத்தின் ஏழாவது ஏடுவாசிப்பதை நிறுத்திவிட்டு ஜிப்ஸிகளின் டேரட் கார்டுகளைக் குலுக்கியவாறு அடுத்த பௌர்ணமிக்குள் கண்ஏடு திறந்தான் புராதன வாசகன்.

2

வைலட் புத்தகம் குருடர்களின் கண் ஏடு

இடக்கண்ணில் திரவத்தை விட்டால் பூமிக்கடியிலுள்ள புதையல்கள் தெரியுமென்றும் வலக்கண்ணில் விட்டால் இருகண்களுமே குருடாகி விடுமென்று தான் அடைந்த திரவத்தின் குணாதியசங்களைத் துறவி கூறியவாறு இடக்கண்ணில் விட்டதும் புதையல் தோன்றிய வேளை வலக்கண்ணில் திரவத்தைவிடச் சொன்ன பேராசைக்காரனின் இருகண்களும் குருடான இருட்டில் பல புதையல்களை கால்களின் கிளைகளில் ஸ்பரிசித்தான் குருடன். துறவி அவனைப் பின் தொடர்ந்தான் சீடனாய்.

அரேபிய இரவுகள்

V

மும்முலைப் பெண்

மும்முலைப்பெண்கள் மூவர் கால - இடம் மாறி சரித்திர ரேகை படாமல் கால் அடுக்கி வைத்த நிலத்தோற்றத்தில் புராணத்தைக் கலைத்தவாறு ஆடும் சூதில் சொருகிய நயனம் அசைத்த பித்த வேகத்தில் முலைக்கண் உமிழும் எரிமலை கக்கும் பால் பாதையில் சடைதறித்த அசுரரும் ஈசனும் புலவர்களாய் அமர்ந்த சபை அந்தழற்பாலில் எழுந்ததோர் லாவாவிருட்சம் அதன் விழுதுகளில் பால் ஊறக் கல்இலைகளில் எழுதப்பட்டிருந்த நிகண்டுகள் சொல் எழுத்து பொருள் இலக்கணம் ரோகமாய் உதிர மொழி விருட்சத்தில் தலைகீழாய் கேசலோஷணம் செய்த சமணர் கபாலங்கள் மொழித்திரளாய் வெண்ணெலும்புகள் பொங்கிப் படிகநரம்பில் திருகல் முறுகல் இறுகி வெடித்து அணுத்திரள் ஒலி அலகைக் குடல் வயிற்றில் செடி கொடியாய் வளர்த்து நாவில் அருந்தா உமிழ் சுரந்த உயிர்த்தத்துவம் மும்முலைக் குரத்தி பம்பை கோர்த்த ஏடுகள் கழுமுனையில் அழல்பட்டது முன்னே.

பளிங்குடல் கொண்ட அருணகிரி பண் ஆகிப் பாடலின் சந்தச் சுழி கலவையாரை எழுப்பி கூத்துமத்தளம் விம்மத் தீப்பந்தம் செந்நீ படர மும்முலைப்பால் பொங்கிய முகவீணைக்குள் காரணாம் பட்டார் முகாரியில் துரியோதனாதிகள் அழைத்த ராகம் மாறி பைரவியில் ஆனந்த பைரவியைக் கலந்து ஆண் பெண்ணாகி அரவான் களபலியில் யாப்பமைதியினைப் பற்றி அரவாணியின் நாயகிபாவம் அடி தோறும் ஈற்றில் தொங்கலெனத் தனிச்சொல் அமைத்துப்பாடிய திருநங்கை நிறுத்தம். காமநுகர்ச்சி அருணகிரி தாசிஉடலானார். உருகி நுண்ரவை ஜாதிகள் வாக்கில் உதிர ஏழிசைகளில் ஏறிஇறங்கிக் காற்றில் சுருளும் ஒலி உருட்டு தாக்கு. ரோகிக்கு ஐந்து வயதில் தண்டியக் கொம்பு கொடுத்ததாய் முத்தாயதாசி அபிநயம் பிள்ளையின் வாக்கில் உதிர நரம்பில் கஞ்சத்துளையில் நுழைந்த நாதம் கிருதமால் நதிநுரை பொங்கி மதுரைக்கு அரசியான தடாதகையின் கையில் கிளியானார் அருணகிரி. அவள் மூன்றாவது முலைபொங்கிய செந்நிறத் தழல் ஓசை புனல் பாயும் கிருதமால்நதி. எரிந்த நீர் ஆறு பூசிய சாம்பலில் ஸ்நானஞ்செய்யும் குஷ்ட ரோகிகள் படித்துறையில் அருணகிளி காண உடனே ரோகம் தீர்ந்ததென மும்முலைமேல் கால் வைத்தது சொல்கிளி. புராணம் திறந்த மும்முலைப்பெண் காவல் புரிந்து பூதப்படையுடன் ஆண்டுவந்த அரசி தடாதகை நூற்றுக்கு மேல் பருவம் மாறாத வாலைக்கன்னி உயிர்குடிக்கும் வெறியும் குழந்தையின் சிரிப்பும் எரிந்தநீரின் நெளிவாய் எரியாத ஏடுகளை மூன்றாவது முலைப்பாலில் மூடி பால்வரைத் தெய்வமாய் சமணயட்சி என நியதி புரண்டு அவள் ஆங்காரம் குடித்தமுலை அறுத்தார் சொக்கனோடு சேர்த்து. கிருதமால் நதி பொங்கி அறுந்த முலைப்பால்பாயும் இசை.

முன்முலை எனும்மறு வளர்ந்த இடும்பிக்கு மூன்று முலையாய் இடும்பன் தங்கை இடும்பியின் முலைக்காம்பில் ஈரம் கசியும் பச்சைச் சாறு ஆளுமை உள்ளூறையும் ஆண்மூச்சுக்காரியானாள். வீமசேனனைச் சந்திக்கும் வேளையில் இடும்பியின் மூன்றாவது முலைமறைய மற்றையது மூன்றாவது புராணத்தில் தடாதகைப் பிராட்டியார் பரமனைச் சந்திக்கும் வேளையில் மூன்றாவது கண் காமநேத்திரமாய் காலவிந்து சுழல அதை கையால் பொத்தி திறக்க வேண்டாம் என வெட்கி தலைகவிழ்ந்தாள் உமை. முலை மறைந்து ஈசன் நுதல் வியர்க்கக் கீறிய கண்ணில் முலைமறையும் காமப்பாழி சிவந்தது.

பிறக்கும் பொழுதே முடிந்த கூந்தலும் கழுத்தடியில் மிச்சமண் பெரியமறு மூன்றாம் முலையாய் ஆடகசவுந்தரி அவிழ்க்கும் போது கணைக்கால் வரை நீண்டு நுனியில் மேல் புறமாகச் சுருண்ட கூந்தல் பேரழகுடையதாயிருந்தும் மிதந்து வந்த பேழையிலிருந்து மனுநேய கயவாகுவால் எடுத்து வளர்க்கப்பட்ட குழந்தை ஆடகசவுந்தரி நூற்றிருபது வயதுவரை அவளுடைய பேச்சு செயல் யாவும் வீரனுக்குரியவை உன்னரசுகிரியில் அரசு செய்துவந்த ஆடகசவுந்தரியின் பிரசித்தமானமறு இப்போதும் அவள் வாலமங்கையாய் இருக்கிறாள் அவள் கண்ட கனவுகளின் ஆரூடத்தைச் சூதாட்டத்தில் கலைத்துப் போடும் சோலிகளின் விழிகள் கூறிவிடும். முத்துக்குறி போடும் மும்முலைப் பெண்கள் மூவர் இடையறாது சூதாடிக்கொண்டே இருக்கிறார்கள். கால அடுக்கை கலைத்தவாறு மாறி மாறிப் பிதிரின் அடுத்த கட்டத்துக்கு இடமாறுகிறார்கள் என்றவாறு:

10 தாவரப்பாழி

பச்சை நகர்மேல் சுதைபூசிய கருடன் சித்திர பாசத்தில் அழிந்த கோடு பூச்சிகளின் உடல் பசையில் இழைபடர்ந்து முளை அரும்பிய கீற்றுக்கண் இமை கீறித்திறந்ததும் மிருதுவான பச்சை கொஞ்சம் கொஞ்சமாக கரும்பச்சையாகி அரக்கு நிறமாக ஆரஞ்சு மஞ்சள் என சரீரம் சிவந்து வைலட் உதடுகள் பழமையான வார்த்தையை உச்ச ரித்தபோது முடிவிலாக் கூந்தலில் படமெடுத்து விசும்பி மேல் எழுந்த தாவரப் பெண் பிரசித்தி பெற்ற தாவரக்கிளியின் செஞ்செவேலென்ற கொக்கி அலகில் விஷத்திரி நாக்கால் ஸ்பரிசித்து சீற்றமிட கீயெனத் தாவரக்கிளி இலைஇறகு படபடத்து உயிர்கூசித் தொனித்தது நாடோடிமொழி. மங்கிய நீலமும் வெண்மையும் கலந்த உலர்பனித் தாவரங்கள் இலைவெளிகளில் உருக்கொள்ள உருகிய மார்கழி மாத வெல்வெட் பூச்சிகளான பாசுரவிரல்கள் கமகம் உதறிய ‘ஸபஸ’ வாய் பாட்டும் நரம்புகள் மெலியக்கீறிய வெல்வெட் பூச்சி நகரம். வன நாரைக் கடல் விளிம்புகளில் உரசிவந்த நீர்நிற இறகுப் பனித்தாவர இதயத்தில் குளிர்மழையில் நனைந்த இரவுப் பூனைகள் அழும் குழந்தைக் குரல். சாம்பல்நிற விண்ணும் களர்நீரும் இசைந்து கலக்கும் சேர்மானத்தில் அழுகையின் விபரீத சுழல்குரலின் துல்லிய நீட்சியின் பூனை நகரம்.

கபிலக் கண்கொண்ட பூனை முகத்தில் தாவரப் பெண். பனி ஈய

நகரின் ஈரத்தில் முன்னோடும் பூனைக்குரலின் பயங்கரத்தில் கற்சுவர்கள் ஓரம் நகரின் கண்தெரியாத இசைமேதை பால்தாஸ் மூடிய இமை மேல் நடமாடும் மிருதுவான பூனைக் கால்கள் பதித்து 'ஆயோ.... ஆயோ...' வெனத் தாவரக் கிளியைக் கூவி அழைக்கும் ஆலோலம். சிறகு ஈயநிறக் கண்ணுள் மறைகிறாள் தோடி. முணங்கும் விண்ணில் சம்மதித்தது உதிர்பனி. மலைகளில் சரிந்து சீறி உடைந்து தண்ணெனத் தூறும் ஒலித் திவலையில் ஒரு துளி இருள்நகரம் நடுங்கிக் குளிர்ந்து உள்சுழல மாயநோய் பீடித்த உதிர்பனி மாறிமாறித் திரளும் பனிநகரம் துகளில் உருகி ரகஸியங்களைத் தானே முணங்கும் பனிவெளியில் யாரும் பார்த்திராத மோனம் கொண்ட தெருக்களில் பார்த்த ஜன்னலில் எதேச்சையின் எதேச்சையில் கண்களாலான தேரிமணல் திவலைகள் உருக்கக் கொள்ளும்பார்வை ரஸத்திருகலில் உள்திறந்த அகாலத்தில் பூனைக் கண்ணில் புகுந்து மர்மமான நகரங்களால் ஆன நகரின் ஒளிப் பாதையில் திரிந்துதிரிந்த புதிரில் செல்கிறான் இசைமேதை பால்தாஸ். செரவி உள்ளாண் புதைபனி மேல் கால்வைத்து விரல்கள் தூக்கி வைத்துக் கழுத்தை வளைத்துத் தொட்ட நீர் நரம்புகள் சன்னமாய் அசைந்து தவழும் நீர் இதயம். ஓவென்று உலர்பனி முணங்கும் தாவரப்பனிவெளியில் பேதைநீர் உள்ளாண் உயிர்க்குலை நடுங்கப்பார்த்த வெறுமை மிதந்து ஈயநீர்மேல் பதிந்த நட்சத்திரமஞ்சள் விரல்களின் அனாதிக் கோடு கணிதார்த்த அளவில் காற்று இவ்வளவான விசையில் நுண்ணியதாய் மாறி இசையின் மயக்கம். செரவியின் ரோஸ் நிறச் சிறு விரல்கள் மாறிமாறிக் கீழ் இசையின் மாயப்பின்னலில் மோனம்.

கருடனின் ஒலிபதியும் மூத்த வாகையாய் சுருண்டு சுழிந்து கிளை பரப்பி முண்டுகளில் வடுப்பட்டு ஆகாசமளாவி நிற்கக் கருடன் நூறு வெண்கழுத்துடன் அமர்ந்திருந்த உரையாடலை வாகையடியில் உரையும் கண்தெரியாத இசைமேதை பால்தாஸுடன் தொடரும் கருடனின் செம்பட்டை நிற இறகுகள் கோதிப் பனித்தூளை உதறிக் கொடும் அலகில் நாயனத்தின் மர்மஊற்று மெல்லியச் சீழ்க்கையில் இழையும் பால்தாஸின் மூடிய கண் இமைகளின் படபடப்பு. ஒலிக் கோடுகளில் கருடன் இறகு காற்றின் சசசசசச... வெனும் சுழிமடிப்பைச் சூன்யத்தில் நிறுத்தி மேல் விசும்பி மிதந்து சரிந்து சீறிய குரல் மேல் காற்றின் பரம்பரமெனும் நாதபூதங்களின் ஒடுக்கம். ரெக்கைகள் மெல்ல ஊர்ந்து தவழும் கருடன் உச்சத்தில் கரும்புள்ளியாய் கரைந்து இருபுள்ளிமூன்று ஐந்து ஏழெனப் பெருகித் துகள் கருசுற்றி நாதபிந்தில் சூல்கொண்ட நீலப்பரப்பில் நீலத்துள் நெளியும் சூன்யப் புழுக்கள்

கரும்புள்ளியில் கலந்து ஊடுருவி உள்தோயும் அணுப்பிளவில் வெடித்து இடைவெளிகளில் ஒலித்திவலைகளுக்கிடையில் ஜனித்த ஜன்யராகங்களைப் பால்தாஸின் பிரைலி எழுத்தின் கரும்புள்ளிகள் குத்தியவிரல் நகர்வில் அவன் கடந்து வந்த நகரங்களிலிருந்து டிராம் வண்டியின் பழமையான ஒலி துருவேறி கிறுகிறுக்கும் மறைமுகமான டிராம் கோடுகளில் எங்கெங்கோ மிதந்து மெல்ல நகரும் டிராம் ஜன்னலில் பார்த்த தாவர உடல்கொண்ட பெண்ணின் பாம்புத்தோல் உரையிட்ட விரல்கள் படமெடுத்த ஐந்தலையால் விரல்நாவுநீட்டி அவன் தோளில் கைவைத்து ரத்த ஓட்டத்தில் நரம்புகளுக்குள் ஒளிந்து கொண்ட அவளை வேறொரு நகரத்தில் தொலைத்து கடல்விளிம்பு மேல் வந்த வெளிர்நீலக் கடல்பாயில் தீட்டப்பட்டிருந்தது அவள் உருவம்.

தேடித்தேடி மறைந்த நகரங்களாலான நகரத்தில் சுழல் தெருக்களில் சுவர் ஓரம் தாவரக்கிளிக்குத் தன் பனுவலைப் பிரைலி ஒலிஊசிகளால் பதித்துப் பச்சை இறகால் ஸ்பரிசித்தது பால்தாஸின் குறிப்புகளை. ஈயநிற நகர்மீது திசைகாவல் புரியும் கருடன் வாகையின் திமில் கிளைகளின் மூர்க்கமான பிடியில் அமர்ந்து மரப்பட்டைகளில் உராய்ந்த நகங்களால் விநோத மொழியில் கோடு செய்யும். வாகைவளைத்த பழுப்பு வெளியில் குனிந்த கருடன் திரும்பிப்பார்க்கச் சிறகு விரித்த இசை மேதை ஈயநகருக்கு வெளியே திசை திரிகிறான். அவன் இமை மூடிய கண்ணுள் துளிநீர்நகரம் வெதுவெதுத்த துக்கம் பாழிவீதிகளின் கற்சுவர்களின் ஈர்ப்பில் நீட்டிக் கிடந்தது தனிமை.

குகைநகரின் கீழ் செம்பழுப்புப் பாறைத் திரட்சியில் வேறுவேறு குகைகள் கல்விருட்சமாய் மாயம் கிளைப்புடவுகள் உள் புடை உருவம் குன்று குறும்பாய் அம்மணமேனியில் உதிர்காலமாய் தாவரநகர்மீது நிறத்தூசி மயங்கும் பாழிபடர்ந்த ஓவியக் குகைக்குள் கல் அலறும் ஓசை. பார்க்க ஈர்த்து பாழியுள் ஆழ்த்தி மாறிவழிமறித்த மையிருட்டில் கல்முளைத்து ஈரலை ஊடுருவும் அம்மண உயிர் கடையிலா வீர்யம் கடையிலா அநந்தம்.

திசைமாறும் குகைக்கிளைகளில் இடம்மாறும் தாவரப் பெண் இளம்பச்சை தீட்டிய புருவங்களுடன் பாம்புத் தொலி அணிந்து பட மெடுத்து ஆடிகளாலான மேனியின் பின்னே பாழியின் உள்தோற்றம் உடலின் மணல் வெளியில் நுண்ணிய இலைகள் மூடியிருக்கும். தொலைவில் காணப்பெண்ணுருவாகி அருகே ஈர்த்து திசை கனலும் பார்வையால் வயப்படுத்தி மனிதரை நகரங்களை மிருகங்களைப்

பறவைகளை உலர்பனித் தாவரங்களாக மாற்றிவிடும் கொடுங்கன்னி கொடூர உணர்ச்சிக்கும், குழந்தையின் மென்மைக்குமாக நடமாடினாள் பாழியில். அவள் புராதனம் வாட்களின் ரத்தத்தால் கூந்தல் தொட்டு நகரங்களைப் பூசிய யுத்தங்களைப் பாடிய கொடிய வர்ணனைப் பாடல்களில் ஒளிந்திருப்பது.

பொடிஇலை தீட்டிய புருவங்கள் அடியில் உமிழும் விஷஒளி பச்சை கசிய வீரிட்டு எழும் நபும்ஸ வேலைக்காரர் தையல்காரி வாசனைத்திரவிய வணிகர் சமையலாட்கள் நாய்க்குட்டிகளை ஏந்திய பொண்டுகர்கள் டமாஸ்கஸ் கத்திகள் சொருகிய கழைகூத்தாடிகள் நூற்கர்த்தாயிணிகள் சூழ பாழியுள் பிரவேசித்த தாவரப் பெண் நகரை அரசாளும் கருடனின் சாய்ந்த பார்வையால் செவ்வரக்குச் சுவர்களில் எரியும் கல்நாவுகளின் பிழம்பை பிடில் இசைத்தாள். செந்நிற நிலப் பரப்பில் மூழ்கிய கல் எலும்புகளின் துயரத்தைக் கொடூரமான கருட அலகுகள் கல்நாயன விம்மலைக் கேட்டு ஏங்கினாள் தாவரப் பெண். இசை உருக்கம் கொள்ளும் செம்பழுப்புக்கல் முனகி பாழியின் விநோத நடப்பை வெளிப்படுத்தும். ஆழும் பாழுமாய் அழிவுறும் பாழியில் யுத்தகளப் புடை உருவங்களை கல்லில் வடித்த ஸ்தபதிகள் பெயர் உருவின்றி ஒலித்த உளிகளின் தீண்டல் நகரடியின் ஜீவநாடியாய் ஒலித்தது.

புதிர் மூலைகள் கொண்ட பாழிக்குள் பெருவிருந்துக்கான ஒலி கேட்க பைராகிகள் கடத்திவந்த புரங்காட்டுக் கபாலங்கள் எருமை அசுரன் தரையிலிருந்து விண்வரை நின்ற யாளியின் காலில் கர்ஜிக்கிற வாயிலும் மான்கொம்புக் கத்திகொண்ட தாவரப்பெண் அமர்ந்திருந்த அரக்கரோடு சேர்ந்து மூவிலை வேலும் பலிவாளும் எடுத்த நரகர்கள் தசாவதாரங்களில் மாறிமாறி நிரபலிகேட்டு உன்மத்தம் ஏறிய இரவு நெடிக்க தன் பாழியின் மது கைடபர் தூதகால எம உயிர்களைக் காவுகேட்கும் அவதாரங்களைப் பழித்து கதை ஏவிய யாளிவிடும் மூச்சு தீப்பிழம்பாய் சுழல நீர்மேல் அசையும் இசைமீன் சதையுதடு பிளந்து சீறிப்பாய்ந்த வெள்ளிநீர்ப் பாழி. நீரின் இசையில் மூழ்கித் தவழுகிறார்கள் அசுரர்கள். இசை மீனைக் கையில் கண்டாள் தாவரப்பெண். யாளிமீது அமர்ந்து கைகள் பலதில் படைக்கலன் ஏந்தி பல் துருத்திய தாவரப்பெண் பூதகணம் சூழ கதை சுழற்றி கபாலமாலை அணிந்து அசுரரை மீட்கும் வேகத்தில் பேரசுரன் மகிஷாசுரன் தலையிலே எருமைத்தலை அணிந்து மூவுலகைத் துளித்து சங்கார மூர்த்தி மேல் கோபம் கொண்டு எழுந்த கூட்டம் விரைகிறது கற்பாழியில்.

தாவரநகரின் குகை ஒன்றுபோல் மற்றொன்று இல்லை. பாறைகளில் செதுக்கிய கல் சீறித் தலையை துளித்துக் கதை எடுத்து சுழற்றி உலகைப்பீடித்த பேரசுரன் மகிஷாசுரன் காலகாலன் சூழும் கல் வரைக்குள் கருடன் இடத்தோளில் கதை ஏந்திய வலக்கரத்தில் வில்லுடன் இடக்காலை மடித்து வலக்காலை நடுக்கின்றி ஊன்றிப் பார்க்கிற நாய்களைக் காவல்வைத்துக் காவற்காடுகளில் தூண்மணி ஓசையிடத் திரண்ட கால்களுடன் பந்தர்கள் சங்கிலியால் கட்டிய நாய்களுடன் பாழி வாயிலில் கொடிய கணையமரம். நெடிய கூர்க் கழுமரங்களில் உரைந்த சமண் குருதியில் துடிபரவும் மலைக் கூம்புகளில் மறைவாய் பாழிமேல் பொங்கி மறைந்த எரிமலை எப்போதும் கனன்று கொண்டிருக்கும். அச்சமூட்டும் பற்களுடன் காவல் பூதம் பலபாகங் கொண்ட பாழி மதிற்சுவர்களில் பொறிகள். வளைந்து தானே எய்யும் எந்திரவில். எந்திரக்குரங்கு மதிலைத் தொடவும் பிடித்து வீழ்த்தும். கல்லையுமிழும் கவண்கொண்ட செம்பு உருவங்கள் காவல் புரியும் தாவர நகரம்.

கழுக்கோலில் தொங்கும் இசைமீனின் மஞ்சள் வடிவைப் பிராமி லிபியில் வரைந்து வைத்திருந்தாள் தாவரப்பெண். உலோகப் பருந்து பறந்து உச்சியைக் கொத்தி மூளையை ருசிபார்க்கும் கோரநிலை. ஏவலறைகளில் மாறிமாறி நடமாடுகிறாள் தாவரப்பெண். கொள்ளிக் கண்ணுடன் திரியும் சிச்சிலிப் பொறி சூழ உள்படிகளில் இறங்கி காண்போர் நிலத்தில்வீழவீற்றிருந்தாள் தாவரப்பெண். நாளிருக்கை களில் காவலாய்ச் சமைந்த வீரர்கள் எந்திரகதியில் நடமாடும் அபாயகரமான தருணம் பாழியெங்கும் கற்புடவுகளில் கழுகுப்பொறி, வல்லையம், குருவித்தலைகள் எட்டிப்பார்க்க பரங்கிப் பகை நிழல் மண்டிய தொலைவை நோக்கி எறிந்த ஈட்டிகள் முனை மழுங்கி ஒடிந்த தலைகளுடன் ஆயுதச் சாலை. கவசமணிந்த பன்றிப் பொறி உறுமும் இருட்டில் நடமாடுகிறாள் தாவரப்பெண். அவளுடன் பழைய நாட்களை உரையாடும் புராதனப் பாழி முதலைகள் வஞ்சகமும் தந்திரமும் கொண்டு நாடோடிகள் கொண்டுவந்த டமாஸ்கஸ் கத்திகளில் ஒளிந்திருக்கும் வித்தைகளைக் காட்டவும் தன்திரிநாக்கால் வெள்ளி உருக்கி வார்த்த டமாஸ்கஸ் கத்தியில் ஸ்பரிசிக்கிறாள் தாவரப்பெண். மெலிந்த கத்தி ஒளியில் தொலைவான இருள் பேசியது. பாழியைப் பீடித்த முதலைகள் சுவர்களை அசைத்து உலுக்கும் மையிருட்டில் நபும்ஸ வேலைக்காரர்கள் கவணிலிருந்து உமிழும் கற்கள் தொலைவில் மறைந்திருக்கும் வெள்ளைப் பரங்கிகள் கூடாரங்களில் பிழம்பாய்த் தெறிக்க விண்ணுக்கடியில் வாள்

சுழட்டும் கவச வீரர்கள். காணாத கண்களால் பாழிக்குள் மயக்கப் பிரதேசத்தில் இருட்டு நீரில் நகரும் இசைமீன் வெள்ளிநீரை உமிழ்ந்து நீர் நரம்புகளை உண்டாக்க இசையாகிறாள் தாவரப்பெண்.

வனந்திரியும் சூனியக்காரி பன்றியின் கோடு பற்களால் கடித்து வெள்ளிக் கொழுப்பில் தீயேற்ற அலறுகிறார்கள் காம வேட்கையில். தலைமாலை சூடி அச்சமூட்டும் இருட்டில் நிறைபலி கொடுத்த தசையும் குருதியும் கொழுப்பும் புலவுக்களமாய் விரியக் குரவைக் கூத்தாடும் சூனியக்காரிகள் குகைக் கிளைகளில் மறைந்திருக்கும் சித்திர எழுத்தை வாசித்து மறைந்த நகரங்களின் வாடையை நுகர வெறி பிடித்து ஓசையிட அழிந்து மேடான பாழி மேட்டில் களர் நிலமாகும் கள்ளிமேல் திருகி ஆடும் பழைய நகரத்துப் பேய் மகளிரும் தீவளையம் சுற்றிக் கொம்பூதி ஆடும் காடு படர்ந்த கள்ளித் தலைகள் நிழலாட கண் காணாத நகரங்களின் மூதோரின் ஒளியுடல் குகைகளிலிருந்து குலவை யிடும் சுருள் ஓசை. கற்பாழியில் அலறிக் கவண் உமிழும் நெருப்புக் கற்களை கவசமணிந்த காவலர் எய்ய ஒளியுருவங்கள் குகைக்குள் குகையாகி ஓலமிடுகின்றன வலியால்.

அகன்ற வாகையில், முன்னோர் கருடனாய்க் கால்வைத்துத் திசை காவல் புரிகிறார்கள் விழித்து. விழிமேல் கண்ட குளிர்ந்த நீர்க்கரையில் களரிவிளக்கு சுடர் வாளாய் ஆழத்தில் நீட்டி நீட்டி சிறிதாகி வளர்ந்து மிதந்தது வந்து. களர் நிலத்தில் காலைப் பெயர்த்து வைத்துக் கூத்தாடும் திருநங்கைகள் மரவுரி அணிந்த ஆடைகளுடன் தழலான கண்கள் கூத்தாண்டவர் முன் கொடிய கணைமரத்தில் வளையல்களை சலீர் சலீர் என உடைத்து பூமியோடு பகிர்ந்து முட்டி டாமாஸ்கஸ் கத்திகளை உருவி தீப்பந்தம் சுற்றி பரபரவென உரும முகமூடிகளை மாற்றி மிருக மனித தாவர மீமனித உருவங்களாகி முகமூடிகளைப் பற்களால் நெறுநெறுவென மென்று கிட்டித்த பற்களுக்கிடையில் அரிதாரம் நாற நவநவ வேடமிட்டு ஆடுகிறார்கள் திருநங்கைகள்.

பாழிச்சுவர்கள் பயந்து அதிர தாவரப்பெண்ணுடல் உருவங்களை மாற்றி திருநங்கையரின் வேட்கை பெருக்கெடுக்கும் காமத்தீயில் இசை மீனின் உமிழும் நெருப்பைச் சுடர்நரம்புகளாக்கி இசைத்த பெருவனப்புலால் புலவுநாற்றம் வீச மாக்கூத்தன் உயரம்வரை குதித்தாடும் சுடலை ஆட்டத்தில் புலனுக்கெட்டாத நறுமணம் நாய்க்குட்டிகளை ஏந்திய திருநங்கைகளுக்கு எட்டியது கலவியாய். பாழி மதில்கள் உருகும் கலவியில் திருநங்கைகள் ஏந்திய முழவு தகுந்தகுமென அறற்றி பற்கள் உரசி வெட்டிய நாக்கில் கூத்தின் உதிரம்

சொட்ட ஒருதுளி நெருப்பில் வெறித்தது பாழி.

மேற்கிலிருந்து வந்த கொள்ளைக்காரர் யுத்த களத்தில் வீழ்ந்த ஆனைத் தந்தங்களைத் தேடியும் தாவர நகரின் குகைகளில் பிரதி செய்யப்பட்ட செடிகளை ஏந்தியும் நூற்கர்த்தாயிணிகளின் தாவர நிகண்டு களைக் கவரவும் காத்திருந்தனர் நபும்ஸ வேலைக்காரரின் துணையுடன். இருபாலையும் சேர்ந்த திருநங்கை மாந்திரீகர் பிணந்திருடும் கடத்தலில் பிசாசின் வல்லமைமிக்க மூதோரின் ஆவிகளை உறவு கொள்ளவும் ஆவி உரையும் வாகைமுன் எருது களைப் பலியிட்டு வேட்டை ஆடிய எருதின் தொலிமேல் அமர்ந்து தாவர நகரின் வடிவை சூதுக்கட்டங்களாக வரைந்து எதிரிக்கு எதிரி அடைத்துப் புலியை விலகி யுத்த வியூகத்தில் வெள்ளையன் தலைகளைப் பகடைக் காய்களாக உருட்டிக் கொக்குத்துரை டால்துரை ஆகிய இரு தலைகள் உருண்டன தரையில். தாவர நகரின் குகைப் பேழைகளில் வனமூலிகையின் வடிவங்களைக் கணிதமாக்கி இலை அளவை பதவர்ணமாகக்கீறும் சீதள வோலைகளைக் கடந்த வருஷங்களின் முன் சதுர்க்காரிகளுக்கு அளிக்கப் பட்டிருக்கும். தாவரங்களின் அலாதி உலகுக்கு எதிராக வெள்ளையரின் முற்றுகை.

பாசிநிற இசை கீறிய பழம் ஏடுகள் முக்காலம் விளங்க வாசித்த தாவரக்கிளியால் அறியப்பட்ட இலைத் தொகையில் சிகிச்சை வடிவங்களாய் பிற ஆவிகள். நரபலி வேட்கையில் துளிர்த்த கபால முகுளத்தில் ரஸநாளங்களில் ஓடும் மூலிகை மரபு. ஜாருகமகம் அதிரும் உடுக்கையில். கன்னிப் பூசாரி ஒருத்தி துடியால் மந்திரம் சடங்கு சூன்யத்தில் புராதனமொழியால் தாவரக்கிளி தோளில் அமரப் பொட்டுக் கட்டிய கணிகையே மந்திரசக்தியுடன் தொலைசமூகங்களின் புலவுக் களத்தில் நிறுவிய அசம்யுத ஹஸ்தங்கள் எனும் முத்திரைகள் கணுக்கால் நரம்பால் சுழன்று குகையுள் கலவிநாற்றம் உருக்கிய பாறைகளில் ஜீவனின் நிருதியால் ஹிரண்ய கர்ப்பத்தின் ஊற்றுக் கண்ணுள் சுழல்கிறாள் கணிகை. தாவரப் பெண்ணின் உள்ளோசையில் சதிர் கொள்கிறது விதி.

புறங்காட்டுக் கபாலங்கள் கிரகாதிகளில் மோதி எழுந்த எலும்புகளால் பறிமாறப்பட்ட விருந்தில் பூமியானது குருஷேத்திரங் களின் தேருருளைகளை விழுங்கிய சஞ்சலத்தில் சுழன்று துருவேறி நீரேறிப் பீரிட்ட உதிரமானது தேருருளைகளாய்சுழி சுழன்றது யுத்தகளப் பாடல். தாவரப்பெண் சினவேங்கை மயங்கும் சுரமண்டலம் விரித்தாள். இலைபடரக்கற்பனைக்கு எட்டாத

தொலைவிலிருந்து வந்த குச்சிக் காரிகள் டமாஸ்கஸ் கத்திகளை கழைக்கூத்தாடிகளிடம் அவரவர் நட்சத்திரங்களின் பெயர் சொல்லி மாற்றிக் கொள்ள வெள்ளிகளால் ஆனடமாஸ்கஸ் கத்திகளின் மூச்சை வெள்ளிநாயின் ஊளையாக்கினர் திருநங்கைகள். வீறிட்டு அலறிச் சிரிக்கும் திருநங்கைகள் மிருதுவான நாய்த் தோலை உடும்பு தேவாங்குத் தோலில் தைத்து வந்த தாவர நகரின் வரைபடம் முடிவில்லாமல் குகைகளைக் கொண்டிருக்கும். நாயின் கபாலத்தில் குவிந்த நட்சத்திரங்களின் மணலில் நூற்றி மூன்று ராக பத்ததிகளைத் தாவரப் பெண் பசுமிலைபடர்ந்த தாவரங்களின் பாதரஸ இசையை பழமையான கோட்டைக்குள் வைத்தாள். நாத பூதங்கள் குடிகொள்ள ஒன்றோடொன்று சேர்ந்து சங்கேதங்களாய் வாசித்த தாவரப் பெண்ணின் சங்கீதமும் நாதத்தின் ஆதாரத்தில் பெருகி நிர்ணமாகி தொண்ணூத்திஎட்டு மோப்ப சக்தியுள்ள நாய்களைப் பாழியெங்கும் வளர்த்தாள் தாவரப் பெண். ஈனாத குட்டிகளுடன் நிறைமாத மடுக்கள் பெருத்த நாய் தொங்கிய காம்புகள் அசைய வயிறு துருத்திக் கால் தூக்கி கிரகங்களை நோக்கி அண்ணாந்து ஓலமிட்டு அழைத்த சாவின் விதி பார்த்து சனி கிரகத்தின் கருஞ்சிறகு பாழியெங்கும் விரிந்து தாவர நகரையே ஆட்கொள்ள ஆயிரம் ஜன்னல் வீடுகளுக்குள் மறைந்து கொண்டவர்கள் காற்றில் சுருளும் ஊளையில் பதுங்கி குலை நடுங்க நுரையீரல் ரத்தம் ஏறிச் சிவந்து நாய்ரத்தம்பாய வயலின் வில் அசைகிறது ஊளையிடும் பாழியின் தொன்மத்தின் குறுக்கே.

11 தாவரக்கிளியின் இசைப் பனுவல்

புறவெளியில் விண்மீன் கூட்டங்களை அள்ளிக் கொண்டுவந்த கழைக் கூத்தாடிகள் நரிமயிர்த் தலைப்பாகையுடன் சிங்காசனத்திலிருக்கும் தாவரப் பெண்ணிடம் சமிக்ஞை செய்யப் பச்சைப் புருவத்தின் கீழ் உள்ள பாழ் கண்களால் ஏக்கத்துடன் பார்த்தாள். கழைக்கூத்தாடிகள் கொண்டு வந்திருக்கும் சுழல் கன்னி உலோகத் திரிவிளக்கில் மீன்திரிச் சுடரில் எப்போதும் நாட்டியமாடியவாறு இருக்கிறாள். அவ்விளக் கிற்குச் சொந்தக்காரனாய் தாவரநகர் வெளியில் ஆடு மேய்க்கும் கண்தெரியாத பால்தாஸ் உதடுகள் தானே ஏதேதோ பாடலை முணுமுணுத்தவாறு இருந்தன மெல்ல. இரட்டைக் கதவு வாயில்முன் போடப்பட்ட புலித்தோல் உரையிட்ட மெத்தையில் ஓர் உருவம் கொலம்பியா இசைத்தட்டுகளுடன் ஊமத்தம்பூக்குழாயில் நாய்முகம் நீட்ட கருப்பு இசைத்தட்டுகள் மாறி மாறிக் குகையிலிருந்து வெளியேறி உள்மறையும் புலி. ஊசிகள் மாறும் க்ளங்.... ஒலி தரையில் தெறித்த

நிசப்தத்தில் பாழி அதிர்ந்தது.

அபூர்வநாவுகள் சுழற்றி சுடர் விரல்களில் அபிநயிக்கும் ஆடும் சுழல் கன்னியின் வாக்யேயக்காரன் கண்தெரியாத பால்தாஸ் ஆடு மேய்க்கும் உயரமான தொரட்டியுடன் கீழே அமர்ந்து எந்திரப் பொறியிலிருந்து வெளிப்பட்ட புலி ஊமத்தம்பூ குழாயிலிருந்து வெளி வந்து கண்தெரியாத இசை மேதைமுன் மண்டியிட்டு மார்பைத் திறந்து அல்லிப்பூக்களைக் கொட்டி அவனைப் பாடும்படிக் கேட்டது. அவன் புலியைத் தாவரப்பெண்ணாக இசைத்தான். சிங்காசனத்திலிருந்த பனிரெண்டு தங்க ஓநாய்கள் மெல்லிய ஊளையிட அவன் பாடத் தொடங்கினான் இருள் உலகின் அந்தரத்தில் உலவும் குருடர்களின் ரகஸியத்தை.

அந்தக் கருங்கல் பாழியில் பழஞ்ஜன்னல்கள் குறுகிய சுழல் படிகள் சிற்பக் கதவுகள் திறந்துகொள்ள தானேயான காற்றினால் ஏந்திச் செல்லப்பட்ட குருடர்களின் துயரம் ஈவிரக்கமற்ற கற்சுவர்களின் ஒவ்வொரு மூலைக்கும் சென்று உருக்கியது. அந்த இறுகிய கல்நெஞ்சு கொண்ட அமைதியில் அவன் குரல் உயர்ந்து மிகவும் ஆற்றலுடன் விண்மீன்களைத் தொட்டது மெதுவாய். அவை அவனது கண்களாக இருக்கும் தனியே. இனிய அவனுடைய இசை நீலவானத்திற்கு உயர்ந்து விண்கற்களில் உரசி அலைவுற்று இதுபோன்ற எந்தப் பாடலும் ஆழத் தொடவில்லை என உணர்ந்த தாவரப் பெண்மீது வளையும் பச்சைப்பாம்புகள் கீழிறங்கி விடுதலையின் முக்தியாய் கண் தெரியாத பால் தாஸின் உடல்மேல் படர்ந்த இசையிலிருந்து அவளைப் போன்ற கூண்டில் அடைத்த கன்னிக்கு கொண்டு நிறுத்தியது கண் தெரியாத அபூர்வக் கனியை. அது ஆடுமேய்க்கும் பால்தாஸின் வனாந்திரத்தில் பழுத்த கனி. அதைப் பறிக்காமல் அவன் சிறுவயது முதல் சுவாசித்து வருகிறான் கனி விருட்சத்துடன்.

சிறுவயதில் கண்ட குளிர்காலங்களுக்குப் போய் மேய்ப்பவரின் கம்பளிகளைத் தொட்டு ஏங்கினாள். கீதாரிகளின் கனிமரத்தில் மயங்கிக் கிடந்தான். தொலைவான கிடைகளின் குளிரை கம்பளியின் சாம்பல் நிறத்தை கண்தெரியாத இருளில் பழுக்கும் சாம்பல் பொழுதுகளை இசையாக உணர்ந்தான். கோயிலுக்குப் பூக்கள் தொடுக்கும் வைநிகர் தெருவில் கொஞ்ச நேரம் பூக்களால் பரிமாறப்பட்ட நறு மணத்தின் கந்த மயக்கத்தில் உள்புதைந்தது அவன் பாடல்.

பழைய தலைமுறைகளின் நிழல் மண்டிய இசைமீனை அழைத்தாள் புராதன அற்புத விநோதத்தில். காலத்தின் பொக்கிஷமான ஒரேயொரு

இசை மீன் நீந்திவந்தது அவளிடம். பால்தாஸை எங்கெங்கோ தொலைத்த பாதைகளை நீர்நரம்புகள் ஒளியிட்ட பாதையில் தேடினாள் தாவரப் பெண். 'வச்சினி அச்சுப்பட்டா..' என முணங்கினான் மெதுவாக. அது 'நெருப்புப் பெட்டி' எனும் அர்த்தத்தை அவளுக்கு உணர்த்தியது.

கர்ணபரம்பரையாக வந்த கட்டுக்கதையிலிருந்து தாவரக்கிளி அதை திரும்பவும் மொழிந்தது. தெலுங்கில் கர்ணபரம்பரையாக வந்த பழைய கோட்டு வாத்தியம் ஒன்றை எடுத்தான் பால்தாஸ். சிலம்புச் சுருளிலிருந்த தோடிப் பெண்ணை ஒலியுருவாய் பாடலில் நிறுத்தினான். நெடும்பனைகள் குத்திட்டு அரசாளும் கருப்பு மண் குழைத்து இயற்கையோடு இழைந்த விளாத்திகுளம் சாமிகளின் ராகங்களை பொடிச் சங்கதிகளை எந்த நூலும் விளக்காத அளவுக்கு விளக்கியது பெண்ணுக்கு. அந்த உயர்ந்த பனங்காட்டுப் பெருநரியின் செருக்கு மிகுந்த பாடலை அவள் மெல்ல முணுமுணுத்தாள். உலோகத் திரிவிளக்கில் சுழல்கன்னி, 'காற்றில் தவழ்ந்துவரும் சிறுபாடல் அதற்கே ஒரு வாழ்க்கை முறையின் சாரத்தையே விளக்க முடியும்' என்றாள். 'கண் தெரியாத பால்தாஸ் புல்வெளி துயில குழலிசையில் எத்தனை இசைப்பாடல் காற்றில் தோன்றிமறைந்தன?' என்றாள் தாவரப் பெண்.

'மலைமேல் பனிசரிந்து சீறும் பாதைகளிலிருந்து கீழே சம வெளிப் பாதைகள் புழுதியடர்ந்து தோன்றும் சிறு குழல் இசை இலையாய் நடுங்கி மறையும்' என்றாள் சுழல் கன்னி.

'ஆனால் அதுதான் உண்மையான இசை பால்தாஸ் உயிருக்கு அருகில் உள்ள ஆடுகளின் புழுதிபடிந்த பாதை'

'குருகுல வாசமாய் வாய்ப்பாட்டு அசுர சாதகமாகப் பயின்றாயா பால்தாஸ்'

'கர்ணபரம்பரைக் கட்டிலிருந்து கீதாரிகள் உதிர்த்த கம்பளிக்குள் சுருண்டிருந்த ரவைஜாதிகளை நினைவில் கொண்டு போகிறேன்.'

'இனியான இசை தாவர நகரில்'

'நடந்து போகும்போது மூச்சுவிடும் தாள கதியில் நடந்தால் விரைவில் புதிய மொட்டு உருவாகும் என்பதை நடந்து செல்பவர்கள் உணர முடியும். கண் தெரியாத பாதைகளின் ஸ்பரிசம். நுரையீரல் காற்றால் நிரம்பும்போது ஈரக்குலை முடிச்சுகள் விரைவில் காற்றுத் துருத்தி இசைக் கருவியாகிவிடும்' எனப் பால்தாஸ் சொன்னதைத் திரும்ப மொழிந்தது அவன் தோளிலிருந்த தாவரக்கிளி.

‘ஊழியின் எல்லையை நோக்கிச் செல்லும் இடையன் இசை’ என்றது புலித் தோலில் இருந்த சடை உருவம். ‘வாழ்க்கை முடிந்த பின்னும் சாவில் கேட்கும் பறை முழவுகளின் துக்கம் தொலியில் அதிர்கிறதே இருட்டில்’ என பொண்டுகன் நாயைத் தடவியவாறு கேட்டான். அது அவன் கையைக் கடித்து விளையாடியது. ‘விண்ணில் அலைவுறும் ஆன்மாவுக்கென காட்டில் ஆவிகளோடு உறவாட என இசை வேறு’ என விதியின் பகடைக் காய்களை உருட்டியவாறு நகைத்தது புலித்தோலில் இருந்த உருவம்.

கழைக்கூத்தாடிகளுக்கு மத்தியில் தடித்த பாட்டி உடல்மீது சரம்சரமாய் தொங்கும் வர்ண ரிப்பன்கள் மீது பாதை தோன்ற நடந்து வந்த தாவரங்களின் தனிமையை வர்ண ரிப்பன்களாய் உடல் மேல் அசைய விட்டிருந்தாள். ரிப்பன்கள் மீது கண்பதித்து அழுகிறார்கள் நாய்களுடன் குனிந்த திருநங்கைகள். ரிப்பன் வியாபாரியான நரிக்குறத்தி நரிக் கொம்பும் புலிப்பல்லும் முந்திச் சேலையிலிருந்து அவிழ்த்து தாவரப் பெண்ணுக்கு பரிசளிக்கிறாள் நிமிர்த்தவாறு. அரிய பற்களையும் கொம்புகளையும் ஆசனத்தை விட்டெழுந்து பணிவுடன் ஏற்கிறாள் தாவரப் பெண்.

பாட்டியின் ரிப்பன் சடசடத்து நிறம்மாறிப் பைத்தியம் பிடித்த சாம்பல் நாயின் பித்தக் கோடுகளாக மாறும். லொங்கோட்டமாய் திரிந்து ஏதேதோ மோப்பத்தில் விட்டுப் பிரியாத ஞானத்தில் முகம் நீட்டி முன்வாய் பல்நீட்டி வெறிபிடித்தலையும் பாறைகள் மேல் உச்சியில் கால்தூக்கி குதிக்கும் சூரியக் கதிர்களை நகங்களால் கீறி அழுது ஓலமிட்டு தாவி உயர எழுந்த அண்ட கோளத்தில் ஊளையிட்டு பறக்கும் கோட்டி நாயின் நுரைஉமிழ் விஷம் தெறிக்க கிரகாதிகளில் மோதி உருக்குலைந்த வாழ்வின் சரீரத்தை மெய்யுருகி அழும் பித்த நாயின் அகம். ஆர்ப்பரிக்கும் ஆந்தைகள் பார்க்க தொன்மத்தில் அசையும் மெல்லிய நரம்புகளில் விரல் நீட்டி நாய்களில் குருதியின் ரகசிய இழைகளில் திடிம்... மென பேரிகை முழங்க புராணத்தில் அலையும் கோட்டிப் பிச்சாடணர் கூடத் தொற்றிப் போனவெள்ளை நாய்.

எல்லோருக்கும் பிடித்த பாட்டி ரிப்பன் சுருள்சுருளாய் தெருக்களில் தோன்றி மறையும் பாட்டியின் கால் சுவடு ஓரமாய் பித்தத்தில் வெடித்திருக்கும். நாய்களின் தொன்மத்தில் உலவும் திருநங்கைகள் முத்திமிட்ட பாட்டியின் ரிப்பன் வர்ணம்மாறி வேறு நிறங்களை அடையும் நாய்களோடு ஓடுகிறார்கள் வயலின் இசையில்.

புறங்காட்டில் ஈமப் பேழைகளில் துயிலும் தூக்கிலிடப்பட்ட

நாய்களின் கபாலங்களை வெள்ளிநீரால் கழுவிக்கழுவிப் பாயும் அருவி. நாய் முதுகெலும்பில் வாலாய் வடிவமெடுத்த சிறுசிறு நாய் எலும்புகளில் பூத்த அல்லிப் பூக்கள் பூமியின் ஈர்ப்பு விசையாகி அண்ணாந்து ஊசி முன்வாய்நீட்டி வெறிகொண்டு மயங்கும் இரவுகளுக்குள் உருவற்று ஓடுகின்றன அனாதைச் சிறுவர்களை நோக்கி. வயிற்றுப் பிள்ளையுடன் அடிபட்டுக் கதறும் தெரு நாய்களின் ஒப்பாரி நீள்கிறது. பிறவாத குட்டிகளின் அரூபத்தில் விழுந்த அடி. கனவுகளை விரட்டும் பிரம்புகளோடு சங்கிலியால் கட்டி நடத்தி நடத்தி பாடம் புகட்டும் துர்கந்தம் ஏவல் புரியுமாறு கட்டிவைக்கப் படுகிறார்கள் எங்கும்.

நாய்களின் நுரையீரலில் நிரம்பிய காற்று பத்தாயிரம் உயிர்த் துளைகளில் கோடு கொள்ளும் ஓசை. அதை யாரும் பின்பற்றிப் போகாமல் இருந்தார்கள். நாயின் தாடைகளுக்கிடையில் பதிந்த சூரிக்கத்தி தொண்டைக் குழியில் உருகும் சாவின் மூலைகளில் நாயின் அரூப ஊளையில் யார் யாரோ திரும்பி வருகிறார்கள் பாழிக்குள். அவர்கள் இல்லாதபோதும் கோட்டைக்குள் வந்து உரையாடுகிறார்கள் தாவரப் பெண்ணை விரும்பி. வெறுப்பில் அடிபட்ட நாய்களின் வலி தனியே ஊளையிடும் பாழி. மரண இருள் ஆட்கொண்ட பாழி மூச்சுக் குழலை வெட்டி காற்றை அறுக்கும் துவேசங்களில் குரோதமும் வெறுப்பும் உமிழும் கற்களைத் தாவரங்களின் வேர்களும் தண்டும் மிருதுவான சுபாவத்தை ஊட்ட வாடிய நாய்களின் காதுகள் இலைகளாகி அசையும் காற்றில் மறைவாகப் புணர அழைத்துக் கூட்டமாய் ஓடுகின்றன பாறைகள் மீது. கற்களோடு கூடிக் குலவி எரிகொம்புகளாய் நாய்களின் கலவி வேறுலகில் உலவும்.

கயிற்றில் நடந்தவாறே கழைக் கூத்தாடி தலையில் வாத்துடன் இரு நாய்க்குட்டிகளைக் கக்கத்தில் ஏந்தி வயலின் வில்லால் தன் இதயத்தின் தலைகீழ் நரம்புகளை மீட்டியவாறு பாடும் நாய்களின் அகோர ஊளையில் பாழிச் சுவர்கள் சிரிக்கின்றன எதிரொலித்து. நடுக்காட்டுச் சந்தைகளில் விரிந்த மூணு சீட்டில் நுரையீரலை ஊடுருவும் விஷக்கத்திகள் ஜாக்கிராணி ஆர்ட்டின் ராஜா இவர்களுக்குள் நடந்த உருமாற்றத்தை கிரிமினல்கள் வெட்டிய குத்துவாளில் கத்தியின் விந்தை எழுந்தது நாடோடி மொழியில். சூது, பொம்மலாட்டம், எலிப் பொறி, கருப்பு ஓநாய்கள், கரடியுடன் நகரங்களில் திரிந்த வித்தைக்காரர்கள் அதிசயக் கற்களுடன் வரும் நவரத்தினப் பரிசோதகர் மாறும் நிறங்களால் பாழியின் துர்விதியை கற்களைப் பார்த்துக் கூறிய ஆரூடம் நடந்து கொண்டிருந்தது பாழியில்.

ஆமையாக மாறிய இளவரசன் கையில் உடுக்கு வடிவ கால மாணியில் ஒவ்வொரு மணலும் வெற்றுக் கூண்டுக்குள் நகரும் அணு நகர்வைக் காலமாக்கி நாட்களின் விதியை நிர்ணயித்து பாழியில் பிரவேசித்தான். கரடிஓட்டி வந்த ஒருசக்கரச் சைக்கிளில் சர்க்கஸ் கோமாளிகள் டமாஸ்கஸ் கத்திகளை வீசி வீசி சாம்பல் தொப்பிகளை மாற்றும் சம்பவம். கிராமஃபோன் இசைத்தட்டுகளில் பனிரெண்டு நாட்கள் நிறுத்தாமல் சைக்கிள் ஓட்டும் கிராமாந்தர முட்டாளின் தோல் இடைவாறில் பதுங்கியிருந்தது உலகப் பிரசித்திபெற்ற கத்தி. விண்ணூஞ்சலில் மூன்று கர்ணமடித்து தாவரப்பெண் கைப்பற்றி அவள் பல்லிடுக்கில் கவ்விய கத்தியை அந்தர நடனமாடி மறுஉதட்டில் கவ்விப் பிடித்தான் கழைக்கூத்தாடி. சுழலும் கத்தி ஒன்றை காற்று விசிறியாக்கிச் சுழன்ற உடல் கொண்டவள் தாவரப்பெண்.

அவள் உடலில் ஓடும் நாடோடி ரத்தத்தில் பீறிட்ட தாவரங்களின் இசையை பூர்வீகப் பாணரும் கோடுடைய ஜிப்ஸிகளும் பிடாரரும் நட்சத்திரங்களின் பெயர் கொண்ட இலை வடிவை இசையின் ரகசியங்களாக்கி தாவர ஆற்று மணலின் உருவாய் மெருகேற்றிய தாவரப் பெண் நீர்வில்லெடுத்து தாவரங்கள் அறிந்த இசைமுறை நகரும் வெள்ளியாக மாறியது தாவரப் பெண்ணிடம். தாவர ஆற்று மணல் கோடு பரவிவந்த நீரில் மேயும் சங்கு வலம்புரிகள் தாவரப் பெண்ணுடலில் தொற்றி மெல்ல ஊர்ந்து ஏறி விசும்பி எரிகிறது நாதம்.

நீரில் வந்த நிமிர்பரிப்புரவி மேல் அமர்ந்த தாவரப்பெண் தோள் மேல் சாய்ந்திருக்கும் இசைமீன் தேசங்களின் எல்லைகளைக் கடக்கும். தாவரப் பெண்ணின் செடிதலைப்பட்சி இரவில் ஒலி எழுப்பி சுடலை மேல் கால்வைத்து இசைக்கு ஆடும் பறையை பூதம் முழங்க நீண்ட சடையைக் கொண்ட மாடன் தாவரநகரின் மயான நந்தி மேல் ஊர்ந்து வரக் கிழக்கத்திக் காட்டில் உறையும் கூளி எனும் பெண் பூதம் புட்கள் பொதிந்த புலால் வெண்தலையை குத்தித் துளைத்த பக்கம் நின்ற முதுநரி கதித்த குரலில் தாவரப்பெண்ணின் பாதரஸ இசை புரண்டு ஓரி எனும் முது நரியால் மூச்சனையான ராகங்களை கூளியும் காளியும் மொந்தை வாசித்தனர் கோடில்.

பசுந்தொலி உலர்த்தும் தாவரநகரின் அருந்ததியர் குறுகிய தெருவில் பதமிட்ட தொலியை வாட்டித் தோல் மேளங்கள் புடைத்துப் புலிவரி எமன் விரல்கள் நகர்ந்த கணத்தில் சொல் பிறக்கத்திறவாத குகை திறந்துவந்த கரும்பிடாரன் மகுடியில் தலைதூக்கிய மணி நாகம் வாலில் விசும்பி உயரம்வரை எழுந்து மந்திரப்பட்டு கண்ணில் சுற்றும் இசைக் கோளங்களின் விதி கிரக இடை சூட்சுமத்தில் வால் சுழற்றிய

நாகம் தலைகீழாய் கக்கிய ரத்தின விஷஒளியில் ஆடும் தாவரப் பெண்ணாய் ஆனது.

அவள் உந்திமுதல் சிரசுவரை நாதபூதங்களின் தேகங்களின் சாயல் பலதோன்றி குத்துவாளும் பலிஈட்டியும் தீப்பந்தங்களுடன் குருதி தோய்ந்த தோல் முழவு அதிர ஈட்டிகள் பாயும் தாவர நகரின் குகைகளில் கூட்டமாய் நகரும் தாவரப்பெண்ணின் எலும்பு இசை. குகைக்கிளைகளில் ஊளையிடும் அலறல் துல்லியக் கோடாய் தந்திச் சுருள் ஒளிவெள்ளமாய் சிதறி வெளியெங்கும் இசைமீன்கள் கீழிறங்கி வால்துடித்து பலிவாலில் வீழ கத்திகள் ஏந்திய தாவரப் பெண் அவற்றை நீர்மேல் குருதி கரைத்து சங்கினங்கள் துடித்து குருதி நுகர இசைத் துடிகொள்ளும் தாவரப்பெண் வில் நாணிலிருந்து விடுபட்ட முட்டை சீறிப்பாய்ந்த வழியெங்கும் நாயன ஒலி பரவெளியில் இறகுகளாய் மிதந்து திசைகளே சிறகுகளாய் மிதக்கும் கருட வெளி. முட்டைக்குள் கருக்கொண்ட மௌன வெளி வளைந்து உயிர்ச்சுருள் திறவாத இன்னொரு உலகுள் ஒன்றுமற்றதாகி தாவரங்களில் தொனித்த பார்வை திணை மயக்கம்.

உயிர்மெய் அரும்பிய தாவரக்கிளி முணுமுணுத்த பதங்களை கழைக்கூத்தாடிகளின் பச்சை வழக்கில் பேசி உரையாடியது. அறுந்த நாய்வால் ஓலமிட எரியும் வயலின் வில்லில் வாலறுந்த குட்டிகள் ரத்தம் பெருகி முளைத்த தாவரங்களின் இலை வடிவம். நாய்களின் உதிரத்தில் செந்நிறமாய் விரிந்தது கோடு. கருமையும் நெடுமையும் உடைய கீழ் காட்டில் மண்கருக்கில் விரிந்த பனையோலை உரசி அலைந்தாள் தாவரப் பெண். பனங்கூந்தல்மேல் காற்று மடிப்பில் உருவான சுருதி ஓலைகளை பனம்பூவில் பாலை கசியும் எருக்கம்பூ வெளி.

தாவரநகருக்கு எதிராய் நடந்த யுத்தகளத்தில் குற்றுயிராய் வீழ்ந்த பகைவரின் ஆனையொன்றின் பிரியாத ஆவி தாவரப் பெண்ணைச் சூழ்ந்துகொள்ள ஆனையின் காதில் இலைகளால் வருடி பாழியில் மறைந்திருக்கும் சமணரைக் கூவி அழைத்தாள். தாவரக் களஞ்சியத்தைத் திறந்து இலைதொடும் உணர்வில் மந்திரித்து மூலிகை மொழி பேசிக் காற்றின் பச்சை உயிரை இலைச்சாறில் வடித்து தாவர உருவைச் சொல்லாக்கி ஆனையை எழுப்பினார்கள் சமணர்கள். படுத்த ஆனைமேல் பிஞ்சும் பூவும் வேரும் வரைந்து தாவர அகராதியை எழுதினார்கள். இலைகளாகிப் படர்ந்த கீழ்த்திசை நரம்புகளில் பச்சையாழில் வருடினர் சமணர். மேனி விலகிச் சென்று செடி உடலாய்

உருமாறி இலைகளால் மூச்சுவிட்டுக் காற்றை வாசனையாகத் தொகுத்து வாய்நாடி மெல்ல உதிர்த்தார் மேனியை. தாவர உருக்கொண்ட நிகண்டு நூலில் இலை நரம்பு சேர்த்து சொல் பிறந்த ஒலிக்குள் உயிர் வைத்த சொல் பச்சையாகிக் கசியும் ரஸவாதம். பதம் சொன்ன சிகிச்சை முறை அகராதியை பின்னலாக அடுக்கி நேத்திர சிகிச்சைக்கான படிக நூல் மறைந்திருக்கும்.

குருடரின் மௌனத்தில் படரும் பச்சைக் கண்களுடன் சிறுசிறு இலைகள் கண்ணில் கிளைத்து தலை கீழாய் வேறுலகில் வளையும் நரம்புவெளி அடுக்கிய கண்ணாடிகளின் மடிப்பில் பழுத்திருந்தது குருடரின் கண்கள். புராதன இலைநகரின் இலைவீடுகளில் உருளும் பாசிக் கண்கள் சுருள்சுருளாய் கோடு பரவும் பசுந்தாளின் வெளிறிய வெண்பரப்புக்கு குருடரின் உலகமாக இருக்கக் கூடும். உலர்பனி பொழுதாய் விடிய உயிர்ச்சுருள் அடுக்கிய தெரு. மிருதுவான நீர் அசைந்து சிறுவிரல்களாகி வருடிய மெல்லோசை.

புலனுக்கு அப்பால் நகரும் விரல்ரேகை கொண்ட குருடரின் ஜன்னல்கள் திறந்து உள் முளைத்த தாவரமனிதர்கள் அவர்கள் நிர்வாண புல்லணைகளில் துயிலும் கனவுதிறந்த பச்சை வெளி. மறைந்த சூரியன் திரும்ப முளைக்கத் தாகத்தில் நீர்நரம்புகள் ஸ்பரிசித்த வெப்ப இலை உதடுகள் மணல் இம்மிகளூடே காற்று அகராதியின் அரூபப் பக்கங்களில் கண்ணில்லாதோரின் தொடுவிரல் முனைகள் அதிர் வலையாய் பாயச் சலனமாகும் நயனப் பூ ஒன்று விரிந்து மறைமுகம் கொள்ளும் தாவரநகரம்.

மேல்நோக்கி வளையும் செடி இனமான குருடர்கள் உருமேல் நகர்கிறாள் தாவரப் பெண். விருஷபர் தாவரக் கிளிக்குச் சொன்ன கேந்திப்பூவில் ஒரு இயக்கி வர அஜிதர் உரைத்த சன்மேதகிரியில் செம்முல்லை உதிர்ந்து ரோகிணியாகவும் மகாயட்சன் பொன்னிறத்தில் பூத்த அரளிப்பாலில் சம்பவரை உரைத்தார். சிராவஸ்தியில் பூத்த ஓர் வடவனப்பூ தாமிர நிறமான அபிநந்தர் உருவைப் புடை செய்தாள் தாவரப்பெண். நிர்வாணிகளாய் அலையும் தாவர மனிதர்கள் வஜ்ரஸ் ரங்கலா இயக்கியை குலமுறையாய் சேவித்ததில் கல் உரு அடைந்தாள் நகரின் புறவெளியில். குரங்கு அடைந்த குகைக்குள் கூடிக் கனிகளை ஏந்திச் சென்றன அபிதரிடம். முதுகுவளைந்த வாலின் மூன்றாவது காலில் சித்திர உருவம் தீட்டியிருந்தது சுவரில். தும்புரு புறம் நிற்க சுமதிநாதர் குகையிருளில் மறையவும் பாலைப்பூ வெளிர் நிறமாய் விரிந்தது. மனோவேகி எனும் இயக்கி செடியடர்ந்த கல்லில்

நடமாடினாள். பல் துருத்திய காளி கருப்பு மேனியுடன் சுபார்சுவர் அருகே நின்றாள் காந்தப்பூவுடன். ஜ்வாலாமாலினி காவல் நின்ற செம்பாறை மேல் சந்திரபிரபரும் உருக்கொள்ளப் பிச்சிப்பூ உதிரும். மகாகாளி நரம்பில் மெல்லிய வெண்தைலச்சுடர் ஜீவனில் இசைக்கு முந்திய தைல மிதப்பில் மல்லிநாதர் நின்றார். பலாசப்பூவுள் மானஸி. அதன் வெளிர் தண்டில் அகமிருந்தார் தர்மநாதர். மகாமானஸி பவளமல்லி வாசனையில் சாந்தி நாதரைக் கண்டாள். ஜெயாவெனும் இயக்கி தாவரங்களின் மூலமாகிக் குந்துநாதர் பத்மாசனத்தின் அருகில். ஸ்படிகத்தைப் பூவில் வரைந்து கல்லாக மாறினார் அரநந்தர். குகையுள் இருட்கொள்ள மல்லிநாதர் கற்பகால தவத்தில் காற்றை நிறச்சுருளாக்கி அபராஜிதா வெனும் இயக்கியிடம் தும்பைப்பூவைக் கொடுத்தார் சிறிதாய். கபாலங்களில் பூத்த நிர்மால்யப் பூவை முகுளத்தில் வாங்கி முனிசுவிரதர் தாவர நகர் நடுவில் மறைந்திருக்க வெளியில் பகுரூபிணி இயக்கி ஆட்கொண்ட பாறையில் உயிரினங்களின் கோடு.

தாவரப் பெண் அரக்கு மரங்களடர்ந்த பாதையில் தனியே போய் சாமுண்டியைத் தாண்டி கற்ப கால இருளில் மறைகிறாள். நமி நாதரின் பேர் சொன்னது குகை. சங்கு மீது தீட்டிய நேமிநாதர் கடலடியில் மௌனமார். கூஷ்மா இயக்கி நீர்மேல் தவசிருந்த கூந்தல் வளர்த்து அலையலையாய் சுருள் கொண்டு நேமிநாதரின் மௌனத்தை கரை தழுவினார். தனியே போய் பூவாகிப் பிஞ்சாகிக் காயாகிப் பழுத்துச் சுருங்கி வடுப்பட்டு சருகில் உதிர்ந்து சூதெரும்புகள் ஊர கனிந்து ருசித்த தேகத்தில் வதகாலத்தைத் தொடரும் பார்சுவர். யுத்தகளம் மீது ஒடிந்த ஈட்டிகள் குதிரை எலும்புகள் வலியால் ஊளையிடும் அலறல்.. ‘முள்ளுடைக் காட்டில் முது நரியாகக் கடவாய்’ என குகைப் பள்ளியில் மறைந்திருந்த கவுந்தியின் குரல் பலித்து நரிமூக்கில் பூத்த சிறுமூங்கில் பூவில் மறைமுகமானார் வர்த்தமானார். சித்தாயினி எனும் இயக்கி உதிரும் நிறங்கள்மேல் பாழ்நகாம்.

செடி இமை மேல் துளி ஒரு உப்பாகி வீழத் தீராத வனமானது. பாறைகள் விளைந்து இலைகளில் வடிந்து ஓர் மெலிந்த இலையில் துயிலும் தாவரப்பெண் இமை படபடத்து தாவரநகர் குகை திறந்து கல்படுக்கைகளில் மிருதுவான ரஸப்பரப்பில் செடி கொடியாய் படருகிறாள். பளிங்கு உப்புப் படுக்கைமேல் இசைமீன் ஸ்வர ஸமூகங்களின் சேர்க்கையால் நத்தை வடிவ செவிக்கும் இலை வடிவ நுரையீரல்களுக்கும் இடையே நீந்திவந்த மீன்உரு கடல்கோடில் அழிவுற்ற விரல்களின் அசைவை கண்களின் நீருக்குள் உள்பரவிய பாழி. அவள் வெண்பூ ஒன்றால் அட்சயபாத்திரத்தில் அமுது அளிக்கும்

பெண் உருவாய் ஆன உலர் தாவரப்பெண் நீர் உடலியாய் சிப்பிக்குள் வீற்றிருந்தாள் படிக முத்தாகி.

கற்குடைதளி ரேகை குடைந்த சிற்பிகளின் விரல் கிளைவிட்டு வளைந்த ஆந்தைகளின் உரு கல்லுக்குள். கல்மடிப்பில் ஜனித்த துவார பாலகர் பலரும் வில்லுடன் தெறித்த அம்பு குகையுள் செல்ல உருண்டு உள் அடுக்காய் சிற்ப உயிர் கொள்ளும் தளிக் கோடுகளாலான நகரம். மெல்லிய எழுத்துக்களில் அடுக்கப்பட்டிருக்கும் கல்மேல் எழுந்த பாம்பு வலப்பக்கம் திரும்பி சூரியனை விழுங்கவும் இடப்பக்கம் அண்ணாந்து சந்திரனை விழுங்கியது. பாம்பு உடல் மேல் கீறிய பிராமியில் விருச்சிகம் கடகம் மீனம் ரேகையில் அழிந்திருக்க மச்ச கன்னி விரலில் கொண்ட தாமரை மீது சிற்பி வரைந்த யாளிகளின் உருவம். ஆறடிக் கூந்தல் கொண்ட நரசிம்ம பல்லவன் முடி குகையுள் பேசும். சிற்பி சீவிய ஆறடிக் கூந்தல் கொண்ட குடைதளி. வெயிலில் கரைந்து நடுங்கும் மயக்கத்தில் வாங்கா ஊதி நகரும் சமணர் சிலைகளில் நகரம் சுற்றி வெளி அதிரும். மெல்லிய நாடி நரம்புகள் இறங்கும் செடி இலைகளின் சாறு. நாழிக் கிணத்தில் அடுக்கிய கல் பதுமைகளின் பார்வை. தடாகத்தில் உருண்ட தான்யம் படிக நீருள் கலந்து உயர் வானம் நோக்கிக் கிடக்கும் உழவர்களின் கரடுமுரடான விரல்களில் சேர்ந்து நகரும் மேழிகள். தாவரப்பெண் விரல் களுக்கிடையில் மறைந்திருந்த தானியங்கள் விண் வரை சிதறிக்கிடந்த ஒளி மீன்களாகி உதிர்ந்தன சித்திர மேக தடாகத்தில். அவள் கூந்தல் முளைப்பாரிப் பயிராகி முளைவிட்டு வளர அவள் உடல் வெளிர் தண்டாகி நீல விரல்கள் அட்சயப் பேழையுடன் பதினாறடி முடிதாங்கி நகருகிறாள் ஊருக்குள்.

சுறாமுள் ஈட்டியுடன் கடல் சிங்கத்தின் மீது தூண்டில்காரக்கன்னி 'திசைசூழ் பூவே..' என உப்பு வனமெங்கும் தேடினாள் சமணர் கல்படுக்கையில். உப்புப்பாறைமீது கடல்சிங்கம் அமர்ந்து சாம்பல் நகரின் வனப்பை வளைந்த வங்கியத்தில் ஊதி பழமையான பிரதேசங்களை உணர்த்தியது. உப்பில் வடித்த வெண் பதுமைகள் அனாதியில் உலவி உப்புத் தாவரங்களில் விம்மி எழுந்த பறவைகளின் ஒலித் தொகை. நழுவி ஓடிய சுறாமுள் வெளிச்சத்தில் இருள் விலகி உதிர வாசனையை நுகர்ந்து கேவுகிறாள் தூண்டில்காரக் கன்னி. மூச்சு வெப்பமாய் சுறா எலும்பைத் தொட வெண்மையில் பளிச்சிடும் ஜ்வாலை. உப்புக் கூண்டிலான பீடத்தில் அமர்ந்திருந்தது எருது முக மூடியுடன் அசுரனின் தலை. எழுதப்பட்ட தாவரக்கணிகையரின் சித்திர எழுத்தை தீட்டி இருந்தாள் தூண்டில்காரக் கன்னி. உப்புவனப்

பாறைப் பிளவுகளில் மூச்சுவிடும் சிறகு முளைத்த அசுரர் அலறிப் பறக்கும் வெண்சாம்பல் பரப்பு. சுறாமுள் வெளிச்சத்தில் கணிகையின் துளித்த தலை பலிபீடத்தில். உதிரம் நனைந்த பதினாறடிக் கூந்தல் பறிக்கப்பட்டு உப்புப் பெட்டகத்தில் திருமுடியுடன். அது தானே திறந்து ஜீவரஸம் பூசிய கணிகையின் கேசத்தில் இசை அகராதி மறைமுகம் கொண்டிருக்கும். சுறாமுள் குத்திய உப்புவனப் பலிபீடிகை முன் அலகு குத்தி வீழ்ந்த பறவைகள். கழுகு பாடும் வெட்டுவான் கோயில். உப்பு நகருக்குள் அந்தரங்க வழிபாட்டிடமாய் சூல்கொள்ளும். உலர் தாவரங்கள் வெண்மையும் வெளிர் நீலமும் கலந்த நிற மயக்கத்தில் கணிகையின் கூந்தலை இசைக்கின்றன தீராமல். ஞாபகப் பரப்பில் கால்படாமல் நடந்து போகிறார்கள் எட்டிய கடல் பளிங்கில் மறையும் அவள் உருவை நோக்கி. மூடுபனியில் புகைந்து அலைவுறும் அவள் கூந்தல் சுழி. சுரிந்து தாகத்தில் மனிதருக்கு அப்பால் சூதறியாத பறவை இனங்களின் தனித் தனி தொனியுருவை அடைந்து புன்னகை புரிகிறாள்.

காலத்தின் மறதியை காலமாகக் கொள்ளாமல் தொலை தூர வெளிப்புறத்தை காலவெளிக்குள் சேர்த்த வடநூல் கலந்த மரபை மறதியில் சேர்த்தார்கள். விரல்கள் தொன்மத்தின் பின்னே பளிங்காகி உருக்கொள்ளக் காத்திருந்தது. சாதகம் செய்யப் பளிங்கில் மறைகிறாள் கணிகை. பதிந்த தடத்தைப் பின்பற்றிப் போய் மயங்கித் திரிகிறார்கள் பின்னே வந்தவர்கள். வளைத்துக் கொண்ட மீனின் இசை நெருப்புக் கல் உமிழும் ஜ்வாலை எதிர்நின்று பார்க்க முடியாமல் கணிகையின் சாயைகள் ஓடும் உப்பு நகர்த் தெருக்களில் நிழல்களைத் துரத்தும் நிகழ்காலம். நிர்வாண விளிம்பில் உடலற்ற சமணர் கழு முள்மீது கீறிய சித்திரத்தில் சரித்திரமாய் மறைகிறார்கள்.

சாம்பல் கூர்முள் நீட்டி ஊர்கிற பூனைகள் பதுங்கிய குகை யடர்ந்த இருட்டில் பால்தாஸ் தனியே அலைந்து கொண்டிருக்கிறான். புதரில் ஒளிர்ந்த நட்சத்திரங்களின் சாயைகளில் உருவெடுத்த பூனைகள் அவனைப் பின் தொடர ஊசி வெள்ளி அலைபடக் கோதும் அவன் விரல்கள் ஒளி ரேகைக்குள் உருவற்ற பூனைகளை மிருதுவாய்த் தொட வெண்பரப்பில் உப்பு ரூபப்பூனைகள். சாயைகளே பூனை களாகி அரூபத்தில் பதிந்து நகரும் பால்தாஸின் விரல்கள். வால் சுழற்றிய பூனையின் வெளி அதிர்ந்தது பயந்து. உப்பு ரூபத்தை முள்ளில் கீறி கண் இருளில் நகரும் காலடி மாறி மாறி அடுக்கி திசை சூழ் கணிகையைத் தேடி அலைகிறான்.

நழுவி ஓடிய இசை மேதையின் நெஞ்சுத்தடம் மீது வைத்த சுறா முள் ஈட்டி சப்தித்த சாவு முனை அருகில் அவன் ஹார்மோனியத்தின் மீது கர்ஜித்த சுருதி அலை. நகப்பிடியில் மாறும் கருப்பு வெள்ளைக் கட்டைகளில் காற்றுத் துருத்தியில் நிரம்பிய காற்று பழங்கால ஹார்மோனிய நுரையீரலில் உட்புகுந்த கௌரியம்மாளைத் தேடி லட்சம் துவாரங்களில் சீறிப் பாய்ந்த கர்ணாம்ருத சாகரத்திரட்டு.

திரள் திரளாய் உள்பரவி ஏறும் ஜுர வேகம் கௌரியம்மாள் மறைந்த பாதையில் பார்வையிழந்து வெளுத்த வெண்மை மடிப்பு மடிப்பாய் அலையேறும் ஹார்மோனிய இருளில் உப்புத் தாவரங்கள் அசைந்து வாசனைப் பெருகி அவள் கூந்தல் வாசனையின் பின்னே கடல் பளிங்கிலான படிவக் கல்லில் பால்தாஸின் ஹார்மோனியம். அதன் கருப்புக் கட்டைகள் அழுந்த வெள்ளைத் திமிங்கலம் எழுந்து கூவிய நீர் உயர எழுந்து ஆறறையில் சீறிய புயல் ஓசை மெல்ல அடங்கி கீழ்த்திசை மாயத்தில் உள்ளடுக்காய் இசையின் உப்புவெளி.

சுருதி சேர்ந்த கட்டைகள் விரல்மாற சுறா முள் சுடரும் அசைவில் மீன் துள்ளிக் குதிக்கும் பால்தாஸின் விரல்கள் மீன்களாகி வெண் கட்டைகளைக் கரும்பச் செவுள் திறந்தது கடல் ஹார்மோனியம். சிறுசிறு கிராமமாய் அவன் கடந்து வருகிறான். உதிரவேகம் நீல நிற மாகி குகையில் நீண்டுவரத் தைலத்தில் உருளும் கண்கள் நிருதியில் பலிபீடிகை மேல் துளிக்கப்பட்ட கணிகையின் சிரசு வா... வா... வென அழைத்தது அவனை. ஊசிப் பாறைகள் வெடித்து உப்பு வெளி கண்ணைப் பறிக்கும் வேகத்தில் சீறி ஒலித்தது.

உவர்ச் சுருளில் கீறியிருந்த பூனைகளின் அழுகை. பால்தாஸ் கண்ணின் படிவங்களை உடைத்து இசை வடிவத்தின் வளையங்களை உருட்டும் பூனையின் சப்தமற்ற தடங்களாகி நகர்கிறான் உள்ளே. போதையூட்டப்பட்ட உலர் தாவரங்கள் மயங்கி சலனமடையும் இசை. பூனைகளின் நீட்சியான தொன்மை அடுக்கில் பால்தாஸ் இசையின் மாயத் தோற்றங்களை ஸ்பரிசித்தான் வைலட் நிறத்தில்.

மிக மெதுவாகச் சென்ற டிராம் வண்டியில் அலைவுறும் அவன் ஜன்னலோர இருக்கை கௌரியம்மாள் வீட்டருகில் வைலட் நிறம் பார்க்க எட்டு ஆவர்த்தணம் பாடி முடிக்கும் வேளை. சாதாரண ரூபத்தில் அலைவுறும் இசை மேதையின் வைலட் அலையில் நிசப்தமான முன்னறியப் படாத நிறமயக்கமாய் கிரகப்பரப்பில் கால் படாமல் நடந்து போகிறான். வெளிறிய வைலட் நகர்ந்து உட்சென்றது. தனியே நகரும் உவர் அலை அடுக்கில் தனம்மாள் ரூபம் உள்கொண்ட

இசை உயிரை மொழிகளற்ற திவலைகளின் நடுக்கத்தில் மெல்ல அவை அடர்ந்து தலைகீழாய் ஒரு துளி வைலட் கல்லாய் உறைந்து அவன் கண்ணுள் பதிந்து இருட்டில் நகரும் பார்வையாகக்கூடும்.

அவன் மயக்கமடைந்து உப்புப் பாறையில் கிடக்கிறான் மூர்ச்சித்து. புராதன நகரின் மறதியில் மூழ்கிய கணிகையின் சிரசு வைலட் கதிர்களை வீசி அவனைத் தொட ஈர்த்தன தாவரங்கள். அவள் கூந்தல் அலையலையாய் வளைந்து ஏதேதோ வினோதம் புரியும் சமிக்ஞை களாக மாறும். அவள் பவளப் பெட்டியிலிருந்த கல்கத்தா புகையிலை உலர்ந்த லக்னௌ ஜரிதா வாசனைகளில் ஒளிந்துகொண்டுள்ள பொடிச் சங்கதிகள். அவள் லாகிரி உதட்டில் தொனிகளுக்குமான அத்தனை ஜனனம் மறுமைக்கும் இம்மைக்குமாக ஊடாடியது. பீடிகையிலிருந்த தலை ரத்தவிளாறாகப் பிரித்தெடுக்கப்பட்டு உதிரப் பெருக்கு உமிழ்ந்த ரத்த நாளங்களில் மரபான இசையில் ஒத்திசைவான ஒலிகள் கூடி பழமையான குருதியின் ரகசிய இழைகளாகி நூறு நிறமாக ஓடும் பூனையின் சிரசு அவள்.

மரபு ஒலிகள் இசைப் பெட்டகத்திலிருந்து வெளியேறி கௌரி யம்மாளிடம் தனி உலகம் ஒன்று எல்லோரையும் விட்டுத் தனித் திருந்தது. இசை துவங்கியது பிறரை திகைக்க வைக்கும் சிறுவெள்ளி. பதைபதைத்த பலர் அவளால் ஈர்க்கப்பட்டு அவள் புகையிலையின் பின்னே உலர்ந்த இலைகளில் மாறும் ராகங்களின் சுனை சுரந்த பாதையில் சென்றார்கள். சப்தாசரத்தைப் பண்களாய் வேறுபடுத்தியும் இன்ன சுரங்கள் எனவும் கால மாத்திரை மாறாமல் கணித்த கால–இட மாற்றமின்றி கட்டுக்கோப்பில் கௌரியம்மாளின் வகை. முன்னோர் மொழி தாக்குமொலி மத்தளத்தின் தன்மையை மண்ணுலகிலாக்கிய கணிகையர் வீதி மறைகிறது.

பீடிகையிலிருந்த கணிகையின் இடக்கண் பதினாறும் வலக்கண் பதினாறும் இடக்கண் மந்தக் குரலுமாக வலக்கண் கடிகைக் குரலுமாகி வலக்கண்ணின் மத்திம தேசத்தின் துளைக்கு நீலனைத் தேவதை யாக்கினாள். உயிர் சுரத்தில் பெருக்கெடுத்த உதிரக் கற்கள் உப்பு வைலட் நிறமாகி உதிரம் பூசிய கூந்தல் கற்றைகள் யார் யாருடையதோ கொண்டு வந்து கற்பெட்டகத்தில் வைத்தாள் தவாரப்பெண். பேரழகி ரோகியாகிக் கூண்டு வண்டியில் போகிறாள் விளக்குகள் அசையும் நகரத்தை விட்டு. மூடுதிரை விலக்கிப் பார்த்தார்கள் பைத்தியம் பிடித்த தாசிகள் சிலர். கூண்டு வண்டிக்குள் இசையின் உச்சத்தில் ரோகியாய் கருத்த ஸர்ப்பயாநி உள்ளே இருட்டிக் கிடந்தாள்.

அவள் கையில் ஒற்றை விதியில் கோர்த்த நரம்புக் கருவி துயரில் முரளும் மறதியின் ஆழத்தில் மௌனம். முல்லை வழி நடந்து அடி வருந்தப் போன ஸர்ப்பயாநியின் கண்வழி நுழைந்து அவள் கூந்தல் நரம்பில் அதிரும் உயிர்பரவ செந்நிற நிலப்பரப்பு. உள் மயங்கித் திரிந்தாள் ரோகி ஸர்ப்பயாநி. உப்புத் தடாகமானாள். ஈய நிற வெண்மை கொள்ளும் ஜீவரஸமாய் உயிரிகளின் ஒளித்திரளில் தன் உதடு கீறி பாதரஸத் துளியை உட்கொள்ள பூனை ஆனாள். உவர்மரத்தின் உட்கிளையில் தொங்கிய இசைத் தடாகத்தில் கர்ணமடித்து விழ நழுவி ஓடிய திசை வழுக்கி மெலிந்தது பாதரஸ மீன். வெள்ளி இலைகள் பாதரஸமரத்தில் ஈய நரம்புகளோடி பசுமை உலகம் பச்சைக் கோடாய் உள்பரவிக் கிடந்தது மரமெங்கும். தலைகீழாய் தாசி ஸர்ப்பயாநி மரத்துக்குள் புகுந்துகிளை இலையாய்ப் படர்ந்த கால் விரல்கள் முளைத்த பெரும் பாதங்கள் இரண்டு நட்சத்திரங்களால் கணிக்கப்பட்ட ரேகைகளுடன் அசையும். விருட்சத் தலை கீழே பாறையைப் பிளந்து உள்ளேவேரோடி பூமியின் கருவரைக்குள் தலைநீட்டிக் கற்குழம்பாய் ஆதார நெருப்பில் சுழல்கிறாள் காலமற்று. பாறைகளில் புதைந்த கண்கள் ஊடுருவிப் பலியிடப்பட்ட குருதியில் நகர்ந்தது. பல்துருத்திய காளி அந்தரத்தில் வெள்ளி இலையாய் அடிவைத்து நடன மாடுகிறாள்.

ஸர்ப்பயாநி ரோகம் உப்பு மேனியுடன் பாதரஸ மீனுடலாய்ச் சேர மீன் கன்னியானாள். கண்கள் எதிர்த்த பாதரஸத் திவலைகள் உப்பில் உருண்டு பாதரஸ மீன்கூட்டமாய் நீந்தி அலைவுறும் மீனுடல் மீது ஒட்டிச் சேர்ந்து திரிந்த வெள்ளீயம் படர்ந்த மாயம் ஜீவரஸத்தில் ஈயப்பறவைகள் ஒளிச் சிறகுகள் தொங்கி குகையிலிருந்து வெளியேறி கடல் கீறிப் பறந்தன கூட்டமாய். பாறைப்பிளவில் மீன் கன்னி ஸர்ப்பயாநி உடல் செதில் செதிலாய் உதிர்ந்து வெளிப்பட்ட சாம்பல் நீல உதிரம் உப்புக்கல்லாய் கசிந்து ஒரு துளி நீலஉதிரத்தில் பாதரஸச் செதில்கள் வைரத்தட்டாய் உதிர்ந்தன ரோகமாய். வைரப் படிமம் இசையில் கூடி வைர மொழியானது. வைரத்தின் ஒளியும் நிறமும் பெற்று ஞானரோகம் திறந்த கண்ணாடி மயில் குயிலாகி உள் கூடங்களில் மரச் சிற்பங்களில் கசியும் குயிலானாள். ஸர்ப்பயாநி உதிர்கிறாள் வைரக்கட்டுகளாய் இசையவிழ்த்து.

இயற்கை விதிகளுக்குள் பட்டை வெட்டிய ரோகவெளி முன் உணர்ந்த மூர்த்திகரத்தின் வைரஒடுக்கம். வடுபட்ட இயல்பில் பிரிந்த மூலகங்கள் ஆதிவேரில் பழுத்த கற்பகால ஒடுக்கம் தியானித்த விளைவில் வைரச் செடியில் தகதகவென பூமிக்கரு. காலத்துகள் நகர்ந்து கருத்தரித்த வைரப்பூச்சி. ஆசையாய் அண்ணாந்த கண்மேல் புகுந்த

கண்ணா மூச்சிதான் கலை. கனவுகளின் உள் பரப்பில் அடுக்கிய பிம்பங்களை நிழல்மண்டிய நகரங்களின் தாஸித் தெருவில் மறையும் ஓர் கணிகையின் நிழலை சூன்யத்தில் வரையும் கோட்டுருவம். உப்புக் கோர்த்த ரோகம் மொழியாக ஊடுருவும் கல்லுக்குள் வைர மிதப்பு. கண்களால் அறியும் கண்ணாடி நீரில் பனிவில்லையாய் கறையும் வைரப் பட்டைகளின் மடிப்பில் உருண்டுருண்டு பார்த்த கண் பட்டைகள் அதிசய இலைகளில் பயணமாகி கலைகளின் ஜனனம்.

ஒரு துளி விஷம் மெல்ல விளையும் அரவங்களின் மூச்சில் நடுங்கிய உயிர்மை. விஷம் குடித்து சாவிலும் தொடர்ந்த வாழ்வின் சிறு விளிம்பில் சூன்யப் பெருக்காய் கோடு கொள்ளும் கண் தெரியாத இசைமேதையின் கனவில் மிதந்தலையும் வைரப் பூச்சிகள் காலத்தின் இணைப்பேதும் இல்லாத முக்காலங்களின் பிடியிலிருந்து விடுபட்டு ஒரு கணநிலையாகத் தங்குகிற கரியநிற இருண்ட பனி முன்பின் நகர்ந்து காலமற்ற வடிவத்தில் மறைந்திருக்கும்.

விவரிக்க முடியாத புதிர்தான் கலை.

12 குணங்குடிப் புலவன் கையில் விரிந்த புத்தபட்டீயம்

மணல் கரைமேல் நின்ற ஜனம் எட்டிய தொலைவின் மேலே பீலி காட்டி ஈட்டி நாக்கு நீட்டும் மகரமீன் கண்டு ஆரவாரமிட்டார்கள். திசை மயங்கித் திரிந்த மகரம் கிட்டவந்து எட்டிப் பார்த்தது யார் யாரையோ. மீன் உருநிறம் பலவாய்த் தோன்றி கர்ணமடிக்கும் ஜலப் பரப்பில் அலையலையாய் கைநீட்டி அழைக்கிறது ஜனம். தொலைவாய் இருந்த கடல்மேல் திரும்பிப் பார்த்தது கன்னிமீன். பொற்சவரி மின்னி சுரி சுழியாய் வர்ணம்மாற கடல் நிறம் திகைத்தது ஒளி உடல் கண்டு. தோணிகள் கட்டி மகரத்தைப் பிடிக்க வளையர்கள் கடல் ஏக எழுந்த சுழிக்குள் மசகு தோன்றி மறைந்தது வெள்ளி உழுவை. பெட்டகத்தில் திருமுடி மேல் தாவரக்கிளியாகி எத்தனையோ தேசங்களில் கண்டு வந்த முகம் கூற மீனுக்குள் கரு சுழிந்து பிறந்த மாலுமிகள் நாடோடிகள் யவனர் முகத்தில் வாசித்த நகரங்களைத் துடிக்கும் கடற்பாயில் கீறும் பவளக்கிளி. சிப்பி உயிர்கள் கூடிச் சேர்ந்த பவளப்பெட்டகத்தில் நிருப துங்க ராகம் அசையும் அரூபம். சுழியிலே எழுந்த பெட்டகம் செப்பமுள்ள திருமுடி நீளம் உதிர்முத்து புலவர்களின் சாயை கொள்ளும். மோட்டுமீன் அடைகரையில் கோட்டுமீன் தொண்டித் துளையில் மசகாய் இருட்டும். கடல் கோட்டை மேல் கரும்புலி எட்டிப் பார்க்கவும் நாயுடன் போன

நங்கையர் கரைபோய் கூவிய மகரம் வருவதைப் பார்த்து கடல் அதிர ஊளையிட்டது சங்குகளாய் உருண்ட குரலில். 'அந்த மகரத்தைக் கீழ்த்திசையில் கண்டோம்' என்றனர் நாயுடன் வந்த திருவி. 'மகரக் கன்னி கிடக்கும் கடலில் மசகு இருளைக் காட்டு' என்றது கரும்புலி. கீழ்க் கடலின் அடியில் தொங்கிய இருண்டு திரண்ட வானில் எரிமகரம் மின்னல் வெட்டிப் பிளந்தது விண்ணை. தொடு கடலில் வடுப்பட்ட மகரக் கோடு துடித்து ஜ்வாலையாய் நீர் எரியும் திக்கில் திகைத்த புலி உருவற்று ஓடி நெருப்புக் கண்களை உமிழ்ந்து பார்த்த இருட்டில் கன்னியின் சங்கு முலைகள் கொம்மைக்குள்ளே யடக்கித் திரளும் முலை விம்மல் மகரச் செதில் செதிலாய் கீறி ஒளிவிட்டன சங்குக் கொங்கைகள். கன்னி தலைமுடி அறுபதடியாய் வளர வளர்ந்த அலைச்சுழலில் நீர் சுருணை அலைந்து ஊளையிட்ட புயல் தூரத்தில்.

கருக்கிருட்டில் மீனைக் காண இயலும் கரும்புலி. உரத்த மீன் தொடு ரேகை வரைந்து தீப்பிழம்பாய் தெறிக்க அலைகள் எட்டி எழக் கடல் முழக்கம். மச்சகன்னிமார் ஆயிரமாயிரம் சுடர் விரல் நீட்டி நீர் நரம்புகளை ஒளி நாவுகளாக்கி எட்டி நீட்டி அலைவுறும் அபூர்வத் தழுவல். அறுபதடிக் கூந்தல் இழைகளின் தனித்தனி வாசனை. கடல் கொண்ட இசைப்பனுவல் நீர்நரம்புகளில் நிகண்டு நூலாய் புரண்டு மடித்த பக்கம் பக்கமான கூந்தல் வளரும் துள்ளிய மர்மம் வரையும் ரேகையில் தொன்மை இருள்.

ஒரு மணி முடியிலிருந்து கிளைகிளையாய் சுடரும் பவளக்கொடி இருட்டில் வளரும் பவளப்பூச்சிகளின் குறுக்கு நெடுக்கு நரம்புச் சுவர் ஓர நூல்பூச்சியின் குரல் பழம் பாடகனின் தொண்டையைக் குரல் வளையை ஊடுருவி வெளிப்பட்ட ஒலி நீர்வாத்தியத்தில் நரம்பு ஒவ்வொன்றாய் அமர்ந்து ஒலித்தது. வெள்ளிப் பட்டைகள் வைரப் பட்டைகள் கதிர்கதிராய் கீற்றாய் நீட்டி ஒளி கொண்ட கடல்வரி அபாந்திர வெளியில் ஒரு திரிபாய் வந்து நிற்கிற சேர்கிற உள்பரவும் மாற்றிக் கோர்த்த கலைந்து உதிர்ந்தோடி வாக்கியமாய் ஒட்டிக் கிளை பரப்பிய மொழி. பவளப்பூச்சி ஒளிர்வு கூட்டமாய் வடிவம் கொள்ள புரானிகச் செதில் விரித்த ராட்சதர்கள் சூழ கடலுள்ளே எழுந்தது முதல் நகரம்.

படுத்த மீனுருவில் அந்த நகரம். கண்கள் நூறு சுடரேந்தி ஒளி வெள்ளமாய் நடுங்கும் கடல்நகரம். துள்ளித்துள்ளி ஓடிப்போன வளையர்கள் ஆவிமேல் எழுந்து சப்தமாதரும் மந்திரக்கன்னிமாரும் ரம்பையர்கள் மோகித்த பவளக்கொடி சுருட்டிய இசையதிரும் நரம்பு நகரம்.

நீரில் விளைந்த செடிகொடி படர்ந்த சப்தமாதர் ஈன்ற ஜல கன்னிகள் ஊதும் வெண்சங்கு. கோடுகோடாய் குலுங்கி அசையும் கடல் மிருகங்கள் அடையும் கோட்டை. ஆனைமீன் மதங்கொண்டு அறையும் துதிக்கையில் கணப்பறை. சப்தமாதர் மார்பில் துள்ளிய பதினேழு ஒளி மீன்கள் உயரம் வரை வந்து நகரத்தின் அபூர்வத்தைக் கர்ணமடித்துத் துடிக்கும். நீர்த்தாவர இலையுடலிகள் தானே பிரிந்து இலைப்படகாகி சிறுமீனுடல் அலைவுறும். உரக்கத்திலும் அந்தக் கோட்டைக்குள் ஆவி மீன்கள் வெண் துடுப்பசைத்து இழந்த சொர்க்கத்தைப் பாடும். எத்தனையோ கடல் உருக்களின் நினைவு கொண்டு சோகத்தில் ஆழ்ந்த தாவரப்பெண் அசையாமல் கடலின் எல்லையற்ற தூரத்தைப் பார்க்கிறாள்.

கர்ணபரம்பரைக் கட்டு புரண்ட ராகங்களில் தான்தோன்றி யான ஒளிநீர் கரணங்களே கமகவளைவுகொள்ளும். அல்லியின் சாயை படர்ந்த நீர்நரம்பின் ஒளி இருட்டில் பால்தாஸின் குரல் வளையில் ஒளிந்திருந்தாள் கௌரி. அவள் தானே கடல் உயிராகி உடல் வடிவம் பெற்று கண்கள் பார்க்க முடியாத அவன் இருட்டின் ஆழத்தில் சென்றாள். திரும்பி வரக்கூடும். விண்ணிலிருந்த பதினேழு ஒளி மீன்கள் நீர்நரம்பில் மூழ்குவதைப் பார்த்த கீழ்க்கெய்ரோ நகரத்து அரேபிய வணிகரும் மாலுமிகளும் கொண்டுவந்த ஸ்படிகப் பெட்டகத்தில் இரவில் சொன்ன அராபியக் கதைகளில் இரவுகள் ஆயிரத்தைத் தனியே பிரித்து அதில் மறைந்து கொள்ளும் மாயயுவதி பேழைக்குள் மறைந்து சொல்லத் தொடங்கினாள் நட்சத்திரங்களுக்கும் மிருகங்களுக்கும் இடையிலான பிதிர்வெளியை.

ஸாரியார் அரசனின் கொடுவாளில் சிக்கிய ஸீரஸாத்தின் இரவுகள் எப்போதும் சாவின் முன்னுணர்வுகளை ஆரூடமாக வடித்தபோது வால் நட்சத்திரங்களாக வீறிட்டு விண்ணில் வடுவாகப் பதியும் குரல் வளையைக் கொண்ட அவள் பாஷைகளுக்குப் பின்னே பிதிரின் ரகசிய இழைகளால் குரல் அதிரச் செய்த குறுக்கு நெடுக்கு ரத்த நாளங்கள் பச்சை நரம்புகளின் துடியை பிதிர்ப் பரப்பில் சுருள்கொள்ளச் செய்கிறாள்.

அந்த ஸ்படிகப் பெட்டகம் தானே கடல் உயிராகி உடல் வடிவம் பெற்று அவள் நயனங்கள் இமைக்கப் படரும் இருளில் பார்க்க முடியாத ஆழத்தில் பால்தாஸ் சென்று திரும்பிய அனாதையான ஓர் இரவின் உரு. விண்ணிலிருந்த பதினேழு ஒளிமீன்கள் ஆயிரம் இரவு களின் மசகில் மூழ்கி நவரத்தினங்களின் விதியை நிறப்பாகைகளாக்கி

விஷத்தில் எரியும் விளக்கு நீலத்தில் வாழ்வின் கசப்பு துயரத்தில் ஆழ்ந்து இச்சையாக மாறி இசையில் முடிகிறது. பால்தாஸின் துயரம் கடல் கோட்டையின் கற்சுவர்களில் நடுங்கி அசையும் தோற்றம். கர்ணபரம்பரைக் குகைக்குள் பதுங்கிய நீல விழிகள் இரவுகள் ஒவ்வொன்றாய் கடந்து இசைக்குள் ஊர்ந்து செல்கிறது. மறதியில் மூழ்கிய பால் தாஸின் நரம்பு அசைவில் அதிர்ந்துகொண்டே இருக்கிறது கணிகையின் உலகம்.

உள்போய் குமுறிய குரல்களில் தெறித்த சொல் இருளின் இச்சையில் ஏடேறி அமர்ந்தது ஸ்படிக இசை. இழந்து நின்ற கண்களுடன் தானே பேசத் தொடங்கிய கண் ஏடு முடிவற்ற வாக்கியத்தை உச்சரித்தவாறு காற்றில் கரைகிறது. கடல் மடுவில் புகுந்து நிறக்கோடுகளாய் கரைந்த நிலையில்லாத ஒரு நிறம். அதன் ஸ்படிக அடுக்கில் வளையங்களில் தான்தோன்றியாய் பிறந்த ஆடுமேய்க்கும் குருடன் கருங்களியில் சாய்ந்து பெண்குரல் வளையால் பாடுகிறான். கானல் வெயிலிலும் கடுங்கோடையிலும் முள்மரங்களிடையே வினோதச் சாம்பலை முட்களின் கூறிய முனையில் நடுங்கினான். கடல் ஆடியில் தோன்றிய தாவரக்கிளி பறந்து தேடும் கணிகைத் தெரு. அவள் கூந்தல் இலையாகவும் புனையும் நிழல்களின் நடுக்கம். நூறு நிறமாக மாறும் அரவுக் கூந்தல் படத்தில் தோன்றா நின்ற ஆடியில் தாஸியின் காதருகில் அமர்ந்து அவள் விரல்களில் இமை வைத்து இமைப்பினைப் பெயர்த்து கண்ணுள்ளே காணாத ஆடி வரைந்து அழைத்த தொலைவில் நிற்கிறான் கண்தெரியாச் சிறுவன். அடக்கிய நிறமற்ற பளிங்கின் மீது பிரைலி லிபிக்கூட்டம் மரக்குழிவுகளில் ஊர்ந்து செல்லும். நடுங்கும் விரல்கள் ஒன்றோடொன்று தொடர் தொடராய் எழுந்து ஸ்பரிசத்தில் பிரிவு கொள்ள நத்தை எறும்பு சிதல் நண்டு நீர்ச்செடி மெல்ல சுவாசிக்கும் காற்றில் திக்கற்ற சிறுவன். நிறங்களற்ற கண் பளிங்கு உயரத்தில் தத்தளித்த வெளிர் ஊடுருவலில் வெற்றிடத்தில் நிறங் களில்லை. பின் முன் மேல்கீழ் கண்ணாடிப் பட்டகம் பிரதிபலிப்பு என ஊடுருவும் வழிகள் துளைகளில் நிறம் வந்து சேர்கிறது.

நிறமின்றி உறைந்து போதலே உப்பு நிறமாகிச் சீவிச்சீவிக் கண் உள் அகநிறம் உருக விழிப் படிகத்தின் இருள் பாய்ந்து பார்வையற்றுத் துடித்த நீர் யாரையும் பார்க்காத கண்கள் வெற்றிடமாய் சந்தித்த நிறமற்ற வெற்றிடங்களில் எல்லாவற்றின் சாயைகள். நயனரூபம் நிறங்களின் பிரிகையின்றி படிகப் பார்வை சீனிநிற மென்வடிவம் காற்றில் கரையக் கரையும் ரகசிய இளகலில் எழுதும் மர்ம அடுக்கான வெற்றிடத்தில் பால்தாஸின் நாணிய இமை உள்ளே அரூபம்

தோற்றமிட இல்லாத இடத்தில் இருக்கிற மௌனங்களில் இமைமூடிய மெல்லிய குருடரின் நகரம்.

பால்தாஸ் வரைந்த கோடுகளைவிட்டு ஒன்றுமேல் மற்றது சேராத விலகலில் வேறுபடுகிற கோடுகளைத் திரும்பச் செய்ய முடியாத தனிப் பரப்பில் குருடரின் கண்ணில் உருவம் மறைகிறது. கண் மூடித் திறந்த மூங்கில் குழலில் மீண்டும் பிறந்த நயனமொழி. சுருதி புடைத்த காற்று ஊதியூதி அரவுகள் நெளிந்து கிரக நிழல் ஓடும். மழலை மொழி யொழுகும் தாவரக்கிளி ஒலிகேட்டு மச்ச ராசிகள் செதில் பிளந்து நீர் பீய்ச்சி மேல் வந்து ஊமையாய்ச் சொன்ன சுருள் அலையலையாய் கடல் நிரம்பி ஓடும் பளிங்கில். மணல் சுழியில் சிக்கிய காற்றின் அகராதி புரண்டு எலும்புத் துகள்களும் மீன் முள்ளும் உதிர் கோடும் கண்களும் பார்வையாய் சுழிகொள்ளும் சுழல் நகரம்.

இருள் வீசிய காற்றில் துயரமான ஏடுகளில் மறைகிறான் கருப்பு கோட்டு அணிந்த குருடன். சப்த சமுத்திரங்கள் மோதுவதான பேரிடி தொலைவில் விட்டுக் கேட்க ஒளிப் பிழம்பில் நீந்தினாள் கன்னி. பனியிருள் ஒளிர்ந்த நீரில் யாழ்முறிப்பண் ஏற்றிய முத்துப்புலவன் விடுபட்ட நரம்புத் துடியில் உயிர் கொண்டிருக்கும் நீரடி. நீரில் முளைத்த நாத விந்து திருக்கை மீனாய் வடிவம் அடையும் தொன்மம். நண்டு சிப்பி உயிர்கள் சங்கில் வரிகீறிய இயற்கை பரவும் சரித்திரம். அசையும் கன்னிமார் குரல் தொலைவாய் கேட்கிறது நீரில். யார் யாரோ நகருக்குள் அரூபமாய் மறைந்திருக்கிறார்கள். ஆமை ஓடுகளின் சாம்பலில் வரிகீறிய கடலடித்த வடு அரூபமானவர்களை நோக்கி நகரும் ஆமைகளின் மெல்லிய விரல்கள் நீர்க்கோலமிட்டு வரையும் அபூர்வ இசை வளையங்களை மீன்களே அறியக்கூடும். சாம்பல் ஆமைகளின் துயர் முதுகில் எழுதிய வரிகளில் கரையும் தானேயான பாடல்.

சாம்பல் வரிகளைத் தொட யாரும் இல்லை கடலில். மச்சகன்னி மார் வந்து தேடுகிறார்கள் நீர்த்தாவரங்களுக்கிடையில். மெதுவாக மறையும் ஆமையை நோக்கி யார் வரக்கூடும். ஆமைகளின் கைகால் களில் அலைவுறும் நீரின் இதயத்தை யார் நிறுத்தக்கூடும்.

அசையும் கன்னியின் கூந்தல் படபடத்து சிறகு விரித்து தூக்கிய கடல் விண்ணில் முத்தின் கர்ப்பகோசம் தாங்கிய கன்னியின் திறவு படா யோனி திறந்து மேலோடு வரிகொள்ள கூவும் குரல் நீர்மேல் அதிர்ந்தது தொலைவில். யார் யாரோ கன்னியின் கூந்தல் நகருக்குள் மறைந்திருக்கிறார்கள் அரூபமாய். முத்தின் சாம்பல் ஊற்றில் கடலின்

அந்தரங்க ஒலி. வைரத்தின் ஒளி பாய்ச்சிய முத்தின் மூல தாது கடல் சுண்ணத்தில் உருக்கொள்ள உள்ளுடல் மெல்லிய தசையால் மூடித் திறக்கும் சிப்பி மூச்சு. அடிவயிற்றில் மண்தோல் புகுந்து உள்ளுயிரில் கலந்து சுற்றி விளையும் முத்துப் பரப்பு.

காலத்தின் திரட்சியில் பிளந்து கூடி இறுகும் தொனி. மாய நோய் பீடித்த சிப்பி வயிற்றில் கரு சுழிந்து உள்ளுடலில் மூடிய மண் துகள் மக்கி தசையாகி வெட்டிக் கிழிக்கும் திரவம் ஊறி உள்திரளும் திரவ முத்து. சுண்ணத்தின் தாது வெடித்து வெண் சங்கில் பழுப்பு நிறமாகி உருளும் முத்துக் கிளிஞ்சல்களினூடே உறவாடி புல்லுருவிகள் மேல் மிதந்து கடக்கும் நீர்த்தாவர உலகுள் இசையாகும் வெண்முத்து. பெண்களின் ஈரல்கள் குளிர்ச்சியை மிகத்தாங்கி வெப்பமான அடி வயிற்றில் உயிர்த்துளையில் புகுந்த நூறு முத்துயிர்கள் உட்சுவரில் பற்றி சிசுவின் கண்ணுள் ஒளிபேசும் திரவ ஒளி பிரபஞ்ச அசைவு கொள்ளும் அலகாய் உருளக்கூடும்.

நச்சு இழையும் பருத்தி இழையும் ஊடுபாவாய் நெய்த நச்சாடை போர்த்திய பச்சைக் கன்னி கூந்தல் அரவுகளின் மூச்சின் வெப்பத்தில் காமுற்று மீன் வாளுடன் கடலில் மூழ்கி கையில் கண்ணாடி கொண்டு சுறா மீனுடன் நகர்கிறாள். அவள் தோளில் போர்த்திய நச்சாடையின் பச்சை வடிவை அபூர்வ உலகின் பாவாக்கி நெய்து கொண்டிருந்த நெசவாளி ஒருவன் தறியோசையில் கன்னியின் கருவறைக்குள் விளையாடும் சிசு அதன் தசையில் படரும் சிப்பி உயிர்த்திரவம் காண்பான். முத்தினாலான குழந்தையின் லார்வாப் பருவத்தை கடலுள் கண்டாள் முத்துள் இருக்கும் பச்சைக் கன்னி. சிப்பியை வெட்டிப் பார்க்க உயர்ந்த முத்து கடலுள் ஒளி உமிழ்ந்து அவள் மர்ம ஸ்தானத்துள் புகுந்து மறையும். மென்மையான தசைச் சுற்றமைப்பு உள்ளே களங்கம் ஏதுமில்லாத தெளிந்த வெண்மை நிற லார்வா நிலைக்குள் சிறிது நிறம் மாறித் தேம்பும் குழந்தையின் மூடிய கண்மீது ஒளியால் நெய்த சல்லாவைச் சிப்பி உயிர்கள் நெய்து சிசுவை மூடிக் காத்திருக்கும்.

திறவுபடா யோனி திறந்து வெளிவந்த சிப்பிகள் கடல் நீர் மட்டத்தில் வானத்தை நோக்கி வாய் திறந்து நிற்கும். அப்போது மழைத் துளி பிரபஞ்ச அதிர்வாய்த் திரண்டு சிப்பி வாயில் விழுந்து முத்தாகும். வைகாசி மாதத்தில் சுவாதி நட்சத்திரத்தில் பெய்யும் மழைத்துளி சிப்பி வாய்க்குள் தலைகீழாய் பாய்ந்து அபூர்வ உலகிற்கான முத்துருளும்.

பருத்தி ஆடை தரித்த பெண்கள் இடுப்பில் சல்லடம் மணிக்கட்டில் மீனுருவவாளுடன் மரத்தொட்டியில் சிப்பிகள் தொகையாக மேலே வரும். கடலடியில் மீன் வடிவ வாளால் வெட்டிய ஸ்படிக சதுரத்தில் ஆடிகளை அசைக்கும் சுறா மீனின் மந்தரம். கும்புகும்பாய் குவிந்த சிப்பிகளை ஏலமிடும் உப்புக் குறவர் கூட்டம் கரைமேல் கரையும். பிளந்து உள்ளே இருக்கும் பழுப்புத் தைல முத்தைக் காண கண்கள் கூடும் ஓர் ஒளி புத்தர் உருக்கொள்ள மெல்லிய சிறப முத்தை சிப்பியுள் காண நாணும் கதிர் கண்களுடன் இமை மூடிய ஜனம். போதி மர வடிவத்தில் பதிந்த கௌதமர் முத்தே மசூர உரு, திரிபுட உரு, ஆமை உரு, பிளை உரு தானிய வகைக்குள் பதுங்கிய போதி உருவம் தேன் மெழுகுப் புள்ளியிட்ட முத்தும் கமண்டல உருவும் கருப்பும் மஞ்சளும் கலந்த நிறத்தில் வெவ்வேறு அரூபம் குற்றமடைய காச மணிகள் நீக்கி நட்சத்திர ஒளி உருட்சி புத்த படிமம். காற்றேறு மணலேறு கல்லேறு நீர் நிலையென சூதறியாப் பார்வைக்குள் பளிங்கு உருக்கொள்ள தெளியும் நீர்மணி விந்தத்தில் வெள்ளோசை அசையும் வெண்ணிற புத்த உரு.

செந்நிற முத்தை அங்காரகன் என சிலம்புச் சுருளில் கீறிய சமண முனி வெந்நீர்மையைச் சந்திரன் என்றான். பால்வெண்மைப் பாதையில் விளைந்த அருகர் உரு. செங்கதிர் கொள்ளும் சிவந்த விடியலை நோக்கி. நீலத்திருமேனி கடல் நீல அரவரசன் ரத்தம் போலச் சிவந்து எரியும் கடல் மடுவில் வாயு சுழன்றது. பச்சைநிற முத்தில் கன்னிமார் என்னும் கன்னிமை மாறாப் பச்சை உலகம். அரசிலை நடுங்கிப் பதிந்த கௌதமர் முத்தாகித் தவழும் தென்கடலில் தூய நீரில் நடக்கும் ஸ்லாபம். கிளிஞ்சல்களை வர்ணம் கூட்டும் பட்டைக் கத்தியினால் மிக மென்மையாகத் திறக்கும் உப்புக்கன்னி நிர்வாணமாய் கடல் திறந்து மூழ்கி மறைகிறாள்.

கவர்ந்த முள்ளுள்ள மூங்கில் அடுக்கில் மண் எலும்பு பித்தளை மரம் கண்ணாடித் தூசிகள் பட்டு அசையும் சிறிய துளியில் புத்தர் உரு தலைகீழாய் அசையும். உள்ளே புகுந்த படிமம் சிப்பிக்குள்ளே வளர்ந்து திரும்பி மற்றொரு புறத்திலும் உயிர் செலுத்தி ஆழ்கடலில் விட திமிங்கிலத்தின் வெளுத்த உடல் திரட்சிகளில் ஒட்டிப் பயண மாகும். சிப்பிகளின் உள்ளிருக்கும் புத்தபடிமம் உடலுக்குள் வெளி கொள்ளும் விகாசத்தை உள்ளடக்கி புத்தபடிமம் உடலுக்குள் வெளி கொள்ளும் விகாசத்தை உள்ளடக்கி படிவங்கொள்ளத் திரவத்தில் மிதந்து தன்னுயிர் கொள்ளப் பிளக்கும் காலத் துகள்களிடையே மௌனம். அரூப உரு சிதைந்த சிலைகளில் மண்டியும் மகிளியும் படர்ந்த பாசி வெளியில் உயிர்கொள்ளச் சிப்பி நகரும் வழி. பாறையில்

மோதித் தெறிக்கும் சிப்பி உயிர் பிளந்த கோடு.

கரிய கடலான மசகு இருட்டும் நீர் இருளாய் திரண்டு ஒரு துளி மசகு மேல் துளிர்த்து தலைகீழ்த் தெருக்களுடன் ஒருகணம் தோன்றி துளிக்குள் கருவிரியும் நீரின் கோடு. அரும்பில் மெல்ல உயிர் கொள்ளும் மொழி ரேகை. கணம் ஒன்று பிளந்து ஒரு துளி இரண்டாகி ஐந்தாகித் துளிகள் உருண்டு இடைவேளையில் நகரும் காலம் முட்டி பயமுறுத்தும். கருநீரில் துளிர்த்த மையிருட்டில் நீர்மேல் தவழும் ரேகையில்லா விருத்தம் பொரிசல் இல்லாமுத்துகளை ஆயுளாக்கி அபூர்வ ஸ்நித்தம் எனும் முத்துக்குள் கடல் சபை. மயில்பீலிகளின் விசிறி அசைந்து அலைபாடும் நரம்புநீர் அதிர்ந்து ஜனித்த பனித் துளியாய் உதிர்ந்து விண்மேல் படிந்த வெண்பரப்பு. உப்புக் கன்னி வெண்ணுடல் விரித்து நீந்தி வருகிறாள் தொண்டித் துளை அருகில்.

மணல்மேல் காக்கையொன்று கரைவதைக் கண்டு முல்லைவழி வந்த உப்புக்குறவர் கோமேதகம் புஷ்பராகம் தேடி கடலோடி அலையாயினர். தொண்டிக் கோட்டையில் தாவரப்பெண் முத்துச் சிலாபம் நடந்த இடத்தில் குணங்குடி மஸ்தான் சாயபு பாய்மரக் கப்பலேறி நடுக்கடலுக்குள் நின்ற தீவில் பராபரக்கண்ணி பாடி முத்துச் சிலாபம் வரிகளாய் மாறியது. தொண்டித்துளையில் புகுந்து சிலாபம் காண பாசிப்பட்டிணம் ஏகினார் மகர மீன் பார்த்து. கண்ட கனவில் மகரமீன் சொன்னவாறு ஐநூறு சிப்பிகளை கரையில் வாங்கி உடைத்தான் முத்துப்புலவன். முதல்முறை வாங்கிய சிப்பிகளில் ஒன்றுகூட அபூர்வ முத்து இல்லை. பின்னே தெற்கில் ஊர்ந்த மகர மீன் தொண்டிப் புலவனைப் பார்த்து சமிக்ஞை செய்ய படகில் போய் மகர மீனைக் கண்டான் தொண்டி. 'நட்சத்திரம் பனிமுயல் பாதரசம் முத்துகளாகித் தேவதைகள் நகர்வதாக 'ரத்தின தீபிகை' சொல்ல சந்திரகிரணம் வேப்பம்பழ அளவுள்ள ஓர் நிறத்தில் உறையும் துர் தேவதையிடம் கேள்' என்றது மகர மீன். 'நுரையுடைய கோடுபட்ட வெடிப்புடைய அழுக்கு நீர் தங்கிய நிறமுடைய முத்தைக் கண்டேன். மீன் கண் ஒளியுள்ள முடிச்சாய் ஒரு முத்து வேண்டும்' என்றான் தொண்டி. 'பூர்வத்தில் பழுப்பும் வெண்மையும் வட்டமான வடி வொத்த முத்து நீ ரொளியில் தேடு' என்றது வால் சுழற்றிய எரி மகரம். 'நேர் துளையுள்ள நீரொளி முத்தில் மஞ்சள் ஒளி கலந்து பாதியில் கோடும் குறுக்கு வடுவும் உள்ள முத்தை கனவில் கண்டேன்' என்றான் புலவன். 'மேகங்களில் உண்டாகும் முத்துகள் பூமியில் தங்கு வதில்லை. சொர்க்கத்தில் நீந்துகின்றன தேவதைகளாகி' என அலட்சியமாய் சிரித்தது மகரம். பங்குனி சித்திரையில் வரும் பெரிய

மீன் விழிகள் ரச ஓட்டமாய் அக்கினி திரண்டு சுழலும் கண் முத்து நோக்கிப் பயண மானான் தொண்டி. சிப்பிகள் கருக்கொள்ளும் காலம் நோக்கி கைக்குள் ரஸ ஓட்டம் பார்த்து சிப்பிக் கூறுகள் வாங்கி அறுத்தான் ஆவலில். சிறுமணியும் குறுமணியும் உயிருடன் உருண்டது சிப்பியில். சிறு ரஸஜலநிதியில் கருக்கொண்ட பயிட்டம் அம்புமுத்து குறுமுத்து நிம் போலமென நிகண்டு நூல் பிரித்த தொண்டித் துளையில் அராபியர் யவனர் ரோமானியர் கூடிவந்த பாய்மரத்தில் ஒளிவிடும் ரெட்டை முத்து. ஓரடி விட்டமுள்ள ஜலமுத்து தென்கடல் மர்மத்தில் புதைவு கொள்ள எகிப்தியச் சிப்பி வரிகளில் ஆரூடம் கண்ட நாடோடிகளும் மாலுமிகளும் தொண்டித் துவாரத்தில் கண் சுருட்டிக் காத்திருக்க நட்சத்திரங்கள் குடித்த நீர் ஒளி சிவந்த உயிராய் கடல் பாசியில்.

போகர் அகராதியில் சொல் மாறி அடுக்கியிருந்தது ஒப்பு முத்து. அனுவட்ட உருவடைந்த நடுவயதுச் சிப்பி உயிர் அடிவயிற்றில் சுரக்கும் பச்சைத் தைலம் தோலுடன் கோடு மெலிந்து பசை உடலாய் உருக் கொள்ளும். வடசொல்லில் ஜலஜம் எனவும் மேகம் மூங்கில் பாம்பின் தலை பன்றிக் கொழுப்பு வெண்ணெல் கரும்பு யானைத் தந்தம் சிங்கத்தின் கை பன்னியின் கழுத்து கொக்கின் கண்டம் கமுகில் உதிர் முத்தாய் ஜனனமாகும் ஒளிஈனும் மௌத்திகம்.

ஜீலியஸ் சீசரால் சுக்கிரகிரகத்திற்கு முத்துப் பதித்த மாப்புக் கவசம் வடித்து ஈரலை மூடியது அம்பு முத்து. இரண்டாம் சார்லஸ் கேள்வியான தொண்டிக் குளிர் முத்துஈரடி விட்டமும் விளிம்பில் கடல்துளை இருட்டும் மௌத்திகம். கொற்கைத்துறை அகப்பாடலில் புரண்டு உயிர் கசிய மதுரைக் காஞ்சியில் விளைந்த முதிர் முத்தில் கொற்கை பதுங்கும். முத்துத்திடல் மன்னார் தீவில் மிதந்து நகர்ந்தது நண்டாகி. கொடுங் கோலூர் புகார் கோட்டயம் என திடம் இருந்தது. பாலையில் தென்கடல் முத்தும் குணகடல் துயிரும் நிரம்ப மேற்கு யாத்ரீகன் காமோஸ் டாவோ புறப்பட்ட கடல்கோடு நீண்டு சூசிக் கரையில் முத்துவயல். அவன் கப்பல் மன்னார் வளைகுடாவில் நங்கூரத்தைச் சிப்பிகள் அரித்துப் படரும். இருள் நகரும் நடுஇரவில் கிளம்பும் ஆய்கடல் சிப்பி உயிர்ஈட்டி முகம் நீட்டி நிலவில் மயங்கும்.

13 வால்மீகியின் சடையில் முத்து வயல்

உயிர் தானே தோன்றும் பின்னிரவில் கருந்தோணி வழித்து தனிமையில் போகிறான் குணங்குடிப் புலவன், துயிலும் நீர் சலனமுராமல்.

நார்பெட்டியில் வைத்திருந்த பராபரக்கண்ணியைப் பாடலாய் சிதறி விட்ட நீர்மேல் செதிலுடன் வந்த அபூர்வத் திரவத்தைக் கக்கியது கடல்மேல். நீர்வயிற்றில் சுரந்த கற்சுண்ணம் தாது கலப்பிட்டு பிளீக்மீன் திரவம் சேர்ந்து பனிபடர்ந்து கீழ் நோக்கிய இலைமீது கவசமிடவும் ஏழுநாள் பின்பனியும் சூரியகாந்தி மஞ்சளும் பரிதி உரையிட்ட போகர் வாக்கு. முத்துவரி ஒன்றுமேல் ஒன்று மடிப்பாய் சூழப்பட்ட கோசரத்தில் நகரும் சுடர். நார்பெட்டியில் கீறிவைத்த ஓலைகளில் நீர்பாசி குடைந்து வரும் சிப்பியுள் படிம உயிராய் படிந்த கோள வடிவம் மெல்ல உருப்பெற்று ராவிருட்டில் கடல்மேல் வந்து பேராசை பிடித்த குணங்குடிப் புலவனைப் பிடித்துக் கொள்ளும். கிட்டப் போனால் எட்டப் போகும் ஒளியுருக் கண்டு கடல் திசையில் தேடிவந்தான் ஒளி உயிரை. மூங்கில் முத்தை வெண்பச்சையுருவில் பார்த்து எட்டிப் போனான் நடுக்கடலில். சித்ரா பௌர்ணமி இரவில் புத்தபட்டீயம் ஏட்டில் புரண்ட வாக்கை கண்களால் உற்றான். மீன் தலையில் பரிதி மலராய் வெண்பளிங்கு உருண்டு வந்தது அங்கே. ஆறு ஆனைத் தந்த மாய் ஒளிநீட்டி நிலவோடு சலனமாகும். பன்றி வடிவில் திருக்கைப் பல்லோடு முத்தாய் ஒளி குடித்துக் குறுக்கோடும். சுழற்றிய ஆயிரம் துளிகள் தனித்தனி உருக்கொள்ள விண்மேல் பறந்து இசைமீனை மெல்ல வருடினான் ஏக்கத்தில். குணங்குடிப்புலவன் தொலைக்கண் திரும்பிய வளைகுடாவின் அரக்குப் பாலத்தில் நீந்திய செந்நிற முத்து கதிர்திசையில் பயணங்களின் அதிசயமாய்ப் படரும். கோப்பைகளில் உருண்டு தேய அவை உமிழ்ந்த இருள் ஒளியில் நீந்தி அலையும் தானிய உருவுள்ள இளம்பருவம். தொலைவே அலைகின்றன இசையில். தேவதைகள் விரும்பிய கடலருகில் மெல்ல ஊர்ந்து அதிசய உருக்கொண்டு மிதந்து வந்தன இசை மீனிடம். வட்ட அடுக்குகள் ஒன்று மேல் ஒன்று மாறி அடுக்கும் கண்ணாடி வளையங்களில் உள்பிரதிகளில் சமுத்திர ரகஸியம்.

நீரெனும் மறைமுக உயிர் இசையாகிச் சுழன்று மையமற்று வட்ட உயிராய் அடுக்கி வளையும் கஞ்சுகங்கள் அதிகமாக விழித்து ஆமை முத்து அசையும். நீரை ஊடுருவிய கடல்கண் கிரகக் கோளங்களைக் காட்டும் நிலவுவடிவில்.

அது கடலில் புதைந்திருந்தது பாதி. அலைகள் தேம்பும் சிறுசிறு சிப்பிக்கூட்டம் லட்சமாய் இழைந்த நூலை நெய்து கொண்டிருந்தான் தொண்டிக் கிழவன். பாசியும் பவளக் கொடி படர்ந்த பூச்சி உமிழ்ந்து நெய்த பாசி ஆடையால் போர்த்தியிருந்தான் உலகை. தொண்டிப் புலவன் தேடுகிறான் வட்டமானதோர் நூறு தானிய நிறைகொண்ட

மௌத்திகம் கண்ணைக் குருடாக்கும் ஆழ் கடலில் மறைந்திருக்கும். பனைவளையங்களை உருட்டிச் சத்தமெழுப்பிய மீன்வாளை நீரில் புதைத்து உள்ளே தேடுகிறாள் பழம்முத்தை. எல்லா ஞாபகங்களும் கொண்ட தொன்மை முத்தை அலைகள் கொண்டு போகின்றன யார் கண்களுக்கும் படாமல். அது அவனுக்கு எட்டாமல் அறுபதடி கூந்தல் வளர்க்கும் கன்னியைத் தேடி சுருளாகித் திரியக்கூடும். நீர் கழுவி உலர்த்திய முத்துப் பஸ்பத்தை துணை மூலிகையுடன் கலந்து உட் கொண்டவள் அப்பெரிய தொன்முத்துள் சிறு உடல் பெற்று திரும்புகிறாள் நதிக்கு. பாண்டியகவாடகத்தில் முத்துச் சிலாபம் நடந்த போது போனான் தொண்டிப்புலவன். இரும்புச் சங்கிலிகள் பிணைத்துக் கட்டப்பட்ட தொண்டி கீழ்கெய்ரோ நகரிலிருந்து கடல் கடந்து காலத்தில் துருவேறிய சங்கிலிகள் குலுங்க விடுபட்டான் பாடலில்.

காளிதாஸனின் கோப்பைகள் நிரம்பிய சுடர் முத்துள் ரகுவின் குமாரத்தி அறுபதடி திருமுடி சுற்றி வைக்கப்பட்டு முத்தில் முகம் பார்த்தாள். நீல ஆற்றுப் படுகையில் சிப்பிகள் எழுதிவைத்த பரிதி அரக்குநிறத்தில் உருகி வடிந்த நீர்மை. பனையோலையில் பிறை வடிவாய் கீறினான் புலவன். பிறையில் ஜனித்த சிப்பிகள் ஊர்ந்து குணங்குடிப் புலவனை அடைந்து அவன் மீது பரவி மறைய மேலும் ஐந்நூறு சிப்பிகளை விலைக்கு வாங்கிப் போய் அறுத்தான் கிழவன். அடுத்த பாடலை ஓலை முறியில் எழுதி நீரில் விட மகரமீன் திரும்பி வந்து சொன்னது ‘போனது போகட்டும் இன்னும் ஆயிரம் சிப்பிகள் வாங்கு ரிஷபமும் அரசிலையும் கிடைக்கும் திரும்பிப் போ’ என்றது. பெரும் ஏக்கத்துடன் கிழவன் திரும்பிச் சிலாபம் நடக்கும் இடத்தில் நூறு நூறாய் வாங்கி அறுத்தான் சிப்பிப் பிடி வைத்த சூரியால். கடைசி முறை ஒருசில சிப்பியைக் கடலில் நீட்டி அழுதான் தாகத்தில். சற்று தொலைவில் இருந்த ஒரு மரநிழலில் சிலவற்றையும் அறுக்க வெருங்கூடுகள் புலம்பின. அயர்ந்து மயங்கிக் கிடந்தான் நிழலில். காக்கை ஒன்று அவ்வேப்பமரத்தில் கால் வைத்து எடுத்துவந்த சிப்பி ஒன்றைக் கால்களில் இடுக்கிக் கொத்தித் தின்ன முயன்றது மெல்ல. கரக்கரக்.... கென்று ஊளையிட்டது சிப்பி. அதன் கால்களுக்கிடையில் நழுவி புலவன் மேல் விழுந்தது. சருகோவென தூக்க வெருட்சியில் கண் விழித்தும் பாராமல் உதறிவிட்டான். மீண்டும் காகம் அதை எடுத்துவந்து அதே கிளையில் அமர்ந்துஈட்டி அலகால் கொத்தக் கொத்த மெல்லிய ஜவ்வைத்தின்றது ஆவலில். வேகமாய் பீறிட்ட கடல் நீர் கிழவன் கண்ணில் தெறித்ததும் புரண்டான். நழுவித் திரும்ப விழ

உதறித் தள்ளிய சிப்பி திரும்ப நெற்றியில் தெறித்தது பொட்டென்று. இரட்டை முத்து உள்ளேயிருந்தது 'எங்களை எடுத்துக் கொள்' என்றன ஒரே குரலில். இரு முத்தில் ஆயிரம் அரவுகள் மூச்சு விடும் ஓசை. மகரமீன் தொலைவே மோனத்தில் பார்த்தது கிழவனை. ஏந்திய புலவன் கையில் ரேகைகள் ஒளிவீச ஒன்றுமேல் ஒன்று கண்களாய் சுழலும் இரட்டை முத்து.

ஆயிரம் ஒளிவருடங்களுக்கு அப்பால் நிகழும் சேர்க்கையால் பிறந்த ஜோடி முத்தில் புத்தரும் அருகரும் ஒரே சிப்பிக்குள் கீழே ஏழ் உலகம் மேல் ஏழ்பூமியாய் பிரிந்து கர்ப்ப இருளில் கதிர் வீசினார்கள் கை விரல்களைத் தாண்டி.

14 தாவரக்கிளி விரித்த அல்லி அரசாணி மாலை

செம்புக்களஞ்சிய மெல்லாம் காய்ச்சிய உப்பு உருக்கிவார்த்த வெள்ளிகையிலான உப்புக் கோட்டையை கடல் வழியில் முளைத்த கண்கீறிப் பார்த்த யவனன் 'டொண்டிஸ்' என உச்சரித்த தொண்டிக் கோட்டையில் அரசிருந்த அல்லி அரசாணி கரும்புலிக்கு பால் வார்த்து கொலுவிருந்த வெள்ளிக்கன்னி படிஅளந்த உப்புவைரத்தை கழுதையி லேற்றிச் சென்ற உப்புக்குறவர் சாலிவாகன சகாப்தத்தை கழுதை மேய்ந்து சென்ற முல்லையில் சங்குநாதத்தோடு சின்னத்தாரையில் அல்லி அரசாணி மாலைபாடி பெரிய எழுத்து ஒளிவிட கண்டி தேசத்து ஜவுளி செம்புமிளகு சித்திரத்தை வாய்ப்பொடி புகையிலை நவதானியம் ஏலத்தில் எரிந்த விளக்குகள் நிழல் மண்டி கூட்டமாய் வந்த முல்லை நில ஜனம் சலசலத்த பேச்சும் பாடலும் உப்பில் உரைந்திருக்கப் படிஉப்பு பொன்விலை போக தூவட்டமும் முப்பத்தாறு தீவெட்டியும் அசைந்த நிழல்கள் நடுக்காட்டுச் சந்தை விரித்து மறையும் முத்தும் விற்று.

கப்பல்பாயும் கொடுத்து கீழ்நாடுகள் புலம்பிய நீர் வழிக் கப்பல் போய் துகில் மயிலிறகு மிளகு மது பட்டு விற்று ரெங்கூன் தேக்கு மரமாகிச் சங்கிலியில் கட்டி இழுத்து வந்த தொண்டிக்கரையில் பெருமரங்களை வாள் அறுத்து மீனுருவடித்த மாந்தையர் கூட்டமாய் கடல் மேல் பார்க்கும். வட அட்சரேகையிலும் கிழக்குத் தீர்க்க ரேகையிலும் ஐங்குறுநூறில் இறையனார் அகப்பொருளில் பதுங்கி மறைந்த கடலுண்டி பொறையன் தொண்டி விரிந்தது கடல்மேல் உப்புக் கோட்டையாகி. துளை துவாரம் என திறந்த கடல் துளையில் அரபிகள் பதினாயிரம் குதிரைகள் நுழைந்த நீர்த்துவாரத்தில்

தொண்டிக் கோட்டை அரசாணி வருங்குதிரைக்கப்பலில் வாங்குவது நூற்றிலொன்று. இத்துறையில் வந்துபார்த்த உப்புலாயங்களில் முசல்மான் லாடமடிக்க அஞ்சுகோட்டை நாடாளும் தொண்டி பாசிப்பட்டிணம் திருவேகம்பம் வரை அரபு பூகோள நிபுணன் தொண்டியை 'தத்தா'யெனக் குறித்தான்.

அதுபெரிய 'மாபாரின்' தென்னாட்டு நகரங்களில் தொன்மை யாகும். முசல்மான் கூடி அஞ்சுவர்ணத்தார் அல்லி அரசாணிக்கு முத்துச் சிலாபம் நடத்தி கர்ணபரம்பரையான சிலாபத்தில் சிப்பி உயிர்கள் கதைக்குள் சிலாபமாகி மறைந்திருந்தனர் தொண்டித் துளையில்.

பர்மாவிலிருந்து மரம் அரிசி ஏற்றி வந்த நீராவிக் கப்பல் நங்கூரம் இட்டு அசையும். தொண்டித் தெருவில் கைகாளர் நெய்த தறிகளில் நுட்பமான இலைகளில் வெள்ளி உப்பே நூலாகும். படையெடுத்த சிங்களத் தளபதி பராகிரமபாகுவிடம் பாண்டி விசுவாசம் சோழனுக்கு மோதலாகி தொண்டிக் கோட்டையின் தலைவாசலில் தலை கொய்யப்பட்டு ஆணிவைத்து அறையப்பட்டதும் கரும்புலியாய் சீறினாள் அல்லி. அரபிகளில் பெரும்பகுதியினர் தொண்டியில் இருக்க கெய்ரோவிலிருந்து புறப்பட்ட கப்பல்களின் கோடு பாடலாயிருந்தது மூதாதைகளிடம். சோனகர் எனும் லெப்பைமார்களின் மூதோர் மொராக்கோவிலிருந்து வந்திருக்கலாம். மொராக்கோவின் கரைந்த ஞாபகப்புதரில் தோன்றி எழுந்த குணங்குடி மஸ்தான் சாயுபுபாடலின் தாய்வழிப் பாட்டன் கப்பல் பாய் அசைந்து வந்து படபடத்த காற்றில் கடல் உரு திறப்புக்காரர் கட்டிய பள்ளியில் அடக்கம் செய்யவும் குணங்குடி மேல் பாடிய சரமாகவி அரபியில் லிபியானது. சிலம்பில் ஊர்காண் காதையில் திறந்த தொல்பதி உப்புத் துறையில் உரைந்த காதை வெள்ளிவரியாய் 'மாலையைக் கூனி நகர நம்பியர் திரிதருமறுகில் விலை கூறுவது போல நின்றாள். அங்கே கூனியைக் கண்ட கோவலன் மாதவியோடு தொடர்பு கொண்டான். சிந்தாமணி பெருந்திருவி எனவும் மரபுவிட்ட வரி தானே உரைக்க உப்பில் காய்ச்சிய சிலம்பு பெருந்தெருவில் நாடுகாண் காதையில் ஏழகத்தார், எகினக்கவரி, அன்னம் எனும் உயிரினம் வளர்த்த கோவலன் கடல்தெரு வாணிபத்தில் வெளியேறி வந்தனர் உப்புக் குறவர் முல்லைக்குள். பொதி மூடைப் போரேறி பட்டினப்பாலை நகர் பூம்புகார் விட்டு ஏழகத்தார் கரைந்து வெளிவந்த உப்புப் பட்டிணம் தான் தொண்டி.

செவிக்குள்ளொரு தாவரக்கிளிவந்து சொன்ன கர்ணபரம்பரை

யிலிருந்து மேய்ந்த பெட்டகத்தில் கீழ்கெய்ரோ நகரத்தின் அராபிப் பாடலை குணங்குடி கீறிவைத்த மயில்பீலி கஸ்தூரி தைலம் வைத்து தாவரக்கிளியை பெட்டகத்தில் மூட மீனானாள் அல்லி. பச்சை நிறமும் விரிந்து நரம்பு பதைத்த முச்சிவந்து நாசியில் முளைக்க மெல்ல நீந்தினாள் உப்புக் கன்னி.

காவுதிரிந்த கரும்புலி உப்புக் கோட்டை மேல் நின்று பார்க்க கடலில் நகர்ந்தாள் மகரமாய். கடல் பெட்டகத்தில் தானியம் ஐந்து வைத்து நிருப துங்க ராகத்தை மீன் அரசனாக்கி அவன் ஆறடிச் சவரியை பெட்டகத்தில் மறைமுகமாக வைத்தான் மொராக்கோ தேசக் கடலோடி குணங்குடிப் புலவன். பருகடலில் மகரமீனாய் படுத்து செப்பமாய் நீந்திவர அவள் மீன் முதுகின் பெட்டகத்துள் மீனன் சவரியில் கோடுந்திருப்பூவும் மல்லி சிவந்த மந்தசாரம் மிகுந்த சம்பங்கி வல்லி செண்பகம் ரம்பை குரோஜகமந்தி நந்தவனம் பறித்த அல்லி ஆம்பல் செவ்வாம்பல் நிருபதுங்கன் பூஜம் படர்ந்த வாடாத பூக்களின் ரகஸியம். தாவரக்கிளி பேசும் கடல் கருவில் வளையும் பெட்டகத்தில் சிசுவாய் மறைந்திருந்தான் மீன் அரசன். சவரிமுடி தெற்குமுகம் வைத்து தாவரக்கிளி உரையாடும்.

தோணிக்காரன் கண்ணில்பட்டு மறைகிறாள் வெள்ளிக்கன்னி. மகரமீன் வடிவுகொள்ளும் கனக சமுத்திரங்களுடே தலைதூக்கிய சுறா மச்சங்கள் பாடல் புரிய கெட்டியாய் நீர் சுழிந்து துளை விழுந்த தனுஷ்கோடியில் அதிர வளையும் நிலத்தை வில்லாக்கி முத்தால் தெறிதாள் அல்லி. மசகு இருட்ட ஈட்டி மீன் குத்தி நின்றது உயரத்தில். கரு நாக்கில் நீளும் அலைவீச்சில் சீறித் திரிந்தாள். வலிய பிடறியுடன் மோதும் கடல் உருமல் நீரைத் தழுவும் வெள்ளிமீன் அவள் உடல் படர்ந்து நீந்திவர ஊமை மீன் திருக்கு வாலால் அடித்த வலி முதுகில் வடு பதிய கதறினாள் அல்லி. பெட்டகத்தில் வைக்கப்பட்ட சவரிமீது பச்சைப் பாம்புகள் மூச்சுவிட நூறு நிறமாக மாறித் தேம்பும் கடல் அரவு அரசன் திருமுடிமேல் நெளிந்து ஓடும் சாவதானம். மீன் கன்னிகள் மேல் உரசி இச்சையால் மோகித்து துடுப்பசைத்து அல்லி காதில் கெஞ்சினார்கள். வெளிர்நீலக் கடலுக்குள் தழுவும் வான் பரப்பைத் தொட்டு மேல் வந்தாள் அல்லி ராணி. துயில் அமைதி கொண்ட நீரின் இதயத்தில் வெளிர்நீல நரம்புகளால் அதிர்ந்தாள் அல்லி. பவளக் கூம்புகள் உரசிய கீறல் வழி அல்லி உதிரம் உப்பு நீலமாய் கடலில் கரைந்து படிந்தது.

சிறுசுடர்க் கொம்புகள் அசைக்கும் நீல நத்தைகள் பெட்டக

மெங்கும் ஒட்டி ஊர்ந்து எச்சிலால் வரைந்த கோடு கொம்பு கொம்பாய் உயிர்ப்பசை பூசிய அல்லி அடிவயிற்றில் பதுங்கிய நத்தை வடிவ பச்சைத் தாவரங்கள் அடர்ந்த யோனித்துளையில் சிப்பிகள் உருண்டு வாய்பிளந்து நெளிந்த ஒளி உமிழச் சேர்ந்த களவியில் நத்தையும் நண்டும் கவ்விய ஈர்ப்பில் கடல் தாவரங்கள் முளைவிட்டு நீர் பூத்தாள் அல்லி. பிஞ்சும் பூவுமாய் நீர்ச்செடி சங்கு முலைகளில் குருத்துவிட பச்சை ரேகைகள் ஓடிய முதுகுவடத்தில் திருகுகள்ளி திருக்கை மீன் வால்வெட்டிய தழும்பில் முளைத்துதிர்ந்தன சிப்பி உயிர்கள். தழுவிப் பிணைந்த மீன்களும் ஈட்டி அலகில் குத்தி எழுதிய கடல் கோடு. மேனியெங்கும் குற்றுயிரும் குலை உயிருமாய் பதம் சேரப் பிறந்த தாவரக் கன்னி மெல்ல மெல்ல சித்திரப் பளிங்கில் உருமாறி உயிர்மைக் கனவானாள் அல்லி.

வார்த்தைக்கு அப்பால் மௌனமாகி கடல் பரப்பில் பார்த்த படிவப் பாறைகளில் உடல் ஒட்டி கடல் குமுறி எழுந்தாள் அல்லி. பசுமை உலகமானது அவள் மேனியெங்கும். லட்சம் துளைதுளையாய் உயிர் நாசி நீட்டி மூச்சு விடும் அல்லி. நீரில் நழுவி தெளிவில்லாத தொனிகள் பல விட்டுக் கேட்க பச்சைக் கன்னியானாள் அந்த அல்லி.

VI

செங்கழுநீர் ஓடை வீதி

நந்தியின் மாற்றாந்தாய் பிள்ளைகள் நால்வரும் வியூகம் வகுத்து முற்றுகையிட்டனர். வென்ற நந்தி துரத்தினான் சகோதரர்களை. கடைசிச் சகோதரன் ஏடுகளைப் பிளந்து வாக்கில் அறம் பாடி வசை அகராதி கோர்த்தான் நூறு பாடல்களில் இயற்றி முடித்த கலம்பகத்தில். நந்திமதியிலி, பரவாதை நந்தி, கோமுற்றப்படை நந்தி, வென்றான் கடையாறு, முதல்வனுக்குப் பழுது, ஒழிகின்றது தொண்டை, கரியாய் நின்றமன்னா, 'திருப்பெருக' என்பது ஐஸ்வர்யம் தொலைக என்றாயிற்று.

மற்றவர்கள் வித்தைகளில் புகுந்தும் வேறொருவன் ரத்தத்தை வாளாகச் சுற்றி வளைத்தான் நந்தியை. அதிலும் உடைத்து வெளியேறினான் யுத்தகளத்தைவிட்டு. இளமைபோய் மூப்புப் பிணிகள் வந்து உயிர்களைச் சூழும் எனும் நியதியை ஏற்று துறவி யாய்ச் சுரைக்குடுவையில் முறுக்கிய நரம்புயாழில் நந்தி மேல் வசை வாக்கு சுரமாய் எரிந்து கொண்டிருக்க கச்சி நகர் நோக்கி வந்து கொண்டிருந்தார் துறவி. செங்கழுநீர் வீதி எனும் புகழ்பெற்ற இசைத்

தாசிகள் வீற்றிருக்கும் வீடுகளில் பிச்சைவாங்கி சுரம்பாட அதன் தனிவகை கேட்டு ஓடிவந்த தாசிகள் மறுமுறை பாடச் சொல்லிக் கேட்டார்கள் மெய்மறந்து. பாடல் உள்ளே அலாதியான பகைநெருப்புடன் உயர்வகை இசைப்பனுவல் மறையக் கேட்டு திரும்பத் திரும்பப் பாடுமாறு துறவியை வேண்டினார்கள்.

பிக்ஷா அகலிலிருந்து பெற்ற நந்தியை இசைத்தாள் பின் இரவில் ஒருதாசி. நகர் சுற்றி வந்த ஊர்க்காவலன் அதைக் கேட்டான் மறைந்திருந்து. அதில் 'வானுறு மதியை அடைந்தது உன் வதனம்' என்ற பாட்டில் நந்தி மாண்டு போவதாக வருந்தொடர்கண்டு திடுக்குற்ற காவலன் நந்திக்கு அறிவித்தான். மறுநாட்காலையில் அரசன் அவளைக் கொண்டுவருமாறு கட்டளையிட்டான். கணிகையை அழைத்து வந்தனர். அரசன் எல்லாம் கேட்டறிந்தான். துறவி வந்தால் தன்னிடம் கூட்டிவருமாறு பணித்தான் நந்தி. காலங்கள் கழிந்தும் துறவி வரவில்லை. முனிவரைத் தேடிப் பிடிக்க ஆள அனுப்பினாள் கணிகை.

ஒரு நாள் முனிவர் தானாகவே வந்து கணிகைமுன் நின்றார் சடை முடியுடன். நந்தி அவை சென்றார் துறவி கணிகையுடன் அவர் வரலாறைக் கூறுமாறு கேட்க, அவன் தமையன் என்று தெரியு மாதலால் உண்மையை உணர்த்தினார் துறவி. அரசன் கலம்பகப் பாடல்களைப் பாடுமாறு வேண்டினான். இவர் நிலையை எடுத்துச் சொல்லி 'அது வேண்டாம்' என்றார். 'ஆயினுமென்ன?' அரசன் கருத்து ஊழ்வழி நின்றது. பாடுமாறு வற்புறுத்தி வேண்டினான். துறவி இசையவில்லை. கடுமையாகச் சீறினான் 'கடப்பாரெவரே கடுவினையை' என ஒப்புக் கொண்டார் துறவி. 'பச்சை ஓலை களால் நூறு பந்தல் அமைக்க வேண்டும். ஒவ்வொரு பந்தலிலும் நீ ஆபரணம் உடை அணிந்து அரசக் கோலத்தோடு பாட்டைக் கேட்க வேண்டும். பாட்டு ஒன்று முடிந்தவுடன் அப்பந்தல் எரிந்து விடும். அப்பால் கடைசிப் பாட்டைக் கேட்பதற்கு ஈமவிறகுகள் அடுக்கி அதில் உனக்குக் கேதச் சடங்குகள் யாவும் செய்து இறந்த நிலையில் படுத்துக் கொண்டு கேட்க வேண்டும். அப்பாடல் வார்த்தை எரிந்து உடலிலும் விறகிலும் தீப்பற்றும், சாம்பலாவாய்' என்றார் துறவி. நந்தி சம்மதித்து கடேசி சகோதரன் பாட கணிகை இசைக்க அவ்வாறே ஒவ்வொன்றாகக் கேட்டான். வாக்கில் அறம் வைத்த கவி ஊட்டிய தீ செந்நிறத்தில். கடேசியில் ஈமத்தின் விறகு மெல்லணையில் படுத்தான்: 'வானுறு மதியில்' என்று கணிகை

சுருதியேற்றப் புலவன் பாடிய வாக்கு செந்தழல் நந்தியைத் தொட்டுத் தழுவிச் சிவந்தது பாடல்.

15 தாந்த்ரா தேசம்

சாம்பல் புஸ்தகத்தில் திறந்து கொண்ட காமோஸ் இருவராக இருக்கக்கூடும். மற்றவன் வாசிப்பவனாகவும் புஸ்தகத்தில் வரையப் பட்ட காமோஸ் அவனே ஆகவும் இருக்கக்கூடும் கனவுகளின் தீர்க்க தரிசன நீட்சியாய் கடந்த காலத்தின் எதிர்காலத் தொலைநோக்கிய கடலோடிகளுக்கு மாலுமிகளுக்கு கடற்பயணத்தில் விரிந்தது தாந்த்ரா தேச காவியமான சாம்பல்தண்டி. வேறு காமோஸுடனும் பிறகட லோடிகளுடனும் தொடக்கப் பயணமாக கனவில் தேடும் கடல் வேட்கை கொண்டவர்களின் பாதையாக விரிவுகொண்டது. சாம்பாழி ராஜாவுக்கு சமுத்திரத்திலே ஈயாகான் கப்பல்களோடே கூடக் கபாலா எனும் கப்பலும் இருந்தது. சாம்பாழிக் கப்பல்கள் மூன்று வருஷத்துக்கு ஒருதரம் பொன்னையும் வெள்ளியையும் யானைத் தந்தங்களையும் குரங்குகளையும் மயில்களையும் கொண்டு போகும். சாம்பாழிகளுக்கு வியாபாரிகளாலும் சுகந்த திரவிய வர்த்தகராலும் அராபிய தேசத்து கப்பலுடன் வந்த குதிரை வியாபாரிகளாலும் பொன் குவிந்தது. சகல தேசத்தாரும் சாம்பாத்திகள் முகதரிசனத்தைத் தேடினார்கள். கப்பலில் வெள்ளிப் பாத்திரங்களையும் பொற்கிண்ணிகளையும் கந்தவர்க்கங் களையும் குதிரைகளையும் கோவேறு கழுதைகளையும் கொண்டு வருவார்கள். சாம்பாழி ராஜா அடித்த பொன்தகட்டால் இருநூறு பரிசைகளையும் செய்வித்தான். ஒவ்வொரு பரிசைக்கும் அறுநூறு சேக்கல் நிறைபொன் சென்றது.

கீழ்திசை அன்னத்தின் தூவியும் மயிற்பிஞ்சமும் சந்தன விசிறிகளும் சீனத் தந்த வரைகலை விசிறிகளும் ஜப்பானிலிருந்த பிக்குகளின் விகாரையில் பெற்ற படிகவிசிறியுடன் காலத்தை மடித்தும் விரித்தும் சென்ற யவனரின் கலங்கள் திரும்பி வந்தன தாந்த்ரா முன் துறைக்கு. சிலம்புகள் கழலாட குலவையிடும் சாம்பல்தண்டி நீரில் வாய் பிளந்து அலறிய நெருப்பு இவ்வூர் தீ வூட்டிய ஒருமகள் சிலம்பில் வென்று செந்நாள் தோன்றிய தாந்த்ரா எரியும் குலவைஒலி கூத்து வாசல் புகைச்சுழல் மண்டிற்று. வெட்டிய நெருப்புப் பாளத்தில் காள வாயில் நெருப்புக்கற்கள் வெடித்து சுண்ணச்சாந்தாய் அரைபட விரிகிறது மாக்கூத்தன் வெட்டிய வானக்கால். அகண்ட வாய்திறந்து நகர் ஏகும் கூட்டம் வெட்டிய மாக்கிணறு அள்ளிப் போட்டும் தூராத ஆற்று நீர் பொங்கிவர அணையாத நெருப்பில் வாலி நோக்கம் சுட்ட சங்கறுத்து

சங்கரனார் சல்லடைக் கண் திறந்து எரிந்த காரை நகரம்.

திருமந்திரத்தை மோதிரமாக அணிந்த கபாலா கைவல்யரின் இசைச் சுருள் ஆழத்தில் குமிழ்விடும் நெருப்பு ஆடும் மாக்கூத்தன் கால்களில் புரண்டு எழ ஆயிரம் கால்களை மாற்றி மாற்றித் தன் அரிதாரம் நாற நவ நவ சேலையுடுத்தி இடமுலை கையால் திருகி தீத்தரு தாந்த்ரா நகர் எரிமுகம் திறந்து கூத்துவாசல் ஏறி ஆடுகிறான்.

கண்மை தீட்டி கருமைப்புருவம் வீதிகளை நடுக்க கருமை நீட்டல் தெருக்கள் இருள கொண்டை முடி விரித்து குழல்வரி நீண்டு நகர் மீது படர்ந்து பின்னி தன் விதிர்த்த முலைக்காம்பில் நெருப்பு உமிழ மாக்கூத்தி தீப்பந்தம் செந்தீபடர கூத்து மத்தளம் விம்ம லட்சம் தீப்பந்தங்கள் சுழன்று சீறி உறும பரதவரின் கண்களில் கடல்மகரம் முதுகுத்துடுப்பில் செந்தீப்பொறி பறக்க தொலைவே யவனர் வருகிறார்கள். சாம்பல் கடல் அலைவரிகாட்டிய அதிசய வாசிப்பில் கலங்களை நிறுத்தியிருந்தார்கள் கரையில். யவனரின் புராண உருவாய் தோன்றிய சாம்பாழிக் கப்பலின் கொடிமரத்தை பீடித்து வழிகாட்டியது தாந்த்ராவுக்கு. கனவுகளில் உருவான கப்பற்பயணத்தை புராண வீரன் கபாலா புயல்முனைக்குச் சென்று விட்டதை புராணத்திலிருந்தே அகத்தூண்டுதலாய் மொழிக்குள் மொழியாகக் கட்டியிருந்தார்கள் முதலில். மொழியே நகர்ந்து கப்பல் உருவாய் கனவுள் சென்று கீழ் தேச நிலப்பரப்பாய் விரிந்து படிக உடலானது காமோஸின் பயணம். இந்தக் கனவில் ஊறித் திளைத்து எழுச்சியடைந்த காமோஸ் லிஸ்பனில் ஏறிய கடல் பயணத்தில் கப்பலோடு தொத்தி வந்த கொக்குப்பேச்சியிடம் கதைகேட்டவாறு புயல்முனைதாண்ட வழி கேட்கிறான். 'பல்வேறு உருவெடுத்து கடல்வழிகளை மறிக்கும் கொக்குப் பேச்சியே... கீழ் தேசத்துக்கு வழிகாட்டு. புராணத்திலுள்ள சாம்பல் பேழையில் சொல்லப் பட்டவற்றை எனக்குச் சொல்வாயா... கடல் வழியை'

'தங்க வேட்டைக்கு ஏகினான் சாம்பல் புத்தகத்திலிருந்த காமோஸ்டாவோ. சாம்பல் விருட்சங்கள் வாழும் காபாலிகாப் பள்ளத்தாக்கில் ஊடுருவிச் சென்று சாம்பாழி மலையடிவாரத்தில் தாந்த்ரா அடைந்தார்கள். மூன்று தங்கப் பாளங்களைக் கொண்டு பனிரெண்டு கப்பல்களிலும் திரும்பமுடியுமா...' மிளகு சந்தனம் அறுபது கிளிகள் இருபத்தாறு அடிமைகள் தங்கக்கட்டி என ஒன்றுக்குப் பதில்மாற்றாக அனுப்பி வைக்கப்பட்டவைகளை பரங்கி தேச அரசி ஏற்றுக் கொள்ளவில்லை ஏன்? அதைக் கூறுவாயா கப்பலை விட்டிறங்காமல்... எனக்கு'

'மீண்டும் மேற்குலகிலிருந்து தங்கம் தேடும் வெறியோடு உந்தும் காமோஸ் ஆவி கனவுகண்ட கீழைதேச வளையல் கண்ணாடிகளும் முத்தும் தங்கமும் புஸ்பராகமும் காவியத்திலும் வசப்படாத காமோஸ்டாவோவின் கனவாகவே கடலோடிகளைப் பற்றிவிடும்... ஏனோ சாம்பாழியர்களை ஈவிரக்கமின்றி அழித்தொழித்தான். கொடுமை காரணமாய் சாம்பாழி இனமே இல்லாமல் கருவறுத்தான் காமோஸ். ஒவ்வொரு சாம்பாழியரும் நான்கு பருந்துமணியளவு தங்கப்பொடி அரித்துக் கொடுக்க வேண்டும் என சட்டம் போட்டான். மீறியவர்கள் ஈவு இரக்கமின்றிக் கொல்லப்பட்டும் அஞ்சியவர்கள் மலையடிவாரங்களுக்கு ஓட வேட்டையாடினான் சாம்பாழியரை. துயரமான பாதையில் வதையடைந்த சாம்பாழியர் நொந்துகண்டத்தில் சிக்கிய நஞ்சையுண்டு இறந்து போனார்கள். மாயமந்திரங்களைக் கொண்ட சாம்பாழியரின் கோபமிக்க அனல் வாக்கில் மேற்குலகின் அந்தரங்கத்தில் பலி பாவம் அவர்கள் வீட்டு வாசலில் படுத்துக் கிடக்கும் காலமற்று.'

'மனித இறைச்சி தின்னும் கரீபியர்களை உனக்குத் தெரியுமா கொக்குப் பேச்சியே'

'திரும்பிப் போன காமோஸின் கப்பல்தான் கரிபியர்களை, சாம்பாழியரை பழிக்குப் பழி வாங்கி மனித இறைச்சியுண்ணத் தொடங்கியது. கரையடைந்த கப்பலிலிருந்து இறங்கியவர்கள் பஞ்சைகளாகக் கந்தலாக குழிவிழுந்த கண்களும் வற்றி ஒட்டிய வயிறுமான கோலத்தில் தாந்த்ரா இறங்கினார்கள். ஓர் இனத்தையே அழித்து வந்தான் காமோஸ். திருமந்திரத்தை மோதிரமாக அணிந்த கபாலா கைவல்லியரின் போச்சுக்கலிலிருந்து வந்த ஆபரணங்கள் இவைதான் எனச் சொல்லி அவன் கையில் இரும்புக் காப்புகளைப் பூட்டினான். விலங்குகளை மாட்டினான். இழுத்துக் கொண்டுபோய் கூண்டிலடைத்தான். சாம்பாழியத் தலைவன் கபாலா கைவல்யர் பல்லை நெறு நெறுவென்று கடித்து ஆத்திரத்தோடு கர்ஜித்தான். உறுமிய கபாலா கைவல்யரைக் கண்டு ஈவிரக்கமற்ற காமோஸ் நடுங்கினான்.'

'அந்த காமோஸின் இருபுறமும் சாம்பாழி இனத் தலைவர்கள் குடும்பத்தை சேர்ந்த பாகாய கைவல்யர், கபாலா கைவல்யர் ஆகிய இருவர் மட்டக் குதிரைகளில் ஏறிச் சென்றதை கேள்விப்பட்டேனே.'

'சாம்பாழி அடிமைகள் பல அழகிய கிளிகளோடும் கூண்டுகளுக்கு இடம்மாறி அமர்ந்து கொண்டார்கள் போலும்.'

அந்தக் கிளி சொன்ன தாந்த்திராதேச மந்திரவாசகம் கேட்டு தெருவுக்குள் ஓடிவந்த ஜனங்கள் விநோத ஊர்வலத்தைக் கண்டு அதிசயித்து நின்றார்கள்.

மட்டக்குதிரைகளில் வந்த சாம்பாத்திகள் தங்கக் கட்டிகளை புறாமுட்டைகளாக்கிகையில் ஏந்திய தாந்த்ராதேச கிளிகளுடன் வர வெகுதூரப் பயணத்தைப் பற்றி கிளிபேசிய மொழியை அரசி கேட்க செஞ்செவேலென்ற அதன் அலகில் சாம்பாழி இனத் தலைவனின் கடிதத்தை கொடுத்தது கிளி. எல்லையற்ற அலாதியில் காலடி எடுத்து வைக்க வேண்டாம்' என்றது கிளி. ஒவ்வொரு பறவையின் விலா எலும்பிலும் தீமூட்டினான் காமோஸ். பலவர்ண இறகு குத்திய முகங்களையும் கிளிகளையும் கூண்டில் அடைத்து வதைமுகாமுக்குக் கொண்டு போனான். தாந்த்ரா மரங்களை குருதியுறச் செய்து பாகாய கைவல்யரின் சாம்பல் மரங்களுக்கெதிராகக் கால்வைக்க முடியாமல் வேலியையும் கட்டி வைத்தான். தாந்த்ராவில் சாம்பாழியரை வேட்டையாடி அடிமைகளாகப் பிடித்து சாம்பா எனும் காட்டுப் பூனையை சாம்பல் பறவையையும் நீண்ட வாலுடைய குரங்கையும் விலங்கிட்டு காட்டுப் பன்றியின் வாயில் சுற்றிக் கட்டி இரக்க உணர்ச்சியின்றி இழுத்துச் சென்றான். சாம்பாத்திகள் ஆறாவது அகவலில் தோகை மயில் புத்தகத்தை திறந்து திருமந்திர ஓலைகளை அர்த்தநாரிச்சிலைகளை மந்திரித்த கட்டங்களை மதிக்காமல் கடத்திச் சென்ற கப்பலில் சாம்பாத்திகளும் இருந்தார்கள். மூன்று பருந்து மணிகளுக்கு ஒரு வளையம் என வழுக்கட்டாயமாக வாங்கிவிட்டான் காமோஸ். தாந்த்ரா திருமந்திரத்திலுள்ள எந்திர வளையங்கள் ஒளிந்து கொண்டு விட்டன காமோஸிடமிருந்து. அந்த வளையங்களின் நிழலாக இருக்கும் கடற்கொள்ளைக்காரன் துப்பாக்கி வெள்ளை என்னைப் பிடித்துக் கொள்வான் மறுபடியும் என்றது சாம்பல்தாண்டிப் புராணத்திலிருந்த கொக்குப் பேச்சி.

'அவன் இறந்து வெகுகாலம் ஆகிவிட்டதே... கடல் கொக்குப் பேச்சியே.' என்று கேட்டான் காமோஸ். துப்பாக்கிவெள்ளை... எப்போதும் இறந்தவனில்லை... ஆயிரம் பூக்களிலிருந்து செய்யப்பட்ட இத்தாலிக் கிண்ணிகளை தன் மார்பில் புதைத்து கடலின் மத்தள ஒலி கேட்கிறான் உன்னிடம் ஏதாவது அதிசயக் கிண்ணமிருக்கிறதா'

'அப்படி அபூர்வமான கிண்ணம் என்னிடத்தில் இல்லையே'

'அவற்றை காபாலிகள் அணுகமுடியாதே. ஹெலனஸ் கிண்ணி களும் பாட்டில்களும் தேவகுமாரன் சின்னம் பொறிக்கப்பட்டிருக்கும்.

பாட்டிலுக்குள் நிர்மானிக்கப்பட்ட சர்ச் கோபுரம் வளர்ந்து கொண்டே இருக்கிறது. கீழ்தேசத்தின் கரை சேரவும் அந்த பாட்டில் பெரிதாகி ஒரு வீட்டை விட உயர்ந்து ஊசிமேல் மேகங்கள் தட்டிச் செல்லக் கூடும். அதுவேதான் என் உயிருடன் வருகிறது. காடியான திராட்சைச் சாறு பருகுகிறாயா... காற்று வேகமாக வீசுகிறது.' காமோஸ் மர அறைக்குள் செல்கிறான் ஹெலனஸ் கிண்ணங்களில் மதுவை ஊற்றி புராணக்காபாலிகள் பருகுமளவு கொண்டு வருகிறான். புராணத்தின் சாரத்தையே வைலட் உதடுகளால் மிடறு மிடறாகக் கடித்துப் பருகியது. கோப்பைகள் இடமாறுகின்றன. கோப்பைக்குள் பச்சைத் தோட்டம். இறந்தவர்கள் கண்ணாடிகளாய் மாறுகிறார்கள். தாந்த்ரா நிர்விகர்ப் பசமாதியில் மறைந்து இருக்கும் பொம்மை உருவங்கள் கண்ணாடிச் சிற்பங்களாக மாடத்தில் வைக்கப்படுகிறது. கண்ணாடி அரசனின் உருப்பளிங்கு தோன்றுகிறது காபாலிகள் எதிரே. பீங்கான் சுவை மிகுந்த பழைய நூற்றாண்டுகளின் அடுக்கில் அரசனையே பீங்காணாகச் செய்து தலையைமட்டும் உலோகக் கண்ணாடியாக வடிக்கும் சாம்பாத்திகள் அன்றைக்கும் அகதிகளாகவே குடும்பம் குடும்பமாய் தங்களுடன் கொண்டு போன கண்ணாடி வித்தைகள். மறைந்த தாந்த்ரா அரசனின் கண்ணாடிச் சிற்பங்களை நினைத்த மாத்திரத்தில் செய்து இனியான அரசகுடும்பங்களின் விதிகளையும் சேர்த்து எழுதுகிறார்கள் கோப்பையில். தாந்த்ரா வெள்ளை சிவப்பு பச்சை நீல கபாலா கை வல்யர்கள் அமர்ந்து காத்திருக்கிறார்கள் கைவினையின் மந்திரத்தில் வசப்பட்டு. தானே புலம்பிக் கொண்டிருந்த தாந்த்ராபுராணக் காபாலிகள் காமோஸ்டாவோவைப்பார்த்துக் கேட்டது தலை குனிந்து கோப்பைக்குள் பார்த்தவாறு.

'ஹெலனஸ் சர்ச் பாட்டில்களா... ரோமிலிருந்து கொண்டு போகிறாயா. காபாலிகளின் சாம்பல் மொழியில்லாமல் புனிதத் தட்டை எப்படிக் கண்டுபிடிக்கப்போகிறார் வரப்போகும் பாதர் பெஸி. கடைசிவிருந்தில் காட்டிக் கொடுப்பவரில் ஒரு சீடனுக்குள் ஒளிந்திருக்கிறேன் ஒரு துரும்பாக'

'உன்பேச்சு எனக்குப் பிடிக்கவில்லை. நீ பேசப் பேச புயல் அதிகமாகிக் கொண்டிருக்கிறது அதோ புயல்முனை சமீபித்துவிட்டது. கீழ் தேசத்திற்கு வழிகாட்டு புராணக் காபாலியே' புயலைப் பார்த்து காபாலி சிரிக்கிறது. மேல் எழும் அலைகளின் சீற்றத்துடன் அதன் ஆதித் துயரத்தை நினைத்து நிசப்தமாக ஊடுருவுகிறது கடலை. ஹெலனஸ் லாந்தர் ஒளியில் காபாலிகளின் முகத்தில் புயல்சின்னம் தோன்றிவிட்டது. காமோஸின் கப்பல் திசைமிரண்டு சுழல்கறது.

காபாலிகள் கொடி மரத்திலிருந்து புயலைத் தொடுகிறது கைகளை நீட்டி.

'இப்போது சூதாட வருகிறாயா... கடலோடியே... சூதின் வேகத்தில் சுழலும் புயலைநிறுத்த நாம் சூதாடிப் பார்க்கலாமே. வாழ்வும் சாவும் அமர்ந்து தாயக்கட்டைகளை உருட்டினால் தோன்றும் விளை யாட்டிலிருந்து பயணத்தின் விதி பிறக்கக்கூடும் வருகிறாயா சூதாடுவோம்.'

'எனக்குப் பயமாக இருக்கிறது. புயல்முனையில் திரும்பிப் போக மனமுமில்லை. இனி எதை வைத்து ஆடச் சொல்கிறாய் என்னை.'

'ஒன்றும்பயப்படாதே... கடலோடியே... புராணங்களும் தாந்த்ராவின் உள்ளுணர்வு கொண்ட சுவர்களில் கபாலா கைவல்லியர்கள் வரைந்த திருமந்திர எந்திரங்கள் பதிந்திருக்கும். சாம்பா நகரத்திலுள்ள சித்திவலாகத்தில் நிழல் மண்டிய கண்ணாடிக் கதவுகளில் அதற்கொரு கதை இருக்கிறது. அந்த ஆறாவது அகவல் ஒளிகசிந்துகொண்டு இருக்கும். இந்த மாதிரி ஒளிகசியும் சுவர்களிலிருந்துதான் உள்பயணமே துவங்குகிறது. உனக்கு முன்பே அது தொடங்கப்பட்டு எல்லோரும் தோற்றுத்தான் போனார்கள். அறிவார்ந்த உணர்வுகளை வாஸ்தவமான மானஸீகத்தை இயற்கை குணத்தை மிகமெல்லிய சாம்பாநகரக் கண்ணாடிகள் போதிக்கவில்லையா... எல்லாப் புராணங்களுக்கும் கலைக்கூடமாக சாம்பாநகர விளக்குகளும் அவற்றை மூடியுள்ள தர்க்கச் சிமிழ்களும் கண்ணாடியுள் மறைந்தசுடர் உணர்ச்சிகள் மீது கேள்வி கேட்டுக்கொண்டே இருக்கிறதே.'

வானவில்லின் ஏழு ஆன்மாவுடன் பாதரஸமகளிர் இறங்கி வருகிறார்கள் சாம்பாகண்ணாடி சித்தாலயத்தின் உள்ளே. ஊசிக் கோபுரத்தின் உச்சியில் சரிந்து திசையன்விளை சர்ச்சிலும் இடைக் காட்டூர் கோபுரத்திலும் பொருந்திய ஆன்மாவின் வலியில் நெளியும் ஒளியின் வேதனைமிக்க சருகு ஆடியின் வர்ணமயமான பதினான்கு துயரங்களை ஆதார ஊற்றின் ஒளியோட்டத்தில் துளிதுளியான குட்டி வாத்துகள் நீந்திவருகின்றன. அவற்றின் கண்கள் மூடியிருந்தன. அதில் ஏதோ சில சிமிழ்கள் உடைந்துபோன பழைய சர்ச்சிலுள்ள கீறல் சுவர்களில் தலைகீழாகத் தொங்கும் கேன்வாஸில் இருக்கிறது. சிமிழ் வடிக்கும் கீழறையில் உள்ள தகப்பனின் கைவிரல்கள் கொஞ்சம் கொஞ்சமாய் உள்கண்ணாடிகளில் அற்புதங்களை கீழானதை அவலங்களை மிலேச்சர்களை ஆட்டுத்தலையுள்ள மீமனிதனை நெருப்பையும் வரைகிறார். வெள்ளை வெளிச்சம் முப்பட்டைக்

கண்ணாடி வழியாக குட்டி வாத்துகளை நெருங்குகிறது. வாத்தின் சிறகில் ஒளிவளைக்கப்படுகிறது. நீளமான ஒளிகள் சிறியதாக வளைக்கப்படும். சர்ச்சின் ஊசிக்கோபுரத்தில் கிரகநிழல்கூட்டம் வட்ட வட்டமாய் தரையில் பட்டு சுழல்கிறது. திசையெங்கும் மெலிந்த ஒளியில் கண்ணாடி வாத்துகள் இசையாக நீந்திக் கொண்டிருக்கும் தடாகத்தை அலையாக ஒளியூட்டுகிறார்கள். இசைத்தடாகத்தின் மேல் வானவில்லாக வளைந்திருப்பது செய்க் கோவ்ஸ்கியாகத்தானிருக்கும். The little Swan lake தண்ணீருடன் பேசும் இசைமேதை. யார்யாரோ இசைத்தடாகத்தில் நீந்திக் கொண்டிருக்கிறார்கள் ஈயநீர் உடலுடன்.

தாந்த்ரா இசைத்தடாகத்தில் குட்டிவாத்துகளுடன் நீந்துகிறது அகவல். கபாலா கைவல்லியரின் திருமந்திர மோதிரம் கல்லாலானது. தாந்த்ரா நகரில் மேல்தளத்திலுள்ள நூலக அறையில் உதிரும் புஸ்தக அடுக்குகளில் பழந்தோலில் எழுதப்பட்ட மங்கிய தோல்பட்டு பதிவேடுகளில் குறிக்கப்பட்டள்ள புரிந்து கொள்ள முடியாத சுரமண்டலக் குறிப்புகளும் பாதரஸ அகராதிகளும் சாம்பா நகரம் முழுவதிலும் தோல் ஒடிந்து பரவி அதிர்ந்து சாம்பலின் கண்ணாடி வர்ணங்களில் உருப்பளிங்குகள் உடைந்து ரகஸியத் துகள்கள் சிதறிப்பறந்து மூடிய தூசுப்படை தேவதாசிகளின் வீடுகளின் ஜன்னல்கள் தானே திறந்துகொள்ள பாதரஸமகளிர் தந்தப் பேழையில் சேகரித்த கபாலாகைவல்லியரின் 'சாம்பல்பிரகாசிகை ஏடுகள்' நூற்றாண்டுகளின் துயிலில் கண்ணாடிக்குள் மறைவாக வைத்தார்கள்.

VIII

பாபீயான் கழுகு தேவதை

தியானத்தில் அமரபுத்தர் இருந்த குகைக்கு அருகில் முப்பதடி வடமேற்கில் இன்னொரு குடை தளி. அங்கே ஆனந்தா தியானம் செய்தான். பிணந்திண்ணிக் கழுகு வடிவமெடுத்த பாபீயான் என்ற தேவகுமாரன் குகைக்கு முன்னால் அமர்ந்து கூர் அலகு கிழித்துப் புரட்டிய தன் சுய சருக்கத்தை ஆனந்தாவுக்கு விரித்துச் சொன்னான். கற்பாழி பயத்தில் இருட்டி நடுங்கியது பாபீயனின் அலறலில். ஆனந்தா தியானம் கலைந்து பயத்தின் இருளிலே சிக்கிக் கொண்டான். குகையின் கழுகு ஓசை உச்சிக் கல்லில் அமைந்த பெரும்பாழியில் எதிரொலித்தது.

தன் ஆன்மீக சக்தியைக்கொண்டு பாறைகளைக் கைகளால் துளைத்தபுத்தர், ஆனந்தாவின் தலை மீது தன் கையைவைக்க அவன்

பயம் மறைந்து அமைதி கிட்டியது.

பாபீயான் பறவையின் சில தடயங்களும் புத்தரின் விரல்கள் துளைத்து உண்டான ஐந்து துவாரங்களும் பஞ்சவர் பாழி ஆயிற்று. சாம்பல் குடையுடன் வந்த டாவோவுக்கு ஐந்து குகைகளும் தனித் தனியே பாபீயானின் கடுமை கொண்ட சிறகுகளை விவரித்தன. அவன் வேடனைப் போல் கழுகுபறந்து வரும் திசையைப் பார்த்தான். தன்னை அது விரட்டுமென்று குடையால் சுற்றிக் கொண்டு குகை சொன்ன பிதிர்களை கேட்கத் தொடங்கினான் பயத்துடன்:

புத்தர் வதைச்சருக்கம்

ஆதலால் உனது பாழி அமர்ந்திடும் புத்தனாரென்று
ஓதுவாய் இந்தநூல் சொன்னோன் உறைபவன் என்னிலன்னோ
நாதனாய் இருந்த புத்தன் நயந்தது எவ்விடமுனக்குப்
போதகன் அடைவு மின்று புகன்ற நூலடைவு மின்றே.

பிரபோதச் சந்திரோதயம்

16 பாழி

வருகிறாள் பாழி சோளக்கதிரேந்தி. சுரக்கூட்டமாய் பரவும் பிக்குகளின் வருகை படை குருவிகளாய் சோளக்கதிர்கள் அரிந்து பறக்கும் பால்பாதையில் ரெக்கைகள் நீட்டி வட்டமாய் சுழிந்து மிதந்து மறைகிறார்கள் சப்தத்தின் சுழிக்காற்றாய் சுழன்று சுற்றி. ஒரு மரக் கொம்பிலமர்ந்த அபிதரின் உதிர்லிபியை சோளக்குருத்தில் வைத்து திருகுகண் கொடிசுற்றி கண்ணெழுத்தங்கோல் தீட்டிய பாழில் மூழ்கிய சித்திரத்தினடி உதிர்பூவினுள் ஜனனமானாள் பாழி. பறந்து திரியும் அந்தப் பாழி பாலேறும் சோளக்கதிர்களில் பச்சைத் தோகையாய் படர்ந்து உலர் பனிமூடிக் கிடக்கிறாள் அவாந்திரத்தில்.

வருகிறாள் பாழிவெள்ளிக் கதிரேந்தி. அதில் ஒவ்வொரு ஒளியுதிர பனிக்குள் ஓடும்பறவை. வளையும் செஞ்சோளக் கொல்லைக்குள் அடித்தூரில் சருகுகள் வீழப்புலம்பும் ஒலி. வெள்ளிக் களஞ்சியத்தில் மங்கியதோர் சிறுவெள்ளி இவ்வளவான சப்தத்துடன் அசைந்து உதிர் மணலாய் சிதறித் தெளித்த ஒளிநீர் சுருள்கிறது. வளைந்து, மஞ்சள் இலை நரம்புகளின் போர்த்த சிறுவெள்ளிக்கூட்டம் சுரம் ஓடும் பாதையில் வருகிறாள் பாழி வெள்ளிக்கதிரேந்தி. சிறுமணி கட்டிய பசுக்கூட்டம் சுற்றிநடக்கும் வனச்சுருள். சாண்குழல் கொண்டு

வெள்ளிக் கதிரை உருக்கும் துக்கத்தை பால் வெளியாக்கி வெளியை குழலாய் சுருட்டி சுருளும் வனத்தின் நாக்கு கொண்ட சிறுவன் பாழியைத் தேடி அலைகிறான். பசுவின் பின்னே அசைந்தசைந்து மறைகிறான். காராம்பசுவின் தகரமணி குணங்க நாற்றில் முகம் மறைந்து அண்ணாந்த அழைப்பில் நெல்வயல் பால்ஊற வெண் ணிறமான காலை புலர்ந்தது. திசைகளில் வீசி எழுந்த ஒளிவிசிறி கொண்ட பிக்குகளின் கூட்டம் வெண்சிறகினால் மூடிய புத்த ஞாயிறு மேல் வந்தது பனிக் கதிரோடு.

அரசமரத்தை விட்டுக் கீழிறங்காத முதிர் இலை பன்னெடுநாள் சாம்பல் ஒளி கசிந்து கீறல் படக் காத்திருந்தவேளை நடுங்கும் காற்றில் தவழ்ந்து மரப்பிடியில் சற்றைக்கு முன் இலைப்புழுநெளிந்து ஒட்டிக் கலந்துணர்ந்து சித்திரம்கீற செம்புழுவின் நாவில் ஊறும் எச்சில் இலைநரம்புகளை துளையிட்டு உள்புறம் நெளிய பலதிறந்த கண்களுக்குள் கண்கலந்த ஒளிரேகைகள் பின்னிக் கலந்த சுடர்புழு எரிநாவு தீண்டி ஒருகண இருப்பில் 'இருக்கிறோம் தானே... இல்லையில்லை. இருந்தோம் ஒளிவருடங்களுக்கு அப்பாலும். சூன்யத்தின் நெளிவு கொண்ட மோனத்தில் கலந்திருந்தோம் க்ஷணமே. பழுக்கிறது காலம் உதிர் இலையே' எனப் பாசிப்புழு அடுத்த இலைதாவிச் சுருண்டது நரம்பில். கணு ஒடியச் சரிந்து கிளைக்குக் கிளை மோதி அந்தரத்தில் சுழன்று வீழ்ந்து புரண்டது கீழே. தரையிறங்கிய அரசிலைமேல் பீபிலிகை எனும் எறும்புப் பிறவிகள் ரகஸியம் பேசிச் செல்ல அடி பாகம் துளைபட்ட படகாய் நகர்ந்தது அரசிலை. வழியிலேயே விட்டுச் சென்றன பீபிலிகைப் பிறவிகள். பழுத்த சருகுகள் ஏதேதோ புலம்பி இடமாறிச் செல்ல தேய்ந்து துளைவிழுந்த அரசிலையைக் குனிந்து எடுத்த பாழி தன் கண்களுக்கும் சூரியனுக்கும் இடையில் வைத்துப் பார்த்தாள். கதிர்கள் இலையின் துளைகளினூடே புகுந்து வருவதைக் கண்டாள் பாழி. இலைக் குள்ளிருந்து வந்த ஒளி ஏதேதோ உணர்த்த நடுங்கினாள் பிரகாசத்தில். முதிய நரம்புகளின் இடுக்கில் சிக்கிய விண் கற்களுடன் நட்சத்திர வாலும் சிதறியோட காலங்களாய் சிதறியது ஒடித்த இலை. பின் இலையைக் கீழிறக்கிப் பார்த்த போது வேறொரு இலை காலத்துக்கு உள்ளேயும் வெளியேயும் மயங்க பாழியின் கண்களை மாயத்துள் ஆழ்த்தியது. நீடித்த இலையின் பார்வையில் பின்னிக் கிட்டிந்த பிரபஞ்சத்தின் நுண்ணுணர்வுகளில் சலனமாகிக் கொண்டிருந்தது தனிமை.

இலைப்பச்சை உதிர்வு கொள்ள சருகுகளின் ஓசை மெல்ல ஒடுங்கி இப்பிரபஞ்சமே இலைவடிவம். துளை துவாரங்களில் கசிந்த கிரகாதிகளின் வேர்வை கொண்ட இலை. தலைகீழ் இலைக்குள் சுழி கொள்ளும் கார்ப்பரேகையில் பதுங்கி மறைகிறாள் சிசுவாகி. யார் யாருடைய விரல்ரேகைபட்ட சிசுஉதடுகளில் மெல்லிய பச்சைக் கோடு திருகிப் படரும் பொடி இலைகளாலான லிபிக்கூட்டம், உள்படர்த்து நுரையீரலில் மூச்சுவிடும் உதிர ஓட்டத்தில் வண்ணத்துப் பூச்சிகளின் ரத்தம் பெருக ஓடும் உயிர் ஆறு. எங்கிருந்து தோன்றி எங்கு போய்மறைகின்றன இதயவடிவந்தாங்கிய பூச்சிகளின் பாதை. கை நீட்டி நீந்தும் இலைகள் இன்னும் ஜனிக்கவில்லை. தலைகீழ்சிசு உட்செல்ல இலைச்சுடர் பச்சையாய் எரியும் கருவறை. நாக்குப் பச்சையில் இழை இழையாய் கண்ணியமைத்து துளைக்குள் நகரும் உயிர். சிறுசிறு இலைகள் அரும்ப சுக்கிலச் சுவரெங்கும் ஒட்டுப்பாசி ஒளி திரள இலைகளின் மோனம். உள்ளே சிறகசைத்து வேறுலகில் பாயும் நரம்புவெளியில் பாழி சுருள்கிறாள். உருளும் பாசிக்கண் கோடுபரவ பசுந்தளிரின் உள்ளே பாழி இலைமடுவில் ஊறும் கூந்தல் இழை பச்சை கோடாய் வனமெங்கும் அசையும். துக்க அலைப்பனுவல் தான் கூந்தல் அலை. பாழி இசைந்த மஞ்சள்ஓலையில் வந்துபோன கிரகங்களுடன் பௌர்ணமியில் மாறும் லிபிகளை அபிதரின் கண்கள் காணக்கூடும். இலைபடர்ந்த தீம்பனுவல். சுடர் நரம்புகளில் கிளைக்க கூட்டமாய்வரும் லிபிஇலைகள் அசைய பச்சையுள் கசியும் அட்சரம். கண் திறவாத இலைச்சுருளில் விரல் தொடக் கூசி இமைபிரிகிறது. இலை மூடி திறந்து உள்ளே கண் சுருளின் அகாதம் படிகக் கிணறு. கண்ணாக விரியும் பச்சைக்கிணறு. மலை மேல் வான விற்களால் சூழப்பட்ட கரடுமுறடான பாதை. வெகு வேகமாக ஓடும் மூங்கில் ஓடை. கையகல இலைகள் நீர்படாமல் மிதந்துவர இலைமேல் நீர்துளிர்த்து தாவரமாய் விரிய நீலத்தாமரைக்குள் செந்நிறமான பழம்புல்லாங்குழல் நீருக்குள் ஓசையிட குமிழ்களால் விரியும் மூங்கில் துளை. அடிப்பாகமற்ற படகுகளில் யார் யாரோ மிதந்து செல்ல கரை சேருமுன் கரையும் உடல் லேசாகி மெலிந்து ஸ்தூலமிழந்த அரூபமாய் நீருக்குள் மறையும் தோற்றம். ஆனால் படகு அருகில் வந்தபிறகு அதன் அடிப்பாகம் அலைகளால் சதாவும் சஞ்சலப்பட கலத்துள் இறங்க இறங்கிச் செல்லும் கீழ்பாதை. அது தனித்தனி இலைகளின் வழியாகச் செல்லும் ஒளியாகக் கோர்த்த நரம்புகளில் படரும் மூங்கில் ஓசை மேகமூட்டமாய் சுருள் கொண்டு சதாவும் வளைகிறது ஊருக்கு மேல். சிறு சிறு வெண்திட்டுகள் கரைய வரும்

அபிதரின் வேய்குழல். நீலமாய் எழுந்து உயிரைத் தொடும் மலைமீது கவிந்திருக்கும் மேகத் திரடுகள்.

மணியறைப்பீடிகை உள்ளிருந்த வெண்ணிறப்பாழி வெளிப் பட்டாள். கையிலே படிகவிசிறி மடிப்புக்குள் அவள் சென்றுவந்த தேசாந்திரங்களின் வரைபடம் உள்மடிய பட்டுப்பாதையில் போன யாத்ரீகரை கண்ட போது ஏற்பட்ட விநோத ஞாபகம் வரை மலைக் குகைப் பாழியும் பள்ளிகளும் பழம்பிறப்பின் ஜாதகக் குறிகளும் மிருக லெக்ஷணங்கள் சகுனமென விண்மேல் சலனமுறும் ஒளிமடிப்பில் நட்சத்திரக்கூட்டம் அவள் கைவிசிறியாய் மடித்து விரிய பிரபஞ்ச நுண் ஒளியில் சலனமுறுகிறாள் பாழி. அருஉரு நீக்கி உரு நுகர்ச்சியின்றி நுரை ரூபம் கொண்ட உலர் பனிக்குள் குமிழ் உயிராய் தவழ்கிறாள் மெலிய. அவள் விசிறிக்குள் அடங்கிய சாவகதீவங்கள் உலகை மோதிரமாய் சுற்றிய சக்கரவாளமெனும் கருவரை இருள் நோக்கி எழும் புனைவரை சப்த சமுத்திர அலையில் புரண்டு ஏறும் மீன் செதில்களால் ஆன படிக விசிறி. சுறாமுட்கள் சீப்பாய வெண் ஊசியால் சூன்யத்தில் குடைவு கொள்ளும் இருப்பு. பொருளாக மயங்கி வெற்றிடத்தில் உருக்கொள்ளும் வேறொரு ஒளித்தவசம் உள்விரிய பாழி வருகிறாள் விசிறி கொண்டு. நோயுற்ற விருட்சங்களின் வேர்முண்டில் விசிறி பிணியுற்ற நடைபாதையெங்கும் புலம்புவோர் மீது படிக விசிறியால் அசைத்து தாவர குணத்தை ரஸமாக விசிறி சம்ரக்ஷணை செய்து வெளியேறிப் போகிறாள் ஊரைவிட்டு. முன்நினைவு தோன்ற ஒவ்வொரு எட்டாய் காலத்தை மடித்து நடக்கிறாள். சிறு தீவில் நீருருக்கொண்டு மிதக்கும் பிம்பமாய் உருமாறி உருமாறிப் பிக்ஷாபாத்திரம் ஏந்தி அலைகிறாள் பச்சைப் பூத்தெருவில்.

அவளை நீல ஒளியில் கண்ட அரளிப்பூத்தெருவே பார்த்தது இசைக்குள். பழமையான தாசிகள் இசையில் ஜனித்த ஒரு பிடிவரகு பழந்தேன் ஒருமிடறும் கொடுக்க பொட்டுக் கட்டிய சிலம்பக்காரிகளை எதிர்கொண்டு பிக்ஷைவாங்கிப் போகிறாள் பாழி. ஆற்று மணல் பரவி வந்த வெள்ளைப் பூத்தெருவிலுள்ள பண்டாரவீட்டுப் பெண்கள் அவளுக்காகப் பறித்து வந்த மருதோன்றி இலைகளை கூடையிலிருந்து பிக்ஷாபாத்திரத்திலிட்டார்கள் சினேகிதத்தில். மருதோன்றி இலை பட்டதும் போதிகைச் செம்மரவையாய்ச் சிவக்க முல்லை முருகி நிலமாய் விரிந்தது அகமெங்கும். வெளியே பாசி நிறங்கொண்ட அவ்விலைகள் உள்ளோடும் முல்லைத்தீம்பனுவல் பச்சைச்சுடர் அசையும் இலைகளின் உள் கிளைத்த நரம்புகளில் ஒளிந்திருந்த தாசிமார் கைக்கழல் சிலம்பங்கள் கலீர் கலீரென தெறித்த சுடர்உயிர்

சுழல செம்பாதையில் சலனமுறும் மருதோன்றி இலைக்கூட்டம். சுருள் கொண்ட தாசி உயிர் முல்லைச் செம்மண்ணில் சதங்கைகள் பதிய ஆடிய சுழற்சியில் விரல்நகங்களில் பிடித்த மருதோன்றி இலைகள் உள்ளங்கையில் உயிர்த்தன. நரம்பில் வருடிய செம்பனுவல் கோலவரிகளாய் கைகளை நீட்டி துயிலிலும் சலங்கைகள் துடிக்கின்றன. ஈரத்தில் மருதோன்றி இலைகளை யாரோ பறித்துக் கொண்டிருக் கிறார்கள் கருக்கலானவேளை. சுவர்களின் பழுப்புநிறத்தில் பொழுதுசாய பின் வாசல் தோட்டத்தில் மலார் ராகம் கேட்டு மயங்கிய யுவனொருவன் கரைந்து போகிறான் தெருவோடு. அவர்கள் வடுவாழ்வின் துயர் செம்பாலையில் பலபழம் பிறப்புக்கும் ஈர்த்தது. ஆறு கொம்புகளையுடைய வெள்ளை ஆனையொன்று பச்சைப்பூத் தெருவழியே நீண்டு போய் பாழிகைத் தடாகத்தில் மறைய அதிலிருந்து ஹம்ஸ ஜாதக ஏடுகளும் மான் ஜாதகமும் தோன்றி மிதந்துவர நீரில் அசையும் சாமரம் ஏந்திய இளநங்கை வீச காதுகளை அசைத்து வெளிப்பட்ட வெண் ஆனை கல்லில் முதிர்ந்த பிக்குகளின் விரலில் சித்திரம் கொள்ள அரக்குப் பூச்சிகள் கக்கிய வர்ணச்சுண்ணம் இலைச்சாறில் பிழிந்த கிளியும் புறாவுமாய் குகையெங்கும் உயிர்கொள்ள மோனத்தில் ஆழ்ந்த கல் உருவங்களில் ஜாதகச்சிறகு நீட்டினாள் பாழி. தேன்சுரமலரடிக்கீழ் வந்தடைந்த அம்மணக்கோட்டி ஊமையாய் நிற்க ஒருபிடி கவளம் பிக்ஷா தான்யம் எடுத்து உருட்டி இசையாகக் கொடுத்தாள் செங்கதிர்பட.

ஒவ்வோர் பூவிலும் சுருண்ட நிலம் வாசனை பரவிய தோற்றம் வெளிவிரிய அலைபடப்பறந்து வருகிறாள் பாழி. அரச விருட்சத்தில் கடைந்த பிக்ஷாபாத்திரம் தானே மிதந்துவர கையிலேந்திய குருத்தோலை மடிப்பில் நொறுங்கிய தேரின் பலகையை சுவடியாக்கி உடல் தனித்தொழிய புட்படை சுழன்ற பாதையெங்கும் சோளமணி குலுங்க தோன்றிவரும் அபிதமரவையில் நீரோட்டம் ஒலிக்க விலங்குகளும் பறவைகளும் ஒலியசைய புனல் ஆற்றை ஏடாகச் சுருட்டி மணல் வரியை விரலால் எழுதிவர நடுங்கும் குளிர்காற்றில் பட்டினியுற்று காடோ செடியாக விரல்தொட்டு பனிக்குள்ளாகி விம்மிய நிலத்தில் பயிர் தாங்கி முணுமுணுத்து சிதலும் மரனும் எறும்பும் நத்தையும் இலை நரம்போடும் கல்லும் இறங்கும்படி வேய்குழல் அழுமாறு உயிருக்குள் உயிர்சேர பிக்குகள் நகர்ந்து வருகிறார்கள் கூட்டமாய்.

அவர்கள் போகதடத்தில் வளைந்த செடியிலைகளின் நரம்பு ஒளி நடுங்கும். தொலைவில் யாருமில்லை. தாவரங்களின் மோனம்.

தேனீக்களின் ரீங்காரம். அறுங்கோண வடிவெடுத்த தேன்கூடு அவாந்திரவெளியில் காலத்துள் காலமாய் சுருள் சுருளாய் பாறைகளில் கரைந்த தேன் வடுப்பட்டு சடைசடையாய் தொங்குகிறது. ஆல காலத் தேன்கற்கள். உதிர்காலக் காற்றில் உருண்டு முணுமுணுக்க தேனிறமான கண்திறக்கிறார் அபி விரிகதிர்கள் நாண.

கருப்புமண் மேல் வில்லாய் குனிந்த சோளக்கதிரில் உரையாடும் கிளி 'யாரது... நீ தானா... எங்கோ தொலைவிலுள்ள கால்களை எடுத்து வருகிறாயா... மீன் செதில்களால் வடித்த விசிறியுடன் கர்ப்பஸ்திரீ உனக்காகக் காத்திருக்கிறாள் இங்கே... கடலின் ரகஸியமெல்லாம் இவள் விசிறியில். இவள் கர்ப்பப்பாதையில் நெளியும் சுடரொன்று கசிகிறதே... அதுவெளிப்படாமல் உள்ளிருந்தே கர்ப்பத்தின் உப்பாகி நுரையாகி மின்னலாகி ஒரு க்ஷணம் காலத்தைவிலகி நவத் துவாரங்களில் ஓயாது ரூபம் கொள்ளத் துடிக்கிறது உதிரத்தின் நார்வழியே ஓடித்திரியும் சிசு ஒன்று கண்டேன். அதுமீனுருக் கொண்டு விண்மேல் சுழற்றி துடிக்கிறது ஜாமத்தில். கோலியப் பெண்ணின் கர்ப்பப்பூவில் யாரிருக்கிறார்கள் அபிதரே.'

'யாருமில்லை... நான்தான். அலையை வளையும் நெருப்பை ஆகாச ஜுவாலையாக்கி புல்நுனியில் ஜனித்திருப்பேன் நுரையாகி. ஆறு குமிழ்களில் மாறிக் கொண்டிருக்கிறேன் விநாசத்திற்கு முந்திய க்ஷணம் பிறவாமையில் மறைந்து கொள்கிறேன் சொல்கிளியே' என விளைந்த சோளக்கதிர்களூடே தட்டையை விலகிப்போய் அடித்தூரில் பொடிக்குருவி கட்டிவரும் ஈரமான கூட்டில் சாம்பல் புள்ளி வைத்த முட்டைகளை கையில் எடுத்து ஊதுகிறார். ஒன்றுமேல் ஒன்று சுற்ற முட்டைக்குள் சுழலும் சிறுவிசைக்குள் தனித்தனி பிரபஞ்சமே உட்சுழல சிறுகுருவி தோன்றாநின்று அவர் உடல்மேல் பறந்து சிறகதிர உள்ளிருந்தே பேசியது. 'பிறவாமுன்மையில் உருவாகி இருந்து கொண்டே இருக்கிறேன் மெல்லிய இப்பிரபஞ்சத்தின் மேல் தோடுகளை உடைத்துவிடாதே... இங்கே யாதொரு வெளிப் பொருளுமில்லை. துக்கமும் சுகமுமின்றி சமதிருஷ்டியில் மிதந்து கொண்டிருக்கிறேன் அபிதரே என்னை விட்டு விடாதே கீழே.'

இருசாம்பல் முட்டை மேல் கண்சுற்ற உள்ளிருந்த ஜலப்பரப்பில் ஆகாசத்தின் எண்ணிலா விண்மீன்களின் பிரதிமைகள் உருக்கொள்ள சூட்சுமச்சக்கரத்தில் பிறவாத குருவியொன்று தலைகீழாய் சுழல்கிறது உள்ளே.

'நீங்கள் எல்லாம் யார்?' என்றார் சிசுவிடம்.

'வெளியில் வெளியில் வெளியன' எனச் சுழல்கின்றன முட்டைக்குள் ஒளிந்து கொண்டு.

வெளியே நடந்து போகிறார்கள் பிக்குகள். சிதைந்ததோர் தேன் கூட்டைச் சுற்றி கான்புகுந்து அலைகிறார்கள். காவலர்கள் சிதைத்து விட்ட அறுங்கோண வீடுகளை தேன்துளிகளைக் கொண்டு ஒட்ட வைத்துக் கொண்டிருக்கிறார்கள் பிக்குகள். புதர்மண்டிய பாழிகளை தேன்தட்டின் உருவில் சிருஷ்டித்து உட்புகுந்து திரவநிலையில் ஓடும் தேனின் காலத்துக்கு உருமாறி குளவிகளாய் ரூபமெடுத்து மலருக்கு மலர் போய் சுருள் கொண்ட ஆறு அரும்புகளில் மாறி மாறித் தோன்றா நின்ற சுரும்புகளாய் வலமுறை இடமுறையாகச் சுற்றும் கோடுகளை குறுக்காக வெட்டி ஒவ்வொரு புள்ளியாக நகர்ந்து வர்சிகையென்கிற செடியாக வாடி மலர்களாக உதிர்கிறார்கள் துகள் துகளாகி. உயிர்த்துகள் சுருளாகி மீண்டும் பிறக்கிறது எதிர்பிறவி கொண்டு. உடல் விழுந்த வுடனே நாசத்தையடைந்து சூன்யமாகிவிடுகிறார்கள். இறந்த பின்பு அவர்களில்லை. புத்தமரவையில் தோன்றிய இலைகளின் ஒலியில் சப்தித்த பொடிப்பட்சிகளாய் பிக்குகள் உருக்கொள்ள அலகில் துகள் துகளான காலம் - வெளி ஒரு மரவையாக உருக் கொள்ளக் காத்திருந்த நாய்களின் காதுகள் சோளக் கொண்டைகளாய் அசைந்தசைத்து மெதுவான ஊசலில் உப்பு மரவையேந்திய கண்ணி நாய்களின் சன்னமான ஊளை ஊர்க்கோடியில் கேட்டு வளையும் குரலை யாரோ பயத்தில் சத்தமிட்டு விரட்ட உருவற்ற பிக்குகளின் அரூபம் நீள்கிறது தெருவில் ஓடி. அவர்கள் உடல்மீது சிறகடித்த பால் பருவத் தம்பலப்பூச்சிகள் முணங்கிப் பிறந்த பின்னிரவில் வெண்படலமாய் உலர்பனிதுகளாய் உதிர்கிறது எங்கும்.

வேரோடிச் சிதைவுற்ற அசோகக்கல்லில் மயில் கழுத்தை வளைத்து ஆழ்ந்து காலத்தை எட்டிப் பார்த்தது விபரீத அகவலில். யாரோ வண்டியோட்டிக் கொண்டு போகிறார்கள் பாறைகள் மேல் விழுந்த சோட்டில் தொடர்ந்து கேட்கும் மாட்டின் மணிஒலி. சக்கரத்தில் அறைபடும் கல்லோசை விட்டுக் கேட்கிறது தூரத்தில்.

உருவற்ற வனத்தில் மறைந்து பளிங்குவிருட்சத்தின் சாயையாக மாறி ஒளிர்வு கொள்ளும் முற்பிறவிகளின் செவ்வெரும்புப் பாதையில் நடந்து போகிறாள் பாழி. படிகவிசிறி தானேவிரிய உள்ளிருந்த ஒளி மீன்கள் விண்மிதக்கின்றன வால் சுழற்றி. அவற்றின் உரையாடல் தலை கீழாக வந்து தலைக்கு மேல் மிதந்து பேசுகின்றன ரகஸியமாய், முற்பிறவிகளின் மொழியில். சப்தத்தில் தோன்றும் அரூபமானவர்கள்

வருகிறார்கள் பனிக்குள். பவளச் செங்கால் பறவை ஆழ்ந்து கூப்பிடும். தீம்பாணி எழுந்து இசைக்குள் விரியும் பூக்களின் கமகவளைவில் ஏதேதோ வாசனைகள், குருந்தும் நாகமும் பரந்து அலர்ந்த புன்னையும் கிழக்கே விரிய முழுநிலவில் வட்டமாகச் செல்கிறாள் பாழி. நில ஒளிக்குள் முடமுள் தாழை விரிந்தது மெல்ல. செதிள் விசிறிக்குள் படரும் செங்கால் வெட்சியும் நரந்தமும் விரியப்பார்த்தாள். பூக்களின் விரிவுக்குள் ஞாபகங்கள் ஆட்கொள்ள முன்னிருந்தோர் வனாத்திர மெங்கும் அலைந்து வருகிறார்கள் லிபி உதிரும் எண்புகளைத் தேடி. செண்பகப்பூ ஒன்று உடைந்து விடிய எரிமலராய் கீழே புத்தஞாயிறு தகதகவென எழுந்தது இயற்கை கனிய. முல்லைக்குழல்மேல் அரூப விரல்தடவ செங்காந்தள் சிவந்து கசியும் ஒளி. தொலைவில் யாரோ கூப்பிடுகிறார்கள் பாழியை. திரும்பிப் பார்த்தவள் உப்பானாள். அரூபவனப்பூக்கள் பேசிக் கொள்கின்றன தங்களுக்குள். ‘உப்புப் படிகமானாள் பாழி. உவவனப்பளிங்கில் தனித்திருந்து துயரம் விடுபட வான ராக்கியால் தூக்கிச் செல்லப் படுகிறாள். விளையும் உப்பில் வெடித்து வருகிறாள் மேலே. கையில் ஓடும் பாதரஸவிசிறி. நூறு பூக்களாக உருமாறி செண்டாக வீசுகிற விசிறி...’ பேசிய பூக்களின் சொல் உதிர துகள் துகளாய் பழம்பூவின் செதிள். பாழியின் விரல்படப் பூக்கும் கானகம். காய்ந்த தட்டைகள் தாறுமாறாய் ஒடிந்து கிடக்கிற காட்டில் கம்மஞ் சருகுகள் அலையும் அவலஒலி கேட்க யாருமின்றிக் கேட்கிறது தனிமை. வெப்பப் பாறைகளில் புரண்ட யுகங்கள் தேய்ந்து குழிவிழுந்த இருட்சந்துகளில் ஒளிந்திருந்த கற்படுக்கையில் மிருதுவான நீர் கோடு கோடாய் அலைய குகை வண்டு வளைந்து நீரில் அகம்பார்த்து உட்குடைந்து குணங்கும் ஒலிச்சுருள். சித்திரங்களுள் கோடுகொண்ட பூக்கள் சிதைய கொழுங்கால் அசோகப் பூ ஒன்று உதிர் வர்ணம் சென்று வீழ பாழின் மோனம்.

கண்ணுக்குத் தெரியாத அருவியின் கறங்கொலியும் புள்ளின் தீம் பாணியும் மெல்ல எழுந்து ‘ஓசை ஒலியெல்லாம் ஆனாய் நீயே’ என கற்றூணிலிருந்த பாழி சொல்ல நாதலயத்தில் அடையப் பொருந்தும் ஓங்கார நாதத்தோடு மோனம் மிதந்தது கல்வரையில். அபிதனின் உயிராற்றல் கல்வனாந்திரமெங்கும் சிதைவுபட்ட சிலைக்கூட்டத்தூடே அசைவுகொள்ள சூனியத்தின் ரேகைகள் படிந்த சிலைக் கோடுகளில் நடுங்கும் இருப்பை ஒருகணம் உணர சிலைகளெல்லாம் அடிவான் வரை தகதகவென எரியும் ஓசை. கிளைகிளையாய் பிரிந்து கிடக்கும் வெம்பாறைகளின் உச்சியில் தொங்கிக்கொண்டிருக்கும் பாழியின் காலமற்ற மோனம் கல்ரேகை கொண்ட நடுக்கத்தில் பிறழ்வுபட்டு

கோட்டிகொண்ட அம்மணர் மயிற்பிஞ்சம் கையிலேந்தி பீபிலிகை ஏனும் எறும்புப்பிறவிகள் மேல் விரல்படாமல் ரேகை தொடாமல் தூற்றுத்தூற்று வட்டவழி வரைந்து செல்லும் இறகுப் பாதையில் விருவுகள் கீறல்கள் வெப்பமூச்சுவிடும் பார்சுவர் குடையரவு ஏழ்தலை நீட்டி கர்ப்பவாய் திறக்க அரவின் நீள் வயிற்றில் ஏழு குகை வரைகள். உள்ளே சிற்ப லிபிகள் பிக்குகள் அகங்குடைந்த சிற்ப நூல் சிதறிக் கிடக்கும் கல் ஏடுகளில் உடைத்த அட்சரங்களின் முனகல். எரிற்களில் உயிக்கோடுபட்டு எரிகின்றன தாபத்தில். பார்சுவரின் அரவுப்புனை கோலமெங்கும் சிற்பத் துறவிகளின் விரல் கல்லாகி ஒரு கணம் அமைதியோடு உறைய வெட்டுங்கல் அடிநின்று மேனோக்கி புறத்தோற்றம் விலகி உச்சியினின்று கீழ்நோக்கி நாற்கோபுரத்தை உள்கூடாக வெட்டி வெட்டிக் கருந்திடரைக் கருவாக்கி அகத்துள் எரியும் கற்சுடர் தனித்து தானின்றிப் படர எழும்பும் உருவச்சிலைகளில் ஒளிபடர்ந்தது சமேரகந்தம் துல்யம் வடிவம் சமத்துவமென நுண்ணிய கோடுகள் பின்னிப் படர்ந்த பாறைகள் விம்மி எழ மிருதுவான குகைப் பாழி. கல்லில் உருவெடுத்த ஆனைகளின் பிளிறலும் புறாக்களின் ஒளி விசிறியும் குன்றுகளில் எதிரொலிக்க கிளிமயில் அன்னம் படிமமாய் உயிர்கொள்ள தூண்கள் யாவும் விண்நோக்கி ஏறுகின்றன சமைந்த வாறு. கற்பூக்களின் சங்கிலித் தொடர் புராண நுட்ப ஜாதக வரிகொள்ளும். சைத்தியங்களும் விகாரையும் தளிக் கோடுகளில் நடுக்கூடமும் நீலப் புறாக்கள் படர்ந்து துக்கத்தில் ஊமையாய் ஒலியிட கற்சிங்காதனத்தில் அபிதனுரு பாறைகளில் படர்ந்து உச்சிவரை வளைகிறது குகையாகி.

துவண்டு கிடந்த சருகில் வெளுத்த இலையாய்கிடந்த அபிதர் சிறுவெள்ளியின் ஒளியாகக் கசிந்து சரிந்துசெல்கிறார் கிராமத்தை நோக்கி. தெருவில்யாருமில்லை. இருட்டுமண் கீழ்நகரப்போய்க் கொண்டிருந்தார் அரசிலையேந்தி. ஒவ்வொரு தெருவிலுமே உணர் கொம்புகள் மாறுபட்டு அசையும். தூரத்திலிருந்து பார்த்தன வீடுகள். அவர் கண்களின் மேல் மரங்களின் தைலம்பூசியிருந்தது. தலைக்கு வேப்பெண்ணெய் வைத்து வேம்படியில் படுத்துக்கிடக்கிறார்கள். ஒவ்வொரு சாயலிலும் வேம்பு சூழ காற்று கிசுகிசுத்தது நூற்றி மூன்று நிறத்தில். எந்தத் தெருவைத் தொட்டாலும் கூட்டிப் போகும் ஓலை அடுக்காய் லிபிகள் உதிர்வுகொள்ளும் கூரை. காலடியில் ஒட்டும் துகள்கள். ஒன்று மேல் ஒன்றாய் பாதங்களை வைக்க எதை எதையோ உணரும் தெரு. அபிதரின் பாதத்தில் விடுபட்ட ரேகையோடியது உள்ளே. பனி முகத்து உவந்தபாலை வீடுகளின் மேல் ஏகும்

விரிமணல் பரப்பில் தும்பிகள் சுழலாக வளையும் ஓசை. நிழல்கூட நடந்தார் அரசிலையுடன். பனி மருதம் விழுநிலவு தோன்றிமெல்ல கூரைமேல் நடுங்கியது. தொழுவங்களில் கிடந்த பசுக்களை எட்டிப் பார்த்து அவற்றின் மௌனத்தைக் கேட்கிறார். எல்லாம் ஒருசேர மிளிர்கிறது மயக்கம். உருவற்ற பிக்குகள் நடமாடும் நெல்லித் தோப்பில் படிக்கற்களில் வெட்டிய பாடல் அதிர கல்லில் உருவெடுத்த நரசிம்ம ஸ்தம்பத்தில் அவ்வூரின் சிலைகளும் கனிகளின் வாசனையும் கோடுகளாய்நகர ஒரு மாம்பழத்தை எடுத்து ஜன்னலில் வைத்துச் செல்கிறார் கனியின் பாதையில். பொடிப்பட்சிகளின் அலகில் சிச்சிலி சிச்சிலியென துடிக்கும் கனிமரங்களின் அசைவு. உருஉலகம் கண்ணுக்குள் மறைய இலையேந்திய அபிதர் மாடுகளின் துயிலில் பார்த்திருக்கிறார் சுபாவத்தை. நிலையற்று அலைந்து கொண்டிருந்த காற்றில் மழிக்கத்தியுடன் சாம்பல் நிற நாவிதன் முத்துமாலை மூலிகை தேடி வெப்பக்காடுகள் இரவின் பின்னே விழித்திருக்க இலை ஒளிதேடி அலைகிறான் அபிதரின் பாதையில். கல் ரேகைகளில் எழுந்த மூலிகை நரம்புகள் அதிர பாலை மண்மேல் விசும்பிய தாவரங்களின் மோனம். கர்ப்பக் கோடுகளில் கைரேகை பதித்த சாம்பல் மருத்துவன் முத்துமாலை அபிதர்போன தடத்தில் இலைகளின் தழல்நாவுகள் நிலவில் குளிர்ந்திருக்க விரலில் வருடும் போதியிலை. சிறகுகளின் வெப்ப அதிர்வில் காத்திருந்த வெம் பனி நடுங்க இலைகள் படர்ந்த விருட்சம் பழுத்ததும் பூத்ததும் காய்த்தது பிஞ்சுகள் உதிர.

சாம்பல் நாவிதனின் மையில்லாத கைவிரல் கீறிய வெப்பம் இலைப்பாலில் படர்ந்து உள்ளே சருகுவீடு. சதாவும் இலைகளைக் கொட்டும் முனகல். சுக்காம்பாறைகளைக் கடந்து போகிறார் அபிதர். வெளிச்சப்பாறைகளுக்கிடையே வாய்பிளந்த ஆதிக்கல் வீட்டில் மறைகிறார் பிக்ஷாபாத்திரத்துடன். பாறைகளில் வளையும் மேகராகக் குறிஞ்சியில் நெளியும் சாம்பல் இலை. வனந்திரியும் அபிதர் பௌர்ணமியைக் கையிலேந்தி வருகிறார் கீழ்கோடியில் மறைந்து தோன்றும் பாதையில். பிக்குகள் திரும்பிச் செல்ல மெல்ல மறையும் பச்சைக் கோடாய் கிராமத்தைத் தொட்டு மறையும் பாதைதான் அது. அதைப் பின்தொடர்ந்து யாரும் போகவில்லை. நினைவைத் தொற்றிக் கொண்டால் காட்டுவாசம் செய்ய வேண்டியதிருக்கும். பாழியுடன் சுருளும் பாதையை யார் அறியக்கூடும். ஊர் நடுவில் இதழ் சிதைந்த தாமரைக்கல் மிகப்பல முற்பட்ட ஊர்வாசிகளின் ஞாபகமாய் ஆரணியம் தாண்டி அதிர்கிறது பாழில். வட்டமான கல்தாமரை முற்றத்தைச் சுற்றி வந்து குலவையிடும் உவாநாளில் பெண்கள்

பார்க்கப் பூமியிலிருந்து எழுகிறது கல்படிமம். திசாதிசையெங்கும் கலைந்து கிடக்கும் முகமறுந்த சிலையில் அபிதரேகைபடர நடுங்கும் ஓடை. அவர் தேகமெங்கும் படர்ந்த செடிகொடி துடித்து மெல்லக் கிளைத்தது உயிர். சில காலடிகளில் பாழிமட்டுமே நடந்து மறைகிறாள் தனியே. லிபிக் கூட்டமாய் அடர்ந்த ஈரமண்ணில் முல்லைத் தீம்பனுவல். செம்மணலைக் கூட்டி கரத்தால் ரேகைபதித்து சுழித்த நடுக்குழி உந்தியில் சுழலும் நீலத்தாமரை வேராகித் தூராகிப் பூண்டாகிப் பயிராகி வளைந்தாட காற்றின் இலையடுக்கில் தொற்றிப்பரவும் பாழியின் நாட்டியம்.

நரம்புகிளைக்கும் பச்சை உலகம். காணாமல்போன பறவைகளின் ஒலித்தொகை. செடிகளுக்குள் ஓடும் ரேகைகள் உருமாறிப் பச்சைப்புழு கிளைத்துச் செல்லும் ஒளிநரம்பு மெல்ல அதிரக் கண் திறவாச் சிசுக்களின் மோனம். செம்பறவை தன் அலகால் கீறி பூமி மீது நகர நகரும் பச்சைக்கோடுதான் பாழி. சுடர்ந்து சுழியும் செம்பனுவல் பழந்தீபமாய் சிமிழுக்குள்ளிருந்து வட்டமாய் பறந்துவரும் வரி வண்டின் ரீங்காரம் கோடுபட இளகும் களிமண்மீது சுடர் நெளிய நிசப்தமான இவ்வேளை கருக்கலான இலைகள் தங்கள் வடிவங்களை விட்டு வெளியேறி பச்சையாகிக் கருத்த இருள் தைலத்தில் பளபளத்தது. நீரெனச் சாறுகொண்ட இலை. அதனுள்ளே நீளும் தெரு பச்சை யாயிருந்தது. தெரு வெங்கும் நாய்களின் மறைந்த சாயைகள் தோன்ற கபால மேந்திய முத்துமாலை நாயின் குரல்வளையை நரம்புகளாகக் கொண்ட வில்லால் இசைக்கிறான் கபாலசுரத்தை. எல்லாருமே அனாதி ஊளைகொண்ட நாயின் குரலாக ஒலிக்க விசாரத்தில் ஆழ்ந்த பச்சைத்தெரு வெங்கும் இலைகளின் கிசுகிசுப்பான ஓசை. அரளிப் பான இலைச்சாறு கபாலமெங்கும் படர தொலைவில் வெண்ணிற நாய்கள் ஓடும் கதித்த குரல். நாய்கள் ஏந்திய பிடில் தந்திகளின் குறுக்கே ஊடுருவும் கபால வில். தெளிவாய் தெரிய வில்லை. சாம்பல் நாவிதனோடு வந்த நாய்களின் பாதையின் பக்கம் யாரும் வரவில்லை. திறந்திருந்த ஜன்னலில் மங்களான முகங்கள் எட்டிப் பார்த்திருக்கக் கூடும்.

முத்துமாலையின் கையிலிருந்த மூலிகை வாசம் வீட்டுக்குள் நெடித்தது. வெள்ளைப்பூனைகள் அவனைப் பின்பற்றிச் செல்ல செடித் திரளின் கண்களால் எட்டிப் பார்க்கிறான் உள்ளே. மண்குதிரிலுள்ள தானியக் கண்கள் நார்நாராய் தொங்கும் கூந்தல் வாசனையிலிருந்து அழைத்தன முத்துமாலையை. 'சாம்பல் நாவிதா பிறவாத தாவரங்கள் கொடியோடிய வீட்டுக்குள் வலிமிகுந்த கொர்ப்பவதி சூல்இலையில்

ஓடும் ரேகைகளை படரவிடுகிறாள் உள் கூடத்தில். இந்த இருள் தோட்டத்தில் தான் மூலிகையும் பூண்டும் ஞாபகங்களைத் திருப்பு கின்றன. உள்ளே வந்துவிடேன். இன்றோ நாளையோ இவள் சூல் திறந்து போதிஇலை ஜனிக்கக்கூடும்.'

'அந்தச் சிசு கொடி சுற்றிக் கிடக்கிறதே. பிள்ளைத்தாச்சிகளின் முலையமுதம் கொண்டுவரப் போகிறேன் சூரனத்தில் பதம் சேர்க்க'

'கோலியப்பெண்கள் தறிகளின் பின்னே கூடி நாழிவழிய சீம்பாலை ஸ்தனங்களில் கரந்து உனக்காகப் படியளக்கக் காத்திருக்கிறார்கள். பால் கட்டிய கோலியப்பெண் செடிகளுக்கு பாலைப் பிழிந்து இலைக் கண்கள் மினு மினுப்பதைப் பார்த்தாள். தறிகள் புலம்பும் கீழைத் தெருவில் மறைகிறாள் கோலியப்பெண். பால்வீசும் அரங்கு வீட்டுக்குள் அவளிடம் அமிர்தப்பாலை வாங்கி சூரனத்தில் சேர்த்துக் கொடு' என தானியங்களுக்குத் தானியம் சொன்ன ரகஸியத்தைச் சாம்பல் நாவிதனிடம் முணுமுணுத்தது சிறுதானியம். மழிக்கத்தியால் தன் தலையை மழித்துக் கொண்டிருந்தான் முத்துமாலை. அந்த பிக்குவான நாவிதன் ஊருக்குள் வராமல் கோடியிலிருந்த வீட்டில் பிள்ளை பெற்றவளிடம் பாலமுதை பிக்ஷாபாத்திரத்தில் வாங்கி திரும்பிப்பாராமல் போகிறான். க்ஷீணதசையடைந்த நந்தவனத்துள் மறைகிறான் பாழ் மண்டபத்தில். பட்சியின் குரலில் அழைக்கிறான் பிறவாத சிசுக்களை. கோலியப் பெண் கருக்கிருட்டில் உள்சிசு குணங்க அதனோடு பேசியவாறு காட்டில் நடந்து போகிறாள் கைவிளக்குடன். விண்ணுக்கடியில் கருநீர்பிளந்து வெளிச்சம் அலைபட தனியே மிதக்கும் சிசுகையில் அரசிலையேந்தி இளந்தாயின் ஸ்தனங்களில் பிரகாசித்த குளிர் ஒளியில் நீந்துகிறது சாவதானத்தில். அம்பினால் குருதியுற்ற அரச மரத்தை நடுங்கும் இலைகள் பற்றிக் கொண்டு நாவிதனை அழைத்தவாறு இரவுக்குள் தேடுகிறது. அவன் பிக்ஷா பாத்திரத்திலிருந்து கோலியப் பெண்களின் பாலமுதை வேர்முனையில் வார்த்து குழல் ஊதி போதியின் ரகஸிய வேர்களுடன் உரையாடக் கூடும். அமானுஷ்யமான போதிநரம்புகளில் திறந்து கொண்ட செந்நிற எரிகொம்புகள் சுழன்று சுழன்றாட வெறுங்காலுடன் வெளுத்த துகில்மூடிக் கைவிசிறி கொண்டு பௌர்ணமியைப் பிக்ஷாபாத்திரமாக ஏந்திவரும் பாழியைச் சூழ்ந்து கொண்டு முகத்தை நீட்டி நீட்டி எக்கி அவள் விரல்களை நக்கும் அலாதியான நாயின் தனித்திசையில் போகிறாள் பாழி.

பின் தொடரும் ஒவ்வொரு நாயின் முகக்குறிபார்த்து வாதிரி மார்

வீடுகளைச் சூழ்ந்த பிக்குகளின் நிழல்களை இலைகளாக மாற்றி எதிர்ப்பட்ட கோலியப் பெண்ணின் பாலமுதில் முகம்பார்த்து அதிலே பௌர்ணமியை யேந்தி அவள் பழம்பிறப்பின் சருக்கம் கூற கோலியப் பெண் மாராப்பைத் திறந்து மறுமுலையில் வெதுவெதுத்துப் பொங்கிய சீம்பாலில் சிறுவெள்ளி கசியும் மங்கிய வெளிச்சம் பிக்ஷாபாத்திரமெங்கும் பொங்கி அவள் பாலின் கதகதப்பு பாழியின் கைகளில் வழிந்து தெரு வெங்கும் அலைபட நீள்கிறது. கோலியப் பெண் சீம்பாலின் உள்ளே குணங்கும் சிசுக்கள் கதவுகளைத் திறந்துகொண்டு தெருவில் ஓடிப் பால்ஒளியில் பொழியும் அபிதரின் உயிர்வாசனை ஜீவநாடியெங்கும் பரவ அனாதியில் திரியும் நாய்களும் முகம்நீட்டி ஊளையிடும் இவ்வேளை. பௌர்ணமியைக் கலயமாய் ஏந்திய பாழி மண்நாய்கள் சூழ காடைக்கண்ணிச் சோறும் பூசனியும் படைத்து எக்குப்போடும் நாய்கள் எக்கி பாழியை நக்கி நக்கி நரம்புகளில் ஊடுருவி நாக்கில் ஈரம் படக்கையால் ஊட்டிக் கொண்டிருக்கிறாள் நாய்களுக்கு. அவற்றின் அமானுஷ்ய வாசனை யிலிருந்து உடம்பில் புகுந்த பழம்பிறப்பின் செந்நிற நிலத்தோற்றம் சாம்பல்பூசிய கள்ளித்தலைகள் ஆட உருப்பளிங்கில் தோன்றும் பளிக்கறை. நீலஒளிமணல் ஏகாந்தமாய் உருகக்காற்றில் மிதந்துவரும் நாயின் ஊளை. கோலியப் பெண்ணின் ஸ்தனங்கள் மறு நிலவாய் துலங்க பலவாசனை கொண்ட அபூர்வத் தோட்ட மொன்று படர்ந்தது அடுக்காய். கிளைகிளையாய் அமர்ந்த வெள்ளை நாரைகள் அவர்களைக் கண்டு கழுத்தை வளைத்து ஊரின் ஆழத்தில் செல்லும் பால்பாதையில் பழத்தோட்டத்தை எட்டிப் பார்த்து யார் கண்ணிலும் தோன்றாதநீர் சலசலத்து நெளிவதையும் அதில் மீன்களால் நெய்த வெண்துகில் ஓடுவதையும் பார்த்தாள் கோலியப்பெண்.

'இந்த வைரமீன்களைப் பார்த்தயா. எப்படி இருக்கின்றன பார்.' 'யாரும் பார்த்திராத நீரில் தவழும் இந்த வைரமீன்கள் எங்கிருந்து வந்தன' அவள் வைரமீன்களைத் தொடும் ஆவலில் விரல் நீட்டினாள்.

'வைரமீன்கள் என்றால் அவைகளின் அதிசயம் உன் கொங்கையின் பால்பாதையில் செல்லக்கூடும்.' 'நீரில் புரளும் போது மீன்கள் வைர மாகப் பிரகாசிப்பது வழக்கம் தானே' 'பித்தத்தில் நீர் இருக்க சதா சலனத்தில் திரிதிரியாய் வைரநூல் அலைபடப் பிறந்த ஒவ்வொரு குமிழாய் நீரில் புரளும் வைரமீன்கள் அவற்றின் கரணத்தில் வைரமாகி மறையும் தானே' 'எல்லாம் உன்னுடைய மீன்கள்தானா என்னால் நம்ப முடியவில்லை பாழி' 'நீர் பார்த்த மீன்கண்களில் வைரம் வெட்டக் கூடும். அதோ ஒளிவெள்ளத்தில் மேலோங்கும் தாமரைத்

தண்டில் விண்மீன்கள் மேலேறுவதைப்பார் கோலியப்பெண்ணே'

நெடுநேரம் அந்த மீன்கள் சுழல்வதையே பார்த்துக் கொண்டிருக் கிறார்கள் இருவரும். அவற்றின் ஒளிக்கரணத்தில் மனம் வசப்பட்ட நாடிகள் வலுப்படுகின்றன அவர்களுக்கு. நீர்த்தாமரைப் பளிங்குகள் கிண்ணங்களாய் உருமாறி உயிரின் அனந்தத்தை மேலேந்தி வருகின்றன மிதந்து. பாழி நீருக்குள்ளிருந்து எடுத்த பிடில் வைரமீனின் கோடுகளில் உருமாறும் ராகங்களை மீனின் சலனப்படியே இசைக்கிறாள் ஆழ்ந்து. அவ்வேளை தைலநீரில் மிதந்துவந்த பளிங்குக் கிண்ணங்களை ஏந்தி வைரமீனின் ரேகைகளைப் பாடலாக உருமாற்றி காற்றைச் சுழற்றுகிறார்கள் லிபிகள் கொண்டு. நீரின் வைர விளிம்பில் தத்தளிக்கும் உயிரின் இசை வைர உடலாக உருக்கொண்ட மீன் ஒவ்வொரு பெண்ணின் அந்தரங்க இலையில் சுழித்து கிண்ணத்துள் பளிங்காகி சுற்றிச் சுற்றி சுழன்று திரிகிறது. மீன்களைப் பாத்துக் கொண்டு ஆழ்ந்திருப்பதில் எல்லோருக்கும் ஏதேதோ மறைமுக ஆவல் மேலோங்கும். நீரும் அவள் சங்கீதத்தின் ஆழத்தில் சலனமானது. அந்த வெளிச்சத்தில் பளிங்குக் கிண்ணங்களை ஏந்திய கோலியப் பெண்கள் ஒரே சமயத்தில் எட்டிப் பார்க்க விதவித வைரமீன்கள் ஒளித் தூசியாய் மின்னிச் சுழல்வதும் இவ்வூரின் தெருவே உருப்பளிங்காய் நீண்டு நீரின் பிரதிமைகளான விண்நீலம் தாமரையாக வளைந்து பிரதிபலித்தது. இவ்வூரின் வெளிச்சம் இயற்கையில் மங்கிய இரவாகவும் மந்தவெளிச்சத்தில் கைவிளக்கேந்திய பிக்குகள் நூற்றுக்கு மேற்பட்ட மச்சங்களாக உருக்கொண்டு பளிங்குக் கிண்ணங்களில் ஓயாமல் மின்னுவதை மீனுருக்கொண்ட ஸ்திரீகள் பார்த்திருந்தனர் கண்விரித்து. அந்த மீன்கள் சுழலும் பாதையில் மூழ்கிய ஊரின் தெருக்களில் பச்சை நிறமான பாசிகளும் நீலக் கொடிபுரண்ட பலமீன்கள் அதற்குள்ளாக பாசிபடர்ந்த பளிங்காக ஓர் தாமரையில் மறையப்பாத்திருந்தாள் பாழி. எல்லோரும் நீரில் உள்மறைந்து வேறொரு உலகில் சஞ்சரித்துக் கொண்டிருக்கக்கூடும். கூடவே வரும் கோலியப்பெண்கள் இருளில் கலக்க, இல்லாதபலரும் இருந்து கொண்டிருந்தார்கள் மரங்களின் சாயலில். அவள் கண்கள் மயக்கத்தில் பார்த்து மஞ்சள் மூக்கால் நாரைகள் சொல்லவந்ததைக் கேட்கிறாள் குனிந்து.

செந்தாளி ஏந்திய அபிதர் நடந்த காற்றின் எதிர்த்திசையில் உடல் கரைந்து மணந்தது வேர்வையில். வேறு வேறு தெருவழியே வாசனையாக உருக்கொண்டு பரவிய அபிதர் எதிர்காற்றை ஊடுருவிச் சென்றார் வாசனையின் படிவாக. மூடிக்கிடந்த கதவுகளின் குமிழ்களில்

அபிதரின் ஒளிபதியும். நறுமணம் திறந்த ஜன்னல்களில் உற்புகுந்து விரல்களால் கையசைக்கிறார். ஒரே சமயத்தில் ஜன்னல்கள் பல எட்டிப்பார்க்க வெண்திரையின் மீது விரிகதிர்கள் நாண பார்வை கொண்டார் உள்ளே. சுவர்களிலிருந்த சாம்பல் பல்லி கதவு ஜன்னல்களைக் கடந்து அவரின் ரேகை நிற விரல்களை முத்தமிட்டது சப்தத்தில். இவ்வூரின் கீழ் கோடியிலிருந்த வாதிரியார் ஜாதி நெசவாளர் இரவுபகலாய் நெய்து கொண்டிருந்த தறிகளின் சப்தத்தின் ஊடே நடந்துபோய் கோலியப் பெண்களின் முகத்தை இலைவெளிச்சத்தில் பார்த்து துக்கத்தின் ஒளி பூசிய அரிக்கேன் லாந்தர்களில் நூல் கொண்ட ஈரத்தை நிறம்பலவாய் உணர்ந்து கோலியரின் தறிக்குழியில் இறங்கி தனக்கான சாய வேஷ்டியை நெய்யத் தொடங்கியிருந்தார் அபிதர். அவ்வீட்டின் தறியில் ஓடிய ஓடத்தின் குரல் விநோத உலகில் புகுந்து எங்கிருந்தோ துக்கத்தில் சாயமேறிய நூல் கொண்டு சேர்க்கிறது. கோலியப்பெண்கள் கைநிறைய வளையல் அணிந்து சதாவும் பிள்ளை பெற்றவாறு நண்டும் சுண்டுமாய் கூடிக்கிடந்தார்கள் தறிக்குழியில் சிக்கி.

எச்சில் தொட்டு இழைமுடியும் அப்பெண் முகத்தில் கர்ப்பரேகை மரங்களின் சாயலாகவும் இழையோடும் தெருவே போதி நிழல் பொருந்தித் தோன்றும். நூல் உடல் ஒளிவீசும் உடலாய் பொங்கிய ஒளிர்வு சுற்றுப்புறமெல்லாம் சூழ்ந்து பாய்ந்தது. குன்றுகளை ஊடுருவிச் சென்றது. எல்லையற்ற சித்திகளையுடைய நீலத் தாமரையொன்றைத் தன் கர்ப்பத்தில் கண்டாள் கோலியப்பெண். தறிக்குழியில் ரூபம் கொண்ட அபிதரின் தோற்றம் மரவாசனையாய் வீசியது காற்றில். ஊரை எட்டியிருந்த தாமரைக் குளத்தில் இருட்டுநீர் தத்தளித்து நாரிலான நீரை இழைஇழையாக கைராட்டையில் சுழற்றும் கோலியப் பெண்கள் ஓட்டு வீடுகளின் வராண்டாவில் கால்நீட்டி அமர்ந்து திரிவிளக்கில் முகம்பதிய ஆழ்ந்து நூற்கிறார்கள் சஞ்சலத்தை. இருள் குட்டையில் வாசனைமிக்க தாமரையின் உரு நூலில் மறு உயிர் கொள்ளும். பாவு விரிந்த தெருமீது வானவில் கீழ்தலையாய் வளைந்து மேற்கே மழை. ஈரநூலை மழையுடன் கற்றையாக ஏந்திய அபிதர் சோலையில் மறைகிறார் திரும்பாமல்.

வீடுவீடாய் சோறெடுக்கப்போகும் வண்ணாத்தி வளைந்த முதுகில் வாழ்வின் சுமையோடு ஈயக்கும்பாவும் உள்சுமந்த சிசுவாடை தெருவில் படர உணர்வுகுலைந்திருந்த உயிர்கள் யாவும் அவள் செவித் துளைகளில் வீறிட்டு அழ ஒளியிழந்த ராத்திரியில் தடுமாறும் உயிர்களைக் கூவி அழைத்தவாறு மண்சுவர்கள் மெல்லக் கரையும்

கூரை வீடுகளில் உயிர்மயங்கிய விளக்குகளிடம் ஏதே ஏதோ முணுமுணுத்து வாதாடுகிறாள் எளிய சுடரில். அவள் நடைபாதையில் பரவிக்கிடந்த அருகம்புல்லும் நெருஞ்சியும் அடைந்த நிர்வாண கதியைத்தானும் உய்யக் காத்திருந்தவேளை அவள் சாயையென எதிரில் பனிப்படலத்தில் மறைந்திருந்த அபிதர் உயிர்கள் அறியக் கட்புலனாகி இருளின் குறுக்கே பாய்ந்து நுரையீரலில் சுருளும் காற்றை பிழம்பாக்கி சடசடத்து எரியும் மண்தாளி அடுப்புகளில் வண்ணான் வெள்ளாவித் துறையின் பக்கம் தோன்றி மறைந்தார் மெதுவாய். ஒவ்வொரு வீடாய் வண்ணாத்தி சோறு வாங்கிப் போனபின் பிக்ஷாபாத்திரத்துடன் ஒவ்வொரு வாசலில் நின்று அபிதர் இலையொன்றைக் கூரையில் சொருகிச் செல்கிறார். அவ்விலையில் கிளைத்த நரம்புகள் உட்சென்று உயிர் கிளைத்தது. பாழ்இலை கூரைகளில் சரிய ஒளி ஒவ்வொரு வீட்டின் அருவாய் சென்று மாடத்தில் சுடரா விளக்கின் மேல் படமெடுத்து சுடர்கிறது இலை. உவர்மண் உருக்கொண்ட வண்ணாத்தி தோளில் சுமந்துசெல்லும் அழுக்குப் பொதியில் எல்லோரது வியர்வை கலந்த மண்ணில் நகர்ந்து மறைகிறாள் தெருவில். நாய்கள் சிலமாடுகள் அபிதர் வருவதுகண்டு கூடவே வருகின்றன மௌனத்தில். ஊர்க் கோடியில் வண்ணாக்குடியில் உவர்முறுக்கிய துணிகளை வண்டுகட்டி மண் முடாளரிகிறது குளிரில். உவர்மண் வீசும் ஈரவாடையை நுகர்ந்தபடி அசைவற்ற கழுதைகள் சாத்து எலும்பில் நின்று எங்கிருந்தோ சோகத்தில் ஆழ்ந்துகண்களை மூடிக்காத்திருக்கின்றன அபிதருக்காக.

வண்ணாத்தி காயவைத்த துணிகள் மரங்களில் துயில்கின்றன கைவிரித்து. அதற்கு உரியவர்கள் நிர்வாணத்தைத் தேடி மண்கூரை வீடுகளுக்குள் சிசுக்குரலும் வேப்பெண்ணெய்ச் சுடரும் கசிய சாணம் மெழுகிய தரையில் ஈண்டிக்கிடக்கிறார்கள் அம்மணங்கலந்த தூக்கத்தில். பச்சையாய் கசந்த சுடரில் வேம்பின் சாயைகள். கிசுகிசுக்கும் காற்று உள்வர வேப்பெண்ணெய் வாடைக்கு வந்த எறும்புகள் சில அங்கிங்குமாய் இருளைக் கடித்து மண்தரையைக் குடைந்து குவிசலில் உட்சென்று திரும்பிவந்து கசந்த இருளில் வேப்பமரங்களின் இலைக் கும்பல் உருகித்தைலமாய் பெருகியது உள்ளே. கருப்பு எறும்புகளாய் உயிர்மாறிச் சுடரிலிருந்து சாரை சாரையாய் வெளியேறிப் போகின்றன ஒவ்வொரு வீட்டின் பச்சைச் சுடரில் ஓடும் வேம்பின் நரம்புகளில் துடிக்கும் ஜீவனில் உறங்க.

கீறல் விழுந்த சுவர் இடுக்கில் உடல் நரம்புகள் விம்மி வெளிப்பட்டு மண்ணுடன் திருகி ஆழத்தில் புதைந்த பழம்பிறப்பின் உணர்வுகளை

முறுக்க துயரின் ஆழத்தில் பலராகும் தூக்கம். பலமுறை வாழ்ந்த வீடுகளின் க்ஷீணத்தில் குறுக்கு விட்டங்களில் மஞ்சணத்திமரம் கசிகிறது விளக்கிலில்லாத தைல வெளிச்சத்தை. மஞ்சத்தியின் கைகால்களுடன் உடலும் வளைந்து சேரும் கலவியில் காரமான கனிகளைத் தேடி மறைகிறார்கள் கீழ்மண்புறண்டு உருகும் கற்களுடன். சாம்பல் கனிந்த கற்களின் வெப்பத்தில் பாறைக்கோடுகள் வேட்கையில் உள் திருகி தீப்பிழம்பாய் சீறிப் பிறக்கும் எரிகொம்பின் கூம்பில் உள்ளிருந்தே கிளைக்கும் துயிலுருவங்கள் பலராய் உருக்கொண்டு அந்தரங்க இலைகளை ஏந்திப் பறிமாறிக்கொள்ளும் நிறைநிலவு முருகி காந்தலான வாடை அது அம்மணத்தில் பூத்த சுடர்.

குருதியின் கிளைகளில் ஊறும் கனிஎறும்புகள் மனித உடலையே பழத்தோட்டமாகக் கொண்டு கனிகளைத் தேடி அலைகின்றன கை விரித்த நிர்வாணத்தில். அசையும் விரல் ஸ்பரிசங்களில் உயிர்நாற்று அசைய அலையலையாய் எறும்புகளின் நுண்ணுணர்வுகள் ஜனன மாகின்றன உடலில். சாணம் மெழுகிய கோடுகளில் கனவு கீறிச்செல்லும் பளிங்குப்பார்வை. மோனத்தில் ஆழ்ந்திருக்கும் கசந்த வேம்பின் இலைச் சுடர். விழித்திருக்கும் கனிஎறும்புகள் கனவுக்குள் சென்று முடிவற்று அலைகின்றன காலத்துக்கு அப்பால். கூரைத் துளைகளில் விண்ணிலிருந்து பாயும் வெளியின் கண்கள் இமைமூடித் துயில்கின்றன வண்ணாத்திகளுடன்.

சேலை துணிகளில் பாழடைந்து சித்திரம் தீர்ந்த பூக்கள் மெல்லக்கரையும் உவர்மண்வாடையில் சாயமிழந்த துயரத்தின் மெல்லிய துகில் காய்கிறது மரங்களின் மீது. பொதிகளைப் பிரித்து சாம்பல் நிற வண்ணான் தொடைவழியாக தரைக்குள்ளிருந்த மண்ணுருவங்கள் நெடித்த ஈரப்பில் பின்னிக்கிடக்கிறான் சூல் இரவில். வெம்பரப்பான வெளிச்சம் மென்துணியாக உலர்ந்து நிர்வாணத்தை மூட கனவு விலகி இலையாக உதிர்கிறது வெண்ணிற ராத்திரி. தரைக்குள் பதியும் பனி இலைகளைக் கண்டு குழந்தைகள் இமைபிரிக்க வெண்கீற்றாய் சிசுக்களின் நயனத்தில் வளைகிறது வெளி. சாம்பல் நிறவண்ணான் தாளியுடன் போகிறான் அபிதர் மறைந்த ஆற்றுக்கு. அந்த ஆற்றை குறுக்கே கடந்து கழுதைகளோடு போகிறான்.

நிறைசூலி மடிதுருத்தி அலையும் காடுகளில் இருந்த கேசம் காற்றில் அலைபடச் செல்கிறாள் பேறுகாலப்பூக்களைத் தேடி. சூலியின் மர்ம இலையில் மண்டிய தாவரங்கள் கூடவே நீரும் வளைந்து சப்தமிடும்

சிசுவின் உருத்தோற்றம். மெலிந்த ஆற்றில் நீர் தடம் பார்த்து நடக்கிறாள் வண்ணாத்தி. கர்ப்பத்தில் ஓடும் பளிங்கு ஆற்றில் பல ஆறுகள் கிளை பிரிந்து செல்லும். சுழிந்த மணலின் வெண்நிறம் கொண்ட சிறகில் மிதந்துதிரியும் தட்டாண்கள். சிறுபறவைகள் அலகில் கொத்திய உலர் பனித்துளி பகலாய் விரிய ஆற்றின் ஈரஅலை. பனித்த பூக்களை கையிலேந்திய வண்ணாத்தி பாதங்களில் முத்தமிடும் உலர் பனி தெருவெங்கும் ஓடி வெண்பொடி படர்ந்து சுவர்களில் படியும். உள்ளோடும் சிசுவின் குரல்வளைக்குள் விதிர்த்த முலைக்காம்பில் பால் கசியக் கண்களால் பருகும் கண்திறவாத சிசு.

வண்ணாக்குடியைக் கடந்து வெளியூர் வண்டிகளில் பாரமேற்றிச் செல்லும் ஆட்களின் பேச்சுக்கால் தூரமாய் கேட்கிறது மரமடர்ந்த கூட்டத்தில். கிழவிருட்சங்களில் ஏறி சுடர்விட்டு ஒளிரும் மாட்டுக் காரச் சிறுவன் தூரமாய் போகும் பிக்குகளைப் பார்க்கிறான். குன்றுகளிலுள்ள பாழியில் மறையக்கூடும். திரும்பிப் பாராமல் ஆற்றைக் கடக்கிறார்கள். வளைந்த கம்மங்கதிரில் மோதிமோதி தானியத்துடன் உரையாடும் கிளிகளை அழைத்தவாறு மறைகிறார்கள் புத்தமரவையேந்திய பிக்குகள். அவர்கள் உடல்மீது ஜனனமான பால்பருவத் தம்பலப்பூச்சிகள் முணங்கிப்பிறந்த இரவில் வெண் படலமாய் உலர்பனித் துகளாய் உதிர்கிறது எங்கும். கல் அடுக்கில் மறைந்திருக்கும் சுல்தான் வாயிஸுடையசமாதி மாடத்தில் கௌதமர் பிக்ஷை எடுத்தபாத்திரம் வெளித்தோன்றியது வெண்ணிறத்தில். அதில் சிறுபறவைகள் அலகில் கொத்திய பனித்துளி விழ பளிங்கு அலை. அந்த வட்டிலைத் தேடும் பாழியின் பாதங்களில் முத்தமிடும் புல்லிதழ். பழுப்பு நிறமரவை வரைக்கும் வளையும் சோளத்தண்டில் பால் உதிர்கிறது. அவர் ஏணத்தைச் சுற்றி வெட்டியிருந்த பனுவலில் எத்தனையோ ராஜாக்களின் பெயர் வெட்டப்பட்டிருக்கும். அவர்கள் கைமாறிய விரல் ரேகையும் மாறி மாறிப் பதிந்திருக்கும்.

உப்பினால் வளைக்கப்பட்ட அக்கிண்ணத்தில் வால் இல்லாத குரங்குகள் காட்டுக்கனிகள் பறித்து நிரப்புவதைப் பார்த்திருக்கிறார்கள் கல் ஒட்டர்கள். மலையுச்சியிலிருந்த கல்லூருக்கு அதை எடுத்துப் போய் வீடு வீடாய் தானியம் வாங்கிவரும் முத்துமாலை கருப்பு நாயுடன் மலைத்தொடர்களில் வளைகிறான். சிறுமிகள் கொண்டுவந்த காட்டுப் பூக்களின் வாசனையில் பழக்கப்பட்ட சமாதியடைந்த சுல்தானும் உப்பு ஏனத்துக்காக ஏங்கி வனவாசியாகி அலைந்து கொண்டிருக்கிறார். ஏனத்தின் மேலிருந்த உப்புலிபிகள் பௌர்ணமி அன்று அட்சரம் மாறிவிடும். யாருடைய கண்களுக்கும் புலப்படாத லிபிகளையுடைய

உப்பு ஏனம்தான் சுல்தானுடைய சமாதியில் கேட்பாரற்றுக் கிடக்கிறது தனிமையில். கல் சமாதியிலுள்ள குழிமாடத்தில் அது வைக்கப் பட்டிருந்தது அதை துடைக்கத் துடைக்க லிபியும் தானியமும் உதிர்ந்து கொண்டே இருக்கும்.

வெள்ளாமைவாசி அருகிப்போன காலங்களில் சாம்பல் நாவிதனிடம் போய் முறையிட்டபோது கருப்புநாய் முன்னோட உப்பு ஏனத்துடன் முத்துமாலை பழமையான குழலை எடுத்து படிகக் கிணத்தில் ஊதுகிறான். பொங்கி வந்த நீருடன் வாதாடுகிறான் சாம்பல் நாவிதன். அரசிலைகளைப் பறித்து சாதாரண மண் உதிரும் சுவர்களைத் துடைக்கத் துடைக்க உதிர்வு கொள்ளும் தானியத்தின் ஓசை தெருவெங்கும் கேட்டது. பஞ்சம் தாங்கிக் கிண்ணமென்று சுற்று வட்டாரமெல்லாம் பேர் விளங்கியது உப்புமரவை. சுல்தானின் கல் சமாதியின் குழிமாடத்தில் இரவெல்லாம் விளக்காக எரிகிறது. அதிலிருந்து உதிர்ந்துவரும் சோளமும் கம்பும் நவதானியமும் உருண்டுவந்து வீடுகளை எட்டிப்பார்த்து இருட்டைத் துடைத்துச் செல்லும்.

உப்புமரவையைச் சுற்றி நடமாடுவது அபிதராகத்தானிருக்கும். சாம்பல் வண்ணான் வீட்டில் சோறெடுக்க வந்த அபிதர் நடுச்சாமத்தில் பசியுடன் காத்திருக்கும் வாசலில் அரசிலையைக் கூரையில் சொருகி உப்பு ஏனத்துடன் காத்திருக்கிறார். சூல் கொண்ட வண்ணாத்தி ஊர்ச் சோறிலிருந்து ஒரு கவளம் கொண்டு வந்து ஏனத்திலிட்டு தூக்கச் சடவில் உள் மறைகிறாள். அவள்மீது சிசுவாடை கண்ட அபிதர் துக்கத்தில் ஏங்கியவாறு அவளிட்ட கவளத்தை உருட்ட உருட்ட அலாதியான உவர்மண் விரல்கள் தழுவிய ஊர் அழுக்குகள் நீரில் கரைய வெளுத்த துணியின் தும்பை நிறம் பிரகாசமாய் சுடர் மெதுவாக வண்ணாத்தியின் விரல்ரேகைபட்ட சோளச்சோறை புசித்தவாறு மறைகிறார் அடுத்த தெருவில். இலைவடிவம் கொண்ட காற்று வீசும் வண்ணாத்தி வீட்டு வாசலில் சுருள் சுருளாய் வீழும் அரசிலையைச் சுருட்டி சீங்குழல் ஊதிச்செல்லும் சிறுவர்களுடன் மாட்டுக்காரர்களும் அபிதரின் குழல் கேட்டு தொலைவில் ஊதுகிறார்கள் வெள்ளி மரத்தின் இசையை.

இவ்வூர் தெருவழியே போகும் அபிதர் தொலைவிலுள்ள மரத்தின் வேரிலமர்ந்து ஒளி ஊசியால் ஒவ்வொரு இலையாகக் கோர்த்து தைக்கத் துவங்கியிரந்தார் முடிவற்று வீழும் சருகுகள் புலம்ப. உருண்டோடும் சருகு ஒலிகொண்ட வருஷங்களின் கலைந்த

அடுக்கைக் காலத்தின் பின்னும் முன்னுமான இலைகளாக மூங்கில் ஓடையைக் குழலாக்கி இலைநாவினால் ஊதுகிறார் இலைகளின் புலம்பலை. விண் பரப்பெங்கும் சுருள் சுருளாய் மூங்கில் அலை மிதக்கிறது. கண் தெரியாத சிலர் அவ்வொலி ஓடையில் முகம் கழுவத் திறக்கும் கண் மலரில் அபித நரம்புகள் ஓடி வெண்படலத்தின் மீது விரிகதிர்கள் வீழ இமைதிறந்து படபடக்கக் காண்கிறார்கள் உள்பார்வையில். அதைக் கூப்பிட்டவாறு மலைமாடுகளுடன் திரிகிறான் பரட்டைச் சிறுவன். சப்தஉயிர் காணாத கண்களால் நகரக்கூடும். மஞ்சள் சருகுகளைக் கொண்டு தைத்துவந்த இலை களாலான ஒளிவிசிறி இப்பிரபஞ்ச நுண் செதில் களாலானது. அதில் சிக்கிய பசிகளை அகற்றித் துக்கம் நீக்கி மெல்லக் கோர்க்கிறார் அரசிலையை. கொடூர வனத்தில் ஒளிந்து திரியும் நத்தைக் கண்மாடன் முள்ளெலிகளும் உடும்பும் சூழவந்து கொண்டிருந்தான் ஊரை நோக்கி. அந்தப் பக்கம் களவுக்குப் பேர் போன ஆள் என்று சொல்கிறார்கள். பசுவும் சிசுவும் விலகி நகை போட்ட கோலியப் பெண்ணை விறகெடுக்கப் போன இடத்தில் வாய்க்காலில் சங்கறுத்து நீருடன் குமிழ்விட்ட ரத்தம் சப்தமாய் சுழன்று காடுகள் அலறப் பிளந்த கால்களுடன் வருகிறான் ஈவுசாவற்ற திருடன். அவனைப் பிடிக்க ஈட்டிக் காவலர்கள் தீவெட்டி கொண்டு குரல் கொடுத்துப் பின் தொடரப் புதரில் மறைந்து தோன்றுகிறான் வழியை மறித்து. நத்தையின் நீலநிறக் கண்கள் ஒளியாகச் சரிந்து ஊரை நோக்கி கேடுகாலமாய் ஊடுருவியது. விறகெடுக்கப்போன கோலியப் பெண்கள் பதறியோடி வீடுகளுக்குள் நகைகளோடு ஒளிகிறார்கள். பதட்டம் தெருவில் நெளிந்தது. அவனை அடையாளம் காட்டுபவருக்கு தீங்கு காத்திருந்தது அவன் சூரியில். நத்தைக்கண்கள் வெறியுடன் தேடி பொன்னும் மனித உதிரமும் பழமையான துர்கந்தத்துடன் அசைத்தது நத்தைக்கண்மாடனை. சுருள்விழுந்த நத்தைக்கண்களுக்கிடையில் ஊடுருவும் வெயிலோனெதிர் பனிசெல்ல பனிப்படலத்தில் கரைந்து குளிராய் உருக்கொண்டு பனியிலை தேடி அலைகிறான் திருடன். வன ரூபத்தில் காத்திருந்த சூனியக்காரியால் தூண்டப்பட்டு கிராமத்தில் எல்லையில் வத்தல் பருத்தி ஏற்றிப்போகும் பாரவண்டிகளை மறித்து சிறு வணிகரிடம் பணம் பறித்து கொடுவாளினால் வியாபாரியின் குருதியை ருசி கண்ட திருடனைத் தொலைவிலேயே பார்த்தது கிராமம். பனியிலைகளால் தன் கொடியமுகத்தை மறைக்க விரும்பினான். கிராமத்தில் தூர்ந்து வரும் நந்தவனத்தின் கிணத்தைச் சூழ்ந்து நீர்மேல் பளிங்காக உருக்கொண்ட பனியிலைகள் விண்மிதந்து

வருகின்றன உருகியவாறு. அவற்றை எட்டிப் பிடித்துவிட நினைத்தான். அவன் விரல் படாமல் மிதக்கின்றன பனியிலைகள். உடல் முழுவதும் பட்டவடுவும் வெட்டு அடையாளங்களும் விஷமேறித்திருகிய நரம்புகளால் நீல நத்தைக் கண்களால் விஷம் கசியப் பார்க்கிறான் ஒவ்வொருவரையும். உவர்த்த சுடர் வெண்ணிறமான மரங்களின் ஊடே தெரிய உதிர் காலக்காற்று பரம்பரம் என அலைபடுகிறது. எல்லா ஜன்னல்களையும் அடித்து மூடும் காற்றுடன் இருள்நாறுகளால் துர்தேவதைகள் முடியும் கூந்தலை அள்ளிமுடிந்த மாடன் இடுப்பில் சூரியும் புலப்படாத கொடுவாளும் கண்ணக் கோலும் கொண்டு நீரும் கால்விரல்களிலுள்ள வேகம் தெருவைப் பரசிவர அவன் தெருவை எட்டிவிட்ட உள்ளுணர்வு கொண்ட வீடுகள் எல்லா ஜன்னலையும் மூடிக் கதவு இடுவலில் எட்டிப்பார்த்தன சுவர்கள் கிடுகிடுக்க. திறந்த ஜன்னல் கம்பிகளின் நிழல்கோடு தெருவில் கிடந்தது. தானே நடமாடித் திரியும் கொடும்பகை உணர்வு கொண்ட திருக்கைவாள் தெருவில் ஓடிச் சுழன்று திருப்பத்தில் வரும் காலடிகளைக் குறிவைத்துக் காத்திருந்தது உஷாருடன். நத்தைக் கண்களில் ஓடும் பழமையான களவின் சுழற்சியில் சுவர்களுக்குள் பெண்கள் பதுக்கிய சிறுவாடும் நகையும். சுவர்கள் பதற பிதுங்கி வீழ அதை சுருக்குப்பையில் அள்ளியவாறு சிரித்தான் நத்தைக்கண். பல்லிகளும் ஓணானும் அருவருப்பான ஜந்துகளும் சாமப்பூச்சிகளும் குரல் ஒடுங்கி சுவர்களைவிட்டு வெளிவந்து பூட்டிக் கிடந்த வீடுகளைத் தாண்டிப்போகும் நத்தைக்கண்களால் ஈர்க்கப் பட்டு கூடவே ஊர்கின்றன மெதுவாய்.

பச்சைப்பூத் தெருவழியே தேய்பிறை நிலவை பிக்ஷாபத்திரமாக ஏந்தி அபிதர்வருகிறார் சாவதானமாய். பிடாரி கோயில் பூசாரிவீட்டு வாசலில் நின்று மூடியகதவின் வெளியே உருநிற்க மறுஉடல் உள்ளிருந்தது. பயந்த உள்பரப்பை ஊடுருவிய ஒளியால் துடைத்து அவ்வீட்டார் திடசித்தத்துடன் உற்றுப்பார்க்க பிக்ஷை கேட்கிறார் மௌனத்தில். கதவைத் திறந்து அவசரமாய் அழைக்கிறான் பிடாரி கோயில் பூசாரி ‘அபிதரே... உள்ளே இருங்கள். வெளியில் போக வேண்டாம். தாமசித்துப் போகலாம் இன்று ராத்திரிக்கு மட்டும். கொலை பாதகன் ரத்தவெறிகொண்டு அலைகிறான் வெருகாக. அவன் கண்களில் சுருளும் சாம்பல் நத்தைகள் மனிதர்களை ஈர்த்து அழித்து விடும். உள்ளே வாருங்கள் சீக்கிரம்.’

பூட்டிய கதவுக்கு உள்ளேயும் வெளியேயும் நிற்கிறார் பிக்ஷா பாத்திர மேந்திய அபிதர். ‘ஒரு கவளம் போதும். திருடனுக்கான பங்கைப்

பிரித்துக் கொடுத்து விடுவேன். பலநாள் அவன் பட்டினியுற்றுத் திரியக் கூடும். வீடுகளில் நானோ அவனோ உறையமார்க்கமில்லை. இன்னும் சிலவீடுகளை அடைய வேண்டும். கொடியவரென்று பாதையில் யாருமில்லை' என பச்சைப்பூத்தெருவில் ஓடும் செடி கொடி படர்ந்த பளிங்கு அலையில் நடந்து கொண்டிருந்தார் அபிதர். பூட்டிய வீடுகளின் நிசப்தத்தில் திருடனின் இருள் வசீகரமான நிழல்களுடன் நடமாடியது. பயத்தில் ஆழ்ந்த கற்சுவர்களை ஊடுருவிஉள் கசிந்த வெளிச்சம் சுவர்க் கீறலில் நெளிந்து அழைத்தது கைநீட்டி. துயில்வோரின் சாயலை எங்கிருந்தோ பார்வை கொள்ள கனவுக்கும் இருட்டுக்கும் இடையில் தோன்றிய உருப்பளிங்காய் திருடன் ஒளிந்து தோன்றினான் உள்ளேயும். யாரோ கைதட்டிக் கூப்பிடும் ஓசை சுவர்களில் பலகைகளாகத் தட்டி அதிர்ந்தது. சுவர்கள் கூப்பிடும் எதிரொலிக்கு நில்லாமல் போகிறார் உப்புமரவையேந்தி. திரும்பாத பார்வை திரும்பிநோக்க உப்புத்தூணாகி விடக்கூடும் திருடன். இலைகளால் சூழப்பட்ட அபிதரின் பாதை திரும்புவதில்லை. நடந்து கொண்டே அடைத்தவீடுகளில் நின்று பிக்ஷைவாங்க புறஅகமாய் உருக்கொள்ள நிலவாய் நகர்கிறார் ஏனத்துடன், 'நில் பிக்குவே... நின்றுவிடு. கூப்பிடக்கூப்பிட திரும்பாமல் போகிறாயே. நான் வந்திருக்கும் ஊருக்குள் யாரும் தெருவழியே நடமாடக்கூடாது என உனக்குத் தெரியும் தானே'

'தெரியாது' என நடந்த அபிதரை இடைமறித்து நிறுத்த முயன்றான். சொல்லச் சொல்ல நடந்தவாறு பார்க்கிறார் அவனை.

'வேகமாக நடந்து கொண்டிருக்கிறாயே'

'நான் நின்றுவிட்டேன் எப்பொழுதோ. நீ தான் நடந்து கொண்டிருக்கிறாய்'

'குதர்க்கமாய் பேசுகிறாய் பிக்குவே. நடப்பதுநீதான். நின்று கொண்டிருக்கிறேன் நான்'

'இல்லை நிற்கவில்லை நீ. வன்முறையின் பாதையில் கொடுவாளின் பாதையில் நெடுந்தொலைவு ரத்ததாகம் கொண்ட நீ ஓடிக் கொண் டிருக்கிறாய் வெறியோடு. கொடிய சூதினால் சூழப்பட்டு முடிவில்லாமல் நீள்கிறது உன்பாதை' என சொல்லிக்கொண்டே நடந்தார் அபிதர். பனித்த கண்களால் மாடனின் நத்தைக்கண்களை உற்றுப்பார்த்தார் கீழ் உதட்டில் புன்னகை நெளிய. அவர் கண்களி லிருந்த நீலவெள்ளி உதிர்வுகொண்ட ஒளிக்குள் நத்தைகளின் உணர்கொம்புகள் கசிந்து வாட ஊடுருவிய பனிக்குள் மூழ்கி சற்று

திணறினான் திருடன்.

'என்னை அப்படிப்பார்க்காதே. உன்வாதத்தினால் என்னை மயக்குகிறாய். என்வாள் உருகிவிடாது உன்பார்வைக்கு. கொல்லவே விரும்புகிறது என் ஒவ்வொருவாளும். என்பாதையில் போயாக வேண்டும். வேதாளிகள் விஷமுலைகளோடு வன இருளில் காத்திருக்கிறார்கள். எனக்குக் கொடுக்க வேண்டியதை எடுத்துக் கொடுத்துவிடு' பிடாரி கோயில் பூசாரி வீட்டிலிட்ட பிக்ஷா உணவிலிருந்து பாதியை எடுத்து கவளமாக உருட்டி அவனிடம் நீட்ட ஆவலாய் அதை வாங்கி அருத்துகிறான். திருடனின் கைவிரல்களில் பனி இலைகள் உருகிக் குளிர நரம்புகளில் உள்ளேறிய சுடரால் தீண்டப்பட்டு பூமியின் மேல் பரப்பில் தோன்றிய வெண்படலத்தை நோக்கி ஓடுகிறான் திருடன். அவனைச் சூழ்ந்த கொடிய சுடர்கள் பற்றி விரட்ட பூமியின் அடியில் துயிலும் கார்கோடக சர்ப்பத்தின் உடலுக்குள் செல்லும் நீளமான அவன் குகை. உள்ளே ஸர்ப்ப எண்புகளில் ஓடும் சிலைவடிவங்களில் விஷத்தைப் பருகி உயிர்க் கிறான் பனி இலைகளாய்.

அவை எங்கும் தோன்ற ஈசான மண்டபத்தில் புடை விளக்கின் பின்னே இலைநிழல்கள் எட்டிப்பார்க்கும் சரசரப்பு. விரல்களை யாரோ அசைக்கிறார்கள். வெளிர்ஒளிகொண்ட தண்டுகளில் மேலேறும் ராசிகளின் கண்கள் கோடுபடவருகின்றனமேலே. நந்தவனத்தில் துளிர்க்கும் நரசிம்ம ஸ்தம்பத்தில் இலைகள் சூழ்ந்து சுடரும். குருத்து விரல் கொண்ட தேவதைகள் விரல்கொடுக்க அஞ்சும் கழல் அணிந்த சிறுமி பொட்டுக்கட்டி மண்டபத்தில் மரபால் தூண்டப்பட்டு நிழல் நிழலாய் சுழல்கிறாள் சுடரோடு.

விருட்சங்கள் மொடு மொடுத்த நாதஓசை அவளருகே. கைக்கழல்களைக் கேட்டு நிற்கிறார்கள் பெண்கள். தீபத்துடன் வாதாடுகிறாள் பொட்டுக்கட்டிய சிறுமி. நந்தவனத்தின் இலைபடர்ந்த நிழல்களுக்குள் மறைந்து கொள்கிறாள் பாழி. அருகே யாருமில்லை. பளிக்கறை யொன்று நந்தவனத்தில் உருக்கொள்ள பூவெடுக்கச் செல்லும் வேளை தோழிகளுக்காகக் காத்திருக்கிறாள் பாழி. இங்கும் அங்கும் பாழியின் இலைவடிவப்பாதம் ரேகையோடுகிறது ஈரத்தில். ஓடிச்சென்ற இசையின் நாவுகள் திரிகால உயிர்ச் சுடராய் சுழன்று சுழன்றாட மண் நகரும் பல்லுயிர்கள் புலனொடுங்கி அதிர்ந்து புரண்டு ஆடிவர நெருப்பைச் சுற்றிஆடிவரும் தளியிலார் குலவை சுருளச்சுருளும் செந்தீப்புழு சிலம்பின் நெருப்பாய் எண்கழல்

பாழிவிரல்களில் துடி போதி நிழல் மீது. சுரும்புகள் ரீங்காரமிட்டு திசைசூழ மண்கூடு கட்டி துளையிட்டுச் சுழிகிறாள் பாழி. துளை துளையாய் காற்றில் நிறம் மாறி நூறு குரல் கொண்ட சுரும்பின் பளபளத்த நயனத்தில் மாறும் மூங்கில் ஓடை. மரங்கள் நகர்ந்து வரும் நீலம்பரவிய வெளி.

அவள் தனித்திருக்கிறாள் சுவர்களைப் பார்த்தவாறு. மர்மமாக வராண்டாவில் நிழல் மண்டியிருந்த பாதையில் யாரோ இருக்கக் கூடும். அந்த பழமையான பாழியில் அபிதரின் தோற்றம் வெற்றிட மெங்கும் நிறம்பியிருந்தது. பலநூறு கால ஓட்டத்தில் காரைச் சுவர் களில் பட்ட கோடுகள் நெளிந்து உதிரும் காரையிலிருந்து பாழின் உதிர்காலம். வட்டமான கூடங்களில் மல்லிகைத் தைலம் ஊற்றி கசியும் வெளிர் சுடரில் அவள் கூந்தலைத் தழுவுவது யாரோ. அவள் மேல் நெற்கதிர் அசைந்தசைந்து பாழி உடல்கிளைத்த தீ நாவுகளாய் சுடர்ந்தெரியும் நீலஒளி விண்பறந்து சரிகிறது சுடர்வாளாய். பேசும் மரங்களில் மொடுமொடுத்து முணங்குவது அவளாக இருக்கும். கொழுந்திலைகளின் மடிப்பில் மூச்சிவிடும் மண்ணுயிர்கள்.

பாழியைச் சூழ்ந்து ஓடும் நாய்களின் ஓங்கார ஒலி உள்பரவிச் சுழிந்த நாதப்புழு ஒரே கர்ப்பப்பாண்டத்தில் சிசு உடல் கொண்ட பாழியில் மேல் கிளைக்கும். செடிகளுக்குள் ஓடும் ரேகைகள் உருமாறிப் பாசிப்புழு கிளைத்துச் செல்லும் சிசு நரம்பு மெல்ல அதிர பாழியின் மோனம்.

உவர் மண் உருக்கொண்ட வண்ணாத்தி சூல் திறக்க அவள் இலைச் சிமிழுக்குள் நெளியும் உயிர்ச் சுடர் திமிழ்திரளில் எரிசுடர் ஏற்ற இரு சுடராய் திரிநாவு துடித்து தலைகீழாய் நீருக்குள் உருமாறி உருமாறிச் சுடர்கிறாள் பாழி. அடிவானில் நீலம்பட சுடர்ந்து கொண்டிருக்கும் மரங்களின் தைலவாசனை. நெருப்பு தனியே மரங்களை ஊடுருவிச் சென்று மின்னலாய் பரவியது விண்ணில். மரங்களை விட்டுச் செல்ல முடியாத இலைநரம்புகளில் ஏறிய இசைதிருகி எரிகிறது பாழியின் கழல்.

சுவரொட்டி மேல் படர்ந்து தொங்கும் இருளை நோக்கி சலன மடைந்து நீரில் கண்ணிழந்த சிலர் இலைகளைக் கை நீட்டி அழைத்தவாறு தொடவருகிறார்கள் நீள வராண்டாவில். அந்த நரசிம்ம ஸ்தம்பத்தில் காணாமல் போன சிங்க முகங்கொண்ட உருவங்கள் கால்களை விட்டுச் செல்ல நரசிம்மத்தின் கால் தூணாகி நிலைத் திருக்கும் பாழ் நந்தவனம். அந்தப் பாழிகிணத்தின் உள் அருவுருவாய்

நீந்துகிறாள். உள்ளே பொங்கிய நீரில் கரையும் சிங்கமுகங்களில் பாழி உருத்தோன்ற பெருஞ்சினத்து நரசிங்கத்தின் மேலமர்ந்து பிக்ஷாபாத்திர மேந்திய சிம்முகங்கொண்ட பாழி. நான் வாரேன்... நான் வாரேன்... எனக் கூப்பிடுகிறாள் கிணத்திலிருந்து. தூணில் உருகொண்ட நரசிம்மத்தின் கரண்டைக் காலில் சுண்டி இழுத்த நரம்பு நாளங்களில் ஒளி யுலகம் எழுந்து வர உலகின் எல்லாச் சிலைகளும் நரசிம்ம ஸ்தம்பத்தில் அடங்கி சுழல்கிறது விசையாய். பாழி வீட்டின் உள் சென்று ஒரு சிறு தானியத்தைச் சுடராக எரியவிட்டு மறைகிறார்கள் பிக்குகள். பூக்களின் வாசனை பரவிய உள் வீட்டில் இருந்தவர்கள் நெல்குதிர் அருகில் கூடி முணுமுணுக்கிறார்கள். களஞ்சியத்தில் இருந்த நெல்வாடையில் பழைய வீட்டில் இருந்தவர்கள் அந்த பிக்குவைத்த மஞ்சள் தானியத்தை கொண்டுபோய் வயலில் வீச சுடர்ந்தபடி மண்ணில் மோதி நூற்றி எட்டு நெல்வகையாய் பிரிந்து உருள்கிறது ஒரு தான்யம். வயலில் கதிர் சாய்ந்து நிற்கிறது.

பாழி இமையுள் பதிந்த மகாசால நெல் மெல்லத் திறந்து வெளிர் மஞ்சளான நீளமான இரு உமியில் கோடுகோடாய் வயல்நிலத்தில் சாயும் கதிர்கள் அறுப்பறுக்கும் ஜனத்தின் சாயலில் அசையும். வயலின் குறுக்கே நெல்பெட்டியுடன் பாதை போட்டுச் செல்லும் கோலியப் பெண்களுக்குமேல் மேகத்தின் வெண்திட்டுகள் உருவை மாற்றியவாறு வயல்மேல் செல்ல சிறுவயல் மேல் மஞ்சள் மூங்கிலால் அபிதர் வாசித்த இசைச் சுருள்வயலில் மயங்க மஞ்சள் வெளிறிய வைக்கோல்நிற துகிலாடை அணிந்த பிக்குகள் நெல்வாசனை வீசும் காற்றில் பழுப்பு நிறமாய் சிறகுகளை விரித்து மறைகிறார்கள் நெற்கதிர் கொண்டு. நெல்கதிரில் இசைத்த அபிதர் மகாசால நெல் கதிரேந்தி பொன்னிற வயலில் தனியே போகிறார். மயக்கத்தில் அசையும் நெல்லின் வெளிர் பூவாய் பனித்த நுரையில் சுருள்கிறாள் பாழி. நெல்லின் வாசனை நிறம் நிறமாகப் பிரிந்து வயல் வெளியில் வீசும் காற்றாய் மாறினாள். சுருதிகள் எரியும் ஆழத்தில் அபிதரின் குழல் வாசித்த மேகச்சுருள் வெண்ணிறமாய் வரப்பில் சாய்ந்து மிதந்து கரைகிறது. வரப்பில் கண்மூடிக் கிடந்தாள் பாழி. வாட்டமான கதிர் வளைந்து முணுமுணுத்தது அவளோடு கழல் அணிந்த கால் விரல்கள் நெல்மீது தடவி நடக்கும் பாதங்களில் கண் திறக்கிறது நெல். சம்பா நெல்லின் உதிர் நரம்புகளை ஆழத்தில் தொட்டு ஏங்குகிறாள் பாழி. நெல்கோடு தொடுவானில் பொன்பழுப்பான வெயில் உருக இசையில் உதிரும் செந்நெல்லாய் வளைகிறாள் பாழி.

3

ரத்தாம்பரப் புத்தகம்
தேவதாசிகளின்கேச அகவல்ஏடு

தவறுகள் பிரமாதமானவைஎன்பதே விதி

அரேபிய இரவுகள்

VIII

முத்துமாலை அறுபட்ட தெரு

பனுவல் வெட்டிய தெருவில் கழுதைமேல் வந்து கொண்டிருந்தான் காமோஸ் டாவோ. தேவதாஸிகள் வதியும் ஆனை கெட்டித் தெருவுக்குள் முத்துக்களை கொண்டுபோன அரசன் திரும்ப வரவில்லை. கோயில் சுவரை உரசிக் கொண்டிருந்த ஆனையிடம் தாசி சிலம்பரத்தாள் ராஜா கொடுத்த முத்துக்களைத் திருப்பிக் கொடுத்துவிட்டாள். 'முட்டாள் அரசனின் முத்துமாலை என் இசைக்கு ஈடல்ல' என்று.

இதனைக் கேட்ட அரசாணி மூவரும் மனதில் பொறாமை கொண்டு 'எத்தனை முத்து மாலைதான் அவளிடம் கொட்டினாரோ' என சூதானமாய் இரவில் வேற்றுருவில் ஆனைகெட்டித் தெரு வழியே போக சிலம்பரத்தாள் இசை கூந்தலுடன் வழி மறித்தது அவர்களை. தெருவை மூடிக் கொண்ட பாழிச் சிகழிகையில் சிக்கிக் கொண்டார்கள் மூவரும். ஜன்னலில் எட்டிப்பார்த்த வேளை அரசனுடைய கை தாசியின் முத்துமாலையிலே பட்டு அம்மாலை அறுந்து முத்துகள் கீழே உதிர்ந்தன. உருண்டோடி ஆனைக்கெட்டித் தெருவில் ஐந்தில் ஒரு பங்கும் வீட்டுக்குள் ஆறில் ஒரு பங்கும் மேல்மாடத்தில் மூன்றில் ஒரு பங்குமாகக் காணப்பட்டன. இதுவுமல்லாமல் அரசன் தன்னுடைய இரண்டு கைகளையும் ஏந்திய பொழுது ஒரு கையில் பதினாறில் ஒரு பங்கும் தாசி ஏந்திய கையில் எட்டில் ஒரு பங்குமாக இருந்தது. அறுபட்ட சரத்தைப்

பார்க்கும்பொழுது எழுபத்திரண்டு முத்துகள் நின்றன. எனவே தாசி சிலம்பரத்தாள் மாலையில் இருந்த முத்துகள் எத்தனை என்று நீலாய தாசியிடமும் அவள் தங்கைகள் சுதானுகா, கடாக்ஷியிடமும் மதுராவிலிருந்து வந்த நாடோடி காமோஸிடமும் ஆனைகெட்டித் தெருவில் விழுந்த முத்துகள் எத்தனை என்றும் மேல் மாடத்தில் பதுங்கிய முத்துகள் எத்தனை என்றும் அரசனுடைய கையில் சிலம்பரத்தாள் விரல்களில் நடுங்கிய முத்துகள் எத்தனை என்றும் சரத்தில் இருந்து சிதறாத முத்துகள் எத்தனை என்றும் அறிந்து கொண்டு மாலையில் இருந்த மொத்த முத்துகள் எத்தனை என்று சொல்லுமாறு திரைக்குப் பின்னே மறைந்திருக்கும் மூவரிடமும் கேட்க அவை அத்தனையுமே தாஸி சிலம்பரத்தாளின் பண்களின் எண்ணிக்கையாக சொல்லி முடித்தார்கள் ஒரே குரலில். சற்றும் நில்லாமல் கருக்கிருட்டில் மூன்று நிழல்கள் அசைந்து பனுவல் செதுக்கிய ஆனைகெட்டித் தெருவழியே திரும்பிப் போயின. கோடியில் நின்று பார்த்தால் ஆனைக்காதுகளை அசைத்தவாறு இருந்தது தெரு.

17 ஆனைகெட்டித் தெரு

நாடகசாலை சதுர்பதுமைகள் திரைச்சீலைக்குப் பின்னே மறைந் திருக்கிறார்கள் கோம்பை நாயுடன். மிக மெல்லிய ஊளையிடும் சுவரொட்டிச் சிமிழ்மேல் நீல ஒளி. ஸர்ப்பயாநி அரவுத் தோலுடன் வெளிப்பட்டாள் தூண்களருகில். உருட்டினாள் கையிலிருந்த கல் ஆடியை. கைகள் அசைய அசைய நூறுகைகளில் மச்சக்கை நண்டு ஆமை முதலை அசையும் விரல்களில் தோன்றி கூடத்துக்குள் நடமாடுகின்றன.

ஸர்ப்பயாநி முகத்தோற்றம் மாறியது. அவள் கையில் அசையும் மணலில் கற்கடகம் ஊர்ந்து தரையெங்கும் பரவிவரும். அசைக்க அசைக்க காணாமல் போன அநுஷா, சாதூரி, ஏகவேரியும் வருகிறார்கள். நடுக்கூடத்திலிருந்து மேல்மாடிக்கு சுருள் படிகளில் ஏறி மறைகிறார்கள். ஓசையுடன் நடுக்கூடத்தின் சுவரில் ஏறி வெளிப்பட்டாள் நயனவல்லி. சுவரொட்டிச் சிமிழ்கள் நடுங்க பதறி ஓடும் பெண்கள். அசையாத கல் ஆடிச் சித்திரங்களும் பாசியடைந் திருந்த சிங்கமுக வாயில்களில் நுழைந்து ஏகவேரி, திருக்குரவை, உருங்கா அபிநயம் பிடித்த கைகளில் அன்னம் கிளி ஞான முத்திராவில் கழுகும் அன்றில் குயில் ஊர்க்குருவி சாளையக் கையில்

ஜனித்தது மீன் கொத்தி. கபோதக் கையைக் குறுக்காகப் பிடித்தாள் கங்காபாய். நீலப்புறா உவர்மண்ணில் சடசடத்தது. பிரமரக் கையில் சுழி சுரும்புகள் ரீங்காரமிடும் ஆடி வலியாண் ஆந்தை வல்லூறு சாம்பல் சிறகு விரிக்க சுதாநுகா தோள்மேல் கால் வைத்து அமர்ந்தன பட்சி ஜாலங்கள். அலங்காரி பாதங்களிலிருந்து சப்தமற்ற காலடிகள் பதிகின்றன.

அவர்கள் ஆனைகெட்டித் தெரு வழியே கதவுகளைத் திறந்து எரியும் தோட்டத்தில் இலைகளில் நகரும் நயனத்தை அசைக்கிறார்கள். சாயைகள் பின்னோக்கி மாறிக் கொண்டிருக்கின்றன. அபிநயத்தில் சுழலும் வட்டப் பாலையே நயன சதுரங்கமாய் வெட்டும் பார்வைகள் பலவாய் இடம் மாறும். உதாரி, ஆநந்தம், சனகநி, நீலகந்தி நால்வரின் முகங்களுள் இளமையான விந்தையில் பாதரச தாசி சதுர் கூடங்களில் உலவும் மயக்கம்.

ஆடியின் பார்வை பலவேளை தோன்றி விரியும் எண்கோணச் சதுக்கத்தில் உள்ளே நுழைவதுதான் கடினமானது. அபிநயத்தில் சீறிப் பாய்ந்து மிருகக் கால்களை வாங்கி மெதுவாக நடைபுரியும் பாதரச தாசி. ஆடியில் வரைந்த சனகநி உள்ளடுக்காய் கட்டங்கள் அடுக்கி இறங்கும் கீழ்மேல் தெருக்களில் பளிங்கு யானை மீது சாய்கிறாள். அரக்கு முத்திரையிடப்பட்ட பேழையைத் திறந்து பார்க்க உள்ளே நவதாசிகளின் புகைப்படங்கள் மங்கிய கனவுப் பாதைகளில் கங்காபாய். முகங்களை மாற்றி எழுதிக் கொண்டிருந்தாள் துகிலிகையால். அவள் இமை மூடித் துயில்கிறாள் சதுரங்கத்தில். அப்போதுவரை யாரும் காணாத பின்னிரவில் பனித்த குழிவு ஆடிகளில் பூமியோடு நவதாசிகள் கூட்டமாய் சுருண்டு நகரும் தனிமை திறவுகொள்ள வெளிர் நரம்புகள் வெண்படலமாய் மூடுதெருக்கள் உள்ளே ஆனைகள் அசைந்து வரும் சாகர இசைத்துகில். ஸர்ப்பயாநி மணல்முன் இல்லாத கங்காபாயை அழைக்கிறாள் படிக வயலினைக் கேட்டு. மருதமாணிக்கம் வயலின் மணலுக்குள்ளிருந்து ஆனைகள் மயங்கும் ஒலிநரம்புகளைத் தொடாமல் 'கங்கா' உடைகிறாள். முகங்களின் சரித்திரம் அபிநயத்தில் மாறுதல் கொள்வது மாறும் முகமூடி. 'ஆநந்தா' என யாரோ அழைக்கிறார்கள் மீண்டும். வெகுநேர ஆடிமுன் வரும் பிம்பம் உதிரத்தைக் குடிக்கத் தூண்டுகிறது. 'விலகிவிடு' என்றாள் தூங்காணை. 'முகம் முகமாய் பார்த்தேன் பின்னிரவில் வந்த நாடோடியை. அவன் எங்கே இருக்கக் கூடும்? வேறு உவர்மண்ணில் நீந்திக் கொண்டிருக்கிறானா?' ஸ்படிக மீனை ஸர்ப்பயாநி விரல்கள் பழந்தந்திகளில் விட மௌனத்தில் தொனி உருண்டு ஆனைகெட்டித் தெருத்தாசிகள் தானே விரித்த

தோகையுடன் கூந்தல் இலைகளில் துளிர்த்த பொடி இலைகள் அராகி உடல் மீது படர்ந்து உயிர்த்தது மணல் வில்.

இப்போது அநுஷா எதிரில் வருகிறாள் ஆனைகெட்டித் தெருவுக்கு. உவர்மண் அசைந்து நீள்கிறது தெரு. சருக்கி விழக் காத்திருக்கும் தருணத்தில் பாதரசதாசி கங்காவை வாரி அணைத்துக் கொண்டு கதவுக்குள் திறந்த அறைகளின் மணலுக்குள் தூரங்களாக விரிகிறார்கள். ஆனைகட்டித் தெரு ஜன்னல்கள் திறந்து அசையும் சிறகுகளோடு தாசிகளின் முன்னோர் மயில்விசிறியுடன் அழைக்கிறார்கள் யானைகளை. தூங்காணை கற்சிலம்பு குலவையிட ஆடிவருகிறாள் பளிங்கில். பதுமைகளும் ஓவியங்களும் வரைந்த ஸர்ப்பயாநி சுவரில் தொங்கிய திரைச்சீலையில் மறைகிறாள். பாதரசதாசி ஒப்பனை அறையில் நயனவல்லிக்கு நாட்டியத்திற்கான அலங்காரத்தில் மைதீட்டுகிறார்கள்.

மூடிய கருப்புத் துணி நீண்டுவர அநுஷா வயலின் வாசித்தவாறு ஆனையுடன் வருகிறார்கள். நரம்புகள் வழி ஆனைகள் அசைந்து தெருவாக நீள்கிறது. ஓடிக்கிடந்த ரஸ ஆடியில் பூக்கள் சுருண்ட வாசனை. வெது வெதுப்பான உஷ்ணம் தெருக்களில். கற்களின் மோனத்தில் சுவர்கள் உதிரும் ஆனைகெட்டித் தெரு. ஸர்ப்பயாநி நெற்றி மீது சிறு சுடர் எரிந்து கொண்டிருந்தது. அபிநய முத்திரைகளில் வெளிப்பட்ட மிருகங்கள் சாயைகளாக ஊடுருவி குனிந்து நுகர்ந்து கொண்டிருந்தன அவளை. கடகராசிப் பெண் மீது நண்டு தன் விரல்களை நகர்த்தி உவர்மண் அறையைத் தாண்டிச் சென்றது. சிலம்புக் கூடம் காலியாகக் கிடக்கிறது. ஆனைகள் மறைந்த பெரிய தெரு பெயரின் அரூபத்தில் யானைகளின் அசைவு. அவள் மேல் தலைக்கோல் துடிகொண்டிருந்தது உயிருடன். சுவரில் இருந்த உடும்பு அவள் உடம்புக்குள் பதுங்கி கழுத்தைச் சுற்றி கண் மூடிய அவள் இமை மீது திரி நாக்கால் ஸ்பரிசித்தது. மயங்கிய நிலையில் அவள் இடது கைவிரல்கள் அபிநயம் பிடிக்க பின்கையில் பச்சைக் குத்தப் பட்டிருந்த விருச்சிக வடிவம். அவள் உடல் பாகங்கள் கம்பளத்தார் வெட்கப்படும் அளவுக்கு பச்சை குத்தப்பட்டிருந்தது வட்டப் பாலையில். இடமுறை திரிந்த ராசி வட்டம். நடக்க இருப்பதின் சகுணங்களை முன்னுணர்ந்தாள் கிழத்தாசி சிலம்பரத்தாள்.

தலைக்கோலுடன் கால் சிலம்பில் சதுர்கூடத்தில் வீற்றிருந்தாள். அவளைச் சூழ பாதரச மகளிர் கோலாட்டம் ஆடி ஓய்ந்த அதிர்வு. பாதரச மகளிர் அவளைச் சூழ்ந்து போய் யாளி மண்டபத்தில் உடல்

முழுவதும் பச்சை குத்தப்பட்ட கோலங்களில் யாளிகள் நோக்க அவள் மேனியைத் தொடாமல் மயில்ப்பீலி விசிறியுடன் அவள் நிற்கும் சாயலைப் பார்க்கிறார்கள். பெண்களின் ஞாபகம் கொண்ட ஆனைகள் மறைந்த தெருவில் கல்யானையின் காதுகள் அசைந்து கொண்டிருக்கும்.

IX

ஒரே வீட்டில் பதினாறு தேவதாசிகள்

1. ஸ்வதிரி சகாப்தம் ஆயிரத்து இரு நூற்று அறுபத்தொன்றில் சொல்லா நின்ற சர்வஜித் சம்வத் சரத்து துலா ஞாயற்று சுத்த பஞ்சமிநாள்
2. கொங்கு மண்டலத்து ஓடுவங்கா நாட்டு துறவலூரான நிலகிரி சாதாரணன் கோட்டையில் உடையார் தாந்தோன்ரீஸ் வரமுடையார் கோயிலில்
3. தேவரடியார்(க்★)கு காணியாட்சி குடுத்தபடி வஞ்சி அரிய நாச்சி நாயகநாச்சி இவள் மகள் வளத்து வாழ்வித்தாள் கற்பக நாச்சி பிள்ளாண்டாள் பிராட்டி இவள்.
4. மகள் சிங்கி சிவகாமசுந்தரி நாச்சி இவள் மகள் வாழவந்தாள் இவள் தங்கை உலகுக் கொருத்தி இவள் தங்கை வளத்து வாழ்வித்தாள் உலகி(க)ாமாத்தாள்.
5. நாச்சி நல்லாள் ஆகப் பேர் பதினாறு இப்பேர் பதினாறும் காணியாட்சியாக நின்று செவித்து இந்த அடைவிலே திரு வந்திக் காப்பும் எடுத்து பணியும் முறையு
6. ஞ் செய்து முன்னரங்கும் இம்மரியாதியிலே ஆண்டுமாறி ஏறக்கடவர்களாகவும் இம்மாதிரி காணியாட்சியாகர் சந்தித்தவரை சேவிக்கக்கட
7. வர்களாகவும் இப்படிக் குடுத்தோம் இக்கோயில் தானத் தாரொம் அவமஸ்து.

கல்வெட்டு

18 மஞ்சப் பூத்தெரு

பிறக்கும் முன்பே மறைந்த வீடுகளின் மாடித்திருப்பங்களில் அமர்ந்திருந்த தேவதாசிகளின் விதிபார்த்துக் காத்திருந்த முட்டை

அகல்விளக்கின் சுடரில் பதிந்த சுவர்பல்லி குமிழ் நீர்உமிழக் கூறிய நிமித்திகத்தில் முன்நடந்தவற்றின் தீவினையும் நடக்க இருப்பதின் துர்சகுனத்தின் சப்தங்களை கவனமாகக் கேட்ட கிழத்தாசி அமிர்தம் நீண்டகாலம் முன்பிருந்த அழகான ருத்திரகணிகையர் விதியில் பூத்த மஞ்சப்பூத் தெரு வழியே பூக்களற்ற களைகள் முளைத்த வீடுகளைக் கடந்து புலம்பியவாறு தனிமை கொண்டிருந்த சாவின் அருகே சென்று உரையாடினாள் பயத்தில்.

'போ... போ சாகுருவியே இங்கிருந்து. துயிலும் நாயனத்தை எழுப்பாதே. புனுகு பனிநீர்களபம் பூசிய கணிகை யாருமில்லை. சதங்கை கட்டி தளியிலார் மரபில் வந்த பொட்டுக் கட்டிய சிறுமிதான் துயில்கிறாள் தெருவில். விளையும் மாக்கல்லில் வடித்த பாரி நாகஸ்வரம் இருந்த வீட்டில் யாருமில்லை. ஊமத்தம் பூவில் மறையும் அன்னாவிமார் காற்றில் உலவும் நேரமிது போய்விடு சாகுருவியே'

'களிம்பேறியசதங்கைகள் உருள்கிறதே. சிறுமியின் கற்பகப்பூ தளிரடியில் சிவன் புகுந்து ஆவிகொண்டானோ. புவனமெங்கும் சிறு பாதங்களின் ரேகை படர்கிறதே. பிரம்படி பட்டும் உணரவில்லையா சிறுமியும். அரவங்கள் விசும்பி நெளிவதைப் பார்த்தேன் தெருவில். யாரோ நாகஸ்வர ஏழுகண்களில் அடைக்கிறார்கள் விரலால்'

'யாருமில்லை சாயைகள். கனவில் உலவும் அரவுதான் போய் விடு சாவே'

'மோதிரப்பாம்பின் ரகஸியமே தேவதாசி. மயக்கும் இசைதான் பாம்பு. நெளிவுதான் சாவின் அசைவெனத் தெரியவில்லையா தந்திரக் கிழவியே'

'பின்னொரு இரவும் வந்து பாம்பு நெளிவு மோதிரத்தை கொண்டு போ. ருத்ரவீணை நாண்களில் நுண்ணிய அலைகளைத் தடுத்தால் உன்மீதே வரும் பழி. அவளிடமிருந்து பிரிக்காதே மோதிரத்தை. கணிகை தலைமீது பறந்து சா... வென சாபமிடாதே பயமாக இருக்கிற தெனக்கு' என்றவாறு சேலை முந்தியால் தலையைமூடி அதன் குரல் படாமல் நகர்ந்தாள்.

'சா... சா...' வெனப் பறந்து சிரித்தது சாகுருவி.

'தேவதாசி விரல்களில் இருந்த இசையின் உள்ளுணர்வுகள் என்றுமே உறங்குவதில்லை. மோதிரத்தில்இல்லை இசை. ஒருவேளை பாம்பு நெளிவில் மறையக்கூடும் போய் விடு'

'விதியால் வந்தேன் தேடி. தடுக்காதே என்னை'

'இசைதான் விதி. நாணில் அதிரும் சாவின் விதியை மஞ்சள் பூவிடம் கேள், சா... வெனக் கத்தி இசை வீதியை மூடாதே. பயிர்களும் பூச்சிகளும் விரல்கள் அசையும் நரம்பின் கானத்தில் ஜனிப்பதால் போய் விடு. உணர்வில்லையா நீயும் பூச்சியென'

'சா... சா...'வென இருட்டி அலறித் தெருவின் குறுக்கே பாய்ந்தது சாகுருவி.

'சாவின் ஆழத்தில் ஒலிக்கும் உன் குரலின் பயங்கரத்தில் தெரு மயங்கிவிடப் போகிறது காலத்தை விட்டு. தூங்கா விளக்கில் என் இளமையும் கரைந்தது இற்று. என்விதி நீ. இருந்துவிடாதே வராமல்' என வளைதடியால் விரட்டினாள் சாகுருவியை. துயிலும் பறவைகள் கூட்டமாய் சேர்ந்து மெல்லிய இறகுக்கோடுகளைத் தெருவில் பதித்து இசையில் உருகும் தாசி உயிருக்காக எழுதிச் சென்ற லிபிகள் அழுதன உயிரில். இசைக்கருவிகளின் துவாரங்களில் கண்வைத்து விழித்திருக்கும் தேவதாசிகளின் தந்திர விளக்கின் சுடரில் உருகிக் கேட்ட இசை மங்கிய வெளிச்சமாய் அறையிருளில் கலந்து இரவின் நிசப்தத்தில் மயங்கியவாறு உள்ளுணர்வுகள் தூண்டப்பட்டு புல் பூண்டுகளின் முனகலைக் கேட்டார்கள் துயரில்.

என்றோ மறைந்த அன்னாவியின் நாயனத்தில் உயிர்கொண்ட விருட்சங்கள் காசி அன்னாவியாரின் சமாதியில் கிளைபரப்பி ஆங்காரத்தில் உயர எழுந்து பாழ்பட்டு தேடும் நாயனச் சுருள் காற்று மஞ்சப் பூத்தெருவில் அகாலத்தில் விரிவுகொள்ளும். பூவரும்புகள் இருளில் நாகதாளி மரங்களில் ஜனித்ததும் பொட்டுக்கட்டிய தனியிலார் மரபின் நாத உறிஞ்சலில் முலைக்கண் திறந்து பாலூட்டும் தாசியின் ஒலி முகவாசலில் சப்தாஸரங்கள் கோர்த்த சுரைக்கூடுகள் பேய்ச் சுரை முலைகளாய் விம்மி கொடிகளில் மஞ்சள் பூ இதழ் விரியும் ராகவி போதம்.

துளசிச் சுடர் அசையும் தெருமுனையில் நாழி ஓடு கருத்த வீடுகளில் இசை நூல்கள் உதிரும் சுவர் மடிப்பில் பித்த உருக்கொண்ட யாளி முகவீணையின் தந்திகளில் நாதபேதம் உயிர்ச்சரத்தில் ஓட அசையும் தாவரரூபங்களில் வளைந்த ஆவி கரையும் கௌரி எனும் துளசியில் பிறந்த தேவதாசியை கண்களில் ஊடுருவி அழைத்தாள் கிழத்தாசி அமிர்தம். நடுங்கும் விரல்களில் ஓடிய நரம்புகள் பச்சையாய் வேதிவினைபுரிய வெளிறிய ரேகையில் பாழ்இசை. இடைவிடாத உயிரின் மோனத்திலிருந்த பாம்புநெளிவு மோதிரத்தால் எட்டாவது பஞ்சமும் ஒன்பதாவது கோமள தைவதமும் சுருதி நுட்பம் கூட யாளி

முகத்தில் உருக்கொண்ட துயர் ராப்பாடிப் பறவையென குரல் அதிர்ந்து கண்ணாடிப் பந்தாகச் சுருள் கொள்ளும் பிரதியொலி கீழ்பாய்ந்து கோமள ரிஷபமும் தீவிரகாந்தாரமும் ஆறாவது தீவித மத்திமமும் தந்திகள் தழுவிய எதிரெதிர் ராகமும் நாதபேத ஆதாரம் காலபருவங்கள் சுற்றிப் புலர் பொழுதுகளின் குளிரையும் உதிரும் தெருவையும் வெளிப்படுத்தியது. மரணத்தருகில் நினைவிழந்த கௌரி நோயின் ஆழத்தில் தன் முதுவுடலுள் தண்டுவட எலும்பில் வடிவம் கொண்ட பாலை யாழ் மீட்டி திணைமயக்கத்தில் மறைந்த இனத்தின் தனிப்பாடல் இசைக்க நீர் வீதி திறந்து சப்தகன்னிகள் ஐந்துவகை நில உடல் கொண்ட யாழ் தடவிமுன் அறியாத விதியில் கடல் கோளில் சந்திர சூரியர் சுருதி சுற்றி தும்புருநாரதர் பாடகுடுக்கை இமயனும் மத்தளம் தந்தீஸ்வரனும் விம்மும் தாளம் ஜெனிக்கத்தாக்கிய பாதம் நீர் சுழியில் மறைய முதற் சங்க அசுரர் இசை நூல்கள் மூழ்கி நீர்வரிகொண்ட ஒரு துளி நீரில் சுழலும் நகரம் விரிவுகொண்டு திக்குகள் எட்டும் நீர் அலையும் ஏடுகள் வாஸிக்கும் துளைமூங்கில் கண்களை கணிகையர் விரல்மூடி ஒவ்வொரு கண்ணிலும் பார்வை கொள்ள மறைந்த நிலத் தோற்றங்களின் துயர் உயிர்கொள்ள தேவதாசி கண்கள் துவர்ந்து கரையும் தெரு.

நீர்நகரில் அலைவுற்ற பாசுரங்கள் கீறி உருவெடுத்த மஞ்சப்பூத் தெரு. தீபச்சுடரின் பின்னே மூழ்கிய மிருகங்களை ராட்சஸ சாயை கொள்ள வைத்தது நீர். மஞ்சப்பூத்தெருவில் விரியும் கருணாமிர்த சாகரம் ஏதோ மஞ்சள் வெளிறிய நிலவெளியில் நெல் ஆறு திறந்த காகம் செம்பு நிறமாகி கிளிகொறிக்கும் ஓர் நெல் மூடிதிறந்து கௌரி எனும் சிங்கமுகவீணை ஜாதிப்பெண் விளக்குகளுக்குப் பின்னால் மங்கிய தெருவில் ஸங்கீதபாரிஜாதப் பூவில் மறைந்தாள்.

பழங்காலச் சுருள் திறந்து புலி எலும்பு துருத்திய ரபாப் கருவியின் பதினெட்டு உலோகத்தந்திகளின் ஒலித்தளத்தில் இடம் மாறும் குதிரைகள் கால் தூக்கி நிற்க சுடரில் நிழல் பெரிதாகி அசையும் அலைக்குள் தங்கியிருந்த கடைசி நெல்லின் அடியில் தேவதாசி சுரங்களால் ஆன ரபாப் நரம்புகள் சுழற்றிச் சென்ற தனிமைப் பிரதேசத்தில் முன்னிருந்த தாவரங்கள் எதிர்காலம் வரைநீண்டு படர்ந்து பூத்த ஒரு மஞ்சள் பூ விளக்கொளிமேல் விரிந்த விரல்கள் யாரையோ நகரம் தாண்டி அழைக்கும். வேறு தெருவில் சுண்ணாம்பு உதிரும் சுவரில் கீறியிருந்த தேவதாசியின் பெயரைத் தனிமையாய்த் திரியும் வழிப்போக்கன் வாஸித்து, வெறித்த பார்வைமுன் ஏதுமற்ற வெறுமையில் உருக்கொள்ளும் வெளிறிய மஞ்சள்முகக் கணிகை.

விலகிப் போன காலத்திற்குள் வராத உரையாடலை விதியுடன் போட்டுத் திரிகிறாள் அவளும். என்றோ வந்துபோன வழிப்போக்கன் விட்டுச் சென்ற தொடர்பில்லாத வாக்கியங்கள் கனவுக்குள் கேட்டு விழித்து தெருமுனையில் அவனைக் கூவ திரும்பாமல் போகிறான் அவனும். நீர்நகரை விட்டு வெளியேறிப்போன பாஸ்கரதாஸின் நிழல் அசைந்தது ஜட்காவில் விளக்கின் பின்னே. அனுமந்தராயன் தெரு வீட்டில் இருந்த விஜயாளைப் பார்க்கத் திராட்சை நிறவயலின் வில்லுடன் இருந்தது. மதுராவிலிருந்து தொடுவானம் தாண்டி மௌனமாக இறங்கியது வாசலில். பொட்டுக் கட்டிய சிறுமி விஜயாளின் கபிலநிறக்கண்கள் தழுவிய திராட்சை வயலின் உள்ளே துயர நுரைபொங்கிய பாடல். மீன் செதில்கள் துடிக்க அசையும் முள்ளின் அடுக்கில் குத்தும் ஸ்வரவரிசையில் சுயேச்சையான வெள்ளரி விதைகள் நீர்கோர்த்து பழுப்புத் தடமாய் ஒட்டும் இசையில் பேசியது மதுரா வயலின். மாசிவீதிகளில் வளைந்து திரும்பிய ஜட்காவுக்குள் கருக்கிருட்டில் தனிமையான வர்ணமெட்டு ஜட்கா வுடன் சேர்ந்தசையும். பாஸ்கரதாஸின் கருப்புக் கோட்டுக்குள் தேவதாஸிகள் துயில்கிறார்கள். மஞ்சப்பூத்தெரு முளைத்த விருட்சங் களில் உதிர்ந்து உடையும் கணிகை உடல் தழும்புகளில் இசைவிரல்கள் நாண்தடவி ரணத்தின் பாதையில் செல்லத் துரதிருஷ்டத்தை கொண்டுவரும் ஜட்காமனிதர்களின் மெய்யுருக்கிநோயில் துவளும் எளிய தாசியின் நாழி ஓடு மூடிய மரவீட்டில் புகைக்கூண்டு வழியே அலையலையாய் சுரியும் பிரபஞ்ச சுதிகானம் ரகஸியமான மஞ்சள் பூவிலிருந்து மெலியும். விசாரத்தில் ஆழ்ந்த தேவதாசியின் பூர்வீக இசைவீடு ரகஸியமாய் கமலவேணி, விஜயாளிடம் சொன்ன தாஸின் வர்ணமெட்டு இருந்து கொண்டிருந்த பாதரஸப் பேழையில் எரியும் சிமிழிக்குள் பறவைகள் மூக்கை நனைத்து நாசியில் பாடும் சிறு பறவைகளிடம் உதிர்ந்து பரவிய கருப்புக் கோட்டில் அலகுகொத்தி இசைநூல் பிரதியொலி பறித்து இடம் விட்டு இடம் மாறிச் செல்லும் இசை.

கே.எல். சைகாலிடமிருந்து வந்த கடிதங்களின் பழுப்பு நிறப்பாசி எழுத்து. முத்திரைத் தடத்தில் தாஸ்மீது பாடகனின் நட்பு உரையிடப் பட்டிருந்தது. மரவாசனை பரவிய தாஸின் ரங்கூன் பெட்டிகளில் அடுக்கிய பழுத்த வஸ்திரங்களில் தீபஒளியில் வெளிர்மஞ்சள் இற்ற காலத்துடன் ஒட்டும். தீபச்சிமிழில் மறைந்த சரசப்பொற் கோழி மஞ்ச நிறப்பாவையாகி சிமிழிக்குள் நடனமாது மெல்லச் சுடர 'மிருதுவான உடல்கதிர் மரக்கூட மெங்கும் மாய இழைகளாய் அவள்

சாயை உருமாறி சதுர்தண்டிப் பிரகாசிகை ஒளிநூலாய் ஆனது. மலார்ராகம் முடிந்த அரக்குமரக் கூடத்தில் வயதான அமிர்தம் கிழிந்த கருப்புக் கோட்டை ஊசிஒளியால் தைக்க உதிரும் நூலில் தாஸின் வரி சிதைந்து கருப்பு இசைத்தட்டில் சுழலும் கடந்த பாடல். கல்கத்தாப் பெட்டிகளின் மரக்குமிழ் மீது தைல மினுப்பில்ஒட்டிய தாஸின் விரல்ரேகை அச்சு மறையாமல் அப்படியே விட்டிருந்தாள் கிழத்தாசி அமிர்தம். அவரது கல்கத்தா நண்பன் கே.எல். சைகாலோடு டிராம் ஏறிப்போன பல பகல்வேளை மறையாமல் கருப்புக் கோட்டில் படிந்திருக்கக் கூடும். சைகால் கொடுத்த கல்கத்தா புகையிலை கூடும் பைப்பும் கோட்டும் கருப்பு அகலும் பத்திரமாய். தெருவில் இறந்து கிடந்த சைகால் சேரிக்குள் பாடிய இசைத்தட்டுகளில் கோடு மெல்ல வெளியேறுகிறது குரலுடன். அவள் கண்ணீரின்நிழலில் உயிரின் அனந்தத்தை அசைக்கவும் மஞ்சப்பூத்தெரு வாசனை ரகஸிய உள்ளுணர்வுகளைத் தூண்ட மறைக்கப்பட்ட தேவதாசிகளின் விரல்கள் பிரபஞ்ச அசைவில் இருக்கவும் விரும்பினாள் கௌரி. அத்தெருவில் மறைந்து போன இசை எளிய வாழ்வின் விதியாக இருக்கவும் இவ்வுலகின் நுரையீரலில் நிரம்பிய காற்று தாவரப் பாசிகளில் மச்சங்களில் நீரின் ஆத்மாவுக்குள் ஊடுருவிச் சென்று கௌரியின் மிகப்பழைய வீணையின் கிளர்ச்சி யிலிருந்து முதநூலின் அசுரமெட்டு உயிர்பெறவும் வீணையின் ஆழத்தில் அவள் உயிர் கசிந்து வெளிப் பட்ட சாயைகள் மெல்ல உடலாய் உருக்கொள்ளப் பார்த்திருந்தது மஞ்சப்பூத்தெரு.

கிரகங்களின் பெயர்ச்சியில் மாறும் சுரங்கள் கடல் ஆழங்களில் சாவின் மௌனம் கலங்கப்படாதிருக்குமாறு சந்திர சூரியர் துந்துபி எதிரெதிர் நரம்பு மயக்கத்தில் அமிர்தத்தின் ஆவிமீன் நீந்தி சுரங்களில் வால் சுழற்றும். ஒலிகளை விழுங்கும் ஆவிமீன் ராட்சத வடிவத்தை அடைந்து அசுரகண மூதாதையானது. கடல்பாய்களின் நிழல் விழா ஆழத்தில் என்.எஸ்.எஸ். இர்வின் லாஞ்சி ஏறிய தாஸ் தலைமன்னாரில் தேவதாசிகளுடன் இசைப்பேழையைக் கொண்டு கதிர்காமத்தில் நிகழ்த்திய மெல்லிய திரைச் சீலைகள் பின்னே இசைத்த உருவங்கள் லாந்தர் விளக்கில் அசைந்தது. உயிரினங் களுக்கான ரகஸிய பாஷையில் விஜயாள் திராட்சைநிற வயலின் வில்லின் நாணைமுறுக்கி காலத்தை திருகிமறைகிறாள் கொழும்பில். என்.எஸ்.எஸ். இர்வின் லாஞ்சி திரும்பிய நகர்வுகளோடு சேர்ந்து ஊர்ந்துவரும் ஆவிமீன்களுக்கு கொஞ்சியவாறு விஜயாள் சொன்ன நால்வகை யாழின் வட்டப்பாலையைச் சுழற்றிய நீர்ச்சுழியில்

பாஷைகளுக்கு முந்திய சமிக்ஞைகள் இருக்கக்கூடும்.

கிழத்தாசி அமிர்தத்தின் ஆவிமீனின் கண்கள் இசையின் எல்லா அமைதியையும் விரித்து தனிமொழியின் அடையாளங்களை தன்னுள் கொண்டிருந்தது. அவள் உடல் நட்சத்திரச் செதில்களாய் ஓணானின் பழுப்பு நிறத்தில் சுருங்கிவந்தது. ‘எல்லோருமே தாவரப்பாசியின் மெதுவான குருத்தில் இசையாக இருந்த சூனியத்தின் ரகஸியத் திலிருந்து வந்தார்கள்’ என ஆவிசொன்னது. நீரில் விரியும் இலைமடல் களில் பிறந்த பெண்சிசுக்கள் அமிர்தாளின் உடலில் ஒட்டி குருதியின் மிருதுவான இசை வட்டத்தில் நீந்தியவாறு கனவுக்குள் மறைகிறார்கள். காலான்களில் இருந்த வரி கொண்ட அவள் தேகம் பழுத்துவந்தது நரம்புதெறித்து. இல்லாதபலரும் தாவர இருளில் வளைந்து எட்டிப் பார்க்கிறார்கள் அவளை. அமிர்தாளின் கால்கள் அசைவதைப் பார்த்து மிரண்டுபோன விஜயாள் பச்சிலையை விளக்கில் வாட்டி சூட்டுடன் ஒட்டவைத்தாள் அவள் கால்களில். வெற்று அசைவில் பாதவிரல்கள் மௌனமாகச் சொன்ன தாள அமைதியின் விரிவு புவனமெங்கும் ரேகையாக கோடு சுற்றியது. உறக்கத்திலிருந்தவாறே மறைந்த சகோதரிகளை கூவுகிறாள். இறந்து கொண்டிருக்கும் சதங்கையின் உயிர் காலத்தை வசப்படுத்தி எங்கோ கொண்டுபோனது. மெலிவான ஒளிமேலே. கருமையும் வெளிச்சமும் மிகுந்த இலைகள் காற்றில் தத்தளித்து அதிர்கிற ஓசை. மெல்ல மெல்ல மண்ணில் இறங்கி கீழே புதைவுகொண்ட எலும்புகளின் அசுர இசையில் கரைந்து கொண்டிருந்தாள் அமிர்தம். பொட்டுக்கட்டிய சிறுமிகள் பாசுரம் முளைத்த துளசி என்பவளை அழைத்து வருகிறார்கள் தெருவுக்கு. அமிர்தம் அருகே போய் அவள் கைக்குள் மூடியிருந்த மஞ்சள் பூவைப் பார்த்தாள் துளசி. குளிர்ச்சியான அந்தப்பூ எலும்புகளின் இசையில் எரிந்து பிரகாசமடைந்து நட்சத்திர வடிவமாகமாறி வேகமாக மறைந்தது ஒளியாய். காரை வீட்டு மாடித் திருப்பங்களிளெல்லாம் பரவிவந்த அந்த ஒளியில் பாசுரங்களைப் பறிமாறிக் கொண்டாள் துளசி. பூமியில் கலந்துவிட்ட இசை அலைகளில் மஞ்சள் பூ அந்தரங்கமாக தாவர உலகுடன் சேர்ந்து வருகிறது மேலே வளைந்து. வாடி உலர்ந்துபோய் நின்றிருக்கும் ஓரிரு பூவரச மரங்களின் பின்னால் வந்துபோன ஒருவனுக்கு முதல்காதலை அளித்த கள்ளம் கபடறியாத அமிர்தம் துயரமான காற்றாகி பூவரசுகளை அசைத்தவாறிருக்கிறாள். தாஸின் கருப்புக் கோட்டு சாம்பல்வெளிறிய பாசிமுளைத்து இலைகள் படர்ந்து வாசனை கொள்ளும் மரக்கூடம். பூர்வீக இசைவீட்டின் உள்ளே அமிர்தம்

மஞ்சப்பூத் தெருவின் எல்லா அடையாளங்களும் நூலில் பின்னிக் கண்டாள். வெள்ளைப் பூக்கள் கோட்டில் பறித்து பாதரஸப்பேழையில் வைக்கவும் உலர்ந்த கண்ணாடியில் திரும்பவும் அவள் பேர்சொல்லி அழைத்தவாறு யாரோ மறைந்திருக்கிறார்கள் சுற்றி. மஞ்சப்பூத் தெருவில் கிடந்த குருத்து மணலில் கால் விரல்பதிய சிறுமி சதங்கை ஒலி மணல் சுழியில் சுற்றி வீடுகளுக்குள் வரும் காற்று. அந்த வீடு களின் கணிகைகளால் வளர்க்கப்பட்ட துளசி அலையாக இருக்கிறாள் சமையலறையில்.

சமைந்தகன்னி மெல்ல சுடர மிக உயரமான சமையலறையில் உதிரத் தொடங்கிய குரல்கள் ஆண்பார்வைபடாத பதிமூன்று கணிகையரின் ஆவி உருகும் சுரசாதகத்தில் மெலிந்த குரல் விட்டு விட்டு கேட்கும். கன்னிச் சுடர் மீது புகைவளையம் சுழன்று உயர எழுந்து படர்ந்தது கண்ணாடிச் சட்டகத்தில். புகையின் அடியில் மங்கிய புகைப் படத்துக்குள் திறந்திருந்த கமலவேணி கண்களின் அமைதியில் நகரும் மூங்கில் நதி. கபிலநிறக் கண்களின் உள்ளே நிழல்படமாய் உறைந்த கணம் நின்று சதங்கைக்குள் சுருளும் காற்று. மூங்கில் நதி உருளும் நீர் குழல்கள் அலைகோர்த்து தத்தளிக்கும் மாயநீர் இசை. குழல் முளைத்த வேர் குருத்தில் இசைவிரல் தொடு கணம் உறைந்த செப்பியாடோன் புகைப்படம் உதிராத அறையில் தானே கழன்றுதிரும் மஞ்சள் பூத்தெரு வொன்று அசையா மனக்காற்றுள் வண்ணத்துப்பூச்சி பதுங்கிய வீணை நாண்களில் படபடக்கும் இறகு சுரஸ்தானத்தில் பலவித ரஞ்சகமுள்ள சுரங்களில் இமை படபடக்கும் தாசி கை விரலின் அசைவினாலும் அழுத்தத்தினாலும் சிக்கிய வர்ணப்பூச்சி சாவிலும் நுண்ணிய பேத ஒலி வித்துகளில் தாசியின் மரணம் இமை மூடு கணத்தில் தனித்தனி நிறமாக மறையும் தம்பலப்பூச்சி. மிகப் பழைய பாடலின் வெல்வெட் நிறம் உதடுகளில் துடித்திருந்தது. அறையின் மெழுகிருள் உருகி செர்ரி நிற பிரேம் சட்டகத்தில் நெளியும் கொடியும் இலைகளும் சிறகு முளைத்த குழந்தைகள் ஏந்திய கிண்ணங்களில் திராட்சை ஒளிவரி சுழன்று கண்ணாடிப் பரப்பில் இலைகளில் சூன்யச் சிலந்தி வலைபின்னிய நூல் குறுக்கு அடுக்காய் அதிரும். கமலவேணி முகத்தில் சிலந்தி வெள்ளிவலை விரித்தவாறு நெய்து கொண்டிருந்தது வலையை ஊடுருவிய அவள் கண்திராட்சை சுழல்வண்டுகளாய் அறையினூடு ரீங்கரித்துச் சுழன்று சுற்றி குழல் மூங்கில் நீர்த்துகளைகளில் கண்களாக பொருந்தி பார்வை தனியே யாருமில்லாத அறைகளில் பார்த்தது. கண்ணாடித் தொட்டிகளில் பாசிப்பிறண்டை நீர்த் தாவரங்களில் செதில் சிவந்து காற்றசைக்கும்

கருப்புவெள்ளை மீனின் இமை மூடாத பார்வை அறைகள் சுழல் சுற்றுடைய நீருக்குள் இருப்பதாகப் பார்த்தது தோற்றம். பழவகை கொட்டைகள் தானியம் வைக்கும் ஆதிகால ஏழை கிராமங்களிலிருந்து வந்த அடுக்குப்பானைகளில் அப்ஸரஸின் தன்யங்கள் ஒளிந்திருக்கும். பழவகை வாசனையில் மூழ்கிய சயன அறையில் பரம்பரையான தாம்பத்தியக் கட்டிலில் விருத்தாப்பியப் பருவத்தில் கிடந்த தாஸின் முனகல்வரும். மரத்தோப்பின் மொடு மொடுவென்ற சத்தம் வரும் கட்டில் சட்டகங்களில். பரம்பரையான தாசிகள் கட்டிலை விட்டிறங்காமல் காத்திருந்தனர் அப்ஸரஸின் பாதரஸதன்யங்களே கட்டில் குமிழ்களாகி மனிதப் பாலின் கொச்சை நெடி வந்தது கட்டிலில். நினைத்தபடியெல்லாம் பேசும் கட்டிலது. மருந்தீடு மயக்கம் அலைவுறும் தாம்பத்தியக் கட்டில் காலில் பெண்ணுருவஞ் செய்து சித்திர மூலக்கொடி சுற்றி அசைய பேசும் வசியத்தில் மையை எடுத்து எந்தப் பட்சி இறகில் தடவினாலும் அந்தப் பட்சி வந்து கட்டில் மீதமரும். பட்சி அரசாயிருக்கும் ராத்திரி ஏறு வெள்ளிகள் வெகுதூரம் போய் திரும்பிக் கட்டில் அருகில் அப்ஸரஸின் தன்யங்களில் மறையும். பருத்திப் பஞ்சினால் ஆமணக்கெண்ணை விளக்குத்திரி ஒளிகருகும் இரவில் தெரியும் பச்சைப் பாம்புகள் தோன்றி மதனப்பூவடிவில் கலவி கொள்ள மேயப்போன சர்ப்பங்களும் ஒளித்திரி கருகச் சேர்ந்து கொள்ளும் உடல் இல்லாத தேவதாசிகள் கட்டில் காலில் தோன்றி மச்சகந்தி உருவில் நீர்யாழில் அலைவுற்ற ராகலட்சணம் வளைவுகள் கமகங்கள் சுரங்களைப் பிடிக்கும் வழியில் அனுசுரங்கள் ஒருங்கு சேர்ந்து ராகமுண்டாக்கினர் தாசியர். பளிங்குத் தளத்தில் புலர்பொழுது நாட்டியம் பயிலச் சிறுமிகள் நடமாடும் பாதங்கள் விதவித மென்மையான குருத்து விரல்களின் பதிவுமாறாமல் உயிர் பெற்று வரும் மஞ்சப்பூத்தெரு.

இருட்டில் நிற்கும் மூலிகைச் செடிகளின் மயக்கத்தில் கஸ்தூரி மணக்கும் அந்தத் தெருவில் இருளில் தூண்டப்பட்ட சதங்கைகளின் சீற்றம் தக்கித் தக்கிட கிடதகிதா தாதிரதுரதா... மென்றதிர ஸ்திரீ சாடை உயிர்பெற ஜனனத்தில் தொடங்கினான் போலும் புனைந்த ஸ்திரீ முகம் கண்ணாடிக்குள் மறைகிறது. அரும்பிய மீசையை சவரக் கத்தியால் மயிர்கட்டை கணுவில் கீற ஆண்மறைந்து வேறு வேறு வடிவ கணிகையாகி மரஅலமாரிகளில் அடுக்கி துகிலை ஆபரணங் களை நிறங்களைப் பூண்டு உருமாறி பாம்புச் சட்டையுள் புகுந்த சருகுலயத்தில் திரைச்சீலையின் பின்னே உருளும் அபினயத்தில் படமெடுத்து ஆடிய முக சூலத்தில் பொடி தேகம் படர்ந்து வெண்டில்

மண்பரப்பில் விஷம் முகர்ந்து ஆடும் ஸர்ப்ப துள்ளல். ஸ்திரீகள் நுனி நாக்கில் தீண்டிய மகுடிக் காற்றிழைகள் கண்ணிருட்டில் கணம் சுழல கால் சதங்கை வியாபகம் கொள்ளும் மாயம். சர்ப்பம் சிலம்புகளாய் கால் சுற்றி விழித்த கருங்கணத்தில் தனித்தனி விழியாக ஊடுருவி வரும் சிலம்பு, ஒலிநாவுகள் அறுபத்திநாலும் சீறும் தவளை நீர்நாவுகளில் கூட்ட உணர்ச்சி ஒன்றையொன்று தொடர்ந்துவர ஒத்திசையின் சுர அடுக்கில் காலக்கவை முள் உடல்குத்தி வெப்பமாய் தாவும் உதிரஇசை பிடில் தந்திகளில் தவளையின் கூட்டு நாதத்தை ஒலிப்ப செவித் தோலில் தடவும் மிருதுவான தவளையின் சுருள்நாக்கு நீர் உலகின் ஆழங்களில் மௌன அசைவில் நீந்தும். மயங்கவைத்து ஒப்பனைத்திரைக்குள் மறைவான வாசனை உதிரும் சாந்துச் சுவரில் சட்டகமிடப்பட்ட கண்ணாடிக்குள்ளிருந்தான் ஸ்திரீபார்ட் நடிகன். பூச்சிகள் அரித்த செப்பியார் டோன் புகைப்படங்களில் இருந்த கங்கா பாய், பஞ்சரத்தினம், கமலா, நாஸிகாவதி, தானரூபி அனுசுரங்களைப் பிடித்த விரல்களுக்கிடையில் சிலந்தி நூல்கோர்த்த பின்னல் கால்களால் நெய்து நுண்ணிய கால அடுக்கில் ஊடுநூல் பாவிச்சென்றது பூச்சி.

மரபீரோவின் தைல வண்ணத்தில் பர்மா ஈட்டிமர ஆசனங்களில் தாஸ் அமர்ந்த தடம் பதிவுமாறாமல் இருக்கும். முக்காலிமீது தைல விளக்கு கசியும் கூம்புவடிவ சிம்ளி நீண்டு சுடர்உயரமாய் பளிங்கில் பிரதிஒளி அசைந்தது. கடல் சிப்பிகளின் பச்சை நிறம்படர்ந்த நாரில் சாயக் கல் பலகைகள் வர்ணம் பூசிய செடிப்பூக்களுடன் நடுக்கியது வெளிச்சத்தில். மர அலமாரிகளில் தேவதாசிகளுக்குச் சன்மானமளித்த நாட்டிய ஆடைகள் மௌத்திகம் பதித்த விரலணிகள் களிம்பேறிய சதங்கைகள். புஸ்பராகக் கல்பதித்த நெற்றிச்சுட்டி இலைமிடி தாமிரப் பூண்போட்ட குச்சிவளை மூங்கிலில். மான் தோலில் புத்தரை நோக்கித் தவமிருந்தாள். அமிர்தாள் பர்மாவிலிருந்து கொண்டு வந்த புத்தசிலை அது. பெல்ஜியம் கண்ணாடியின் ஓவல் வடிவத்தில் பதிந்த தாசிமுகங்கள் நாயின் கபால நிறங்கள் நீரில் தெரிய உருமாறும் ஸ்திதி. தாசி தோள்மீதமர்ந்த தேவாங்கு தலைப்பேனை உருவி நகத்தில் இருக்கி கண்ணாடியில் முகம்பார்க்க இந்திரகோப்பூச்சி விளையாடியது ஆடியில். கருப்பு நாயின் பக்கவிலாவில் பரகாக்கை அமர்ந்து கூறிய அந்தரங்க வெளி ஆடியில் தோன்றி தாசிமுகங்கள் மாறி மாறி ஜடைப் பின்னல் பார்த்து கூந்தல் விரித்து அரிதாரம் கழுவும் தைலம் பூசிப் பிரிக்கிறாள் நாட்டிய முகத்தை. முதிய கீறல் துணுக்குற பாலுண்ணிகளின் பார்வையால் சலனமாகிறாள். கண் இமையடியில் கருத்திருந்தது காலம். எதையோ நினைத்துச் சலிக்கும்

பெருமூச்சு கண்ணாடியில் படிந்து உள்சென்ற பாதரஸ தாசியைத் தேவாங்கு அழைத்த படி கூண்டில் புலம்பும். உடல்மீது நகரம் ரோமச் சுழியில் மயங்கி மறைந்த யுவனை நினைத்து திரும்புகிறாள்.

தீவு தீவாந்தரங்களில் கிடந்த அம்மணரூப புத்தர்சிலையொன்று தந்தத்தில் வடித்த நிசப்தத்தில் இமை மூடிப் பார்வை அக விளக்கம் கொள்ள கண்விழுந்த இடமெல்லாம் பட்டணங்களும் நான்கு திக்குகளிலும் போன பார்வையில் வீதிகளும் தாசி தலைமுடி நீளத்தில் நீட்டிக் கிடந்தது. பாதரஸத்தில் தோன்றும் வேப்பமரக் காக்கைக் கூட்டின் வடிவத்தில் உற்பத்தியான பட்டிணத்தில் மந்திர வாதியான காக்கை மூக்கால் அடைக்கும் கூட்டு நரம்புநார் சருகு முள்வேர் உலர்ந்த செடிக்கவையில் புலம்பும் மொழிபுகா இசைக்கு நோயாளிகளும் குழந்தையும் கனவினூடே கண்ட காக்கைச் சிறகினைத் தொடுகிறார்கள் துயிலில். அம்மணரூபத் தந்தச்சிலை நாணத்தில் எரியும் மேனியுடன் கரைகிறது மெல்ல. தந்த உடல் வரியில் ருத்ரகணிகை ரேகை தொட்டுத் தேயும் நிர்வாணம். தாஸின் கருப்பு இசைத்தட்டுகள் அடுக்கி அடுக்கிச் சரிந்த நாட்கள் கோடு சுற்றிவிழுந்த கிராமபோன் ஊசி பர்மாவிலிருந்து வந்த புத்தர் சிலைமுன் சிதறிக்கிடந்தது, கரும்பூனை உலவும் அறைகளில் யாருமில்லை. ரெட்டைவால் தேவதை ஊர்ந்து செல்ல நுனிநாசியில் கல்வத்தில் இருந்த பாவை வாசனைவர செப்புச் சிமிழில் விளையாடும் பொம்மைகள் தேவதையைப் பார்த்து கூப்பிட பாழ் சுவர்களில் மறைந்தது பூச்சி.

ஒற்றை மாடிச் செங்கல் தெருவின் வளைந்த படிகளில் சாயல் கொண்ட தாசி நவரட்சணம் முலைப்பால் இழைத்துக் கோர்த்த மெய்யுருகும் சகோட யாழ் கேட்டு சிங்கங்கள் வசப்பட்டு அசைவற்று நிற்க அவள் தன்யங்கள் கசிந்த கவிச்சிப்பால் ஒளிகொள்ள அனாதைக் குழந்தைகள் கூடி நிர்வாணமாய் மடிபுகுந்து பசியாற விரல் அசைக்கும் சகோட யாழ் அதிர்வுகளில் உருவடைந்த சிங்கம் காற்றில் கொஞ்சம் கொஞ்சமாகப் பரவி ராகத்தில் மறையும். கண்ணால் பார்க்காத மிருகம் நாகசுரத்தில் தோன்றி ஆயிரக்கணக்கில் உணர்ச்சிகளில் பல திற ஆழங்களில் நுட்பத்தின் கவை கொண்ட சிங்கம் சுர இடைவெளியில் அலைவுறும். பூதசதுக்கத்தின் கையில் இருந்த ஆன்மாவை உருக்கும் நாகசுரம் வாடியபயிரில் கலந்து சிருஷ்டியில் ஓரறிவினத்தின் உயிரில் நத்தையில் தும்பியில் பல்லியில் சிலந்தியில் நுண் உயிரில் அணுத்திரைந்து பரவி ஒலிநாவுகளில் புலனாகி மேல் சுரத்திற்கும் கீழ் சுரத்திற்கும் இடைவெளியில் எரியும் காற்றாகிறது. செங்காலி ஆம்பல்

செம்மரம் கடம்பம் தோதகத்தி வார்த்துளை, தோல் புடை பறைகள் உலர்ந்து வரும் அறையில் நோயிலாப் பசுந்தோலும் உடும்புத்தொலி அருந்ததியர் தெருவில் உலர்த்திய ஆயிரத்து மூன்று கனவு மிருக நார்த்தொலி தாஸின் மரக்கூடத்தில் மௌனமாய் காய்ந்துவரும். மிருகஉடல் உரிக்கும் கருப்புவிரல்கள் இந்த தோலில் மறைந்து விடைத்த பறைமுழக்கம் ஊருக்கு ஒதுங்கிய ஒரு இருளில் நாயும் வால்நரியும் ஊளையிடும் குரல் ராகம் கேட்டுப் பிச்சாடணர் வரையோட்டுடன் பைத்தியக் கூத்தில் எரியும் திசையொலியில் மயானம். எரியும் உடல் எழுந்து ஊளையிட்ட நாதஊண் வாட்டிய சக்கிலியத் தோல் வளையவாயமர்ந்து மரித்த மாடுகளின் தொலி துடிக்க மூட்டிய தொலிவாரில் உறுமும் ஊமையன் பிணந்தள்ளும் கோல் எலும்பில் விழுந்த ஓசைசாவுக் கூத்தாடும். கருத்த முகில் கூட்டம் தெற்கே இறங்கி பிளந்த ஒலியில் கன்னியொரு பாகமாய் ஆதியில் ஊழிநெருப்பாற்றில் இருந்த நூத்திஎட்டுக் கரணமுடைய அரங்கில் மூங்கில் கண்கள் நெருப்பு உமிழ தீக்கணம் நடுங்கும் முதல் ஊழி.

உத்தீக்கணம் பந்தங்கள் கழற்றி எரியும் கடல்கோளில் முதற் சங்க ஏடுகள் கீறும் அசுரப்புலவரும் முனிகளும் இயற்றிய சரபலீலையில் ஆதித்தாண்டவம். அருவமேனி நடுநின்ற முதல் சபையில் நிழல் எனும் தாண்டவம் கால் மாற கௌரி வீணைத் தந்தி எரியும் நீரில் சிரவகை பதினான்கும் கண்வகை பதினைந்தும் நவநாதன் கரணம். தாசியெனும் அரூபவசீகரத்துள் கல்தச்சன் உயிர் உருகி மெலிந்த சுரப்பிர தேசத்தில் உடல்தானே... நிழலா... சாயைகளா கல்லில் பதுங்கிய முகபேதம் சித்திர கரணம் சிதையாமல் சிற்பவரிதிரிய திரிபுவன அடிக்கல் மிருகங்கள் கோபுரத்தை நகர்த்த குகைக்குள் தீட்டிய நாகவீணையின் முகமாய் பதிந்து சீறும் தந்திகளைத் தன்தோலால் மூடிய தேவதாசிக் குகை விதானத்தில் சித்திரம் கொள்ள மிருக வீணையின் ஜீவநாண்களில் அதிர்வுகண்டான் நிச்சய மின்மையின் கணநேரத்தில்.

திருவிடைமருதூர் மேற்குவாசலில் நாயுடன் நின்றவன் வரையோட்டை நாய் மண்டையில் போட்டுடைத்து நூற்றி ஆறு உள்ளுணர்வு கொண்ட நாய் மண்டை எலும்பேந்தி நிற்கிறான். விலங்கு பூட்டிய ஸ்திரீகளைப் பிரகாரம் சுற்றிவரும் தலைமுறைக் கோட்டி ஒருவனை ஜன்னலில் பார்த்தான் பிரமகத்தி. உள்வெளி பிரகார நீளத்தில் நீட்டிய பித்த நீட்சியில் பூச்சிகளின் இரைச்சலைக் கேட்கும் பிரமகத்தியின் ஜன்னலில் பூக்கள் கூவிச் சிரிக்கும் சப்தங்களை கவனமான தடங்களில் விட்டுச் சென்ற தாசி உடல்

குகையுள் வில்நாணில் சேர்ந்து கோடு கொள்ள குரங்கு விரல்கள் நீண்டுவரும் குகை இருளில் ஜந்துக்களின் தோல் உரசலில் புடைத்த பறை ஓசை. குரங்கின் மிருதுவான கை ஸ்பரிசம் பட்ட ராவெள்ளி எரிந்து சரிந்து வெம்பி துடைப்புடவில் விஷத்துள் புகுந்து உள் சுழல்கிறது மஞ்சள்பூ.

சாயைகள் சதாவும் மோனத்தில் பரவிவர தெருவில் உயிர் கொண்ட இசையும் நாட்டியமும் நெற்றிக்கும் உந்திச்சுழிக்கும் ஒரு நூல் பிடித்தும் அந்நூலை பனிரெண்டங்குலமாய் பாதம் பகிர்ந்திருந்தது மண்டலம். பாதம் போனவழி கைசெல்ல வில் அசைவில் விழிசெல்ல பாதாதிகேசம் சுழித்து ஆடுகிறாள் கமலவேணி. மஞ்சப்பூத் தெருவின் ஞாபகமாய் எங்கோமறைந்த கமலவேணி அரூப வாசனைகளில் பூக்கார வீடுகளில் தோன்றி மறைகிறாள் தினம். கல்மண்பத்தில் வரைந்த கோடுகளில் காமக்கோட்டிபிடித்த சித்திரத்திரள் விதானங்கள் உருமாறுகின்றன நினைத்தபடி. மறைந்தவன் சாயையும் மண்டபக் குளிரில் கோடு கொள்ள தாசிகள் உயிர்பெற்று வருகிறார்கள் தூண்களில். நடமாட்டமில்லாத மண்டபத்தில் தூண்களாயிருந்த வேறுவேறு கல் வகையில் தோன்றிவிடும் கண்ணுக்குப் புலப்படாத வேங்கையுரித்தோலும் நாகம் சுற்றிய கழுத்தும் விஷம் சுமந்த கண்டத்துடன் சமசிரலட்சணம். நவரஸபேதம் பிரிய சிவன் பாதம் தாக்கியதெல்லாம் தாளம். திரிபுரங்களைச் சுட்டெரித்த உகாந்தகால ருத்ரவீணை தாசி கையில். தேவதாசிகளின் பல்லுருவம் பெயர்ந்து கொடு கொட்டி ஆடும் நர்த்தனரூபம். கணிகை கீறிய இசைஏட்டில் சுழன்றுதிர்ந்த லிபிநீரில் மிதந்து நீலகண்டத்தில் பாம்பின் சூலத்தில் தாக்கி இசைகூடி தேவதாசி வீணையின் கனராகம் நீர்ப்பாசியில் முளைக்கும். தாசித்தெரு நால்வகையாழ் வட்டப்பாலையில் சுற்றி கிரகம்மாறுவதில் இடமுறை திரிபென வேனிற்காதையில் தாள அமைதி கீறிய கல்தச்சன் சீர்தாளம் தந்து நிலைகுலைந்து அழிவின் ஊழிக்காற்று சூழ ஒடுங்கிக்கொண்ட உமையின் நீர்உரு சலனமாகும் இசையில். எரியும் கல்லில் கீறிய நெற்றிக்கண் உள் பார்வைச் சல்லடை ஆயிரம் கண் விழித்து ஊர்ந்து விண்பரப்பில் சுழலும் நட்சத்திர ராசிகளிடையே மஞ்சப்பூத்தெரு வீடுகளில் புலித்தோல் போர்த்திய கௌரியின் வீணை. விதிமேல் தாக்கிய பாசுரத்தில் திரிபுரமெரித்து பொட்டுக் கட்டிய சிறுமிகால் ரேகைக்குள் புகுந்தான் வேங்கை உரியுடன்.

அத்தி இலுப்பை செண்பகவிருட்சம் அரசிருந்த இரவில் தேய் பிறைக்குள் வந்த மங்கிய வெளிச்சத்தில் மேல்தூக்கிப் பார்க்கும்

குரும்பை முலை சிப்பிமுலையில் உதிரநிறம் ஒளிர இருள் கூந்தல் மூடி தன்யங்களில் நெளிய சிப்பிவரிக் கோடுகளில் பூசிய மருதோன்றி இலை முற்றி கண்நரம்பு அசையும் மிருதுவான இலை மிடியை மூடிய இலைக் கண் வெளிச்சமடைந்து அசையும் இலை இறகு அடர்ந்த அறுபத்தி நாலு கிளிகளும் சுவர்பொந்துகளில் இருந்தவாறே மறைந்த கணிகையின் கனவுகளில் ஆரூடம் சொல்லும். மிருதுவான கன்னி களின் நடமாட்டத்தைப் பார்த்த செடிகள் அவர்கள் உடலில் குருத்து ரேகை மாறுவதை தெளிவாகப் பார்த்தன. உயரமான சமையல்கட்டு ஓடுகளில் இருந்த இருட்டு கீறல் விழுந்து வெளியேறிக் கொண்டிருந்த ரகஸியங்களை நீர் நகரின் இலைவீடுகளில் குடியிருந்த கம்பளத்தார்கள் புகைக் கூண்டு வழியே பார்த்தார்கள். பொட்டுக்கட்டிய வமிசத் தாருக்கு ஆபத்து நேரப்போவதை சாமக்கோடாங்கி முன்னுணர்ந்து சொல்லி விட்டுப் போனான். சுடுகாட்டுச் சாம்பலில் புரண்டு மயானருத்திரனை அழைத்து பூசைபலியிட்டு சாரைப்பாம்பு சட்டை சுற்றி சமாதி வைத்த தலைச்சன் எலும்புப்பிடியில் மைசேர்த்து கண்ணில் தீட்டிப் பார்த்தால் ஊரை நோக்கி மேற்குத் திசையிலிருந்து வால் நட்சத்திரம் சரிந்து வரக்கண்டு கம்பளத்தார் சொன்ன குறி விண்ணில் சரிந்து வந்தது. செடிகளின் துயரம் இன்னதாக இருந்த தென்று அண்டைவீட்டார் உணர்ந்திருந்தார்கள். ருதுவான சிறுமி வயதான தாசிக்கு சம்ரக்ஷணை செய்வதற்கு விதிக்கப்பட்டிருந்தாள்.

கமலையைக் குளிப்பாட்ட அங்கனக்குழிக்கு நகர்த்திக் கொண்டு வந்து மெல்ல படுக்க வைத்தாள் மேகலா. அங்கனத்தின் ஈரவாடையில் பல பெண்களின் வாசனை உறைநிலையில் படுத்திருந்தது. பெண்களின் கால் பதிந்த சுண்ணாம்புத் தரையில் இருந்த உயிரோட்டத்தை ஸ்பரிசித்தவாறு வெகுநேரம் ஸ்திரீகளின் தாபவேகத்தை நுகர்ந்தாள் கமலை. அவளைவிட்டு உதிர்ந்தபல வர்ணமெட்டு பீங்கான் கோப்பையில் படர்ந்த இஞ்சுக்கிழங்கில் காரமாய் படர்வதைப் பார்வைகொண்டு முளைவிடுவதைப் பார்த்தாள் நிதானமாய். காட்டில் மணந்த தளியிலார் மரபில்வந்த திகைப்பூண்டுகளும் தொட்டால் வாடிவிடும் அமலைச் செடிகளும் மல்லிப்பூவும் அலைபாய்ந்து சுவாசத்தில் பட்டதும் நீர் நகர்தாண்டிய தூரக்காடுகளைப் பற்றி வலியுடன் முணுமுணுத்தாள். முற்பிறவி களாய்த் தொடரும் எலும்புகளின் செந்நிறமாடங்களில் நிழலாக மறைந்து தோன்றும் மேகலா ஒளிர்வு கொள்ளும் கற்பளிங்கில் கன்னிமை காக்கப் பளிக்கறையில் மிதக்கும் பிம்பமாய் அலராகிப் பேசுகிறாள் பாட்டியிடம். நவநாதங்கள் இருட்டில் முளைவிட்டு

வெளிறிவளர்ந்து பாட்டியை எட்டிப்பார்த்து உதய குமாரனை மறுத்து சுழல்வண்டாகி அவன் உவவனத்தில் பின் தொடர்வதினின்று விலகிக் கணிகையர் சுரத்தாவரத்துள் மறைகிறாள். மேகலாவைத் தேடிச் சுதமதி எல்லா ராகங்களிலும் யாழ் இசைக்க மணிபல்லவச் சிங்கமொன்று செந்நிற நில உருக்கொண்டு யாழ் அதிர்வுகளில் உலவி பாட்டியின் மனத்தில் உறுமும். மயக்கத்திலிருந்த கமலை 'அது என் பிறவி மிருகம் எலும்புத் தொடரில் சுழன்று மறையும் நீர்ப்பரப்பில் மங்கலாய் மூதூர் தெரிகிறதே' என்றாள் சிங்கத்திடம். அவள் நாடித் துடிப்புகளை ஜீர வேகத்தில் உணர்ந்த சிங்கம் பாட்டியின் வெப்பமான குருதியில் படர்ந்து பூர்வப்பிறவியைத் தொடுகிறது. அரூபமாய் மூச்சுவிடும் மூதோரின் நிழல்கள் வந்தன. மனித மிருக பூதக முனிகளைத் தாவரங்கள் அடையாளம் காணக்கூடும்.

சமையலறையில் எட்டிப்பார்த்ததும் தனிமையில் திறந்து கொண்ட கதவுகளைத் தாண்டி துயரங்களின் இருட்டை அழைத்துக் கொண்டு அண்ணாவிகளின் மாக்கல்லில் வளைந்த பாரி நாயனம் சுருளும் காற்றுடன் வால்நரிகளும் ஊளையிட்டு தொலைவில் சிரித்தன. குளியலுக்காக அங்கனத்தில் நிர்வாண முதலையாகக் கிடக்கும் கமலையைத் தங்கள் புராதன மூச்சினால் சூடேற்றியது பாரிநாயனம். கருப்பு மரத்தண்டுத்துளைகள் திறந்து இசைச்சாகரத்தில் எல்லா மிருங்களின் நரிகளின் முக்கலும் முனகலும் இடைவிடாமல் கேட்டது. பனைமர உரசலில் காட்டு வேம்பில் கிசுகிசுக்கும் நூறு அடுக்கைக் கொண்ட காற்றிலிருந்தும் தேள்கொடுக்குவளைந்து விஷமேற்றிய தந்திகள் உருண்டு சப்தித்தன ஆழத்தில். காட்டு முள்பூவின் வாடையால் மாட்டுத் தொலி விரிந்து பகடை விரல் முழக்கம் பாட்டியின் காதுகளில் உரசியது. சமையலறையில் அசைந்து கொண்டிருந்த நூற்றி இருவயதான கிழத்தாசி கமலை உறுமுவதை தள்ளிநின்று பார்த்துவிட்டு காலடிகளில் சப்தமில்லாமல் வெளியேறிப் போயின தங்கவால் நரிகள். தெரு தாவர நிழல்களில் தோன்றியது. இருட்டில் தண்ணீர்த் தொட்டிகள் அருகில் ஆண்பார்வைபடாத ருதுக்கள் நீருடன் கரைந்து பேசிக்கொள்வதைக் கேட்டாள் தாசிகமலை... நீர்த் தொட்டிகளின் மீதுபடிந்த பச்சைப் பாம்பு ரஸத்தில் எரியும் அகலில் தோன்றிய நீலசர்ப்பராசிகளின் மூச்சும் நெளிவும் இசைஉள்ளில் பதுங்கிய ராகங்களில் அசைந்த சாவதானத்தில் நீரில் விரல் நீட்டித் தொடுகிறார்கள் தாசிகள். பச்சைப்பாம்பின் திரிஒளிபடிந்த நீர் சிற்றலைகளாக காற்றில் பரவி விநோத சாயைகளில் கமலையின் முன் உருவில் நகர்ந்து சென்றது நகர் நீங்கி.

நீரில் மிதந்து வந்த பனைஓலை முறிகளில் கீறிய முதநூல்களின் இசைக் குறிப்பு சிங்கமுகயாழின் மந்திரத்தில் ஆதாலைச் செடிகள் தழைய சூரியக் கலையாகவும் பச்சைப் பாம்பு அரசிருந்தது இருட்டில். நீர்த் தொட்டிகளை எட்டிப்பார்த்து உரையாடும் ஸ்திரீகள் நீரில் ரோஜா சம்பங்கி இதழ்களைப் பிரித்து மிதக்கவிட்டு நீரில் இறங்கும் இதழ் சாற்றில் தைலமெடுத்து கூந்தல் தடவுகிறார்கள் விரல்களால். நீரில் முகம்பார்த்த தேவாங்கின் தோலில் எழுதிய லிபிகளை நீரே வாசித்திருக்கும். உறையும் சப்தங்கள் மெல்லக் கரையும் நீரின் இசை சலனமான கணத்தில் கமலை வீடு இசை கொள்கிறது. தாழ்வாரத்தில் ஆடும் தூக்கணாங்குருவிகளின் கீச்சொலிகள் நீரைக் கீறி வடித்த காட்டின் தாவரமொழி கமலை காதில் விழுந்தவாறிருக்கும் தீராமல். தானே திறந்தபல ஜன்னல்களில் மறைந்த ரூபங்களும் ஓணான்களும் பெரிய பல்லிகளும் ஊர்ந்து வந்து சுவர்களில் மூச்சு விட்டுக் கொண்டிருப்பதை கிழத்தாசியின் ரகஸியமான கண்கள் பார்த்தன. மறைவிடங்களில் திரியும் உயிரினங்களைக் கூவி அழைத்தாள் அடிக் குரலில். கீரிகளும் புனுகுப்பூனையும் கருநாயும் காட்டு அணிலும் மண்ணைக் கிளைத்தவாறு படைபடையாய் கனவின் வளமையில் பிரவேசித்தன வீட்டுக்குள். கருணாமிர்த சாகரத்தில் ஐந்துயிர்களின் உயிர் ஆவிசப்திக்கும் கூட்டிசையில் ருத்ரனின் கால்பாதத்தில் பல்லி ஊர்ந்து தன் நாசியில் இருந்த மூச்சினால் நாதத்தைத் தூண்டியிருக்கும்.

X

தேவதாசியின் கட்டளைக்கணக்கு

தேவதாசிமுறை புத்தமதத்திலும் ஜைன மதத்திலும் பரவலாக இருந்து வந்திருக்கிறது. மத்தியகாலத்தில் இந்துக் கோயில்களில் மட்டுமல்லாது ஜைன பஸ்திகளிலும் புத்தமடங்களிலும் தேவ தாசிகள் இருந்ததற்கு ஆதாரங்கள் உள்ளன. சீனாவிலிருந்து வந்த நாடோடி காமோஸ்டாவோவின் கூற்றுப்படி குஜராத் பிரதேசத்தில் நாலாயிரம் புத்தக் கோயில்கள் இருந்ததாகவும் அதில் இருபதாயிரம் நாட்டியப்பெண்கள் தினம் இருமுறைபாடி ஆடிப் புத்தர் சிலைக்குப் பூச்சொரிந்து உணவிட்டு வந்ததாகத் தெரிகிறது.

ஒரு ஊரிலே ஒரு தேவதாசிக்கு ஒரு வராகன் விகிதமாய் அத்தேவ தாசிக்குப் பட்டினம் ஆளுகிற வம்பமௌரிய அரசனுடைய ஊழியக்காரன் புத்தமடத்துக்கு வந்து ஒரு உடன்படிக்கை செய்து கொண்டான். அது எவ்வாறெனில் நாள் ஒன்றின் காலையும்

மாலையும் புத்தர்முன் ஆடிப்பாடும் வேளைமுடிந்ததும் இசை கற்பித்துத் தர வேண்டும். ஒரு திங்களுக்கு முப்பது வராகன் கட்டளையாகையால் என் கையில் ஐந்து மோதிரங்கள் இருக்கின்றன. அவை முப்பது வராகனில் செய்யப்பட்டவை. திங்கள் ஒன்றுக்கு நாள் முப்பதுக்கு ராகம் சொல்லி நடந்துகொண்ட நாளைக்கு ஐந்து மோதிரங்களிலும் உண்டான வராகன் கணக்குப் பார்த்து கொடுத்துவிட்டுப் போகிறேன். அரிய ராகங்கள் அடங்கிய ஐந்து மோதிரங்களும் பிதிராய்ப் பல தேவதாசிகளின் கைமாறி வந்தது. அதை அணிந்துகொள்ளும் போது அவந்திகாபுரத்தி லிருக்கும் பவிஷ்ய புராணத்தில் இந்து வழக்கப்படி கடவுளுக்கு அர்ப்பணிக்கப் பட்டவள் சொர்க்கம் அடைவாள் என்பது புராண வாசகம். புத்தரை நாடிய தேவதாசியோ சொர்க்கத்தையும் கடவுளையும் இசையில் படைத்துக் காட்டி அந்த ஐந்து மோதிரங்களுக்கும் கீழ் கண்டவாறு இசை கற்பித்துக் கணக்குத் தீர்த்தாள். அல்லாமல் அரசன் ஒருவேளை வேறிடங்களுக்குப் பயணம் போகச் சொன்னால் இசை கற்பித்த நாளைக்கு ஐந்து மோதிரங்களிலும் உண்டான வாரகன் கணக்குப் பார்த்து கொடுத்து விட்டுப் போகிறேன். அரிய ஐந்து தேவதாசி மோதிரங்களும் எத்தனை வராகன் எடை என்றால் 'க' வராகன் எடையில் 'க', 'உ' வராகன் எடையில் 'க' இருவராகன் எடையில் 'க' ஆக முப்பது வராகன் எடை என்றவாறு தனது சீதள ஓலையில் எழுதியிருந்த கணக்கை நீட்டினான் டாவோ. அடுத்தமடிப்பில் செல் அரித்த புகார் தெரு வந்தது.

19 நீர்ப்பாழி

சாம்பல்நிறப் புகார்நகரில் இருந்த பவளப்பாறைகளில் புராண காலச் சொற்களின் ஒழுங்கு வரிசையில் புதிரும் ஒளியும் நிழலும் பின்னிப் பிணைந்த ஆமைகள் வெந்நண்டுகள் பழுப்புக் குளிர் நள்ளி கூர்மம் உப்பில் துவழும் ஏரலும் சுரிமுகக்கொம்பு நீட்ட கிளிஞ்சில் அப்பிய காளான் திட்டுகளில் பொங்கிய வெளுத்த கோரைகள் உயிர்ச் சிப்பிகளின் தடங்களில் ஊர்ந்து பதிந்தபுகார்க் கோடு நீரின் உருவாகத் தோன்றினான் மறலிப் பிச்சன். அவன் கல்சிரசில் சலஞ்சலச் சங்கும் சுரிமுகக்கோடும் மகரத்தின் சிமிழ்திறந்து கூன்முள் குத்த கவைமுட் கள்ளித் தலைகளுடன் அசையும் கபாலத்தில் பூத்த நெருஞ்சியே காயாகி முள்ளாகி மாறும் கபிலநிறத் தத்துப் பூச்சிகள் ஓசையிடும் தலைக் கவிகையோடு கொண்ட கரடுமுறடான மறலிப்பிச்சன் சிரசு.

விளக்கேந்திச் செல்கிறான் மூழ்கியகுளக்கரைக்கு. கல்வாசல் வெளிச்சம் ஆழ்ந்து பரவ ஊருணிப் படிக்கட்டுகளில் பூரண கலசத்துடன் சிங்க முகம் வாய்திறக்கப் படிக்கட்டுகளில் தாமரைப் பூக்கள் இலைச் சருகுகள் கோலங்களில் செதுக்கிய நீராழி மண்டபம்.

ஆளோடி உயரத்தில் புடைச்சிற்பமாய் சர்ப்பம் தழுவி நெளியும் கருவறையின் நெருங்கிய வாசனை. அகப்புறமாகிய சிந்து குறம் பாடி வரும் நூலுக்குள் குடையும் குருத்தில் பார்சுவரின் தலைமேல் கவிழ்ந்த ஏழ்தலைச் சர்ப்பத்தின் உடல்மேல் தாழை அரும்புகள் வீச நின்ற கோலத்தின் பின்னே பழுத்த தாழம்பழங்களின் கனிவு மென்மையாய் பரவுகிறது. கல்உடல் மேல் தளையவிழவீழ்தாள் சமணச் சிலையுருக்கள் மயங்கி நிற்கும் மணற்படுகை. அருகர் மேல் மோதும் அலைகள் மணல் பறிக்கப்பட்ட வேர், நகரில் ஆழ்ந்து நிற்கும் தாழை சாய்ந்தும் தலை கனத்தும் குனிந்தும் அசைவாடும். தெருக்களில் ஊன்றிய தாழை விழுதுகளில் நாரைகள் மேலமர்ந்து கூடுகள் கட்டியும் தாங்காது சாய்ந்தும் வீழாமல் நிற்கிறது புகார். கடல் புலவு வீசும் வாடை. வளை, நாகு, கரு நத்தை, மயிலைமீன் கெளிறு, இறால் இவற்றின் புலவு வாடையும் முள்ளின் வெண் நிறத்தில் படிந்த உப்புக் கட்டிகளும் புழுங்கி வீசாமல் புகார் உயிர்பெறப் போவதில்லை.

தாழையில் அறுத்த ஏடுகளில் பெண் ஆண் பூக்கொழுவிய லிபிகளின் தனித் தனிவாசனையால் பிரிக்கப்பட்ட சிலம்பும் மேகலையும். ஏடுகளை நுகர்ந்து பிரிக்கும் மறலிப்பிச்சன் இருபால் இறகால் கீறிய குறுத்து மடல் ஈரம் உலராமல் தவழ்கிறது நிழலில். முன்னோர் மறையும் நீர்வீதிகளில் அடைபட்ட கல்வாசலைத் திறக்கிறான் மறலிப்பிச்சன். உள்ளே விட்டங்களில் செதுக்கிய மரப்பாவைகளின் உந்திக் கொடியில் வண்டுகள் குடைந்த பாடல். கடலால் அடைபட்ட அறைகளுக்குள் நூற்றாண்டுகள் பல கடந்த வயதுடன் கற்பகத்தருவும் காமதேனும்.

மரத்தாலும் வெள்ளியாலும் சிற்பித்த வாகனம். கற்பக விருட்சம் வேண்டுவோர்க்கு வேண்டுவன தரும் வெகுளி. எட்டுக் கிளை களுடன் காமவல்லிக் கொடிபடர்ந்த கற்பகம். ஆவின் தோற்றமும் மனிதமுகமும் தலையில் கொம்பும் மார்பில் முலையுமாக நான்கு கால்களுடன் விளங்கும் பௌராணிக விலங்கு. கற்பகவிருட்சம் பசுமை உலகம் சூழ நுண்ணிய வாய்களால் குமிழ் மூச்சுவிட்டது நிலவறைக்குள். துயிலமைதி கொண்ட நீரைத்தவிர வீடுகளின்

சுவர்களில் கபிலக்கண்களுடன் ஊர்ந்து வரும் கடல்பசு. பவளப் பாறையில் சாம்பல் ஆமைகள் ஊர்ந்த கோடு உருவடைய செதில் முளைத்த இதயத்தின் உதிரம் வாளால் அறுக்கப்பட மண்கலயத்தில் பிடித்த பலி உதிரத்தைச் சுவர்களில் தீட்டுகிறான் ஓடேந்தித் தச்சன்.

இந்நகரின் பொறி அமைவுக்குள் அலைவுறும் ஆவிரூப ஸ்தபதி அவன். அவன் கையோடு கொதித்துத் தீமூண்டு எரிகிறது நகரம். நீருக்குள் தலைகீழாகப் பாயும் அம்புகளில் பூட்டிய விஷம் எரிகிறது தகித்து. அறுபட்ட இதயக்குரல் சுழன்ற அலையில் பெரும்புறமெங்கும் இருட்பூமி ஊளையிடும். நீர்ப்பாழி படிகமாய் தவழ்ந்து சுவர்களை ஊடுருவி வருகிறாள். அவள் வெண்ணிறமான தொண்டைக் குழியில் கடல் சங்கு உள்பதிகிறது. ஆழ்ந்து துயின்று கொண்டிருந்த நாளங்காடிகளில் நீந்திவரும் செப்புக்குள் கெம்பு ரத்தினங்கள் சுவாலித் திருக்க கருப்பு நீரில் சுரிமுகம் வாய்பிளக்க உயிர்முத்து கூட்டமாய் நீந்தி நகர விளக்குகளும் பாய்மரக் கூட்டமும் சிறுதுயில் கொள்ளும்.

பெண்லிபிகள் பூத்தாழை மடல்களையேந்தி வெளியேறிப் போனான் மறலிப்பிச்சன். புத்தபீடிகை மேல் வைத்த மேகலையின் இலைவாசனையில் நரம்புகள் கிளைத்தாள் நீர்ப்பாழி. சிரபுஞ்சமும் அன்னமும் பார்த்த திசையில் மீனெறி சிரல் பட்சிகள் சிறிய தடங்களை மணலில் பதித்து மறைகின்றன புதிராய். தலைசுற்றும் தொலைவைக் கடந்து வட்டமாய் உயரும் நீர்மேல் புகார் உருகண்வழி நகர்ந்து மேல் கீழாய் மிதந்து வரும் தாழை ஏடுகளுக்குள் மடல்கீறிய பெண் வாசனை. முகத்தருகே காற்று விரித்த தாழம்புதரில் அப்பூக்கள் மீது சுடர்பரவ மடற்தாழை நிழலில் பாழியின் தாய் சாம்பல் கோரைகளைப் பின்னி பிறை நிலவின் ஒளி மினுப்பில் மணலில் கலந்த எலும்புகள் தாகத்தில் பிணைந்து எழும் ஊழியிலிருந்து மணல் வெண்மையில் கரைந்த நீர்வடு கடலின் கருமணிமேல் வீழ விளக்குகளில் தேம்பும் நீர்திவளைகள் புலம்பி மணலில் வடிந்து நிலவை உருக்கும். செங்காந்தள் விரல் தடவிய மணல் நரம்புகளை மெல்ல முறுக்க ஊர்ந்து ஒளியுடல் பெறுகிறாள் நீர்ப்பாழி. அவள் கையிலிருந்த உவர்நீரில் கமழும் தாழை ஏடுகளில் சிலம்பு வரிகளைக் கழுவக்கழுவ இசைக்களஞ் சியத்திலுள்ள பழங் கனவுகளில் ஊடுருவிய நீர்நகரம் தொட்டால் சுருங்கிவிடும் மென்மையுடன் இசையாகிறது. இரவில் காந்தும் வெம்மையில் புணர்ந்த காந்தங்கள் மணலில் புரண்டு எழத் தாழம்பூநாகம் வெளிர் மஞ்சளாய் எழுந்து நெளிந்து அலைவுறும் இலைவரியில். நீர்ப்பாழி முன்தோன்றி முற்பிறப்பின் சருக்கம் கூறி மேகலைமடலின் உள்மறைகிறாள்.

எட்டிய வெளியில் மூழ்கிய நகரம். நீர்வீதிகளில் புன்னை நிழல் சேர்ந்த ஹிப்பலஸ் முன்றில் தாழையுடன் வீசும் மரக் கலம் நகர்ந்து பிரிந்த பாலை நகரமாய் மயங்கிக் கரையும்.

அடையா நெடும்பயணம் வந்த ஹிப்பலஸ் உடல் அரும்பின் துளிர்களுடன் தாழையின் புறமடல் வளைவுகொண்ட நேயத்தில் வடுத்தோன்றி புகார் வீழ்தாழை ஹிப்பாலஸின் வாசனை. இலைகளால் சூழ்ந்த நகரம் அராவுகிற வாளரவத்தின் பற்களாக நீடிலைத்தாழைகள் தெருக்களில் ஊடுருவி சுறாமுள் கொம்புகள் முறக்களால் வழிபடும் இந்நகரம் உமணரும் பரதவரும் கடல் மேல்வரும் நாவாய்களை நோக்கி திரும்புகிறார்கள் கருக்ககலில். தொலைவே பரங்கி வருகிறான். தாழையின் ஓலையில் எழுதப்பட்ட ஏடுகளுடன் மணல் பரப்பில் கிரேக்க மொழிகீறி முடங்கில் வெண் தோட்டுடன் மறைகிறான். பளிங்குப் பீடிகையில் வந்து மௌனமாகி முணுமுணுக்கும் கபில நிறக்கண்கள் கொண்ட ஹிப்பலஸ் மீது நீர்ப்பூச்சிகள் கடல் மடிப்பில் அலைந்து 'ஹிப்பலஸ் நீ வந்தால் மட்டுமே நீர்ப்பாழி வெளிப்படுவாளாம்...' எப்போதாவது ஓசைப்படும் அரேபியவணிகர்கள், காப்பிரிகளின் பழையஒலி. ஹிப்பலஸ் நீளவிரல்களால் தீண்டி நீர்ப்பாழி அலைக்குப் பின்னே ஒளிந்து மிதந்தலைந்து எப்போதாவது ஓசைப்படும் நீலநிற யுவன் அவன் பாஷை நீளக்கேட்கிறது மெல்ல. வெகு தொலைவிலுள்ள காடுகளைக் கடந்து போன நீலபரியின் பின்னே ஆடிப்பாடும் அவர்கள் கூவும் ஓசை. வெள்ளிய கல்லுப்புமேல் கருங்கூந்தல் பளபளக்க அதன் சுருள் மூச்சிலுள்ள துக்கத்தைச் சொல்லும் புகாரின் நினைவுச் சுவடு. தனிமைகுடித்த பாழி தொலைவில் மறைகிறாள்.

நெய்தல் பட்டினத்தின் நிறம் கருப்பாய் மூன்று அதிதேவதைகளான ராகும் கேதும் சுக்கிரனும் ஸ்தானத்தில் இருக்க பருவசக்கரத்தில் உள்ள சதயம் பரணிஇடபம் கன்னி மகரமென ராசி இடத்தில் சூதாடுகிறான் ஹிப்பலஸ். பண்டகத்தில் அந்நிய தேசத்திலிருந்து வரும் பச்சைத் தேயிலையும் சித்திரக் கிண்ணங்களில் வந்த தேனீர்மரபும் குசத் தெருவிலுள்ள மண் அறுக்கும் கூட்டம் சுற்றி ஆரக்காலில் நெளிந்து வந்தகளிமண் ஜாடிகளில் கீறிய பூக்கள். பட்டிலுள்ள தீப்பறவையிடம் ஹிப்பலஸ் கேட்டான் 'புறப்பட்டுப் போன பழமையான ஈயாகான் - ஒன்னஸ் மீன் கடவுளை ஏற்றிப்போன தீப்பறவையே மறைபொருளை நாடிச் சென்ற ஒன்னஸ்சிலை எங்கிருக்கிறது சொல்வாயா எனக்கு' என்றான். கும்பவடிவம் கொண்ட சுட்ட பாண்டத்தில் உறையும் என்றது தீப்பாவை. காஞ்சியிலிருந்து வந்த சாலியரின் வண்டி

வரிசையில் ஒன்னஸ் வருகிறது. எகிப்தியர் கொண்டுவந்த பாதரஸத்தில் பலநகரங்களின் அதிசயச் சிலைகள் பேசும். நாகரீக நகரங்களுக்கான வாசனைத்தைல சீசாவில் இளவரசிகள் நுகரும் மோகம். படிகத்தில் உள்ள பனிநீரில் முகம்பார்த்த கணிகை நாடகச் சுவடியை வஸ்திர இலக்கண முறையில் திருப்புகிறாள்.

யூதர்பேசும் எபிரேயு பாஷை, மகமதியரின் அரபியிலும் பல மாலுமிகள் கடற்கோட்டையில் பேசும் பல மொழிகலந்த ஒலி தெறிக்கும் கடல் உப்பு. முன்தெருவில் ஆண்நாய்கள் ஏழகத்து ஆட்டுக் கிடாய் களுடன் குதித்துத்திரிய பரதவர் பனங்கள்ளில் மாந்திய எரி சிவப்பான கண்களுடன் பூமலிப் பெருந்துறையில் சிலம்ப ஏழகத்தார்கள் கவுதாரிப் பறவைகளுக்கும் அராபியக்கிளிகளுக்கும் கனிந்தபழச்சாறு பூசிய தினையமுதை ஊட்ட பெருந்தெருவில் வரையாடுகள் திரிய வீடுகளின் பக்கம் முளைக்குச்சியில் கட்டிய பாலாடுகளின் மடுவில் பீச்சிய வெள்ளாட்டம் பாலின் சுவையில் துருக்கிதேசத்தின் காடுகள் தோன்றும். கலத்தில் வந்த ஆடுகள் மொய் மொய்யாகப் பட்டிகளில் கட்டப்பட்டு அவற்றின் நீளமான காது களிலுள்ள துருக்கி முத்திரையின் கீறலைப் பார்த்து சுங்கச்சாவடிக் காவலர்கள் மந்தையோடு போகிறார்கள்.

பால்கவுச்சியும் உதிர்முடியுடன் கலந்த பிழுக்கையும் பரவிக் கிடக்கும் உள்பகுதி. முற்றங்களில் பூசிமெழுகிய பசுஞ்சாணக் கோடுகளை சுவர்களிலும் தீட்டுகிறார்கள். ஒவ்வொரு ஸ்திரீகளின் கையிலிருந்த தீத்துக்கல்லின் மழுமழுப்பான தேய்மானத்தின் பளிங்காய் கிழக்கிலிருந்து வந்திருக்கக்கூடும். நீரில் மிதந்து வந்த துருக்கி ஆடுகளை பேரம்பேசும் பழைய மரபுப்படி விரல் கையில் விலை தீர்த்த மறிகளோடு போகும் புழுதிப்படை ஊரைச் சுற்றிப் படலமாய் கரையும் உருவங்களோடு தொரட் டியுடன் புகாருக்கு வெளியே இளந்தைமுள் அடைத்த கூடுகளைத் தூக்கி நகரும் தூரமான பயணம்.

கூனிகைக்கொடுத்து பெருந்தெருவின் திரிதருமருங்கில் நவரத்தின வணிகர் கூந்தல்முடிந்த கழுத்தில் முத்துமாலை அணிந்து வீற்றிருந்தார்கள். உள்ளேவரும் அந்நியர்களான மஞ்சள்முகச் சீனரும் கருத்த காபிரிகளும் வெளுத்த யவனரும் நீர்மேல் வந்த நிமிர்பரிப்புரவியில் தோன்றும் அராபியரும் கொணர்ந்த செங்கடல் விளக்குகளின் தனித்த ஒளி சில வர்ணங்களை பலகைக்குழியில் கொட்டி அளக்கிறார்கள். சோதனையில் நிர்ணயமாகும் விலையைக்

கட்டும் சொர்ணப்பைகள் தோல்களால் தைத்திருந்தது. தரைவணிகர் பொதிமாடுகளுடன் ஊர் ஊராய்ப் போகும் வழித்தடம் பல கிளைக்கும் மையத்திலிருந்து. கடல் சங்கு அறுத்துச் சுட்டகாரை வீடுகளின் பழுப்புநிற மரங்களில் அன்னமும் மயிலும் புகார்க் கணிகைகளின் வெள்ளிக் கிண்ணங்களிலுள்ள பாலமுதைக் கொத்தி உண்ண அன்னத்துடன் உரையாடல் தொடர்கிறது.

தோட்டத்தில் திரியும் எகினக்கவரி பசுந்தரை மேய மயில் கழுத்து நீண்டு கடலில் வளையும் அகவல். உள்ளே பொங்கும் கடல். ஊரைச் சுற்றி வரையாடு திரியும் தோற்றம் மெல்லக்கரைய உப்பின் அடுக்கில் புதைந்தவர் ஓசையைக் கேட்டாள் மறதியிலிருந்து. கரைந்து படிந்த முள்புதராய் வளைந்த மீன்எலும்புகளும் முள்ளும் முடலும் செடியாகி கடல் பளிங்காய் குத்தும் உலர்ந்த புலவுவாடைக்கு மெல்லவரும் வீதி.

கிளிஞ்சில் மீது துளைவிழ உள்ளோரும் மணல் ஓசை சுருளும். ஊச்சிக்கூடுகளில் பதுங்கிய உயிர்வரிக் கூச்சல். கதவுளில் கீறிய உப்புக் காற்றின் விருவுகள். உதிரும் சுவரில் உதிராத சங்குகளின் பழுப்பு. சுண்ணச்சாந்தில் புதைபடிவச் சிலைகளில் காரைகள் உதிரும் சலங்கைக்குள் இசை ஏனோ நிற்கிறது மறையாமல்.

உள் அறைகளிலுள்ள கருந்தேக்கு விட்டங்களில் தைத்த பூக்குழைகளும் கடம்ப உத்திரங்களில் கால் நீட்டி அசையும் யாழிகள் தீப்பறவைகள் கக்கும் கொழுந்தான தீநாவுகளில் இசை பற்றிஎரிய மாடங்களில் பதுங்கிய கால்சிலம்பை வாங்கி கண்களில் முகர்ந்து நெஞ்சில் அணைத்து ஓடுகிறான் சூரியன்.

பணிதீர்ந்த உத்திரங்களில் தொங்கும் கும்பமும் யானைகளின் காதுகள் அசையும் தைலவாடையில் மறையாத ஸ்திரீகள் மர அலமாரியில் யவனவிளக்குகளின் அகவிரல்களால் மூட ஹிப்பலஸ் கை தகதகவென மஞ்சள் ரேகை எரியும் யுவவிரல்கள். சுடரில் கொக்கியாய் வளையும் சுரிகண் கிளிகளின் அகச்சுடரில் உள்குமிழ்ந்து செந்நிறமாகும் ஹிப்பலஸின் ஆசை. ஏழகத்தார் வீட்டுக் கன்னிகள் ஹிப்பலஸின் நிழல் அசைவதைப் பார்த்து எகிப்தியக் கண்ணாடிமுன் அடர்ந்த கூந்தலை யவிழ்த்து பனிநீர் நறுமணத்தைலம் பூசி புகையூட்டி ஹிப்பலஸிடம் பேசுகிறார்கள் ஏழகத்தார் மரபை.

சிறுமிகள் கால்களில் அணிந்த மாணிக்கக் கழல் ஓசை பூச்சிகளின் இரைச்சலாய் பாயும் கடல். கன்னியுடன் மையல் கொண்ட ஹிப்பலஸ் அவள் கூந்தலில் ஒரு பிடியை அறுத்துத் தருமாறு கெஞ்சுகிறான் ஜன்னலிலிருந்து. 'தெருவில் யாரும் பார்த்துவிடப் போகிறார்கள்

உள்ளே வந்துவிடு ஹிப்பலஸ்' கல்வாசல் திறக்க உள்ளே வருகிறான் ஹிப்பலஸ். அவன் கழுத்திலணிந்திருந்த பவளச்சிவப்பில் தன் கண்களை வைத்து முடிந்த அவன் கோரைமுடியை தழுவுகிறாள் கன்னி. 'முத்து மாலை வேண்டுமானால் தருகிறேன். இதற்கு மாற்றாக உள் பவள ஆரத்தையும் இதன் செந்நிறம் கொண்ட ஒரு துளி உதிரமும் தருவாயா எனக்கு' என்றாள் வணிகன் மகள். தன் இடுப்பிலுள்ள உப்புவாளை எடுத்து ஒவ்வொரு விரலிலும் முனையால் கீறித் துளிர்த்த விரல்முனை ரேகையில் உவர் உதிரம் பச்சை நெடிக்க அவள் கூந்தலில் பூசுகிறான் விரல்களை. குருதிபரசிய கூந்தலில் ரத்தப் பூக்கள் மலர்ந்து சிவக்க கைப்பிடியளவு அலைபடும் கேசத்தை நறுக்கும் நெறு நெறுப்பான கோபம் கண்களில் படர அவன் மார்பகத்தில் நுழைத்துப் பிழிகிறாள் கூந்தலின் உதிரமும் கலந்து. அவள் உதிரம் பிழிந்த நெஞ்சில் சிற்பத்திலிருந்த நவரத்தினங்கள் தெறித்து விழக் கண்ணாடிகள் சூழ்ந்த அறைக்குள் விதிவசப்பட்ட கன்னியின் கூந்தலில் பிடிபடுகிறான் ஹிப்பலஸ். திரைச் சீலைகளில் வரையப் பட்ட சீனத் தாவரங்களின் பச்சை உதிரம் துளிர்க்கப் பேசுகிறாள் வணிகன் மகள்.

உள்ளிருந்த பணிப்பெண்கள் மண்கிண்ணிகளில் இலைகள் தவழும் நீர் கொண்டு வருகிறார்கள். புன்னை இலையை எடுத்து கன்னியின் கும்பஸ்தனம் திறந்து தீட்டுகிறான் அழியாத உயிரை. தன் விரல்களை முறுக்கிப் பிழிகிறான் முலைமேல் உதிரம் உவர்க்கும் வெள்ளிய உப்பை இன்னும் தாகத்துடனிருக்கும் மூதோரின் எலும்புகள் அரூபமாய் கரைந்திருக்கும் அறைக்குள் மெல்லத் தன் உப்புவாளை எடுத்து விரல்களால் அழுத்துகிறான். மண்கிண்ணத்தில் நிரம்பி வழியும் குருதியின் ரகஸிய இழைகளால் கன்னியின் முலைகளில் பூசி அவன் மீது சரிந்து காலமற்ற கணமொன்றைப் பெறுகிறான் அவள் உடல் ரேகையில்.

கைக்கூட்டுக்குள் அவள் கேசத்தைத் தழுவ நுரையீரலிலுள்ள காற்றை லட்சம் துளைவழியாக லயமடையும் ஒரு துளி உதிரம் அவள் உள்ளங்கையில் படுகிறது. மயில் தோகையால் அவனை மூடி நூறு பூக்களின் ரகஸியத்தைச் சொல்லி புறவழிக் கதவைத்திறந்து வெளியே ஓட்டுகிறாள் அவனை. வணிகரது ஆவிகள் தேடும் முத்துக்களை ஓடேந்தித்தச்சன் பிக்ஷாபாத்திரத்திலிருந்து அள்ளித் தெளிக்கிறான் வெளியில்.

ஜன்னலில் முகம்வைத்த மீன்களின் குரல். துளிர்த்த உப்பு

விளக்குகள் கடல் மேல் உயர்கின்றன. யவனப் பெண்கள் பாவை விளக்குகள் கொண்டு வருகிறார்கள் நகருக்குள். சுவர் ஓரமாக நரை மூதா ரத்தினச் செப்புடன் மறைந்து திரிகிறாள். கணிகை முதுபாழி தன் பேத்தியைத் தேடி நகரெங்கும் அலைகிறாள். உமணத்திகளோடு தெருமணலில் விளையாடுகிறாள் சிறுமிபாழி. கடலில் படிந்த சுடர்கள் நெளிந்து ஓடும் பாய்விரித்தகப்பல் அருகில் சுடர்வாட்களில் சண்டையிட்ட சருக்கத்தில் பாய்மரங்களில் தீட்டப்பட்ட உதிரத்தில் நனைந்த போர்ப்படலம் காற்றில் படபடத்து அசைகிறது. யாருக்கும் தெரியாமல் மர உத்தரங்களிலுள்ள விருட்சங்கள் துளிர்த்த இலைகளின் பச்சை நகரை மூடுகிறது ஒளியால்.

XI

ஊமைச் சிற்பி

சிற்பம் உருவாக்கும் போதே உயிர்வருமாம் சிலசிலைகளுக்கு. அப்படி ஒரு சிற்பம் கொத்து முத்தாய்க் கூட்டுவதற்கு கல்தேடிப் போனான் ஊமையன். கல் அமையவில்லை. மலையில் மாடு பத்திக் கொண்டு கீழே ஒரு பாம்புப் புற்றிலிருந்து சீங்குழல் வாசிப்பான். இவன் வாசிக்கும் சத்தம் கேட்டு மாடுகள் அனைத்தும் வந்து மத்தியான நேரத்தில் தண்ணீர் குடித்துச் செல்லும். மீண்டும் மலையில் சென்று ஏழு ஓசை கேட்கும் கல் அடுக்கில் தட்டினான் ஊமையன். மலையில் மேய்ந்த மாடுகள் குழல் சத்தம் கேட்டு மாலையிலும் இறங்கி வந்துவிடும். ஒரு நாள் நாகம் தீண்டி ஊமையன் நீலமாகிக் கிடந்தான். இருட்ட ஆரம்பித்தது. குழல் சத்தம் கேட்காத மாடுகள் ஊமையன் இருக்கும் இடம் நோக்கி வந்தன. விஷத்தைக் கொடுத்த ஸர்ப்பங்கள் திரும்பி வந்து ஊமையன் வடுவில் உறிஞ்ச எழுந்தான் சிற்பி. அவன் ஒலிக்கல்லில் உளி வைக்கும் போது மலையின் ராகம் கேட்டது. ஏழு நிறங்களுடன் மலையைக் குடைந்து பார்சுவநாதரின் ஏழ்தலை நாகப் பிரபை மலையுடன் புடைத்தெழுந்தது. முடிவில் நாகஉலா சிலைக்கு கை உடைந்து விட்டதால் அதை மண்ணுக்குள் புதைத்து நிம்மதி இழந்து அலைந்தான் ஊமையன். இதனால் அவனுக்கு ரோகம் பற்றிக் கொண்டிருக்கக் கூடும். அந்த இடம் வயல் காடாய் இருந்ததால் சாம்பாத்திகள் புல் அறுக்கப்போனார்கள். புல்லில் ரத்தம் கசிவதைப் பார்த்ததில் நாகஉலா சிலை பச்சை நிறமாகி உடைந்த கையில் சர்ப்பம் சுற்றிக் கண்ணில் பட்டது. வால் அறுந்து ரத்தத்தை கண்டார்கள் கல் நாகத்தில். உடனே ஊமையனிடம்

போய்ச் சொன்னார்கள். அவன் பிரசன்னம் வைத்துச் சோவி வைத்துப் பார்த்தான். 'கை உடைந்த நாகஉலா அருகில் வேறு சிலை வெட்ட உன் பிள்ளையை அனுப்பு. அப்படி நாகஉலாவைப் படைத்தால் உன்னைப் பீடித்த குஷ்ட ரோகம் தீரும்' என்றது பச்சை சர்ப்பம். இசைக்கல் சொன்ன அச்சரத்தில் பிசகாமல் ஊமையன் மகன் செதுக்கினான் நாக உலா. கானகமெங்கும் ஏழ் ஒலிகூடிச் சொல்கதை பட்சிகளாய் சப்தித்தன 'நாகஉலா' என்று.

சொல்கதை

20 நாகஉலா

மறதியிலிருந்த நாகஉலா நகரம் விரல்களில் செஞ்சாயம் ஊட்ட நீரில் படிந்த சுடர்வாள் வெட்டிய விளக்குகளில் பூ முதிர்ந்த மகளிர் சதிர் கால்களில் வெண்கழல் பூண உதிரம் தோய்ந்த புலிநகங்கள் திரைக்குப்பின் அசைய நாட்டியக் கணிகையின் கைக்கூட்டுக்குள் சுடர் பொங்கிய பாம்பு நெளிவு. மோதிரக் கற்களில் உருளும் அபிநயக் கண்கள் பச்சை விஷமாய்ப் பரவும் நாகஉலா நகரம். குருதி கமழ் பச்சைப்புலி கல்மோதிரத்தில் மறையும். கிளிமூக்கு வளைந்து தூது சொல்லும் நெளிவு மோதிரக் கண்களுக்குள் செம்முகை அவிழ்த்த தாசிமுதுபாழி உதிரம் துவறிய வேங்கையாய் துன்பம் கலந்தழியும் சதிர்நாக கூடத்தில் வீற்றிருந்தாள் தலைக்கோலுடன். நகரைச் சூழ்ந்திருந்த நாகமலைக் குன்றுகளில் அணு இயைந்த உயிர் எழுப்பும் அவிநய முதநூலார் பழவினை அறுத்த நீர்ச்சரம் சேரப் பிறந்த பிறப்பில் சீவனுள் ஊடுருவிச் சென்று அகப்பொருள் குடையும் உயிர்ப்புழு கதறும் கல்வரைக் குகைக்குள் அருகரின் படிகம்.

பாறை மடுவில் கனிந்துலர்ந்த நாவற்பழம் சாம்பல் மூடி அலறும் வாதையில் கல்படுக்கையில் எண்பு தோல் சுருங்கிய நரம்பின் பிடியில் அமர்ந்த மறலிப்பிச்சன் அந்தரங்க இருட்டை அணுத்திரளால் உதறித் திரேக ஒளியில் கிரகித்து சுயரூபத்தை உடைய ஏழ் தலை நாகத்தின் படத்தில் ஓடும் ரஸ ஆடிகளில் ஒவ்வொரு கணமும் ஜீவராசிகளின் ஜனன அருவியின் சப்தம் கேட்டவாறு மூப்படைந்த மலைகளின் செந்நிறக்கற்களில் துளை துவாரங்கள் இசையில் உருகி ஆழ்ந்திருக்கும் தருணம். இவ்வேளை அவிழ்ந்த மலர்களைக் கொத்தித்தாது அருந்தும் குயிலின் ஓசையில் குளிர் அடைந்த பார்சுவர் பின்னே வரும் பாழியின் கருங்கூந்தலில் மறையும் குயில். அவள் கிரியா கலாபத்தை கையில் ஏந்தித் திசைகளில் வீசிச் செல்கிறாள் நாகமலைக்குள். மலைப்

பரம்பில் புல்லும் பூச்சியும் கண்ணுக்குப்படாத சூட்சுமப் புழுக்கள் நெண்டி நிமிண்டும் சூன்யத்தின் மேல் உடல் பதியாமல் போகிறாள் கிரியா கலாபத்துடன். செங்குன்றுகளுக்கு மேல் வடுப்பட்ட பாறை வடிவங்களாய் சமைந்த மெழுகினால் ஆன மெல்லிய ரூபமுடைய சித்தர்களின் கடைசி சரீரபரிமாணம் மெல்ல உருகி மறைந்த வெளிமேல் இருக்கும் அரூபஉருவங்களின் சிற்பவயலை அடைகிறாள் பாழி.

துக்கமில்லாத அந்தமில்லாத ஜீவகோடி உயிர்த்திரளில் வீழ்ந்த வாறிருக்கும் சிற்பவயல். சிலைகள் பின்னிப்படர்ந்த பாறையின் ரூபங்களில் மயங்கிய நாகத்தின் படத்தில் மாறும் கோலங்களுடன் விஷமும் அமுதமும் இருதிரியாய் ஒரு சுடரில் பூக்கும் கந்த வாசனை. சர்வ காலம் ஒன்றில் ஒன்றாய்ச் சேர ஒவ்வொரு கணமும் அணுத்திரள் முண்டி முயங்கிப் பெருகும் கூழாங்கற்களின் நிறம் கலைந்து மாறும் பாதை. ஊழின் விருட்சம் மேலோங்கி இலைமறைவில் ஒளிரும் ஆகூழ் போகூழ் கனிகள் வாசம். இங்குமங்குமில்லாத வெளவால்கள் கனிகளை மாந்தி உண்ண ஊழின் வேரோடும் தூரோடும் திருகிய நகருக்குள் அலைந்து திரியும் கருஞ்சிறகு.

அப்போதிருந்த நகரின் பலபருவ நிலைகளாய் நாரைகளின் வெண் தூவி இறகு முள்பூ வாசனையில் பறக்க புரசுமரத்தில் வவ்வாத்தும் காடையும் கூடிச் சலம்பும் ஒலி தூரத்தில். பச்சை மஞ்சள் வெண்மை கலந்த சிவப்பு நிறமாக மாறி மாறித் தோன்றும் தெருக்களில் கணிகையின் புரை விரல்கள் மெல்ல ஸ்பரிசிக்கும் நாகஉலாநகரம். பூக்கும் இப்பகலில் மாட வீடுகளிலுள்ள தோட்டத்தில் மடல் விரிக்க தொலைவில் நூறு வாசனைகளாய்ப் பிரியும் பாதைகள்.

சீன யாத்ரீகர்கள் மேகாற்றை உணர்ந்து களிமண் கிண்ணிகளில் வாசத்தைத் தீட்டுகிறார்கள். பச்சைத் தேயிலை கிள்ளும் மலேயா வழியாகக் கிண்ணிகளில் மிதக்கும் தேனீர் இலையுடன் கோப்பை களை நீட்டுகிறார்கள் பல திசைகளில். வெயிலில் பச்சென்று தோன்றும் குவி மாட மேல் தளங்களில் வாசனைத் திரவிய வணிகரும் நாவிதர்களும் ஏடுகளைப் பிரித்து ஒவ்வாரு வெள்ளியின் நகர்விலும் இலைகளில் செல்லும் குணமாற்றங்களை பருவ சுழற்சியில் பச்சை வெளிகளுக்குள் நுண்புலம் மாறுவதை இலைச்சாறில் தீட்டிவரும் மருத்துவ நாவிதன் நரம்பு மண்டலத்தை ஊடுருவுகிறான் வேறொரு குவிமாடத்தின் ரஸ ஆடியில் ரத்தினப் பரிசோதகன் யவனனுடன் ரத்தினக் கம்பளத்தில் அமர்ந்து பிரகாசமுள்ள கற்களை ஜலக்

குவளையில் அலம்பத்தாமரைப் பாதங்களில் ஓடும் ரேகைகளை அசைக்க நாகக்குடைகீழ் படிவம் கொண்ட பார்சுவரின் பிரதி சூனியத்தில் பட்டு உருள்வதை மணல் நீருக்குள் அழிவில்லாத ஸ்வரூபங்கள் முப்பட்டையாகத் தோன்றி மறைவதை வியந்த கண்களால் பார்த்தான். கண்ணிற்கும் மனதுக்கும் பிடித்தமான ஒளி நாகமலையில் தெரித்து மறையும். எண்ணிலாத ஜீவதாதுக்கள் குமிழ் விடும் வெண்கல்.

வந்த யவனர் நகர் மீது கண்ணோட்டுகிறார்கள். நாகமலையின் பளிங்கு மடிப்பில் தெளிவான வெள்ளி உருக்கும் அருவி நெளிய அடிவாரத்திலுள்ள படிகத் தடாகம் சுத்துமதிலும் தெற்கே இருந்த நாடக சாலையில் ஒலிக்கும் குரல்கள். படிகத்துள் தோன்றும் கற்பக விருட்சம் வியாபித்த அதிர்வின் பின்னே வனம். ஸ்தூபிகள் உப்பரிகைகளில் பதித்த தாமரைச் சிற்பங்கள். அதற்குள்ளே ஸ்படிகமயமான ஏழ்தலைக் குடைகீழ் பார்சுவரின் திரிமேகலா பீடம் தொலைவாக இருக்கும். தடாகத்தின் பிரகாசத்தில் மாரீசமானின் அலைவு.

ஊசிக்கோபுரத்திலுள்ள பழமையான கபாட மணிக்குள்ளிருந்து நரிவேல் இறங்கி வருகிறான் நட்சத்திரங்களுக்கு இடையில் அலைவுறும் மூலிகைக் கற்றையுடன். மூலிகைத் தழுக்கை நோயுற்றவரின் சிரசில் வீசிவீசிக் காற்றை ஊதி மந்திரித்தவாறு இலை மூச்சு விடுகிறான். நாகங்கள் எழுந்த மலை அடுக்கத்தின் சாயலில் சித்தரின் பரா பரக் கண்ணிகளை வாயில் அனல் பொங்க உச்சரித்தவாறு இயற்கையின் நீட்சியிலிருந்து ஜனிக்கும் விரல்களை நீட்டி கபாலமேந்தி ஆடுகிறான் கபாட மணியை அசைத்தவாறு. பாம்பின் படத்திலுள்ள சித்திரங்களை வீடுகளின் சுவரில் தீட்டியிருக்கும். பூக்களுடன் கூடிய மூலிகைச் செடிகளை நுகர்த்தபடி ஒரே பூவில் மாறுபடும் நிறங்கள் நரிவேலின் கண்களை ஈர்க்க பூவின் ஆறு இதழ்கள் புரிவுகளோடு அசையும் நாகஉலா. மரவ நாகத்தின் குடைகீழ் பார்சுவர் பூக்களின் மூச்சில் மறைந்திருக்கிறார். மான்கள் மரவம்பாவைகளுக்கிடையே ஒயிலாக அலையும் இயற்கையான நாகமலை. அதன் வாயில் திறந்துவரும் நாவிதர்கள் மரவ நாகத்தைக் கண்களில் நீர் பெருக இருகரங்களைத் தாமரை மொக்காகக் குவித்து நிலைநிறுத்தி வனத்தில் மறைகிறார்கள் தனிமையில். வனத்தில் நகரும் பிரபஞ்ச நாளங்களை நாடிபார்க்கக் கூடும். ஸர்ப்ப கோலம் தீட்டிய சுண்ணாம்புச் சுவர்களால் வளைக்கப்பட்ட தெரு.

இறந்தபின்னும் வளரும் முடிவற்ற கேச அலையில் முதுகெலும்பின்

பிடில் இசைக்கிறான் நரிவேல். விலங்குகளாலான கொப்புங்கப்புமாய் இலைபடர்ந்த ஓர் விருட்சமெங்கும் வெண்கல மணிகள் கொத்துக் கொத்தாய் தொங்கி அசையும் ஓசை. அதன் விழுதுகளில் சாய்திருக் கிறார்கள் நாவிதர்கள். கையிலுள்ள ஏடுகளை வாஸித்தவாறு தோன்றும் கபாலங்களின் பச்சையில் விரல் வைத்து மணிஒலியை எண்ணிநிகண்டிலுள்ள மூலிகையை எடுத்து உச்சரித்த நோய்களைச் சொல்லும் செடிக்குள் செல்கிறார்கள். விருட்சமெங்கும் இலைகளின் ரஸப்பரப்பில் மாறும் மூலிகைக் கண்களில் உள்போய் திரும்பும் நாவிதர்கள் வேர்ச் சொல்லின் தொனியில் அட்சர வேகம் இலைகளாக மாறும். நோய்களின் ஊடே வெள்ளிகள் ஊடுருவ மெய்யுருகும் பித்த வேகமாய்க் கபாலத்தில் மறைந்துள்ளது மூல ஏடு. இலைக்குள் ஓடும் ஸ்படிக ரூபத்தை அடைகிறான் நாவிதன். அவன் உடல் மரமாகி மறைவதை சிலிரித்து உறைந்த கணம் ஒன்று நடுங்க விருட்சம் திறந்த பறவைக் கூட்டம் அலகுகளால் துகள் துகளாய்க் கொத்திக் கிழித்த சூன்யம் சப்தத்தின் சுழிக்காற்றாய் சுழன்று சுற்றி மெல்ல மறையும் ஒலிக்கோடு. வடு பதிந்த விழுதில் விருட்சமாய் சாய்திருக்கிறான் நரிவேல். விழிகள் நீலமாக இளநீல வெளியில் பார்வைகொள்ள அலைபடிந்த கேசமும் பழுப்புக் கண்களும் சணல் நிறமும் கொண்ட ஸ்திரீகள் மிருகங்களின் கால்களுடன் விண் அலாவிய பெரு விருட்சத்தின் சாயலில் மறைகிறார்கள். விருட்சம் மொடுமொடுக்க ஈர்க்கும் பழுப்புக் கண்கள் பல வகைச் சாயல்களை வெளிப் படுத்தியது. நரிவேல் விருட்சம் புகுந்து இளநீலக் கண்களைத் தேடுகிறான். வரிமரல் வெண்மையில் நெளியும் நாகத்தில் ஓடும் பளிங்கில் இமைப்பீலியை எட்டி கீழ் இமைக்கு வந்து கண்கள் ஓரத்தில் மிருக எலும்புகளாலான சிற்பவயல். ஆழ்ந்த துக்கத்தின் சாயல்கொண்ட கல் எலும்புகள் அண்ணாந்து திருகிய சிலைத் திரள்களில் பளபளப்பான பழுப்பு வெயில். அருகே அழைக்கும் வாய்த்திறந்த எலும்புத் துவாரங்களில் உள் நுழைந்து நெளிந்து படத்திலுள்ள வரைகோடுகளை அசைத்து மூச்சுவிடும் நாக ஸர்ப்பங்கள். வெண் சிலைகளின் ஓசை.

இமையோர மடிப்பில் இளஞ்சூடான கண்ணீராய் உருத்திரண்டு தனிவகைத் துயரில் ஆழ்ந்திருந்தாள் விருட்சகன்னி. அவள் முகப் பரப்பில் வியாபித்திருந்த மணல் இழந்துபோன எத்தனையோ கிளைகளின் இலைகளில் ஓடிய நரம்புகளின் தோற்றமானது. பழுப்பு மஞ்சளான அவள் முகம் ஆழ்ந்த நிலப்பரப்பின் சோகத்தில் பார்த்தது பாலை நின்ற நெடுவழிப் பாழியை. தந்தப் பாலையில் முறுக்கிய

நரம்பு வில்லில் வெண்கோடு இசைத்தாள் பாழி. தட்டையான முகம் கொண்ட வேறொரு யுவதி தவிட்டு நிற விழிகளால் பாழி மீதிருந்த விருச்சிகக் கோலத்தைத் தொட்டு நுகர்ந்து குறுகலான கிளைவழி வெட்கிப் பதுங்குகிறாள். உடல் நகர்த்த விருட்சிகக் கோலம் நாகஉலா மீது ஊடுருவிச் செல்வதைப் பார்த்ததும் தவிட்டுக் கண் வெளி ஓரம்மேல் இமை துடிதுடித்தது அச்சத்தில். தொலைவாக இருந்த மண்கூரை வீட்டுக்குள் நாகஉலாவைத் தொட்டிலில் ஆட்டும் ஆதாள் மண் பானைகளில் அடுக்கிய தானிய மொடாவில் சுவரொட்டி விளக்கு கசியும் ஒளியைப் பார்த்தாள். இருட்டு பரவிக் கிடந்த அறைக்குள் வந்த நாகம் வாலில் விசும்பிச் சீற்றத்துடன் துலங்கி எரியும் சுடரைப் பட மெடுத்துப் பொத்தி அணைக்க எங்கும் இருள்.

உள் இருட்டில் கூச்சலிட்டாள் ஆதாள். சுடரைப் படத்தில் விழுங்கி நாகத்தின் திரி நாக்கில் நெளிந்த சுடர் உள் ஈரம் அணையாமல் சுழன்று குமிழ்விட அண்ணாந்து சீறும் சுழல் உடல் துள்ளிப் பறந்தது நீல நாகம். துயிலில் ஆழ்ந்த நாகஉலா மண் வீட்டில் வளைந்து கோல மிடும் நாகங்களின் உடல் நெளிவில் நர்த்தனம் புஷ்பராகக் கற்களாய்ப் பாசி ஒளி வீசிச் சுரிந்தது. சந்திர கிரணத்தின் ஒளிக்குஸமான திக்குகளில் நிர்வாணப் பிரதி ஸர்ப்பத்துள் மறைவதைக் கனவில் காணச் சுகந்த வாசனைப் பொடி பரவிய மயக்கம் ஆழ்ந்தது உள்ளே.

ஆதாள் அடைந்த மயக்கப் பிரதேசத்தில் மேருவின் சிகரம் தோன்ற அதன் உச்சியில் பாண்டுக வனம். விதவிதமான தாவரங்கள் நினைவுடன் கலந்து வாசனையடைந்தது. ஆதாள் அலைபடிந்த கூந்தல் வாசனையுடன் ஊழ் விருட்சத்தில் கட்டிய மணிகளின் அதிர்வு நோக்கிப் போகிறாள். மஞ்சள் நிற விலங்குகள் விருட்சத்தினுள்ளே மூச்சுவிடும் ஒலி. யாரோ வருகிறார்கள். தன் கேசத்தைப் பாழியின் இருட் கூந்தலுடன் பின்னலிட்டு உறவு கொள்ளத் தவித்தாள் ஆதாள். எளிதாகத் தங்களுக்குள் கலந்த மிருகவாடையில் பாழி மட்டும் தனித்திருப்பது கண்டு வியந்தாள் விருட்ச கன்னி. தங்களுக்குள் பின்னிப் பிணைந்த மிருகத் தொலிகளால் மூடிய பெருவிருட்சம் புதை படிவ இலை நரம்புகளை அசைத்து நெளியும் தொல்விசை. விருட்சத்தின் மஞ்சள் பாரித்த பழுப்புநிற இலைகள் ஆழ்ந்து நரம்போடிக் கிடக்கும். அலைபடிந்த சேகத்துடன் இமைக்குள் துருத்திய செங்கண்கள் பார்க்கின்றன தூரத்திலிருந்து. கொடுவரி வேங்கையின் பாதரஸக்கண்கள் மிருக மரத்துக்கு மேல் அசையும் சூரியனை நோக்கிக் காத்திருக்கும்.

மணல் பாறைகளின் துளைகளில் ஊர்ந்துவரும் சாம்பல் யுவதிகளின் தொன்மை அரும்புகள் மிதந்தலையும் படிக ஓடை. பிரபஞ்சச் சுரியலைக் கொண்ட மிருகங்களின் கேசம் அதிர்ந்து நெளிந்து தவழ்கிறது வெளியில். திறவாத யோனிக்கு மேல் இலஞ்சியில் தாது மாதுளையின் செந்நிற விதைகள் அடுக்கடுக்காய் உயிர்க்கும் உதரம். எறும்புகள் சுற்றி வரும் கனிந்த செம்மாதுளை பகிர்ந்து கொள்கிறாள் அருகே. பாழி தனித்திருக்கிறாள் உள் நிலக் கிளையின் எரிபாலையில்.

மிருகங்களின் எலும்புகள் மிதக்கும் வனத்தினூடே வெளிர் முகங்கொண்ட ஆவிகள் முளைப்பாரிப் பயிர் வளர்த்து கும்மிய தளிர்க் கூந்தலைச் சடை சடையாய் முடிந்து பயிர்ப் போர்வையால் போர்த்தி அடர்ந்திருந்தாள் ஆதாள். சாம்பல் கோரை முடி கொண்ட நீலயுவதி சிகையூடு உடல் மறந்து ஒன்றிக்கலந்த கூந்தல் புகுந்து ஏறிவருகிறாள் மூதோர் அசையும் சுருதி வெளியில். மடலோரம் பின்னலிட்ட தாசி முதுபாழி கூந்தற்பள்ளியின் பசுந்தரையில் வீற்றிருந்தாள். பழமை யான கோடாலிக் கொண்டைகள் பலவும் பூணிய ஸ்திரீகளை முகக்கோலமிட்டு மைப்புருவம் தீட்டி கேசச் சுருளை மரபுப் பூக்களால் வணைகிறாள் தாசிமுதுபாழி. தரைவிரிப்பில் வரைந்த சீனத் தாவரங்களிலுள்ள பசுந்தாள் நீர்ப்பூக்கள் அலையலையாய் நகர அமர்ந்த யுவதிகள் எதிரெதிரே முகம் பார்க்கத் திரைச்சீலையின் பின்னே மறைகிறார்கள்.

பின்னலிட்ட பனிச்சையில் நீளும் நினைவு சஞ்சலிக்க கூந்தளம் பாவை கனவிய குழல் ஒளிரும் படி பலிபீடிகை மீது அசரீறாய்ப் பேசுகிறாள். அவளைச் சூழ்ந்த 'நாகஉலா' எனும் படிகநூல் தானேதிறந்து கபாடமணி அதிரக் கூட்டமாய் பேராந்தைகள், வாவல் பட்சிகளும் தோன்றிப் பறக்கின்றன அறைக்குள். நரிவேல் தூக்கிய கபாட மணியில் அலையலையாய் நீளும் கூந்தல் முடிவற்றதாய் வந்து கொண்டிருந்தது. கருநீர் சுழிந்து கூவ கபாடமணியில் சிறகு விரித்த ஏடுகள் நீந்திவர அட்சரங்களின் விசை கேசஅலையாய்ச் சுரிந்து எழும் சீற்றம். கருநீராய் லிபிகள் இறங்க உள்ளே போய்க் கொண்டிருந்த கபாலம் மடிக்கப் பட்ட இழைப்பரப்பில் தீக்குமிழாய் சுழல்கிறது கபாடமணி. ஒவ்வொரு அதிர்விலும் உயிர் பெறும் துடிப்பு தனித்தனி கூந்தல் இழையிலிருந்து எதிரெதிராய் துவங்கி ஒன்றையொன்று பின்னிப் படர்ந்து நீர்ப்பாசி யாய் உருமாறும்.

நீரில் சலனமடைந்தவாறு மறையும் நாகஉலா. அதன் பக்கங்கள் தானே திறந்து புரண்டு மாறிவிடக் கூடிய உருமாற்றத்தில் தொட்டதும்

நீராக உருமாறி செதில் முளைத்த ஸர்ப்பமாகிவிடும். உணர்வில் தவழும் சிகழிகை அடுக்கிய படிக நூல் நீந்தி வருகிறது மேலே. அதை எட்டித் தொடுகிறாள் பாழி. புளிப்பு வாசகத்தில் பசுஞ்சாறு கசியும் கேசப்பாசி. மரப்பட்டைகளில் பிழிந்த தைலக் கிண்ணிகளைத் தொடுகிறார்கள் யுவதிகள்.

செண்பக நிழல் படரத் தளிர்த்த பூ இழையூடு வீசும் வாசனை. எரிதழலாய்ச் சுடும் கபாடமணியைக் கை மாற்றி அசைக்கும் திருநங்கையர் மருதோன்றி இலைகுலையாய் கையிலேந்தி ஆடுகிறார்கள் ஒருவர் மாற்றி ஒருவராய். நாடோடி மொழியாய் அறியப்படாத தொனிப் பொருளை விளக்கிய மூன்றாம் பால் பாடலது. பிறப்புறுப்புகளைப் பின் பக்கம் மடித்து கோவணமாய்ச் சொருகி பச்சையாய் உடல் மாற நாவில் தீக்குமிழாய் வாக்கு சுழலநுரை பொங்கும் வாயின் கடை ஓரம் பல் துருத்த நாக்கை மடித்து பற்களால் கடித்து அதக்கி ஊதுகிறார்கள் வார்த்தைக்குள்ளிருந்த காற்றை.

பால்விதி உடல் பச்சையுள் மறைந்திருக்கும் நீல நாகங்கள் உடல் படர்ந்து வரும். இலையின் பாதையில் செம்மருதோன்றி இலைகளால் உடல் கொண்ட குள்ளமான திருநங்கை கபாடமணியுடன் வீடு வீடாய் ஏறி படிகளின் மேலிருந்து மணியுடன் உருண்டு ஆடி அனல் வாக்கு அடித்தவாறு வீதியில் போய்ச் சுழிந்தாடுகிறாள். உள் மடித்த உயிர்த்தண்டில் செடி கொடி பார்த்து முதுகுவழி ஏறும் நரம்புத் திருகல். தேக உருவில் பாதரஸ இலைகள் நடுங்க நீல ஒளி ஆடிகளின் செதில் செதிலாய்த் தொலி மாறிய திருவிகள் பிரிந்து போய் மர உரல்மீது விளக்கு வைத்து சுக்கிலக்கிளையைப் பின் பக்கம் இழுத்துக் கட்டி ஒரு விரலில் நின்று சுழல்கிறார்கள் அந்தரத்தில் ஆடும் சுடராய் அச்சுடர் விண் பாய்ந்தது கீறாய். உயிர் வெள்ளி உள் மினுக்க தாவரப் பாதையில் ஓடுகிறாள் திருநங்கை. கூத்து மத்தளம் விம்ம செம்முகத்தில் அரிதாரம் நாற நாவ நவ சேலையுடுத்தி ஆடுகிறார்கள் திருநங்கைக் கூத்தர்கள். பால்விதிகளின் ஜோடனைப் பள்ளியை நடத்தி வந்த தாசிமுதுபாழி சுவர்களில் மாட்டிய கொண்டை, மன்னுசிகலிகை, குழல் குழலாய் அடுக்கியிருந்தாள். விஷஒளி ஊடுருவும் நாக உலா ஒப்பனை ஆடியாக விரிந்து படமெடுத்து விசும்பி மூச்சுவிடும் மாயத்தில் நீலஒளி சூழல் எங்கும் கரைந்திருந்தது. அதன் துகளைத் தொட விஷநீலம் ஒட்டும்.

தாசிகள் பாசி பிடித்த ஆடிகள் உலவும் இருளறையில் 'கேச

அகவல்' எனும் வேறொரு கருப்பு வெல்வெட் புஸ்தகம் சிங்கபாதம் கொண்ட மேஜை மீது தானே புறண்டு கொண்டிருந்தது கூந்தல் வாசனையுடன். பக்கங்களின் வீச்செழுத்தில் தைலம் பூசிய மை கருத்துப் பளபளத்தது. உதிரம் தோய்ந்த கூந்தலின் குறிப்புகள். முரட்டு முடி வளர்க்கும் பழங்குடி இருளரின் மைக்கருப்புக் கதுப்புகளின் சுருள் மை தீட்டியிருந்தது.

விளக்குகளில் நீளும் நிழல்களுடன் திருடன் நத்தைக்கண் வருகிறான். திரைச்சீலையில் படர்ந்த யாளிமுக வீணையின் கண்கள் சுருள் கொடு நகங்கள் நீட்டி உதிரம் கக்கிய மெல்லிய நாக்குச் சிமிழுக்குள் பச்சைச் சுடராய் ஓசையிடும். ஒவ்வொரு சுடரும் யாளியிடம் வாதாடிச் சுடர் நடுங்கும் ஒளி. நத்தைகள் சுடர் மடித்து எழுந்து நரம்போடிக் கிடக்கும் வீணை உடல்.

இந்த நிலப்பரப்பை உடலாகக் கொண்ட திருடனைப் பார்த்தது. உயரமான நீலமலைகள் வரை மடிக்கப்பட்ட கிரியா கலாவம் விரிக்கும் வீணையிலுள்ள மயில் தோகை. வார்த்தைகளில் அகப்படாத சுருளும் நத்தைகள் வீணையில் ஊர்ந்து சுரிகொம்புகளை நீட்டி ஏகாந்தத்தில் அசையும். ஏரியில் முதுபாழி நிழல். அவள்இசை வடக்கே அடர்ந்த இருட்டு வனத்தில் மறையும் திருடன். முதுபாழி மாய இசை நோயில் ஆட்பட்டு நாககூடத்துள் நிழலாக மறைந்திருக்கிறான்.

கேட்ட நரம்புகளின் ஒளிந்திருந்தது நகரம். குட்டி பாட்டில்கள் உள்ள வாசனைத் தைலங்கள், குடுவைக்குள் படிக பாட்டில்கள், குவாட்ஸ், படிக நீரில் இசையின் ஐவரித்திறள் முதுபாழியின் பதத்தில் குமிழும். 'ஆயிரம் பதங்கள் இருக்குமா' என்றான் திருடன். 'போதாது அதற்கு மேல் நேர்த்தியான தொகை' என்றாள் நீலயுவதி. தெற்கே சமவெளி முனங்கும் நீரில் கொக்குப் பறக்காத முப்பத்தி ஆறு மடைகள் சலனமுறும் வயல். நீர் படிகத்தின் மேலும் கீழும் பறந்து செல்லும் இசைப்பறவை. தனிமை குடித்த குரல்வளைக் குருத்தெலும்பில் எல்லோரும் கூடவே போய்ச் சேர்ந்து விடும் பாஷை தாண்டிப் போன முதுபாழி. அந்தக் குரல் பெரிய நறுமணம். விளக்குகளுடன் ஸ்திரீகள் வருகிறார்கள். நீர் அரளிப் பூக்கள் வாசனை பரவ தாயி, ராஜாயி, நாகரத்தினம் என மூன்று யுவதிகள் இருபாலிறகால் ஒவ்வொருராகத்திலுமே விநோதமான தன்மை செறிந்த நிறங்களைத் தீட்டுகிறார்கள் திரைச் சீலைகளில். அடர்ந்த தோற்றமாய் ஒளி வீசினாள். தனித் தன்மையடைந்த அவள் ராகங்கள் மெல்ல அசைந்து காற்றில் பரவும் வாசனை. சாவேரி, சுரதி, பைரவி,

சகானா நான்கிலும் படர்ந்த வேறு வேறு தோற்றங்களில் மிக எளிதில் யாரும் உடன் உணர்வில் பற்றி விடுவார்கள். மற்றயாரைக் காட்டிலும் நீலப்பரி மலைக்குள் உணர்ந்தது அவளை. வித்யாசமான துல்லிய மான வேறுபாடுகளுடன் அந்த அலை அத்துவானத்தில் சிற்றலைகளாக மிதந்து வந்தது திருடனிடம். யுவதிகள் பறிமாறிக்கொண்டே நயன அசைவில் சுழியும் முதுபாழி.

நூல் கர்த்தாயிணி நாகரத்தினத்தின் கூந்தல் மெல்ல கடல்பாசி கொடிப்பாசியாய் உருமாறித் தவழ்கிறது தாசிமுதுபாழி இசைக்குள். இந்நகரின் உரு வெளியில் சவுரிமுடி கட்டும் நாடோடிக் கூட்டம் தலைமறைவாய் பிரபஞ்சத்தின் மூலை முடுக்குகளில் முதுபாழியின் பூர்வீக யுவதிகளின் இழை சேர்த்து வந்து ஒவ்வொரு இழையாகக் கோர்கிறார்கள். அகலமான மூக்குமடல் கொண்ட திருடனின் தாய் சவுரி முடிக்காரி தன் உடல் மீது வர்ணரிப்பன் குத்தி காற்றில் படர விட்டு நகரின்தாசித் தெருவழியே ஊசிபாசி விற்று வருகிறாள் சேரி மொழி குலைத்துப் பாடியவாறு. அற்புதமாய் சரித்திரத்தில் விழுந்த ஜிப்சிகளின் ஓசையை அரபி இசையென தன் விரல்களை வீணையில் அசைத்தாள். கேசப்பாசியில் வந்த பூக்களின் மெருகிட்ட தைலவாசனை அறையில் தனித்தனிக் குப்பிகளில் காத்திருக்கும். மாறுவேடத்தில் திரியும் சவுரிமுடிக்காரர்கள் ஒற்றை இழைக்குள் மறைந்து திரிகிறார்கள் உருவற்று.

குன்றுகளில் வெள்ளையர் காவல்படை ராப்பகலாய்த் திருடனைத் தேடுகிறது. அவன் குழந்தைப் பருவத்திலிருந்து விளையாடிய நாகமலைக் குன்றுகளில் மறைந்துள்ள துறவிகள் அவனைக் காக்கக் கூடும். வெகு தூரத்துக்கு அப்பால் உள்ள ஊர்களில் தேடப்பட்டு அவனை மலைகளும் காடுகளும் மறைத்துக் கொள்ளும். வருஷம் பூராவும் வெள்ளையரின் குதிரைப் படை திருடனை விரட்டிக் கொண்டு வருகிறது. எங்காவது அகப்பட்டு விட்டால் நீலப்பரியைக் கூண்டிலடைத்து விசாரணைக்குக் கப்பலில் கொண்டு போக இருந்தார் கும்பினியார். மலைகளிலுள்ள அபூர்வ ம்ிளகையும் சாதிக்காய் ஏலம் லவங்கத்தைலம் தந்தங்கள் தேடிவரும் வெள்ளையரை இடுப்பில் கட்டிய சவுரிமுடியால் கழுத்தைச் சுற்றி சுருக்கிட்டு வேங்கை மரத்தில் தூக்கிலிட்டு வெள்ளையர் உதிரத்தைக் கத்தியால்க் கீறி மண் கலயத்தில் பிடித்து கூந்தலாலே அவ்வுதிரம் தொட்டு எழுதினான் துணிச்சுருளை. கனவில் வந்த மான் நேரிலும் தென்படுமுன் துணிச்சுருளில் மானின் உருவம் கீறியிருந்தான் தூண்டுதலில். துணிச் சுருளில் மறைந்திருக்கும் பரங்கியரின், உதிர வாசனையில் நாடோடிகளை வேட்டையாடிய

சருக்கம் மறைந்திருக்கும். வெண்மணல் பரப்பில் திருடன் நீலப்பரியின் நத்தைக் கண்களால் தொடுகிற நாகமலையின் உச்சியில் கூந்தல் பின்னிய கயிறுகளைத் திரித்து சுருக்கிட்டான் மரபுப்படி. ஏரியில் படிந்து மிதந்து வரும் வெள்ளி தேவதைகள் சொன்ன பாதையில் நடந்தான்.

ஆறுபோல ஓடி வென்று வீழ்த்திய பரங்கிக்காவலரை புது இடத்திலும் சந்தித்தான். அவர்கள் வனத்துள் அசைபடும் இருளைக் கிழித்துச் சுடு கருவிகளால் மாட்டுக் கொழும்பில் ஊறிய ரவைகளில் துளைத்தார்கள் கலங்கப்படாத அமைதியை. இருளாயிருந்த நாகர்கள் கூட்டமாக வந்து குருதி ஒழுகிய மரங்களைச் சூழ்ந்து வெள்ளையர் களுக்கு எதிரான வில்லாயுதங்களை எடுப்பதற்குமுன் சிலர் குருவிகளாகச் சுடப்பட்டு தங்கள் காலடியிலேயே வீழ்ந்து ரெக்கை பரசித் துடிப்பதைப் பார்த்து குகையிலுள்ள மூதாளிடம் வாதிட்டார்கள். அவள் பிரசன்னம் வைத்து மறைந்திருக்கும் சுனைக்குள் அழைத்துப் போனாள் நாகரை. எதிர்காலத்தை நிச்சயிக்கும் வடுக்களுடன் ஆதியில் உறுதி செய்யப் பட்டிருந்தது யுத்தம். உயிருக்கு எதிராக ஆயுதங்களை நீட்டாத நாகர்களில் இயற்கையான உலகம் மிருகத் தொலியாக கிழிந்திருந்ததை வேறொரு மிருகத் தொலியால் பூட்டித் தைக்கத் துவங்கினார்கள்.

வெள்ளையர்களை முகம் முகமாய் பார்த்தாள் இருளி. வெளியாள் முகம்படாத அடிவாரங்களிலே இருந்தவர் நாகமுகமூடிகளை வெள்ளையர் வெகுநேரம் பார்த்துக் கொண்டிருக்கக் கூடிவந்து ஊடுருவினார்கள். நாக முகத்தை அணிந்து கூடிவிட்டார்கள். வெளியேற முடியவில்லை. வெள்ளையன் இரண்டு எட்டு எடுத்து வைத்தான் தன் போக்கில். அவர்களில் மான் தொலி அணிந்த பெண்கள் வெள்ளையன் தடத்தின் மேல் ரெண்டு எட்டு வைத்தார்கள். மேலும் சிலர் வெள்ளையன் சுவட்டில் நடந்து நின்றார்கள். அவனால் அசையக்கூட முடியவில்லை. சில எட்டுகள் நடந்து மரங்கள் அரளிப்பான இடத்தில் போய்நின்றான் வெள்ளை. அவர்களும் வெள்ளை நிழல்போன பாதையில் சுவடுகளை ஒன்றின் மேல் ஒன்றாக வைத்து அவனை நெருக்கி நின்றார்கள். சத்தமிட்டு அலறினான் வெள்ளை. அவர்கள் கூட்டமாக ஊளையிட்டார்கள். மேலும் சிலர் வந்து வட்டமாக வெள்ளையின் நிழலைச் சுற்றி வளைத்துக் கொண்டார்கள். வேலியைக் கட்டி நடுவிலே அமர்ந்து தீ மூட்டினான் இலைதழைகளைக் கொண்டு. மேலும் கூட்டம் கூடிவிட்டது. வெடியோசை எழுப்பி அவர்களை கலைந்து ஓடும் படிச் செய்ய

முயன்றான். வெடிச்சத்தம் கேட்டும் மறைந்திருந்தவர் பலரும் கூடிவந்தார்கள். அவர்கள் பேசிக் கொண்ட வார்த்தைகளில் ஒன்றை மட்டும் உச்சரித்தான் வெள்ளையன். கொசன்னா... (அது இல்லை) அவர்களும் கொசன்னா என உச்சரித்தார்கள். அவர்களில் தானும் ஒருவனென்று பாஷையின் வெப்ப ரத்தத்துடன் நாகரின் உணர்வுப் பரப்பிற்கு விரோதமான ஆயுதங்களின் பாஷையை ஊட்டினான் வெள்ளை.

வனத்தில் பெருமரங்களை தூருடன் வீழ்த்தி புகையிட்டு வந்தார்கள் இலைகளை. கனிகளின் கதறல் கேட்டு குகையிலிருக்கும் மறலிப் பிச்சன் சமநிலை கலைந்துவிட்டான். 'உயிரெனும் தத்துவம் எப்படிச் சிதைந்து குலைந்து போகிறது அருகரே' பார்சுவரின் குடை நாகம் சீறும் பெருமூச்சு. கற்பகால தவத்திலிருக்கும் நாகமலை விஷம் கக்கி நெளிந்தது. கிரியா கலாவம் ஏந்திய மறலிப்பிச்சன் கண்ணீர் பாறைகளில் பதிந்து ஒளிர்ந்தது. பாறைகளில் துளிர்த்த மறலிப் பிச்சனின் படிக உவர்நீர் சலனமுறக் காட்டின் உருவமான நீலப்பரியைக் கண்டான். தலையில் பூத்துக் காய்த்த முள்ளாய்க் குத்திய நெருஞ்சியை எடுத்து 'ஐந்து தலை நாகம் அழுத்திக் கடிக்கும் என் தலைக்குள் எத்தனை முடல்முள். சீழ் ஓடி நாறும் கபாலத்துடன் புழுக்குடையும் கனிகள் பழுக்கும் என் தலைக்குள் வீசும் வாசனை அறிவாயா திருடனே' என ஓர் நெருஞ்சி முள்ளை எடுத்து நீட்டினான் துறவி. ஐந்து தலையுடைய முள் ஒளி வீசியது நெருஞ்சி.

'துறவியே உன் சித்திவலாகமாகிவிடும் நாகமலை. நானோ நாகன். சாதாரண மலைப்பூச்சி. ஐந்துதலை நாகத்தின் வாய்க்குள் போய் கருமையான இரைப்பைக்குள் ஒளிந்து இருட்டில் விஷம் கக்கும் எலும்புகள் ஒளிரும் சிற்பவயலில் திரிந்தேன். சிலைகள் யாவும் உள்ளே நெளிந்து சலனமாவதைப் பார்த்தேன். விஷத்தில் மூழ்கிய சிலைகளில் விஷரேகை மேல்படரத் தவம் கலையவில்லை சாந்தி நாதருக்கு. விஷம் தான் என்பாதை. நாக மலையின் விஷத் தடாகத்தில் சர்ப்பச் சுரியல் நெளிய மூழ்கியிருக்கும் கனிகாவின் மூச்சு என் மேல் தொடுகிறது பார். விஷம் குடித்த நாகர் இதயம் விஷக்கல்லாகிவிடும். ரத்தவிளாறாகப் பிரித்தெடுக்கப்பட்ட நாகனின் நுரையீரல் எரிகிறது. அதோ... சர்ப்பப் பாதையில் மறைந்து திரிகிறோம். விநாதசமான இலைகளில் ஓடும் நரம்புகளால் பூமியுள் மறைந்து போனோம். கல் இலைகளாகிவிட்ட நாகச்சுருள் இதோ. அவற்றின் மூச்சு தொலைவில் கேட்கிறதே' பசும் புலி நகங்களுக்குள் ஓடிய ஸர்ப்பமூச்சுகளின் கானை நோக்கித் தவித்தான் பச்சைநாகன். நாகசிற்பங்களின் கூட்டம்

பதிந்த மரவேர்களில் ஓடும் பூமியின் ஒளி நடுங்கும் ஜீவகோடி விதைகள் எழுந்தன முளைவிட்டு. ஸ்பரிசத்தின் ஒளித்திவளைகள் ரகஸிய மொன்றின் கருங்கோடுகளில் ஈரமாய்ப் படிகிறது. ஸர்ப்பத்தின் ஸ்பரிசலயம். விஷத்தடாகம் புறண்டு மேல் விசும்பிச் சீறும் அலை.

'கனிகா எழுந்து விட்டாளா' ஒரு கணம் மௌனம். நினைவுகளின் சூட்சுமத்திரவம் ஒளிர்து ஸர்ப்பம் ஒன்றின் பார்வை, உணர்வில் உயிரில் கலந்து ஒலிகளற்ற புயலில் உறைந்தது. உள்ளே கருகருவென நாக சிலைகளின் மோனம். நாகமலைத் தொடரும் நீலமாய் எழுந்து உயிரைத் தொடும். வந்து வந்து மறையும் படம் விரித்த ஆடிகளின் கருக்கலான மடிப்புகள். நாக சாரைகள் புணரும் கலவியில் எல்லாம் பதுங்கத் தானே விரிந்து கொடுக்கும் பூமி. உள்துளைகளின் குரல் பலவான அரும்புகள் குணங்கும் அதீதாந்திரீய வெளி.

முட்புதரில் பூக்களின் மெல்லிய சுவாசம். கருவில் உருவெனச் சிசுக்களின் முனகல். தோளில் தொற்றிச் சுற்றிப்படரும் நாகம் முடி மீது ஏறி அண்ணாந்து டமருகத்தை வாலால் வீசித் திசைகளில் மாற்றிய கால் தூக்கிய வேகம். பச்சை ஆங்காரம் கனவின் ஆழத்தில் அழைத்தன ஸர்ப்பத்தின் கோலங்கள். வளைந்து வளைந்து ஆடும் விஷம் சுமந்த ஸர்ப்பங்கள் தேகமெங்கும் படம் விரிகோலம். விசும்பிய வால் மீதமர்ந்து சுருண்டு உள்ளே... வெகுதூரம் இழுத்தது. இருளான பாதை உள்ளே சுற்றிச் சுற்றி இறங்கும். ஆழத்தில் இருள் புரண்டு உள்ளிழுத்தது.

கல் தோலுடைய நாகம் சாவதானமாய் நெளியும். கபால வெளிச்சத்தில் விழுந்து மிதந்து மறையும். படிக உருக் கொண்டு முட்டித் தளும்பி ஒளியதிர நெளிந்து குகைக்குள் மறைந்தது. நாசியில் சகல பொழுதுகளும் ஒரே கண நிலையாய்த் தங்கும் விஷம். பச்சை நாகன் முகத்தில் ஒளிரேகை படர்கிறது. புதர்களில் மண்டிக் கிடந்த இலைகளின் நாத ஒலி தவழ்ந்து ரேகைகள் தானே வெளிவந்து சூனியத்தில் வளையும். சில சர்ப்பங்கள் தீண்டவும் தாவரங்கள் ஓங்கி எழ உணர்வில் உருவெல்லாம் குவிந்து செறிவு கொண்டு புள்ளிகள் ஒளிப்புழுவாய் நெளிந்து நூல் பின்னியது.

பச்சைநாகன் நாசியில் விஷரேகை மின்னலென நுழைந்து வெளிக் கிளம்பியது. நாகன் மார்பில் நடுவில் சொட்டிய உதிரம் துளித்தது. கூட்டமாய் படம் விரித்த ஸர்ப்பங்கள் வளைந்து சுழன்று மேல் எழும்ப விஷம் பரவும் மயக்கப்பரப்பில் ஆட்பட்டு துள்ளி ஆடினான் ஸர்பமாகி. நாக முகமூடிகள் அணிந்த கூட்டத்தின் ஸர மூச்சில் சுருளும்

புல் பூண்டுகளில் புகுந்து தழுவி விருட்சமாய் மேல் வந்து இலைக் கூட்டமாய் நடுங்கிப் படர்ந்து நரம்புகள் கிளைத்துப் பூமியின் பொந்து புடவுகளில் உள் மறைகிறார்கள். நாகங்கள் உடல் மாறி வெள்ளித் தேவதைகளாகவும் நாகன் சிற்பங்களாகவும் தோன்றி வருகிறார்கள். நாக கால்பட்ட இடமெல்லாம் வெள்ளி உதிர விரல்கள் தீண்டி அடுத்த எட்டில் இருண்ட கானகம். கிரணம் தோன்றி சூரியர் சந்திரர் ஒருவரை ஒருவர் மறைக்க பூமி இருண்டது. கனவுப் பாம்புகள் வளர்ந்து மூச்சு விட எல்லா மரங்களின் இலை மூச்சையும் கேட்டான் மறலிப்பிச்சன்.

'துறவியே... நெருஞ்சி முள் எனக்கு வேண்டாம். குற்றத்தின் பாதை எனக் காட்டி குத்துகிறாய் நெருஞ்சியால்' என முகத்தை மூடிக் கொண்டு ஓடுகிறான் பச்சைநாகன். அவன் போனதிசையில் நெருஞ்சி முள்ளை விண் மேல் பதித்தான் மறலிப்பிச்சன். அது அந்தரத்தில் நெருஞ்சிக் கொடியாய்ப் படர்ந்து திறளும் முட்களுடன். பச்சை நாகன் போன திசை எங்கும் படர்ந்து பேசியது அசரீரியாய். அதைக் கேட்டுத் திருடன் நிழல் வாதாடியது 'இன்னும் என் பச்சை உதிரத்தில் கால விஷம் சுழல்கிறது. நாகஉலா எனும் கணிகையின் ஒருபிடிக் கூந்தல் வேண்டும் எனக்கு. என் உதிரத்தில் அவள் கேசத்தை நனைத்து நாக உலா எங்கும் நாகமுகமூடியைத் தீட்டுவேன். மலையின் தாபத்துடன் இருக்கும் என் நேசத்தை கணிகை அறிவாளா சொல் நெருஞ்சியே... துறவியின் கருணை எனக்கு வேண்டாம். அவர்களின் பாதைவேறு. என் விரல்களே ருசியை அறியும்.'

'தாசிமுதுபாழி எனும் வீணை விதூஷிநாக கூடத்திலிருக்கிறாள். அவளிடம் இசைபயிலும் பல தேச யுவதிகளில் நாகஉலா முதன்மை யானவள். முடிவற்ற வருஷங்கள் செதுக்கிய இசை நரம்புகள் பதுங்கிய முதுபாழியிடம் போ... 'கேச அகவலை' நீ மரபான சடங்கு விதிகளின் படிப் பயில வேண்டும். முன்னுணர்வு கொண்ட ஒவ்வொரு கேச இழையிலும் காலம் பழுக்கிறது. அவை என்றுமே மூப்படைவதில்லை.'

'வெள்ளியாக மாறும் கேசச் சுரியல் மூப்புதானே' 'நிறம் மாறுவதில் உள்ள வெளித் தோற்றம் உள்ளே ஓடும் ரஸநாளங்களின் சேர்க்கையால் இருக்கும்' 'தானே உதிர்வதும் துறவிகள் கேசலோச்சனம் செய்வதும் வேறு வேறு தானே' 'உதிர்ந்தவை அழிவதில்லை. சாம்பலில் கரைத்த கேசலோச்சனத்தில் உதிரம் தோய்ந்த துறவிகளின் சிகழிகை கற்பகாலத் திற்கும் அழிவற்றது. நீண்டு படர்ந்துகொண்டே இருக்கும். அதன் புதிரை அறிய முடியவில்லை என்னால்'

'முது பாழியிடம் இசை கற்க என்னை அனுமதிப்பாளா.

இந்த நத்தைக் கண்களில் சுருளும் கானகங்களின் ரகஸியத்தை இலக்கணத்துக்குள் மடக்கி இசையாக வடிக்க முடியுமா அவளால்' 'சுழல் சாகசமும் முதுபாழியின் இசைக்குள் உயர்ந்த நறுமணம் இருக்கும். கூட வந்து கொண்டிருக்கும் நிறங்களின் நாகஉலா. அவளைத் தொடர முடியுமா உன்னால்'

'விஷத்தடாகத்தில் மூழ்கியிருக்கும் கனிகாவின் ஸர்ப்பச் சுரியலைத் தழுவ யாருமில்லை உலகத்தில். அவள் கன்னிநிலையில் காத்து வருகிறாள் நாகர்களை. ஜலப்பரப்பிலிருந்து அவள் வெளியேறினால் பார்ப்பவரை கண்களால் ஈர்த்து கல்லாக மாற்றி விடக்கூடிய ரஸ நாளங்கள் அவள் கண்களில் புரள்கிறது தீராமல், நீரின் இசையில் தவழ்கிற விஷக்கண்கள் வெகு தொலைவில் வெள்ளியின் நிறங்களை மாற்றிவிடும்'

கண்களில் தானே பட்டுத் திறக்கும் அரக்குவெளி. ஓவல் ஆடியில் பூசிய விஷத்தில் மிதந்து உடல் ஸ்பரிசத்தில் அறை வெதும்பிக் கூந்தல் வேகத்தில் துடித்துக் கொடி சுற்றிய பச்சைப் புலி நாகஉலா மீது காமுற்று மூலிகை பூசிய பச்சைநாகர்கள் திரைவிலகி வருகிறார்கள். ஒருவர் மீது ஒருவர் படர்ந்து விஷ ஒளி நெருக்கத்தில் அசையும் ஆடி. திரைக்குப் பின்னே தைலமேந்திய பாழி சேடிப் பெண்ணாய் காத்திருக்கிறாள் தலைவாறும் கொம்புச் சீப்புடன். 'நாகஉலா இல்லை நான். தைலம் வடிக்கும் நாவிதன் குமாரத்தி சேடிப்பெண்ணின் கூந்தலைத் தொட உரிமையில்லை உனக்கு' நாகனிடமிருந்து விலகுகிறாள் பாழி. 'என் மௌனத்தில் ஒளிந்திருக்கும் இந்நகரத்தின் பதுமை நீ தானே' விலகும் ஆடிக்குள் போய் மறைந்தவாறு நாகனின் உருப்பளிங்கை ஈர்த்து நோக்கினாள் பாழி. நீலயுவதியும் கரும்புருவக் காரியும் ஒருவர் மேல் ஒருவர் வீசிப்படரும் கேசக் சுரியலை முத்த மிட்டவாறு கைகளை நீட்டி ஆடிக்குள் மறைகிறார்கள். நத்தைக் கண் சுருள்கிறது ரஸவேகத்தில்.

நாககூடத்துள் புகுந்த ஈட்டிக் காவலர்கள் நீட்டிய கூர்முனையில் சேடிகள் விஷம் பூசுகிறார்கள். நெடுகிப் பாய்ந்த குத்தீட்டிகள் ஆடிகளில் மறையத் திசை தவறும் காவலர்கள்.

கீழ் அறைகளில் பெண்களின் பேச்சுக் குரல். சேடிகள் பதறி ஓட படிகளில் இறங்கும் காவலரின் உஷார் நிலையில் எதிர் வருகிறாள் தாசிமுதுபாழி. அவள் பார்வை முன் மண்டியிட்டு வாட்களை நீட்டி தலைகுனிகிறார்கள் காவலர்கள் 'பச்சைப் புலியைப் பிடிக்க வந்தோம். எங்கே ஒளிந்திருக்கிறான்.' 'மரபுப்படி அவனை விலங்கிட இது

இடமல்ல. நாகங்களின் கோபத்திற்கு ஆளாக வேண்டாம் போய் விடுங்கள் கூடத்தை விட்டு' காவலர்கள் பணிவுடன் வெளியேறிப் போகிறார்கள். 'நாகஉலாவை வரச்சொல் சிலம்புகளுடன்' தாசிகளின் அறையெங்கும் திறந்த கதவுக்குள் கதவாக உள்சென்று ஆடிகளில் உயிர்க்கும் நாக உலாவைச் சுற்றி வருகிறார்கள். தலைக்கோலி முன் பாழியும் நாக உலாவும் வருகிறார்கள் சிரித்து உறவாடியவாறு. 'இன்று வெளிவரப் போகும் நிலாமுற்றத்தில் அபிதரின் நிழல் விழக்கூடும். பாலமுதுடன் எதிர்கொள்ளப் போவோம். சித்ராபௌர்ணமி நிலவு கிளம்பிவிட்ட அரவம் கேட்கிறது எல்லோரும் தயாராகுங்கள்' நிலவைச் சூழ்ந்த நாகமகளிர் குலவையிட்டவாறு ஆடிப்பாடும் நாக மலைகளின் மடிப்பிலுள்ள எதிரொலி திரும்புகிறது நகரை நோக்கி. வேர்ப்பாசி அணிந்த நாகப்பெண்கள் பூடி பச்சக்கல் மரகதம் புஷ்பக் கம்மல் மூக்குத்தி மினுங்க காது வடித்து தண்டட்டி அசைய அசையும் கல்வனாந்திரத்தில் சுற்றிவரும் நிலாமுற்றம்.

சவுரி முடிகட்டும் நாடோடிகள் கூந்தல் இழை சேகரித்தும் வேறு வேறு ஸ்திரீகளின் முடிச்சுழியிலிருந்த ரஸம் நுகர்ந்து அகவெளி போயினர். இழைசேர்த்து வந்து ஒவ்வொரு நூல் இழையுடன் பின்னி வருகிறான். தன் கூந்தலில் ஒட்டு முடியாகக் கோர்க்கும் பதினாறடிக் கேசத்தை மடித்து மறைத்தான். நாகஉலாவிலிருந்த யுவதிகளின் கேச இழைகள் எல்லாம் வந்து சேர்ந்து விட்டது. இனி முதுபாழியின் உதிராமுறட்டுக் கூந்தலின் கருத்தபாதையில் பயத்தை உணரக்கூடும். ஏனோ கணிகைகளின் உதிரம் சேர்ந்த சிகழிகை வலஞ்சுழி அலைபடும். ஆதாளின் குமாரத்தி நாகஉலா இரு மடிப்பில் வளர்த்து வரும் நீலக்கூந்தல் அடிக்கடி நிறம் மாறிவிடும் பச்சோந்தி.

கூந்தறப்பள்ளியில் கிழக்கத்தி மரபில் இருந்த எல்லா ஒப்பனை களிலும் சுரிகுழலை உருமாற்றும் ஜோடனை கொண்டவள். அவள் உரு படிந்த நீரைத் தொடாமல் நிறம்மாறும் கேச அலைகளின் இடைவிடாத ஓசையில் ஏதேதோ நாகங்கள் சில்லிட்ட நீர் அலைந்து திசுக்கள் வேகமாய் பச்சோந்தித் தொலியாகிச் செதில் செதிலாய் மடித்த நாகஉலா உடல் மீது செதுக்கிய சிற்பவயல். படியேறிய பச்சை அரவுகளின் வர்ண விஷம் வசியமாய் அலைந்தது நீரில்.

பசுமைவாசல் திறந்த நாகக்கண்கள் உள்ளே வெண்கலச் சிலைகள் நீர்தவழ்கின்றன உருமாற்றி. நீரடியில் பச்சைவயலின் மெல்ல எடுத்த படிகவில்லில் நரம்பு முறுக்கிக் குறுக்கே நகர்த்துகிறாள் இலை நரம்புகளை. விசையில் உயரும் பாழின்இசை. தேகமெங்கும் படம்

விரித்த கனிகா ஸர்ப்பச் சுரி இழைகளால் மேல் எழக்கற்களாகும் விருட்சங்கள். புராதனமான நாகஉலா நகரம் நீரில் படிந்து அதன் தலைகீழ்த் தெருவில் சுவர்களிலுள்ள காவிநிற ஸர்ப்ப கோலங்கள் அசைந்து வளைந்து வளைந்து செல்லும். ஆழ்ந்து சுவாசித்தவாறு செல்லும் பாசிநிறப்புனை அரவுகளின் பாதையில் மறலிப்பிச்சன் போகிறான் உருவற்றவனாய். அவன் சிரசுக்குள் முட்கள் குத்திக் குடையும் வாதை. அவன் தேகத்தில் அலைபடும் கிரியா கலாபம். நாக மலைக்குள் கல்படிகத்தில் உடல் படர்ந்த செம்மண் புற்று ஆயிரம் பொந்துகளில் உள்போய் சுழலும் கரு வண்டுகளின் ரீங்காரம் பார்சுவரை நோக்கி வளைந்து சென்று அவர் குழைக்காதில் ரகஸியம் சொல்லித் தர்மச்சக்கரத்திலுள்ள உடல் மனம் வாக்கு தாண்டிய உயிர் மார்க்கத்தில் தீர்த்தங்கரரின் சிலை ஒளி வீசும் நாகமலை.

தளிக்கோடுகளில் பூக்கும் கிரகங்களின் கணநிலை உதிராமல் முளைத்த தாமரையின் ஆறுஇதழ் மடிப்பு. நட்சத்திரங்களுடன் நிலைமாறும் தாவரங்களில் இலைகள் சஞ்சரிக்கும் பாதையில் சித்ரா பௌர்ணமி முற்றம் நோக்கி அபிதரின் பளிங்குப் பாதம் மெதுவாய்த் தொடும் பூமியில் முளைத்தெழும் நீலத்தாமரை. குளத்தின் படி இறங்கி பாசிவிலகி ஒரு நீலத்தாமரையைப் பறிக்கிறாள் பாழி. கரம் குவித்த அபிதரின் நீளமான விரல்களில் குருத்து நகங்களின் உச்சியில் ஒளிர் வடையும் சூனியம். அதை மெல்லத் தொடுகிறாள் நாக உலா. அபிதர் - முகம் வாஸிக்கிறாள் முகம் முகமாய் விரிகதிர்கள் நாணத் தலையசைக்கும் அவர் புன்னகை காலத்துக்கு வெளியே மலர உள்ளே நெருஞ்சி முள் கொழுவிய தலையுடன் பௌர்ணமியைக் கையிலேந்திய மறலிப்பிச்சனை நோக்கி அபிதரின் நீளமான கை நீள்கிறது சிவந்த ரேகைகள் கனிய. புவிவெளிக்கு மேல் இருவரும் சந்தித்துக் கொண்ட பார்வை ஒரு கணம் தங்கிய மறுகணமாகாமல் சலனமடைகிறது.

அபிதரின் விரல் நீண்டு விநோத வானில் நெருஞ்சிப் பூக்களைத் தழுவினார் மறலிப்பிச்சனின் கரடுமுறடான சிரசில். அதில் விரல் ஸ்பரிசம் படக்கழுத்தை வளைத்த தொலைவான மயிலின் அகவல். நாகமலையில் செந்நிறமான குன்றுகள் உருகும் கல்வாசனை. நிலா விழுந்த தெரு முனையில் வெண்மையான அபிதர். அவரை நோக்கிவில் ஒயிலில் அமர்ந்த தாசிமுதுபாழி பாலமுதைக் கிண்ணியில் கொண்டு வருகிறாள். அவள் இசைக்கருவிதானே இசைக்கப்படும் நாக கூடத்து வாசலில் நீரின் எளிமையுடன் உயரமாக எழுந்த அபிதர் நீளமான கரம் நீட்ட விரல்முனையில் சுரக்கும் வெள்ளி அவள்

உச்சியில் விழ அந்தரங்கத்தில் கொண்ட ஒரு துளி இசையை அபிதருக்குக் கொடுத்தாள் தாசிமுதுபாழி.

மிக மெலிந்த அபிதரின் நரம்புகள் தெறித்த தலையை மடியிலிட்டு விசாரத்தில் ஆழ்ந்த அவர் கண்களில் மர்மமாக அழுதாள். கண்ணோரம் வெது வெதுத்த துயரம் அபிதர் புருவத்தில் இறங்கி உள் புகுந்து எல்லாத் துக்கத்தின் ஒரு துளி சாரமாய் உள் சுழல்கிறது. சக உயிர்கள் மெல்ல அசைந்து அபிதர் உடல் மேல் படிய இறக்கத்தின் படிவமான படிகம் சகலத்தையும் கடந்து நெருங்கியது ஜீவகோடி அருவியாய். அதன் ஓசை இடைவிடாது நீர் நரம்புகளின் ஓசைகளாய்க் கேட்டு மறையும். குழந்தையின் சாயலில் விரல்கள் அசைய இப்பிரவாகமான அருவி புலப்படாது தொலைவில் மலைகளுக்குள் ஆழ்ந்து ஓடி இடையறாமல் விருட்சங்களில் தலைகீழாய் ஓடி இலை விளிம்புகளில் சொட்டும் பச்சைத்திரவம்.

நாளங்களில் நிலவு விழ அபிதரின் கால் பதிகிற ரேகை தனியே நெளிந்தோடிப் புல்லின் மடியில் ஒட்டிக் கொள்ளும். அவள் ஆழமாகப் பதிந்த பைரவி, புன்னாகவராளி, தர்பாரி, சாவேரி, எதுகுலகாம்போதியில் வாஸிக்கக் கேட்டார். ஆழ்கடலில் சுழிந்த பரல் தோன்றித் திரும்ப சமுத்திரத்தில் மறையக் காத்திருக்கும் கர்ணாமிர்த சாகரம். அது கண்ணீர்த் துளிகளில் இசைக்கப்பட்டு முன்னறியாத பாட்டு யாரையுமே தொட்டு விடும். தேர்ச்சியும் சாதகமும் வெளிப்பாயும் குரல் குளிர்ந்து உயிர்மீது படிந்த மணலை நகர்த்தி கண்ணீரில் உருண்டோடும் வெண் மணல் ஒன்றின் வடிவம். தாசிமுதுபாழி பாடியதைக் கேட்டவாறு மறைகிறார் தெருவழியே. சம்பவச் சுழல் அடுக்கில் இசையின் புனிதத்துவம் இரக்கம் என குறைவுபடாமல் நல்லநாளின் வகை அது. அபிதர் கேட்ட தாசி முதுபாழியின் இசை சாகசம் இனி உலகில் எப்போதும் கேட்கப்படும் புதிராகவும் அவள் வாசனை புனிதம் தாண்டிய இயற்கையாகவும் தெருவில் கரைந்து கொண்டிருந்தது தொலைவே.

மருதோன்றி இலைகள் மூடிய நாகஉலா செம்புநிற ஆறு சூழ ஓர் இலையை எடுத்துச் சென்ற அபிதரின் விரல்களுக்கிடையில் செந்நிற நரம்புகள் படர்ந்த பாழி தொலைவே பார்த்தாள் நகரத்தின் மேல் கரையும் ஆற்றின் மணல் கரங்களின் கைக்கூட்டுக்குள் தவழும் மெல்லிய நாகஉலா செங்குத்தான பாறைகளில் சரிந்த பள்ளத்தாக்கில் வீழ்ந்து உதிர் காற்றில் பரம்பரமென ஓசை கொள்வதை.

21 இலைகளற்று வாடும் இருப்பு

குன்றுகளின் உச்சியில் வீசும் பலமான காற்று புறண்டு வரும் நீரின் திமுதிமுவென்ற வெண்தோற்றத்தில் சமவெளியில் வீழ நிலப் பரப்பெங்கும் சுழல்கிறது பலவகையான உருவத்தில். சிவப்பு முகப்புகளையுடைய இப்பாறைகள் கிழக்கு நோக்கிப் பிரவாகமான நிறங்களைத் திட்டுத் திட்டான பொக்குப் பாறைகளின் அடுக்கடுக்கான கீழ் நோக்கிய முகப்புகளில் மணல் படிகிறது. படிகக்கல் விளிம்புகள் இடைவெளியின்றி நாகமலையின் சுற்றுப்புறங்களில் இருந்து துவங்கி ஆற்றுப் பள்ளத்தாக்கில் இணையும். தொடர்பில்லாமல் தனித்திருந்து கரையும் குன்றுகளின் இதயம் செம்மண் தேரியாய் தெற்கே விரிந்து சுட்டெரிக்கும் பாலையில் சேவல் மண்புற்றுகளின் ஆயிரம் பொந்துகளில் சாம்பல் நிறப்புனை அரவுகளின் சுருள் மூச்சு கூட்டமாய்க் கேட்டகக் கேட்க அச்சத்தின் பிடியில் சிக்கி நீலம்பாரித்து விடும் தீண்டாவிஷம் நாசியில் ஏறும். வண்டுகளும் கதண்டுகளும் விருட்சத் துவாரங்களில் மண் செவல் துளைகளில் மூங்கில் கூடிலுள்ள கணுத் துளைகளில் ஒலி வளைந்து செல்லும் பாதைகளின் விதி களுக்குள் பனை மரங்கள் அடங்காமல் விண்ணோக்கி மேல் சென்று வேறெங்கோ அலைவுறும்.

கிழக்கில் வெறுமையான பாறைகள் சிதறிக்கிடக்கும் பாலை நிலத்தில் பல ஓடைகள் பிளந்து ஓடும் காடுகளில் தோன்றி இருந்தாள் பாழி. எப்போதும் கண்டிராத மணல் கொண்டிருந்த சாம்பல் பூச்சிகள் தோண்டத் தோண்ட பாழியின் நிழல் விழுந்து கொண்டே இருக்கும். தூரில் குழிந்த உள் பரப்பில் வாசம் செய்தான். ஒவ்வொரு திசையிலும் சரிந்து வரும் மணலை வெளியே எடுக்கும் நிழல் பூச்சிகள் பாழி பதுங்கும் வளைக்குள் வந்து எட்டிப்பார்க்கும்.

அடியில் மண் பாழாய் மூழ்கிக் கிடந்தாள். வட்டமான குழிக்குள் ஒரு மணலாய் சுருங்கிய பாழி நெருப்புக் கோளமாய் கனன்று கொண்டே அகத்திலிருக்கும் குளிர்ந்த உயிரை மண் நுரையீரலுக்குள் பதுங்கி மூச்சு விட்டாள் எங்கும் இருக்க மனமின்றி. பாழ்த் தீவின் உள்ளோங்கிய பகுதிகளைப் பற்றிய தெளிவான வரைஉருவங்கள் மேடும் தாவுமாக உருமாறக்கூடிய அலைகள் மேல் சென்ற குருணை களின் ஓசை விநாடிக்கு விநாடி உயிர்த்துடிப்பில் நகர்ந்தது. மணலான அவள் சிறிய உரு அணுவணுவாய்ப் பிளக்கிறது சூன்யத்தில்.

கருஞ்சரல் முக்கோணமும் ஒழுங்கற்ற வடிவத்திலும் உடைந்து புறளும் வரிசை மாறாத உள் நிலக்கிளையில் பல வடிவங்கள் சேரும்.

வெளிறிய சாம்பல் துகள்களில் கல்லாய்ப் பழுத்து நீண்ட மௌனம் குடித்தாள். கீழ் ஓடும் உலோக ஆறு மஞ்சள் மணலாய் மாற்றியது அவளை. அகம் சிவந்த இலையானாள் கல் உருவில் காலம் திருகிய இலை நரம்புகளில் கற்ப காலப்பாசி மணலானாள் பாழி.

வெற்று வெளியின் அத்துவானத்தில் சிற்றலைகள் மேல் உருண்டுருண்டு இடம் மாறுகிறாள். அவாந்திரத்தின் நிறங்கள் பதிந்த கூழ் மணலாய் உருகி உலர்பனியை ஈர்த்துக் கடும் இரவில் தரை எரியும் வெள்ளி மணலானாள். மணலின் சிற்றலையில் உருகிற கல்நீர் மெல்ல வீசப் பாழியின் கால் தடங்கள் நகர்ந்தன திசையற்று. மணல் படுகையில் விதம விதமான நிறக் கற்கள். கூழாங்கற்கள் கிடக்கும். நட்சத்திர வடிவ கால்களை விட்டுச் சென்ற பறவைகளின் சிறுமணல் கோடு. தொடர்ந்து நகர்கிற சூன்யம் மணல் தெருவில் கிடந்த ஒவ்வொரு மணலிடமும் விருப்பு வெறுப்பற்ற உணர்ச்சிகள் அலையலையாய்ப் பாய்கின்றன நேசமான பறவைகளின் தடங்களி லுள்ள புதிரான பக்கங்களில்.

காற்றின் விசில். மணல் ஊர் அழிந்து அதன் அரூபம் அழியாமல் மிதக்கும் குறுமணல் முனையில். காலத்துக்கு உள்ளிருந்து பெரிய தெருக்களும் அந்தத் தெருவுக்குள்ளிருந்த ஊர்களும் எல்லாவற்றையும் ஊடுருவிப் பாயும் வெப்பமணலாறு பழுப்படைந்த ஊர்களாக உருவெளியில் வந்து தயங்கும் மெலிவு. அகண்டு கொண்டே வந்த மணல் மேட்டில் கரியும் வெளி. மனதின் சூறைகள் அசைந்து கொண்டிருக்கும். புரட்டிப்புரட்டி பள்ளத்தில் தள்ளிவிடத் தோன்றும் சுருள் மணல். புயல் அடங்கி எங்கும் மௌனம். மெலிந்த யாழ் ஓடைகளில் சலம்பலற்ற பாழேயான பாழிக் கண் கொண்டு பார்த்தாள் அவள்.

வெண் தேரியிலிருந்து பனை மரங்கள் உயர்ந்து மேல் விரித்த ஈக்கி ஈக்கியமான ஓலைக்கதிர் பாய்ச்சும் வெற்றிடம். ஓலை மடல்களின் தொலைவான உரசலில் எதை எதையோ உணர்ந்த பாழிநிலப்பரப்பின் நம்பிக்கையற்ற பார்வையில் அந்நேரம் முடிவுறாத சுழற்சியா யிருக்கும். வேறுபல சாதாரண பூச்சிகளும் பட்சிகளும் இல்லையானால் வெறிச் சோட்டம் கூடிவிடும். பாறைகளின் நிறமடிப்பில் உருக் கொண்ட வடுத் தீநாவுகள் தொலை தூரம் விரட்டும் மயக்கப் பரப்பு. எரிமலைகள் லாவா ஆறுகள் வெடிப்புகளில் அசையும் சூன்யத்தின் நெளிவில் மணல் வயலினை எடுத்து உலர்ந்த நரம்பு வில்லை குறுக்கே எளிதில் சுருதி சேர்க்க வழுக்கிச் செல்லும் மணல்பரப்புகளின் தேய்வில்

✦ 203

ஓசைகளின் சுருளானாள் பாழி. வெளிச்சத்தின் பின்னிப் படர்ந்த மணல் புஸ்தகம் மெல்ல புரண்டது தானே. 'என்னைத் துன்புறுத்தாதே விட்டு விடு மாயையே... சூன்யத்தில் நெளிந்த ஒளிர்வில் மறைந்திருக்கிறேன் நச்சரிக்காதே காற்றே...' என மணல் நரம்பில் குளிரும் சுருதிகளை நீராக்கி வெற்று மணலுக்குள் விரக்தியின் அடிநாதம் வெளிவர சூன்யத்தின் வலைப்பின்னலில் படர்ந்த இசை எனும் மாய நோய் பீடித்த பாழி கை மண்ணில் பால் ஊற ரேகை பதியும் கிளைகளுடன் பாழ்ஓடைகள். சூளாதி ஸப்த தாளங்களின் அடிப்படையில் வறண்ட பாதை மேல் பால்வை பட்சி ஓயாது ஒலித்தொகை பதிய வந்து போய் வந்து செல்லும் தடங்கள் அடுக்கடுக்காய் மணல் காகிதத்தில் நிழலாடும் விரல்லிபிகள். காட்டுக் கல்லில் படர்ந்த முள்செடியில் உருக்கொள்ளும் ஏகாந்தம் குத்திக் கிழிக்கும் காற்றின் வலியும் உரித்த நாறும் வாதையில் முள் முனைமேல் சூன்யத்துகள்.

லாட வடிவில் கிடந்த வெறும் பாறைகளின் மடிப்பின் அடியில் தாழையூற்றுகள் வெயில் மேல்மிதந்த நாகசஞ்சாரம். சாம்பல் புறாக்கள் அசையும் தாசி மாடங்களின் பார்வை கொண்ட நாகஉலா நய ஒலிகளை உள்ளுணரும் பழமையான ஜன்னல்களும் காரைச் சுவர்களில் உதிர்காலக் காற்று விநாசம் வீழ்ச்சியென மணல் காரைகளை வாரிச் செல்லும் வனமாகும் நியதி.

தெறித்து வீழும் மணல் ஊளையில் உருள்கிறது நாகஉலா. எரிமலை பிறந்த இசையின் ஆழத்தில் பீரிட்ட வெந்நீர் ஊற்றுகளின் தோற்றத்தில் பாதைகள் கிளைகள் நிலநடுக்கம் எல்லாம் ஆகிச் செல்லும் யாத்திரையில் சீன நாடோடிகள் போனபட்டுப் பாதை இரு தந்திகளைக் கொண்டு வில் இழைகளை வாசித்தவாறு தந்திகளின் கீழ்புறமாக உள்தோய வில்லை அலையலையாகப் பறக்க விட உருவற்ற பறவைகளின் சிறகு வெளி.

சூறாவளி தூக்கிஎறிந்த பாறைகள் சில உருண்டு கிடக்கும் சாயைகளில் மறைந்திருக்கும் உருவங்கள். வெயிலில் செல்லும் மேட்டுப் பாதை. உயரமான விளிம்புகளில் யாருடைய கால்களோ நகர்கின்றன. பார்த்துக் கொண்டிருந்தாள் உருவமற்று நகர்கிற அரூபங்களை. அடையாளமேதுமில்லாத பாழின் தோற்றம். பெயரில்லாத காலத்தில் நகர்கிற வெளி. மாரிமாராய் முள் மரங்கள் இலைகளற்று வாடும் இருப்பு.

சாம்பல் பூசிய முள்ளில் சிக்காமல் இடைவெளியில் அலையும்

சிறுபட்சி வாடிய இறகுடன். பூச்சிகள் பாறைகளைக் குடையும் ஓசை. இருளும் வெளிச்சமுமான புள்ளிகள் தோன்றி அலையும். பாறையில் மல்லாந்து கிடக்கிறாள் கூந்தலை விரித்து. அவளைச் சுற்றி யார் யாரோ இருக்கக்கூடும். தென்படவில்லை. எங்கும் நிசப்தம். வெட்டுப் பூச்சிகளின் படிகக்கண்கள் பாறைக்குள் பதுங்கும் இருட்டு. வெளியின் கரைகளாக இருந்த மௌனத்தில் போகாதே... போகாதே... என கத்திவரும் சிறுபறவை. கற்களில் உருண்ட பச்சோந்தியொன்று நிறம் பலவாய் உருமாறி அரக்கு நிறத்தை அடைந்தது.

சூன்யத்திலிருந்த குழிவுகளிலிருந்து அரூபங்கள் தோன்றி வருகின்றன அவளை நோக்கி. பாறையில் மல்லாந்து கிடக்கும் வெண்ணிறவெளியில் பின்னும் பல காலங்கள் நடந்து திரியும் அசைவு. முன்பின் காணாத வனாந்திரத்தில் துலக்கமான முகங்கள் வெளிப்பட குகை வழியாக யாரோ வருகிறார்கள். மறைந்து வாழும் துறவிகளாக இருக்கும். மணல் மணலாய் அடுக்கி வைக்கப்பட்ட அவர்கள் மௌனம். வார்த்தைகளற்ற மௌனம். எதையும் தரமறுக்கும் பிரியமறுக்கும் பிரிந்த பின் திரும்ப மறுக்கும் சந்திப்புகளின் கண நிலை நீள்கிற வெளியைக் கடந்து போகிறாள் பாழி. ஊளையிடும் காற்றின் சுருள் ஓசை திசைகளில்.

பாலையில் பரபரக்கும் மௌனத்தில் அவள் தேடித்தேடி அலைந்த அவாந்திரமான தனிமைக்குள் கைகளை வயலின் மேல்வைத்து மணல் நரம்புகளை வருடுகிறாள். மணலின் வெள்ளையான வெளிறிப்போன கரங்கள் அவளைத் தொட்டு அணைத்த இவ்வேளை வெயிலின் அடியில் உள்ள வெப்பக் காற்றின் பித்த வேகத்துடன் நெருங்கிய விரல்களிலுள்ள மணல் உருவம் பாழ் தான் அது. பனியிலும் காற்றிலும் வெறுமையிலும் புயலில் கொந்தளிக்கும் பாறைப்பிளவுக்குள் உருகி ஓடிய இயற்கையின் நியதியில் சாவதானத்துடன் உயிர் அருவி பொங்கிச் சுழலும் ஜீவ தாதுக்களின் உயிர் வேகம் மேலிருந்து கீழாக பனியுடன் துகள் துகளாய் வீழ வெளிமேல் தத்தளிக்கும் உயிர் உடைந்து அரும்புகளின் மணல் செறிவான அர்த்தத்துடன்வீச வாசனைகளின் அகப்பரப்பில் காலெடுத்து வைத்தாள் பாழி.

உஷ்ணத்தில் துளையிட்டு இறங்கும் வெயில் செதில்கள் மணலை உருக்கி உள்ளேறிய வெப்பத்தில் மெல்ல மெல்லக் கானலின் அலை அங்கிருந்து மேற்கு நோக்கி நகர்வதை அவள் கண்கள் மணல் விரல்களின் ஸ்பரிசத்தில் பாலை காண்பாள்.

வெயிலில் பரவிக் கிடந்த மடிப்பான சமவெளியில் வரும் காற்று உணர்வில் தொற்றிக் கொண்டு நீள்கிறது. தாகம் மிகுதியான உப்புப் பாறைகள் பளிங்குத் தடாகமாக உடலும் வெளியும் சேர்ந்துவிட்ட ரஸப் பரப்பாக அருகாமையில். எதிர்ப்பக்கம் செங்குத்தான மலைகளுக்குக் கீழாக சரிவுகளில் பரவிய வெயில். பாறை முழுவதையும் சாம்பல் ஆழ்த்தும் அடிவானம் துயில்கிறது. பழுத்து எரியும் மணலை ஊடுருவிச் செல்லும் பயணம். உலகின் எல்லாப் பொருட்களும் அவள் நிறமடைந்து உள்ளிருந்து பாயும் பாழி எங்கும் நிறம்புகிறாள். மாய சக்திக்குள் மறைந்திருந்தாள்.

ஒரு சில வெப்பப் பறவைகள் கிளைக்குக்கிளை தாவித் தன் தாபத்தைக் கொண்டு இலைகளில் எரியும் ஜுவாலையில் அணுவணுவாக உள் உருகும். எல்லாவற்றையும் பற்றிக் கொண்ட பாழி மயக்க மூட்டும் தடங்களில் அடிவானத்தை நோக்கி போய்க் கொண்டிருந்தாள். அவள் மறதியிலிருந்த மணல் ஒவ்வொன்றாக அடுக்கி வரும். தொட்டதும் கலைந்து விடும் வடிவம். உணர்வுகளில் இழையும் வானத்தில் கரைந்து ஓடும் சிறு மேகங்களின் அலை. அங்கு நீலத்தில் மூழ்கிய மலைத் தொடரில் தெரியும் அலைகள் கல்லின் வேட்கையுடன் சுழன்று வரும். தொட்டுவிடும் தூரத்தில் விலகிப் போகும் தொலைவுப் பரப்பு.

காட்டு மண்டபத்தில் பாழில் உருகும் சிற்பயாளிக் கல்மறைவில் வாஸித்த முகவீணையில் உதிர்ந்த மணல் தோடியாய் மடித்த ஓசை எழுந்து வறண்ட தொனியில் குன்றுகள் உருகக் கேட்டாள். உச்சியிலிருந்து சுனைப்பாறைகளில் நீர் வறண்ட தடம். பாறைகளின் அடி நாதத்தை உணர்த்த நீர் இழந்த வடுவில் பிளவுகளுக்கிடையில் சுனை கீறி வந்த நீர்மை அலையலையாய் மணலில் ஓடி உலர்ந்த நாவினால் இசை பருகினாள். மணல் சிலைகள் எழுத்து நயஒலிகள் நடுங்கிய எலும்புகளின் துகள் உருகிஓடும் ஆறு.

வெயில் மேல் அசைந்த ஆவிநீர் மேல் விருவுகளின் மூச்சில் கால் பொசுங்கப் பனங்கூந்தல் அறுத்து ஆந்தை உட்கார்ந்த மொட்டைப் பனையில் மரங்கொத்தியின் ஐந்து வர்ண இறகு ராகங்களை உள்ளடக்கி நீள் அலகால் கொத்திய துடியோசை சிறகில் அதிர்ந்து வர்ணம் கலந்து பூமியில் சுழன்றது உதிர்ந்த ஓர் இறகு.

வாடக் கரடுகளை மென்று வாயில் எச்சில் நுரைநூல் நூலாய் வீசி சலியுடன் வடியும் வரை ஆடுகள் திரியும் மணல் ஓடையின் வெளிர் பாழில் வாய் வைக்க முடியாமல் முள்ளுகள். கால் கடுத்தும் ஓயாத

வரையாடுகளின் வெப்பமான கால்களில் சுழலும் வெம்படையான புழுதிச் சுழியில் கூட்டமாய் போகின்றன வெயிலை நோக்கி. அத்தம் வரை யாருமில்லை. நீருமில்லை. அழுத்துச் சலித்த வெறுமையான களர்நிலத்தில் காய்ந்த பூண்டுகளின் முணுமுணுப்பு விதைகள் சிதறி வெடிக்கும் நெத்துத் தாவரங்களின் ஓசை. மஞ்சளான விதை அடுக்கிய நெத்து ஒடிந்து விழ மரத்திலிருந்த கொத்துகள் சரசரக்கும் ஓசைக்குள் ஒளிரும் இதமுமான சப்த அலை இசையைத் தரவேண்டித் தவிக்கும் நிழல் மெல்லக் கரைந்து வெயிலில் சேர்ந்து வெப்பமூச்சு விடும்.

சலனமடையும் பனிப்பாறையில் உருகி அமரும் பாழி பனியின் உயரத்திலிருந்து சரிகிறாள் கீழே. அவற்றின் நியதியில் உருவான மாற்றங்கள் தேய்வில் பனிசேமித்த உள்உருகும் துக்கத்தில் சூன்யத்தைப் பார்த்துக் கொண்டிருக்கும் இவ்வேளை ரகஸியமாய்க் கரைகிறாள் பாழி. பனிமுட்களை ஏந்திய பாழியின் கழுத்தைச் சுற்றி சில்லிட்டு இறங்கும் சாம்பல் பனி முட்கள் உள்ளே ஊடுருவித் தீண்டிய வெண் உதிரம் ஒரு துளிப் பாழாய்த் துளிர்த்து மார்பின் சிலீமுகக் கண்துளையில் திரளும். உருண்ட பாழ்த்துளி அவாந்திரத்தில் சுழன்று பளிங்காக மாறும் சூன்யம் ஊடுருவி. கடலுக்கு அப்பாலிருக்கும் தனிமையில் தோற்றத்திற்கும் இருப்புக்குமான இடைவெளியில் நடக்க நடக்கச் சுருங்கி வரும்தொலைவின் முணுமுணுப்பு. புல்லும் கூட பால்தாராத நீண்ட தூரப் பயணத்தின் வேளையிது. பாலையின் நெடு வழி தென் பிரதேசமெங்கும் பிக்குகளின் கால்தடம் பதிந்த ரேகைகளைக் கண்டாள் பாழி. தனித்துவந்த தடங்களில் விரல்களின் அருகிலும் இருப்பை உணர்ந்தாள். பிக்குவால் பறிக்கப்பட்ட கனி இருந்த வெற்றிடத்தில் சிவந்த கனியின் இருப்பை நுகர்ந்தாள் வாசனைகளில் ஓடும் மறைந்த அக்கனியின் இக்கணத்தில்.

காணாத கனியின் சாரமான தோற்றம் கனியாகக் காண்பாள் வெற்றிடத்தில். கிளை இலைகளின் வெளிகளுக்கிடையில் திறள் திறளாய் பல உலகங்கள் வட்டமாய் அடுக்கித் தொங்கும் அசைவுகள். ஒன்று மேலொன்று விளிம்பு பதிந்த வட்டத்திரளின் ஊடே இருந்த வெளியின் உள் வட்டம் கனிகளாக வாசனை பரவிக் கொண் டிருக்கும். ஒரே வேளையில் எல்லாக் கோளங்களும் கிளை கொப்பும் கப்புமாய் இலை மறைவில் நெளிய வெளிர்நிறப் படிகங்களாய் உருளும் கிரண கோளங்களில் மறைந்த இருட்டு இலையடியில். கனியின் மேல் கரம் நீட்டித் தொட்ட மஞ்சள் விரல்கள் மறையும் வேறு சில கரங்களை உயர்த்தி விருட்சத்தில் தொக்கிப் பாய்ந்த பல

உருவங்கள் கனிபறிக்காமலே தொடுகிறசாயல் தோன்றி முகம் முகமாய்க் கனியின் நிறம்படும். அரூபமான பிக்குகள் அங்கிங் கில்லாத பிறவிகளாய் கனிமேல் ஆவலின்றி ஸ்பரிசிக்கும் எல்லா ரேகைகளும் சுற்றியிருந்தது இல்லாத கனியின் வெற்றிடத்தில்.

கனிமேல் ஆசையில் நிழலாகிவிடும் சாபம். விந்தையான கனிகள் மறைய வெளியில் உள் வெளியாயுள்ள கனியின் அரூபம் கண் களுக்குள் மறையாத அரு உரு நீக்கிய படிவாய் உள் வருகிறது. தலையை விட்டு உதற முடியவில்லை. சிரசில் பழுத்த கனி பறிக்கப் பறிக்க இருந்து கொண்டே இருக்கக்கூடும். நாறும் பாலுமாய் தொலியில் பளபளப்பான கனி உள்ளே வெளியே திரிகிறது. எடுக்க எடுக்க அதைத் தொடுவதற்கான விந்தை குறையவில்லை. துடைக்கும் ஆவலில் கையிலுள்ளகனியை சுழற்றுகிறாள் பாழி. பழுப்பின் பாதையை ஊடுருவிய பிக்குகளின் சிறகுவெளி தொலைவான கனியின் பாதையை நோக்கி வளைகிறது.

பாலைவன விதிகளின்படி உருவான கனிவிருட்சத்தில் சாம்ப லோடிய கிளைகளின் ஊடே அண்ணாந்திருந்தாள் துடைக்கப்பட்ட வெற்றிடத்திலும் பளபளப்பான நாவற்கனிகளில் இருந்த சூனியப் புழுக்கள் குடைந்து நெளியும் இருப்பில் பாழி தன் கைகளை நீட்டி விரல்களால் ஸ்பரிசித்த சூன்யக் கனியின் ஒளிர் நரம்பு நார்களின் தித்திப்பை சாம்பல் பூசிய நாவில் சுவைத்த வேளை துள்ளிய வெள்ளிப் புழு ஒன்று வெளியைக் குடைந்து துளை ஏற்படுத்த அதன் மேல் பளிங்குக் கனி உள்ளே எண் கோணப் பரல் ஒன்று பச்சையாய் ஒளிர உள்ளே ஈரம் மட்டும் விடுபடாமல் தனித்திருந்தது உஷ்ணத்தில். உப்புப் பாறையில் உருவெடுத்த பாலை நெல்லி இலைகள் சிறு இறகாய் அசைந்து பீலியின் நடுவகிட்டில் ஓடும் நரம்பு மொழி கனி உள்ளே பரலின்வரை வரியில் பச்சைக்கோடு வரையும் இயற்கையின் விநோத மாயத்தில் பளிங்கு நெல்லிப்பரல். அமானுஷ்யமான உருவெளியற்ற பச்சைப்பரல் உள்அடுக்கிய சூன்யரேகைகளின் நெளிவும் அலைவுறும் தோற்றங்களும் வெளிக்குள் வெளியாக உள்படரும் படிக உடல்.

பளிங்கு உள் பாசி நீர் உலர்ந்தும் வாடாத ஒரு துளி அதீதரஸம் சுழன்று கொண்டே பாழியின் கண் மேல் செல்லக் கண் இமைத்த பரலின் எண் கோணப்பட்டைகளில் ஒவ்வொன்றின் புதிரும் வெளிப்படும் சாயல். மெல்லச் சுழலும் சூன்யப்பரல் பச்சை பூசி வெளியில் விரியும் பசுமை உலகம் தொலைவே தெரியும். அடுத்த

வரையில் பாசி மூடிய நாகஉலா பச்சை நீரில் அதன் பிரபை அசைய வெளிவரும் பரல் நெல்லிப் பளிங்கு தனியே உவர்கிறது. பனித் தாவரங்களில் அலையாகிறது. எண்வரை அரை வட்டம் இணையும் பொறியமைவு தானே உள் சுழலச் சுழலும் தனி விசைக்குள் பச்சை அதீதம் பொங்கிய சதைத்திரள் வற்றி உலர்ந்து உடல் கலைந்த சூன்யப் பளிங்கு இன்மையின் ஆதாரத்தில் இருந்து கொண்டிருக்கும் அகப்பொருளாய் பாழி கண்ணில் படும்.

அதை விட்டு விலகிச் செல்ல உச்சிமேல் பறந்து கூடவே வரும் பளிங்குப் பரல். எதையும் உடன் எடுத்துச் செல்லாமல் விட்டு வெளியேறும் பாழிக்குள் ஒரு மணல் பரல் மட்டும் ஒளிந்திருக்கும். நெல்லிக் கனியைப் பெரும்பாலை வழியில் காண்பாள். பளிங்குப் பரலில் எண் கோணச் சுடரில் விரல் மடித்த நிறப்பாலைகளாக எழுந்த மணல்இசையில் புயல்சுழிந்து சுரி வடிவில் பரல் நடுவில் கருங்குழியில் உள்பதுங்க வெறும் வெள்ளை மணல் சுருளில் உருப்பெற்ற கண்ணிமைக்கும் சிலைக் கூட்டம் எண் வாசல் திறந்து உள்ளிருக்கும் பாழியைத் தொடும் சூன்யம்.

பளிங்குக் கனிஉள் மழை பனி புயல் பனிமூட்டம் எல்லாம் புகுந்து கொண்டிருக்க மறுபடி வெளிப்படும் சூரியக் கதிர்களின் வெள்ளி ஊசிகள் வரைந்த சிற்பவயல் உள் பரலில் எண் பரிமாணத்தில் செதுக்கப்பட்டு அந்தரத்தில் தனித்திருக்கும் பளிங்கு நெல்லியின் கரு உயிர்க்கப் பச்சை வெளிப் பார்வை கொள்ளும். வெறுமையான குன்றுகள்சூழ இருந்த சூன்யப்பளிங்கின் உள் அடுக்கில் பல பழுப்புப் பாறைகளில் ரேகை திருகிய கோர்வையில் வெறுமையின் உள் அமைப்பு துல்லியமாய் வெளிப்படும்.

செந்நிற வெயிலில் மங்கியிருக்கும் அகாலம். நிசப்தத்தில் ஆழ்ந்த தூக்கத்தில் ரகஸியமாய் உரையாடும் அபிதரின் தொனி அதிர்ந்து கொண்டிருக்கும் பாறைப்பிலத்தில் உதிரத் தொடங்கி மணலோசை யின் தனித்தனி இழைகளைக் கேட்டுக் கொண்டிருந்தாள் தாசி முது பாழி. வந்து போன அபிதரின் பாதரேகை நெளிந்தோடி கூடங்களில் சாம்பல் நாற்றாய் அசையக் காண்பாள். செம்பாறை வெளிப்படுத்திய இசையின் கரடுகள் உயிர்ப்பெய்தி அகாலத்தின் அசைவில் நயங்கள் பிறக்கும்.

மனோ வியாபகத்தின் சங்கீத ஏடுகள் புறண்டு மணல் வயலின் வில் நகரும் எல்லையில் ஈயநிற வானம் வளைந்து எழுந்தது. எந்தப் பிராணியும் பயணம் செய்திராத மணலின் உட்பகுதிக்குள்

புகுந்தாள். பல ரூபங்களின் அசைவுகளையுடைய பாதை. மனித சஞ்சாரமற்ற பெரு வெளி. தலைகீழாய் இறங்கும் வெள்ளிகள் வடிந்து நெளிந்து திருகிய சிரசுடன் ஒட்டிக் கொள்ளும் மூச்சை அழுத்தும் மணல்ப் படுகை.

வளைந்து ஓடிய ஓடைகளின் உள்ளே பரல்களாய்க் கிடக்கும். சரலைக் கற்கள் உருட்டுக் கூழாங்கற்கள் பொக்குகளிலுள்ள செதில்கள் மஞ்சள் பாறைகள் நீட்டிக் குத்தும் சுக்காந்துளைகளில் திண்மையான சாம்பல் பல்லி ஒன்று வெண்ணிறச் சுண்ணாம்புக்கல் மடிப்பில் அடி வயிற்றை வைத்து வெப்பம் குடித்துக் கொண்டிருந்தது. அதன் சிறிய முட்டைக்குள் வால் சுருண்ட கானகம் பாறைகளுடன் சுருள் பட்டுத் தலைகீழாய்த் தொங்கும் ஊசிக்கல் முனையில் குட்டிப்பல்லி அதே புள்ளிகளை கருவில் பெற்றிருக்கும்.

மணல்த் தீவாக உருண்டு அசைந்து கொண்டிருந்த முட்டையைச் சுற்றி வெளிச்சமும் நிழலும் சேர்ந்து ஓடாக விம்மிச் சுழலும். அது உச்சரித்தது பாழி... பாழி என. அவள் பெயர் கல்வனாந்திரத்தில் கேட்க 'என்ன... நான்தான் ஒன்றுமில்லை' என்றாள் மனத்தொனியில். தொனிக்காமலே அதிர்ந்தது குரல். லாவாவில் மூழ்கிப் போயிருந்த பாறைகளின் மஞ்சளும் வெண்மையுமான தனித்தனி நிறக் கலவையில் விரிந்த கரட்டு நிலத்தில் ஈர்த்த பாழ் நிலமாக முடிவற்ற ஓசையுடன் வா... வா... என அழைத்தன வெற்றுருவங்கள். சீரற்ற தரையானாலும் தளத்தில் பரவியுள்ள குழிகளினாலும் தடுமாறி வீழ்த்தும் மேடுகளாலும் அவள் பாதை. பெரும் பிளவுகளை எட்டிப் பார்த்தாள். கீழே முக்கோணமாய் நீளும் சமவெளியில் எறும்புகளாய் நகரும் கால்நடைகளுடன் மனிதர்கள். வெள்ளைச் சுவர்கள் மீது ஊசிக் கூம்பு வைத்த கூரைகள் புகை போக்கியில் வளையும் புகை. சரிவில் இறங்கும் தடத்தில் சாம்பல் படிந்து உறைந்திருக்கும்.

அந்தத் தடத்தைப் பின்பற்றி வெகுதூரம் போக வேண்டும். சற்றே இளைப்பாற அங்கு குத்துச் செடியின் நிழல் கூட இல்லை. மலையிலிருந்து பாறைகளைப் பெயர்த்து நாட்டு வண்டியில் பாரம் ஏற்றிப் போகிறார்கள். திரும்பத் திரும்ப வண்டியில் இழுபடும் மாடுகள் தலையாட்டி நகரும். மாடுகள் பாறைகளை இழுத்துச் செல்லும் மூச்சிரைப்பு இடைவிடாமல் பாதையில் கேட்டுக் கொண்டிருக்கும். சரிவான மலைப்பரம்பில் ஏறிப் போனால் செம்மண் குன்றுகளில் செங்குத்தாக ஏறும் பாதை. சில முரட்டுப் பாறைகள் உருண்டு கிடந்தன. பாழ் முனங்கியது. குத்துக்கற்களில் இருந்த

துவாரங்களில் ஊடுருவினாள். மேட்டின் நடுவில் வளைந்து மறுபக்கம் இறங்கம் சரல் காட்டில் நாலு பக்கமும் குன்றுகளும் பாறைத் திட்டுகளும் சூழ்ந்த விகாரை. காலத்தால் உருண்டு விழுந்த கற்களும் கூழாங்கற்களும் சிதறிக் கிடந்தன சிற்பவயலில். ஊசி ஊசியாகக் குத்தும் வெயிலில் கூர்மையான கற்கள் காலைப் பதம்பார்க்கக் காத்திருக்கும். எத்தனையோ பேர்களை கற்கள் உருட்டி வீழ்த்தி யிருக்கும். ஆழமாகப் பதிந்த கல்விகாரையின் திறந்த கதவுகளும் மாடங்களின் வளைவிலும் வெள்ளைக்காடு முளைத்துக் கிடந்தது. சூரிய ஒளியின் பிரகாசத்தில் வெளிறிப் போன சுவர்க் கற்களில் படர்ந்த பாசியும் மண்டியும் மகிழியுமாய் இலைகளின் அரளிப்பான பசுமை அங்கு மட்டும் சூழ்ந்திருந்தது. செடிகளுக்குள் அசையும் இவ்வேளை மலர்ந்த ஒரு சில காட்டுப் பூக்கள் சன்னமாய் வீசியது மென்மையை. சப்போட்டாக் கள்ளிகள் ஆயிரம் முள்ளுத் தலை களுடன் அசைந்து முள்ளில் சீறும். அவற்றிலும் சில கள்ளிப்பழங்கள் முள்ளோடு உள்ளே செம்பழுப்பு நிறத்தில் கனிந்திருக்கும். கள்ளிப் பழத்தில் மூடியவறட்டுப் பனியுடன் தரையில் உரசும் மார்மாரான கருவேலா முள்ளும் முடறும் சூழ்ந்திருக்கும் பாழ் குடிகொண்ட விகாரை. ஒரு சொட்டு ஈரமில்லாத பிரதேசத்தில் புன்னகை உதட்டில் தவழ பளிங்குப் படிமத்தின் சிதைந்த பாழுடன் கௌதமரின் உரு.

விரல் ரேகைகள் மணல் வில்லில் ஒட்டிக் கொள்ள வெண்ணிற வயலினை வாசிக்கத் துவங்கிய கையின் வேகம் பால்வைப் பட்சியாக றெக்கை விரித்து மிதந்தது விகாரைக்கு மேல். நின்ற சூன்யம் பார்த்து உள்ளே மறைந்திருக்கும் பிக்குகளை அழைத்தாள். வாலா ஆறுகளின் உறைநிலை மீது உயிர்மை கொள்ளக் காத்திருந்த விகாரை மீது இசை ஆறு வெப்பமாய்ப் புறண்டு ஓடிக்கொண்டிருந்தது கூழாங்கற்களின் ஓசையுடன். தீ நாவுகளை நீட்டி விகாரையைத் தீண்டும் எரி கற்களின் ஈர்ப்பில் உள்ளோசை கொண்ட சிலைகளை உணர்ந்தாள். கொஞ்சம் கொஞ்சமாய் மேடேறிக் கொண்டிருந்த உயரத்தில் காரைகள் உதிர்ந்த சுதை சிற்பங்கள் முகமறுந்து கையிழந்து கேசச் சுருள் பாறையில் ஓடியது நெளிந்து. சாம்பல் பூக்கள் எங்கோ உருளும் ஒலி.

தொலைவில் அசையும் கல்மாடங்களுடன் கூடிய மௌனம். பாதங்கள் உரசின வெளியில். அதற்குள் பாழ் விகாரையைச் சுற்றிக் கொண்ட கண்களை அபிதர் உணர்ந்திருக்கக் கூடும். சுற்றிவர உதிர்ந்த சுதை பாசங்களில் இருந்த சிலையுருவங்கள் அசைந்தன வெளிச்ச மடைந்து. உருகி வடியும் பனி இலைகளைத் தழுவியவாறு கல்லிலுள்ள புடை சிற்பம். வெகு தீவிரமடைந்த பச்சை ஒளியில் பல நிழல்கள்

மறையும். விகாரைக்குள் சென்று அபிதரின் சாயல்களில் நடமாடிய ரூபங்களைக் கண்டாள். அடுக்குச் சுவடுகளில் நடந்து கொண்டே இருந்த பிக்குகளின் மூச்சு. சுவர்கள் ஸ்பரிசித்த ஆதார உணர்வில் யார் யாரோ இருப்பதாகப்படும். அவள் பாலையில் பின்னும் முன்னு மாகப் போய்க் கொண்டிருக்கக் கூடும். வேறுபக்கம் நகர்ந்து கொண்ட பனைகள் விநோத எல்லைகளை வகுத்தன. மலைப்பாறைகளின் முக்கோணக்கணித முக்கோணங்களின் வளைப்பின்னல் கொண்ட பாலையின் வடிவமைப்பைக் கடந்த பாதங்களின் தன்னிச்சையான ஓட்டம் கிழக்கிலிருந்தே செல்வதாகப்பட்டது. ஏதோ ஓர் திசை வயப்பட்ட ஜீவியாக மாறியிருந்தது சூனியத்தின் அசைவு. எரிமலைப் பிளவு வழியாக வழிந்தோடிய பழைய நாகஉலாவும் அதன் விகாரையும் உருகிய படிவுகள் அதிர்ந்து கொண்டிருக்கக்கூடும். வடக்குத் தெற்காகக் குன்றுகள் தோன்றின.

சூனியத்தின் மேல் துருத்திக் கொண்டிருக்கும் பாறை முனைகளில் சுருள் அறைகள் கொண்ட விகாரையின் உச்சி முனையிலிருந்து எட்டிப் பார்த்தாள் சிறு புள்ளியாக உருமாறி. நிலவியல் வடிவங்களில் பக்கம் பக்கமாய் மடிக்கப்பட்ட பாழின் இலையுதிர்காலங்கள் நில நடுக்கத்தில் பிளந்த பாறைகள் வடபகுதியிலுள்ள பனிப் பாளப்படிவுகள் உட்பகுதியில் சரிந்து வரும் சமவெளியின் அசைவு கற்கள் நிறைந்து புற்களே அற்ற பாலையின் தாகம். அடி ஆழத்தில் நீண்டுகிடந்த எரிமலைப் பிளவில் லாவா மேல் எழுந்து குமிழ்விட்டுக் கொண்டிருந்தது. கக்கிய அடிக் கற்களும் குமுறலும் இந்நிலப்பரப்பின் வடுக்களாக வடிவங்களில் சரியும் முக்கோணச் சரல்களாக சம வெளியின் கிழக்கே ஆறுகளின் கிளையோடிய சாம்பல் விருட்சம். அதன்மீது பாழியின் தடம் பதியாத இடமே இல்லை. வெறும் மணலும் லாவா ஆறுகளின் பிளவுகளும் அவள் உடல் மீது செல்ல வெகு ஆழத்தில் சரிந்து இறங்கிக் கொண்டிருந்தாள். பூமியின் வெடிப்பில் வந்த காளான்குடையின் கீழ் சிறுநிழல். சுற்றிலும் வெளியின் அசைவு. ஏரிகளுக்கு வடக்கிலும் தெற்கிலும் வெறும்மண் பரம்புகள். வேனல் தானியங்கள் உலந்திருந்தாலும் பழுப்புநிற தானியத்துடன் கதிர் பரப்பியிருக்கும். சாமைக் கதிர் ஏந்தி வருகிறாள் புள்ளியான உச்சியிலிருந்து.

தூங்கு முனைப்பாறை மீது சுருண்டிருந்த விகாரையின் பார்வை உருவற்ற வனத்தின் மீது மிதந்து கொண்டிருக்கும். கல்கோட்டையின் சுருளுக்குள் மேல் வரும் படிக அறைகளின் ஜன்னல்களில் வறண்ட பாழ்நிற சாயைகள் அலைவதும் எதையோ முணுமுணுத்த

வாக்கியங்களில் முடிவுபெறாத தொடக்கம் தொனியாக வெளிப்படும். சுவர்களுக் குள்ளிருக்கும் லாவா ஆறுகளின் கதறல் கற்குழம்பாய் பொங்கி மூடிய விகாரைக்கு மேல் ஊசியும் செதிலுமான பளிங்குக் கற்களின் வரிசை கீழ் நோக்கிச் சரிந்து கிழக்குச் சமவெளிவரை நீண்டு மறைகிறது.

கரும்புள்ளிகளாய் அங்கிருந்து அடையாளங்கள் மதில்ச் சுவராயிருக்கும். மர்மங்களுடன் பதுங்கிய பிக்ஷா பாத்திரத்தில் இலைகள் குவிந்திருக்கும். பிக்குகளின் கால் பதிந்த தெரு. வெள்ளைச் சுவர்களில் இருந்த உயிரோட்டத்தை தொலைவிலிருந்தே ஸ்பரிசித்தாள் பாழி. மலைப்பிளவுகள் படர்ந்த அபிதரின் உடலில் எரிமலைக் கற்கள் தழலுடன் உறைந்திருந்தது உயரத்தில் வளைந்து பாறைகளின் மயக்கத்தில் ஆழ்ந்திருக்கும். விநோதக் கற்கள் உடலுக்குள் பழுக்கும் சாம்பல் பூசிய கனிகளின் ஈர்ப்பில் புழுக்கள் கீறிய கோடுகள். வெற்றிடத்தில் யாருமின்றிப் பதிந்த கனிகளின் மௌனம். உரு இழந்த காற்று மெல்லிய அலை எழுப்பும் பழைய கூடத்தில் பெருவெளிநூல் புரண்டு கொண்டிருந்தது. மூங்கில் நாரில்பின்னிய நதியின் ஜலவெளிச்சத்தில் ஓடும் திரிபிடகத்தின் பாலி லிபிகள். சுவர்களில் தங்கிய வெளியின் அசைவு. அருவியும் சுனையும் புதை மணல் ஊற்றின் மடியில் ஓடும் மூங்கில் நதியை வளைத்து மூங்கில் குழலாக வாஸிக்கும் அபிதரின் கறள் நீர் உடல் திணை நில நீர்வகையாய்த் ததும்பிய உவர் நீர்க்குமிழில் எரியும் தீச்சுழி சுழன்றது அகத்தில்.

22 படிகவிருட்சிகள் அலைவுறும் பாலை

மின்னல் கக்கிய தாரகைத் தீங்குழல் இசையுறும் சருகிடையில் பெருவெளி நாணல் தலைசாய்ந்து உணரும். விகாரைக்குள் கள்ளி வெடிக்க நீளும் மூங்கில் முரணிய பாலைக் கானலில் பரவிய தீ இடைவரை எழுந்து சுருள் மூச்சில் நகர்ந்தது. சுள்ளிகள் வெடித்து எரியும் இசைத் தீ படர்ந்து தவழும் நாட்டியம். இசைமரபில் களிம்பேறிய கால் சிலம்புகளில் பரல் ஓசை. விகாரையுள் நடக்கிறாள் கணிகை. திரைச்சீலைகளில் பற்றிய தீ நீல ஒளியாக தனிமையில் திறந்துகொண்ட கதவுகளைத் தாண்டி துயரங்களைத் துடைக்கும் விரல் அபிநயத்தில் கணிகைகளின் கழல் ஓயாமல் சுழலும். சிறு தீ எழுந்தது கழல்களில். பெருந்தீ படர்ந்தது மலைகளில். வெண் தீ சுடரும் அபிதரின் எரிதழ் மேனி. பெருங்கழல் ஏந்திய பாழி சுடரின் புகைமுகம் நெளியும் பாதையில் வரிசெல்லும் பெருவெளிநூலில் பாறைபிளப்புறும்

அபிதரின் தேகம். செதில் செதிலாய்ப் பிளக்கும் அபிதர் உடல் படிமம். புலனாகாத வழியிலிருந்து வந்த சாம்பல் குருவிகள் அவர் முடி மேல் அமர்ந்து தொங்கிச் சரிந்து வளையும் குரல். அவாந்திர வெளிக்குள் செம்பாறை களுக்கிடையே இசைவெளி.

உணர்வு கடந்த பார்வையொன்றில் அபிதரின் அரூபம் மூங்கில் நதியை இசைத்துக் கொண்டிருக்க நீர் மேல் அசையும் நாக உலா வசீகரத்தில் மெல்ல உணர்வு கொள்ளும். ஜல வாசல்களில் தூரல் சிணுங்கிய வேரின் காலும் கூதல் கொண்ட ஊதைக்காற்றும் ஈரம் கதுவியச் சாரல் காலும் வெண்கழல் ஏந்திய பனிமுகில் அலைவும் தோய்ந்த பருவக் கால்களில் பாழி பூணிய உப்புச்சிலம்புகள் உள் ஒலிக்கும் நீர் திரள் பரலும் பயிரலையலையாய் பச்சை மேவி எழுந்து செல்லும் மூங்கில் இழைகளில் நீளும் அபிதவிரல்கள்.

மணல்ப்புரி உருட்டியகுறுமணல் அலைகள் பாழியாய்ச் சுழன்று வெப்பக் கால்களில் சுழியும் சூறையாய் ஊழில் புகுந்து சடசடவென முறியும் மரங்களின் ஒலியில் வெளிக்குள் வெளியாய் வெளிவரி கொண்ட பெருவெளிநூல் விரிந்தது.

அலைபடும் குழல் மூங்கில் கீற்று இலைகளில் நீள்கிறது நெடியுடன் பிறந்த மின்னல் உள்ளே. இடியுடன் நெளிந்து வரும் வரிமின்னல் வீடுபுக எல்லோருமே வாசலைவிட்டு வெளிவருகிறார்கள் மஞ்சள் மூங்கிலின் உள்கூடில் நுழைந்து கணுவுக்குள் அடைகிறார்கள் சூனியத்தின் இருப்பை.

மூங்கில் கதவுகளில் வெளிறிய காலம் உதிர்வு கொள்ளும் ஓசை. குழந்தைகளின் நீச்சலில் குருத்து விரல்களைப் பிடித்து ஸ்பரிசிக்கும் அபிதரின் கரங்கள் சாம்பல் கேசநாற்று அலைபடும் புல்வெளியில் குழல் வைத்து துளைகளில் திறந்த பசுமை உணர்வுகளால் பாசிக் கொடிகள் மண்டிய ஜன்னலில் தாளமிடும் யுவதிகள்.

நெல்லும் புல்லும் சாமை இறுக்கு வரகுதினைக்கதிர் ஏந்திய நாகர்கள் விதைப்பெட்டிக்குள் கரடி ரோமம் விரித்த விசிறியும் வண்ணாத்தியின் செப்புத் தலையும் நாக முனிவன் படிகமும் பித்தலைக் குடமும் லோகாவின் மணல் சிரசும் விதைப் பெட்டி மேல் வைத்துக் கூட்டமாய் வருகிறார்கள் நகருக்குள். மரக்கழல் பூணி காலால் கதிர் மிதித்து அள்ளிய தவசத்தை அரவான் சிரசுமேல் ஊற்றி காளைக் குளம்படியில் நசுக்கிய கதிர்ப்புல்லை லோகா கூந்தலில் சிதறி பசு நாய்கள் கூடவர வீட்டுப் பூனைகளைக் கையில் ஏந்திய மூன்று பால்விதியால் பெண் வேடமிட்டு வருகிறார்கள் விகாரை சுற்றி.

மரக்கழல் தானியம் திசைகளில் உருளகோலுடைத் தீயுடன் காலில் பூணிய கால வெந்தீ படர ஊமைக் கரும்பூசிணுங்கி மிணுங்கி தானியம் அந்த மரக்காலில் அருகம்புல் நட்டி நடந்துகொண்டே இருக்கிறார்கள் கிழக்கிலிருந்து ஆரம்பித்து.

திரும்பத் திரும்ப கிழக்குத் திசையில் சுற்றிவரும் தானியக் கழல். தோல்பையில் நீர் கொண்டு போய் கீழைக் காட்டில் முதல் நீரை விடுகிறார்கள். வயல் மண் எடுத்து சிதறு தவசம் தூவிக் குலைத்து புது மண் சேர்த்து இருமண்கூறில் புற்றுகள் அடிமணல் சேர்த்து வடித்த மண் குதிரைகள் சிவந்து சிரிக்கும் வெட்டுவானம் குதிரைக் காலுக்குக் கீழ் புதைத்த எந்திர ஓலையில் மூன்று கன்னிகளின் வரைந்த நாகங்களின் உடல் மேல் செல்லும் பழைய நாகஉலா ஏடு. பழுபுதிர்களை ஒன்று மேலொரு மண் பானையாய் அருக்கி வர்ணமிட்டுத் தூக்கிவரும் கன்னிகள் ஏழு பேர் தாமிரக்கைகள் அணிந்து உலோகக் கையுறைகளை மாற்றி மாற்றி தானியத்தை வீசி வருகிறார்கள் சமவெளியில்.

தனிமை கொண்ட நகரை நோக்கினாள் பாழி. மழையின் ஈரவாடையில் பல துறவிகளின் உடல் வாசனை உறைநிலையில் மெல்ல அசைவுகொள்ளும். சிறு தூரலாய் மழை வரத்துவங்க அபிதரின் கால் பதிந்த ஈரச் சுவடுகளில் சேர்ந்தேவரும் குழந்தை களின் கால் குருத்தில் பாதங்களில் முளைவிடும் மெல்லிய பூக்களை கைகளை நீட்டி ஸ்பரிசித்தார் அபிதர். காட்டில் மணந்த மல்லிப்பூ மழை வாடையில் கரகரக்கும் காற்றிலுள்ள காந்தம். அலைபாயும் மழைக் காற்றின் குறுக்கே நீர் உடலாய் ஊடுருவிச் சொல்லும் பிக்ஷா பாத்திரமேந்திய அபிதர். நவதானியங்கள் பிக்ஷாபாத்திரத்தில் முளைவிட்டு வெளிறி வளர்ந்து சமவெளியால் விரிவு கொள்ளும் மயக்கமான பாசி நிறம். முணு முணுக்கிறாள் செடியின் அடிவாரத்தில். அதன் நாடி நரம்புகளை ஜுர வேகத்தில் உணர்ந்த தாசி முதுபாழி வெப்பமான குருதியில் படர்ந்து விம்மும் சதங்கைகள்.

அரூபமாய் மூச்சு விடும் கணிகைகள் நிழல் நிழலாய் அசையும் நாக உலா. பழைய நாககூடத்தில் திரைச்சீலைகளின் பின்னே யுவதிகள் வருகிறார்கள். செங்கொல்லர் கொண்டு வந்து தந்தப் பேழையில் சொர்ணத்தில் வடித்த கூந்தல் கற்றை நீலப்பட்டு விரிப்பில் வைக்கப் பட்டுள்ளது சிலம்புடன். தங்க முடிக் குழற்சி கண்டு கரும்புருவக்காரி கண்விரிக்கிறாள் நரியிடம். அதன் கபிலநிறக் கண்களில் சொர்ணக் கூந்தலின் பேராசை. தங்கவாலை நீட்டி பின்பக்கம் திரும்பிப் பார்த்த

நரியின் மெல்லிய ஊளை. தலையசைத்து முன்கால்களை எக்கி கரும்புருவக்காரியின் தோளில் முகம் வைத்து 'சிலம்புகளையாவது எடுத்துக் கொள். செங்கொல்லர் பின்னே போய் வரட்டுமா சகியே' என்றது நரி. 'அப்படி ஏதும் இசகுபிசகாய்ச் செய்து விடாதே... நம்மைக் கவனித்துக் கொண்டிருக்கின்றன அந்தக் கண்கள்' அவள் காதருகில் சிணுங்கி 'எரியும் திரைச் சீலைகளின் பின்னே கழல் அணிந்தயுவதிகள்' 'ஒப்பனைப் பள்ளியில் கூந்தல் கற்கப்போகிறவர்கள். அந்தக் கேச அகவல்' எங்கிருக்கிறதென்று கவனி தங்க நரியே 'மறையாத உதிரங்களின் பாதையில் சிகை அழங்கரிக்கும் புராணம் நடப்பதை பார்த்தேனடி தோழி' அப்படியானால் அந்தக் கேச அகவல் வெறும் பனுவல் மட்டுமல்ல.

நடந்து கொண்டிருக்கும் நாகாளியின் கேச நெளிவில் எழுதப் பட்ட கூந்தல் அகவலது யுவதிகள் கைகோர்த்துக் கூட்டமாய் வந்து நரியிடம் குனிந்து நட்புடன் அதன் காதில் சொன்னார்கள். 'லோகாவின் சிரசில் பலி உதிரம் கொட்டும் நேரம் நெருங்கி விட்டது நரியே. ரத்தவாடை உன் நாசியில் விழவில்லையா. நாங்கள் ஏழுபேரும் பொட்டுக் கட்டி மண்டபத்திற்கு போக வேண்டும் உடன் வருகிறாயா நரியே. உன் துணையின்றி சகோதரி தாயால் வாழ முடியாதா?' 'வருகிறேன்' என்றது நரி.

வேம்பு நதியின் உருப்பளிங்கில் குடைந்து உள்ளிருந்த கருநாத ஸரமுனி உடல் பிரிந்த வேகவதியும் வண்ணாத்தியும் சொரி மணலில் பானை உருட்டி நீர் அள்ளி குடத்தை நிரப்பி முகம் பார்க்கிறார்கள். சும்மாட்டுக்குப் பதிலாக பச்சை நாகத்தைச் சுருட்டி உச்சிமேல் வைத்து மணல் குடல் தூக்கிப் போக தழும்பாத படிக நீரில் திரிக் கொழுவி தீபம் போடும் ரஸவிரல்கள் கொண்ட ரிஷிபத்தினிகள் சொல் கரையாமல் அடுக்கிய மணல் பாண்டங்கள் சுற்றுப்படலாக வளைத் திருந்தது குடிலில். ஸரமுனியின் கண்டத்தில் சுமந்த விஷம் கரையாமல் உள் நாவில் இறங்கிய நீர் உடல் வழி சென்று உருண்டது ஜல சுழலாய்.

செருக்கடைந்த மனைவிமார் வனத்தில் கண்ட மாரீசமானை விரட்டியோட அதன் கால் குழம்படி அவர்கள் யோனி வடிவாய் ஈரத் தரையில் பதிந்தது. மாயமான் வனம் மீது பாய்ந்து சைத்தார்த்தன் எனும் கந்தர்வனாய் உருமாறி ஆற்றின் பளிங்குமேல் நின்று இரு ஸ்திரீகளின் கனத்த ஸ்தனங்களில் ஒளிரும் ஒரு துளிப்பால் எனும் சொல் சிருஷ்டிகளுக்கெல்லாம் ஆதாரமாய்ச் சுழன்றது மார்பின்

ஜனனக் குறிவழி ஊடுருவிய அந்தயுவன் ஒரு துளிப்பளிங்கை ஏந்தி விண்மேல் சிறுரஸ ஆடியாய்ப் படர்ந்த பாலில் தீராது காமுற்றான் பைத்தியமாய்.

இரவெல்லாம் கருநாதப் புனைசுருளில் ரிஷி உடல் விரிந்த கலவியில் விஷமேறி நெற்றிக்கும் ஸரமூச்சுக்கும் சூடிய உதிரம் பால் மாறி நிலவு தோன்றாமல் கருக்கிட்டு அப்பியது. நாதத்தின் தொனி சிதற நிலவு மறையக் காண்பான். மறுதினம் வெம்பரப்பாய் விரிந்த வேளை ஸரமுனி உடல்பிரிந்த தேவிமார் நதிக்கரை ஏக சொரிமணல் கரலாய் மாறி நீர் மணல் எடுத்து உருட்டிச் சேர்த்த வெண்பானைகளை கந்தர்வன் கவர்ந்து கொள்ளச் சேர்க்கச் சேர்க்க விளைந்த மணல்க் குடத்தில் அள்ளிய நீர் காணாமல் மறையும். கையில் அள்ளிய நீரில் கந்தர்வன் குலை முடியின் வாசனை. மார்பகப் பூச்சில் தோள்சரியும் யுவன். துகில் அசையும் வெளிர் நிலத்தில் அவன் விரல் வரி நீள்கிறது.

முலைக் கச்சினை அவிழ்த்து வெண்பால் இறகால் ஓவியம் கீறிய அவனுருவம். நோய் வெறி கொண்ட பித்தத்தில் புலம்பியது ஆறு. மையல் காட்டிய வேகவதி விரலணி கழன்று நீரில் வீழ்ந்தது. நெருங்கி மூழ்க விஷக்கல் மோதிரத்தை எடுத்து நீட்டினான் யுவன். அவள் மனச் சிலந்தி நிலையில் விடியல் முகத்துடன் மறையும் மாயமான்.

அதன் செம்புள்ளிகள் அது ஓடிய பின்னும் நதிமேல் படர்ந்திருந்தது. செய்த மணல் பானை கலைந்து அலையாய் நீண்டது ஆறு. சூரியன் வெளிக்கிளம்பி ஸ்திரீ முகம் பார்த்து சிரித்த சிவப்பு விண்ணில் ஓடியது. வெறுங்கையுடன் திரும்பிய தேவிமார் உருவில் நிழல்கள் படரக் கண்ட ஸரமுனி மாரீச மானின் புள்ளிகள் மானின்றித் தொலைவே ஓடுவதைக் கண்டான். பாய்ந்தோடிக் கந்தர்வனாய்ப் புதரில் பதுங்குவதை உணர்ந்து நான்கு புத்திரரையும் அழைத்துத் தாய்மாரை வெட்டு மாறு கொடுத்த உப்புவாள் தனியே சுழன்ற தரையில் குத்தி நின்றது. முதல் மூவரும் வாளைத் தொட்டதும் தாய் உதிரம் உள் ஓடி கர்ப்பக் கனியாக அலறக் கேட்டு ஓடினர்கள் குடிலை விட்டு. உடுக்கையில் பிறந்த ஓசையும் அசைந்து கொண்டே இருக்கும் வனமும் எல்லையற்ற தூரமாய் விரிந்து விசையின் ஓசையில் அலையாகிக் கருப்பொருளில் ஆண் பெண் என ஒருடலாய் மாறி பிரபஞ்ச நாட்டிய ஒழுங்கில் ஸ்திரீ முகம்கொண்ட இயற்கை யமைப்பில் நிலை குலைந்து ஒரு கணம் இருண்டு மறுகணம் திருநங்கையாயினர். ஒவ்வோர் குமாரர்களும் பெண் சாயல் தோன்ற வெட்கி மறைகிறார்கள். அடுத்தது பார்கவன் மீது கை வைக்குமுன்

அவள் சிரசு மறுதாயின் கழுத்தில் சேரவும் வண்ணாத்தியின் தலை லோகாவி கழுத்து மேல் ஒட்டி உயிர் பிழைக்கும் வரம் கேட்டுக் கோபத்தில் கொடுத்த வாக்கு கை வாளாய்ச் சுழன்றது வெட்டு வானத்தில். முதலில் வேகவதி சுரி குழலை ஒருமுழம் அறுத்து பனை மரத்தில் அறைந்து சுற்றிவந்து முட்டி அழ பார்கவன் உதிரம் தாயின் மணி முடிக் குழற்சியில் கலந்து மெல்லிய கற்பூரப் புல் வாசனைவீச நாக வெண் பூ உடையும் வேளை அலரியை எடுத்து தும்பையில் வைத்தான். முதுவிரல் பாகல் தொலி கசந்த, கருநாத ஸரமுனி முன்நின்று, பிச்சியை எடுத்து தூரியையாக தூங்கிங்கொண்டிருக்கும் தாயார் சிரசில் வைத்தான். வேம்பூதலை கொய்து பனிநீர் கண் உதிர்க்க நீலப்பூவில் வைத்தான் உயிரை.

இருபெண் கூந்தல் வலஞ்சுழி இடஞ்சுழியாய்ச் சுற்றிப் படர்ந்து நெளிந்துவர நீலச்சாம்பல் பூசிய நத்தைகள் தலைகீழாய் ஈரித்த கூந்தலில் சுரிமுகம் நீட்டி கூவிவர இருபக்கமாய் விரிந்து செல்லும் கரு கருத்த கேசவனம் உச்சிமேல் படமெடுத்த பச்சை விஷக்காற்று நாசியில் சீறி நெளியப் புறண்டு கலங்கிய மண்ணீர் விருவுகளில் புகுந்தது. கழுகும் காக்கையும் தீப்பறவை பறக்கும் கேசவனத்தில் நெளியும் படம் விரித்த ஆடிகளில் நாகஉலா பாசியடைந்த தெருக் களுடன். அடியில் அறுபட்ட சிரசுகள் பலி பீடத்தின் மேல். ஓணானும் பச்சோந்தியும் நிறம் மாறி ஊர்ந்து வரப் பாறைகளின் மூச்சு. உதிரம் தெறித்த கோடு கண்டு எச்சரிக்கும் பல்லியின் சொல் உருள்கிறது சிரசின் மேல்.

நீர் உறையும் உயிர்கள் உடல்மீது ஏறி நீந்தி நெளியும் யோனி வாசலின் உள்ளே கருநாத ஸரம் ஓடும் முனியின் ரகஸிய இருப்பிடம். நீர் நாயாகி மரநாயாய்க் குடைந்து விருட்சம் பதுங்கிச் செந்நாயாய் உரு மாறிய முனி கல் யோனியுள் வாஸம் செய்தான்.

ஆழ்ந்த சிரசுகள் இருபாகமாய் வைக்கப்பட்ட பலி பீடிகை மீது ரத்தம் தீராமல் நகர்ந்து உலர்ந்த கேசத்தில் பூசிய குருதியின் இழைகள் அடர்ந்து மூச்சுவிட சிரசுகளின் முகத்தில் திறந்திருந்த மீன்கண்கள் பளிங்காய் விழித்தன. நாகஉலா வீதிகளை மூடிவந்த லோகாவின் கேசமும் வண்ணாத்தி கருங்கூந்தல் அடைத்துப் படர்ந்து வர மரநாய் அந்தரங்க உலகிலிருந்து ஊளையிட்டது. விநோத ஊளையால் வேறொரு ஊராய் மாறியது நாகஉலா. குரங்குகள் மரங்களின் மேல் நிசப்தத்தில் மூழ்க அவற்றின் கை விலங்குகளில் அடித்த கேசம் விலங்கை உடைக்க கனிகள் கொய்து வந்து சிரசுகளில் தொடும்

குரங்குகள் யாரையும் கிட்ட ஒட்டாமல் விரட்டும். நீர்நாய் தேம்பும் ஓசை.

நோயுற்று விகாரமான லோகாவும் வண்ணாத்தியும் ரோகிகளாய் ஊர் ஊராய்ப் பிக்ஷாபாத்திரம் ஏந்தி அலைகிறார்கள். வேம்பு நதியின் மடியில் மணல் எடுத்து பிக்ஷா பாத்திரம் வடிக்கும் சிருஷ்டி தான் இழந்த விரல்களின்றியே கூடவரும் கலை. ரோகத்தில் உதிர்ந்த வெள்ளிகளாய் ஊர்மேல் விட்டுப் போனார்கள் விரல்களை. எங்கும் சிந்திச் சிதறிய உடல் நவரத்தினத்தைக் கசிந்தது. சிதறிக்கிடந்த பால் எனும் ஒரு சொல் கூடி ரோகிகளின் பாதை தோன்றிய பால்வெளி நோக்கி நகர்கிறார்கள் சகோதரிகள். வறண்ட மணல் ஊற்றைத் தொடநீர் கண்டது. வழிநெடுக புல்லும் தாவரங்களும் உடல்மேல் தருவி இரையும் ஓசை. தொழுநோய் வனத்தில் முன்னே நடக்கும் வேறுசிலர் உச்சிப்பாறையை நோக்கி நகர்கிறார்கள். பாறைக் குடைவுக்குள் இருக்கும் கல்படுக்கையில் அசையும் மூலிகைக் காற்றை நுகர்த்தவாறு மெய் உருகும் பெண்கள் சிலர் கல்லில் சாய்ந்திருக்கிறார்கள். உடல் கரைந்து எலும்புகள் இற்று மெலியும் பாழ் எங்கும் சூழ வெற்றிடத்தில் தோன்றும் மயக்கமான சூன்யத்தின் அசைவில் கூந்தலை வருடியவாறு ஒருவர் விழிகளை ஒருவர் நோக்கி எதையோ பறிமாறக் கூடும்.

கையிலிருந்த சிசுக்கள் தவழ்ந்து அலையும் கல் கூடத்தில் ரோகிகள் வளைந்து நெளிந்து ஒரே சொல்லை திரும்பத் திரும்ப உச்சரித்தவாறு கல் தடாகத்திலுள்ள சில செடிகளின் பச்சை உயிர்ப்பைத் தொடாமல் நெருங்கி அவற்றின் சிறு இலைகளில் அசையும் காற்றின் சிற்றலை களை சம்மதித்து சிறு அலையாக மாறி உயிரை மட்டும் கொடுமை யிலிருந்து தப்பிவிட மறுக்கும் உடலை வெறுக்காமல் மூலிகை பூசுகிறார்கள் ஒருவருக்கொருவர்.

லோகா சலனமற்றவளானாள். ஆனால் அவள் உடலுக்குள் உறையாத எரிமலை புறண்டு கைகால் வழி கிளைத்து ரோகம் கொள்ளும். தொலி படர்ந்த விரிசல்களில் முளைத்த காலான் மற்றும் உவர்மண் ஓடைகளில் தண்டுவட எலும்பில் சுருள் சுருளாய்ப் பொங்கிய படிகக் கற்களிலுள்ள வடிவம். எல்லாம் உதிர்வு கொள்ளும் தொழுநோய்வனமானாள் லோகா. அவள் பூமியைப் போலவே இறவாத எரிமலை. உள்ளே படரும் சாம்பல் இலைகள் மண் பூக்களின் காளான் மூட்டுகளில் குமிழ்விடும் விநோதவனம். தன் மீதே நடந்து போகிறாள் லோகா. உவர்மண் பாறைகளில் குடையும்

நுரையீரல் துளைகளில் பரவும் சிதைவு. 'அது எப்படி முடியும்... வெகு தூரத்தில் உள்ளது தொழு நோய்க் காடு... நடக்க நடக்க தூரம் நீள்கிறதே...' என்றாள் வண்ணாத்தி. சகோதரிமேல் சாய்ந்து பெரு மூச்சுவிட்டாள் லோகா. சாம்பல் நிறமாகி விட்ட வண்ணாத்தியின் உருவம் மெலிந்த எலும்புகளுக்குள் பரவும் வெப்பமான ஆற்றின் புலம்பலைக் கேட்டாள்.

வண்ணாத்திக்குள் ஓடும் பழமையான வெள்ளாற்றின் குரல் அலையலையாகப் பரவும் முணுமுணுப்பைக் காதுவைத்துக் கேட்டாள் லோகா. ரத்தநார்கள் சுண்டி மார்புகள் பழுத்த கல்காய்களாக முடிச்சு முடிச்சாக ரேகையோடும் பால் கணுவில் வெள்ளாற்றின் மணல் நிலவின் பால்ஒளி தவத்திலிருக்கும் ரோகமோடிய பிக்குனி அவள். உடல் மேல் சுரிமுகம் நீட்டி உள் நகரும் சாம்பல் நீல நத்தைகள் சுடர் நாக்கில் வடுப்பட ஊர்கிறது கூட்டமாய். வாதைகள் நத்தைக் கூடுகளுக்குள் சுருள் கொண்டு துக்கத்தின் சாரமாய் ஒலி பரவுகிறது.

சீழ் படர்ந்த கைகள் வளைந்து ஒன்று சேரும் வெளியில் காற்றின் அடுக்குகளில் ஒருவர் மேல் ஒருவர் சரிந்து சரிந்து நடப்பதில் உள்ள இசைவுகூடச் சிறகு விரிகிறது லேசாய். வண்ணாத்தி மடிமீது தலை குப்புற முகம் வைத்து சாம்பல் ஆற்றில் ஒருதுளி நீர் அதிக வெப்பத்துடன் கண்களில் திரண்டு மெல்ல உருண்டோடும் வலி. சாம்பல் உள்ளே நெடுகி இறங்கும் கண்ணீர் பழுக்கிறது உலர்க னிகளாய். பின்னிய கைகளை விலகாமல் செங்குத்தாக நின்ற கரத்தில் முறுக்கிப் படர்ந்தாள் லோகா. தொழுநோய் வனத்தினுள் நின்ற கரத்தில் முறுக்கிப் படர்ந்தாள் லோகா. தொழுநோய் வனத்தினுள் யார்யாரோ முகம் மறைத்து வெண் துணிகளால் போர்த்தி சுழன்று பறக்கிறார்கள் துயில் அலையில். தரைக்குள் பதிந்து சல்லிவேர்விடும் விரல்கள் எண்ணிக்கையற்று தூரில் முளைவிட மணல் ஊற்றில் படர்கிறார்கள். காலெடுத்துப் பறக்க முடியவில்லை.

விழுகிறார்கள் ரோகிகள். நடந்து நடந்து நடையிலுள்ள தூரங்களில் பாழ் படிகிறது வெண் மணலாய். லட்சம் வயதுடைய மணல் மெல்ல சிற்றலைகளாய் மேடுகளில் சரிந்து இறங்கி நீளும் அலைகள். அதன்மேல் முகம் வைத்துக் கீழே ஓடும் ரோகிகளின் உலகத்தில் வெளியனைத்தும் கூழாங்கற்களின் இசை. லோகாவின் மார்பு மேல் கூழாங்கல் முலைகள் சுரந்த பாழ் அதிர்வு மலைகளில் இடித்து அலறுகிறது.

வண்ணாத்தி கையிலுள்ள உவர்மண் முறுக்கிய சேலை மடிப்பில்

தாயாரின் வாசனை மண் உதிரக் கூடவே கொண்டு போனாள். தனிமையில் வீடுவீடாய் அழுக்கெடுத்து வேம்பு நதியில் உவர்மண் கலந்து வெழுத்த துகிலைக் காயவைத்து மகளுக்காகக் காத்திருக்கிறாள் நாகஉலாவில். முதிய வண்ணாத்தியின் கோபம் கொள்கிறது முனிமேல். சாபம் தீராமல் வெட்டுவானத்தில் பேரனால் தலைமாறிய நாகாளிக் கல்கோயிலில் தன் கேசத்தை அறுத்து மகள் உதிரம் துடைத்து வனத்திலுள்ள மரப்பொந்தில் ஒளித்து வைத்தாள் நரை வண்ணாத்தி. சரு நாத முனியின் சமநிலை கலைந்துவிட வாக்குகளை ஆற்றின் மேல் படியவிட்டாள் கிழத்தாய்.

உடல் புண்களில் களிம்பு பூசி செதில் உதிரும் எலும்பின் உருக்கம். மெலிந்த உள் கூட்டுக்குள் உடலை விட்டு வெளியேறிக் காத்திருக்கும் ஜீவனின் வேகத்துடன் இழுத்துச் செல்லும் கோடைவெயில். சாபம் தொடர ஊர் ஊராய் புலம்பும் பாதை.

அவர்கள் ஒரு போதும் அழுவதில்லை. ஆனால் ஊமையாகிவிட்ட லோகாவைக் கூட்டிப்போகிறாள் வனத்தினூடே. வண்ணாத்தியின் விரல்கள் உதிர்ந்த பளிங்கு வயலில் சில புல்லும் உதிர்கிறது. உடலற்ற குஷ்டரோகிகள் மறைந்திருக்கும் செடி இளைகளூடே கனிகளாக அசையும் விரல்கள். வா... வா... எனக்கூப்பிடும். குதறும் ஊசிகளின் படிக வலையில் சிக்கிய உடல் நச்சரிப்பிலிருந்து வெளியேறிக் காற்றில் மிதப்பதால் உடலற்றுவிடும் லேசான பறத்தலில் சுழலும் உடல். வெடிக்கத் தொடங்கிய உள்ளூறுப்புகளில் லாவாஆறு முணுமுணுத்தது. உயிர் வைப்பதில் அணையாது சாம்பல் மூடிய எரிமலை சுழலும் ரோகிகள் உடல் இடைவிடாமல் பூமிக்குக் கீழேயும் வெளியேயும் புதைந்து கொள்கிறது இருப்பின்றி.

உதிரும் பாறைகளில் உதிரம் உப்பாகித் துகள் துகளாய் ரோகி படர்ந்து விரியும் படிகவயல். விகாரமாகிக் கருத்து வரும் முகத்தில் கண்களின் ஆழத்தில் கசிந்த ஈரம் ஒருதுளி நீராகத் திரண்டு எலும்புகளுக்குள் தேம்புகிறது. உறவுகளின் விரிசலில் ஓடும் நாளங்கள் வடுப்பட்டு வேறொரு உலகில். மரத்துப்போன அசைவற்ற முழங்காலிலுள்ள காலான்கள் வரிவரியாய் அடுக்கப்பட்ட முக்கோணச் செதில்கள்.

சலனமடைந்தாள் லோகா. சில வேளை கண்களால் சமிக்ஞை செய்து தாகத்தை உணர்த்தினாள் வண்ணாத்தியிடம். மணல்வாரிக் காற்றில் அலைபட எழும்பிச் செல்கிறாள் சுருண்டு. முகம் முகமாய் வைத்து எதையோ தேடுகிறாள். தொழுநோய் வனத்தின் விருட்சங்களில்

மனித அவயங்கள் வாய் பிளந்து அலறும் கொப்புகளில் அண்ணாந்த கண்கள் விண் மேல் குத்திட்டுப் பார்வை கொள்ள அசையும் விருட்சத்தின் ஓசை. சுள்ளிகள் சடசடத்து ஒடிந்து விழ ரத்தத்தில் இருந்த வைரங்களும் பனியும் வெயிலும் காற்றும் ஊடுருவிச் செல்லும் உடல். நடையின் கதியில் புரிந்து கொள்கிறார்கள் உடலில் ஓடும் ஆறுகளை.

தொழுநோய் வனத்தில் அதிர்ந்து கொண்டிருந்த படிகப்பாறைகளில் மறைந்திருக்கிறார்கள் உடலற்ற குஷ்டரோகிகள். ஆழ்ந்த ஓடைகளில் உருண்டுவரும் சிலர் தலைவிரித்துக் கைகால்களை ஆமையோட்டுக்குள் சுருக்கி எதையோ குறிப்பிடும் விநோத ஓசையாய் சிறு வெள்ளிப் புழுக்கள் உடல்குடையும் ஓசை பாறையெங்கும் சுழல்கிறது. 'யாராவது இருக்கிறார்களா. நடக்க முடியாத சகோதரியை இழுக்க முடியவில்லை என்னால்' ஒருவரை மாற்றி ஒருவர் இழுத்து வந்த மர உருளை பூட்டிய வண்டி நகரவில்லை. அதன் சக்கரங்களிலுள்ள மசகு காய்ந்து கிர்ர்ர்ர்ர் ரென்று இதய ஒலி எழுப்பியது. மனித விரல்களும் கரங்களும் தலை நீட்டிய சமிக்ஞைசெய்யும் தொழுநோய் விருட்சம். விரல் குமிழ்களில் தளிர்க்கும் பச்சை இலைகள். மூலிகை வகைகள். வேர்ப் பூண்டு கந்தப்பூடுகளின் நெடி. மார்புகளில் பிடுங்கிய கோரைக்கிழங்குகளும் வேர்களும் தூரும் மண்பதிந்த நுரையீரல்களில் திளைக்கும் திருகிய ஆதார வேர்கள். முள் முளைத்த உடல் கொண்ட விருட்சம் வாசனைகளின் பெரு வெளியாய் தவழ்கிறது பாழில். வெயில் அசையும் செம்மண்ணில் குமிழ் விடும் சில காதுகள் புற்றாக முளைத்திருக்கும்.

முகம் குப்புற விழுந்த பெண்கள் கீழ் உலகிலிருக்கும் தொழுநோயாளிகளுடன் ரகஸியமாய் கொஞ்சுகிறார்கள். 'சகோதரி. என் நேசமனைத்தும் உனக்காக வைத்துவிட்டேன். உள்ளிருக்கும் அரக்கு வெளியில் என்ன செய்கிறாய்' எனத் தரை முளைத்த மடலில் பேச உள்போய் கதறும் தனிமையில் 'பருகுவதற்கு வெளியிலுள்ள நீர் போதுமா உனக்கு. கீழே இருண்ட ஊற்றுகளை ஸ்பரிசித்தேன். வாதை நிறைந்த வானம் எனக்கு வேண்டாம் சகோதரி உன் விரல்களை நீட்டு ஆதார ஊற்றில் ஓடும் சுரத்தை வாசிக்கிறேன் உன் விரல் நகர்வில்' 'இருவிரல்களே எஞ்சியிருக்கிற தெனக்கு... காடுகளில் உருமாறித் தொலைந்து போன என் விரல்களை யார் அறியக்கூடும். அவற்றால் இந்த பூமியை ஸ்பரிசித்தேன். காதலையும் சாவையும் ஒரே வேளையில் ஸ்பரிசித்த விரல்களைத் தேடிச் செல்கிறேன். மேலோங்கிய பெரு விருட்சத்தின் கீழ் மெய்உருகி நரம்புகளில் சூன்யம் ஏந்திய பாழியின் பிக்ஷாபாத்திரத்தில் தோன்றா விரல்கள் அள்ளித்தரும்

ஸ்பரிசங்களை அடைகிறோம் சூன்யத்திலுள்ள எண் விரல்களால்'

ரோகவனத்தில் நடப்பவற்றைக் கூர்மையாகப் பார்த்தாள் லோகா. வெண் பாறைகளுக்குள் பாழியின் பசிநிலை சூழ்ந்த மயக்கத்தில் வெளிறிய மஞ்சள் வசீகரமாய் பரவி வரும் படிக அடுக்கில் பாழியின் உடல் புறள்கிறது பாலையாய். ரஸநாளங்கள் கிளைவிட்டு தலைக்கு மேல் வளைந்து உவர் இலைகள் படர்ந்து மிதக்கும் பால் உடைய பாழி வேர்கள் புவிக்குக் கீழே தூர் பரவி தொப்பூள் ஆழத்தில் இருந்தது பிக்ஷா பாத்திரம். அதிலே ரோகிகளின் விரல்கள் தொட்டுக் கொண்டிருக்க வீறிட்டு அலறும் வாதைகள் நிறைந்த புண்களின் மேல் உப்பு விரல்களால் மூலிகை ரஸமூட்டுகிறாள் பாழி.

மெலிந்த பாழியின் உரு காற்றில் மிதந்தலைகிறது வெறுமையாய். ரோக வனத்திற்கு வரும் ரோகிகள் எல்லாக் கல்லிலும் ஊற்றைக் காணப்பாறைகளை உருட்டி அசைக்கிறார்கள் பூமியை. அடிஈரம் கசிந்து மேல் எழும்பி கற்களாகக் கனியும் சாம்பல் ஆறு. அதன் மேல் புறளும் ரோகிகளின் உடல். நீரின் படிக வெட்டாகச் செதுக்கப்பட்ட குஷ்ட ரோகிகளின் சிற்பவயல் இரு கரைகளிலும் வெண்நிறம் ஈர்க்க நீரில் அவற்றின் பிரதி அசைவு. தாவரங்களின் நுரையீரலாய் இருக்கக் கூடும். தடவித்தடவி மேற்கே போனரோகிப் பெண்கள் தாவர இலைகளைத் தழுவி அழுகிறார்கள்.

குஷ்டரோகிகளால் தழுவப்பட்ட தாவரம் படிக ரூபமடைந்து உறைந்துவிடும். தொட்டதெல்லாம் படிக உருப்பளிங்காய் மாறிய நிசப்த வனம். இடையே கொடி படர்ந்த பவளச் செந்நிறம். கண்ணாடியில் நுழைந்து கூட்டுக் குள்ளிருக்கும் சிற்பப் பூச்சிகள் ரோகவனம் குடையும் உப்புச் சிலைகளின் உருகிய வடிவம். 'லோகா... நீ மெலிந்து போகலாமா... இப்படி...' என வண்ணாத்தி தாயார் சேலையைப் பிரித்து கலயத்திலுள்ள நீரை அள்ளி முகத்தில் தெளிக்கிறாள் மயக்கம் தீர. கையில் அள்ளிய நீரை அவள் உதட்டில் கூட்டி ஊட்டுகிறாள். 'என்னிலிருந்து விலகிச் சென்று விடு சகோதரி... சுமையாகிவிட்டேன் வரவர... காடியாகக் கசந்து வரும் நாட்களை எனக்காக உன் சேலையால் துடைக்கிறாயா... அதை அப்படியே விட்டு விடு... இருக்கிறபடி இருக்கட்டும்...' என்றாள் லோகா.

'விசாரப்படாதே லோகா... தனித்தனியாக ஏதுமில்லையே... மெதுவாக நட....' என்றாள் வண்ணாத்தி. சமவெளியின் இடை வெளியில் நின்றிருந்த வெண் பாறைகள் சேர்ந்தால் உடலற்று விடலாம். எல்லோரும் மூழ்கி வடிவெடுத்த வெண்பாறைகளில்

ரோகிகளின் எலும்புகள் தாகத்துடன் புலம்பும் ஓசை. 'அது உனக்குக் கேட்கிறதா லோகா… பெண் குஷ்டத்தில் உடல் சிதைந்த சுடலைகளில் ஓங்கி எழும் பூமியின் விசை… இன்னும் நாம் அதிக தூரம் போக வேண்டியிருக்கும்…' என்றாள் வண்ணாத்தி. 'அதுமலை மட்டுமல்ல' சலன முறும் மடிப்புகளில் பாதைகள் ஞாபகங்களைச் சிதறிச் செல்லும் நூற்றாண்டுகளின் கலைந்து போன சிதறல். உப்புப் பாறைகள் தாங்கிய தூண்களில் அதிர்ந்து கொண்டிருந்த ஈர்ப்பை நோக்கி நகர்கிறார்கள் முடிவற்று.

நீர்வறண்ட பாறைகளில் மேல் ஒருவர் அமரத் தள்ளிப் போய் இவளும் சாய்ந்தாள். வெகு நேரம் வெண் படலமாய் அலையும் சம வெளியின் அழுத்தத்தைச் சுமந்தபடி மூச்சுவிடும் ஒலி துல்லியமாய் கேட்டது அவளுக்கு. தனிமைப்பூச்சி ஒன்று அவர்களின் ஈர்ப்பின் குறுக்கே வெற்றிடத்தைக் கத்தறிக்கும் சில்லோசை. ஊசி ஊசியாகப் புள்ளி குழியும் தையல். நூல் அறுக்கும் பூச்சியின் விரல்கள் சாணை தீட்டிப் பல் அரத்தால் சூன்யத்தைச் சிதைக்கும் அதிர்வு. 'இந்த நிசப்தத்தில் ஒலிக்காதே.. அரூபத்தில் கிழியும் சூன்யத்தை விட்டு விடு… ஆதாரமானது அது போலிருக்கும் வெண்நிற இடைவெளிதான். நாம் அங்கு போலாம்' என்றாள் லோகா. மலைகள் அங்கிருந்தபடியே திசைகளை விதிக்குள் ஆழ்த்துகின்றன. அவற்றிலுள்ள முக்கோண வடிவத்தில் ஏறி இறங்கி மேலும் பலமடிப்புகளைக் கடந்து விட்டார்கள். 'இனிவருவதும் இதே வடிவம் தானா…' என்றாள் மீண்டும்.

'லோகா அது எப்படி முடிகிறது உன்னால் தோற்றங்களிலுள்ள ஆழத்தை உருதான் என நம்ப…' என்றாள் உள்ளிருந்த பாழி. கரும் புள்ளி ஒன்று தொலைவில் தென்பட்டது. 'அதைக் குறிவைத்து போனால் ஓரிடத்தை அடைந்து விடலாம்.' நெருங்கும் அப்புள்ளிகள் கரும் பாறைக்கூட்டமாகத் தோன்றியது.

அருகில் கல் வானாந்திரம். மனிதர்கள் வெளியேறிப் போன பாறை வீடுகள். பட்டைக் கற்களால் சதுரித்த கல் வீடு கதவுகளாய் படர்ந்த புதர். பூச்சிகளின் இரைச்சல் குபீரென்று அதிகரித்தது. பலர் பேசுவதான விநோதத்தில் உரசும் பாறைகள். மண் மடிப்பான பாறைகளின் அடியில் மயங்கித் துயில்கிறார்கள் இருவரும். உச்சிவரை வெவ்வேறு ரூபம் கொண்ட கோரத்துடன் ரோகிகளின் விருட்சம். மொடுமொடுக் கிறார்கள். பலமாக வீசுகிறது காற்று. தொழுநோய் வனத்தின் கூக்குரல் அதிகரித்துக் கொண்டே இருக்கிறது. குழி விழுந்த மஞ்சள்

பாறைகள் உதிர்வதைப் பார்த்து இருவரும் அதை நோக்கிப் போகிறார்கள். பொந்துகளிலுள்ள தேன் கூட்டுகளில் உள்ள அறுங் கோண அறைகளில் தேனீக்கள் சுழன்று தீண்டி தேனின் மெல்லிய இருப்பைக் கலைக்காமல் அதன் உள் உலகிலுள்ள தாதுக்களை நுகர்கிறார்கள். கொட்டுவாந்தேனீயுடன் குமிழ்விட்ட தாவரங்களில் மறைகிறார்கள். எல்லாக் கல்லிலும் ரோகிகளின் சாயை ஆழ்ந்த விநோத சிற்ப உருவில் வளைந்து திருகி அண்ணாந்த கல்லின் கதறல். வனாந்திரப் பாதை செல்லும் திருப்பத்தில் ஈர்க்கக் கூடிய சக்கி வெண் படலாய் அசைந்தது.

பாங்கிணத்து மேட்டில் எட்டிப் பார்த்தாள் வண்ணாத்தி. உள்ளே ஒரு சொட்டு நீரில்லை. அடித்தூரில் ஈரம்தெரிந்தது உடலை எடுத்துப் போன பாம்பின் சருகுத் துகில் நீண்டு அடுக்கடுக்கான சிப்பி உடலாய் அசையும். பொந்துகளில் இருட்டு. கிணற்றின் உள் வாசனையில் நீண்ட நேரம் ஆழ்ந்தாள் வண்ணாத்தி. 'இங்கே பதுங்கிக் கொள்வோமா... எத்தனையோ சாயைகள் மறைந்திருக்கக் கூடும் இங்கே' அவர்கள் பாங்கிணத்துப் பெரும் பசியில் உடல் அழுத்து அயர்ந்து அமர்ந்தார்கள். கரடாய்ப்பாழ் குடித்த கேசக் கற்றையில் கல்அலை ஓடியது. அதை அவிழ்த்து கோதினார்கள் ஒருவரை ஒருவர் 'யாரும் வருகிறார்களா பார்.. சகோதரி... நீரின்றி என்னால் நடக்க முடியாது... காத்திருந்து உலர்வோம் இங்கே' என்றாள் லோகா.

பாங்கிணறு தேடிவந்த முதுநரியிடம் கேட்டாள் வண்ணாத்தி 'தொழுநோய் வனத்துக்குப் போகிறோம். எங்களை கூட்டிப் போவாய். பாங்கிணற்றின் அடியில் ஈரமணல் தெரிகிறது கொஞ்சம் அள்ளிவா முது நரியே. பிழியப் பிழிய மணலில் சுனை காண்போம்' என்றாள். 'மயக்கமாக இருக்கிற தெனக்கு' என்றாள் லோகா. 'சாபம் தீராமல் வெட்டுவானத்திலிருந்து ஸாமுனியின் கோபத்தால் ரோகம் கொண்ட சகோதரிகளோ... உங்களைப் பின் தொடர்ந்து வருகிறேன் நானும்' என்றது முதுநரி. 'வெண் குன்றத்தின் ஆதார ஊற்றுதான் கிணற்றிலுள்ள தூரும் வேரும்' என்றாள் வண்ணாத்தி. 'புராண சாபத்திலிருந்து வெளிவந்துவிட்டீர்கள் திரும்பும் நாகஉலா குன்றிலிருந்து தொடங்குகிறது அதோ' என வெண்குன்றத்தின் குகைப் பள்ளிக்குள் அழைத்துப் போனது முதுநரி. உள்ளே தவக்குரத்தி கவுந்தியும் பம்பையும் அருகரின் நவதசவப் பயிர் வளர்ந்து உயிர்த் தத்துவம் கூறினார்கள் ரோகிகளுக்கு. முள்ளுடைக் காட்டில் முது நரியாய் சாபம் கொண்ட சாத்தன் நரி உடலும் மனித அகமும் கொண்டு ஊளையிட அதன் மெல்லிய ஓசை நாகஉலாவில் படர்ந்தது பச்சைக் கோடாய்

ஊரைச் சுற்றிவளைத்தது. பிச்சிப் பூவை எடுத்து ரோகிகள் உடல்மேல் மூச்சுவிட்டு சிறு புல் பூண்டு களின் அடியில் கால்படாமல் அரூப ஜீவனில் உடல் படாமல் நகர்ந்த ரோகநிலையே உயிர்த்தத்துவம் என்றது முதுநரி. கிரியா கலாபம் ஏந்திய முதுநரிச்சாத்தன் ரோகம் நீங்கிய ஸ்திரீகளை வெட்டுவானம் நோக்கி அனுப்பினான். வெண் குன்ற உப்பிலுள்ள ரஸம் சூழ்ந்தது தவக்குரத்திகள் மீது.

23 நாகமலையின் சாயைகள்

நினைவுக்கு முந்தியநொடி கண்ணுக்குள் பிரவேசிக்கிறாள் சூனியக்காரி. வரையப்பட்ட கண் துடித்து அசைகிறது. கண்ணிலிருந்து இறங்கி நேரடியாக நாசிக்காற்றில் உள்புகுந்து நுரையீரல் மரத்தில் ஸர இழைகளாய்ப் பரவி உதிரத்தில் ஊடுருவுகிறாள். துர்தேவதைகள் ரத்தத்திலிருந்து கிளர்ந்தெழுகிறார்கள். ஆவியுள் பற்றிக் கொண்டு வேறு குரல்களால் உதிரும் மந்திர வயப்படும் இடத்தில் உடல் வளைந்து ஏதேதோ பிதற்றுகிறாள். சிரிப்பு வழியாகத்தான் தீய சக்திகளிடம் முறையிடுகிறாள். நாகமாலை வெளிச்சங்களைக் கிளப்பும் துர்தேவதைகள் ஒளியின் கீற்றுகளைப் பிரபஞ்ச அரும்பு களிலிருந்து துல்லியமாய் வகைப்படுத்தி நாகஉலாவைப் பற்றி விடுகிறாள் வேகத்தில். அவ்வேளை தூணில் வெளிப்பட்ட பரசு காளியின் வாள் எடுத்து வெட்டு வானம் நோக்கி வீச மறுதூணில் வெளிவந்த அரவான் சத்தியனானதால் விரட்டுகிறான் அம்புடன். தலைமாறி உடல்மாறிச் சேர்ந்த சிரசுகள் ஒருகணம் நாகாளியின் கைகளில் தோன்றும். மறுகணம் மாறிய தலைகள் சேர்ந்த உதிரம் கைகளில் பிசுபிசுத்து மறையாமல் கூடவரும். சரிந்து புரள்கிற சர்ப்பச் சிகழிகையில் வெண்கல அதிர்வு உலோகச் சிலைகளாய் ஏறி வரும் சிற்பவயல்.

எலும்புகள் சூடேறி வெப்ப ரத்தம் பாய இரு கண்களையும் அலற விரித்த கூந்தலுடன் மல்லாந்து கிடக்கிறான் அரவான். மருதோன்றி விரல்கள் அசையும் மூன்று சகோதரர்கள் நங்கையராய் வலையல் அணிந்த கரங்களால் அரவான் சிரசை ஏந்தித் தலையில் தூக்கி ஆடுகிறார்கள். நங்கையரின் நிர்வாண உடல் மீது அரவான் ரத்தம் உதிர செந்நிற நத்தைகள் சுரிமுகம் நீட்டி அரக்கு நிற வெளியாக ரெக்கை விரித்த நங்கையர் கைகள் இருபெண்களின் படிகஉருவில் முகம் குப்புற விழுந்து கனிகளைக் கொட்டுகிறார்கள். வேறு சில யுவதிகள் கூடி வந்து நார்ப்பெட்டியிலுள்ள காட்டுக் கனிகள் உப்புக்கல் மிளகு

கொட்டி மூடுகிறார்கள் உடலை. தலைமாறிய ஸ்திரீகளின் சிரசில் நெளியும் உதிரத்தில் சீறும் நத்தைகள் கூட்டமாய் அலைந்து திரிய சுருள் கண்கள் மின்னி மறையும்.

நோக்கமின்றி ஊர்சுற்றும் துறவி நாகஉலாவின் மறைமுகத்தில் ஊடுருவி வேறு புகழிடம் வேண்டுமென்று பாலை நிலத்தைக் கடக்கிறான். அதிலும் எல்லையில்லை. மணலாலான மண்சுவர் மேல் செடி முளைத்த கிராமத்தில் வேம்புகள் அசைந்து பூக்களை உதிர்த்து கசந்த காற்றின் வாடையில் பதுங்கிக் கத்துகிறார் நாகமாலையை மணலில் கண்டு. நாகமாலை ஓரிடத்தில் நில்லாமல் நடந்து கொண்டே இருக்கும் துறவிமேல் இறக்கம் கொண்டு மணலை சுரப்படுத்தினாள். அதிர்ந்து கொண்டே இருக்கும் மணலின் தொலை தூர வெளிச்சங்கள் இசைக் கேற்ப ரஸக்கோர்வைகளாக மாறி சுருள்கிறது தீய தேவதை களின் வெளியில்.

தீயவையே வெளிச்சங்களின் ஆதாரத்தில் சுரக்கும் பாலை தனக் கின்றி வெளிப்படுத்தும். துறவி கிளம்பிப் போன வழி எப்போதும் வாசனையின் உருவற்ற தடம் கொண்டது. ஆனால் நாகமாலை ஒளித் திரவங்களின் வழியாகத்தான் எல்லாவற்றையும் கற்பிக்கிறாள். உணர்வின் பாதைகளை விலகிச் செல்லும் ஆறு ஒளி வளையங்களால் மணல் அடுக்கை சுரப்படுத்த அவளுக்கு முடியும்.

எப்போதுமே தன் பயணத்தை நிகழ்த்திக் காட்டும் சூனியக்காரி ஒளியின் உதவியுடன் சருக்கத்தைச் சொல்லும் போது பக்கத்தில் சின்னச் செம்மண் கூஜா இருக்கும். தூர தேசங்களிலிருந்து நாகஉலாவின் அரூபத்தைக் காணும் ஆவலில் வருவோரை ஈர்த்து பழமையான நகரத்தின் வடிவத்தில் உதிர்ந்த துகள்களைச் சொல்லிக்கொண்டு இருக்கும். செம்மண் கூஜாவின் வாய் திறக்கும் போதெல்லாம் வாலாட்டும் ஒளியின் பூச்சிகளை பயணிகள் காண மறைகிறாள் சூனியக்காரி. எல்லாம் தன்னுடைய இச்சை போலப் பிறர் துக்கத்தின் சாயலை நிறங்களாகக் கூஜாவிலிருந்து வெளிப்படுத்தினாள். சிறுவாய் கொண்ட செம்மண் ஜாடியில் புகை நெளிகிறது வளைந்து.

நாகரம் எனும் வார்த்தை மட்டிப்பாலின் பாறையாகப் புகை விட்டு உள் சுருள்கிறது லிபி. அடுத்த மண் ஜாடியைத் திறக்கும் போது வேக வேகமான செந்தழல் வெளிச்சம். பச்சைத் தழலும் ஜாடிக்குள்ளிருந்து சிலவேளை தன் வேட்கைகளை ஆசாபாசங்களைச் சொல்லும். அந்தப் பாலைப் பயணிகள் இந்த ஒளி ஈர்ப்பை நோக்கித் தொடர்கிறார்கள். மணலில் நாகமுகமூடி அணிந்தவர்கள் எதிர்ப்படும் வேளை மணலை

சுரப்படுத்த ஆழ்துளைகளுக்குள் வட்டமான பொந்துகள் குடைந்து மறையும் மண் முகமூடிகளுடன் இருநூறு வருஷங்கள் நாக மாலையைச் சுமந்து கொண்டு மணல் வளைக்குள் இருக்கிறார்கள் நாகர்கள். நாகங்களின் ஒளியை நிஜதாதில்காண உயிருடன் தொடர் புடையதாயும் தூக்கத்தில் நுழைந்து கனவுடன் அணிந்து கொண்ட நாகமுகமூடிதான் அந்த நாகரம் என்ற வார்த்தை.

ஓடைகளில் அவள் அலைவது இருந்து கொண்டிருக்கும். அவள் எப்படியும் வெளியில் வந்துவிட்டாள் ஊரைவிட்டு. ஊரின் கண் களுக்கு அவள் நினைவு துடைக்கப்படவில்லை. உள்ளிருப்பவர் களுக்கு அது தெரியும். இல்லை என்றாலும் வருவதைப் பார்த்துக் கொண்டிருக்கிறார்கள். வெகு தொலைவிலிருந்து பாதையே இல்லாமல் பயணமாகிறாள். சுவடு ஏதும்தோன்றாதபடி நடந்து கொண்டிருக்கும் போது அடர்ந்த ஆற்றல் அவர்களுக்குக் கிடைத்துவிடும். நிறையப் பயணிகள் அவளைப் பார்த்திருக்கிறார்கள்.

நடுப்பாலையில் தனிமரமாக நின்றிருந்தாள். அப்போது மூச்சுத் திணறல் எடுத்து தாகத்தோடு நிற்கும் தோற்றம். யாரிடமும் நீரோ ஆகாரமோ கேட்கவில்லை. தனக்குத் தேவையான கனியை அவளே தேடிக் கொள்ளக் கூடும். ஒருமுறை நாகஉலாவைத் தேடிவந்த சீன யாத்திரீகர்கள் அவளைப் பற்றிக் கேள்வியாகிப் பார்க்கக் கிளம்பிப் போன போது அவள் இல்லாமல் கல்பறவை நின்றது. அதைப் பார்த்தவர்கள் முன் ஞாபகமிழந்தவர்களாகி விட்டிருந்தார்கள். இப்போதும் போகும் பயணிகள் அவளுக்கான கனிகளை எடுத்துப் போகும் போது வழி மறந்து விடும். நடுப்பாலையில் அயர்ந்து தூங்க கனவில் பாதை தோன்ற அந்தப் பாதையில் திரும்பும்போது விநோத உயிர்ப்பும் ஞாபகங்களின் அறியப்படாத மடிப்பும் விரிய வருகிறார்கள்.

இதுதான் நாகமாலையின் தன்மை. அதீதமான ஆறுவகை உணர்வுகள் வரும்பாலையின் அபூர்வமயக்கத்தில் துயில்வோரிடம் கனவு உரையாடலைத் தொடங்கிவிடும். உரு வெளியில் தோன்றும் ஆறு வகை உணர்வுகள் மற்ற நாட்களைப் போலில்லை. சில சமயம் பாலை ஜனங்கள் கூட்டிக் கொண்டு போகிறார்கள் வழிதவறிய பயணிகளை. பொருளை அடைய ஆசைப்படுவோர் இவளுக்குள் மாட்டிக் கொள்ளக் கூடும்.

சரித்திரக்காரர்களும் மனஆய்வாளர்களும் இப்புதிரிலுள்ள பிரபஞ்ச நிறுத்தத்தைக் காண முடியவில்லை. ஆனால் இயற்கையின்

மர்மங்களையும் புதிரான வாழ்க்கையையும் இயற்கையால் மட்டும் தான் நெருங்க முடிகிறது. அதனிடம் மரியாதையற்ற முறையில் அதிர்ச்சி கொடுக்கும் போது தீயகன்னி இறந்துவிடக்கூடும். அது உலகின் அத்தனை யுத்தங்களுக்கும் ஈடான துரோகம். தீய கன்னி யிடமே சஞ்சல தேவதைகள் முறையிடுகிறார்கள். உடல் பாலையில் விழும் போது சமாதியிடத்தில் பாயும் மணல் வெளி. எப்போதுமே கிராமத்தை நோக்கிச் சுரம் ஊட்டப்பட்ட மணல் தன் போக்கில் அவளிடமிருந்து வருகிறது. சில வேளை மாதவிடாய் கண்ட போதெல்லாம் கற்சிலையில் ரத்தம் களிப்பாக வெளியேறிவிடுகிறது. அது அவளாகத் தானிருக்கும்.

தீயவளின் திசையிலிருந்து வந்த வெளிச்சங்களை இவ்வளவான துளிகளால் ராகம் பிசகாமல் மணலை ஒளிப்படுத்தி நாகஉலாவுக்குள் வீசுகிறாள். அவளுக்காக விடப்பட்ட இரவென்பது தனியாகத்தான் நகரத்தை ஆட்கொள்கிறது. மென்மையான துர்தேவதைகள் சீக்கிரம் கன்னிகழியாமல் மறைந்த யுவதிகளின் ஓசைகளில் மணலை சுரப்படுத்தக்கூடும். பழமையான மணலுக்குள் ஆழமாகப் புதைந்து சுருள்களால் ஒரு மணல் மேட்டையே எழுப்பியிருந்தாள் பாலையில். அவள் உறங்குவதற்காக இருக்கும். விநோத வாசனை எழுந்து பரவும் பாதையில் பூமியிலுள்ள மூலகங்கள் தீப்பற்றிக் கொள்வதைச் சிலர் பார்த்துப் பயந்திருக்கிறார்கள்.

நீலம் கொண்ட வெளிறிய இரவுகள் உலகை ஆட்சி செய்யும் நாளில் எங்கிருந்தோ துயரங்கள் வந்து நாகஉலா வீதிகளைக் கவ்வுகிறது. நாகமாலை ஊருக்குள் பிரவேசிக்கிறாள். அவளைக் கனவில் கண்டவர்களோடு சிரிப்பால் உரையாடுகிறாள். உடல் மேல் கொடியாகப் படர்ந்து நீலஒளியாக ஊடுருவிப் பனியின் நடனத்தில் எலும்புகளில் குளிர்ந்து ரத்தத்தில் இருண்ட ஞாபகங்களில் பரவி வெப்பரத்தப் பிறவியாகத் திடீரென உயிர்ப்படைந்து நடக்கத் தொடங்கிய சமயம் அந்த நகரில் மறைந்துபோன கன்னிகளின் உருவெளித் தோற்றங்கள் ஜன்னலில் எட்டிப் பார்க்கின்றன மிக மெல்லிய ஈர்ப்பில்.

நெருங்கி மூச்சு முட்டச் செய்யும் பயத்திலிருந்து யாரும் விடுபட முடியவில்லை. அவள் போன பின்னும் சுரமணல் அறைகளில் பரவி உருளும் உலோகச் சிலைகளின் ஒலி. மெதுவாகக் காற்றும் வேம்பின் கசந்த பச்சை நெடியும் வெண்பாசிகளும் உதிர்கின்றன தெருவில்.

பிரபஞ்சச் சுரியலைக் கொண்ட கனிகாவின் ஸர்ப்பச் சுரிகை

நெளிகிறது வெளியில். மரக்கழல் அணிந்த நாடோடிகள் கொண்டு வந்த நாகஸரமுனிப் படிமம் தானியக் கடகத்தில். அவன் சடைமுடி பாதாளம் வரை பரசிச் செல்கிறது சடைசடையாய். கொண்டுவந்த தானியத்தில் அரவான் உதிரம் தோய்ந்து கனிகாவின் பச்சை ஆங்காரம் ஊட்ட மரக்கழலில் புகுந்த தானியம் பரலாய் ஒலிகள் எழுப்பும் நவதானிய ஓசை. வெயில் மேல் நிறங்களாக மாறி அலைவுறும்.

நாகாளியின் சிலைமுன் தாசி முதுபாழி மரபுப்படி தானியக் கழல்களை எடுத்துக் கால்களில்பூணத் தலைமாறி உடல் மாறிச் செல்கிறார்கள் நாகஉலாவுக்குள். கனிகாவின் சிரசு எடுத்து தலைமேல் வைத்து கூத்திடுகிறார்கள் நாடோடிகள். புராண உடலாய் புரண்டு கிடந்த கனிகாவின் தாமிரக்கைகள் சர்ப்பக் கேசமும் உலோகப் பேழையில் வைத்துக் கற்களுடன் பூட்டப்பட்டு மலைக்குகையில் வைத்த பச்சைப்புலி வெண் குதிரையாய் மாறிய கனிகாவைத் தேடுகிறான். நாகஉலாவைத் தாண்டி மணல் பாலையில் அது தூரத்தில் குனிந்து சூனியக்காரியிடம் தலையசைத்தது. வெண்புரவி மீது தன் கண்களிலுள்ள ஒளி அடுக்கைச் செலுத்தி அதன் வேகத்தை தொலைதூர விண்கற்களின் காலமாக மாற்றி கூழாங்க கல்லாக சமைய வைத்தாள்.

சுவர்கள் எங்கும் குதிரையின் நிழல் விழுந்தது மூச்சுடன். கனிகாவின் கூந்தல் படர்ந்த தெருக்களில் படம் விரித்த கண்ணாடி களின் திரள் நெருக்கம் பீங்கான் வலையல்கள் சில்லிட்டு உடையும் நிறக்கோலம் படர்கிறது. சிறு துண்டு வளையலையாரோ குனிந்து எடுக்க உடனே உயிர்ப்புற்று விடுகிறாள் நாகமாலை. பயந்து விழிக்கிறான் ஒருவன்.

மேற்கே படர்ந்த கனிகாவின் சர்ப்பச் சுரிகுழல் காடாய் மாறி அசையும் மூச்சு ஒலிகள் இரவெங்கும் அலையலையாய் சுருள்கிறது உள்ளே. இல்லாத ஸர்ப்பங்களின் மூச்சு மறையாமல் வெறுமையில் கரையாமல் சுழி சுரிந்து அலைகின்றன எங்கும். நினைவிலேயே படரும் வலையல் உடைபடும் ஓசை. சில்லுகளில் நீலமாலை எனும் பீங்கான் வலையல்களை உடல் முழுவதும் பூணிய நரிக்குறத்தி உடல் மேல் ஊசிபாசி பவளம் கோர்த்து மேகராகக் குறிஞ்சியில் ஸர்ப்ப வளைவில் சுரம்பாடுகிறாள் கையிலுள்ள திரித்த கயறுகளால் சிக்க வைக்கிறாள் நாகஉலாவை. பெரிய பெரிய முலைகளுடன் அகலமான மூக்கு மடல் கொண்ட நீலமாலை உடல் மீது எல்லாப் பூச்சிகளையும் வரைந்து சூனியக்காரிகள் வரும்கோடுகளைத் தீட்டிக்கொண் டிருந்தாள்.

பாறைகளில் அடங்காமல் திரியும் வரிவேங்கைகளிடம்

விலங்குகளிடம் பருவரத்தம் களிப்பெய்தும் நாளில் கலவி கொண்டவள். கன்னிமையும் கன்னி கழிந்த பெண்ணுமாய் ஒரே சமயத்தில் தோன்றினாள் நீலமாலை. அவள் சகோதரன் நத்தைக்கண் பரங்கிகளால் இன்னும் தொடப்படாத நாகனாக கேசவனத்தில் தேடுகிறான் நாகஉலாவை. மற்ற சகோதரரர்கள் பலரும் பரங்கிகளின் சுடு கருவியில் சுடப்பட்டும் சிலர் ஊசிக் கோபுரத்துக்கு இழுத்துச் செல்லப்பட்டு மலைகளின் அலாதியான உரிமையை விரல் நுனி ரேகையிட்டு வாங்கி வனாந்திரத்தின் எல்லைக் கற்களாக சிலுவை களை நட்டி வைத்தார்கள். எல்லையற்ற பாலையின் அலாதி வாசத்திற்கு எதிராக நடப்பட்ட சிலுவைக்குக் கீழ் திருடர்களின் கொடிய கண்கள் பதுங்கியிருக்கும்.

இறந்த பின்னும் அவற்றிலுள்ள படல்ஒளிகளைச் சூனியக்காரி உயிர்ப்பிக்கிறாள். வேறு சிலரை நரவேட்டையாடிக் கல்லறைத் தோட்டத்துக்குள் புதைத்திருந்தது. பதுங்கிப் போய் புராதன எலும்புகளில் விழுந்த சிலுவை நிழலைத் துடைத்தாள் நீலமாலை. திருடர்கள் கண்ணும் இதயமும் வளையல்கள் சில்லுச் சில்லாய்ப் படர்ந்த பீங்கானால் ஆவை. எப்போதும் சலனமடைந்து கொண்டிருக்கும் வலையல்களை அசைத்து திருடர்களின் ஒளியுடலை எழுப்பி நடுப்பாலைக்குக் கூட்டிச் செல்கிறாள் சூனியக்காரி. அவளுடன் நீலமாலையும் தொடர்கிறாள் ஓட்டமாக. பூச்சிகள் நெண்டி நிமிண்டித் துளைத்த திருடர் உடல் நாவற்கனிகளாக மாறிச் சாம்பல் மூடிக்கனிந்த வாசனையில் ரத்தினச் செப்பாய் வடித்துக் கொண்டிருக்கக் கூடும். உடல் மேல் கோலம் கொண்ட நீலமாலை மார்புமேல் வைலட் ஒளி பிசு பிசுக்கும் நாவற்கனிகளை ஏந்தி சூனியக்காரியின் பெரும்பசியை அகற்றக் கருநெல்லிக் கனியையும் கொண்டு போகிறாள். பாதை இல்லாத மணல் மேல் அவள் பயணமாவதை மென்மையாக ஏற்றுக் கொள்கிறாள் நாகமாலை.

24 நாகரம்

நாகஉலாவின் ஜைன பஸ்திகளில் சிலைகளாக உள்ள கணிகைகள் நாட்டிய நிலையில் நால்விரல்களால் கை விழிகளில் குனிந்த உக்கிரப் படம் பரவும் பார்சுவ குடைதளி. உகரப்படம் மரத்தில் வளைந்து பிணையும் மறுங்கே குனிந்து குறுக்கே செவல் மண் கூம்புயர்ந்த புற்றின் மேல் தலை வடித்து குடை விரிக்கும் பார்சுவர் பளிங்குஉரு. பாசியடைந்த ஜைன சிற்பக் கணிகை நச்சுப் படத்தில் நடுவில் நீட்டி உள்ளிளுக்கும் உரகநாவு அலைவுறும்.

வாலை வாய் கவ்விய வட்டத்துள் நாகஉலா நகரம். உரகச் சிறு விரல் பெருவிரலுருகிக் கவ்வுதல் வால்வாய் சேரவட்டமாய் காலமானான் ஆதி சேடன். வெறி வாலரவு புனைந்த விரல் அபிநயத்தில் உதிர்ந்த கல் கணிகைகள். புத்தப்பாழிகளில் அபிதர் சிலைக்கு நீலத்தாமரை பறித்து வந்து இரு வேளை நாட்டியம் பாட்டும் கூத்தும் இசையென நகரமைப்பில் நாக கூடங்கள். குழல் வாத்திய இசை சூழக்கன்னிப் பூசாரி பத்மாவதி கோவிலுக்கு பெண் துறவியாக மாறி கிரியாகலாபம் ஏந்தினாள் பின்னே.

நாகாளிசிலைமுன் கூடிய கனிகாவும் கரும்புருவக்காரியும் தானியக் கழல் எடுத்து கால் மாற்றுகிறார்கள். நாககன்னி உரகபதி குமாரத்தி அர்ச்சுனன் தேவி அவள் கருவிலுற்ற குமாரன் அரவான் தாயிடம் சம்பாசிக்கிறான் கருவிலே. பிரகந்நளையாய் அர்ச்சுனன் மாறியதும் களப்பலி ஆவது நியதி என்றாள் நாககன்னி. இரு பாம்புகள் தம்முள் இயைவனவாக உபதேச முறைமையானெழுதி அதில் ஒரு நேரிசை வெண்பாவையும் இன்னிசை வெண்பாவையும் எழுதிச் சந்திக் களினின்ற எழுத்தே மற்றைய இடங்களிலும் உருப்பாய் நிற்கப் பாடிய நாகபந்தம்.

இதில் மேல் எழுதிய சர்ப்பகோலத்தில் சுற்றுச் சந்திகள் நான்கிலும் நாகமுகமூடி அணிந்த நாகர்களும் முகமூடி எழுத்தும் கீழ்ச் சுற்றுச் சந்தி நான்கிலும் எழுத்தும் இருபாம்பிற்கு நடுச்சந்தி நான்கிலும் இரு பாட்டிற்குப் பொருந்த நான்கு எழுத்துமாகச் சித்திரத்தில் அரவானை அடைப்பது இவ்வெழுத்தின் முத்திரையாய் அரவான் கூத்து உடல் மேல் எழுதப்பட்டு பிரகந்நளை வலையல் அணிந்து நவவேடமிட்டு வருகிறான் நாகப்படக்கல் வெட்டில் விநோத மந்திர வார்த்தை விஷம் கசியும் வேகத்தில் சூனியக்காரி, நாகஉலாவின் மறைபொருளா யிருக்கக்கூடும்.

ஓட்டுக் கூரைமேல் ஆந்தையாக மாறிய அவள் புருஷன் தானியங்களைத் தூவுகிறான் நாகமாலை எனும் சூனியக்காரிமேல். அந்நகருக்குள்ளே ரகஸியத்தில் 'நாகரம்' எனும் லிபி மையமாக இருபாம்பின் சித்திர கவியில் அடைபட்டது. மனித உதிரம் அருந்தும் ஸர்ப்பம் நாகரம் எனும் வார்த்தையின் வீர்யத்தில் அது ஊழ் விருட்சத்தின் நியதியைத் தாண்டிய மந்திரத்தில் உலவியது. தன் உடலை யாரையும் தொட அனுமதிக்காத நாகரம் ஸ்பரிசம் படாத கன்னிமை யின் ரஸவாதத்தின் நூதன வேதியல். மந்திரசக்தியால் ஈர்க்கப்பட்ட நவீனப் படிகமாய் நாகத்தின் படத்தில் வெட்டப்பட்ட முடிவற்ற

பாஷைகளை அடக்கிய 'நாகரம்' என்ற லிபி அது. எல்லோராலும் ஏற்றுக் கொள்ளப் பட்டு விடும் வேகத்தில் மனோவசியம் கொள்ளும். இந்நாகரத்தின் துடிநாக்கு கண் உதடுகளை நெருங்கி நெருங்கும் சொர்க்கத்தை பூமியின் மூலகங்களிலுள்ள ரஸநாளங்களைப் பெறமுடியும். இது நிரந்தரமான சூனியம்.

ரஸச்சாறுகனியும் வெறுமைக்குள் பனிநடனம். மெல்ல விளைந்து விண் முழுவதும் உதிர்ந்து பரவும் பனிநாட்டியம். கரடி, எருமை, வேங்கை வெருகென உடல் கொண்டு ஆடும் சடங்கில் சீறியபுலியும் சிறுத்தையும் எதிர்த்துப் பாய முதலையும் ஆமையும் மகரமும் துள்ளி நீருறை உயிர்களும் மரத்துறை விலங்குகளும் சேர்ந்து குழுமிய பலி உதிரம் கல் கிண்ணங்களில் ஏந்தி வருகிறாள் நாகமாலை. எல்லா உதிரமும் இழை இழையாய் பின்னிய ஆங்காரம் மாந்திரீக வனமாய் ஞாபக அடுக்காய் கலைந்து மரபு பாய்ச்சிய நாகரம் எனும் வார்த்தையை உச்சரித்தவாறு தனிவகை மயிர்ப்படாம் சித்திரத்துகில், கம்பளிமாராப்பு அணிந்து அரவு நடனம் ஆடுகிறார்கள் உதிர வகைகளைத் தனித்தனிக் கல்கோப்பைகளில் ஏந்தி. சூன்யம் ஏவப் பண்படுத்திய உலகின் மீது கானகப் புயல் வீச வெண்கோடுகள் பனிநடனத்தில் சூறை கொள்ள சூனியக்காரிகளுக்கான நாள் வருகிறது வேறு அசைவில். விந்தைக்குள் சிக்கிக் கொள்ள நேரிடும். அதிசயத்தில் மனிதர்கள் கூடிப் பழச்சாறுகளை பூசி அவுரிச்சாய மூட்டிய துகில் அணிந்து மாறு வேடத்தில் மறைந்துகொள்ளும் மரபான சடங்கில் கல்நாகங்கள் விசும்பி எழுந்த வனம்.

இப்போது அதைப் பார்க்கும்போது உருவம் இரண்டாகிவிடும். அலைவுறுவதைப் பேசிக் கொள்கிறார்கள். அதன் வடிவத்தில் புதைந்துள்ள வார்த்தைப் பளிங்கில் கடந்துபோன நாகரம். அதில் விசித்திரமான கோடுகளையும் கட்டங்களையும் வரைந்து உயர்ந்த படிகத்திலிருக்கும் நாகரம் பற்றி நினைத்தவுடன் பிரவேசிக்கிறாள் சூனியக்காரி.

நாகரம் கடல் காலத்தில் விளைந்த முத்தை விடவும் தொன்மை யான வடிவம். தெள்ளுப்பூச்சி எனவும் உலகில் மிக முதிய ஜீவனா யிருக்கும். வெண் அரக்குப் புள்ளிகள் கனத்த ஆமையோடு மூடியிருந்தது. நாகரம் மிருதுவான ஜுவாலையில் ஞாபகங்களை சிதறிவீசும் ஒரு வார்த்தை. அதில் பிம்பங்கள் பெருகி விரிந்தும் பார்வையால் ஒருவராலும் தொடர முடியாத இருப்பை உணர்கிறார்கள் எல்லோரும். யாரிடமும் நாகரத்தின் இருப்பைப் பற்றித்

தெரிவிக்காமலிருந்தார்கள். மறதியிலிருந்த உயிரினம் அது. வறண்ட நாட்களைபோல முடிவடையாத பகல் வேளைகளைத் தேர்வு செய்தது. அந்த நாகரத்திற்குக்குள்ளிருந்த விருப்பு வெறுப்பற்ற பளிங்கு மிதக்கிற படிமமாக உருகிக் கொண்டிருக்கும். குச்சிவெண் கால்களைமெல்ல விரித்து நகர்மேல் கடக்கும். கல் வார்த்தையாக அசைவற்று அந்தரத்தில் நின்றிருந்தது. அதில் யாவர் இருப்பையும் அறியமுடியும். மிகச்சிறிய மின்னல் குளம் அது. படிக உடலுக்குள் இருப்பின்றிச் சுழன்று விண்ணில் கீறிப் படரும். வர்சிக்கப் பட்ட மழையில் கரைந்து போன நாகரீகங்களின் சாம்பல் பூசிய மேல் தோடு கரும்புள்ளி செம்புள்ளி தனியே சூன்யத்தில் பதிந்து நடமாடும். அதைத் தன் கைகளில் குலுக்கி மரணத்திற்கும் மீட்சிக்குமிடையே உருட்டி தாயமாடுகிறாள் சூன்யக்காரி. குப்புறவிழுந்த வார்த்தைகள் ரகஸியமாகவும் அண்ணாந்தவை உடனடி விதியாகவும் நாகஉலாவின் சூத்திரமாய் நாகரம் என்ற வரைபடம் விரிகிறது மாயச் சடங்குகளாய்.

களிமண்ணில் வடித்த பட்சிகள் புலிகள் குதிரையும் காளைகளும் எடுத்து வந்து நாகரத்தின் சடங்கில் வைத்து அதன் பார்வையிலிருந்து தப்ப மாந்திரீகர் வேடம் பூண்டு மிருகங்களின் உருவம் பொறிக்கப் பட்ட புடை சிற்பங்களும் எதிரெதிராய் முட்டும் ஆடுகள் ஆலிங்கனம் செய்து கொள்ளும் மனிதர்கள் குரங்கு ஜோடி கர்ப்பஸ்திரீகள் என களிமண் உருவங்களில் புடைத்த கண்களும் மார்பும் கரடுமுறடான விரல்களுடன் சுல்லையில் சுட்டு வர்ணம் பூசி எடுத்து வருகிறார்கள் நாகரத்துக்கு. தழலாகப் பிரகாசிக்கும் கண்களில் நாகரம் ஒளிவீச நீலமாலை ஆடையின்றி நாகரமுத்துக் குறி சொல்லி கைக்கூட்டுக்குள் குலுக்கி விழுந்த நாகரத்தில் ஐந்து பெண்கள் வட்டமாய் சுற்றி வரும் பன்றிக் கொழுப்பில் எரியும் விளக்குகளின் பார்வை. பருகக் கொடுக்கப் படும் பலி உதிரம் நாகஜனங்களின் புலன்களுக்கு எட்டாத மணமும் காட்சியும் நாகர வார்த்தையில் தோன்றும். மிருக ஈரலின் ஒளியே பல கண்களாகத்திரள கனத்த ஸ்தனங்களில் பலி உதிரம் பூசி கூந்தலிலும் ஊட்டுகிறார்கள். இருபாலையும் சேர்ந்த கன்னிப் பூசாரிகள் சூனியக்காரியின் பயங்கர உயிரோட்டமுள்ள கண்களில் அமானுஷ்யமான பல சடங்குகளில் ஈடுபடுகிறார்கள். மறைந்தவர் களின் உடலுதிர்ந்த மணல் எலும்புகளின் துகளை பாலையாய்ச் சுரப்படுத்தி மெல்ல எழச் செய்துஅதை இசை வடிவத்துக்குள்ளும் ஒளியின் இவ்வளவான கலவையிலும் சேர்க்கப்பற்றிச் சுடரும் கூத்தில் பல வட்டங்கள் ஒன்றுக்குள் வெளியாக விரியும் நாகங்களின் புதிர்ப் பாதையில் நவநவ வேடமிட்டு வருகிறார்கள் நரகர்களும், அவர்களின்

கீழ் உலகிலுள்ள ஒரு பிடி மண்ணை அள்ளி மேல் நிலத்தில் வீசினால் எல்லாம் விநாசமாகிவிடும் என்பதால் சிறுதுகளும் உடுப்பின்றி நாகத்தொலி அணிந்து நெளிகிறார்கள் புராதனத்தில்.

நரகர் முகங்களில் வர்ணக்களிமண்பூசி உடல் முழுவதும் உதிரம் பிசைந்த மணல் வரிக்கோலமிட்டு செம்மண்நீர் உமிழ்நீர் ஆமைக் கொழுப்பு எனக் கலந்து பூசுகிறாள் பச்சைக்காரி. முகப்பூச்சில் விரல்களால் கோடுகளை வரைந்து முதுகில் நாகரம் எழுதுகிறாள் காவி மண் திரவத்தில். ஓலை நார்பின்னிய பட்டையைப் பெண் இடுப்பில் கட்டி கர்ப்பப்பாதையை மறைக்கும் குருத்தோலை நாரினால் குஞ்சம் ஒன்றை தொங்கவிட்டுக் கொள்கிறாள். சங்குசிப்பி வளையல்களை அணிந்த நங்கையர் சிரசிலிருந்து எட்டுமடிப்பாய் பின்னிய கேசம் இரு கொம்புகளாய்ப் புடைத்திருக்கும்.

தாமிரக்கைகளை நீட்டி சிற்பவயல் நடுவில் பலிபீடத்தின்மேல் ஸர்ப்பச் சுரிகுழல் கொண்ட கனிகாவின் சிரசு. ஒலிகள் எழுப்பி நடந்து கொண்டே இருப்பதில் கிழக்கிலிருந்த வாசலில் லோகாவின் தலை கொய்த பார்கவன் தாய் உதிரம் கைகளில் பின்ன ஊழிப் பாதையில் ஓடுகிறான் வேம்பு நதிக்கு. கழுவக் கழுவ ரத்தம். மணல் மீது தாய் வனைந்த மணல் குடங்கள் அடுக்குப் பானைகளாக அடுக்கிய வரிசை மேல் பூடம். மணல் குடங்களில் ஸ்திரீகள் சுண்ணாம்புப் பால்கோலம் தீட்டுகிறார்கள். பானைகளில் உருவற்ற ஆறு, சுழிந்து ஓடும் சருக்கம் புராணமாய்க் கூத்திடும் கவிழ்து வைத்த பானைமீது சலங்கைகள் உருளத் தாளம் குமுறப் பம்பையும் கொம்பும் பறைகளும் சுழன்று கால் தூக்கி முட்டும் எதிரெதிர்க் காளைகள் ஆட்டம். கன்னிப்பூசாரி சங்கீத இலைமுகம் தூக்கிய நாகபடம் வாலில் விசும்பிஏற இருள் ஒளி அசையும் கூத்துச் சுழலில் மணல்குடம் மீது இடக்கால்தூக்கி வலக்கால் மறித்து அகம்புறகண்இமையில் வந்து அலைய குடத்தில் சுழலும் ஆறு உடல்மேல் சுற்றிப் பின்கால் வீசிப் பெருவிரலில் சுழலும் நாகமாலை. எல்லா நவதானியங்களும் சேர்ந்து வளர வண்ணாத்தி உவர் முறுக்கிய மண் தாழிகள் ஆற்றங்கரையெங்கும் சாம்பலோடி வாடிக்கிடக்கும்.

அதனுள்ளே சுழலும் வேம்புநதியின் இசை. வண்ணாத்திகள் பானையை உருட்டித் தானியம் தீட்டுகிறார்கள். துணி முறுக்கி உலர்த்தும் நரைவண்ணாத்தி பெருந்தாழியுடன் நதி மீது திரிகிறாள். அவள் உலர்த்திய கண்டாக்கியுடுத்தி ஆடும் நாண்டிகக் கூத்தர்கள். துவைக்கிற கல்லுக் கடியில் தவளைகள் அறுபத்தி நாலு ஒலி நாவு களாய் சங்கீத மிசைக்க ஆத்தங்கரையிலுள்ள ஒண்டிவீரன் பூடத்தில்

கூத்துவாசல். ஓடிப்போன சைத்தார்த்தன் நதிமேல் தோன்ற வெட்டு வானம் நோக்கி உப்புவாள் வீசி வருகிறான் ஒண்டிப்பகடை.

இரு சிரசுகள் உள்பதுங்கிய கபாடமணி ஓசை எழ ஒண்டிப் பகடையின் இருகைகளில் லோகா, வண்ணாத்தி சிரசுகள் ஏந்திச் சுழல்கிறான் பச்சை வேகம் நெடித்த கூத்து மத்தளம் விம்மி உன்மத்தம் ஏறிய உதிரம் சிரசில் நெளிய வாகாய் சிலுப்பி வெட்டுவானம் நெருங்கிச் சுழன்றுவரும் மர உரலில் தீபம் ஏற்றி கணிகைகளாய் பொட்டுக் கட்டும் யுவதிகள்.

பருவம் எய்திய குமறுகள் சுற்றி வரும் மரஉரலுக்குத் தாலி கட்டியும் வில்லாயுதத்துக்கும் தனக்கும் காப்புக் கட்டியும் வண்ணாத்தி கொண்டுவந்த மாத்துக் கட்டி தானியம் அடைத்த மரக்கழலை எடுத்துப் பூணி கிழக்கின் அடிவாரத்தில் மின்னல் வெட்டும் தானியக் கழல் ஓசை. ஒவ்வொரு தானியத்தில் மறைந்த கன்னியும் கழலுக்குள்ளே எரிதழலாய்ச் சுழன்று கைகளில் தானியச் சிலம்பெடுத்து வட்டம் சுற்றி எரியும் நெருப்பில் உள் புகுந்து மலைகளில் சரிந்து வரும் நாக மாலையின் சுரமணல் ஆயிரம் பூச்சிகளின் ஸரஒலிகளாய் மூச்சு விடும் நாதப் பெருக்கில் படரவிடுகிறாள். நாதபூதங்கள் ஒத்துப் பிசகாத ஒலித்துகள் அடுக்கிய தானியக் கழல். ஒவ்வொரு அசைவும் காலத்திரைக்கு அப்பால் மின்னி ஆடற்கணிகை முதுபாழிகையில் தூக்கிய தலைக்கோல் அமைதி, சூத்திரத்தில் நிலைத்தது.

ஸரமுனி பத்தினிகள் லோகாவும் வண்ணாத்தியும் சொரிமணல் எடுத்து ஒரு மணல் பிரித்து அதன் காலத்தை அளந்து நிலத்தைப் பிரித்து நாகமாலை கண்ணில் புகுந்த ஒளி உயிரையூட்டி வடித்த மணல் குடம் செய்யச் செய்ய வேம்பின் வெண்பசும் பூக்கள் ஐந்து இதழின் சந்தப் பாதையில் குடமெங்கும் பரவி விழுந்த பூ எடுத்து உதிராக குலைக் கொத்தில் ஒன்றிரண்டாய் உதிரும் ஓசையில் பழுத்த சில இலைகள் சரிந்துவர மணல் பானைக்குள் வேம்பிலை நரம்புகள் கசந்து ஊடுருவி அதன் மேல் ஓடும் பச்சை ஆறு. வேம்பின் சப்த அலைகளை ஒளி இருளாய்ச் சுழற்றி விநாடிக்கு விநாடி ஓசைமாறி வீசும் வேம்பின் காற்றில் நவபாஷாணங்களில் ஓடும் கிரகாதிகளின் நிறுத்தம். மணல் வடிவம் குடமாகி உள்ளோசையில் பெருகும் பச்சை உலகம் வெளியெங்கும் விரிய விஷமுறிவில் ஊழின் பாதையில் வேம்பின் திசைநோக்கிப் போகிறார்கள். எடுக்க எடுக்க குடத்திலிருந்து வேம்பூ. கசந்த ஆங்காரம் நதியாய்ப் பெருக்கெடுத்தோடும் வேப்பமரம். எப்போது பூத்தது, பூத்ததை உதிர்ந்தது?

வண்ணாத்தியின் பார்வை வேம்பின் கிளைகளில் கண்வடிவ இலைகளாய் படர்ந்தது. எல்லாம் கசந்தநதி வேம்பு விருட்சமாய் கிளை பரப்பி விண் நோக்கி ஒளி இலைகளால் பார்த்தது. காய்த்த பால் கசந்து சொட்டும் வெண்ணிற சிகிச்சைக்குள் மரத்தின் உலர்ந்த கொம்பு ஒடிந்து சுள்ளி வீழ வேம்பில் கூடுகட்டிய காகம் பருவம் பார்த்து அடைந்த சருகுகள் நெருக்கமாய் பின்னிய கூடு மழையை உணர்த்தும். தளிரும் இலையும் பூங்குழையும் காய் பழத்தொலி குருத்தெல்லாம் கசந்த ஆங்காரம் நுரைத்த வேர் ஓடிய ஒரு சுனை ஒரு சொல்.

பொதியாய் வேம்பூ உள் தாது மெல்ல இனிக்க எறும்புகள் ஊறும் தரையில். வரிப்படை இடுக்கில் ஏறிய சிதல் கசந்து உறங்கும் செம்மண் குழல். ரொம்ப வயதான வேம்பாகையால் தான் தோன்றிய காலத்தையும் நதி நிழல்களில் மறைந்த காலத்தையும் ஒருவேளை மறந்திருக்கும். இப்போது எத்தனை பூக்களை உதிர்ந்தது. இதற்கு முந்திய காலத்தில் எவ்வளவு பூக்களை உதிர்ந்தது நேற்றுப் பூத்ததும் இரவில் உதிர்த்ததும் எத்தனை எத்தனை என்ற கேள்விமேல் பறந்து கொண்டிருந்தார்கள் மணல் குடம் வடிக்கும் ரிஷிபத்தினிகள். நிழல் விளையாட்டினூடே வேம்பு அசைந்தது. அதன்நிழல் வெளிச்சக் கோடுகளை உருவாக்கியது. கொஞ்சம் கொஞ்சமாக நகரும் சூரியனைப் பின் பற்றி நகரும் இலைக் கண்கள். கீழே எதிர்திசை நோக்கி நகரும் நாகஉலா நகரின் நிழல் விளையாட்டு. ஒடிசலான வண்ணாத்தி நான்கு குமாரர்களையும் புராணத்தில் இழந்து வேம்பின் கர்ப்பத்தில் மறைகிறாள். ஸரமுனி உணராத வேம்பின் பாதைகளை யார் அறியக்கூடும். வேம்பின் கோடுகளில் கூத்திடும் கணிகைகள் நதியிடம் குனிந்து உள்ளிருக்கும் ரிஷிகளை வாவா... எனக் கூப்பிடுகிறார்கள். வேம்பு மேல் நகரும் நாகஉலா எத்தனை காலத்திற்கு இதே தோற்றங்களின் கலையின் கண்ணாமூச்சி விளையாட்டை நடத்திக் கொண்டிருக்கும்.

நாகஉலா நீங்கிய தலைக்கோல் தாங்கிய முதுபாழி வண்டியில் ஏறிப் போகிறாள் மூடுதிரை படபடத்தது உள்ளே 'கூந்தல் அகவல்' திறந்த இருட்டுத் திரைகளின் பின்னே வேப்பங்கண்கள் விநோத வடிவில் திறக்கக் கணுவின் ஓரத்தில் ஒரு துளி கசந்த நீர். அது எங்கும் உதிராமல் பச்சையாய்ச் சுழல்கிறது. வேம்பின் வயோதிகம் யாருக்குத் தெரியும். நாகஉலாவில் படர்ந்த நாட்டியக் கணிகைகள் கால்களில் பூணிய தானியக் கழல் பூச்சிகளால் உயிர் அருவி பாய அதன் நிழல் வெளிச்சக் கோடுகளில் உருவாகிய நாடகங்கள் திரைச் சீலைகளில் நிறம் உதிர்ந்த

பூக்களில் மிக மெல்லிய நாகஉலா எவ்வளவு காலம் அங்கே கூடத்தின் உள்ளே கதவுக்குப் பின் கதவாக மறைந்து பாசியடைந்த கண்ணாடியில் உயிர்க்கும் பாழியை அழைப்பார்கள்.

கண்ணாடியுள் அவள் இருக்கிறாளா. அவள் மேல் படர்ந்த குலைகள் மறைந்து விடும். வேப்பங் இலைகளை ஏந்திய நாகர்கள் திரும்பி வரக்கூடும். யார் கண்ணிலும் படாமல் இருந்த நாகர்களின் மறை முகச்சடங்குகளில் எல்லா வாத்தியங்களிலும் மறைந்திருக்கும் மரபு மணலை எழுப்புகிறது எலும்பின் தாகத்தை அதிகப்படுத்தும். அவர்கள் எங்கே போனார்கள் என்பதெல்லாம் மறைந்துவிடும். நாகஉலாவின் தெற்குத் தெருவில் தேய்ந்துகிடந்த நீண்டகாலப் புழுதி கூட இந்த வழியே போன சூனியக்காரியால் அடித்துச் சொல்லப்பட்டு விடும். தெருவேகரடு தட்டிப்போன வில்வண்டிப் பாதையாய் கிடக்கும். சுழிக் காற்றுமேல் வரும். இந்த வழியில் போன ஆற்றுப் பாதையில் நீர் எடுக்கப் போன பத்தினிகளுக்கு முனிவாக்கு அடித்த சாபத்தில் பாதையும் மறைந்துவிடாமல் தனியே சாம்பல் மூடிக் கிடக்கும். ஆள் நடமாட்டமில்லாமல் போய்விடும்.

ஊர் வண்ணான் கொண்டுவந்த வண்ணாத்தி உடம்பில் லோகாவின் சிரசை வாங்கித் துள்ளி எழுந்து ஆடுகிறாள் கணிகைகள் சூழ. எண்ணெய்ப் பந்தம் சுற்றி மறுஉடல் கொண்டு வந்த பார்கவன் மேல் வால் வீசும் ஒண்டிப்பகடை. வண்ணாத்தி சிரசில் ஒட்டி தாயார் உடல் மாறிய தலையுடன் குலவையிட பெருத்த தனங்களின் கனத்தோடு கடும் இருளில் நடக்கிறார்கள் லோகாவும் வண்ணாத்தியும். சிசுவின் தொப்பூள் ஈரவாசம் பிடித்து திருநங்கை மரஉரல் நகர்ந்து வரும் வட்டமான கூத்து விரிகிறது. தலைமாறிய உடலின் பின்னல் அவிழ நெளியும் அரவுகளாய்ப் பாசி நிறம் கூந்தலை மூட மாடத்தில் தோகை கொண்ட மயில் கீழிறங்கி அசைந்தசைந்து கழுத்தை நீட்டிக் கபாடமணிநாவில் அலகு குத்தி அகவியது.

சரிந்து புறளும் சர்ப்பச் சிகழிகையில் வெண்கல அதிர்வு தீப்பந்தம் பரவி ஆடும் மனோசஞ்சலம். எலும்புகள் சூடேறி வெப்பரத்தம் பாய இருகண்களையும் அலற விரித்த கூந்தலுடன் கூத்து மத்தளம் அதிர்ந்து திருநங்கை நவரசத்திற்கு இணையாக விரிகிறது வண்ணாத்தியின் புராணவாசல்.

வட்ட நிலவாய் வண்ணாத்தி சிரசு மட்டும் ஊர் நடுவில் கருவறையின் கர்ப்பத்தில் கனியாய் தொங்க அவள் உடலை மட்டும் விலக்கிக் கொண்டு போகிறார்கள் வேம்பு நதிக்கரைக்கு. ஆங்காரம்

எடுத்த வண்ணாத்தி கூந்தல் வேப்பமரப் பொந்திலிருந்து கிழிறங்கி படம் விரித்து நாக உலாவுக்குள் விரட்டி ஓடுகிறார்கள் வைதீக மலக்குடல் தெறிக்க. வண்ணாத்தி உடல்மேல் கீறியிருந்த கல்வெட்டை ஊர் எல்லையில் நிறுத்தியிருந்தது. பாழ்வெளி முனங்கும் கல் தூணாய் ஊருக்கு வெளியே அதிர்ந்து கொண்டிருக்கும் புராண லிபிகளின் அதிர்வு நாகஉலாமேல் பரவிச் செல்ல நடுவாசல் கர்ப்பத்தில் கனியாக விளையும் வண்ணாத்தி சிரசு.

லோகாவின் உடல் மீது வண்ணாத்தி தலை சேரும் ரஸ ஓட்டத்தில் மணல் குடங்கள் உருட்டிக் கன்னிமை காக்கும் கணிகைகள் விரல்கள் அபிநயத்தில் சிருஷ்த்த மணல் குடம் அதன் மீது கற்கடகம் மயில் ஆந்தை கல்லாந்தை தாசிவிளக்கு பொட்டுக் கட்டும் சிமிழ் வைத்து தூக்கி வருகிறார்கள் நீர் தழும்பாமல். கன்னிப் பூசாரி வேம்பு நீர் மேல் பச்சைச் சுடர் ஏற்ற நாகஉலா எனும் கன்னிச் சுடரிலிருந்து வேப்பங்குலை பிடித்து பொட்டுக் கட்டி மண்டபத்தில் வீற்றிருந்தாள். அவள் நெற்றியில் பொட்டு வைக்கும் புராண நபும்சகர்கள் நீண்ட ஜடை பின்னி வேம்புத் தைலம் பூசி சந்தன மரம் பிழிந்த விருட்சத் தைலம் மார்பில் பூசி மட்டிப்பால் புகை யூட்டிய கூந்தலைச் சுருட்டி முட்டைத் தோடுக்குள் செக்குத் தைலம் உச்சியில் தேய்த்து சிரசிற்கு முடித்தைலம் இட்டுவாரி மண்டபத் தூண்களில் புரைவழியாக எரியும் விளக்கிற்கு ரத்தம் ஊற்றி சிலைத்தைலம் செந்நிற ஒளிபரவ முகம் பார்க்கும் வட்டக் கண்ணாடிக் கிண்ணத்தில் பாதரஸம் ஊற்றி ரஸம் சேர்ந்த சுடர்த் தைலத்தில் படபடத்தாள் நாகஉலா.

நவரஸத்தில் படிகமான சிறுமி நாகஉலா தலைக்கோலி முது பாழி கால் கழல் தொட்டு மரபில் எட்டு வைத்தாள். மர உரல் மேல் நாகஉலாவை அமரவைத்துக் கொண்டு போகிறார்கள் வண்ணாத்தி யின் கர்ப்பப் பாதையில். வெட்டு வானத்தில் வண்ணாத்தி பெயரால் எடுக்கப்பட்ட வாக்குகள் பலிக்குமென்று ஊர் நடுவில் கோபுரம் எழுப்பி லோகா உடல் மேல் வண்ணாத்தி சிரசு அமரும். பொட்டுக் கட்டும் கன்னிகள் பௌர்ணமி நாளில் நிலா முற்றம் கூடி தானியக் கழல் அணிந்து கிழக்கில் ஆரம்பித்து மேற்காகச் சென்று இயற்கையில் விளைச்சல் வேண்டி மேற்கு வாசலில் நாகஒளியின் கல்கோவிலில் வளையல்களைப் பாறைகளில் உடைக்கும் திருநங்கையர் பெண் வேடமிட்டு ஆடும் மரக்கழல். சுரும்பு சூழ் அலறி வேய்ந்த நங்கையரின் கருங்கூந்தல் நறுமணம் வீசி பார்கவன் கைகள் நதியில் கழுவக் கழுவ உதிரம் ஆற்றுப் பாதையாய் நீள்கிறது. மண் சிரசுகளை வடித்து ஈரம் காயாமல் தலைமேல் தூக்கிக் கூட்டமாய் வரும்

அரவான்கள் நதியேகி மறைகிறார்கள். ஆற்றில் குனிந்து ரிக்ஷி பத்தினிகள் உருட்டிய ஒரு மணல் புகுந்த வேம்பாறு மணல் பானையாய் உருவடையும். மணல் குடத்துக்குள் ஒரு வேம்பிலை மட்டும் நீந்திக் கொண்டிருக்கிறது. கண் வடிவ இலையை எடுத்து பழுத்த அதன் அரும்பு புருவமாய் நெளிந்து ஓர் இறகாகப் பாழியின் கையில். துளை துவாரங்களில் ஊடுருவிப் பார்த்தாள் பழுத்த மஞ்சள் இலையை. அதன் உள்ளே வேம்பு நதி கால மற்ற ஓசையுடன் பெருகிப் பாய்ந்து கொண்டிருக்கிறது காலத்துக்கு வெளியே. மிகச்சிறிய பழுப்புக்குள் மஞ்சள் வெளிறிய துகில் அணிந்த அபிதர் வேம்பு நதியில் கசந்த உயிராய் படிகம் கொண்டிருந்தார்.

XII

கணிகை நிலஞ்சதா

ரிஷபரின் ஜென்மாபிசேக மண ஊர்வலத்தில் நிலஞ்சதா எனும் கணிகை ஆடக் கூட்டம் வட்டமாய் வளையங்களை உருவாக்கி நகர்ந்தது அவள் ஆடலில் கட்டுண்டு. இன்னும் சில விநாடிகளே உயிர் தறித்திருக்கப் போகிறாள் நிலஞ்சதா. அவள் நாட்டிய நிருத்தத்தில் சமவசரண ஜீவராசிகள் கூடி மயங்கும் இசைவு. சாவு வரப்போகும் ஊழின் தொடு விரல்கள் அவளைப் பற்றிவிட சில விநாடிகளே பாக்கி. ரிஷபரின் கல்யாணம் தொடர்ச்சியில் ஆடவிடப்பட்டவள் நலினமாகப் பாம்பு போல ஆடுகிறாள். அதிகப் படியான எதிர்பார்ப்பு அவளிடம் கேள்விப்பட்ட ரிஷபர் அவளை யார் என்னவென்று அறியுமுன் அவர் கண்ணுக்கு முன் இறந்து வீழ்கிறாள். ரிஷபருக்கு வாழ்க்கை நிலையாமைபற்றி உணர்த்துகிறாள் நிலஞ்சநா. பின்னே அவர் துறவு போவதற்கு ஆதார ஊற்றாய் மாறியவள் ஆடி மறைந்த கணிகைதான். நாட்டியத்தூடே போய் ஆழ்ந்து மயங்கி இறந்துவீழ்கிறாள் கணிகை. அடுத்த நிமிஷம் சாவதற்கு முன் ஆட்டம் காண்பித்து நிலை யில்லாமையை விரல் அபிநயத்தில் உணர்த்தினாளா? சித்திரத்தில் பின்னே தேவகன்னிகள் ஆடுவது சடங்கு. அவளை நாட்டியமாடச் செய்த சதுர்மேந்திரரும் ஓவியம் கொள்ளத் தாவிய நிலையில் நிற்கிறாள். நிலஞ்சநா சதுரகாலங்களை கால் மாற்றிவாறு:

ஜைனகாஞ்சி - சுவர் சித்திரம்

25 சங்கிலி

நீரின் நிசப்தமான இருப்பில் மெல்ல இறங்கி பெண் மூங்கில்திறந்து வரும் ராசாத்தியுடன் நீந்துகிறாள் சங்கிலி. ஆதி நிலாமுன் நிர்வாண கன்னியர் ஒருவர் மேல் ஒருவர் அரும்பிய பூ வெடுத்து நகர சிதையாமல் வெளுத்திருக்கும் நிலவு. நீரில் மேனி பார்த்து உதிர் பாக்குகளைக் குனிந்து எடுத்து கொடிக்காலில் கொழுந்து வெற்றிலை கிள்ளிப் படிகளில் சாய்ந்தவாறு ஒருவருக்கொருவர் மையலாய் தாம்பூலம் தரித்தவாறு கரை யேராத மூங்கில்களாய் ஆற்றின் நடுவிலிருக்கிறார்கள். நீருக்குள் பறக்கும் பட்சிகள் வேறுலகில் மறைவதை உணர்ந்து 'பேர் சொல்லாப் பட்சியே... சஞ்சல மடைகிறேன் சதா காலமும் தூது நீ சென்று வாராய் சுந்தரர்க்கு' என்றாள் கலங்கிய சங்கிலி. அவளைத் தேற்றித் தன் துயர் உரைத்தாள் ராசாத்தி.

மஞ்சள் கிழங்கு கிள்ளி கல்லில் அரைத்து மெய்பூசி கிணத்தில் உருப்பார்த்து கல்பொடித்துத் திலதமிட்டு பனிநீர் இலைகளில் சேகரித்து நிர்வாணப்பால்பூசி மரம் விலகி மறைகிறார்கள் சங்கிலியும் ராசாத்தியும். பனிபடர்ந்த மகிழமரம் நிழல் பார்த்துத் தன் நிழல் தொடபூவுக்குள் சுந்தரர் படிமம் மெல்ல மலர வாசனை உடல் தொட்டு மரத்துள் மரம் செல்லும் பூண் இல்லாக் கதவுகள் உள்ளிருந்து வெளிதிறந்து விண்மீன்களும் உள் திறக்கும். மாறிமாறிப் பட்டை உறியாத பழங்கதவுகள் நிறம்மாறித் தாழ் இல்லாப் பெண்கதவு உள் வெளியாய் சங்கிலி உடல் திறக்கும். பட்சிகள் சில அலகில் கீறிய சித்திரக்கோடு கண்டு சாய்ந்திருக்கிறாள் கிளைக்குக் கிளை மென் முலைபதித்து.

மகிழம் பூ கரையும் இரவு. பூச்சிகளின் இரைச்சல் சதாவும் உயிர் அருவியாய் மேலிருந்து கீழ் பாய்ந்து நுரைபொங்கி மண் பரவும். தலை சாய்ந்த நாற்று கிழக்கு நோக்கிக் கதிர்ப்பால் மடிசுமந்து உயிர் வெளி திறக்கும் சின்னஞ் சிறுபொழுது. கரவைகளின் குரல் அண்ணாந்து ம்மா... வென விடியலில் பழுத்து வடுப்படப் பனித்த சூரியன் தாரை தாரையாக ஒளித்தவசங்கள் கதிர்கதிராய் உதிர ஆயிரம் கூலமும் தாளும் குறுக்கும் மறுக்கும் சாம்பலாய் உரசி எழும் காலை. இவ்வேளை கல்மண்டபம் நுழைந்த சுந்தரர் சங்கிலி மென்முலை பதித்த மகிழம் பூவில் மறைந்தார். இருவர் கண்ட ஓர் கனவில் மகிழவிருட்சம் தகதகவெனப் பூக்கள் பழுத்து வாசத்தின் ஜுவாலை உலகைச் சுற்றிப் படர்வதை எரிமரமாய் மஞ்சள் ஒளிரச் சுடர் பார்த்த அவளும் உற்றாள்

அவர் கனவில். ஈசன் சொப்பனத்தில் புகுந்த இருவர் மகிழ விருட்சத்தில் கிளையாகத் திருகி நடம்புரிவதைப் பார்க்கப் பற்றிய தழலில் கருகாத வாசனை. சேடியர் கிழமரத்தடியில் விரல் தொட்டு ரேகை பதிக்கப் பேசியது மகிழமரம்.

குன்றலின்றி வளர் சூட்டாற்குட்டநோய் தொடர் புற்றும் புணர்பாகம் பரத்துவம் பெற்று ஊர்க்கோயில் வாசலில் இரவுபகலும் சந்தச்சுழல் நனவிருகனவாகிக் கண்ட இருதோகை மயில்சரம் தொடுத்து வெள்ளை நிறப்பெருநோய் விரல் கீறி கைநாகப் படம் விரித்த நூற்றெட்டு நிறம் மாற்றும் அரவு புனைநிழல்.

ஒட்டுத்தாலியில் பொட்டுக் கட்டி குடவிளக்கேந்தி ஈரித்த கூந்தலை அள்ளிச் சொருகி கால்சிலம்பதிர ஆலிங்கன ஊஞ்சலில் அருணகிளி அமர்ந்து பைநாகப் புரை சமணன் சம்மந்தாண்டன் உமையை எதிர்காட்டு என்றான். அங்குள்ள குளத்தின் அருகே ஓர் மண்டபத்தின் வட கீழ் தூணில் இப்பொழுதே வர வேண்டுமென்றான். கற்றைக் கிரணம் ஏழ்திரை துளைத்து ஒளிரச் சொல்வேகம் பார்த்திழந்த கண் விழிமணி சேர்த்துக் கொடுத்த நயன இசை.

சமணன் குகை மறைந்தான் காலஅலகை விரல் மடிப்பாய் கணக்கிட்டு அணுத்திரள் சுழன்றான் உடல் அற்று. 'மலையின் சாயையைப் புறமாய் கற்பகத்தண் பூ கொணர்வாய்' என்றான். விண்ணூர் வெள்ளையானை காதுகள் அசைத்து கல்லாய் சமைந்த ஒரு கற்பகத் தண்பூ கொடுக்க கிளியுருவ அருணகிரி தீயுளந்த உடலை விட்டு தகித்த பின்னே சாம்பல் புரண்டு பூமியெகும் ரோகமாய் மண் பிளந்தான். கிளியானோன் உரைக்கும் மொழி செம்மலைச் சரிவில் உருண்டது. சொல்கிளி எல்லாம் பழகி கிக்கீ... என செங்கிரிக் கோபுரத்துக் கிளிகளுடன் ஒன்றாகிச் சொன்ன கவி உணர்ந்தவரி இன்னதென்று தெரியாமல் வில்லி வந்து அனல்வாக்கில் குறடு கொண்டு காதறுக்க எண்ணி மதம்பிடித்துச் சுற்றி வந்தான் சின வேங்கையாகி.

வனம் பாய்ந்து உடல்வரிகள் சிவந்த சொல் உருட்டிக் குகை மடிப்பில் பிடித்த அட்சரங்கள் வேகமாய்ப் பற்றி எரிய பரஞான ரோகி உடல் புரண்ட சாம்பல் எழுந்து விரலைகள் இல்லா விரல்கள் கொண்டு ஏடு கீறி வந்த கருத்த கல்மண்டபத்தில் ஆந்தைகள் சூழ வண்ணான் ஆவி துளைகுழலாய் கொடுத்த சுரிமூச்சை நதிநீரில் புறண்ட பெண் தட்டைக் கணுக்கணுவாய் அளந்து இசை இலக்கணம் பிரித்து ரவைச் சல்லி உதிர்த்து வந்தான் ரோகவிரல்களுடன்.

மெய் எலும்பு உள் ஒலிக்கக் கிளைத்த நரம்புகள் முகுளத்தில் கிளை குலையாய் இலை நரம்புகள் எடுத்து 'திதத் தத்த' என வெற்றிலைக் காம்பைக் கிள்ளிக் காட்டித் தன் உடலையே முறுக்கிச் சொற்கட்டாய் முடித்தான். பூத வேதாளப் புனைஅரவு சந்தக்கிளிச் சுருள் மகுடம் சுற்றிவர ஒளியாக அடுக்கிய சிறகு கண்ணில் கரு அசையும் நீல நிறம். வாது செய்த வில்லியின் செவிமடலைக் குறடால் அறுக்காமல் பஞ்ச தாளங்களை ஊதி நூற்றெட்டு தாளங்கள் பிரஸ்தாரக் கிரமங்களில் உண்டாக்கினான். இவையன்றிக் கதிபேதம், நடை பேதம் கண்டப் பிரஸ்தாரமென்னும் அங்கம் அழிவுபடாமல் பிரஸ்தாரஞ் செய்யும் முறையான வண்ணச் சந்தங்களைச் சொல் நடைகளும் தாளச் சொற்கட்டும் வகைகளைக் குறடால் வில்லிக்கு மொழிந்த திண்டிமக்கவி. மோனநிலையில் கூட்டில் அமைதியாக உறையும் கிளியுருவம். காகாவெனச் சொற்பகர்ந்து கூற்றாய் காகமெனக் கலந்துலக்கும் வெற்றிலைமென்ற கவி விளம்பிப்போன சிகை நீப்பதின் சவமான சொல் மொட்டைக் கோபுரமானது. செங்கழுநீர் வீதி செம்மேனிச் சிறுமி கிளிசூழ ஆலிங்கன ஊஞ்சலில் அசைந்து எங்கிருந்தோ கிளியால் ஈர்க்கப்படுகிறாள். நளினம் சிறு நயனம். நெற்றி மேல்பச்சைப் பொட்டுவைத்து உயிர் சிக்கி மயங்கி சில சிறுநகை தீராமல் உள் நெளிந்து உதராத காமப் புற்று ரோகமாய் உடல் மறையும் தாசிமார் தொடுத்த சொற்கட்டு கல்சிலம்பாய் விண்ணதிர விழிகனல் சிந்தும் நாட்டியம். கற்சிலம்பு கால்களில் பற்றி எரியும் சொல்சுற்றி சந்தம் மகுடமாய் கரகம் சுற்றி ஆடும் அருணகிளி போதத்தில் நாசகால தாசி உரைத்த சொல்தான் விஷமாய் கபால மெங்கும் ஏறிப் பச்சைக்கல்லாய் கபாலக் கவிகை வளைந்து இசையின் சாகரத்தில் அலைசுழியும் தாசிமார் உடல் காமம் நுரைத்துப் பொங்கிய கபாடபுரக்கிளி அது அருணகிளி. பரத்தையுடல் சேர்ந்து முயக்கத்தில் தொடும் பிணி உடல் கீறி உதிர்த்த சொல் கோவண ஆடையுடுத்தி கணிகை மேல் வைத்த மோகப் புயல் சுழன்று சொற்கட்டும் தாளவகை பெருக்கி புயல் மேல் அறைந்த முனி அருணகிரி.

சாத்தியவாசல் திறந்து மூங்கில்காடு ஜன்னல்களில் தொளை ஒழுகிய ஏற்றம் சன்ன இழைஇழையாய் அழைத்தபடி இருக்கும் வண்டு சேர் குழல் கன்னிவரிவிழி படபடக்க கைகளில் வந்துநின்ற சொல் கிள்ளையைக் கூட்டமாய் வட்டமிடும் தாசிமார் மாடங்களில் கை தட்டி மொட்டைக் கோபுரத் தெருவுக்குள் மறைகிறார்கள். சிலம்பு களோடு கிண்கிணி திசையெங்கும் ஒலிவீசிச் சிவந்தகாலில் மருதோன்றிஇலை அரும்பும் சுடர்மாடம். உச்சிக் கொண்டை திருத்தி

கிளி அமரச் சிலம்போசை தெருவில் கேட்கும். தேன்துவர் வாய்கிளிப் பச்சை இறகுகள் கோதிக்கோதி தோகை நடக்கும் நீலாயதாசிவீடு. நித்திலவரி நகை சித்திர நீல ரத்தினமிட்ட பசுங்கிளி ஓடிஓடி உத்திர வளையத்தில் கர்ணமிடும் கொக்கிச் சிவப்பலகு. மோகினி உருவில் புணர்பாகம் பாதிமேனி நீலம் ஒளிர பச்சை உடல் மறுபாதி இலை துளிர்த்து கிளி அமரும் கச்சணி இளமுலைமேல் நகம் பதித்து முத்துதிரப் பலவகை வெண்முத்துத்திறள் எடுத்து தாசிகள் கோர்க்கும் நூல்வடிவம் கொண்ட நீலக்கிளி. பரவெளிபழுத்த கனி ஒளி உணர்வில் சிறகுபடரும் பச்சை விசிறி. இரவுபகல் சூழும் சுடர் நடுவில் கிடந்த தானியத்தில் சுருண்டகன்னி ஒளிவீசும் செங்கழுநீர் வீதி.மோகினி வந்து சந்திர சூரியனைக் காதில் அணிந்து குழல் ஆடும் இருசுடர் ஏந்திய பச்சை நீல இரு உடல் சேரும் ஒருமுலைக் கண்ணில் ஓடும் மணல் ஆறு. பால் சுரந்துமணல் பரவும் தாசித் தெருவில் பச்சைமேனி வளர்சாயல் கண்டு மறைகிறாள் பைந்துழாய். செங்கரம் ஏந்திய கொனக்கோல் உயிரில் உயிர்கசியும் நயங்கள் ததும்பி அலையும் கண்களில் துவள அரும்பும் பனிமுறுவல். ‘தாசி நீ எங்கு சென்றாய் பெண்ணே புல்லிய மென்முலை வெண்மையாய் பழுக்கும் விண் பரப்பில் சரத்காலம் வந்தது பார் கிளியே’ என பால்நிலவு மெலியச் சொன்னாள் நீலாயதாசி. பால்வெளி வடுப்படும் பச்சிளமுலை அரும்பும் சீம்பால் உதிரும் கல் ஆறு. துப்பும் நிலவு சுரக்கும் ஒளி நரம்புகளினூடே பனிப்பொழிவு. ஓடும் பனித்துகளில் கருமுனை சுழிந்து கரங்கும் பாழ்வெளி. பச்சை நிறப்பெண் ஸ்தனத்தில் அடுக்கிய தானிய நவஉருக்கள் சுழன்று சுற்றும் கிரகரேகை. பாசிப்பெண் காலில் படரும் கொடி சுற்றி விசும்பும் தானியப்பால். இலை நரம்புகள் ஊடே வெண்ணிற மணல்ஆறு. தடம்விட்டுச் செல்கிறாள் நீலாயதாசி. அவள் முடிமேல் கனிந்த தானியங்கள் கதிர்பிடித்து அறுக்க அறுக்கப் பரவும் மஞ்சள் நாற்று. சாய்ந்த கதிர்கள் சிரசில் வளைந்து துயில ஒவ்வொன்றாய் விரலால் எடுத்துப் பச்சைமேனியில் விதை சிதறி மீண்டும் செடியானாள். கன்னியும் கன்னி கழியாத கனிகள் பழுத்த பச்சைத்தோட்டம். நடனக் கிளிக்கூட்டம் சிலம்பி மறையும் விருட்சத்திருகல். மாதுளம் கனி உடைந்த புனித ரத்தம் பருவமாய் சுழல செம்பவளவிதை அடுக்கில் சுரோனிதக் குழி ஒளிரும் முத்தாயி நாட்டியம் பார்த்த பரசாம்பல் யோகி உருத்திரகணிகையிடம் மயங்கி அவளை அழைக்க மறுத்து ஓடினாள் சிலம்பு தெறித்து. முலைமெல் பால்உதிர சாம்பல் பரதேசி உடல்வெடித்து எரிகொம்பு சீறிய சுக்கிலத்தை இலைக்கலத்தில் பெய்து முத்தாயி சுடர்மாடத்தில்

இலைபடரவிட்டு அகன்றார். முத்தாயி மாடத்தில் உதிரும் சாம்பல் கண் திறளை உடல்பதித்து சுரோனித மாதுளை பிளந்த சதையுதடு கீறி விழுங்கிக் கருக் கொண்டாள். கரு முதிர்ந்து பருவம் சுற்றிப் பிறவா விசும்பில் கருவழி சொல் உதிர்ந்தது. உயிர்நாடி இசை முளைக்கும் கருக்குழியில் உள் சுழிந்தநாத ஓசை தாயின் சிலம் போசை கேட்டுக் கேட்டு இசை உதிரம் தன்வயமாகி தாய்பாடிய மரபு தனக்கே உரியதென சுரதாளம் அதிர்ந்த கருப்பூச்சி உடலும் தன் கால் எண் சாண் என இசை அளந்த உயிர் அணுவணுவாய் சூட்சும திரேகம் சந்தலயப் பிரமானத்தில் ஜனித்தது கருவில். தாசிக்கொடியில் உள்படர்ந்த நயனஅசைவு பனி கருத்து விந்துளி சுடரும் கர்ப்பப்பாதை. இருட்டில் திரளும் சந்த ஓசை பூச்சிகளாய் கீச்சி ஒளிக்கோடுபடும் நிருத்தம்.

தானிய உயிரில் உலகம் சுழலும்தாசி கெர்ப்பம் மருந்திலும் நயந்த சொல் ஊட்டி இசைபடரும் செங்கழுநீர் ஓடை. ஒலி ஊறுஒளி ஒன்று படச் சேரும் விந்தாய் நாதரூபமுலை முத்து தெறித்த சுடர் விந்து ஒளி படரும் பச்சைமேனியுடன் தாய் கிடந்தாள் ஜனன அறை இருட்டில். இருளிருக்கும் கன்னிச்சுடர் மௌனமாய் பிறந்தசிசு தாய் முலை உறிஞ்சும் சுனைஓசை. முலைதழல் மஞ்சளாய் சுடரும் ராவிருட்டில் சிசுவாடை அரங்கு வீட்டுக்குள் நறுமண தானியம் அலைவுறும் தாசி வீடு. தாய்முலை சுரந்த தீம்பால் உயிர்படரும் மழலையின் முனகல். முகத்தில் அணைத்துஉச்சி மோந்து முலைப்பால் அகத்துள் ஊட்ட நயன அசைவில் மூங்கில் துளை ஒழுகும் சுருணை ஏறிய மெல்லிய அலை. சொற்கொம்பு ஊதிப் படரும் பச்சைமேனி கொண்ட தாய்ப்பிடியுள் அடங்கிய குழந்தை. முந்தியில் நூல் பின்னலிட்ட சொல் கிளி மடித்த புடவைக்குள் பட்டுடுத்திய தாசி உடல் படர்ந்து செங்கழுநீர் வீதி செல்ல அழைக்கும் பூர்வீகத்தறியில் கிளிக்கூட்டம். பாசுபதாபரஞ் சுடர் பரம்பரம் எனபரஞானரோகி அருணகிளி புட்குரலோடு மிழற்றும் பித்தவேகத்தில் ஓலைஏட்டில் சித்திரரூபம் வரைகோடு நிறங்களாய் பிரியும் ரோக உடல் திறந்த வேகமொழி கீறிய திரு ஊடல்தெரு அலகு சிவந்த ஏடுகள் புரட்டிய கிளியாக மறையும் தானிய நகரம்.

உடைந்த மதில் மீது உச்சிக்கிளி நின்று நீர்க்கரையாண் அரித்த ரஸவாதச் சுவடிகளைப் புரட்டிப்புரட்டி வரிவரியாய் தெரு எரிய மறைந்த நகரின் சாம்பல் பூசிய பரரோகி கவுளியாய் உச்சரித்த சொல் கிளியாகி வண்ணச்சரபம் ஓடும் சப்தாக்ஷரத்தில் சித்திர விசித்திர நரம்புகளில் மிருகத்தொலி உலர்த்தும் வீதிகளில் கோடாகி இசை திரளும் கிளிமொழிய தோளில் மென்துகில் மூடிய முலையதிரக்

கழல்சேரச் சீறிய ராப்பூச்சிகள் சதங்கைகளாய் சொல் ஒலிக்கும் தூக்கமிலாத் தெரு. மண்தாங்கிப் பலகையில் வடிவம் கொண்ட கதிர்க்கும் தூவிகளின் மாடம் எரிகிறது ஒளிகசிந்து. பாம்பின் சுருள் நாதம் எழுதி நீண்டு ஊர்ந்து நீலஒளித் துகள்களாய் பனிமுலைகள் பொடி உதிர்க்க அவாந்திர வெளிபார்த்த தாசித் தெருவுக்குள் சுருளும் நாயின் தடம் கனவில் பதிந்த மொழி பேசி நரிஊளையிடும் மோகினி அவதாரத்தில் நாயகிபாவம் அபிநயத்தில் பிடித்துப் பழகும் நரிகள் வேடமிட்ட கூத்துவாசல்.

இலைகளும் கொடிகளும் படர்ந்த மோகினி கால்தூக்கிய நரி முகத்தில் கீறிய ஒப்பனையில் பழங்கால சமையலறையில் புராதனப் பண்டாரி நங்கைகள் தறியிழையில் கோர்க்கும் புராணம். மோனத்தில் மென் துணிச் சுருள் விரிய மஞ்சள் நெல்வயல் அலையலையாக ஜன்னலில் அசையும். ஆனைகட்டித் தெருவில் வரும்தாசிகள் சுருள்விரியும் கூந்தலை நரிமுகர்ந்து 'தீபச்சிமிழில் இருந்த மஞ்ச நிறப்பாவை எங்கே. பச்சை குத்திய சர்ப்ப உடல் எங்கே' சாபம் பெயர்ந்து சீறிவரும் சர்ப்ப எழுத்தை உடல் படர்த்திய நீலாயதாசி கிளிமுகங்கொண்டு சுகரின் தடத்தில் நடக்கிறாள் அடுத்த கட்டத்துக்கு. நீலனும் பாம்பணையைச் சுருட்டி வடக்கே தலைவைத்து மாற்றிப் படுத்துக் கொண்டான். சொல்லியபடி செய்த பைநாகப்பாய் நீண்டுதாசித் தெருவாகி அதன் உடல் கோடுகளில் சருகுக் கட்டங்களில் விநோதச் சித்திரங்கள் எழுந்து அசையும். செந்நாப்புலவன் திருமழிசை சொல்கின்றான். கோயில் பணித்தாதி விரல்கள் முதிர்ச்சியில் நடுங்க பூ நரம்புகோர்க்கக் கண்ட கணிகள் இவள் முதுமை மாறும்படி தோல் சுருங்கிய மூப்பை உரித்து கன்னியாகி தாசிவீதியில் மகதியாழில் மறையக் காண்பான். நீலாயதாசி கன்னிச்சுடராய் பாசி ஒளிக்கச் சிங்கத்தைப் பார்த்தாள். கிழச்சிங்கம் பணிப்பெண் யுவதியாக மாறி அவள் நிழல் கூன் கிழவியாகி சுவரில் தடதடத்தது. சிங்கராஜன் காமத்தை எரித்து பைநாகப்பாய் ஒளியில் மறைகிறாள் வெறுத்து. கோயில் தாசியும் கணிகன் போன திசை மறைகினாள் கரைந்து. 'நீயும் கிடக்க வேண்டாம் பைநாகப்பாய் சுருட்டிக் கொள்.' பைநாகம்படம் விரித்து நீலாயதாசி உடல் சுருட்டி இழுத்துச் செல்லும் நாசித் துவாரத்தில் ஆலகாலவிஷப் பல்லயத்தைப் பருகி கரும்பச்சை உடல் அடைந்தாள். நிறம்மாறிய நீலாயதாசி பஞ்சசூடை எனும் அப்ஸர கன்னியுடன் செங்கழுநீர் வீதியில் மறைந்திருக்கிறாள் சிங்கத்தின் வாடை கண்டு. மஞ்சள் செம்பாய் படிமை கொண்ட செங்கழுநீர் வீதி திறந்துவரும் வாசல்களில் புள்ளிக்கோலம் நெளிந்து சர்ப்பங்களாய்

இருட்டில் விஷநீலம் கக்கி மறையும்.

மணல் உதிரும் வெளிர் சிலைகள் ராவிருட்டில் ஜன்னல் திறந்து பார்க்க உள்ளே நூலில் குனிந்திருக்கிறாள் உப்பியல் பாவை. நீலாயதாசியும் அப்ஸரகன்னியும் கணிகன் பாதையில் செல்ல பைநாகப்பாய் முன் நித்யகன்னியாயினர் நீல ஒளிபட்டு. அவள் மீது உதிரும் நீலச் சிறகுகள் கோதி கால் நட்சத்திரம் நகங்கள் முளைத்துக் கிளி இறகில் சரசரக்கும் தாசிமார் விரல்கள் செங்கழுநீர் வீதிமருதோன்றி வாயில்கள் கதவுதிறக்கும் உள்வெளிச்சம். செந்நிறமாய் உள்பிளக்கும் மருதோன்றி இலை. அதன் செஞ்சாயம் நகங்களில் வளைந்து இலை முளைத்து எரியும் பட்டுஇழை வெளிச்சம். மருதோன்றி இலை திறந்த தாவரரூபகன்னிகள் மயங்கிய ஒளி விரியும். கிளுவைமரம் முணுமுணுத்து காற்றில் சுழல்கிறது. பெருங்குதிரை வாலித் தாள் காய்ந்த காடு புலம்பி உதிர்ந்த தவசம் நீலாயதாசியின் பாதையில் கிளைக்கும் ஸ்திரீகளின் பாதங்களில் பட்ட சருகுகள் ஒடியும் வாதை மெலிவாய் கேட்கும். சருகுகள் ஊர்ந்து ஒளிகள் ஓடும் துயரத் தெரு. உருவெளித் தெருவில் புராதனத் தறி சலம்பும் தோற்றம் கரையாமல் கரையும் நூல் தாசிகள். சாயமூட்டிய அவுரி இலை வாடை. நெத்துகளில் வித்து உடையும் அவுரிச் செடிக்காடுகளில் தொலைந்திருக்கும். குனிந்து வேருடன் செடிபறித்த இடத்தில் சில்லுவேர் அறுபடும். நூல் பந்துகளை உருட்டி ஊசி கொண்டு பின்னலிடும் கர்ப்பிணிப் பெண்கள் தீராமல் ஆழ்ந்திருக்கும் கர்ப்பத்துயில். சிசுவின் நடமாட்டம். பாதைகள் திரண்ட உப்பினால் வறண்ட வெளியைப் பார்த்த ஜன்னல்களில் முகம்வைத்த வண்ணாத்திகள் வானத்தின் தானியத்தைப் பார்த்து வெளியே ஓடிவந்து அழைத்தார்கள். தானியத்தில் ரகஸியமாய் திறந்த கதவுகளுக்குள் போய் மறைந்து கொண்டார்கள். அவர்கள் ஓடி ஒளிந் ததைப் பார்த்துவிட்ட மணல் சிறகு கோதும் பட்சிகள் தானியத்தை கூட்டமாய் கொத்தவர 'சோ... சோ'வெனக் கதிர்விசிறியால் விரட்டினார்கள் பட்சிகளை. சிறுபுல் அலாதியில் இறகுடன் பறந்தது. இதன் கூரைமீது குருவிகள் வீடும் குஞ்சுகளை வைக்கும் தூக்கணாங்கூடும் பச்சைப் புல்லை தழையத் தழைய அடுக்கி வரும் ஈரம் இன்னும் உலராமலிக்கும் புல்வீடு. அதன் மூங்கில் கதவுகள் உள்ளே போய் திறந்த அடுத்த அறைகளில் வேறு வேறு பட்சிகளின் கூடு. இலை உதிரும் தானியத் தெரு வளைந்து செல்ல விளக்குகளின் மங்கலான வெளிச்சத்தில் சிறுபுல்லில் பட்டு இறகுதிர்க்கும் பொடிக்குருவிகள் அலகில் நார் எடுத்து முடிவுபெறாத நகரத்தைக் கட்டி முடியாமலிருக்கும். பல

வாக்கியங்களைச் சொன்ன மணல் இறகு உதிராமல் கனிகளின்றி ஒட்டிய மணல். எடுக்க எடுக்க இழைவரும் பட்சிஉடல். நூல் கண்டுகள் மார்புகளில் சுழன்றாடும் பால் மணல் கசிந்த நிலவின் விரல்கள் கைதூக்கி அசைந்து தறியோடு பரவும் மோனத்தில் ஆழ்ந்த நெசவு.

ஜன்னலில் கருத்த நிலாமுகில் உடைந்து கதவுகள் உள்திறக்கும் தானியத்துள் தானியம் திறந்து கீறல்களில் ஒளிமின்னிய பட்சி வீடுகள். மணல் சரிந்து உதிரும் கதவுகளில் துகள்கள் பழுத்து ஒளிச் சிதைவுகளில் மெல்லக்கூடி உருமாறிச் சிறகு விரித்த பட்சி மெலிவாகி அசையும் செதில் மேகங்கள். நிலவுக்குள் உயிர்க்கும் பால்வனத்தில் ஈரமாய் ஒட்டும் புல்லின் நடுக்கம். சாமைநிறமடையும் பின்னிரவு. பழுப்புத் தெருவிலுள்ள புழுதிமண் காற்று வீசித் தொலைவே ஈரத்தூரல் ஒரு துளிபதமான காற்றில் மூச்சு விடுகிறார்கள் நூல் கன்னிகள்.

'பால்வெளி படர்ந்த உப்பியல் பாவைக்கு நூல்பதுமைகளை கொடுத்தது யாராக இருக்கும்' என்றார்கள் வண்ணாத்திகள். கண் ஏட்டில் வரைந்து கொண்டிருந்த உப்பியல்பாவை திரும்பிப் பார்த்தாள் 'பூச்சிகள் கக்கும் பட்டுப்பசையில் ஒட்டி வந்த யுவதி நான். என் உடல் கசியும் நூலை துகிலாகப் போர்த்தி அலைகிறார்கள் ஏழு கன்னிமார். தனிமையில் பிரிந்த நூல்கோடு கோடாய் காட்டில் அலைகிறது' என்றாள். 'விதைவித்தில் கீறிவந்த சிலைகள் ஏன் உதிர்கின்றன பாவையே' 'அது சப்தமாதரின் புனிதரத்தம்' பருவம் பெயர்ந்து கசியும் உதிரத்தை ஜனனத்தின் மறைபொருள் என்றாள் சலன மடைந்த உப்பியல்பாவை. மண் மீது கோடுகள் கீறி நுகர்ந்து தேம்புகிறாள். உதிரஉப்பில் மறையும் பிளவுகளுக்கிடையில் விதைத்திரள் கண்விழித்த பார்வை நகர்கிறது விண்நோக்கி. திசைகளுக்கு அப்பால் சுரோனிதப் பரல்கள் சிதறிமூடும் சதையுதடு. மோனத்தறியில் புனித ரத்தாம்பரநூல் நெய்து வரும் உப்பியல்பாவை தாவரராசிகளின் சருகு இழைகளில் பின்னிக் கோர்க்கும் மஞ்சள் ஆந்தைகள் அலகு நீட்டி வரைந்து வரும் அற்புதசால்வைக்குள் வெட்கமாய்ப் படர்ந்த மஞ்சள் நிறப்பாவை நிர்வாணமாய் ஆரஞ்சுநிற சூரியனில் ஓடி மறைகிறாள் புனிதரத்தம் கோடுபட.

தொடக்கூசும் துணியின் மென்தொலி சித்திரம் கொள்ள ஸ்பரிசத்தில் மாறும் பட்சிகளின் கண்ணாடி இறகு நெளிவு பிதிர் கோடுகளுடன் மஞ்சள் ஆந்தை எதேச்சையில் சொன்னது 'சால்வையில் நெளியும் காற்றில் உருவற்ற நரிகள்' புராண வாசலில் கால் தூக்கி

அண்ணாந்த கூத்து வெளிச்சத்தில் பஞ்சநரிக் கூட்டம் ஒப்பனை கொள்ளும் ஊளை. இருட்டில் மிதந்துவர மனிதரல்லாத புராண வாசகம் தொனித்தது ஊளையில். வனவிலங்குகள் கல்குளம்புகள் வடு புதைந்த வெப்பப்பாறைகளில் அசையும் வடிவம். இருட்டில் வெளியேறித் திரியும் கால்தடங்கள். ஆள்வாடை வீசும் காற்றில் கலந்து போய் லாந்தர் விளக்கில் எரியும் நுரையீரல்களுடன் திரும்பிப் பார்த்தன மஞ்சள் கழுத்துகளையுடைய மிருகங்களின் இருதயத்தின் மேல்தொலி பிளந்து உதிரம் உப்பாகிக் கூத்திடும் சிமிழ்கள். நுரையீரல்களுக்குள் தானியக் கதிர்களை பதித்த நரிகள் கதிர் அசைத்த மஞ்சள் சாமையும் பச்சைப் புல்லுமாய் வரகுக்கதிர் நீட்டி உரையாடு கின்றன அரவானுடன். உப்பியல் பாவையின் கண்ஏடு திறந்து வெளியேறுகின்றன புராண வேடமிட்ட நரிகள். திரும்பும் பக்கங்களில் நரியின் குருத்து ரேகை வளைந்து உயிரின வரைபடம் புறண்டு சிறகு நீட்டித் தொடும் கம்பளத்தில் பறவைகள் கோலவடிவம் கொண்டு நடுவிலுள்ள பொற்கோழி தீபச்சிமிழுக்குள் அசைவதை எட்டிப் பார்த்தது நரி.

மையிருட்டில் ஊசி வெளிச்சம். இடைவிடாமல் ஆடை பின்னும் பெண்கள் தீபச்சிமிழில் மறைகிறார்கள். வெளிச்சத்தில் சிமிழ் மேல் பறக்கும் மஞ்சள் ஆந்தைகள் கண்ஏடு புரட்டிப் பார்த்த சுரைக் குடுவைக்குள் காணிகள்பலர் கொக்கரை எனும் பெண் வாத்தியத்தை இசைக்கிறார்கள் இருட்டில். ஒரு துளி வெளிச்சம்கூட புகாத சுரைக்குள் சுருண்ட வித்துகள் பரசும் ஓசை தொலைவில். ஆண் கொக்கரை வாத்தியம் முறலும் மந்திரக்கட்டு வனத்துள் மகா விருட்சங்களாய் மொடு மொடுக்கும். வெளிப்படாத கண் ஏட்டுத் தாவரங்களில் ஊளையிடும் நரியின் குரலை கொக்கரையில் இசைத்தான் காணி.

சுரப்பாதைகளில் பிறந்த வண்ணாத்திகள் பாசுரங்களை பிரித்துப் பாடி கழுதைகள் பின் சென்று தும்பைப் பூவாய் உவர் ஆடை கழுவி நெல் ஆறு ஓடும் மணலில் செம்போத்துப் பட்சிகள் நெல்லின் அடியில் திறந்த உமிமூடிகளில் காத்திருக்கிறார்கள் ஏழு கன்னிகள். தானிய நகரில் தனிப் பாடலை இசைக்கும் கன்னிமார் நிழல் நெஞ்சறுக்கும் பெண் சோகத்தில் மறைகிறார்கள் தானிய வீடுகளின் கதவுக்குள். ஏழு கன்னிமார் நிழல் இருவேறு காலங்களில் உலவும். கிளிமுளைத்த ரேணுகா கக்கத்தில் முளைத்த சிறகு தீபம்படர்ந்த தோளில் பச்சை குத்திய மச்ச ராசி வடிவம். செதிலாய் தோல் சுருண்ட கெங்கம்மாள் நாசித் துவாரத்தில் விஷப்பானையில் ஸர்ப்ப மூச்சுவிட்டாள். மீன்செதில் குத்திட்டு அசையும் மச்சகன்னி உச்சரித்த மொழி

தானியங்களின் ரகஸியக் கதவுகளாய் உள் நகரும். தீபச் சிமிழில் சுழலும் மஞ்சள் ஆந்தைகள் பம்பையின் அருகில் போய்சாவுடன் உரையாடும் அவளிடம் பிதிர் கேட்டனர்.

பிதிர் சுருளில் எழுதப்படா 'மூங்கவாபெற இடம்' சுரைக் குடுகைக்குள் காணிகள் பதுங்கித் தொங்கும் மிருக வனத்தில் ஒருதுளி வெளிச்சமில்லை. உப்பியல்பாவையின் உடல் எங்கும் மஞ்சள் ஆந்தைகள் சிறகு விரித்துக் கொண்டு வந்த ஏகலை விரல் ரேகை ஈக்கி ஈரமாய் உயிர்கசியும் ஒளிக்கீறல் புராணமாய் உருவெடுத்த சிமிழ் விளக்குகள் அசையும் இருளில் நீலமுகங் கொண்ட நாயகி பாவம் மோகினியாய் கூத்துமுனையில் கல் தூணைப் பிடித்து அரவான் படுத்த வாசல் மண் உருவம் சிதையுமுன்னே படுகளத்தில் பீங்காண் வளையல்கள் நொறுங்கக் கரம் உயர்த்தினர்.

ஈரித்த கூந்தல் விரித்த ஒப்பாரியில் இளந்தலை நரிகளின் ஊளை பின்தொடரும் கானகம். புராணம் கேட்டுக் கேட்டு கானில் அலையும் நரியிடம் கூத்துப் பார்க்க வந்த கன்னியம்மாள் கேட்டாள். 'துஷ்டன் நீல கிருஷ்ணனின் நாயகி பாவத்தில் பாலா கொடுத்த முத்திரைகளைக் கூத்தில் தருவாயோ சொல் நரியே' என்றாள் சுனை.

'படிகமே நான் பாழி. தானியாளின் குமாரத்தி கல் பல்லயம் என் உலகம். கற்பத்திலிருந்து வெளிவராத கன்னிநான். எவராலும் என்னைத் தீண்ட முடியாது. புல்லுக்குள் வசிப்பவள். அருகரின் உடல் அரும்புகளைக் கொண்டு நெசவிலே நூற்கிறேன் வாசனைகளை. கல் பல்லயத்தில் என்னோடு வளரும் இசைமீன் வெளியில் தென்படாது. இமைக்கும் கண்படாமல் வளரும் மீன் இசையில் நகரும் கற்கலம். வெளிவந்து வனத்திற்குள் உன்னைக் கரத்தில்ஏந்தி விளையாட இவ்வளவு தூரம் தொடர்ந்து வந்தேன். சிறுபொழுது அரும்பும் கந்தவாசத்தில் இவ்வனம் பிதிர் கொள்கிறது. ஞாபகமற்றுக் கிளைக்கும் வாசனைகள் அழைக்கின்றன என்னை. போயாக வேண்டும் நான். மறையும் கல்வனாந்திரத்தில் உயிர்மையில் கரைந்துருகக் காத்திருக்கிறேன்.

சிருஷ்டியின் உச்சத்தில் அணங்குகளிடம் வாக்கு கேட்டு பெண் பாகத்தில் எள்ளத்தனை மண் எடுத்து உருச்செய்த சங்கிலி என்பாள் பாரிசாதப்பூவின் நிறத்தை எல்லாம் உடற்கூற்று வண்ணம் செய்தாள். எழுவகைத் தாசிகள் குழுவழி அமர்ந்த தொடர் ஈசனும் உமையும் நெடுநாழி ஆடிக்களைத்தவுடன் முடிஅரவு படம்விரிக்க எழுவர் அரவின் கண்வழி ஜனித்தனர் புனைவில். பின்னே படம்விரி

கோலத்தில் ஐவரில் முதலில் தாசியும் இரண்டாவது நட்டுவனார் மத்தளத்துடன் அடுத்தொருவர் பின்னே முகவீணையுடன் வேறொருவர். ஐந்தாவதாய் வந்தவர் சொத்திக்காரர். நாகபட மூச்சு சுருண்டு ஜுவாலையாய் மிதக்க கிரணங்களில் வெப்பமாய் சங்கிலி பாதச் சிலம்பாய் சுற்றிக் கொண்டது சில சிறுநகை நெளிய விஷநாக நாட்டியம். கற்சிலம்பு பற்றிஎரியும் பாதம் ரேகைபடர்கிறது கல்மண்டபத்தில். கருக்கலில் குளிர்ந்து குழைந்த ஈரப்பாத்திகளில் பாதம் படாமல் பூவெடுத்து இலைபடர்கிறாள் சங்கிலி. கல் அடுக்கில் மறையும் அரவு எட்டிப் பார்க்கும் அவள் பாதம் படாத பாத்திகளை. திரிபுவனங்களில் எவரும் சங்கிலி மனதைத் தெரிந்ததில்லை. கன்னி மாடத்தில் சிலகாலம் தங்கிவிட்டாள். மேட்டுத் தெருவில் தனுக் கோடியும் பொன்னம்மாளும் முதுகணிகை காமாட்சியின் குமாரத்திகள் விஜயதேணுவிலாஸ் நந்தவனத்துக்கு வராமலேயே அங்கு சங்கப்பனுவலில் வாசனை கொள்வதை மரபிசையில் வடித்தார்கள். முதுகணிகையிடம் பாடம் கேட்டுப்போன வில்வண்டியில் கூத்து வாசலில் இரவெல்லாம் காரணாம்பட்டு நாவிதன் எடுத்த முகவீணை புஞ்சைமேட்டில் நாற்று அசைய அலைந்து திரியும் இயல்பால் உழைப்பினால் இசை தன் வயப்படத் தொடங்கிற்று. தான்ய நகரின் புத்தேரித் தெருவில் கல் மண்டபத்தில் தனிமையில் வாசித்த முகவீணை தன் வயப்படும் தன்மையும் தாளமுறைகளைக் கைக்கொள்ளும் முறையும் நயினா என்பான் பல்லவி பாடும் திறனையும் பிதிராய் தந்து சென்றான். அருணகிளி பறந்த பாதையில் இயற்கையின் தாளங்கள் அறிய உட்பொருளை உணர்ந்து வாசிக்க நயினா போன திசை நெறித்தன உயிர்மூச்சில். அங்கே வனத்திலொரு கல்மண்டபத்தில் பரரோகி பாறைகளை உருக்கும் சந்தச் சுழல் கேட்டு காற்றின் இரு திசை நாசியில் ஏறி உடல் கீறிச் சிதறுவதால் மின்னல் இடி முழுங்கும் எதிரொலி மலை மடிப்பில். காரணாம்பட்டு வில்வண்டியை நிறுத்தி முகவீணையுடன் நடந்து போன பால்யவனத்தில் செடிகொடி படர்ந்த சங்கிலி கருக்கிருட்டில் உலாவியதைப் பார்த்தான். மெய் மறக்கும் சப்த தாதுகளை கற்சிலம்புகளாக அணிந்து பாறையில் பதிந்த பாதம் மெல்ல நகர்கிறது அடிவானத்தை நோக்கி. கீழே நெளியும் மின்னற் சடைவாள் கையிலேந்தி மறைகிறாள் சங்கிலி. அவள் நிறம் அரக்குப் பாறைகளின் செம்பழுப்பாய் ஈர்த்தது உயிர்களை. இளமை ஆண்டுகள் முன்னெடுத்து அசையும் பால்யவனம். யாருமற்ற கல் மண்டபத்தில் கிளியின் சாயை.'

தனுக்கோடியும் பொன்னம்மாளும் மேம்பட்ட இசையில் மறைந்து மேட்டுத் தெரு வீடு யாருமின்றித் தனித்திருக்கும் அகாலம். காத்திருந்த சங்கிலி பிரதிதினமும் பூத்தொடுக்கும் கல்மண்டபத்தில் திரையிட்டு உள்ளே பூவின் ரகஸியம் சொன்னாள் ஈசனுக்கு. சாத்து படி செய்த அவள் விரல் தொட்ட பூ உமையின் கழல் மீதுபட குனிந்து அதை எடுத்தாள். உள்ளிதழில் கவ்விய கணிகையின் இசை பூவின் வாசனையாய் மண்கலந்தது. விஜயதேனு நந்தவனத்தில் இருந்த பட்சிகள் யாவும் சங்கிலியை அறியும். தெலாக்கிணத்தில் நீர் எடுக்க வரும் புத்தேரித் தெரு பிள்ளைகள் கொட்டாணில் பூ எடுத்துக் கொடுத்தால் ஆழாக்கு தானியம் கொடுத்து நூற்றெட்டு வர்ணத்தில் ஒன்று சொல்லிவிடுவாள் பூவில் வைத்து. கூடவே வந்து பூக்கட்டும் பண்டார வீட்டு பெண்டுகள் நந்தவனத் திருணையில் அமர்ந்து தானியநகரில் மறந்துபோன பழந்தாசிகளின் பிதிர் உரைத்தார்கள். தொலைவான ஊருக்கெல்லாம் பூக்கொண்டு போன பண்டாரமகன் சங்கிலிக்காய் தன் எளிய மனதை வைத்திருந்தான். காட்டுக் கோயில் நீலக்காளி முன் காரணாம்பட்டு நாவிதன் முகவீணையில் காளியின் நீலத்தை உயிர் கொடுத்து வாஸித்த நீல அரவுகளின் சுடர் நெளிவில் பால்ய வனம் தோன்றும். தைலத்தில் மின்னும் காளியின் கண்கள். துக்கத்தின் ஆழத்தில் காடுகள் வெளிர்நீல ஒளியில் கலந்து வெள்ளைப்பாதை தோன்ற உச்சைச் சிரவ வெண்பரி சிறகு படர்ந்து பறந்து வருகிறது முகவீணை நோக்கி. ஏழுகன்னிமார் முகவீணை அருகில் வந்து தொலைவில் போகும் அரவுகளின் நீலத்துளிகளில் விரல்களால் தொடுகிறார்கள். ஏழுகன்னிமாரின் கண்களிலிருந்த வேகத்தை அடையவேண்டி காரணாம்பட்டு நாவிதன் மெய்யுருகி துளை ஏற்றம் ஒழுகி உரு எடுத்து இயற்கையில் துளைத்த மெல்லோசை சாந்தத்தில் நிறுத்தியது ஏழுகன்னிமாரை. ஏனோ, கன்னிமார் நயனத்தில் பட்டுவிட்ட சூன்ய மினுப்பு தைலமாய் படர்ந்து முகவீணையில் சுற்றியது. கன்னிகளின் நேத்திரவேகம் மேலும் தீவிரமடைந்து பழுத்து எரிந்தது வசீகரமாய். உயிர்குடிக்கும் வேகத்தில் மெல்ல அரும்பிய பாறைகளில் பொங்கிய வெண்நிலவு சமிக்ஞையால் நாவிதனை விரட்டியது அகப்பட்டுக் கொண்ட ஏழு கன்னிமார் வனத்திலிருந்து. அவனால் அடியெடுத்து வைக்க முடியவில்லை. எழுவரை முக்கிய கல் ஆறு குமுறும் ஓசை. மலைப் பிளவுக்கிடையில் நீர் உருகும் வேகம். கன்னிமார் கற்சிலம்புகள் துள்ளி எழும் ஓசை. அவர்கள் நேத்திரத்தில் அகப்பட்டு விட்டால் தப்ப முடியாதென்று அசரீறு சொன்னது. கற்தூண்கள் பழுத்து எரியும் வேளை வெட்டுக்கல்

எழுத்துடன் பழுத்து எரிகிறது. அதனருகில் கண்கள் அகலவிரித்த காரணாம்பட்டு நாவிதன் முகவீணை சப்தாஷரங்களை யெல்லாம் உள்ளடக்கி வாஸித்த அமிர்தவர் ஷிணிராகத்தில் இருள் கருத்துப்பிளந்து, உள்ளிருந்த நீர், பாறைகளில் பீறிட்டது. மறுபக்கம் செம்பழுப்பான கற்களின் தழல். பிளவில் கால் வைத்த கழல்களில் தானியங்கள் சிதறி எழப் பச்சைவயல். விதை வித்துகள் நிறைந்த நாழியில் முளைவிடும் அரும்பு. கண்கள் சூடு அணையாமல் மலை மீது உருண்டு நொறுங்கி பற்றி எரிகிறது நெருப்பு.

4

இருட் புத்தகம்
வேட புராண ஏடு

காந்தாரி கண்கட்டுத் துணிக்குள் கசியும் திறவுபடாத புராணம்.

XIII

ஏகலைவன்

துரோணகிரி மலைச்சாரலில் அரியகனிகளும் நிழலும் தரக்கூடிய பெரிய விருட்சத்தில் ஏகலைவன் அன்னப்பட்சி உருவில் பழுக்கும் காலத்தை நோக்கித் தவமிருந்தான். மூப்படைந்த மலைகளின் தாடியுடன் காலத்தை எட்டிவளர்ந்த தியானத்திலிருந்த துரோணர் 'வேடனே உன் வில்அம்பை மரத்தடியில் போட்டுக் காத்திருந்தாய் இவ்வளவு கல்பங்கள். உன் கனிகள் பழுத்துக் கனிந்து விட்டன' என்றார். அதற்கு அன்னம் சொல்லும் 'குருவே உன் கனிகளுக்காக நீதான் இன்னும் பழுக்கவில்லை' என்றவாறே சிறகடித்துக் கோதியது. விரக்தியில் துரோணர் மறுபக்கம் திரும்பிக்கொண்டார்.

கோடை வெப்பத்தில் களைப்புற்று கழுதைமேல் வந்துகொண்டு இருந்தான் காமோஸ். சற்றே கண்ணயர்ந்துவிட்டார்கள் டாட்டிலும் நாடோடியும். அயர்ச்சி நீங்க அடர்ந்த இலைகளும் காற்றும் வீசின மெல்ல. அதிர்ஷ்டக்குறைவினால் அவனுக்கு கனிகள் கிட்டாமல் போயிற்று. என்றாலும் அதன் நிழலையாரும் அபகரித்து விடமுடியாது. உச்சிமேல் அன்னமும் மறுகோடியில் கருடனும் கூடுகட்டியிருந்தன.

பொழுது செல்ல நிழலும் நகர்ந்தது. அவன் முகத்தை விட்டு விலகிய நிழல் தூரமாய் நீண்டது. டாட்டில் மேலும் வெயில் படர்ந்தது. இரு உடல்களின் ஆழ் துயிலில் வெயில் கூட உரைத்தது. அதைக் கவனித்த அன்னம் அவன்மீது இரக்கம் கொண்டு தனது

ஏகலைவ இறகுகளை விரித்து நாடோடியின் முகத்தில் நிழல் படும் படிச் செய்தது. அதனால் அவன் அயர்ந்த தூக்கம் கலையவில்லை. புரண்டு கிடந்த காமோஸ் நெற்றியில் கருடன் எச்சமிட்டு அப்பால் பறந்தது. கெட்ட புராண இயல்பைக் காட்டியது. டாவோ விழித்தெழுந்ததும் கோபத்தில் கீழே கிடக்கும் ஏகலைவன் வில் அம்பை எடுத்து அன்னத்தின் சிறகுவிரித்த நிலைபார்த்து மார்பில் எய்தான் அம்பை. சிறகு சடபடக்க அது பறந்துபோய் தான்ய தடாகத்தில் வீழ்ந்தது. நீரடியில் தவமிருக்கும் நவதிகம்பரர் அன்னத்தைக் கையிலேந்தி உதிரம் துடைத்துப் பறவைகள் சிகிச்சாலயத்தில் இலைகளால் தொட்டு துயர்நீக்கினார். அவ்வேளை உதிரம்பட்ட தடத்தில் வந்த நாடோடி உடல்மீது அன்னத்தின் சிறகு விசிறி நிழலாய்ச் செதுக்கியிருந்தது. சித்திரமாய் நாடோடி உடல் மேல் வரைந்த அன்னத்தின் தூவியால் துரோணகிரிமீது எழுதத் தொடங்கினான் மறு புராணத்தை.

கட்டுக்கதை

26 சதுராஸ்திரம்

துரோணகிரியில் நான்குதிக்கு அஸ்திரங்கள் பகையின்றிப் பாய்ந்து திரியும் பாறை மேல் ஹிரண்யதனுசுதானே அதிரும் அம்புகளை எடுக்கவில்லை. ஏனோ அக்னி கோத்ரமுனி பாணமாய் தகித்தவாடை மெல்ல சாம்பலாகி ஏகலைவன் பெருவிரல் விதைவித்தாய் முளைத்த கைகளுடன் கிளைபரப்பிய விருட்சியாய் அசைய எய்யாத அம்புபட்டு குருதியுறச் செய்தது யாரோ. விருட்சியின் அலறல் துரோணகிரி மடிப்பில் எதிரொலித்தவாறிருந்தது. ரிஷபம் கொம்பிலுள்ள ரத்தினம் சிதற முட்டியது பூமியை. துரோணகிரி இருள் கிழித்த சதுராஸ்த் திரத்தின் முனை முட்டிய சுனைக்கீறலில் நீர்கசிகிறது. பருவதத்தில் நீலநீர் பிரதிகொள்ள அம்புபட்ட அன்னத்தைக் கரத்திலேந்திய சிராவகர்கள் பறவைகளின் சிகிச்சாலயம் கொண்டு போய் மூலிகை கசிந்து ஊதுகிறார்கள் புண்பட்ட வாதையில். யாரும் எய்யாத அம்பு தனியே நீந்தி மறைந்தது தடாகத்தில். உள்ளே துரோணதடாகத்தில் கழுவப்பட்ட அம்புகள் மூழ்கியிருக்கும். தானே நீத்திவருகின்றன மூழ்கிய கைக்குஅகப்பட்டு பகையின்றித் தைத்துவிடும். ஹிரண்ய தனுசு மலைமேல் எரிந்து கொண்டிருக்கிறது தீராத அதிர்வில். அம்புகளின் சரம் மூழ்கிய குளத்தைச் சுற்றி வில்வேடர் தனுசை வளைத்து அதிரும் விசையால் நீரை ஊடுருவும் தொனி அம்புமுனை

தீண்டிவிடும் ஒப்பற்ற கலை நுண் வெட்டில் அம்பினால் பாறையில் திருகியரேகையில் வெளிப்பட்ட திகம்பரமூர்த்திகள் கைநீட்டி சிரசுதொட்டு ஆசீர்வதித்த ஏகலைவன் துரோணகிரிக் குகைகுடைந்து தான் யாரென்று தெரியாமல் மறைந்து திரிந்தான் சிற்பவயல் ஏடு கீறி. ஜனசுதியால் கேள்வியுற்ற பரீட்சித்து நாகர்களால் செல்லானான் முடிவில். அவன் குமாரன் ஜனமே ஜெயன் பிதிர்சருக்கம் படிக யானை கீறிய அன்னத்தின் தூவி கொண்டு வியாசன் இவன் விரல் துணித்த சுருள் மட்டும் காட்டில் விடப்பட்டிருந்தது சதுராஸ்திரத்துடன். அதுதானே பாறைகளில் திருகிய லிபிச்சுருளை தானேபார்த்தது வாஸியாநின்று நான்கு யுகங்களை மடக்கி பெருவிரல் இன்றி ரத்தின ஸ்தூபிகளை வெட்டினான் அம்பினால். பிம்பம் கரையும் பச்சைக் கல்லில் பசித்தவத்தில் மெலிவுற்ற கௌதமர் எழுந்து ஏகலைவன் கைவிரல் குழியைத் தொட பால்ஒளி பொங்கிப் பிரவகித்தது வெளியில். அவர் பாதத்தில் அபினால் புராதன வேடரின் மிருக நரம்புகளைக் கீறினான் ஏகலைவன். கௌதமரின் நடந்த பாதத்தில் மிருகங்களின் கூட்டம் சுவடுபதிக்கும் ஒவ்வொரு மிருகமாகக் கௌதமர் சுவழல் வேடபுராணம் கூறப் பின்தொடரும் ஏகலைவன் துரோணகிரி மலை முழைஞ்சுகளில் லிபிகளை உதிர்த்தான் விதை வித்தாய். அம்பிலிருந்து தீராமல் உதிர்ந்த முளையும் வித்தும் பாறைகளில் மறைந்து கொள்ளும். அம்பினால் எழுதிய வேட புராணத்தில் விடுபட்ட காணிகளின் சருக்கம் நடந்தபாதத்தில் விலங்குகளின் தடத்தில் கீறியிருத்தது. நாடோடியாய்ச் சென்று உதிர்ந்த லிபிகளைச் சேகரித்து பாறைகளில் தூவினான். மலையின் உள்ளே பெருவிரல் அதிர்கிறது வில்லிலிருந்து. விரல் வெட்டிய அடையாளம் பால் ஒளி பொங்கியது. உதிரம் இலைகளில் தொனித்து தேன் ஊறச் செந்நிற மண்பாதையில் அலைவுறும் ரிஷபம் தேன்வரிகொண்ட கண்களை மூடி அம்பினை நுரையீரலில் சொருகி பத்மாசனத்தில் காலத்தை எட்டி வளர்ந்த தியானம். ஏகலைவன் வெளியேறிப் போகிறான் பெருவிரல் ரேகை அழைத்த பாதையில்.

தொலைவாயிருந்த தானியமலைக்குள் பார்சுவரின் மஞ்சள் நிற பத்மாசனபிம்பம் மீது யுத்தவடு சிதறிய அம்புகள் ஒடிந்த ஈட்டி குதிரைக் கால்எலும்பு எரியும் ஜுவாலை முகத்தில்படும். வெளிர் மஞ்சளாய் பாறைகள் உரு அழிந்து தோன்றும். மூர்த்திகளின் மௌனம் கலையாமல் இடிபாடுகளிடையில் இமைமூடி உள்பார்த்த பளிங்குவெளி தென்கிழக்காய்த் திரும்பிய காற்றின் பெருங்கோடுகள் ஏகலைவன் உடல் மீது ஊடுருவிச் செல்லும் சலவைக்கல் உரு செதுக்கி

தானியம் வாங்கிப் பட்சிகளோடு சேர்ந்துன்னச் சதுராஸ்திரம் பற்றிய சுடர் அசைவில் மறையும் பட்சிகள். மூலிகை மை தடவிய நூல் விரிப்பில் பசுஞ்சாறு கசியக் கிளிக்கும் வானம் காதோடு வைத்தகிளி ஏகலைவன் தோள் மீது கால்வைத்து முற்பிறப்பு கூறிச் செடியின் குணங்களாகப் பார்த்த வேடர் கதைபோடும். நவஇலைக் கிராமத்தின் சரிவில் இரு குன்றுகளுக்கிடையில் சிதைந்து கோட்டைக்குப் பின்னே பட்சிஒலி அட்சரமாகி வேடபுராண ஏடு விசிறியாய் மயங்கும் விதவிதமான பட்சி மொழிகளின் மடிப்பு. தானே புரண்டு திறந்து கொண்ட சிற்பரத்னாகரம். பாறையின் புடைவில் விம்மிநிற்கும் நிர்வாணம் வெளியில் கரையும். அதற்கெதிரில் வைப்பாறு நதிக் கரையில் தூர்ந்து போன அனேக மணல் சிலைகள் மஞ்சளாய் உதிர்வு கொள்ள நகரும் மணல் மேடுகளில் புதையும் பழங்கோயில் நாலாவது காலத்து மஞ்சள் தானியம் பூமிக்கடியில் கல்லாயுதங்களுடன் அதிர்கிறது கருப்பு வில்லுடன். சுண்ணாம்பு வரியில் எருதுகளை விரட்டிச் செல்லும் வில்வேடன் வெண்கல்லில் வெளிப்பட்டு ஏகலைவனைத் தொடுகிறான் அம்புநீட்டி.

தளிக்கோடுகளில் சிராவகரின் சொப்பணத்தில் மணல் உதிரும் சர்ப்பச் சிலைகள் பார்சுவரின் சிரசில் நூற்றி எட்டுப் பணா முடிகளைக் கொண்ட ஆதிசேஷன் நதியாய் நெளிந்து பளபளத்த கருமணல். விசாலமான பழைய தானியத்தில் கற்தூண் உரு அழிந்து சிலாலேகங்கள் உருவற்ற கட்டிடங்களின் எச்சங்களாய் கழுகு மலையைச் சுற்றி முப்பத்தி ரெண்டு ஊர்களிலிருந்த சிராவகர் சிறுசாம்பல் குருவிகளாய் உரு அடைந்து சப்தமிடும் சிற்பவனத்தின் சிதிலங்களில் கசியும் மறைவு காலம். காணாமல் போன சிராவகர்களின் விரல்பட்ட சிலைகள் நீர் வறண்ட வைப்பாறில் மறையும் மாரியின் சூலத்தில் குத்திநிற்கும் இருக்கன்குடி சிலாசா சனக்கோடுகளில் உடைந்த தர்மச் சக்கரம் வயலாய் சுழிகொள்ளும். நென்மேனியில் கடைசியாக இருந்த சிராவகர் குடும்பம் வண்டிகட்டி வெளியேறிப்போன மணல் பாதையில் சக்கரங்கள் உராயும் மணல் ஊளையில் வேற்றுஊர் காணக்கூடும். வைப்பாற்று மணல் குன்றின் மீது பழுதடைந்த கோயில் உச்சியில் கருத்த காரை உதிரும் ரிஷபவாகனம். மணல் மணி உதிர உதிர பாழில் நடந்து போகிறான் ஏகலைவன் ஈரமணரல் எடுத்து அம்மணப்பன் கோயில் கட்டுகிறார்கள் ஊரார். ஆற்றில் வெள்ளரிக் கொடியில் பூத்திருந்தது அம்மணச்சிரிப்பு. பிஞ்சும் பூவுமாய்க்காய் அள்ளிச் சொரியும் நென்மேனிக் கம்மாய்க்குள் அனாதியான மாட்டுக்காரர்கள் ரிஷபம் பார்த்து மணலில் உரை தோண்டுகிறார்கள்.

தாகத்தில் வந்த மாடுகள் பின்சென்று கூடி உண்கிறார்கள் பழங் கஞ்சியை. ரிஷபம் சூழ்ந்து கொள்ள ஏகலைவன் தகிக்கும் மஞ்சள் மணல் விரலில் வடித்த பார்சுவர் ரூபம் ரிஷபங்களுடன் உரையாடும். அவை கழுத்து மணியசைத்து மௌனத்தைச் சொல்லும். வஜ்ரா யுதத்தினால் அடிபட்டுப் பிளந்த ஏகலை ரேகைகளில் கசியும் நீர் முகர்ந்து மாடுகள் மூச்சுவிடும். அவன் திரும்பிப் போன பாதையில் நந்தியின் விசாலமூர்த்தி வயல்வெளிபார்த்திருந்தது கல்நந்தியின் காதுமடலில் அந்தரங்கமாய் பேசுகிறான் மனக்குறையை. அவன் முப்பத்தி ஏழு நவரத்தினங்களில் வெட்டிய பிரதிமைகள் கழுகு மலைக்குள் மறைந்திருப்பதை நந்தியிடம் சொல்லக்கூடும்.

நூல் சுருளும் கர்ப்பத்தில் சலவைக்கல் வேதியில் ஐந்து ஸ்லேடி பாஷாணத்தில் கட்காசணப் பிரதிமைகள் பின்தொடர ஒளிச் சால்வையில் ஏழுபடமும் விசும்பி எழ தியான நிலையில் உருகருத்த பார்சுவரின் உரு சீறிய திசையம்பு வளைத்த சுவர்ப் பொந்துகளில் சுவேத பாஷாணப் பிரபையும் பத்மாசனத்தில் ரிஷபரும் கோமூத யட்ச அம்பிகாயட்சியுடன் இடப்பக்கம் சுவரில் பதித்த கற்பலகையில் சரணச் சின்னங்கள் செதுக்கிப் போனான் அகாலத்தில். ஏகலைவன் தொட்ட கருப்புநிறக்கற்கள் உளியில் கரையும் ஓசை. கற்றளிக் குடை இருந்த ஒவ்வொருயட்சியாகப் பட்டு இழைக்குள் நூல் சித்திரம் கொள்ளும். பின்னே திசைசூழ் துகில்விரித்த வெளிச்சத்தில் அலகு நீட்டும் கிளி ஜோடிகள். மச்சங்கள் வால் சுழற்றிவிளையாடும் பட்டு நெசவு. மான் கொம்பில் பிரிந்த நூல் எதிர்மானில் இணைத்துவிடும். சேலைகளில் உச்சரித்த பாசிப்பூச்சிகள் வெல்வெட் எச்சில் நுரைக்க ஊர்த்து போனசுருளில் அபிதரின் கைநீண்டுவருகிறது உயிர் தொடர்ந்து. அரக்கு இருளில் நுண்ணிழைகளால் பட்சிகள் பொருத்தப் பின்னலிடும் ஸ்திரீகள் வளர்த்த நானாவிதப் புட்கள் இழைவிரிவுகளில் கூடிச் சுழல்கின்றன தனிமைக் கோடாகி நீண்டுவரும் செங்கழுநீர்வீதி நெய்து கொண்டிருந்த தாசிகளின் உடல் பாசிநிறம் விதவிதப்பீங்கான் வளையல்களாய் குரல்வளைக்குள் நூற்றி எட்டுத்தாளப் பிரமாணங் களில் அதிர நீரில் மூழ்கியிருக்கும் தாசித்தெரு. நவரத்தினங்களை உருட்டி அருணகிரி ஆசை நேச மயக்கி பூதவேதாள சொற்கட்டில் நாவில் முடித்த திருப்புகழ்தாள உணர்வு செங்கழுநீர் ஓடையில் சலசலத்து ரத்தினம் சொரியும் உடல்வேகம் உதிர தாசிவீடுகளை யெல்லாம் தேடி இசை ஞானம் முற்றி உடைந்த மெய்வாழ் உப்பு ரஸநாளங்களாய்ப் புரண்டு குஷ்டரோகம் உடல் போக ரேகையோடி கறடுமுறடான பொருள் புதைத்து பூத வேதாளம் எழ அபரிதமான

சந்தமும் யாப்பும் உள் கிளத்து ஈர்த்த ரோகம் இசையாக ஓடிய செங்கழுநீர் ஓடை.

தாதுக்கள் உருகி வடித்த பிரதிமைகள் அசையும் தானியநகரின் புஷ்பந்த ஜினாலயம். கடகாசனத்திலும் பத்மாசனத்திலும் எட்டு மங்கள திரவியங்கள் சூழ கருப்புக் கல்லாலான பார்சுவரின் நின்ற கோலம். பால்யவனத்தில் அலைவுறும் ஏகலைவன் அம்பினால் இழை கீறி ஊடுருவும் தானியப்பாதையில் சாம்பல்நிற நரியின் தொலிவிரிய விண்வரை மூடிய நரித்தடம். வரைந்து கொண்டிருக்கிறான் உப்பியல் பாவையை. தோலில்கீறிய இருள் கோடுகளில் விண்மீன் குளிர்ந்து செங்கழுநீர் வீதியில் நீந்திச் செல்லும் பஞ்சதந்திரத்தோல் சித்திரங்களை நூல்பாவில் தீட்டுகிறான் ஏகலைவன். பச்சை குத்திய ஏகலைவன் உடல் அசையும் விருச்சிகம் ஆனைகெட்டித் தெருவைக் கடந்து சுவரில் நகரும். கள்ளிப்பால் கசியும் இரவு. மூலிகைகள் வாடும் கல்பாதையில் அப்ஸரகன்னி தனியே நடமாடுகிறாள். அவள் கருத்த உடல் படர்ந்த தாவரங்களில் உயிருக்கும் உயிரான ஏகலைவன் ஆழ்ந்து சுவாசிக்கிறான் இலைகளுக்குள். தானியநகரைச் சுற்றி வளைத்துப் படரும் மேருவின் இருள் பாறையில் அம்பினால் வெட்டிய கல்லிபிகள் பௌர்ணமியில் அடசரம் மாறிவிடும். வெள்ளி வேதியில் புடைச் சிற்பமாய் மௌன உருக்கள் புராண வெடிப்பில் கீறியவை.

ஜலத்தினிடையே தெரு செல்கிறது. நவதிகம்பரர்கள் கைநீட்டி நீரை வெட்டி சிலையாகிக் கொண்டாலும் சிற்பித்ததை அழித்தவாறு ஓடிக் கொண்டிருக்கும் நீர்மை கீறி மறுபடி ஏகலைவன் அம்பு கூர்முனையில் நீர்சிலையாகிறார்கள் திகம்பரர்கள். கையில் ஏந்திய நவதானியக் கதிர்கள் மீது நீர் அலைபடுகிறது. பூமியிலிருந்து வெட்டி எடுத்த தானியத்தைக் கோர்க்கும் யட்சிகள் யட்சரின் முதுகில் கதிர்களை வைத்து பின்னலிடக் குனிந்திருக்கிறார்கள். தானிய நதிக்கரையிலிருந்து பிளந்திருக்கும் மந்தாரபர்வதத்தின் வாசனை வசீகர நீர் விரிவாய் சலனமற்றுத் தூங்குகிறது. அதை மௌனத்திலிருக்கும் யட்சிகள் கையசைத்து கூப்பிடுகிறார்கள். கருக்கிருட்டில் மந்தாரபர்வதம் தூங்குவதை யார் எழுப்ப முடியும். விடியச் சிறு பொழுதாகிலும் வேண்டும். மெல்ல அரும்பும் நீரில் பாசிக்கண்கள் இமை மூடுகின்றன. ஏகலைவன் உலவிவரும் பால்யவனத்தில் நீலப்பூவின் இமைமூடி விரல்களால் தொடும் உணர்வில் அரும்பும் நீலக்கண்கள் படிக ஏடுகளாய் விரிய நீர் எழுத்து கீறிய அம்பு முனையில் பூசிய மூலிகை மை உடலில் தொற்றி யட்சிஉடல் துயரத்தில் கரைய நீர்ப்பாசி ரகஸியமாய் பேசும் நான்குவிரல்களிடம். குளிரில் நீர்ச்சூசக

எழுத்து கருவிழியாய் திறந்கொள்ள ஏகலைவன் உடல் முளைத்த நீராகாசிப்புல் நீரில் படிய அதன் அலை நீள்கிறது. நீலத்தில் இறங்கிய நிலவு கரையும் பனித்துகள் எங்கும். நீலரூபக்கண் விரிந்தநீரில் நேத்திரத்தின் நித்யத்துவ ஒளியை ஏகலைவன் பார்வை கொள்ளச் சிறிது நேரம் ஆகியது போலும்.

நீர் மேல்தடம் தோன்ற அதில் தண்ணீரின் தேசல் ஒளியைக் கலைக்காமல் நவதிகம்பரர்கள் தானியமலைகளுக்கு ஏகுகிறார்கள். புதிர் வனத்தில் குடைந்த கல் புடவுகளில் நூறுநிற பீங்காண் அரவுகள் மூச்சுவிடும் ஓசை. காற்றைக் குடிக்கும் வலுசர்ப்பங்களின் மயக்கமான ஜலப்பரப்பின் விஷநீலம். மந்தாரபர்வதப் பளிங் காசனத்தில் காலப் பிரதிமைகள் சலனமின்றி மௌனத்தில் ஆழ்ந் திருக்கிறார்கள். நீலநீரில் அவற்றின் சாயை அசையும். ஏனோ அடங்கிமடங்கிய ஜலவாசம் மட்டும் கமழ்த்து கொண்டிருக்கிறது. நீரின் கண்ணாடியால் பார்த்தபடி லேசான பறவையின் பாட்டு முனகல். வெளியிலிருந்து மிதந்து ஒதுங்கும் மேகங்களின் நிழல் விழாத நீர்வழி பிரத்யட்சப்படும் நிர்வாண தேகங்களில் எல்லாத் திசைகளும் திறத்துகொண்ட ஜன்னல்களில் பட்சிகளின் நீர் சிறகுகளின் அதிர்வு. நிச்சலனமான நீலம் எங்கும் படர்ந்து கொண்டிருந்தது. துகள்துகளாய் பொடிந்த பட்சிகளின் குரல்கோடுகளில் பனி அரும்பிய நீலவெளி. தானிய மலைகளின் மடிப்பிலுள்ள கருநீலம் மங்கிக் கரைத்து பாறைகளில் உருகும் சிலைகள். யார் எவரென அடைபடாத புதிரில் தாவரங்கள் வளைந்து நீரில் தெளிவடையும் இலைகளின் நீரில் கிடந்தது. உள்ளே நகரும் மீன்கள் சதாவும் ஓய்வற்று சலனமடை கின்றன. அவற்றின் துடுப்புகள் எதையோ பின் தள்ளி தண்ணீரில் பரிபாஷை செய்யும். இரவில் வானில் தோன்றும் வெள்ளிதேவதைகள் நீலநிறத்தில் மூடியிருக்கும். சிலசமயம் ஆற்றுப் படுகையில் சரியும். விருட்சங்கள் மீது தொங்கும் வெள்ளியில் உதிர்பனி இலைகள். சரியும் இவ்விலைகளில் ஓடும் பனி நரம்புகள் மெலியக் கரைந்து நீராகும் ரகஸிய உருகல். பனிக்குள் நீலமாய் மாறிய ஏகலைவன் கையில் ஒளிஅம்பு தன்னைப் பார்ப்பது போல் தோன்றியது. அதுஎன்ன வென்று தெரிந்துகொள்ள வெகு ஆவலாக இருந்தான். நீரில் கரையும் நரம்புகளில் விரல் நீட்டித்தொட இரவின் ரகஸிய தொகுதில் உணர்ந்தான். அதன்படி இரவில் தோன்றிய மந்தார பருவதத்திற்குவரும் புள்ளிமானுடன் மறைந்து திரிந்தான். அபிதரின் நீல பீடிகையில் பால்பெருகும் சாந்தம் தோய்ந்த பனிமுகம் கரைந்து கொண்டிருந்தது. அடுக்கும் தாமரையில் ஆதி இருப்பிடம் சூன்யத்தில் மிதந்தது நீலக்கமலத்தில் திரும்பவும் மொக்காகிச் சுருங்கிய

இரவின் இதழ்கள். அபிதர் விரும்பும் வெண்தாமரை மீது தூவிகள் கழுத்தை வளைத்து எட்டிப்பார்க்கும். கமலமென கரம் நீட்டி வெள்ளிதேவதைகளை செதுக்கிக் கொண்டிருக்கிறான் ஏகலைவன். தண்டாமரையில் பத்மாசனப் பிரதிமை கீறும் ஏகலைவன் விரல்கள். ஒளிநின்ற தாமரை அறுங்கோணத்தில் ஏகலைவன் உரு. நவமுடிமேல் கனிந்த சூன்யக்கனி இல்லாமல் இருக்கிறது. வெற்றுவெளியில் கோடுபடும் ஏகலைவன் விரல்கள் கிழக்கிலிருந்து நீள்கிறது. வெண்பிறை மேல் எழுந்தது அறுந்த விரல். பிஞ்சும் பூவும் முயங்கித் துளிர்க்கும் பனித்துளி உருள்கிறது அவாந்திரத்தில். இருள் ஒளிவிடும் உருள்பனித்திரள் உள் ஈர்த்த குளிரில் நீலம் ததும்பிய ஒரு க்ஷணம். அதன்பின் தொடரும் ஒளி ஏகலைவன் ரேகைகளாய் நெளிந்து துரோணகிரியைத் தாக்கி ஊடுருவி வித்தைகளின் ரகஸிய ஊற்றைத் தொடுகிறது. ஊற்றுக்கண் நீரில் அசைந்து நீலநிற ஒளி ரேகைகளாய் பெருவிரலில் அழியும். நீண்ட காலத்துக்கு முன் நடந்ததென்று விட்டுவிட முடிகிறதா. அவன் பெருவிரல் ரேகைகள் சுழிந்து செல்லும் ஒளிப்பார்வை. துளைத்துச் செல்லும் உயிர் மறுப்பின்றி. நீல மீன்களுக்கு அருகில் செல்கிறான் ஏகலைவன். அவனைக் கண்டு மிரளாத மீன்கள் கை ஒட்டி விரல்களாய்த் துடிக்கின்றன. கண் முளைத்த கரங்களுடன் விரல்மீன் தவழும் நீல தடாகத்தில் மறைகிறான் மீன்களுடன். அம்மீன்களை அடைந்த பின் மெல்ல மங்கி மறைகிறான் நீராக. அவனுக்கு தான் யாரென்று தெரியவில்லை. நீண்ட அலைவில் பொறுமையாகக் காத்திருக்கிறான். தொடர்ந்த பாலை அலைதலின் பொறுமையாகக் காத்திருக்கிறான். அசதியில் திரும்பவும் துயில்கிறான் நீர்மீது. அவன்படுத்த க்ஷணத்தில் உள்கிளர்ந்த விரல்ரேகைள் ஒளிப் பாதையாகக் கிளம்ப உடன் செல்கிறான் அந்த நிசப்தத்தில் தண்ணீரும் துயில நீரை எழுப்பாமல் நடந்து போகிறான் ரிஷபங்கள் மெதுவாய் மணி ஒலிக்கும் தானிய மலைக்குள் பனி இலைகளை குனிந்து நுகரும் கொம்புகளுடன் திரும்பிப் பார்த்தன அவனை. நீலவனத்தில் அசையும் காற்றின் கோடுகளைத் தொட்டு நடக்கிறான் ஏகலைவன். உடல் புகுந்த காற்றின் கிளைக் கோடுகள் கொப்பும் கவையுமாய் உயிர் அலையும் பெரு விருட்சம். அது தானே திசைபுரண்டு அசைந்து கொண்டிருந்தது. காற்றின் உடல் திறந்து ஜீவனின் கோடித் துவாரங்களில் உள் சுருளும் ரேகைகளுடன் ஏகலைவன் மூதோர் காற்றில் வெட்டிய ஒலிச் சிலைகளாக மூங்கில் காடுகளாக துளை ஒழுகும் ஏற்றம் சன்ன இழைகளாய் புறங்களில் தவிக்க ஜீவராசிகளின் துயிலில் இசைக்கிறார்கள் தொன்மையான

நீல ஒளியால். அது பனிநரம்புகளாய் வளைந்து ஊசிஊசி இலைகளாக ஊடுருவிச் செல்லும் தான்யமலை. பாறைக்குகைகளுக்கு அருகாமையில் புராதனக்காற்று செல்வதைப் பின்தொடர்ந்தான். குகை முழுவதையும் நீலஒளி பின்னலிட்டுக் கோர்க்கும் சிக்கலான ஒலிஇழைகள். எல்லாம் மாயை. இவ்வழி ரிஷபரின் கண்கள் ஊர்ந்து செல்வதை நீர்பார்த்துக் கிண்ணமாக ஏந்திக் கொள்ளும். நீரிலிருந்த ஆடிகளில் மலைவழிகள் தெரிவதால் பாதைகள் துல்லியமாகாமல் நீர்க்கோடு மின்னுகிறது. கடினப்பயணம் மேற்கொண்ட கிழக்கத்திக் காரர்கள் விதைவித்துகளை நெல் பெட்டியில் ஏந்தி ஒவ்வொரு வித்தாக மலைப்பாறைகளில் விதைத்துச் செல்கிறார்கள். மலையில் விதைக்கப் பட்ட தானியங்களின் சாயை தண்ணீரில் படுவதேன். மீன்கள் அவற்றை நிஜவிதை எனச் சதைவாயுதடு பிளந்து உற்கொள்கின்றன. எல்லாம் நிஜம்தானா. செவுள்வழி நீராக வெளியேறிவிடும் வித்தின் பிரதிமைகள் மீனின் வாய்பட்ட வடுவுடன். நீரைச் செதுக்கிப் படிகள் வடித்துக் கொண்டிருக்கும் யாத்ரீகர்கள் சிகரத்தில் வளையும் நிர்வாணத்தைச் சாதாரண நீரில் அடையக் கூடும். வெட்ட வெட்ட உள்திரும்பும் மந்தார நீர்ப்படிகம். கர்ப்பக் கிரகவாசலில் பத்மாசனப் பிரதிமைகள் பூஜ்யரின் சரணங்களாகக் கருக்கொள்ளும். பாறையில் இயற்கையான கீறலுடன் தனித்திருக்கும் பாதங்கள் தீராமல் நடந்து கொண்டிருக்கும் திறந்த வனத்துக்குள். உள்போய் இலைகளைத் தழுவுகிறார்கள் உடல் தீர. ஒளி அம்பினால் நான்குவிரல் கீறித் தனித்திருக்கும் பாதங்கள் கிழக்கே நகர்ந்து உடைந்த சிற்பவயல் மறையும். மந்தார பார்வதத்தில் தான்யதேவதை ரிஷபமாய் நீரில் பாடுகிறாள். மேருவை வயலாக குறுமணிகள் செதுக்கிச் சுட்டி முறித்து உமிமூடிபட்ட வரிச் செந்நெல் அசையும் விந்தை. தான்யதேவதை பாதச் சிலம்பில் ஓடும் நெல்வகை பனிக்க உருகிய ஒலி நீரில் கேட்கும். செந்நெல் சிலம்பும் ஓசை மின்மினி அசையும் மஞ்சள் வயல் ஊடே படர்ந்த அவள்மேனி.

வரப்பின் புல்லிதழ்மேல் வளர்நெல் சாயல். நாழிநெல் கொடுத்து பல்உயிர்கள் உய்வகை அறங்கள் சேர்க்கும் சிராவகர் புல்வீடுகளுக்குள் சேரையில் கொட்டிய தானியம் இரவெல்லாம் ஒளிர்விடும் சொர்ணம். அளந்தபடியிருந்த நாழிநெல் அள்ளி மறுநாழியில் பச்சைப்புல் கொடுத்து கூலம் தழைக்கக் கொடுத்த கை எடுக்காமல் எறும்புகள் படரும் புல்வாசம்.

ரிஷபரூபம் நீலநீரில் பிரத்தியட்சமாய் உயிர்கொள்கிறது. கொம்புகளிலுள்ள பதினான்கு ரத்தினங்கள் நீரில் பிரிந்து பரிமாணங்

கொள்ளும். ஒவ்வொரு ரத்தினச்செப்பிலும் நீலமீன் துள்ளிக் கொண்டிருக்கும். ரத்தினம் உயிருள்ளது தானா. அதன் பிரதிமைகளின் பெருக்கம் நீரில் மாயம் கொள்வதேன். உடல்கீறி உதிரும் நீர் மெய்யில் வாழும் கற்கள் எண்ணற்ற கோளங்களாய் சுழன்று கொண்டிருக்கும் நீர். நவகதிர்ஏந்தி அசைகிறார்கள் நீரில். தான்யம் திறந்து வரும் ரிஷபங்கள் கூட்டமாய் நிழல்விழாமல் நீலநீரில் வேறுபடாமல் ஓர் பொருளாகும் விந்தை. ரிஷபநேத்திரங்களில் பட்ட நீர்ச் சிலைகளாகி உட் செல்லும் வழி. தூண்களிடையே யாளிகளில் அசையும் ஆங்காரம். ஏழ்தலைப்படம் விரித்த நாகம் நிறம்மாறிச் செல்லும் கருஅறை.

புகுவதற்குக் கடினமான குகைகொண்ட ஏழுகன்னிமாரின் சிலைகள் புறண்டு கற்சுவர்களில் ஒலிக்கும் ஆவிகள் தானியத்தில் மறைந்து ஒப்பித்துவைத்த பாடலைக் கனியர்கள் உச்சரித்து வாயில் நுரைதள்ள ரிஷபத்தை அழைக்கிறார்கள். பனுவுக்கல்லில் அதன் கால் குளம்பு தடதடக்கும் சமிக்ஞை. கண்விரித்த ஏகலைவன் சிலை அருகில் ரிஷபம் போய் முட்டுகிறது ரத்தினங்களை அவன் உடல் சிதறிய கற்கள் கீழே உருண்டுவிழ எழுகிறான் பனுவுக்கல்லிலிருந்து. ஏகலைவன் அணிந்த எலும்பு மோதிரங்களை சுளகில் பிடைக்கிறாள் சூனியக்காரி. அதன் ஒலியில் மந்தாரபர்வதம் வாசனை வீசி எலும்பு வளையல் குலுங்கி உரசி புரிந்துகொள்ள முடியாத கோடுகளை விநோதக்கட்டங்களில் வரைந்து மூலிகைக்கற்றையை ஊதி மந்திரிக்கிறான் பிளாத்தி.

முகத்தில் வெள்ளையும் பச்சைக் கோலங்கொண்ட பிளாத்தியின் வார்த்தைகளின் வேகம் நீரின்தவத்தைக் கலைக்காமல் அசையும் காற்றின் கோடுகள் திறந்து உள்ளே ஏகலைவன் மூதோர் திரும்ப வரும் வனஇருள் தனித்த குரல்களை உரசிக்கொண்டு காற்றை சுருட்டிச் செல்லும். காற்றோடு கரைந்து போன வாக்கியங்களை காற்றிலிருந்தே உருவேற்றி நாவில் சுருட்டித் திரும்பவும் கொக்கரை வாத்தியத்தில் ஒலிக்கிறான் பிளாத்தி. நீரை ஊடுருவும் இசை. மாடு மேய்க்கும் ஏகலைவன் தான்யநதிக்கரையில் பசுக்களை அமர்த்தி நீருடன் உரையாடுகிறான். விலகிச் சென்ற பசு தினம் ஓரிடத்தில் மடு சொரிவதை சொப்பனத்தில் கண்டான். இலைமறைவில் பசுவின் கண்ணீர் துளிர்த்த இளஞ்சூட்டை கரத்தில் உணர்ந்தான் ஏகலைவன்.

ஒளிஅம்பு மலைமீது ஊருவி உளியாகிச் சிற்பித்த பாறைகளில் பசுமாடு சுரந்தபால் வெண்பூண்டாய் தழைத்தது ரிஷபரின் சிரசில். சாயைகளில் நவகற்களின் ஒலிவர அதை மேலெடுத்த கால்களில்

விழுதுகள் திருகியோடியது தூரத்தில். ஆழ்ந்த நதியின் அக்கரையில் கிருஷ்ணபாஷாணப் பிரதி வியக்கத்தக்கதாய் நேர்த்தியில் கைகூடி ஜலத்தில் தொனித்தது. மிகப் பழமையான உயிர் இன்றுவரை பரவியுள்ள பாசக் கற்களில் கை அம்பினால் எழுதப்பட்ட ப்ராச்சின சாஸ்திரங்களில் நதிநீர் புகுந்து துளைதுவாரங்களில் ஏதேதோ சமிக்ஞை செய்யும். தானியமலையில் அநேகர் மறைந்திருக்கக்கூடும். உருகும் பாறைகளில் சமவசரணத்தின் அடையாளம். தானியத்தின் ஒவ்வொரு துகளிலும் மயிற்பீலியரின் சரணத்துகள்கள் கலந்திருக்கக் கூடும். இம்மலைகளை வளைத்துக்கட்டிய குடைவுகளில் கோயிற் சிற்பங்களை இயற்கையில் விட்டுச் சென்ற சிராவகர்கள் வெளியில் மறைந்திருக்கிறார்கள் அரூபமாய்.

ஜீவ மரணங்களை சப்ததிகம்பரிகள் இருகைகளால் ரேகை பதித்துச் சென்றிருந்தார்கள். யோக நிரோதம் அடைந்த ரிஷபர் மலைவரகு அறுக்கும் சப்ததிகம்பரிகளிடம் பாலுக்கு ஒரு தான்யம் பெற்று குகைமறையக் கூடும். தான்யமலையின் ஆகிருதி எல்லையற்ற மர்மங்களுடன் மைவரையாய் இருண்டிருக்கும். பதினாறு தாளமுடைய சிகரங்களுக்கு எதிரில் இரு ஸ்ருங்கம் நீண்டு வளையும். சதாவும் நிறம் மாறிவரும் மலையின் ஜல ஓட்டம் பாறைக்குப் பாறை தாவி உறையும் கல்லாகி ஒளிரும். உச்சியில் பனிஇலைகள் படர்ந்து வெள்ளி ரேகைகளில் தீண்டப்படாத உயிர் ஓசையை அருகரின் புல்நுனி தொடுஉணர்வில் உயிரின் சலனஇசை. வெள்ளி உருக்கி நெளியும் கோடு. இரண்டாவது ஸ்ருங்கத்தின் நிறம் பழுப்பும் சிவப்புமாய் துக்கஆடை உடுத்திய பௌத்தர்கள் நீர் தெளிவான இயற்கையில் நடந்து போகிறார்கள். அங்கேதான் அபிதரின் சூன்யரேகைகள் நெளிந்து புரண்டு நீரின்தேசல்ஒளி கொள்ளும். வெளியில் ஒரே குடையின் கீழ் கல்லாலான அருகரின் பாதங்கள். நேமியின் பழமையான மஞ்சள் சிலை காது துண்டிக்கப்பட்டிருந்ததால் தானியநதியின் பிரவாகத்தில் வைக்கப்பட்டிருந்தது. நேமியின் மஞ்சள் உரு நீரின் நுண்ணிய வாய்களால் உயிர் உறிஞ்ச சதாவும் ஒளிர்ந்து உலோக மணியின் ஒசை எழும். தான்யமணிகளை நேமியின் உடலில் கட்டுகிறார்கள். நீர் தொட முளைவிடும் நேமித்தாவரங்கள். அதன் நரம்புகள் நீரில் சொர்ணவெளிச்சமாய் சுருள்கிறது. எட்டு கைகளையுடைய யட்சிகளின் கையில் கதிர்விளையும் காடு. கமலாசனத்தில் வெள்ளை நிறமுள்ள பனிப்பாறையில் செதுக்கிய பத்மாவதி தலைமேல் பணாமுடியுடன் சமிக்ஞையால் உயிர்களை அழைக்கிறாள். நுண்ணிய பச்சைநிற நத்தைகள் அவள் உடலில்

ஊர்ந்து உணர்கொம்புகளை அசைத்து பிரபஞ்சத்தில் துளைகிறது.

மாயைமுகம் கொண்டவள். நீலம் கண்களில் நெளிய நறுமணம் படர்கிறாள். படிகம் பல உருவாய் மாறும் பத்மாவதி பாதங்களில் உயிர்களும் நட்சத்திர மீன்களும் அவளை ஒட்டித் தவழ்கின்றன தீராமல். ஒருங்கிய திருவடியில் நெளிந்து செல்லும் ரேகை மந்திரச் சக்கரங்களில் உறையும். தான்யமலை ஒடுங்கும் மருந்து சுரக்கும் பனிவிரல்கள். விந்தை ஒளியில் தங்கும் பனிஉருவாய் மெல்லக் கரைகிறாள் உயிர்களிடம். லயத்தில் உருப்பளிங்கு திரளும் வெண்படிகமாய் நேத்திரம் பார்க்கிறாள். வெண்ணிற நிலவெழுந்து மறைகிறது உள்ளே. உயிர்நாவு தொட்டு தானியம் விதைக்கிறாள் வறண்ட நிலங்களில். வாசவெண்கமலமாய் உருமாறி நீரில் மொக்காகி இதழ் சுருங்கி ஒடுங்கும் பிரபஞ்சம்.

வெள்ளைக் கல் சிற்பமொன்று முகம் அறுந்து விரல் அறுந்து புல் முளைத்து கொக்கு எச்சம் கோடு படக்கிடந்தது பாலையில். லாஞ்சனம் அடையாளம் தெரியவில்லை. கர்ணபரம்பரையாக விமலரின் மூர்த்தி எனப்படும். பித்தளை முகத்தில் கரையும் மௌனம். வடக்கே தோண்டிய பூமியில் பழுப்பு நிறப்பிரதிகள். ஈனிய நாய் குட்டிகளுடன் மடுதள்ளி கால்தூக்கி சுவரில் வைத்து சன்னமாய் ஊளையிடும். கிழக்கில் அரிமானப்பட்ட பத்மாசனத்தில் அமர்ந்து மயிற்பீலியரின் கல்விரலில் நின்று சிறுகைகளில் நாவற்கனி கொரிக்கும் அணில். அங்கிங்கும் ஓடியது. உடைந்த ரத்தினப் பதுமைகள். இடிபாடு களிடையில் கீறி எழுந்த சூரியன் பாறைகளில் தகித்தது. தாதுப்பிரதிகள் அழிய அழிய எழும் காற்றில் சிற்பத்துளிகள் உருண்டு கரையும். சிலாபத்திரம் பிளவுண்டு உள்ளே தெறித்த மாதுளை சிவந்து எழுத்தாகிப் பறக்கும் குருவிகள். தாழ்வாரத்தின் நான்கு மூலையில் சிகரம் மூடிய சிறு கோயில் தெற்கு வயலில் பழுப்பு நிறக்கல்முகம் அறுந்து கிடக்கும். விநாசம் அடைந்தகோயில் அதிர்கிறது துக்கத்தில். தானியத்துக்கு உள் வெளியில் அமர்ந்த பிம்பம் சிறிது பாகம் வெளியில் தெரியும் படிப் பூமியில் புதையுண்ட நிலை. கல்ப விருட்சம் பிளந்து நிற்கும் காளையின் வெள்ளைக்கல் வெயிலில் எரிகிறது பற்றி. கலசம் ஏந்திய தானியதேவதைகள் இருபக்கமும் செதுக்கப்பட்டு உடைந்த மூர்த்திகளை நூற்றாண்டு பல தாண்டி அழைக்கும். ஆனால் பழைய கோட்டைக்கல்கோடு விருவுகளாய் இடிந்த கட்டிடங்கள் அனேக தூரத்துக்கு சிதறிக் கிடக்கும். கண்டெடுத்த சிலைச்சில்களை ஒட்ட வைத்துக் கொண்டிருக்கும் சிறுவர்கள் கையில் ஒன்று கூடிச்சேரும் பிரதி. பிம்பங்களின் ஆங்காரம். அசோக விருட்சத்தின்

கீழ் தலைமேல் முக்குடையில் சிம்மாசனத்துக்கு இடையில் தர்மச் சக்கரம். சக்கரத்தின் கீர்த்தி முக்கும் செதுக்கியிருக்கும். வெள்ளைக் கல்லில் ஏகலைவன் எய்யாத அம்பினால் செதுக்கிய சக்கரம் குருக்ஷேத்திரத்தைவிட்டு உருண்டு போய்க் கொண்டிருக்கும். இருபக்கமும் பெண் ஆண் நாகங்களின் கல்கடல் சிதைந்து விஷம் எரிகிறது ஜீவாலையாய். ரத்தினஸ்தூபி அலைகிறது நீரில். ஒளி ஊடுருவும் சாம்பல் கற்களில் அம்பு கொண்டு செதுக்கிக் கொண்டிருக் கிறான் கல் பட்சிகளை, தானியங்களை. கோடுகளில் ஒடிந்து வளைந்த கல்கதிரில் சோளம் உதிர்கிறது. பாறையில் வெட்டியோடும் கிளி அலகில் கல்தானியம் கசிகிறது. அதைப் படைத்த ஏகலைவன் அம்பு குத்தி நிற்கிறது உயிர் சிதையாத பாதையில். மடுதள்ளிய நாய்க் குட்டிகளுடன் அவன் போன பாதங்களைத் தொடர்ந்து மோப்பத் தடத்தில் பின்தொடரக்கூடும். அதன் வாய் சதுராஸ்திரத்தால் பூட்டப்பட்டிருந்தது இன்னும்.

27 சிந்துவெளி ரிஷபம்

வேடபுராணத்தின் அடுத்த சுவடிகளில் ரிஷபவாகடம் திறந்து காளைகளின் சுழி அகராதி கடந்து ஊருணிக்கரைமேல் பூடமாக சிலையாகப் பயங்கரமீசையும் விடைத்த கண்ணுமாய் நிற்கிறான் சுடலைசாமி யானையாகப் பிளிறுகிறான். கோட்டும் குறுங்கால் சட்டையும் அணிந்து வெள்ளைக் குதிரைமீது பறக்கிறான். பயிர்களின் மீது ஏறிவிழுந்தோடும் பெரிய வெள்ளைக் காளையாகவும் பன்றி யாகவும் உருமாறித்திரிகிறான், அவனுடைய அலறல் பாதிக்கு மேல் கட்டப்பட்டுவிட்ட வெள்ளைச் சுண்ணாம்புச் சுவர்கள் சூழ்ந்த ஊசிக் கோபுரத்தில் எதிரொலித்தது. வருந்தும் நிற அலைகளை ஊதுகிறார்கள் கிளாஸ்காரிகள். பனங்காட்டுமேல் நெட்டுப் பனைகள் எட்டை மேலடுக்கி வைத்த வெண் சுண்ணப்பூச்சும் சிற்ப உருக்களும் பதிந்த சாம்பல் ஊசிக்கோபுரம். சுரமண்டலம் கூம்பு ஜன்னல்களில் அலையாக வெளியே நீள்வதைக் கேட்டும் மணிகள் குலுங்கி கோபிக்கிறான் பூடத்திலிருக்கும் சுடலை. நெறுநெறுவென்று பற்களைக் கடிக்கிறான் காதுமடல் விண்மேல் அசைய நுண்ணிய செம்புள்ளி படர்ந்த வெள்ளைநிற ரிஷபம் சுடலைமாடன் பொட்டலில் கொம்புகளை தரையில் முட்டி வானத்தைப் பார்த்து அழைக்கிறது ஆழிமாதிரி பெரியரிஷபம். கொம்பு சீவிவிட்ட லாடஆசாரி அதன் திருகுகொம்புக்குத் தைலம் பூசுகிறான். சுடலை மாடனுக்கு விலங்குப் பலி கொடுத்து அதன் ஈரலும் அவ்விலங்கின்

வயிற்றிலிருக்கும் பிறவாத குட்டியையும் வாளால் கீறிப்படையல் செய்ய திரளையெனும் சடங்கு சுடுகாட்டில் நடக்கிறது. சுடலைமாடன் சீற்றமடங்கக் கண்களை மூடித்திறக்கிறான் பூடத்தில். மூர்க்கமான முண்டசாமி முன்னோட வேட்டைக்குக் கிளம்புகிறான். முழக்கென இடியெனத் தன்முன்னே ஆரவாரம் எழப்போர்க்காளை முக்காரமிட்டு நிற்கிறது. பூமத்திய ரேகை மனிதர்கள் ஏறுதழுவுகிறார்கள். சுடலை மாடன் மின்னலாய்ச் சிரிக்கிறான். காளை திரண்டிருந்த தொழு புழுதிபறக்கக் கழுத்துமணி சுழல பயங்கரமாகச் சுழன்று வருகின்றன ஏழுகாளைகள். ஓர் எருது கருமை நிறமாக வெள்ளைக் கால்களுடன் மற்றது சிவந்த உடலில் புள்ளிகள் படர்ந்திருந்தது. கரும்புள்ளிக்காளை சுழி முழுமில்லாமல் திமில் அசைத்து வட்டமிட்டது.

கிளிக்கொம்பில் சுவர்களை முட்டிச் சிவந்திருந்தது போர் காளை. புயலாய் பாய்ந்தது செம்புள்ளி அசைவு தெரியப்பின் அதுவும் மறைந்தது. தூரமாய் ஓடி அரக்கு நிறப்பாறை உச்சியிலிருந்து உருண்டு வருவது போல் இடிவிழுந்து பாய்ந்தது அரக்கும் புள்ளிகள் திமிலில் வலது தோளில் படர்ந்த காளை. பார்ப்பவன் நெஞ்சைக் காலால் உதைத்தது செம்போர்க்காளை. புள்ளி செறிந்த சித்துக்காளை யொன்று கட்டுக் கடங்காத வேகத்துடன் எவ்வித் தன் முன் சென்ற சிவந்த காளை மேல் எக்குப்போட்டு கொம்பினால் முட்டியது. சுடலை மாடன் பொட்டலில் செம்மண்களிம்பில் வடித்த சிரிக்கும் குதிரைகள் இரு சிறகிலும் அறுநூறுக்குமேல். செம்மண்காளைகள் இருநூறு. நாய்கள் எட்டும் கருப்பன் பூடத்தில்.

ஒன்றையொன்று போரில் தழுவியாடும் காளையாட்டம். சிலம்புகள் சூழ நெறுநெறுவென்ற கோபத்தில் இனசனங்கள். குரவையை ஒட்டி கொல்லேறின் கொம்புகளை உடைய காளை யாட்டத்தில் ஆடுகிறார்கள் எதிரெதிராய் உறுமிகள் இரண்டும் சேர்ந்து உறும கழலணிந்த கால்கள் வைத்த காலடிகள் ஆட்டம் பிசகாமல் அடி விலகாமல் பின்வைத்து முன்தாண்டி கழல் கக்கும் பகைமைத்தீ பச்சை விஷமாய் படுகளத்தில் பாசியாய் பரவிவரப் புழுதிக்குள் உறுமிகளில் நுரை பொங்கக் கால்முட்டிகளால் மண்சுவர்களைக் குத்தினார்கள் ரத்தம் பெருக. காளை மீது தாவியேறி அதன் முதுகு வழுக்க கீழிறங்கி மேலும் தாவி மாட்டின் கொம்புகள் வேல் நுனியாகக் கூரியதாய்க் குத்த அஞ்சாமல் கழுத்திலே பாய்ந்து அணைத்து தழுவினான். குரால் நிறக்கண்கள் கொண்ட காளை கொலைக்குணத்துடன் தழுவுபவனை விசிறியது கூட்டத்தின் மேல். கொடிய பகைமையுள்ளசெவலை எருதில் புலிப்போல் பாய்ந்தான் நெட்டையானயுவன். பறைகள்

எழுந்தன ஓசையுடன். பறையால்சினந்த எருது எட்டுவைத்து வந்தது சண்டைக் கிழுக்க. அதைப் பின்வாங்கிப் போய் பதுங்கிப் பாய்ந்தவனைக் கொம்பு மேல் சுழற்றி ஆடியது காளை. கூக்குரல் பறைமுழக்கம் சினங்குறையா எருதென்று வெகுண்டு பாய்ந்தவனைத் தரையோடு குத்திக் காலை மடித்து தொலைவே ஓடிப் பின்னோடும் பறையின் ஒலிக்குப் புலிப்போல் வலம் பாய்ந்தது காளை. தழுவமுயன்றவன் நிலத்தில் வீழ்ந்தான் புண்பட்டு. விழுந்தவன் உருண்டு எழுந்ததும் பின்வாங்கிக் குபீரென்று திமிலைப் பிடித்தான் தாவி. கொம்பு மார்பில் படுவதை உணர்ந்தும் உயிர் கொடுத்து கொம்பைச் சுருட்டிப் பிடித்தான் கிடுக்கியாய். காளையின் கொம்புகள் நிலத்தில் குத்தி அதன் வாய்திறந்த திணறலோசை மண்ணில் பதிந்து கால்கள் அண்ணாந்து பிளந்த குளம்புகள் வெறுமையை அலாவிச்சரிய வருந்துங்குழல் ஊதிய அண்ணாவிமார் கண்களில் உதிரமாய் கண்ணீர் பெருகிற்று.

பலரையும் குத்திய உதிரம் தோய்ந்த கொம்புகள் பரசிவந்தது பாய்பவனை நோக்கி. பூமத்திய ரேகை மனிதர்கள் நிலம்பிளத்து வந்து ஏறுதழுவுகிறார்கள். கொம்புமேல் குறிதப்பாமல் பாய்கிறார்கள் வெப்ப மனிதர்கள். சாகுமாறு குத்திக் கொம்பினிடையில் கொண்டு அவன் உடலைக்குலைக்கிறது காளை. செம்பூச்சூடியவன் குடல்சரியக் குத்திக் கிடக்கிறான் சுடலைமாடன் பொட்டலில். வாகைமரத்தில் மறைந்திருக்கும் கூளிக்கு இரையாகிறான் குடல்சரிந்த யுவன். தோல் பறைகள் முழங்க பூமத்தியரேகைமனிதர்கள் சுடுவனப் புலவுக் களத்தில் ஆருகிறார்கள் சாவுக்கூத்து. பூக்குழி ஏறி மிதிக்கும் அருந்ததியப் பெண்கள் ஆட்டத்திற்கிசைத்து வனந்திரியும் இருளன் வேட்டைக்கு ஏக முண்டச் சாமியும் வெறியனும் முன்னோடுகிறார்கள். மலைப்பிளவுக்குள் பாறைகளுடன் உரையாடும் கல்லிசைக்கனியர் வேட்டை மணிகள் ஈட்டியில் சுழல கொம்பிசைத்து வெறியன் சிரிப்புக்கு இசைக்கிறார்கள். ஊசிப் பாறைகள் மின்னல் பளிச்சிட வெள்ளி வெளிச்சம் தெரிக்கிறது காட்டுக்குள். மணிகள் குலுங்க வேல்கம்பு பாய்ந்து முன்னோட காளையின் நெடுந்தோளைப் பற்றிக் கழுத்தை இறுகத்தழுவி அதன் திமிலிடையில் சுழன்றான் கருப்பன். காளைபடுகிற துன்பத்தைக் கண்டு எழுந்தார்கள் பலபேர். காளைக்குச் சொந்தக்காரன் பகைக்கும் கண்கள் தெறிக்க மீசையில் முறைக்கிறான். முன்னும் பின்னும் தன்தாயாதிகள் குடல் சரிந்த சருக்கத்தைக் கொல்லேற்றில் தான் பாய்ந்து மாலையாகத் தங்கின தகப்பன் குடலைத் தகப்பனின் தகப்பன் குடலை நினைத்து கொம்பு சுற்றி

ஆடுகிறான் மடைக்கருப்பன். பாதரஸமகளிர் நெருப்பைச் சுற்றிக் குலவையிட்டுக் கொம்பூதி வருகிறார்கள். குருதி தோய்த்த கொம்புகளில் குடல்கள் சுற்றியிருக்கக் காளையின் முன் அஞ்சாது எதிர் சென்று குத்திநிற்கும் கொம்பில் பீச்சிய உதிரத்தில் வீழ்ந்து கிடக்கிறான் பூமத்தியரேகை மனிதன். கழுத்தில் சுற்றிய குடலை கையில் வாங்கிச் சிவந்த ரத்த நூல்க்கழியை இரண்டு கைகளில் பிடித்துக் கொள்ள நாலுவடமாக நூற்கிறவர்களாகச் சரிந்தவன் குடலைச் சுற்றுகிறார்கள். போர்க்காளையின் கழுத்தில் பாய்ந்து அதில் இட்ட மாலையாக தழுவிக் கிடக்கிறான் பூமத்தியை ரேகை மனிதன். காளை மீது பலரும் வந்து தழுவிப் பொருந்தும் படுகளத்தில் வலியடங்காமல் சிதறி ஓடுகிறார்கள். சீற்றமோடு பாய்கிறது கிழக்கத்திக்காளை. புள்ளி செறிந்த வலிய பூமத்தியரேகை மனிதர் களின் வெப்பக்காளைகள் மண் பிளந்து வருகின்றன கால்களைப் பரசிப்பரசி புழுதியைக் கிளப்பி. கட்டுக் கடங்காத வேகத்துடன் காளைத் தலை கொண்ட பூமத்தியரேகை மனிதர்களும் எருதின் உடல் கொண்ட வெப்ப மனிதர்களும் ஒன்று கூடிக் கூட்டமாய்ச் சுற்றி வருகிறார்கள் கல்லிசைக்கனியர்களை. அவற்றை செவியடியில் பற்றிப் புரட்டிக் கொண்டிருந்தவன் இப்பொழுது புரண்டு வீழ்கிறான். புரண்டு வீழ்ந்து போரிடும் கல்லிசைக் கனியர்கள் வெப்பமனிதரின் கொம்புகளில் நனைந்த கல்மனிதனின் உதிரத்தில் கல்மனிதனே வழுக்கி வீழ்கிறான் முகம் தரையில் குப்புற மண்ஒட்டி. கொல்லேற்றின் கொம்புகளுக்கு அஞ்சி எரிகொம்புகளால் இசைக்கிறார்கள் பூமத்தியரேகை மனிதர்களின் காளை உருவத்தை. உறுமிகள் தோய்ந்து தோலில் நெளியும் துக்கத்தின் சாரத்தை அடி மண்ணில் புதையுண்ட மூதாதைகளின் எலும்புகளில் சாரெடுத்து அவர்கள் தொடை எலும்புகளைக் குழலாக மாற்றி வருந்திக் குழல் ஊதுகிறார்கள் பூமத்தியரேகை மனிதர்கள். வெப்ப மனிதர்கள் காளை யுருவத்தில் ஆடுகிறார்கள் கூத்தை.

28 சிறுவெள்ளி

வேட புராண ஏடு தானே திறந்த இருட்டில் கூந்தலை விரித்து படர்ந்திருந்தான் தங்காள். அவள் உரலும் திருகைகளும் கல்தூணும் சாம்பலோடிக் கிடந்தது ஓநாய்ப் பொட்டலில். ‘காட்டுவேட்டைக் காரா... எங்களுக்கு வேட்டையில் ஒன்றும் கிடைக்கலே... உன் வேட்டை மிருகத்தில் கொஞ்சம் வைத்துப்போ...’ என கம்பளத்தார் ஓநாயைப் பார்த்துக் கேட்கவும் அது பொட்டலிலே மிளாயை விட்டுப்

போனது தானெடுக்காமல் உண்ணாமல். சொல்லுக்கு விட்டுக் கொடுத்த ஓநாய் வெண்குன்றத்தில் நின்று ஊளையிட்டது வானத்தில் அண்ணாந்து. பாறைக் கிண்ணங்களில் பெய்தமழை அலாதித் தண்ணீராய் சலனமாகும் போது மிதந்து கொண்டிருந்த நீர்பிம்பத்தில் ஓநாய் நின்று பசியாறி எதிர்க்கரையில் குனிந்திருக்கும் தங்காள் தன் ஏழு பாலகருடன் நீர்படுக அந்த ஓநாய் சாம்பல் கண்களால் ஊடுருவியது பிள்ளைக்காரியை. பெரிய பெரிய பாதங்களுடன் நீரில் ரேகை பதிய ஓநாயிடம் முறையிட்டாள் தங்காள். நீளமான கைகால்களை வைத்துக் கொண்டு அறுபதடிக் கூந்தலுடன் குடியழிந்து லெஜ்ஜைப்பட்டு காடுமலைதிரிந்து பிள்ளைகளோடு வருபவளுக்கு குறுக்கே புகழ் சொல்ல வாக்கில்லாமல் வெப்பக்காட்டில் ஓடி மறைந்தது வேட்டைக் கார ஓநாய். தொலைவே போய்க் கண்களில் அனல்கக்கத் திரும்பிப் பார்த்து பாறையில் மறைந்து போனது. அவள் ஓநாய்ப் பொட்டலில் தன் மோதிரத்தைக் கழட்டி எறிந்தாள். அதுமோதிரக் கிணறாக உருமாறி அதில் பிள்ளைகளையும் கிணற்றி லிட்டு தானும் நீர்புகுந்தாள். அந்தப் பக்கமாகப் போவோர் தங்காள் கிணத்தில் கல்லெடுத்து வைத்து யாரும் பார்த்திராத நீரில் தங்காளை ஆதரவாய் கூப்பிடக்கூப்பிட அவள் கிணத்தில் உள்ளடுக்குப் பொந்தில் மறைந்து கொண்டாள். வைரமீன்களாக மாறிய பிள்ளைகள் ஏழும் கிணத்துக்கு மேல்வந்து அவள் மோதிரத்தைக் காட்டினார்கள். அவள் மோதிரத்தில் உள்ள இலச்சினை சேது தேசத்து ராஜஸ்திரீயின் விரலுக்குக் கீழ் உள்ள ரேகையோடு அலையானது. அந்த மோதிரத்தில் ஞாபகமாக கருங்குழல் சுருளை சுற்றியிருந்தாள். நீரிலிட்ட கூந்தல் சுருள் ஆம்பல் தேடி நெளிந்து பரவியது மரபான பிதிர்களுடன். முன்விரலிலோ நடுவிரலிலோ இடமாறும் மோதிர மது. சேதுபந்த எழுத்துச் சுருளில் தன் சகோதரன் படுகொலைகாரனின் முத்திரை யிருந்தது. முற்காலத்திலிருந்தே முத்திரைப்பொருள் தங்காள் கூந்தலின் தனிவகையை உணர்த்துவதாயிருந்தது. அவள் முத்திரையிலுள்ள சின்னம் ஏழுமுனைகளுள்ள நட்சத்திரக் குறியாகும். அது கிழக்கத்தி ஊர்களில் பேய் முனியைக் கிணத்துப் பிதிர் போட வைத்தது. தங்காள் மோதிரத்தை நெஞ்சில் ஊதி உடல் கட்டும் மந்திரத்தை கிணத்தி லிருந்தே சொல்ல அவள் பாங்கிணத்து வாக்குப் பலித்தது. மோதிரம் மிதந்து கொண்டிருந்தது அத்துவான கிணத்தில். காட்டு வேலைக்கும் விறகெடுக்கவும் போன பெண்களுக்குப் பின்னால் மோதிரக்கிணறு தோன்றும். அதிலிருந்து பெண்குரல்கேட்டது. ‘எக்கா… எக்கா… வரகரிசிக்கும் விதியில்லாமப் போச்சே… எனக்கு தினை மாவு இடிச்சுக்

கொண்டாக்கா...' என்ற குரல் கேட்டுத் திரும்பினால் சங்கிலிகள் குலுங்கும் சத்தம் தொலைவில் ஓடும். பாங்கிணத்தை எட்டிப் பார்த்துச் சுற்றிநின்று அவள் மனசை ஆற்றுகிறார்கள் குனிந்து கதிர் அறுக்கும் பச்சேரிப் பெண்கள் 'என் ராசாத்தி... உம்மேல லாஞ்சை இல்லாமப் போச்சே... உன் விதிதான் அப்பிடியா உன் பிள்ளைகளைச் செத்தக் கூட அனுப்பிவைடா... தங்கா'. 'எனக் கணவனை இழந்த பெரிய மனிசி கேட்டால் ஊமையாக இருக்கிறாள் காது கேளாதவளாக. அவளைவிட்டுத் திரும்பிப் போகும் போது அவள் கால் கொலுசுச் சத்தம் 'எம்மா... எம்மா... என்ன ஒத்தயில் விட்டுப் போரியா... நானும் கூடவாரேன்... என் மோதிரத்தைக் கொண்டு போயி உன் பேத்தி கையில் போடு இந்தா' எனக் கூடவே வந்து கெஞ்சுகிறாள். கவலைமீறி பெண்கள் திரும்பிப்பார்க்கவும் கானல் நீராய் அசைந்து உருவற்றுத் தேய்கிறாள். கல்வனாந்திரத்திலுள்ள கிணறுகளில் வெள்ளிய நீர் தங்காள் கூந்தல் நெளிவாக அசைய ஊருக்கே அவள் நினைவு தோன்றி தனியே வருந்துவார்கள். ஒவ்வொரு கல்தூணையும் அசைத்துக் கொண்டிருந்தது அவள் ஞாபகம். அவள் மோதிரம் இலுவங்கிணத்தில் கிடப்பதாகக் கிணத்துவெட்டக்காரர்கள் சொன்னார்கள். மேற்கே வெகு தூரத்துக்கப்பால் எல்லா ஊரிலும் கிணத்தில் அதுவிழுந்தது, என்றும் நீரை இரைக்க மோதிரம் கீழே சரிவாய் நீத்திமறைந்த தென்று அரபு தேசவணிகர்கள் குதிரைமேல் வந்து சொன்னார்கள். நீரின் தேசல் ஒளியைத் தொடாமல் கூப்பிடக் கூப்பிட நெளிவு நெளிவாய் அலைக் கூந்தல் வெளிப்படும். பின்னே அவள் நீர்விரல் வெளித்தோன்றும் மோதிரம் ரிஷபத்தின் கண்கொட்டும். வேறுவேறு கிணறுகளில் தூர தேசங்களில் கிணத்து மேட்டில் தலைவிரித்து பிள்ளைகளை எதிர் பார்த்து உட்கார்ந்திருந்தாள். வழிப்போக்கர்கள் அவள் கூந்தல் சாரையாய் நெளிந்து பளபளப்பதைக் கண்டு விலகுகிறார்கள். விலகிப் போகிறவர்களைப் பின் தொடர்கிறாள். அப்பிச்சி... அப்பிச்சி... வண்ணாத்தி என்னை பார்க்காமல் போவீர்களா அப்பச்சி...' எனக் காதோடு பேசிவிட திரும்பிப் பார்த்தால் பைத்தியமாய்ச் சிரிக்கும் சூரியனின் பிடரிமேல் குதித்துக் குதித்து குதிரையென குலுங்கி மறைகிறாள். அரசாணி மோதிரம் தேடிப்போன சாம்பல்மனிதர்கள் மோதிரக்கிணத்தில் மறையும் மற்றொரு ஊர் மந்தையில் ஓநாயின் உருவம் பொறித்த மோதிரத்தை எடுத்தார்கள். உடனே ஓநாயின் நிழலாக உருமாறினார்கள் என்றும் அரேபியக்குதிரை வீரன் உருவம் பொறித்த மோதிரம் ஒன்று நரசிங்க ஆற்றி மூழ்கி மறைந்ததாக மாடு மேய்க்கப்போன கீழத் தெருப்பிள்ளைகள் சொல்லித் திரிந்தார்கள்.

அவள் மோதிரம் மலைமீதிருந்து உருண்டோடி நாடோடிப் பாடகனின் கிஸ்ஸாவில் பாதையெல்லாம் ஒளிவீசிவந்தது. நண்பகலில் அது பாதையில் கிடந்ததை சுற்றுமுற்றுப்பார்த்து எடுத்தால் காதில் எத்தனையோ திருடர் குரல் கேட்கும். சிறு வெள்ளியை நோக்கி நடந்து போகிறார்கள் கல்லொட்டர்கள். அடிமைகளாய் கொண்டுவரப்பட்டவர் களும் விலைக்கு வாங்கப்பட்ட செவ்வாளைக் கண்களுள்ள இருளர்களும் வெண்குன்றத்தினடியில் காலனியாகத் தங்கவைக்கப் பட்டிருந்தார்கள். கற்படிகங்களை பலகைகளாக வடிப்பதில் பகலெல்லாம் கல்லைக் கொத்தினார்கள். தகரவிளக்கினடியில் திருகையுள் திரித்த கேழ்வரகுக் கூழுக்கும் கசையடிக்கும் பழக்கப்பட்ட காலனிக்காரர்கள். தங்களுக்குள் முணுமுணுத்துப் பாறைகளில் கைவைத்துத் தேம்புகிறார்கள். அந்த வனாந்திரப்பாறைகளைவிட்டு தப்பியோட முடியாது. வண்டிகளில் பணிதீர்த்த தூண்களை ஏற்றிப் போனார்கள் பட்டணத்திலிருந்து வந்த ஈட்டிக்காவலர்கள். பாரம் ஏற்றி அனுப்புவதுவரை ஒட்டர்களுக்குத் தீராத வேலை யிருந்தது. சிலர் ராவோடு ராவாக குடிகளைப் பெயர்த்துக் காணாமல் போனார்கள் பிள்ளை குட்டிகளோடும் தட்டு முட்டுகளோடும். சேதுப்பாதையைக் கடந்து கள்ளிக்காட்டில் ஆடு மேய்த்துத் திரிந்த கருப்பர்களோடு சேர்த்து புதரில் மறைந்தார்கள்.'

வழிப்பறியில் கைப்பற்றப்பட்ட கொள்ளைப் பொருட்களை நுகர்ந்த கல்லிசைக்கனியரும் கருப்பரும் இம்மண் முழுவதும் போய் உதிரப்பாறைகளைக் கண்டார்கள். படைப்பு இனங்களனைத்திலும் உதிரக்கல்லிலுள்ள இசையானது ஒட்டர்களாக உருவெடுத்து கல்லோ செடியாக அலைகிறது. கல்லிசை நகர்ந்துபோய் உயிரினங்களின் இருப்பிடத்தை அடைந்து மறைந்துவிடும். கழுதைகளில் பொதியேற்றி வரும் காட்டுவியாபாரிகள் பட்டினத்திலிருந்து செய்திகள் கொண்டு வந்தார்கள். அவர்கள் திண்பண்டம் விற்கிற நாளைப்பற்றி ஊரில் எல்லோருக்கும் ஞாபகமிருந்தது. அந்தக் கழுதை மேட்டில்தான் சந்தை நடந்தது. பாவை விளக்கை கழுதைகளில் கொண்டு வந்து ஏல மிட்டார்கள். துட்டுத்துக்காணி நடமாடாத காலமது. பாறையில் விளைகிற வரகையும் நாவற்பழங்களையும் ஆடுகளையும் கொடுத்து வீட்டுக்கு வீடு பாவை விளக்கை ஏற்ற அந்த உலோகச் சிலை கல்வீடு களுக்குள்ளே துன்பத்தில் உருகி அழுதது. ஒட்டர்கள் அந்தப்பாவை யிடம் தங்கள் கஷ்டங்களையெல்லாம் சொல்லி வாதிட்டனர் சுடரிடம். கழுதைகளைத் திருப்பிக் கொண்டு போன அரேபிய வணிகர் கோனாடு கொண்ட பட்டனத் துறைமுகம் அடையக்கூடும். அந்தி மயங்க

விளக்கில் உயிர்கொள்கிறாள் சூபியா. அவள் வேறு ஏதேதோ பாஷையில் பிதிர்போடத் தொடங்கினாள் ஒட்டர்களிடம். தனியே நின்ற திரியில் படாமல் நடுங்கி எரிகிற சுடரிலிருந்து சூபியாக்கள் அசைந்து கொண்டிருக்கிறார்கள் நீலப்புகையாக நெளிந்து வளைந்து. அந்த வனாந்திரத்திலுள்ள சாம்பராணிப் பாறைகளின் வாசனை மெல்ல இறங்கி காட்டுவாக்கில் கிளம்பிப் போனது மலைப்பாறை களிடம்.

மீனையும் சகலவிதமான பொருட்களையும் கொண்டுவந்து விற்கிறதால் கூரைகளின்மேல் வரகுச்சோறும் மீன்வாசமும் புகையுடன் கலந்துமிதக்கும் தேளிமீன் ருசிகண்ட கருப்பர் பின்னே யாரும் காலடி எடுத்து வைக்க முடியாது. தேளிமீனின் மீசை குத்தினால் விஷமேறிவிடும். கருப்பான தேளிமீனின் ருசிக்கு அந்த வட்டாரமே மயங்கி யிருந்தது. கருக்கலான நீரில் அலைவுறும் தேளிமீன் தேடி மீன் வேட்டைக்குப் போன பாதையே தனியானது. கட்டாந்தரையில் தான் அந்தப் பாதையும் தேய்ந்து கிடந்தது. கனவும் நீரின் கருப்பு நிறமும் மீனின் துள்ளும் கரணங்களும் பாய்ந்த நீர்க்கண்களின் மாயப்பரப்பும் விழித்த மீனின் கண்ணுக்குள் சின்னஞ்சிறிய கருப்பரின் கண்கள் எட்டித் தொட மயக்குகிறார்கள் தேளிமீன்களை. எளிதில் வசப்படாத மீனை மடக்கிப்பிடித்து சீவு நாற்றில் கோர்த்து அம்மணமாய் சகதிப்பட்டாளம் கூச்சலும் சந்தோஷமும் சேர காட்டுப்பாதையில் அசைவது தொலைவே கேட்கிறது. தேளிமீனை ருசித்தவர்கள் கல்லோடையில் வலைவிரித் திருந்தார்கள். அந்தருசிக்கு கடந்த ஆவிகளும் எச்சில் ஊறச் சூழ்ந்து கொண்டன ஆவலில்.

சேதுப்பாதைக்கும் பனையூர்ப்பாதைக்கும் கிழக்கே போன உவர் பாதையில் கிளம்பியவர்கள் திரும்புவதில்லை. அந்த உவர் வழியே போனவர்கள் மீன் வாசலையும் கிடைவாசலையும் கடந்து கழிவெளி அடையக்கூடும். தொலைவே எல்லா இடங்களிலுமிருக்கிற ஊர் வாசலில் நின்று பாடுகிறவாக்கியத்தில் பூமியானது சுற்றுப் புறமெல்லாம் உவர் கிராமங்களில் காதுவடித்த குமறுகளை அழைந்து அவர்கள் முகம் பார்த்து அவர்களுக்கு வேண்டிய திண்பண்டங்களை ருசிக்காகக் கொடுத்து தங்கள் வாத்தியங்களில் சுரமேற்றி மாறும் பூமியைப் பற்றிப் பாடினார்கள். உவர் நீராயிருந்த பூர்வநாட்களில் பாடகனில் சிறந்த பழமையான நாடோடி மீன்வடிவக்குழலை எடுத்து வாஸிக்க ஸ்திரீகளும் பிள்ளைகளும்கூடக் களிக்கூத்தாடினார்கள். உவர் வெளியெல்லாம் கிராமத்தாரின் களிப்பு தூரத்தில் கேட்டது.

அவர்களின் சந்தோஷமும் துக்கமும் மறையாமலும் ஈரமான பாத்திகளிலுள்ள நீரை வேர்குடியாமலும் மண்குடிக்கவிட்டு ஸ்தம்பித்து வாடிய பயிரெல்லாம் முகம் முகமாய் உலர்ந்தது. செடிகொடியாய்ப் படர்ந்தார்கள் கைரேகைகளை வைத்து தங்காள் பின்னால் தொடர்ந்தவர்கள். ஓநாய்ப் பொட்டலில் மாட்டிக் கொள்ள நேரும். எத்தனையோ ஊர் கல்வனாந்திரத்தில் மறைந்து எட்டிப் பார்த்தன மோதிரக்கிணத்துடன். ஒவ்வொரு ஊரிலுமே புராணத் திலிருந்து உருண்டு போன மோதிரம் கிணறாக மாறி அதில் தங்காள் உரு காத்திருக்கக் கூடும்.

பள்ளத்தாக்கின் கீறல் வழியே எறும்புகளாய் ஊர்ந்து மலையைக் கடக்க வேண்டியதிருக்கும். மலை ரேகையோடிக் கிடந்தது. பூர்வத்திலிருந்த ரேகைபட்டு பாழ்தோற்றம் அடைந்திருக்கும். அதைப் பார்க்கவும் எத்தனையோ ஞாபகங்கள் ஆட்படும். பாறை ரேகை யிலுள்ள ஆழ்ந்த துக்கத்தின் வடுவை யார் உணரக்கூடும். செந்நிற வடுவில் கண்பதித்தபிள்ளைகள் பாறைகளிடமிருந்து திரும்புவ தில்லை. உடனிருப்பவர்களை மறந்து கல்மடிப்பின் உள்ளே போய் மேடுதாவுகளில் மனசுவைத்துப் பேசவரும். ஊறும் பூச்சிகளின் முதுகிலிருந்த பாறையின் வறண்ட கோடுகளும் புள்ளிகளும் சாம்பலோடி ஈர்க்கிறது. நீர்வரிகள் ஓடித்தேய்ந்த பாறாங்கல்லில் முகம்புதைத்து ஜீவராசிகளின் குரலுடன் கூப்பிடுகிறார்கள். மெல்ல நகர்ந்துவரும் ஓணானும் சாம்பல் பல்லிகளும் பளிங்குவிழிதிறந்து உள்ளேயிருக்கும் ஊரின் பகல் பொழுதுகளைத் தெருக்களின் ஒளியில் அசையும் கூரைகளை மரங்களின் அடியிலுள்ள நிழல் கோடுகளை வரைந்து தோளுடன் தோலாய் ஒட்டிக் கொள்ளும். சீமைக்கருவேல மரத்திலிருந்த கட்டெறும்புகள் விளார் விளாரான கொப்புகளில் நகரும் கால்களை உற்றுப் பார்க்கிறார்கள். எறும்புகளின் அடிவயிற்றிலுள்ள மஞ்சள் மடிப்பில் விரல்வைத்து ஸ்பரிசிக்கிறார்கள் பிஞ்சுவிரல்களால். விளையாடி விட்டுப்போன இடம் வெற்றிடமாகிவிடும். திரும்பவந்து விளையாடுவார்கள். திரும்பத் திரும்ப வேறு பாறையாக நிறம் வந்துவிடும். பாறைகளில் உள்ளோரும் ஈரத்தை உணரக்கூடும். காதுவைத்துக் கேட்கிறார்கள் மறைந்திருக்கும் விநோதக் கூட்டாளி களின் உலகை. சாதாரணமான இடங்களில் எல்லாருடைய கால்களும் நின்று வெகுநேரம் ஒட்டிக் கொள்கிறது. நகர்ந்துவிட்டால் திரும்ப அடையமுடியவில்லை. நெருங்க விலகிப் போகிறது வரிப்பாறை. ஆழ்ந்த தவிப்பிலுள்ள உணர்வுகளை விலகித்தான் அடைய முடியும் போலும். ஏனோ பாறைகளும் தனித்திருக்கின்றன. எந்த இரவு

வேண்டுமானாலும் போய் நீர்தேய்த்த வழுக்குப்பாறையில் முகம் புதைத்து கேவுகிறது காலம். வசீகரித்து ஈர்த்து பாதாளத்தின் நடுக்கத்துடன் உறவு கொள்ளும். உரசும் கற்களில் புலம்புவதுயாரோ. தொலைவாய் போகும் ஒட்டர்கள் அறியக்கூடும் பாறைகளின் சாரத்தை. குடைப்பாறையின்கீழ் கற்பகாலமாய் பளிங்குப் படுக்கையில் லிபிகளைவிரித்து உடலைக் களைந்து உரு விழந்துவிட்ட அம்மணவாயன் பாறை உருவங்களாக மாறி வழிச் செல்வோரை ஈர்த்து உயிருள் ரகஸியம் பேசுகிறான். மறைந்த மிருகங்களின் வாடையால் பாறைகள் அழுதன தேம்பலுடன். கிண்ணவடிவிலான இரு பாறைகளுக்கிடையே கர்ப்பிணியின் வயிற்றில் கருவுற்ற கனிகள் வாசனையாக மாறி மலைப்புடவுக்குள் கதகதப்பான யோனியில் வாசம் செய்தார்கள் பிழைக்கப் போனவர்கள்.

நரிகுமிச்ச திடலில் குடி போட்டு பாறைகளைக்குத்தி கல்வீடுகளை அமைத்தார்கள் எங்கும் நில்லாத ஒட்டர்கள். ‘கள்ளி அடந்தல்’ எனப் பேர்வைத்தார்கள் அந்தக்கிடை வாசலுக்கு. ஆடுகளோடு தேசாந்திரியாக ஓடிக் கொண்டிருக்கும் கிடையாட்டுக்காரர்கள் பஞ்சாரத்தையும் ஓலைக்கூண்டையும் தூக்கிக்கொண்டு இடம் பெயர்கிறார்கள். மாறும் முற்றத்தில் வேறுவேறு பிதிர்களும் மண்ணும் வந்தது. எலும்புந் தோலுமாயிருந்த தங்கள் பிள்ளைகளைக் கொண்டு போய் பாறையில் ஒளித்து வைத்தார்கள். அங்கே அருகருகே சுவாலித்துக் கிடந்த கனிகளின் நெருக்கத்தால் குழலிசையில் மயங்கி நிற்கும் நிரைகளோடு பறவைகளாக மாறி கொஞ்சினார்கள் கனிகளோடு. கனிகள் வாசனையோடு ஆதிமுகம் காட்டும். தான் தோன்றியான காட்டு விருட்சங்களில் அமர்ந்த பறவைகளின் பேச்சை நம்பி வெளியே வந்த குமாரத்திகள் கிண்ணரி வாத்தியங்களோடு தொலைவே கேட்கும் தங்காளின் கீதவாக்கியத்தில் ஏழுபிள்ளைகள் மூழ்கிய காற்று கொடி இலைகளில் உரசி இயற்கையில் கலந்து வேறுரூபமடைந்து கில்கிலாப் பறவையின் குரலில் அருகேவர அந்தப் பொடிப்பறவையின் அலகிலிருந்த ஓர் பொல்லாத கனி கெஞ்சிக் கூத்தாடி இரவலாக வாங்கி அதை உச்சிமலைமேலிருந்து உருட்டி விட அந்த துருதுருத்த கனிநீல அருவியாகப் பெருகி பாறைக்குப் பாறை குதித்தோடி வார்த்தையால் கட்டப்பட்ட ஊர் ஆனது. ஏனோ சித்திரம் அழியாத ஊரை கனவிலிருந்த உருவங்களைக்கூட அழைத்து தலைக்குமேல் தலையாக முகம் வைத்துக் கட்டினார்கள் அந்த வனாந்திர ஊரை. அதற்கு ‘சிறுவெள்ளி’ எனப் பேர் வைத்தது யாரோ. சொப்பனத்தில் உதிர்ந்தது. தூரப்போனவன் திரும்பிப்பார்த்தால்

அழுதேவிடுவான் 'போகாதே... போகாதே... என்னைவிட்டுப் பிரியாதே' எனக்கூடவே நகர்ந்துவரும் சிறுவெள்ளி வசீகரமாய் தொட்டது ஒளியால். எல்லோருடைய உடலிலும் பதிந்த சிறு வெள்ளியை வேறெங்கும் கண்டதில்லை. சிறுவெள்ளியைப் பிரித்து போகமுடியாது. அதைநோக்கி தங்காள் வருகிறாள். குழந்தைகள் ஏந்திய கனிகளோடும் சிறுவெள்ளி வடியும் இரவில்.

கழுதையின் சாம்பல் முதுகின்மேல் ஆள்உயரக் கண்ணாடியை சுமந்து வருகிறார்கள். கண்ணாடிக்குள் பொங்கும் பாறைகளைக் கண்டு பாதை மிரண்டு கிடந்தது. தலைகீழாய் மாறியது சிறுவெள்ளி. கண்ணாடியுள்ளிருந்த தங்காள் வெளிவந்து சீவிச் சிங்காரித்து ஜனங்களோடு களிகூர்ந்தாள். பொற்காசு முடியை கண்ணாடிக்கு வெளியே எடுத்துப் பார்த்ததும் சலசலத்தது. கிணத்தில் மறைந்த தங்காளை காணவிரும்பினார்கள் ஒட்டர்கள். அவர்கள் சித்தரித்த பூக்கல் வேலைப்பாடுகளுடன் அரண்வைத்த கோட்டைக்குள் சேடிப் பெண்களுடன் கிட்டவந்த தங்காள் சிரிக்கிறாள். கல் தடாகத்தில் கஸ்தூரி மணக்கும் நீர் ததும்புகிறது. சிறுவெள்ளி உள்வடிவை தனித்தனியே வடித்த கல்ஒட்டர்களின் விரல்கள் கண்ணாடியில் மெல்ல வெளிப்பட்டது. தங்கள் முன்னோரின் சித்திரத்தில் தங்காளின் முகமிருந்தது. கழுதை மேல் வந்த கண்ணாடி பேசியது கர்வத்துடன். பாறைகளின் உயிரை விரல்களால் தழுவினார்கள். கழுதை மீது வந்த ஆள் உயரக் கண்ணாடிக்குள் அலையாய் கருங்கூந்தல் வளர்த்த தங்காள் மறைகிறாள்.

29 உப்பு இயல் பாழி

தேவதாசிகளின் *கேச அகவல் ஏடு* திறந்த மூலப் பிரதியில் உப்பங்கழிவெளி விரிவுகொள்ளப் பெயல் ஏற்று அலைபாய்ந்த வெளிர் நீர் வெள்ளிய கல்லுப்பாகிப் படர்ந்த வயலில் தழல் உமிழும் சூரியவட்டமாகச் சென்று உப்புமிதித்து உவர் கொத்திகளுடன் பாய்ச்சிய கோடுபட வெட்டி வெட்டிப் போன பெருமூச்சில் அளத்துப் பெண்களின் உவர் உடம்பின் வியர்வையும் கல்லாகி பங்கு பங்காய் கூறு வாங்கிய உப்பு அம்பாரத்தின் மீது செந்நெல் கதிர்பதித்துச் சுற்றி வரக் குலவையிட்டு கும்மியடித்துப் பாடிவரும் நாடோடிப்பாடல் வரி பிளந்த வெடிப்புகளையுடைய உப்புமலைவழியே பொதிமாடு கட்டிப் போகும் உமணர்களின் ஏலவிளக்கு உப்புப்பளிங்கில் ரூபம் கொள்ளும். கற்பனைக்கு எட்டாத தொலைவிலிருந்த ஒவ்வொரு கல்லும் பொங்கி உறவு கொண்ட பகலில் மண்கூரை வீடுகளில் பனை

விட்டத்தில் ஒட்டிய மண்கடந்தை செந்நிறக் கொடுக்கால் கட்டிய செம்மண் குவிசல் கூடு பல உள்ளறைகளிலுள்ள லார்வாப்பருவஉயிர் துயிலும் அனாதியுடன் செங்கொடுக்கில் வரைந்த சுவர்க் கோடுகளில் கண்கள் பதிய ஏதேதோ புலத்தோற்றம் அரூபம் கொள்ள மூச்சுவிடும் கருவமரங்களின் பழுப்பு முள்ளில் தட்டாண் சிறகடித்து அமரக் கிணற்றின் உள் அடுக்கில் புறாவின் ஊமைக்குரல் துயரமாய் தெருவில் நகர்ந்து அதிரும்போது ரீங்காரம் சுருள் சுருளாய் வட்டமிடும் செங்கடந்தை. அது சாதாரண சிலம்பலில் நூறுவகை மனிதர்களின் செல்லமாய் குணங்கும் துயிலின் ரகஸிய இழையாகப் பின்னிப்பின்னி சிலம்பி வர அதுபறக்கும் தெரு வெல்லாம் ஓடிக்கிடந்த பாதங்களின் ரேகைகள் தெருவைத்திருகிச் செல்லவந்த முன்னாட்களின் உணர்வைக் குமாரத்திகள் பிரியமான வர்களுக்குச் சொல்லி செங்கடந்தைகளாய் வெளியேறிப் போன பட்டிகளுக்கான தூரங்களில் செந்நிறநிலப்பரப்பு விரிய அலையலையாக மேடு பள்ளங்களோடு விரிந்து பரந்து செம்மணல் சுழியும் தேரிக்காடு. சமவெளிப்பரப்பின் குன்றுகளில் சரிவுகளில் ஆயிரமாயிரம் பனை மரங்கள் நெட்டுவசமாய் சரசக்கும் ஓசை. தேரிப்பனை மரக்காடுகளுக்குள் சில்லோடு சிலைமுகங்களில் தெறித்த சிறு துண்டுகளுடன் விண்வரை எழுந்து பரவும் தென்மேற்குக் காற்றின் குரல் பல கூப்பிட்டுக் கொண்டே இருக்கிறது உமணர்களை. கடகத்தில் உமணத்திகள் சுமந்து போன உப்பு நீ சொல்லும் வருஷங்கள் மிகப் பலவாய் சேதாரப்படாமலும் கொட்டிவைத்த உப்பு அம்பாரம் தீராமலும் ஊர்ஜனமெல்லாம் உப்பு அம்பாரத்தில் கைகளைப் பதித்து முன்னோர்களை நினைத்து தாரை தாரையாகக் கண்ணீர் உகுத்த வேளை அது உயிராகவும் வைரக் கற்களாகவும் மாறியிருந்தது. தீராத உவர் தெருக்களிலே பரவிக் கிடந்த ஞாபகப்பரப்பு உப்பு வெளி யாயிற்று. மாணிக்க வகைகளுள் சௌகந்தியும் துக்க உருக்கொண்டுவர அது நீலநிறங்கலந்த ஒளிவீசும். உப்பியல் பாழி என்பாள் அழகிய ரூபவதியாயும் பனங்கருப்பட்டி வடிக்கும் கருமாணிக்கம் பதினிவிற்று வந்து பனை வாடை கலந்து சகோதரியானாள் உப்பியல் பாழிக்கு. கருமாணிக்கத்தாளின் தகப்பன் பனங்கூட்டத்துக்குள் மீசையில் கள்ளுநுரைபொங்கச் சிரித்து மோளே... என் மோளே... கருக்கு மட்டய எடுத்தா... பாலை அருவாக் கொண்டா நொங்கு சீவித்தாரேன் உனக்கு... உப்புக்காரிக்கு தாகமுண்டான போது நொங்கை கொடுமோளே’ என நொங்குத் தண்ணீராய் இளகினார் கருமாணிக்கத் தாளின் தகப்பன் சேருமுகம். சகோதரிகளாய்ப் பிரிய மனமில்லாத உமணன் மகள் உப்பியல்பாழி பனையேறிமகள் கருமாணிக்கத்தாளும்

உப்பு வியாபாரஞ் செய்ய நாடோடியாய் ஊடுருவிச் சென்ற பாலையில் செடிஇலைகள் வாட வேர்தண்டில் பூக்களடியில் உப்புக்குழல் ஊதி இலைவாட்டத்தை விரல்படத் தழுவி பூக்களின் ரகஸிய உலகம் வெம்பாமல் காத்துவர இசையில் சேர்ந்த நரம்புகளும் தெளிந்த முகமாகின இலைக்கூட்ட மெல்லாம். முதுகூர்கூத்தன் எனும் பாணன் சல்லரி எனும் சிறுபறையுடன் உடும்பும் முதலையும் ஓணானும் அரணைகளும் சாம்பல்பல்லிகளும் ஊச்சிக்கூடுகளில் நகரும் பூச்சிகளும் கூட்டமாய் சேர்த்து அழைத்துக் கொண்டு உப்பு வெளியெங்கும் பாடித்திரிந்தான். அவன் பாதையில் எதிர்ப்படும் போது உமணத்திகள் மரக்காலில் உப்பளந்து காட்டுப்பூவை அதன் மேல் நட்டி உப்புப் பொலிவரைந்து அவனிடன் வாக்குக் கேட்டும் குறிகேட்டும் பயந்து நின்றார்கள் தொலைவில்.

அவன் அனல் வாக்கைக் கேட்டு நெய்தலின் சமுத்திரக்கரை யோரமாக உப்புமிதிக்கப் பயணப்பட்டார்கள் உமணத்திகள். சூரியனும் வெளிச்சமும் சந்திரனும் நட்சத்திரங்களும் அந்தகார இருளில் எட்டி வரும் வேளையில் உப்புச் சிகரத்தை இருட்டினூடாக அவர்கள் பார்த்திருந்தார்கள். கனவை வந்து எட்டிப்பார்த்த வெள்ளிய சிகரத்திலிருக்கும் நீலப்புலி உப்பு அசுவத்தின் மீது சாவு கொள்ளும் வசீகரத்துடன் தொலைவாயிருந்தது. சிகரங்களின் நடுக்கத்தைப் பார்த்த உமணத்திகள் பயந்தார்கள். அதனை நெருங்கி முதுகூர்க்கூத்தன் சல்லரியால் முழங்க காய்ச்சிய உப்புவெடிக்கும் பாளம் பாளமான உவர்பாதையில் பாலைதோன்ற சுமந்து போகிறார்கள் உப்புப் பாறைகளை. பளிங்கு மலையில் பிளக்கப்பட்ட விடரிலிருந்து வெளிப்பட்ட உப்புக்குறத்திகளும் உப்பு இயல் பாழியும் கருமாணிக்கத்தாளும் பொதிமாடு போட்டுக் கூவிக்கூவி ஏலமிட்டு விற்கிறார்கள் வனாந்திர ஊரில். உவர்பாலை வெளியாக நீள்கிறது எங்கும். அதன் மீது சிற்பாசாரிகளும் உமணர்களும் கருமாணிக்கத்தாள் கூட்டிவந்த வெட்டுக்காரர்களின் வாச்சுகளும் சேர்ந்து வெட்டி வைத்த பஞ்சரதம் உருப்ளிங்காய் சிருஷ்டிபூர்வமான பெட்டகத்தில் மறைத்து வைத்தார்கள். அந்தப் பஞ்சரதத்தின் ஊற்றுக் கண்ணில் ஐந்துவகை அரூபநிலத் தோற்றங்களிலே பரவியோடும் வைகையும் தாம்ரபரணி பொன்னி மணிமுத்தாநதி வேகவதிகருவிலிருந்த பாலாறும் ஐந்து வகைக் காப்பிய நூலாய் மணல்வடிவாகி படுகையில் சிதறிக் கிடந்த நகரங்களின் சிறுஓடுகள் செங்கல் மதில்பிளந்த துகள் தேய்ந்த ரேகையில் ஓடும் சிற்ப விளிம்புகள். பூமத்தியரேகைமனிதர்கள் அந்தப் பஞ்சநதிகளில் ஊடறுத்து வேகத்தினால் புறத்தில் ஒதுக்கப்பட

வச்சிரவைடூரியங்கள் விளங்க புஷ்பராகம் முதலான கெம்பு ரத்தினங்கள் அங்கங்கே பிரகாசித் திருக்க பச்சை நீலமாணிக்கங்கள் அந்தப் பஞ்சநதிகளிலே பொங்கி வரக் கழிவெளிக்கும் அப்பாலே பளிங்குத் தீவத்தை அடைந்தார்கள். அங்கே சஞ்சல தேவதைகள் துயருற்றிருந்தன பூமியில் நில்லாமல். நீரிலிறங்கி கீழபாய்ந்தவளும் தீப்பாய்ந்த கன்னிமாரும் உலவுகிறார்கள் அபிலாசை யின்னும் தீராமல். ருதுவான குமறு புதையுண்ட புலம் புத்து மண்ணாய் மேடு பட்டும் பழுத்துவிடாத அவள் கூந்தல் நெய்தடவிய கோலை ஏந்தி கிரகசூழற்சியில் மழைக்கு ஆரூடம் சொன்னாள். சுருளாய் சுருண்ட புற்றில் மறைகிறாள் பூங்குறத்தி. கோமேதகம் முத்தும் பவளமும் அவளிடத்தில் சொரிந்து கிடக்கவும் அங்கங்கே கருமுத்து ஊர்ந்து வந்து சுவாலித்திருக்கவும் கடல் பளிங்கு நகரும் உப்புத்தீவத்தில் பளிக் கறைக்குச் சென்றோர் மறைகிறார்கள் தன் மதியிழந்து தொற்றிக் கொண்ட பூங்குறத்தியின் தனிப்பாடலில் உப்பைப் பற்றிய புராணம் நெறுநெறுத்தது. உவர்வரிக்குள் புலப்பட்ட பூவாடைக்காரி வாசனையாகி பீடிக்கிறாள் பூமத்தியரேகை மனிதர்களை. அழிந்து போன சிற்றூர்களில் மறைந்த சுவட்டில் வாசஞ்செய்த சாலைக்காரி வண்டிமறிச்சி பிடாரியும் பல்துருத்தி நிற்கிறாள் உப்புவாக்குக் கூறி. அந்த ரூபவதியான நஞ்சூரியை பட்டாடை புஷ்பம் மஞ்சளும் கொண்டு உப்புப் பெட்டியில் சுமந்த உமணத்திகளின் மலைக் கிராமத்தின் கற் குடைவு வீடுகளிலுள்ள குள்ள உருவமுள்ள கல்லிசைக் கனியரின் நிறைபலி கொடுக்கப்பட்டு கதவோடு கதவுக்குள் நிலையோடு நசுக்கப்பட்ட பூர்வீகக்காரி அந்தக் கொடூரமான கல்லிசைக்கனியரைத் துரத்துகிறாள் வழிவழியாய். அவளைச் சூழ்ந்த சஞ்சலதேவதைகளும் சாலையில் கிடந்த சாலம்மையும் மலையிற் சென்றிறந்த மலையாயி பூவாடைக்காரியும் பனைவாடியில் உயிர் நீத்த பனையம்மை தன் முலை விதிர்த்துப் பொங்கிய பால் உப்புநிலமாக விரியக் கூட்டப்பனைக்குள் நடுச்சாமத்தில் எழுந்து நடக்கிறாள். உப்புநிறமான வெள்ளையாயி எனவும் அங்கே நொண்டியாய் திரிந்து உப்புவெளியில் மறைந்தவளை நொண்டியாயி எனவும் குலவை யிட்டுப் போனார்கள் நினைவு கடந்த பாதைகளில். மகா உக்கிர ரூபத்தோடு நெருப்புச் சுவாலை கடலில் தெரிய அலைதழுவுகிறது உப்புத்தீவத்தில். குட்டிக் குளுமாயி பள்ளக் குளுமாயி சட்டிக்குளுமாயி மூன்றுபேராய் கல்ஊரிலிருந்து வழிநடையாய்ப் போக எதிர்ப்பட்ட சுடலையில் தாண்டவமாடும் மாடன் கையிலுள்ள பிரமகபாலத்தை வேம்புக் குலைபிடித்துக் கையில் வாங்கிக் கொண்டு போகிறார்கள்.

அப்பிரமன் தலையை காற்பெருவிரலில் மிதித்துக் கொண்டு மூன்று பேரும் இடம்மாற்றி ஆடினார்கள் உப்பு வனத்தில், லட்சம் கருப்பு ஆடுகளை கடித்து உதிர பலிகொள்ளும் பள்ளக்குளுமாயி தன் மார் பெங்கும் பலிஉதிரம் பூசி பல்துருத்தி ஆடுகிறாள் செந்தீபடர. பிரமன் தலைகிள்ளி அதை அட்சய பாத்திரமாக ஏந்தி உப்பு வீதியாகச் சென்று சடைநாக்கில் அனல் வாக்கு அடித்து ஓடுகளைச் சூடி வெண்குறுமிளகும் மூங்கில் நெல்லும் உப்பும் கொடுத்து பிடித்த நோய்களை வேப்பிலையில் சுருட்டி வாசல் வாசலாய் நின்று வாதுரைக்கிறாள் சட்டிக்குளுமாயி. உக்கிரமான கன்னிமாருக்கு மதுமாம்சங்களோடு மகா உக்கிரரூபத்தோடு காளை எடுப்பு நடத்தி உப்புத்தீவத்தை அடைந்தார்கள் பூமத்திய ரேகை மனிதர்கள்.

பளிக்கறைப்பட்ட உப்பியல் பாழி மறைகிறாள் கானிலிருந்து. அவள் சஞ்சல தேவதைகளால் தூண்டப்பட்ட வெளிர்நீல ஒளியாகப் பரவி கண்மலையிலிருந்து சரிந்து ஒளிரூபத்தில் உமணத்திகளின் பின்னால் நடந்தவாறு எக்கா... எக்கா... தாகமாயிருக்கு... கொஞ்சம் நாக்கை நனைத்துக் கொள்ள தண்ணி கொடேன்...' எனக்கேட்க வரிசையாய்ச் சென்றவர்கள் திரும்பிப் பார்க்க நீலஒளி படபடத்து மரத்தின் பின் சரிந்து கண்மலைமேல் சுழன்றோடுகிறாள் உப்பியல் பாழி. கடல் ஆழங்களில் பதித்த உப்பியல் பாழி ஒளிவடிவில் செதுக்கப்பட்ட சிலையாக மிதக்கும் பிம்பமாய் பரதவர்களிடம் படகை ஒட்டிப்போய் கதைபோடுகிறாள். நீண்ட காலத்துக்கு முந்தியே உமணர்கள் அங்கிருந்து வெளியேறிப் போகிறார்கள். அவர்களின் உப்புவீடு மரமாக மாறிவிட்டது. கண்மலையாகி விட்டிருந்தார்கள் உமணர்கள். தீவுக் கூட்டங்களிடையே மிதந்து கொண்டிருக்கும் உப்புத் தீவத்தை நோக்கி ஈர்க்கப்பட்ட சேல்மீன்கள் செஞ்செவுளை அசைத்தவாறு உப்புத்தீவத்தைக் குறும்பற்களால் கறும்பும் ஓசையில் ஒளிபிறந்திருக்கக்கூடும். தீவத்தில் குடைந்த உப்புமடுக்களில் மறைந்திருக்கும். வெள்ளாயி இளங்காளி சடையாயி பூமாயி வேறு உருவமெடுத்து சஞ்சலதேவதைகளாய் துயரின் ஆழத்தில். எங்கிருந்தே கண்மலையால் ஈர்க்கப்பட்ட சஞ்சலதேவதைகளோடு உப்பியல் பாழியும் கூட்டமாய் நீந்திப்போய் உப்புவெளியை ஊடுருவி கண்மலையாகிறார்கள். சிலசமயம் மரங்களினூடாக வழிப் போவோரை மறித்து எதையோ சொல்ல வருகிறாள் துயரத்தில். தீனமான அவளின் மெலிந்த குரலில் பக்கம்வந்தோர் அவள் உப்பியல் பாழிதான் கைகால்களில் விலங்குகள் குலுங்க இமையாக் கண்கொண்டு ஈர்ப்பதை நெருங்கி பிரமித்து இருள் கொள்கிறார்கள்.

'அம்மா... அமா... என் கைகாலில் மாட்டுச் சங்கிலியை கோர்த்தான் என்புருஷன். கொல்லன் பட்டறைக்கு வழி சொல்லம்மா... எனக்கு' என பின்பக்கமாய்ப் போய் தனிவழியே செல்லும் தாய்மாரை திகைக்கவைத்து மரங்களுக்குமேல் கொம்பைப் பிடித்து ஊஞ்சலாடிச் சிரிக்கிறாள் செல்லமாய்... அவளைச் சூழ்ந்த சஞ்சல கன்னிமாரின் வேதனைப் பெருவெளியில் உவர்க்காற்று வீச தொலைவான கண்மலை மீது அவர்களை லெட்ஜைப்பட வைத்த வாழ்வு அசைந்து கொண்டிருந்தது மலைச்சரிவாய். நதியைக் கடக்கும் மரப் பாலத்தில் நின்றவாறு சேல் மீன்களிடம் வளைந்து பேசுகிறாள் 'திரும்பி வா... திரும்பி வா... சேல் மீனே... சப்தகன்னிமாரும் உன்கூட மிதக்கும் போது என்னை மட்டும் தனியே விட்டு போகிறாயே சேல் மீனே... என்னைவிட்டுப் போகாதே... போகாதே... சேல்மீனே' என சிறு குழந்தையாய் தேம்புகிறாள் உப்பியல் பாழி. இருளுக்குள் மிதந்து விருட்சங்களிடையே சரிந்து அந்தகார இருட்டில் சஞ்சரிக்கிறாள். அங்கே ஒளிந்திருக்கும் சாம்பல் உருவங்களைத் தழுவி அவற்றின் வாலில் சுருண்ட மறைமுக நிலப்பரப்பு கால்தடத்தை கண்மலை பார்த்து ஓடுகளில் பதிந்திருந்த சஞ்சலம் சுழன்று வேகமாய் நெருங்கும். மழைக்குப் பின் மேகங்கள் திரும்பவராததற்கு முன்னும் கருமுகில் விண் கட்டிகளாகத் தொங்கும் ஈரத்தை உறிஞ்சும் கண்மலையின் தாகம் மிகப்பெரிய பாலையாயிற்று.

உப்புக் காவலாளிகள் தள்ளாடி பெலசாலிகள் கூனிப்போய் முடிவு பெறாத வட்ட அறைகள் இடைவிடாமல் புதிராய் கட்டிவர பஞ்சரதத்தின் வடிவொத்த பூதசாஸ்திரம் வழுவாமல் ஐந்துநிலமாட அடுக்கிலுள்ள உப்புத் தூண்கள் ஆயிரம் காலில் நிறுத்தி வைக்கப்பட்ட வெள்ளிகையெனும் உப்புப்படிவம்.

மீனவர்களிடன் வாதாடி சேல்மீன்கள் வாலையை வெள்ளுவையை குஞ்சுகளைத் தானமாக வாங்கிப் போய் கடலில் விட அவை உப்பியல் பாழியைத் தொடர்ந்து பளிக்கறை சேரும். கரைகடந்த ஆழங்களில் வழிகாட்டிச் செல்லும் சேல்மீன்கள் உள்ளே எண்திசை வாயில்கள் திறந்து வந்த சிங்பாதன் எனும் அரசன் கயல் பதிந்த ஏனாதியும் எல்லாத் திசைக்கும் சென்று எட்டிப் பார்க்கிறான். ஒவ்வொரு நிலப்பரப்பும் தேசங்களும் அங்குள்ள பட்டினங்களைக் கண்டு வந்த யாத்ரீகர்கள் வரைபடச் சுருளை விரித்து அதிசய ஓலைகளை ஏனாதியே புலவனாயும் இருந்ததில் சிங்கபாதன் அணிந்த மோதிரத்தை உருட்டி பயணிகளின் சம்பாஷணையைக் கேட்டு ஏனாதியிடம் விளக்கம் பெறுகிறான்.

பிரமனின் தலை கவிழ்ந்த கபாலத்தை மாயக் கிண்ணியாக ஏந்தி வீற்றிருந்தாள் உப்பியல் பாழி. மாறும் அறைகளுக்குள் ஏனாதியும் சிங்கபாதனும் மாறி மாறி தோன்றுகிறார்கள் நீர்பளிங்கு அசைத்து உருக்களை இடம்மாற்றி. முன்னிருந்த ஊர் தேவதைகளும் குலமாரியும் வீதிபாத்தவளும் சோலைக்கன்னியும் பனைக்குள் புதர்நிற்கும் கருக்கமர்ந்தாளும் வேம்படி நிழலமர்ந்த வேம்படியாளும் ஆலம் பழச் சிவப்பில் நிலத்தோற்றமாகி உச்சி வேளையில் ஓடுகிறாள் ஆலடியாள். செஞ்செவேலென்று தீக்கொழுவிய பட்டினத்தைச் சிங்கபாதன் தடம்பதிக்க வேம்பாயி மூவிலையும் கசந்து கொலுவிடத்தை நிலை சாத்தி வரவும் உமணர்கள் எண்ணெய் விலையாக வேண்டி ஏற்றிய தலைவிளக்கு சிங்கபாதன் தலைவிதியை பீடிக்கப் பாவாடம், அரிகண்டம், பலி கொடுத்துச் செல்ல கூட்டமாய் போன உமணரின் வண்டியை மறித்து ‘தலைவிளக்கு ஏற்றியவன் தலை எடுப்பேன்’ என பலிபீடிகையில் விளக்கேற்றிய உமணன் தலைவைக்க நிரபலி ஆனது. பூமிபிளந்து உமணன் ரத்தத்தை வாங்கிச் சுழன்று அலறியது கூடல் மாடம். உமணன் ரத்தமானது மெல்ல ஊர்ந்து போய் சிங்கபாதன் தலை மாட்டில் படுத்துக் கிடந்தது அவன் விதிபார்த்து. உயிர் நீத்த உமணன் ஆவி நகர் மேல் நியாயம் கேட்டு பலிபீடிகையைச் சுற்றி அலைந்த வாறிருந்தது துர்க்கந்தம் தீராமல். ஊர்மேல் மூடிய பனிஉப்பாயும் உமணன் உதிரக்கல்லாயும் பொழிய கடகத்தில் உப்புவைத்து தலை விளக்கேந்தி ‘பூட்டிய கதவே திற… சிங்கபாதன் கால் கல்தூணாக முறியட்டும். அவன் ஆவி கொதிக்கும் வேளை தீபத்தை தலைவாசல் படியில் வைத்தாள் உப்பியல் பாழி. அது உப்பில் சடசடத்து உமணனின் ஆவியோடு சுடர்ந்தது தீவிரமாய். உமணன் நரம்புகள் சுடர்ந்து நெளிய அரவு வந்து படமெடுத்து தலைவிளக்கை சுடரோடு பொத்தி அணைக்க இருளானது கூடல். அரவின் பெருமூச்சு ஊரெங்கும் கேட்க கதவுகளை ஜன்னலை மூடி செலதாரை துவாரங்களில் காதில் துணிவைத்துப் பதுங்கினார்கள் கூடல் பட்டினத்து ஜனம்.’ வேப்பஞ்சேலைக்காரி விஷமுறிவை நெற்றியில் ஏற்றி பச்சைச் சுடராய் அரசி சிலம்பாயி வேம்பில் கொலுவிருந்த கோலத்தால் வேம்பாயியைக் குறை இரக்க, மாக்கூத்தன் கால் தண்டை அதிர ஆடிய ஆட்டம் ஊர்நடுங்க சிங்கபாதன் குலமறுத்து கயல் துடித்து அறுபட்டு தெருவில் வீழ வருவேனென ஆடுகிறாள் உப்பியல் பாழி அசரீறு கூறி. இருட்டில் தோன்றிய அசரீறு அனல்வாக்காய் கருவில் சுழிந்து சிலம்பாயி கெர்ப்பத்தில் உள்ளுரைந்தாள் வேப்பஞ் சேலைக்காரி. வன்னிமாலையெனும் தாசி வயிற்றில் உப்பியல் பாழி

முற்பிறப்பு கடந்து நரயாநியென திருக்கடையூர் தலைக்கோலி வீட்டில் உதிக்க உப்புச் சிலம்புடன் பிறந்த நரயாநி தூக்கிய பாதத்தின் ரேகை பிளந்து நுழைந்தான் திரிசடையன். காதகரால் பெட்டியில் வைத்து வைகையிலிட, அது உமணர் வழிப்போன கழிவெளியில் உப்புமூடி மேடுபட்டுக் கிடக்கையிலே உப்புக்கொத்தியால் செதுக்கி எடுத்த பெட்டிக்குள் பூவாடைக்காரி புஷ்பங்கள் சூழ கந்த வர்க்கங்கள் அழங்கரித்திருக்க நெளிவுக் கூந்தலை எடுக்க எடுக்க வாசனாதி திரவிய வர்த்தகரும் வெட்கப் படுமளவுக்குத் தான்தோன்றியான காட்டுப் பூக்களின் தனித்தனிவாசம் அலையாகிச்சுருள் கொண்ட மயக்கப் பரப்பில் உமணர்கள் முற்பிறப்பின் எலும்புகள் புதைதாழி அதிரப்பூமி கரு சுழிந்து எலும்பு உப்பாகி விதைகீற முளைவிட்டு தாவரஇனம் பெருகி பொங்கிய ஈமத்தாழியைச் சுற்றிவலம் வந்து திகுதிகு வென பூமி எரிய மேல் கிளம்பி வந்த புலிக்காலுடைய சிசு ஜனனமாகி சீறிச் சினந்த கண்களால் பார்த்தது உமணரை. சுற்றி வரக் குலவையிட்டு பாடி வருகிறார்கள். நஞ்சூரி காற்சிலம்பு கால் வளர கூடவே வளர்ந்தது. வயது பூப்பெய்தி ருதுவேளையில் ஆயிரம் களஞ்சி பொன் பதித்து மாடத்தில் வீற்றிருந்தாள் நஞ்சூரி. முல்லைப்பட்டினத்தில் புலிக் காலுடையானும் பதினாறடிபாய்ந்து யதாஸ் தானத்தில் வீற்றிருந்தான் யுவனாகி. சுற்றிவர உமணர்கள் பணிவிடை செய்துவர நாகசின்னம் வாசித்து நஞ்சூரியை மணம் புரிந்திருக்கையில் பால்ய ஆரணியத்தில் களவியற் பாம்பு மேல் நடந்து தலைக்கோலி நரயாநியின் இசைக்குள் ஓர் முத்தை வர்ணம் சேர்த்து ரத்தினம் நெற்றிச் சுட்டி காதணி கழலணிந்த கால் தூக்கி ஆடும் சிலம்பக் கூடத்தில் தலைக்கோலி இசைக்கு நெடுங்கி ஆரச்சேவி உப்புவெளி அகப் பரப்பாய் தோன்ற பொழுதுதிரிந்த வேளை கானல்வரி மேல் தலைக்கோலி பாத ரேகையை முடிந்தவரையில் விடாமல் பின்பற்றிச் சென்று அதைப் பார்த்து உணரவே அக்கக்காய் நுண்ணி வர்ணித்தான் புலிக் காலுடயான். தலைக்கோலியின் அந்தந்த ராக தாள சாகித்யங்களுக்கு ஏற்ப ஆட்டக் கோர்வைகளைச் சொற்களை அடவுகளை பிறரிட மிருந்து வேறுபட்டு நூதன வகையில் அவள் கையாளும் எல்லா முறைகளுக்கும் அடிச்சரடாய் கூட வரும் தொன்மத்தில் அவன் நீரின் கருமைபடர்ந்த சிலையாகத் ததும்பி சுழலும் பாம்பாக வந்து வந்து மறைகிறாள். சம்பிரதாயமான அலாரிப்பு, ஜதிஸ்வரம், சப்தம், வர்ணம் பதம் தில்லானா என்ற உருப்படிகளை தனிமொழியின் மரபில் சென்று தான் கையாளும் முறையிலேயே ஆடிச் சென்றாள் தலைக்கோலி. கண்ணால் பார்த்து உணரமுடியாது. கற்புலனாகா

வெளிக்குள் உப்புச் சிலைகள் நிலைபெயர்ந்து நடன மாட தலைக் கோலி இருளில் மறைகிறாள். உப்பு விரல் நிலைகளிலிருந்து அபிநயத்தை ஒவ்வொரு கைக்கும் அதனதன் அகஉரியை வெளிப் படுத்த துவக்க ஆட்டம் கால் கை வைத்துக் கொள்ளும் முறை அசைவு பிசகாமல் ஸதிர் மாது நீலகந்தி, உதாரி, தூங்காணை திரைச் சீலையின் பின்னே காத்திருக்கிறார்கள் சிமிழ் விளக்கு மங்கலாய் எரிகிறது நிழல்களோடு.

கருக்கலான புலரியில் உப்பு வெளிறிய வெள்ளைப்பூவாடித் திறந்த கூயிசைப் பொறியெல்லாம் கும் மெனக் கொட்ட வாய் துடித்து அலற உவர் தாழையில் பதுங்கிய புள்ளுகள் மெய்யெலாம் குளிர்ந்து யமன் சிறகசைத்து குளிரிதயம் துருதுரு வென ஓரிடத்தில் நில்லாமல் ஓடிச் சிலம்ப அலகெலாம் விடியலோசை கேட்ட வெம்பரப்பாய் விரியச் சிவந்த ஒளியுடன் கீழ்திசை. செஞ்சிவப்பாய் உதயவேளையில் வண்ணம் தீட்டி ஆடை பூண்டு உப்புச் சிலம்பொலி கதையுருக வெளிப்பட்டாள் தலைக்கோலி நரயாநி. அவன் காதலை விஷயமாய் கொண்டு பன்னிரு உணர்ச்சிப் பொலிவுகளுள்ள சாகித்யத் துணுக்கு களைக் கொண்டு அமைத்த ஒன்றுக்குப் பின் ஒன்றாய் சதிர் விளங்க கூத்தச்சாக்கியன் மனங்கனிந்துருகிய உப்புயாழ் நிலவிடை ஒளிர கூத்தினம் இசைபெறும் சித்தமியைந்து சேர்ந்து தன்னையே இசைக்குத் தந்தான். அவனுள்ளே அரும்பிய பாலையில் மலர்ந்த லயமரெலாம் பறித்து அலைந்து திரிந்தான் உப்புயாழுடன். தன்வசமாகிய லய மலரை விண்ணிலேபதிந்து அவளுருவை தொலைவிலே கண்டான் கூத்தச் சாக்கியன். ஏடு கொண்டு நிழல்கோடு அசைத்தான் சிலம்பக் கூடத்தில். கர்ணங்களின் சாயைகள் சூழ்ந்துவரக் கறுவுற்றாள் நரயாநி. அவள் கருவுள்ளே சிலம்போசை விளங்கும் புலிக்காலுடையான் அணுவாய் சிறுத்து நனவிலும் கனவிலும் பிரியாது ஏக்கமும் தூக்கும் கலந்து நரயாநி மசக்கையும் தீக்கனவும் தோன்ற மச்சமொன்று வெண் மாடத்திலிருந்து தலைகீழாய் பாய்ந்து தீக்கொழுவிய நகரம் புலிக்காலுடையான் சினமுதலனைத்தும் கழுமேலேற்றிய கலக்கமும் மச்சமும் கடிந்து அவள் கனவைப் பிளக்க கருவுள்ளே உருவாகி அமுதளிக்கும் கிண்ணியுடன் வளரும் சிசுவை மச்சம் தீண்ட பொங்கிய முத்துள் அருஉருவாய் நீந்திவருகிறாள் குழந்தை. கருவெளியுள் உருவெளி நடுவே ஒளிர்தரும் சிசுமேல் முத்துயிர்படர்ந்து விதிபோல் சேர்ந்தது. உடம்பினை சதிர் படிப்பில் ஐந்துவயதில் பயின்றவள் பன்னிருவயதில் நடுவெளி நடுவே நாட்டிய விளக்காய் சிலம்பமேறினாள் நரயாநி. சிலம்பு பிடிக்கிற தலைக்கோலி நாட்டிய

விளக்கின் பின்னே திரைக்குள் எட்டிப்பார்க்கிறாள். அவள் உடல் அங்கம் தனியே அவற்றிற்கேற்பட்ட அசைவுகளை ஸ்தானத்தில் கண்களைப் பேசவைக்க நிலா விருக்கை என கண்களில் வெண்ணை பூசி நிலாவிரவில் கண்களை மல்லாந்து கருமை இமைக்க நிலவைக் கண்களால் பறித்து பந்தாடுகிறாள் நெடுநேரம். கழுத்தில் பக்க வாட்டான அசைவு அட்டிமை சரிவர கழுத்தை மாத்திரம் புறங்களில் திருப்பி வெள்ளிச் சுடரைப் பார்வை தீண்ட மண்டலமாய் அமைந்த இருகால்களின் பாதங்களின் ரேகை பிசகாமல் சந்திக்க பாதமுகம் முகமாய் ஆடிப்பார்த்து எதிரெதிர் ஆடிகளில் ஓடும் பிரதிமைகளின் பின்னே புலிக்காலுடையான் விலங்கு மோப்பத் தடத்தில் நடந்து வருகிறான். பின்னால் திரைச் சீலைகள் ஆடுகின்றன மெல்லிய நிழல்களுடன். சிற்ப கரணங்கள் சுழன்றாட நரயாநியின் கர்ப்பப் பாதையில் புலிக்கால்கள் தோன்றி மறைய கரு சுழிந்த ஒளி சுழன்று கர்ப்பத்துள் அசைகிறாள் உப்பியல் பாழி. எங்கும் நீலம் ததும்பிய தைலமிதப்பில் தாம்பத்தியக் கட்டிலருகே உருமி அலைகிறது நீலப்புலி. கால்களை முன்னே தூக்கி நிலவின் மீது நகங்களால் கீறிய ரேகைகள் திருகிய பாதையில் சரிந்து வருகிறாள் உப்பியல் பாழி. வெளிர்நீலத்திரைச் சீலைகள் காற்றிலாடுகின்றன. திரைமூடிய கண்ணாடியில் தோன்றி உலவும் நீலப்புலி சாம்பல் நீலக் குருதி குடித்த கண்களால் பார்த்தது யோனித்துளையில் தகதகக்கும் ஒளியுருவை. யோனி வாயில் முட்டை உயிர்த்திரள்களில் வேர்வுற உயிர்த்த நீல ஒளித் திரள்களை சிசு முதல்பருவச் சக்கரம் சுழலவே கருவுயிர் ஒளி தரும் பாதையில் மயங்கி அலைவுறும் நீலப்புலி. அது சரிந்து சென்ற வேகத்தில் கண்மலையிலுள்ள நீலத்தாவரங்கள் அசைகின்றன இலைக் கூட்டமாய். நீலத்துள் முங்கிய யாவும் கர்ப்பப் பாதையில் கரைந்து திரவமிதப்பில் திரியக்கூடும். தாய்க் கருப்பையில் காலமும் நியதியும் அகப்புற இசையாய் வளர்ந்தாள் உப்பியல் பாழி. போகமும் களிப்பும் போய் அகத்தில் வளர்ந்த உவர்வெளி கலை வளர்க்கவும் நீலஒளியாய் வந்து உயிரைத் தொடும் கண்மலையின் மடிப்பில் பதுங்கிய மிருகங்கள் பாறைகளிலிருந்து வெளிப்பட்டு ஒளியுடலாய் சேர்ந்து வருகின்றன கர்ப்பக் குகைக்கு. பாறைகளின் முனங்கல் மறுபடியும் நீலவெளிர்நீர் மேல் ஏறிவர அறையெங்கும் மூழ்கிவிட கர்ப்பப் பாதையில் செல்லும் சேல்மீன்கள் உப்பியல்பாழி பூச்சிஉருவுடன் ஒளிக்கரணமடித்து விளையாடுகின்றன சாவதானமாய். கண்மை தீட்டி கருமைப்புருவம் நெற்றியில் சுட்டி கூந்தல் கவ்விய பிறை நடக்க நிலவென மெல்ல நகர்கிறாள் நரயாநி. இந்த மிருதுவான அங்க

சலனத்தை லாஸ்யத்தின் முதல் உறுப்பான அசைவுகளை இளங்காற்றில் சலிக்கும் தாமரை இதழ்களின்மேல் நகரும் நீர்த் துளிகளாக மிகவும் மிருதுவாக தை-தை, தை-தை என பொருந்தும் கார்வையுடன் அடவுச் சொற்களோடு வரும். மந்தமாருதத்தில் அசையும் தீபச்சுடராய் திருகி வளைந்து குலைந்து நிமிர்ந்து சுழன்று நிறம்பல கோர்த்து கர்ப்பத்தில் ஒளியுமிழ்கிறாள் உப்பியல் பாழி. நீர்மஞ்சள் கண்களில் மிதக்கும் சலனம். நீர் மஞ்சளாய் அவள் கண்களிலிருந்த மயக்கம். தோற்றத்தில் விகாசித்த அவள் உடல் தொகுதியை நாட்டிய அடவுகளில் வெட்டிய கற்பதுமைகள் சிதைந்து முலையறுந்து கரமிழந்து விரல் பிளந்து உயிர்பெற யாரோ அவளைக் கூப்பிடுகிறார்கள் நாட்டிய விளக்கின் பின்னே. திரைச்சீலைகளில் பூ அழிந்த சலவை வாசத்தில் ஊர்வண்ணாத்தி சாம்பல் நிறக்கைகளை நீட்டி கெர்ப்பவதியை விட்டத்தில் தொங்கும் கயிற்றில் நிறுத்தி அடிவயிற்றைத் தொட்டு கல் நாகசின்னத்தை எடுத்து கர்ப்பப் பாதையில் ஊதுகிறாள். எரிகொம்புகளால் தீண்டப்பட்ட சிசு கிளர்ந்து கிரக வட்டமாய்ச் சுழன்று தலைகீழாய் முன்பாய்ந்து அந்த மருத்துவச்சியின் கற்குழல் ஓசையில் மயங்கும் நரயாநியை வாதையிலிருந்து விடுவிக்க முயல்கிறாள். அவள் விரல்களைத் தொட்டு அழைத்துச் செல்ல ஒருவரும் வராவிட்டாலும் ஒருதுளிவலி நீராய் கண் உள்பாதையில் உப்பாய் உருண்டு நாபிக் கொடிதாண்டி நெஞ்சுக்கும் கர்ப்பப்பாதைக்கும் விம்மி அழுகிறாள் நரயாநி. வெப்பமடைந்த ஈனில் பிறந்த சிவப்பு மாறாத குழந்தையின் வைக்கோல் படுக்கையில் மான்தொலி மீது கிடத்தியிருக்க தலைக்கோலியும் சதுர்க்காரிகளும் கூட்டமாய் வந்து தலைக் கோலினால் தொட்டு சலங்கை ஒன்றின் பிளந்த வாயிலுள்ள முத்தை அரைத்து மாவாய் கல்வத்தில் பதமிட்டு ஈரநாவில் வைத்து அபிநய விரல்களில் சேனை வைத்தாள் உப்பியல் பாழிக்கு.

30 நரசிங்க ஆறு

வில்லேஜ் அஃப் தீவ்ஸ் முதல் பாகத்தில் வறண்ட இருமலை களுக்கிடையில் சேவல்கட்டு நடந்த ஊரைவிட்டு வெகுதூரம் தப்பிவிட்டாலும் தன் எஜமானைக் கூப்பிட்டது சேவல். அதன்குரல் சுற்றுவட்டாரத்தில் எந்தச் சேவலுக்கும் இருக்கவில்லை. குடல் நிறையக் குடித்துவிட்டு சண்டைச் சேவலுக்கும் ஒரு கிண்ணியில் சாராயம் படையல் செய்தான் கிராமத்திருடன். சூடைக்கருவாடு தின்னக் கொடுப்பான். சண்டைச் சேவல் காணாமல் போன அன்று

சந்தையே கலங்கும்படி குடித்துவிட்டுக் கதறி அழுதான் கிராமத் திருடன். நாட்டுப்புறப் போக்கிரியின் ஆசாபாசமெல்லாம் வளர்ப்பு நாய் மீதும் சண்டைச் சேவல் மீதும் விழுந்து கிடக்கும். வேட்டை நாய்ப் பிரியத்தில் உயிரை விட்டவனும் கிழக்கே இருந்தான். சேது ராஜாவின் அரண்மனைச் சேவலுடன் கத்திக்களத்தில் இறங்கியது சின்னக்கத்தி சேவல். சேதுராஜாவின் போர்ச்சேவல் அரண்மனை உப்பரிகையில் வளர்ந்து மஞ்சத்தில் படுத்து போர்வாளைக் கண்டு கொக்கரிக்கும். அரண்மனை வீரர்களும் நாயும் அந்தச் சேவலுக்கு அடிமை. அந்தப்புறத்துச் சோம்பேறிக் கழுதைகளும் சேடிகளும் சேதுராஜாக்களும் சண்டைச் சேவலுக்குக் கொத்தடிமைகள். சேவலைப் பார்த்து ராஜா... ராஜா... என அழைத்தார்கள்.

கிராமத்திருடன் சேவலோ கொள்ளையில் வெங்காயம் சகதிக் காட்டில் உழுவைமீன் தின்று வளர்ந்தது. அடுத்தவர் வீட்டுக்குள் புகுந்து தானியம் கொத்தித் தப்பிவிடும். கத்தி கட்டினால் புலிபோல் பாய்வான் கிராமத்திருடன் 'அரண்மனைச் சேவலுக்கு எதிரே கொண்டைப் பூவைக் குலுக்கி தலையசைத்து 'வா ராஜா...' என எகத்தாளமாய்க் கூப்பிட்டது திருடன் சேவல். படைவீரர்கள் வெகுண்டு அனல்கக்கும் கோபத்துடன் பல்லை நெறுநெறு வென்று கடித்துத் துப்பினார்கள் திருடனைப் பார்த்து. தங்கக்கால்கள் மஞ்சளாய் தகதகத்தது அரண்மனைச் சேவலுக்கு. அதன் காலில் கெட்டுக் கத்தி திருடனைப் பார்த்து பளபளத்தது.

சடுதியில் பாடிப்போன திருடன் மின்னல் வேகத்தில் சேது ராஜாவை வீழ்த்தினான். அரண்மனை நாய் ஊளையிட்டது. சங்கிலியை அறுத்துக் கொண்டு ஓடியது. அதன் பின்னே ஈட்டிக் காவலர்கள் பின் தொடர்ந்தார்கள். சொங்குவத்திய திருடன் சேவல் காலில்கட்டிய சூரியில் அரண்மனைச்சேவல் கீழ்விழ சேதுராஜா திருடன் தோள்களைக் கட்டி அணைத்து பொன்முடியும் கொடுத்தான் கிராமத் திருடனுக்கு. வாங்கமறுத்தான். 'போட்டியில் நாளை உன்சேவல் வென்றால் என்னிடம் கொடுக்க ஒண்ணுமில்லை' என்றான் சேவலை வருடியபடி. சண்டைச் சேவலைக் கேட்டான் சேதுராஜா. 'சாரட் வண்டியோடு அராபியக்குதிரை நாலையும் எடுத்துக்கொள்.' 'தங்க ஊசியானாலும் கண்ணில் குத்திப் பார்க்கக் கூடாதே' என மறுத்தான் கிராமத்திருடன். அரண்மனைச் சேவலை வீழ்த்திய இடத்திலிருந்து காடு நோக்கி மறையுமுன் 'ராசா... என் சேவல் தோள் மேல் நிற்கிறது என் தோட்பட்டை உயரத்திற்கு தங்கக் கட்டியாய் நீ குவித்துக் கேட்டாலும் தரமாட்டேன் உனக்கு. காட்ல

திரியாமல் என் சேவல் கண்ணயராது' என்றவாறு மரங்களோடு மறைந்துவிட்டான் கிராமத்திருடன். அவன் பம்பைத் தலைமுடி வணங்காமல் காற்றில் ஆடியது.

பின்னொருநாள் இடைக்காட்டூர் சந்தையில் குடல் நிறையக் குடித்துவிட்டு காட்டுவழிபோன போது எதிர்ப்பட்டான் சாம்பல் தொப்பிக்காரன். 'ஒய்யாரக் கொண்டையும் ஊருக்கே ராசாவான பூட்டுராசா நீதானா' சேதுவை வென்ற சேவல் காமோஸைப் பார்த்துக் கொக்கரித்தது. கிராமத் திருடன் மீசைக்கு வெண்ணை தடவி 'சேவல் கட்டு வீரரே... உமது சேவலைப் போல் எங்குமே பார்த்த தில்லை. நீ சொன்னதையெல்லாம் கேட்பேன் உன் அடிமைநான். கடவுள் தான் அனுப்பினார் உன்னிடம்' என சிரித்தமொழியால் மயக்கினான் சேவலை. புகழ்யாருக்குத்தான் கசக்கும். கழுதைமேல் வந்தவன் முட்டை ஆடியால் மீசைக்காரனை மயக்கி சீனாக்கத்தியைத் தீட்டி சவுக்காரம் பூசினான். கத்தியும் கிண்ணமும் சேர்ந்து மீசைக்காரன் கழுத்தில் குறிவைத்தது. தேசாந்திரம் சுற்றி வந்ததையும் கண்ட நகரங்களையும் பற்றிச் செல்லச் சொல்ல மீசைக்காரனோடு சேவலும்ம்.. கொட்டிக் கேட்டது.

கழுதை மேல் வந்தவன் சண்டைச் சேவலுடன் நழுவினான் இரவோடிரவாய். மலைமேல் தூங்கிய திருடன் எழுந்த சூரியோ தயத்தின் மீது சேவலின் அறைகூவலைக்காணோம். எங்கெல்லாம் தேடியும் பரங்கிப் பயலையும் சேவலையும் பிடிக்க முடியவில்லை. காமோஸிக்கு ராஜாவாகிவிட்டது சண்டைச் சேவல். அது சொன்னபடி யெல்லாம் கேட்டான் அடிபணிந்து. தூரத்தில் மீசைக்காரன் வேல்கம்பு தட்டித் தட்டி ஊடுருவிக் காட்டையே அலசும். குடித்துவிட்டுத் தள்ளாடி அவன் போகிறான்... பேர்வாங்கிய சேவல் கூவாமல் உயிர் வைத்து இருக்கமாட்டான் கிராமத்திருடன். இந்த வனாந்திரத்தில் எந்த மூலையிலோ அதை கடத்திச் செல்கிறான் காமோஸ். வழிப் போக்கர்களை விசாரித்தவாறு பின் தொடர்வதாக அறிந்தான் வாயில் எச்சில் ஒழுகும் முட்டாள் காமோஸ்.

அவனிடமிருந்த சுவடிப்பலகையோடு 'கலீலா வ திம்னா' எனப் பட்ட பஞ்சந்திரச்சுருளில் கரதகா, தமனகா என்ற இரு மஞ்சள் நிற ஆந்தைகள் பேசுவதை வழிநெடுகக் கோரைப் பற்களுக்கிடையே ஒழுகும் எச்சிலோடு புறங்கையால் துடைத்துக் கொண்டே தித்திப் பாய்ச் சொல்லிவந்தான். அவன் புனைந்துரைகள் ஏட்டிலில்லாத கதாச் சுருளாய்ச் சுருண்டு வந்தது காட்டில். அந்த முட்டாளைக் கேள்வியுள்ள

பாண்டிய மன்னன் ஏனாதி அரண்மனை வைத்தியன் நரிவெரூவுத் தலையாரை அனுப்பி அவன் கபாலத்தில் ஒளிந்திருக்கும் மூளை அடுக்கில் மான்குழப்பின் பிளவுபட்ட இருபாகம் வடிவமைந்திருப்ப தாயும் அவன் மூளையின் அபார ஓட்டத்தைப் பரிசோதனைக்குப் பின் கழுதையோடும் சண்டைச் சேவலோடும் அரசவைக்கு அழைத்துப் போனான் அரண்மனை வைத்தியன் நரிவெரூவுத் தலையார். பாண்டிய அரசன் கேட்ட கேள்விக்கு ஏட்டுச் சுருளை எடுத்து மந்திமாரிடம் கொடுத்து விட்டு வெற்று ஓலையை விரித்து பதிலுரைத்தான். தனக்கு எழுத்துக் கூட்டித் தான் வாஸிக்கத் தெரியும். லிபி இல்லாத ஓலையில் தான் கரதகா தமனகா எனும் மஞ்சள் நிற மந்திர ஆந்தைகள் இடைவிடாமல் உலகின் அலுப் பூட்டும் நடக்கைகளை மிருகிய உலகில் சேர்க்காமலும் தோன்றத் தோன்ற எல்லாம் பிதிராகிறதென சொன்னதும் சபையே சிரித்தது.

பிதிருக்கு எதிராகக் கூவிக் கூவித் தோற்றுப்போனார்கள் நடக்கைகளை வேட்டை நாயின் தடமாகப் பதிவு செய்தவர்கள். அரசே இத்தனை ஆபரணாதிகளைச் சுமந்து கொண்டு எவ்வளவு நாள் வாதையுறுகிறாய் எனக் கேட்டது தோள் மீதிருந்த சேவல். நாடோடியாய்த் திரியும் முட்டாளின் உலகுக்குச் சிங்காதனத்தை விட்டு வர முடியாத அரசன் படிக்கட்டுகளில் அமர்ந்துள்ள சிங்கங்களுக்கும் பதுமைகளுக்கும் பிதிரின் பாதை காட்டில் திரிவதால் பேசா மடந்தையுடன் பேசத் தொடங்கினான் காமோஸ். அவன் சாம்பல் தொப்பியிலிருந்து நாடோடிகளின் சாம்பல் பிதிர்கள் தோன்றி அரசனை அசரவைத்திருக்கக்கூடும். கழுதையிலிருந்து கீழிறங்காமலே அவையைவிட்டு வெளியேறிப் போனான் வாயில் எச்சில் ஒழுகும் முட்டாள். அவன் மனிதர்களுக்கு முன்னால் பிதிர் போட முடியா தென்றான்.

சீனாக்கண்ணாடியை எடுத்து அதில் தெரிந்த ஏடுகளை வாசித்த வாறு தன் வழி சென்ற நாடோடியைப் பின் தொடர்ந்து லிகிதக்காரர் அவன் உச்சரித்ததை உட்சரமாக்கி கீழ்தேசக் கிஸ்ஸாக்களாக எழுதியிருக்கக்கூடும். அரபியில் இவன் கூற்றை இப்னு. அல்முஃப்பா மொழி பெயர்ந்திருக்கிறார். பார்சியில் வசனத்திலும் செய்யுளிலும் பெயர்க்கப் பட்டிருந்தது கலீலாவதிம்னா. துருக்கி, மங்கோலிய, ஹீப்ரு, சிரிய மொழிகளிலும் ஐரோப்பா வரை பரவி அங்கே பித்பாயின் கிஸ்ஸாக்கள் எனப் பெயரிட்டு எழுதியதன் மீதே எழுதிக் கொண்டிருந்தார்கள். அவன் தோளில் தொங்கிய பொட்டணத்தின் மேல் கீழ்திசைச் சேவல் எதிர்ப்பக்கமாகத் திரும்பி தன் போக்கில்

பாடிக் கொண்டிருந்தது காற்றுவாக்கில் கண்பட்டையிலிருந்தது கழுதை.

செந்நிறமான இருவறண்ட மலைகளுக்கிடையில் கதை சொல்லும் குருடனும் கதை கேட்கும் ரோகியும் நிழல்களாக தோன்றி 'வில்லேஜ் ஆப் தீவ்ஸ்' ஏடு திறந்து பாறைகளின் கீறல்களைப் பார்த்து வெகு தூரம் ஆழ்ந்து விடுகிறான் கதை கேட்கும் ரோகி. ஆமையாய் நகர்ந்த குருடன் சுற்றிவர கால்களின் கிளைகளில் ஸ்பரிசித்த புதையலை அகப்பரப்பில் உணர்ந்து சொல்லத் தொடங்கினான் முட்டாளைப் பார்த்து. அவன் ஜனத்தைப் பார்த்து கோரைப்பல் காட்டிச் சிரித்தான். அவர்களும் களி கூர்ந்தார்கள். விநோதமானவனின் வருகையால் வட்டமாகக் கூடி அவன் முகச்சாயலிலிருந்த சாம்பலை பல கடலோடிகளின் தூரப்பார்வையை அவன் காட்டிய அதிசயப் பொருட்களைக் கண்டு கூச்சலிட்டார்கள். சீனக் கழுதையை விட்டிறங்காமல் தெருவை வலம் வந்து கீழே குதித்தான் காமோஸ். சூரியன் மேற்கே சாய்வதைப் பார்த்துத் திரும்பியிருந்த சண்டைச் சேவலைக் கண்டு காட்டுச் சேவல்கள் தரையைப் பரசி அழைத்தன. அது கூவிப்பறந்தது கூரைமேல். கல் ஆடியை விளக்குத் தூணில் கட்டி வைத்தான் முண்டியடித்துக் கொண்டு குதித்துக் குதித்து எட்டிப் பார்த்தார்கள். ஒவ்வொரு முகம் முகமாய்ப் பார்த்தது கண்ணாடி. இரவானதும் ஆடியிலிருந்து வந்த அதிசய அதிதிமேல் சந்தேகப்படாத காட்டு ஜனம் அவனுக்கு கற்களாலான படுக்கையைத் தயார் செய்து வரகுச் சோறும் மான்கறியும் கொடுத்தார்கள்.

காற்றின் ஊளையைப் பின்னிரவில் தோன்றும் விநோத ஒளியை உறக்கத்தினூடே உணர்ந்தான் நாடோடி. தனிமைவாசத்திலிருந்த தோட்டா துருப்பிடித்து பாறைகளாக மாறியிருந்தார்கள். எங்கோ பள்ளத்தாக்கில் மிருகங்களின் உறுமல். பாறைகள் சந்தித்து உரசும் அபூர்வ ஓசை. பாறைகளாலான ஆரணியம் இரவெல்லாம் குதூகலித்திருக்கிறது அங்கே. முட்டாளின் பிதிர்ச் சுருளிலில்லாத ஓசைகள் வெகுநுண்ணிய நிறங்கொண்ட உப்போடைகளின் மொர மொரப்பான வாசம் சாம்பல் நிறக்கோரைகள் உரசிப் பேசுகின்றன. மஞ்சுப்புற்களை ஈச்சந்தட்டிகளை கூரையாக வேய்ந்திருந்தார்கள். கதவுகளில்லாத குறுகிய வாயில் துவாரத்திலிருந்து எட்டிப் பார்க்கும் துப்பாக்கிகளின் வாசனை. விளக்குடன் கெப்பணக்காரி தெருவழியே போகிறாள். பாறைஉருவங்கள் பெயர்ந்து அவளுடன் சேர்ந்து அசைகின்றன வெளிச்சத்தில். யாரையோ கூவிஅழைக்கிறாள் சூலி. தொலைதூர ஓடைகளில் உருவற்ற சன்னமான ஊளை. வெகுஆழத்தில்

புலம்புகிறாள் வார்த்தையின்றி. ஒளியை அருந்தும் திருடர்களின் கூட்டமான சிரிப்பு. வனாந்திரம் மயங்கும் வெளிச்சம். தன் சேவலை எட்டி விட்டான் கிராமத்திருடன்.

விலங்கின் உருவம் பொறிக்கப்பட்ட மண்கலங்களின் ஆழக்குரல். பாறைகளில் மறைந்தவர்கள் ஓசையாக இருந்தார்கள். தனி வகையான காற்று அழைத்தது. முட்டாள் பரங்கி சவரக்கத்தியுடன் எழுந்து போனான். நடுவானில் தேய்ந்த பாறைகள் மிதந்து சுழன்று கொண்டிருந்தன உருவங்களாகி. இரவில் தோன்றும் வெம்பரப்பான அலையின் உரு வெளித் தோற்றம் மணல்படலம் பாறைப் பிளவில் நுழையும் வரைஉரு மிக நுண்ணிய துணியாக அலைவுகொண்டு நடனமாடும். இடம் பெயரும் மணல் குன்றுகள் மேற்பரப்பின்மீது துகள்கள் விரைவாகப் பெயர்ந்து நாடோடிகளாக ஏறுகின்றன ஒலியுடன். களவாளிகள் பின்னிரவெல்லாம் பாலைநிலத்தில் தோன்றி வேட்டைக்கு ஏகும் தோற்றத்தில் லயித்திருந்தான் காமோஸ். அந்த வெம்பரப்பு இதயத்தைத் தழுவும் உயிர்ப்பை வேறு உலகில் கண்டதில்லை. மனிதர்களின் கண்களைவிட மென்மையான ஒளி கடந்து செல்கிறது அவனை. எட்டிப்பிடிக்க நினைத்தான். அவை பாறைகளில் மறைந்திருக்கும் வடுவும் ரேகையும் உயிர்பெறும் இயக்கத்தில் பாறை உஷ்ணமூச்சைவிட்டு நகரத் தொடங்கியது. சிலபோது பாறையொலி எழுப்பிச் செல்லும் கண்ணுக்குத் தெரியாத பழங்கிராமம் மலையிடுக்கில் மறைந்திருக்கும் அவர்கள் உலகின் கண்களுக்குப்படாமல் மறைந்து திரியக்கூடும். போர்ச்சுக்கீசிய சாம்பல் மொழி அடித்து திருத்தி நரசிம்ம முகமூடிகளை வரைந்த பக்கங்களில் கோடுகளின் ஆங்காரம்.

இரவோடிரவாக தன் கழுதை மீதேறி வெம்பரப்பான ஒளிக்குள் பிரயாணத்தைத் தொடங்கினான் காமோஸ். நீரோடைகள் உராய்ந்து உருண்ட கற்கள் அண்ணாந்து கிடந்தன. சிலவெள்ளை சில கரும் பச்சை தொலைவில் மரகதப்பச்சை மற்றவை மஞ்சள் நிறத்தில் சாதிலிங்கச் சிவப்புப் பெற்றவை. தொடத்தொட சிலதிட்டிக்கல் கூட பல வர்ணமடையும். அதுதான் நரசிங்க ஆறு. காட்டாறாக ஓடி பூமியின் அடி ரசஸியங்களை வெளிக்காட்டி நரசிம்மத்தின் வாயி லிருந்து உமிழப்பட்டிருக்கக்கூடும். புற்பூண்டுகள் இல்லாத வெட்டாந்தரையில் அதிசயக்கற்கள் உருண்டு கிடந்தன. சேணப்பை நிறம்பி வழிகிறது. இந்த வறண்ட பயங்கரப் பிரதேசத்திற்கு அப்பால் நரசிங்க மனிதர்கள் வாழும் பாலைவெளி தோன்றிவிடும். நரசிங்க மனிதர்களைப் பற்றி ஓர் அதிசயத் தகவல் சொல்லப்பட்டது. வில்லேஜ்

ஆஃப் தீவ்ஸ் ஏட்டில் இரவில் செல்லும் பயணிகளுள் யாரேனும் ஒருவர் பின்தங்கி தனித்து விடப்பட்டால் நரசிங்க மனிதர்கள் உடனே தோன்றி விடுவார்கள். மீண்டும் பின்தங்கியவர் தன் கூட்டத்தாரோடு சேர நினைப்பது கனவாகிவிடும். பாலையில் சஞ்சரிக்கும் நரசிங்கம் பேசுகிறது தங்களுக்குள். சிலசமயம் நரசிங்க மனிதர்களின் கருப்புக் குதிரைகளில் கடந்த ஆவிகள் கிட்டவந்து பயணியோடு பேசத் துவங்கிவிடும். அதை நினைத்து மருளாமல் பேச்சைக் கேட்பவர் களுக்கு அதிசயச் செய்திகளும் முன்னறியாத உலகமும் தோன்றுமெனக் கேள்விப்பட்டிருந்தான் அந்த ஊரில். அவனைப் பெயர்சொல்லி அழைத்த நரசிகஆற்றின் வசீகர அலையில் மணல் பாதையில் தன் கழுதையைத் திருப்பினான் காமோஸ். அவன் அபாயகரமான சிக்கலில் மாட்டியிருப்பதை கரகரத்த மணல் எச்சரித்தாலும் நரசிம்மக் கூத்தாடும் மனிதர்கள் கூட்டமாக வருகிறார்கள். சமவெளியிலுள்ள மணல் கிராமத்தில் ஈச்ச ஓலை வேய்ந்து மணல் கம்பளியால் வாசலை மூடியிருந்தார்கள். எல்லா மனிதர்களும் மணல் ஆகிமறையக்கூடும். பஞ்சபூதங்களாகி நடமாட்டத்தின் மண்ணின் நிறங்களின் அலைகளின் ஓசையாகி 'பாழ்' அடைகிறது எல்லாம். நரசிங்க மூர்க்கத்தில் மணல் அலை தவித்தது, வில்லேஜ் ஆஃப் தீவ்ஸ் ஏட்டில்.

5

வாசனைப் புத்தகம் ரஸவாதியின் கனி ஏடு

பழத்தொலிகளால் ஆன கோட்டு அணிந்த எலிகளின் தூரிகை நிறமற்ற வாசனைகளைத் தீட்டும்.

முதுவாக்கியம்

XIV

கனிப்பெண்

கிணத்தில் விழுந்தவள் மீண்டும் மரமாகி அதில் பழுத்த கனியானாள். பிளந்த மாதளங்கனி சிவந்த விதைத்திரள் ஒளி குடத்தில் பட்டு தன்னோட ஒளியென்று வெட்கிப் போகிறாள் அரண்மனைச் சேடி. மரத்திலிருந்த கனிப்பெண் 'கழுக்'கெனச் சிரித்தாள் மாதள விதைப்பல் ஜொலிக்க. அவள் காய்கனி பூக்களை நகைகளாய் அணிந்திருந்தாள், பச்சைப்பாம்பு சிலம்புகளாய் நிறங்களை ஒலித்தன காலில். கீழே இறங்கி வந்தவுடன் 'உன்னோட நகை பச்சைச்சிலம்பு புல்லாக்கு தாவரத்துகில் களைந்து தா எனக்கு' என்றாள் நீர்சுமப்பவள். அவள் நீரோடு சதாவும் உரையாடிப் பழகியதால் இவளையும் 'கிணத்தில் பூச்சிபார்க்கவா' என ஏமாற்றித் தள்ளி விடுகிறாள் கனிப்பெண்ணை. அரண்மனைச் சேடி கனிப்பெண் வேஷம் தறித்து மரத்தில் மறைந்தாள். கதையின் விதியில் ஏழுசமுத்திரங்களுக்கு அப்பால் மாதளங்கனிமரம் இருக்கு. அதில் ஒரு கனிதான் இருக்கும். 'நீ பறித்துக் கொண்டு வந்தால் கனிப்பெண் தோன்றுவாள் என்றது கதை. பூவெடுக்கும் பண்டார மகள் அதிகாலை பூப்பறிக்கச் சென்று பாத்திகளில் குனிந்து ஒரு பூவைத் தொட்ட போது 'தொடாதே தொடாதே பண்டார மகளே' என்றாள் கனிப்பெண். இவள் தொட்ட பூவாய் நடுங்கினாள் 'பயப்படாதே பூவே' என்றாள். 'நீ யார்' என்றது

வெண்பூ 'நானும் ஒரு பெண்தான் உன் வீட்டுக்கு வாரேன்' என்றாள். அவள் பூக்காரக்கிழவி தெருவில் அவித்து காயவைத்த சாலிநெல் கிண்டி கோடுபோட்டாள். 'அரண்மனைப் புறாக்கள் வந்து கால்வைத்து தின்னவரும் நீ சூ என்று விரட்டு. கல்லால் எறிந்தால் தண்டனை உண்டு என்றாள் பூக்காரக்கூனி.'

கனிப்பெண் குளித்து முடியை சிக்கொணத்தி காயவைக்கும் நேரத்தில் புறாக்கள் வந்தன. கனிப்பெண் சூ... என விரட்டும் போது சிணுக்கோலி பட்டு புறா ஒன்று இறந்தது. அதை மாடாக் குழியில் மறைத்து வைத்தாள் கனிப்பெண். சாயங்காலம் புறாக்கள் அடையும் வேளை எண்ணிப் பார்த்ததில் ஒரு புறா குறைந்தது. திரும்பவும் அடைந்த புறாக்களை கூட்டிலிருந்து வெளியேற்றி சாயல் பார்த்தபோது விசிறிவெள்ளை ஒன்று காணவில்லை. காவலாளிகள் அந்தப்புரம் போய் சொல்ல கொதிக்கும் நெய்யில் ஊர் ஜனங்களை கை நனைக்க வைத்தும் யாருக்கும் ஒன்றும் ஆகவில்லை.

கனிப்பெண் மட்டும் பண்டார வீட்டிலிருந்து இங்கு வந்து சேரவில்லை. அந்தப் பெண்ணையும் அழைந்து வந்து சுடு நெய்யில் முக்கும் போது கை வெந்தது. பெண்ணை கை, கால் உடல் தலை வேறாய் வெட்டி தனித்தனியே புதைக்கவும் கால்கள் இரு தென்னை களாகி கைகள் இரு மாமரங்களாயின. உலராத கொங்கைகளின் வாசனையில் செங்கொண்டை கிளி இரண்டு பறந்து தோப்பானாள் கனிப்பெண்.

குட்டரோகம் கண்ட ராஜா தோப்பில் கரம்பைமண்ணில் நாகவல்லி இலைபூசி நீலநாக விஷத்தில் சிகிச்சைக்காக உடல் மண் பூசிக் கிடக்கும் வேளையும் வந்தது. மாமரத்தடியில் பழைய கட்டிலில் கிடந்தான் ரோகி. தென்னையின் பொந்திலிருந்த செங்கிளிகள் உரையாடத் தொடங்கின. கனிப்பெண் முலைகளின் வாசனை பட்டு ரோகம் சொஸ்தாமாகிக் கொண்டே வந்தாலும் உடலில் ரோகநீர் ஒழுக்கல் தாரை தாரையாக வழிந்தது. தரை இறங்கி வந்த கனிப்பெண் கனவில் எரியும் தீப்பிழம்புடன் அப்ஸரஸ் உருவெடுத்து ரோகியின் உடல் சுற்றி முத்தமிட்டாள் கொடிய ரோகமென்று ஒதுக்காமல். அவ்வேளை வனாந்திரத்தை நேசிக்கிற நாடோடி டாவோ கழுதைமேல் வந்து கொண்டிருந்தான் மோகத்தன்மையுள்ள நகரங்களை விட்டு. 'கண்ணாடி நகருக்கு உள்ளே கனிப்பெண். கனி உருவம் கண்ணாடியே' என்றது சொல்

கிளி 'கனிகளின் கசிவு யாருடைய பாடலாக இருக்கும்' என்றது மற்றொன்று பறந்தபடி.

சொல்கதை

31 கண்ணாடி நகரம்

நூறு வர்ணங்களையுடைய விண்மனிதனின் உள்ளிருந்து வரும் ஒளி தொடுவதற்காக வேண்டி மெதுவாய் நெருங்குகிறது உன்னை. முன்பு சந்தித்திருக்கிறாய் 'ஞாபகமில்லை' சந்தித்திருக்கிறீர்கள் கண்ணாடியில் 'இல்லை' 'ஆயிரம் ஒளிவருடங்களுக்கு நீளக்கூடிய ஸ்படிகப் பார்வையில் இருக்கிறோம் தானே விதிஷா'. மௌனத்தில் நகர்கிற ஸ்பரிசஒளி நெருங்கி விலகியது. இடைவெளியில் பிளக்கும் வெற்றிடத்தில் உருப்பளிங்குகள் ததும்பி வழிகின்றன ஈர்ப்பால். சுருள் கண்ணாடிகள் வளைத்துக் கொண்ட நட்சத்திரத் தோட்டம். தகதகவென எரியும் மஞ்சள் ஆரஞ்சு கீழிறங்கி வயல் வெளிக்குள் இறங்கும் நிறக் கோர்வையில் வெடித்துச் சிதறிய சூரியனின் குறுவாட்கள் ரத்தமேறிய கோபத்துடன் மறுபுறம் திரும்பிவருகிறது உன்னை நோக்கி. நெடுகிப் பாய்ந்த கருந்துப்பாக்கிரவைகள் கக்கிய உதிர வேட்கையின் தாபத்துடன் சாய்ந்த கடைசிகணம் அது. நடுங்கும் கைகளுக்கிடையில் வழிந்த குருதியில் முளைக்கும் வெள்ளித் தாவரங்களில் பறித்த பாதரஸ இலைகளில் ஒளி கடந்து வருகிறது விண்ஸ்பரிசத்துடன். அப்போதுவரை உயிரைத்தொட்டுக் கொண்டிருந்த சாவின் தொடுகோடுகள் பூச்சிகளாகி சிலந்திவலையாகி அகப்பட்ட உயிர்ப்பரப்பில் கடைசிக் கேன்வாஸில் பைத்தியத்தில் ரத்தவேர்கள் பாய்ந்து கபாலம் உருளும் வர்ணகோலங்களுடன் சிதைந்து ஓவியத்துள் பதிந்த சாம்பல் ரவை பீரிட்ட உதிரம் துடித்து தற்கொலைக்குள் வெளியேறிவிட்டாய். இரு சூரியனைக் கண்ட தூரிகை மெல்ல நழுவி செந்நெற்கதிராய் உதிர்கிறது வயலில். முதற்காதலின் சொல் காதுமடலில்கேட்க கத்தறிக்கப்பட்ட வார்த்தையாய் உணர்வுகளின் உள் அடுக்கைக் கலைத்தபடி உன் அனுமதியின்றி நுழைந்துவிட்டார்கள் உடல்வெளி தாண்டிய விண்மனிதர்கள். விலகி விலகி மறுக்கிறாய். முகம் திரும்பிக் கேன்வாஸிலிருந்து நீளும் பாம்பின் கனவுப்பரப்பில் குறுக்குவெட்டாக நெளிந்து உருகும் கலவியின் புனைபரப்பில் தொடர்கின்றது விலகிவிடும் இடைவெளி. தெறித்த முத்து படிகமாய் கண் சுழல்கிறது.

விலகியவனை விட்டுவர முடியவில்லை உன்னால். வைரம்

பாய்ந்த பகை மிதக்கும் பச்சைக் கண்களின் தைலத்தில் கொஞ்சம் கொஞ்சமாய் உடைந்து கொண்டிருக்கிறாய். கனவிலும் ஊடுருவும் பச்சை விஷப்பார்வையால் கழுவப்படும் கண்ணாடி. உள்ளே தோட்டம். பச்சை விதிஷா சிறபக்கல் திருகிய இந்திரிய நீலவெளியில் நரம்புகளின் நடனம். கல்லின் வேட்கையில் நகரும் விதிஷா.

கூப்பிடக்கூப்பிட திரும்பிப்பாராமல் போகிறாய் ஆரணியத்துள். உள்ளிருந்தே அதிர்கிறாய். நிறுத்தி உன் கடைசி விநாடியில் எல்லாப் பொருள்களும் உன் உயிர் கொண்டு விடும். மெதுவாய் கடந்த பாசஞ்சர் ரயிலில் மரங்கள் மூடிய இருளில் பளிங்கில் எட்டிப் பார்க்கும் இலைகளைத் தழுவும் உன் பாசிக்கண்கள். ஜன்னல்கள் மூடிய பெட்டிக்குள் தனித்திருக்கிறாய். இரவின் அமானுஷ்ய அசைவில் சமவெளி பழுப்பேறிய நிலங்களுடன் பறவைக் குரல்களுடன் உயரும் பாடல். நட்சத்திரங்கள் கூடவே நகர்கின்றன. கண்ணாடிக்குள் பலஉருவில் வந்துவிட்ட கலங்கிய நிலா அது விதிஷாதான். முற்புதருடன் தவிட்டுக் குருவிகளின் துயிலுடன் உன்மீது சப்திக்கிறார்கள். மெல்ல விசும்புகிறாய். பனித்த பாறைகளின் தொலைவான முனகல். நரம்புகளில் ஒளிந்திருந்த கண்ணாடி வீட்டுக்குள் நீ மட்டும் தனித்திருக்கிறாய். மஞ்சள் நிற மர அலமாரி களில் வைக்கப்பட்ட தூர்ந்துபோன கடிதங்களை நூறாவது முறை வாஸிக்கவிரும்புகிறாய். வைலட் மை கரைத்து இமைப்பரப்பில் தோன்றும் வரிகளைப் படபடப்புடன் பிரைலி பதிக்கிறாய். யாரோ வருகிறார்கள். காணாமல் போன கடி தங்களுக்காக பிரிவில் அசையும் ரயில் அதிரும் உருவெளியில் எதிரெதிரே பார்த்துக் காக்கி மஞ்சள் இருக்கையில் அசையும் பெட்டிக்குள் நீ மட்டும். கடந்து கடந்து பிரக்ஞை கொள்ளும் ரயில் பாலத்தின் சீற்றத்தில் பீங்காண் வெறிகொள்ளும். முடிவிலா ரயில் வண்டித்தொடர் ஜன்னலில் எட்டிப்பார்க்கும் ஆளற்ற வெறுமையான ஸ்டேஷனில் யாரோ மணி அடிக்கிறார்கள் இரவுக் கொடிவிளக்குடன். உன்னைக் காணாமல் பறக்கும் எரிகற்கள் சிறபமாகிப்புறளும் வேட்கையுடன் விண்ணி லிருந்து கீழ்பாய்ந்த மழைநரம்புகளின் குளிர்ச்சியில் விண் மனிதர் களின் விரல்கள் தொட நெருங்குன்றன உன்னை.

பாதரஸக் குருதியில் ஓடும் கால வெளி. லேசர்வலையில் சிக்காமல் விலகும் விண் கைகள் நீண்டு கனவின் கதவுகளை ஊடுருவி நகர்கிறார்கள் குகைக்குள்.

புராதனப் பெண்விதிஷா... மரவேர்கள் வனமூலிகையிலிருந்து

பரவும் வாசனை உன்னிடமிருந்தே பச்சை ஒளியாகப் பாய்ந்து தழுவுகிறாய் கண்தெரியாதவர்களை. ஒவ்வொரு உடலிலும் உயிர் பெறும் துடிப்பு விதிஷா எனத் தோன்றாவெளி உள்உருகுகிறது. சந்தித்துக் கொண்டதால் சந்தித்துக் கொண்ட வெளி உருவாகிறது. அவன் உடலின் படிக நிலப்பரப்பில் ஊர்ந்து அலைகிறாய். நீ பேசநினைத்த மூலவார்த்தையைத் தேடி கிரகக் கூட்டங்களுக்கு இடமாறுகிறாய். கண்ணாடிச் செடிபடர்ந்த பாதை. அவன் முதுகெலும்பில் பாயும் படிக அருவி ஆரணியத்தின் அடியாழம்வரை ஊடுருவிச் செல்வதைப் பார்க்கிறாய். மறைமுகமாக ஆழ்ந்த அருவி மெல்ல திசைகளைத் தாண்டி ஈர்த்துச் செல்லும். புருவங்களில் தீட்டப்பட்ட வர்ணங்களே பழத்தோட்டமாகக் கனிகிறது.

வெப்பரேகை விளிம்புகளில் புளித்த வாழைத்தோட்டம். கனி வகையில் குடைந்த வண்டுகளின் உணர்கொம்பில் ஒட்டிய ரஸச்சாறில் பிறக்கிறது மூலவார்த்தை. வெப்பத்தில் அதிரும் தசை நாரில் பிறந்த விந்தை அவனுடையதுதானா. விண்ணகக் கோரைத்தாவரங்களாக வளரும் தலைமுடி. ஆட்கொள்ளப் படுகிறாய். செங்குத்துப் பாறைகளால் ஆன கிரீடம் கொண்ட விதிஷா நீந்துகிறாய். உயரங்களில் இணைக்கப்பட்ட உன் கபாலத்தைத் திருகி இடமாற்றம் செய்து விடக்கூடிய அபாயகரமான நிலைக்கு தள்ளப்படுகிறாய். குகை யிலிருந்து வெளிவந்த வானராக்கி நீ. பாறைகளின் கதகதப்பான சுவர்களிலிருந்து வெளிவருகிறாய். மடிப்பு மடிப்பாய் உயரும் சங்கிலிப் பாறைகள். உன் உடலில் வரைந்த முதுகோலங்களில் கிரகணங்களைப் பற்றிக் கணித்த சங்கேதக் கோடுகளைத் தழுவிக் கண்பதிக்கிறார்கள் கண்ணாடி உடலில். கல்வெட்டிலிருந்து பிரியும் கிளைமொழிக்கான வேர்உன் முதுகெங்கும் கீறியிருந்தது வர்ணமை யால். விண்மனிதர்களின் கூட்டம் எடுத்துச் செல்கிறது விதிஷாவை. அசையக்கூட முடியவில்லை உன்னால். விண் ஒளிரேகைகள் மீது படிப்படியாய் மேலேறுகிறாய். பாசிரேகைகள் நெளியும் விண் மனிதர்கள் நயன சதுரங்கத்தில் கபாலங்களோடும் சூரியனை அதிபதியாகக் கொண்டும் நவகிரகங்களை விரட்டுகிறார்கள். நட்சத்திரங்களாக மின்னும் நாய்எலும்புகள் மந்திரசக்தி மிக்க பளிங்கு விழிகளுடன் விண்மீன்களை இலக்காகக் கொண்டு நகரும். படிக சதுரங்கத்தில் தலைகள் உருள லட்சம் வாட்களை விசிறியாக்கி அசைக்கிறாய். பச்சைக் கண்களால் நூறு உலகங்களாய் சுழன்று கொண்டிருக்கும் வெற்று வெளியில் பதிகிறது பார்வை. பாலூறும் தாவரங்கள் உடல்படர்ந்து கசியும் உயிர் அரும்பிய இலைகளின்

அசைவு. நீல நிறவிந்து சூல் கொண்ட வட்டவெளியாய் சுருண்ட உன் கர்ப்பப்பாதையில் இன்னொரு உலகைக் கருக்கொண்டு மிதந் தலைகிறாய் சூரியனுக்கு அப்பால். கட்டற்ற வெளியில் இறகுகளை விரித்துக் காய வைத்து இளைப்பாறுகிறாய். வருவதும் போவதும் தெரியவில்லை. உன் நிழல் விழுவதாகப் பேசிக்கொண்டார்கள்.

எல்லா நிழல்களாகவும் உன்உரு. நிழல்கள் விழுந்த தண்ணீரில் மிதக்கும் பிம்பமாய் கண்ணாடிநகரில் அலைந்து திரிகிறாய் தனிமையில்.

மழை பெய்து கொண்டிருக்கும் மாலை வேளையில் பூமியைத் தொட வருகிறாய் இடியாகி. மின்னலில் ஊடுருவி மறையும் வானராக்கி நீ. ஒளி மடிப்பில் பிரபஞ்ச எரி கொம்புகளை ஆயுதமாக ஏந்தி இரவெல்லாம் பறந்தலைகிறாய். கிரகங்களுக்கிடையில் விதிமேல் நுனி விரவில் நிற்கும் கழைக்கூத்தாடி நீ. மின்னல் வேர்களை பூமியில் பாய்ச்சிப் படர்ந்து நெருங்குகிறாய் இடியாகி. சிதறும் ஆலங்கட்டிகளின் குளிர்ச்சியை எல்லோரும் தொட திடும்... மென விண்மேல் ஓடிச்சிரித்து மேகங்களில் மறைகிறாய்.

திரும்பி வருகிறாய் ஒன்றன்பின் ஒன்றாகக் கீழிறங்கும் அதீத வர்ணங்கள் பூமியைமோத எண்ணிலட்கா நுண் ஒளி மணல் வீசிப் புள்ளிகளாகவும் வரிகளாகவும் பெருந்தான்யங்களான அண்ட கோளங்கள் அடுக்கடுக்காய் ஏந்தியகதிரினால் கீறுகிறாய் முதல் ஜனனத்தை. வானராக்கீ உன் பெருமுதுகில் நீயே கதிரால் கீறிய பாலூறும் தாவரங்கள் சலனமுறுகின்றன.

நார் நாராய் அறுத்த தலையிலிருந்து முகமும் செதுக்கப்பட்டு நாரிலான வாராய் சுற்றிவளையும் பல முகமான ஓர் முகத்தை வட்ட வடிவ விளிம்புகளின் இடைவெளியில் சுழலும் கிரககோளங்கள் ஆட்டத்திற்கான சுழிக்கோடு வரைந்த வாறு பின்முன் ஓடும் எரிபந்துகளின் ஜுவாலையில் கிரகநயன சதுரங்கத்தின் பார்வை உன்னுடைய கண்ணாடிக் கண்களாயிருக்கிறது. கிரகங்களின் இடப் பெயர்ச்சியில் திருகு கபாலத்துள் நெளியும் முன்னறியாதவிண் மனிதர்கள் பச்சை ஒளிர்வு கண்ணாடி நகரமெங்கும் செடிகொடியாய் படர்கிறது தொடர்ந்து. எல்லா மூலிகையிலான பச்சைமனிதன் உடல்பரவும் பாசி இலைக்கூட்டத்தின் மாயப்பரப்பில் நகரமே விண்மனித கூடமாகும். தாவரங்களின் கண்ணாடி முகங்களில் அசையும் பார்வை மிகப் பல நூற்றாண்டுகளுக்கு முன்பிருந்தே வந்து கொண்டிருக்கக்கூடும்.

மரக்காளான் முளைத்து சிதைவுற்ற வயதான கண்ணாடி வீடு பற்றி எரிந்து கொண்டிருக்க உள்வீட்டில் அமைந்த பழத்தோட்டத்தில் கொடி முந்திரி புளிக்கும் கனிகள் சிவப்புமாதுளை ஈரப்பலாவும் கின்னரிச் சுரை கற்பூரவாழையும் சிவக்கும் கொய்யாவில் சுருண்டு கிடக்கும் அணில் குரலும் சீதா செடிகள் மஞ்சணத்திப் பழங்களின் கருத்த கரகரப்பான காரல் வாடையும் நெய்த் தக்காளிச் செடியில் ஒவ்வொரு பழமும் சருகுமூடி உதிர தான்தோன்றி ஆரணியத்திலிருந்து கொண்டுவரப் பட்ட பெயர்வைக்கப்படாத பழங்களின் புளித்த வாடையால் பப்பாளியின் எரிசிவப்பில் கொடை ஆரஞ்சின் தகதகக்கும் செம்மஞ்சளும் வெப்பமேறிப் புளித்த ரோபெஸ்டா மாம்பழம் கந்தகமாய் எரியும் கரும்பூமியில் பழுத்த காட்டு இலந்தை மற்றும் முல்லைக்காட்டு எரி மண்ணில் காரங்காய் புட்டு மிதுக்கம் பழம் புளிப்புக்கனிகளின் பூர்வீக இலைகளும் அவற்றின் மரபுரிமையும் கருவிதைகளும் தீக்கொடியில் குமிழ்விட்டு வளர பழுத்த வேறு கனியினங்களின் கொடியில் பாம்பு வளைந்து பச்சைப்பாசியைக் கக்கிக் கக்கித் தகதகவென எரிகிறது. கால் வைத்துக் கொண்ட அடுத்த அறையில் நாரத்தைக் காய்மீது பதிந்த கடிகாரம் பழுத்து மெல்ல உருகி உட்காலம் விதை எறும்புக் கூட்டமாய் உருகி வழியப் புளிப்புச் சாறில் விநாடி நுரைத்துப் பொங்கிய வெப்ப ரேகைகளின் நெளிவு.

கண்ணாடிஅறைக்குள் திராட்சைத்தோட்டம். ஒவ்வொரு திராட்சைக் கண்மீதும் உருகும் கடிகாரத்தின் வெடிப்பு. கொழுந்து விட்டு எரியும் கண்ணாடி வீட்டில் சுடர்நீல ஒளியாய் தீநாவுகள் பட மெடுத்துக் காணாமல்போன தோட்டம் உருக்கொள்ளும்.

அன்னாசித் தாழைமடல் உள் அறையில் சுர மண்டலத்தில் மரப் பலகைகளில் சுரம் ஏறிய காற்றில் தீப்பரவி வெண்பனிச்சுவர் சடசடத்து எரியும் வசந்தமெனும் பச்சை நெருப்பு உமிழும் திரட்சியான புளிப்பு வாசம். ஒவ்வொரு பூட்டிய அறைக்கதவுகளைத் திறக்கிறார்கள். பழப்பாத்திகளை சுருளும் படிக்கட்டுகளாக்கி அடுக்கி ஏறும் கால்கள். படிக்கட்டில் குறுக்கிடும் ரவுக்கை அணிந்த எலிகள் பழங்களாலான புராண ஏட்டை திறக்கின்றன. உள்ளே பழங்களின் தொலிக் கோட்டு அணிந்தஎலிகள் பச்சைவெல்வெட் புஸ்தகத்தில் முளைத்த கதைகளின் புராதன வாசனை அலை மயக்கம். மனைப்புலிகள் குறுக்கும் நெடுக்கும் தோன்றி கனிஏட்டில் மறையும். மேலே மர அறைகளில் துயிலும் பழக்கோட்டு அணிந்த எலிகள் வியர்க்கும் வயலினைத் துடைக்கின்றன. மண் ஜாடிகளில் கொடி முல்லை நீர்முள்ளிப்பூ

பூலாம்பூ சிவப்புக் கொன்றை கொத்துக் கொத்தாய் கனிஏட்டின் பக்கங்களில் பார்க்கின்றன நுழைந்தவர்களையும். தானே திறந்து கொண்ட கண்ணாடி அறையில் பழமையான ரோஸ்வுட் பீரோவில் செதுக்கி அடுக்கிய புஸ்தகங்களில் முளைத்த சருகுக் காளானின் விரல்கள் புரட்டிய பக்கங்களில் எழுத்தின் துவாரங்களில் கசியும் கருந்திரவம் மாம்பிசினாய் புளித்துப் பழச்சாறு தேன் துவர்ப்பூக்களில் வடித்த தைல வண்ண ஓவியமாக திறந்து கொண்ட கடுங்காய்களின் கசப்புப் பச்சையுள் குடையும் வண்டுகள் உள்ளே நூறுகுரல்களில் முணுமுணுத்து வளைக்கும் ரீங்காரம் காய்களின் பச்சைக்காம்பால் வடிந்தபால் பிசுபிசுத்தது. பழவண்டுகளும் தேனீக்களும் ஊர்ந்து பாடும் கண்ணாடி ரெக்கைகளின் பளபளப்பான கத்திவெட்டில் பூசிய நிறங்கள் ஊடுருவிப் பாய்ந்தது. கீறிய காய்களின் குருதி எரியும் அறைகளில் ரீங்காரம் பறந்து திரியும். பூக்கள் தைத்த கண்ணாடி பீரோவுக்குள் கடல்பாசி கொடிப்பாசியின் இரைச்சல். மேஜைக்குள் தண்ணீர் பாசியின் தனிமை. தண்ணீர் பாசிக்குள் பச்சைமீன்வால் துடித்து சுழற்றும் கரணம்.

பச்சைக் கண்ணீரில் எரியும் கண்ணாடி வீடு. பழங்கண்ணாடிகள் வசிக்கும் முதிய வீட்டு ஜன்னல்களில் கரும்பச்சையான திரைச் சீலைகள் அலைகின்றன உள்ளே பழத்தொலிக் கோட்டு அணிந்து எலிகளின் தூரிகையில். மறைந்துள்ள பூக்கள் லேஸினால் பின்னி யிருக்கும். திரைக்குள் வர்ணம் தீட்டப்பட்ட சிவப்புநாய் மூக்கை நீட்டி ஜன்னலில் மோதிச் சிணுங்கும். சிவப்பு நாயின் வால் சதாவும் துடித்துக் கொண்டிருக்கும். சுவரிலிருந்து பாயும் வெளிச்சம் மெல்ல உள்ளே கரையும் மணம்வீசும் இருவிளக்குகளை ஏற்றிவைத்ததும் பழக்கண்ணாடிகளால் ஆன சுவடி திறந்து அவற்றிலுள்ள பழ நார்க்கோடு நீண்டு ஒளிரும். பேய்த்தன்மையுடைய கண்ணாடி அறையில் மெல்லிய ஒளிரேகைகள் அறை முழுவதும் பரவும். மங்கலான வெளிச்சத்தில் இளம் பெண்ணின் விரல்கள் வெல்வெட் பூச்சிகளாக உருமாறி எரியும் கண்ணாடிகளின் உருப்பளிங்குகளை வர்ணக்கத்திகளால் கனிகளின் வாசனைகளை வரைந்து கொண்டிருக் கிறாள். எதேச்சையின் எதேச்சையில் பார்வை கொள்ள வேறுவேறு பழங்களின் உள நரம்பு அமைப்பு ரஸப்பரப்பில் உலகங்களாகத் தனித்தனி நிறங்கள் சேராமல் அலைவுறும் பார்வை பலவாய் சுழல ஒளிவருடங்களுக்கு அப்பால் மறையும் விண்மீன் கரும்பிச் செல்லும் பற்களின் வசீகரப்பதிவு பழங்களின் மீது.

அவற்றின் வாசனைகளின் ஒளியுடலில் சந்தித்து விலகிச் செல்லும் பருவசுழற்சி. கண்ணாடித் தோட்டத்தில் ஓடும் காபாலங்களில் நூறு நூறு கேசவாசனைகளில் மறையும் பூக்களை சிற்பங்களாக மெதுவாகக் கீறுகிறாள் படுக்கையிலிருக்கும் விதிஷா. பலவேளை உருப்பளிங்காகி கனவுமாய பிம்பங்களோடு வாதாடுகிறார் படுக்கையறையில்.

'என்ன கேட்கிறாய்' ஜன்னலில் ஓடும் உருவங்களை விரட்டிப் போய் விரல்நீட்டித் தாளமிடுகிறாள் பாடியவாறு 'நீயோ நானோ இல்லாத கண்ணாடி வீட்டில் திருடப்பட்ட கனிகளின் இல்லாத உருப்பளிங்கு அதோ' அவள் படுக்கைக்குமேல் கால்கள் பதியாமல் பேசுகிறார்கள் கனவுக்கும் துயிலுக்கும் இடையிலிருந்த ஆடியில். கீழே விழாமல் விதிஷா துயிலும் போது விழித்திருக்கும் உருப்பளிங்குகள் இமை திறந்தால் மறைகிறார்கள் உடனே. பார்வை பலவேளை உருவங்களைக் கரைத்து கண்ணாடித் தாவரங்களாக உருமாற்றி விடும். தோட்டத்தில் குறுக்கும் நெடுக்கும் பாய்ந்தோடும் ஆவிரேகைகளின் ஒளி நிர்ணயிக்கப்படாத காலமாய் சுழல்கிறது. ஒளிரூபங்களின் வெளிறிய கைகள் கண்ணாடியில் தட்டித்தட்டி அழைக்கும் குரல். காலத்தை விலகிய கணம் ஒன்றில் ஓடிவந்த சிறுமி பாழி தோட்டத்தில் நுழைகிறாள் வேகமாய். யாரும் எண்கோணக் கண்ணாடி வீட்டுக்குள் நுழைவதுதான் கடினமானது.

பாதிரியார் வெளியே போய்விட்ட பழமையான சர்ச்சை கண்ணாடி மனிதர்களே வடிவமைத்து எண்கோண வீடாக மாற்றியிருக்கக்கூடும். கண்ணாடி வீட்டுக்குள் ஊடுருவித் தெரியும் பழமையான சர்ச் கடிகாரம் நின்று போயிருந்த நாட்களை மெல்லத் தள்ளிக் கொண்டு விரையும் பழத்தொலிக் கோட்டு அணிந்த எலிகளின் அசைவுகள் பெண்டுலத்தில் அசையும் காலம் முப்புறமும் விலகி ஓடிக் கொண்டிருந்தது. பற்றி எரியும் கடிகாரத்திற்குள் உருகி வழியும். காலம் மரபான நெருப்பாய் கண்ணாடி வீடு பற்றி எரிகிறது மஞ்சளாய். கீறல் விழுந்த சுவர்களில் முளைத்த வயலின் தாவரங்களை கண்ணாடிக் கேன்வாஸில் வரைந்து கொண்டிருந்தாள் விதிஷா.

பழமையான சுவர்களிலிருந்த பிளவின் ஆழத்தில் போக்ரானில் உடைந்த கல் மணிக்குள் விதிஷா சிதைந்த கண்ணாடிச் சிற்பமாய் வைக்கப்பட்டிருந்தாள் பேழையில். கல்மணியின் ஓசைக்குள் நவ உலோகங்களின் அதிர்வு கேட்டு விரல்கள் அதிர்ந்த நிறங்களைக் கோர்த்து உடைந்த தன் உடலை உயிர்ப்பித்து அழுது உடைந்தாள் கண்ணாடிச் சிற்பமாய். கீறல் விழுந்த கல்மணிசதாவும் சுவர்களில்

மோதும் காற்றினால் சுருள் ஓசைகொண்டு அதிர்வில் தேயும் மௌனம் உயிர்களின் துயரமாய் மெல்லிய இழையாகி நெளிந்து கரையும். கல் சித்திரங்களை வெட்டிய உளிகளின் குழிவில் மணியின் குரல் புகுந்து எதை எதையோ சொல்லிவிடும். பழுப்பு பாதைகளில் வரும் செம்மறி ஆடுகள் வெயில் மேல் தலைதிரும்பி கேட்கும் ஒலி. தான் தோன்றி வனங்களில் உள்ள வெம்பாறையால் ஒரே கல்லில் வடித்த கல்மணி ஆரணியமெங்கும் அலாதியுடன் கேட்கும் ஒலித்தடம் விண்பதிந்து அழுத்தமான சூனியத்தில் வெட்டி வெட்டி உருவான ஊசிக் கோபுரம் சூன்யப்பளிங்கோசையாய் வளர்ந்து கொண்டே ஊசி ஒலி விண் மீனைக்குத்தி அதிரும். போக்ரான் அணு ஊசி அதிர்வின் ஒலியிலிருந்து பாய்ந்து சரிகிறாள் விதிஷா. சிறுமேகம் கூட இல்லாத நீல வெளியில் ஊடுருவிய சாம்பல் கண்ணாடிகளால் ஆன சிற்பம் சரியும் கணம் அது. நீலத்தைக்கீறி உடைகிறாள் விண்மீது பதுங்கி. மரக்கூடத்துக்குள் கண்ணாடிகளால் ஆன மௌனத்தில் படுத் திருக்கிறாள். அவள் மீது போக்ரான் பாலைவன இடையர்கள் வைத்துச் சென்ற மணல்மணி முணுமுணுக்கும். வளைவு வளைவாகப் போன காட்டு வழிகளில் நாடி துடிக்கும் இடையன்பாடல் தான் தோன்றியாய் புழுதியுடன் சேர்ந்து படையாய் எழுந்து மடங்கி மண்ணோடு பதிந்த கால் பதிவுகளை விரல் உஷ்ணத்தை மணல் மணிகளில் உருட்டி அவள்மீது பதித்து மறைகிறார்கள். உள் கூடத்தின் உச்சியில் பறக்கும் கருங்கிளிகள் கொக்கி அலகில் மணி நாவு பற்றி தொங்கி வளையும் கிளிநக ஓசை. காணாமல்போன பனிரெண்டு இசை மேதைகளின் வயலின் கோடுகள் எழுப்புகின்றன விதிஷாவை. பச்சைச் சிறகு விரித்து கால்களை ஊன்றி மெல்ல மேல் எழுந்து மணியோசைகளுடன் விண் பறக்கிறாள் கண்ணாடிப்பெண். அவள் உடல் எங்கும் மூடப்பட்ட ஓர் ஆரஞ்சு வாசமாய் செடிகொடி முளைத்து எழுகிறாள் பூக்களுடன். ரத்தப்பூக்களை உடல்மீது பூத்து இருட்டறையில் அங்குமிங்கும் நடமாடுகிறாள். கூடவே கிளிகளின் பாஷை சம்பாஷணையாகத் தொடர்கிறது. கண்ணாடிப் பெட்டிக்குள் வைக்கப்பட்ட துணிபொம்மைகள். உலர்ந்த கனிகள், உடைந்த கண்ணாடிச் சிலைகள், இறகுகள் பளபளக்கும் பாம்புத் தோலிகளால் தைத்த சருகுப் படுக்கையில் ரத்தப் பூச்செண்டை அணைத்தவாறு மோனத்தில் இருக்கிறாள் விதிஷா. கண்ணாடிப் பேழையை அறைக்குள் தண்ணீரில் மிதக்கவிட்டிருந்தது. அறையெங்கும் கசியும் கருநிற நீர் பளிச்சிட்டது கோடுகோடாய். அவள் பச்சை விழிகளுக்குள் அசைகிறது கடல். உள்ளே அமைதியுள் அமைதியின்மையின் சாகரம்.

கடல் தாவரங்கள் சிறுமீன் நண்டுகள் குச்சிப் பூச்சிகள் ஊச்சிக்கூடு சங்குகள் மூழ்கி அனந்தத்தில் மிதந்தலைகின்றன. சதாவும் அலையா கிறாள். மேல் எழுந்து சுழன்று சீறிச் சரிந்து ஓசையடங்கிய அறைக்குள் கடல். அது விதிஷாவின் மரகதவுடல்.

எரியும் கண்ணாடி வீட்டுக்குள் மறைந்து தெரியும் ஊசிச் சாம்பல் கோபுரத்தில் வளர்ந்துகொண்டே இருக்கும் கல்மணியைத் தேடி கண்ணாடி நகரின் படிகநயன சதுரங்கத்தில் விண் மனிதரும் உளவாளிகளும் கட்டங்களில் எண்களால் நிர்ணயிக்கப்பட்ட கடல்சோவிகளை உருட்ட ஏழுதாயம் தொடர்ந்து விழும் போதுதான் கண்ணாடி வீட்டை அணுக முடியும். நட்சத்திரக் களஞ்சியத்துள் துளைந்து ஊசிக் கோபுரத்தில் கண்ணாடிப் பெட்டிக்குள் கீறல் விழுந்த விதிஷா எரியும் களஞ்சியத்துள் பிரபஞ்ச கோளவிதிகளுக்குள் சுற்றப்பட்டு சுருள்கிறாள். வார்த்தைகள் கனிகள் அடுக்கிக் கட்டப் பட்ட நட்சத்திரக் களஞ்சியம் தகதகவென எரியும் ஜுவாலையில் அவள் படிகஉடல். அவள் உடல் மீது வரையப்பட்ட நூற்றாண்டுகளுக்கு முந்திய கதீட்ரல் கண்ணாடிச் சித்திரங்களில் ஏசையாவின் பதினான்கு வலியுணரும் தோற்றங்கள் கோத்திக் மரபுக் கண்ணாடிக் கலைஞர்கள் செதுக்கியிருந்தார்கள். புனிதர்களுக்கான ரகஸியம் அவள் படிக உடலில் எழுதப்பட்டிருக்கும்.

எரியும் பேழைக்குள் இயங்கும் கண்ணாடிச் சிற்பம் விதிஷா. பளபளக்கும் கூந்தல் அறுபதடிக்குமேல் வளர்ந்து நட்சத்திரக் களஞ்சியத்துள் சுருண்டு நெளிகிறது ஒயிலாய். தங்கத்தாலான பொன்முடி. கழுத்தில் சுற்றிவைக்கப்பட்ட முள் ஆரம் அவள் தொலியை ஊடுருவி அழுந்த செந்நிறக்குருதி வழிகிறது தீராமல். கழுத்தைக் கீறும் முற்கள் ரத்த விளாராகப் பிரித்தெடுக்கப்பட்ட இதயத்துடன் விரல்கள் அசைந்து நட்சத்திரங்களால் ஆன தூரிகைகளைக் குருதியின் ரகஸிய நிறங்களில் பதித்து கீழே சரிகிறாள்.

சாம்பல் ஊசி வழி இறங்கும் நீலப்புறாவின் ஊமைக்குரல். உள்ளே தலைகீழாய் பாய்ந்து வரும் தங்க வர்ணக் கூந்தல். அலையலையாய் பறக்கும் சிறகுக் கூந்தல். கருப்புத் தைலம் பூசிய பளபளக்கும் சார்ப்பங்களாக நெளியும். சுழிசுழலும் புயலாய் சீறும் கருங்கூந்தல் இருட்டுத் தண்ணீரில் நெளிந்தோடும். சர்ச்சின் உள்அமைப்பில் இறங்கி கண்ணாடிச் சித்திரங்களுக்குள் கீறிய கோடுகளாய் உருமாறும். எல்லா ஒளிகளாலும் கர்வத்துடன் வளரும் அவள் கூந்தல். சர்ச்சின் தலைக் கவிகைகளில் கண்ணாடி நகரத்தைத் தீட்டிக்கொண்டு

இருகிறார்கள் கிளாஸ்காரிகள்.

உடைந்த கண்ணாடிச் சிற்பம் எழுந்து தூரிகையால் மிக உயர்ந்த இடத்திலுள்ள வலியைத் தீட்டுகிறாள் அழுது உடைந்து. கிளாஸ்காரிகளால் கண்ணீரை நிறுத்த முடியவில்லை. பதினான்கு வேதனைகளில் வாடும் நீலத்தாவரங்கள் விண் மேல் தத்தளித்து மிதந்து கொண்டிருக்கும். யாருக்காகவும் இல்லாத கண்ணீருடன் கண்ணாடிச் சிற்பம். அடியில் முளைத்த கண்ணாடிப் பூக்கள் அவள் உடல் மீது பட்டு நீரின் பிரபையாகிறது. ஊசிக் கோபுரத்தின் பளிங்கு விழி உருண்டு வெண்பனி கொட்டுகிறது பின்னிரவில். காலமற்ற ஓவியத்தின் உள்ளிருந்த விதிஷா தூரிகையால் ஊசிச் சாம்பல் கோபுரத்தைக் கண்ணாடிகளால் பார்க்கமுடியாத அந்தரங்கப் படிகங்களை உடைத்து ரஸப் பூச்சிகளாக மாறும் விரல்களாய் ரேகையிட்டுக்கொண்டு இருக்கிறாள். பிரைலி எழுதும் விரல்கள் அரக்குநிற ரேகைகளை பதிந்தவாறு செல்ல ஒவ்வொரு சருகும் வேறிடத்தில் இருக்கும் விநாடியில் வளைந்து நிறம் மாறிமாறி நிலையற்ற நிறத்தில் கீழிறங்கும் விரல் நுனியில் தொடாமல் தானேவரும் நிறமற்ற பனியின் விரல்கள் வெண்ணிறமாய் தோன்றி விநோத ரேகைகளின் அசைவில் தோன்றும் கண்ணாடியின் ரகஸியம் பனிச்சதுரங்கத்தில் இடம் மாறிவிடும். கடல்சோழிகள் உருண்டு இரு தாயம் முத்தாயம் என வழிதெறிந்ததும் அவளே சூதில் புரளும் எண்கள் சொல்லிவிட சொல் கவிழ்ந்து பலித்துவிடும். சதுரங்கத்துள் திறக்கும் கடல் சோவியின் கண்கள் அவள் கட்டளைக்குள் அடங்கிப் புரளும். வார்த்தையும் பார்வையும் முத்துக்குறியில் ஒன்றாகி சூதாகமாறுகின்றன. பார்வைக்குள் பகைமையின் சூது ரேகை பாய்வதால் விஷக் கள்ளிகளும் அரளிப் பூக்களும் அவள் மீது படர்கின்றன. விதியைத் தாண்டி எரியும் கண்ணாடி வீட்டுக்குள் நுழைந்த உளவாளிகள் சாத்தானின் உதவியுடன் பதுங்கியிருக் கிறார்கள். முடிவற்ற பேபல் டவர் வடிவத்தைக்கொண்ட கண்ணாடி வீட்டின் 'அறைகளில் இடம் மாறுகிறார்கள்.'

கல்பூனைகளை ஏந்திய கிளாஸ்காரிகள் அறைகளுக்குள் யாரும் ஒளிந்திருக்கிறார்களா என உஷாரடைந்து பூனைகளின் கபில நிறக்கண்களை உருட்டுகிறார்கள் பூனையாய் அழுது. ரத்தவாடை கொண்ட செவ்வக அறைக்குள் பலிபீடிகையில் முடிவற்ற கூந்தலுடன் பிரித்தெடுக்கப்பட்ட தலையுடன் வானராக்கி. துர்தேவதைகளின் கனவுகளைத் தூண்டும் தாடகை.

அவள் பதினான்கு வலிகளையும் அவள் ஒருத்தியே தாங்கக் கூடிய

தாட்டியத்துடன் அவள். உடல் தலையிலிருந்து பிரித்தெடுக்கப்பட்டு திரும்பவும் தலையை ஒட்டவைப்பதற்காக ரஸவாதி ஒருவன் சர்ச்சின் கூம்புவடிவ நூலக அறைகளில் தடைசெய்யப்பட்ட நூல்களின் ரகஸியப் பக்கங்களைத் தேடிக் கொண்டிருக்கிறான். தன் முதுகில் தீட்டுகிறாள் கனி நிறமுடைய பழுப்புச் செடிகளை. கண்ணாடிகள் பேசுகின்றன வானராக்கியுடன். ரஸவாதியின் அருகில் மஞ்சள் இலைகளால் சுருட்டப் பட்ட லிகிதவரிகளுடன் வளையும் சுருட்டு ஆஸ்ட்ரே மீது வைக்கப்பட்டு புகைந்து நெளியும் உருவங்களாகிக் கரையும். புகையுருவங்களின் உரையாடல் சாம்பல் வார்த்தைகளால் அமையும். கரையும் நீல அலையில் விடுபட்ட வரிகளில் மறைந்து பேசும் முகம் கண்ணாடியில் 'நீதானா' முகம்திரும்பிச் சரிகிறாய். கண்ணாடியுள் பரவும் சருகுகளுக்குள் காத்திருக்கிறாய். வெண் பாதையில் சரிந்து சாய்ந்து ஒருவர் மீது ஒருவர் முகம் வைத்து மணல் முனங்கும் சமவெளியில் தீராமல் நடந்து கொண்டிருந்தோம்.

கண்ணாடித்தட்டில் அழுத்தமான பழங்களின் மெளனம். புளிப்பு மாதுளையின் மஞ்சள் தோல் உரிந்து வாடுகிறது தரையில். கின்னரிச் சுரையில் காய்ந்த உள் பாகத்தை கத்தியால் சுரண்டுகிறான் ரஸவாதி. சுரைவிதையின் வெண்மையாகச் சூழல் விரிகிறது. கொடிப்பாசிகளாய் உருமாறி எரியும் ஓவியத்துள் வெட்டுக் காகிதம் பற்றிக் குமிழ் விட்டுப் பரவும் நெருப்பு உனக்குள்.

இயற்கையின் இருள் சூழ்ந்த மணம் வீசும் இருபழமையான விளக்குகளின் ஒளி ஆவியுடன் வாதாடுகிறான் ரஸவாதி. அவனைக் கண்ணாடிப் பெட்டியில் திரும்ப அடைக்க மறந்துவிட்டாய். வெள்ளித் தகடுகளில் வெட்டிய மிருகங்களின் புடைப்புச் சிற்பங்களில் பூசிய வாசனாதி திரவியங்கள் நவரத்தினங்கள் பதித்த மிருகக்கண்கள் வெள்ளியில் மினு மினுப்பதை வெட்டி எடுக்கிறான். எரியும் கண்ணாடி வீட்டின் குவிமாட மேல் தளத்திலுள்ள நூலக அறைகளில் வெளியேறாத புத்தகப்பித்தர்கள் புத்தகங்களுக்குள் உருஇழந்து நிழல் கூட்டமாய் மறைந்திருக்கிறார்கள். வாசிப்பு மேஜையில், பலரும் தேடிவந்த காமோஸ்டாவோவின் 'நிறக்குருடர்களின் தீவுகள்' நூல்களை இடம் மாற்றிக் கொண்டே வந்த ரஸவாதி யாரும் இல்லாத சதுரக் குவிமாடத்தில் பலவர்ணக் கண்ணாடிகள் ஒளிவீசும் வெளிச்சத்தில் அரக்கு முத்திரையிடப்பட்ட ராஸநாளங்களில் ஓடும் ஏடுகளைத் திறந்து ஒவ்வொரு பக்கமாகத் தைலவிளக்கில் பிடித்து எரித்துக் கொண்டிருக்கிறான். காரநெடியுடன் சடசடத்து எரியும் ரஸமொழி நாளங்களுக்கிடையே ஓடும் மூலப்பிரதியைத் திறக்கிறது.

சீதள ஓலைகளுக்குள் தடவியிருந்த விஷ மொழியால் மயக்கமடைந்து எரியும் புத்தகத்துக்குள் சரிகிறான் அட்சரவேகம் பொறுக்காமல்.

உடல்வெந்து கதறும் பழைய மருத்துவன் ஆவி எட்டிப் பார்க்கிறது மயக்கமடைந்த ரஸவாதியை. மடித்த பக்கத்திலிருந்த வாசகனின் கை நீண்டு ரஸவாதியின் உள்ளோடும் கனவைத் தொடுகிறது. பல நெடிய கனவின் குறுக்குப்பாதைகளில் பயணமாகிறான் ரஸவாதி. பலாமரத்தில் செய்த அவனது உடல்பெட்டியில் எரியும் வெள்ளிப் புடைப்பு மிருகங்கள் அவனையாரும் அண்டவிடாமல் சுற்றியலை கின்றன. பரவும் வாசகங்களை முணுமுணுக்கிறது புத்தகம். வாசிக்கும் புத்தகமே தன்னைத் திரும்பத்திரும்ப வாசித்து வெளியேறிவிடுகிறது எழுதப்பட வேறு புத்தகமாய். எழுதுபவன் இன்றி எழுதிக் கொண்டிருக்கும் புத்தகத்துக்குள் ரஸவாதியின்கனவு எழுதிக் கொண்டிருக்கிறது அடுத்த புத்தகத்தை. பழைய பக்கம் தனியே பின்செல்ல முன்னோடும் வரி கீழிறங்கிப் புரண்டு நீள்கிறது கனவுக்குள். திரவமையின் நிழல் கோடுகளைக் கனவில்கண்ட ஒருவன் வாஸிக்கிறான் மொழி முன்மையின் தோற்ற உலகமாய். வெளியில்படும் கனவாகவும் உள் நிகழ்வது நிகழாகவும் மாறி மாறி வார்த்தையின் கண்ணாடி வெற்றிடத்தில் தானே தீட்டிக் கொண்டிருக்கிறது இறகுத் துகிலிகை கொண்டு. அருகில் கருப்புத் திரவம் தேன் உப்பு தைலஊசிகள் தோய்த்த இருளில் ஒளி ஊசிகளே எழுதுகின்றன அடுத்த நூலை. மடக்குக்கத்தியால் அறுத்த கூந்தப்பனை சூலைச்சுருளில் பிரதிசெய்து கொண்டிருக்கும் விரல்கள் புஸ்தகங்களின் காகிதவிரல்களாகத் தானிருக்கும். நூலக அலமாரிகளில் மக்கிய தோல் தையல் நூல்கள் சித்திர அச்சுகள் மணலும் புனைவும் உதிரும் புஸ்தகங்களில் வீறிட்டு அலறும் கண்ணாடிகளின் சாயைகள்.

பழங்களின் தோலால் தைக்கப்பட்டு வகை வகையான பழத் தொலிகளாலான பல நிறங்கொண்ட கனிகளுக்கான ரகஸிய நூல் திறக்கிறது ரஸவாதியின் கனவில்.

விநோத ரஸாசர்ப்பில் நெளிவுக் கூந்தலுடன் நடமாடும் ரஸவாதி செர்ரிப்பழச் சிவப்புச் சாறு வடியும் முகத்துடன் குனிந்திருக்கிறான். செடியிலை படர்ந்த கைகளை நீட்டி வைலட் பழங்களை அவன் தோளில் அமர்ந்த நீலப்புறாவுக்கு ஊட்டிக் கொஞ்சும் பட்சிகளின் பாஷை. அதிகசக்திவாய்ந்த மொழியை உள்ளிடக்கிய பழுப்புப் புஸ்தகங்கள் இருநூறு வருஷங்களுக்கான மௌனத்துள் எரிந்து குமிழ் விட்டு சுழல்கிறது மொழி. வரிகள் உடைந்து துகள்துகளாக வாசனை

வெளிப்படும். மணல் விரல்களுடன் அலமாரிகளிலிருக்கும் பழமையான உலோக அழுத்தத்திலிருக்கும் வரியில் கீறல் விழ உள்ளிருந்து ஆலகால விஷப் பச்சை கசியும். பார்க்க உயிரை ஈர்க்கும் விநோதப் பரப்பு. சிமிழ் உடைந்த கருப்புச் சுவரொட்டி விளக்குடன் கிளாஸ்காரிகள் வருகிறார்கள். அவ்விளக்குகள் ஏற்றப்பட்டவுடன் உருகும் சுடரில் அலமாரியிலுள்ள புத்தகங்களும் உள் சுழல்கின்றன. கிளாஸ் காரிகளின் கண்ணாடிக் கண்களில் ஓடும் மொழி புஸ்தகங் களை மாற்றி எழுதக்கூடும். எல்லாம் கண்ணாடி நூல். திறந்து கொண்ட புஸ்தகத்துள் பக்கங்களாய் புரளும் கண்ணாடி நகரம் புஸ்தகங்களுக்குள் தலை குனிந்த கிளாஸ்காரிகள் உடல் ஒளியில் நகரும் நீலவெளிச்சம் துயரங்களுக்கான வெளிர்நீல நகரமாகிறது. கண் ஸ்பரிசத்தில் கரையும் எழுந்து. கிளாஸ்காரிகள் விளக்குகளை ஏந்தி சுழல்கிறார்கள் நூல் அடுக்கில். இடம்மாறும் புஸ்தகங்களிலிருந்து உருப்பெறும் உருப்பளிங்குகள் பீரோவைத்திறந்து கொண்டு ரஸவாதியைச் சூழ்ந்து உரையாகிறார்கள் நயனத்தில். சிறுஒளியில் பரவி காகிதங்களால் சுருட்டப்பட்ட தாள் அறையாக வரிகிறது நூலகம். ஒரே காகித மடிப்பு அடுக்கியடுக்கி விரியும் தாள்அறை. தானே எரியும் கண்ணாடிப் புஸ்தகங்களில் பதுங்கியவர்களுக்கான ஒளிநரம்புகள் தூண்டப்பட்டு மாயஉலகமாக வடிவமைக்கிறார்கள் கண்ணாடிநகரை. கடந்துவிட்ட பக்கங்கள் தாள்விரல் நீட்டி எரிகின்றன அசைந்து. சருகுக்காகித அறைகளுக்குள் சாயைகள் வருகின்றன. பழங்களின் புளித்த மௌனம் கண்ணாடியாகி ரஸவாதியின் ஒளிவிரல்கள் ஸ்பரிசிக்க தித்திக்கும் மயக்கவெளி படர்கிறது அறைக்குள். புரிந்து கொள்ள முடியாத சாயைகள் பிரதிமையின் எல்லையில் நிற்காமல் நூலின் விளிம்பைத் தாண்டி நட்சத்திரக் களஞ்சியத்தின் புதிரில் மறையும். பழங்களின் மோனம் கண்ணாடி களை மெல்லிய இழையாகக் கரைக்கும். கைப்பிடியில் உள்ளடங்கிய பழங்களின் தசைநாரில் யாரோ பற்கள் பதிய கடித்த அடையாளம் கோப்பையில். கண்ஏடு பழங்களாய் கனிகிறது. கண்ணாடி மொழி சுரக்கும் பழத்தோட்டம் ஆட்கொள்கிறது நூலகத்தை.

குருந்து மரத்திலான பழமையான மேஜைமீது மஞ்சள் சரக் கொன்றை குமிழ்விடும் நெருப்பு பூவின் இதழ்நரம்புகளில் ஓடும். தலைகீழ் தண்டில் காம்புகளில் தீட்டிய வெளிர் பச்சையும் நீலமும் வெண்மைகலந்த ஜுவாலையாய் எரிகிறது கொன்றை. வயதான விரல்கள் பட்டுத் தேய்ந்த சாம்பல் கொடிஇலைபடர்ந்து பூத்த காராப் பூக்களடியில் பழைய உன்கடிதம் யாருமின்றி தானே எழுதப்பட்ட

வரிகள் ஈரம் உலராமல் உயிர்க்கிறது மெல்ல.

ஒருவருக்குக் கூடத் தெரியாமல் மறைத்து வைத்த கடிதங்களாலான காகிதவடிவம் ரகஸியத்தில் படபடக்கிறது காற்றில். காத்திருந்த அந்தி வெளிர்காகிதமாகச் சுருட்டப்பட்டு மீள்கிறது இருப்புக்கான தாளினால் சுற்றப்பட்ட வெற்றிடம். கதவோரம் துடிதுடிப்பாய் பேசுகிறாய் தனிமையில்.

இருவருக்கிடையான மெல்லிய திரைச்சீலையின் கண்களால் ஊடுருவ இயலாமல் போனது. மறுப்பின் இடைவெளி கடினமானது. சிறுசலனமில்லை. கண்களைப் பதித்த தூரத்தில் தனக்குள்ளே நடந்து வரும் மௌன நாடகத்தில் விஷமேறிக் கசந்த திரைச்சீலைபச்சை நிறமாய் கசிகிறது. சுவரைப் பிடித்து எட்டிப்பார்க்கிறாய் ஜன்னலில். வெளியில் கண்ணாடி நகரம் வெளிர் இமைகளில் வரைந்த வார்த்தை திறந்து முகம் திரும்புகிறது கொன்றை. சிவப்பு வெல்வெட் ஆடைக்குள் பொதிந்திருக்கிறாய் சுற்றப்பட்டு. மெய்யுருகி மெலிந்த சருகு உடலில் பாழி.

உலர்ந்த துக்கம் பெருமூச்சு விடுகிறது வெப்பக் காற்றில். கைக்குள் அடக்கமான மஞ்சள் சரக்கொன்றையை வெற்றிடத்தில் அசைந்து செண்டாக ஏந்தி பூவின் மஞ்சள் விழி உருள்கிறது பித்தத்தில். அலமாரியில் இருந்த பேரிக்காய்களின் அழுத்தமான பச்சை ஒளிர்வு. ஒவ்வொரு பாத்தியாய் சென்று பார்க்கிறாய். பேரிக்காய் தொலி மீது படரும் புள்ளிகள். நெளியும் நாரில் கருவிதைகள் குளிர்ந்து அடக்கமாய். மரக்காளான் முளைத்த கோட்டு காலருக்குமேல் தலை நீட்டும் பூக்கள் வைலட் அழகுடன் வளைந்து கிசுகிசுக்கும் குரலைக் கேட்டபின் முதல் சந்திப்பில் கண்ணாடி நகருக்கு வெளியில் அசைவாடும் பூவரசமரத்தின் செம்மஞ்சள் உதிர்ந்து சூல்பொடியில் பல வர்ண வண்ணத்துப் பூச்சிகள் உள்ளறைகளில் அதிர்ந்து சடசடத்து உறிஞ்சிய சந்திப்பிற்கான வெற்றிடத்தில் அரக்குத்தேன் நூற்றாண்டுத் துயரத்துடன் சுருள்கிறது. அதைக் கைகளால் மூடிப்பாதுகாக்க நினைத்துப் பிடிபட்ட வண்ணத்துப் பூச்சியின் சிறகின் நிறமெல்லாம் அழிய மெல்லக் கீழிறங்கி தரைபட்டு உதைக்கின்றன கால்கள். உலர்ந்த துயரக் காற்றுவீசும் இறகுவர்ணம் உள்பரவி ஏங்குகிறாய். மௌன நாடகத்தில் வரும் கடைசி வண்ணத்துப் பூச்சியைத் தொடாமல் விடுகிறாய் எரியும் கண்ணாடி வீட்டுக்குள். நூறுவர்ணப்பொடிகளின் ரஸவாதத்தில் கண்ணாடி அறைகளுக்குள் உனது ரஸவாதி குறுக்கும் நெடுக்கும் அலைந்து கொண்டிருக்கிறான். அவன் மீது பறந்தலையும்

நூறுநூறு வண்ணத்துப்பூச்சிகள் பச்சைவிட்டில் வண்டுகள் தேனீக் களின் குணங்கும் ரீங்காரம் அடுக்கிய கண்ணாடிக்குள் உரித்த பழங்களின் தொலி உலர்ந்து கொண்டிருக்கிறது தரையில். பழ வர்ணங்களால் தீட்டப்பட்ட கண்ணாடி அறைகளை யாரோ பூட்டியிருக்கிறார்கள் அரக்கு முத்திரை பதித்து.

பூட்டி வைக்கப்பட்ட தோட்டங்களில் மௌனத்தில் குருத்து விடும் இலைகள் பார்க்கின்றன உன்னை. ஆள் உயர தலைவாழை இலையொன்று விரித்து படுக்க வைத்திருக்கிறார்கள் உன்னை. யாரையும் கிட்ட அனுமதிக்கவில்லை. எதை எதையோ பிதற்றிக் கொண்டிருக்கிறாய். கண்படமறுக்கும் கூசும் சருமத்தில் புண்பட்ட முணகல். குருத்து விரல்களில் வீங்கியிருந்தது. திருணைகளில் கூடியிருக்கிறார்கள் வெளியிலிருப்பவர்கள். வெளியில் அசையும் பூட்டுக்குள் மண்கடந்தை ஒன்று சுற்றி வளைக்கும் ஒலிக்கோடு பல அறைகளுக்கும் கேட்கும்.

சப்தமற்ற காலடிகளோடு நடமாடும் வேர்கள் உன் விரல்களைத் தொடுகின்றன சுவர்களை ஊடுருவி. இலைச்சாறினால் தீட்டப்பட்ட பழமையான சித்திரங்களிலிருந்த வேறொரு வைலட் தோட்டம் உதிர்கிறது காரையுடன். காற்றின் இவ்வளவான சத்தத்துடன் மூடும் கண்ணாடி ஜன்னல்களின் அதிர்வில் வந்துசேரும் ஒளிகளில் தன் மறதியில் வரும் கலைந்த ஞாபகங்களில் நடமாடும் கனவு. பால்யவனத்திலிருந்த ஊஞ்சல் ஊருணியில் தனிமையாய் அமர்ந்து படரும் உயிரின் வேட்கை. உன்னை எட்டிப் பார்க்கும் கனிவகை களின் உருத் திரட்சியில் வரணங்கள் அழிந்து வெளிர் அடைகின்றன.

கடல் சோழியின் கண்களை படபடத்து திறந்து கொள்கிறாய். வேப்ப இலைகளால் மூடப்பட்ட சாறுகசியும் உன் உடல். தலை வாழையை மாற்றி மாற்றி நிர்வாணமாய் இலையுடல் அடைந்து மண் விளக்கு தலைமாட்டில் அரக்கு ஒளிகசியப் பார்க்கிறாய். வேப்பின் விசிறியால் அருகிலிந்தவர் விசிறிக் கொண்டிருக்கிறார்கள். காற்றின் மிக மெல்லிய அசைவில் சீராக வாழைக்குள் தழைதழையாய் குலை விட்டுப் பூத்திருக்கிறாய் தோட்டத்தில். யானைக்காதுகள் கொண்ட வாழைத் தோட்டத்தின் அசைவு விசிறுகிறது காற்றை. எங்கும் காற்றில்லாத வேளை பருவ சுழற்சியிலிருந்த காற்றின் ஈரத்தை சிறுசிறு துவாரங்களில் உற்கொள்ளும் அரும்புகுகளில் கண்கள் நடுங்குகின்றன திசையெங்கும். மாடிக்கு ஏறும் படிகளில் கால்வைக்கிறாய். மேல் கூடத்திலிருந்த பழமையான பீரோ ஒன்றின் கதவுகளைத் திறந்ததும்

நூறுநூறு பறவைகள் விசிறிப்பறந்து அறையெங்கும் சப்தத்தின் சுழிக்காற்றாய் சுழன்று சுற்றி மெல்ல ஊடுருவும் கண்ணாடி அறை களைத் தாண்டி.

பிரம்புநாற்காலியில் பழுத்த பூசனியில் மஞ்சள் நிறக்கை ஒன்று தோன்றி மறையும். எரியும் கண்ணாடிவீட்டுக்கு வெளியே கல்மணியுடன் வேப்பங்குலையை ஏந்தி வானராக்கி பல்துருத்தி நிற்கிறாள் உன்னை அழைத்தவாறு. பழத் தோட்டத்துக்குள் மறைந்து கொண்டு எட்டிப்பார்க்கிறாய் அவளை. கண்ணாடிகளுக்குள் வெள்ளைப் பூக்களுடன் படரும் வேப்பமரம் கசந்து உள்பரவும். குளிர்ந்த காற்றுடனும் மிருதுவான கிசுகிசுப்புடன் பேசும் வேம்பு. கிளைகளில் கொப்பில் சிறுவர்கள் ஊஞ்சலாடுகிறார்கள். வேப்பம் பிசின் உன் உடலிலிருந்து சிறு துளைகளில் கசிகிறது. வேம்பினால் சூழப்பட்ட வெளிர்பச்சையான ஞாபகப்பரப்பு எல்லாவற்றையும் ஆட்கொள்கிறது கசப்புடன். இலைகளுக்கிடையில் தோன்றும் ஆயிரம் வெளிகளில் கண்ணாடி நகரம்.

வேம்பின் இலைக் கண்களின் பச்சை ஒளி ஊடுருவி உன் உடல் தழுவுகிறது. மெலிந்த திரேகத்தில்பட்ட வடுக்கள் கோடுகள் குண ரூபமெல்லாம் வேம்பின் கிளைபரப்பிய காம்பின் உருஅடையும். வேப்பம் பழங்களை விழுங்காமல் ருசிக்கிறாய். அதன் சுவையில் எதை எதையோ தேடி அலைகிறாய் மறைந்த வேம்பின் பச்சை வெளிதேடி. மரப்பட்டைகளில் செந்நிற மண்ணுடன் சடைசடையாய் கூடுகட்டி ஏறும் கரையான்களை பார்த்தவாறு வெறித்த கண்களுடன் விரியும் செம்பட்டை நிறமான கோடை வெயிலில் நாட்கணக்கில் செங்கரையானுடன் அரக்குக் கண்களால் உரையாடும் பகல் வேளைகளை கண்களால் மீட்கிறாய்.

வேம்பின் உள்மறைந்த வானராக்கி வேம்பின் பட்டைகளுக்குள் தண்டில் அதிர்கிறாள் கரையான்களின் செந்நிறகால்கள் நடுங்கி அறியும் அவளை. வளைந்த கிளை தன்நிழலைத் தொடவும் விரிகிறது கண்ணாடி அறை. தலைகீழாக வந்து கொண்டிருந்த படிக்கட்டுகளுக்கு சுருள் அடுக்கு வளர்ந்து கொண்டிருக்க அங்கங்கே தொங்கு தோட்டம். இடது புறமிருந்துவந்து சுருள்படிகளில் விண்மனிதர்கள் கீழே வருகிறார்கள். எதிரே தலைகீழாக பாதாளத்திலிருக்கும் அறைகளுக் கான பச்சைக் கண்ணாடிகள் துணுக்குற்று உடைகின்றன. வெளிச்சம் புக முடியாத பளிங்கு அறைகளில் பழங்களின் நீண்டவாசம். சுவரிலேறி நடக்கிறான் விண்மனிதன். பழங்களைத் தேடியாரோ

மறைகிறார்கள் தோட்டத்துக்குள். சலனமுறும் இருட்டுக்குள் கொடி இலைகளின் ரூபம் மாறுகிறது. ரகஸியமாக நுழைந்தவர்களும் கொடிசெடிகளின் படிக்கட்டில் படர்ந்து மறைகிறார்கள். காணாமல் போன பறவைகளின் முனகல். வெள்ளரிக்கொடிகள் தலைகீழ் படிக்கட்டில் பிஞ்சும் பூவுமாய் நீர்வாசனையிலிருந்தன.

வெள்ளரி இலையுடல் கொண்ட பாழி கண்ணாடியில் வெண்ணிறமாய் மினுங்கும் வெள்ளரிப்பழத்தின் விதையடுக்கில் முகம் பார்த்து மறைகிறாள் இருளில்.

நடுஅறைகளுக்குப் போகிற வாசற்படி வலப்புறத்தில் இருந்தது. படிகளின் சுருள் கைப்பிடிமரத்தில் இருபது குமிழ்கள் வெண்கலப் பூணுடன் கைபட்டுத் தேய்ந்தது. பெண்களின் ரேகைபட்டு களிம்பு படாமல் இருந்தது. சுழல்படிகளால் நடுஅறைகளுக்கும் நடு அறையிலிருந்து மூன்றாவது மாடிக்கும் மாற்றுச் சுருளில் ஏறலாம். ரெட்டை மச்சுபாவிய மரஉத்திரங்களில் விரிந்த நீர்த்தாமரை நடுவில் செப்புத் தகட்டில் அரும்புகள் பளபளக்கும். கண்ணாடி உத்திரங்களில் சுத்திகள் வாச்சுகள் என எந்த ஆயுதம் பட்டாலும் சத்தம் அதிலே கேட்கவில்லை. அது பணிதீர்ந்து கொண்டுவரப்பட்ட கற்களால் ஆனதால் மர வைரத்தில் ஒசைப்படாது. உள்ளும் புறமும் தள வரிசையில் அந்த மான் தேக்கு விட்டங்களில் மலர்ந்த அல்லியும் நீர்அலையும் வெட்டிய ஓடேந்தித் தச்சன் தேக்குமர நிலைகளில் லட்சம் சிறகுத் தேவதைகளை படிகத்தில் திராட்சைக் கொத்தும் மாதளம் பழமும் கொண்டு பறக்கிறார்கள் தேக்கு மரமூல இலைகளுடன். மேலச்சுவரில் ஆரம்பித்து கடைசி முனைவரை எட்டிப் பார்க்கும் அளவில்லாத மரப் பதுமைகளும் பறவைகளும் பழங்களைப் பார்த்து தித்திக்கும் ஒலிக்கூட்டம் ஓயவே இல்லை. மொக்குகளும் மலர்ந்த பிச்சியும் பவளமல்லியும் ஒரே கல்லில் வடித்த பளிங்குத் தூணில் ஓடேந்தித் தச்சன் செதுக்கிவிட்டிருந்தான். கொல்லம் காவிச் செங்கல் பதித்து தரையில் செம்மண் பூசியிருக்கும். கண்ணாடியில் எரியும் செம்பழுப்பு அறைகளில் சங்குபதித்து தரையில் வழுக்கும் வெண்படிகமாய்.

அந்தக் கண்ணாடி நகரிலுள்ள வீதிகளில் ஒருசிறகில் நூறு வீடுகளும் எதிரில் நூறும் ஒரே நகரமாகச் சுற்றிவளைக்கப்பட்ட புதிர் அறைகள் பிரித்துப் பார்க்க தனிவாசல் தெரிவதில்லை. வீட்டின் ஒரு கதவுக்கு இரண்டு மடிப்புப் பலகைகளும் மற்றகதவுக்கு இரண்டு மடிப்பும் கருங்காளி கோங்கு மலைமருது மரத்தில் கீறிச் சேர்த்திருந்தது.

வெளியே இருக்கும் முற்றம் வரைக்கும் அளவெடுத்த கற்பளிங்கில் வாளால் அறுத்து வெட்டிய கற்களால் பளபளத்தது. வலைபோன்ற பின்னலும் சங்கிலித் தொங்கலுமாக ஒவ்வொரு கும்பத்தின் அடியில் சிங்கம் வாய்திறந்து கர்ஜிக்கும். பின்னலின் மேல் மாதளம் பழங்கள் வெடித்து விதை அடுக்கில் வீட்டின் கண்கள் கண்ணாடி நகரையே பார்க்கின்றன ஊடுருவி. மாடிக்குச் செல்லும் கைப்பிடிச் சுருள் மரங்களை இருண்ட மலையிலிருந்து வெட்டி வந்திருப்பார்கள். கைப்பிடி மரத்தில் சிங்கங்களைத் தழுவி ஏறினால் உயரத்தில் எல்லாம் கண்ணாடியிலான வார்ப்பு வேலைகள். வெனிஸ் கண்ணாடிகளை மஞ்சணத்தி மரச்சட்டத்தில் பொருத்தி காணாமல்போன பெண்கள் அங்கு கண்ணாடியில் பதிந்திருக்கிறார்கள். பழுப்புநிற வராண்டாச் சுவரில் ஓவல் கண்ணாடிகள் பெல்ஜியத்தில் வாங்கியதாக இருக்கும். உயரத்தில் மூன்று வரிசை ஜன்னல்கள் ஒன்றுக்கொன்று எதிராயிருந்தது. ஜன்னல்களில் வாசலில் முழு நட்சத்திரமண்டலம் வந்துபோகும் விலாஸத்தில் சட்டமிடப்பட்டு சதுரமாயிருந்தன ஜன்னல்கள். வெண்பளிங்குத் தூண்களில் நிறுத்திய மாடியில் மரப்பலகையில் யாரோ நடமாடும் சப்தம் விடாமல் கேட்கும். தூண்களுக்கும் உத்திரங்களுக்கும் எதிரெதிராய் செண்பகப்பாலை மரத்தில் வடித்த தைலம் உலராத வாசனை. ஒருபக்கம் துவங்கி மறுபக்கம் சுற்றிவரும் காலடிகள் ரகஸியஅறைகளை விட்டு நழுவிவிடும். நடக்கூடத்தில் தொங்கும் கொத்துத் திராட்சை விளக்குகள் சீசாப்பூக்கள் கிண்ணங்கள் தூபக்கலசங்கள் உள்முளைகளில் பார்வை கொள்ள நடமாடும் கண்ணாடிச்சிற்பங்கள் கைக்கூடையுடன் பழத்தோட்டத்துக்குள் நகர்கின்றன அசைந்தசைந்து. ஆகாசத்தின் நீலம் ஊடுருவும் கண்ணாடி வீடு பற்றி எரிந்தபடி பறந்து கொண்டிருக்கிறது சீற்றத்துடன். பான பாத்திரங்களெல்லாம் சுண்ணாம்புச் சுவருடன் பதிந்த கண்ணாடி அலமாறிகளில்.

நகருக்குள் மறைந்திருக்கும் சிற்பாசாரிகள் பார்வைக்குக் குறுகிப் போகிற ஒடுக்கமான ஜன்னல்களில் வளைந்த கழுத்துடன் தம்புருப் பெண் சிற்பமாயிருந்தாள். சுற்றுக் கட்டுச்சுவர் ஏழும் கொண்ட கோட்டையாய் சுருட்டப்பட்டிருந்தது வனாந்திரத்திலிருந்த கண்ணாடி நகரம். முழுவதும் கட்டித்தீராத நகரத்தில் வீடுகளும் தீராத அறை களுடன் சுருண்டு கொண்டிருக்கும். தூண்களுடைய சிகரத்தில் விருச்சிகம் சர்ப்பம் மீனராசியும் மிருகங்களையும் கொத்தியிருந்தது.

பானபாத்திரங்களின் விளிம்பில் ஊமத்தம்பூ வாயாய் அமைந் திருக்கும். கண்ணாடிச் சட்டங்களுக்கு மேலும் கீழும் சிங்கங்களும்

அன்னங்களும் ரிஷபமும் திருணைகளுக்குகீழே சாய்வான ஜலதாரைகளும் அறைகளுடன் இருந்தது. உச்சியிலிருந்த சர்ச் கூம்பில் நாளி ஓடுகள் மிகப்பழைய காலத்திலிருந்தே பாதுகாக்கப்பட்டு விருத்த மாயிருந்தது. ஓடுகளின் தாழ்வாரத்தில் வட்டங்களும் சக்கரங்களும் பூக்கம்பிகளும் கண்ணாடிக்குச் சட்டங்களாயிருந்தன உயரத்தில். ஓடுகளின் காவி நிறத்தின் மேல் கருப்புப்பாசி. அதில் சித்திரம் தீர்த்தியாருந்தது. வட்டமான ஓட்டுக் கூம்புகளில் சுண்ணாம் பிலான கிளிகளும் சிங்கமும் சக்கரத்தை உருட்டியவாறு கொத்து வேலையில் வார்ப்பாயிருக்கும். கைச்சுவரில் கடலில் அறுத்த கற்களின் குமுறல் கண்ணாடி நகரையே அசைத்தது.

பளிங்கு நகரை அடுக்கிய வயலின்மரத்தின் சாயைகள் விளக்குத் தூண்களின் இருளும் ஒளியுமான பாதையில் பூர்வீக இலைகளைத் தேடி மணல்மேடுகளில் அலையும் காற்றுடன் உரையாடும் குரல். தொலைவில் ஈயத்தை உருக்கி வார்த்த வெண்கலக்கடல் சிங்கவாய் திறந்து வெளிப்பட்டது. உலோகக் கடலின் ஆழத்தில் அதன் குரல் கர்ஜித்தது. விண்மனிதர்கள் சாம்பல் ஆமைகளை அணைத்தவாறு மணலில் படுத்திருக்கிறார்கள். உயரங்களையெல்லாம் ஈயநீரால் மூடி அதிர்கிறது அலை. ஏனோ இவ்விரவின் கருமை சப்தமற்று நிற்கிறது. இவ்விருளின் அமைதியில் நீந்தும் இருட்டுப்பூச்சிகள் கண்ணாடியின் ரகஸியம். கடலின் ஒவ்வொரு இடத்திலும் பரவும் விண் மனிதர்கள் பளிங்குக் கண்களில் மிதக்கும் கடல். பியானோத் தெரு வரை அலை நீட்டி உள் சுழிகிறது நீர். சுவர்களை ஒட்டி பால்யா நடந்து வருகிறாள். விளக்குத்தூண் மீது மாயவிளக்கு வைலட் ஒளி பரவுகிறது. கடல்கரை வரை நீண்டு செல்லும் நிழலுடன் பால்யா. ஈயவிண் பரப்பும் உலோகக் கடலும் இணைந்த ஒளியில் நடந்து போகிறாள். நீருடல் கொண்ட கண்ணாடிநகரம் கடலில் நெளிகிறது அவளுடன். கூடுகளை விட்டு வெளிப்பட்ட பளிங்குப் பறவைகள் அவள் கூந்தலில் படர்ந்து மறையும். நீலப் பால்வைகளின் கழுத்துகளில் வெளித்தோன்றும் அசைவுகள் அலையலையாய் கண்ணாடி நகரின் உருவை வெளிப் படுத்த தொகுதியாக வெளியேறிய நிழல்கோடு ஒன்றைப் போல் ஒன்று இல்லாமல் இருக்கும். படிகத்தின் இறுகிய பாதையில் நீலப்பால்வை ஒன்று குவிமாட மேல்தளத்தில் அமர்ந்து 'பால்யா போகாதே... போகாதே...' என அதிர்கிறது. வந்துவிடவா! என்றாள் பால்யா. நீல ஒளியில் மிதக்கும் பால்வை ஒன்றின் ஊமையான துயரம் வட்டமான அதன் மஞ்சள் கண்களின் ஆழத்தில் சலனமுறும். நீலப்பால்வை நகர்ந்து செல்லும் கடலில், பழுப்பு ஊமையான

துயரங்களின் சலனம். பாழ்விழுந்த கண்களின் ஆழத்தில் கனிகளின் தனிமை. வெளிர் இரவில் குளிர்ந்த கண்கள் வைலட் ஒளியில் பதிந்திருந்தது. பெரிய பெரிய பாதங்களுடன் விண்மனிதர்கள் ஆமையுடன் நீர்மேல் நகர்கிறார்கள். அவர்கள் உடலில் பரவிய விநோத லயம் சூழல்மீது நிறங்கொண்டு நிலைத்த தோற்றமானது. கணத்தோறும் மாறிவரும் கண்ணாடியுள் விண்மனிதக் கண் உருண்டு ஓடுகிறது. யாவர் உருவிலும் பட்டு உணர்வுகொள்ளும் பாசியுயிர் முளைத்துவிட விபரீதமாக ஓடுகிறார்கள் பயந்து. யாவும் கனவில் நிகழ் கண்டு விடுபடுகிறார்கள் தினசரியிலிருந்து. கண்ணாடி வீட்டின் கூம்புமீது வெருளாந்தை கண்திறக்க பழமையான நரிகளின் கண்ணாடி திறக்கும். அவள்மீது உடல் படர்ந்த வைலட் நரி முகம் மறைத்து சிரிக்கும் வாலாட்டி. வைலட் சுடரின் இழைகள் பிரிந்து ஈர்க்கிறது நரியின் பார்வை. நரியின் பிம்பம் உள்வாங்கிய கோடுகளில் சென்றது. வைலட் வெளியெங்கும் கால்தூக்கி நகரும் நரிகளின் ஒளி ஊலையில் மயக்கமுற்ற விண்மனிதர்களை நரியின் சாயைகள் அழைக்கின்றன உதிரும் புஸ்தகத்திலுள்ள மந்திரப் பரப்புக்கு. எழுத்துகளற்ற வெளித்தோற்றத்தில் நிறங்களாலான உள்தளம்.

காய்கள் தோன்ற கனிந்த வெளியில் நிறங்கள் வந்து விடும். நார் நாராய் உள்பரவும் கீறல்களில் பச்சைவரி வண்டுகள் குடைந்து உள் உறுத்துகின்றன குரல் பலவாய். மேஜையிலிருக்கும் பழத்தொலிகளால் தைக்கப்பட்ட வர்ணப்புஸ்தகத்தில் கண்ணுக்குத் தெரியாத வாசனை உள்வாங்கிய கோடுகளில் நகரும். மோப்பத்தில் விரியும் கனிகளின் நெளிவுவரிகள் தலைகீழான செடிகளுக்குள் படிவாய் அடுக்கிய நூலகம். பருவச் சுழற்சியில் தாவரச் சிறுமி வந்து எழுதிச் செல்கிறாள் உலராத வரிகளை. தாவரவிரல்கள் வளைந்து அசையும் நீரோடையில் நுண் மணல் மடிப்புகள் கனிப்புஸ்தகமாய் புரண்டு புரண்டு பாழி நீர் விரல்களுடன் புலம்பும் ஓடையில் ‘நீ தானா.’ அலையில் இடம்மாறும் மணல்துளிகள் தான் வார்த்தையாக அடுக்கி ஓடும் நீண்டு நீளும் ஓலைகளில் மறைந்து தோன்றும் தாவர நூல். வடுப்பட்டு எரிந்த பாறையின் ரேகைகளில் வெட்டிய நூல் லிபி உதிர்ந்து பார்க்க உருக்கொள்ளும் வெற்றுவெளி அலையலையாய் திரவநூல் அதிர்ந்து கொண்டே இருக்கும். பார்த்துக் கொண்டிருக்கும்போதே வேறு பக்கமென அதே வரிகளில் ஓடும் அலை கடந்த பக்கத்தில் மறைகிறது. திருப்பிப் புரட்டும் கண்களில் வட்டமான புஸ்தகம் கடந்த பக்கத்திலிருந்து கடைசிப் பக்கம் வரை தலைகீழாக மாற்றிச் சுருட்டிய நூலோர் தொகுத்த உருவெளித் தோற்றம் மறைந்து நடக்க இருப்பதின்

சாயைகள் கண்ணெதிரில் அசையும் வெளிகாகிதமாய் சுருள்கிறது. மிகப் பழைய மரபாக வந்த எழுத்தும் சுவடியைவிட்டு வெளியேறி சிதல் அரித்த துளைகளில் அழியும் அடுத்தகட்டத்திற்கான உருவெளிப்பட ஒவ்வொருவருக்குள்ளும் ஒரு கண்ணாடி நூல். பதிந்ததன் மேல் பதிந்த விரல்கோடு ஒன்றைப் போல் ஒன்று இல்லாமல் இருக்கும்.

விடிவைப்பச்சை இலைகளாக மாற்றும் பறவைகளின் குரல். மெல்ல விடிகிறாய் உருத்தோற்றத்தில். கண்ணாடி நூல் தானே திறந்து விடிவதற்கு முந்திய வெண்வெளி ஸ்பரிசித்துக் கொண்டிருக்கிறது கண்ணாடி நகரை. உள்ளே படரும் வார்த்தைகள் கிளைகளாக ஏறிப்பரவும் மரமெனத் தோட்டம். கணந்தோறும் மாறிவரும் கண்ணாடியுள் பாசி சுழல்கிறது நிழல்களின் ஓட்டமாய். யாவர் நிழலும் புஸ்தகத்துள் நிகழ்வதென எழுதாத வெற்றுக்காகிதங்களை நார்நாராகக் கத்தறித்து வெட்டி ஒட்டிய சதுரப்புஸ்தகம் மேஜைமீது இருக்கிறது திறவுபடாமல்.

கண்ணாடி வீட்டின் கூம்புமீது வெளவாலாய் திறந்த புஸ்தகம் அசைந்து கொண்டிருக்கிறது ஆயிரம்பக்ககங்களில் ஓடும் மொழி வேகத்தில். மூச்சுவிடும் நகரமே கருப்பு நூலுக்குள் துயிலும். சுழல் படிக்கட்டுகளாய் அடுக்கிய கருப்பு நூல்களில் மிருதுவான ரேகை பதித்து மேலேறுகிறாய்.

வெளவால்கள் உருமாறிய கருப்பு நூலகத்தில் தலைகீழாகத் தொங்கும் நூல் வெளவால் தாள்முகமூடி அணிந்து சீறிப்பறந்து விண்மனிதர்களின் கழுத்தைக் கவ்விப் பக்கம்பக்கமாய் படபடக்கத் தாக்கும் கருப்புநூல். விநோத நூலடுக்கின் சுருதிக் கோர்வையில் அழுத்தமான பூச்சியின் ரகஸியத்தை அதிரும் புஸ்தகங்களாலான கருப்புப் பியானோ மீது விண்மண்டல விதிகளில் விரல் நகர்த்தும் விண்மனிதர்கள் புஸ்தகங்களை மாற்றி அடுக்கி பக்கங்களைப் பிரித்து வேறுவடிவில் பின்னி ஒளி ஊசியால் தைத்துக் கொண்டிருக்கிறார்கள். அவற்றின் குரல் கோடுகள் ஜீவராசிகளின் தனிமொழியான மாறி மயக்க நிலைக்கு ஈர்த்து கண்ணாடிநகரையே அழைத்துச் செல்கிறார்கள் வேறு வெளிக்கு. அங்கு மௌனத்தில் புதைந்த படிகவெளி தானே புறளும் பக்கங்களாக மடிக்கப்பட்டு கண்ணாடிநகரின் விநோத அமைப்பின் உருவெளியில் பறந்து மிதந்து திரியும் பக்கங்களின் சரிந்த அடுக்கில் சுழலும் காகித சதுரங்கம். தாறுமாறாய் கோடுகள் வந்தன. பழவிருட்சங்களில் தலைகீழாய் வரும் வெளவால் நூல் திறந்து

பேசுகிறது டேபில்மீது.

கனிகளின் அடர்ந்த பாதைகளில் சிறுமிகள் இழுத்துச் செல்லும் பழவண்டி விருட்சங்கள் நிழல் சூழ்ந்த வட்டமான குகை வழியில் வார்த்தைகளில் முளைத்த சிறகுகளைக் கொண்ட கனிகளாலான நூல் திறக்க லட்சம் தொகுதியாகப் பறக்கும் பட்சிகளின் குரல் அலை. செந்நிறமான மண்பாதையில் நகர்கிறார்கள் அசைந்து. விருட்சப் பொந்துகளில் எட்டிப்பார்க்கும் ஆந்தை கனிகளுக்கான அந்தரங்கத்தில் பதுங்கி உள்பரவும் குரல் அதிர்வு. பழவண்டியைச் சூழ்ந்து இழுத்துச் செல்லும் குழந்தைகள் இலைமறைவில் கண்வைத்துப் பார்க்கும் பட்சிகளின் அலகில் ஒவ்வொரு பழுக்கும் காலத்தின் பாடலை கேட்கிறார்கள்.

கோடுகோடாய் வெளிகளில் கீறிய கனி. சுருண்ட வெற்றிடம் கனிகிறது. வாசனை பரவிக் கிடந்த கிழவிருட்சங்கள் மொடுமொடுத்து அசையும் பாதை. அண்ணாந்து வளைந்த வடுமரங்களின் கிளைகளில் கால்தடம். இலைக்கூட்டம் கிசுகிசுத்து வாடி உலர்ந்து காம்புதிர்ந்து தவழ்ந்து பறக்கும் சருகுகளின் புலம்பல்.

கனவுக்குள் விரிந்த தரை இலைகளால் மூடியிருக்கும். யாரோ நடந்து போகும் ஒலி. தொலைவு வரை சரசரக்கும் இலைச் சருகுகளின் அவாந்திர நடமாட்டம். நிசப்தத்தின் ஆழத்தில் உருண்டு செல்லும் சருகுகளின்பின் ஓடும் நினைவின் தடம். வெளிமீது காய்ந்த இலை யொன்று நரம்புகளின் வலியில் நடுங்கும் ஓசை. ஒடிந்து வீழும் இலைச்சருகுகளின் மெல்லிய பச்சை நரம்புகளால் பின்னிப் பிணைந்த கண்ணாடி வீட்டுக்குள் அடைபட்ட கண்ணாடி நகரம்.

முணுமுணுக்கும் சருகுக் கண்ணாடிகளின் பார்வை பல திசை சூழ்வெளிகளை உடைகளாக உடுத்தி உருக்கொள்கிறது தோன்றாக் கனி. காலம் பழுத்து இலைகளாக உதிரும். மடிப்பு அறைகளுக்குள் பச்சைக் கடல் பாசிகளாக எரிந்து கொண்டிருக்கிறது. அரூபமாய் ஒளிந்து கொண்டிருக்கிறார்கள் விண்மனிதர்கள். எரியும் பாறை யிலிருந்து உருவான பழத்தோட்டத்தில் சிறுமி பாழியின் உருளும் கண்களில் கனிகளின் பச்சை நார். அதில் பதுங்கிய கண்ணாடிநகரம். பாசிரேகை அசையும் கோப்பையில் ஒருதுளி பாதரஸரத்தம் தவறி உருண்டு வீட்டின் மறுகோடியிலுள்ள மடிப்பு மடிப்பான கண்ணாடி அறைக்குள் பூட்டப்பட்ட சிறுமி பாழி. சலனமடைகிறாள் உருளும் பாதரஸத் துளியிடம். விண்மனித ரத்தம் அறையெங்கும் காரநெடி யாகப் பரவி உருண்டு எல்லாரது கண்களை ஊடுருவிப் பார்க்கிறது

தனியே. வைலட் தோட்டமாக விரியும் பாதரஸ ரத்தத்தில் பற்களால் கரும்பி சுவைக்கிறாள் சிறுமி.

32 அத்தனை யுத்தங்களுக்கும் ஈடாக பூமி வழங்கியுள்ள திராட்சைத் தோட்டங்கள்

துருக்கித் திராட்சைக் கண் திருகி மெல்லிய தோலிலான சாம்பல் படிந்த மலேயாத் திராட்சைக் கொடிபடர்ந்த கரும்பச்சையான ஒயின் பாட்டிலுக்குள் நகரும் தீவுகளாக இடமாறும் திராட்சைத் தோட்டம். சீனாக்களிமண் ஜாடிகள் மண்மிடாப் பானைகளில் ஒயின்.

வெட்டும் கத்தறிகளுடன் தோட்டக்காரிகள். கண்ணாடி ஜாடிகளை கூம்புச்சீசாக்களை கைமுறையில் செய்து கொண்டிருக்கிறார்கள் கிளாஸ்காரிகள். இருட்டிலிருந்த வயோதிக ஒயின் மிகப்பல நூற்றாண்டுக்குப் பின் கூம்புசீசாவைத்திறந்து வெளிப்பட்டது உருவற்று. தொலைவிலேயே அசைந்து கண்களால் அறியும் கட்டெறும்புகள் பந்தாகச் சுருண்டுஓடும் காட்டாறை குறுக்கே உருண்டு கடந்து சுழிசுற்றி வட்டமான சுழலாக மேலேறி வருகின்றன கூடிப்பிணைந்து. இணைந்து பின்னிய கூட்டுக்குள் இல்லாத கனிஒன்று தித்திக்கிறது. ஆரஞ்சு வடிவவட்டமாக சுழன்று தகதகவென எரியும் நிறங்களின் பாதையில் எறும்புகள் கருப்பு விரல்கள் கோர்த்து கால்களாலான மெல்லிய தந்திகள் மடங்கி அதிரும் இசைக்கோளமாக நீர் நரம்புகளை கோடுகோடாய் ஊடுருவி சுருதியேறிய கால்களை நீரில்தட்டி துளை விழ ஆயிரம் துளைகளில் முண்டி நுழைந்து நீரடி ரகஸிய ஊற்றை சிறிய தலைமேல் ஏற்றி உருண்டுவரும் ஆரஞ்சு வடிவப் பந்து. ஒன்றோ டொன்று பிணைந்து இறுகி அடைத்த சுருள் கோட்டையாகப் பாயும் நீரின் வேக ஈர்ப்பை மணல் சுழியை ஊடறுத்த நீரின் நாவுகளை வெட்டிக் கீறி வருகின்றன கரைநோக்கி. நீளும் தண்ணீரை குறுக்கே வெட்டிய வாள்மீது உருண்டுவரும் எறும்பிலான எரிபந்து சூரிய வெப்பத்தில் லட்சம் கண்களாலான வலையாக விரிந்து தோன்றும் கண்ணாடி நகரம். வெளிர்நீலக்கனிகள் படபடக்கத் தொங்கும் கருப்பு எறும்பு வலை. சூன்யத்தில் பதிந்த கண்களில் ஒரு துளி பார்வை லட்சம் திவலைகள் வலை பின்னிக் கோர்த்த கண்களில் நடுங்கும் திரவ மிதப்பில் தலைகீழ் கண்தோட்டம். அருஉருவம் சரிந்து வரும் முதிய பழவிருட்சங்களின் தொலைவுத் தோப்பின் வாசனை. காற்றில் பரவும் கனிகளின் நெடி. வெற்றிடமே சுருண்டு வாசனைச் சுருள்படிந்து திரட்சியான கனியாகிறது. உள்நாரில் ஈரவாசம்

கொப்பளிக்கும். பளபளக்கும் தொலிமேல் கருப்பு வடு. புள்ளிகள் கரும்பிய அணில் விரல்கள் நட்சத்திரத் தடங்கள் பச்சை ரேகை மெல்ல அழிய தோலில் வரைந்த உயிர்ப்பரப்பு.

முதிய பழங்கள் உதிர உதிர லட்சம் எறும்புகள் வாசமான காற்றை சுவாசிக்கின்றன தாகத்துடன். மெல்ல கனியின் திசை நோக்கிலட்சம் தலைகள் அசையும். உணர்கொம்புகள் நீட்டி வரும் பாதையெங்கும் அரூபநாரிலான லேஸ்வலை விரிவு கொள்ளும். தலைதூக்கிப் பார்க்க ஞாபகங்களில் நூறு வாசனையுள்ள கனிகள் பழுக்கின்றன.

ஒன்றைப்போல் ஒன்றில்லை. அதிர்ஷ்டத்தில் வாய்க்கக் கூடியது. ஆண்பெண் எறும்புகளுக்கிடையில் உலர்ந்த கனித்தொலிகளால் ஒட்டித் தைக்கப்பட்ட கனிகளின் புஸ்தகம். உலர் பனித்தாவரங்களில் சாம்பல்பூக்கள் கனியில் ஒளிகசியும். சிலசெம்பருத்தி மஞ்சள் ஆவாரம் பூநெடித்த தூள் பாதையின் மயக்கப்பரப்பில் திரும்பும் எறும்பு. தொலி மீது தித்திக்கும் செந்நிறம். பழக்காம்பில் கசியும் பால் நிறத்தில் எறும்பின் கால்கள் ஒட்டி பால்பருவத்தாவரங்கள் புஸ்தகத்தில் கசியும் பருவ மாறுதல். வெட்கி வளைந்து கண்பொத்தி அடிவயிற்றிலேந்திய கதிர் மணிகளில் உருண்டோடும் புஸ்தகம். பால் கதிர்கள் வளைந்து நாணிய வரப்பில் சிறுபால்மணி அதிர புஸ்தகத்துக்குள் வெம்பரப்பான வயல். வேலைக்கார எறும்புகள் சதாவும் பருகிய ஒளியாக மாற்றி உள்ளேவரும் பாதசாரிஎறும்புகளுக்கு ஒளியைக் கக்கி வாயின் முத்தத்தால் ஒளிர்ந்தது. தோகை விரித்த பச்சை சிறகுடன் பால்ஊறும் கிளைகளில் கடித்து முத்தமிடும் எறும்புகளின் சீதளஏடுதிறந்து வாசனை அலை. உலர்நிலத் தாவரங்களில் சருகுமூடிய கனிகளில் பனிஒட்டிய மேல் தொலியை கடிக்கின்றன செவ்வெறும்புகள். சதைத்திரட்சியில் சாம்பல் ருசியுடன் உலர்கனி. செடிக்குள் ஏறி ஒவ்வொரு கிளை கொப்பில் இலையடியில் தலைகீழாக ஊர்ந்து கடித்தவடுவில். வலியுடன் பருவம் துவங்கி யிருக்கும். உற்கிளைகளில் ஏறிய மண்நீர் நிறங்களாகக் கனியும். விதைமணிவட்டமான பால் பாதையில் தத்தளிக்கிறது. உள்ளே துயிலும் மணிஉயிர் கருவாகச் சுழிந்த அரும்பில் சூரியனைத் தாங்கி நிற்கும் அழுத்தம்.

கருவில் உருவமிலாத சாயல்களும் நகரும் சாயைகளும் யாரென்று தெரிந்தும் தெரியாமலும் பார்த்து அலைவுறும் கருக்கலான கனிநூல். எறும்புகள் போர் வீரர்களாகி படையுடன் வருகின்றன தோப்பைச் சூழ்ந்து. உள்ளே வேலைக்கார எறும்புகள் ஏற்கெனவே தோப்புக்குள் நடமாடித்திரிகிறார்கள். ஒவ்வொரு எறும்பு மீதும் சுருண்டு துயிலும்

இலைகளின் கனவுகளை ஊடுருவி நகரும் படை எறும்புகள்.

வாசனை மிகுந்த பழத்தோப்புக்குள் லட்சம் எறும்புகள் புற்றறைகளின் மேலேறி புதிர் பாதைகளை செம்மண்ணால் கட்டி முடிவு பெறாத உயரத்திற்கு செம்மண் ஊசிக் கோபுரங்களோடு மேல் எழும் கோட்டைச் சுருளுடன் பழங்களை அண்ணாந்து எட்டும் பேராசையுடன் இலை இடைவெளிகளுக்கிடையில் தொடுகின்றன கனிகளின் வெளிப்புறத்தை. எறும்பின் அரக்கு நிறக்கால் தட்டித் தாளமிடுகிறது வாசனைமீது. பழங்களின் மீதிருந்த கண்ணாடிச்சருகு வாசல் திறந்து உள்பரவும் கீழை எறும்புகளின் ரகஸியப்பாடல் விதை உள்ளறைகளில் பரவும். செவ்வெறும்புகள் மிருதுவான கிளைகளில் அசைந்து செல்லும். கொப்புகளின் எதிரெதிர் சிறகில் அடுக்கியபொடி இலைகளும் பெரிய இலைகளும் குழந்தைகள் கேட்கும் மெல்லிய ஒலிகளை எழுப்பும். எறும்புகள் பார்க்க நிறப்பட்டைகளாக பெரிய கதிர்நரம்புகளில் இலைக்கொழுந்துகள் பிஞ்சும் பூவுமாய் அலையெழும் நிறப் படிகம். கிளைகளுடன் இணைக்கப்பட்ட எறும்பின் கால்கள் நெடுக வளர்ந்து பரவிய உச்சிகளைத் தொட்டு அசையும். மரப்பட்டையின் கீறலில் விருவில் கசியும் பொந்துகளில் எறும்புகள் ஊர்ந்து வருகின்றன துளிக்கும் இலைகளில் பூவில் முத்தமிட்டவாறு. உணர்வுகளில் மணல் பரப்பாய் மணல் நகரும்.

ஒவ்வொரு மணலின் வறண்ட ஓசைகளில் புயலின் அசைவுகள் அலையலையாக சுருதி ஏறிய கால்களுடன் மணல் படுகையில் உருளும் எறும்புகள் முடிவற்ற பரப்பில் சாரை சாரையாக நகர்ந்து செல்கின்றன புலனுக்கெட்டாத தூரங்களில் நெளியும் சூன்யத்தின் கனியிலுள்ள ரேகைகளில் கால்வைத்து சிறு இதயத்தை கண்ணாடிகளால் மூடிப் பார்க்கிறது செவ்வெறும்பு. வெண்எலும்புகள் புதையுண்ட செந்நிலமான முற்பிறப்பின் மண் உருவங்களில் தோன்றும் தேரியில் அரக்குக் கண்களால் பார்வை கொள்ள செவேலென்று வெளிறியபாதை. அரவுகள் சீறிக்காற்றை எலும்புகளுக்குள் சுழற்றி ஊதும் ஆலம்பழங்களில் மிருதுவான இசை. அவற்றின் இதயம் ஒவ்வொரு விநாடியும் உடையும். செந்நிறப் புற்றுகளின் மேல் சருகுக் கண்ணாடி வலைமூடிய கண்களாலான நகரம். ஒரு கோடி இதயம் உடைந்து பிறக்கும் செவ்வெறும்புகள் அரிந்து ஊறும் கண்ணாடிகளுக்குள் செம்மண் மூச்சை காற்றில் செதுக்கி அடுக்கும் நாணல் கோரைகள் குச்சிகுச்சியாய் மூங்கிலைத் துளைக்கும் வண்டுகளின் அலை. மண்வீடுகளெல்லாம் செவ்வெறும்புகள் ஊர்ந்து அடுக்கிய செம்மண்படை. நாற்பதாயிரம் திசைகள் உள்ள

நகரம். முடிவடையாத பாதைகளில் பனைஓலைகள் நீட்டி எறும்புகள் பச்சை இலை மென்மையில் கீறிய முல்லைப்பனுவல். ஏடுகளைச் சிதல் அரித்து மண்ணைக் குடையும் புற்றுவரிகளின் நூற்றி மூன்றுபண். அடுத்த எட்டில் கண்ணாடிநகரம். தேனீயின் வயிற்று நரம்புக்கற்றைக்குள் தசை நார்கள் அடியில் தேனீயின் மயக்கம். காற்றில் ஆழமாய் ஊடுருவும் நிலப்பூக்களின் காந்தம். புளித்திரவமும் உப்புக்காரமும் ஆழமான தேனீயின் விஷக் கொடுக்கில் பாய்ந்து கொட்டுகிறது பகையை. எறும்புகளைத் தாக்குகின்றன தேனீக்கள்.

ஒன்றைஒன்று தாக்கி இசைக்கும் தேனிறமான காடு. வளையும் செம்பாதையில் இடையர்களின் சாண்குழல் துளைகளில் விரல் மூடித் திறக்கும். முடிவடையாத பாதைகளின் முடிவில் துவங்கும் கண்ணாடி நகரம். கனி எறும்புகள் சிரித்தபடி எறும்பு தின்னும் சிறுமி பால்யா மீது பதிந்து கடிக்கும். பால்யா ஒவ்வொரு எறும்பாக பிடித்து தின்னும் பழக்கத்திற்கு ஆட்பட்டு எறும்பின் நட்புக்கு ஆளானாள். அவள் தோலில் கால்வைத்த கனிஎறும்பு பால்யாவை அபூர்வக் கனிகளின் வாசனையில் நுகர்ந்து உச்சிவரை ஏறி விரலிடுக்கில் மறைந்து கொள்ளும். செம்பட்டைக் கண்களால் பார்க்கிறாள். தரையோடு தரையாக வரும் சாரைகளில் ஒவ்வொரு எறும்பின் அடையாளத்தைப் பின் தொடர்ந்து ஏமாந்து விடுவான். கண்ணாடி அறைகளுக்குள் சுவர் கீறலில் வரும் சில எறும்புகள் வார்த்தைகளாக மாறி எறும்பு நூலாக மாறி ஒவ்வொரு எழுத்துமாக ஓர் எறும்புப் புஸ்தகத்தில் கால்வைத்த கனி எறும்புகள் நகரவும் எதிலெதிலோ கீறல் விழும் ஒலி துணுக்காகக் கேட்டது. சில்லுச் சில்லாய் உடைந்த கண்ணாடி அறைகளில் சடசடத்த கீறல்களின் விநோத ஒலியில் எல்லாமே நிலைகுலைந்து போனது. ஒவ்வொரு அறையிலும் சுடரின் தனித்தனிசாயல் கண்ணாடிகளில் பரவும். மூடிப் பாதுகாத்துவந்த ஒவ்வொன்றும் துணுக்குற்று உடையும். எறும்பு தின்னிச் சிறுமியிடம் கொடுக்கப்படாதவை பச்சைத் தீவில் மறையும். விடாமல் துரத்திக் கொண்டுவரும் கனி எறும்புகளின் கால்களில் அசையும் சிமிழ்களின் அதிசயம் கண்ணாடி அறையில் பத்திரமாக இருக்கக் கூடும். உடைந்தவற்றின் எதிரொலிகள் சதாவும் உருண்டு கொண்டிருந்தன. அவளைச் சுற்றிச் சுற்றி மடிக்கப்பட்ட கண்ணாடிச் சுவர்களில் சிறுமிகள் பதுமைகளாகத் துயில்கிறார்கள். அவர்கள் என்றுமே துயிலும் கண்ணாடித் தோட்டத்தில் பதுமைகள் அருகில் பழங்களின் அழுத்தமான நிறங்கள் இருப்பிடத்திலிருந்து கரையும். மிருகக் கொழுப்பில் கலந்த வெள்ளை, சிவப்பு,மஞ்சள், நீலப் பசைகளை சிலந்திப் பூச்சிக் குகைக்குள்

வடுவாகத் தீட்டிய எரிநிறங்கள் பழுப்பு வெள்ளைப் பாறைகளில் சிவப்புக் கோடுகளில் உருப்பெற்ற புராதனத் தேனீக்கள் மெல்ல இடம்பெயர்ந்து சுண்ணாம்பு வர்ணங்களுடன் பறந்து திரியும் ரீங்காரம். குகையில் தேன்சிற்றறைகள் கோப்பை விளிம்பில் கதவுகளை கீறித்திறக்கும்.

எரியும் கண்ணாடிவீட்டில் பூக்களின் மாறுபட்ட வெப்பம் அலையாகத் ததும்பி வழிகிறது குறுகலான ஜன்னலில். ஒளிஊடுருவும் ஜன்னல் சட்டத்தில் பறக்கும் பூச்சிப்படை அங்கும் இங்கும் ஒலிமுகவாசலில் கோடுகிழிக்கும் சிறகுத்தடம். அகலமான கண்ணாடி நடைவழி. வெளியை வெட்டிச் சதுரமாக்கிய ஜன்னல்களின் மரவாசனை. தைலம் பூசிய இருட்டு. உயரமான புகைபோக்கிக் குழாயிலிருந்து உருண்டு நிழலாடும் ஒளி. அவளுள் திறக்கப்பட்ட கண்ணாடி அறைகளில் சிறுமிகள் விளையாடும் ரோஜாத் தோட்டம்.

எப்போதும் உருமாறும் ரோஜா இலைகள் இசை எண்களாக அசைத்து கொண்டிருக்கும். இலைகளில் கால்கள் நகர்ந்து சிறிய கனிப்பெண் கண்ணாடி நூலை மெல்லத்திறக்க உடையும் புஸ்தகம். உடைக்க உடைக்க உருவாகும் கண்ணாடிச் சருகுகளை உண்டாக்கும் கிளாஸ்காரிகள். காகிதச் சுருள்களில் கனிப்பெண் மேலும் கீழும் கோடுவரைந்து கீறும் ஒளிக் கோடுகளில் விண்மனிதர்கள் உருவாகி வெளிப்படுகிறார்கள். சருகுகளில் பெரும் சத்தத்துடன் நடமாடித் திரியும் கனிப்பெண். கால்களில் உருவான கீறல் கீறலான லிபி வடிவம். கண்ணாடி விரல்களைச் சுற்றி எல்லாமே கனிப்பெண்ணின் கண்ணாடி நூல். ஸ்படிகமாய் ஊடுருவும் எல்லாக் காகிதங்களிலும் ஒளி பொருந்திய கனிப்பெண். அரக்குநிற விழி கரைந்து இமைத்து தேன் பாதையில் தோன்றும் மிருதுவான தேனீ நகரம்.

தேனிறமான நகருக்குள் காலமற்றவெளி மங்கியிருக்கும். உவர் நெடிவீசும் வெண்பாதையில் விண்மனிதர்கள் கனிப்பெண்ணின் வரிகளை புஸ்தகமாகக் காணக்கூடும். தேனிறத்திற்குள் பூக்களின் மெல்லிய இதழ்களும் சாயைகளுமன் அடுக்கிய கண்களின் ஆழத்தில் மயக்கத் தூள் உதிர்காற்றில் பரவிவிரிய கனிப்பெண் சருகுச் சிறகுடன் பிறந்து உவர் பாறைகளுக்குள்ளிருந்து வெளிவருகிறாள்.

வார்த்தைகள் ஒடிந்து விழுந்தன. நேரடியாக இருந்த பொருட்களின் உருக்களில் உறைந்த கடிகாரம் உருகி வளைந்து உள்ளே கனிப்பெண். சுற்றுப் பாதையில் விண்மனிதர்கள். தேனீக்கள் இடம்மாறி வார்த்தைகளாய் அமர்ந்து தேன் உள்ளறையிலிருந்து மென்கொடுக்

கிலுள்ள விஷத்தை லிபியாகக் கீறும் பக்கங்களில் முளைத்தன பூக்களின் வரைபடம்.

தேனும் விஷமும் மாறியபக்கங்களில் ஓடும் விஷஓட்டத்தின் வாஸிப்பை விண்மனிதர்கள் நிகழ்ந்த விஷவேகத்தில் கொட்டிய தேனீக்கள் அவர் உடல்பதிந்து இறந்து கொண்டிருக்கின்றன தானும். தேன்விஷம் எதுவெனப் பதறும் கண்ணாடிகள். கண்களின் ஆழத்தில் சென்று மறைந்திருக்கும் தேனீக்கள். பார்வைக்கு மேல் மலர்ஏடுகள் தானே திறக்க இதழ்கள் மெல்ல அசைந்து தொடும் பூக்களின் வாசனை. ரஸவாதி கண்ணாடிப்பெட்டிக்குள்ளிருந்து கனிப்பெண் சிறகைத் தொட்டு மேல் எழுகிறான். பூக்களின் அருகே போய் அவற்றைத் தொடாமல் கண்ணாடிகளால் பிரதிகொண்டு ரஸவாதத்தில் நூறு பூக்களின் ரஸத்தில் கனிப்பெண்ணை உயிர்ப்பித்துக் கொண்டிருக் கிறான். கண்ணாடி நூலின் மறுபக்கத்தில் கனிப்பெண் கால்கள். ரஸவாதியின் நினைவு வேகத்துடன் தொற்றிக்கொண்ட அவள் அவனைப் பற்களால் கடிக்கிறாள். கனியின் தீயவேகத்துடன் தொற்றிக்கொண்ட அவள் விளையாட்டிலிருந்து விடுபட முடிய வில்லை. கண்ணாடித் தோட்டத்துள் கனிப்பெண்ணுடன் ஊர்ந்து செல்கிறான். சுவர்களில் ஏறி நகர்ந்து கொண்டிருக்கிறான் ரஸவாதி. சிறகு முளைத்த கனிப்பெண்கள் கூட்டம் அவனை நச்சரித்துக் கொண்டிருக்கிறார்கள் விடாமல். வருகிறவர்களின் சாயைகளும் நிறங்களும் சுவர்களில் பதியும். பின்தொடரும் கனிபெண். தாவரங் களின் உள்பரப்பில் ஓடும் கிளைநார்களை ஊடுருவி நடுநரம்பில் பதுங்கியிருக்கிறான் ரஸவாதி. இசைப் பனுவலைத் தாவரங்களின் சுருள் நரம்பின் கற்றையிலிருந்து காற்றின் தடங்களை காலமாகக் கணித்து முல்லைநகரை நிர்மாணித்துக் கொண்டிருக்கிறான் மிகச் சிறிய தோல் ஏட்டில். மிக முக்கியமான குறிப்புகள் மட்டும். சர்ப்பங்களின் இரவு மூச்சை லிபியாக மாற்றி எழுதியிருந்தான் தோலில். வரி களுக்குள் பதுங்கி மறைகின்றன அரவுகள். அவன் உடலில் வெளிப்படும் கற்றாலை வாசனை. புகையிலையின் காரநெடியில் பேசினான் ரஸவாதி. தாவரப்பசையில் பச்சை லிபிகளை கீறுகிறாள் கனிப்பெண். உள் கண்ணாடிகளின் நிறங்களில் ஒவ்வொருவரின் விந்தைப்பரப்பு. அவர்களிடன் தனித்தனியே வெளிப்படும் தாவர வாசனை. அந்தச் சிறுமிகள் பழமையான கனிகளின் வாசமாயிருக் கிறார்கள். லிபிகளுக்குள் பரவிய வெப்பப் பழங்களின் சாறு உலர்ந்து என்றும் அழியாத வரியாக இருக்கும். வரிகளுக்குள் படரும் கண்ணாடியில் மோதி மோதிச் சிதறுகிறார்கள். கண்ணாடி வீட்டக்குள்

சுழலும் புஸ்தகமாக ஊர்ந்து செல்லும் வரிகளாய் அலைவுறும் பால்யாவின் உடலிலிருந்து மாயப்பரப்பு விரிந்து ரஸவாதியின் நினைவு வேகத்துடன் கண்ணாடிநகரம் எரிந்து கொண்டிருக்கிறது. சாயைகள் நிறங்களாகப் படரும் ஒளி.

எரியும் கண்ணாடி வீட்டில் இசைப் பனுவலில் பக்கம் பக்கமாய் பற்றிய நெருப்பு செம்பனுவலாய் பரவும். தீயில் ஜனித்த பாழி அடி வயிற்றில் சுடரும் இலையடிச் செதில்களில் கால்வைத்து நாடோடி நடனத்தை நடத்தும் இலைகளின் நடுக்கத்தில் இலைக்காம்பு திருகி நடுநரம்பில் ஓடும் பிடில் வில். நுண்ணிய கிளைநரம்பில் ஏறிவரும் கனிப்பெண் ஈரிறகு முளைத்து மிதந்து அலைகிறாள்.

முள் நுனியில் காற்று. கைவடிவத்தனி இலையில் வரைந்த தடத்தில் ஏறிவருகிறார்கள். செந்நிறமாக உலர்ந்த சருகுமூடிய கனி நிறம் மாறுகிறது மனிதத் தடத்தில். பிசினாக ஒட்டும் நிறத்தில் மனிதர்களின் உடல் பதிந்து தொடர்கிறது துயில். அவர்களின் மேல் நீலமான பூசுபனிச் சாரல் பளபளப்பாக விடிய யுவதிகளின் கனவு சாரை சாரையாகத் தலைகீழாக ஏறிச்செல்லும் வரிசை. இலைப்பரப்பில் நரம்புகளில் ஏறிப் பனித்திருக்கும் காலை. சுருள் நரம்புகளில் வரிசையாய்ச் செல்லும் சிறுமிகளின் தைலக் கண்களின் அடியில் பதுங்கிய அரக்குத் தேன் தனித் தனித் தேன் நிறப்பார்வை மிருதுவான பழவாசனையின் அலைவிளிம்பில் இமைகளில் கீறிய வரிகளை யாரோ வாசிக்கிறார்கள் முணுமுணுத்து.

சிறுமிகளின் நுண்நரம்புகளில் ஜனித்த இசை கிளைகளில் நகரும். நுனியடிச் சுருளில் புகுந்த கனிப்பெண்கள் இலை வீடுகளில் குருத்திலையின் தளிரைப் பார்வை கொள்ள நீளும் பச்சைச் சிறகு. அவளைச் சுற்றிக் கூடிய இலைப்பரப்பில் வெளிச்சம் மாறி விழ இசை மேதைகளான தேன் எறும்புகள் கீழ்வயிற்றை வாளால் வெட்டி எடுத்த தேனின் முதியகாலத்தில் பாறைப்படிவுகளில் மெல்ல நகர்கிறார்கள் இசையுடன். சாம்பல் நீலக் கண்களுடன் நகரும் கனிப்பெண். மிகச் சிறிய செடியிலும் தேனெடுத்து அடிவயிற்றில் சேகரித்து தொலைவு நோக்கி வருகிறாள். எல்லாக் கனிகளின் மயக்க வாசனை கூசுகிறது அவள் மறைந்திருக்கும் காற்றில். தோப்புக்குள் அவள் இல்லை. இல்லாமல் இருக்கிறாள் வாசனைகளின் நுண்ணிய சுவாசத்தில். பழ விருட்சங்கள் அசைந்து மொடு மொடுக்க மரப்பட்டைகள் அழிந்த கிளைகள் விழுதுகளின் சாயலில் அவள் உரு. நெருங்கி நெருங்க மரமாகிறாள். தோப்புக்குள் சுற்றிச் சுழியும் தான்தோன்றிப்

பாதைகளில் வரும் இச்சிப்பழ வாசனையில் எட்டிப் பார்க்கிறாள். நினைத்தால் வரக்கூடும் பலாப்பழங்களின் நெடி. 'மஞ்சள் சுலைகளுக்குள் ஒளிந்திருக்கிறாயா பாழி.' தேடுகிறார்கள் விளையாட்டுகளின் நிழல் மண்டிய பாதையில். இலைக்கும்பலில் சலசலக்கும் உச்சிக் கொப்பிலிருந்து உலுப்பியதும் நாவற்பழங்களாக உதிர்கிறாள் வைலட் நிறமாய். ஊதி ஊதிருசித்த வைலட் வார்த்தை அதிர்கிறது. பிளந்த நாவுகள் நீட்டி மேலேறும் உடும்பு புதைந்த திராட்சைத் தோட்டம். செதில் தோலில் வரைந்த சித்திரங்களோடு பதுங்கி அலைவுறும் உடும்பு தலைகீழாய் இறங்கி மரப்பொந்தில் சவுக்கு வாலால் வெட்டிய மரத்துள் மறைந்திருக்கிறாள் கனிகா. மரம்பிளந்து வெளிப்படுகிறாள் உடும்புத் தொலி கொண்ட உடலுடன். தெளி வடைந்த கண்ணாடி உடலில் திராட்சைப் படர்கொடி நெளிகிறது. நெட்டுவசமான வெண்கற்கள் மீது திராட்சைப் பந்தல்.

33 அகதிகள் வடித்த ஒயின் கோப்பை

நரியுடல் கொண்ட கரும்புருவக்காரி பழவிருட்சம் திறந்து வெளி வருகிறாள் அம்மணமாய். கூந்தல் மரப்பொந்துகளிலிருந்து கிளை கொப்பாகக் கீழிறங்கி நெளிந்து ஊர்ந்து வருகிறது. எல்லாக் கனி மரங்களிலும் புகுந்திருந்த பட்டைகளின் வாசனையுடன் கீழ்வரும் கேசநெளிவில் நழுக்கென்ற சர்ப்பம். சுரிகுழல் நாசியில் சீறும் அரவுகள். பொந்துகளின் கல் அடுக்கில் துவாரங்களில் மைவரையில் நீட்டிக் கிடந்த மையிருட்டான கூந்தல் சீறிக்கிளம்பி வருகிறது நீரின் நெளிவுடன் மூச்சுவிட்டுப் பயிரடி வேரில் சிம்புகளில் சல்லிவேருக்குள் புகுந்து கீறிப்பிளந்து வெளியேறிவிட்ட கூந்தலை முடியாமல் விட்டிருந்தாள் அனாதியிலிருந்து. வெளிவந்து பட மெடுத்துச் சுரிகிறது கூந்தல். சர்ப்பத் தொலியாய் பளபளக்கும் இருள் அலைமூடிய கூந்தலில் கூடுகட்டிய காடை, காச்சல், செவலை, ஆந்தை, சிக்சிலிச்சிறுபட்சிஜாலங்கள் எல்லாம் பந்தலாய் விரித்த கூந்தலில் தொங்கிப் படபடக்கின்றன அதிர்ந்து. பிசினாய் கருத்து காடியாய் குமைந்து காரல் வீசும் மயக்கத்தில் ஆழ்த்தும் தாவர வளைகுடாத் தீவுகளின் கிழக்குக் கடலுக்குள் பச்சைப்பந்தல். நரம்பு விசிறிகளாக அமைந்த கூட்டிலைகள் செதில் செதிலாய் சுழன்று மேலேறுகின்றன படலில். ஒரே செடியில் எதிரடுக்கில் கொழுந்து இலைகள் கைமடிப்பில் விரிய நரம்புகள் பச்சைத்தளிராய் விண்மேல் பளபளக்கும் பச்சைக் கண்ணாடி.

கிளைசுற்றி இருவரி கொண்ட நரம்புகள் படர்ந்து அவள் முதுகில் இலைகளால் அமைந்த பின்ன எண்களால் கணிக்கப்பட்ட ஆரூடச் சக்கரம். பருவ சுழற்சியாக வரையப்பட்டிருந்தது இலைச்சாறில். முதுகில் வரைந்த பச்சை நரிகள் விரட்டுகின்றன நவகிரகங்களை. ஒளி யுமிழும் நட்சத்திரத் திரவத்தை விண் ஓடையில் வாய்வைத்துப் பருகும் ஒளிச்சப்தம் கால்மடக்கி அண்ணாந்த நரிகளின் ஒளிஊளை. விண்மேல் நட்சத்திரப் படலில் ஒளிபருகும் நரிகள் இலைகளுக்கிடையில் முகம் வைத்திருக்கும். தாவர வளைகுடாத் தீவுகளில் தடம் வைத்த திராட்சை நரிகள் பனித்த திவலைகளில் ஒளியைமட்டும் உறிஞ்சுகின்றன தந்திரத்தில். கடல் ஆடிக்குள் நகரும் திராட்சைத் தீவுகள். கனியின் பாதையில் செல்லும் ஒளிநரிகள் ஆடி நகருக்குள் எட்டிப் பார்த்தன சூனியகாரியுடன். பூர்வீக வீட்டின் அடியில் திராட்சை ஜாடிகளில் வரையப்பட்டிருந்த நரிகளும் ஸ்திரீகளும் திராட்சை ஊரலைக் கடித்து மயக்கமடைந்து துயில்கிறார்கள் காலமற்று. மண்ணுக்கடியில் புதைத்த பழுப்பு ஜாடிகளை காவல்புரியும் சூனியக்காரியிடம் ஒயினுக்கான ரகஸியம் இருக்கக் கூடும்.

மண்ணின் இயற்கை குணத்துடன் எரியும் கண்ணாடி வீட்டின் கீழறைகளில் மறைந்திருக்கும் திரவ உயிருடன் உரையாடிக் கொண்டிருந்தாள் பேராசை கொண்ட சூனியக்காரி. நரிகளின் ஈரலில் திராட்சைத் தோட்டம் மறைந்திருப்பதை சூனியக்காரி அறியக்கூடும். நரிகள் மறைந்து திரிகின்றன கண்ணாடி அறைகளுக்குள். ஆவியாக மேல் எழுந்த சிவப்புஒயினும் வெள்ளை ஒயினும் இருவுடல் கொண்டவளாக மாடிப்படிகளின் சுருளில் ஏறிக்கொண்டிருந்தாள் மாறிமாறி. அவள் கனிகா, உடும்புகளை அழைத்துக் கொண்டு பழத்தோட்டத்தின் சுழலில் மறைகிறாள்.

விருந்தறையில் வைக்கப்பட்ட கண்ணாடிக் கோப்பைகளில் பாசிச்சித்திரம் வரைவோர் இப்போது அங்கில்லை. உதடுகள் வைத்துப் பருகும் இடத்தில் தங்க விளிம்பிட்டிருந்தது. ஒயின் கோப்பைக்குள் பச்சைத் தோட்டம். உள்ளே சுழல்கிறாள் கனிகா. சூடேறும் கோப்பைக்குள் உதிர் திராட்சைக்கண்கள் சாம்பல் பூசிப் பார்க்கும் பனியுடலில்.

மூடுபனியும் மேகமும் கோப்பைக்குள். உறைபனியான மௌனம். நீர்த்துளிகள் ஆவியுடன் வழிய திராட்சைக் கண்களின் வைலட் ரகஸியம். உலர்பனியால் இமைமூடியிருக்கிறது. சிறுமணிகளாய் உறை பனிக்குள் காற்றின் வெப்பம். தூண்களாக நிலை குத்திய பனித்தட்டில்

கிளை இலைகள் படர்ந்த திராட்சைக் கண்கள். கோப்பைக்குள் பனிப் படிகமாக உருகுகிறாள் கனிகா. அழகிய வடிவங்கொண்ட உறைபனி ஊசிகள் அவள் உடும்புத் தோலில் குத்தித் துளைக்கின்றன சில்லிட்டு. ஈரமான சன்னக் கண்களால் இமைமூடித் திறக்கிறது உடும்பு. அதை அணைத்தவாறு உடும்பின் மீது சரிகிறாள். இலைகளும் சர்ப்பங்களும் ஒளியூட்டும் பனிக்கோப்பையை வெளியிலிருந்த பெரியவால் கொண்ட விண்மீன் நுகர்ந்து மயங்குகிறது. அந்தச் சிறுமிகள் பழமையான கனிகளின் வாசனையாயிருந்தார்கள். கோப்பைகளின் சித்திரமாய் வரையப்பட்ட பச்சைக்கோடுகளில் பழங்களை அணைத்திருக்கும் குழந்தைகள்.

பீரோவில் அடுக்கியிருந்த கோப்பைகளும் பழமையானவை. அவை கொண்டுவரப்பட்ட கப்பலின் சித்திரங்களும் பெயரும் நார் மன் அரசனின் வெறிமிக்க ஒயின்பாடல் கோப்பைகளின் அடிப்பாக வரிகளாக ஒயின் கோப்பைக்குள் தென்முத்தை எரித்துச் சாம்பலாக்கிய முத்தின் சாம்பல் கோடுகள் ஊடுருவித் தெரியுமாறு அரசவம்சக் கோப்பைகளும். முத்தால் நகம் தீட்டி விரல் ரேகைகளுடன் நார்மன் அரசனின் அபிலாசைகள் வெறுங்கோப்பைக்குள் ததும்பி வழிகிறது. பழமையான டிராம்வண்டியில் அசைத்த கையுறைகளுடன் பனிரெண்டு இசைமேதைகளுக்கான டிராம்வண்டியின் சன்னமான இருப்புப் பாதைகளின் குறுக்கே சுருதியேறிய காலம் அதிர்கிறது.

வைலட் பூச்செண்டுகளுடன் விருந்தறைக்கு வந்த கால்களின் அசைவு. இசை மேதைகளுக்கான ஒயின் வேறு வேறு நிறங்களில் வடிக்கப் பட்ட கௌரவம் கருதி பால்டிக் பிரதேசத்திலிருந்து வரவழைக்கப் பட்டு எடுக்க எடுக்கத் தீர்ந்து போகாத கனிகளாலும் செர்ரி மற்றும் செந்நிற ரோஸ் லயமலர்களாலும் பதமிடப்பட்டு அறைக்குள் ரகஸியமாய் மறைக்கப்பட்டுள்ளது.

கண்ணாடி நகருக்குள் வந்துசேர வேண்டிய அதிதிகளான தூர தேசத்து ஒயின் வணிகர்கள் காவியமரபிலும் தைல வர்ண ஓவியத்திலும் திரைச்சீலைகளில் தீட்டப்பட்ட துருக்கி அரசனின் பழுப்பேறிய திராட்சை முகத்தை மருதோன்றி நிறக் கனிகாவின் நரிகளின் கதைகளுக்குள் சுருளாக வரைந்து கொண்டிருப்பது ரஸவாதியாகத் தானிருக்கும்.

அந்தப்புரச் சேடிகளின் கையில் மாறும் திராட்சைப் பேழைகளில் ஓவியச் சுருள். கண்ணாடித் தூண்களில் சமைந்த சேடிகளின் படிகஉரு. கண்ணாடித் தூண்களில் கழுத்தை வளைக்கும் மணிப் புறாவுக்கு

ஏணத்திலிருந்த திராட்சையூட்டும் மூன்று யுவதிகளைப் பின்பற்றி ஒளிவீசும் பாதத்தடங்கள் தோன்றுவதை புறாக்கள் பார்க்கச் சித்திரம் தீர்ந்த நிறப்பொடி அறையெங்கும் வர்ணமாகக் கரைந்து மயங்கியது:

கருத்துத் துருப்பிடித்த கப்பல்களில் கொண்டு வரப்பட்ட நார் மன்டியிலிருந்து வந்த அகதிகளே கைமுறையில் ஒயின் கோப்பைகளை வடிக்கும் தொழிலில் ஈடுபட்டிருந்தார்கள் அங்கு. கருந்தண்ணீரால் சூழப்பட்ட கீழ் அறையெங்கும் மிதக்கும் பிம்பமாக கண்தெரியாத மூன்று யுவதிகள் மிகப் பல நூற்றாண்டுகளுக்கு முன் பிருந்த கண்ணாடிக் கலையில் தீராமல் ஈடுபட்டிருக்கக் கூடும். பரம்பரையான அகதிகளின் தகப்பன் கருந்தண்ணீரைக் கோப்பைகளாகவும் சாஸர்களாகவும் வடிக்கும் வித்தையின் நேர்த்தியில் கிழக்கிலெங்கும் பேர்பெற்றிருந்தான்.

கண்தெரியாத மூன்று யுவதிகளின் விரல்களிலிருந்த ஒயினின் கர்வத்தை கோப்பைகளில் உரசி வடித்தார்கள் தண்ணீரின் மாயத்துடன். அகதியின் அலைச்சலில் சூழ்ந்த குழப்பத்தில் நெஞ்சுக்கூட்டில் கோப்பைகளை ஏந்தி வருகிறார்கள் நாடுகளின் எல்லைகளை அழித்தவாறு.

எரியும் கண்ணாடி வீட்டுக்குள் கண்ஏடு திறந்து வாஸிக்கிறார்கள் செவ்வகத்தின் புள்ளிமேடுகளில் நகரும் குருத்து விரல் நுனிகளில் தொடுத்தலுகாக நகர்ந்த ப்ரெயிலி எழுத்து மீறி குருடான யுவதி மூவரின் தீவிரம் விரல் மூலமே எழுத்தாகி கோப்பைகளும் கழுத்து நீண்ட சீசாவும் கண்ணாடிக் கரண்டிகளும் ஜனித்த இடத்திலேயே இருளின் அரூபப்பரப்பைப் பற்றிக் கொண்டு விரியும் கண்ணாடி வீட்டின் அபூர்வ வர்ணவெளிப் பட்சி ஜாலங்களின் ஒலிமுகவாயிலில் சஞ்சரிக்கிறார்கள். இயங்கும் விரல்களுடன் லீபனோன் வனத்திலிருந்த பழைய ஜாடிகளில் எழுதப்பட்ட சித்திரங்களில் கசியும் தாரை தாரையான பழச்சாறில் வர்ணங்களை உண்டாக்கி வைலட் கண்களை வரைகிறார்கள் துயிலிகை கொண்டு. விரல்களும் கண்களும் மடிப்பு மூளையில் சேர்ந்து ஒளிச்சேர்க்கைக்குப் பிடிக்கும் அபிநயமே நிறமாகிறது. வைலட் ஒளி அலை புலப்படாமல் மிதக்கிறது. மேலறைக்கு சுருள் படிகளில் கால் வைக்கிறார்கள்.

வெளிச்சம் ஆப்பிள் மீது பட்டு பிரதிபலிக்கவும் வெல்வெட் தரையெங்கும் கண்ஏட்டின் ஒளிநகர்கிறது. மூவரும் விரல்களில் நகர்த்தி நகர்த்தி உணரும் இருட்டில் பார்க்கிறார்கள் கண்ஏட்டில். அறையின் எல்லாத் திசைகளிலும் சிதறிச் செல்லும் ஒளிக் கீற்றுடன்

மெழுகுவர்த்தி மரஸ்டேண்டில் கூசுகிறது.

நான்கு திசைகளிலும் சுடர் அலை வட்டமான நிறங்களைக் கக்கி அபூர்வ நரப்புகளை நடுவில் அசைக்க கருப்பு வெல்வெட் தரைமீது கடிதாசிகளாலான தாவரம் முணுமுணுக்கிறது வரிகளை. பொருட்களைத் தொட்டு உணரமுடியும். அவற்றின் வடிவம் பருமன் வனம் சூடான வெப்பச் செடிகளை குளிர்ந்த கனிகளை தழுவுகிறார்கள் கண்ணாடி ஸ்திரீகள்.

மிருதுவான மேல் பாகத்தில் காம்புடன் கூடிய மின்னலில் பட்ட ஆப்பிளை வாயால் கடித்துப் பார்க்கிறார்கள். கண்களுக்கு மத்தியில் வைக்கப்பட்ட கண்ணாடிச் சிற்பங்கள் அசைந்து திரியும் கருப்பு வெல்வெட் தரை. கண்களைத் திருப்பும்போது அற்புதங்கள் பொதிந்த கண்ணாடிப் பேழைக்குள் ரஸவாதி விதையாகித் துயிலில். அவன் பார்வைமிக வேகமுடையது.

ஜன்னல் திறக்கிறது. காற்று இவ்வளவான சத்தத்துடன் அவன் நீளமான கூந்தலை அலையலையாக மாற்றுகிறது மிருதுவாய். பேழைக்குள் சின்னஞ்சிறு தேன்சிட்டு செடிகொடி செறிந்த அவன் மார்பிலுள்ள வைலட் பூச்செடியில் வெகுதூரம் வரை சப்திக்கிறது. தழை தழையான கொடிகள் பொங்கி வளரும் உடல். பச்சைக் காட்டில் செண்பகமலர்களைத் தேடிப்போகிறான். காட்டுப்பூக்களின் நெடி. சூரிய வெப்பம் முகத்தில் படுகிறது. அந்த வெப்பம் நீங்கியதும் குளிர்ந்த காற்றை மரநிழலுடன் பறித்து வருகிறான் கண்ணாடி அறைக்கு.

சாம்பல் பச்சை கருப்பு மஞ்சள் சிவப்பு வெண்ணிறமாகக் கொண்டு வரப்பட்ட ஒயின் கண்ணாடி அறையில் மிதக்கும் வர்ணத் தோட்டங்களாக ஸ்பார்க்லிங், கோர்ட்டிபைடு, வெவரோஜ் என ஆங்கிலோ-ஸாக்சனில் எழுதியிருந்த விக்டோரிய சரித்திர ஆசிரியர்களின் காலனிய அடிமை மனவெளி பொங்கி செடிகொடி படர்ந்து சீசாக்கள் நிரம்பி வழிகின்றன. திபெத்திலிருந்தும் சிக்கிம் மலைப் பிரதேசத்திலிருந்தும் சீனக்களிமண் ஜாடிகளில் சித்திரப்பூதைத்த கைப்பிடி கொண்ட கழுத்து நீண்டவற்றை யார்தான் எரியும் அறைகளில் வைத்தார்களோ. மலைகளின் குமுறலோடு பற்றி எரிகிறது கண்ணாடி. இத்தாலிய மரக்கலங்கள், கருப்புதார் பூசப்பட்ட சிறுகப்பல் துருக்கிய திராட்சை ரஸம் கொண்டு வரப்பட்ட மிடாகீழறையில் இருந்தது.

டேபிள் மீதுள்ள பலகையில் வரைகோடுகள் வெண்ணிற இரவுகளுக்குச் சொந்தமானவை. எளிதில் உருகக்கூடிய பனிப்

பேனாவில் தாடிவைத்த பலவீனமான இதயம் அவ்வறைக்குள் ஏதோ ஓர் இரவில் நுழைந்ததற்கான கனவை கண்டிருந்தார்கள் யுவதிகள் மூவரும். ஒரே சமயத்தில் விளிப்புற்றபோது கனவில் வந்த பலவீனமான மனிதர் மெல்ல கோப்பைகளில் வரைந்த சித்திரங் களைப் பார்வை கொண்டிருந்தார். கனவுகள் சொன்னவற்றை கண்ணாடிக் கோப்பைகளாக மாற்றிவிடும் ஸ்திரீகள் கண்ணாடிச் சுவர்களில் வழியும் கருந்திரவத்தை விரலால் தொட்டு அதன் புளிப்பைக் கடித்து சுவைக்கவும் மிகப் பழமையான நினைவுகள் யுவதிகள் உடலெங்கும் பரவி கண்ணாடி நகரமே சுழன்றது கண்ணாடி வீட்டுக்குள்.

கண்ணில் ஆழமான உயிர்க்களை. வெளிச்சத்தை உணரும் சில பூக்கள். முகம் திருப்பும் சூரியகாந்திப் பூ. கண்ணின் ரகஸிய ஏடு புரண்டு ஒளிவாங்கும் பக்கங்களில் பூனையின் கபிலக்கண் துவாரம் தட்டையான கிழிசலாயுள்ளது. அவை கண்ணிமைகளற்ற மீனைப் பார்த்து ஜொலிக்கும் வர்ணச் செதில்களில் கடலின் அந்தரங்கம் வரையப்பட்டிருக்கும்.

இருளில் நடமாடும் பூனையின் கபாலவட்டக் கம்பிகளின் ஒளிச் சுருளின் வர்ணவெளியாய் குறுக்கும் நெடுக்கும் ஓடும் செம்புக் கம்பி களில் அதிரும் புராதனப் பூக்கள் திறந்த கண்பாதையில் நகரும் பூனை விரல் மெல்ல சப்தமற்ற காலடிகளுடன் தடஒலி காலுக்குக் கீழே. பூனையின் ரோஸ்நிற நாக்கு எரிந்து வெளிச்சம் தொலைவில் விரிய வெளிர்நிற ஸ்திரீகள் மூவரின் நட்சத்திரச் சுழி மெல்ல தளிர் தண்டில் இறங்கும் ஒளிரல் ஸ்திரீ உடலில் காண மேலே நகரும் கண்ணாடி நகரில் வர்ணப்பூச்சிகள் சருகுச்சிறகு விசிறிமிதக்க பூனையின் கபாலத்துள் நீள்கிறது அனாதி இசை.

வெண்நிறமானவளும் சிவப்புநிறமுடையவளும் வைலட் யுவதியும் மூன்று சுருள் படிகளில் மேலிருந்து கீழிறங்குகிறார்கள். இயங்கும் விரல்களுடன் ஊசித்துவார மேடுகள் கடந்து இருள் உலகின் ஒளி அலைகளை உணர் கொம்பினால்அறியும் வண்ணத்துப் பூச்சிகளாக சட சடக்கிறார்கள். கண்தெரியாதோர் விரல்களால் தழுவித் தேம்பு கிறார்கள் செடிகளை. அகஸ்டினஸ், கிரோனிமஸ் கண்ணாடிக்காரன் மந்திர விரல்களால் இயற்றிய கண்ணாடிச் சிற்பங்கள் பேசுவதைப் பேசவும் கீழும் மேலும் பிடியுள்ள கிரிஸ்டல் கிண்ணங்களில் பளிங்கு உருவங்கள் தோன்றி அவற்றை மந்திரப் பேழையில் அடைத்தார்கள்.

நகரமெங்கும் பரவிய அகதிகள் நினைவில் கொண்டுவந்த

கண்ணாடிக்கலை விரல்களில் உருவாகி அவர்கள் வாழ்வின் நிலையற்ற சோகத்தில் உருகி கண்ணாடிகளின் அதிசயம் பாறைகளில் எதிரொலித்தது. கரடுமுரடான பளிங்குகளை உரசிவெட்டிய சிற்பங்களில் ஊடுருவிய அகதியின் கண்கள் வெகுதொலைவு வரை பார்த்தது பீங்கான் வரைகலையை. சுற்றி வளைத்துக் கொண்ட கண்ணாடிகளுக்குள் சிறை வைக்கப்பட்ட புருவங்களோடு பிரபுக்குல முதியசோம்பேரிகளும் கழுதை மூக்குச் சாம்பல் முகம்கொண்ட கிழராணியும் புறாக்கழுத்தாய் அசைந்தசைந்து ஒயில் காட்டும் இளவரசிகளும் உறங்கும் படுக்கை அறைகளில் ஆள்உயரக் கண்ணாடிகள் பெல்ஜியத்திலிருந்து சாரட் வண்டியில் கொண்டுவரப் பட்டு ஓவல் வடிவத்தை அசைத்ததும் சிலையானாள் இளவரசி.

கண்ணாடிகளில் நிலைபெயராமல் பருவம் கடந்த முதுகன்னிகள் பிரேமை கொள்ளும் ஆடிகளில் மறைந்திருக்கும் உருப்பளிங்குகள் காமுறும். பேசாத சிலைகளாக வெகுகாலம் நின்றுவிட்ட கண்ணாடிக்கு முன் உரையாடல் தொடர்கிறது தனிமையில். விஷம் பூசிய குறுவாட்களை ஆடியில் தீட்டிய உதிரவேட்கையுடன் வேட்டைக்கான கனவான் முகத்தில் பகைபூசியது ஆடி. வஞ்சகமும் துர்கந்தமும் சூதும் உதாசீணமும் விஷக்கொம்புகளால் தீட்டப்பட்ட அரவுகள் படமெடுத்து நிற்கிறது அசையும் ஆடியாய்.

உறைந்த சிற்பங்களை இயக்கும் கண்ணாடி கனவுகளில் படரும் வெண்ணிறக்கை அசைந்து கனி ஒன்றைத்தர உலகின் பின்னல் உள்ள முதல் தோட்டம் திறந்தது. முச்சந்தியில் தொங்கவிடப்பட்ட ஆடியில் பொற்காசு முடிப்பை கட்டிவிட கண்ணாடியில் வரும் யுவனை அடைய ஏக்கமாய் இருக்கிறாள் அரசி. மாறும் முகங்களின் காமம் விஷரேகையாக அவள் உடல் படரும். துணித்த தலையுடன் வாளேந்திய கழைக் கூத்தாடி கயிற்றின் மீது குறுக்கே கடந்து விடுகிறாள் கண்ணாடி நகரை. செவ்வகச் சலூன்களில் கசியும் மேற்கு கிழக்கு மரபு இலையில் தத்தளிக்கும் இரவு. பெல்ஜியம் கண்ணாடிக் கலை ஒலிவமரச் சட்டங்களில் பொருந்திச் சுழற்றவும் பணிப்பெண் கீழிறங்கி வருகிறாள் கண்ணாடியிலிருந்து.

தலைகளைத் துளிகும் ரத்தவெறிமிக்க சிலம்பக்காரியின் கண்ணாடி அறையில் குருதியும் ஒயினும் கோப்பைகளில் நிரம்பி வழிகிறது. நவரத்தினம்பதித்த அரேபிய ஆடி இடமாறிக் கொண்டிருக்கிறது. ஆடிகள் கிளைவிட்டுப் பரவி மொழிகளால் ஆன விரல்களில் சித்திர உருக்கள் காஷ்மீர கஸிதா மரபில் இயற்கை வனப்பில் மொக்குகளும்

பறவைகளும் பாரசீகமரபின் தொனிப் பொருளாய் சுருட்டிய கதை விரிகிறது அரேபியக்கம்பளத்தில்.

அசையும் யுவதிகளின் விரல்களில் வர்ணப் பட்டுநூல் வைலட் சிவப்பு வெள்ளை வாசனையில் செம்பருத்தியின் மோனம். பூவில் வடித்த எண்ணையில் அசையும் சுடர்களின் பின்னே சேடிகள் பேசும் நிழல். கண்ணாடி அறைகளில் உருமாறும் சம்பவங்களை உளவு பார்க்கும் கண்கள் எல்லாக் கண்ணாடி வழியாகவும் பார்த்துக் கொண்டிருக்கும். 'மிகப் பல வருஷங்களுக்கு முன்பிருந்த இரவில் வாழ்கிறோம்' என்றாள் ஒரு சேடி 'நேற்றுவந்த நாடோடி மனிதர்கள்' 'ஒரு வேளை அவர்கள் பதுமைகள் சொன்ன விண்மனிதர்களாக இருக்கும்' சுடர் நடுங்குகிறது. 'கீழறைகளில் இருக்கும் கோப்பை களின் உரையாடல் தொடர்கிறது சதாவும்' 'அந்த முதிய தகப்பன் அகதி. இனியான விருந்துக்கு ஸாஸர் கிண்ணங்கள் உருக்கி வடித்துக் கொண்டிருக்கிறான். அவன் சருக்கம் கண்ணாடி நகரின் மர்மமாகவே இருக்கிறது' என்றாள் மறைந்து கொண்டிருந்த சேடி.

உடைமாற்றி இளவரசியாகத் திரும்புகிறது கண்ணாடி. தைல விளக்குகளின்பின் படியும் புகைவளையத்துள் சுருண்ட கரித்தடமாய் பதிகிறாள். மெர்குரி வேம்பர் கிளாஸ்களில் எகிப்தியக் கதவுகள் சீசாக்களில் வரைந்த புடைசிற்பங்களுடன் சேர்த்து வைக்கும் அதிசயங்களாக இருக்கும் உருப்பளிங்குகளை நாடோடிகள் கொண்டு வந்திருக்கக்கூடும். காண்டர் பெர்ரி கதீட்ரல் கிழக்கு வாசலில் இருந்த பதினான்கு துயரங்களின் அதிசய ஒளிகளை கிளாஸ்களின் உற்பரப்பில் மனிதஅகமாகப்பூசிய ரஸவாதியின் ஆன்மாவின் ரத்தத்தில் வரைந்த நிறங்களின் ரகஸிய அலை நுண்ணிய இழை களாகப் பரவி பிரதேசங்களைக் கடந்து கண்ணாடி நகரை ரஸவாதியின் ரத்தத்தின் உள் பாதரஸ வெளியாக அமைத்தார்கள் அகதிகள். அம்பர் நிறத்திலும் கரும்பச்சையாலும் வெப்பத்தில் குமிழ்விட்டது ரஸவாதியின் ஆன்மா.

பீங்கான் வரைகலையில் அமைதிக்குள் ஆழ்ந்து குமிழ்விட்டு எரியும் நெருப்பில் உரசி முணுமுணுத்தான் ரஸவாதி. அவன் கண்கள் ரஸக் கரைசலின் பித்தவேகத்தின் மூர்த்திகரத்தில் தனித்தனி நுனி களாய் உணரப்படும் பிரக்ஞையின் கூட்டு இசையென வார்ப்புக் கொள்ள பத்தாயிரம் சிறு கண்ணாடிச் சிமிழ் முகப்பில் பக்கவாட்டுப் பார்வை. முப்புறமும் வளையும் அவன் மெல்லிய கண் அரும்புகள் முன்புறம் அசைய ஒளிக்கிரணங்களை தன் செதில் விரல்களிலுள்ள

குடுவைகளில் சுழற்றிவிட உள்ளே பதுமைகள் அவனோடு பேசு கின்றன தொடர்ந்து. கனவில்வரும் வெளிச்சத்தை வளைத்து சாஸர்களில் உரசி சப்தமிடும் உரையாடல். உருவெளித் தோற்றத்தில் நடமாடும் கண்ணாடிச் சிலந்தி வலை. எட்டுக்கால்களில் பின்னும் கிளாஸ் பூக்களின் நடுவில் யுவதிகளின் கண்மலர்கள் இயங்குகின்றன. பச்சைநிறப் படிகளின் மேலேறி வருகிறார்கள்.

யுவதிகளைக் கண்டனும் பீரோவிலிருந்த தட்டுகளும் கிளாஸ்களும் மெசபடோமிய ஆடிகளும் கலிலியோவின் தொலை லென்சும் கிரீஸில் வாழ்ந்த கண்ணாடிகளில் வெறிமிக்க தேவதையுருவங்கள் டிராய் யுத்தத்தில் சிதறிய பளிங்குகள் அவற்றின் மீது தொட்டுக் கொண்டிருந்த கைகளும் மயங்கி உருப்பெற்றது யாருமின்றி. பொகிமிய வனத் திலிருந்த கண்ணாடித் தொழிற்சாலையிலிருந்த டெமிகிரிஸ்டல், லஸ் முப்பட்டை ஸ்பிரிஸம் பூமிக்குக் கீழ் அழுந்திய வைரத்திரவம். நீலக்கற்கள், கடல்பளிங்கு, நித்திலம், கடல் உமிழ்ந்த குருதிநிறக் கற்கள் பவளக் கொடி படரும் கண்ணாடி பீரோவுக்குள் கடலின் சிற்றலைகள் தவறவிட்ட வைலட் அம்பர் கிரிஸ்டல் பூச்சிகள் ஆமைகளின் கண்ணாடிக் கண்கள். திசயன்விளை இடைக்காட்டூர் கதீட்ரல் தென்முகக் கடல் ஆடிகளின் கீறல்களிடையில் சிக்கிய ஓவியம் என உருகும் கண்ணாடி வெளி. பச்சைப் புல்வெளியில் மிதக்கும் காற்று படிக உருக்கொண்டு தத்தளிக்கும் அறைக்குள் அடர்ந்த நாணலை வருடுகிறாள் வைலட் யுவதி. வெண்ணிறயுவதியின் கையிலிருந்த கண்ஏடு திறந்து முணுமுணுத்தாள். வாடிய நாணல் காற்றில் புலம்பும் குரல். வைலட் சிவப்பு வெண்ணிறயுவதிகள் கன்னியுருவில் நெடுங்காலம் ஊசிவெளிச்சத்தில் ஒளிநூல் கொண்டு இருளைப் பின்னி கருப்பு வெள்ளை லேஸ்வலையை கண்ணாடிச் சருகுகளாகச் சுருட்டுகிறார்கள் விரல்களில். கீழறையிலிருந்த அகதி 'மகளே... பின்னியவலையை சூனியக்காரி மூதாவிடம் கொடுத்து விடாதே. பறவைகளிடம் கொடு. அல்லது கடல் பளிங்குமீது வைத்துவிடு. விண் மனிதர்களுக்காக கொடுத்து விடு.'

'முடிவில்லாமல் இருக்கிறதே இருட்டு. ஒளி ஊசிதான் தெரிகிறது. உள்ளேயும் வெளியேயும் கரும்பனி... கண்ணீரும் கருப்பாய் கரிக்கிறதே தந்தையே'

'கண்ணாடிகளுக்கு தொலைவாய் இருக்கிறாள் சூனியக்காரி. வருந்த வேண்டாம் செல்வமே'

'விருந்துக்கான முடிவில்லாத சருகுக் கிண்ணங்களை யாரோ

திருடிச் செல்கிறார்கள். பானபாத்திரங்கள் புலம்புவதேன்'

'என்னோடு வந்துவிடு மகளே... உன் விரல்படவும் லீபனோன் வனத்திலுள்ள கற்பளிங்குகள் கிடைத்துவிடும் எனக்கு.'

கீழறைகளில் சதாவும் பானபாத்திரங்களோடு மறைந்திருக்கும் கிளாஸ் வேலையில் தண்ணீரின் மென்மையுள் சுருளும் விரல்கள் கோப்பைகளை வார்த்துக் கொண்டிருக்கும். நடக்கப் போகும் விருந்துக்கான நடமாட்டங்கள் எப்போதும் மேல்மாடி அறைகளில் தொனிக்கிறது.

மூன்று ஒயின்நிறக்குமாரத்திகளின் அழகை சாம்பேன் கிண்ணங் களாக வடிக்கிறார். அவர்கள் கண்விளிம்பிலுள்ள கருமையைச் சீசாவின் உள்புறத்தில் வைலட் பூவாக வெண்பனியாக ரத்தப் பூக்களாகவும் கீறுகிறார் ஓய்வின்றி. ஒரே படுக்கையின் மூன்று நிற சிற்பங்களாக அவர்கள் துயிலும் போது கண்டகனவை விரல்களால் அறியும் மாயத்துடன் வாதையுறும் வர்ணங்களை சருகுகளாக கீறுகிறார் ரணத்தில். துயிலும் குமாரத்திகளின் கூந்தல் இழைகளை மெல்ல வருடித் தேம்புகிறார் தனிமையில். புனைந்த கனவுகளினூடே இமை மூடிய கண்களடியில் நட்சத்திர நிழல் கூட்டம். மென்சருகுகள் விளிம்பு மடிந்து கண்மலர்கள் வாசனை வீச சுழலும் கண்ணாடிநகரின் அக இருளில் குமாரந்திகளின் மௌனத்தை புராதனச் சிற்ப மாக்குகிறார் கல்பளிங்கில்.

ஒளி ஊசியால் ப்ரெயிலி புள்ளி மேடுகள் பதிந்து கருப்பு வெல் வெட் புஸ்தகத்தில் பியானோ கட்டைகளில் வெள்ளை கருப்பு மாறி மாறி இயங்க அசையும் விரல்பரவி கருப்பு வெல்வெட் மொழியில் வெளிச்சத்தை புஸ்தகத்திலிருந்து சூனியக்காரி மூதா அபகரித்து விட்டதாக அறியப்பட்ட போதும் தொடும் புள்ளிகள் விரல்களில் புள்ளிகளாய் உருவற்ற இருளில் ஒன்றுடன் ஒன்று சேரும் விரல்களில் தொடரும் பியானோ ஒலி விரல் தோலின் ரேகை சுழிந்து அழுந்த ஒவ்வொரு விரலிலும் தகதகவென எரியும் சுடர் கண்களாலான சல்லடையாக விரிகிறது கண்ணாடி நகரம்.

கருமையாக மூடப்பட்ட வானில் காற்றின் பேரொலியும் அலைகளின் சீற்றமும் உலகின் சப்தங்களை மூழ்கடிக்க எழுந்து பறக்கும் ஒளியுமிழும் நெருப்புப் பறவையின் வால் அசைய இறகுடன் பறந்து செல்லும் கண்செங்குத்தான இருட்டின் மீதிருந்து திடீரென நொறுங்கி விழுந்து சிதறியகண் ஒளிவிட்டுப் பிரகாசித்தது.

யுவதிகள் திரும்பும் திசைநோக்கி சரிந்து வந்தது ஒளி. அடுத்த கணம்

ஒளிவீசும் சுழற்பந்தாகி பின் சிறகுகளுடன் நீண்டு கருப்பு வெல்வெட் புஸ்தகத்துள் இருட்டில் காலடிகள் ஊர்ந்து வருகின்றன. மிருதுவான பொருட்களின் மீது உயிர் எழுத்துக்கள் விரல் ரேகையில் ஜனித்து இருளால் வாஸிக்க முடியும் தானே. அவளருகில் மாயத்தறியொன்று கடலலைகளை எழுப்பியவாறிருக்கும். ஒவ்வொரு சிறு சலனமும் துயரமாகி சிற்றலைகள் தோன்ற இருளின் திரவநிலையை ஒளியாக நெய்துகொண்டிருக்கிறாள் வைலட் சிறுமி. நகர வீதியில் வெண்ணிறயுவதி கனவில் கண்ட வீடுகளின் அபூர்வத்தை இருட்டு மீது கையுயர்த்தித் தொடுகிறாள். ஏனோ தெருவெங்கும் ஓடிக் கிடந்த பலவீனமான இதயம் அவளுக்காகக் காத்திருக்கிறது. 'வந்து விட்டாயா... கிளாஸ்வணிகன் அமாதியின் குமாரத்தியே... வயலின் பாலத்தின் அடியில் கருந்தண்ணீர் உன் கூந்தலாக நெளிகிறதுகேள்.' 'நீங்கள்தானா... கருந்தண்ணீரின் புலம்பலை கேட்டவாறு காத்திருப்பது. என் தகப்பன் அமாதி உடலிலிருந்து பீரிட்டுவரும் கருந்தண்ணீரின் இசைதான் அது. புலம்பலை கேட்டும் அவருடைய அருமையான இதயத் துடிப்பை உணரவில்லையா நீங்கள்'

'பனிக் கண்ணாடிகளால் உன்னைத் தொடுவேன். தொலை தூரத்தில் பனிகருத்து உறுமுவதைக் கேட்கிறாயா' என்றவாறு வெண்ணிறச் சீனிவிரல்கள் அவள் புருவங்களைத் தொட்டு நடுங்கியது. 'போதும் எடுங்கள் விரல்களை... கண்மலர்கள் தூங்கும் போது பனி விரல்களை உணர்த்தாதீர்கள் கூச்சமாக இருக்கிற தெனக்கு'

செந்நிற யுவதி தோன்றி தெருவில் உஷ்ணத்தை உணர்கிறாள். பழைய வீடுகளின் மச்சுகளில் தீப்பற்றி எரிய அங்கே அடுக்கி வைக்கப் பட்ட பழங்களின் வாசனையை மெதுவாக சுவாசிக்கிறாள். மச்சு வீட்டுப்பானைகளில் பழவாடையில் கிடைத்த சுவடிகள் மிதுக்கம் பழமாகவும் மஞ்சணத்திப்பழங்களின் காரநெடியாகவும் மாறியதால் கனியறைகளில் மறைந்த லிகிதங்கள் எரியும்கண்ணாடிவீட்டில் திணறுவதை வாஸித்தவாறே வெறுமையில் புறளும் செம்மண் அடுக்குப் பானைகளில் வளரும் செடிகளில் செங்கோடாய் வாக்கியங்கள் விரிகிறது சூழல் எங்கும்.

கனி வகைகளை நெருப்பில் விழாமல் பிடித்தவாறே ரஸவாதியின் கபாலவாசனை பஞ்சமூலக அலையலையாய் சீறிவர பூனைசொன்ன ரஸவாதியின் மூலிகைமை ஈரம் உலராமல் எழுதிவந்த ஏடுகளால் கண்ணாடிக்கூம்பு அறைகள் எரிந்தஏடுகள்பற்றி எரிய தீயை அணைக்க வந்தவர் மீது ரஸவாதியின் அட்சரங்கள் தொற்றிவிரட்ட எரிந்த

கூம்புகளில் ஊசிக் கோபுரத்தில் மீந்த சிற்ப ஏடுகளை தீய்ந்த துண்டுகளை நெருப்பின் இருளில் புதைந்த கண்ணாடிச் சித்தரங்களை நகரே பாத்திருக்க கருமை பூசிய ரஸவாதியின் விரல்களில் ஓடும் பாதரஸமொழி பித்தத்தின் எரிகொம்புகளாய் துடிபொறுக்காமல் ரஸவாதியே வீழ்ந்துகிடக்கிறான் நூலக அறையில்.

துயில் கனவை அழுத்தமான பழங்களின் வர்ணமயக்கம் சூழ்கிறது. ஒளியுமிழும் சூட்சுமச்சக்கரத்தில் கண்ணாடிச் சிமிழுக்குள் சமைந்த கன்னி மெல்ல சுடர சுவர் பொந்துகளில் உதிரத் தொடங்கிய மூன்று கன்னியரின் உரையாடலை மறைந்திருந்து கேட்டான் ரஸவாதி. படரும் வெளிச்சத்தில் ஆடிய தகப்பன் அமாதிநிழல் கண்ஏடு திறக்க அவர் செய்துவரும் பானபாத்தரங்களிலெல்லாம் புராதன விருத்தில் வந்த சாயைகளும் திராட்சை ரஸ ஊரலால் இலைகளும் கொடிகளும் படர்ந்து பாசிகளுக்கிடையில் பழங்கால சமையலறையில் புராதன சமையல்காரர்கள் வீறிட்டு அலறி நடந்து முடிந்த யுத்தங்களின் கொடுந் தண்டனைகளால் ஆட்கொண்ட பழம் நினைவுகளால் பைத்திய ரேகைகள் கண்களில் படர உரையாடுகிறார்கள் தனிமையில்.

கடினமான ரொட்டிகளைத் தேடி சலதாரைப்பொந்துகளில் திரைச்சீலைகள் வழியாக பைத்தியக்காரிகளான பழைய தாசிகள் இசை நாடக நடிகைகள் குழந்தைகளையும் கூட்டி வருகிறார்கள் சந்துகளில். ஜன்னல்களில் செம்பட்டைத் தலையும் பழச்சாறின் வடுவில் சண்டையில் கீறல் முகங்கள் கம்பிகளைநக்கி ஏக்கத்துடன் சமையல் காரர்களை தொடுகின்றன. உதிரிரொட்டிகளுடன் தாலாட்டும் கிடைத்தது குழந்தைக்கு அதிர்ஷ்டம்தான். வால்முளைத்த சுட்டிப் பயல்களுக்கே ரொட்டியை கேட்காமலே பறிக்க முடியும். கற்படிகளில் தாரைதாரையாக நீடூற்று வடிந்து ஈரம்கசியும் சுவர்களுக்குள் விருந்துக்கான ரொட்டிகள் ஊறிக் கெட்டுவிடும்.

ரொட்டிக்காரிகளின் கரங்களில் முத்தமிட்டு நடுங்கும் விரல்களில் உப்பு வெளியில் மறைந்திருக்கும் நேசத்தைத் தராமல் முடியாது. உப்பும் சிறுரொட்டித் துண்டும் ஒருதுளி ஒயினும் அர்த்தமாகக் கொண்டிருந்த ரொட்டிக்காரி காற்றுவீசும் பாதையில் வயல்களுக்குப் போகிறாள். கோதுமைக்கதிர் பிளந்த உதடுகளுடன் எரிகிறது காட்டுப் பெண்ணாய். கோதுமை வெளியில் மண்கூரை வீடுகளின் மேல் புகையும் கோதுமை ரொட்டிவாசம். சிலவீடுகளில் சோள ரொட்டி கமகமக்கிறது. தொன்மையான சோளரொட்டியில் இருந்த வட்டமான கோலம் நடைவியாபாரிகளின் அடுப்படியில் வரையப்பட்டது.

நேரடியாக நிலத்திலிருந்து பிய்த்தெடுத்த சோளரொட்டி வட்டமாக ஓடி குதிக்கும் சூரியனாக கீழிறங்குகிறது.

வெப்பக்காடுகளில் சொங்குச் சோள ரொட்டியில் மறைந்திருக்கும் வேனல் சார் நிலம். ரொட்டிக்காரி முகத்தில் வாஸித்த ஒவ்வொரு வரியிலும் கோதுமை வயலில் குனிந்திருக்கும் நாட்டுப்புற ஸ்திரீ களின் சரித்திரம் பூமியின் வெப்ப தட்ப வெளியாக விரிகிறது கோதுமை நிறம். சமவெளியில் வளைந்திருக்கும் கோதுமை மாநிறத்தில் சாஸரின் பாடல் ரத்தினச் சுருக்கமாக இருந்தது 'வாழ்வு சின்னது தான். அதன் வடிவங்களுக்கிடையிலான மந்திரக்கைத் திறன் ரொம்ப நீளமானது. கூர்மையான ஜியோமிதி எண்களின் தொடு கோடுகளை நேர்த்தியாக வெட்டுவது' ரொட்டி தீர்ந்து விடுவதில்லை எங்கும். மிச்சமிருக்கிறது உனக்காக. நெருப்புக் கங்குகளின் நெருக்கத்தில் பொங்கும் ரொட்டிகளின் மணம் வெப்பமாய் வீச ஆட்கொள்ளப்படுகிறாய். ரொட்டிக்கான மாயவிநோதம். 'எனக்காகக் கொஞ்சம் ரொட்டி வைத்திருக்கிறார்கள் இங்கு' மூடி வைத்த பாத்திரத்துக்குள் விரைத்து உறைந்த காலம் ரொட்டிதான். பழைய செம்மண் ஊரிலிருந்த கதீட்ரல் சர்ச்சிலிருந்த ஊசிக் கோபுரத்தின் உச்சியில் பாதிரியார் கொடுத்த ரொட்டித் துணுக்குடன் காகாவென விருந்துக் கழைக்கும் காகம். சமையல் கூடத்திலிருந்த கன்னியாஸ்திரீ சொன்னாள் 'அது கேனான் பிரதேசத்திலிருந்த இஸ்ரவேலரின் மஞ்சள் வயலில் சாய்ந்த கதிர்களாயிருந்தது. ஆதியில் உப்பும் ரொட்டியும் தேனும் அபிசீனியாவில் இந்தியாவில் இருந்திருக்கும். மேற்றிசை நோக்கிப் பரவுகிறது. தெற்கில் பூமத்தியரேகைமனிதர்கள் மணல் வெப்பத்தில் புதைத்த குள்ளக் கோதுமை நெகிழ்ந்து ரொட்டியானது' என்றாள்.

கோதுமை நிற சமையல்காரியின் கருவரியாகப் பிளந்த கருவுக்குள் கோதுமை வயல் அசைகிறது. ரொட்டிக் கோதுமையை உலர்த்துகிறாள் ஓடுகள் மீது. வலிமிகுந்த அப்பமும் உப்பும் நாவில் கரைகிறது ரகஸியமாய். ஒருதுளி ஒயின் மிடராய் உள்ளிறங்கி வளர்கிறது பச்சைத் தோட்டம். சிறுமுக்கோண ரொட்டித் துண்டில் அமைதியான வெளிச்சம். கண்ணாடித் தம்ளரில் தண்ணீரின் தேசல் ஒளி. எதிரெதிரே அமர்ந்து பார்த்துக் கொண்டிருக்கும் நயன அசைவு. உள்நோக்கித் திரும்பிய சமையலறையின் இருள் கண்கள் கருந்தைலத்தில் சுழன்று மிதக்கின்றன மங்கலில். உலர்ந்த கனிகள் இருட்டில் நெளியும் கண் தெரியாத வெண்ணிற யுவதி.

'திரும்பவும் வந்துவிட்டாயா. உனக்கான ரொட்டி இதோ... போகவிடு என்னை'

'தேன் கூடுபோல் ஆத்மாவுக்கு மதுரமாயும் நரம்புகளுக்குள் ஒளிந்திருக்கும் ஈஸ்டர் பண்டிகையாகவும் உன் மணியோசையில் கேட்டேன்'

'எனக்காக காத்திருக்கிறாயா ரொட்டிகள் மற்றவர்களுக்காக வயலின் வில்லாய் பிளக்கிறது'

'பான பாத்திரங்களைப் படைத்த உன் தகப்பன் ஒவ்வொரு ரேகையிலும் ஒளிந்திருக்கிறாயே உன் சகோதரிகளோடு'

'அந்த ரகஸியம் உனக்கெப்படித் தெரியும்'

'கோதுமைக் கதிர் உன் கூந்தலெல்லாம் உதிர அவற்றைப் பொறுக்கிக் கொள்ள அனுமதி என்னை'

'எண்ண முடியாத வகைப்பட்ட கதிர்கள் என் சகோதரிகள் மறைத்து வைத்திருக்கிறார்கள் கூந்தலில். ரொட்டிகளோ பசிக்குடலில் மறைந்திருப்பது. சரி நீயார்?'

'ரொட்டி உன்கையால் கொடுத்தால் போதும். பானபாத்திரங்களில் உளிவெட்டி உன் கண்மலர்களை சிருஷ்டிப்பேன். மொக்குகள் திறவாத உன் கண்ணுக்குள் பதுங்கிக் கொள்ள இருட்டை நாடி வந்தவன்.'

'கிண்ணங்களில் கடைசித்துளி திராட்சரஸம். அதை பான பாத்திரங்களில் சேகரிக்கும் சிறுவனைத் தெரியுமா உனக்கு', 'அது நான் தான்' 'விருந்துகளின் முடிவைக் கடைசித் துளியில் தக்கவைக்கும் ஆசை தான் போலும் உனக்கு' நீ பசித்திருக்கும்போது ரொட்டியோடு உன்னைத் தழுவமுடியாது என்னால். கோதுமை வயலில் பிய்த்த ரொட்டி இதோ... போகிறேன்.'

'யாருக்காகவோ தொகுத்துவரும் துளித் திராட்சரஸம் கடவுளை விட சக்திமிக்கதாய் இருக்கக்கூடும்' என்றான் மதுக்கூட சிறுவன்.

'பலகிண்ணங்களில் உரசியதுளிகள் சிந்தும்போது தனித்தனி இசையை உணர்கிறேன். திரவங்களின் தொகைகளுக்குள் சுருண்டு வரும் ஒலிகள் பழங்களாக உருப்பெறக்கூடும்.' மறைகிறார்கள் பனிப் படலத்திற்குள். ரொட்டிகளில் ஊடுருவி நடமாடும் கனிப்பெண் சுடரும் சிமிழ்விளக்கில் கசிந்து சிறுவனைத் தொட்டு ஒளியாக மாற்றி தேனிறம் பூசிய சமையலறைக்கு அழைத்துப் போகிறாள். கண்ணாடிக்குள் சிக்கிய சாம்பல் முகத்துடன் சமையல்காரர்கள் நிசப்பதத்தின் உள்ளுணர்வில் அலைவுறுகிறார்கள். கசியும் தேன்நிறச்

சிமிழில் சிறுவனும் அவளும். உலர்ந்தபுஸ்தகம் திறந்து எரியும் அடுப்பு வெளிச்சத்தில் துர்தேவதைகளின் புராணத்தை வாஸிக்கும் இரவு. வேகமாய் அடித்துக்கொள்ளும் இதயஒலி. சூனியக்காரி வருகிறாள் தேன்நிற வெளிச்சத்தில். புஸ்தகத்தில் மஞ்சள் ஒளிபடர்ந்து கனிப்பெண் புராணத்தை மாற்றிய ரஸவாதி அடுத்த பக்கங்களுக்கு அடியில் இருக்கிறான். ரொட்டிகளில் இறுகிய மௌனம். உலர்பனி பூசிய மேல்பரப்பு. உள்ளே கீறல்கள். மங்களான ரொட்டிகள் மீது வெளிச்சம் படர்ந்து அவற்றின் உறைநிலை முடிவற்ற அசைவின்மையுடன் சமையலறை. ரொட்டிச் சிதறல்களை ஒளித்துகளாக எடுத்துச் செல்லும் தேன்எறும்புகள். கண்ணாடிச் சிமிழுக்குள் கனிப்பெண் உடல்கசிந்து மஞ்சள் ஒளியில் எரியும் சுடராய் சுழல்கிறாள். யுவதிகள் மூவரும் சூனியக்காரியின் நிழல்களாக இருக்கக் கூடும். இதயத்தை கூசவைக்கும் உறைநிலை. எறும்புகள் சாவையும் ரொட்டித் துண்டுகளையும் ஒரே காலத்தில் இடமாற்றுகின்றன. மூலையில் கண்கள் சொருகிய பெண்மீது கனிஎறும்புகள் அவள் உடல் ரேகைமீது ஏறி கால்களில் அசையும் மரணத்தை சூனிய வெளிக்கு மாற்றி வெற்றிடத்தில் சாவு அசைந்து கொண்டிருப்பதை தொட்டு விடக்கூடும்.

6

நிறமற்ற புத்தகம்
சிற்ப வயல் ஏடு
சித்திர வயல் ஏடு
கண்ணாடி வயல் ஏடு

XV
உயிர்க்கழுவேற்றுகை

பீலிவெந்துயர் பிண்டியும் தண்டும் பாவும் குடையும் வெந்து மண்பூசிய சமண உவர்மண்பட்டினத்தில் கழுவேற்றினர். பொறியிலிச் சமணர் அத்தனைபேரும் ஆவிவெந்து யந்திரம் வெந்து மந்திரம் வெந்து கைப்பீலி வெந்தது. நெஞ்சில் பீதி கொண்ட வாது கொண்டு பொருள் அசோகு வெந்தது. திக்குகளில் மண்டியதீ அருகு நின்ற சமணர் மேலும்பட்டது.

வேதப் பகைவர் தம் உடம்பு வீங்கத் தூங்கும் வெங்கழுவில் ஏற்றினான் ஆமை அரசன். கேதப்பட்டது உவர் மண்பட்டினம். கல் மதில்களில் தெறித்த சமணரத்தம் தெருவெல்லாம் ஓடிய கோபத்தில் யானைமலை, நாகமலை, நீலமலை, செப்புமலை, வெள்ளி மலை, அசங்குன்றம், பரங்குன்றம், பேராந்தைக் கல் கொதித்தது. மண்ணான உடம்பும் குருதியும் மண்ணக் கழுவில் பதித்தான் தேரைவேதியன். யானைமலைநாகமலை இரு கற்பாழியில் அமணர் மந்திரவாத வலி காட்டின மலைகள். உவர் மண்பட்டினத்தை ஒரு மலையானை அழிக்க வருமுன் மகா நாகமாய் அந்த யானையை விழுங்கவும் காட்டிய உயிர் பொறுத்தி நடத்திவர பின் ஏழு கடலுக்கு மாறாக உவர் மண்பட்டினத்தில் ஏழுகடலெனக் காட்டின இந்திரசாலமுண்டு. உறையூரில் கல் வருஷமும் மண் வருஷமும் பெய்வித்தார் சமணர்.

விஷச்சுரம் பற்றிய ஆமை அரசன் மீது அமணர் யந்திரங்களை

வரைந்து குளிகை செய்து காட்டிப்பின்னே அதிலும் மிகக் கடுகி விரைந்து தங்களுடைய மகாமந்திரங்களைச் சொன்னார். வெதுப்புமிகுந்து திக்குத்தோறும் புறப்பட்ட பேரழல் மண்டிற்று. ஆமைக்கு மெய்விதிர்த்து வெம்மை காந்தும் வெந்தழல் கணமென மெய்யெலாம் கவர்ந்து மாளிகை நின்றார்மேல் புலர்ந்து தீந்து போகும்படி எழுந்தது என புராணம் புரட்டியது கொலை பாதகத்தை. வாது செய்வாரணம் என்பது ஊராயிற்று. தளம்பு நெஞ்சுடைய எண்ணாயிரஞ்சமணர் உளம்பரிவொடு கழுக்கண் யோசனை அகலமேற வளம்பட வாது செய்த வாரணம் என திருவாலவாயுடையார் திருவிளையாடல் புராணம் கூறியது. திருக்கழுமலமென்னும் ஊர் பிழைக்க மேல் வரப்படும் கலி யுகத்தில் அவனால் வெல்லப்பட்ட கதைகளிலுள்ள கதை. இதுதான் சமண சமயத்தார் பலரும் கழுவை மேல் கொண்டேறின கதை. 'வைதிக வாழ்க்கை பெறுவது' வேதநெறி தழைத்தோங்க... அழுத... கிணத்துதேரை பரசமயத் தருக்கொழியச் சைவமுதல் வைதிகமும் தழைத்தோங்க எனப் புராணம், அமணர் தாமே கழுவேறினறென்று ஏழாம் தாழிசையாலும் வங்கொலை மறைக்கப்பட்டது. எறும்பு திண்ணி மந்திரித் தலைவன் தச்சர்களைக் கூட்டி வயிரங் கொண்ட நீண்ட ஆலமரங்களிலே சூல வடிவாகக் கழுக்கட்டைகள் செய்து தனித்தனி ஊன்றி அந்த எண்ணாயிரம் பேருக்கும் வரிசையாக எண்ணாயிரம் கழுமரங்களைக் கொண்டு வந்து ஆமைராஜா முன்னே பரப்ப அப்போது தெளிவில்லாத சமணர்களைப் பார்த்து வைதீக வேதியன் கட்டளையிட சமணர்கள் நெருப்புப்போலக் கொதித்து எதிர்சால் உழுது விதைத்தனர் நிகண்டுகளை. பனை ஓலைத் தெருக்களைச் சுற்றி வந்தார் ஏடுகள் முளைத்து ஓலை கிழிய 'மூவிலை வேல் வடிவாய் நின்ற கழுமுனையிலிடுவோம்' என்றார் தேரை. அதுவே வழக்கென்று சொல்ல அதைக் கேட்ட சமணரும் தெருவில் அகப்பட்டார். எதிர்நின்ற சமணரைக் கழுவேற்றினார் வைதீகர்கள் ஏடுபுரட்டி.

விஷய சூசிகை

34 உவர்மண் பட்டினம்*

உப்புக்கடலுக்கு அருகிலுள்ள உவர்மண்பட்டினத்துக்கு வந்து

* அபிமெலேக்கு என்ற அரசன் ஒரு நாட்டை வென்று கைப்பற்றி தலை நகர் முழுவதும் 'உப்பு விதைத்தான்'

சேர்கிறான் காமோஸ்டாவோ. ஏற்கெனவே இருள் சூழத் தொடங்கி விட்டிருந்தது. தவளைகள் பூச்சிகளின் ஊற்றிலிருந்து பூமிக்கு அடியில் உயிர் வடிவுகளில் சிலைகொண்ட மும்முலைப்பெண் இடும்பியை அழைக்கும். வேறு பாறைகளின் அடுக்கில் மறைந்திருக்கும் வால மங்கை ஆடகசவுந்தரியும் திறந்த வெளியில் மறைந்த ஆறுகளின் துயரத்தில் சலனமடையும் தடாதகையும் மும்முலைக் கன்னியராய் மாறிமாறி ஆட்சிபுரிகிறார்கள் உவர் மண்பட்டினத்தை. முன்பார்த் திராத உவர் மண் வெளிச்சம். மரங்கள் உவர்த்து சலசலக்கின்றன தொலைவில். கல்தூண்கள் நட்டிய மீன்சந்தையின் இரைச்சல் சூழ்ந்த குடிசைகளையும் தாண்டி உவர் ஆறு வெள்ளைச் செதில் செதுக்கிய அலை. உவர்மண் கருமணல் பரப்பை அடைகிறான். மணலில் நடப்பட்ட தூண்களில் அசையும் வெளிர் நீலஒளி வானை நோக்கிக் கரையும். நிர்வாணமாக விரியும் வெள்ளை மண்ணில் சென்ற தடங்கள் கூறும் எளிய உவர் கடல்ஒலி வாழ்கிறவர்களின் குரல்வளையாகச் சுழன்று விம்மியது காற்றில். மீனவர்கள் கழிவெளியிலிருந்தோ முடிவடையும் ஆற்றின் எல்லைகளிலிருந்தோ திரும்பிக் காண்டு இருந்தார்கள் கிடைத்த மீன்பாடுகளுடன். கடலின்ஆவி கிளம்பி வளையும் உப்பின் தீவிரம். ஏனோ அதிசய மீன்கள் முடிவடையாமல் இருந்தன நீரின் வேறுபட்ட நிறங்களால். கீழேயும் பல ஆறுகள் ஓடி மீன் இருப்பு தொடர்ந்து கொண்டிருக்கும்.

மலைகள் பலவற்றில் ஏறி இறங்கிய டாட்டில் பல தரிசுப் பரப்பில் நடந்து திரிந்து மணலை ஆவலுடன் விரும்பியது. நுண் துகள்களில் கிரகித்து அதில் உருகும் துக்கத்தில் சலனமற்றிருக்கும் வெகுநேரம். ‘யாரும் துணைக்கு வரவேண்டாம்’ என மௌனம் காத்தது. அதன் கால்படாத பிரதேசங்களுக்கு இழுத்துச் செல்லும் ஊழின் அசைவு. பாலைவனங்களில் குனிந்து வாடக்கரடுகளை மேய்ந்து மனிதரல்லாத வெளியில் தொலைந்துவிட நினைக்கும். சிலவேளை டாவோவின் விசித்திர சுபாவத்தைக் கண்டு வெறுத்து ஓடிவிட விரும்பியது. அவன் கழுதையின் கட்டற்ற அலாதியை மறுக்கும் பயணியாக இருந்தான். சாம்பல்வனங்களில் மனம் புதைந்து அண்ணாந்து வருஷங்கள் சில ஆழ்ந்த நிச்சலனத்தில் குகைகளில் இருந்துவிடத் தோன்றும் டாட்டிலுக்கு. கழுதையின் இயல்பை யார் அறியக் கூடும்.

இவ்விடம் வற்றி வறண்டு கழிவெளியாகப் பழைய ஆறுகளில் உருண்ட கூழங்கற்களின் அதிர்வு சிலவேளை மூழ்கிய உணர்வுகளின் ஆழத்தில் அலையாகின்றன ஓசையுடன். கூழாங்கற்களில் முகம் வைத்துத் தனிமையை உரைத்தது டாட்டில். பயிர் வைக்க முடியாத

உவர்மண் பட்டினவாசிகள் மலைகளுக்குப் போய் அடிவாரங்களில் விதைக்கிறார்கள். அங்கே கோரை ஊற்றில் நீர் சுரந்தது. தெளித்த விதையை மறைத்து மூடினார்கள். பாழில் போட்டாலும் பட்டத்தில் போட்டார்கள். புழுதி விதைப்பாய் சாம்பல் தானியத்தை கண்களால் தொடுகிறார்கள். கற்களிடையே கீறிவளரும் கம்மங்கோரை. காட்டில் கம்மந்திராய் ஒருவகை முறட்டுப்பயிர். கம்மந்தாளியைப் புழுங்க வைத்து சாராயம் வடித்தார்கள் மீனவர்கள். புழுதிகிளப்பும் தெருக்களில் அலுமினிய ஏனங்கள் தட்டும் பட்டறைகளில் ஈயம் பூசிய சிறுவர் பெண்கள் துயரங்களின் சாயையில்.

கடவுள் என்ற ஒரு அதிசய மனிதன் கோயில் இன்றி தூண்களில் பதுங்கியிருந்தான். பிறைவட்டக் கோயில் தூபி இருந்ததாகவும் முன்பே மணல் மூடிவிட்டதாகவும் சொன்னார்கள் மீனவர்கள். கடவுளுக்குப் பங்காக ஒரு மீன் வைத்துப் போனான் வளையன். துள்ளிய மீன் விண்பறந்து சென்றது. குன்றுகளின் உச்சியில் காற்றின் சுழி திருகிய குடைதளிகளில் தானே உருவான உவர்சிலைகள். தருமதேவி வலது காலைத் தரையிலும் இடது காலைச் சிங்கவாகனத்தின் தலைமீதும் ஊன்றி நிற்கிறாள். கரத்தில் மாங்கனி உவர்ப்பினால் வேர்த்தது. இடதுகையை மேல்நோக்கி உயர்த்தி கமுகமரத்தைப் பிடித்து நின்றாள். கருணை வடிவான முகம்.

கும்பமுலைகள் ஒளிரும் மேல் தூக்கியபார்வை. ஒடுங்கிய இடை சிற்பத்தை உயிரூட்டும். யக்ஷி கரண்ட மகுடம் குண்டலங்கள். கங்கணம் கைவளைகள் சிலம்பு சூடி கீழாடையில் முத்து வடிப்பு. கால்களில் ஒட்டி நிற்கும் இரு குழந்தைகள் தாமரைகள் ஏந்தி அண்ணாந்து பார்க்கிறார்கள் சிலைகளை. உவர் ஏனத்தில் உயிரினங் களுக்கு உணவளித்து நிற்கிறாள். பரவாதிப் பெருந்துறவி உடல்மேல் வெட்டிய லிபிகள். குகையில் கற்படுக்கைகள். மேகத்திரளில் மூங்கில் குழல் வாசிக்கிறான் ஆராதான். பீலிவளை எனும் கன்னி நாட்டிய முத்திரையில் தாமரையாய் திருகி நின்றாள்.

துறவியர் வதியும் குகைக்குள் வச்ரநந்தி ஏடுகள் தாங்கி எழுதிய வாறு நிற்கும் சிலை. சதாவும் ஏடுகளில் வெதும்பிய வாக்கியம். ஈரத்தில் சிலைகள் வியர்த்தன. எழுத்தோலைகளின் விசிறி ஈரம் கோர்த்து உலர்ந்து தாது உதிரும். அரகந்தர் பரம ஔதாரிக திவ்ய தேகத்தில் படிகமாய் உவரில் தோன்றியுள்ளார். மூக்கின் நுனியைப் பார்ப்பது போன்று தாழ்ந்து ஆழ்ந்தபார்வை. பற்றற்ற யோகநிலை. அஷ்டப் பிராதிஹார்யங்கள், யக்ஷ, யக்ஷணிகள் சூழ அரகந்த

பரமேஷ்டியின் பிரபை. உலக உச்சியில் உவரும் சித்தாலயம்.

மேலேறி வருபவர்கள் மேற்கிலிருந்து வருபவர்களாக இருக்கும். அவர்கள் புறத்தில் அலைந்து விட்டுச் சென்ற பாலிதீன் பைகளின் ஓசை. நெடுந்தூரம் சமவெளியை நோக்கிப் பயணமான காமோஸ் கிழட்டு மந்திரவாதி டாட்டிலிடம் இப்போதெல்லாம் உரையாடத் தொடங்கியிருந்தான். 'ஆராதான் நிசிதிகையில் வச்ரநந்தியின் மாணவன் ஆராதான் நோன்பு இருந்து உயிர்நீத்தான். அவன் கற்படுக்கையில் எடுத்த நெல்லிக்கனி இன்னும் வாடாமல் இருக்கிறது இதோ' என்றான். 'அதை அருந்திவிடாதே காமோஸ்... அவனிடமே விட்டு வந்திருக்கலாம் நீ. உனக்கு நேரப்போகும் ஆபத்திலிருந்து நிசிதிகைக் கனி உன்னைக் காப்பாற்றட்டும்' என்றது விரக்தியடைந்த டாட்டில். கூழாங்கற்கள் சிலவேளை கனிகளாகத் தோன்றும். எடுத்தால் கல்லாகிவிடும். கூழாங்கல் கனிகளைவிடவும் சிக்கலானது. அதை குனிந்து எடுத்தான் காமோஸ். கைக்குள் வைத்து ஊதினான். அதில் ஓடிய கனியின் நார் நாரான பச்சைக்குள் தித்திப்பான செந்நிறச்சாறு ஒழுகியது. தனக்கும் கல்கனிக்குமான சற்று இடைவெளியில் கனிகள் அள்ளிச் சொறிந்த பழத்தோட்டம் வாசனை பரவி ஈர்த்தது பயணியை.

கல்ரேகையில் வெகு தூரப்பயணம் தொடர்கிறது. கையில் அதிர்ந்த கனியை உருட்டி ஆழ்ந்து சுவாசித்தான் பித்தனாய். கையிலிருந்து தொலைவே நழுவிப்பறந்து போய் கற்குழம்பாய் எரிந்து பறந்தது. பிரமித்து நின்றவனை டாட்டில் முட்டியது. அங்கு வந்து சேரும் பயணியைப் பித்தனாக்கிவிடும் கூழாங்கனிகள் சாம்பல் பூத்திருக்கும். ரூபம்மாறிய கல்தோட்டத்தில் மேற்கிலிருந்து வந்த நாடோடிகள் கனியைக் கண்டால் அதை உருட்டி கூழாங்கல் லாக்கி உரசுகிறார்கள் முகத்தில். கல்லில் ஓடிய உணர்வுகளின் ஆழத்தில் கனிவிருட்சங்கள் அசைந்து மொடுமொடுக்க மரத்தில் ஏறி ஒருகனியைப் பறித்தான் டாவோ. திரும்பவும் அது கல்லானது. கனி பறித்த இடத்தில் சூனியம் ஓடிப்பிளக்கும் அகப்பொருளில் கனியின் வாசனை. அதை துடைக்கும் காற்றின் ரேகையில் பழக்கசிவு. வெற்றிடத்துக்குள் ஊடுருவிப் பாயும் கனிகள் மறைந்த கல்தோட்டம். உள்ளே படலைத்திறந்து கழுதையுடன் நுழைகிறான் காமோஸ். பறிக்கப்பட்ட கனி இல்லாத இடத்தில் படிகம் ஒளிர்ந்து கொண்டிருக்கிறது கண்களுக்கு அப்பால். கல்படுக்கையில் எடுத்த நிசிதிகைக் கனி சுழன்று கொண்டிருந்தது. அதை கண்மேல் கண்ணாக வைத்தான்.

அறியப்படாத சாம்பல்பயணி வந்துசேரும் இவ்வேளை சோர்வைப்

போக்க கம்மந்தாளி மதுவுடன் கொஞ்சம் மீன்தரும் மரபு இருந்து வரும். 'நீ போகும் வழியில் கடலைக் கண்டிராத மக்களும் இருப்பார்கள். உப்பைச் சுவைத்தறியாதவர்களும் இருப்பார்கள். அவர்களைக் காணும்வரை நீ பயணத்தை முடிக்காதே' இசை யிலிருந்து பாடலில் உருக்கினாள் ஹோமரின் ஒடிசியிலிருந்த உப்பு வார்த்தையை. வேம்பார்கடலில் கரைந்திருந்த கரிசல் ஏடுபுரண்டு நாடகமாகி விரிந்தது. உவர் நரம்புகளில் தங்கிய சிதைந்த நகரங்களில் மறைந்து உப்பு வீதியில் அலைந்து திரிந்த கழுதையின் சாம்பலை கிராமாந்தர நாண் உள் அதிர கண்ணீருடன் இசைத்தான் யுனெக்.

அவன் தானே விரும்பி பெண் பாவம் ஏற்ற இசை நாடகத்தில் மந்திரத்தன்மை வாய்ந்த திருநங்கை. மணலின் நாட்டியத்தை மனித இருப்புக்கு அப்பாலிருந்து துயர்களால் இசைப்பவன். உப்பின் சிகிச்சையில் பெண் ஆண் பாலில் மாறி குருதியோட்டத்தில் மறைந்திருக்கும் உப்பை இசையாக்கியவன்.

அரேபியர்கள் இந்தப் பட்டினத்தை வேம்பார் கடல் என்கிறார்கள். இந்த பரதவன் மனைவிதான் உப்புத்தூண் ஆனவள். நாகரீகத்தின் சாம்பல் படிந்த உவர்ப்பட்டினம் இடம் மாறிக் கொண்டே இருந்தது. வேறுசில வறண்ட பிரதேசங்களில் வேறு பெயரில் இருப்பாகச் சொன்னான் காமோஸ். உயிர்ப்பிராணிகள் எல்லாம் நீரைவிட்டு வெளியேறி உவர்மண்பட்டினத்தின் தெருக்களில் சுவாசித்து மூதாதை தகளின் கையை நக்கி சுவர்களை நுகர்ந்து நாவினால் ஸ்பரிசித்து உவர் கொள்கின்றன இருட்டில்.

இந்தச் சுவர்களில் பாலூட்டும் கடல்ராசியின் எலும்புகள் புதைந்துள்ளன. அபரிமிதமான பாலினால் ஒளியூட்டப்படும் நிலவு கடல் பசுவின் பாதையில் குழந்தையென பின்தொடரும். விலங்குகள் நாவினால் தேடும் உவர்சுவை விடுதலையின் தேட்டம் நெகிநோத் வாத்தியத்தை எடுத்து வேம்பார்கடலில் மறைந்திருக்கும் பாலூட்டி விலங்குகளின் கதகதப்பான பாலின் ஒளி வருடங்களை இசைத்தான் காமோஸ்டாவோ. வேம்பார்கடலிலிருந்து வெள்ளிமீன்கள் மேலேறு கின்றன இசையில்.

தவுலுத்தாத்தா தன் வலையை விரித்திருக்கிறார். கந்தலான வலை. மீன்கள் அவற்றைப் பின்னி சிறைக்குள் தானே அகப்பட்டு அவன் வீட்டுக்குள் சுவர்களில் நீந்தி உவர்வெளியின் அதிசயத்தில் விண் ஏறுகின்றன. அது கடல் பாலின் பாதை. வனாந்திரத்தார் திரும்பி விடுகிறார்கள் வேம்பார்கடலுக்கு. அங்கே நீர் மேல் நடக்கும்

தவுலுத்தாத்தா ஒளிவலையை விரிக்கிறான் திரும்பவும். கொம்பும் விரிகுளம்புமுள்ள கடல்பசு அவன் வலையில் சிக்குகிறது. முதிர் வயலும் நரைமுடியுமுள்ள தாத்தா தள்ளாடி இழுத்து வருகிறான் மறைந்த எலும்புகளை...

அவாந்திரவெளி வெண்மையாயிற்று. தானியத்தால் மூடிய மலைச்சரிவில் சாய்ந்த கம்மங்கோரையை அறுவடை செய்கிறார்கள். கடலை உலர்ந்த தரையாக மாற்றியது இசை. உவர் பள்ளத்தாக்கில் வேம்பாரியர் மறைந்த உதிரம் வெளிறி வெள்ளைப் படிகமாயிற்று. அவன் காலடிகளைத் தொடர்ந்து ஈயமீன்கள் பளபளப்புடன் வருகின்றன மணல் வீட்டுக்கு. அவன் நிழலில் வந்தடையும் கடல் ராசிகளுடன் உறவாடுகிறார் தவுலுத்தாத்தா. அவன் நாவின் சொற்கள் உப்பாயிருக்கும். காமோஸ் உப்புவாத்தியத்தை வேம்பார்கடல் குடித்தது. கற்பனைகளைப் பின்னும் நுனிநாக்கில் ஒரு துளி உப்பு போதுமானது ரஸநாளங்களில் ஓடும் புராதன ஆறுகளைப் பேசவைக்க. சுரமண்டலத்தை வெளிப்படுத்தியவனுக்கு உப்பு ஏனத்தில் தான்யரஸம் கொடுத்தாள் பீலிவளை. 'இரவும் பகலும் என் கண்ணீரே எனக்கு உணவாயிற்று' என வேதவசனத்தை சொன்னான் காமோஸ். காற்றின் சுழற்சியால் ஆழமாகியிருந்த உணர்வுகளின் அலை திரைகளுக்குள் நழுவியது.

காய்ந்த உதடுகளோடு பலமாதங்கள் கடுவெளியைக் கடந்து மணலில் நடந்து வந்து விடுதியின் வாசலில் அயர்ந்து விழும் நாடோடியை இருபாலின் கலக்கத்தில் நாட்டியமாடி முதுகுத் தண்டில் பாயும் உவர் அருவியாய் இசை கொடுக்கிறான் யுனெக். அவள் வீட்டில் தானியமது ஏதுமில்லை. மணல் விடுதியில் ஏனத்தில் உணவளித்தாள் பீலிவளை. அவள் என்ன வகையானபெண் என்பதை யாரும் அறிந்திருக்கவில்லை. மணல் விடுதியில் உள்ள ஆழமான நிலவறை களில் நாடோடிகளை உபசரித்து மணல்நிறங்களைக் கொண்ட அறைகளில் உதிர்ந்து கொண்டே இருக்கும் மனித இருப்பை ஒட்டிய வீண் தர்க்கத்தை தொடர்கிறாள் ஒவ்வொருவரிடமும். 'உயிர்கலந்த உப்பின் தொன்மை தான் இசை' என்றான் யுனெக்.

அது உயிர்கள் விலங்கவும் அவற்றின் இருப்பு மனித இருப்பை விட ஆழமாக இருப்பதை உணர்த்தியது யுனெக் நாவிலிருந்த உப்பு வார்த்தை. விடுதியில் உதிர்ந்து கொண்டிருந்த மணல் விருந்தினர்களை மூடிக் கொண்டிருந்தது. பீலிவளை மணல் மீது விரல்களை வைத்து அதன் விரக்தியைப் பேசினாள். அவள் விடுதிக்குள் சென்றவர்கள் நாடு

திரும்பியதில்லை. மணல் கிண்ணங்களில் தனித்தனி நவதானிய ராஸம் தருகிறாள். ‘தூரதேசப் பயணியே வறண்ட தானியங்களின் கசிவி லிருந்து எங்கள் இருப்பைப் பிழிந்து தருகிறோம். கிழக்கிலுள்ள மரபான விருந்து இதுதான். இதுபூமியின் தாகத்தைத் தணிக்கப் போதுமானது’ ‘பீலிவளைக் கன்னியே உவர் தேசத்தில் மும்முலைப் பெண்கள் எங்கிருக்கிறார்கள் என் பயணத்தின் நோக்கமும் அதுதான். அந்த துர்தேவதைகள் உறையும் இடங்களுக்கு அழைத்துப் போகிறாயா என்னை’ ‘காமோஸ் எதையும் எளிதில் கண்வசமாக்கிவிட நினைக்கிறாய். மும்முலைகளில் சுரக்கும் உலர் மொழியை குருடர்களே பார்க்க முடியும். உன் உயிரைப் பணயம் வைத்தால் அவர்களிடம் அழைத்துப் போவேன்’ அவள் அகவெளியில் உப்புநாண் கரைத்து அதிசயமான கார்வையில் விரட்டப்பட்ட சமணரின் உயிர்மை வீசும் காற்றை அனந்த வெளிக்குள் வாசித்தாள் பீலிவளை. வறண்ட பூமியான பாலையில் குடிநீர் இருக்கும் ஊற்றுகளை பீறிடச்செய்து இனிக்கும் நீரைத் தூணில் மறைந்த துர்தேவதைகள் கொண்டு வருகிறார்கள்.

மணல் வெளி துவர்த்த ருசியால் பரவசமடைகிறார்கள் வந்தவர்கள். முடிந்தவரை வாழ்வைக் கடினமான மூலப்பொருளுடன் சிக்க வைப்பவள் தான் பீலிவளை. இதுவரை யாரும் அடைந்திராத கரடுமுறடான சொல்கட்டுகளை யாப்பில் சுழற்றி சந்தச் செறிவின் பின்னலில் பாடினாள் அவன் அபகரித்து வந்த நிசிதிகைக்கனியில் உள் மறைந்திருக்கும் சமணரின் தியானப் பாழியை.

ஆராதான் எனும் இளைஞன் அவளோடு கொண்ட உவரிய நேசம் இசை நாட்டியசாஸ்திரம் மரபில் ஊறி வளர்ந்தது வாக்கு அபிநயத்தில். காலத்தை அளக்கும் ரவை ஜல்லிகளை இடைவெளி களை மௌனத்தில் கண்டறிய வஜ்ரநந்தியிடம் பேனான் ஆராதான். அவர்கள் சந்திப்பு காட்டிலும் மேட்டிலும் குகைத் தாழ்வரை மரநிழல் குக்கிராமம் வயல் வெளிவரை காலம் அளந்த இயற்கையின் நுண் ஒலி நகர்வுகளின் அடுக்கில் மெல்ல சிராவகர் இடும் பிச்சையை உள்ளங்கைகளில் ஏந்தி வாங்கிக் கொண்டான். திரும்பிய போது வர்த்தமானரின் மூதாதையரான ஏழு சகோதரிகள் மிருகவதி, திரிசீலை, சுப்பிரபா, பிரபாவதி, சேலனா, ஜேஷ்டா, சாந்தனா ஆகியோர் ஒளிகட்டி மலைப்பாழியில் மறைகிறார்கள்.

அவர்கள் நேத்திரத்தில் அகப்பட்டுக் கொண்டான் ஆராதான். கன்னிச் சோடையில் அகப்பட்டு மெலிந்து மெய்யுருகும் வேளை

பட்டினித்தவம் பீலிவளையிடமிருந்து கால வெளியில் அகன்றான். அவர்களுக்கிடையே விடப்பட்ட உவர் வெளியில் ஏழு சகோதரிகள் அவனுக்கு சோடை நீக்கி இசையின் சாகரத்தை ஏழிசையால் வழங்கினார்கள்.

வஜ்ரநந்தியின் கூந்தற்பேழையில் சாம்பலுடன் பழுத்திருந்த அக்கினி சமணின் ஆழ்ந்த ஒலி ஞானத்தில் விளைந்தது. சொல், புட்கலம் அலகு கால அளவை உயிர் நகர்வில் மாறும் ஒலிஅலைகள் சொற்கட்டில் பிளக்கும் இடைவெளியில் ரஸநிறங்களாய் பொங்கியது. ஒலிஉடல் கொண்ட சப்தசமுத்திரங்களில் உறைந்திருக்கிறான் படிகமாய். நிசிதிகைக் கனியை பீலிவளையிடம் காட்டினான் காமோஸ். அதை மௌனத்தால் பார்த்தாள்.

நெஞ்சில் முளைத்த மறு வளர்ந்து சுரந்த பாலைக்குருடர் கண் அரும்பக் கொடுத்தாள் மும்முலைப்பெண். கோப்பையில் ஏந்திய அவள் பாலில் நீலநத்தைகள் சுருளும் கண்திரள். உவர் கடல் பாலூட்டி அவள். முலைப்பாதையில் குமுறிய எரிமலைவாய். அவள் உடல்பட விசும்பலில் இமையாவிழிகள் தொலை நோக்கும் பிளவுண்ட திரி நாக்கில் சுடரும் விஷம். தோலை உரித்த வாலமங்கை. நீர் ராசிகளின் மரபில் தோன்றி கடல் மடுவில் மறைந்து முலைக்காம்பில் பாயும் பனி ஆறு.

மீன்பள்ளிகள் அவளிடம் வந்து நீர்ராசியின் பாஷையில் குலவை இடுகிறார்கள். தன் வாலைத் தானே விழுங்கி வட்டமாய் நீந்தி மேலே வருகிறாள். வெளுத்த நிலவாய் படர்ந்து பனிமுலைகளின் பிடியில் உப்பு வெளி அகப்பட்டு விடும். நாக இரவின் மௌனத்தில் அமானுஷ்யமான கதியில் உயிர்த்தாவரங்கள் தோன்றி வளர்ந்து பால் ஊறும் செடிகளில் முத்தமிடும் கண்திரள் நத்தைகள் தும்பிகள் பட்சிகள் அரும்புகளின் நீட்சி முடிவற்ற பால் பாதை. இருட்டில் வந்து வாதாடும் மீனவர் குறைகேட்டு மடுவிலிருந்து பிளக்கும் தேளி, வாளை, உழுவை அகப்படும் இரவு அது. அதுவரையாரும் அடைந்திராத நீர் பாழியில் ஜலதேவதைகளாய் ஒளிமுலையேந்தி இருட்டில் எரிகடல் விண்மீன்களாய் வால் சுழற்றி நீந்துகிறார்கள் மூவரும். நீரோட்டத்தில் போகும் போக்கு மீன் கர்ணமடித்து மேல் விசும்பி 'இடும்பியே நீயும் வருகிறாயா என்னோடு' எனக் கேட்கும்.

நகரும் மும்முலைப்பெண் முலைஒளி கவ்விக் கிடந்த வறண்ட நிலத்தில் உலர்ந்த தாவரங்களில் காற்றின் துயரம். இடும்பியின் உடல் ரேகை சுழிந்து செல்லும் காண்டவனத்தைக் கிருஷ்ணனும் விஜயனும்

அழித்தவேளை உவர் கடல் புகுந்து மறையும் சர்ப்பங்களுடன் சித்திரக்கல் சூழ்ந்த உவர் மண்பட்டினம். மணிக்கல் ஒளிரப்பறக்கும் முதிய சிறகுடன் உவர் மலையில் நாகமூதோர், மடலேறும் மீன் பறையர் தானியங்கள் கலந்த நீரில் கல்நாகங்களை நனைத்து அதன் கோபத்தை ஆற்றினர்.

ஜனமேஜயனின் பாம்பு அழிப்பு யாகத்தில் பதறி ஓடிய சர்ப்பங்களை ஜராட்கரு முனிவன் மனைவி அத்திகா காத்தாள். பாம்புகளால் சூழப்பட்ட அல்லிப்பூக்கள் உயிர் பரவ மனசா விஷமுறிவாய் திரிகிறாள் வாலைக் கன்னியாய். தொடர்ந்து அவள் சர்ப்பவனமூச்சில் உலர்ந்திருக்கிறாள். ராப்பொழுதில் ராகு கேது பின்னலாய் உயர்ந்து நிலவை விழுங்கி இருட்டாகவும் மூடுகிறது சமவெளியை. உவரில் கரையும் வேறொரு கன்னி சுரந்தபால் தரையில் பதுங்கிய சர்ப்பங்களுக்காக நாசித்துவாரத்தில் நுழைந்து நாகலோகத்தில் மூத்தநாகங்களுக்கானதை அபரிமிதமாய் சுரக்கிறாள் வெதுவெதுத்த பாலை. இளமையைத் தோல் உரித்து வாயில் தன் வாலை விழுங்கி பருவச் சக்கரத்தைச் சுழற்றி மாயாதீத வெளியின் பாம்புச் சக்கரத்தில் பதிந்த வானவில் தரையில் துளையிட்டு நீரூற்றை எழுப்பியது. எரிஉமிழும் சர்ப்பத்தினால் சுற்றப்பட்ட கன்னி பச்சைவனம் திரிகிறாள்.

ஓயாது நெளியும் நீலநாகங்கள் பாடலில் மயங்கிய வேளை மகி பாலனால் பூனைக்குத்தி கொண்டு கொல்லப்படுமுன் பார்சுவரின் ஆழ்ந்த தவத்தில் தன் உடல் கூற்று வர்ணத்தின் சரமூச்சில் இசைத்தது. மீண்டும் ஜனித்தது. சமவகரர் தேரை நிறுத்திய பார்சுவர் தவநிலைக்கு சீறி அடைமழை பெய்தான். திரும்பவும் அவ்விரு நாகங்கள் குடையாய் பார்சுவர் மேல் படம் விரித்தன. பாம்புவொன்று தாமரை ஏந்திய வேளை அவள் முலைக்கண் கீறலில் கசியும் பால் அருந்தின. உப்புப் பாறைகளைக் குடைந்து முடிவற்ற கிளைகளுக்குள் மறைந் திருக்கும் தடாதகை மணல் உடலாய் உதிர்ந்து உவர்நுனியில் உருப்பெற்று குகை வழிபோய் பாறைசீவிக் கிடந்த அபிதரின் அருகில் யட்சியாய் தாமரை ஏந்தினாள். இவ்வெளி சிவப்பு, மஞ்சள் கபிலம் என நிறங்களை மாற்றிச் சர்ப்பங்களைப் புதர்கொண்டிருக்கும் ஓடவல்லி இலை பாம்பின் கருவரை ஒட்டிய புதரில் நிறைய சர்ப்பப் பிஞ்சுகள் இலைகளின் மேல் நஞ்சை உமிழும்.

வருவோர் ஓடவல்லி இலையைப் பறித்துக் கண்தொட்டு வாயில் இட்டுப் போனதும் இலையில் பாய்ந்து கருத்திருந்த நஞ்சு மேலும்

உள்ளுமாகக் கலந்து ரோகியின் நோய் தீர்க்க பார்சுவர் கோயிலைச் சுற்றி ஓடவல்லிப் புதர் பரவியது உவர் வெளியில். இக்கொடி இலை ஒவ்வொன்றும் வேறுவேறு மணமும் குணமும் நிறைந்து நவஇலை கிராமத்திலிருந்து வேரும் தூருமாய் உவர் மண்பட்டினப் பார்சுவர் சிலைசூழப் படர்ந்தது.

கல்லைப் போல் இறுகிய பழவிருட்சங்களில் சாம்பல் பல்லிகள் பழுத்த கனியைப் பார்த்திருக்கும் சரித்திரத்துக்கு முன் இருந்த தாவரங்கள் உப்பு வடிவடைந்து விநோத நிறங்களில் இலை கொள்ளும். காவிநிறக் கற்தாவரங்களில், சிறகு குவித்து அமர்ந்த பட்சி அலகு குத்தி துடிஅதிர்ந்த சிறுபொந்தில் ஆழமான மரத்தின் கண் திறக்கும்.

வேம்பார்கடலுக்குக் கீழ் கூட்டம் கூட்டமாய் சுழன்று மறைந்த வர்ணப் பட்சிகள் படையெடுத்து உவர் மலைகளில் மோதி இறகுகள் உதிர்ந்து எழுகின்றன சிறகு விரித்து. கடல் பாசிகளில் ஒளிரும் உயிர்களின் அசைவு. இருளிலும் உறைவிடம் கண்டுவிடும் குருடர்கள் கும்மிருட்டில் நடந்து வருகிறார்கள் பறவைகளின் கோடுகளில். அற்புதமான கூடுகளுக்குள் பறவையின் சாயலில் துயில்கிறார்கள். முலையின் எரிமலை விரிசல்களில் புகுந்து லட்சம் பாசி உயிர்கள் உள் சுரங்கத்தில் முலைத் திசுக்களில் ஒட்டிக் கற்களில் மீன் உரசும். நண்டுகள் அவள் உடல் துளைகளில் இருளுடன் நடுங்கித் தனிமையின் கால்களை அசைக்கும். உப்பின் சாரத்தில் சில புராதன ஜந்துக்கள் ஓடி ஓடி முலைப்பாதையில் கண்திறந்து பச்சை உலகம் சுழல்கிறது நீரில்.

குருடர்கள் கூழாங்கற்களை அடுக்கி அடுக்கிக் கூடுகட்டி உள்ளே வர்ணக்கற்களின் நார்ப்பாதையில் வட்டமாய் நீந்துகிறார்கள். தலையை மீன்கன்னியின் மடியில் சாய்த்து அவர்கள் துயிலும் போது மூடிய இமையில் ஒரு துளி உவர் நீராய் கண் ததும்புகிறாள் மும்முலைப்பெண். சிலபறவைகள் மீன்களின் சதை உதடுகளில் கனிகளின் துகள்களை ஊட்டும்.

நிலாச்சரீர மும்முலைப் பெண் மேகங்களுக்கிடையில் தயங்கிய வாறு நகர்கிறாள். பெருந்தாயின் கூழாங்கல் முலைகளின் எரிமலை வாய் திறந்து உயிர்களின் அருவி கீழ்பாய்கிறது. பால் ஊறும் பருவத் தாவரங்களுக்கான தானியங்களை உதிர்வு கொள்ளும் முலைப் பாதை. அவை சிலீமுகம் தூக்கிய வாலமங்கை மென்மறு வளர்ந்து எரிமலை அனைந்துபோன வாய் உள்நுழைந்த மீன்சுருதிகள்

படைபடையாய் சுழன்று உள்ளேறுகின்றன தீராமல்.

உள்ளே மோதிரம் போல் சுழலும் நிலப்பரப்பு. உதிரத்தில் ஓடும் உவர் நரம்புகள் கொந்தளிக்கும் போது திரும்பவும் அனைந்து விடாத சுனை. பாறைகளின் மௌனத்தில் காத்திருக்கும் தாய்ப்பிளவு. பயங்கர அந்தகாரம். வானத்தில் தாரகைகள் தோன்ற உப்பு வெளி விரிவு கொள்கிறது. உவர்மண் தெருக்களில் மூவரும் வலம் வரும் தேய்பிறை நாளில் மீனவர் மண்கூரை வீடுகளில் புறையில் தவழும் சுடராகும் மீன் அவளின் மூன்றாவது மறு. இடம் மாறி நகர்கிறார்கள் உவர் வெளியில். தூண்களில் உரசிக் கொண்டிருந்த துர்தேவதைகள் விழிப்புற்று தெருக்கோடியில் நாயின் ஊளை.

இவர்கள் வலம்வரும் போது யாரும் எதிர்ப்படுவதில்லை. கன்னியின் நேத்திரத்தில் உயிர்குடிக்கும் வெறியும் அழல் முலைகளின் பால்பாதையில் மனிதர் நேர்நோக்க முடியாத வெளிச்சமும் அச்சமூட்டும். குருடர்கள் மட்டும் நீல நேத்திரங்களை இருளின் மலர்களாக ஏந்தி பால்பாதையின் ஒளிபெற வேம்பார்கடலின் குகையிலிருந்து சதுப்பு நிலங்களைக் கடந்து கருங்களியால் விளையாத கரிசல் பூமியைக் குத்தி சாம்பலைக் குருதியுறச்செய்து தடுமாடி வருகிறார்கள் உவர்மண் பட்டினம் நோக்கி. உலர்ந்த தாவரங்களில் அவர்கள் கால்பட்டு இலைகள் தளுத்துவிடும். தவளைகளும் பூச்சிகளும் ஒலியடுக்காய் படிகள் அமைத்துக் கோடுகளில் அழைக்கிறது குருடர்களை.

சாம்பல் செடிகளின் புதரில் மண்டியிட்டு இலைகளைத் தழுவு கிறார்கள் பார்வையற்றவர்கள். செடிகளுக்கு தெரிந்திருந்தது அவர்களை. நரம்புகள் இலைகளிலிருந்து குருடர் கைமேல் படர்ந்து அவர்களின் மண்நுரையீரல் அசையும் போது தேம்புகிறார்கள் குருடர்கள். அவர்கள் நேத்திரங்கள் மும்முலைப்பெண் ஒளிப்பாலை அருந்தும் கணம். மூன்றாவது உணர் கொம்பாய் கண் திரை விலகி நயனப் பளிங்கில் ஒளிக்கோடு வரையும் மென்முலை. அவர்கள் கொங்கைகளை ஆவிச் சேர்ந்து அலறும் ஓசை சுழன்று அவ்வேளை ஓசையுடன் பிடித்த மழை கிழக்கே சரிந்து பயிர்களின் ஆழத்தில் வேர்களை ஊடுருவித் தோகையெங்கும் நீர்கோர்த்துவிடும். கரிசல் பூமி வளம்பெற முலைப்பாலை குருடரின் விழிகள் அருந்தும் போது கீறிய இமையில் நெல்நாசிகள் குழந்தைகளாய் கரைந்து அழும் ஜனன ஓசை வயல் எங்கும் அலை பரவிவரும். அவர்கள் மழையுடன் நெல் கதிரேந்தி, பாடி, வீடுகளைச் சுற்றி நெல் மேல் கதிர் உரசும் புனிதச்

சடங்கில் கூடுகிறார்கள். உவர் மண்களையும் உமிழ் நீரையும் தவிர வேறு எதையும் உண்பதில்லை குருடர்கள். கம்பு சோளத்தில் செய்த படையல் மீது விளைந்த நெல்கதிர்களை நட்டி குலவை இருக்கிறார்கள் இருட்டிலிருந்த மீன் பள்ளிகள். தானே உருவாகிய உவர் மண் சிலைகளாக அதிர்வு கொண்டிருக்கும் மும்முலைப் பெண்கள் கண்களில் உப்பின் தீவிர ரஸ ஓட்டம்.

வெஞ்சுரம்

இருட்டித்திரிந்த கருப்புச் சமணர் தலையிலே மயிர் பறியுண்டு நின்று உண்டு திரியும் பேய்போல வெவ்வேறு மலைகளிலே திரண்டிருக்கிற வஞ்சகமான எண்ணாயிரம் சமண முனிகள் ஒருமித்துக் கூடி வர 'திருவாலவாயன் திருநீறே' என்று பதிகம்பாடி ஆமைராஜா உடம்பில் சாம்பலைப் பூசித் தடவினான். தேரை வேதியன் தடவியவுடன் வலப்புற வெம்மை அமணர் வெம்மைபோல் அகன்று போயிற்று. அப்படி ஒருபுறம் குளிர்ந்த ஆமைக்கு இழி தொழிலையுடைய அமணர் கைதொட்ட இடப்புறம் கொதிக்கிறது. கௌணியத் தேரை கை தொட்ட வலப்புறம் குளிர்ந்திருக்க சமணர் சொல் வழிநின்ற கூனல் வழுதி சுரந்தணித்தாட் கொள்கை நிறைவேறிற்று. தலையெலாம் பறியுண்டு புண்ணாகத் திரிகின்ற வஞ்சகராகிய சமணருக்கு உடன்படாமல் ஆமை அரசியும் எறும்பு தின்னி மந்திரியும் கொடுத்த ஓலை விண்ணப்பத்தைக் காட்டி அதிலுள்ள செய்தியை வாசித்தான். வெங்குரு வேந்தராகிய கிணத்துதேரை திருவடி வணங்கி அடியேன் எறும்புதின்னி சொல்லும் வார்த்தை சமணராகிய இருளை ஒதுக்கி விபூதி தாரும் என்றான். அந்தக் கொள்ளி அவியாமல் பற்றிக் கொண்டு வெந்து புகைவதைத் துட்டர் பொய்யுரை கேட்டு தொன்முறை துறந்து விட்ட ஆமைராஜாவைப் பையப் பற்றிக் கொள். எனப்பாடி நெருப்பையே ஆமை மேலேவினான். அந்தக் கணமே விரட்டிவந்து சுரநோயாகப் பற்றிக்கொண்டது. ஆபரணங்கள் நீராக வெந்து சந்தனமும் மாலையும் கருகவும் விரிந்து பரப்பிய பாயலும் புலர்ந்து சருகாகவும் அந்த வெஞ்சுரம் தணியாமல் அதிகமாகியது கண்டு சவலையான விரதங்களில் வருந்தி இகபரபோகத்தையும் அடைய மாட்டாத சமணரை அழைத்துக் காட்டிப் பார்க்கச் சொல்ல அவர்கள் தவபலத்தினாலும் பலவகை மருந்தினாலும் வெஞ்சுரம் தணிவு பெறவில்லை. என்ன செய்வோம் என்று கவலை கொண்டிருக்கப் பொழுதும் விடிந்தது.

சுரம் தீர வேண்டும் அமணர் கூட்டம் மாள வேண்டும். சுர நோய்

தீர்த்த சிரபுரத் தேரைக் கௌணியன் 'வலப்புற வெம்மை தீர்ப்பாறாக அமணர்' என்றான். அமணர் அசோகின் கீழிருக்கிற அருகனை நினைத்து கையிலிருக்கிற மயில்தோகைகளால் தடவித் தடுத்து கண்ணீர் சிந்தி அழுதும் கொதித்து அதிகரித்து தனியாதிருக்க அமணர் கர்வம் குலைந்து பேசாதிருக்க தேரை விபூதிப்பையில் விபூதியை அள்ளிக் கையில் வைத்துக் கொண்டு அந்த சுர நோய் தீரும்படி நினைத்தார். மாயை செய்யும் அமணர் இது மாயை நீறு தகாது என்று தடுத்தார். 'திருமடப்பள்ளிச் சாம்பலை அள்ளிவா என ஊழியனுக்குப் பணித்தான் தேரை' இடப்புறம் கொதிக்கிறதே என வுருண்ட ஆமை இடப்புறத்தையும் விபூதி அள்ளித் தடவச் சுரம் நீங்கி ஆமை உடல் நீங்கி சுந்தரமானான். அமணர் நெறியை விட்டு வேத நெறி புகுந்தான். கொஞ்சமும் அஞ்சாதவர்களாகிப் பின்னும் வாது செய்து தோற்ற வஞ்சகராகிய அமணரையெல்லாம் கழுவேறவிட்ட திருவிளை யாடலும் சொல்லுவோம் அடுத்த பவுர்ணமியில் என ஏட்டை மடித்து முனிவர் அறனடி ஏகினார்:

வாது

சமணர்களெண்ணாயிரவரும் விட்ட ஏடுகள் ஆறுபோன வழியே போயின. தேரை எழுதிவிட்டது ஆற்றுக்கெதிரே செல்லுதலைக் கண்டு சிவனடியார் ஆனந்திக்க சமணர் நடுங்கி வியந்து துக்கத்தி லழுந்தினார்கள். இன்னும் வெந்து போமென்று எண்ணாமல் வெல்வோம் என சபதம் செய்து தாமே எழுதியிட்ட ஏடுகள் வெந்து போகக் கண்டு ஆறுக்கெதிரே ஏடுகள் செல்ல வெல்வோமென்று இட்ட ஏடுகள் கடல் போய்ச் சேர எடுத்த ஏடுகள் அழல் பட இவ்வூர் தீவூட்டிய ஒரு மகள் முன்பே குலவையிட்ட அனல்வாக்கு தீக்கனவுரைக்க தங்கள் மானமே தங்களைச் சுட தலைநிமிர்ந்து நின்றார்கள் நாணத்துடன் மலையை வில்லாகக் கொண்டு திரிபுரத்தை எரித்த பாழிச்சிகழிகை எனும் வலிய தீக்கொழுந்தையுடைய சடையுடன் வந்த ஈசனே சமணர் ஏட்டை எரித்தானோ? பொய்யில்லா வேத நெறி செல்லா அமணருக்கும் புத்தருக்கும் இன்னும் வேத சாஸ்திரங்கள் தெரிந்தும் சிவனே பரம்பொருளென்று தெரியாமல் கையில் விளக்கிருந்தும் கிணற்றில் விழுந்தார்கள் நெருப்பும் நீருமல்லவோ சாட்சியாய் அமணரைப் பௌத்தரை அழித்ததென எறும்பு தின்னி மந்திரி செய்த சூழ்ச்சி ஆமைராஜா தேரை வேதியன் வாக்கை நிறைவேற்றி சமணரைக் கருவறுத்தான். அப்படிக் கழுஏறாத சமணர்களைச் சைவாசாரத்தைக் கொண்டவர்கள் ஒவ்வொரு சமணனைப் பிடித்து

வந்து முத்தலைக் கழுமரங்களிலே ஏற்றி இருத்திக் கொன்றார்கள். அந்த சமணர்களுக்கு பாரம்பரியமாக அடியார்களாய் இருந்தவர் சாவப் பயந்து மனங்குழைந்து விபூதி பூசிக் கொண்டார். அந்த விபூதி கிடையாமல் பசுவின் கோமியத்தை எடுத்து இட்டுக் கொண்டார் அதுவும் கிடையாதோர் பசுவின் கன்றைத் தோள்மேலே தூக்கிப் போட்டுக் கொண்டார்கள். விபூதி கோமியம், பசுவின் கன்று, இந்த மூன்றும் கிடையாத சிலர் விபூதி பூசின நெற்றியுடனே நெற்றியை மோதியிட்டுக் கொண்டும் இப்படி தங்கள் பாசங்களை வென்று பிழைக்க எண்ணியவர்கள் எல்லாம் பயந்து நடுங்கி கழுவில் ஏறி இறந்தவர்களையெல்லாம் பருந்து, காகம், கழுகு, நாய், நரிகள் தொடர்ந்து கவ்விப் பிடித்திழுத்து திண்ணக் கிடந்தார்கள் கழுவிலே:

மண்மேட்டின் மீது நிற்கும் கழுவடியில் நெற்கதிர்மூடிய சிலைகளை சப்பரம் தூக்கிச் செல்ல கூட்டம் பின்னகரும். கழுவடியில் மும்முலைப் பெண் சிலைகள். கழுமேல் குத்திய சமணர் உதிரம் நெல் கதிர்மேல் ஊர்ந்து நெல்லின் இமைதிறந்து உப்பாகிச் சமவெளியாய் மாறுகிறது. மெல்லக் கழுவர்களின் வாதை உவர்வெளியெங்கும் சுழன்று எல்லோரும் பாடுவிழுந்து பேச்சுமூச்சற்றுச் சமைகிறார்கள் உலர்ந்த சிலைகளாகி. அவர்கள் மேல் கழுவரின் நேத்திரங்கள் துன்பத்தின் ஆழத்திலிருந்து வெறித்து நோக்க ஏடுகள் மேல் பற்றிய நெருப்பை அமணர் கண்களின் நீர் அணைக்கிறது. விதைப்பெட்டிகளில் ஏடுகளை அறுத்து மீன்பள்ளிகள் கழுவர்களைச் சுற்றி குலவையிட்டு 'எங்களுக்கு நன்மை செய்ய வேண்டும் அம்மணப்பா...' என ஏகமாய் கதறுகிறார்கள் மீன் பள்ளிகள். உவர் தெருக்களில் குலவையோடு தூக்கிய முளைப்பாரி கும்பங்கள் கழுவடி நோக்கி சீவகன் புராணம் பாடி வருகிறார்கள் ஏடுகளின்றி.

இருட்டின் கண்களுடன் பின் தொடரும் காமோஸின் மணல் கடிகாரத்தின் மீது விழும்பூச்சியின் நிழலில் கூடப்பொருள் காண்கிறான். குருடர்கள் களிகளைக் குத்தி சமவெளியில் நடந்து சேதுக்கடல் நோக்கிப் போன பாதையில் தடியின் சத்தம் விட்டு விட்டுக் கேட்கிறது. அவர்களைப் பின்தொடர்ந்தான் டாட்டிலுடன். சீனிப்பாறைகளில் செங்குத்தான படிகளில் ஏறுவது எளிதாயில்லை. குருடர்களின் களி லாவகமாய் தடுமாற்றமின்றி குத்துகிறது மலையை. உச்சியில் வீசும் காற்றில் அசைந்து கொண்டிருந்தது குருடர்களின் உடல்வெளி. எறும்புகளின் உணர்வுகொண்ட குருடரின் மனப்போக்கு எல்லோருக்கும் வேறுபடக் கூடும்.

வெள்ளைப் படிகளில் வெட்டிய லிபிகளில் குருடரின் ரேகை பட்டு ஒவ்வொருவர் இருளின் உலகம் சுழன்று குழிந்த கோடுகளில் கண் இல்லாதோர் வார்த்தை புள்ளி மேடுகளில் இடமாறிக் கோர்க்கும். நிகண்டு லிபி உதிரும் ஆடைகளின் நுண்புள்ளிகளை ஸ்பரிசித்து உணர உடைகளைந்த திகம்பரநிலை. பிண்டி மரத்தை அணுகி அதன் கீழ் யோகநிலையில் சேரும் குருடர்கள் உவர்சிலையாய் சமைகிறார்கள் காலமற்று.

தலையிலிருந்து ஐந்துபிடி கேசத்தைப் பிய்த்து உப்பு வெளியில் மிதக்க விட்டார் ரிஷபர். குருடர்கள் ரிஷபரின் சிகழிகை நெளிவில் உலகை அளந்து விரல் நுனியால் தொடுகிறார்கள் பிரபஞ்சத்தை. சாம்பல் சிகை உவர்கடல் அலையாகி தீயின் நடுவிலே கருகாது சுழிந்து எரியாத ஏடுகளிலுள்ள ஒலிவடிவச் சொல்லை வரிவடிவில் வரைந்து கொடுத்து மொழி எனும் கூந்தற்கவரியில் விரிந்தது பிராமி வடிவம். அந்த வடிவம்தான் முதுமொழியின் ஆதிவடிவம். ரிஷபரின் வலிமிகுந்த ஐந்து பிடிச் சிகழிகை பிரிந்து திணைப்பரப்பாய் வேறு கொள்ளும். நிலங்களில் வகைப்படும் புல் பட்சி தெய்வம் இசைப் பாலை வட்டத்தில் தன்வாயால் வாலை விழுங்கிய பருவசக்கரம்.

திசைசூழ் துகிலில் தாவரங்கள் அசையும் ஓசை. தாழ்வான குகைக்குள் வளையும் போது ஒளியும் இருளும் திருகிச் செல்லும் உள்ளே. பரவெளிகாணும் மனிதரைவிட குருடரின் பரவசநிலை தீவிரமான விரதிகளின் சிலைச்சாயலில் எரிமலைகளின் மௌனத்தை அடைகிறார்கள் இருட்டில்.

நிலத்தின் மீன் மண்விரல்கள் செலுத்தி நீர்ஓடுகிறது. விலங்குகள் சூழ இருந்தான் திராவிட ரிஷபன். விலங்குத் தடத்தில் குளம்படிகள் விரல்நகங்களில் பாஷை கீறியிருக்கும். கூட வந்த நாடோடி ஒருவன் மூன்று நாட்களுக்குப் பின் குகையிலிருந்து வெளிவந்து 'காமோஸ்டாவோ எங்கே போய்விட்டாய். சாம்பல் பாறைகளில் படிந்திருந்ததேன் ஊழிவரை. உன்னை எனக்குத் தெரியும்.' 'தெரியாது' என்றான் காமோஸ். முழங்கால்களை ஒன்றாக நெருங்கி ஒரு பக்கமாகத் திருப்பி நடன அசைவுடன் தியான ஜுரத்தில் கரைந்து மெலிந்தான் பாறையுடன். 'திராவிட ரிஷபனை சீடர்களுடன் பார்த்தேன். அவன் நாகசக் கரத்தில் சுழன்று கொண்டிருக்கிறான். அவை தீண்டிய விஷம் முழுவதும் அவன் உடலில் ஓடித் தீநாவுகளை வெளிப்படுத்தினான்.' 'அவன் நாவிலிருந்து வெளிச்சமாகப் படிந்த கொடிய நாகர்கள் சிலைகளாக இருக்கிறார்கள்.' 'அது மறைந்து போன

எரிது நகரம் என்னையும் அழைக்காதே அங்கே' சாம்பல் நிறக்கல்லில் வடிக்கப்பட்ட திராவிட ரிஷபன் தன் மூதாதைகளான ஏழு சகோதரிகளுடன் மறைத்திருந்தான். 'அது வேள்விகளில் நாகங்களையும் நாதனையும் தகனபலியிடும் பாரதப் பகை' காமோஸிடம் தீவிரமாக வாதித்தான் அதிசய அதிதி. 'ரிஷபம் காலமற்றது. வேள்விகளில் சாம்பலான ரிஷபம் கொம்புகளுடன் எழுகிறது. நிலைகுத்தும் கொம்புகளில் காலமற்ற ரிஷபத்துடன் வருகிறான் திராவிட ரிஷபன். புன்னகையற்ற நிலப்பகுதியில் அந்த உவர் வார்த்தையை விதைத்து மழையால் உயிர்ப்பிக்கிறான் தானியங்களை.' 'அந்த சாம்பல் தானியங்களை எடுத்து வந்தாயா அவனிடமிருந்து' 'காமோஸ் பைத்தியம் பிடித்து விட்டதா உனக்கு. சங்கிரக ஓலைகளில் லிபிகள் மாறிக் கொண்டே இருப்பதால் என்னால் வாஸிக்கப்பட்ட பின் வேறு தானியங்களின் காலம் வந்து விடுகிறதே' என்றான் நாடோடி. கனமான உணர்வை உருவாக்குகிற உவர் சிலைகளின் பக்கம் திரும்பிப் போனான் வந்தவன். கீழே அவன் போனது உண்மைதான். திராவிட ரிஷபன் வேறு எதற்காகவோ தவசிருக்கிறான் இத்தனை காலமும். ஒருமாற்றத்துக்கு ஒரு விடுதலைக்கு ஏங்கினான் உவர் பாழியில். உவர் மண்பட்டினத்தின் மேடுகளில் கழுமரங்களின் நிழல் நகர்ந்து அலையும் வெற்றுவெளி. சமண் கழுவர் உதிரம் நிறம்மாறி துயர வெளியாக மாறியிருந்தது இங்கே. திராவிட ரிஷபன் உதிரவெளி பார்க்கும் நாடோடிகளைக் கனமானதுக்கம் பீடித்து விடும். மெல்ல மனதை உருட்டிக் கொண்டு போய் சரித்திரத்தின் கொடும் குருதி வேட்டையில் சூதறியாச் சமணரின் எளிய உயிரின் ஆழத்தில் எறும்புகள் சாரை சாரையாய் வந்து அவர்கள் மீது முத்தமிடும் சிறிய தன் ஆவி. துயரவெளி எல்லோரையும் பார்த்துக் கொண்டிருக்கிறது. உருகும் வாதையின் உள்ளே பனிச் செடிகளின் இலையில் படிந்த சமண் உதிரம் மெல்ல உருமாறி உப்பாகிப் படிகிறது உவர் வீதிகளில். கடல்பாலூட்டிகள் விலங்குகள் பட்சிகள் எங்கிருந்தோ வரும் உயிர்த்தாகத்தில் சமண்மேனியின் துகில்விலகிய விரல்களில் நாவினால் ஸ்பரிசித்த ஒருதுளி உவர்ப்பு பிரபஞ்சம் நடுங்கிய துக்கம்.

35 பாட்டனி வளைகுடா நூல்

தூரத்தில் ஜனங்கள் வாழாத நகரமான தனுஷ்கோடி துயரமான சரித்திரத்தில் ஏழு கடல்கோளில் சிதைந்து திரும்பவும் பூர்வீக மணல் வேட்கையில் துளிர்க்கும் பூமத்தியரேகை மனிதர்கள் சேதுப் பாலத்தின் வழி கடலின் குறுக்கே அகதிகளாய் வருகிறார்கள். மணல்மேடுகள்

நகர்ந்து வரும் காற்றில் அரிக்கப்பட்ட சுவர் இடிபாடுகளின் மீது மீன் முள்ளுகளாலான அகன்ற விருட்சம் முள் உதிர்த்தபடி மேல்வர அவ்விருட்சத்தின் உட்கிளைகளில் 'சாம்பல் தண்டி அகவல்' பூண்ட மயில்தோகை விரித்திருந்தது. மயில் தோகை மூடிய அம்மணத் தூவியர் கற்ப காலமாய் பூண்ட தவத்தில் உடல் எலும்பும் குருதியும் சாம்பலாய் உருமாறி ரஸநாளங்களில் செதில் செதிலாய் நுண்ணுயிரும் சாம்பல் ஏடுகள் சிப்பி வரிவாய்பிளந்து ஒளியுமிழ வலம்புரியும் இடம் புரியும் நரம்பு நீட்டி அசைத்தவாறு சாகரத்தில் வரையப்பட்ட எலும்பு உடல் கொண்ட கற்படிவத்தில் நிர்கந்தரின் சொல் மூப்பின் பாசமாய் பூத்திருந்தது உடல். மரபினால் தூண்டப்பட்ட நீர்ப்பாசிகளின் துயரம் வீச நெகிழும் பசும்புதரில் வருகிறார்கள் பூமத்தியரேகை மனிதர்கள். மச்ச இனங்களும் செந்நண்டுகளும் குகைப்படுக்கையில் நீந்தி அம்மணத் தூவியரின் எலும்புகளைக் கரும்ப மூடிய கண்களின் ரெப்பை மீது உயிரை அரிக்கும் செல்லெறும்புகள் ஊரக் கண்கள் மீது ஒட்டிய பால் எனும் சொல் நிலப்பரப்பாய் விரிவுகொள்ளும். மறைந்த தனுஷ்கோடிக்குக் கீழ் ஏழடுக்காய் உள்ள நகரங்களில் யார் யாரோ நூற்றாண்டுகளின் மடிப்பிலிருந்து வருகிறார்கள். நகரின் பிம்பத்தில் பதிந்த மிருகங்களும் சிறபவயலும் வெண்கல உருவங் களாய் புதைந்திருக்கும்.

குவிமாடங்கள் ஒன்று மேலொன்று அடுக்கிய பல நகரங்களின் மீது பரவிவரும் நகரும் மணல் மேடுகளின் மேல் குடைந்து சுரங்கம் அமைத்து மணலுக்குள் பதுங்கியிருக்கும் பூமத்தியரேகை மனிதர்கள் கீழிருக்கும் தனுஷ்கோடியின் ஞாபகங்களை மொழியாக மாற்றிக் கொண்டிருந்தார்கள் மணல் ஏடுகளில். அங்கே சிலர் ஏற்கெனவே மறைந்து விட்டாலும் கடல் ஆடியில் விட்டுச் சென்ற சாயைகளாய் தொடர்ந்து அங்கு வசிக்கிறார்கள்.

பல இரவுகளாய் பரவிவரும் ஓர் இரவில் சொல்லப்பட்ட கதைக்கு ஏழுவகையான கதைமுறைகள் அந்நகரங்களில் உலவிக் கொண்டிருக்கும். மணல் பாலில் ஒளிகசியும் வெண்நிலவு கீழ்நகரில் அரக்கு நிறத்தில் அடுத்ததில் வெளிர்நீலத்தில் ஒளிர அம்மூன்றாவதில் முல்லையாய் முறுவலித்து நான்காறு ஐந்தாவது நகருக்குள் இருநிலவாய் பிரிந்து வில்யாழ் மீட்டும் பால்யாவின் முற்பிறப்பு ஞாபகங்களில் காடோடித் திரும்பிச் சரிகிறது பாழில். ஏழு நகரங்களுக்குள் மாறி மாறித் திரிகிறவளான பாழி பலவிதநிறமும் அழகும் அமைந்த இறகுகளை உடைய இருபால்பட்சி நீர் பதுங்கிய

ஏழு நகரங்களின் கீழும் மேலும் இருமடிப்பில் பறந்து திரியும். அனாதி ஓசைகொண்ட நிறஅலைகள் பரிமாறிப் பறந்து வரும் இருபால்பட்சி உதிர் இறகு கொண்ட பளிங்கு மேனியில் ஒட்டி அதிரும் இறகு குவித்து அலகால் உறிஞ்சும் நுரையீரலில் அலைபாயும் சமுத்திரத்தை வர்ணவெளியாக மாற்றிப் பறக்கின்றது விண்மேல். நிறப்பொடி உதிர்வு கொண்ட 'தாவர வளைகுடா' முடிக்கப்படாத நூலாய் மணல் வெளிவிரியும். அப்ஸரஸ்கள் இருபாலிறகு கொண்டு மறைந்துபோன மூலிகைக் கூட்டத்தின் பெயர் சொல்லக் கற்படுக்கையில் அவை தோன்றி அசைந்தன மெதுவாய்.

வரைபடச் சுருளின் வழியே இருபால்பட்சி செல்லும் போது மூளையில் ஏறிக் கொண்ட கண்ணுக்குத் தெரியாத வலைகளில் வெற்றுருவங்கள் இன்னொரு ராசியாகி அடிவற்றில் புள்ளிகளும் அரக்குக் கோடுகளும் கொண்ட வெள்ளிப்பூச்சிகள் நகரங்களின் தொன்மையான நிலப்பரப்பில் நகர்ந்து சிலைகள் மீது வரையும் இருபாலிறகு நீளமான விரல் அரும்புகளில் நகரும் மணல் ஒவ்வொன்றாய் மணல் காகிதம் எழுத உள்ளே இறகு உருகும் சிலைகளின் கையிலுள்ள லயம் ஒருதுளி ரத்தமாக மாறுகிறது.

சமுத்திரத்தின் இருபக்கமும் நிதானமான மணல் அலைவந்து சுழல்கிறது. அந்தக் கன்னி மயங்கிக் கொண்டிருக்கிறாள். அலைகள் அடித்துக் கொண்டு போன காற்றின் படபடப்பு முள்மரத்தில் சிக்கித் தாறுமாறாய் கிழியும் பைத்தியக்கார வேஷம் கொண்ட கடல் காற்று. அசைந்து எழுந்த 'தாவரங்களின் ரகஸியவலைகுடா' நூலில் ஆற்றுப் படுகையிலிருந்து பயணமான போதகர் பௌஷீட் களிமண் நீரடியில் நெளிந்து உஷ்ணமான சிற்பமாய் விரலால் வளைகிறார். மணலுடன் கலந்த சில புஸ்தகங்களை விநோத வாசனையுள்ள மூலிகையாக முளைவிடும் மணல் துகளுக்கிடையே நகரும் இருப்பு இன்மை குறித்து எழுதுகிறார்.

மணலில் உருவெடுத்த சிலைகள் வெற்றிடத்தில் நகரும் நாட்டிய மாய் கீழிருந்து கிளம்பும் கால்களில் நத்தைக் கூடுகளாலான சதங்கை உள்ளே உருளும் மணல் ஒலி. பாழி நடந்து போகிறாள் மணல் வெளியில். மணலாக மாறுகிறாள். அவள் உரு மறைந்து வெண் வெளியாகி மணல் மேல் ததும்பி அலைவுறும் அரூபமாய் தவிக்கிறாள். அவள் இருந்த இடத்தில் மணல்மட்டும் மிஞ்சுகிறது. ஒரு துளி மணல் சுழிக்காற்றாய் நகரத்துக்குள் சென்று சுழன்று ஜன்னல்களைத் தட்டுகிறாள். முகங்களும் கதவுகளும் அகலமான அறைகளில்

வசித்தவர்களும் தெருக்களில் நடந்து போய்க்கொண்டே இருப்பவர்களும் மணலுக்குள் சிக்கிச் சுழன்று பாழியின் மணல் வலையில் சிக்கி ஊளையிடுகிறார்கள். நகரத்தின் எல்லாத் தெருக்களிலும் மணல் புரண்டு வருகிறது. ஒவ்வொரு பெயரும் பொருளும் மணலாக மாறுகிறது. கூவிய பறவைகளன் இனிமையான குரல் படிந்த மணல் சுழியாய் கேட்டுக்கொண்டே மறையும். விருட்சங்களும் தாவரங்களும் இலைபடர்ந்த மனிதர்களும் மணலுக்குள் மணலாகிச் சரிகிறார்கள். அங்கிங்குமாக ஓடி ஓடி மணல் துளியில் மறைந்து கொள்கிறாள் பாழி.

ஏழு நகரங்களும் ஒன்றுமேல் ஒன்றாய் கீழே புதையும். நகரங்களில் இருந்தவர்கள் காணாமல் போகிறார்கள். இருபதாயிரம் வருஷ ஒருமணல் தனியே பாழியாய் பெண்ணுருக் கொண்டு மணல் கூந்தலை நகர்மேல் விரித்து இழை இழையாய் நெளியும் கூந்தலுடன் நீளும் அவள் பாதையில் யார் யாரோ வட்டமாகச் சுழியும் குரலுடன் மறைகிறார்கள். எல்லோரையும் சுழியாகச் சுற்றிச் செல்லும் கேசமணல் சுழற்சியில் பாழி தனித்திருக்கிறாள். கண்களின் அடியில் கருமை படர்ந்த ரேகை. கருமணியின் பின்னே புயல் கொண்ட நிழலில் மணல் வாட்கள் சுற்றி வீச்சொலி கொள்ளும் வேகம். பாழியை வாவாவென்று வெற்றுவெளி அழைக்கிறது. நாடோடிகளின் பாதங்களாய் விரிந்த மணல் மட்டும் கரையாமல் ரேகைகள் நெளிந்து வந்து பாழி மீது தொடுகின்றன மெதுவாய். மணலின் கடந்த காலம் சுழன்று முன் பாய்ந்து மோதலுடன் ஒலியெழுப்பும். ஒவ்வொரு சிறு மணல் விளிம்பிலும் பளபளப்பான பாழியின் சாயல். அவள் கால்கள் நடந்த தடம் மணலின் உணர்வாகவே நிற்கிறது தனுஷ்கோடி மீது.

பின்னிரவில் தோன்றும் நீலவெளிர்நீலமணல் அசைந்தசைந்து உருமாறம் தாவரவளைகுடாவில் மங்கிய மூலிகை மையில் இரு பாலிறகில் கவ்விய மணல் விரல்கள் கொண்ட பாழி மணல் நகரின் உட்சுவர்களில் தன் ஜீவநாடியின் நுண்ணிய சுருதியில் மணலாய் சுழியும் கமகவளைவில் கருக்கொண்ட சிசுவின் தைலமிதப்பில் உயிர்முன்மையில் திறக்கும் ஒரு கோடிக்காற்று ஒலிகளைத் திசை மாற்றிச் சுர அசைவுகளில் நீந்தும் உயிர்சுருள் ஒருமணலாய் கருக் கொள்ளும்.

காலத்துக்கு வெளியேயுள்ள காலத்தில் நீந்தும் பாழி தலை மேல் அடக்கிய மணல் மணியாய் அதிரும் சுருதிகள் மணலில் சுழல நிசப்தமான அலையாகி மணல் நகர்கிற பாழியின் தோற்றம். அவள்

கண் தூரத்தில் எல்லாம் சிற்பமாகமாறி அசைவற்றுச் சமைந்து மௌனமாயின.

கண்ணாடி அறையின் திரைகளை மெல்ல இழுத்து விட்டபின் மையக் கூடத்திற்குவந்து நீலஒளி விண்ணிலிருந்து கீழிறங்கி வருவதைப் பார்க்கிறாள் பாழி. திரைச்சீலைகளில் துயரம் பரவிய தனிமையில் மேஜைமீதுள்ள விஷக்கோப்பையைப் பார்க்கிறாள். உள்ளே விஷத்திவலை மீது அவள் முகம். விஷம்பருகிய கண்படும் இடமெல்லாம் சலனமுறும் சிற்பவயல் தோன்றி வளர்ந்தது. இன்னொரு உலகைச் சேர்ந்த ஒளி கோப்பையில் பொங்கி வழிகிறது நுரையுடன். குறுகிய பலதெருக்களையுடைய நகரம் வேற்று கிரகங்களின் சூழ்ச்சியால் வளைக்கப்பட்டு நீலத்தில் மிதந்து கொண்டிருக்கிறது.

இசைப் பாலத்தில் வரிசையாக அமர்ந்திருப்பவர்கள் கேட்டுக் கொண்டிருந்த கடலின் மடிப்பிலுள்ள மயக்கத்தை உள்கொண்ட வெறுமையுடன் இணைக்கவும் கடல் அலையிலிருந்து நீல நத்தைகள் விசில் ஒலிகளுடன் மேலெழுத்து வருகின்றன வெண்மையாய். கடல் நீலத்துக்கு மேல் சிறிய படகுகள் மேல் செல்ல அதில் இருந்த உருவங்களின் அசைவைப் பார்த்தாள் திரைச் சீலையை விலகி.

இசைப்பாலத்தில் வயலின் வில்லேந்திய புனிதர் பௌஷீட் ‘அவர்கள் திரும்பிவிடுவார்கள்... நெடுந்தூரம் போய்வருவார்கள்’ எனக்கூவுகிறார் பாழியை நோக்கி. அவர் வயலின் வில்லின் ஒவ்வொரு நரம்பும் கீழ்திசையின் வரிகளாக இருந்தது. பாழி முகத்திலுள்ள விஷத்தின் கோடுகளை நீலஒளியில் பார்க்கிறார் புனிதர். அறையிலுள்ள கட்டிலில் வெண்கலச் சிற்பமாய் ஸ்திரீகள் மூவர் இருபாலிறகுடன் ஒருவர் மேல் ஒருவர் வரைந்தபடி சித்திரம் கொள்ள வாசனை மட்டும் சுற்றிப் பரவிக் கொண்டிருந்தது.

யாரோ கதவைத் தட்டுகிறார்கள். கண்ணாடியில் பரவிய விஷ ஒளிர்வில் நீலநத்தைகள் உணர்கொம்புகளை அசைத்து ஊர்ந்து செல்கின்றன உயரே. கதவை மெல்லத் திறக்கிறாள் நீலயுவதி. உறைந்தவற்றின் மீது சப்தமிடும் பறவைகளாய் செதுக்கிக்கொண் டிருக்கும் வயலின் வில் கண்ணாடி அறைகளின் குறுக்கே ஓடுகிறது.

திறந்த கதவுவழியே உள்போய் அறையிலுள்ள யுவதிகளைத் தொடும் நத்தைகளின் உணர்நாக்கு உமிழ்ந்த தைலம் பாதையாக வளைந்து துயிலும் பளிங்குப்பாவைகளிடம் ரகஸியமாய் ஸ்பரிசிக்கும் உயிரின் நியதி. வினையறுத்த வெளிமேல் வெண்சிறகு

நீட்டிப் பறந்து வருகிறாள் பாழி.

கருவுற்ற அகதிப்பெண்கள் உயிர் முன்மைக்குள் திறந்துவந்த கர்ப்பப் பாதையில் நீலநத்தைகள் சுரிந்து செல்ல ஜனனக் குறியிட்ட தன் கொங்கைகளின் மேல் துளையில் ஈறுகளில் கருத்த துவாரத்தில் நீல எரிகொம்புகள் சுனையாக பால் உமிழப் படரும் பால் கசிந்து திவலைகளாய் வழிந்து தடம் செல்ல அகதிச்சிசுக்கள் முலைக்குள் குணங்கும் உயிர் வாதையில் பால்கவுச்சி வீச வேறொரு அறைக்குள் இருமுலைகளில் அணைத்த சிசுக்களுடன் மறைகிறாள் பாழி.

அவர்கள் மெல்லிய குரலில் பாழியை அழைத்தபோது அவளது படுக்கையின் விளிம்பில் தவழும் சிசுக்கள் அவள் மார்பில் முகம் பதித்து பால் உறிஞ்சுவதும் முட்டும் உயிர்வேகமும் கலந்த விழிகளில் ஆழ்ந்து பார்க்கிறாள். தலையை அண்ணாந்து இமைகள் படபடக்க கதவுக்கு வெளியிலிருப்பவர்களை நோக்கி கூறினாள். ‘என் மார்புகள் என்றும் சுரந்ததில்லை இவ்வளவு தீம்பாலை. இவை அருந்தும் வரை காத்திருப்பீர்களா.’ வினையில் வாரா நெற்கதிரேந்திய பெண்கள் கூட்டமாய் உள்ளே வருகிறார்கள். அவள் படுக்கையைச் சுற்றி குலவையிட்டு பாதங்கள் உரசாமல் சாய்ந்த கதிர்களை அவள் கூந்தல் மீது பதித்து மூடுகிறார்கள். சாலநெற்கதிர் ஏந்திய பாழி கதிர் மணிகளைப் பூஉதிராமல் தழுவுகிறாள் மார்பகங்களில் ஊறும் செம்பால் மணி நெல்வாய் திறந்து அருந்த. குழந்தைகளின் இறகு மென் தலையைக் கைவிரல்களால் கோதி தேம்புகிறாள் பாழி. குழந்தைகளைத் தூக்கிப் போகிறார்கள் நெற்கதிர் கொண்டுவந்த பெண்கள்.

அவர்கள் பின்னே ஓடி அழைக்கிறாள் பால் முகம்மாறாத குழந்தைகளை. அந்த அகதிப் பெண்களே அக்குழந்தைகளின் தாயாக இருக்கக்கூடும். முணுமுணுக்கும் மதியவேளையில் உருகும் சிற்பங் களின் வெண்ணிற வெளியில் நிகண்டுக்குள் உதிரும் நெற்கதிர்களை பாழி எனும் வயது மாறாத சமணக்குரத்தி தன் இறகுக் கூந்தல் இழை பறித்து கூர் மருப்பாக்கி எழுதி வந்தாள் சிற்பநூலை.

முடிவற்ற குணங்களாக மாறியபால் காகிதத்தில் விழுந்து மறையும். அதை விரல் நுனிக்கு நகர்த்தி பல பொருளின் அர்த்தத்தை விரிக்கும் ஒரு சொல்லின் செதில்களில் நூறுவகைத் தொனி ஒலிக்கப் பால் எனும் உச்சரிப்பில் மிகப் பல விருட்சங்களின் கிளைகளுக்குள் ஊறும் பால் ஒடிந்த இலையில் பால்வெண்நிலவாய் ஒளிகசிய பாழியின் ரஸ நாளங்களைத் திறந்து விருட்சமாய் கிளைத்தது ஒரு

சொல். போகூழ் ஆகூழ் இரண்டுக்கும் இடையில் தோன்றும் வினைஅறுத்த பால் வெளியில் இரவுக்கும் அந்திப் பொழுதுக்கும் இடையில் மயங்கிய பால் அவளின் விரல் ரேகையில் படர்ந்து கண்ணாடி அறையின் முகம்கொள்ளப் பால்ஒளிரும் மென் பாதங்களை மெதுவாக வைத்து திரைச் சீலையை விலகி ஜன்னல் சட்டங்களை அகற்றி வெளியில் தானே அசையும் பசு வெண்நிலவில் வெண்மணல் நகர்ந்து வருகிறது பாழியை நோக்கி. நீட்டிய கரங்களில் பொழுது நனைய சீனிநிற விரல்களில் உதிரும் மணல் சப்தமிடுகிறது பிரபஞ்ச ஒலியாய். மணலில் அலைவுறும் பால் மடுஏந்திய நாய் கால் தூக்கி கறவாத காம்புகளில் இசை ஒளிர வாசிக்கும் வயலின் உருகி பால்அவி தோல் முலை அகடு நிலம்பாளமாய் வடித்து உள்ளே நீர் அறுந்த வெம்மையின் மூச்சொலி கதவுகளைத் தட்டுகிறது.

தீம்பால் சுரக்கும் தெருநாய் ஒன்று பழுப்புநிற வயலின் வில் கொண்டு பால்நிற இசை வடிக்க பால்தர வந்த பளிங்கு இசைக்கருவி இருபாலிறகிலுள்ள சிற்பச் சுனையைத் தூண்டிச் செல்லும்.

பால்பிரியா ஐங்கூந்தல் கொண்ட பாழி மார்பில் இலைகள் படர பூமியின் உள் ஆழத்திலுள்ள இருண்ட ஊற்றுகளை உணர்ந்தவாறு மணல் மேல் கரங்களை வைத்துக் கோலமிடுகிறாள். இந்தக் கண்ணாடி அறைகளின் மெல்லிய திரைச் சீலைகளின் பின்னே வயலின் இசை கேட்கிறது. சொல்ல இயலாத மென்மையான நாயின்நிழல். அது மெல்ல முணுமுணுக்கிறது. அது நீண்ட நேரம் இசைத்த கோடுகள் மறையாமல் அறைக்குள் பத்திரமாய். நாய்களின் ஊளை தூரமாய் கேட்க அமைதியினூடே நடுங்கினாள் பாழி. ஆழமாகச் சுவாசித்துக் கொண்டிருக்கும் தாவரங்கள் அறைக்குள் நரம்புகளைப் படர விட்டிருந்தன பச்சையாய். சிலபூக்கள் மாலையின் நிறத்தில் பூக்க சில மூடிய இதழ்களுடன் கடந்த இசை அலையை இன்னும் கடக்க முடியாமல் தேம்புகின்றன மென்மையால்.

வினை அறுத்த பால் வெளித்தாவரங்கள் நீந்திய வேற்று கிரகங்களின் காலம் வளைந்து இருபாலிறகாய் செறிந்து வீழ்ந்து நீர்மை கொள்ளும். பால் பிரிந்திசையா உயர்திணை எனவும் நியதியெனப் பால்வரைத் தெய்வத்தையும் சொல்லா நின்றது.

அப்பாலை வரை இருபாலிறகில் பறிபுறம் அத்து இட்டபால் முலைமீது ஜனனக்குறி தோன்ற இருபால் பட்ட இம்மையல் மணல் உதிரும் காகிதமெங்கும் விரித்த கூந்தலாய் பாழியின் மென்முலைத் தீம்பால் பட்ட இறகு கீறிய வெண்மணல் மீது ஒரு சொல் உருண்டு

பாலையெனப் படிவம் கொள்ளும். வரைந்த பூக்களின் நிறங்கள் யாவும் மண்ணிலான மொற மொறப்பான காகிதங்களின் வாசனை மடிப்பாய் வளையக் கன்னிகள் யாவரும் தீம்பால் ஊறும் இறகுடன் குனிந்து பால்கோடு வரையும் இடமுலை கொதிக்கும் வெம்பால் நிற அலையாய் பாயும் பொருள் பல திரளும் பால் முல்லை ஓர்மை கொள்ளும்.

தாந்த்ரா நகருக்குள் மிதப்பதும் வெளியே அலைவுறும் பிம்பமாய் மாறி மாறிச் செல்வதால் அவன் தைலப்பளிங்கில் ரூபமற்றவனா யிருக்கக் கூடும். அதீதாந்திரீயமான ரஸப்படிகம் நீருக்குள் சுழல புலப்படாத சிலபரிமாணங்கள் தோன்றி காலமற்ற வெற்றிடத்தில் அருஉரு நீக்கி உருநுகர்ச்சியின்றி பசியையே ஓடாக ஏந்திய சமணரின் தவநரம்புகளின் திறந்து கொண்ட ரஸப்பரப்பில் கண்களில் ஆழ்ந்த துக்கம் குடிக்க ஜீவராசிகளின் மெய்யுடலில் இறகு விசிறியால் தொட்டுக் கரைந்துருகி வருகிறான். நகரங்களில் ஊடுருவியுள்ள பாழின் பெருக்கத்தால் அவளைச் சூழ்ந்த பெயர் பாழி. மயில் பிஞ்சம் சென்ற பாதையில் அவளும் போகிறாள். மணல் உடல்கொண்ட மறலிப் பிச்சனையும் பாழியையும் தொலைவிலுள்ளவர்கள் பார்க்கிறார்கள். மயங்கி உருக்குலைந்த திசைசூழ் துகிலாய் மிகநுண்ணிய பூச்சிகள் இழைத்துப் பின்னிய வெண்வலையில் மறைந்து கொள்கிறான் மறலிப்பிச்சன். அவன் தொகுத்த நிகண்டுக்குள் இந்நகரம் படிக உடலாக வெட்டப்பட்ட அரூபநகரம் தோன்ற இதன் தெருக்களில் தூண்கள் மற்றும் விதானங்கள் பிறைவடிவக் கோபுர வளைவுகள் மேல்உள்ள பளிங்கு மிருகங்கள் செதில் வார்த்தைகள் முளைத்த திண்டி மக்கவிகள் மூர்க்கமாய் சிலுப்ப வரிகள் வேறாகிவிடும் நெருக்கத்தில் ஒலி அடுக்காக மூச்சுவிடும் சிறகுவிரித்த கன்னிகளின் கருங்குலை நெளியும் ஸர்ப்பகேச அலைகளில் கூட்டமான சுவாசத்தில் மாறும் சப்த அளவுகளை மறவிப்பிச்சன் காட்டு மூங்கிலில் பிடித்த சுருள் மூச்சை மொழிரூபங்களாக மாற்றி சொல் களஞ்சியத்திலுள்ள முத்துக்கள் தோகைவிரித்த மயிலிறகுக்கண்களில் உதிர்ந்த சொற்களின் தாது பாழியின் கையிலுள்ள இருபாலிறகு மாயமான கம்பளத்திலுள்ள நகரின் பரப்புக்குள் படிகமாக நிறமற்ற ஆடிகளாக பனிக் கட்டியாக கடல்பளிங்காக மொழி உடல் சுழன்ற திசாதிசைகளிலிருந்து உள்ளிறங்கும் புதிர் படிக்கட்டுகள் சென்றடைகிற வெளி எந்த வெளியில் இருக்கிறதென நகரம் பல தோன்றி எங்கிருக்கிறாள் பாழி.

தளமாற்றங்களில் ஓடும்பார்வை நூற்றாண்டுகளின் மாறிய அடுக்கு பல நகரங்களின் மறைவுகளுடன் உதிர்வு கொள்ளும் தளிக்

கோடுகளாக வெட்டப்பட்ட சிலைகள் படிகக் குடைவுக்குள் அகநகரமாக மொழி அடுக்கு விண்ணிலிருந்து கீழ்பாய்ந்து பூமியின் வளைவின் கருவில் சுருண்டிருக்கும் நகரம் நிலவின் தூரத்திலிருந்து புலனாகும் சீனச்சுவராக அசைவு கொள்ளும். ஆழ்மன அடுக்கிலுள்ள பூமியின் நிறக்கலவையாக தாவர நிழல்களில் நகரும் மனிதர்களோடு புராணத் தெருக்களில் உதிரும் ஊர்களின் தூர எல்லைகளில் சிறுசிறு ஓடுகளின் செந்நிறம் வெண்சுவர்களை மூடிய விருட்சங்கள் ஊறும் மிருகங்கள் எறும்புகளாக தெருக்களில் நடமாட நகரின் வால் பகுதியாக நீளும் சாலைகளில் வெளுத்த சூன்யம் சாவில் ரேகையாக அசைந்து கொண்டிருக்க நடுங்கும் கண்களுடம் உச்சிமலையிலுள்ள சாவு பார்த்துக் கொண்டிருந்தது நகரின் தோற்றத்தை.

தாவரங்களின் வேர்களுக்குள் ஓடும் நகரின் தாது மூலகங்கள் கற்றாலைகளாக சூன்விழுந்த பாழ் மரங்களாக மொடுமொடுக்கும். இலைகளை மறுக்கும் சாலை விதிகளில் வெட்டப்பட்ட விருட்சங் களின் அடிப்பாகத்தில் நகரக் காத்திருக்கும் வெண்ணிற நத்தைக் கூடுகள். அவற்றின் ரேகைகள் தொன்மத்தை நோக்கிப் பாய்ந்து படர முன்நகரை அழித்தபடி துவங்கும் வெண்நத்தைகளின் மீது சூரியனின் நகர்வு. தாள்பூச்சிகள் குடைந்து ஊடுருவும் காகித வடிவம்.

சுவர்சுற்றி வளைக்கப்பட்ட அரேபியக்கம்பளத்திலுள்ள ஐந்து வகை நகரங்களை எரியும் சுருதியில் அவற்றின் மதில் தோட்டங்களில் வளரும் மயில்கூட்டம் நரம்பின் தீங்குரல் அரூபநிலத் தோற்றங்களில் மறைய விரித்த தோகையில் விசிறி அடுக்காய் வரும்இந்நகரங்கள் ஐந்தில் உருள் துடி மகுளியில் பொருள் தெரிந்திசைக்கும் ராசி வர்ணம் பாவகை உரிகரு புறஅகக்குறிப்புகளில் இடமாறும் அதிதேவதை களுடன் ஒன்று மேலொன்றாய் அடுக்கப் படும் படிக நகரங்களை நரம்புகளில் உருக்கொடுத்தான் மறலிப்பிச்சன் பித்தவேகத்தில். விரியும் தாந்த்ரா தேசம் பக்கம் பக்கத்தில் ஊர்ந்துவரும் மரபு நகரங்கள் குடித்த நீர் கடல்பளிங்காக வைர வெட்டாக பவளப்பாறைகளில் பிரபஞ்ச விசையாகச் சுழன்றுகொண்டிருக்கும் கிழக்கு மேற்கு தெற்கு வாசல்வரை பொங்கிய கடல் விலங்குகள் சந்தடியற்ற காலடிகளோடு நெருங்கும் உப்புவீதிகளில் சங்குகள் நத்தைகள் சிப்பி உடலில் மறைந்த முத்துக்கள் பிரம்மாண்ட நகரங்களுக்குள் நீர் வீழ்ந்து ஓடும் காலடிகள் விலங்கைப் போல் கூர்நகங்களால் திருகிய கோடுகள் மெல்லத் துளிர்க்க விளிம்பில் ஒளிர்வடையச் செய்த வரிகளில் ஓடும் ரஸநாளங்களையுடைய மறலிப்பிச்சனின் விநோத உருவத்தை இயற்கையின் பகுதியாகவே காணமுடியும். அவன் பாறைவிரல்

களுக்குள் திறவுபடாத மூலப்பிரதியில் குமுறும் மலை உருவங்களின் உரையாடலில் பூவின் வாசனை. கீழ்திசை நகரின் அபூர்வத்தைத் திறக்கும் குருத்துடன் கீறிவந்தான் நிலத்தோற்றங்களில் ஓடும் வெள்ளியின் நகர்வை.

தாவ இனங்களின் குணரூபங்களைத் தேடித் தேடி பச்சை இலைச் சாரில் எழுதப்பட்ட பருவசுழற்சி நரம்புமண்டலத்தில் பயணமாகும் நட்சத்திரங்கள் குவிந்த மறலிப்பிச்சனின் கபாலத்துள் தாவரலிபிகள் உதிரும் பாதரஸப்பரப்பில் சற்று இடைவெளிகளுக்கிடையில் ஐந்திணை நகரங்களின் நடுங்கும் நயனத்தில் மெல்ல விரியும் மயக்கப் பரப்பில் ஒவ்வொரு திணைக்கும் இடமாறும் கன்னிகள் ஏந்திய தானியக்கத்திரில் உதிரும் இசைப்பாலையில் பருவசக்கரம் சுழல ஒருவருக்கொருவர் தானியக்கதிரை மாற்றி ராகங்களில் பதுங்கியுள்ள ‘கேச அகவலைத்’ திறந்து கூந்தலில் மறைந்திருக்கும் யாழின் வட்டத்தை சுற்றுகிறார்கள். மலையடுக்கத்தின் பூக்கள் வரை இடம் புரியும் வலம் புரியாய் சுழன்று வரும் பஞ்சரதமாய் செதுக்கப்பட்ட பளிங்கு நகரங்கள். உள்ளே பாழி மறைகிறாள்.

சாம்பாத்திகள் சாய்ந்திருக்க கூண்டு வண்டிகள் தாந்த்ராதேச நகரை நோக்கிச் செல்ல வண்டியின் கீழ் கட்டப்பட்ட குமிழ்விளக்கில் காட்டின் உருவங்கள் படபடத்து ஆடும் நிழல் கூட்டமாய் வரும். காட்டுத் தாழைகள் மடல் அவிழ்த்து மென்வாசனை வீசும் தாது உதிர்கிறது பாலையில். ஆண்பூவும் பெண்பூவும் மடல் ஓலையில் பிரித்து எழுதப்பட்ட சாம்பல் ஏடுகளை, கூண்டு வண்டியில் போன சாம்பாத்திகள் கூத்தாய் நடத்திப் போகும் சிறுநகரங்கள் ஊர்கள் வரை பிரிந்துவந்த கபாலா நரம்புகளில் உயிர்களில் உயிர் கொடுத்த வேளை ஓலையை வாசிக்கும் மீனாகவும் அவள் கற்பனை வேகத்தை பின்னிய லிபிவலையாகவும் கண்களால் ஆனவலை மெல்லமிதக்கும் வெளிமேல் நீர்கொண்ட நகரம் அலைகள் மேல் விசும்பி நீரில் மூழ்காமல் மிதந்தலைவதைப் பார்க்கிறார்கள் சாம்பாத்திகள். கானல் வரியில் கூந்தல் விரித்து பாதையெங்கும் பரசி அலையும் கேசச்சுழி மேல் நீரின் மௌனப் படிகத்தின் மீது கபாலாநகரம் கரையாமல் நீரால் உருக்கொள்ள திண்டிம நரம்புகளைப் பூட்டியபாழி குருதி தோய்ந்த கூந்தலால் அந்நகரை மூடுகிறாள் இசையுடன். சுவர் மாடங்களிலுள்ள வணிகரும் பரதவர்களும் அவள் கூந்தல் உதிரத்தை நுகர்ந்து பித்தத்தில் தெளிவில்லாத கடலோசை யுடன் பாடுகிறார்கள் கடல் அறுத்த பேழைகளில் சிதறிய முத்துக்கள் ஒளியுமிழ்கின்றன பாதையில்.

XVI

மடக்கு ஓலைக் கன்னி

அபிதானத்தோகை கோதி அலகில் சொல்எடுத்துக் கோர்த்து மாற்றிப் பின்னி மிதந்தலையும் மௌனவெளிச்சிறகுப் பெண். கழுத்தை வளைத்து கூர் இறகுபறித்து தன்மீதே நிகண்டு கீறினாள் மடக்கு ஓலைக் கன்னி. அவள் பருந்து மூக்கு கிழித்து மடித்து ரெக்கை விரியும் ஏட்டுக் கோர்வை. மண்ணில் மோதிய சிறகு களோடு சரிந்து தட்டிய முயல்விட்டுச் சென்ற தடத்தில் முப்பாற் புள்ளி ஆய்தம். நிர்கந்தர் அகல் ஏந்திய சுடர்மொழி கற்பாழிகளில் நகர்ந்து வழங்கிய ஓலைவீடுகளின் இருட்டுப் புறையில் துடித்து எரியும் அரிச்சுவடி. புரண்ட இருளின் தொன்ம ஏடு தானே பிரிந்து கூரைகளின் மேல் பிளவில் ஒழுகித் தொங்கும் வறுமை காய்ந்த ஓலைக்கூரையில் நிகண்டு பாடி இந்திர ஜால நூலைப் பன்னிய பாஷை தோன்ற விஷநாவுக்கன்னி தீண்டிய பச்சைலிபியில் விசும்பிய ஏழு கன்னி யருங்காப்பு.

அருகசமயத்து மாதவத்தாட்டி மடக்கு ஓலைக்கன்னி கோர்த்து மடித்த லிபிவிசிறிகள் வீசும் வில்வவனத்தில் காப்புக்கு விந்துவிட்ட கருவொளி சுழலும் சொல். மறலிப்பிச்சன் நாடிஏடு நகரும் வாக்கியம் பௌர்ணமிக்கொரு பருவம் மாறிய வாக்கு நயனம் தேயும் பிறையின் நுனியால் எழுதிப் போகிறான் கேச லோக்ஷணம் முடித்த கதுப்புப் பேழையுடன். சமண் கேசஇழை நகர்ந்த காட்டில் விதைத்த ஏடுகள் அசையும் நிழல். நெல்லுடன் அவித்த பச்சை ஓலை முறியில் குருவநெல் சருமவாசனை படர்ந்த ஏடுகள். கும்ப ஸ்தனங்களின் ஒளியில் முலைப்பாலில் வரைந்த காமச் சித்திரங்கள் மீது கோலமும் மொழியும் பாம்பும் சுவாசித்த பனைவோலைச் சந்துகளில் பாசிலிபியில் உயிர்களின் ஜனனம். தொடக்கமும் முடிவும் நவதிகம்பரர் வகுத்த ஆகூழ் போகூழ் என பனிவரகும் அக்னிவரகும் சேர்ந்து சுற்றும் ஊழே பருவச்சக்ரமாய் சுழலும் அபிதானத்தில் முறுக்கிய ரஸ நாளங்களில் மொழி பிளக்கும் லாவா வடிவம்.

அகராதிகள் கோர்த்து படிக விசிறிகளால் தூற்றுச் சுற்றி உயிர் வட்டத்தில் நடமாடித் திரியும் எறும்புகள் ஒன்றுக்கொன்று கொடுத்த முத்தங்களில் சொல் ஜனித்த காதலின் திசைசூழ் துகில் அசைகிறது. படிக விசிறியில் மாறும் பாஷைகளில் பட்சிகளின்

ஒலித்தொகைக் கருக்கல் வெளி. கால-வெளி மடித்த விசிறியில் லட்சம் பாஷைகளின் ஒலிக்கூட்டம் மறையும் மடக்குஓலைக் கன்னி உடலுக்குள் தானியம் போடும் ஒளிஇறகுகள் அதிரும் பறவைகள். ஆங்காங்கு இடுகிற பிச்சையினை ஏற்கும் ஒப்பற்ற கபாலத்துடன் புறமெரி மூலச்சிரிப்புடன் ஏழுகன்னிமார் பாத ரேகையில் சுருள் வைத்த இசைஏடுகள் ஏழு தெருவாகி தாசிமார் வழங்கிய தலைக்கோல் காப்பு.

ஏடுகள் விம்மிய கொங்கைகள் மணக்கும் அகப்புற நிலப்பரப்பில் ஓலை முறியும் தனிஒலி. விடலிப் பனைகளில் ஓலை அறுத்த பாலை மயங்கிய வட்டத்தை சீவிக் கொடுத்த பனையேறி போகிறான் கலந்தபனைக் கூட்டத்துக்குள். மணல்குருத்தில் மடக்கு ஓலைக்கன்னி காலில் கம்பளிக்கயிறு கட்டி பனை வாடிக்குள் சுற்றிச் சுழன்று பாலைசீவி கள்ளூ நுரைத்த குமிழில் குறுத்தோலை நனைத்து சுருளும் சீங்குழலின் ஓசை. கருத்த பனங்காயில் உருண்டு போன சின்ன வண்டியின் கோடு விசிறி மடிப்பில் மறையும். சித்திரஓலைகள் கீறிய கலங்காரிப் பெண்கள் மண்கூரை வீடுகளின் தாழ்வாரத்தில் சொருகிய கோடுகளை அடக்கி நாடோடியாய் அலைகிறார்கள். பனங்காய்த்தலையும் பச்சை குத்திய விருச்சிகக் கோலத்துடன் தானே பின்னிய விசிறிகள் விற்கும் குறத்திகள் ‘விசிறி வாங்கலையோ... அம்மே... விசிறி அம்மே’ குறம்பாடும் குறிஞ்சிராகத்தில் மயங்கிய மண் பட்டினத்தின் வீதி வீதியாய் விசிறும் காற்றின் அடுக்கில் பூமியை சுழற்றுகிறாள் குறத்தி. பனையேறிமகள் கருக்கில் அமர்ந்த கன்னி. பச்சை மட்டையின் ஈரவாசத்துடன் ஏடுகள் மடக்கி பால் ஊறும் பாலையின் வெள்ளொளியில் உடல் முளைத்தஏடுகள் அறுத்து படிகவிசிறிகள் பின்னிய சொல் அபிதான மடிப்பில் இயற்கை வடிவங்களை அமைத்து தூதுவர் ஓலைகாட்டுமுன் படிகவிசிறியால் கூற்றுரைத்தாள்:

36 போர்ச்சுகீசிய வயலின் வில்

காலவெளியின் நிர்வாணத்தில் சருகு உடையணிந்து திராட்சை இலைகளால் கிரீடம் கொண்ட கிருஷ்ணபரி மங்கலான ஒளித் திரளாகி சுருள் வடிவ குதிரைஉடல் கொண்டு வால் சுழற்றி நீந்துகிறாள். கட்புலனாகாத தொலைவிலிருந்து வரும் தொனி சிறுசிறு ஒலிக்கோவைகளாய் நெருங்கிய சுழிகளாகச் சுழற்சியின் இசையில் மிகநுண்ணிய கடல் கிளிஞ்சில்களாக உருமாறி வலம்புரியும்

இடம்புரியுமாய் நீலக் குதிரையின் கூந்தல் அலை அலையாய் விரிவு கொள்ளும் கருணாமிர்த சாகரம். ஆழ்கடல் சிப்பியிலிருந்து நட்சத்திர ஒளிவருடமாய் விரிகிறாள் கிருஷ்ணபரி. சுழற்சி உள்ளே வெளிப் பெருகும் எல்லைகள் ஏதுமற்ற சாம்பல் நகரில் விரிந்து கொள்ளும் சாம்பல் நிறநத்தைகள் உணர் கொம்புகளை அசைத் தசைத்து அறைகளில் நீர்துளி உமிழ்ந்து பல வாய் பிரியும் குமிழிகள் வலிவு மெலிவு என நுட்பச்சுருதிகளின் தெளிவுடன் இசைவடிவம் பெற பியானோ மீதிருக்கும் கனிந்த திராட்சைக் கொத்தில் பொன்எறும்புகள் சாரை சாரையாய் இயற்கையின் சுருள் வடிவப் பாதைகளில் இலைகள் படரும் பியானோ விருட்சத்தில் பரவிச்செல்கின்றன சுழிந்து. தாள் சிறகு முளைத்த செஞ்சிதல்கள் புராதன விளக்கின் சிமிழில் மோதி திரிசுடர் தவழும் அந்தரநாடகத்தை நோக்கி பறந்து எரிகொம்பு களில் தீண்டி கூத்தநூல் சுவடிகளை அரித்த கால்கள் சுரிவடிவக் கோலத்தின் விரிவாகிப் பூச்சியின் கண்ணிலிருந்து கசிந்து செல்லும் மண்விளக்கு களில் ஏறும் சுடர் படபடவென சரிந்து செல்ல பதியும் தடத்தில் இசைவளைவுகள் கமகமாய் உள்படர்கின்றன பூச்சியின் முரழல். பறக்கும் சிதல் இறகுதிர்த்து தலை கீழ்பாய எரிசுடர் நடுங்கி தழுவிச் செல்கிறது விலகும் விநாடியில். கழுகுச் சிறகு விரித்த குதிரை உடல் கால்தூக்கி எழுந்து சுழன்ற படிக்கட்டுகளின் தனிமையில் நடந்து ஆழ்ந்திறங்கி சுருள் வளைவுகளில் கீழ்மேலாய் திரும்பி போர்ச்சுக்கீசியர் கால விளக்குகளின் அருகே சுடரின் முணுமுணுப் பைக் கேட்டு ஏதேதோ ரகஸியசமிக்ஞை செய்து திசைகளில் பலவடிவங்களாகி உயிர்ச்சுடரில் உப்பாகிப் படிந்து கரைகிறாள் உருவற்று.

நீலப்புகைக் கோடுகள் சாம்பல் நீலத்தில் ஆடையுடுத்தி விரல் பதியா நாட்டியம் அந்தரத்தில் தொடர எங்கெங்கோ பாய்ந்து சரிந்து ஓடுகிறாள் நீலபரி. அருகே யாருமில்லை. மரக்கதவுகளில் வாசனை. நீலக் குதிரையின் தேசுடைய சிகழிகை அலைகின்றன மெதுவாய். லிஸ்பன் குமிழ்களில் பூண்களில் களிம்பேறிப் பச்சைகக்கும் பார்வை காலத்தைக் கலைத்து அடுக்கும்.

குதிரையின் அனற்சிகை நடுங்கி எரிய வெங்கல ஓசை. பரிகள் நரியாகிவரும் கால் உரசலின்றி. விளக்கேற்றும் போதகர் மண்ஜாடியில் வேப்பெண்ணெய்யுடன் திரிக்கொளுவி கைஅமை விளக்குகளை குழி மாடங்களில் ஏற்றிச் செல்ல திரிக்குழாயுடன் குள்ளமான ஊழியக் காரன் வருகிறான். விளக்குகள் கசியும் மசகு எண்ணெய்க் கோடுகள் அவன் கைப்பந்த ஒளியில் ஓவியமாய் பதியும் குதிரைகள்.

நெடியதிரியை எங்கும் பதித்து மறைகிறான் கூடத்துக்குள். அரக்குக் குதிரைகள் வட்டமாய் சுற்றி அசைக்கும் மெட்டில் குரல் கொடுக்கும் கலவி மோனத்தின் சீற்காரம். வேப்பெண்ணெய் கசந்த கலவி உள்கூடத்தில் பாசிஉடல்கொண்ட கூந்தளம் புரவி வெக்கை கசியும் மூச்சில் சீற்காரம் கொள்ளக் காலம் திரிய பட்சி இறகு விரித்த குதிரை அலைவுறும்.

புணரும் கண்ணாடிகளில் உருமறைந்த அனந்தத்தில் உடல் மாறிக் கூவுகிறாள் மெலிந்து. சாலக்குதிரை கலவி கொள்ளும் குரல்கோடு சீற்காரம் ததும்பும். கடந்த அலைகள் மீண்டு வரும் தலைகீழ் பாதையில் உடலற்ற சாயைகள் விம்மி எழத் தனித்திருந்தது தாபம். யாருமற்ற அறைகளில் கூந்தற்புரவி பாசிமூடிய சிலையாகி உருகும் திரவநிலை.

பழங்குப்பிகளில் சுருண்ட தூதுலிகிதம் ஓலைகளை விட்டு உதிர்ந்து அலையும் லிபிக்கூட்டம் சிறகுகளாய் பறந்தலையும். சுவாசிப்பதற் கான காற்று சிறையிடப்பட்டு நரிகள் ததும்பிய ஆடிகளில் பிரிந்து போன திவலைகளாய் கூடிய நீர் பழைய மழைநாட்களின் மேங்களாய் திரள பூமியிலுள்ள உப்புகளைக் கரைத்துக் கொண்டுபோன வெள்ளநாட்களும் உருவடைய உவர்ப்பான சாம்பல் நகர் அதில் கிருஷ்ணபரி நீலநிற உடல் கொண்டு பனிஉலரும் தனிமையில் கரைகிறாள் மெலிய.

நீருக்கடியிலிருந்த உப்புப் பார்வைகளை வெட்டித் திசுக்களின் மடிப்பாக சுருண்டிருந்தது மீண்டும் ஜனனமாக. உள்ஊர ரஸமடைந்த பரி நரிகளின் கண்வட்டமாய் சுழலும் மேபிள் மரவேர் துடிப்பில் காலத்துக்கு அப்பாலிருந்த வயலின் உருவடையக் காத்திருந்தது விருட்சமாய். இசையின் உள்ளே நீலநிறக் குதிரைகள் வர இலைகளின் உதிர் அலை பெருங்காற்றில் துயரம் வீசி இசைமேதைகளைப் படைத்த பழம் விருட்சங்களின் அனாதி ஓசை கண்ணாடி அறைக்குள் சலனமுறும். சுழிக்காற்று பெருகி புயல் அமைப்பினுள் சிக்கிஉயர வானிலிருந்து விசில்கற்றைகளாய் மாறுவதை நீர்ச்சுழியில் கண்ட நீலமோகினி அரவானை நோக்கி கிழக்கில் போகிறாள். அரவாணிகள் தழைக்கும் மூங்கில் நதியை வளைத்து வாஸித்த மாயக்குழல் பூமியின் சுழற்சியோடு இசையுருவ வேகம் தோன்ற அண்ட கோளத்தில் அடுக்கடுக்காய் இடமிருந்து வலமாகச் செல்கிறார்கள் அரவாணிகள் இசைமூச்சுடன். செந்நிற அரவாணிகள் விண்தோன்றிப் பறந்து வருகிறார்கள் நீலமோகினி குழல் தொனிக்க மிருகத்தின் கொம்புகளும்

வரைஆட்டின் திருகு கொம்புகளும் கொண்ட ஆதிக்குழல் திருகும் காற்றில் பனியுகம் மறைந்திருக்கும். சூரியுருவ நட்சத்திரங்கள் கூடும் வளைவுகளின் கருவில் நீலமோகினி நாவுநுனி செங்குழலில் வாஸித்த பால்வழியில் எல்லா விண்மீன்களும் தவழ்கின்றன அரவான் விரல் தீண்டி. நீலத் தாமரையின் உட்பூக்களும் சூரிய காந்தியின் உள்வட்டப் பாதையும் நெல் மூடியின் அரும்புகளும் சுழல் காற்றில் சம அளவான கால-இடமாக விசைமாறித் திரும்புகின்றன மெதுவாய். அரவாணிகளின் செதிள் படலம் எதிர் ஆடிகளாய் நீரைப்பளிங்கு வெளியாக மாற்றி கிருஷ்ணபரி உருவடையும்.

சலூன் ஓவியக்காரன் நரிவேல் எல்லா அரவாணிகளையும் நீலக் குதிரைகளாக்கி வயலின் பாலத்திலமர்ந்த புனிதர் பௌஷீட் எனும் தேசசஞ்சாரியை அணுகி ஒளித்திரவத்தை அந்தரத்தில் பூசிக்காட்ட செடியினங்கள் பூச்சிகளோடு இடமாறிக் கொண்டன பாதரஸத்தில். பியானோவின் ஆதிவடிவத்தை நரம்பிசையில் பார்த்து அது கருப்புப் பைபிலுக்குள் வாஸிக்கப்பட்ட ஸ்பைநைட் ஆர்கன் வழியாக உருவானதை கடல் மேல் பார்த்தார். சுவாசிக்கும் பியானோவுக்குள் பொங்கிய கடல் குதிரைகள் அறைகளில் பாய்ந்து மேல் எழுந்து ஜன்னல்களைத் தாக்கி இடுக்குகளில் ஊடுருவி சாம்பல் நகரையே உடைக்கும் பியானோத் தெருவழியே சர்ச்சை நோக்கி நடந்து போகிறார் நாடோடி புனிதர் பௌஷீட். பியானோத் தெருவில் உதிரும் 'பழைய ஏற்பாடு' வாசகத்தை உயிராக்கி நீரடிப்பாலத்தில் காத்திருந்த புனிதர் பௌஷீட் தன் நிபுணத்துவத்தை வயலினாகக் கடல்மீது மேவி மேவி வரும் அலைகள் உயர எழுந்து சர்ச் மணிகளைத் தொட்டு இசைப்பதை வெள்ளை மணிகளின் அதிர்வு தேய்ந்து அலையில் முடிய மீண்டும் பிறந்த அலையாகிறார் புனிதர் பௌஷீட்.

விரலோட்டத்துக்கான குதிரைகளை முறுக்கி இடைவிடாத வில்லின் சிறகசைவில் மேலே மிதந்து பறந்து கை தானே பறவையாகி அதிர்வுபெற்ற இறகுகளாய் ரெக்கை விரித்த அந்தரத்தில் வழுக்கிச் செல்லும் வில். இசையெனும் சாகரத்தில் மூழ்கிய அரவாணிகள் கற்பளிங்காய் உருஎடுத்த நீலமோகினியின் நரம்பிசையில் பச்சைச் சாறு கசிகிறார்கள் உடலெங்கும். பூட்டிய அறைகளுக்குள் வயலினுக்கான சிவப்பு அதில் மரங்கள் அத்தி வெண்ணிறஅகில் சுரபுங்கை தேவதாரு வெண்சிந் தூரவிருட்சங்களில் பாயும் நரம்புகளைத் தன் இலை வடிவங்களால் மூடி மறைந்திருக்கிறாள் நீலமோகினி. அரவாணி களின் கைகள் நீண்டு மேற்கே வளைந்து இசை விரல்களாக மாற்றிப் பின்னிய நாயகிபாவம் உள் மறைகிறது சாம்பல் நகரில்.

தோலினால் மூடப்பட்டு மறைந்திருக்கும் குதிரைவாலின் உரோமங்கள் இழையாகக் கொண்ட வில்லினால் பழங்குடிகளின் ஆரணயம் தோன்ற நாதப்பெருக்கியில் நீண்ட மூங்கில் மேல் விரல்களை வைத்து பழம்பாடலுடன் அரவாணிகள் காடோ செடியாக பாதரட்ஷைகளின்றி கிழக்கே போகிறார்கள் உதிர்க்கும் பிர்க்காக்களில் நீலமோகினியின் மௌனத்தை இதழசையும் நுண்ஒலியால் எழுத்தொலிகளை கல் லிபிகளாய் கீறிச்செல்கிறார்கள் நீலமலை தாண்டி. அரவாணிகள் நிறங்களாய் மாறி இசையில் மயங்கி வானவில் தோன்றி அதிர்கிறது நீலநதி மணல் வரியில். நெல்மணிப்பளிங்கில் கிருஷ்ணபரி உருவடிக்குமி அரவாணிகள் விரல் நகக்கண் உள்ளே ஊசிமுனை கொண்டு செதுக்கிய சிற்பங்கள் பயிராய் வளரும் சிற்பவயல்.

பாசியடைந்த பாசுரப் பனுவல்களுக்கு இடையில் தோன்றும் நரசிம்ம ஆறு. எதிரெதிராய் கிருஷ்ணபரியும் அரவாணிகளும் படிகக் கண்மேல் கண் சுற்ற சாம்பல்நகரம் அசைந்தசைந்து திறக்கும் படிக நயன சதுக்கத்தில் கிருஷ்ணபரி ஆண்டாளின் பாசுரத்தில் உருவற்று நடமாடும் உருப்பளிங்கில் மாறுபடச் சுரியுருவை நீட்டிச் செல்கையில் இரு துருவங்களுக்குமிடையே தோன்றும் எட்டிய வெளி. சுருங்கும் விசைச்சுருளாய் அணுதிரள்கிறது காலம். எல்லாத் தாவரங்களின் விதையிலிருந்தும் கரு விரிகிறது விருட்சமாய். சாம்பல்நகரின் வெளிப்புறத்தில் கிருஷ்ணபரி தோன்ற எல்லாக் காலத்திற்குமான உடல் கலைந்து திசைசூழ அரவாணிகள் நீலக் குதிரைகளாய் அலை கொண்ட பாழிகை.

நகரின் மேற்குத்திசையில் ஊசிக்கோபுரத்தில் இருகாண்டா மணிகளை உயர்த்திய புனிதர் பௌஷீட் தூரதேசத்திலிருந்து வந்த மேபின் கருங்காலி வெள்ளிஓக் சிகப்பு ஸெடார் ஊசி இலை மரங்களின் பின்னே நடந்து போகிறார். முப்பது வருஷங்கள் நிலைவாட்டத்தில் தேய்பிறை ஒளியிருளின் மெல்லிய அடுக்கில் காலம் உருகி வழியும் கடிகாரத் துடிப்பு இருதிசையாய் உருமாறிச் சேர உலரும் மரஉருப்புகளில் பௌர்ணமியன்று அறுபத்திநாலு அகப் பொருளையும் இணைத்துக் கோர்க்க நிலவொளியில் உருகும்வயலின். தவிப்பாக ஒளித்திவலை சிந்தும் வில்மேல் நரிவால் கொண்ட சாம்பல் நாவிதன் தன்விரல்களில் ஒட்டிய ஒளித்துளியை உதட்டில் மடித்து நாக்கால் ஸ்பரிசித்து உறிஞ்சும் வசீகர இசைவடிவ நாவிதன் புனிதரிடம் வாங்கிய பைன்மர வில்லை உருகும் நிலவொளியில் பார்த்து அதுநகரும் பாதையில் தொலைந்துபோன நரிகளின் ஆதி

விம்மலை மேகம் கருக்கலாய் படிந்த நிலவின் சிதைவில் பார்த்தான் நரிவேல். எல்லா மரங்களையும் அசைத்து தன் நிழல்காண கருந்தைலமாய் பாயும் மரநிழல் கூட்டமாய் ஓடிவரும் நிலவின் சுழற்சியில் எங்கெங்கோ ஓடிமறையும் பழம் பாடல்.

மென்மையால் வேர்த்து விடும் சருமத்துளை கொண்ட வயலின் பழமையான திராட்சைத் தோட்டத்தில் பழுத்தவாறு படர்கிறது கொடிசுற்றி. அதுபார்வையால் வயப்படுத்தி மௌனத்தில் நகர்கிறது ஸ்பரிச ஒளி விலகி நெருங்கியது உடல் புகுந்து. உருமறையும் சுவர்களில் மூழ்கி உணர்கொம்புகள் அசைத்தவாறு அறையிலிருந்த இலைகளாக மிருதுவான கிளைகளில் அசையும் வயலின். உயரத்தை நோக்கிச் சென்ற வயலின் பாதைகளில் மெல்லிய செடிகளின் ஒலி. பொடி இலைகள் அரும்பக்காத்திருக்கும் உயிர் குருத்துகளில் கருசுழியத் தனித்த தனித் திவலைகளில் ஒலி மாறிக் கோர்வைசேரப் பிளக்கும் சூன்யத்தில் நீர்திரள் வெள்ளி. விருட்சங்களின் துயரங்களைத் துடைக்கும் விலங்குகள் ஓடிவிளையாடிக் கொண்டிருந்த அறைகள் வில் அதிரும் காடுகளாகவும் சுரப்பயிரின் குரல் நிறப்பட்டைகளாக பூக்களாக கனிகளாக சூரியகாந்தியாக தகதகவென எரியும் வயலின் இசைப்பனுவல். நாதத்துளைவழி உடலின் உற்புறத்தில் செங்குத்தாக நின்று கொண்டிருக்கும் உயிர்த் தந்திகளின் மீது அதிர்வடைய ஒலியாகிறது. உடல் முழுவதும் பரவி உயிரின் உட்புரத்தில் சுழன்று அலைந்து விரிவடையும் அதிர்வலைகள் ஒருங்கிணைந்துசேர மிகநுட்பத்தில் வில்லிலிருந்து விடுபட்டு வருகிறார் புனிதர் பௌஷீட். எல்லாம் எதிர்பாராதது. முன்னறியாத புதிய அறையில் பிரவேசித்தார். மோப்ப உணர்வு மாறிவிடும். அறையிலிருந்த எல்லாமரங்களும் பெயர் சொல்லி அழைத்தன 'புனிதர்....' என. அவர் பாதங்களில் வளர்ந்த இலை குமிழ்விட்டு வந்த விரல்கள் ஓர் அமானுஷ்யப் பரப்பில் நகரும். உணர்வுகளின் மணல் பரப்பில் நீலநத்தைகளாக வடிவம் கொண்ட நகரம் மணல் நகரும் ஓசையுடன். புயலின் அசைவுகள் அலையலையாக விநாடி தோறும் மாறும் நீலநத்தைகள் நகரங்களாக உருவடைய சாம்பல்நகரின் முடிவற்ற பரப்பில் எறும்புகள் சாரை சாரையாக நகர்ந்து வருகின்றன புனிதரைத் தேடி. அவற்றிடம் தலைகவிழ்ந்து கேட்டார் புலனுக்குளட்டாத ஒலிகளை. முடிமவடையாத பாதைகளின் முடிவில் நத்தைகளின் நீலநகரம். சூனியமான பஞ்சுப் பொதிகள் நகரும் பாதையில் அணுத்தொகுதியால் இணைக்கப்பட்ட பாதரஸத் தெருக்களில் இருந்த சாயைகள். என்றுமே எதிர்பார்த்துக் கொண்டிருக்க வேண்டிய புனிதர் மௌஷீட்டைத் தேடி

வயலின் வில்லேந்திய யுவதிகள் வருகிறார்கள். அவர் தோன்றாத பளிங்கு அறைகளில் அவள் சாயையில் புனிதரின் படிகவிசிறி. அடிப்பரப்பிலிருந்து மேலெழுந்து சூன்யவெளியில் விரியும் புனிதரின் விசிறி. ஆடிகள் மாறிய அறையில் மேஸைமீது சாய்ந்து நாடியில் கைவைத்து எதேச்சையில் பார்வை கொண்டிருந்தார். அடையாளம் கரைந்த பாதரஸத் தெருவில் செம்பட்டைக் கண்களில் மிதக்கும் அவர் உரு தலைகீழாக நீந்துகிறது அறைக்குள். தெருச்சுவர்களில் ஒட்டி நடக்கிறார் புனிதர். பியானோத்தெருவின் ஒவ்வொரு சிறு இடத்திலும் பரவுகிறார். வெண்கைகளிலிருந்த அதிசய ஒளியை ஊடுருவி விரல் ரேகைகள் தொலைந்த ஆடிகளில் நடக்கிறார் வெகுதூரம். அந்த ரேகைகள் நகரின் கீழேவரை நழுவிச் சென்றது. மிருகங்கள் வாழ்ந்த இருட்டிலிருந்து வருகிறார் புனிதர். புலம்பும் மரங்கள் வந்தன காற்றின் கோடுகளுடன். அறைகளில் அசையும் இசையின் அதிர்வு களாய் பழம்பாடலில் வரும் விலங்குகளாய் மாறும் பௌஷீட் அலைந்து திரிந்த நகரங்கள் நினைவுகளைத் தொட்டு நரம்புகளை நீருக்கடியில் காணச் சலனமடைகிறார். புனிதரின் உருவில் நடமாடும் பல சாயைகள். கண்ணாடிகளின் மோனம்.

எல்லா அலைகளிலிருந்தும் தோன்றி வருகிறார் புனிதர். மாறிய அவர் சாயலில் பலரும். எல்லாம் அவர் தானா. தெரியவில்லை. அவராக இருக்கும்.

மென்மையும் நளினமும் விநோதமனதும் கொண்ட கண்ணாடிக் கலவியின் நெருக்கத்தில் உடல் மாறிக் கொண்டு தன்னிச்சையில் செல்ல அவள் அந்தரங்க மேகலையின் குருதி படர்ந்த பாதரஸப் பூக்கள். கூந்தலில் பூசிய உதிர வாடை நீள்கிறது. கூந்தல் கதுப்பு அமைப்போன் ஒப்பனை அறையில் புனையாப் பூதநீரூட்டிப் புனைகவரி சீவித் தந்தச் சீப்பினால் தீராமல் வாறுகிறான். அறையெங்கும் வளைந்து படர்ந்த மண் கூந்தல் மூடியிருந்த வயலினை முழங்காலில் நிறுத்தி ரோசனத்தை வில்லில் பூசி குரோமிய இழைகளில் செல்லும் வழி செந்நிறமாக சுருழ்யேற ஊடுருவிப்பாயும் ஒலி சாம்பல் நாவிதனின் குரலுக் கிணையாக மேல் ஸ்தாயியில் கூடிய அளவில் சீறிய ஒலித்தன்மை கொள்ளும். கூந்தல் வளைந்து ஆடிகளாய் மேல் படர வில்லினால் நரம்பு இழைகளின் மேல் இழைந்து கிருஷ்ணபரி வாஸிக்க அதிர்வலைகளாலும் நிலைஸ்வரத்தின் தெள்ளிய மேல்ஸ்வர ஒலியாலும் கர்வமான கூந்தல் நடுவே சொருக்கிப்பாயும் நாதச் செறிவு. நீளமான வில் இழைப்பால் கார்வைகளை நீடிக்கச் செய்தாள் குதிரை உடல் கொண்ட நீலப்பாழி. மிருதுவான பளிங்கில் மறையும்

நீலப்புரவிகள் அடியெடுத்து வைக்க படிக்கட்டுகளில் பேசும் பதுமைகள் விரித்த கூந்தலில் அரவாணிகள் ததும்பும் சித்திரவயல். கூரிய பாறையிடை குளிரால், விரைத்த இறகுகளுடன் தெற்கே வரிசையாக நின்ற கடல்குதிரைகள் மரங்களுக்குப் பின்னால் கால்தூக்கி நகர்ந்தன. மரங்களின் வெளிறிய இலைகள் பார்க்கக்கூடும். ஆற்றின் பக்கம் செம்மஞ்சள் குதிரைகள் புல்மேய்ந்து கொண்டிருக்க வயலின் பாலத்தைத் தாண்டி புனிதர் போகிறார். சூரிய ஒளியில் கண்ணாடியாய் வெளிச்சுவருக்கு மேலாக பளிச்சிட்ட கிருஷ்ணபரி பெரிய கண் களுடன் தலையசைக்க இரு குறுகிய பிளவுகளைப் போல ஓரக் கண்ணால் பார்த்தாள்.

எலும்பும் தோலுமான பழுப்புநாய் மடுதள்ளி முனங்கும் குட்டிகளுடன் குனிந்த புனிதர் நாயின் காதில் ரகஸியமாய் ஏதேதோ பேசி அதன் மிருதுவான பின்கழுத்தை வளைத்து அணைத்து திரும்ப அது இரு கால்களையும் எக்கி நின்று அவர் விரல்களை நக்கியது. சாம்பல் நகரத்தின் பின் கதவைத்திறந்தார் புனிதர். பெரிய கூண்டை வெளிநகர்த்தி வந்து திறக்கவும் அதற்கு மேலாக சல்லடைத்துணி தொங்கவிடப்பட்டிருந்ததை விலக்கினார். கதவருகே அந்தக் கூண்டை அசைத்து உள்ளே சோகமான நீலக்குதிரை நகர்ந்துகொண்டும் சல்லடைத்துணியை நுகர்ந்து கொண்டும் இருந்தது. துணியை உணர்த்தவும் அது ஒன்றன்பின் ஒன்றாக அடியெடுத்து உச்சிமேல் திறந்த கதவு வழியே வெளியேறியது ரெக்கைகளை பலமாக அடித்துக் கொண்டு. பெரிய விண்பருந்தாய் காற்றை வீசி வர்ண இறகில் மிதந்த குதிரை உடல் கொண்ட அரவாணிகள். புனிதரின் தோளில் கால்தூக்கி தன் ஈரமுகத்தில் வர்ண இறகு ஒன்றைப் பறித்து விண்மேல் வீச சுழலும் வர்ண வெளிக்கோலமாய் அருகே மிதந்து புனிதரின் நீள விரல்களுக் கிடையில் நடுங்கியது துடிப்புடன். ‘கிருஷ்ணபரி நீ தானா...’ என்றார் புனிதர்.

விரல் நகங்களில் பதிந்த செம்மருதோன்றி உள்ளங்கை ரேகையில் நெளிந்து கோலமிட வர்ணக் குதிரையாய் அபினயத்தில் தோன்றும் கைவிரல். ஆடியில் அசையும் வர்ண இறகால் பாதரஸப்பூக்களை வரைந்தவாறு வாசனையில் உயிர்க்கிறாள் அரவாணி. புனிதர் நீட்டிய மிகமெல்லிய பட்டுஇறகை வாங்கிய நீலக்குதிரையாய் மாறி உருவெளியின் நிர்வாணத்தில் வரைந்து கொண்டிருந்தாள் பட்டு இறகினால். குதிரை உருவெடுத்த அரவாணி இறகுக்குள் பதுங்கிய ‘சித்திர வயல்’ மெல்லக்கோடு கொண்டு விரித்தகூந்தலை குதிரை உடல்கொண்ட ஸ்திரீகள் முடிசிலுப்பி மோந்து பார்த்து பூந்தைலம்

பூசி அந்தர வெளியில் கோதுகிறார்கள் குதிரைஉடல் கொண்ட அரவாணி களை. தொட்டால் சுருங்கிவிடும் மெல்லிய நிறஅரும்புகள் இறகில் அடுக்கடுக்காய் மாறும் நூறுநிறங்களுடன் உதிர தன்மார்பு மீது வர்ண இறகுடன் கால்பதித்த அரவாணிகள் இருபால் இறகினால் வரைந்தவாறு ஐவனப் பூக்களின் வாசனைகளை அரூபநிலத் தோற்றங்களாய் விரித்த குதிரை உடல் கொண்ட நீல அரவாணிகள் விண் மிதக்கிறார்கள்...

37 சித்திர வயல் ஏடு

சித்திரவயலில் உதிராத பூக்களின் வாசனை சுவாசத்தில் ஏறும் சுகந்தத்தை மெல்ல நுகர்ந்து நுனிநாசி மடலில் ஸ்பரிசித்தவாறு கூந்தல் வயப்படுகிறாள். குகை ஓவியப்பாறைகளில் பாழி தீட்டிய குறிஞ்சி நிலம் கண்ணுக்குப் புலனாவதில்லை. கட்புலனுக்கு அப்பால் பாசி பிடித்த இருட்குகையில் சித்திரம் தீர்ந்த பாறைகளில் உதிராத வாசனையில் உலவும் கொடூர மிருகங்களின் கண்களுக்குப் புலனாகி அவற்றின் சுவாசத்தில் உயிர்பெறக் கூடிய பாதிரி, செண்பகம், வள்ளி என கல்விதானத்தில் வரைந்த பசுந்தாள் நீர்பூக்கள் அலையலையாய் வாசம் கொள்ள வர்ணஇறகுடன் சுமர்ந்த இருயுவதிகள் எதிரெதிரே தீட்டுகிறார்கள் சித்திரவயலில் ஊறும் நிறஊற்றில் விரல்பதித்து.

சித்திரவயல் மீது தானியக்கடகத்தில் நெல் கொண்டு போகும் கரும்புருவக்காரி நெல்பெட்டியின் ஓரத்தில் ஒழுகும் தானியத்தின் பாதை. வர்ண இறகால் செம்மஞ்சளான வயல் விரிகிறது தொலைவு வரை. வரப்புமீது நெல்பெட்டியுடன் கரும்புருவக்காரி பச்சையான நிறத்தில். அவள் மூக்கு மடல்மேல் பாழிவரைகிறாள் வர்ண இறகால். வயல் மீது மல்லாந்து செந்நெல் கதிராய் வளைந்து கிடக்கும் கரும்புருவக்காரியின் நீளமூக்கின் தண்டிலிருந்து கரும்புருவத்தில் கால்பதித்த வர்ணப்பட்சி நாசிமேல் வால்நீட்டி புரூரம் ரெக்கை விரிக்க பஞ்சவர்ணமாய் தீட்டத் தீட்ட ஒட்டிய புருவம் மெல்ல அசைந்து பறக்கும் நெற்றிமேல் நகரும் சித்திரவயல். புல்லலைமேல் கரும்புருவ நிழல். வர்ண இறகில் தொற்றிப் படர்கிறாள் கரும்புருவக்காரி. பாறையில் உதிரும் பூக்கள் வர்ணமாய் மயங்க பசுமஞ்சள் முகங்கொண்ட ஈரித்த கூந்தலில் கஸ்தூரி வாசனை.

அடிநகரில் புதைபடிவ உப்புக் குகைகளின் கிளைகளில் விருட்சத் தலையுடன் அம்மணத்துறவியர் பளிங்குப்படுக்கையில் எழுத்தாணி கொண்டு எண்பது வகைநெல்லில் உருக்கீறுகிறார்கள். உள்ளே குகை

வாலில் அடுக்கிய சித்திரவயலில் மூதாளின் கல்யோனி திறவுபட கர்ப்பக்கனிகள் பிஞ்சும் பூவுமாய் திளைத்து வளரத் தீட்டுகிறார்கள் அருகரின் வர்ணஇறகால். மூதாளின் மருமம் சிலீமுகம் தூக்கி முலைக்கண் திறக்க உள்ளே பால்பாதை.

இறகினால் கோலம்கொண்ட பாழி தன் உடல்மீதே தீட்டுகிறாள் கல்யோனியில் பூத்தமலர்களை. இளம்புல்லணைமேல் அம்மண வடிவம்கொண்ட அருகர்உடல் கற்பகாலத்தவத்தில் ஆழ்ந்து பனுவலாய் உருஅடையும் லிபி இலைகள் நாற செந்நிற நத்தைகள் யோனியுள் உணர்கொம்பு நீட்டி கூட்டமாய் சுழன்று கர்ப்பப்பாதையில் நீந்துகின்றன. கரு உயிர்க்கும் புதிரில் மறைந்திருக்கும் நிர்வாணியின் வர்ண இறகு உயிர்களின் மேல் படாமல் தழுவிச் செல்கிறது. உயிர்க்கருவுள் முளைத்த இறகு வெண்கோடு தீட்டும் சிருஷ்டியில் மாபெரும் வெண் இறகுடன் அருகர் புழுப் பூச்சிகள் அரித்து துளை விழுந்த லட்சம் யோனியுள் கனிபழுக்கும் காலச்சுருள். அருகரின் வெண் இறகு தீட்டும் கிளைகளில் உருவடையும் சித்திரவயல். வெண் மணல் மீது விரல்கீறும் விலங்குகளின் உருவை விருட்சமாக்கி கிளை கொப்பில் படரும் இலைகள் மீது நிறம்மாறும் பூச்சிகளின் வளைந்த கால் அரும்பில் கொடி இலைகள் மூடும். தொலைவிலுள்ள வேர் திருகிய விலங்குகளின் கண்களைத் தீட்டுகிறாள் பாழி. அவற்றின் தொலிமீது பாறை நிறமும் கதுப்பில் பழுப்புவெளிநிறம் பளபளப்பும் நாசியில் துடிக்கும் பிரபஞ்ச நுகர்வும் சீற்றமிட எல்லா மிருகங்களின் கர்ப்பம் கொண்ட பாழி தன்மீதே தீட்டுகிறாள் வர்ணஇறகால். மெல்ல இறகு வளர்ந்து அவள் மீது பதிந்துஒன்ற கைகளால் இறகை அணைத்து ததும்புகிறாள் சித்திரவயலில். பாழியின் சித்திரவயலில் நீலயுவதியும் கரும்புருவக்காரியும் குனிந்து பூக்களுக்கு வர்ண இறகால் வாசனை அரும்புகளைத் தீட்டுகிறார்கள். நடுவயல் மீது சூழ்ந் திருக்கும் அபிதரின் பளிங்கு உடல்மீது மூங்கில் நதியை வளைத்து திசைசூழ் துகிலாக மூடுகிறாள் வர்ண இறகால். நிறம் ஏதுமற்ற நீரின் மென்மையான துகிலை இறகால் நெய்து கோலமிட்டு அலைகளை சூனியத்தில் வரைந்து கொண்டிருக்கிறாள் பாழி. அபிதரின் உதட்டில் மூங்கில் குழல் முடிவற்ற கூந்தலின் அலையாக வாசனை வந்து கொண்டிருக்கிறது நூறுநூறு ஸ்திரீகளின் தன்மையின் தனித்தனி இழைகளாய்.

சிற்பவயலுக்கும் சித்திரவயலுக்கும் இடையில் தோன்றும் கண்ணாடிவெளி புலுனுக்கு அப்பால் முதிய உயிரினமான கரப்பான் பூச்சியின் உடல் கசிந்த திரவ வார்த்தையான பால் எனும் சொல்

புஸ்தகமாய் திறந்த வெளியாக நீண்டு முடிவற்ற பக்கங்களாய் மடித்து மடித்துப் புறளும் பெருவெளியை வெண்ணிறக் குருதியின் ரகஸிய இழைகளால் தைத்து வந்த பூச்சியின நூலில் சுவாசிக்கும் வண்டுகளும் கதண்டுகளும் மைக்கூட்டுக்குள் மிதக்கும் நீலப்பூக்கள் காகிதப் பரப்பில் விரிவு கொள்ள மாறும் பக்கங்களில் எழுதிவரும் பெண் ஆண் எனும் இருபாலிறகு உள்கொண்ட பல யோனிபேதங்களின் கலவியில் பெருகிய உயிர்த்திரள் சமையலறைவெப்பத்திலும் இருண்ட புகையடுப்பின் கீறலிலும் பதுங்கிய அருவருப்பான ஐந்துகளின் இருட்கூவலின் ஒலிக் கூட்டமாய் நானாவிதமாய் வளையும் கால ரேகைகளை எழுதி வரும் இந்தநூல்சுவடிகளில் சிதல் அரித்த பக்கங்களில் உதிர்லிபிகள் சித்தப்பிரமையின் வாசனை எல்லா வற்றிலிருந்தும் மேலிட காகிதத்தில் அவளுடைய கண்களின் சாம்பல் நிறமும் கூந்தலும் பிரதிபலிக்க தாவரங்களின் பச்சைரத்தத்தில் மிக மெல்லியகோடு காலத்துக்கு வெளியேயும் சென்று குருடர்களின் பார்வை உள்திரும்ப துயர்கொண்ட ஒருசொல் சம்பவங்கள் விரைந்து மறையும் பார்வையை வெட்டும் கரப்பான் பூச்சியின் நுனிமீசையில் துடித்த லிபிகள் உள்ளுணர்வால் பலி உதிரம் குடித்த வார்த்தையின் புனிதம் கடவுள் இல்லாத காலத்துக்கு வளைந்து புராதனத்தின் நிற அலைகளில் மறைந்துள்ள வாசனைகளின் அரூபங்களாக மாற ஐவகைப்பாலில் பதுங்கிய முத்துகள் மூங்கில் கீறிய அகப்பொருளாய் தெறித்துவிழ சாம்பல் ஆமையோட்டில் முளைத்த முத்துகளை கத்தி முனையில் குத்தித் தென்னி வீழ்த்திய சுடர் அகம் கொப்பளித்த பால்வரைப் பூக்களாகி விரிவு கொள்ளும் நிலத்தோற்றங்கள் காகித மணலாய் மொற மொறக்க சுவர் மீது ஏறும் உடும்பின் கைப்பிடிக்குள் சிக்கிய ஒரு சொல் அழுந்திக் கசிந்த பால்வரைத் தெய்வம் நியதியாய் பருவச் சக்கரச் சுழற்சியில் கிரகாதிகளின் விதிமாற திரியும் பொழுது வெண்உலர்வெளி பெருநூலாய் செதுக்கிய சூன்யத்தில் சிற்பியின் விரல்கள் உளிக் கோட்டில் உதிர வேகத்தில் பாய்ந்த சிருஷ்டியில் அசையும் சித்திரவயலில் இருபாலிறகு பற்றிய பாழி குனிந்து ஏந்திய பக்கங்களில் நகரும் இறகு முனையில். கண்ணை நோக்கி விழி தீட்டுகிறாள். வலமுறை இட முறையாய் சுரிவடிவில் கேசம் விரிக்கும் பால் பனுவலில்.

புஸ்தகத்தில் தீட்டிக் கொண்டிருக்கும் கைகள் மறைய அவள் முகம் கீழே பார்க்கும் அவள் கண்களிலிருந்து மெலிதான பூக்களின் வாசனை மட்டும் தாளில் பரவி ஓடுகிறது. ஜன்னலைத் திறந்து யாரோ எட்டிப்பார்க்கிறார்கள் கதவில் கைவைத்து ஆடிப்பாடியவாறு. அவள்

நகங்களிலுள்ள ரோஸ் பாலீஸ் பளிச்சிடுகிறது. அவள் கூந்தலின் கருமையிலிருந்து சடைசடையான மேகங்களுக்கிடையில் தைலம் பூசிய முழுநிலவு புகைந்து ஓடும் திட்டுகளுக்கிடையே ஒளிந்து மறைகிறது. பளபளப்பான கரப்பான்பூச்சியின் உடல் கோடுகளுக்கு அடியில் பதுங்கிய பால் எனும் திரவச் சொல் புஸ்தகத்தின் ஆதார ஊற்றாகப் பெருகி விரியும் சித்திரவயல். நகரும் நிலவின் தடத்தில் ஒரு வேளைக் கொருவேளை நிறம்மாறிக் கொண்டே வரும் பக்கங்களில் பால்யவனம் தோன்ற இளமையிலிருந்த அந்தப் புஸ்தகத்திலுள்ள சுவாசிக்கும் வரைபட மிருகங்களும் பூச்சிகளும் பொங்கிய சீசாப்பூக்கள் வெளிர் நீலத் தைலத்தில் ஊறி மிதந்து காகித மடிப்புகளில் பெருகி நக அளவுள்ள கரப்பான்பூச்சிகள் அரக்குக் கோடுகளும் புள்ளிகளும் கொண்ட முதுகுடன் இருமீசையை வெட்டி அதிரும் பரப்பில் இடமாறிச் செல்ல அவற்றின் தேனிறமானகண்கள் அதீத நெருக்கத்தில் பார்வை கொள்ள கிரீச்சிட்ட இறகுடன் பறந்து அமர்ந்த தோட்டத்தின் இண்டு இடுக்குகளில் எட்டிப் பார்த்தன நரம்பு அசைத்தவாறு. யாருமற்ற தோட்டத்தின் இருபுறமும் சுண்ணாம்புச் சுவர்கள். முடிவில்லாமல் நீளும் கண்ணாடிச் சுவரில் சென்று மறையும் பறவைகள் ஒரே திசையில் மிதந்து புள்ளிகளாக நீள்கின்றன. அவை உச்சரித்த சொல் உதிர்ந்து கிடக்கும் காலியான சாலையில் மங்கலான பால் எனும் சொல்லாகக் கரைந்து மங்கியது. கரப்பான்பூச்சிகளை விட்டு வெளியேறிப் போன காகிதங்களில் அவற்றின் பதிவுகளை வரைந்து கொண்டிருக்கும் இருபாலிறகு அரக்குக் கட்டங்களைத் தீட்டுகிறது. செங்கதிர்களேந்திய யுவதிகள் அறையின் முண்டியடித்துக் கொண்டு கனவுகளில் உடைந்த தேனீர் கோப்பைகளில் விழித்தால் ஒன்றாகிவிடக்கூடிய மாயத்துடன் சேர்ந்து கரப்பான்பூச்சியிடம் உருமாறும் வார்த்தையின் பரிமாணத்தை பார்த்து ரத்தநாளங்களில் பெருங்கண்ணாடி வளர்வதை நினைத்தபடி நீளும் உடலும் கைகால் களும் கொண்டு அறையைவிட்டு தப்பநினைக்க ஞாபகத்தில் சுருங்கும் கரப்பான் பூச்சியின் உரு சுருங்கி விரியும் நாளங்களில் ஊடுருவிப் பயணமாகிறார்கள். சாம்பல்நிற உடையணிந்த யுவதிகள் இறகுகளில் அசையும் கோடுகள் கொண்ட காகிதங்களை வெற்றிடங் களில் ஒட்டி குறுக்காக கோடு கிழிக்கிறார்கள். வரைந்த மேஜை நாற்காலிகளில் மீது கரப்பான்பூச்சிகள் நர்த்தும் சித்திரவயல். வெளியில் சாலையில் புஸ்தகத்தைத் திறந்து வாஸித்தவாறு விளக்குக் கம்பத்தில் சாய்ந்திருக்கும் யுவதிகள் அடுத்த பக்கத்தில் வரைந்து கொண்டிருந்த கோட்டு மீன்கள் முகமூடியணிந்து ஆவிகளாக

வருகின்றன அங்கே. கண்ணாடியின் வெறுமை சூழ்ந்த நகரில் யாருமில்லை. புஸ்தகத்தலிருந்து ஊர்ந்துவரும் வெண்ணுருவப் பூச்சிகள் குமைந்த லிபிக்கூட்டத்தை அடுக்கியடுக்கி நகரும் படிகக் கண் உள்ளே காலியான நகரம். இரு பாலிறகு தனக்குள் புகுந்த கலவியில் பெருகிய உயிர்த்திசுக்கள் உருவங்களாக படிக உடல்களுடன் தெருவில் நடமாடுகிறார்கள். நகரின் பெருங்கூட்டங்களாகிய மௌன நிழல்கள் பொருட்களில் மயங்கிச் சரிந்து எழுந்துவருகிறார்கள். வந்த வழியை அழித்தபடி கரைந்து பரவும் பிம்பங்களின் வெறுமை கட்டிடங்களின் கீழ் கருங்கூட்டமாய் அலறி ஓடுகிறார்கள் எந்திரங் களுடன். கரப்பான்பூச்சிகள் தலைகீழாகச் சுற்றிவர அவற்றுடன் மோதி மோதி சிதற எத்தனிக்கும் தாவரங்கள் மீது சாம்பல் இலை தங்கி உதிர்வு கொள்ள சருகுகள் பாதையெங்கும். பாலத்துக்கு அருகில் குவிந்த பூட்ஸ்களின் காப்பர் துவாரங்களில் புகுந்து வரும் இரு பாலிறகில் ரத்தச் சிவப்பான பூக்கள் மரணத்தை மறைக்க அவற்றின் வாசனை சாவாகப்படர்ந்த திரைச்சீலையைத் தூக்கிப் பார்க்கிறார்கள் யுவதிகள். தெருவில் சூரியஒளி அதிக வெப்பத்துடன். நிழல் சாலையில் போக்கு வரத்தில்லை. தூரத்தில் மூன்று கன்னிகள் ஒரே புஸ்தகத்தைத் திறந்து கரப்பான் பூச்சிகளை அடுக்கி கால்களை வரைகிறார்கள் உள்ளே. நகரத்தின் மையத்திலிருக்கும் அறுங்கோணப்பூங்காவிலுள்ள கம்பிக்கிராதி அடைத்த இரும்பு வலைகளில் பின்னிப்படரும் பசலிக்கொடியும் நீர்க்கொடிப் பூக்களும் அரும்பிக் கமழும் வாசனை களின் மிகமெல்லிய கண்ணாடி நகரம். பசுந்தரையில் காலனியக்கால இரும்புப் பெஞ்சுகள் துருவேறி பறவைஎச்சங்களின் தடத்தில் இலைகளின் நெடியுடன் காத்திருந்தன பூங்காவாசிகளுக்காக. சில பெஞ்சுகளிலும் ராணி விக்டோரியாவின் சிலைகள், அமெச்சூர் கலைஞர்கள் அச்சில் வார்த்த குமிழ் விளக்குப் பூச்சரங்களின் கம்பி வலைகளிலும் ஈயப் பெயிண்ட் துருவுடன் கலந்து உதிர விளக்குத் தூணில் எண்கோணக் கண்ணாடிகள் வெயில் மழையால் பழுத் திருந்தன சாம்பல்பூசி. முயல் யானை கரடிமான் வடிவப் பூச்செடிகள் குத்துச் செடிகளுக்கான நாவிதர்கள் இதழ்களைக் காம்புடன் வெட்டி எறிந்தும் தாவர வளர்ச்சியை நிறுத்த முடியவில்லை. கிள்ளும் இடுக்கியால் கோடுகளை மீறும் கிளை கொம்புகளைக் கூசாமல் வெட்டி வீழ்த்தும் சட்டம் அமுலிலிருக்க வேண்டும். பூங்காவிலுள்ள துருப்பிடித்த சங்கு மணிக்கொருதரம் நகரின் அபாயத்தை ஊதி அறிவித்து மெல்லத் தேய்கையில் இங்கிலாந்துக் கடிகாரத்திலுள்ள முட்களை வெயில் சாய்ந்து இழுக்கும் நிழல்பரப்பில் தாவரங்களின்

அசைவு. ஈயக்கைப்பிடியின் விரல்களைப் பதித்து குனிந்திருக்கும் யுவதிகள் மூவரின் பார்வை எல்லாத் திசையிலும் அலைபாய்கிறது. கனி இரும்புகளில் மண்ணில் சிற்பித்த ஈயநிறக்குதிரைகளின் பிடரிமயிர் பளபளக்க வட்டமான நீர்த்தொட்டியில் ஃபவுண்டனில் பீச்சியடித்த நீருடன் வெளியே துள்ளும் ஈயமீனின் கண்களில் நகரம் வட்டமாக உருள அவர்களும் சுழல் பாதையில் தலைகீழாய் ஓடுகிறார்கள். அசையாமல் கிடக்கும் மீன் பசுந்தரையில் திறந்த கண்களுடன் அதன் மரணத்தை அறிந்த கருப்பு எறும்புகள் கூட்டமாய் வந்து மீனை இழுத்துச் செல்கின்றன மெதுவாய் திறந்த வாய்க்குள். கடைசியாக வெளியேறிய கடல் பச்சை ரத்தினமாய் ஒளி வீசுகிறது கீழே. அது செவுள்களைத் திறந்த சிவப்பான அடுக்கில் மீதி நீரும் கொட்டிப்புல் இதழில் தங்க, துக்கத்தில் துளிநீர் உருகிக் கரைகிறது.

கதவைத்திறந்து கொண்டு படிக்கட்டுகளில் வேகமாக இறங்கும் பால்யா அந்த மீனைக்குனிந்து நோக்க மெதுவாக அசையும் அதன் தலை. பூங்காவுக்குள் இதழ் வெட்டப்பட்ட பிரம்புச் செடிகள் காரணமின்றி இரைச்சலிடுகின்றன அவள் காலடி ஓசையில். பூங்காவின் முகப்பு வளையத்தில் தாள்பூக்கள் சிவப்பு மஞ்சளாய் உதிர்வுகொள்ளக் கதவை வேகமாகத் தள்ளிக்கொண்டு தலைக்கவசம் அணிந்த காவலர்கள் வருகிறார்கள். புல் கத்தரிகளின் இடைவிடாத ஓசை. சாம்பல்தொப்பி அணிந்த ஆங்கிலோ இந்தியப்பெண்களும் ஆண்களும் முயல்வடிவச் செடிமீது தழைக்கும் இதழ்களைக் கிள்ளி ஒருவர் மேல் ஒருவர் சாய்ந்து கரடிகள் தூக்கி நிற்கும் குப்பைத் தொட்டிக்குள் மறைகிறார்கள். இடுக்கிமூலமே உரோமங்களைப் பறிக்கும் ரோமானியநாவிதன் ஸிபியா சலூனைத்திறக்க உள்ளே சதுர அறைக்குள் வால்ட்டர் ஸ்காட்டின் குமாவும்புலியும் சித்திரங்களில் வேட்டைத் துப்பாக்கி களுடன் புலி பதுங்கும் காடுகளுடன் கண்ணாடி வரைகலை ஓவியர்களின் தூரிகை மிதந்தலைகிறது. உள்ளே காடும் பூங்காவும் ஒன்று சேர சவரக்கத்தியுடன் ஸிபியா குடுமிவைத்த காட்டுவாசிகளுக்குக் கிராப்வெட்டும் புகைப்படங்களுடன் காலனியகாலச் சலூன் உள்ளே பூங்காவின் பிரதி. சுழல் நாற்காலியில் அமர்ந்த ரேஞ்சர்களின் முகத்துக்கு சோப்பு நுரை தடவி கிள்ளட்டின் சவரக்கத்தியால் மழிக்கிறான் ஸிபியா. ஆணும் பெண்ணும் மாறிச் சுழலும் சலூன்நாற்காலியில் அமர்ந்த யுவதிக்கு டவர் மாதிரி சுருட்டி வளைத்த கூந்தலைக் கொண்டை ஊசிகள் பதித்து சுருள் சுருளாகப் புனைகிறான் தைலமிட்டு. எப்போதும் அலைபாய்ந்து கொண்டு இருக்கும் சில கூந்தலை துணி இறகு தைத்து மடிக்கிறான் லாவகத்தில்.

கர்லிங்முடி கொண்ட பெண்கள் வருகிறார்கள். நீலநிறக்கேசம், தேனிறக்கூந்தல், தங்க முடியென ஆங்கிலேயஸ்திரீகள் ஹேர்பவுடர் அடித்துக் கண்ணாடிக்குள் போய் மறைந்து பூங்காவில் விழுகிறார்கள். முடிலோஷன் நிறைய வகை பிளிச்சிங் ரஸக்குப்பிகள் அலமாரியில் கேசத்துடன் கலந்து நிறம் மாறுகின்றன. வேறொறு ரேக்கில் விஜிடபில் கேச வர்ணங்களை பிரஸ் செய்கிறான் ரோமானியன். செடி இலைகளில் வடித்த பச்சை ரத்தம் பூசிய கூந்தல் விரித்து பூங்காவில் படர்ந்திருக்கிறாள் நீக்ரோபெண். அவள் கையிலுள்ள சிறு கண்ணாடி யின் தெரியும் நகரின் அபாயத்தை உணர்கிறாள். கோபுரக் கொண்டை யுடன் நவயுவதிகள் ஈய நாற்காலிகளில் மௌனமாயிருக்கிறார்கள். ஆறு சடையாகப் பின்னிப் பின்னி அடுக்கிய கோபுரத்துக்குள் நீல ரிப்பன் சுருக்கு முடிப்பில் மலரும் பூக்கள். புனைந்த கேச மடிப்பில் நைலான் வலையை மூட ஒருவகைப் போதையூட்டும் மாலை விரிகிறது அங்கே. கருங்கூந்தல் தைலத்தில் மிதக்கும் வெயிலில் நடந்து வருகிறார்கள் கப்பலில் வந்த பயணிகள். அந்நியர்களின் பூங்கா விரிகிறது நகரெங்கும்.

இறகு முனையில் கண்ணை நோக்கி மைதீட்டுகிறான் பீலிகள் கிளர்ந்தெழ யுவதியின் கண் ரெப்பையில் சுகந்தப் பொடியும் மடிப்பில் ஜிகினாவும் வரைந்து உயிர் குடிக்கும் ஆழ்ந்த வெறியூட்டுகிறான் உள் இருட்டில். கண்மேல் கண் சுழல தோட்டமெங்கும் காலனியப் பெஞ்சுகளில் ஆள்மாற்றி அமர்கிறார்கள். சுவர்கள் வழியாக வியாபாரக்கப்பலில் வந்த அகதிகள் குனிந்த முதுகில் பாரங்களுடன் பூங்கா ஓரம் பதுங்கும் நிழல் செடியுடன்அசைகிறது. ரகஸியமான பந்தயத்தில் தோற்பவர்கள் காவலர்களால் வெளியேற்றப்படுகிறார்கள். வெட்டுக் கத்தறிகளின் ஓசை தீவிரமடைகிறது. மீண்டும் ஃபவுண்டனில் பீச்சிய நீருடன் ஒரு பச்சைமீசை துடிக்க விழுகிறது துள்ளி. அதன் நிறம் கண்டு தன் இருப்பை அகதியின் நிலைக்கு மாற்றிக் கொண்ட நீக்ரோப்பெண் அந்த மீனைக் கைப்பற்ற நினைக்கிறாள். அந்த மீன் வயிற்றிலுள்ள பச்சைநிறம் தான் தப்பிச் செல்வதற்கான பாதை என உணர்கிறாள். அதற்குள் பசுந்தரையில் பதுங்கியிருக்கும் அவளைக் காவலர்கள் கைது செய்து அழைத்துப் போகிறார்கள். அந்த மீனை அவள் மார்புடன் சேர்த்து கொங்கைகளின் பால் துளையில் திணித்து ஜனனப்பாதையில் நீந்த விடுகிறாள். அவள் மார்புக் கச்சையைப் பற்றி இழுக்கும் காவலனின் கையைப் பற்கள் பதியக் கடித்து விஷம் கக்கி உளையிடுகிறாள். தண்ணீருக்குள் குனிந்து விடுவித்த கையை நீரில்நுழைக்க மீன்கள் ஆடிகளாகப் பெருகி

அவளை நீருக்குள் இழுத்துச் செல்ல வட்டமான நீர்த் தொட்டிதான் பச்சைக் கண்ணாடி என உணர்ந்த நீக்ரோப்பெண் முற்றிலுமாக காவலர்களின் பிடியிலிருந்து தப்பி மறைகிறாள் கண்ணாடியின் ரகஸியத்தலில். உஷாரடைந்த கவசக் காவலர்கள் தோட்டத்தின் குறுக்கும் நெடுக்கும் துப்பாக்கியுடன் பதுங்கிக் காத்திருக்கிறார்கள். வட்டமான நீர்த்தொட்டியில் நழுவில் பச்சை மீனாக நீந்திக் கொண்டிருக்கிறாள் நீக்ரோப்பெண்.

கிரீடம் கொண்ட பின்னல் சிகலிகை மேன் சிவப்பு வாயல் துணி அணிந்த பாழி வெண்துகில் மூடி பூங்காவுக்குள் நுழைகிறாள். பசலிக் கொடிகளை ஈர்க்கும் தாவர மயக்கவெளி மூடுபனியாய் கவிகிறது இலைமரங்களில். உச்சிவரை கவரிக் கூந்தலை மடித்து தந்த ஊசியில் மணிக்கல்பதித்து சந்திர சூரிய பாகமாக பிரித்து சுரியலை அலைய விடும் கரும்புருவக்காரி தைலமாய் மினுங்கும் தன் உடல்மேல் எழுதிய சரித்திரத்தில் மீன்கோலமும் முதலைகளில் பதுங்கிய முத்துகளும் சுடர சலூன் சுவரோரம் ஒயிலாய்த் திரும்பி நிற்க அவள் புருவத்தின் மீது கடல்பாசியை ஒட்டி மீன் செதில்கள் கன்னத்திலும் கழுத்திலும் பதித்து அம்பர் சீசாவின் மணத்துடன் அனுப்புகிறான் பூங்கா வாயிலுக்கு. முதலில் காலியாகக் கிடக்கும் சாலையில் நிழலுருவங்களாய் ஊர்ந்து நகரும் கரப்பான் பூச்சியின் குறியீடாகக் கண்களைத் திருப்புகிறாள். பூங்காக்கதவையாரோ திறந்து வெளியேறு கிறார்கள். செடி ஓரம் நகர்கிறாள். காலம் குறிப்பிடாத மாயம் சூழ பலரும் மடித்துச் சொருகிய வர்ணரிப்பன் அலைபட நான்கு திசையிலிருந்தும் வருகிறார்கள் யுவதிகள். ரிப்பன் நிறங்களை நோக்கி உளவாளிகளும் திருடர்களும் கரப்பான்பூச்சியாய் தங்கள் அடையாளத்தைக் குழப்பும் தருணம் காலனியச் சாம்பல் பூசிய பெஞ்சுகளில் அமர்கிறார்கள் மாறிமாறி.

மிருதுவான பசுந்தரையில் பாதம் படியப்படியப் பறவைகளும் விநோத உணர்வுகளும் பூங்காவைத் தனிமைப் பிரதேசமாக சரித்திரத்திலிருந்து துண்டிக்கும் கண்ணுக்குத் தெரியாத அந்தரங்க இழைகளால் பின்னும் கரப்பான்பூச்சியின் ரகஸியம் எல்லோரையும் வலையில் சிக்க வைக்கிறது. துளைகளற்ற வட்டமான முகப்புள்ள எண்கள் மாறும் பூட்டுகளில் ரகஸியக்கோப்புகளை மறைக்கும் உளவாளிகளும் காலனியப்பரங்கிகளும் குறிப்பிட்ட காலத்தில் பிறப்பிக்கப்பட்ட மரணதண்டனை மற்றும் ஆயுதப்பறிமுதல் உத்தரவுகளை இரும்புப் பூட்டுக்குள் மறைக்கிறார்கள். திருடர் நுழைய முடியாதவாறு வலுவான இங்கிலாந்துப் பூட்டுக்குள் மூடப்பட்ட

பூங்கா. சதுக்கத்தில் கட்டப்பட்ட பாதுகாப்புப் பூட்டுகளில் கைது செய்யப்பட்ட சுதேசிகளும் அவர்களின் யுவதிகளும் தனித்தனி இரும்புப் பெட்டிக்குள். பாதுகாப்பு அதிகாரியின் கையிலுள்ள சாவிக் கொத்தில் ஒவ்வொன்றின் மீதும் விக்டோரியாவின் ராஜமுத்திரை.

சிவப்பு வாயல் துணி அணிந்த பாழி கண்ணாடிக் கதவின் அருகே போய் தாளமிட்டு வெண்ணிற விரல்களால் சைகை செய்ய அவள் கையிலுள்ள வேறொரு சாவிக் கொத்தை போர்ச்சுக்கீசிய தோட்டாத் திருடர்கள் கண்டுவிடுகிறார்கள். பலவகையான நகரங்களில் தேடப்பட்டு வந்த மறைமுக இனங்களின் போராளிகளை அடைத்து வைத்திருந்த பூட்டுகளுக்கான மறுசாவிகளைக் கோர்த்து கண்ணாடி நகரைத்திறக்க திரைச்சீலைகளில் பதுங்கும் திருடர்களின் கைகள் நீண்டு சிவப்பு ரிப்பன் பூண்ட பாழி கூந்தலைத்தொட விலகுகிறாள் ரகஸிய வார்த்தையைச் சொல்லி விட்டு. பூங்காவின் சோபையை தினந்தினம் மெலிந்த ஒளியால் உயிரூட்டும் யுவதிகள் எங்கிருந்தோ வருகிறார்கள் கிரிமினல் குற்றவாளிகள் பதுங்கியிருக்கும் சலூனி லிருந்த ஆயுதங்கள் கூந்தலால் மறைக்கப்பட்டிருந்தது. உளவாளிகள் புல் தரையில் விரல் பரசி சாவியைத் தேடுகிறார்கள்.

கதவில் பின்னே குடையுடன் வந்த திருநங்கை தன் கூந்தலை விரித்து மறைந்த சின்னக்கத்தியுடன் நாட்டியமாடுகிறாள். பூங்கா விளக்குகளில் காலனிய ஆட்சி கொழுந்து விட்டெரிய தைலமிடும் தலைக் கவசமணிந்த காவலர் முன்னே செல்ல சின்னக்கத்தியால் சுடரை அறுத்து வன்முறைக்கான காலம் கனிந்து விட்டதை உணர்த்துகிறாள் திருநங்கை. விரித்த குடை நிழலில் பூட்டு ரிப்பேர் செய்யும் சுதேசிக்கிழவன் பழைய சிலோன் குடைகளை ஊசி நூலால் தைத்து கருப்புத்துணியை மாற்றி அதையே முகமூடியாக அணிந்து கொண்டு விநோதமான பல பூட்டுகளை கபாலத்திலிருந்து பிளக்கப் பட்ட மூன்றடுக்கு மூளைகளைச் சாவியால் பூட்டுகிறான். தகரப் பெட்டியைத் திறக்க மத்தியகால சீர்திருத்த ஞானிகளின் மற்றும் கடலோடியபயணிகளின் காமோஸ்டாலோவின் பயணப்பூட்டுகளும் நகரவரை படங்களும் கொண்டு எதையோ செப்பனிட்டுக் கொண்டிருக் கிறான். கோகினூர் வைரத்தை மறைந்திருக்கும் பாதுகாப்பு அறைக்கான கள்ளச் சாவியில் லீவர்களை அறுக்கிறான் நிதானமாய். சீனாக்களி மண்கோப்பையில் பச்சைத் தேனீர் ஆவி பறந்து கொண்டிருந்தது அவன் அருகே. கோப்பையை எடுத்து மிடறாகப் பருகியவாறு பைசா நகரிலுள்ள பூட்டைச் சோதனையிடுகிறான். பிரதி செய்யப்பட்ட ரோம்நகரை பாதிரி ஒருவன் தினந்தினம் அகாலத்தில்

கதவுமூடப் பூட்டிய சாவியை விண்மேல் வீசி எரிய அது பல கைகளுக்கு மாறி மாறி சுதேசிக்கிழவனின் காயலாங்கடைப் பெட்டிக்குள் துருஉதிர நீண்டு கிடந்தது. அதை எடுத்துத் தேனீர் அருந்தியவாறு உரையாடுகிறான் சாவியுடன். 'இனி நீ ரோம் நகரைத் திறக்கும் போது 'சென்பாலை' நேரில் சந்திக்க நான் வருவேன்... ஊசிக்கோபுரத்தில் பதுங்கிய குழந்தைகளை எங்கே மறைத்து துவைத்திருக்கிறீர்கள் பிதாவே... என்று கேட்கப் போகிறேன்' 'அது உன்னால் முடியாது சுதேசியே... வெள்ளையர்களில் நீ யாரும் என்னைத் தொட முடியாது' 'என் அதிகாரத்துக்குள் இருந்து கொண்டே எதிர்க்கிறாயே ரோம்நகரத்து பேய்களின் காரைச் சாவியே' எனச் சிரித்தவாறு சாவியை துடைத்து வைத்த பெட்டியுள் அப்போது வரை பூட்டப்பட்ட பலநகரங்களுக்கான சாவியைத் தேடி எடுத்த சுதேசி அவற்றின் லீவர்களைக் கை ஸ்பரிசத்தில் உணர்ந்து அதன் அசலுக்குச் சரியான நகல் சாவியை வடித்துக் கொண்டிருந்தான். கள்ள நாணயங் களும் சாவிகளும் கொண்ட அவன் நகரின் சந்துகளில் மறைந்து திரிந்தான். ஆசனவாயில் குழி ஏற்பட்ட நெடுங்காலம் சாவிகளையும் ரோமானியரின் நாணயங்களின் நகல்வடிவத்தையும் புழக்கத்தில் இல்லாத பல பேரரசுகள் வீழ்ந்து சரிந்த போது உருண்டு ஓடிய பொற்காசுகளை அவன் குடல் வயிற்றுக்குள் வைத்துத் தைத்து தங்கத் தோட்டத்தை குடலில் வளர்த்துக் கொண்டிருந்தான். துள்ளி விழும் நாணயத்தின் ஒலி மூலமே அதன் கள்ளத் தயாரிப்பில் ஈடுப்பட்டான். அவனைச் சுற்றி சில நாடோடிக் கும்பல் ரெட்டிப்பு மோசடிக்காக அலைந்து வந்தது. சங்கேத பாஷையில் பல குறுக்கு வழிகளை ஏற்படுத்தியிருந்தார்கள் பூங்காவைச் சுற்றி. பூட்டுத் தயாரிக்கும் பழமையான நாடோடி இனமே கள்ள நாணயம் தயாரிப்பதில் ஈடுபட்டிருக்கும். ஒவ்வொரு நகரமாக வியாபாரம் செய்யப்போன அரேபியர்களுக்குத் துணையாகவும் சுமை தூக்கிகளாகவும் கழுதை களில் பாரம் ஏற்றிப் போகும் கூலிகளாகவும் தங்கள் பயணத்தை தொடங்கி குளுவர்கள் சேவல்சண்டைக்கான கத்திக்கட்டுகளை உலையிட்டுத் தயாரிப்பதில் சூதுவாது கொண்டவர்களாக அறியப் பட்டார்கள் முதலில். நீர்மேல் மிதந்துவந்த நிமிர் பரிப்புரவிகளோடு வந்த அரேபியர்களுக்கு அடிமைகளாகமாறி லாடமடிக்கும்படி குதிரை லாயத்தில் பதுங்கிக் கிடந்தார்கள் பின்னே. சந்தையில் கிடைக்கும் பழம் நாணயங்களுக்கு கள்ளப்பிரதியை செய்யும் நூதன விழி கொண்ட யுவதிகள் பல தேசாந்திரத்தில் தேடி எடுத்த காசுகளால் கோர்க்கப்பட்ட மலையணிந்தும் கூந்தலில் தங்கக் காசுகளில்

நூற்றாண்டுகளுக்கு முந்திய முத்திரை பதித்த நாடோடி யுவதிகளும் பூங்காவுக்குள் புகுந்து நாணயங்களின் உருவங்களுக்கான பாடலை முணுமுணுத்தார்கள். விரித்த சாம்பல் குடையை மடக்கி கருப்பு நாயாக கையில் பிடித்துச் செல்லும் திருநங்கை பூங்காவில் பிரவேசிக்கவும் பரப்பரப்பு அதிகமானது. கருப்பு நாயை விரித்த குடையாக மாற்றும் வித்தையிலிருந்து பூட்டுத் துவாரத்தின் மேல் நாயின் ஊளையாய் காற்று அதிகரிக்க துவாரத்தின் வழியே திறவாத புஸ்தகத்தை எட்டிப்பார்க்கிறான் உளவாளி. கேசச்சுருளில் மறைக்கப்பட்ட சரித்திர நூலை சலூனில் யாரோ புரட்டும் காகித ஒலி. அவசர அவசரமாகக் கடக்கும் பக்கங்கள். ரோமானிய நாவிதன் ஸிபியா தங்க நூல் கொண்டு கேச இழைகளைக் கொசுக் கொசுவாக நீர்ப்பாசி கோர்த்துப் பின்னிக் கருப்பு லேஸ் வலையால் நீலயுவதியின் முகத்தையும் டவர் கூந்தலையும் மூடி உள்ளே அனுப்புகிறான். நடந்து போகையில் புஸ்தகத்தைத் திறந்து முகத்தை மறைக்கிறாள் நீலயுவதி. அவள் கைகளுக்குள் அடக்கமான மைக்கூட்டுக்குள் மிதக்கும் பெண் லிபிகள் காகிதத்தில் விரிந்து பாதைகாட்ட அடுத்த பக்கத்தில் பூட்டு நகரம்.

பூட்டு நகருக்கு அப்பால் பரம்புக்காடுகளில் மறைந்து திரியும் பாசி இனத்தவரும் நாடோடிக்குளுவர்களும் சவுரிமுடிகட்டும் மர பானதுாண்டுதலால் அறுந்து கிடந்த பரங்கிக் கூந்தலை தலையுடன் அறுத்து ஒட்டுச் சவுரி பின்னி தலைமறைவாய் நகருக்குள் புகுந்து இரும்புக்காவலர் படைப்பிரிவுக்குள் ஊடுருவி கழுத்தைச் சுற்றி கேசத்தை சுருக்கு கயிறாக்கிக் கொலைசெய்து வந்தார்கள். கடத்திப் போன குதிரைகளைத் தேடும் ஈட்டிக் காவலர்களைக் கடலுக்குள் கொண்டுபோய் கழுத்தில் சுருக்கிட்ட கூந்தலை உடம்போடுவைத்துக் கூந்தலாகப் பின்னியவாறு நகரின் பூங்காவுக்குள் சாரதாணமாய் நடமாடுகிறார்கள் உளவாளிகளைப் பின்தொடர்ந்து.

மங்கலான பாதையில் உளவாளிகளும் போராளிகளும் ஒரு வரையொருவர் பின் தொடர பூட்டு நகருக்கள் அடைபடுகிறான் போராளி. சுவாசிப்பதற்கில்லாத காற்று துருவீசியது. இரும்பு உலையின் புகையினூடே கம்பிகள் பாய்ச்சிய ரயில் கிராதிகளின் பக்கம் போராளிகளின் ரகஸிய உரையாடல். ரயிலில் புறப்பட்டுப் போனான் ஆஷ். அவர்களை நிழலாய் தொடரும் சாம்பல் தொப்பி அணிந்த உளவாளிகள் பூங்காக்கதவைத் திறந்துகொண்டு படியிறங்கும் பூட்டுநகருக்கள் சுழல் அறைகள். பூட்டுநகரின் பசுந்தரையில் மூச்சுவிடும் செடிகளுடன் பதுங்கும் தலைகளில் ஒருவன் சலூனிலுள்ள

துப்பாக்கியை எடுக்கிறான். பிளாட் பாரத்தில் நெடுக ஓடி மூன்றாவது பெட்டியிலுள்ள மனைவிபதறி அலற ஆஷைச் சுடுகிறான் மாட்டுக் கொழுப்பு தடவிய ஈயரவையினால். சுடப்பட்ட ரவைகள் துளைத்துக் கிடக்கிறான் கீழே. பூட்டு நகருக்குள் ஓடும் ரயில் புகைவிடும் ஓசை. பாதுகாப்பு அறைக்குள் தன்னைச் சுட்டுக்கொண்டு கீழே சரிகிறான் கைத் துப்பாக்கிக் குதிரை பின்னோக்கிப்பாய லாடம் அணிந்த பூட்டு நகருக்குள் அடையாளம் தெரியாத திருடர்களும் பேராளிகளும் வேசைகளின் உதவியுடன் பூட்டு நகரில் மறைந்திருக்கும் மாடத் தெருவின் வேசையின் கண்ணாடியில் தன்னைச் சரிபார்த்துக் கொண்ட கடைசிப் பார்வை சுழல்கிறது தற்கொலைக்குள். கட்டைக் கூத்தின் புஜங்களை விற்கக் காத்திருக்கும் தரகர்களோடு கைகோர்க்கும் உளவாளிகளுடன் பூட்டு நகருக்குள் மிலேச்சர்களின் வருகை. வெளியில் நகர் மீது தற்கொலையில் தொங்கும் இருள். கதவுவழியே பார்த்துக் கொண்டிருந்தான் ரிச்சர்டு ஸ்காட். மங்கலான நினைவுகள் திரும்பத் திரும்ப வந்தன. யாரோ பின்தொடர்வதாகப் பயந்து பாதுகாப்புப் பெட்டகத்துக்குள் பதுங்குகிறான் ஸ்காட். அவனைப் போல் நிழல்கள். அவன் வந்த இரவு மறைத்து பூட்டு நகருக்கள் அவனைத் தவிர யாருமில்லை. ஆழத்தில் சாம்பல் தொப்பிக்குள் கிரீச்சிடும் கரப்பான் பூச்சிகள். இரும்பின் கரகரப்பான கார நெடி. நகரின் அந்தராத்மாவில் ரத்தத்தின் இரும்பு வாடை. உள்ளே கேட்கமுடியாத தூரத்தில் பாழியின் வெண்ணிற உயிர் ததும்பி அலைகிறது. இரும்பு வயல்களில் உருவான காற்றும் இருளும் நகரில் வீசியது வேகத்தில். நகரின் மீது இரும்புக் கறை. உலையின் குமுறல்களோடு மறந்து திரியும் சுதேசிகளின் நிழல்கள் மௌனமாய் நகர்ந்து கொண்டிருக்கிறார்கள் பூட்டு நகருக்குள். யாரும் தப்பமுடியாது இனி. இங்கு வந்தவர்கள் சாவதைத் தவிர செய்வதற்கு ஒன்றுமில்லை.

சாவை மாபெரும் புகை போக்கிகள் உறுதிசெய்யும் காலனிய நகரம். மூடிய இமைக்குள் பூட்டுநகரின் வரைபடம் தோன்ற திறக்கப்படாத புஸ்தகத்துக்காகக் காத்திருக்கிறாள் வெளியே. பூங்கா மூலையில் காரணமின்றிச் சுற்றிக் கொண்டிருக்கும் வெண்ணிற லேஸ் வலை அசையும் அவள் தலை. பின்தொடரும் உளவாளியைக் காவலரிடம் சிக்கவைக்கிறாள். புல்கத்தறியின் குறுக்கு வெட்டாய் சிக்கிய ஒருவனைக் கைது செய்து இழுத்துச் செல்கிறார்கள். கோடுகள் கொண்ட ரகஸிய எண்களை முணுமுணுத்தவாறு அவள் விரல் புஸ்தகத்துக்குள் சில பக்கங்களின் விளிம்பை மடித்து பொருள் உணர்த்தியது. ஈய பெயிண்ட் அடித்த நீள பெஞ்சிமேல் தனியே

கிடக்கும் புஸ்தகம். கண்ணுக்குத் தெரியாத பூச்சிகள் முகமூடி அணிந்து மறைந்திருக்கும் புஸ்தகத்தின் படிம இருளில் சிதறிய கண்ணாடிகள் ஒட்டிக் கொள்ள சுடர்வீசும் வெல்வெட் துணி மூடிய பால்யா எட்டிப்பாக்கிறாள். புஸ்தகத்தின் இன்னொரு புறத்தில் மேஜை விளிம்பிலுள்ள குமிழ் விளக்குத் திரியில் அசையும் சுடர்நாவு நக்கிருசிக்கும் வாக்கியங்களின் உள்பரப்பில் கடந்து போகிறது ஒளி. பக்கங்களை விட்டு இருட்டறையில் பதுங்கும் உணர்வுகள் வரிகளின் வழியே சுழல்கிறது கபாலப் பாதை. அதை எட்டித் தொடுகிறாள். பழமையான சாவிக்கொத்தில் குறிப்பிட்ட அடையாளத்தைத் தேர்வுசெய்கிறாள். காபலத்தின் மீது சாவித் துவாரம். அதை கேச அலையால் மூடி இருளின் படிமஏடு தானே புரண்டு விரிகிறது. உள்ளே ஆணிகள் தைத்த பூட்டுநகரம். மூளையை துருவேறிய சாவியாக வைத்துக் கண்ணாடிநகரைத் திறக்க ஒவ்வொன்றாய் வார்த்தையின் துளைதுவாரங்களில் மூளைதிருகிய சாவிகளால் கடக்... கெனத் திறக்க முயலும் தீவிரத்தில் புஸ்தகமே நகரமாக அசைகிறது திறக்கப்படாமல். பூட்டில் கைவைத்த விரல்கள் நீண்டு வளர துவாரத்தில் கண்செலுத்தி பூட்டு நகருக்குள் அடைப்பட்ட யுவதிகள் சித்திரவயலில் நடமாடிக் கொண்டிருக்கிறார்கள். உள்ளே தலைக்கவசம் அணிந்த காவலர்கள் சிறையிடப்பட்ட யுவதிகளின் தலைக் கவசத்தில் முகத்தை மட்டும் திறந்து விடுகிறார்கள். சுவாசிப்பதற்கான காற்று பூட்டப்பட்ட அறை. கபாலத் துவாரங்களில் எரியும் கற்பூரத்தின் ஜீவாலையுடன் நரைமூதா பூட்டுப்பாம்படம் அசைய நகருக்குள் ஊடுருவி இடுக்கிய கண்களால் பார்க்கிறாள். உள்ளே இருட்டறையில் ஊசி ஒளியில் தையல் வேலைசெய்யும் யுவதிகள் சோகத்தில் ஆழ்ந்திருக்கிறார்கள் வாடிய முகத்துடன். கரண்டியில் கொண்டுவந்த புகையால் கூந்தலுக்கு வாசனையூட்டுகிறாள் நரை மூதா. மயக்க மூட்டும் துருவேறிய பூட்டுக்கள் பல இருட்டறைகள் இரும்புக் கதவுகளை உலுக்கும் தலைக்கவசமணிந்த யுவதிகள் கையிலுள்ள ஊசி ஒளியால் இருட்டுச் சுவரில் தீட்டும் அதிசயப் பூக்களின் உருவில் விநோத சரித்திரத்தின் வாசனை சூழ்ந்திருக்கிறது உள்ளே. இரும்புக் காலத்துக்குத் தாவிய சரித்திர நூலில் ஆதி வார்த்தை ஒன்றைத் தேடி பூட்டுக்குள் துளாவிச் செல்லும் விரல்களில் ஸ்பரிசப்படும் பால் எனும் சொல்லின் கசிவு சுரோனிதப்பைக்குள் கருவாய் பிளந்து ஈர்த்து உள்தேம்ப மர்மமான தாள் இதழ்கள் சுற்றி விரியும் காம நூல்.

அது பார்வைக்குப் புலனாகாதவாறு மறைந்திருக்கும். இந்தப் புஸ்தகத்திலுள்ள பழக்கவாசனையால் விடுபட முடியாத சில

பக்கங்களை நுகரும் போது கபாலம் தான் எல்லாச் சொல்லின் மூலம் என சூத்திரத்தால் வடிவமைக்கப்பட்ட மெய்உயிர் நிகண்டுகளின் ஆதி எனத் தலைக்கவிகை ஓடு புறண்டு கவிழ்ந்த பிக்ஷாபாத்திரமாய் ஏந்திய பாழி விரல் ரேகைபட பொங்கி வழியும் பால் எனும் சொல் வார்த்தைக்கு முந்திய உயிராய் இருக்கக்கூடும். சொல்லும் எலும்பும் ஒன்றேயான வெண்தலை ஓடு வளைந்து கழுத்துக்குப் பின்னே முதுகெலும்புடன் இணைக்கப்பட்டு வெளியில் தெறியாத அருவி பாய்கிற ரஸநாளங்களில் மடிக்கப்பட்ட நூறு வர்ணங்களையுடைய பால்யா எனும் வயது மாறாத சிறுமி கசந்த தாள் நரம்புகளின் ஊடாக உயிர்க்கிறாள்.

எல்லாவற்றுக்கும் மேலாக அரைகுரையாக செதுக்கப்பட்ட சித்திரவயல் மீண்டும் தோன்றி உயிரின் திசையில் அசைந்து கொண்டிருந்தது. விஷக்கொடுக்குகளுடன் தேனீக்கள் துளை துளையாய் மூளையைக் குடைந்து கபாலத்துள் கட்டிய அறுங்கோண அறைகளில் சுரும்புகள் சுற்றி வளையும் ரீங்காரம் ஊமையாய் குணங்கும் ஒலி பேதங்களில் தோன்றும் மயக்கப்பிரதேசத்தில் தாளின் சடசடப்பு ஒலி. குரல்களின் மெல்ல இழைகளை இசைத்து வீசும் காற்று நில்லாமல் போகிறது கடந்தவாறு. தானே புறளும் பக்கங்களை யாரோ வாசித்துக் கொண்டிருந்த சர நூலில் தேனீக்கள் இடம்மாறிப் பூக்களில் அமர்ந்து காம்பின் உள் அறையில் ரஸத்தை உறிஞ்சும் கண்கள் வாஸிப்பின் பளபளப்புத் தைலத்தில் கரையும் சொற்கூட்டம். மூளைத் திசுக்களின் அரக்கு வெளியில் குமைந்து குடையும் ரஸவோட்டத்தில் பதுங்கும் யுவதிகள் விண்வரை வளைந்த சுண்ணாடிக் கபாலக் கவிகை மேல் பாதங்களை அழுத்தி ரேகைபதிய நடந்து போகிறார்கள் ரத்த நாளங்கள் அசையும் தோட்டத்துக்குள். செந்நிற வண்டுகளும் அரக்குப் பூச்சிகளும் கொம்புகளை நீட்டி வெப்பமடையும் மூளைக்குள் நீளமான கால்களை வைத்து உறிஞ்சும் நுண் அதிர்வின் உச்சத்தில் வெளியில் நிகழும் சித்திரம் மாறிவிடும். திரவவார்த்தைகள் ஓடும் நரம்புப் பாதைகளில் மூளையில் ஊசிநூலால் தைக்கப்பட்ட மீன்வடிவச் சொற்கள் செதிகள் செதிளாய் பெருகி ஓடும் கூட்டமான நீச்சலில் நிச்சலனமாகும் இறகுகள் பால் வழியில் மிதந்து இறங்கும் ஒரு சொல் முழுப்பரப்பையும் பற்றிக் கொண்டு துடிக்கும் உயிர்தான் பால்யா.

அவள் ஓடும் நரம்புப் பாதையில் இரு தந்தி ரோமத்தைச் சுருட்டி நெளிந்து அதிர ஊழின்பாதையில் வினைகளைஅறுத்துத் திறந்த உயிர் முன்மையின் வெளியில் உணர்கொம்புகளாய் தீட்டும் சித்திர வயலில் அசையும் உருவங்களை வினைகளுக்கு அப்பால் விடுகிறாள்

பால் வரையில். கரையான்களும் கரப்பான்பூச்சிகளும் அரிந்து செல்லும் பால்பாதையில் சாம்பல் தோட்டம். அடுத்த கட்டத்தில் சூரியனிலிருந்து வீழ்ந்த எரிகொம்புகளில் சுழலும் பூமியின்மீது சாம்பல் மூளைத் திசுக்களின் ஊடே ஈரமாகவும் மிருதுவாகவும் அழிந்ததாவரங்களின் பச்சைநெடியில் பூத்த வெள்ளைப்பூக்களுக்கு மத்தியில் எரிந்து வெளிறிய கண்ணாடிகளால் ஆன நகரம். அழுகி நாரிய ஈரத்தழைகள் மீது மண் சாம்பல் இலைகள் மேல்மூட மண்நுரையீரலில் உதிர்ந்த இலை அரும்புகளும் குழிவுகளில் புதையும் உயிர்களும் ஒளி உதிரும் அரை நிலவின் பால் ஒளியை வரைந்து கொண்டிருக்கிறாள் பால்யா. அவள் வெப்பமான கண்ணீர்த் துளிகளை இறந்த சாம்பலில் பதிகிறாள். சாம்பலில் உள்ளிருந்த விதைகள் துளிர்த்து இறந்த சாம்பலில் பதிகிறாள். சாம்பலில் உள்ளிருந்த விதைகள் துளிர்த்து தேம்பட வெளிறிய நரம்புகள் மீண்டும் கீழ் பாய்ந்தது மூலையில் படர்ந்து பச்சை நாளங்களில் ஓடுகிறாள் பால்யா. மூளைமடிப்புகளில் ஊர்ந்துவரும் கரப்பான்பூச்சிகள் யுகங்களுக் கிடையிலான கண்ணாடி வெளியின் கருங்குழிகளில் கிளம்பி வருகின்றன. கனவிலிருந்து விழித்த பால்யா பளபளப்பான கரப்பான்பூச்சிகள் வெண்ணிறச் சாலைகளில் அலைவதை உற்றுப் பார்த்துக் கொண்டிருக்கிறாள்.

ஈரமான நிழலில் பால்யாவின் தெரு கடக்க முடியாத தோகைகள் சரிந்து கிடக்க ஆதாரஊற்றிலிருந்து நிறக்கோடுகள் வந்து கொண்டிருக்கும். கூழாங்கற்கள் மீது குளிர்ந்த நீர் தவழ ஒளியில் ஓடியலையும் நண்டுகளின் பாதை. தெளிவில்லாத கண்ணாடிக் கதவைத் திறந்து உள்ளிருந்த மேஜைமீது நீந்தும் புஸ்தகத்தைத் திறந்து தானே எழுதிக் கொண்டிருக்கும் இருபாலிறகு ஆண் பெண் எனும் இரட்டைப் பிறவியாக ஒன்றுமேல் ஒன்று மாறிமாறிக் கலவி கொள்ள கண்மேல் கண் சந்தித்து விலகுமுன் மிக மெல்லிய கோடு பரிமாறப் படாத மொழியாக கட்புலனாகாத உணர்வுகளின் வெளியுடன் லிபிகளாய் அவர்களிடையே தோன்றி காகிதமடிப்பாய் விரிவு கொள்கிறது. இந்தப் பக்கங்கள் கண்ணாடி நகரமாக மடிக்கப்பட்டு நூறு வர்ணங்களையுடைய முப்பட்டை நகரமாகி பித்தத்தில் மிதந்து விரியும் இருளும் ஒளியுமாய் அசைகிற தாளின் ஒலி. யாரோ வாஸிக்கிறார்கள் விளக்கடியில் அமர்ந்து. எங்கும் நிசப்தம். முன்பின் காணாத இருபாலிறகில் மின்னல் வெட்டும் திசையில் நகரங்களின் பழம்மரபுகள் அசைய மரங்களின் மேல் அமைதி கொள்ளாத பறவைகளின் புலம்பல். மாடியிலிருந்து கீழே எட்டிப்பார்க்கிறாள்

பால்யா. புராதன ஓவியத்தை வரைந்து கொண்டிருக்கும் இரு பாலிறகின் வெளிச்சம். அதன் கூர்முனையில் கசியும் பாதரஸத் துளியில் உருவாகக்காத்திருக்கும் சிங்கமுக வாயில்கள். இருசிங்கங்கள் கர்ஜனையில் முகப்பில் அமர்ந்த தூண்கள் இரண்டின் நிழல் அசைந்து கொண்டிருக்க இந்த இரவைப் பற்றி பால்யாவின் மனம் கொண்டிருந்த அலாதியில் எங்கோ நகர்கிறான். இன்றளவும் காணாத அபூர்வ ரகஸியம் ஒன்று திறந்து வந்த இருபாலிறகுடன் தன் உரையாடலைத் தொடங்கியிருந்தாள் பால்யா. உயரங்களெல்லாம் அந்த இறகால் மூடியிருந்தன. இரவின் கரையில் சலனமடையாத வட்டமான தண்ணீர் யாருமின்றித் தனித்திருக்கும் மௌன வெளியில் இறகுடன் நடந்து போகிறாள். யாரும் பார்த்திராத நீர் வெப்பமான கண்ணீருடன் பால் எனும் ஒருதுளி சொல்லை உச்சரித்தது அவளிடம். அசையாத நீர்ப்பரப்பின் மேல் மொழியின் நிர்வாணத்தில் ராகதுவேஷமற்ற நிர்கந்தர்களால் செய்யப்பட்ட நிகண்டு விருப்பு வெறுப்பற்ற மொழித்தொகுப்பாக அலையற்று மிதந்து கொண்டிருப்பதை பார்த்தாள் பால்யா. உடையில்லாதவர்களால் எழுதப்பட்ட உருவற்ற நிகண்டுகள் நீந்திவருகின்றன மேலே. தண்ணீரின் முதிய உருவாக கேசலோச்சணஞ்செய்தவர் பளிங்குப் படிமமாய் தோன்றிய நூலுடன் மயிற்பிஞ்சத்துடன் நிர்வாண நீர் அசைந்து மௌனமானது அந்த ரவெளியில். கொஞ்ச தூரம் அவ்வழியே விளக்குடன் போகிறார்கள். அவளை ஊடுருவி நின்ற நிர்கந்தர் தன் விரல் நுனியிலுள்ள சொல்லை இறவாத குயில்விளக்கின் திறந்த தலையில் சிறுதானியமாக ஊட்டுகிறார் அண்ணாந்து வாய்திறந்த ஒளி சுடர்ந்து பால் என விம்மி உள்ளே குயிலின் தொண்டைக்குள் இறங்கிச்சொல்ல அடியாளங்களில் பதுங்கிய இருளில் பதிந்து ஒளிக்கும் பால் எனும் சொல் சுழன்று... கூகூ.... வெனக் குயின்றது புறங்களில் அதிர்ந்து. ஏனோ இவ்விரவின் தனிமை சப்தமற்று நிற்கிறது பாலின் ஆழத்தில். ஒளிக் கோடுகளில் பால் முணுமுணுப்பதும் அருகில் அழைப்பதுமாக சமிக்ஞை கொண்டது குயில் விளக்கில்.

அழைப்பின் பாதையில் நீரின்பால்வையில் மறைகிறாள் பால்யா. அதில் சாய்ந்து கிடக்கும் நகரில் இன்னொரு நகரம். அப்பழைய நீர்த்தெருவில் நடப்பவர்கள் யாவரும் அவளுக்குத் தெரியாத அந்நியர்களாயிருந்தாலும் இப்போது அவளுக்குத் தெரிந்தவர்களாய் தோன்றி மறதியில் ஊர்ந்தனர். அந்த மனம் பல தெருக்களில் இருக்கும். தனிமை கொண்டிருந்த அகாலம் விளக்கின் சுடராக கசிவுற்று பால்யாவின் கண்களைப் பார்த்துக் கொண்டிருந்தது. அவள் முகம்

இப்போது இங்கே குறுகிய பல தெருவுக்குள் மூடிய ஜன்னல்கள் உள்ள வீடுகளிடையே வெளிப்பட்டு உருக்கொண்டது. பாலில் பரவிய விநோத ரஸம் அவள் பிம்பத்தில் சூல்கொண்ட நிறஅலையாகத் தோன்றி இருபாலிறகு அபூர்வ ஓவியமாய் கணந்தோறும் மாறி மாறி ஓர் சூட்சுமக்கலவையில் பெண் ஆண் என இருவர் பிரிந்து வெளிவந்து தன் நிர்வாணத்தில் வெட்கித் திரும்பவும் புதர் அடைந்த இறகுக்குள் மறைந்தனர் ஓடி. விலகிவந்த கணம் பால்யாவின் கையில் விழுந்த கனியொன்று அவள் கையைவிட்டு மறைவில்லாமல் வாசனை வீசியும் இதில் யாவர் நிழல்களும் பெண் ஆண் எனக்கிளம்பி ஆயிரம் பட்சி ஜாலங்களின் ஒலித் தொகுதி அப்பழத்தின் உள் நாரில் ஓடிக் கொண்டிருப்பதை உணர்ந்தாள் பால்யா. இருபாலிறகு கொண்டு செங்கனியின் தோல்மீது இயல்பாய் தூண்டப்பட்ட விருட்சங்களில் படரும் இலைகளையும் சூதறியா மிருகங்களையும் தீட்டுகிறாள் மெய்மறந்து. ஒரு வீட்டின் கூரைமேல் வெளவல்மனிதர்கள் இரவு கொண்ட சிறகில் பறந்து கனிமரங்கள் தேடி கூட்டம் கூட்டமாய் இலை அடைவுக்குள் மறைகிறார்கள் ஓவியமாய். கனியின் கண்ணுக்குள் அந்த சொல் அழிந்தது. மூடிய ஜன்னல்களில் கொடிபடர்ந்து தொங்கும் அதே கனியின் பிரதிமைகள் நிஜம் கொள்ள கிளைகிளையாய் தொட்டுத் தழுவிப் படர்கிறாள் பால்யா. அந்தக் கனியின் பாதையில் மணல் உதிரும் பக்கங்களில் பால் வெளி நடுங்கிக் கொண்டிருந்தது. கைகளை மேஜைமீது வைத்துக்கொண்டு தண்ணீரில் ததும்பிய சொற்கூட்டத்தை இலைநரம்புடனும் பச்சை ரத்தம் பாயும் தாவரங் களுடனும் திரும்பத்திரும்ப தீட்டிக் கொண்டிருந்தாள். பால்ய வனத்திலிருந்த தாழைகளின் அருகிலுள்ள பிலாசப் பூக்களும் வேம்பின் உதிர் பூக்களின் கசந்த காற்று சமிக்ஞையாய் கிசுகிசுத்த ஈரமும் அவள் உடலில் படர்ந்து கதவை மெல்லத் திறந்து கொண்டு மரத்துள் மறைகிறாள்.

இலைகளால் தைக்கப்பட்ட இந்தப் பக்கங்களில் வார்த்தைகளின்றி மறைந்துபோன லிபிக்கூட்டம் இலைவடிவத்தில் தோற்றம் கொள்ள நூல் திறந்து வெற்றுக் காகிதத்தில் பால்யா கையில் இறகுடன் குனிந்து முடிவில்லாத சொல்லை எழுதிக் கொண்டிருந்தாள். முணுமுணுக்கும் மதிய வேளையில் உருகும் சித்தரங்களின் வெண்ணிற வெளியில் வினையில்வாரா பால்பருவ நெற்கதிர் நிகண்டுக்குள் பால்யா எனும் வயது மாறாத நிர்வாணக் குரத்தியாய் தன் இறகுக் கூந்தல் இழை இழையாய் பறித்து கூர்மருப்பாக்கி எழுதி வந்தாள் சித்திர நூலை. அவள் முகம் மறைந்து பால் உயிர் பல்கதிர் இழைகளாய் பிரிந்து

மயங்கியது. அபூர்வமாய் ஒடுங்கும் சிறகுடன் 'பால்வை' எனும் விண்பறவை எங்கிருந்து வரக்கூடும். இரவுக்குள் கேட்கும் எல்லாப் பட்சிகளின் அலகில் உச்சரித்தது. அதன் கோடு வேறொரு கிரகத்தின் மணலில் பதிந்து எதிரெதிர் திசையில் பிரக்ஞை கொள்ள சுழலும் கிரகாதிகளில் மறைந்துள்ள பல நெடிய காலங்களுக்கு மாறக்கூடிய அபூர்வ வடிவம் இந்தப் பால்வை எனும் பட்சி. வெளியெங்கும் பறந்து அலைகிறது தனித்து.

தீம்பாலிறகு வெண்பழுப்பாய் ரெக்கைவிரித்த பால்வை படிகக் கூடங்களின் மேலமர்ந்தது கால்வைத்து. ஒன்றுக்கு மேலொரு அரை வட்டசிலாகைமேல் இன்னொன்றாய் வந்தமர்ந்து சுற்றிப் பறந்தன வெளிர்நீலத் தண்ணீரின் ஆழங்களில் பறந்தும் விண்ணில் நீந்தியும் இடைவெளியூடே சித்திரவயல் விரித்துப் பறந்துவரும் பால்வை தானே சிறகைத் திறந்து அடித்துப் படபடக்கும் பக்கங்களில் மௌனத்தில் படர்ந்த வெண்கலச்சிலைகள் பாசம் மூடியசோகத்தில் கரைய நூற்றாண்டுகளின் சிதறியமடிப்பில் போர்த்துக்கீசிய கடல்பயணி லூனெஸ் கண்ணாடிகளின் புராதனத்தை நுகர்ந்தபடி ஒவ்வொரு வெண் கட்டங்களின் நாழி ஓடுகளின் கூம்பின் மீதும் அமர்ந்திருக்கும் வினையறுத்த பெருவெளியில் நீந்தும் பால்வைப் பட்சிகளைப் பார்க்கிறான். அறியப்படாத உருவத்தில் பார்த்துக் கொண்டிருக்கும் போதே கரைந்து திரவச் சொல்லாய் சூன்யத்தில் வெள்ளொளிர்வாய் பளபளத்தது கூவிக் கூவி. பீங்கான் கோப்பை மீது பால்வையின் கோட்டுருவம் தீட்டியிருக்க அப்பறவையின் உருத்தாங்கிய வெறுங் கோப்பையிலுள்ள திராட்சைத் தோட்டம் பெருகி கனிகள் பழுப்பதை இடுக்கிய நீலக் கண்களால் உற்றுப்பார்த்தான் அயலவன். உள்ளே பால்வையின் அலகில் மகாசால நெற்கதிர் பாலும் பூவுமாய் ஈரித்த கொழுந்து நெடிக்க அபிதரின் ஸ்படிக உரு வெளிறிய பச்சை நிறம் ஊடுருவி வெற்றிடத்தில் மிதக்கும் பிம்பமாய் தொலைதூரம் இருக்கும் வயலில் அசையும் காற்றை சுவாசித்துக் கொண்டிருப்பார். ஒவ்வொரு பூவைச் சேர்ந்த தானியக்கதிரும் பால்வையின் மஞ்சள் அலகில் கவ்வித் தெரியும். அதன் அலகில் உதிர்ந்த சிறு தானியங்கள் கீழே விழுந்து உருண்டோடும் தானியப்பாதையில் அபிதர் கோப்பையிலிருந்து வெளிப்பட்டுப் போகிறார். மேஜைமீது பனிரெண்டு வெறுங் கோப்பைகளில் விதவித தானியம் அடித்தூரில் மறைந்திருக்கும். ஒருதுளி தானியத்தில் பதுங்கிய கன்னிகள் வேறு வேறு தானியத்துக்கு இடமாறுகிறார்கள். கோப்பைகளில் பச்சைத் தேனீரும் நீரும் விஷமுமென மாறி மாறிக் கலந்திருக்கிறது. நீரின் மேல் விளிம்புவரை

மேலேறிக் கீழ் பதிந்து நகர்ந்த வண்ணமிருக்கும் கன்னிகள் விஷக் கோப்பையை நுனிநாவில் தொட்டு கொஞ்சம் கொஞ்சமாகப் பருகி ருசியுணர வாழ்வும் மரணமும் சேரும் கோடு நெளிகிறது தானியத்தில் பதுங்கிய கன்னியின் தனிப்பாடலாய். மறைந்து உதிராது கன்னியின் தனிப்பாடலை யார் அறியக் கூடும். கோப்பைகள் இடமாறுகின்றன. வந்த அந்நியன் கீழை மரபுப்படி பச்சைத் தேனீரை சம்பிரதாயமான பாவனையில் ருசிக்கிறான். விஷக் கோப்பைகளுக்கு அருகிலுள்ள நீர்க் கோப்பைகள் தங்களுக்குள் பயந்து கலவரத்தில் நீரும் விஷமடைய அதன் ருசிகரம் மெல்ல வாழ்வின் கடைசிப் பசுமலைகள் தானே தோன்றி உதிர மெல்லவாடும் பச்சை நரம்புகளின் பாதையில் ஒவ்வொரு பூவைச் சேர்ந்த கன்னிகளும் நிலத் தோற்றங்களாய் மாறிப் பாடலை இசைக்க ஐவகைப் பூவில் மறையும் கன்னிகள் கூர் கொண்ட இருபாலிறகு கொண்டு தீட்டும் தானிய வாசனைகளை பல குளிர்காலங்களுக்க நீளக்கூடிய பாடலாய் உணர்ந்தான் கடலோடி.

அவன் சிறுவனாய் திரிந்த லிஸ்பன் துறைமுகத்தில் கடல் பாய்களில் எழுதப்பட்ட பாடலின் முணுமுணுப்பை நெய்தல் பூவிலே கேட்டான். தெருக்களில் அனாதையாய் திரிந்த நாட்களின் நினைவும் பின்னே கப்பல்துறையில் மிலேச்ச வணிகரான மோரியரின் கையில் சிக்கிய கைப்பாவையானான். மருத நிலத்தில் அசைந்த பால்கதிரின் அசைவை தாய்மார்பில் இருந்த ஜனக்குறியின் அடையாளமாக கன்னியின் பாடலைக் கேட்டான் தேம்பியவாறு.

பின்னிரவில் தோன்றும் வறண்ட பனித்துகள் வேனல்இலை மடலில் துயிலும் பால்வை இறகின் நிறங்களுக்கு ஏழிலைப் பாலை விருட்சம் திறந்து வந்த கன்னி விஷக்கோப்பையில் முகம்பார்த்து நரம்புகள் ஓடிய விஷத்தில் ரஸநாளங்களிடையே செம்முல்லை முறுவலித்த புனைஅரவுகள் சுருளும் இசைப்பனுவல் கோப்பைகளில் இடமாறியது. எடுக்கப்படாத நீர்கோப்பை அடியில் சுழலும் வரகுத்தான்யம் மஞ்சள் தோகையாய் பற்றிஎரியும் தீக்குமிழ் கன்னியின் பாடலாய் எரிந்தது முல்லை. பூங்கோப்பையில் சுரபுன்னை இலை படர குராம்பூமேல் பால்வை வளைந்த மஞ்சள் மூக்கால் தாதூத ஈக்கி ஈக்கியாய் குத்தும் வெளியில் ஈஞ்சமரங்களின் பின்னே பாலையில் வெண்ணிறப் பாழி மறைகிறாள் உருவற்று. வெளிறிய செந்நெல் சாயும் கதிர்மீது கால்வைத்து நட்சத்திர விரல்பதிய வயலில் நடந்து செல்லும் பால்வை. நெல்லின் அடியில் பதுங்கிய பால்யாவை அழைத்தது மெல்ல. வெளிபழுத்து மணக்கும் விருட்சங்கள் தொலைவில் அழைக்கும் கிளைகளைவிரித்து. வா... வா... என உதிரும்

கனியின் பாதையில் லட்சம் எறும்புகள் சுழன்று சுற்றி தித்திப்பின் பிரதேசத்தில் ராப்பகலாய் அலைகிறது கூட்டமாய். செண்பகம் தளிர்படர பாலூறும் தாவரங்களில் தீட்டிய வாசனைகளாய் கன்னிவிரலில் இருபாலிறகும் மறைந்து திரியும் பால்வை ஒருகாலைக் கொருகால் நிறம் பெற்று வெண்மைகொள்ளும். பாழி வரும் திசையில்இறகு கூவ இசையின் தீராத அலைகளுக்கு கன்னியின் தனிப்பாடல் இழுத்துச் சென்றது கடல்பயணியை. வந்த கப்பலில் மிதந்து வந்த பியானோவை மேற்குப் பார்த்த வீட்டில் வைத்து அங்கே அதிர்வுகொள்ளும் பைபிள் வாசகங்களை விழுங்கி உயிர் பெற்றது பியானோத் தெரு.

மஞ்சள் வெளிறிய கண்களுடன் லூனெஸ் சிறுவனான போதே விற்கப்பட்டான். தீபஸ்தம்பத்தில் ரெங்கூன் எண்ணையிடும் தீபக் காரனிடம் காலடியாய் இருந்து இரவில் வரும் கப்பல்களை ஆவலுடன் எதிர்பார்த்து கருநீரில் அசையும் ஒளிப்புள்ளிகளில் நடுங்கும் மனதுடன் காத்திருந்தான். தூபஸ்தம்பத்தில் மறைந்தவாறு. கருக்கிருட்டில் மிக மெலிந்த அகதிக் கூட்டம் நூற்றாண்டுகளுக்கிடையில் அலைந்து தீரிவோராய் கரையிறங்குவதைப் பார்த்தான். வளைந்த முதுகில் பாரங்களுடன் கண்ணங்களில் ஏக்கம் கொண்ட பெண்களுடன் கடல் கோட்டைக்குள் பதுங்கி பகலில் தெருவில் பிச்சை எடுத்துவரும் ஆண்களும் குழந்தைகளும் வெயிலில் குவளை ஏந்தி வருகிறார்கள் அயல் பிரதேசங்களில். அந்நியநகரின் சுவர்கள் ஓரம் குனிந்து முகம் புதைத்துத் தேம்புகிறார்கள் ஓடிவந்த கால்களுடன். முதுகிலிருந்து நழுவிய குழந்தைகள் பனங்காய்த் தலைகளை அசைத்தசைத்து கல் வைத்த தோட்டத்துக்குள் எட்டிப் பார்த்து பழுத்த கனிகளை பளிங்குப் பார்வையில் சுவைக்கக் காத்திருக்கிறார்கள். அவர்களோடு கருவினுள் சிசு சுமந்த பாழி மார்பு மீது ஊறும் வெண்திரவத்தை இறகால் ஒத்தி மெல்லிய கோடு கீறுகிறாள் காற்றின்மீது. உருளும் பால் முலை மீது திறந்த பாதையில் நீள இறகு மென்முடி அசையும் குழந்தைகள் உள்ளே கூட்டமாய் வந்து அவள் முலை அருந்திச் சுவைக்கும் தீம்பால் துளிமிதக்கும் பாலின் வாசனைக்குள் உயிர் இழைகளாய் படர்கிறாள் பாழி.

ஒவ்வொரு நாளும் சிறுவன் லூனெஸ் கடற்கோட்டைக்குள் பதுங்கும் வேசைகளுடன் உறவாடி அவர்கள் தனித்தலையும் வீதிகளில் நீண்டு பரசிச் செல்லும் சுருள் கேச அலையலையான அரக்குப் பாதையில் பாழி போவதை எதிர்பார்த்துக் காத்திருக்கிறான் கடல் பார்வையில். பாழியின் கூந்தல் பாதையில்தன் கடல் பயணத்தை

தொடங்கியிருப்பான் லூனெஸ். வழியிலுள்ள நகரங்களில் ஓடுகள் சிவப்பாய் மேல்வர பாழியின் அந்தரங்கத்தில் உயிர் தேம்ப அவள் மடியில் புரண்டு அழுதவாறு பழங்கப்பல்கள் பிரியும் 'பாட்டனி வளைகுடா'வில் கிழக்கே திரும்பிப் போகிறான் தாவரங்களின் பாதையில். பின்னே பாழி எனும் கீழைப்பெண் அவனைத் தேடித் தேடி நகரங்களில் அலைவதாய் கேள்வியுற்றான். தனிமைப் பிரதேசங்களில் பறந்து திரிகிறாள் பாழி.

கீழைத்தேசங்களை நோக்கி கப்பலோட்டும் மீகாமர்களுக்குத் தென்பட்டாள் பாழி. வற்றி வறண்டு விட்ட அகதிகளோடு துருப்பிடித்த நங்கூரச் சங்கிலிகளின் முனக்கத்தில் கேட்டாள் உப்புக் காற்றுள் அலைவுறும் அகதிப்பறவையின் பாடலை. ஒவ்வொரு நூற்றாண்டுகளின் துவக்கத்திலும் முடிவிலுமாக கரைக்கு அப்பால் எல்லைக் கோடுகளுக்குள் இல்லாமல் தனித்திருந்தார்கள். பாழியின் விரல்கள் ஆன்மாவை விதைத்துப் போகும் விநாசமான சாம்பலில் விடும் கண்ணீர் மெதுவாக இறங்கிக் கிளைக்கிறது மனிதர்கள் உள் இழுக்கும் வேர்களில். நகரமோ அகதிகளை உள் இழுப்பதும் வெளியேற்றுவதுமாக உள்ளது. மாலுமிகளின் கண்களில் உப்புமீது கரையும் நீர் தலை விரித்த அலையலையாய் கூந்தல் விரித்து கப்பல் மேல் தளத்தில் சூதாடியாய் வந்து பகடையில் வீழ்ந்த கடலோடிகள் முன் கடல் சோழிகளைப் புரட்ட அவற்றின் சூதுக்கண்கள் நடுங்கு கின்றன உருட்டி. பாழியின் நீளும் விரல் ரேகைகளைப் பார்த்து பகடையாடும் சாவு. கடலில் மூழ்கி இறந்தவர்களின் கனமான சாவும் அமைதியும் தாயங்களாய் விழித்த சோழியில் மிரள்கிறது. தலைக்குமேல் நீர்புரண்டு வந்து வானத்தில் உச்சரித்தது. தொலை விலுள்ள வீடுகள் புதைமணலில் கரையும். புயல் அலைகள் தாவி விழுங்கிய மீகாமர்கள் வணிகர்களிடமுள்ள வைரக்கற்கள் மற்றும் கோமேதகத்தின் புன்னகை அரசவம்சத்தின் பூர்வீக ரத்தினக்கற்கள் சித்திரங்களில் வளையும் செம்பவளம் புரிபடாத கீழ்திசை முத்திலுள்ள செஞ்சுடர் நாவு நீட்டி காற்றழுத்தத்தில் சிவந்தது. இரையும் ஊளையில் அகதிகளின் பதைப்பு. ஆங்கார வேகத்துடன் வாரி அடித்த மணல் வாட்களின் வீச்சு. புயலின் விசில் கற்றையாய் கடலிலிருந்து மேல்பறக்கும் நீலநத்தைகள் பாழி மறைகிறாள் கடலின் ரகஸியமாய்.

பாறையில் மோதிச் சிதறிய கும்பினியர்கப்பலில் அவள் குடிகொண்டு கடல் தாவரங்களும் பாசியும் மண்டியும் மகிழியுமாய் நெடிக்கும் தாவரப்படுக்கையில் துயில்கிறாள் பாழி. தனுஷ்கோடிக்கும்

தலைமன்னாருக்கும் இடையில் சுழிந்துள்ள தாவர 'வளைகுடா'த் தீவிலே தனித்திருந்தாள் கடல் கொள்ளையர்களை விட்டு. இருகரைக்கு நடுவே பவளப் பாறைகள் நகர மேலேவரும் நிலப்பரப்பொன்றில் தாவர சாஸ்திரத்தின் அபூர்வ ரகஸியங்களைக் குறித்து நீர் இதழ்களின் நாரினால் எழுதிவந்தாள் 'தாவரங்களின் ரகஸிய வளைகுடா' எனும் முடிவுபெறாத நூலை. செடி கொடிகளும் விருட்சங்களும் சங்கேதமாகச் சொன்ன மொழியை அந்த தீவுவாசிகளான பூமத்தியரேகைமனிதர்கள் பதினாறு தீவுக்கூட்டங்களாகப் பிரிந்து உடல் மேல் எழுதிக் கொண்டிருந்தார்கள். கடல்பாசி கொடிப்பாசி பின்னிய கேசம் கொண்ட கருப்பினமே அவள் நடந்துபோன தீவிலிருந்தார்கள். பாழியும் நீர்படர்ந்த நரம்புகளை உடல் மேல் வரைந்து கொண்டு மிளகுத்தலையர்கள் கூட்டிப்போன மூலிகை மண்டிய சூரியனின் முகம்படாத ஊற்றுகளின் இருட்டில் விரல்நீட்டித்தொட ஜலத் திலிருந்து வரும் சுருதிகளின் ஆதார தொனியைத் தொடு உணர்வில் சூழப்பட்டவளானாள். அவளைச் சுற்றி இருண்ட பூமத்தியரேகை மனிதர்கள் நீரின் உற்புறத்தில் பச்சை நீரின் நிழலாயிருந்தார்கள் உருவற்று. குகைக்குள் தாவரங்களின் ரகஸியங்களைத் காத்துவரும் கடல் மிருகங்கள் மடுவிலே கர்ஜித்தன. சுற்றி இருந்தவர்கள் மறைந்து போக யாருமற்றவளானாள் பாழி. நீருக்குள் இழுந்த கரங்களைத் தழுவினாள் உடல் நாளங்களில் ஏறிய மூர்க்கமான நீர்நரம்புகளின் பின்னலில் சிக்கி வடிவம்பெறாத நீர்வலைக்குள் தானே போய்க் கொண்டிருந்தாள். அவ்வேளை விண்மீன்கள் வால்துடிக்க ஏழு அடுக்காய் நூற்றாண்டுகளின் மடிப்பில் வந்த புயல்களின் மோகத்தில் திரிகிறார்கள் நீர் வாசிகளாய் நீரில் மறைந்த யாரும் உயிர் மாறாமல் அலைகிறார்கள். கழுத்தைச் சுற்றிய உயிரின் நிழல்கள் வா... வா... என நீருக்குள் காலிழுந்ததன. போகாதே... பாழி... போகாதே... இவர்கள் யாவரும் உயிருடனில்லை. தனுஷ்கோடிக்கும் தலைமன்னா ருக்கும் இடையே' என்றார்கள் தீவுவாசிகள். தாவர நீர்க் குமிழ் பூக்களாய் உருவடைந்து வெளிர் தண்டுகளில் தலைகீழ் குவளைகளாய் நகர்ந்து வருகின்றன. இலைகளில் துயிலும் குழந்தைகள் நகர்ந்து வருகின்றன பாழியிடம். துயிலும் குழந்தைகள் எல்லைகள் ஏதுமற்ற நிர்வாணத்தில் பச்சைமீன் கூட்டத்துடன் நீந்தி அலைகிறார்கள். யார் யாரோ அவளுக்குத் தென்படாமல் முணுமுணுப்பது கடலின் பரப்பில் மிதந்தலைவதும் எப்போதாவது ஓசைப்பட்டு பின்வாங்கிக் கொள்ளும் வார்த்தைகளுக்கு அப்பால் மௌனமாகி ஏனோ கேட்கிறது மெல்ல. வாக்கியங்களின் மறதி யிலிருந்து கொண்டுவருவது நீரில் மறைந்து

திரியும் கடல்வாசிகளின் மௌன மொழியாகத் தானிருக்கும். அந்த இருண்ட ஊற்றின் இதமான பாதையில் மறைந்த வளையர்களின் ஆவிகள் நீரில் தலைதிறந்து உள்ளே வந்துவிடேன் வந்துவிடேன் என்றார்கள். திரும்பவும் நீரில் சலனமுறும் கதவுகளை ஊடுருவி உள்ளே கால் வைத்தாள் பாழி. கடலுக்குள் மிதந்துகொண்டிருந்தது கபாடமணி. அதன் தலைகீழ் பாதை வலையம் வலையமாய் உற்செல்ல சூரியனின் முகம்படாத ஊற்றுகள் குமிழ்விடும் ஓசை. கபாடமணிக்குள் வளைந்திருந்த பல தெருக்களில் மீண்டும் கபாடவாசிகள் நடமாடித் திரிகிறார்கள். கபாடமணி அதிர்ந்தவாறு கடல் ஆழங்களில் மிதந்து இறங்கியது. வெளுப்பேரிய நிலவும் பால்வைப்பட்சிகளும் ஐவகைத் தானியத்தில் மறையும் கன்னிமாரும் நீரில் மிதக்கும் கபாடமணியில் பதுங்கு கிறார்கள். பால்யா கபாடமணியில் ஊடுருவி மறைகிறாள். கடலில் இறங்கும் கபாட மணிக்குள் போகப் போக அதன் ஆழம் முடிவற்ற தாயிருந்தது. கடலிலிருந்த எல்லா அலைகளும் கபாடமணிக்குள் சுழன்று உள் வருவதும் பெருகி வெளியேறு வதுமாகச் சுரிவடிவம் கொள்ளும். எங்கிருந்தோ அலைகள் எழும்பி வருகின்றன. சுழி சுழியாக வரும் சப்தத்தில் பாழி குரல் சேர உள் சுவர்களில் சரிந்து அலையாகிறாள். பாழ்நகரத்தில் காணாமல் போன பெண்களும் ருதுக்களும் அகதிகளாய் மறைந்தவர்களும் பளிங்கு உருவங்களில் ஆழ்ந்து கபாடமணியுள் சுற்றுப்பாதையில் மறைகிறார்கள். உள் சுவரில் வரிவரியாக தாவரங்களின் ரகஸிய வளைகுடா தோற்றம்கொள்ள பாழி அதை இருபாலிறகுகொண்டு கோடு தீட்டுகிறாள் முன் சொல்லப்படாத மூலிகைகளின் வாசனை சூழ பாழியின் கர்ப்பச் சுழி கபாடமணியாய் பிறவாத சிசுக்களுடன் உயிர் முன்மையில் வரையும் கோலத்தில் அபூர்வ ரஸநாளங்களில் விரியும் சித்திரவயல். புள்ளிக் கோலத்தில் இருந்த பூச்சிகள் தாவரங்களின் நரம்புகளில் ஊடுருவிச் செல்லும் கருப்பாதை கபாட மணிக்குள் தீட்டப்பட்ட புறாக்களின் கழுத்தசைவு ஆயிரம் சாயல் கொள்ள பாழி வரைகிறாள் இருபாலிற கினால். வெளுத்த பாசிகள் படர்ந்த சுவர்க்கீறல்களில் இலைக்கண்கள் ஜனிக்கின்றன. உள் பதுங்கிய நிலவு பச்சையாகி இலைகளுடன் வெளிர் தண்டுகளுடன் பாழியின் விரல்களுடன் எல்லா நிறப் பூக்களின் சாயலுடன் வியாபித்திருக்கிறது கபாடமணியுள். இன்னும் யார் யாரோ படிகிறார்கள் உள்ளே. மணியின் கர்ப்பக்குகையில் பாசியும் செடிப் பூண்டுகளும் வெண்சுரண்டைகளும் அடர்ந்து உள்செல்ல முடியாமல் புதர் மண்டிக் கிடக்கிறது. அதற்குமேல் அலைகளும் மணல் சுழிகளும்

புயலின் இழுவையும் காத்திருக்கும். கடல் மடுவிலுள்ள படகு வடிவ இறகு நீந்தி வந்தது இன்னொரு இறகுத் துடுப்புடன். அதில் ஏறிக்கொள்ள மணல் சுழற்சியை ஊடுருவிப்பாயும் இருபாலிறகின் பாதை. வேறொரு ஜலப்பரப்பை அடைகிறான் பாழி. அவள் உள் சென்ற கபாடமணிக்குள் இருட்டின் ஊடாக லட்சம் கைகளையுடைய வினோதப் பெண்ணுரு ஒளிரும் உடல்களால் அசைவாடிக் கொண்டு இருந்தது இருளில். உள்ளே பாழ் நகரின் சூன்யமுனகல். தெருக்கள் ஊடே பவளக்கொடிகள் தட்டுத்தட்டாய் ஜன்னல்களை ஊடுருவி அறைகளில் கூடங்களில் தொங்கிய இரும்பு வளையங்களையும் வளைத்துப் படர்ந்து மௌனமாயிருந்தது.

38 கண்ணாடி வயல் ஏடு

'ஆழி கரையின்றி நிலைநிற்கவில்லையே — யான்
பாழி லலையா தெனக் கோர் பாதையில்லையோ'

'பாழி நிலை யற்றுமுப் பாழிநிலை பெற்றுப்
பாதை பொழிப் பதுசமாதி
பலகோடி அண்ட பகிரண்டமுந் தன்னுளே
பார்த்திருப்பது சமாதி'

'முத்தர்பணி செய்யவுஞ் சற்றேனு முய்யவு
முப்பாழி இன்னருள் புரியவும்

மீளா வெளியில் விழற் கிரைத்த நீ ரெனவும்
பாழி லலைவது மேன் பாவம் நிராமயமே

ஆடும் பலபொருளும் ஆட்சியென்று அங்கிங்கு மாய்அலைந்து
பாடும் படுவதுன் பூரமதோ சொல்லு பாழி மனமே'

- குணங்குடி மஸ்தான் சாயிபு

ஆழித்துரும் பென வங்கும் - இங்கும்
அலைந்து திரிவதனாலஞ் ஞானந் தங்கும்
பாழிற் கெடாதருள் பொங்கும் - படி
பார்த்துத் துணிந்து பரதேச மெங்கும்
இரக்கத் துணிந்து கொண்டேனே

முத்துரியப் பாழில்லை மோனவுரு மச்சரேகை
சித்தனத்துல் வாரிதுவுந் தனைத்தானே தெறிகின்றாம்

விபத்துதிர யம்முடனே தடை பகைபாழி
மும்மூன்று விமக்தற்கில்லை

மச்சரேகை

வெண்பாழி

தெற்கே இருந்த *கண்ணாடி வயல் ஏடு* திறந்து முக்கோணக் கணித முக்கோணப் பின்னல்களால் உட்புறம் கூடான மலைக்குன்றுகளில் வெண்பாழிகள் உள்ளீடற்ற பெருமலைக்குள் முக்கோண வடிவ வெற்றிடத்துள் பரவெளி புராதன பிரமீடை ஒத்த கூம்புக்கூரையாகப் பாறைவேய்ந்து மூடியிருந்தது இடைவெளியற்று. உள்ளே சூபி விருட்சம் ஒன்று பரம் பரம் என அசைந்து அதன் கல்இலைகள் உதிராமல் கிளையோடி விழுது இறங்கிச் சடைமுடி தரித்த சூபியாக்கள் தலைகீழாக நோன்பிருந்து எச்சில் ருசி படாமல் நாவில்ஊறும் சொல்லைப் பராபரக் கண்ணியில் பாழிற் கெடாதருள் பொங்கும்படி பார்த்துத் துணிந்து பரதேசமெங்கும் அலைந்து திரிவதனால் பாத ரேகைகளைப் பனுவலாய் தீட்டிக் கண்ணாடிச்சுருள் எனும் கண்ணாடியே சிறுபளிங்காய் இரு கண்ணாடிகளுக்கிடையே பெருகும் சூபி மயில் விசிறி கொண்டு கலிமாவை மூலமந்திரமாய் ஓதி சூபித்துவ நெறியில் ஞானம் வாங்கியது முக்கோண வடிவத்துள்ளிருந்த விருட்சம். மனதை ஈர்க்கும் பாழித்துளை வழி பரவி அழைத்தது. வெறும் பாறைகளின் குவியல்கள் மணல்தரையிலிருந்து தனித்து காற்றில் நடனமாடும் விநோத அலை சூபியாக்களின் பாழி ரூபத்தை வெளிப்படுத்தும் மனிதஇருப்பின் அறிகுறியே அற்ற மணலும் ஓடைகளும் அதிர்ந்து கொண்டிருந்த வெண்பாழிகளின் கருந்துளை களின் ஓலம் பல பெண்களின் அவலத்தை மனிதரின் தீராததுக்கத்தைக் காற்றின் கோடுகளில் அசைத்தது துயர வேகமாய். பாறைக் குறும்பு களின் ஊடே ஓடும் வண்டிப்பாதையில் எப்பொழுதாவது கூண்டு வண்டியில் புத்தி சுவாதீனமற்றவர்களை மறதியானவர்களை மனவளர்ச்சி குன்றிய குழந்தைகள் குறிப்பாக அங்கே கன்னிச் சோடையுள்ளவர்களை கூட்டிவரும் போது திரும்பவும் அவர்களை காட்டிலிருந்து அழைத்துப் போவதில்லை.

உள்சூபி விருட்சத்தின் பிடியில் அகப்பட்டுவிடக் கூடும். சூபி மயில் பீலிகளை அசைத்து அருக்கலாய் சுழலும் கண் இறகுகளின் வட்டச் சுழற்சியில் அகப்பட்டுவிடும் குகை இருட்டில் ஊர்ந்து உட்புகுந்து வளைக்குள் நெளியும் ஆவிகளின் சுவாசத்தில் பட்டு சூபியாக்கள் மறைந்திருக்கும் ரத்தஇருட்டை அடைய நேரிடும்.

உள்ளே பழமையில் மொடுமொடுக்கும் சூபிவிழுதுகளில் முனிசடைகளின் காந்தநெடி. பித்தநோக்கில் நோக்கு நோக்கொண்ணாத நோக்கு நோக்கா நின்ற நோக்கெனது முன்னிற்கவே நோக்கிப் புராதனப் பொருளான நுண்ணறிவின் நுட்பம் குடைவு மலைக்குள் கவிழ்த்திய வெறுங்கோப்பையுள் வெற்றிடமே அந்தரவெளியாய் அசையும் வெண்பாழி.

வெற்றிடத்தில் பொங்கும் விருட்சியாய் சூபியா எனும் பாழி நோன்பில் மெலிவுக்கும் மெலிவாய் நோக்கும் இருளில் தீப்பார்வை பட்டு சித்தசுவாதீனமடைந்த ஸ்தீரிகளை ஊரார்கூடி கனவில் ஓடுகிற கால்களின் சுவடுகளைத்தூக்கி வந்திருந்தார்கள் சூபியாளின் உதிரம் பாயும் இருட்பாழிக்கு. சூபியா லாவாவிருட்சத்தில் உறைகிறாள். ஒரு மணலாய் உருண்டுருண்டு மணல் பரப்பில் ரேகையிட்டு மணலின் ஆதி நடனத்தில் நே-புல்லாங்குழல் வாசிக்கிறாள். துறவு கொள்ளக் கீழை ஆற்றின் கரையில் சூபியர்கள் மணலைப் பார்த்து அதன் தீராத நாட்டியத்தின் உள்ளுரையாக விளங்கிய பாழியே மணலாய் உருள்கிறாள்.

மைவரையில் மயங்கி மலைமடிப்பில் விறகு ஒடிக்கப் போன யுவதிகளை விருட்சத்திலுறையும் அணங்கு காற்றாய் பற்றி மனதால் பிளக்கும் மூதுணர்வுகளின் வேகம் பொறுக்காமல் கபாலம் உருண்டு கொதிக்கும் காட்டுப் பாதையில் கரும்பூனை முன்னோட சூபியா மறைந்திருக்கும் வெண்பாழித் துளை அருகே வந்து காத்திருக்கிறாள். மூதுணர்வுகள் கொண்ட பாழிகளில் வெட்டிய கோடுகளில் மிருகியப் பெண் ஆண் கலந்த நிழல்கோடு அசையும், வெண்பாழியில் மயில் கூட்டம் தோகை விரித்திருக்கும்.

சுரங்கஅறைகளில் பதுங்கிய மயில் பேசும் இருட்டில் வேறு யாருடைய குறையோ கேட்கப்படும் சடங்கு நடக்கும் ஓசை. உள்ளே சென்றவர் திரும்பி வரவும் அணங்கி பீடித்தவளை வடத்தில் கட்டி உள்ளே புழைவழியே ஊர்ந்து இழுத்துச் செல்ல நெருங்கிய ரத்த வழியினர் மட்டுமே மரபுப்படி செல்லமுடியும். இவ்வளவான சப்தத்தில் சரிந்து ஓடும் பழமையான ரேகைகளைப் பின் தொடர்ந்து வரும் காடமர் செல்வி தலைதூக்கி சூபிவிருட்சத்தில் தலைகீழாய்ப் பார்க்கிறாள். பெரும்பலி கேட்டு அலறுகிறாள். மரப்பட்டைகள் பூண்ட கான நாடி நோக்கக் கல்லுருகி வெக்கை மேல்எழ சூபியாக்கள் முகத்தில் தோகை மூடி இறகுக் கண்களில் சுற்றிப் பாயும் நிறங்களை முக்கோண வெற்றிடத்தில் விரிக்கிறாள்.

நரபலியிடும் பீடிகை நோக்கி அறுந்த பழையோர் தலைகள் கல்லாகி நிறங்கள் முகமூடிகளில் உதிர தொங்கும் நெடுமரம் மணிகள் குலுங்கி அசையும் ஓசை இருட்டில் ஓடியது. வனவிலங்குகளைக் கட்டும் மைவரைக்குள் அதிர்ந்து கொண்டிருந்தன கல்மணிகள். மூதணங்கி பீடித்தவர்கள் விசும்பி எழுந்து பிலத்துள் ஈர்க்கும் சிகலிகை உள்தோய நரம்புக்குகைகளில் தெறித்த கல்ரேகை தழுவி முன்அறியப்பட்ட நீரின் கருமையான வாக்க குளிர்நாவு நீட்டித் தொட நீர் வழியே ஊர்ந்து செல்கிறாள். மூதணங்கி நரம்புகள் பாறைகளில் விடைத்து தொல் ஒலிகளைக் கேட்டாள் ஆவி பீடித்தவள்.

உதிரம் கசியும் வெற்றிடத்தில் உருவற்ற சூபியாக்கள் சிகிச்சைக் கான நீரை அள்ளி புனிதத் தொழுகைக்கான மௌனத்துடன் குனிகிறார்கள். குருதி தனக்கும் இருட்டில் கூவிய தாய்ப் பாறைகளில் பல யோனிப் புறைகளில் ரத்தம் சுடராய் மாயங்கி எரியத் தொடங்கியது. யாருடைய முகமும் தென்படவில்லை. விளிம்புகளாய் கண்களின் அசைவிலிருந்த தனித்தனி உலகங்கள் முக்கோணத்தின் பின்னலில் பல வட்டங்களாய் கண்சுழல நோக்கும் பிரபஞ்ச நுண்மையில் ஒருவரை ஒருவர் பார்வையால் கூர்மையுடன் மீட்கும் ஆவலில் உதிரம் பறிமாறிப் பற்களால் கடிக்கும் இருட்டின் பளபளப்பைத் தொலிப்படலமாகக் கடித்து இழுத்துச் செல்கிறாள் மூதணங்கி. கைகளை நீட்டி விரல்கள் தானே இருட்பறைகளைக் காற்றின் துடியில் நரம்புகளால் வெட்டிக் குமுறுகிறாள் கன்னிச் சோடையில் இருந்து வெளிப்பட்டவள்.

கனாத்திறம் உரைத்த பாவை உரையும் வெண்பாழியில் மூதணங்கி யின் பார்வையில் அகப்பட்டவர்களை மந்திரிக்கக் கூட்டிப் போன புதர்நிழல்கள் அசையும் காட்டில் ஸ்திரீகளின் சிரசில் நெளியும் காற்றின் கருப்புநடனத்தில் புலப்படாமலே மயிற்பிஞ்சத்தால் தொட்டு பார்வையால் சாந்தம் அடையச் செய்து அணங்கியின் வாதுகளைக் கேட்டு முதுலிபிகளை வெட்டினார்கள் வெண்பாழிப் பாறையில்.

யானைக் கூட்டத்தால் விரட்டப்பட்ட சூபியா ஓடிவந்து மலையில் முட்டி இருபிளவான பாறைக்குள் கற்சிலையாய் அசைகிறாள் யானைகளின் கண்களில். அரவு தீண்டியவர்களைக் கூண்டுவண்டியில் வைத்து வனாந்திரப்பாதை தாண்டி வெண்பாழியில் வைத்துவிட்டு 'இனி பிழைக்கமாட்டான்' எனத் தெரிந்ததும் திரும்பிப்பாராமல் போகும் வேளை கூப்பிடும் தீயகன்னிகளிடன் தடுமாறிவிடாமல் போனால் அரவுமூச்சு வனமெங்கும் காற்றேறி நடனமாடும்

கோடுகளில் நீலம்பாரித்த உடல் விஷமுறிவில் எழுந்து கூண்டு வண்டியின் பின்னே ஓடிவரத் தூரத்தில் சூபியாக்கள் திரிநாவுகளில் விஷம் குடித்த மயக்கம் பாழிக்குள் கருசுழிந்து வளையும் சூபி விருட்சம்.'

வறண்ட வெயிலில் புகைந்துகொண்டிருக்கும் வெப்பப் பாழியின் வாசனைக்குள் ஆழமான முன்நினைவுத்தடம் தோன்றியது. அங்கே பாறைகளின் வகைகளைத் தட்டி உருவாக்கிய சிலைகள் ஓசையிடும் கல்வனாந்திரத்தில் ஓடிய லாவா ஆற்றின் வடுக்களில் இயற்கையால் வடித்த புராணத்தின் பக்கங்கள் யாரும் வசிப்பாரின்றிச் சிதறிக் கிடந்தது. சில குழல் பாறைகளில் உள்ள துளைகளில் காற்றேறிச் சுருளும் லாவாவின் துயரம் பூமியின் அடிவரைபோய் விம்மும். சூபி இசை ஊற்றுகளின் தோற்றம் இங்கிருந்து தொடங்கியிருக்கக் கூடும்.

பாதை, கிளைகள், படிகவிருக்ஷங்கள் கல்ஆந்தைவடிவப் பாறைகள் என நிறங்கள் மாறும் கற்களில் உருகி உதிரும் மாயத் தோற்றங்களில் சூபியா எனும் தவசி மறைந்திருக்கிறாள் காலமற்று. பாழிப் பிரதேசத்துக்கு ஆட்களே வருவதில்லை. இலையுதிர்காலத்தில் தப்பிச் செல்லும் விநோத இலைகளைப் பாலையின் விதிப்படி காட்டுப் பெண்கள் தொடுகிறார்கள். அவ்விலையில் பனி, மழை, புயல்கள், இருள்ரேகைகளை தொட்டவரை ஈர்க்கும். மறுபடி சூபியாவைப் பார்க்கும் ஆவலில் பெண்கள் கூட்டமாய் வருகிறார்கள் சாம்பல் இலைகளுடன். கல்புடவுகளுக்குள் நுழைந்து 'சூபியா... சூபியா' எனக் குரல் கொடுக்கிறார்கள் பெண்கள். சவளைப் பிள்ளைகளையோ எலும்புருக்கி நோயில் வீழ்ந்த சிறுவர்களையோ கூட்டி வந்து பாழி வாயிலில் அமரவைத்து அவள் நோக்கின் குறி கேட்கிறார்கள்.

உளிபட்ட கோடுகளின் சிதறலை சேகரிக்கும் பெண்களின் முன்னே சிதைந்தகாளையின் தலையும் அறுந்தகாதுகளும் முளைத்துக் கிடந்த களிமண் விருவுகளிடையே பூனைக்கண் சாமை பளிங்குவிழி சிமிட்டி ஒடிந்த பழங்கலப்பை மேழிபார்த்து உருண்டு போய் ஸ்திரீ விரல் தொட எடுத்த காதுகளைச் சாமைக்கதிர்களாய் அசைத்தாள் சூலிப்பெண். திரேதாயுகத்துக் கலப்பை திணறும் ஒலியை குனிந் தெடுத்து மேழியில் சேர்த்து காளையை ஒட்டவைத்தாள்.

மண்வெறியில் அறுந்துக்கிடந்த காளைச் சிற்பங்கள் தரைபிளந்த கொம்புகளுடன் முளைத்த நிலம் வெடிக்க எழுந்த சுடுமண் காளைகளில் வறண்ட நிலமுன்னோர் சினந்த வேகம் காளைகளின் காதைத்திருக கரண்டைக்காலில் சுண்டி இழுத்த நரம்பு நாளங்களில்

தவசம் வைத்துக் கட்டிய மண்பாழியை முட்டும் செம்புள்ளி சாம்பல்புள்ளிக் காளைகளின் அசைவு. வெண்பாழியைச் சுற்றி ஓடும் வெள்ளைக் காளையைப் பிடித்தவன் குடல் சரியும் கீழ்காடு. காளைக் கூட்டம் மண்மேல் வந்து அசைந்து கபாவில் சிதறும் ஒளித்தவசம்.

நவதவசம் சுழன்றாட விம்மும் கற்திமிழ்களில் மீது உருளும் சூரியன். மண்ணில் இருந்து உள்புதைந்த காளை எலும்புகள் வெள்ளியாய் ஓங்காரமிடும் வறண்ட நிலம். செஞ்செவலையும் கருப்புமான உடல்தொலி வெப்பத்தில் நிலம் கருக்க இருட்டித்திரிந்த காகைள். வெப்பக் காடுகளில் மறைந்துபோன குளம்படிகள் ஓடும் கிழக்கு வாசல். வெக்கை உமிழும் பாறைகளில் சில ரேகை வரைந்து போன எருதின் மூச்சு. வாடிய களிமண்ஊர்கள் வெண்பாழியைச் சுற்றி பரவிக் கிடக்கும். வெளியாள் அதிகம் நடமாடாமல் கிடந்தன வெம் பரப்பில். காளைகளின் கால்களுக்கு அடியில் கரம்பைமண் பொறிந்து வளைவதை கீறல் தோன்றுவதை நீண்ட காலம் பார்த்த வாறிருந்த காளைகள் மறையும் துக்கம்.

தள்ளிப்போனால் பழமையான காளைகளை வளர்க்கும் பாழியூர் தெருவில் காளைகளின் சாயைகள் தோற்றம் கொள்ள உடைபடா கபாலத்தில் பொருந்திய கொம்புகளில் முட்டி பயமுறுத்தும் மூர்க்கம். கல்லரவுகள் பாறைகளில் நெளியும் படிகநிறம். புதர் இருட்டில் அரிய கனிவீழ அதைக் குனிந்து உதிரக் கறையுடன் எடுத்தாள் ஒருத்தி.

பூடமாய் இசக்கிச்சிலை அமர்ந்திருந்தது. கொண்டு வந்த நவ தானியஆத்தை இசக்கி சிலையில் சாத்தினாள் சூலி. பவளம் சங்கு நத்தைக்கூடுகள் கோர்த்த சலங்கைஆரத்தை மண்காளைகளின் கழுத்தில் முடிந்தாள் வேறொருகன்னி. ஜல்... ஜல்... ஜல்ஜல்... எனவால் விசும்பிப்பாய்ச்சலில் காளைகள் கொம்புநீட்டும். அதன் கோபம் நரம்புகளுக்குள்ளேறிய அமானுஷ்ய வேகமாய் செந்நிற எரிகொம்புகள் சுழன்று முகத்தை நீட்டி அண்ணாந்தது.

ஒடியாத கற்கொம்புகள் கல்லான குருதித்தடம் எரிந்தது இலை நரம்பில். வேறொடுபெண் வராகிக் கல்முகம் பூமியோடு புதைந்து கொண்டதைப் பார்த்து கிட்டவர ஓர் கலப்பையாய் மாறியது வராகித்தலை. புதை மண்ணில் கீறலடைந்த வராகி உடலில் பச்சை உதிரம் ரஸமாய் ஓடியது பாறைகளுக்குள். மண்துவாரத்தில் கண் வைத்து உள்ளே சுற்றும் கன்னிமார்கோடுகளை இனங்கண்ட குமறுகள் கலப்பை பிளந்துவந்த வராகியைச் சுற்றி குலவையிடக் கொத்துச்சாமையும் வெண்சாமையும் சிரசில் உதிரும். சில்லோடுகளை

இணைத்து பானை ஒன்றை ஒட்டி உள்ளே நீர்வரி ஓடுவதை ஸ்பரிசித்து அழுதார்கள் பெண்கள்.

நீர்கீறலில் பூனைக்கண்சாமை பானைக்குள் சுழன்றுமறையும். அடிவயிறு துருத்திய கல்ஸ்திரீ தூரத்தில் மறைகிறாள் சாமைதேடி. மலைப்பாதைகளில் சுற்றிச் சுழலும் யுவதிகள் விறகு ஒடிக்கும் ஒலி துள்ளியமாய் கேட்கும். செதுக்கிய கல்சிதறல்கள் சேரச் சேர உளியின் புஸ்தகமொன்று லிபிகளாய் கட்டிச் சேர்ந்து சூலியுரு உருவாகி இலைநிழல்களுக்குள் மறைந்தது.

ஒரு பூ உதிர ஒருகல் எடுத்தாள். இருபூ உதிர கல்நகங்கள் பொருக்கி அறுந்த பாதங்களில் ஒட்டிய சிதறல்களை தொலைவே தேடிப் போனாள். மூன்று பூ உடைய வேறுகல் எடுத்து கால் சிலம்பு பல துண்டாய் கட்டி மாதுளம் பரல்களை உள்ளே அடைத்து பூர்வீக வடிவம் அடையும். சேர்ந்த மாதுளங்கனிப்பரல்கள் சுழல கண்ணாடித் தோட்டங்களில் ஒலிக்கும் பட்சிகளின் செந்நிறம் தோன்ற குனிந்து சுற்றி அலைந்து கோடுபட்ட கற்களை பொறுக்கும் பெண் விரலில் நழுக்கென்ற உடல் உறுப்புகளை நான்காம் பூவில் தொட்டாள். மூலக்கல் வழுக்கி ஐந்தாம் பூவில் கரு சுழிந்த கூழாங்கல் மெல்ல அதிர வர்ணம் பல சுரோனிதவளையுடன் பொங்கியது. அதை கலச வயிற்றின் யோனியாய் அடியிற் பொருத்தினாள் கன்னிகழியாதவள்.

சிதறிய வெண்கல் கோர்த்து மணி இழந்த கல்லரவு சுருண்டு காட்டுக்குள் அலைய தொலைவே சூலிக்கல் யோனி ஒளி கசிந்து பாசிகள் உதிரும். தொலைந்த நாகமணி சுழன்று ஓடும் பாறை அடுக்கின் கீழ் விஷநீல ஒளிகுடித்து கண்டெடுத்த குமறு பூப்பெய்தி ஆறாம் பூவுக்குள் மறைந்தாள். தீட்டு உதிரம் பாறையில் நுழைந்து யோனி பலவாய் கசிந்தநெடிக்குள் சப்தமாதர் பருவம் தொட இலைக்கொரு காலம் மயங்கி திரியும் ரேகைமாறி தாவரமாயினர் ஸ்திரீகள். விலக்காய் இருந்தவள் நுண்ணிய பொழுதில் ஆவாரம்பூ எடுத்து சமைந்தாள். வேம்பின் இலையுள் கனியாய் பழுத்தவள் கசந்த வேளை நாடி நகரும் உதிர்காலமாய். புல்நுனிமேல் நீர்திரள் சுற்றும் கணங்களின் நடுக்கம் கூடிப்புணரும் பலநீர்மைப் பருவம் முன் பனியாய் ஒருத்தி, பின்பனியில் சாய்ந்த கூந்தல் விரிந்த வேறொருத்தி வெப்ப நிதம்பம் பரவி வரும் இளவேனில் அரும்பில் முலைப்பால் கசிய பால்கட்டி பீச்சிய கண்ணில் சீம்பால் ஈக்கி நூலாய் பாயும் கார்பருவம். பிசானத்தில் காலெடுத்து வருகிறாள் வெளிறிய சிறு தினைக்குள். வெப்பக்கல் ஒன்றை எடுத்து கருமுலை வைக்க

மறுமுலையாய் தன்முலை திருகிச் சேர்த்தாள் முதுவேனில். அவள் கண் நீர்மை சிற்பத்துள் உருகி ஓடும் இளஞ்சூட்டில் எட்டாம்பூ விரிய கூந்தல்கோடு கீறிய சடைக்கன்னி எழுந்து திருகினாள் கள்ளியை. கேசக்கல் ரேகையில் கண்கரு சுழியில் பார்த்த தூரத்தில் பாறைச்சிரசு நிறவேகத்தில் அதிர கபாலத்தில் லிபிகள் பொங்கி மேல்வந்து விரல்கீறி பெண்சிரசு ஒன்றை வைக்க அது பொருந்தாமல் வேறொரு எரியும் கல்சிரசை ஒட்ட வைத்தாள் பெரியவள். அதுவும் சேராமல் அடுத்த கபாத்தில் புல் பூச்சாமையும் கருஞ்சாமையும் உதிர அதை உடலில் பொருத்தினாள் நிலத்துடன். சடாதரி வீசும் மயிர்க்குழற்சி பூக்கள் ஒன்பதும் தனித்தனி வாசனை வீசியது. கேசக் கோடுகளுக்குள் சுரும்பும் குளவியும் களிமண் கூடுகட்டி ஏழ்துளை வடித்து முட்டைப் புழு உள்சுழல ரீங்காரம் செல்லும் வரிப்பாதை ஈர்த்தது கனி வனத்துக்கு. தொப்பூழ் ஈர வாடை நெடிக்க எல்லாப்பூக்களின் அந்தரங்க குரல்கள் தோயும் சிசுக்களும் முட்டையுள் சுழியும் விந்தையில் ஜனனஓசை, பத்தாம்பூ ஒன்றை கையில் ஏந்திய கற்சிலை உதிரநிற இதழ்களை நுகர்ந்து மயங்கும். சிற்பவரிச் சிதிலத் துகள்கள் ஒட்டிய கீறல்களில் கசிந்தது சூலி ரத்தம்.

சிதறிக் கிடந்த சூலிச்சிலை ஒன்று யுகம் கடந்த சாபத்தில் பழுத்திருக்க தீட்டு உதிரம் நகர்ந்து கன்னிவிரல் தொட பச்சைக் கற்றாழைநெடி உடைந்த கற்கள் கோர்த்த சிலை துடிக்கும். சிங்கத்தின் மஞ்சள் எலும்பு ஒன்றை எடுத்து கொம்பூதி வருகிறாள் மூதணங்கு. பாழி மீண்டும் உடல் பெற்றாள் உயிர் சீறிய சூரியன் மேல் ஆடியது. கன்னியின் சுரோனிதச் செந்நிறக் குருதி வேகத்தில் சூரிகள் குத்தி தொடை எலும்புகளை உரசிப் பறித்த சூரியால் மீண்டும் உயிர்த்தாள் கர்ப்பிணி. தொடையில் குத்துவாள் கொண்டு நெடுகி இறக்கிய பலிவேகப் பேச்சியின் கருந்துடையில் சிபியின் புறாக்கூட்டம் அலறிப் பறந்தது உயிர்த்து. சிசு தானே கருவில் விளையாடும் பிஞ்சு விரல்களால் அசைத்தது மறுயுகத்தை.

அவள் கைகள் வேர்த்து சிசுவாடை அடித்தது. வாளால் கீறிய சிசுவுக்குள் கைப்பிடி கருஞ்சாமை முளைவிடும் பச்சைவாசம். தலை கீழ் செடியானாள் கர்ப்பச்சிசு. யுகமுடிவில் திரும்பும் சிலை 'எம்மா... எம்மா... வலிக்கிறதே... பொறுக்கவில்லையே... கர்ப்பம்' என அழைக்கிறாள் வாதையின் ஆழத்தில் இன்னொரு யுகத்தைக் கருக்கொண்டு. சிலையின் கலசவயிற்றில் சுரோனித அரும்புகளுடன் அதிர்கிறாள் பெண்சிசு. ஒட்டிவைத்த பத்துக்கல்லில் உருவெடுத்த சூலிச்சிலையில் திருகியச் சொறிக்கல்லெடுத்து நரம்புகீறி ஜீவரசம்

சேர யோனி விம்மும் வாதையில் அண்ணாந்து அலறுகிறாள் வாய்கோணி. மௌனமான கன்னிகள் அவளைச்சூழ்ந்து ஏதேதோ கேட்கக் கேட்க மௌனத்தில் ஆழ்ந்துவிடுகிறாள்.

வாதையால் குமுறியது வானம். ஆகாயத்தில் கர்ப்பிணிச் சேலை கருமுகிலாய்ப் படபடத்து அலையும். சிலையில் மின்னல் தோன்றிக் கருநிலத்தில் பாய்ந்தது. சருமத்துளைகளில் வேர்த்தது. அதை முந்திச் சேலையால் துடைத்து கற்களின் கீறலில் ரத்தம் கசிவதை உலர்த்த முந்தியை வீசினாள் ஒருத்தி. ஊற்றெடுத்த பெண் உதிரம்பூமியின் ஆழத்திலிருந்து கசிந்து கொண்டிருக்கக்கூடும். சிலையை நகர்த்த முடியவில்லை.

பலரும் கூடிக் களிமண் கோடுபட இழுத்துப் போகிறார்கள் கீழ் பாதையில். தொலைவே பூனைவால் நெளியும் பாழியூரில் பாறை களின் வனாந்திர வீடுகள் மேகம் தட்டிக் கிடக்கும். அவ்வூரில் அடைந்து கிடந்தது இருட்டு. மண்கூரை வீடுகளின் மௌனம் நோக்க வாதையிலிருந்த சிலை கண்விழித்தது. பழமையான முகமூடிகள் அசையும் தெரு. தாவர நிழல்களில் தோன்றிய ஆண்கள். விழுப் புண்களும் வாட்களின் கோடுகளுடன் குத்துவாளை இடுப்பில் மறைத்து நடமாடிக் கொண்டிருக்கிறார்கள். சூலிச் சிலையைக் கண்ட ஒரு கருப்பன் தன் தொடை தூக்கி வாளால் கீறி உதிரத்தை வீசினான் சிலைமேல்.

முகமூடிகள் அசையும் தெரு. அதன் நிழலாய் அலைந்து கொண்டு இருந்தார்கள் மனிதர்கள். மரநாய் புளியம் பொந்திலிருந்து இழைத்த ஊளை இவ்வூரின் தனிமையில் மறையும் சூபியாவை வெளிப் படுத்தியது. உணர உணரும் முன்னுணர்வின் தொனியால் சூலிச்சிலை முணுமுணுத்தது. தனிவீட்டு அடுக்குப்பானைக்குள் சிலையை மறைத்துப் பூனையைக் காவல் வைத்துப்போன பெண்களின் வாசனையால் காட்டிலிருந்த சுமைதாங்கியில் வெட்டிய யோனிச் சக்கரம் தரையில் உருண்ட நடுநிசியில் எரிந்து சுழன்றது காட்டு வாக்கில்.

முதுநரி முன்கால் நீட்டிக் கிளைத்தது தூரை. அதன் காதுகள் பவளம். கருத்த தூண் சத்தமிடும் இருட்டு. ஓடிவந்து கதவுகளைத் தொட்டுப் பார்க்கும் போது ஒன்பது காடுகளும் வழிமறிக்கும். 'நான் உத்தமி ஒரு சொல் போடுவேன் அல்லா கதவேதிற' என்றாள் சூபியா.

கதவுதாழ் உடைந்து வெளிப்பட்டது சிலை. ஆற்றில் கிடந்த சிலை கரைந்து நீராய் நெளிந்து சீறி அலை சுழிந்த மணலில் உருண்டது.

சிலை மூழ்கி எழுந்த நீர் அரவுபுனைந்த நுரைபார்த்துச் செங்கிடாயும் கருங்கிடாயும் குனிந்து மண்டி போடும் வேளை சூபியாவின் கொடிறு கதுப்பில் ஓரிழை கடாவின் தொண்டையில் சொருவிக்கொள்ள நீரில் நிழல் பார்த்த முகமூடிகள் அரசடிக் கோயில் மரத்தில் சூபியா மறைந்து உருவற்று தவமிருக்கும் வேளை சிலைச்சூலி மரத்தில் மறைவதை பார்த்தன. சாடை காட்டிய நீரில் பதினாறு பாகம் சுரியல் அந்து போகாமல் வளைந்து திரியும்முடி சொருகிய ஆட்டுக்கடா சிலை அருகில் போய் இழைச்சிக்கலை நீக்கி திரும்புவதை ஒளிந்து பார்த்தார்கள் புருஷர்கள்.

ஒருமுடி நெளிந்து சூலிச்சிலை உருக்காட்டி நீரில் தவித்ததை வேட்டியில் முடிந்து கொண்டுபோய் ஊருக்குள் வெளிப் படுத்தினார்கள். வெண்பாழி வனத்து சிரங்காட்டு மூலையில் சிலையின் கேசஅலை கீறி மேகம் குமுறியது. பாழியூருக்குள் சிலையைக் கம்மங்குதிரில் ஒளித்து வைத்தார்கள். மண் குதிருக்குள் கற்சிலம்பு அசைந்து பரல்கள் ஒலிக்கும் ஒவ்வொரு தொனியும் சூபியாக்கள் நாடியில் அதிர்ந்தது. சூலி ஓடிய வனத்துக்குள் இலை மேல் வீச்சருவாள் பாலாக் கம்புடன் கையில் கயிறு கொண்டு வருகிறார்கள்.

பெண்புலியாய்ச் சீறிக் கொண்டிருந்தாள் குதிருக்குள். கிழக்கே ஆந்தை அரற்றியது. சிலைகள் கரைஏறி உரு அடையுமுன் குலுக்கையை இடியாமல் பெண் புலியைக் கயிறால்கட்டி இழுத்துப் போகிறார்கள் முகமூடி அணிந்தவர்கள். ‘வெட்டி எரிந்தால் நீங்க எல்லோரும் கல்லாப்போவீர்கள்’ என கைமேல் வாக்குவாங்கி மணலில் தடம் பதிந்த பெண்புலி உறுமியது. வாக்கு மின்னலாய் இருட்டில் சரிந்து ஓடியது. கருக்கிருட்டில் சூலிப்புலி பற்கள் விதைவித்தாய் பாய்கிறது சீற்றத்துடன். பெண்புலி முகமூடிகள் மேல் எக்கிக் கால்தூக்கி நெஞ்சுமேல் நகப்பிடியில் ஈரல் துடி தொட்டு கண்தாளமாகிச் சிவக்கும் வேளை.

வெள்ளிகள் கருக்கிருட்டில் உறுமிப்பாயும் அசைவு. புல்வழியாய் ஓடைதாண்டி முள்ளுக்குள் இழுத்து அடித்தார்கள் வேல்கம்பால். அவள் காலில் முள் தைத்து கர்ப்பச் சுமையில் ரத்தக்காடாய் ஓடும் வேளை ‘எனக்கு ரத்தம் கண்டுவிட்டது. முள்ளைப்பிடுங்கிவிடு’ என்றாள் சூலி. ‘முந்தி உனக்கு காலில் முள்பட்டால் என் கண்ணில் தைத்த வலி காணும். நெஞ்சில் உதைத்த உன்காலை தொட்டுப் பிடுங்க மாட்டோம்’ என்றார்கள் ஒரே குரலில். அவள் குனிந்து

முள்ளை எடுப்பதற்குள் சூலி என்றும் பாராமல் வெட்டிய சிரசு ஒட்டித்தான் இருக்கு. வந்தவர்கள் கல்லாய்ச் சமைந்தார்கள் பாழி வனத்தில் வெட்டிய கழுத்தில் காலில் தைத்த முள்ளால் சுற்றி இழை மூட்டித் தைத்து முள் கழுத்துடன் வெண்பாழிக்குள் போனாள் சூலிப்பெண். அந்த சூபி விழுதுகளில் தலைகீழாய் நோன்பிருக்கும் சூபியாக்கள் 'ஒட்டாத கல்லும் ஒட்டிவந்த சூலிப்பெண்ணே. எங்கிருந்து வருகிறாய் கரு சுமந்து சொல்வாய் பாவையே' 'பத்தாம் கிழமை பத்தினி சொல் வளரும் பயிர் வயிறுக்குள் வளரும் பெண் மௌனப்பயிர் நீரில் தடம் எடுத்து வனந்திரியும் சூபியாளின் தாய்நான். எனக்கொரு இடம் விலகு சூபிமரமே' என்றது சூலிச்சிலை. சூபிமரம் வெடித்து உள்புகுந்து மறைந்தது சிலை. ஊரைச் சுற்றிய வெண்பாழிகளில் சூபியாக்களின் இசை மேலோங்கியது. நே-புல்லாங்குழல் வாசிக்கும் சூபியா மரங்களிடையே காற்றின் கோடுகளை எடுத்து அடுக்கிச் செல்கிறாள். தொலைவான பாலை நிலத்தில் நிலா உருக்கிய கருமணல் மேல் விசும்பி நடனம் புரிகிறது சோகத்தில். மணல் சிலம்புகளை நீட்டி அசைகிறார்கள் உருவற்ற சூலிகள். அவர்களின் சஞ்சலத்தை யார் தீர்க்க முடியும். காவல்பூனை தன் கண்ணிலிருந்த பாதரஸத்தால் மரம்பிளந்து வந்த சூலிச்சிலையைப் பார்த்துக் கொண்டிருந்தது. அது வலிமிகுந்து நெளிவதைக் கண்டு கலவரமடைந்த பூனை கூரைவழியே வெளியேறிக் கானில் செல்லும் சூபியாவை அழுகுரலில் கூவியது.

சிதறிப்போன ஞாபகக்கீறல்களை உடைய கருப்புநிலம் பாளம் பாளமான விருவுகளில் கர்ப்பவாதையில் கொதித்தது பூமி. அதன் வேகத்தைச் சிறுமிருகங்களோ எறும்புகளோ பார்த்துவிடும். கர்ப்ப மண் கீறலில் வெளிவரும் குளவிகள் கற்சிலையின் அடிவயிற்றில் சிலையுடன் பேசும் சிசுவின் குரல். கூட்டம் கூட்டமாய் எறும்புகள் கர்ப்பச் சிலையில் ஊர்ந்து கரு விளக்கின் நீலச்சுடரில் உட்புகுந்து மறையும்.

சுடர்அசைய சூலிச்சிலை அசையும். நெளிந்துபடரும் நீலச்சுடரில் கரையான்கூட்டம் முணுமுணுப்புடன் வந்து அவள் கால் விரல்களில் ஊர்ந்தது. எங்கிருந்தோ பட்சிகள் படைபடையாய் வந்து சிலையில் மோதி இறகுதிர்த்து சப்தமிட்டு சுழிசுற்றி மறையும். துயிலும் பாழியூர் இரவில் ஜன்னல் வழியே பிரசவ வலியுடன் ஒரு பெண் அழும்குரல் மட்டும் தொலைவே இழையாய் முங்கிய அழுகையில் வந்து கொண்டிருந்தது ஆழத்தில்.

✦ 407

பெண்கள் விழித்துக் கொண்டார்கள். ஆண்களை எழுப்பி கற்சிலையின் வாதையிலும் பெண்ணைப் பற்றிப் பேசினார்கள். பயந்த ஆண்கள் கும்பல்கும்பலாய்க் கூடி பிரசவ வாசலில் நின்று தலைநீட்டி இருட்டில் முகம் வைத்திருக்கிறார்கள். பட்சிகளின் கூக்குரல் கேட்டது முதலில். ஆந்தைகள் தான் கிழக்கில் சீறிச்சரிந்தது வாக்குகளை. சலங்கை ஒலி வரும். உள்ளே சிசு தாயின் கலச வயிற்றில் விரிந்த பாண்டத்தில் தவழ்ந்தவாறு 'அம்மா... அவர்கள் கூட்டமாய் என்னைப் பார்க்க வந்திருக்கிறார்கள் தாதியைக் கதவைத் திறக்கச் சொல்' என்றது சிசு.

கற்பாழி கர்ப்பத்துள் இறக்கைகள் பொருந்தி கால் ரேகைபட அமர்ந்த கருவுக்குள் ஓர் இறகு கோடுபட பீலி சுருட்டி லட்சம் அதிர்வுகள் நகர்ந்து செல்லும் சூபியா மறையும் கல்யோனி. தலைகீழாய்ப் பசித்தவத்தில் மயிற்பிஞ்சம் நிறத்தை எண்ணிக் கோர்த்த கண்ணுக்குள் கரு நுழைந்து கண்ணாடிமீது கண்ணாடி உள் விரியக் கற்சிலை முலையறுந்து காலறுந்து முகம் கீறி விழுந்த நிலம் பாழாகிக் காலம் பழுக்கச் சாபத்தில் சிதறுகிறது சூலிச்சிலை. ஒவ்வொரு கல்லாய் எடுத்துப் பிரித்த சிதிலங்களை எடுத்த பின்னும் சூனியத்தில் அசைந்தது உடையாத சூலிச்சிலை.

நே-புல்லாங்குழல் வாசித்தவாறு தீயகாட்டிலுள்ள ஆவிகளின் வாசனைகளைப் பூவில் மறையுமாறு இசைக்கும் சூபியா தன்னந் தனியே பாறைமீது உலர்ந்து கிடக்கிறாள். காய்ந்த சருகு இலை புனல் காய் கனி உண்டு காடுறைந்து பட்சிகள் கொத்திய பழம் புசித்து மூலிகைக் காற்றை இசையாக மாற்றிச் சிதறி வீழ்ந்த கல்பெண்ணை கர்ப்பம் சேரக் கருவில் உரு ஆகி ஒன்றொன்றாய்க் கல்லெடுத்து அடுக்கி குழல் ஊதி இசைக்க சிசுக்கல் ரத்தம் பெருகிய ராகங்களை பயிராக்கி ஒரு இலைக்கு காப்பு.

இரு இலை விட்டுச் சிசுக்கல் உயிர்க்க மூவிலை ரேகையோடிப் பச்சை நிறம் வீசி மீன்உரசும் கல்லில் பாசிமெல்லும் சூபியாக்கள் மச்ச ரூபத்தில் ஆற்று ஓர நாணல் தட்டைக்குள் நாங்கூழ்புழுவுடன் காத்திருக்கும் தூண்டில்காரனின் கழுமுள்ளில் வதைபடும் புழுவுக்காய்த் தானும் அகப்பட்டுவிட பாசி மேல் நழுவி நெளியும் பச்சைச்சிலை ஒட்டி மீன்கள் கரும்பும் ஓசை. பாசிபடரும் சூலிச்சிலை மீது கோடு கீறும் மீன்கள் மெல்ல நழுவி வால் துடிக்கும்.

பச்சைக் கற்சிலை சத்தமிட்டுக் கூப்பிட்டது மீன்களை 'ஏழு விதைக் கூட்டுக்குள் விதை உறக்கத்தில் ஆழ்ந்திருக்கும் கல் சிசுக்கள் என்

உயிர்மேல் படரும் வேளை கன்னிமார் சோடை பட்ட சாபம் பின் தொடருவதை அறிவீரோ சூபியாவே' அதற்கு சூபியாக்கள் 'வாகை நெத்து குடுகுடுக்கும் ஓசைக்குள் கன்னிமார்சோடை பதுங்கி விடும். பிதிர்ச் சருக்கம் போடும் கன்னிமார் வாதுகளைக் கேட்டு வா சூலிச்சிலையே' என்றார்கள். அதற்கு நீர்ப்பாசி முளைத்த கற்சிலை மீன் உதடசைத்து 'வாகை நெத்து அடுக்கில் கருப்பு விதைகள் தூங்கும் போது கனவுகளின் ஓசை கேட்டேன் சூபியாவே' என நீந்தியது மீன் சிலை. 'கழுமுள்ளில் வதியும்புழுவாய்க் கர்ப்பிணி துடிக்கையில் ஆற்று நடு மூங்கில் ஒடித்து நீரால் ஊதுவேன் சோடை விலகும் கன்னிப் பார்வையில்' மீன்கள் நீரின் ஆழத்தில் சென்று பாசிக் கொடி எடுத்து வந்து சூலிச்சிலையில் போர்த்தி உடல் கடித்து நட்டி உதிரத்தில் முத்தமிட்டது மெல்ல. கற்சிலை மீன் உரசிக் கிடக்கும் பச்சை நீருக்குள் தேளி மீன்கள் வந்து சிலையின் காதுகளில் கொஞ்சி அழைத்தன நீர் உலகிற்கு. கர்ப்பிணி உடல் தொட்டு நீலத்தில் மிதக்கும் சாம்பல் ஆமைகள் அவள் வயிற்றின் மேல் மூடி சிசுவுடன் பேசும் ஆற்றின் சருக்கத்தை. நீரின் பளிங்குக்கதவுகள் ஒன்றுக்குள் ஒன்றாய்த் திறந்து உட்சென்றது பாசிச் சிலை.

சூபியாளின் ஈரலில் நுரை குமிழும் உதிர வேகம் கழுமுள் குத்திய மீனாய் துடித்தாள் தூண்டிலில். அவள் கொடுத்த கற்கனியைப் பார்த்து விரல் உருட்டிக் காட்டி உள்ளே பச்சைத் தோட்டத்தின் விருட்சத்தில் தலைகீழாய் சடை தரித்த சூபியாக்கள் அருக்கலாக வெளிவந்த பச்சைக் கழுவன் நெஞ்சு முள்ளுடன் பிச்சி அரும்பு எடுத்துக் கொடுத்தான் கனிப் பெண்ணுக்கு.

வாசனை மேல் நாய் அலைந்தது. மஞ்சள் ஆவரம் பூவை நுகர்ந்து அண்ணாந்து ஓளையிட்டது நாய். கொத்தாய்க் காய்க்கும் காற்றுக் கதிரிலிருந்து உதிர்ந்துவிட்டாள் சூபியா. சாம்பல்பூசிய சூபி மரங்களின் சாயையில் சஞ்சலதேவதைகள் கழுத்தில் கூகை நரம்பும் காடை நரம்பும் படர்ந்துவரும். கதுவாளி இறகடர்ந்து காடைக் கன்னி உச்சத்து மேட்டில் குனிந்து மொச்சி நெத்து உருவி கருப்பு விதைகளை எடுத்து சேலையில் மறைத்துக் கொண்டு போய் இருட்டுத் துவாரத்துள் ஊர்ந்து போய் சூபியாக்களுக்குப் படைத்தாள். சூபியாளின் கேச அலை சதாவும் வனத்தை மூடி ஊழ் விரித்திருக்கும்.

மீன் உரசும் சிலையின்ஓசை நீரின் ஆழத்தில் ஆற்றோர நாணல் வழி நடந்தாள். கொம்பில் பழுத்த கனிப்பெண் சூபியாளின் கை எட்டும் தூரத்துக்கு வளைந்து 'என்னைப் பறித்துக் கொள்' என்றது

கனி. அதைப் பறிக்காமல் மயில் கண்களால் நூறு பார்வையில் நோக்க தோகைக்குள் கனிகள் உருப்பெருகிக் கொளிக்க வாசனைகளின் வனத்தூடே சுரும்புகள் குணங்கி அலையும் வளைவுக் கோடுகளில் தானும் நெளிந்து போகிறாள்.

கனிவனத்து விருட்சிகளைப் பார்த்து கன்னிச் சோடையில் அகப்பட்டவன் நாசியில் பூக்களின் வாசனைப் பித்துக்கொள்ள வாசனைகளின் ஊடே பயணமானான் பச்சைக்கழுவன். மிக அருக்கலாகி நடமாடித் திரிந்தாள் சாம்பல்பூசிய மரங்களின் சாயையில் வளைந்து வந்த கற்கனி கிளையில் உதிர்ந்த பழநரம்புகள் தரைக்குள் ஓடி நெளிந்து கால்களைப் பற்றிவரக் கனியின் பாதங்களின் ஓடும் ரேகைகளில் எல்லாக் கனிவகையின் நிறங்கள். அவற்றைப்பற்றிக் கனிகளில் உள்மறையும் தேவதைகள் குளியலுக்கு நிர்வாணமாய் பந்தம்பிடித்து வரிசையாய்ச் செல்ல சூபியாக்கள் மறைந்திருக்கும் வெண்பாழிகளின் வாசலில் கனிகளைப் படைத்து நாழியில் உலர்கனிகளை அளந்து போகிறார்கள்.

தட்டு வண்டியில் மயில்இறகுச் சக்கரங்கள் நூறுநூறு நிற வட்டங்களாய்ச் சுழன்று வரும் சிந்துவெளிச் சக்கரங்களின் ஆரமும் விட்டமும் அசோகக்கல் சுமந்துவந்த காளைகள் தூக்கிய குளம்படிகளைக் கீழே வைக்காமல் நயனத்தில் புகுந்த கன்னிகள் தீப்பந்தம் சுழற்றிப் போகும் நிர்வாணச்சோடையில் கனிகள் அருக்கலாகி மறைய ஊழில் பழுக்கும் சஞ்சலக் கனிகளை உண்ணாமல் அவற்றின் மயக்கப் பரப்பிலே பயணமான சித்துக்காளைகள் பூட்டிய வண்டியில் மயிற் பீலிக் கற்றைகள்.

சஞ்சலக் கனிகளை ஏந்தியதேவதைகள் மையிருட்டில் துளைத்துச் செல்ல கேசஅலை சதாவும் வனத்தில் வீசும் காற்றாய் மாறியது. காற்றின் கேசக்கோடுகளில் தங்கிய உருவற்ற பெண்கள். சூபியாக் களின் நே-புல்லாங்குழலிலிருந்து தோன்றியிருக்கக்கூடும். சூபியாக்கள் காளைகளை மௌனமாகப் பார்க்கிறார்கள். மிதக்கும் தக்கை மேல் உச்சிவேளை பார்த்த நிசப்தம்.

கொம்பில் பழுத்த கனிகா வாசனை வீசுகிறாள். காளைகள் பறியும் சலங்கைஒலி கலகலா... கலகலாவென வண்டிச் சக்கரங்களில் மையிருட்டைக் கரைத்து சூழல் எங்கும் பரவும் மயிலிறகுக் கருக்கு. அரூபம் கண்டு கால்நகராமல் கட்டுண்ட காளைகள் நேத்திரத்தில் நுழைந்து மறையும் கனிவன ஸ்திரீகள் தூரத்தே சூபிவிருட்சங் களுக்குள் மறைகிறார்கள். மரங்கள் கிரீச்சிடும் ஓசை.

வெண்பாழி மலைகளுக்கு அப்பால் யாருமே அறிந்திராத வண்டிப்பாதை தேய்ந்து கரடு தட்டிக்கிடந்தது. கல்லின் உணர்வுகளை அறியும் ஒட்டர்கள் நினைவுக்கல் வெட்ட அந்தத் தடத்தைப் பிடித்துப் போவார்கள். சுருள் அடுக்கில் வனாந்திரக் கல்கிராமம் ஒன்றிருந்தது. உச்சியில் தனித்திருந்தார்கள் அந்த சூபியாக்கள் கூட்டமாய். கடம்பமரங்களின் மேல்கூடு வைத்த மண்கடந்தையாக சூபிப் பெண்ணொருத்தி சோகத்தில் ரீங்காரமிசைப்பது கேட்கும் தொலைவாய். அவள் செம்மண் புற்றில் ஈசல் பிடிக்கும் ராகம் அது. புற்றுகளின் துவாரத்தில் ஊதி ஊதி சூபியாக்களை அழைக்கும் குரல் தனிமை கொண்டது. அவள் குரல் கேட்டு வெண்பாழிக் குகையில் மறைந்திருக்கும் சூபியாக்கள் நே-புல்லாங்குழல் ஊதி வெளிப் படுத்தும் ஈசல்படை படையாய் அவளைத் தொடுவதற்கு வேண்டி மறைந்திருக்கும் சூபியாக்கள் நெருங்குகின்றன அவளை. சூபியாவை அழைக்கும் குரல் தனிமை கொண்டது. அதைக் கேட்பவர் மனதைப் பாதாளத்தில் தள்ளிவிடும். கற்பாறைகள் உருக அழைக்கிறாள். வெண்பாழித் துவாரங்கள் விலகி சூபிவிருட்சத்தைத் தொற்றிப் படரும் காட்டுப் பெண்ணின் சந்தம். அவள் குரல் கேட்டு அவளிடம் வெளிப் படும் சூபியாக்கள். அவள் காது வடித்து தண்டட்டி அணிந்திருந்தாள். அவளோடு கூடவரும் குஞ்சுப் பட்டாளத்திலிருந்த சிறுமிகளும் காதுவடித்து வெள்ளியிலான பாம்படம் அசைய ஓடிச்சுற்றுகிறார்கள் கல்கிண்ணங்களை. பாறைக்குழியில் பெருகிய மழைநீர் கண்ணாடியாய் அந்த அன்னம்மாளின் மிதக்கும் பிம்பத்துடன் பிள்ளைகள் எல்லாம் சேர்ந்து நீந்துகிறார்கள் அசைந்தசைந்து. உயரப் பாறையில் சூபியாக்கள் கல்மேல் காது வைத்துக் கேட்கிறார்கள் ஓசைகளின் ரகஸியத்தை. கல் அடுக்குகளில் மறைந்திருக்கும் வெண்பாழி மாடத்தில் சூபியாவின் பிக்ஷா பாத்திரம் வெளித் தோன்றியது. அந்த ஏணத்தைச் சுற்றி வெட்டியிருந்த பனுவலில் எத்தனையோ பெண்களின் பிதிர் சருக்கம். அவர்கள் கைமாறிய விரல்ரேகையும் மாறி மாறிப் பதிந்திருக்கும்.

அந்தப் பக்கம் மயில்கூட்டம் கண்சுழல்களால் மந்திரம் தொனிக்க அகவும். வறட்டுப்பாறைகளின் வாசனைக்குள் ஆழமாக அதிர்ந்து கொண்டிருந்த சூபியாக்கள் தோன்றக்கூடும். மயிற்பிஞ்சத்துடன் நே-புல்லாங்குழல் வாசித்தவாறு சடைதரித்த சூபியா பாறையில் மறைகிறார். மரங்களின் வேர் முண்டில் குழல்ஊதி சூன் விழுந்த கொப்புகளில் இலைகளுக்கு இசைக்கக்கூடும். காலில் ஆணி தைத்து வாதையுற்ற காட்டு ஆனை அவர் நெஞ்சின் மேல் கால்வைத்து

அசைக்க துயிலிலிருந்து விழித்த சூபி ஆனைப்பாதத்திலிருந்த ஆணியை நீக்கி மயிற்பிஞ்சத்தால் மந்திரித்து ஊதி வலியை அகற்றவும் மரங்களுக்கிடையே ஆனை தொலைவே பிளிறியது.

தேய்ந்த தடத்தில் உதிரநிறத்திலான கற்பாறை சதாவும் முணு முணுத்தபடியிருக்கும் ரத்தமுக வேடர் எய்திய அம்பு முனையில் குற்றுயிராய்க் கிடந்த காட்டு வாப்பா வழிநெருக உதிரத்தால் இசைக்கும் நே-புல்லாங்குழல் அலையில் பொதிகழுதைகள் துன்பம் மறந்து லயித்து அசைவற்று நின்று விடும். எப்பொழுதோ நடந்து போன பலி பாவத்தில் குடி அழிந்த ரத்தமுகவேடர் கூட்டமாய் வந்து காட்டு வாப்பாவிடம் மண்டியிட்டு வில்அம்பு கல்லிலே சாய்த்து வணங்குகிறார்கள். அப்போது இருமலைகளாகப் பிளந்திருந்த வெண்குன்றம் ஒன்றுசேருமாறு செய்வதை கழுதைகளோடுபோன பரங்கி வணிகர்கள் பார்த்து தானியமும் திராட்சையும் வைத்து உதிரக்கல்லைத் தரிசித்துப் பொதிகழுதைகளை ஓட்டிப் போனார்கள். ரத்தமுகவேடர் வழித் தோன்றியவர் குருதி தோய்ந்த பாறாங்கல்லில் உதிரும் உப்பை அள்ளிச் சேகரிக்கிறார்கள். காட்டுவாப்பா மீது எய்திய அம்பு பாறை மேல் கிடக்கிறது இன்னும். அதை எடுக்க பாறைக்குள் மறையும். சூபியால் சபிக்கப்பட்டு குருடான மூதாதைகள் காட்டு வில்லை உதிரப்பாறை மேல்வைத்து கல்மாடத்தில் நூறு வருஷம் தாண்டி விளக்குப் போட தலைமுறைகளை ஏவினார்கள். பாறையில் முகம் புதைத்த குருடர்களின் துயரம் கேட்டு மீண்டும் கண்திறக்க மயிற்தோகையிலிருந்து இருகண்களை அரித்து முகத்தில் வைக்கக் கண்மலர் திறந்ததாகப் பார்த்தவர்கள் கர்ணபரம்பரையாய்ச் சொல்லிவர ரபீயுல் அவ்வல் திங்கள் பதினைந்தாம் இரவு சந்தனக்கூடு நடைபெற அதில் ரத்தமுக வேடர் தீவட்டிகளுடன் கூடு எடுத்துவர சுத்துவட்டார ஜனங்களும் கூடி கறிசோறு உண்டு போகிறார்கள் இன்னும்.

அந்த வெண்பாழி மலைகளுக்கு அப்பால் யாருமே அறிந்திராத வண்டிப்பாதை தேய்ந்து கரடுதட்டிக் கிடந்தது. கல்லின் உணர்வுகளை அறியும் ரத்தமுக வேடர் நினைவுக்கல் வெட்ட அந்தத் தடத்தைப் பிடித்துப் போவார்கள். சுருள்மலை அடுக்கில் வனாந்திரக் கல்கிராமம் ஒன்றிருந்தது. அந்த உச்சியில் தனித்திருந்தார்கள் அந்த ரத்தமுக வேடர். கடம்பமரத்தின் மேல் கூடுவைத்த மண்கடந்தையாக வேடப் பெண்ணொருத்தி சோகத்தில் சூபியாவை அழைக்கும் குரல் கேட்கும் தொலைவாய் கற்பாறைகள் உருக அழைக்கிறாள் சூபியாவை. அவள் குரல் கேட்டு அவளிடம் வெளிப்பட்டு வருகிறார்கள் அரூபமாய்.

XVII

யாளி

சிற்பிமகன் கல்லில்தேரை காணக் கருவிலிருக்கும்போதே தகப்பனிடமிருந்த சிற்பஏடுகளை தாய்வழியாக அறிந்திருந்தான். சூலிகா எனும் பெண்ணொருத்தி சிற்பியின் கனவில் வந்து தன் நிலாச்சரீரத்தைக் காட்டி மறைந்ததால் மனைவி அதைத் தான் கண்டகனவில் கணவன் வேறொரு பெண்ணைக் கனவு கண்டதைக் கண்டாள். சித்திரத் துகிலில் சில நாட்களுக்குப் பின் வரையப் பட்டிருக்கும் உருவத்தை யாரும் தொட வேண்டாம் என்றான் மனைவியிடம். நிறைமாத ஸ்திரீ ஓவியத்தைத் தொட்டதும் அவள் அடி வயிற்றில் காது வைத்துப் பேசினாள் உயிர் பெற்ற சூலிகா. சூலிக்கு ஏற்பட்ட வலியில் ஜனனமானது குழந்தை. நள்ளிரவு நேரத்தில் மீண்டும் சிற்பி வந்தான் 'ஓவியத்திலிருக்கும் பெண்ணை தொட்டாயா துகிலிலிருந்து வெளியேறி விட்டாள் சூலிகா...'

அதற்குப் பிள்ளைத்தாச்சி மௌனமாக இருந்தாள். 'எனக்கு பதில் சொல்ல முடியாமல் உனக்கு திமிர்வந்துவிட்டதா' என்று சொல்லி உளியை எடுத்து அவள் மூக்கைக் கீறிவிட்டுத் திரும்பிப் போய் விட்டான் சிற்பி. பால் குடிக்கும்போது குழந்தைவிரல் தாயின் மூக்கைத் தொட்டதும் சித்திரம் போல் ஒட்டிக்கொண்டது. தேவதையின் மரஉருவில் வளர்ந்தது குழந்தை. சிற்பி படித்த சாஸ்திர சிற்ப ஓலைபடித்தான். 'எந்தக் கல்லில் சிலை செய்தால் உயிரோட்டம் இருக்கும் என்று எனக்குத் தெரியும்' என்றான் அரண்மனை ஊழியனிடம். சிறுவனை அரசன் முன் நிறுத்தினான் ஊழியன். 'நான் கொண்டுவந்த கல்லில் தேரை இருப்பதாக எப்படிக் கூறுகிறாய்.' என்றான் அரசன். 'என் தாய் என் தந்தையைக் காணாமல் தவிக்கிறாள். தேடிக் கொண்டு வருவதாகக் கூறி நான் வந்தேன். அப்போது அருகிலிருந்த இந்தக் கல்லைப் பார்த்தேன். தேரை இருப்பதை அறிந்தேன்' அரசன் அருகிலிருந்த தலைமைச் சிற்பி 'மகனே...' என்று கட்டிப்பிடித்தான்.

திசாதிசை இருக்கும் நான்கு கோபுரம். கிழக்கே இரு கோபுரம் ஒன்று மொட்டைக் கோபுரம் ஒன்று ராஜகோபுரம். யாளிகள் செய்ய மண்டபத்தில் கொஞ்சம் இடம் கொடுத்து தங்க வைத்தான் அரசன். சிற்பவயல் வேலையை தந்தையும் மகனும் சேர்ந்து செய்து முடித்தார்கள் நூல் பிடித்தவாறு.

சிற்ப சாஸ்திரம்

39 தோகைமயில் புத்தகம்

கட்டுமெட்டான கல் ஆடியில் பாதரஸ ஜோதி மின்னும் கண்ணாடி வயல் ஊடே அபிதர் நின்ற நெளிவு வர்ண அரசிலையில் அவர் நயனம் அசைந்து போதித்த ஏட்டிலங்கா போதனைகளை நோக்கி நின்றான் காமோஸ் டாவோ. முருங்கை இலைச்சாறு பூசி அப்போது வரை சீனர்கள் தேக்கிலையில் பாக்கிலையில் எழுதி வைத்தும் நீர் பூண்டுகளை உலர்த்திய சருகுக் காகிதங்களில் பதிந்து வைத்து மிருந்தவைகள் யாவும் பழைய வழிப்போக்கர் கொடுத்த நகல் ஓலைமடிப்புகளிலுள்ள தாவரலிபிகளாய் துண்டுத்துண்டான பாகங்களில் கோர்வைஅற்றிருந்த ஏடுகள் பௌர்ணமிக்கொருமுறை வாக்கியம் அழிந்து வேறு வாக்கியங்கள் தோன்றும் அதிசயத்தால் தூண்டப்பட்டு இந்திரதேசத்தின் மீது விழும் புத்த பூர்ணிமா இரவில் சொன்ன ஜாதகமாலாவிலுள்ள நிலவுப்பாறைகளில் அமர்ந்து மோனம் கொள்ளும் அபிதரிடம் தனக்கொரு 'வானத்தில் மீன் இருக்கும் வடிவஇலை ஒன்றை பறித்துத்தா' எனக் கேட்கும் ஆசை யினால் ஒற்றைப் பல் கழுதையில் ஏறி மஞ்சள் ஆற்று வண்ணானிடம் தங்கக் காசுகள் கொடுத்து வாடகைக்கு எடுத்த அரிஸ்டாட்டில் எனும் சாம்பல் வாகனத்தில் புறப்பட்டான் முட்டாள் டாவோ. கழுதை டாட்டில் நதிகளில் கரைந்த மீன்களிடம் பேசியது 'ஆலமரப் பாதைதாண்டினால் அரசமரத் தோப்பிருக்கு. அங்கே நான் கன்னி கழியாத பாழியை தேடிப் போரேன்.' என்றது. அதற்கு மீன்கள் 'மான் குளிக்கும் பொய்கை மேல் தனிராந்தல் விளக்கெரியும். அதன் சுடரில் மயில் முழி கண்ணிரண்டும் காட்டி அசைக்கும் பாழியை கேட்டதாகச் சொல்' எனக் கர்ணமடித்து மறைந்தன நழுவி. நாகரீகங்களின் சாம்பல்பூசிய கழுதையின் சாம்பல்வார்த்தை முடிவற்ற பயணத்தைத் தொடங்கியது கயா நோக்கி. மணல் நூல் சிதறிக் கிடந்த ஆறுகள் உறுமிய பாதரஸக்கவிதைகளில் ஆழ்ந்த சோகமடைந்த கழுதை டாட்டில் மற்ற தன் முப்பத்தி ஒரு பற்களை வேறு வேறு பயண அதிசயத்தில் நதியிடம் உரையாடி நாடோடிகளிடம் கொடுத்த தன் பற்களஞ்சியத்தில் ஒவ்வொரு கோரைப் பல்லும் தனிப் புராணமாகும். அவை ஒல்லாந்தர்களால் திருடப்பட்டு பரங்கியரின் லிஸ்பன் துறைமுகம் தாண்டி மிருகங்களின் அருங்காட்சியகத்தில் விலை மதிப்பற்ற பொருளாய் இருக்கக் கூடும்.

தியான புத்தரின் அமிதபாவின் பளிங்கு விரல்கள் சூன்யத்தில் துளையிட வெண்படிகத் துவாரங்கள் பாழிகளாய் ஜனனமாகி அதில் முன் அறியப்படாத தியான சாத்தவர்கள் படைப்புயிர்களுக்கு வழிகாட்டி அமர்ந்திருந்தார்கள். ஐந்துவிரல்கள் சூன்யம் உள்குடைந்த

பாழிகளில் வைரோகண, அச்சோபியா, ரத்னசாம்பவ, அமிதபா, அமோகாசித்த இவர்களின் மக்கள் சுமந்தபத்திர, வச்சிரபாணி, ரத்னபாணி, பத்மபாணி, வயூபாணி என அழைக்கப்பட்ட பிரபஞ்சத்தின் தலைவன் பத்மபாணி தாமரை ஏந்திய அவலோகிதா. சூன்யப் பாழிகளில் அபிதரின் விரல்ரேகைகள் அசைந்து நீர் பூண்டுகள் லிபிகளாய் முளைத்து காய்கனி சொறிந்து உலர்த்திய விதைச்சருகில் உறங்கும் சாங்கிகர்களின் சூத்திரங்கள் எழுதப்பட்ட இரண்டாயிரத்து ஐநூறு கதிர்கள் கிடைத்தன. டாவோ ஆச்சரியத்தில் விழுந்தான். அதை சாம்பல் கழுதையில் சுமந்து கொண்டு அடுத்த பிரதேசத்துக்கு விரைந்தான் வெறிபிடித்து. மூங்கில் வனத்துக்குள் கணுக்கணுவாய் தோகையில் வரைந்த ஐயாயிரம் பாடல்கள்கொண்ட பரிநிர்வாண சூத்திரத்தின் விரிவான தொகுதியை சுட்டமூங்கில் குடில்களில் இலைச்சாறில் எழுதி சித்திரம் தீட்டியவாறிருந்தாள் பூச்சிமகள். இயற்கையில் துளைவிழுந்த சிறுபாழிகளில் மூங்கில் கொட்டாவில் சுனைநீர் எடுத்துக் கொடுத்தாள். கராம்பழம் காட்டுமிதுக்கன் மலைநெல்லி சந்தனப் பட்டைகளை மென்று பாழியில் நீர் பருகித் தவசிருந்தாள் பூச்சிமகள். ஊண் உறக்கமின்றி பரிநிர்வாண சூத்திரங்களை சித்திர லிபிகளால் கீறி மூங்கில் கூம்புகளால் மலைப் பாழியில் ஆயிரம் கூம்புவில் அமைத்து உரசும் வண்டுகளின் நிறஅலையில் மலைமேல் சென்றாள். குள்ளநரிவந்து புத்தப் படிமையை நக்கிப்போன தடத்தில் பூச்சிமகள். பூத்த நெருஞ்சியில் புள்ளிமான் மேயக் கண்தோகை அவள் மயில்புத்தகம். மூங்கில் பாழியில் திருகுகள்ளிப்பூ விழ வால்மயில்பெண் மலை அடுக்கில் ஆறு கண்பூ கொய்து வருகிறாள். கொம்பில் பழுத்த பழம் புல்லுள்ள அவள் பாதை மேல் தடம் விட்டிருந்தார் மனுஷி புத்தர். மான்குறவர் ஏடு எடுத்து மூங்கில் கூம்புகளை ஊதி அரும்பு ஏறிய குழல் காற்றில் உயிர் முளைக்கவைத்து வில் திறம் அதிரப் பாய்ந்தார் மலைமேல். மரிக்கொழுந்து நெருக்கிட்ட வாசத்தில் பூச்சிமகள் கொடுத்த சூத்திரஏடுகளை விரித்து அவளுடன் குகைப்பாழியில் சில நாள் ஊண் உறக்கமின்றிக் கற்பதில் ஆழ்ந்திருந்தான் காமோஸ்டாவோ. அபிதரின் அரூபத்தில் கரைந்த எல்லா இலைகளின் உயிராய் மறைந்திருந்தாள் பூச்சிமகள். அவளைப் பிரியமனமின்றி வெகுதூரம் பரவிக் கிடந்த கீழ் தேசங்களில் மகாசாங்கிகர்களின் கோட்பாட்டின்படி அமைந்த அபிதம்மத்தின் ஒரு பிரதியை பூச்சிகளின் நாடான லாவோட்ஸில் இருந்த ஏழுமணிமேகலைச் சிலைகள் ஏந்திய பிக்ஷா அகலில் இருந்து பெற்றான் காமோஸ்.

நாகவெள்ளி மோதிரத்தை சுழலவிட்டு வயல் பாம்புக்குட்டிகள் அலையும் அந்தரவெளி. நிறம் பகிர்ந்த மேகலை உடல் வர்ணம் லட்சம் தம்பலப்பூச்சிகளாய் சிறகடிந்து ரத்தம்கசிந்த வெளி. முற்பிறப்பு ஞாபகங்களில் விழுந்தது நாகவெள்ளி. ஏழுமேகலை மீது ஒட்டிய பூச்சிகள் புள்ளித்தும்பிகள் அதிர்ந்த உடல் கோலங்களில் கண்ணாடி கண்டெடுத்த இசைக்குள் மறைகிறார்கள் ஏழுபேர். முல்லையில் பூவெடுத்த சுருதிவண்டு மேல்எழுந்த செந்நிற ஞாபக மடிப்பில் எழுத்தாணி மூக்கழகி பிக்ஷாஅகல் ஏந்தினாள். டாட்டில் கழுதையின் எல்லையற்ற அலாதியில் பிரதேசங்கள் சென்று மறையக்கூடும். ஏழுகன்னியர் கொடுத்த அபிதம்மப்பிரதியை தாதுகோபத்தின் சுவர் அருகில் இருட்டில் திறந்தான் யாத்ரீகன். முதல்பக்கத்தில் கடல் ஓசை கொந்தளிக்கப் பயணமாகிறான் காமோஸ். மடிக்கப்பட்ட காகிதம் கப்பலாக உருமாறி அதில் போன பிக்குகளின் கையில் வேறு சில ஏடுகள். அவற்றை அவர்கள் பாதரஸக் கண்களால் இரவில் வாஸித்தவாறு கடல் நீரில் அள்ளித் தெளித்த வாசகங்களை செம்மூக்குமுதலை, கடல் பசு, சுறாமீன்கள் எட்டி வந்து கேட்டுக் கேட்டு மறையும் வேளை கடல் நிறம் மாறிவிட்டிருந்தது. இசையாக மெலிந்த சிரமணர் ஆழ்கடல் வழியாக கம்போடியா, கொரிய விளிம்புவரை திரும்பி வீசிய பருவக்காற்றில் அபிதம்மத்தின் ஒலி இடைவிடாமல் கேட்கும் காற்றின் சுருதி ஓலைகளில் எழுந்த புத்தரின் சுவாசம் சமுத்திரங்களின் சுழியோடு சேர்ந்து ‘இப்போதி லிருந்து நான் புத்தநிலையை அடையும் வரை என்றும் நான் எல்லை தேசங்களில் பிறவாதிருப்பேனாக’ என உப்புநீரை இரு கைகளில் அள்ளி அபிதம்மத்தால் ஒளியூட்டினான் டாவோ. மலேயாத் தீவுக் கூட்டங்களில் வேறு குரல்களாய் சுழன்று அவன் கடல் பயணத்தில் ஜனங்கள் இருந்த தீவுகளில் காற்று வீசும் திசை நீரோட்டம் நீரின் நிறம் கடல்பறவையின் உரையாடலோடு சென்ற மாலுமிகளும் நாடோடிகளும் சேகரித்த பாலிப்பிரதிகள் அப்போதைய சீனர்கள் தாவரங்களை கற்றாலையை உலர்த்திச்செய்த முதல் காகிதத்தில் மொழி மாற்றம் செய்யப்பட்டு தாவரலிபிகளாய் முளைத்த சித்திர விசித்திரக் கொம்புகளால் களிமண்கோப்பை பீங்கான் குவளைகளில் இடமாறியது போதனா வாக்கியம். பதிந்த நத்தைஎச்சில் பூசிய சீசாக்களில் முளைத்த ஒவ்வொருபுல்லும் உலகைக்கருக் கொண்டிருக்கும்.

நத்தைப்பளிங்கில் தூரிகை சிவந்த உதிரவரியில் விசிறிச் சிப்பிகள் நகர்ந்துபோய் அபிதரின் நுனி உயிரைத் தொடும். பிளவுபட்ட நிலப்

பிரதேசங்களில் கோர்க்கப்படாமல் துண்டு துண்டாய் விடப்பட்ட பிக்குகளின் பயணத்தில் இடமற்று நகர்ந்தன நீர் ஏடுகள். டாட்டில் எனும் சீனக்கழுதைமேல் புத்தரின் குரல்களைத் தேடி மணல் நிறப்பாழி ஊற்றை அடைய வெகு தூரம் பயணமானான் காமோஸ் டாவோ. அவன் சேனப்பையிலிருந்த கல்ஆடி தண்ணீரில் தடம் எடுத்து புத்தரின் சுவடுகாட்டும். ஊர்சுற்றி வெள்ளரசமரம் உலுப்பாமல் சலசலக்கும்கோடு கேட்டு ஓரிலைநரம்பு செல்லும் பாதையில் விழிசுருட்டிப் பார்க்கும் தாவரக்கிளி பறந்து வந்து அபிதர்மேல் முத்தம் தரும் ஓசைகேட்டு அதிரும் பிரபஞ்சம். நாவல்மரத்தடியில் ஒரு கிழக் கூனி சுட்டகனி ஊதி ஏடெடுத்து வழி மறித்தாள் சாம்பல் கழுதையை. கண்ணாடி வரகு வாங்கி கவி உதிர்த்த கதிரில் ஒவ்வொரு தவசமும் வழிநெடுக சிந்திப்போன தானியப் பாதையில் சாம்பல் கழுதைமேல் சென்றான் ஊர் சுற்றி. கழுதையின் கிழிந்தமூக்கில் தேசாந்திரப் பூண்டுகளின் வாசனை நெடிக்க மாயப்பிரதேசத்துள் ஆட்பட்டிருந்தான் காமோஸ்.

'வேசிமலைச் சிரமணா நீ நான்கு வேதங்களையும் உதறிப் போய் காந்தசீலப்பாழியில் பதுங்கிக் கொண்டாய். பாழி இருளில் கருமூக்கு முதலைவாய்க்கு இரையாகி குசிநராவை ஆவியாகச் சுற்றிக் கொண்டிரு. அடுத்த ஜென்மத்தில் கழுதையாக மறுஜென்ம மெடுப்பாய்' எனச் சீடனை வெறித்த வைதீகமதவெறிப் பிராமணர் சாபமிட சீனக்கழுதையாகப் பிறந்தது டாட்டில். தன் சாம்பல் மூச்சினால் அக்கிரகாரத்துக் குருக்களை எரித்துக் கொண்டிருந்தது என்னேரமும்.

வெகுகாலம் தரைவழிபோன அபிதரின் பாதரேகைகளில் அவர் போதித்த பஞ்சசீலங்கள் உலர்ந்து விட்டிருந்தன மணலில். மேலை தேச மாலுமிகளோடு டாட்டிலுடன் பயணமான டாவோ கரடுமுறடான கலத்தின் உயரத்திலிருந்து வீழ்ந்த நட்சத்திரப் புள்ளிகளை நகர்த்திச் சென்ற நீலஒளி மரக்கலத்தைப் பெரும்பானன் சமவெளிக்கு வடக்கில் ஓபக் ஆற்றின் உறுமலில் சுழற்றியது. மணலால் மூடப்பட்ட பௌத்தப் பாழி அழிவுகளில் நிலநடுக்கத்தில் சாய்ந்த தாதுகோபப் பிரபையின் அலறல். கற்குவியலாகிவிட்ட கருவூலத்தில் இருந்த படிமைகள் பல ஒல்லாந்தரின் கைவசமாகி மேற்குக் கடல் கொள்ளையில் கைமாறி விடும். போதிகைகள், கும்பபஞ்சரங்கள் மணல்கீறிய பிரதிகளாய் வரையப்பட்ட பதுமப்பூவை சாவகநெசவாளர் நெய்துகொண்டு இருந்தார்கள். உறைந்த கூம்புகளில் கதிர்கள் தானே சுற்றுகின்றன நூல் சுற்றி. நெய்த துகிலில் அபிதரின் நுரையீரல் துளைகளில் சன்னமான காற்று நூலாய் விரிந்துகொண்டிருந்தது ரகஸியமாய்.

கையில் ராட்டுடன் வயதான மூதாட்டி கமலபுத்தஉருவை நூலில் வரைந்து கொண்டிருந்தாள் மூப்பின் நடுக்கத்தில். அவலோகிதீஸ்வர பத்ம பாணி உள்ளோடும் துக்கவேகத்தில் நேபாளவிகாரையை துணியில் தீட்டி முணுமுணுக்கும் பருத்திநூலின் வெண்மையில் பனிச்சிகரம் உருகும் அந்தரங்க இழையில் மூதாட்டி பரிநிர்வாணம் காணக்கூடும்.

'ஓம் மணி பத்மஹூம்...' எனத் தாமரை மந்திரத்தை உச்சரித்த மூதாட்டி குளிரில் உருகிய நீர்மை. மெல்ல நடந்து அரசிலை விழும் விருட்சமாய் அண்ணாந்த சாயலில் தனித்திருந்தாள் இருகை இலைகளுடன். பவித்திரநூல் தாமரைச் சூத்திரத்தில் ஆறாம் எண்ணில் ஓடும் முடிவற்ற ஊழின் வட்டத்தில் பிக்குநியாய் இசை கொள்கிறாள் மூதாட்டி. அவள் நெசவில் வரைந்த ரத்தாம்பர நூல் கண்டு சித்திரமாய் இயங்கி நடுங்கும் விரலில் துகிலிகைபட்டதும் நரம்பிகளில் ஏறும் சூன்ய அலை ததும்ப சாஞ்சி பார்குத்தூபிகளில் பழுத்தகல் காலம் தாண்டிப் புடைத்த கருகாத தாமரை வடிவங்கள் விதவிதமாய் தீட்டிய தன்விரல் கொண்டு தன்மேல் வரைந்த மூலிகைச்சாறு காவித்தூள் சுண்ணாம்பு செம்மண் பொடி திரும்ப எழுதப்பட்டு சேற்றில் உவப்பான சிறுகமலத்தை நீட்டுகிறாள். வெள்ளைத்தரைக் காட்டில் நிலாச்சரீரக்கூனி ஆதிநிலவாய் முள்ளுக் காடுகளுக்குள் தயங்கித் தயங்கி நகர ஈர்த்தமுள் மரங்களில் சிக்கிச் சிதறாமல் மேல் வரும் நிலவில் ஆறாம்எண் மடித்த பத்மா நிலவைஅகலாய்ஏந்தி நீல மலருடன் அருகருக்கும் அபிதருக்கும் இடையில் தோன்றும் மணலில் சமண்மாணாக்கியர்சூழத் திரும்பிப்பராமல் போகிறாள் நட்சத்திரம் உதிரும் தூரிகை ஏந்தி. லலித்விஸ்தாரவில் மடிக்கப்பட்ட பாதையில் புத்தரின் குரல் கேட்டுக் கொண்டே இருந்தது தொடர்ந்து.

'கமலம் நீரில் தோன்றி அதிலே வளர்ந்து வாலிபமாகி நீர்மேல் தலைதூக்கி நிமிரும். ஏனோ ஆழிசூழ்கமலம் நீரினால் நனைக்கப் படாமல் சுழிமேல் தூக்கிய கொங்கைகளாய் மணந்து பளிங்காய் நீர் ஏற ஏற ஆற்றின் அலைபடாமல் விசும்பில் கரையும் உயிர் நீலம் எல்லா ஆற்றிலிருந்தும் தனித்து வேறாகிவிடும் பாழி அவள். கமலருது வாசனைகள் விரிக்கிறாள்' என சிற்பவயல் ஏடு சொல்லும். சாலிநெல் இருநாழி கொண்டு சுலகில் படைக்கும் சாவகப்பெண்கள் மண்கூரை வீடுகளில் தீட்டியகொடிப்பாசி கடல்பாசிப்பூக்கள் விளிம்புகளைத் தாண்டி 'அவலோகிதா' எனக் கூவின தொலைவே.

சீனவழிப்போக்கன் சென்ற ஸ்ரீவிஜயராஜியத்தை ஷைலேந்திர

மரபினர் போரோபுதூர் பாழிகளை சிற்பவயலாக்கி சதுரவடிவ ஆறுதட்டில் நிறுவிய தாமரைதத்துவம். அலைமோதா சமுத்திரத்தின் குளிர்ச்சியாக நின்ற ஐநூற்றுநான்கு புத்தப்பிரபைகளின் மௌனம் உணர உணரும் உணர்வுடைய கண்நகரும் ஆழத்தில் பழுத்தது நாகரீகம். கோயிலின் காலமகரச் செதுக்கலில் விரிந்த கற்பகத்தில் இந்திரதேச பாணி இயற்கைமேல் சிற்பம்கொள்ள ஆயிரத்து முன்னூறு வகை புத்தசரித்திரம் நீரிலும் நுண்ணிய உயிர்த்தோகை முளைத்து திறப்பிலா மண்டபத்தில் மடக்கு விசிறி மடக்கிச் சுருட்டும் திரிபீடகம். நிறங்கள் மாறும் கதாஏடு சாண்டி, போரோபுதூர் பாழிகளில் புல்இமை மூடிய அபிதர்கள் பாவோன் சாண்டிஸ் திருவதிகைகளில் உருத்தொடர் கொள்ளும் காலத்திருகல். தலை வாயிலில் ஹாதிரி, பன்சிகா உருப்பெற்ற ரூபம் சுவர்திறந்து வழி விடும். உள்ளூறையில் எரிகடல் கொந்தளிக்கும் தாரா, போதிசாத்தவர் உவர்கடல் சுரியும் வெண்ணிற ஒடுக்கத்தில் சித்திரம் எழுதிய புத்தமேனிச்சருக்கம் விலகிப்போனான் கரைஇறங்கிய காமோஸ் டாவோ. அவன் மேல் தூவானம் தூவியசாரலில் நீர்கசியும் போரோபுதூர் பாழிகளில் கெடு சமவெளி நடுவில் நந்தாவிளக்குகள் சூழ நாற்புற மரகதக்கற்கள் பரப்பியிருந்த புல் புற்றறை குளிரும் தூரல் ஒளிர்ந்தது. தொலைவே கோபுரக் கூம்புகளாய் எரிமலைகள் பல உறுமி அதிரும் மைத்ரேயு புத்தர் கல்லால் போர்த்தப்பட்ட சிற்பவயலைப் பார்த்தவாறு மோனம் கொள்ளத் தும்பிநிழல் நகர்ந்து செல்லும் பாழ்வெளி. அவனருகில் அமர்ந்த கோலத்தில் ஆதியில் வடித்த புத்தரும் இருபோதி சாத்தவர் உருவங்கள் உள்ளே அழைத்தன மௌனத்தில். ஜம்புத்வீபத்துக்குத் திரும்பும் தாழ் திறந்தது. சம்புத்தருடைய நீட்டிய வலக்கரத்தில் அரசிலை. பருவமில்லாத பருவத்தில் பூத்துக் குலுங்கிய வனம் திறந்து தும்பிகள் கூட்டமாய் பறக்கின்றன மிதந்து. எழுபத்தி இரண்டு சிறு தூபிகள் கூம்பு கும்புகளாய் நீள்முக்கோணக் கணித முக்கோண அடுக்காய் ஒன்று மேல் ஒன்று உச்சியில் சூன்யம் நடுங்க நின்றநிலை. கீழ்தளங்களில் புத்தரின் சருக்க விரிவு.

பாம்பாடும் பாறையில் அமர்ந்திருந்தான் காமோஸ் டாவோ. அவனுக்கு கிளிமூக்கு சாலிமரஓசையில் புத்தரின் குரல் கேட்டது. சாலிமரத்துக்கிளிவந்து அவன் கைமேல் அமர்ந்தது கால் வைத்து அது, ஒப்பித்த காண்ட வியூபா, சுராவின் ஜாதகமாலா, திவ்யவதனா வில் உள்ள கதாமந்திரம் உரைத்தது. கிளிக்கு ஈக்கி நெல் கொடுத்தான் டாவோ. நெல்லின் நாசியில் பிக்குகள் துயில்வதை உணர்ந்த கிளி நெல்லைப்பிளக்காமல் உமியில்மாறும் கோடுகளில் பயணமானது.

பின்னே லலிதவிஸ்தாரா எனும் கலைவிதிகளை வழிப்போக்கனிடம் சொல்லிப் பறந்தது சாலிமரக்கிளி. அது தீட்டிய சித்திரத்தில் புகுந்து ஒரு முனையிலிருந்து மறுமுனைவரை ஐந்துகல் தூரம் நீண்டிருந்த சித்திரவயலில் எத்தனையோ கூற்றுரைத்தது. சித்திரப்பிக்குகள் சாலி மரக்கிளி அலகிலிருந்த நெல்நாசியில் மூச்சுவிடும் ஓசை. மணலை இசைக் குழலாக்கி சுருண்டது கீழ்காற்று. லட்சம் ஜீவராசிகளின் அருவி ஓசை வெளியில் அறியாமல் கேட்டு மறைந்து தோன்றி உயிர்கள் பின் தொடர உணர்ச்சி வகையின் அடித்தளத்தில் தத்தளித்த சித்திரக்காரர்கள் இருண்டஊற்றின் ஆன்மீக எழுச்சியின் எல்லையில் நின்றிருக்கக் கூடும். அதன் எல்லைகளை உடைத்த சூன்யம் தலைகீழ் வயலாய் அசைந்து கொண்டிருக்கும் சித்திர வயல்மேல். போதப் புல்லில் பல் வைத்து டாட்டில் கழுதை மெல்லும் புல்பாலின் கசிவு. அங்கோர் வாட் களஞ்சியவயல் திறந்து பெரும்சிற்பம் பிளந்து முளைத்த விருட்சங்களின் திருகலில் இயற்கையில் பதுங்கிய சிற்பவயல், இங்கே கருமேகம் தட்டிக் கிடந்தது சாவகத்தில். உயிர் நரம்புகள் நகர்ந்து பின்னிய ஒரு துளி நீர் கண்களில் உருண்டு கீழ் விழாமல் அந்தரத்தில் உருண்டு எழுபத்திரண்டு தூபிகளும் உள் சுழன்று கண் உவர்த்த கோபுரங்கள் படிமை கொள்ள நின்றான் காமோஸ் டாவோ.

போராபுதூர்பாழி காற்றலையற்ற ஆகாசத்தில் முதிர்ந்து கனிந்த வனத்தில் பறிக்கப்பட்ட கனி இல்லாத இடத்தில் இருந்த சூன்யத்தில் பழுத்த கனிகள் சொரியப் பழ வாசனை. வெளியே கிரணசக்தி காட்டும் பருமனுடன் ஒருமுக பாவமுள்ள புத்தரின் மிக எளிய முகம் சுமத்ரேய சாம்ராஜியத்தின் உச்சிமேல் பண்டைப் பாழியாய் சுழன்றது நெடுந்தூரம். சாவகச் சின்னங்களில் ஓர் அறிய பிரதியான திரிபிடகத்தை கண்டெடுத்தான் காமோஸ்.

போரோபுதூர் பாழி பலசெப்புகளை ஏந்திய கூடையாகக் குவிந்த கண்ணாடிக் கூம்பு கூம்பாய் உயர்ந்திருக்கும். புத்தப்படிகைகளின் அகத்தில் வட்டமாக விரியும் ஜாதகக்கதைச் சுருளும் ஓவியங்கள் உள்ளே பெருகும் சிற்பங்களோடு திகைப்பூட்டியது சாம்பல் பயணியை. கருவூலம் படிப்படியாக மடித்த பாகங்கள் எத்தனையோ ஒன்று கூடும் கணிதார்த்த விதிகளின் சூன்ய வெளியாகும். அடித்தளம் எவ்வளவு விசாலமானாலென்ன. சிகரம் ஒரு குன்றின் மீது ஒரு கிண்ணத்தை கவிழ்தியிருந்தது. துடித்த உயிர்ச் சிலைகளில் லட்சண அவலட்சணக் கலவையில் ஜீவன் பௌத்த நெறியில் பாதகன் குரோதன் என விலக்காத விருப்பு வெறுப்பற்ற நிர்கந்த நிலை. மனிதனோடு உயிர்கள் பல முளைத்தெழுந்து மீறிய மிருகங்கள் தொலியில் வரைந்த

சித்திரங்கள். புத்தனின் பல பிறப்புகளில் உயிர்பிராணிகளாக அவதரித்த கதாச் சுவர்களில் துளியும் நுட்பம்விலகாது பரவிக்கிடக்கும். விலங்கிற்கும் மனிதனுக்குமிடையான சமரின் பிரவாஹத்தில் இருந்தே போதிசாத்தவர்கள் ஜனித்திருக்கக் கூடும். எவ்வுயிர்க்கும் செந்தண்மை பூண்டொழுகும் ஓர் உயரிய லட்சியம் ஓர் அற்புதச்சிறு உயிரின் சிலையில் வெளிப்படும். ஜீவகோடி ரகஸியத்தில் நிலவும் நுட்பமான நேசம்விலகி மேலும் பிணைந்து கொள்வதாகப் படும். இந்தப் பிணைப்பை அறுக்கும் சூன்யத்தின் வாளுடன் ஜனித்த அபிதர் இளம்பிராயத்தில் கண்ட அதிசயம். கயிறால் கட்டுண்ட கழுதையிடம் கன்று ஓடிவந்து அதன் உடலை நக்கிக் கொடுத்தது. புத்தர் எப்பிறவி யிலாவது பசுங்கன்றாய்ப் பிறந்திருக்கக் கூடும். ஜாதகச் சுருளை மெய்யென எடுத்து வாஸித்தான் டாவோ. அற்பமாகத் தோன்றுவது ஜாதகச்சுருளில் அற்புதம் சூழும். பாழிச் சுவரில் அற்பஉயிர்ப் பிராணிகளின் நடக்கைகள் அவற்றின் அருவருப்பான தொலியில் மாறும் கதாரூபம் ஜந்துகளின் சுரி நாவுகளால் தீட்டிய பல்லிவால் சுழன்று டிராகனாகி மூச்சில் நெருப்புமிழ்ந்தது.

ஊமைகளாய் அசையும் ஜந்துகளின் விலங்குருவம் கதைக்குள் ஓடி ஏடுகளில் வரைந்த எழுத்தைச் சுற்றி எதிரெதிரே சண்டையிட்டு சுடர் கக்கின மையத்தில். போரோவின் பரமார்த்திக லட்சியம் தாகமாய் மாறி நாடுகடந்த சிற்பிகளின் செவிக்குள் கற்பனைக் கெட்டாத இயற்கைத் துகள் கலந்த சிருஷ்டியின் சிதறல் ஓசை. புட்கள் ஒலித் தொகை அடுக்கிய உப்பரிகை மாடக் கூம்பில் அழிந்த நாகரீகங்களின் எச்சம் முளைத்த பனிக்கல். மேற்கு எல்லைக்குள் இப்போது உயிருடன் திரியும் எந்தச் சிற்பியும் கிழக்கே கப்பலேறிப் போய் பாழி இருட்டில் அலைகிறார்கள் மத்திய சாவகக் கருப்பையில் பௌத்த சாண்டி மற்றும் சுமார்த்தக் கலப்புள்ள தாந்திரிகப் பௌத்ததாதுப் படிமைகளிலான உரு வடஇந்திய சிற்ப முறைகளைத் தழுவி கருவில் உருவாகி திருமாலின் பெண்பாவ அபிநயம் புத்தர் கைவடிவில் சேர்ந்து இயற்கையாகிவிடும். வெள்ளைக் கல்லில் பூதங்கள் தூக்கிநின்ற தூணில் ஆடல் கணிகை கடல்தாண்டி பேரோவுக்குள் நுழைந்தவேளை புத்தரின் நிழல் தொடர்ந்தது அவளை. சாண்டி சாலியோடு போதிசாத்தவர் சிலை உருவங்கள் புதைபொருளாகிவிட்டிருக்கும்.

சிலையின் உடைந்த பகுதிக்குச் செல்லும் பார்வையில் மைத்ரேயரின் அறுந்த தலைபேசிக்கொண்டிருந்தது. இரு விகாரை களுக்கு முன்னுள்ள முகமண்டபம் மீது வெண்கல்மணி தூபங்களின் மௌனத்தை அதிர்வித்தது. ராட்சஸ இளவரசன் பழைய மாத்ராம்

இருந்த மணல்கல் பழங்கதைகூறி கற்பாளங்களை பெயர்த்துக் கொண்டிருந்தான். மலை அடிவாரத்தில் நீலம்கரைந்த தூரத்தில் பிக்குகள் போய் மறைகிறார்கள். இந்த யாத்திரையில் உச்சிமலைக்குப் போகும் கிளை வழிகளில் சிறு பாதுகாப்புக் கூம்புகளில் மலைத் தாவரங்கள் மறைக்கும். விகாரத்தின் வட பகுதியின் எல்லை ஒரு நீண்ட சமவெளி. பலதியான புத்தஉருவங்கள் போதிசாத்தவரும் திறந்த வெளியை நோக்கி சதுரச்சுவர்களில் உதிர்கிறார்கள். ஸ்தூபபீடங்களில் இருவரிசைப் பெட்டகக் கோயில் உச்சிமேல் சிதையாத அமைதி பச்சையாக இருந்தது. மேலே நீலம் ஒரு பனித்துளியைத் தாங்கி கரைந்து கொண்டிருந்தது பிந்து. சாவக மலைப்பிளவில் நீர் ஓடைகள் தூரத்தில் அரைந்து கொண்டிருந்தன போலும். செதுக்கப்பட்ட மிருகங்கள் நிஜத்தில் அசையும் கர்ஜனை. வழியெங்கும் சிதறிக் கிடந்த பவளரேகையோடிய சிறுகற்களை எடுத்து கழுதையிடம் ஒப்படைத்தான். பொதிகழுதையின் நாடோடி முகம் சாவக எரிமலைகளின் கூட்டுத் தொகுதிகளில் அதிரும் இயற்கையில் கரைந்து போயிருந்தது. புராதன நிலக்குழியில் பொங்கிய கபாலக்கற்கள் கூட்டமாய் எட்டிப்பார்த்த பிராஹோ சங்கிலித்தொடர் மலைக் கரடுகளில் டாட்டில் கால்வைத்துக் கொண்டது. மலை உச்சிவரை நார் நாராகக் கோடுகள் திருகி ஓடும் பழுப்பு நிறக்கல் மடிப்பில் கௌதமர் தனியே போவதை அக்கழுதை மட்டும் பின் தொடர்ந்து அதனிடம் சைகை செய்து அழைத்தார் கௌதமர். மெலிந்து தள்ளாடிய சாம்பல் கழுதையின் முகத்தைத் தொட்டார். கோர்வையாகக் கல்தொகை யிலுள்ள சப்தாஸரம் பிரபஞ்சமெங்கும் மெல்லிசையாய் ஒலித்தது. சோகமுகக் கழுதை மட்டும் தடுமாற்றமின்றி தீயசக்திகள் உலவும் கல்கோடுகளில் நடந்து துக்கத்தின் பழமையை சுவாசித்தது. கல்ஊற்றில் வறண்ட கனி ஒன்றைப் பறித்து மயில்க்கன்னி ஒருத்தி வரைஆட்டுப்பால் பீச்சி ஏனத்தில் ஏந்தி கௌதமரிடம் கொண்டு வருகிறாள். அவள் தோளிலிருந்து எட்டு உளிகள் தொங்கிய கயிற்றில் சத்தம் வந்தது. உச்சிமலையில் தங்கினான் சிலகாலம். அவனிடமிருந்த கல் ஆடியில் நீர் சுரந்து கொண்டே இருந்தது. அவளை விட்டு விலகும் போது உலர்ந்த ஆடியாகிவிடும். குள்ள உடல்கொண்ட காந்தக் கன்னியை அழைத்துக் கொண்டு செல்ல முடிவு செய்தான் முட்டாள் டாவோ.

இவள் ஷைலேந்திர அரண்மனைத் தோட்டத்திலுள்ள பளிங்கு அறையில் இருந்து சுருட்டுவிசிறிகளில் சித்திரம்தீட்டிக் கொண்டு இருந்தாள் என்னேரமும். பூக்களின் வாசனைகளை நேரடியாகச்

சதா ஓலைக்கு இடமாற்றிவிடும் மந்திர சக்திமிக்க கலைபடைத்தவள். நிஜமனிதரைச் சிலையாக்கி அவரை சிற்பித்துவிட்டு தன் சிருஷ்டியில் உயிர் எழுப்பி நடமாடவிட்டாள் புத்தபிக்குகள் பலரை. கௌதமருக்கு வரைஆட்டுப்பால் கொடுத்த வேளை அவர் மறுக்காமல் அருந்திய பின்னும் மறைந்த பூனையின் தடத்தில் வனம் திரிகிறார். ஊசிமேல் வெண்கல் தவம்புரிந்த அபிதஉருவை தன்னுடன் எப்போதும் வைத்திருந்தாள் காந்தக்கன்னி. இவள் பூக்களின் நிறமயக்கங்களை சுவாசத்தில் உணர்ந்து உயிர் நாடிபார்த்து ஆரூடம் சொல்லக் கூடியவள். தன்னிடமுள்ள ஜிப்ஸிகளின் டேரட் கார்டுகளை டாவோ என்றும் காமோஸ் என்றும் இரு நபராக மேற்கு கிழக்காக பிரிந்து கார்டுகளை வைத்து ஆரூடம் சொல்லி உரையாடிய அதிர்ஷ்டக் கார்டுகளை அவளுக்கு கொடுத்ததால் அடிமையானான் காந்தக்கன்னியிடம். முட்டாள் டாவோ காந்தக்கன்னியிடம் மாட்டிக் கொண்டிருக்கக் கூடும். தப்பிச்செல்லும் ரகஸியம் அறிந்த மயிலக்கன்னி தன் தோகையால் அரசாணியாக வாழ்ந்தவள். அபிதரின் சீடர்களில் ஒருவனான உபாலி மேல் காதல்கொண்டு நாவிதனின் பின்னே தொடர்ந்தாள் வெகு காலம். மழிக்கத்தியுடன் நாடோடி கிழக்கே போன உபாலி திரும்பி வரக்கூடும் அவளைப் பார்க்க. போரோவி லுள்ள சித்திரப் பூக்கள் ஒவ்வொன்றின் வாசத்தையும் தன் கோப்பையில் திரவமாகமாற்றி தெய்வஅழகுமிக்க உபாலியின் காதலைப்பெற எத்தனையோ மலைத்தொடர்களின் சரிவில் பூக்களைத்தேடி அலைந்தாள் மயிலக்கன்னி. அவள் காமோஸின் முட்டாள் தனத்தின் மேல் பிரியப்பட்டவளாக அவனுக்கு சுருட்டு ஓலையில் வரைந்துவைத்த ஜாதகமாலாவிலுள்ள கதை விசிறிகளைக் கொடுக்கச் சம்மதித்தாள். ஆனால் ஒரு நிபந்தனை. உபாலியை தன்னிடம் கொண்டுவந்து சேர்ப்பதாயிருந்தால் இன்னும் படைத்த விசிறிமடிப்புகளிலுள்ள பீடவத்து விமான வத்து சுத்த பீடத்திலுள்ள சுத்தநிகாயத்தின் பகுதிகளை செய்தபாவங்களுக்குத் தண்டனையாகப் பேய் உலகில்வாழும் கதைகளைக் கூறும் பீடவத்து, புண்ணியம் செய்தவர் ஆவிகள் வாழும் அற்புத மாளிகை பற்றிய விமானவத்து. கோயில்கட்டிடங்களின் நுட்பங்களை நுணுகி ஆராயவந்த வழிப் போக்கனிடம் சிக்கிய மூலநிலவரைப் படத்தின் ஒருபகுதியாகக் காணப்பட்ட மரபு அறையில் மறைத்து வைக்கப்பட்டுள்ள திரிபீடகத்தின் கையெழுத்துப் பிரதியை எழுதித்தருவதாக ஒப்புக்கொண்டாள் கன்னி.

உயிர்ப் பிராணிகளின் பிதிர்த்தொகை எழுபத்திரண்டு கூம்புகளின்

புதிருக்குள் மடித்த உயிர் மண்டலத்தில் பிரபஞ்சத்தின் சம நிலை தியானபுத்தரின் பத்மாசனப் பிரதி உயிர்மை தழுவி நெருங்கிப் பிணைந்த போரோவின் உடல்தோற்றம். மேலே பலமான கட்டுமானத்தில் திரண்ட ஐந்து சாதகங்கள் சிங்கம், எருது, யானை, செம்பு, கொடி, சுடர், விசிறியாக மடிக்கப்பட்ட எட்டு சுப சித்திரங்கள் தாங்கி தூபம்காந்தார பட்டினித்தவம். உலகில் எங்குமில்லாத கலை அசைவாடிய எல்லை. பூமியின் எல்லைக்குள் உயிர்மண்டலத்துள் அடங்கவில்லை புத்தரின் மௌனம். மற்ற ஜீவராசிகளிடமிருந்து மேலும் தாகம் அடைந்து புதிய விடுதலை நோக்கி பரிமாணமடையும் உயிர். வெள்ளி தானியங்களின் கதிரேத்திய பிரபஞ்சத்துவம். மனித துக்கத்தின் விமோசனத்துக்கான தேட்டத்தில் மனிதனால் இன்னும் வெட்டி வீழ்த்தப்படாத தோப்புகளில், நச்சுப்படாத நதிகளின் மெல்லிய நீரை, பனித்திரள் வந்து விழும் பசும்புல்விரிப்பில் கண்ணோக்கி மாயாவின் கருப்பைக்கே திரும்பி சூதறியா மிருகத்தின் இயல்பை நாடிப் போகிறார். போர்கா எனும் விண்பறந்த அன்னத்தை யுத்தக்கால்களால் கொன்ற பூமிமேல் அரகந்தர்கள் தேம்பி நிற்கிறார்கள். உதிர்ந்த பிஞ்சத்தால் தூற்றுச் சுழலும் ராக துவேஷம் அற்ற பரியாத்திய நயம் திரவியாத்தியநய நிர்கந்தர்களால் எடுத்துக் கோர்க்கப்பட்ட நிகண்டுகளில் மொழியின் நிர்வாணத்தில் அணுத்திரள் உயிர்த்திரளாகி நுண்உயிர் மேல் ரேகை தொடாமல் போன லோச்கனர்கள் மயிலிறகில் முத்தமிடும் எறும்புகளின் ரகஸியச் சாலைகளில் சமணர் மறைகிறார்கள் மெல்ல. புத்தர் அவர்களைப் பின் தொடர்ந்து போய் உயிர்க்கொள்கை ஏற்று விலகிய பாதையில் அசாதரண நாய்களை வெருகுப்பூனைகள் பச்சைக்கிளிகளை மட்டுமல்லாமல் உயிர் ஜீவிகளின் உலகில் தன்னை எளிய பிராணியாக, உணரும் போது அரகந்தர்கள் கையசைக்கிறார்கள். ‘வன்பசிக் கடும்புலிக்கு உடம்பு அளித்து உடம்பின் மேல் வாள் எறிந்த வாயினூடு பால் சுரந்து பாடிய பௌத்தப் புலவன் மறைகிறான் உரைக்குள்.’

மானிட சட்டை அவிழ்த்து மொழிஉடல் தேடிப்போன இயற்கைப் பாழிகளின் கல்படுக்கைகளில் உதிர்ந்த நெல்லித்தோப்பில் கருப்பொருளை உலகின் மென்மையில் உருக்கி கருமத்தில் வெளியேறி ஊழின் நியதியில் எரிமலைவாய்களில் பொங்கிய மூலங்களைப் பிளந்து மொழியின் உயிரியல் ஜீவியான மனிதனை பிரபஞ்சத்தோடு சேர்த்துக் கட்டி உருட்டி விசும்பில் சுழற்றி எறிந்தார் சமணர்.

போரோபாழியின் எழுபத்திரண்டு நிறைவான தூபங்கள் தாங்கிய

வாஸ்துதர்க்கமுறை எழுந்துநிற்பது மிகக் கடினமானதுதான். சாவகச் சிற்பவயலில் தனிமையில் திரிந்த காந்தக் கன்னி சயாமியர் காலத்துக்கு முன் கம்போடியா அரண்மனையில் இசைப்பாலகர்களின் உயிர் உறுப்பு அறுத்த ரணசிகிச்சையில் உதிர உப்பில் ஜனித்த திருநங்கைகளின் மூங்கில்இசை மூச்சில் சுருளும் நாடக நாட்டியக் கணிகைகள் தென் தாய்மரபில் கூந்தல் விரித்து காந்தக்கன்னி நிழல் அசையும் அவள் ஷைலேந்திரர் உப்பரிகைக் கொத்தில் கூம்புகளில் தீட்டிய திராட்சைக்கொடியில் மதுரா சிற்பிகளின் கல் கனியானது. சீனப்பீங்கான் குவளைகளில் ஏந்திய சாம்பல் முந்திரிக்கொத்தில் காம்புகளை வடித்தனர் காந்தாரச் சிற்பிகள். அந்த கொடி முத்திரிப் பழங்களில் கசிந்த சித்திரச்சாறு குஷானியச் சிற்பிகளின் குருதியில் ரகஸியாய் ஓடும். அதை வழிப்போக்கன் காமோஸ் உணர்ந்தான். பெஸ்நகரக் கோயிலிலிருந்த கங்காதேவியும் அஜந்தாவிலிருந்து வெளிப்பட்ட தேவதையும் சந்திரகுப்தக்குகையின் தலைவாயிலில் போதிகளின்மேல் மகரத்தின் மேல் நின்ற நதிதேவதைகள் மரபில் ஆடிய நீரில் கடந்து வருகிறார்கள் கிழக்கே. போரோபாழி பக்கம் பக்கமாய் கலப்பின் கலையும் உயிர்கொடுத்து வருஷங்கள் மெல்லப் பழுத்து உயர்ந்த கூம்புருவம் பெரும் பாழியைத் தாங்கி நிற்பதை தனித்த சாவகக்கலைப் பாய்ச்சலின் பரிமாணம் மணலாய் உதிரும். ‘இதை வேறெங்கும் அறியேன்’ என பளிங்கில் மாட்டிக் கொண்டான் டாவோ.

பர்மாவில் உப்பரிகைகள் அடுக்கிய அசோகமரம் தளிர்க்கும் விந்தை கல்பாவப்பட்ட பாதையில் அளியில் பெண்தேவதைகள் இறக்கையுள்ள சிங்கங்கள் குதிரைத்தலைகள் மீன்தலைகள் உள்ள மனிதர்கள் காமோஸின் கழுதைமூக்கைப் பார்த்தார்கள். சைத்தியத்தின் அசலானகலை அழைத்தது சாம்பல் பயணியை. ஏனோ அவற்றின் அழகில் பிற்கால வழுக்கல் இன்றி இருந்தும் சாவகத்தின் புராதனம் தொடவில்லை. கல்ஆடியில் மயில்கண் இருபக்கமாய் அசைந்து உருட்டிய தீபச் சுடரில் மங்கலாய் எரிந்த நகரவிளக்குகளைக் கடந்து இருளில் செல்கிறான் பயணி. டாட்டில் கழுதை போரோ விலிருந்த காந்தக்கன்னிக்கு அடிமையானது. முட்டாள் அவளை கழுதையின் கழுத்தில் கட்டிவிட்டான். சேகரித்த மொழிகளாலான ஏடுகள் சேணப்பைகளில் நிரம்பி ஆழ்கடல் வழிதிரும்பி வரும்போது காந்தக்கன்னி திசைகாட்டிக் கருவியால் பின்னப்பட்டவள் எனத் தோன்றும். ஊசி சுற்றிய உடல். நேரத்துக்கும் இடத்துக்கும் தக்கவாறு மாறும் காந்தகன்னி கைகள் திசைகளின் பரிமாணத்திலும் இயங்கியது.

உலகமெங்கும் காந்தமுள்ளில் ஏககாலத்தில் பயணம் செய்தாள். பூகோளத்தின் எந்த ஒரு புள்ளியில் படுக்கைக் கோட்டின் செங்குத்துத் திக்கில் கன பரிமாணமுள்ள நிலப்பரப்பில் மூன்று அம்சமான சூத்திரத்தில் உருவானவள் காந்தக்கன்னி. சாவக எரிமலையில் கிடந்த அவளை தூக்கி வருகிறான் தூர தேசப்பயணி. வெடிக்கக் காத்திருக்கும் எரிமலைகளின் நினைவுகளில் இரவில் உளறுகிறாள். அவள் கனவில் மிதந்து வந்த பாறைச்சூறாவளியில் பழுப்பு உலகம் இருந்தது. அதுதான் அவள் வசிக்கும் சிகரம்.

40 பனிப்பாழி

'வடகாந்தத் துருவத்துக்கு எதிராக தென்காந்த துருவம் இருக்க வேண்டும்' என கண்டுபிடித்ததில் உற்சாக மடைந்து கூச்சலிட்டான் காமோஸ். இவன் கடலைப் பார்க்காத முட்டாள் என முணங்கியது டாட்டில், தென் துருவத்திலிருக்கும் சிற்பிகள் பனிவரகுகளை விதைத்து பனிப்பாழியை அமைத்திருப்பதாக சீனதேசத்தில் கேள்விப்பட்டிருந்தான். ஆயிரம் நிறங்களில் உருகும் பனிப்பாழி ஈர்த்தது பயணியை. தென்துருவத்தை நோக்கி திசை காட்டிய முள் துடித்து திரும்புகிறாள் கீழே. முள்ளில் நகரும் காந்தக்கன்னி துருவம் நோக்கினாள். சிலர் படகுகளில் மீன்பிடிக்கிறார்கள் தொலைவில். பருவக்காற்றின் இடைவிடாத சப்தத்தில் மேல்எழும் அலைச்சுழியில் அடியோடு நின்றுவிட்ட சப்தநாடிகளில் கடல் கொந்தளித்து ஊளையிட்டு பாய்களை இறக்கினார்கள் மாலுமிகள். டாட்டில் ஏறிய கப்பல் ஓயாத கடலின் சூறாவளியை மௌனம் கொண்டிருந்தது. கடல் சாகஸக்கதையும் சுருட்டு விசிறி மடிப்புகளில் ஜாதகமரபுகளில் கண்டெடுத்த பிதிர்ஓலைகள் வேய்ந்த அத்துவான பெண்களின் எல்லையற்ற கற்பனைமிருகங்களோடும் பூச்சிமனிதரோடும் அசைந்தசைந்து விசிறியால் வீசுகிறாள் காந்தக்கன்னி. பிரிக்கப்படாத போதனைகளை இருளில் எடுத்து வாஸித்தவேளை சூறை அடங்கியது கடல். கன்னியின் காந்தமுள் துருவம் நெருங்கிவிட்டதை மிக வேகமாகப் பின்னியது. மஞ்சு மூடிய பனிப்பாறைகளிடையே சென்று கொண்டிருக்கும் இவ்வேளை நட்சத்திரங்களில் பனிக்கோடு போட்ட சூனியத்தை பார்த்தான் காமோஸ். வழிகாட்டி மீன்கள் கூடவே தொடர்கின்றன கப்பலை. சிறுகப்பலைக்கொண்டு கடந்த பெருங்கடல் பயணத்தில் பனித்தீவத்தில் கரையும் காந்தார சிற்பிகளின் விரல்களும் மதுராசிற்பிகளின் கண்திரளும் குஷானியசிற்பிகள் செதுக்கும்போதே போதிகைகள் துளிர்க்கும் மாயப்பிரதேசத்தை

அடைந்திருந்தான். அங்கே குமுறி அணைந்த எரிமலைக்குள் பனிச்சமணர்கள் நிர்வாணத்தில் கலைமான்களாகி அலைகிறார்கள் கரைந்து சமண பௌத்த பனுவல் கீறிய கருப்பொருளின் உள்ளே. ஸ்ரீ புராணத்தில் படிந்த நுண்ணுயிர்கள் இடைவிடாது மொய்த்துக் கொண்டிருக்கும். அருகரின் உயிர்மை ஓசை. நீரை உடலாக்கி இருபத்திநாலு தீர்த்தங்கரர் நிர்வாணத்தில் சூரியவெப்பத்தை ஈர்த்து ஒளி உடலால் நாட்டியமாடும் எரிமலைக்கருவில் அதீதாந்திரீய ரஸநாளங்கள் திறந்து லட்சம் உயிர்களாய் நெளிந்துகொண்டு இருந்தார்கள் பனிப்பாழிகளில். பனிக்குள் ஆதிநாதரின் நந்தி கரைந்து உருவாகியவாறே இருக்கும். உயிர்களின் திவ்யதொனி பேச்சல்லாதத் தொனி உயிர்தொனி சுருதி பஞ்சமி. குகைவாசத்தில் திகம்பரமுனி பனிப்பாறையாகி சிறுசிறு வண்டுகளாய் காற்றின் அழுத்தத்தில் மணலாகி நொறுங்கி துகள் ஒன்றாய் மிதந்து வெண்வெளியில் பறந்து கொண்டிருக்கிறார் அடிப்புள்ளியை நோக்கி. பனிமணலாய் உருகிக் கோர்த்த துகள்கூடி விசும்பி மேல்எழுந்து மிதக்கும் பனித்தீவம். இழைகோர்த்த புதுப்பனி பெய்து சிதறல்மீது அழுந்திப் படிய ஒன்றோடொன்று நெடுங்கிவிரியும் சமவசரணம். ஒவ்வொரு அணுவிலும் நீரின் அணுவிலும் நிர்கந்தர் தொட்ட உயிர் ஆறுமுகப்பு கொண்ட பத்மாசனப் பிரதிமை. ஆறுபக்கங்களாக ஒளிரும் ஸ்படிகத்தில் நிஷ்பிஞ்சநீர்குண்டி பிஞ்சமில்லாத கமண்டலமில்லாத அமணர் பசித்தவத்தில் கரையும் பனிப்புழு. காலத்தை அணுவின் நகர்வாய் கணித்த கேசலோஷனர் பூமியின் கீழ் அச்சில் துருப்பிடித்த நூற்றாண்டுகளின் கரகரத்தவிசையின் மையத்தில் காலமற்ற நிலையில் உடல் உரித்து வெளியேறி வெற்றிடத்தின் அசைவில் அங்கிங்குமாய் நடமாடித் திரிகிறார்கள் பனியானைகளாய். இருபத்திநான்கு பனி ஆனைகள் உலகைத் தூக்கி காற்றாய் மாற்றி சுழற்றி புதிய வெளிக்குள் கரையும் பனித்தீவத்தின் புணர்பாகமற்ற அயோனி வயலில் துளிர்க்கும்பூமி. உருகும் பனிதேவதைகள் வெள்ளிக் கதிர்களை ஏந்தி வருகிறார்கள் வெயிலில். ஒரு வருஷம் என்பது ஒரு பகலும் இரவும் கொண்ட நாள் தான். ஆறு மாத பகலின் ஒளியாகவும் ஆறுமாத இரவின் இருளாகவும் சுழன்ற காலத்திருகலில் கரைந்த கரியநிற ஒருதுளி பனிக்குள் சூனியம் ஜனித்த படிகத்தில் புத்த படிமை. நூற்றாண்டுகள் பலமடித்த ஓர் பனிஇரவில் சுருங்கிய ஒரு இருள் துளி.

டாவோ பனியை நோக்கி நடந்து கொண்டிருந்தான். கண்ணுக்கு எட்டிய தூரம்வரை மலைத்தொடர்களைக் கடந்து வடிந்து நிற்கும் பனிச் சிற்பங்கள் சதாவும் உருமாறிக்கொண்டே இருக்கின்றன

புகையுடன். சிகரங்களின் வெளுத்த வறட்டுப் பனி கீறல் கீறலாய் சில்லுகள் நொறுங்கும் நிர்வாணத்தின் உடல் அறுங்கோணச் சிப்பிகளாய் சரிகின்றன கீழ்நோக்கி. அவனுக்குப் பின்னால் கிழக் கழுதை கால்களை இழுத்தபடி சாம்பல் கண்களால் உற்றுப் பார்த்தது சிகரங்களில் அசையும் குளிர்ந்த சாவை. 'பயப்படாதே டாட்டில் இன்னும் வெகு தொலைவு நாம் போயாக வேண்டும்' என்றான். 'அது வெண்ணிற உயிர் தோற்றங்களில் விரியும் காண் பெரும்புலம் சிதைந்து கடைசி நிறத்தில் கரைந்துவிடுவோம். கண்தெரியாதவர் களின் பளிங்கு நயனத்தில் அசைகிறோம் வெண்மையாக. இருள் நம்மை ஒன்றும் செய்துவிடாது காமோஸ்' என்றாள் கன்னி. பல சோகக்கதைகளின் அடியில் இதயம் இப்படித்தான் குளிர்ந்து விரைத்துவிடுகிறது. தொலைவே பனி ஓநாயின் ஊளை. பாஷை களுக்கு அப்பால் கோடு கொள்ளும் நாயின் ஊளை. தூரத்தில் அந்த கரும்புள்ளி நகர்ந்துகொண்டிருக்கிறது. நெருங்குவதாகத் தெரிய வில்லை. அங்கே பனிச்சோலையில் ததாகதர் உலவிக்கொண்டு இருக்கிறார். மேலும் ஆடைவிலகிப் போன நவதிகம்பரர்கள் பனிஓநாய்களின் தடத்தில் நடந்து செல்லக்கூடும். 'நான் தான் அந்த திகம்பரரைப் பார்த்தேன் முதலில்' மெதுவான குரலில் தெரிவித்தாள் கன்னி. 'தனது சாவை எதிர்கொண்டு போகிறார்களா. நாம் தடுத்தாலும் அவர்கள் பாதங்கள் நிற்கப் போவதில்லை' காதோடு காதாக முணுமுணுத்தான் காமோஸ். நிலம் வளைந்துகொண்டிருந்தது திசையிலிருந்து. துருவத்துக்கு அண்மையில் பனிப்பாழிகள் இருக்கக்கூடும். அதை நெருங்க நெருங்க இந்த மலைத்தொடர் லாடவடிவில் வளைந்து திசைதிருப்பிவிடும். பிரம்மாண்ட மலையைப் பார்த்து டாட்டில் திகைத்து நின்று கொண்டிருந்தது. அங்கே நூற்றுக் கணக்கில் பறை முழங்குவது கேட்டது. பனிப்பாறை நொறுங்கி துண்டுகள் கடல் மேல் விழுந்து நகராவை இசைக்கின்றன பேரோசையுடன். கருத்த மலைமுகடுகளையும் அதன் மேல் மஞ்சு படர்ந்து நீலம்பரவி யிருந்தது. பனிப்பாழியில் அத்துவானமாக விடப்பட்ட சமணர்கள் ஒளி வருடங்களுக்கு அப்பால் தொடுகிற பாசிமூடிய உயிர்த்துளையில் கருக்கொண்ட உலகைச் சுமந்து கொண்டிருக்கும் 'சிறுபுல்'லென வளைகிறார்கள் பாழியில். கிழக்குத் துருவத்தின் வழியாகப் போகிறார்கள். 'நாம் பலவீனமடையும் தருணத்தில் காப்பாற்ற வரக்கூடும் அவர்கள்' என்றாள் காந்தக்கன்னி. தொலைவே பாழியில் சுருண்ட விளக்கொளி மங்கலான கீற்றாக சுருண்டு நெளிந்தது. வாழ்விற்கும் சாவிற்கும் இடையில்

அந்தகாரத்தில் பிக்குகளைப் போல் நடந்து கொண்டிருக்கிறார்கள் மூவர். சிகரங்களில் வசீகரத்துடன் கூப்பிடும் சாவு அவர்களை தடுக்கக்கூடும். டாவோ கண்களை மூடியவாறு நடக்கிறான். ஒவ்வொரு விநாடியும் கடைசி எட்டிலிருந்து நகர்ந்தது. வெப்பத்திற்காக அவளை நெருங்கி ஒருவர் மேல் ஒருவர் சரிந்து சாய்ந்து பனி ஆற்றில் சறுக்கிச் சறுக்கி நடந்துபோன பாதை கால்களின் பின்னலாக நாட்டியமாடிச் செல்லும். கழுதையின் முதுகில் தொங்கிய சுரைக் குடுவையில் பன்றிக் கொழுப்பு இருந்தது. இருட்டுவதற்குள் வழியில் ஜாகை அமைக்க வேண்டும். குனிந்து நீர்ப்பூண்டு பனிநாணலைக் கத்தியால் அறுவடை செய்து கொண்டிருந்தான் காமோஸ். கத்தியின் ஒலி நெறு நெறுத்தது. குடிசையை அமைத்ததும் கூரையிலிருந்து கீழ்க்கை ஒலி. காற்றின் நடமாட்டம். மங்கலான கொழுப்புத்திரியின் வெளிச்சத்தைச் சூழ்ந்து வட்டமான வெப்பம் சிறுகிரகமாக சுழன்றது உள்ளே. கைகளை நீட்டி விரல்களை உலர்த்தினார்கள். ரேகைகளை வெப்பத்தில் முருக்கி பிழிந்த ஒரு துளி உதிரம் கசிந்து உஷ்ணமாய் பெருகி பையிலிருந்த உப்புத் துகள்களை அள்ளிப் பூசிக்கொண்டு நெருங்கி வியர்த்த உடல் சுரந்த உப்பில் ஜீவனில் உறைந்த நிலப்பாம்புகள் பனிப்படலத்தையே விழுங்கி கண்ணாடிவயலைக் காட்டியது அவர்களுக்கு. பனிக்கு மத்தியில் இரு எரிமலைகூடி வாய்பிளந்து அதிரும் இவ்வேளை இச்சை பூசிய கண்ணாடிவயலில் மிக உயர்ந்த எரிமலைகளுக்குள் கல்குழம்பின் தீநாவு நீட்டி நுரையீரல் தீப்பந்தாய் கனன்று கொண்டிருந்தது உள்ளே. உடலுக்குக் கீழ் அவர்கள் எழுதிவைத்த பனிக்குறிப்புகளில் நெருப்பின் வரியோடிச் சிவந்திருந்தது வடுவாய். இருள் சூழ்ந்து கொண்டது. கூரை மேல் பனிமிகுதியாகப் பெய்தது. நீண்ட மயக்கமான கொழுப்புச் சுடர் உருகும் இருள் சடசடத்து வெப்பம் கசிந்தது. குளிரைவிட இருட்டு ஒட்டிப் பிசுபிசுத்தது. மூளைச் சந்துக்குள் பனிச்சிறுத்தைகள் ஒன்றையொன்று முட்டி நகம் திருகி அணைந்த இயற்கையின் நீட்சி யிலிருந்து இரவுவிடுபட்டது மெல்ல.

அவர்களுக்குமுன் கழுதை பிரயாணத்தைத் தொடங்கியிருந்தது. அடுக்கடுக்காக உயர்ந்துகொண்டே போன இரு சிகரங்களின் நுனியில் கலங்கிய சூரியரேகைகள் ஒளிர்ந்து நம்பிக்கையாகப் படர்ந்தன விளிம்பில். கடல்மீது நிலையாக விரிக்கப்பட்ட பனிப்போர்வை விலகி சிறுகப்பலின் மரக்கோடுகளின் நிழல் தெரிந்தது. மண்படிந்த பாதையைத் தொட்டது டாட்டில். பனித்தீவத்தின் உள்ளே நீல வெளியில் விண் பருந்துகளின் தீவிர அலைவு. வெக்கைகொண்ட

சிறகில் மிதக்கும் தொலைதூர பிக்குகள். மௌனமாய் நகரும் பனிக்கோடுகளில் நவ திகம்பரர்கள் பனிப்பாழி நோக்கிப் போகிறார்கள். உணவிற்காகவும் உயிருக்காகவும் பயந்து திரும்பி யிருந்தான் காமோஸ் டாவோ. சூரியஒளியை உற்றுப்பார்த்தது டாட்டில். அதன் பனிப்பயணம் அதிசயமானது தான். சிறு கப்பலை மூவரும் நெருங்கியிருந்தார்கள். பனியின் பிடியிலிருந்து விடுபடவே நினைத்தான் காமோஸ். இருளில்சிக்கி நகரும் தொலைதூரச் சமணர்கள் அடைந்த துகளான அணு இருள்பிளக்கும் காண்புலச் சிதறலில் காணாத உயிர்க்கரு ஒளிரும் பனிக்குள் உருகும் பாழிகளில் உடல் களைந்து மறைந்திருக்கிறார்கள். உருகும் பொருளின் சாரம், இல்லாமல் இருக்கும் பனி வெண்மை. அது வெப்பத்தின் அடி நிலையில் மொழி மூலகமாகி அடிநிலைப் பொருளாகவே ஆகிவிடும். மொழியே கரையும் பனி உயிர்தான் நிர்கந்தருக்கு.

ததாகதருக்கோ கருதலின் பரம்பொருள் என்றும், அல்லதாகு மென்றும் காலம் விரிந்து சுருங்கும் அணுச்சிதைவில் நகரும் சூன்ய ரேகை பதியும் வெறும் தோற்றமன்று உள்பொருளாம். ஒருபனி இரு தூராய் பிளக்கும் இடைவெளிக்குள் சூன்யம் ஜனித்த படிகத்தில் அறுங்கோண புத்தபடிமை. தோற்றத்தால் மட்டும் பகல் இரவு மடிப்புகள் சுருங்கி ஒருபக்கத்தின் மறுபாதி மடித்த நடுக்கோடு இருட்டு வெளிச்சம் சார்ந்து இருப்பதால் பரம்பொருள் அன்று; ஆனால் இந்த பொய்யான இருதன்மை நீங்கும் போது பரம்பொருளேயாகும். உள் பொருளானது பொருளின் உண்மையாகவும் கூறலாம். இது இடம் போல் வேறுபாடு இல்லாத இயற்கை. இதுவே கடைத்துகள் பனிக் கருவில் கரைந்த புத்தரின் தருமகாயம்.

பனியும் கரைந்துகொண்டிருக்கிறது. நீலமும் வெள்ளையுமான பனித்தீவத்தில் யார் யாரோ வந்து சேர்ந்திருந்தார்கள். பிக்குகள் புராதன வகையில் வஜ்ராயணம், மந்ராயணம் தந்திரக் கொள்கையுடன் நகர்ந்து கொண்டே இருப்பவர்கள். கரையும் பனியில் சாராம்சத்தில் ஜீவித்து எரிமலை ஈறுகளின் மேல் பாதரக்ஷைகளின்றி நடந்து கொண்டிருந்தார்கள் இடம்விட்டு. வழிபாடு சடங்கு சேர்ந்த பனிப் பாழிகள் தொலைவில். அவர்களுக்குமேல் சிகரங்கள் தலையை நீட்டிப்பார்த்தன. காற்று அழுத்தத்தில் இறுக்கம் கொள்ள வெண்ணிற வெற்றிடத்துக்கு அழைக்கும். எரிமலைகள் பல பனித்தீவத்தின் அடியில் புதைந்திருக்கும். பாழியில் நீர் சுரக்கும். பனித்தாவரங்களில் பூத்த நீலப்பூக்களைப் பறிக்கிறார்கள் குனிந்த வெள்ளிதேவதைகள். அவாந்திரத்தில் சுரக்கும் பனியின் ஓசை ரகஸியமாய் முணுமுணுத்தது

பாழியில். வெகு வேகமாக பனிப்பாறைகளை வெட்டிக் கொண்டு ஓடும் பனிஓடைகளின் கரைகளில் சீனப்புல்லாங்குழல் மந்திர பௌத்த சாரத்தின் வெப்பமான உடலாக காற்றுச்சுருள்கள் அந்தரத்தில் எழுந்து அசையும். பனிச்செடிமீது சருகுப்பனி வளைந்து அசைந்து வெற்றிடமாகிவிடும். கற்காலத்தில் முளைத்த பேய்பூதங்களாக மூவரும் பனி ஆனைகள் பிளிறும் ஓசையில் வெண் படலத்துக்குள் ஈர்க்கப்படுகிறார்கள். 'சாம்பல் பயணியே... துருவத்தை நோக்கி காந்தமுள் செல்கிறது. இனி பழக்கத்தினால் மீண்டும் நாம் செல்வது எளிதாயிருக்கும். அதுவரை வெயில் காயலாம். கண்ணாடிவயலில் பனி ஆனைகளின் மணி ஓசை பனித்துளிர்களாக விட்டுக் கேட்கிறது பார்த்தாயா. கீழ் புள்ளியில் அபிதரும் அருகரும் தனித்தனியே உலவிக் கொண்டிருக்கும் இடத்தில்தான் கண்ணாடி வயல் உதித்தெழுகிறது கன்னியே' என உற்சாகத்துடன் கூவினான் காமோஸ்டாவோ. 'காந்தத்துருவம் நாளுக்கு நாள் மாறக்கூடியதா... விஞ்ஞானத்தின் மீது நம்பித்தான் புறப்பட வேண்டும்' என்றாள் காந்தக்கன்னி. 'பிக்கு களைப் போல அமானுஷ்ய பலம்' 'அது எரிமலைகளில் தான் இருக்கிறது டாவோ' 'எனக்கு குழப்பமாக இருக்கிறது விடு என்னை' என்றான் முட்டாள் காமோஸ்.

XVIII

சாந்தை

காளகஸ்த்தியிலிருந்த தேவதாசி கையில் திரிசூலம் வரைந்து கோவிலுக்கு விடப்பட்டிருந்தாள். அரசன் அவள் தோளில்கண்ட சூலத்தைத் திருத்தி ராஜதாசிக்கான குறியிட்டு அரண்மனைச் சேவகத்திற்குக் கூட்டி வந்துவிடுகிறான். ஜனங்கள் பின்தொடர்ந்து போய் வாதிட பயந்த அரசன் மறுகையில் திரிசூலமிட்டு காளகஸ்தியில் கொண்டுவிட்டான் கோவில் தாசியை. பின்னே பேரழகு வாய்ந்த குணத்தை சிதார் வாசிப்பதின் நேர்த்தியில் கரைத்து எல்லோராலும் ஈர்க்கப்பட்ட சாந்தையின் தனி வகை அவளுக்கே ஆபத்தாக முடிந்தது. முகலாய விளக்குகள் சூழ்ந்த பழமையான மாளிகைக்குள் கவர்னர் மனைவியாகி அந்தஸ்த்து கலையோகிகளுடன் தர்க்கம் விஞ்ஞான சாஸ்த்திர ஈடுபாடு காலனியக் கப்பலில் வந்த இசைக்கருவிகளோடு மனித இனத்தை ரத்தத்தால் மீட்கும் மேலை இசைக்குறிப்புகளை அதே கிதாரில் வாசித்துக் காட்டிய வெண்யுவதி நட்புகொள்ளப் பற்றிக் கொண்டாள் சுரமண்டலத்தை. திருச்சபை இசைப் பெண்களோடு ஓரியூர் ஊசிக் கோபுரவாசலில் ரோகிகளின் கைகளில் முத்தமிட்டு

மனம் இயற்கையில் சேர வேண்டுமென உருவற்றகுழப்பத்தை இசைக்க, உருவழிபாட்டை வெறுத்து நம்பிக்கை போய்விட உருகுழப்பும் மேலையிசைக் குறிப்பின் உட்சென்று நுட்பமும் புலனும் களிம்பேரிய சிலைகளை உருக்கி வெளியேறினாள். உருவற்ற இசைக் குழப்பத்தை வாழ்விலும் காணப் புனிதருக்குக் கடிதம் மூலம் தெரிவித்து பதில்வராமல் போகவே கவிதைகளை தூதுவனிடம் மறைத்து அனுப்பச் சந்திக்கிறார் அவளை, கவர்னரைப் பார்ப்பது போல வந்து. புனிதருக்கு சம அந்தஸ்துக் கொடுத்த கவர்னர் மனைவிக்கு ஆங்கிலம் கற்றுத் தர வந்துபோக குதிரையும் கொடுத்தார் புனிதருக்கு. அவள் மனம் ஒருகுறிப்புமின்றி அரண்மனை ஏடு களுக்குள் மறைந்தவளை புனிதர்விரல் பைபிலை திறந்து கிதாரிலேயே வெகுதூரம் ஈர்க்க யோகிகளும் தேவதாசிகளும் அறிவுரை கூறித் தோளில் திரிசூலத்தைத் தொட்டு வழக்கப்படி காளகஸ்த்தி யாளி மண்டபத்திற்கு அழைக்க அதற்குள் பாதிரியார் ஞானஸ்தானம் வழங்கிவிட ஏமாற்றத்தோடு திரும்பிப் போகிறார்கள் யோகியரும் ஏட்டிலில்லா தாசிகளும். புனிதர் தொட்ட அப்பம் துளி ஒயின் உருண்டு புஸ்தகங்களுக்குள் திறந்து கொண்ட அறிவுக்கும் கலைக்குமான இடைவெளியில் உருவற்றது இசை. பேரழகு வசீகரத்தை புகழிலிருந்த இருட்டைப் புனிதர் விரல் திறந்த புஸ்தகங்களின் ஒளி இசை கொண்டது. பழம் மாளிகையின் விளக்குகள் அசையும் இருளில் திரைச்சீலையின் பின்னே சாந்தை. எத்தனையோ சம்பவங்கள் இடையில் வந்துபோன கணிகை வழங்கிய இசையின் துக்கம் உருகி விளக்குகள் பாழ்பட தனிமையில் வாழும் கன்னிகளுடைய மடம் மாதிரி ஆனது. அவளைத் தாயாகவும் அடைக்கலமாகவும் ஜனங் களை உணர வைத்த மாற்றம் பல கிருஸ்தவக் குடும்பங்களோடு தொடர் புடையது. ஆரம்பத்தில் கிறிஸ்தவர்களுக்கு எதிராக நேரில் தண்டனை கொடுத்தவள் மாற்றத்திற்குப் பின் கவர்னரிடம் ஏற்கனவே கொல்லச் சொன்னவர்களுக்கு உயிர்ப்பிச்சை கொடுக்குமாறு தூண்டிக்கவர்னரைத் தண்டனை நிரைவேற்றவிடாமல் தடுத்தது. ஒரு மாதத்திற்கு முன் முக்கிய போதகரைக் கொலை செய்கிறார்கள் ஓரியூரில். அது புனிதர் ஜான் டி. பிரிட்டோவாக இருக்கக் கூடும். அவளுடைய கருணையில் பல கிறிஸ்த்தவர்கள் உயிர் காக்கப்பட்டது. திரும்பவும் கிதாருடன் மேற்கு திரும்பிய அவள் வெண்யுவதியானாள்.

41 நாடோடிகளின் சாம்பல் விசிறி

'வில்லேஜ் ஆஃப் தீவ்ஸ்' நூலின் பதினேழாவது அத்தியாயத்தில்

தோகை விரித்து கதை போடும் கொக்குப் பேச்சியை திறந்து விட்டான் காமோஸ்டாவோ. உள்ளே கப்பல் கொடி மரத்தில் தொங்கியவாறு கத்திமுனையில் விடிவதுவரை சொல்கிறாள் இதுநாள்வரை டாவோ கண்டறியாத அரேபிய வாசனைத் திரவியங்களில் மறைந்திருக்கும் கூந்தல், பளிங்காய் மின்னி மறைந்தது கடலின் தொலைவில். லாந்தர் விளக்கைத் தூக்கி கொக்குப் பேச்சியை நோக்கிப் போகிறான் மரக்கலத்தில். காமோஸ் வட துருவம் நோக்கிய வெப்ப மனிதர்களின் பாதையில் பெல்ஜியம் கல்ஆடி ஒன்றை கண்டெடுத்தான். அது கோத்திக் பீங்காண் வரைகலைஞர்கள் நூறுபேர் ஒளிந்திருக்கும் இருட்டறை யாயிற்று. லிஸ்பன் துறை நோக்கிச் சென்ற கலத்தில் மயிற்குஞ்சம், சந்தனம், தந்தவிசிறி, காயல்முத்து மிளகுடன் போன பரங்கித்தலையன் காமோஸிடம் போரிட்டுக் கொள்ளையிட்டான் கடற்கொள்ளையன் துப்பாக்கி வெள்ளை. பிடித்த கப்பலுக்குள் கீழ்திசைக் கடல் வழிச் சுருளைக் கைப்பற்றிக் கொண்டான் ஜவ்வாது வாசனையுடன். திருடப்பட்ட வரைபடத்துக்குள் விரல் வைத்துக் குறியிட்டான் தாந்த்ரா தேசத்தை. கபட வாணிபத்துக்குள் சம்பாழி இனக்கண்களை நிலை குத்தி நோக்கினான் வெள்ளையன்.

நூறு வர்ணங்களையுடைய விண் மனிதர்கள் ஏழுபங்காக பிரித்து எழுதிய இதிகாசம் ஒரே முத்தின் அர்த்தம்தான். ரகஸியமும் புதிரும் முன் அறியப்படாத உலகமும் 'வில்லேஜ் ஆஃப் தீவ்ஸ்' இதிகாசத் திலிருந்தது. லிஸ்பனைவிட்டுக் கிழக்கே கொண்டுபோனான். 'கற்சவப்பெட்டிக்குள் காமோஸின் உடல்தான் இருக்கிறது. அவன் பயணக் குறிப்புகளை சீனக்கழுதை இன்னும் சுமந்து கொண்டிருப்பதேன்' என்றாள் கொக்குப்பேச்சி. 'அவனும் முட்டாள்தான். மேற்கிலிருந்து கிளம்பிய தன் பயணத்தை கலைந்த அடுக்கில் தொடங்குகிறான் கிழக்கிலிருந்து' என்றது டாட்டில். 'எல்லாம் ஒன்றுதான். டாட்டில் என் பெயரை மேற்கு கிழக்காக மாற்றிக் கொண்டே திரிகிறேன். நான் திருடிய படிமைகளுக்காக வெள்ளித் துப்பாக்கியால் சுடப்பட்டு விடுவேன் மேற்கு நகரத்தில். வேறு வேறு பெயர்களில் அலைந்து திரிவேன். வயலின் கலைஞனான அமாதியாக இருந்தேன் கிழக்கில். கண்ணாடி நகரத்தில் ரஸவாதியாக அலைந்து கொண்டிருப்பேன்... சில உண்மைகளை வெளிப் படுத்தவிரும்பவில்லை நான்...' 'காமோஸ் உனக்கு காமோஸைத் தெரியுமா' 'கீழ் கெய்ரோவில் அவனைச் சந்தித்தேன் ஒருவிடுதியில். என்னைச் சிலகாலம் வீட்டில் மறைத்து வைத்திருந்தான். அவன் நட்சத்திரங்களிலிருந்த மனிதரின் நிழலைத் தொடர்பவன்.' 'அவனிடம்

மாயக் கம்பளம் இருந்தும் தனுஷ்கோடியில் இறங்கி வடக்கு நோக்கி சாஸ்திரம் தேடுவதிலேயே காலம் கழித்துவிட்டான். அவனை விகாரையில் சந்தித்தேன்' என்றது முன் ஜென்ம நினைவுகளில் ஆழ்ந்த டாட்டில்.

ஆதிஎபிரேயு பாஷைக்குமுற்பட்ட விண்மனிதர்கள் தங்கள் இதிகாசத்தைக் குகை ஓவியக் காளைகளின் உடல்புள்ளிகளின் மொழியாகக் கண்டிருக்கலாம். காமோஸ் தென்மேற்கு ஆசியாவில் பாலஸ்தீனத்துக்கும் டிரான்ஸ் ஜோர்டனுக்கும் இடையில் பயணமாகி ஜோர்டன் ஆற்றின் முகத்துவராத்தில் உலகின் மிக உவர்ப்பான உப்பு ஏரியில் பூமியின் மேற்பரப்பிலுள்ள மிக ஆழமான சாக்கடல் பள்ளத்தில் இருந்தது. கரைகள் எரிமலைக் குழம்பால் மூடப்பட்ட சாக்கடலின் குகை மடுவில் மறைந்து வாழ்ந்த விண்மனிதர்கள் தேவகுமாரன் கொடுத்த நீர் உப்பிலிருந்து ஆதிஎபிரேயு லிபிகள் கீறிய ஏடுகளை வேறு வேறு குகையில் மறைத்திருக்கக்கூடும். உவர் எழுதிய சுருளைக் காவிக்கறக்களில் எழுதினார்கள். உவர்ஏடுகள் ஆயிரத்துக்கு மேல் குகையிலிருந்து கைப்பற்றியவர்களுக்கு உரியதான இதிகாசத்தில் வார்த்தை என எதுவும் புலப்படாதிருந்தது. ஏனோ ஒவ்வொரு உவர்மரத்தைச் சேர்ந்த சுருளும் கிளைகளில் தளுத்த வாசகத்தை உடையதாக இருந்தது. தொடர்சுருளை எழுத்தின்றி வாஸிக்க அசரீறியாய் பாராயணம் செய்த புனிதரும் தூதரும் அந்தச் சுவடிக்குள்ளே மறைந்திருந்தார்கள். குகைவாய் திறந்து அலறும் ஓலத்துடன் இதிகாஸம் வாஸித்து ஜனங்களைக் கூட்டி தேவ குமாரனின் வருகையை முன்னுணர்ந்து நட்சத்திரம் பார்த்து அதன் நகர்வில் ஒவ்வொரு சுவடிக்கும் அர்த்தம் விளம்பினார் புனிதர். சீனாய் சுருள், வத்திகனா சுருள், அலெக்ஸாந்திரியாக்கைப் பிரதி, பிசாய்சுவடி என ஆதிஉப்பின் மறைவார்த்தை கால வேகத்தில் மாறியவை வெறும் சுவடிகளாய் மூலவார்த்தையை மறை பொருளாய் வைத்திருக்கும்.

புதிய வார்த்தைகளைச் செய்யும் அச்சு எந்திரங்கள் மனிதர்களை வளைத்துக் கொண்டன. அறியப்படாத இதிகாசத்தை புனிதப்பயணி காமோஸ் பயணத்தின் போது வாஸிக்க உயரத்திலிருந்து கீழ்பாய்ந்த விண்மனிதன் சீகன்பால்கு எனும்புனிதரைத் தன்சிறிய கப்பலில் ஏற்றி தரங்கம்பாடி ஏகினான் காமோஸ். அச்சு எந்திரநாக்கில் தலைகீழாக தொங்கினான் காமோஸ். அவன் கையில் சுருண்டிருந்த கடல் பாதையை விரித்து புயல்முனை தாண்டியது காமோஸின் சிறிய கப்பல். மிஷன்மார் வரும் போது கருஉரியாய் அடர்ந்திருக்கும் உரைக் கூற்று.

வெள்ளிமை நனைத்து எபிரேயு லத்தீன் ஒல்லாந்த டேனிய போர்த்துக்கேய திருப்புதல்களை முன் இதிகாசத்தின் உவர் தாதுக்கள் உதிராமல் பைபில் மொழி பெயர்த்து வேரோடிக் கிடந்த மூல பாஷைகளின் கைப்பிரதி காயாமல் ஈரம் உலருமுன்னே ஏட்டில் ஒட்டிவந்த கேபிரூன்கள் செட்டை அசைத்து மயில் பீலி கொண்டு தீட்டி வரலாயினர் வாசனைப் பூக்களும் உயிர்தொடும் சுர மண்டலத்தையும். அவை வார்த்தையாகப் பதிக்கப்பட்டது. சீதள ஓலைகளிலிருந்த ஏழு சுவடிகளை காகிதங்களுக்குள் இடமாற்றிய புத்தகம் ஊர் ஊராய் பயணப்பட்டது.

தரங்கம்பாடி விசிறிக்கிளிஞ்சல் நீர்மேல் வாய்பிளக்க வெளி ஓட்டின் மழுவரம்புகள் அவற்றிடையே பள்ளங்களும் மாறி மாறி இரு ஓடுகளும் பொருந்த சீசன் பால்குவை எட்டிப்பார்த்தது கடல் மேல். தரங்கம்பாடிக் கிளிஞ்சில் சிப்பிக்குள் உருளும் தாவீதின் சங்கீதம் கண் திறக்க எரேமியாவின் புலம்பல் கீழ் கோட்டிலிருந்து ரூத்தின் விரல்கள் சிப்பிகளின் விளிம்பை நோக்கி ஆரங்கள் ஓடி கீழின் பின்னும் முன்னும் ஓடுகள் செவிகள் சிறு நீட்சிகள் முத்துவிசிறிகளாய் அதிர்ந்து ஊர்ந்தன நீர்மேல். உடைக்காத சிப்பிகள் அள்ளிய மூங்கிலுடன் புனிதரைக் காணவந்தார்கள் மீன் பள்ளிகள். கண்ணாடிகள் காணும் நிழலும் வரும் கலங்களின் விளக்கும் கிளிஞ்சல் கண்அரும்பிலும் பதவப்பெண்டிர் மூக்குத்தியிலும் பட்டு புனர்சிருஷ்டியில் இதிகாசம் திறந்து திராட்சைத் தோட்டத்தை நாட்டினான் கிழக்கே. அவன் திராட்சாரஸத்தை பரதவருக்குக் கொடுத்து திராட்சை விதைகளைக் கொடுக்க அவர்கள் உவர்ப்பையும் சங்கரா மீனையும் கொடுத்தார்கள் நோவாவுக்கு. தன் கூடாரத்தில் நிர்வாணமாய் கிடந்த நோவாவை மீன்வலையில் மூடினார்கள் பரதவர். விசிறிக்கிளிஞ்சில் கடலின் படுகையிலிருந்து வேதத்தின் சங்கீதத்தில் சேர்ந்து ஏழிசையின் ஆரோகண அவரோகணத்தின் ஏற்ற இறக்கத்தில் கடல் பாடியது. கிளிஞ்சில் விசிறியல் முது மொழியும் இலக்கணமும் தவழ்ந்து பாடல் அசைவதை சீசன் பால்கு கலத்தின் பாய்மல் பார்த்து கரைசேடுகிறார். பூமத்திய ரேகை மனிதர்கள் இருப்பின் குறியீடாகச் சரிந்து இறங்கும் கிளிஞ்சில் வரி ஒன்றைப்போல் ஒன்று இல்லாத நெய்தல் பரப்பு.

தரங்கம்பாடி சமுத்திர ஓசையுடன் இறக்கப்பட்ட அச்சு எந்திரத்தின் இரும்போசை எழுந்து மலபார் தேசச் சங்கீதம் வரை ஊடுருவியது. அச்செழுத்தில் வந்த மேல் தேசச்சங்கீதக்காரரையும் கீழை தேவ தாசி களின் கேச அகவல் ஏடும், குருடர்களின் கண் ஏடும் அச்செழுத்தில் கண்களைத் தொட்டன முதன்முதலில். ராகங்களுக்கேற்ற

கீர்த்தனையும் நாகப்பட்டினம் விகாரைமேல் புதுப்பித்த வெண்கோபுர ஊசிமாடத்தில் வைக்கப்பட்ட பியானோ கருப்பு வெள்ளைக் கட்டைகள் மீது நாகை விகாரைப் புத்தனும் கருப்பனுமான தன்ராஜ் சாலமோனின் ஆயிரத்து ஐம்பது சங்கீதங்களையும் வாஸித்தவாறு கருப்பு வெள்ளை விரல்களை தேவசங்கீதமாக்கி திராட்சை ரச ஓட்டத்தில் சென்றார். பின்னே அமரப்போகும் பியானோ இருக்கையில் சிறுவன் யுவராஜா கருவில் உருவான சுரமண்டலத்தில் வழிமுறை கொடுத்த நாகைவிகாரைபுத்தன் தன்ராஜ் வெண் ஊசிக் கோபுர விகாரைக்குள் கொள்ளையிடப்பட்ட சொர்ணபுத்தச் சிலையை திருமங்கைக்கள்ளன் கவர்ந்து போன சரித்திரத்தின் விளிம்பில் இருந்து தேவகுமாரன் அமரப்போகும் பிரார்த்தனைக் கூடத்துக்கு வந்த கன்னிமார்களை அழைத்துக் கொண்டு சுரமண்டலத்தில் சிலம்பில் உதிர்ந்த இசைச் சொல் அத்தனையும் கோர்த்து மேற்கு பாணிக்கும் இடையில் வாஸித்த பனிப்படலத்தில் ஈஸ்டர் நாளின் கனிந்த திராட்சை கிண்ணிகளில் பருகாத திராட்சரஸம் ஏந்தி அப்பத்துடன் வரும் கன்னிகளிடம் உப்பிட்ட வாசகத்தை ரகஸியமாய் தெரிவிக்கிறார் சீகன்பால்கு. விகாரைச் சுவர்களின் ஓரம் அந்நியமாகக் கிடந்தன புத்தப் படிமைகளும் தாமரையும். அதன் ஆழ்ந்த சோகத்தை உயிரில் கொண்ட புத்தன் தன்ராஜ் ததாகதரின் துக்கத்தை சுர மண்டலத்தில் இசைத்தவாறு ஒலியை கண்ணீராக்கி அதன் வெப்பத்தின் நிழலில் மறைந்த பழமையான தருமபாலரை, இளம் போதியாரை, புத்தநந்தி, வச்ர போதி என ஒவ்வொருவராய் சென்ற கடல் மேல் சுரமண்டல அலையை விரித்தார் தன்ராஜ். ஆராமத்தில் கூடிய சாதுக்களின் பிக்ஷாஅகலில் தோன்றிய புல்லாங்குழல் எடுத்து உடைந்த படிமைகள் கல் உதடுகளால் சுருளும் மூச்சின் நாகை சர்ச்சில் எழுந்தது சிற்ப வயல்.

கீழே பியானோவைக் கன்னிமார்கள் வாஸிக்க விகாரை மேல் கல்மணிகளும் திராட்சைக்கொடிகளும் லீலிபுஷ்பங்களும் படர்கிறது சங்கீதமாய். ஊசிகோபுரத்தின் கூம்பு அறைகளுக்குள் தனிமையில் நடமாடும் சீகன்பால்கு கோர்த்த ஈயக்கரைசலில் பொற்பொறி பூசின கொடுமொழித் தமிழெழுதி உருக்கி வார்த்த அச்சுவரி காகித மடிப்புகளில் அதுவரை இல்லாத வேதநூலானது தரங்கம்பாடியில். கண்ணாடி நகரின் குவிமாட சர்ச் வெண்கோபுர மேல் தளத்தில் அச்சு எந்திர சாலையில் டேனிஷ்மிஷன் கதிர்பொறி பதித்த பித்தளை எண்கிரேவிங் அச்சுகளில் ஊசி ஒளியில் கீறிய கோடுகள் உதிரும் புஸ்ததக அடுக்குகளில் பழந்தோலில் எழுதப்பட்ட மங்கிய

தொலிப்பட்டு முப்புறம் செங்காவி நிற விளிம்பு பூசிய, பைபில் கோடுகள் உதிர கருப்புத்தொலி பதமிட்டு மிருதுவான சருகுத்தாள் இழைத்துப் பதித்துவரும் முத்து முத்தான உரை சிங்கதேசத்துப் புனிதரும் கூடிய சபையில் வேறு உரை வடிவம். எந்திர சாலைக் கலைஞர்கள் நூறு பேருடன் வந்திறங்கியது கப்பல்.

அவர்கள் பீசோன், சேயோன், திகிரீஸ், எவுயிறாத்தே என்ற நாலுநதிகள் பரவியோடும் தேசங்களிலிருந்து வந்தார்கள் சித்திர வரைகலை மையுடன். இதிகாசத்திலிருந்த விண்மனிதர்கள் அந்த நதிகளில் ஊடறுத்து வேகத்தினாலே புறத்தில் ஒதுக்கப்பட்ட வச்சிர வைடூரியங்கள் விளங்க புஷ்பராகம் முதலான கெம்பு ரத்தினங்கள் அங்கங்கே பிரகாசித்திருக்க பச்சை நீல மாணிக்கங்கள் அவர்கள் கடந்த நதிகளில் பொங்கிவர கீழ்தேசம் அடைந்தார்கள். கோமேதகம், பவளம் முத்து முதலானவைகள் அங்கங்கே சுவாலித்திருக்க ஒன்றோடொன்று பின்னினாற்போல் அலைகள் கரையிலே மோத அஞ்சமிதுனங்கள் நீந்த தாமரை நெய்தல் முதலான புஷ்பங்கள் சலத்தில் கொப்பளிக்க நானாவிதங்களான மச்சவினங்கள் நான்கு எல்லையிலும் மோதித்திரிந்து விளையாட அப்படிப்பட்ட தாமிரபரணி நதியுடன் மட்டோடு பரம்பியோடுகிற பிரவாகத்தில் அந்த முத்துச் சிலாபம் நடந்த கொற்கை ஸ்தலமானது புராதன மதுரமான பட்டின மண்சுவர்களுடன் கரையருகே மருதமரங்களும் பற்பல விருட்சங் களால் சூழ்ந்திருக்க கண்ணுக்குப் பிரியமான மணப்பாடு ஊசிக் கோபுரமணியை கப்பலிலே கொண்டுவந்து தூண்களில் அமைத்தார்கள். கோபுர விதானத்திலிட்ட கோத்திக் கண்ணாடிகளை வந்த ஆசாரிகள் பூக்களாகவும் தேனூற்றாகவும் வண்டுகள் நகரும் வனமாகவும் கேபிரூன்களாகவும் கோர்த்து பல வர்ணங்களால் ஸ்பரிசிக்கிற மிருதுவான கண்ணாடிச் சருகிழைத்த கதவுகளைத் திறந்தார்கள். கனிந்த பழங்களின் பாரத்தினால் கண்ணாடி அறைகள் முனங்கின. சுவர் சட்டங்களில் கவிழ்ந்திருக்கிற கப்புக் கவர்களுள்ள விருட்சங் களின் சாயலும் அந்த ஊசிக் கோபுரத்தின் ஒலிமுகவாசல் முன்னே நுளைப்பாடிப் பரதவர்கள் கூடி மீன்களை சம்பில்குத்தி பெரியமீனுக்கு மூக்கணாங்கயிறிட்டு தத்துவ போதக சாமியைக் காணவும் அவர் ஜனங்களோடு கூடி பதிப்பித்துவந்த புதிய அச்சுப் பனுவலை விரித்தார்.

பல வர்ணங்களைக் கொண்டிருக்கிற தத்துவக் கண்ணாடியை தலைகவிழ்ந்து நோக்கி வாசனையுள்ள புஷ்பங்கள் விவசித்திருக்க, அவைகள் உதிர்ந்து பட்டுப் பட்டவாளி போல தரையெல்லாம் சிங்காரிக்க மலந்திருக்கிற புஷ்பங்களிலே மீனவக் குழந்தைகள்

ஆழ்கடலின் சாயலில் நெளிந்து கர்ணமிட்டு விளையாடுகிறார்கள். சிறார்களையும் பெண்களையும் பாதர்நொபிலி லீபனோன் வனத்தை நோக்கி கூட்டிப் போனார்.

அந்த வனம் கீழ்கடலின் மேல் மறுபடியும் விரிந்தது. மலர்ந்திருக்கிற புஷ்பங்களிலே ஒழுகுந்தேனையும் நாதகீதம் பண்ணுகிறாற்போல் பாடிக் கொண்டிருக்கிற மான், கலை, முயல், மரை முதலான மிருகங்கள் பயமில்லாமல் அங்கேயும் இங்கேயும் ஓடிவிளையாட வாடாமரிக்கொழுந்தும் மதுர மணியோசையில் ஈஞ்சங்குறுத்துகள் தளிர்விட சீகோல்வாசிக்கிற மாட்டுக்காரச் சிறுவர்களை அழைத்தார் மிஷன்மார். நாணல் தட்டை சோளத்தட்டை என நாலுவகை மூங்கில்களில் குழல் ஊதும் செம்மறி ஆட்டு இடையர்களை அழைத்தார் ரெயினீஸ் அய்யர். காட்டுக்கொடியில் கூடைபின்னி காராம்பழம் மஞ்சநத்திக் கரும்பழம் பெறக்கும் வேடர்மக்கள் பின்னே போய் திராட்சை விதையும் கோதுமையும் கொடுத்தார்கள் மலைக்கோபுர ஊசி நிழலில். தாயில்லா மண்டபத்தில் அனாதைகளைக் குருடர்களை வழிதப்பிய பிள்ளைகளை அமர்த்தி பரட்டைப்புளியம்பட்டியில் சுவாதீன மற்றவர்களைச் சங்கிலி பூட்டிமந்திரிக்கும் குருசடிகள் கன்னிமாதா கோவில் எழுந்தது. சவ்வாது கஸ்தூரி முதலான பரிமளங்களைப் பிறப்பிக்கிற சூதறியாத மிருகங்களிலே ஆகாசத்திலேயும் பூமியிலேயும் சுகந்தங்கள் கூடி சிங்கம், புலி, கரடி முதலான மூர்க்கமிருகங்கள் பயங்கரமான சொரூபத்தில் திரிய பலபல புஷ்பங்களுடைய மதுரமான பரிமளங்களை மதுகரங்கள் பானம் பண்ணுகிறாற்போல இருக்கக் குளிர்ச்சியான தென்னல் வீச சூரியகுமாரன் உக்கிரத்தை அடக்கி மனிதனிடத்தில் தைக்காமல் சகலத்துக்கும் மிதமான பிரகாசத்தில் முகம் காட்டத் தொங்குகிற மேற்கட்டிகளாகக் கவிழ்ந்திருக்கிற நிரைபதித்த விண்மீன்களுக்கிடையே சொல்லப்படாத இடை வெளியில் வரிச்சங்கும் மச்சங்களும் தரங்கம்பாடி விசிறிக் கிளிஞ்சல்களும் நீந்திவருகின்றன காமோஸின் பரங்கிக் கப்பலோடு. போர்ச்சுக்கீசிய மிலேச்சவணிகரின் முகத்தில் இனிய சொல்லும் விஷநெஞ்சும் கரையிலே கண்ட பரதவரின் மிளகுத் தலை மயிரைத் தொட்டு மிளகையும் வாசனைத் திரவியங்களையும் கைகளால் எட்டினார்கள். சந்தேகமாகப் பார்த்து கிசுகிசுத்தார்கள் தங்களுக்குள். மச்சங்களின் முகத்திலுள்ள கடல் ஆழத்தை காமோஸின் தட்டையான முகத்தில் பார்த்து அவன் கடந்து வந்த நகரங்களை அவன் உடலில் எழுதப்பட்டிருக்கும் எல்லா தேசபாஷையிலும். வேறொரு பழுப்புக்

கலத்தில் பாய்விரித்து வீற்றிருந்த கோத்திக் வரைகலைஞர்கள் நூறுபேர் கூட்டமாய் இறங்கிப் போய் சர்ச்கோபுர ஜன்னல்களில் வேதவாக்கிய ரூபங்களை சித்திரமாய் தீட்டினார்கள். கப்பற்சின்னத்தில் இரு பறவைகளுடன் கூடிய உருவமாகத் தோன்றினான் காமோஸ். அவன் பனங்காய் தலை மீன் பறையர்கள் போன தூரப்பனைக் கூட்டத்துக்கு பயணமானான் கழுதை மேல். அதன் வாலில் ஓலையைக் கட்டி மிரண்டும் ஓடும்படி செய்தார்கள் முதலில்.

இறுதி விருந்தின் போது தேவகுமாரன் பயன்படுத்திய தட்டைக் கண்ணாடியாக்கி திசைமாணியாக்கி புனிதஅப்பமாக்கி வேவு பார்க்கும் ஆடியாக மாற்றி அதற்குள்ளிருந்து கொண்டு வந்த அகப்பயணத்தின் கிடக்கையையும் மனந்திறந்து கடைசித்தட்டில் வைத்தான் சாம்பல்பயணி காமோஸ். அவன் கூட வந்த புனிதர் ஜனத்திடம் வந்து அவர்கள் சூதறியாத இருட்டில் நிற்பதால் அவர்கள் வல்லம் வலித்த கரங்களைத் தழுவினார்கள் எளிமையுடன். பரதவரின் விரல்கள் மீன்களாகப் பதறியோடின உச்சத்தில். படகுச் சாம்பல் உடைகளில் வரைந்த பச்சை குத்திய கடல் ராசிகளின் உருவங்களை அவர்களின் கைகளிலும் தோள் மார்புகளிலும் தொட்டுப் பார்த்தார் புனிதர். அவையாவும் தோலை விட்டு நழுக்கென்று மீனவர் உடலுக்குள் போய் அவர்கள் சுவாசத்துடன் கலந்தது. செம்பட்டையான கண் தூரம் பார்த்தது கடலை. அவர்கள் நின்ற கரைமணல் மெல்ல நழுவி தனித்தனியாக உருண்டோடியதென கடலுக்குள் ஒவ்வொருவராய் புனிதரை விட்டுத் தப்பியோடி மறைந்தார்கள் மீனாகி. ஒரு கண்ணுவில் எடுத்துத் தெறித்தான் புனிதர்மேல். அது உவர்கடல்மேல் விழுந்தது. மறுமுறை தெறிக்காமல் ஒரு கண்ணுவில்லை புனிதர்காலடியில் வைத்துநின்றான் கருந்தலையன். விநோதப் பழக்கவழக்கமுள்ள கரு நீலத்தொலியுடைய மிளகு தலைமுடியர்கள் கடல் ராசியாகத்தான் இருக்கக்கூடும். தரையைப் பறித்து வேரோடு உப்பில் நட்டிய கொடி இலையாய் கடல் சுற்றிப் படர்ந்திருந்தார்கள் மீனவர்கள்.

பரங்கியரின் பயணவேட்கையின் புராண உருவகம் காமோஸின் வருகையாகத் தாந்ராவில் தூதுஓலை பதியப்பட்டிருக்கும் இவ்வாறு. ட்ராய்யுத்தம் முடிந்த புராணத்திலிருந்து முடியா சமுத்திரப் பயணம் போன யுலிஸஸ் நூற்றுக் கணக்கான கிளைகளில் சிக்கிக் கொண்ட பகைவர்களை காமோஸிற்குமுன் கடலைவிவரித்த தோல்வரை படத்தில் பதிந்த ஹோமரின் காவியம் காகிதத்தில் மனிதன் எழுதக் கற்றுக்கொள்ளாத காலத்துக்கு முன் மறைந்து முன்பேதோன்றிய

பயணக்கப்பல்தான் அலெக்ஸாண்டிரியா துறைமுகத்தில் அதுவரை ஐரோப்பியர் பார்த்திராத கடல் வழிகளைக் கீழைக்கடலில் மலபாரி கொடுந்தமிழெழுதிய யவனரின் மெல்லிய விரல்களால் பருத்தி நூற்று மென்துணியில் தீட்டப்பட்டிருந்த ஓவியச் சீலைகளில் சுருட்டப் பட்டிருந்த விநோத உருவத்தின் சாகரத்தாவர மிருக மீன்வகைத் தசை நாரில் தீட்டிய தேவதாசிகளின் ஆன்மாவின் நாண் சுருதி ஏறி அதிர்ந்த காயல் முத்து ஒரு கண்வில் தெறித்த வார்த்தையாகி துயில்கிறான் நிருபதுங்கன். நுண் நாண்கருவியில் கழலும் பருவச் சக்கரத்தில் யவனமும் சேர, புகாரில் நடந்தேறிய இந்திரவிழாவில் இருளில் மறையும் கணிகை மாதவியின் கானல்வரியை நிலம் பொழுதாய் திரிபுபட்ட ராகத்தின் கடேசி மூச்சணையில் பிரிந்து விடுகின்றான். ஊழ்இசை முறைச் சக்கரமாய் சர்ச் ஊசிக்கோபுரத்தில் திரிபுபடும் இசையை கிரேக்க வார்த்தையில் உச்சரித்தான் புத்தன் தன்ராஜ். திரிபுகள் மேற்கிலும் கிழக்கிலும் பொழுது, நிலம், பருவம், விதி நியதி தாண்டிய துர்தேவதை உதிரத் துளியின் அகத்தில் புனிதரை நோக்கி கருப்புப் பியானோவிலிருந்தும் கோட்டு வாத்தியத்தில் கணிகை யிடமிருந்தும் கிளம்பிவர மேற்கு கிழக்கின் இடைவெளியில் 'மாறு' என உரையாடல் கொள்ளப்பட்டதை முன்பே யவனர் இந்திரவிழாவில் கேட்டு சர்ச்சின் சுரமண்டலத்தைத் திருத்தி எழுதினர்கள் போலும்.

கருமை பூசிய கப்பலின் கோடு சலனமடைந்தவாறு இருக்கிறது நீரில். கடல் பயணத்தின் துயர்மிக்க நினைவுகளை காமோஸின் குறிப்பு நூலின் விளிம்புகளில் உடைந்த ஈட்டியினால் சிதறிக் கிடக்கும். காமோஸின் கடற்பயணம் குருதிதோய்ந்த சிவப்பாயிருந்தது. கடற்கொள்ளையரின் மாலுமிகளின் ஈயநிறமான கடல் முகத்தின் மீதும் நாடோடிகளின் காலடி மரஓசைகளில் கீழ்திசை மனிதரின் முதுகெலும்புகள் கூட்டமாய் வந்து இறக்கப்பட்ட கோத்திக் கண்ணாடிக் கதவுகளும் கூம்புவடிவ சித்திர ஜன்னல்களும் பனை மரங்களுக்கிடையே தோன்றும் ஓரியூர் தேவாலயத்தின் அருகே ஜான்-டி-பிரிட்டோ பாதரின் கழு மரத்தின் நிழலில் கொண்டு வந்து சேர்த்தார்கள் தளவாடங்களை.

கடல் கடக்கும் வெறயுடன் பழுப்பு நிறப்பாய்கள் விரிந்து படபடத்துப் பாட செங்கடலுக்குள் செபாஸ்டிய மன்னனைப் போல் என்றும் புதிராக மறைந்துகிடக்கும் கீழ்திசை வேட்கை வேகமாகி மாய நோயாகப் பீடித்தது கடலோடிகளை. மிலேச்ச வணிகர்கள் எந்த அளவுக்கு புறப்பொருளைக் கண்டறிகிறார்களோ அதைத் தாண்டி

வாசனைமிக்க அகத் தூண்டுதலை பாதர் பெஸியும் ரெயினீஸ் ஐயரும் ஆதிகுடித்தனிமொழியுள் மூழ்கி முத்தெடுத்தார்கள் போலும். அகப் பயணமாகவே லிஸ்பனில் பதித்த போர்ச்சுக்கீசிய லிபியிலிருந்த கருப்பு வேதப் புஸ்தகத்தோடு தொடக்கப்பயணம். மீண்டு வர இயலாமை குறித்தும் பேசுகிறார் நெமிலி. பல மொழிகளைப் பேசுகிற சீகன்பால்கு 'ஒவ்வொரு மொழியையும் தேவகுமாரன் பேசுகிறார்' என மிளகுத்தலை முடியும் பனங்காய்த் தலையும் குச்சி குச்சியான கை கால்களும் வீங்கிய மொடா வயிறுமாக அசையும் நோயுற்ற பாமர ஜனத்திடம் கல்லச்சில் வடித்த தரங்கம்பாடி மணலை கைமுறைக் காகி தங்களாக்கி மடித்து மடித்து மணலாலான பைபிளை நீட்டி பாமரரின் வழக்கும் சேரி மொழியும் குலைத்துப் பிசைந்து கவளம் கவளமாய் பச்சைப் பிள்ளைகளுக்கு நிலாவைக் காட்டி ஊட்டிய பழகுமொழி அச்சில் வந்தது வசனமாகி. திண்ணைப் பள்ளியில் இல்லாத ஈரமண் குவிசலிலுள்ள பிள்ளைப்பூச்சி மண்ணைப் பொதும்பவைத்து துளையிட்டு இறுகிய தரையை இலக்கிவிட்டு படியாதவர்கள் கேட்டுக் கேட்க தங்கள் மூதாதைகளின் எலும்புகளுக்குள் போய் விக்கி விக்கி அழுதார்கள். கல்லச்சு முதலில் தொட்டது சேரி மண்ணைத்தான். ஊர்ஊராய் 'என்னத்தைப் படிப்போம்' என தழுதழுத்த கருநீலத் தொலியுடன் ஊருக்குத் தொலைவே இருந்த பச்சேரியில் பொட்டலில் போய் மைதானத்து மரங்கள் சலசலப்பதுபோல பாதர் நெமிளியும் சீகன்பால்குவும் ஜனத்தின் இருளோடு கூடிக்கலந்தார்கள் போலும். சேரி மரபுக்குள் புதைந்த காவியங்களை நோக்கி தங்கள் தேவகுமாரன் முகம் உள்ளே வலியுணரப் பரதவர்கள் கூடி மணலால் கட்டிய ஊசிக் கோபுரம் அதை வந்து கடல் கொண்டு போக வெறுவான வெளிமீது வெண்ணிறமான வியாகுலமாதா கடல்பசுவாகி முத்து முத்தாய் அழுகிறாள் என்று வல்லங்களில் ஓடினார்கள். கடலில் போகப் போக இன்னும் அவள் ஆழத்தில் ஈர்த்தாள் அவர்களை. வீதிகளிலும் வெளிகளிலும் பிரசங்கித்து வேலிகளுக்கு அருகேயும் புறப்பட்டுப் போய் ஒவ்வொரு கிராமத்திலும் அவர்கள் தனித்திருக்கக்கண்டார்கள். கல்லுடைக்கும் பரம்புகளில் பச்சைபடாத பாறைநிலங்களில் கல்வீடுகளில் அவர்கள் குனிந்திருந்தார்கள் கல்விளக்குக்கு அடியில். கற்சுவரில் தீபத்தின் நிழல்கள் படர்ந்து பாறை இடுக்குகளில் மறைந்திருக்கும் மூதோர் கூட்டமாய் வந்து ரெயினீஸ் ஐயர் கொண்டு வந்த கல்லச்சுப்பனுவலை அவர்கள் 'பனுவுக்கல்' என்று தெரிந்து கொண்டார்கள். உச்சி கூம்புவரை பாறையின் வறண்ட கோடுகளில் அவர்கள் விரல்பதித்து அழுதார்கள்.

42 இரும்பாழி

ஏடு தவறாமல் எழுத்தாணி சாயாமல் புத்தர் தேரர் சமணர் கொடுங்கழுகின் கூர் மருப்பினால் கருவீறுடை மொழி சொன்ன ஊழின் முடிவிலா வட்டமாய் சூழ்ந்துவரும் பாழியில் ஆசீவகர் அமர்ந்து தாழியிற் புகுந்து தவம் செய்த வேளை வெண்ணிற அன்னத்தின் தூவியால் எழுதி வந்த ஏட்டில் கருவினுட் கொண்ட ஊழின் சொல் நியதியை அம்பாகக் கொண்டு பளிக்கறையுள் நுழைந்து கொள்கிறாள் பாழி. பேசும் பறவைகளின் இறகினால் சூரியனை நோக்கி நடனமாடும் மயிற் கண்களின் வர்ணம் சிப்பியாய் வடிவம் கொள்ள கதிர்விழும் ஒரு கண்ணில்பட்ட ஒளி தோகையெங்கும் கண்மேல் கண் சுற்ற சாயலும் மற்றொரு முறை ஒரே அசைவில் கொள்ளும் ஊழின்வர்ணகோலம் மயிற்பீலி கீறிய பாழிகளின் எல்லாப் பள்ளிரூபங்களாகவும் எண்ணற்ற சங்கேதக்குறிகளும் கடல் ஆழங்களில் பதிந்த வேற்று கிரக ஒளிகள் செதுக்கப்பட்டு தன் வெகு ஆழத்தில் எல்லையற்ற கற்பனை உருவங்களோடு விண்ணிலிருந்து கீழ்பாய்ந்து வரும் சாத்தக்கழுவர் வார்த்தையெனத் தோன்றாத பாழிகளை ஒருங்கிணைக்கும் ஒரு தருக்க முறையை செதுக் கோவியத்தில் விலங்குகளின் மோப்பத் தடத்தில் வரைந்து பசுமைச் சாறுகசியும் இரும்பாழி.

ஆருகதர் எனத் தொகுதியாய் அழைக்கப்பட்ட துறவிக்கு சிரமணர் எனும் அயராத உயிர் கோடு கொடுத்த இரும்பாழியில் அவரை விதையில் உயிர் வாழ்ந்தனர். உலோப ஹம்ச ஜாதகக் கதை ஏட்டில் வெளவால் தவம் ஏற்கும் சிரமணன் உருவம். முள் படுக்கைமேல் படுத்தும் ஐந்து நெருப்புகளில் பஞ்சதபனம் புரியும் கற்பாழி. முதுபெரும் சமண் கழுவர் வாழ் பாழியில் மருத்துவம் சிற்பம் ஓவியம் என அருங்கலைகள் ஆய்வுடன் வளர்ந்து பிராகிருதம், பாலி, வடபாஷை ஏடுகளில் பெயர்த்து புணர்ந்த சமணத்தின் உயிர்த்தத்துவம் கதைப் போக்கில் காப்பிய வடிவில் யாக்கப் பெற்றும் நிகண்டு கோர்த்த உடலை ஏடாக்கி அறுவடைசெய்த மொழிவரகுகளை ஜனங் களிடையே பழக விடுவதற்குரிய கருவூலமாகவும் பாழிகள் இருக்கும். இப்பாழிகளும் பள்ளிகளும் இயற்கையில் சூழ்ந்த கற்தளியாய் எழுந்த கட்டிடங்களாகவும் எதேச்சையில் அமைந்த மலைக்குகைகளாக இருந்தன வாயினும் உரியவடிவில் காணவியலாது சிதைந்து புதைந்து நிலைபெயர்த்து பெயர்மாறிய புராண ஓலைகளை விரித்து இடங் களைத் தேடி அலைகிறான் காமோஸ் டாவோ. அவன் ரஸ நாளங்களில் ஓடும் யாத்ரீகனின் சாம்பல் பார்வையில் பள்ளியும்

பாழிகளும் நிலைத்திருந்த ஊர்கள் அவற்றின் பெயர்களைக் கொண்டே முடிவுறாத வார்த்தையின் அதிர்வில் மறைந்த கோடுகளை அடைவான். சிராப்பள்ளி, பெரும் பள்ளி, பாழி, பெரும்பாழி எனும் ஊர்களின் பெயரோடு கரைந்து தோன்றும் பழைய நகரங்களை மொழி அபிதானங்களில் தேடி அந்நிலத் தோற்றங்களை அடைந்தது காமோஸின் கல்ஆடி.

இறையனார் களவியலுரை மேற்கோள் பாடலில் தொனித்த நகரம் 'பாயப்புறவிகடாய் வந்து பகை மலைத்தாரை' பாழி இடத்தில் புறங்கண்ட யுத்தகளத்தில் உடைந்த குதிரை எலும்பு யானை வெண்ணெலும்புகள் திணறி ஓசையிடும் படுகளம் குனிந்து எடுத்த கால் எலும்பு அவன் கையைவிட்டு நழுவிப் பறந்தது எரியும் சுழல் சீறி. 'அரி கேசரி' எனக் கூவிய யானைமூட்டுகளின் பிளிறல். பாழிகளைக் கண்டறியும் நாடோடி ஆசையால் தூண்டப்பட்ட காமோஸ்டாவோ வடகோனாட்டின் பக்கம் போனான். அண்ண வாயில் கூற்றத்துள் அடங்கிய இரும்பாழி எனும் ஊர் தொலைவே எரிமலைப் பாறைகளுடன் அடைக்கப்பட்டிருந்தது. வெட்டுக் கல் லிபிகள் சிதறிக் கிடந்த பாதையில் கழுவமரம் உயிர்துடித்து முணகிக் கொண்டிருக்கும். நத்தத்தில் சமண் உதிரம் நுரையீரல் மூச்சுடன் சாபம் விழுந்த மண் மேட்டில் விசும்பி நின்று தூரதேசப் பயணியைப் பார்த்தது. இரும்பாழியின் வட புறத்தில் காடடர்ந்த பகுதியில் இடிந்து தரைமட்டமாய் கிடக்கும் பெரியதொரு கற்றளிகள்ளியும் முள்ளியும் புதர்களும் நிறைந்து எழுந்து அடர்ந்து வழியின்றி இருப்பினும் சர்ப்பம் அழைத்த நெளிவில் இடிபாடுகளின்மேல் ஏறியும் மரங்களைத் தழுவியும் உள்ளே சென்றான் காமோஸ்.

கந்தர்வர் உற்றுநோக்க எழுந்த ஐராவதத்தில் வெளவால் தவத்தில் பாகுபலி. ஐந்துதலை நாக நிழலின் உயிர்க்கோலம் பாம்பின் உடற் பகுதி வளைந்து தாரநேந்திரன் முழங்காலிட்டு மறுபக்கம் பத்மாவதி யட்சி கரத்தூக்கிய அஞ்சலிமால் பார்சுவரின் தலைக்கு இணையாக வலப்புறம் கமடன் பாறை தூக்கி தீர்த்தங்கரர் மீது வீசக் காத்திருக்கும் கணம் நிற்கும் கல்படிமங்கள். வஜ்ரநந்தி மலைமீது செல்லும் படிகளில் பவணந்தி வகுத்த கால அணு நகராமல் புதர்களிடையே இறங்கும் வெண்படிகளின் மேலிருந்த தாமரை வாடாமல் விரல் பட்டதும் உயிர் கூசியது. சித்தாயிகா யட்சியை நோக்கிய நாகநந்தி மாடத்தில் செதுக்கிய தியானரூபங்களில் கரைகிறான். சமண் காவியம் உரைத்த காதிகா பூமியை சித்திர விதானத்தின் இருட்டில் அதன் வசீகர நிறங்கள் பகிர்ந்து கொள்ளும் கற்பூர உருக்கம். நிறுத்திய தூண்களில்

வெட்டிய கோடுகள் வெளியேறிபோய் விட்டிருக்கும். சூன்யத்தில் கரைந்த கோடுகளைத் தேடும் லாடராஜன் கைஉளி தீராமல் செதுக்கி நகர்ந்த முகமண்டபத்தில் கன்னிகளின் நாட்டியம். பெண் துறவியர் வதியும் இரும்பாழி கொடி வேலைப்பாடுகளில் துளிர்த்த கல்இலை நரம்புகள்.

தலைக்குமேல் மென்கோட்டினால் முக்குடைச் சிற்பத்தின் பின் பகுதியில் அரைவட்டப் பிரபை. லாஞ்சனை எதுவும் பொறிக்கப் படாத சிறிய விளக்குகளில் ஏற்றிய கல்சுடர் குகைப் பாழியெங்கும் மங்கலாய் துலங்குகிற வெளிச்சம். பன்னாக நீழற் பெருமான் உடல் கரடுமுறடாக இன்றி மெருகூட்டப் பெற்ற சர்ப்பச்சருமம் மாடத்தில் தெளிவின்றி மறையும். தியானத்தில் ஆழ்ந்த வெற்றிடங்களில் மூடிய கண்கள் மெல்ல இமைப்பதை சிற்பியின் விரல் திறந்த செவிக்குள்கேட்ட பிரபஞ்சப்பதுமை சுழல ஆரம்பித்தது.

லிபிகளின் இலக்கண ஒலி வடித்த தாதுமடலில் கேட்கும் தசை மடிப்புப் படாத தீர்த்தங்கரர் நிலையில் கற்கோயில் அகம் கட்டப் பட்டிருக்கும்.

கோயில் கிழக்கு நோக்கி மலர்ந்திருந்தன சித்தாயிகா யட்சியின் சிரிப்பில் செடிகள் யாவும் இரைச்சலிடும் கோடுகள் கரைந்து முயங்கும். திருமுற்றம் முகமண்டபம் பெருமண்டபத்தில் ஏடுகள் புறட்டும் மறலிப்பிச்சன் தலையிலிருந்து உதிரும் நெஞ்சி முள்.

செடிபடர்ந்த பத்மாசனப் பிரபை. கற்குவியலிடை சிக்கி நின்ற நாற்புற மனைக்கல்லில் எழுந்த மேனி மறைந்திருக்கும். தளிக்கோடு களில் குடைந்த குழிவு உள்ளோடிக் குறுகும் கூம்புகள் குழிவாகிக் கல்மணி ஓசை அதிர்ந்தது நீண்டு. சிலைநிறுத்தும் இருக்கை மனைக் கற்களின் சிற்ப இலக்கணம் வெட்டிய கோடுகளில் நீர் கசிந்து தொனிகளில் தவளைகள் நேரத்தை அளந்து மாறியது. வடபால் கருவறைக்குள் கள்ளித் தலைகள் அசைந்து உரையாடத் தொடங்கின காமோஸிடம். ‘முத்திரையர் காலக் கோனாட்டில் விளங்கிய பெரு நகரங்கள் ஏழனுள் ஒன்றாக விளங்கிய இரும்பாழி இதோ’ என்றன முட்தலைகள். மறை பொருளுடன் சேர்ந்துவரும் காலம் சித்திரமாய் பழுத்து உதிர் காற்றில் பரவிய சுவாசம். வெகுவேகமாய் வெளிப்படும் ஆற்றலை வாழ்வு சாவு ஊழ் உயிர் அன்பென இடம்விட்டு நகரும் மயிற்பீலியர் கேசலோக்ஷணத் திருஉரு. திரும்பத் திரும்பவரும் புள்ளிகள் தொகுத்து வெட்டிய சிற்பநூல். அருக சமயத்து காளான் குடை நட்சத்திரப் பாம்பு சுற்றிய பார்சுவரின் மோனம் வண்டுகளாய்

சுழன்று குணங்கும் மெல்லோசையில் ஆழ்ந்த கட்புலனாகாத உயிர்களை நுட்பமான பிரபையில் வைத்து மறையும் சிறுஉளி. தாவர மகரந்தப் பொடித்துகள்களின் சாறில் கலந்த குகை ஓவியமானின் குளம்போசையுடன் கேட்கும் எரிகொம்புகளின் வாத்திய இசையை நவமாணாக்கியர் வாஸித்தவாறு இரும்பாழி நகரத்தின் வீதிகளில் வருகிறார்கள். வர்ணச் சாயத்தில் ஒட்டும் பீலியின் கண், குகையாகத் திறந்து வரையும் சிற்பவயல்.

திருப்பருத்திக்கோயில் இசைமண்டபத்தின் விதானத்தில் இரண்டாம் புக்கதேவன் தீட்டிய பச்சிலைச் சாறு மெல்ல உதிர பிரியகாரிணி ஈன்றெடுத்த ஜனனத்தில் சிதறாமல் உருசிதையும் சங்கீதவரிசை. ரிஷபரும் நேமியும் மகாவீரரும் வேறு வேறு திசையில் சுவரில் பதிய அம்பிகாவின் சருக்கம் படர்ந்து செல்லும் சுவர் ஓவியங்கள்.

கிழக்குப்பாழியில் பச்சை நிற இலைபூசிய தாமரைக் கொடிகளின் செங்காவிநிற அரும்புகள் காற்றில் அசைந்து தடாகத்தில் சிற்றலையாகிப் படிக உருக்கள் நீரில் அலையும். அருகரின் பூ ஒரு தனி உலகமாக உடலுக்குள் மறைந்திருப்பது.

XIX

சூல்

பெண்முகம் படாத குழந்தையைத் துறவிகள் தத்தெடுத்து அதன் நயனத்தில் வரைந்த புலிரேகை உருகிய செந்நிறம் கருவரை விழி பிளந்து தாய்ப்பால் தொடாத உதடுகளில் இலை நரம்பு ஊட்டி மணற்பாழியுள் வளர்க்கப்பட்டான் துறவியாய். செம்பாறைகள் நெருங்கிய சமண்குகைக்குள்ளிருந்து வெளிவந்து ஒரு பிரத்யட்சமான பசித்தவம் கலையாமல் தொலைவே நிற்கும் கொடுவரி அலையும் பாலையில் மூறி நிமிர்ந்து நோக்கும் உறுமல் நேரில் காண வால்நுனியில் வளையும் கூந்தல் புலிக்கு ஆதி ஞாபகம். செம்பாறைகள் மயங்கிய கொடு வல்லியம் கருங்கோடுகளில் நீண்டுவர துறவிக்கண்ணுள் வயவரி சுருண்டு சீறும் அரவுகளின் ஓசைகேட்டுப் பதுங்குகிறான் மணற்பாழியில். ஒவ்வொரு மணலும் வெக்கையேறித்தாபத்தில் நெருங்க துறவி உடலில் இச்சை படிவதில்லை. ஸ்தீரிபாவமறியா மணற்பாறைகள் சூழ்ந்த இளந்துறவி. செம்மணலின் உட்குடைவில் ஜன்னல்கள் ஏதுமில்லை. இரு மணலுக்கு இடையில் வெளிச்சம் காற்று

ரூபத்தில் சன்னமாய் நுழைய மணல்மூச்சு விடுகிறான் அயோனி. மணல் கொதிக்கும் வேளை கொடுவேங்கைகள் சில அலைகின்றன மணல் வெளித் தாபத்தில். இரவில் மணற்பாழியைச் சூழ்ந்து அயோனியின் கூந்தல் நுகர்ந்த புலிகள் மணற்பேழையில் மறைந்து திருமுடி அவனோடு சேர்ந்து வளரப்பார்த்திருந்தன. துறவிக் கூந்தலை எடுக்கவே வேங்கைகள் கிளம்பியிருக்க வேண்டும். அயோனியின் கூந்தல் தேடிப் பூக்களின் சூலில் மறைந்திருக்கும் புலிகள் உடல் வாசனை அலையும் திசையில் பதுங்கி அயோனி வாடைகண்டு அவன் தவத்தில் பெண்முகம்பட அரசிலை ஒன்றின் நிழல்களாக அலைகின்றன. மூத்ததேரர் அவனைச் சுற்றிக் காமம் நுழையாத மணற்கோட்டையை அமைத்திருந்தார். ஒரு நாள் ஏடுகளிலிருந்து புலி உருவம் மெல்ல நகர்ந்து அவன் மார்மீது நகம் பதித்து வேறிநிமிர்ந்து கர்ஜித்தது கனவில். உருவற்ற கரும்புலிகள் இரவில் அவனைச் சூழ்ந்து கொள்வதை மூத்ததேரருக்கு அறிவித்தான் மிகக்கொடிய பகலில். மணற்பாழி விட்டு மெல்ல வெளியேறிய வெளியை நோக்கி நின்றான். தொலைவே மணற் சூலில் பூ உடைந்த தீட்டு உதிரம் பருவமாய் எழுந்து கூந்தல் விரித்து அலைந்து கொண்டிருந்தது. கானலில் கரைந்து மயங்கிய ருதுக்களை நோக்கியவாறு

‘தந்தையே பார்த்திராத உருவங்கள் அலைவுறுவதேன். எதுவாக இருக்கும்.’

‘ஒன்றுமில்லை. மணலில் சாயைகள் வேங்கைகளாய் அலை கின்றன.’

அயோனி அவ்வுருவங்களை வெறித்து நின்றான் வெகுநேரம். வெம்மையோடு மறையும் மணற் பாறைகளில் ஏறிச் செல்கிறார்கள். தொலைவே சூரியன் மோதிச்சிதறினான் பெண்களுக்குள். துறவி மணற்பாழிக்குள் பதுங்கியிருந்தான் குழப்பத்தில். நாட்கள் மணலாய் உதிர்வுகொள்ள வேட்கையான மணல்கூடி உருவெடுத்த அயோனி திசுக்களுக்குள் ரத்தம் உருமாறித் தொலைவே முன்அறியப்படாத கூந்தல் அலை படுவதைக் கனவில் உணர்ந்தான். ஒவ்வொரு துகிலாகக் களைந்த இரவுகளுக்குப்பின் மணற்பாழியை விட்டு வெளியேறும் வேளை தேரர் அவனைத் தடுத்து

‘எங்கு போகிறாய் உடல் களைந்து’

‘பாழிச் சிகழிகை கோதி அலையும் பசித்த புலிகளுக்கு களைந்த

உடலை இவ்வேளை உணவாகக் கொண்டு போகிறேன்.'

பழங்கதை

ரிஷ்யசிருங்கரின் தந்தை விபாந்தக காசியபர்; நதியில் நீராடுகையில் ஊர்வசியின் அழகில் வசப்படும்போது தாது ஸ்கலிதமாக, சுக்கிலத்துகளை நீருடன் அருந்தி விடும் மானுக்கு மகனாகப் பிறக்கிறார் ரிஷ்யசிருங்கர்.

தந்தை தவிர்த்த வேறெந்த மானுடப் பரிச்சயமும் இன்றி வனத்தில் வசித்து வரும் அவரது தவவலிமையால் எதுவும் பலிதமாகும். இந்நிலையில் மழையின்றி வாடும் அங்க தேசத்துக்கு அவரை வரவழைக்க வேண்டும் என அந்நாட்டு அரசன் விரும்புகிறான். அரசனின் மகளே முனிவரை வசீகரித்து நாட்டுக்குள் அழைத்து வர, மழை பெய்கிறது.

ஒரு வேசையின்மகளே முனிவரைமயக்கி அழைத்து வரும் வழியோடு மழையும் பெய்தது என இன்னொரு விதமான குறிப்பு உண்டு. அவன் அரூபமாய் மறைந்து மழையாகிறாள் இயற்கை யிலிருந்த ஆழமான நீர் உரு வேசையாக இருக்கலாம்.

முனிவரின் பிரம்மச்சரியமும் தவவலிமையுமே மழை பெய்வித்த தென மகாபாரதம் சொல்ல வருகிறது. முன்னர், அரசனே தன் நீதி வழுவாத ஆட்சியால் மழைதருவிப்பவனாக இருந்தான். அரசனுக்கு இணையாக முனிவனும் பெய்விக்கக் கூடும் என்பது இக்கதையில் சொல்லப்படுகிறது. ஆனால், அதுவரை பெண் வாசனை அறிந்திராத ரிஷ்யசிருங்கர் கன்னி ஒருத்தியைப் பார்த்த மாத்திரத்தில் கவர்ந்திழுக்கப்பட்டு அங்கதேசம் வர, மின்னல் கிழிந்து மோகம் பிளந்தே மழை பெய்கிறது என்று கதையில் சொல்லப்படாமல் போகிறது.

ரிஷ்யசிருங்கரின் தந்தையைப் பற்றிக் குறிப்பிடும்போது, நகங்கள் வரையிலும் முடி நிரம்பியிருந்தார் – கரடிபோல – என்று குறிப்பு வருகிறது.

மகாபாரதம் தவிர்த்து 'புத்த ஜாதகக் கதைகள்' மற்றும் 'தசகு மார சரிதம்' என்பவற்றிலும் இக்கதையின் சற்றே வேறுபாடான பாடங்கள் இடம்பெறும் பழைய சுவடியில் கண்டான் சாம்பல் பயணி.

பாரதக் கிளைக்கதை

43 திகம்பரவனம்: ஆண்வனம்

திகம்பரவனத்தில் *சிற்பவயல் ஏடு* திறந்து மென்மையாக மூச்சு விடும் சித்திரங்கள் உயிர் அருவி ஓசையில் மிதக்கும் பிம்பங்களாய் பச்சை, காவி, மஞ்சள் நிற திட்டுகளில் பக்கங்களின் காகிதம் கரைந்த சிதைவு. விலங்கு பறவை இனங்கள் சாவதானத்தில் குனிந்து நீர் பருகும் தாகம் விரித்த பாறைகளின் ஏக்கம். இயற்கையான தாமரைத் தடாகத்தில் கொடி, இலை, பூ மொக்குகளை அலகால் தொடும் அன்னப் பட்சிகள் கழுத்தை நீட்டி அகவிய சமவசரண ஓசை. சிராவகர் பாசம் அன்பு மரியாதையோடு அமைத்த பூ பாத்திகளில் பாரம்பரியமான பூக்கள் இன்னும் மலர்ந்து கொண்டுதான் இருந்தன திகம்பரவனத்தில். அவை நியமத்தின் மனக்குறிப்பில் தொடரப் படுவது. வெறும் அலங்கார மல்ல. நிகண்டு கோர்த்த ஓலைகளில் சொல்லப்பட்டிருந்த விதவித பூச்செடி நடுகிறார்கள். வெளியில் மலர்ந்த வேறுதிசைப் பூக்களும் சமணத்தின் புத்துருவம். அவை மெரு கூட்டப்படாத அழகில் இயற்கையின் உணர்ச்சிகளால் சிறுபொழுதில் உலர்ந்துவிடக் கூடியவை. மனிதரின் செயற்கையான விருப்பத்துக்கு பூக்கள் மலர்வதில்லை.

ஏடலார் தாமரை ஏந்தி அருகர் உரைத்த சமவசரணத்தில் ஏழு மாட வீதிகளின் உள்ளே காதிகாபூமியைச் சுற்றித் தாமரைக்குளம். அடித்தளம் சமபூமியாய் பன்னிறப்பூக்களைக் குனிந்து அருகசமயப் பெண்கள் கரையும் வெளி. அலையாடுகிறது நீர். இக்காதிகாபூமி சமவசரணத்தைச் சூழ்ந்த அகழி மிகவிசாலமாக ஆள் இறங்கினால் ஆழமற்று அள்ளிய நீரின் மணம் நாசியில் நுகரும் மயக்கம் படர்ந்த ஜைன காஞ்சிக்கு கடந்து வருகிறான் காமோஸ். எருதின் மீதேறி மேகக் கூட்டங்களிடை செல்லும் ஈசானன் தொடுகிறான் நீரின் இயல்பை. வஜ்ரநாபி தவக்கோலம் பூண்டு உண்ணா நோன்பிருந்து உயிர் மெலிந்த எட்டுவகை விரதிகள் கொடுக்கும் அவரை விதையொன்றை உண்ணாமல் பூமியில் விரலுடன் வேர் அரும்புகிறான். திருப் பருத்தியில் பூத்திருந்த மகுடமர இதழ் அமைப்பில் திருலோக்கியர் சுதை பாசப் பத்மாசனப் பிரபை லட்சம் கோடுகளாக வெட்டியது பயணியை.

எதிரெதிர் இருந்த யட்சிகள் விலக உடல் பரவிய சொர்ண ஒளி அசைவில் மேனியெங்கும் நடுங்கினான். அவன் உடல் சமணத்தில் ராக துவேஷத்தை அடைந்து சிலைகள் அசைந்து மங்கிய திகம்பரவனத்தில் திசைசூழ் துகிலின் அ-ரூப வெளியில் அடுக்கி

மடித்த பூ வரைந்த மெல்லிய உயிர் வாடாமல் அசைந்தது.

சித்திரம் மாறும் துகிலின் அலையில் சூன்யத்தில் பதிந்த பூக்களின் மயக்கப்பரப்பில் பிரபஞ்சம் மிக நுண்ணியது. ஆழம் காணமுடியாத பரிமாணங்களில் ஒரு பூ சுவாசத்தில் கரைகிறான் அவனும். பலவகையான வடிவம் கொண்ட மலர் தொகுப்புகளின் திசைகளில் சரிந்துவரும் காற்றின் அடுக்கில் வாடாத சித்திரங்களை நவதிகம்பரர்கள் விருப்பு வெறுப்பின்றி வரைகிறார்கள். பூக்களின் சித்த குணங்களில் ஓடும் ரஸநாளங்களில் திறக்கப்படாத மூலப்பிரதிகளில் பருவச்சக்கரம் சுற்றி நாழிகையில் பூக்கும் பின்னிரவுக்குளிரில் பனி இறங்கும் சிறுபொழுதில் வரைந்த பூக்கள் மெல்ல அரும்பி வாசனைகசிவதை யாரும் பார்த்ததில்லை. கண்வசமின்றிக் காணாத கண்களின் அசைவில் இமைகளில் மலரும் நீலப்பூ.

அவன் அரூபத்தில் பனித்த பூக்களின் நுழைவாயிலில் வரைந்திருந்த மூலப்பிரதியை எட்டிப்பார்த்தான். அதில் எந்த லிபிகளும் இல்லை. கோடுகள் சங்கேதக் குறிகளாகி புரட்டிய அடுத்த சுவடியில் ஏதும் எழுதப்படாத வெற்றிடத்தில் புரட்டிய பக்கங்களில் வனப்பூக்களின் வாசனை படர்வதை நுண்ணி உயிர்த்தான் காமோஸ் டாவோ. பூமியில் தெள்ளிய மண்பாடுகளை விரல்களால் கீறி ஓடும் மூலக உணர் வுகளை வாசனைகளாக மாற்றி வெற்றிடத்தில் வரைகிறார்கள் சித்திரமேழிப்பள்ளி மாணாக்கியர். சிகலிகை லோச்சணம் செய்த வலியில் எடுத்த கூந்தலில் ஆயிரம் பூக்களின் வரையாத கோடுகள். மடித்த கூந்தலை பேழையில் வைத்துப் பூக்களின் பருவ சக்கரத்தில் நாளின் பேழைதிறந்து கேசத்தில் நினைத்தபூவின் வாசனையில் ஆழ்ந்தனர் சிராவகர்கள். அருக சமயத்தவர் வீடுகளின் கதவுகளில் கேசம் சுவாசித்த பூக்களைத் தீட்டியிருந்தது.

காற்றின் ஜீவநாடியில் கற்பனைக்கெட்டாத பூக்களின் களஞ்சியங்களைத் திறந்து பார்கிறார்கள் சமணர். ஒரு செடி வேர்பிடுங்கும் வலியில் மண்பூவாய் உலர்ந்து கிடக்கிறார்கள். அ-ரூப ஆன்மீகத் தேடலில் தனது இருப்பிலிருந்து விலகிச் செல்கிறார்கள் மறைதல் தோன்றுதலின் ஓட்டத்தில் ஒய்வற்ற இயக்கத்தில் பூவின் துள்ளியமான இருப்பு இயற்கையின் புதிரான திரைச்சீலையில் இடைவிடாமல் தீட்டும் கோடுகளில் தோட்டங்கள் மலைச்சரிவில் துளிர்த்த விநோத இதழ்களின் மடிப்பை வரையும் கணத்தில் சுருண்டுவிடும் மென்மையான பிரபஞ்சம் அது.

ரகஸிய இருப்பான பூக்களின்குறியீடு மிகத்தொன்மையான சமணருடன் மரபுவழி வாழ்வுடன் நெருங்கி மலரும் ஜனனம். தூய்மையின் குறியீடாக நூறுவகை வெண்பூக்களில் இடமாறுகிறார்கள் விடிவதற்குமுன். துர்தேவதைகள் விரும்பும் கள்ளிப்பூக்கள் வகை பலவாய் வெளியே காத்திருக்கின்றன கன்னியரின் பாதையில்.

கபாலங்கள் உருண்டு அதை பிக்ஷுபாத்திரமாக ஏந்திய சித்தர் கபால அகலில் எடுக்க எடுக்க வனங்களின் மர்மம் வெகு ஆழத்திலிருந்து இலைகளை சிறுபூவுடன் பறிமாறிக்கொள்ளும். நுனியும் முனைப் பகுதியும் ஒன்று சேரக்கூடாது. அது துரதிருஷ்டத்தை கொண்டு வரலாம். அதனால்தான் கள்ளிகள் சில மரங்களின் சாயல் படரும் வேளைகளில் உள்ளுணர்வுகள் பலித்துவிடுகின்றன. அதையே குணரூபத்தில் ரஸஓட்டத்தில் இடமாற்றிவிடும் சித்தர் காடோ செடியாக வழிநடந்தார். சில கன்னிகள் துளசியில் மறைகிறார்கள். கற்றாழைச் சாறுகளால் சமண் மருத்துவர் காயங்களைத் தீப்புண் களைக் குணப்படுத்தி விடுவார்கள்.

சாளரம் அருகே தோட்டம் இல்லா சமவெளியில் வாசனை அலை வளைந்து தொடும் ஆழ்ந்த சுவாசத்தில் விடுபட்ட தன்னிலிருந்து மரங்கள பேசுகின்ற கடைசி வார்த்தைகளை.

அவற்றின் வலிமையான காலம் திருகிய கிளைகளில் அசையும் பட்சிகளின் ஒலித்தொகை அழைத்தபடியே இருக்கும். மகிழம் பள்ளியின் பழமையான சுவர்களில் ஐந்நூறு மாணாக்கியர் குகை களின் தாழ்வானசுவர்களில் தீட்டியிருந்த பூக்களின் நுண்உரு வெளிப்பாடு இயற்கையைத்தொடர்ந்து விரல்வழி பூத்தது வாசனை. குரத்தியர் மாணாக்கியருடன் விவாதம் பரிமாறும் முறையிலும் சிலவகை தாவரங்களின் குறிப்பான வண்ணம் குணம் பூ இலைகளின் நரம்புவழி மொழி கொள்கிறார்கள். மிகவும் மேம்பட்ட நறுமணத்தில் விருப்பின்றி ஈடுபடும் நீர்மையில் நுரையீரலில் நூறு வகைத் தாவரங்கள் எழுகின்றன பாழியில்.

ஒரு சில மணல்பூக்கள் தனிமையில் காத்திருக்கின்றன யுகம் நோக்கி. மலர்க் குடுவை ஏந்திய சித்திரப்பதுமைகள் உதிர்வு கொள்கிறார்கள். வெற்றிடத்தில் கோடு அழித்த வாசனை. பூ மறைந்த தாழிகளில் புகுந்து தவம் ஏற்ற குரத்தி துண்டிக்கப்படாத பூக்களின் நிற அலையில் பிரபஞ்சத்தில் உலவுகிறாள். மகிழம்பள்ளி மாணாக்கியர் செடிபடர்ந்த வீடுகளின் அருகே போய் பூக்களின் எண்ணிக்கையை வைத்து பாணிபத்திரம் நீட்டி நியமத்தை பின்பற்றி

மறைகிறார்கள்.

ஒருபுறம் நோக்கிய சித்திரவகையில் கூறிய மூக்குகள், கண் நீண்டு தீட்டிய வடிவில் கருவறையின் உட்சுவரில் சிதைந்து மறைந்த விலங்குருவங்களின் பாதி உடல் உதிர்வு கொள்கிறது தீராமல். ஆழமான சுண்ணாம்புக் கற்குகைகளில் விடப்பட்ட உயரமான தவசிகள் கைவிரல் நீண்டு அணைக்கவருகின்றன அவனை. கைகளை மறுக்காமல் தருகிறான் தழுவிக் கொள்ள. பாறை ஓவியங்களில் செதுக்கிய கோப்பைகளில் கழுவில் சிக்கிய சமண்கழுவர் உதிரம் நிரம்பி வழிகிறது. எலும்புக் குழலின் பரிமாணத்தில் இசையானது பாறைகளை உருக்க சிற்பம் நகர்ந்து நெருங்குகிறது காமோஸை.

மாயத்துறைமுகமான மகாபலியில் சடசடக்கும் கடல்வரை படங்களின் சுருள் இடமாறிவிடும். ஜீவராசிகளின் மூளை முடுக்கு களில் ஜைனகாஞ்சியில் மறைந்த மகிழம்பாழி அருகர்சிலை காமோஸை தொடர்ந்து அழைத்தவாறிருக்கும். ஒளிந்து கொண்டிருக்கும் பயணக்கப்பலை காமோஸின் விரல்கள் குழந்தைகள் மிதக்கவிட்ட தாள்கப்பலின் நூலை இழுத்து வருகிறது. மிருகக் கப்பலின் வாலை இணைக்கும் கருப்பு நூல் மகாபலி துறைமுக மாலுமிகள் ஆவியின்கையில். தொலைநோக்கியை கலர் கற்களால் உருட்டி பூக்களின் ரகஸிய உலகிற்கு இடமாறுகிறான் சித்திரவயலில். கண்ணில் புகுந்த சித்திரமேழி அவன் துள்ளியமான வியப்பூட்டும் கண்கள் நேசத்தின் மரபுவழிப் பூக்களைஞாபகத்தில் கொண்டு சிலவகைத் தாவர இனங்களின் இலை மனதின் அந்தரங்க ரேகையில் ஓடும் மிக நுண்ணிய நறுமணம் அது. பெண்கள் ஸ்தனங்களின் பால் பாதையில் சிறுவெண் பூவில் மறைகிறார்கள்.

சாம்பல்கழுதைமேல் குடைரிப்பேர்காரன் பழுப்புக்குடை பிடித்துவருகிறான் சிறுமிகள் சூழ. அவன் திம்பரவனத்தையே விரித்துப் பிடித்தான் குடைமேல். மடக்கிய குடைகளை கக்கத்தில் இடுக்கி யிருந்தான். ஒவ்வொரு குடையிலும் வனப்பூக்களை வரைந்து கொடுப்பதால் தெருப்பட்டாளம் அவனைச் சூழ்ந்து நகரும். மழையுடன் விரிந்த குடைப் பூக்களின் சாம்பல் தூறலில் நனைந்தபடி செல்லும் மலர்களுக்கு வர்ணமடிக்கும் முட்டாள்களுடன் திரிந்து ராணியின் தண்டனையை ஏற்பவன். குடைத்துணிகளில் விதவிதமான பழுப்புநிறம் விரிகிறது உலகெங்கும். மலைச்சரிவுகளில் வரைந்த பூக்களை குடைகளுக்கு நகர்த்தி விரித்துத்தருகிறான் சுழலும் தோட்டத்தை. படைபடையாய் சப்தத்தின் சுழிக்காற்றில் சுழன்று

அமரும் பட்சிகளை வரைந்து கொடுப்பான் சன்மானமின்றி. மழையின் விருந்தென்பான் ஓவியத்தை. 'ஒருதுளி மழைபுகாத குடையை தூரத்தில் போடு' என்றான் சிறுமிகளிடம். அவனிடம் மரக்கைப்பிடிகள் கவையாய் வளைந்த மரக்குடைகள் கம்பிகளில் கொம்பில் குத்திய குடைகளென ஏராளம் வருகின்றன. ஒவ்வொரு பழங்குடையிடமும் வாதாடுகிறான். 'இந்த மழைக்கு உன்னால் சிறுமிகள் ஆனந்தப்படுவார்கள்' என்பான். மெல்ல சுழிக்காற்றுடன் ஆலங்கட்டிகள் தலைமேல் விழாமல் பிடித்துச் செல்லும் குடைமீது பட்டுச் சரிகிறது. சீற்றத்துடன் உறுமும் மேகங்களில் மிதந்துவரும் குடைகள் எல்லாமே அதிசயம்தான். அவன் தகரப் பெட்டியிலுள்ள குடைக்கம்பிகளோடு பூக்களின்வாசனைத் தைலம் இருக்கும். ஒவ்வொரு பூவின் ரகஸியத்தையும் பழுப்புக் குடைகளின் உள்பக்கம் வரைந்து கொடுத்தான். திகம்பரவனம் நோக்கிவந்த டாவோ எனப்பலர் சொன்னார்கள் அவனை. குடையின் தத்துவத்தில் பிரபஞ்ச அமைவை உள் ஆரங்களில் இணைத்து நடுவில் துளிர்விடும் மரக்கொம்பில் சுழலவிட்டு உச்சிமேல் உயர்த்துகிறான் வனத்தை.

பூக்களில் அளவிலா குணரூபம் புதைந்த மனங்களின் மூலகம். பன்னீர்ப்பூ சிறுநாகசுரமாய் பனிஆறாய் உதிர்ந்து தலைகீழாய் ஓடிக் கொண்டிருக்கும் இவ்வேளை தான் மரத்தின் அருகே நாணல் புதர்களைத் தாண்டி கழுதைமேல் வந்து கொண்டிருக்கும் குடை ரிப்பேர்காரன் குடைக்குள் ஒட்டிவரும் சிறுமியை சிந்திக்கிறீர்கள் முதலில். நாழிக்கிணறைச் சுற்றிவந்த கழுதையுடன் கிணத்துக்குள் நீந்தும் 'வெற்றிலைக்காம்பழகி'யைக் கண்டுவிட்டான் டாவோ.

உவர்நீர்மேல் 'வெற்றிலைக்காம்பழகி' சிரித்தாள் முட்டாளைப் பார்த்து. கிணத்து நீரில் குடைநிழல் சுழன்றது. பல குடைகளின் பிரதிமைகள் நீந்துகின்றன உள்ளே.

பால் ஊட்டும் விழுதுகள் அசையும் ஆலம்பூ வெண்இதழில் மறைந்திருக்கும் சொர்ணத்தைத் தருகிறது குடைரிப்பேர்காரனுக்கு. பூத்த நெருஞ்சியில் புத்த ஞாயிறின் கதிர்ஒளி. திருகு கள்ளிப்பூ துர் தேவதைகளிடம் தீராமல் பிதிர்போடும் முள்ளுகளுடன். கமுகமரம் பூச்சொரிந்து மைக்காரக் குடைக்காரனிடம் சருக்கம் சொல்லும். இயற்கையின் வேகமான முறண்களின் நெருக்கத்தில் தளிர்விடும் அரும்பில் வெண்நிறம் நூறுவகைகளில் பிரிந்திருக்கும்.

திகம்பரவனத்தை அடைகிறீர்கள். மாறுபட்ட அகவிதழ்களின் தாது இடைவிடாமல் பரவிக் கொண்டிருக்கிறது வெளியில்.

பிரபஞ்சத்தின் நுண்உணர்வுக்குள் அகப்பட்டுவிடுகிறீர்கள். சிறுபனிமலரிலிருந்து அசைந்துவந்த சிறுமியிடம் தன் உரையாடலைத் தொடங்கியபோது அருகே நீங்கள் இருப்பதில்லை. குளிர்காலத்தில் பாம்புகள் சூழ்ந்த மனசா எனும் கன்னி சுபாவமாக ஸர்ப்பத்தின் விஷத்தை முறிவடையச் செய்கிறாள் கையிலுள்ள அல்லிப்பூவால். தெற்கே செல்லும் நெருஞ்சித்தரையைக் கடந்து விட்டிருந்தது சாம்பல் கழுதை. சிறுநெஞ்சிப் பூவை குனிந்து நுகர்ந்தது கழுதையின் கிழிந்த மூக்கு.

குடையுடன் வந்த பிக்குகள் இருவழியே பிரிந்து வேறுபூக்களை அடைகிறார்கள். இன்று நியமத்தின்படி மனசிலுள்ள பூ எதிர்ப் படுகிறது. நினைத்தபூ வரவில்லை என்றால் அன்று எங்கும் அவர்கள் உணவுகொள்வதில்லை. மனதில் எழுந்தபூ உயிருக்குள் ஓடிக் கொண்டே இருக்கும். அதன் சுவாசத்தில் இதழ்விரித்த சமணர் பூவில் மறைகிறார்கள். காட்டில் பூத்திருக்கிறார்கள். உதிர்கிறார்கள் உடலிலிருந்து. இதழ் உலர்ந்து சருகாகி வேராகித் தூராகி மீண்டும் மரத்தில் இலை மறைவில் பூத்திருக்கிறார்கள் பிறவித் தொடரில். அதிலிருந்து விடுபட சமவரணத்தின் மாடவீதிகளைக் கடந்து திகம்பரவனம் ஏகுகிறார்கள்.

யாரையும் எதிர்பாராத நோக்கமுடைய பிக்குகள் அமானுஷ்ய மாகப் பனி உருகும்மெலிவை அடைந்த புராதனலில்லிகளை காண்கிறார்கள். பூக்களிடையான மகரந்த மொழியை நாய்நுகர்ந்து மயங்கித் தள்ளாடிப்போய் ஊர்க்கோடியில் ஊளையிடும் சன்னமான ஒலி பூவில் வெண்கோடாய் அதிர்வுகொள்ளும். கிழக்கே பார்த்த சூரியகாந்திமீது இருகால்களில் எக்கிநின்று ஊசிமுகநாசித் துவாரத்தில் நுகரும் சூரியனின் வெப்பஇழைகளில் பித்தமடைந்து அங்கிங்குமாய் அலைந்து கால்தூக்கி இரவெல்லாம் நீளும் உருவற்ற ஊளையில் வளையும் ஒலிரேகை. பித்தம் நாயின் கபாலத்தில் பூத்தது. காடு காடாய் சிறுபூவிடாமல் நுகர்ந்து மஞ்சள்ஆவரைப் பூவில் கண் வைத்து நீர் முள்ளியில் அரும்புபார்த்து கோரைகளில் பூத்த நீலக்கண்களில் சுற்றி ஓடுகிறது வனம்தேடி. மோப்பம் தொன்னூற்று ஆறுவகை ஞானம். பித்தமே பூவில் விரிய கருக்கிருட்டில் நாயின் சாயை. தனியே உருவற்ற பித்தத்தில் ஓடிக் கொண்டிருக்கிறது திகம்பரவனம் நோக்கி. கையில் இருந்த விதை உடல் புகுந்த மரமாய் வளர்ந்து ஊடுருவி வேர்பிடித்த திகம்பரர் தோள்மேல் எக்கி நெஞ்சுமேல் கால்பதித்து நகம் கவ்விப் புஜங்களில் நக்கி உயிரைத் தொடும் நாய்ஈரம் பூக்களின் பிரபஞ்சமாய் உள்சுழலும் கோட்டிநாயின் கபாலம் தெறிக்காமல்

நெற்றியைத் தழுவி வளர்கிறது திகம்பரவனம். அவர் பின் தொடரும் உருவற்ற கருப்பு நாய் பூவிந்தின் ரஸ நாளங்களிடையே பயணமாகி நாய் உதிரம் ஸர்ப்பங்களின் வனமானது. உள்ளே திகம்பரர் கையில் நாயின் முகம். நெற்றியில் விரல்வைத்து நிலைகுத்திப் பார்க்கிறார் நாயின் நயனத்தில் அசையும் தொல்பாஷையை.

மலர்களின் தொகுப்பில் குணம் நாடும் திகம்பரர் பூவைத் தொடாமல் நெருங்கி உள் அலைகிறார் வாசனைகளின் அலையில். நாழிக்கிணறைச் சுற்றிப் படர்ந்த வெத்திலைக்காம்பழகி நாயின் நிழல் பார்த்துக் கூப்பிடுகிறாள். அவளை நோக்காது அடுக்கு அரளிப் பூவில் புகுந்து அண்ணாந்து ஊளையிட்டது. வரிவரியான நார்க் கொட்டானில் பூவெடுக்கும் சிறுமிகள் கொட்டானுக்கு ஆழாக்குச் சோளம் வாங்கிப் போகிறார்கள் சிராவகப் பெண்ணிடம். பிச்சி அரும்புக்குள் சிட்டு வந்து பறந்தவாறு தேன் உறிஞ்சும். முல்லையில் பூவெடுக்கும் சிறுமிகள் காம்புதிராப் பிச்சிப்பூவில் ஆழ்ந்து வெகுநேரம் பார்த்துக் கொண்டிருக்கிறார்கள்.

ஆகாசமகிழமரம் கிளைகிளையாய் பட்சிகள் பூவுடன் துயிலும் வேளை மரப்பொந்தில் மகிழம்பள்ளித் திகம்பரரும் அரும்பேறி மலர்ந்திருக்கும் அம்மணத் திகம்பரரும் புல்லுள்ள வெறுந்தரையில் அயர்ந்தும் பசிநோக்கா நின்றார்கள். பூவைப் பறிக்காமல் பூச்செடியைத் தாண்டாமல் செடியாய்த்தான் இருந்தார். அவர் உடல் எல்லாம் நெருங்கித் தளுக்கிறது மரிக்கொளுந்து. ஈசல் இறகில் பறந்து திரியும் சிறுமிகள் பூவுக்குப்பூ குனிந்து பாடும். நாகவள்ளிப் பூ மனிதரை வசக்கி அடிமை கொள்ளும் வேகமான ஈர்ப்பில் நிலைத்து விடுகிறீர்கள்.

பனிக்குள் கால்வைத்து சறுக்கென்று பூவில் மறைகிறார்கள் பிக்குகள். அவர்கள் கொண்டு வந்த குடை பெரும் தாமரையாக விரிகிறது. பல குடைகள் தானே நகர்ந்து செல்லும் நத்தவனத்தில் பூச்செடிகளில் நகரும் குடைநிழல். மான்படம் இருக்கும் குடைவிரிந்து ஈரத்தில் குளம்படிகள் தடம்விழுந்து ஓடையில் குளிக்கப்போகும் மணல் ஓரம் நாணல் அருகில் நின்று திரும்பிப் பார்க்கிறது குழந்தைகளை. குடை சுற்றி உள்வட்டத் தோட்டத்தில் அலையும் காடகமானைச் சிறுமி தொடுகிறாள். காடகமான் வனங்களில் பூத்த அதிசயமென்பூவில் குனிந்து வாசனைகளின் திசையில் நகரும். அதைப்பின் தொடர்ந்து காடகமான் மேல் ஆசைகொண்ட ராஜாராணிக் குடைக்குள் நடுவில் உள்ள அச்சு பழுதடைந்துவிடும். குடை

ரிப்பேர்காரன் தன்தகரப் பெட்டியைத் திறந்து கம்பிகளை வளைத்து குடையின் அச்சு எந்திரத்தை சரிசெய்து மானையும் ராஜாராணியையும் சுற்றி வனத்தையும் அதில் தாபரித்துக் கிடந்த புஷ்பங்களையும் தீட்டுகிறான்.

இப்போது குடைவிரித்த சிறுமி சுழல்கிறாள் மலைச்சரிவுகளில் வாசனை கொள்ளும் பூக்களிடம். ஒரு பூ சிறுமியின் மூக்கைத் தொட்டதும் அடுத்த குடைக்குத் தாவியது காடகமான். சாம்பல் குடைகளில் சித்திரத் துணிச் சுருளை விரித்துப் பிடித்தான் டாவோ. அவன் கக்கத்தில் இருந்த ஒரு பர்மாக்குடையின் அரைவட்ட விதானத்தில் காடகமான் புத்தரின் அருகில் எதையோ சொல்ல குனிந்து அதன் நாடியைக் கையிலேந்தி காதோடு காதாய் பதில் அளிக்கிறார். ஜாதகக் கதவிலிருந்த சித்திரங்கள் பழுப்புக் குடைகளுக்கு இடமாறு கின்றன. ஊரில் மழைவரத் தொடங்கியபின் பழங்குடைகள் பௌத்தத் தூபிகளாய் கூம்பு விதானங்களில் காந்தாரச்சித்திரம் கொள்ளும். குஷானியக் கோடுகளை வேறொடு குடைக்குள் தீட்டினான் டாவோ. அதைப் பூவிலிருந்து வந்த சிறுமி எடுத்துச் செல்கிறாள். அதைப் பின் தொடர்ந்து பலரும் உள்ளே தலைநீட்டி ஜாதகக் கதைகளைக் குடையாகச் சுற்றிச் சுழற்றி கண் நகர்கிறார்கள். வேறொரு குடையுடன் வந்த பிக்கு அவனிடம் நீட்டிய குடைக்குள் எழுதப்பட்ட விதிகள் அழிந்து வெண்ணிறம் சுழன்றது நிறங்கள் கரைந்து.

ஆயிரம் பூவகை எழுதிய கோடுகளில் குடைசுற்றும் வாசனையில் மெல்ல எழுந்தது முக்குடை. ஒன்று மேல் ஒன்றாய்க் குடைவனம் அடுக்கிய காதிகாபூமி. பூச்சிகள் இரைச்சலிடும் குடைக்குள் ஊழியின் வட்டம் முடிவிலா விரிவில் சுருங்கிய முக்குடை நிழலில் மல்லிநாதர். உள்ளே ஆரங்கள் கோர்த்த வட்டமான பிரபஞ்ச அச்சில் சுழலும் சாம்பல் குடை. ஆணும் பெண்ணும் ஒருவர் மேல் ஒருவர் சாய்ந்து பிடித்த குடைக்குள் முடிவற்ற சொற்தொடர் கரைகிறது காற்றில். குடைக்குள் பறிமாறிக் கொண்ட பூக்கள் சுரோனிதச் சுக்கிலத் துகள் கலந்து பருவச் சுழலில் சிசு ஒன்று குடைக்குள் மூடிய விரல்களில் குடையுடன் விரிகிறது உயிர் மலர். தீட்டிய ஓவியத்தில் நிர்வாணக் குழந்தைகள் குடைக்குள் நீந்துகிறார்கள். கம்பிகளின் மேல் சிறகுகளைக் காய வைத்து இசையில் பின்னிய இறகு கோர்த்து பிரபஞ்சப் பெருங்குடை சுற்றி வேறொரு வனத்துக்குள் மறை கிறார்கள். மழையோடு தலை மறைத்துக் குடைகள் தெருவெங்கும் அங்கிங்காய் அலைகின்றன. விரித்த குடைகளில் நடமாடும்தெரு.

மேல்புறத்தில் பழுக்கும் காலம் இலைகளாய் உதிரும் நரம்புகள் படர்ந்து இறகு உதிர்த்து கனிகள் பழுத்து வேர் திருகி அண்ணாந்த கல்லாலமரக்குடை நிழல். குடைகளில் பெண்கள் வருகிறார்கள் அவற்றை மடக்கிய கைகளுக்குள் மார் மீது அணைத்து மடித்த பூக்கள் வரைந்த துணி அலை மேலே பிடித்து விரியும் விண்தோட்டம். தனித்தனிக் குடைக்குள் சிங்கம் கர்ஜிக்கும். வனமெங்கும் விரித்த குடைகள் உயர எழுகின்றன ரெக்கையடித்து. கூட்டமாய் கீழ்சாய்த்து முகம் திரும்புகிறாள் சிறுமி. அவள் பக்கத்தில் பூத்த செடியொன்று நடத்துதிரிகிறது வேர்கால்களுடன். முன்பின் நடந்துவருகிறார்கள் நேசமானவர்கள். குடைக்குள் இடம் கொடுத்து உதிர்ந்த நெருக்கமான சொல் தரையில் பூக்கிறது. கைமாறிக்கைமாறி பயணமான பழங்குடைகள் வந்து சேர்கின்றன சாம்பல் பயணியிடம். கீழ்திசை திரும்பி விரியும் குடைகளில் பிக்குள் வருகிறார்கள். எதிரே மேல் தூக்கி உச்சியில் சுழலும் கிரகங்களென முக்குடை நிழலில் நேமியின் நிர்வாண மேனி.

சிற்றோடையில் ஆலங்கனி சிவந்து விழ நீரில் உடைந்த கனிகளின் விதை மஞ்சளாய் பிரிந்து அலையில் துளிர்க்கும் வேறொரு விருட்சம். இலைகள் பழுத்து ஒடியும் ஒலி. நேசத்தின் குறியீடுகளால் பறிமாறிக் கொண்ட பூ அலமாறியில் பழைய புஸ்தகத்தில் உலர்ந்து விடாமல் வாசனை தரும். சுவர்களில் தீட்டிய திகம்பரர் விரல்களில் பூத்த காட்டுப்பூக்கள் கடம்பம் வேங்கை மருதென விருட்சிப்பூ மலை விளிம்புகளில் மேல் உயரும்.

சாளரத்தில் காத்திருக்கிறீர்கள். கீழே தெருவில் பூக்காரியின் நீட்டிய ராகம் ஒரு பூவாய் மலர்ந்திருக்கிறது. வரிசை வரிசையாக நூல் பின்னலில் விரல்கள் புனைந்து விரியும் தோட்டம். அதில் ஓடும் பொம்மைகள் தலைவாசலில் பாடும் அசைவு. எல்லா வகையான கண்ணாடிக் கூம்புகளில் வரையப்பட்ட பூக்கள் வாசனைகளை விடாமல் சுகந்தமளிக்கும்.

44 பல்வேறு வடிவங்களில் நிறங்கள் மனிதரை உணர்கின்றன

நாசியிலிருந்து நுரையீரல் நோக்கிச் சுருங்கி விரியும் தலைகீழ் குவளை மலர் அது. உதிரம் ஓடும் விநோதங்களுடன் நுரையீரல் தோட்டத்தில் பூக்களின் மூச்சு. பாத்திகளில் குனிந்து சிறுசெடிகளிடம் சுவவாய் கொள்ளும் கணத்தில் அவை மோனத்தில் ஒரு பூ விரிக்கக் காத்திருந்து நீங்கள் சென்றுவிடவும் விரித்துகொள்ளும். உங்களுக்காகத்

திகம்பரவனப் பூக்கள் காத்திருப்பதில்லை. ஆழம்காண முடியாத அரூபத்தில் படரும் பூங்குவளையை இருட்டில் தூக்கிப் போகிறார்கள் பெண்கள். உப்புத் தானியநாழிகள் மீது சொருகப்பட்ட பூக்களை யாரும் சூடுவதில்லை. அவை மானஸீகத்தின் குறியீடு... நிறை சூலியின் உடல் மேல் ஒன்பது பூ வைத்து காத்திருக்கிறாள் மருத்துவச்சி. பத்தாவது பூ கருப்பாழியில் விரிகிறது. பொருளாக கற்புலத்தில் பறிக்கப் படுவதில்லை பூக்கள். யாருக்காகவுமின்றி காத்திருக்கும் திகம்பரப் பூவின் பெருநிலை.

பீங்கானில் மறைந்திருக்கும் குமிழ்களில் பூத்த வெற்றிடத்தில் வாசனை இல்லாமல் இருக்கலாம். அக்குமிழின் கணம் வாடாமல் சூன்யமலராய் அடுக்கி அடுக்கி விரிகிறது உடைந்த பீங்கான் வளையல்களில். கண நகர்வில் உயிர் பெற்றுவிடும் குமிழ் பூக்கள். எல்லாப் பூவும் வெறும் குமிழ்தான். அது முத்தளக்கும் நாழி. பருவ ஸர்ப்பத்தின் சக்கரத்தில் சுழலும் கால- இடம் வகை வகை திணுசில் பூக்களின் பாதையில் ஊர்ந்து செல்லும் ஸர்ப்பம். பூவைச் சுற்றி வளைந்து தன் வாலைக்கவ்வும் வர்ணப்பாம்பு அழகுணர்வுகளுக்கு அப்பாலுள்ள வெண்ணிறங்களின் பாஷையில் வாசனை அலைகள் மடித்த புஸ்தகத்தில் வட்டமான சர்ப்பம் பிதிர் உருக்கொள்ளும்.

பூக்களின் விதிகளில் இயங்கும் கன்னியரும் புனிதரும் பட்சிகளும் வேறுவேறு கிரகங்களில் பிறந்திருக்கக்கூடும். அவர்கள் பூவின் தொடர்ச்சி. வெறும் அலங்காரம் மட்டுமல்ல. கேச லோட்சணம் செய்த ஐந்துபிடிக் கூந்தல் பேழையில் சுழலும் கேச நெளிவில் பூக்களின் வாசனை. அது மறைந்த தோட்டம். மெருகூட்டப்படாத அழகில் உலர்ந்த காட்டுப் பூதனியே உதிர்கிறது சப்தமின்றி. அதைத் தொடர்ந்து யாரும் சொல்வதில்லை. மனிதரின் ஜன்னலில் ஜாடிகளில் உள்ள பூக்களின் கணிதத்தை சிறுமிகள் வரைபடங்களால் மாற்றி அமைக்கிறார்கள். சுவர்களில் கீச்சிய அரக்குநிற ஜாடிகளில் சிவப்பும் பச்சையும் கரைந்து பூக்கள் தொடர்ந்து வரும் தெருக்களில் இருந்து நீங்க முடியவில்லை சாம்பல் கழுதையில் வந்த குடைக்காரனால். அவனையும் சுவரில் தீட்டி கழுதையின் மூக்கைக் கிழித்தார்கள் கோடுகளில். குழந்தை கீறிய எளிய சிறு கோட்டில் பூ ஓடிச் செல்கிறது. செடிக்குச் செடி தாவித் தாவி மாறும் சிறகுள்ளபூவை சிறுமிகள் வரைந்து கொண்டிருக்கிறார்கள் நிறங்களின் கட்டுகளை உடைத்து.

திகம்பரவனத்தின் வலிமையான வாசனைதேடி ஜீவராசிகளின் கோடு. பெண் ஆண் பூச்சிகள் இரவின் காந்தத்தில் இயற்கையின்

குழிவுகளில் முயங்கித்திளைக்கும். பாலியல் கனவுகள் பூவில் தொடங்கும். பெண்கள் நகைகளாகக் கழுத்தில் பூணிய இருபால் பூ. சுட்டமண் தொட்டிகளில் நீர் கசிந்து கொண்டே இருக்கிறது. சிறுமிகள் கையில் தண்ணீரை அள்ளி செடியில் தெளிக்கும் காலை. பூந்தொட்டிகள் அடுக்கி வைக்கப்பட்ட வரிசையில் நிழல் அசைகிறது.

இலை நடுக்கத்துடன் ரகஸியப் பூக்களைப் பறிமாறிக் கொள்கிறீர்கள். வீடுகளின் ஜன்னல் முற்றங்களில் எல்லாம் மலர்கள் நிரம்பி வழிகின்றன. மிகவும் அறிதான சமயங்களில் வனத்தில் நடந்து செல்கிறீர்கள். வெளிச்சம் நிழல் கோடுகளில் அசையும் தனிமையில் இருப்பின் அடிப்படையில் விசாரிக்கப்படுகிறீர்கள் பூக்களால். உங்கள் ஜனன வாசனையைப் பிரித்து வெளிர் நீர்மையில் ஒரு வெண் துகளென வாடும் பூவின் கணத்தில் இருளின் துளியாக பயமூட்டுகிறது மெல்லியபூ. மீண்டும் மனதைத் திருத்தி வேறுபக்கம் நோக்க திகம்பர வனத்திற்கு வந்திருக்கும் ஒரு கோடிப் பூக்களின் வடிவ நுட்பத்தில் உங்கள் பகல் துகள் துகளாய் சிதறி ஒவ்வொரு பூவின் புறவிதழின் ஆழத்தில் சூலகமாகி விடும் உயிர். சூலறையில் மெல்லக் கருவாகிக் கனியின் பாதையில் நகர்ந்துகொண்டிருக்கிறீர்கள். உள்ளிருந்தே வனத்தை எட்டிப் பார்க்கக் கல் விதை நகர்ந்து கொண்டிருக்கிறது விண் பரப்பில். இதய வடிவ இலைகளின் நரம்புகள் பூ உதிர்வதற்கு முன் செந்நிறமாக மாறும். கண்ணுக்கு எளிதில் தெரியாத போதி மரத்தின் பூ மிகச் சிறிய வடிவில் பிக்குணிகள் உள்ளே மறைந் திருப்பதால் வெள்ளரச இலைகள் தீராது நடுங்குகின்றன பதட்டத்துடன். சூரிய ஒளியின் நிறமாலை கண்ணாடிப் பூக்களில் விசிறிகளாய் அசையும். நினைவுக்கு எட்டிய காலத்திலிருந்து திகம்பர வனத்துக்கு மத்தியில் தான் தோன்றி மறைகிறீர்கள்.

உயிரின் மரபுவழி ஞானத்தில் எங்கோ அலைந்து வரும் நாயின் முகம் மலர்ச்செடிகளின் மறைவில். ஒவ்வொரு செடியிடமும் மூக்கால் உரையாடி பூவைத் தொடாமல் கபாலத்தில் சுழல்கிறது சூரியனுடன். காவல் தெய்வங்களின் கீழ் தொன்மையான கருப்புநாய் வனந் திரிகிறது பூவகைகளில் ஓடும் ஸ்திரீகளின் வாசனைகளைத் தேடி. ஒவ்வொருவருக்கும் கர்ப்பவாசனையில் பூத்த பூ ஒன்று உடலுடன் தைக்கப்பட்டிருந்தது நரம்பு நார்களால். அந்த உடல் பூவை யாரும் அறிவதில்லை. இதுதான் என திரும்பிப் பார்த்த வேலை மலர்ச் செடிகளைக் கொண்ட கானகமாகிவிடுகிறீர்கள்.

துறவிகளின் வசிப்பிடங்களுக்குள் எட்டிப்பார்க்கிற திருட்டுத்

தனத்தில் ஒரு பூ கண் விடுகிறது. மலைகளிலும் குன்றுகளின் தளிக் கோடுகளிலும் சமணர்கள் உதிர்ந்திருக்கிறார்கள் சிறுபூவில். வெளியில் காத்திருக்கும் சிற்றுலகத்துக்கு உள்ளே இதழ் அடுக்காக விரிந்து வரும் பூ. என்றும் பூ விரியும் இந்தத் திகம்பரவனத்தில் மயிற்பிஞ்சம் ஏந்திய திகம்பரர் ஆன்மீகப் பூக்களைப் பாறைகளில் வரைந்து செல்கிறார்கள். ஒவ்வொரு பூவின் குறியீட்டு நோக்கங்களை எளிதில் அறிய முடியவில்லை.

அவர்கள் பயணத்தின் தீவிரத்தை சூழ்நிலையில் உணர்கிறீர்கள் இழந்து போன அமைதியைத் தேடிவருகிறீர்கள் பாழிக்குள். பாறைக்குடைவில் நீர்த்தடாகம் சித்திரம் கொள்ள நீர் கல் துகளாகி உதிரும். கல்மீன் ஒன்று தலைகீழாய் விழும் ஒலி. சித்திர அரும்புகளின் மயக்கமாய் விரியும் கற்பாழி. உள்ளே சுவர்களில் உருகும் சித்திரங் களில் பூவின் குணவடிவம். இயக்கியின் துடி கொண்ட திகம்பரவனம் நிறங்களால் மூடப்பட்டுள்ளது. பூக்கள் சிறிய பாழிக்கு உள்ளேயும் வெளியேயும் நீந்தி மிதக்கும் அந்தரவெளி. நிறங்களின் குறியீடுகள் வாசனைகளின் எல்லையில் முடிந்து வாசனைகள் துடைக்கப்பட்ட வெண் வெளியில் திகம்பரப்பூ தத்தளித்துத் கொண்டிருக்கிறது பிரபஞ்சத்துவமாய். ஆன்மாவின் திகம்பர மலைகளின் வடிவம் சூன்யத்தின் வரைகோடுகளுக்குள் ஒரு தனித்த நாண்களுக்குள் பூமியின் நிறம் கலக்கும் வெண் பனி உருகும் திகம்பரப்பூ.

திகம்பரப்பூவைத் தேடிப்போன குடைக்காரன் மீண்டும் தொடங்கிய பூவுக்கே வந்து சேர்கிறான். முதலில் மலைத்தொடர் களைக் கடந்து மணல்விகாரைக்கு வந்து மழைக்காலத்தில் ஓய்வெடுத்துக் கொண்டான். பிக்கு அவனிடம் விட்டுச்சென்ற சாம்பல் குடையை அவரிடம் சேர்க்க வேண்டும். கயாநோக்கிப் போன பிக்குகளின் குடைக்குள் சேர்ந்து நடந்தார்கள். உலர்தாவரங்களில் முள்பூத்த கரடுமுரடான பிரதேசம். முட்டாளுடன் தொடரும் துணைவர்கள் பிக்குகளாக இருந்தார்கள். அவன் மணல் ஆற்றைக் கடக்கிறான். பூ ஏதுமில்லாத பாலைவனத்தில் பல துர்தேவதைகளும் மணல் காற்றின் வெப்பமும் சேர்ந்து நாட்டியமாடி மணல் குழியில் உருட்டி வீழ்த்தியது அவனை. மணல்பாதாளத்தில் வதியும் துர்தேவதை மனிதரை வசக்கி அடிமை கொள்வது அவற்றின் மரபு. தொலைவுவரை மனிதரோ மிருகங்களோ காணப்படவில்லை. கண்ணுக்கெட்டிய தூரம் வரை பாலைவனம். கடக்கமுயன்று இறந்து போன மனிதர்களின் வெளுத்துப்போன எலும்புகள் மட்டும் துகள்துகளாய் மணலாகிக் கலந்து வெண்மலரின் பெருமூச்சில் கரைந்து

போயிருந்தது. ஒரு மாதம் பயணம் செய்து ஈராயிரம் கல் தூரத்தைக் கடந்து சித்திர வயலை அடைந்தான் டாவோ.

அந்தச் சிறு பனிமலர் குளிர் காலத்தில் இரண்டாவது மாதத்தில் தெற்கே செல்லும் காற்றை வாசனைகளின் அ-ரூபநாண்களால் இசைத்தது. அவனுடன் குடையுடன் வந்த பிக்குகள் அப்பூவின் இதழில் மறைகிறார்கள் உடலற்று.

பனிக்குள் உறுமிநகரும் வனவாசி ஒருவன் மறைகிறான் வெண் படலத்தில். அவனுடன் இருந்தவையெல்லாம் பழுதான குடைகள் மட்டும்தான். அந்தச் சிறிய பனி மலையைக் கடந்தார்கள். கோடையிலும் குளிர்காலத்திலும் பனி தொடர்ந்து உருகி சித்திரவயல் அசையும். இரவில் உறுமி எழும் வெண்மிருகங்கள் பனிப்பூவைத் தேடி அலைகின்றன. உருகும் பனிக்கூரையில் எருதுத் தொலிக்குள் தன்னை சுற்றிக் கொண்டு ஏதோ பனிநரம்புகளை வருடுகிறான். அந்த இசை ரகஸியமாய் உருகி தன்னிடமிருந்த பிக்குவின் குடைக்குள் அபிதர் வந்து இமைகளைத் திறக்கிறார் விரல்களால். அந்தரத்தில் பனி உதிர்வு கொள்ளும் புயல் வெள்ளிகள் கீழும் மேலும் சறுக்கி ஓடிக் கொண்டிருந்தன. நிழலில் அமைந்திருக்கும் மலைகளின் வடக்குச் சரிவைக் கடக்கும் போது வரும் ஊசி ஊசியாய் குத்தும் வெள்ளிக் காற்றில் பிக்குவின் சாம்பல்குடைவிரித்தான். ஊசிவெள்ளிகள் மனிதரைச் சுத்தமான அமைதியில் இருக்கச் செய்துவிடும். நிழல் விழாத தனிக் குடையில் எல்லாம் வெண்படலமாய் மறித்தது பாதையை. கால் ரேகைகள் உருகி சுவடுகள் புடைத்தெழும். பயணத்தை ஊக்கத்துடன் ஈர்த்த குடை மெல்ல பனிப்படலத்துள் மறைந்து கொண்டிருந்தது. கிழக்கழுதை டாட்டில் குடை மேல் பயத்தின் அறிகுறியாக பின்வாங்கியது ‘பயப்படாதே டாட்டில் நான் உன்னைத் துன்பத்தின் சமயம் விடுவிப்பேன்’ என்றது பிக்குவின் குடை. கழுதையின் விரைத்த காதுகளைக் கடித்து அதன் அமைதியைக் கலைத்தான் குடைக்காரன். கரியபனி இருளில் சுழன்று ஒரு துளி உயிர் குடைக்கும் கழுதைக்கும் இடையில் சுழன்று உருகி விரிந்தது குடை.

பள்ளத்தாக்கில் பனியின் சிறபவயல். தெற்குச் சரிவின் ஓரமாக யாரும் அறிந்திராத வனப்பூக்கள் குளிருடன் அழைத்தன குடையை. விரித்த குடையுடன் செல்கிறான் டாவோ. மடிப்பு மடிப்பான சரிவுப் பாதைகளில் சிலவகைப் பனிக்கள்ளிகள் தலைகளை அசைத்தன லேசாய். கண்ணுள் புகுந்த மென்பூ பனிமரபின் சுடராய் எரிந்து கூடவே ஒளிநகர்ந்தது. அது எளிமையில் இருக்கிறது.

மிகவும் தொன்மையான பனிச்சரிவுகளில் காலத்தை ஊடுருவும் பளிங்குப் பூச்செடிகள் அடுக்கி இறங்கும் பள்ளத்தில் கருப்பு மணல் சுழிந்து ஓடும் புது நீரில் வெள்ளிநார்கள். அதை கையில் அள்ளி பருகினான் ஒருசரம். இந்த நீர் நெருக்கமான தொடர்புள்ளதாக இருந்தது. மறுபடியும் அள்ளிய நீர் உருப்பளிங்காய் அமைதியில் விரல் ரேகைகள் வேகமாய் சுழன்றன கைக்குள். ஊசிப்பூக்கள் பனி கோர்த்து சுற்றிக் கொண்டுவிட்டன அவனை. ஆனால் மொக்குகளின் நுனியால் விரல்களைப் ஸ்பரிசித்தன செடிகள். பிரியமுடியவில்லை சிறு செடியிலிருந்து. இடத்துக்கு ஏற்ப அழகுமாறிவிடும் செடிகள். ஒவ்வொரு ஒழுங்கில் வேறுபடும் இலைகள். தண்டுந்தளிரும் நீர் இறங்கும் கோடுகளை வெளிப்படுத்தியது.

கடந்த காலமென்று இல்லாத இடத்தில் நின்று கொண்டிருந்தான் குடையுடன். அது தனித்திருந்த 'கிரிதரகூட்டா' எனும் மலை. அதன் உச்சிக்கு ஏறவேண்டும். மூன்று கல் தூரத்தில் செங்குத்தில் ஏறினால் தெற்குப்பார்த்தவாறு அமைந்திருக்கும் பெரும்பாழி. தியானத்தில் அமரபுத்தர் இந்தக் குகையைப் பயன்படுத்தினார். முப்பதடி வட மேற்கில் இன்னொரு கற்பாழி. அங்கே ஆனந்தா தியானம் செய்தார். சிகரத்தில் அசைந்து கொண்டிருந்த சாவு வெண்ணுரை வீசி டாட்டிலை மூடியது. டாவோ அதன் காதுகளில் அபிதம்மத்தின் சூத்திரங்களை முனகினான். எவ்வளவோ முயன்றும் பயணத்தைத் தொடர முடியவில்லை. டாட்டில் அசரீரியாய் சொன்னது குடையிடம் 'என் அதிசய நண்பனே இனிமேல் குணமடைவது சாத்தியமில்லை. குடையே பனிப் புயலை நிறுத்துவாயா. உன்னோடு பேச வேண்டும். சிகரத்தில் அசையும் சாவு என்னைத் தொட்டது நெருங்கிவந்து. அதன் கரங்கள் அபிதரின் ஸ்பரிசத்திலும் ஆழ்ந்ததாக இருக்கிறதே. சாவின் இசையைக் கேட்டுக் கொண்டிருக்கிறேன் அருமைக் குடையே. உன்னை என்னால் பிரிய முடியவில்லை. சீனாவிலிருந்தும் கிழக்கி லிருந்தும் தொடர்ந்த உன் பயணத்தை நிறுத்தவிடாதே அன்பே. டாவோ என்னை மன்னித்து விடு. பெரும்பாழி வெகுதூரத்தில் இல்லை. என் எஜமான வண்ணானிடம் இதைச் சொல். நேரம் இருக்கும் போதே நீ முன்னேரிச் செல்லவில்லை என்றால் இறந்து விடுவாய் என்னோடு' இதைச் சொன்னதும் மூர்ச்சையானது டாட்டில்.

அந்த முட்டாள் பனிச்சிகரத்தில் மோதி அழுதான். அவ்வேளை பனிகீறி நொறுங்கி துளை வழியாக சூரியனின் வெப்பமான கோடுகளுடன் குடைவிரிந்தது. குடையால் டாட்டிலைச் சூடாக்கி அபிதமத்தைச் சொல்லித் தட்டினான் மடக்கிய குடையால். மறுபடியும்

உயிரைக் கொண்டுவரும் தாகத்தில் டாட்டில் எழுந்து நின்றது சேணத்துடன். விதிக்குப் பணியாத அமானுஷ்யமான பிக்குவின் குடை விரிப்பில் சாவு மீண்டும் பனிச்சிகரத்தை அடைந்தது. முனகும் பனிச் சுவட்டில் பிக்குவைப் போல் நடந்து கொண்டிருந்தது குடையைத் தொடர்ந்து.

தூரதேசங்களில் கிடைத்த சிறுசிறு அகல் ஏந்தி பனிப்பூவுடன் பெரும்பாழியில் ஒளி ஏற்றினான் டாவோ. துக்கத்தில் ஆழ்ந்த கழுதையின் மௌனம் பாழியெங்கும் வியாபித்திருந்தது. கண்களில் நீர் சொரிந்தான் முட்டாள். 'இங்கே தான் ஒரு காலத்தில் வாழ்ந்து சுரங்காம சூத்திரத்தை அருளினார். புத்தர் இருந்த கணத்தில் ஒரு பூவாகப் பிறந்த கழுதை மட்டுமே பாழி அருகில் ஜனித்திருந்தது. அவர் இருப்பிடத்தைப் பார்த்து புத்தர் இருப்பின் தடங்களை உணர மட்டும் தான் முடிகிறது' என பெருமூச்சு விட்டான் டாவோ. பிறகு பாழிக்குள் ஒளியுடன் அசையும் சுரங்காம சூத்திரங்களின் ஒலி மெல்ல எழுவதைக் கேட்டான். அவ்வொலி வடிவம் புத்தரின் குரல்வளையில் சுழன்று சென்று படிகநுரையீரலின் அறுங்கோணத் தாமரை நிறம் மாறிக் கொண்டே சுரங்காமத்தில் கரைகிறது. அதை இரவு பகலெனவும் பகல் இருளெனவும் கலக்கத்தில் புனிதப் புஸ்தகங்கள் படிகத்தாமரை இதழ்களில் எழுதப்பட்டுள்ளதை தாமரையில் பார்த்தான்.

அவன் நோக்கம் திகம்பரப் பூவை நோக்கி கிழக்கே நகர்ந்தது. வினயபிடகத்தின் பிரதிகள் தேடி பனாரஸிலிருந்து பாடலிபுத்திரம் வரை அலைந்து திரிந்தான். அதைக் கைப்பிரதி எழுதிக் கொள்ள அவனிடம் பழுதான குடைத்துணிகள் உள்ளன. ஏனோ இந்திர தேசத்தில் குருமார்கள் அனைவரும் செவிவழிப் பாரம்பரியச் செய்திகளையே நம்பியிருந்தனர். ஆனால் அவைகளின் எழுத்துப் பிரதிகள் அவர்களிடமில்லை. இந்த எண்ணம் நிறைவேறாத ஏமாற்றத்தில் வினயபிடகத்தின் பிரதிகளைத் தேடி அலைகிறான் முட்டாள் டாவோ. மகாசாங்கிகர்களின் புத்தகச் சேகரிப்புகளின் அடுக்கில் குடையை நீட்டினான் கழுதையுடன். டாட்டிலை இழுத்துக் கொண்டு இரு பிக்குகள் சண்டையிட்டுக் கொண்டே நூலகத்துக்கு வெளியே துரத்தினார்கள். அவர்களிடன் பணிந்து மடாலய நூலகத்தை பார்வையிட அனுமதி கேட்டான். உப்பரிகை மாடத்தில் அந்த நூலகம் இருந்தது. அதன் கூம்புகளில் மதுரா சிற்பிகளின் விரல்கள் தோன்றி பாலியில் எழுதிக் கொண்டிருந்த வினயபிடக சூத்திர வாசகங் களை அண்ணாந்து பார்த்துக் கொண்டே நகர்ந்தான். நல்லொழுக்க விதிகளின் ஒரு பிரதியை குடைக்குள் ஒளித்து கடத்திச் சென்றான்

டாவோ. போகிற வழிநெடுகப் பிக்குகளின் குரல் பின்தொடர்ந்தது. நெடுந் தொலைவுவரை கேட்ட குரல்களை அவன் திரும்பிப் பார்க்க வில்லை. புனிதப் புத்தகங்களைப் பார்த்து மடிக்கப்பட்ட குடைத் துணிகளில் எழுதிக் கொள்கிறான்.

திகம்பரர்களின் பழக்கவழக்கங்களைப் பார்த்தான். பூசாரிகள் மேற்கொள்ளும் கடுமையான நல்லொழுக்கத்தையும் மதநம்பிக்கை லோகாயதத் தூண்டுதல்களுக்கிடையில் அவை திடத்துடன் எழுதப் பட்ட பிராகிருத ஏடுகள் தீர்த்தங்கரரின் கோயிலில் ஈட்டிப் பேழைகளில் வைக்கப்பட்டிருந்தன.

நல்லொழுக்க விதிகளின் வலிமையில் சமணம் எழுந்த திசையில் பணிந்து திகம்பரவனம் நோக்கிச் செல்கிறான். வாயில்களே இல்லாத வனம் தொடங்கிவிட்டது. வெளியே உயிர் இணைப்பான தாவரங் களில் திகம்பரர் வதியும் இலைநரம்புகள் ஓடிக்கொண்டிருந்தன. மரப்புலன்கள் உணர்வுகொள்வது அவன் வருகையைத் தெரிந்து கொண்டு மலர்ந்து விரியும் பேருலகின் அசைவைக் காற்றின் இழை களில் தொட்டான். சமண இயற்கையுடன் இணைகிறான் உதடுகளை அசைத்து மிக மெல்லிய ஒலியில் மானஸீகம் உத்தமம். உபாம் ஸீகம் மத்திமம் வாசனிகம் ஜகன்யம் என தியான சித்தியில் தொனிக்கிறான். பூக்களின் ஸ்படிக அடுக்கில் அனந்தானந்த சித்தர் திகம்பரப்பூ மறைந்திருக்கும் மூலப்பிரதியைத் திறந்து பின்னிரவில் பனி உதிரும் நீல வெளியில் தபாசாரமிக்க திகம்பரர்கள் வனமெங்கும் இறங்கி இலைபூ எனத் தொட்டு பொழுதில் அதிரும் பாதரஸ நாளங்களில் வீதராகர் நிர்க்கந்தர் திகம்பரர் பரமதியானத்தில் பறித்த திகம்பரப்பூ ஏந்தி வருகிறார்கள் பட்சிகள் நீலத்தில் சடசடக்கும் ரெக்கை விளிம்பில், நீர் மெலிந்து துயில் எழும் ஸ்பரிசத்தில் உயிர்ப்புழு நெளியும் நீலத்தில் அணுஉயிர் நீலஉடல் கொண்டு குமிழ் கொள்ளும் திகம்பர உருவாகி விசும்பில் பனித்திருக்கிறது இவ்வேளை.

XX

பேராச்சி

அப்போது வீடுவீடாய் சோறெடுத்து அழுக்கெடுத்து கறிசோறு பொதியோடு கழுதை மேல் வந்த வண்ணாத்திகள் வெள்ளாவித் தொறையில் உவர்முறிக்கி கழுவிக் காயவைத்திருந்தார்கள் ஊர்க் கண்டாங்கிகளை. மரமெல்லாம் ஆடைகள் வெளுத்துக் காய்ந்திருக்க ஆற்றங்கரையில் கழுதைகளை மேயவிட்டு கொடை எடுத்தார்கள்

பேராச்சிக்கு. சாம்பாத்திகளும் வண்ணாத்திகளும் பேராச்சிக்கு கொடை எடுத்த நாளில் எட்டயபுரம் ராஜாவைக் கூப்பிட்டு மீன்துள்ளி மேளத்தை நிறுத்தச் சொல்லிக் கொக்கிரகுளம் பங்களாவில் கொக்கரித்தான் ஆஷ்துரை 'நிறுத்தடா கொட்டு' உடனே துரைச் சாணிக்கு முத்துப் போட்டு கண்மங்கி வைசூரி கண்டது. வெள்ளையன் ஜாக்கிக் குதிரை தறிகெட்டு ஓடி மறைந்தது.

மரகதப் பச்சைக் கண்மலர் நேந்து சாத்திய பின்னே தான் வைசூரி இறங்கியிருக்கக் கூடும். துரைசாணிக்கு கண்தெறிய ஆரம்பித்தது. வேறொரு ராஜா பெண் சாபத்தால் உடல் முழுவதும் குஷ்டம் பீடித்து பசி உறக்கமின்றி தாமிரபரணி மணலில் செல்லியைச் சுற்றிவந்து தவமிருந்தான். பொதிகையில் உருண்ட விலங்குப்பாறை பேராற்றில் அடித்துச் சுழன்று நீர்வாட்கள் வெட்டிச்செதுக்கிய கருஞ்சிலையில் மூலிகை ஏடு புறண்டது. புலிக்கண் இமை கீறித்திறந்த பேராச்சியை சருமத்தில் இலைகளின் ரேகை நீர்ச்சிலை மேல் எழுந்து ராஜரோகியை அழைத்தது சுழிக்குள். ரோகி கரம்தொட்டு பேராச்சியை கரை சேர்த்தான் 'உன் குஷ்டத்தை சொஸ்தமாக்குவேன் போகாதே என்னைவிட்டு' என்றாள் பேராற்றுச் செல்வி. சப்தமாதரில் ஒருத்தி செல்லி என்பாள் இருந்த மருதமரநிழலில் வடக்குப் பார்த்தாள் காடமர் செல்வி. ஈக்கிப் பெட்டி வண்ணக் கொடானில் உதிர் பூ உள்ளே கன்னிமார் குளிக்கப் போன நிலாச்சரீரத்துடன் ஆறு. ஆவி சொல்லிப் போனது பேராச்சியைச் சுற்றி வந்து.

பேராச்சிகூட இருப்பவர்கள் துர்தேவதைகள். நீரில் இருந்த ஆவிகள் அனைத்துக்கும் இருப்பிடம் இந்த பேராச்சி கருப்பாழி. மலையிலிருந்து ஆற்றுடன் தாமிரவிளக்கேந்தி வரும் ஏழு துர் தேவதைகள் நீர் வரிகளை எழுதி மறைகிறார்கள். 'குழந்தையே... வந்துவிட்டேன்... வந்துவிடேன்' மீன்கள் சிறுமியைக் காதுகளில் கெஞ்சுகின்றன.

'வரமாட்டேன்... வரமாட்டேன் போ' என்றது மீனிடம். இப்போது தெற்கே படையல் மேளத்தோடு. நெருங்கும் போது பேராச்சி மரகதப் பச்சைக் கண்கள் ஒருமுறை அசைந்து நிற்கும். அதே நேரம் கோயில் முன்னால் இருக்கும் பதினேழு ஆவிகள்பீடித்த குரல்வளையில் மாறிமாறிச் சொல்லத் தொடங்கியதும் சுடலைமாடன் தன் உடம்பை ஒருமுறை அசைக்க இங்கே மரகதநயனப் பேராச்சி பிதிர் போடுகிறாள் முடிவற்று:

45 தாடகைவனம்: பெண்வனம்

சிலம்பிடைச் சிலம்புகள் அதிர வந்தாள் தாடகை ராஜகுமாரி. அவள் ரூபவதி. உடல் மலர்ந்த பூக்கள் நிறம் மாறிக் கொண்டே மறைகிறாள் வேடபுராண ஏட்டில். நீல விண் சொரூபத்தில் ரம்பை ஊர்வசி மேனகை ஸ்திரீகள் நர்த்தகி சுழன்ற கழல் வீசி நவஉலகங்கள் விரியும் இருள் விலகி. பஞ்சபூதங்கள் ஆளும் அரசி அசுரரின் உதிரம் பரிமாறிக் கொள்ளும் மொழிகாப்பு. உதிரப்பலியில் கூட்டாக அருந்தும் மாம்சத்தின் வெப்பம் முன்னோரின் கூரிய பார்வையில் உறிஞ்சும் உயிரின் ஆற்றல். விலங்குகளின் மூச்சில் விழுதுகளில் பரண் அமைத்து துயில்கிறாள் குரங்குகளோடு. முன்னோர்கள் இருக்கும் பாதங்கள் வேர்களைப் பதித்து கூடவே நெளிந்துவரும் பழம் ரேகைகள். நுண்ணுயிர் திரளும் மென்மையான திரவ வடிவான சூட்சும சரீரத்தில் பனி ரெண்டு வகை உப்புகளில் சமநிலை கொள்ளும் வனவாசி. ரத்தத்தின் நிறங்களில் ஓடும் உப்பின் வாசனைகளில் பெண் ஆண் வகைகள் பிரிந்து சேரும் உடல் வனப்பூக்கள் காட்டிலே பூத்து தனியே உதிரும் தொனியில் வெளிப்பட்டாள் தாடகை. எரிபறக்க விழித்தாள் நெருப்பு எழ.

அசுரரின் தாய் திதி என்பவள் அக்கினி சொரூப தவசி உடன் வருகிறாள். அவள் முலையிலிருந்து பிரிந்து செல்லும் குழந்தையே தாடகை வனம். அவள் சிரசில் ஆயிரம் இதழ்கள் கொண்ட வெள்ளைத் தாமரையில் அருகரும் அபிதரும் சூட்சும சரீரத்தில் இருக்கிறார்கள். தாடகைவனமே பிரபஞ்ச நுண் வடிவம். உடலின் மர்ம அமைப்பில் ஓடும் முதுகுத் தண்டில் மேருமந்திரமலை மூன்று ஸ்திரீகள் நதி தேவதைகளாய் தாடகைக்குள் பொங்கிப் பரவும் பளிங்கு. அதில் தோன்றும் ஸ்படிக வெளியில் அசுரரின் ஏடுகள் இந்திரகாளியம் முறுவல் குணநூல் சயந்தம் செயித்தியம் அகத்தியம் குருகு முதுநாரை ரத்த நாளங்கள் நாடிகளில் கூடிப் பருஉடலின் நரம்புகளாகி ராவணன் விலா எலும்பில் அவன் நரம்பினால் முறுக்கிய நாண் உள்ளே பளிங்கில் பெருகி விரியும் தாடகை வனம். முதுநாரை பாம்பைப் போல் படுத்து உள்ளே அடங்கி இருக்கும் கணிகையாய் நாகச ர்ப்பத்தை எடுத்து ஊத முதுகுத் தண்டில் பாயும் அருவி. ஆகாயம் காற்று நீர் நெருப்பு பூமி உயிர் மனமாகி இன்னொன்று உள்ளே ஓடும் பிரபஞ்சத்தின் துகள். தாதுக்கள் ஏழில் உயிர் ஆற்றலாகும் மூலகங் களின் ரஸ விருட்சம் இலைகளாய் ஒளிக்கிறது அசைவில். ஈசன் ஒரு சடையில் புல்லின் நுனியில் தங்கும் பனித்துளியாக பனித்திருக்கிறாள் ஜலதேவதை கங்கா. பின் பிரம இந்திர லோகமும் அதிரப் பாய்ந்து

ஆகாய கங்கை தாடகைக்குள் மறைகிறாள் நீர் பளிங்குகளில். நீர் தேவதை முடிவற்ற சலனம் அடைகிறாள். அவள் வேகத்தில் எல்லா உயிர்களும் தளிர்க்கும். ஈசன் சடை விட்டு பூமியில் வயலாகிறாள். செதுக்கிய மணல் சிலைகள் கரைந்து விடும். நவமகாரிஷி யாகத்தில் மேல்பாய்ந்தாள். ரிஷி கோபமானவராய் கங்காவை உள்ளங்கையில் அடக்குகிறார். நீர்மை அக்னியைப் பணியவைக்கும் சர்ப்பஆறு அதன் தொலைவிலுள்ள வரிக்கோலங்களில் மணல் தேயும் கற்பகால ஓட்டம். மணல் முகங்கொண்ட மனிதர்கள் பதிந்திருக்கிறார்கள் ஒரு மணலில். அது கங்காவின் ஈரத்தில் குளிர்ந்தும் உலர்த்தும் தனித் திருக்கும் துளி நீரைவிட மணலின் துக்கம் ஆழமானது. மணல் ஒன்று சேர்வதில்லை நீரைப் போல். தனித்தனி வழியும் ரகஸியமாய் கூடி இணைந்து சீற்றத்துடன் பாய்கிறது யுகத்துக்குள். பலயுகமாய் நரகத்தில் சகராள் மடிந்த எலும்புத் துகள்களாய் பொடிந்த சுழியில் உறிஞ்சி ஈர்த்து பொங்கி மேல்வந்து உயிர் கொடுத்த சகராள் கங்கையிலிருந்து மீள்கிறாள். முனியின் கைக்குள் அடங்கிய நீராள் உள்ளே ஓடி முனியின் அகம் குலைத்து திரவரூபமாகி காதுகள் வழியே வெளியேறிவிட்டாள் ஓடி வந்து. துளி கூடிப் புறம்பில் போகாமல் துளிகளைச் சேகரித்து ஒன்றாகி விடுபட்ட ஈர நெஞ்சுடன் வேரும் தூருமாய் பரவி தாடகை வனமானாள் ஜலதேவதை. எழுவரில் கெங்கம்மாள் ஒருத்தி. பச்சை முகத்தின் நீர்மை அவள்.

கடைவாய் ஓரம் பிறை கவ்வி மலைநடந்தாள் சுழலும் கழல் ஓசை எதிரொலிக்க நிலம்புகச்சிவந்த பாதங்களில் உயிரினம் வலியறியாமல் தாடகை வந்தாள். மூலகங்கள் கற்சிலம்பில் மீண்டும் சுழற்சியில் அபிநய மடிப்பில் பரல் துகள் சொல் உறவு கொள்ள அனல் தரு கண் உயிர்குடிக்கும் வசீகரமும் உடனே குழந்தையின் மென்மையும் சேரப் பயங்கர அஞ்சாமை நோக்கு நோக்கிய நயனஅசைவில் எமனும் அஞ்சி குகை ஓடிப்பதுங்கவும் இடம் விட்டுப் பெயர்த்து வந்து கொண்டிருந்தாள். பாறைச் சிதைவுகள் மூடிய சிற்பவயல் தப்பிப் பிழைத்த பட்சிகளின் இனிய பாடல். கூர்ந்து கண் சுருட்டி புதர்க்குருவி அலறியது. பூமியின் பரப்புக்கு அடியில் அசையும் தாடகை ஈரம்படிந்த காற்றின் அருவாய் உயிர்கொள்கிறாள். செடி கொடிகளுக்குள் அடையும் பட்சிகள் குமுறும் ஆள்வாடை கண்டு. வரகுத்தாளுக்குள் ஒரே மலைக்கிளி இரைபிறக்கும் கடைசிப் பொழுது.

ஓர் மைவரை நெருப்பு எரிய வந்தது என வந்தாள். காளைகள் சீவிய கொம்புகள் எதிரெதிர் மோதும் ரிஷபவடிவம். முட்டி பயமுறுத்தும் முனைகள். பாதத்தை ஊன்றி வைக்க நிலம் குழிபட்டு

விரல் தொட்ட மண் ஊற்றுகள் சுரந்தது வழியில். அசலங்கள் மேல் அவள் நிழல். மலைக்கிளி ஏந்தி கொஞ்சுகிறாள். கங்காவுடன் அறுவரும்பில் தொடர்கிறார்கள் தாடகையை. ஜலகன்னி வாஸித்த நீர் ஊற்றில் நிர்வாணக் கன்னிகள் குளிக்கும் தடாகம். சூழலே நிசப்தமாகி வனத்தைக் கட்டுகிறாள் பார்வையில். எரிகழல் வீசி கால்களைத் தூக்கி ஆடிவரும் ஜலதேவதை மிதக்கும் நீருடல் கொள்ள ஜலசுரத்தை இசைக்கிறாள். கல்பதுமைகள் குனிந்துபார்க்கும் வனாந்திரப் பாறையில் கூந்தலை உலர்த்தும் கன்னிகள். ஒளிரும் வெண்பரப்பில் தாவரங்கள் சூடிப்பின்னிய கேசத்தில் ஈரித்தநீர் நெளிந்து வெளி யேறுகிறது உடலை விட்டு. அழல் வீசும் வேறொடு பாறையின் உஷ்ணத்தில் பல சாயலில் சாய்ந்திருக்கிறார்கள் முடிகோதி. நீரில் கீறிய கோடுகள் மறையாமல் ஊர்ந்து செல்லும். அவள் மனம் வெதும்பிய நாண் நீர் கோர்த்து உலகின் துக்கத்தை அதிர்விக்கும். பூமியிலிருந்து கிடைத்த இசையை பூமியின் துவாரங்களின் உள் பாயும் நீருடன் இசைக்கிறாள். வெளியை மடித்து துகிலாக அணிந்த காற்றின் தேவதை. உயிர் மண் துயரம் விதைகளில் எம்பி மேல்வரும் இலைகள் தூக்கிய நாட்டியம் செடிகள் அசைந்து கொண்டிருக்கின்றன காற்றில். உதிரும் புலம்பலை சருகாக்கி உருட்டிச் செல்லும் காற்றின் வெளி உருவம். ஜீவநாடியில் பிரிக்க முடியாத தாவரஸ்திரீகள் சிருஷ்டித்தாகும் விநோத ஒரு பூ பிரபஞ்சத்தின் நுண்ணிய வடிவில் ஆலவிதைக்குள் சுருண் டிருக்கிறது துவண்டு சுருண்ட ஒரு ஸ்திரீயாக. ஆலங்கனிப் பரலில் கோர்த்த விதைக் கூட்டுக்குள் ஓடும் அதீத ஈர்ப்பில் தாடகை எழுகிறாள். ஆறுகளின் மணல் எரிமலைவாயில் காத்திருக்கும் துகள்தான். இயற்கையிலிருந்து அந்நியனான மணல்துளி ஓடிக்கொண்டே இருக்கிறது மாறும் வனத்துக்குள். அதைப் பின் தொடர்ந்து ஓடும் காற்று முந்திப் போய் களைத்துத் திரும்புகிறது வெறுமையிலிருந்து. தன்னுள்ளே அரும்புகள் தளிர்க்க முள்ளும் சுடர்கிறது காயங்களுடன். இடைவிடாது பூமியோடு சேர்ந்து பிரபஞ்சத்தினூடே வனமாகிறாள் தாடகை. உயிர் வாழவே முடியாத தருணங்களில் தாடகை மார்பில் பொங்கும் விஷமும் பாலும் இரு வேறு விருட்சங்களாய் கனிகள் பழுக்க வாசனை வீசுகிறாள் இச்சையின் கனிகளை ஏந்தி. அவள் கனிகளால் ஆன வடிவம். பழத்தொலிகளால் நிறம் நிறமாய் தைக்கப் பட்ட மெல்லிய உடல். உள்ளே கனிகளின் தோப்பு. நரம்பு நார்களில் தித்திக்கும் ஒரு துளி விஷம். அதுவே உயிர். வாழும் மரணம், ஒரு உதிர்ந்த கனி. மலைகளிலும் ஆறுகளிலும் அவள் சாயல். புலியின் கர்ப்பத்தில் மறைகிறாள். உலகின் மீதும் அதற்கு மேலும் வியாபித்

♦ 467

திருக்கிறாள் தாடகை. எரிமலை வாயில் துளைத்து எடுத்த கூழாங் கற்சிலை. ஒளிர்கிற இரவில் சிலை அசைகிறது. தீப்பொறியிலிருந்த ஒரு துளி வெளிநோக்கிப் பாய்கிறாள். நெருப்பு இடைவிடாது அவளுள் கணன்று கொண்டிருக்கும். இயற்கையின் முன் தோற்றம் மிருகங்களின் தொலி சாம்பல் ஆமைகளின் ஓடுகள் மீன் செதில்கள் கீரித்தொலி ரத்தமுள்ளிகளின் மேல் தோலில் பின்னிப் பிணைந்த அரக்கி. வரம்புகளுக்கு வெளியில் இருந்தாள்.

மைவரையில் சிறகடித்து மலை மடிப்பில் நெருப்பெரிய வந்ததென பெரும் சிறகுடன் பறந்து வந்தாள். ஆண் வனத்துறையும் மகா வம்சர்கள் மேல்சினந்து வேற்படை எறிவேன் என்ற ஆண் மூச்சுக் காரி. தாடகை வாதுகேட்டு பகைவர் 'பாவத்தைச் செய்யும் கீழ்மையுள்ள அரக்கி' என்றார். கண்முன் ஒரு தாடகைச் சித்திரம் உலகு படைக்கும் இறகுகள் கோர்த்த பெரும் பறவை.

இடக்கை வில் தாங்கிய எதிரிப்படை நகரும் ஆண் வனமாய் பதுங்கி இருக்கிறார்கள். ராவணன் ஏவலின் வேள்விக்கு இடையூறு தரும் பெருந்தடையாய் சிறகுகள் விரித்து நின்றாள் திசாதிசை. 'ராவணன் ஆணையை கைக்கொண்ட அரக்கி' எனப் பாழித்தார்கள். ஆண் வனத்தையே கடுஞ்சிறகால் மூடி செட்டைகளால் அடித்தாள். எல்லைகள் தாண்டிப் பறந்தாள். தாடகைச் சிலையொன்று பச்சை நிறமாய் ஜலப்பரப்பில் அசை வாடியது. சிலையின் கீறலில் உதிரம் கசிந்தது. காடுகளை சிறுகச் செய்து பறவைகளை மீன்களை சூதறியா விலங்குகளை அழித்த போதெல்லாம் அதற்கு எதிராகத் திரும்பிய பாலையாய் வறண்டு கிடந்தது உலந்தசிலை. சமநிலை தவறும் போது அழிந்த வேரடியில் தளிர்விட்டுக் கிளைத்தாள் விருட்சியாய். தானியத்திலிருந்து கண்கள் உதிர்ந்து உருண்டு உள் ஆழ்ந்த கருவில் கண் முளைத்துக் கதிர் எழுந்தது விழித்திரளுடன். இயற்கையின் அகவிதியானாள் தாடகை. நெருப்பில் அக உருவில் பனிச்சிலை உருக உலகின் குணாதிசயங்கள் புரிய முடியாதவையாயிற்று. இயற்கையாக ரகஸியங்களை ஊடுருவி ஜடப் பொருட்களுக்குள் பிளவுண்ட பாலை விரியும். சாம்பல் கனிகள் காளான்கள் பாறை உடும்புகளின் தோலில் தியானித்திருந்தாள் தாடகை. தன்னுள்ளேயே எல்லா வகையான கனிகளாகப் பழுத்து உதிர்ந்தது காலம்.

பூமத்தியரேகை விளிம்புகளில் நெளியும் பச்சைஸர்ப்பங்களை ஆபரணமாக கழுத்தில் அணிந்து ஜீவஜந்துக்களைப் பச்சை குத்தி யிருந்தாள் உடலில். வெப்ப மண்டலத்தில் திசை திரும்பி பூமியின்

நீர் கோடுகளில் எழுதினாள் இறகினால். 'அபிதரே... என் சிறகில் ஏறிக் கொள். இன்னொரு சிறகினால் மூடிப் பாதுகாப்பேன் உன்னை. அவாந்திர வெளியில் உள் மோனம். சதாவும் உன் மௌன வெளியில் சிறகு பதித்து அசைவற்று விடுகிறேன். இம்மை மறுமை இரண்டிலும் பற்றற்ற உனது வெளி. உலகின் இறுதியில் அதனுடைய எல்லையில் என் இறகு தவிக்கிறது. நடந்து அடைதல் இயலாது. நீ போதிப்பன யாவும் துன்பமும் அவற்றின் துடைப்புமே என் தளைகளை அறுக்க வல்ல மாதவ அகநிலைத் தளைகளை அறுத்து விடு. புறநிலைத் தளைகளை அறுத்துவிட்டேன்' 'கொடுமையை ஒழிப்பதற்காக கருணையை தியானித்திரு மகளே' என்றார் அபிதர். 'உன் அடைக்கலம் பாதுகாப்பானது. அது மிகவும் சிறந்தது. துன்பத்தினின்று விடுதலை கிட்டும். உன் ஒளிமிகுந்த தோற்றத்தை சிதைக்கிறார்கள் மகா வம்சர்கள்' 'அது எனக்குத் தெரியும். அசைவில்லாமல் புயவத்தாங்கும் உன் சிறகுமேல் ஏறிக்கொள்வேன். உறுதியான பாறைபோல் உன் வலிமை மாசற்றது தாடகையே' 'வன்முறைக்குள் சார்பினை இல்லை. தேசமே மகாவம்சத்தின் வலைப்பின்னலால் கம்பியிடப்பட்டுள்ளது. சூரியனோடு விரியும் சிறகுகளை இரும்பு வலை அறுக்கிறது. அதோ மண்ணில் மோதி உதிரம் கசியும் பறவைகள் வனத்தில் மூலிகைப் புதருக்குள் வாதையால் அலறுவது. கேட்கிறதா அபிதரே' கம்பி வலைகளில் மோதி மோதி வலையை உடைக்கும் வெப்ப மூச்சில் உருகும் கம்பிகளில் பற்றிய நெருப்பு சாம்பல் மூடியிருக்கிறது. வனங்களும் மனிதரும் ஈயரவைகளால் துளைக்கப்படுகிறார்கள்.' பறந்தலையில் பலியான வில்அரக்கரின் முகமாக இருந்தாள் தாடகை. மண்பூசிய அவள் முகம் ஆடாமல் அசையாமல் ஆழ்ந்திருந்தது துக்கத்தில். சாணம் பூசிய கோடுகளில் அமர்ந்த ஏழு கன்னிமாரின் கண்கள் இமைகளை நாணி பீலிஅசையாமல் வெளியை ஒரு வெள்ளைக் கோடாக்கிப் பார்க்க எறும்புகள் கோடுகளில் கோர்வையாக ஊர்ந்து சாவின் சுவையை நாவினால் ஸ்பரிசித்து விட்டதை உணர்த்தியது. வரிகளைந்த எறும்புகள் மௌனத்துக்குள் மொழியை பேசியபடி ஒன்றுக்கொன்று உலர்ந்த வாதையைப் பறிமாறிச் சாகரத்தில் பரவியது. எறும்புகளின் மௌனமொழி இறந்தவர்களின் ஆவியுடன் நடத்தும் உரையாடல். கடைசி விநாடிகள் உயிருடன் அவர்கள் இருந்த வாழ்வின் புதிருக்குள் வேகமாகப் புற்று வளர்ந்து கூம்பு வடிவத்தில் அசையும் வில்கரங்களைத் தொடும். வில் சரிந்த தோள்களில் கால் வைத்த கருப்பு எறும்புகளின் கால்களில் சாவின் அசைவு. வலிமையை ஸ்பரிசிக்கும் எறும்புகள் கருப்பு

வில்லை கூட்டமாய் நகர்த்திச் செல்கின்றன கானுக்குள். தாடகைவனம் வில்அதிராமல் விருட்சங்களை காப்பது எளிதல்ல. அது மரபு வழியான சடங்கு. முன்பின் அறியாதவர்களும் கலந்துகொள்ளும் நியதி. முதுகூர் பழந்தாழிகளில் எலும்புகள் அதிரும். காலத்தில் பழுத்த விலாஎலும்புகளில் துகள் உதிர வெண் துளிகளை சுமந்து இடமாற்றிக் கொண்டிருந்த எறும்புகள் கலவையான எலும்புத் துகளை ஏந்திவரும் மோனத்துள் சாவைத் தாண்டி முன்னோரின் சுவாசத்தில் இருப்பவர்களும் சேர்ந்து சுவாசிக்கிறார்கள் பூக்களுடன். சிறுமி கொண்டு வந்த பூவின் விசித்திரமான வாசனையில் மிச்சமாக உள்ள உயிர் இருப்பு. அதில் தொடாமல் சூழ்ந்திருக்கும் சாவின் இதழ் சிறுமியை மலராக்கி நாசியில் தன் சாவைத் துடைக்க விதியோடு பேசியது. ஊழ்தான் அந்த சிறு வனப்பூ. அதில் சாவின் நிறம் படிவதில்லை. ஏனோ சாவுக்கு அப்பால் இருந்தாள் வாலமங்கை தாடகை.

மண் கூரை வீடுகளில் இருந்தவர்கள் முற்றத்தை சாணிப்பால் பூசி தானியத்துடன் கலந்து போட்டகோடுகளில் பனிவரகு தரை விழுந்த நட்சத்திரங்களின் துகள்களாகச் சிதறிக் கிடந்தன. தவசப்பால் எடுத்து வரைந்த பாம்பு நட்சத்திரக் கோலம் வளைந்தது. குனிந்து அவர்கள் சுவர்களிலும் மாக்கோலம் தீட்டிய நெளிவில் ஸர்ப்பம் வாய் திறந்து ஊர்ந்தது. நத்தமண் பூசிய திருணைகளில் ஆட்கள் அமர்ந்திருந்தார்கள். வட்டமான தானியக்குலுக்கைக்குள் மறைந்திருந்த கன்னிகளின் குலவை சுழன்று காட்டின் உருவத்தில் எதிரொலித்தது. அது வறண்ட பருவம். வண்டுகளின் எல்லை கடந்த ஆற்றாமை முணகியது வெளியில். ஆகாயவில் ஒன்று மரங்களையும் இலையடர்ந்த விருட்சங்களையும் வறட்டு ஓடைகளையும் தாண்டி கீழ்தலையாய் கிடந்தது. தாடகைவனம் பிளந்து ஓடிய கடமான் ஆறுகிளை பிரிந்தது தெற்கே. ஜலத்தைக்கட்டி கழனிகள் தோறும் உழுது விதைத்துநட்டிய கனியர்கள் போர்கட்டிப் போன வண்டிகளின் வரிசையில் கரடு முறடான வனமாக அசைந்தாள் தாடகை. சண்பகக் காடுகள் அபூர்வ பூக்களை உதிர்த்த வேளை வாசனை நீண்டு சாம்பல்விரித்த சாவின் முற்றத்தை துடைத்து துக்கத்தில் கிரங்கியது. இருபதுகைகளையும் பத்துத் தலைகளையுமுடைய ராவணன் பலம் தாடகைவனத்தில் இருட்டிக் கிடந்தது அறிய முடியாத புதிராய். நவரத்தின கசித சோதி மய சிங்காசனத்தை விட்டு வன இருளாய் அலைகிறான் ராவணன். பத்துத் தலை ராட்சதனால் பூமியிலும் ஆகாயத்திலும் நடத்திவாரா நின்ற யாகாதிகள் முதலிய தவங்கள் அழிந்தன. இனி வைதீக வேள்வி பிழைக்கும் திறமுமில்லை என சூது கொண்ட முனிவர்கள் ஏவிய

வானர சேனை மலையிலும் வனத்திலும் ஒளிந்து கொண்டு எட்டிப் பார்க்கும் தாடகையை.

வானம்பார்த்த காடுகளில் உலர்ந்தமண் விருவுகளில் உஷ்ணமான காற்று. ஏழு சுற்றுக் கோட்டையாக மண்சுற்றிய மதில்கள் நத்தை வடிவில் குகைவாய் திறந்திருந்தது இரு பூதகணங்களின் காவலில். நத்தைச்சுருளில் காற்று வளைந்து உருவற்ற பாம்பாய் சீறி வரும். அத்துவான சாம்பல் காடுகளில் சாமைக்கதிர் அறுக்கப் போனவர்கள் திரும்பியிருந்தவேளை. வயதானவர்கள் வெற்றிலைக் காம்பைக் கிள்ளி விளக்கு வெளிச்சத்தில் அதன் ரேகைகளைப் பார்த்தபோது தெரு சோம்பல் விரித்திருந்தது. நிலவு மேல் கிளம்பிப் போய் உவாமலையில் தட்டியது. சிறுபாழியில் மகாவம்சர்கள் வழிபாடு செய்யும் உவா நாள் மணி அதிர்ந்தது தொலைவே. விளக்கேந்தி நகர்கிறார்கள் மலையில்.

கூரை வீடுகளின் கூம்பில் குளிர் இறங்கி நிலவில் பளபளத்தது. இலைகள் ஆடும் தரை நிழல். நாய்களின் சன்னமானஊளை மௌனத்தை ஆழத்திற்கு நகர்த்தியது. கூரைகளுக்கு மேல் அண்ணாந்து இருகால்களில் விசும்பி எழுந்து சாவின் வாசனையை நுகர்ந்திருக்கும் தெருநாய்கள். அங்கிங்கும் ஓடி எமனைத் துரத்தும் குறைப்புகள். அவனோடு சம்பாஷணை. கருப்புப் போர்வை மூடி தெருவுக்குள் எட்டிப் பார்த்த காலன் சுவர்கள்ஓரம் பதுங்கி வருகிறான். தூதன் காற்றில் உருவற்று மறைந்திருந்தான். ஆட்களுக்கு மத்தியில் படுத் திருந்த நாய் எழுந்து ஓடியது ஊளையிடும் திசையில். காலகாலர்களை அழைக்கும் இறுதிச் சங்கில் கரைந்த இருட்டு ஓசையிட்டது. விருட்சங்களிலிருந்து கனியர்கள் தலைகீழாய் இறங்கி கல்லிசைக்கும் முகாரியில் கால்பட்ட புல்லும் அழுதது. விற்கள் ஓய்வெடுக்கும் திசையிலிருந்து ஓர் அவலஒலி எழும். மறைந்து மறைந்து செடியோடு போகிறார்கள். இன்று பலியானவர்களின் ஈமப்பேழைகளில் கண்மூடித்துயிலும் பூமத்தியரேகை மனிதர்கள். மூடியிருந்த மூலிகைஇலைகளை விலக்கிப் பார்த்தார்கள். கடைசி வார்த்தைகளை இலைகளில் எழுதியிருந்தார்கள். ஒவ்வொரு இலையாக எடுத்துப் பார்த்தபோது எல்லா இலைகளிலும் உயிர் இருந்தது வார்த்தைகளுடன். மனிதர்களோடு இலைகள் மரண மடைவதில்லை. பச்சையான உலகத்தில் இலைகளுக்கு மறைவில்லை. உதிர உதிரக்கரையும் தோற்றம் பலஆயிரம் படிவஇலைகளாய் உருமாறிவிடும். நில வொளியில் அவன் முகம் இவர்களின் சாயலை அடையும். இந்த முகம் ஆழ்ந்த துக்கத்தில் கருத்திருந்தது. தலைமுடியைக் கோதினாள் தாடகை. நெஞ்சைக் குறுக்கிட்ட அம்புகளின் படுக்கை உதிரம் உறைந்திருந்தது.

சரதல்பத்தில் துக்கமற்ற முகம். ஈவிரக்கமற்ற அம்புகளை நுரை யீரலிலிருந்து இன்னும் எடுக்கவில்லை. அவனைத் தெரியும். சாமை விதைத்த காட்டிலிருந்தது அவன் வீடு மற்ற இருவரின் வீடுகள் முத்திரித் திராட்சைத் தோட்டத்துக்குள்.

தாடகை முற்றத்தில் கிடத்தியிருந்தது மூவரை. தியாகம் செய்தவர்களுக்காக இரவு பூராவும் துக்கம் காக்கவேண்டும். வீழ்ந்த எதிரியின் சாவும் சாராம்சத்தில் துக்கமும் சடங்குகளும் நிறைந்தது. அதற்கு தலை வணங்கி ஆக வேண்டும். விடிவதற்குள் அஞ்சலிவனத்தில் சேர்க்க இருந்தது. சுவர் ஜன்னலில் முகத்தை அழுத்தி தானியத்தில் பதிந்த கன்னி எட்டிப்பார்த்தாள் ஒரு கேவலுடன். வீடுகளின் இருட்டு கதறியது. விளக்குகள் திடீரென்று தூண்டப்பட்டு சுடர் படபடத்தது. சிமிழி வெளிச்சத்தில் இருட்டு கரைந்து வந்தது. காட்டிலிருந்து வந்த கனிகளைத் தாளத்தில் அடுக்கியிருந்தன. சிறு பெட்டியில் வெற்றிலை பாக்கு. கால் நீட்டிய மூதாள் ஒரு கனியை எடுத்து நுகர்ந்தாள். அதன் நிறத்தில் துக்கித்தாள். உள்ளே நார் ஓடிய கனியின் தித்திப்பு இக்கண வாழ்வு. அதைப் புசிக்காமல் திரும்பவும் தாளத்தில் வைத்து விட்டு உரலில் வெற்றிலை இடிக்கும் சத்தம் துக்கத்துக்கு ஊடே. அவர்கள் சுற்றுப் புறத்துடன் கரைந்துவிட்டது போலிருந்தது. சடங்கின் அமைதி. மையிருட்டு தாடகை உடலிலிருந்து கொஞ்சம் கொஞ்சமாக வீடுகளுக்குள் படர்ந்தது. கடந்த சண்டையில் மறைந்தவர் நினைவே அற்று விடுகிறது. முன்பு இந்நேரம் காட்டுக்கனிகளுடன் உப்பைச் சுமந்து கொண்டு வந்த கல்லிசைக்கனியர்கள் நாகசுரத்தில் பிழிந்த துக்கத்தின் ஆன்மா எரிகற்களாகச் சுடர்விட்டது. மூங்கில் களிகளை கீழேவைத்த பெரியவர்கள் வெற்றிலைப்பெட்டியைச் சூழ்ந்து இலைநரம்புகளை விளக்குக்குள் காட்டி பச்சைக்குள் ஒளிந்து கொண்டார்கள். பழுப்பேறிய கண்களுள்ள முதியவர் பீழைக்குழியில் நீர்கோர்த்த துக்கம் உருண்டது. முகமெல்லாம் சுருக்கு விழுந்த மூப்பின் வரிகளில் அடர்ந்தது விளக்கு. வயோதிகமான வெளிச்சத்துடன் நிலவு தள்ளாடி வருகிறது உறவினர்களைத் தேடி. அவர்களுக்கு வருவது யாரென்று தெரியவில்லை. இறந்தவரின் உடல் மௌனத்துடன் நிலவு கசிந்த வெளிச்சம் தான் பிரஞ்சரீதியான துயரம். அது ஆழ்ந்த மௌனத்தில் மூச்சடக்கி உறைபனியிலிருந்து கிளம்பி வருகிறது. அது எல்லாரோடும் வாழ ஆசைப்பட்டு இரு உடல் கொண்டிருக்கும். மெல்லிய உணர்வுகள் கடேசியாக இறந்தவரின் உடலிலிருந்து விடைபெறும் நேரமும் வந்தது. முதலில் அம்புகளை அகற்றினார்கள் விளக்கு வெளிச்சத்தில். அம்பு நுனியிலிருந்த வாழ்வின் கடைசித்துளி

உதிரத்தை உப்பின் மேல் கொட்டினார்கள். அது ஞானபகங்களில் ஓடிக்கொண்டே இருக்கும். அவர்கள் ஒருவரும் பேசவில்லை. தாடகைவனத்துக்கே உரிய துக்கம் வெளியெங்கும் வறட்டுப் பனியாக பெய்து கொண்டிருக்கிறது. இலைகள் வயலில் இருக்கும் வேளை துக்கத்தை அவற்றுடன் பகிர்ந்துகொள்ள வேண்டாம் என்றார் ஒரு பெரியவர். ஒரு புதிர் போல வனம் இருண்டது. இருண்டு திரண்ட வானம் கிழிந்து ராவணன் குரல் சூரியாஸ்தமனத்தின் நித்யத்துவத் துடன் தன் சகோதரர்கள் அனைவரோடும் எழுந்திருந்தான் தாடகை வனத்துக்குள். விண்கோடுகளுக்கிடையே ஒருவரை ஒருவர் ஊடுருவிப் பார்த்தார்கள். மிருகங்களின் ஆழ்ந்த உறக்கத்தை உள்ளடக்கிய இருட்டு சாவின் அகபொருளை விரித்து புரண்டு கொண்டிருந்தது லேசான சுடரில். அவர்கள் தோற்றத்தை இழப்பவர்கள். தரைக்குள் நகரும் ஸர்ப்பங்களை எழுப்பி விடாமல் துக்கம் காத்திருக்கிறார்கள்.

நிலாவரைக் கிணறின் ஆழத்தில் சஞ்சலதேவதைகள் அழும் குரல் தூரத்தில் இழைந்தது. அதன் பாறைகளுக்கு அடியிலும் நீர் சலசலத்தது. சுருண்டு கொள்ளும் இருட்டை விரித்து அமர்ந்திருந்தார்கள் துக்கத்தில். குதிரில்மறைக்கப்பட்ட பெண் அகவிளக்கில் தாடகையின் புராணத்தை வாஸித்துக் கொண்டிருந்த வேளை இருட்டுக்குள் புராண உருவங்கள் தோன்றி அவர்களுடன் கூட அமர்ந்தார்கள். அந்த இடத்தில் வேறொரு சூழல். பொக்கு நிலங்களை உழுது கொண்டிருந்த விவசாயிகள் தூரத்தில் அழுகுரல் கேட்டு துக்கம் விசாரிக்க வந்து சேரக்கூடும். அவர்கள் கையில் லாந்தர் அசையும் வெளிச்சம் தாடகை வனஉருவங்களைக் காட்டியது. விருட்சங்களின் சுவாசம். சப்தமடங்கிய பறவைகளின் துயில் மூச்சு. தலைமறைவாக இருப்பவர்களின் அருகில் இருந்தவர்கள் பலியாகியிருக்கக்கூடும். காற்றின் ஓசையில் எதை எதையோ சொல்லிச் சென்றது ஊளை. நாய்கள் குரைப்பதை நிறுத்தவில்லை. தாடகைவனம் ஆழ்ந்த மோனத்தில் சமவெளியிலுள்ள அரூபமான துர்தேவதைகள் சுவாசத்தில் முணுமுணுத்த சண்பகப் பூவை ஏந்தி அதன் வாசனையாகி காற்றில் அலைந்து வருகிறார்கள். பெண்கள் ஒருவரை ஒருவர் கைகோர்த்து தோளுடன் சங்கிலி களாகப் பிணைந்த இரு திசை அசைவில் குரலை சுருள்களாக ஒலி எழுப்பினார்கள். பூச்சிகளும் இரைந்து கொண்டிருந்த பின்இரவு நேரம். சுவாசத்தில் இணையும் ஆவிகளும் பாடுகின்றன பெண்களுடன். கூட்டமான ஒலித்தொகையில் பட்சிகள் மரங்களில் இலைகளுக்கு அடியில் அதே தொனியில் துக்கிக்கும் புள்ளோசைகள். பனித்துளிகள் பறக்கும் விடிவு.

மிகத் தொன்மையான வெளிகள் அடுக்கிய தாடகைவனம். மாறுபட்ட காலங்களில் உலவும் ஏழுகன்னிமார்கள் மூன்று நிலைகளில் ஏழு சுரங்களை மீட்டுவதற்காக இருபத்தியொரு நரம்புகள் அமைந்த யாழை குறிப்பிட்ட தாவரத்தின் உயிர்த் திசுக்களின் சாரத்தில் பாடலை இயற்றியவாறு இசைப்பதில் வெகு நுட்பமாக நரம்புகளை சரி செய்கிறார்கள். காலத்தின் இரு நிலைகளுக்கு இடையேயான பாடல். அது தெளிந்த நீரூற்றிலிருந்து வெளிக்கிளம்பும் நீரின் வில் அதிர்வு. இதன் ஒலி வரிசை, இழந்த மரபுச் சிற்பங்களின் அழுகை. நீண்ட நரம்பிலிருந்து சிறிய நரம்புவரைமீட்டி ஒலிகளின் நுண்அலகை ஆலவிதைகளாக்குகிறாள். பாலூட்டிய ஆலமரத்தின் கதையை உள்ளடக்கிய நிலாவரைக்கிணறு.

இது தாடகைமுகம்கழுவி ஒப்பனை செய்யும் கிணறு. பழமையான சுரைக்குடங்களில் வரையப்பட்ட ஜந்துக்கள் செடிகள் அவற்றின் நிறங்களை மிருகத் தொலியில் வரைந்து ஒட்டியிருந்தது. ஒளிநுட்பம் மிக நேர்த்தியான கிணற்றுச்சுவர்களின் மாதிரியை வைத்து கட்டி யிருக்கும். கிணற்றுக்குள் இருக்கும் மணல் தேவதை எண்ணி முடியாத அலைகளை தாடகையாழில் ஒரே கார் வையில் இசைக்கத் தொடங்கிய ஏழு கன்னிகளின் விரல்களில் மணம் நிலாவரையில் உதிர்வதைப் பார்த்தான். குறைந்த சுருதியையுடையதும் மனிதக்குரலைவிட வேறு பட்ட பிறப்புகளுக்குள் மறைந்திருக்கும் தொனிகளை வெளிப் படுத்தியது. யாழ் கன்னி நரம்புகளை தேவையான அளவு இழுத்துச் சுருதி சேர்க்கிறாள். பக்கத்தில் உள்ளவர் சரியென தலையசைக்கவும் பல கதிகளை அடைந்தது பாடல். நிமித்தங்கள் தோன்றும் ஊழில் சிக்கிவிடுகிறாள். ஊழிலிருந்து இசை மீள்வ தில்லை. மழைநீரை வடித்து திரும்ப கட்டுகிறாள் வேறொரு பாடலை. முப்பரிமாணத்தில் பருவகாலப் பெருமழையின் அடர்ந்த நீரை, நீரில் தோன்றும் வனங்களை மண்ணானது குழம்பாகி சேரும் தடங்களும் உலர்ந்த கிராமங்களின் வழித் தடங்களைக் காட்டியது. கிணற்றில் நுழையும் மிருகமுகங்கொண்ட மனிதன் பாறையில் ஆழ்ந் திருக்கிறான். இசைச் சுழற்சி வாயிலாக உண்டாகும் புயல் செறிவடைந்து மெல்ல சரிந்து அந்தரத்தில் ஆடி கீழ்நோக்கி மெலிவுக்கும் மெலிவாய் நீரில் பட்டும் நிசப்தம் கலைவதில்லை. தாடகையாழ் நிலாவரைமீது இடை விடாமல் பாய்கிறது. மலைச் சரிவுகளின் விளைபொருட்கள் கற்களுடன் கனிந்திருக்கின்றன. கொடிகளில் சுருண்ட அரவுகள் முத்தமிடும் கனி இக்கிணற்றில் வந்து விழுகிறது. புறாவின் வால் போன்ற அமைப்பில் சம இடைவெளியில் அமைக்கப்பட்டுள்ள

ஒலிக்குடந்தை உறுதியாக நிறுத்தும் பொம்மைகள் அடிப்பகுதியில் இருக்கக்கூடும். தாடகைவனத்தில் மறைந்த ஒரே கலைஞனே யாழ்களை உருவாக்கியிருக்கக்கூடும். பண்டைய சிந்து வெளியில் ஒரு குறிப்பிட்ட கணித அமைப்பிலேயே இந்த யாழின் வடிவம் பின்தொடர்ந்து வருகிறது. தொன்மையான சிந்துவெளி அளவு கோல்கள் சக்கர அமைப்பில் உள்ள ஆரங்களாக இன்னும் மாறு படாமல் சுழன்றது. ஜலப்பரப்பின் அடியில் வைக்கப்பட்டிருப்பதால் நீரின் சலனங்களில் தோன்றும் பொழுதுகளின் குழப்பத்தை இசைக்கவே விரும்பினார்கள் ஏழு கன்னிமார். கீழ்தொனியில் ஒலி செவிக்கு ஒரே சீராக கேட்க அதிக வலுவான அதிர்வுகள் ஏற்பட வேண்டும். கீழ் தொனி நரம்புகளை உச்சஸ்தாயி நரம்புகளைவிட நான்குமடங்கு அதிக நீளமுடையதாக அமைந்திருக்கும். அதிக ஒலியை எழுப்புவதைவிட செவிக்கினிய ஒலியை எழுப்பினாள்.

ஒலிக்குடத்துடன் பொருத்தப்பட்டுள்ள கொம்பில் தாடகையாழின் நரம்புகள் தொடுக்கப்பட்டிருக்கும். இக்கொம்பு மேலிருந்து கீழாகச் சிறுத்துச் செல்லும் சுருதி வயல். அந்த இசை ராவணனிடம். உலகை மயக்கும் துன்பசாகரம் புலஸ்திய வம்ச விருட்சத்தில் மறைந்திருந்தது. கன்யா தீர்த்தத்தின் ஏழு வகை வெப்பத்தில் நீரின் சுருதியை ராவணன் அறிந்திருந்தான். அவனிடம் யாழ் உள்ளவரை நீர் கோட்டைக்குள் மயில்ராவணன் உயிர் ஏழு சுரங்களுக்குள் நீர் ராசிகளின் உயிர் மண்டலமாக அது இருக்கும். ஜலசுரங்களில் ஏழுவகையான கன்னிகள் தோன்றி நீருடல் கொண்டு நீந்தி ஆழிசூழ் தீவத்தில் வதிகிறார்கள். சுபாவத்தில் மீன் கண்கள் இமையாது பார்த்த ஈர்ப்பில் கருவிலிருந்து கோடுகளை உடைத்து மீன்குஞ்சுகள் வெளியேறி படைபடையாய் மயில்ராவணன் யாழில் உரசுகின்றன. மீனுரசும் யாழில் அதிரும் உயிரினங்களின் சப்தாசமுத்திரங்கள் ஏழும் கர்ணாமிர்த சாகரங்களா யிருக்கும். ஈரநயனங்களில் பாசியை மெல்லும் மீன் சதையுதடு கீறிய கடல் நரம்புகள் ராவணனைச் சூழ்ந்துள்ளது. பச்சை நிறத்தோலால் அமைந்த ஒலிக்குடமும் கொம்பைச் சுற்றி இழுத்துக் கட்டப்பட்ட இருபத்தியொரு நரம்புகள் முனையில் உள்ள குமிழ்கள் நீரின் சுருதி சேர்க்கக் கூட்டமாய் மீன்கள் அடுக்கி இடமாறும் விசிறி அமைப்பு. ஒலிப்பெட்டிக்குள் கடல்பாசிகளில் ஒலித்துகள்கள் ஊடுருவி அசைய, முட்டைக்குள் கருசுழிந்த உயிர்த்திரளில் தாய் மீன்களின் முட்டைக்குள் கருசுழிந்த உயிர்த்திரளில் தாய்மீன்களின் பார்வை இடைவிடாமல் தியானத்தில் பார்க்கின்றன. கண்களால் ஈர்த்த கரு சுழிந்து நீரிசையின் ஜனனம். இருமுறை செவுள்களில் திறக்கும்

செந்நிறமடிப்புகள் உறிஞ்சிய நீர் சுரமண்டலமாகி கடலாகின்றன ஒலி ஓட்டத்தில். புராண வாசகம் திறந்து குபேரனும் நாண்களின் திசையை இசையாக மாற்றி உயிர்களின் பாதையில் சென்றான். இசை உள்ளவரை ராவணன் சமநிலை தவறவில்லை. புராணத்தின் சறுக்கில் தான் அவன் நாண்களை வில் திறம் அதிரவைக்கும் யுத்தகளம் உள்ளது. மாரீசன் சுவாகு என்ற இருவரை ஏவுகிறான் என வர்ணித்ததைத் தாண்டித் தாடகைவனப் புதல்வர்கள் கட்டற்ற வெளியில் வனவிலங்குகளின் தடத்தில் மறைந்திருந்தனர் அரக்கர்களாய்.

‘முனிவரே எதனால் அரக்க வம்சத்தை அறுக்க நினைத்தீர்’ ‘பத்துநாள் இரவும் வேள்வியை அழித்தாள் தாடகை. அரக்கருடன் போர் செய்து வேள்வியைக் காப்போம்’ என்றார் ஆபத்தை உணர்ந்த முனி. ‘தாடகை மாரீசன் தாய் ராவணன் பலத்தை நம்பியே அவர்கள் வேள்வியை அழிக்கிறார்கள்’ ‘தாடகை மாசறு கற்பின் மிக்க அணங்கு’ ‘முனிவரே காமத்தில் மதியிழந்தீர் எத்தனை முறை’ ‘பஞ்ச கன்யா ஸமரேந்நித்யம்’ என சுலோகத்தைச் சொன்னான் வால்மீகி. ஐந்துகன்னிகைகளில் அகலிகை முதன்மையானவள். கல்லானாள். நிலம்வெடிக்க எழுந்து பெண்ணானாள். தாடகையைக் கொன்றபோது தான் கைவலிமை உனக்குத் தெரிந்ததா?’ ‘தவத்தை யாகத்தை வைதிக மரபை அழிக்கும் அரக்கியை கொல்வேன்’ நிலை தவறிய முனியின் அனல் வாக்கு.

இயக்கன் சுகேதுமகள் நெடுங்களிறுகள் ஆயிரம் கொண்ட வலியாள். வாள் இயக்கன் சுந்தன் மனைவி தாடகை புவனங்கள் நடுங்கும் இரு கரு தறித்தாள். அவர்கள் மாரீசன் சுவாகு வென ஜனித்தார்கள். சிசுவைச் சுற்றி கல்லிசைக்கிறார்கள் கனியர்கள். மின்னலை யொத்த ரத்தினங்கள் அவர்கள் பிறப்பில் பூமி வெடித்து பிரகாசித்தது. நிலம் விருவோடி உள்ளே கல்லிசைத்து எரிமலையை இசையால் எழுப்பும் காறாத வெப்பமுள்ள நாகசின்னம் சதா அழல் வீசிப் பருவங்கள் சுழற்றி பல்லுயிர்க்குமான சுரமிசைத்தது. பிறவியின் வேரில் பசை துளிர்த்தது. வெயிலும் மேகமும் மழையற்று வறண்ட காற்று வீசியது. பெருங்கள்ளியில் தலைபிளந்து சிந்திக் கிடக்கும் விதைகள் வெப்பமூச்சு விடும். முள்தலைக் கள்ளிகள் ஆடும் நிழலில் சிலர் நடந்து போகிறார்கள். கானல் நீர்வீசியது காற்றுடன். தானியத்தில் மறைந்திருக்கும் தாடகை வாழ்வோரைக் காக்கிறவளாக உண்மை யான அவள் பச்சைமுகத்தில் வரையப்பட்டிருந்தது பெண்வனம். தவசம் வைத்துக் கட்டிய மண் கோட்டைக்குள் ஏழுசுற்றுக் கன்னியர் சுவர்சூழ நடுவில் வதிகிறாள். சுவர்களில் மூங்கில்களிகள் பதித்த

ஜன்னல். அதில் நிலவு கரைவதில்லை. 'சுவாகு... மாரீசா...' என புத்திரர் பெயரை வானத்தை நோக்கி உச்சரித்தாள் தாடகை. அவள் குரல் செடிகளில் புல்பூண்டுகளில் உப்பு ஓடையில் நதியில் பட்டு பளிங்கு நீரில் கரைகிறது அன்றைய நிலநிலாவரைக் கிணறில் தேடப்பட்டவர்களின் முகங்கள் மாறிக் கொண்டே வேறுபெயர்களில் பெயரற்றவர்களாகி விடுகிறார்கள். உயிருடன் இருப்பவனது உடல் வந்தது. தேடப்பட்டவன் தோன்றினான். உயிர் வாழ்ந்த ஒவ்வொரு வருக்குமான ஈமப்பேழைகளைச் சிருஷ்டிக்கும் கலைஞர்கள் மரங்களை வெட்டிச் செதுக்கிய பலகைகளில் இலைகளின் அசைவு. வாழ்வு முடிந்த முதிய மரங்களுக்கிடையே தச்சர்கள் வடித்துக் கொண்டிருக்கிறார்கள் ஒவ்வொரு அளவில் ஈமப்பேழைகள். உள்ளே துயில்பவனின் கனவில் சித்ரவதை செய்து கொண்டிருப்பவன் இறந்துவிட்டிருந்தான். தாக்குதல் உயிர் வகையாய் இருந்ததால் மனபிம்பங்கள் சதாவும் துரத்திக்கொண்டே வருகின்றன. பட்டாளம் பட்டாளமாய் மகாப்பிரளமாய் ஈமத்தாழிகளில் மோனத்தில் அமர்ந்திருப்பவர்கள் சமாதிநிலையிலும் சலனமடையும் விதியில் வெளியுருக்கொண்டு அலைகிறார்கள் தாடகை வனத்தில்.

ஆண்வனத்தில் மறைந்திருப்போர் மகாவம்சர்கள். நூறுபேர் அணிவகுத்து மண்டியிட்ட ஒடுகாலில் நின்று கருப்புவில் மேல் தூக்கி வில்திறம் அதிர்ந்த வேளை பஞ்சபாணங்கள் நெருகிப் பாய்தன தாடகை வனமெங்கும். தாடகை ராஜகுமாரி வனம் வீற்றிருக்க கல்லிசைக்கனியர்கள் சூரியோதயத்திலெழுந்த உருக்கமான ஒரு பாலை இசையைக் கல்லால் இசைத்தார்கள். ஆண்வனக் கூர்சரம் தடுத்தது பாலைஇசை. வான் நதிவளைந்து தாடகை முதுகில் பாயும் உயிர்சுரம். கள்ளிவயிற்றில் அயில்பிறந்தது. அகிலும் தலையில்லா மூங்கிலும் வெடித்து உதிரும் முத்துக்கள் சிதறியபாதை. விஷத்தை உடைய ஸர்ப்பங்கள் நாவில் உமிழ்ந்த ரத்தின வெளிச்சம் இரவை விஷத்தால் மூடும். காளி உறையும் வனம். வெப்பம் தாங்கும் அந்நிலத்தில் தப்பி நின்ற பூமத்திரேகை மனிதர்கள் நிலத்தில்சரியும் சூரியனை நோக்கி நடந்து போகிறார்கள். நிலத்தின் கொடியதழலை பொறுக்காமல் சுருள் மூச்சுவிடும் நீல நாகங்களின் விஷ ஜுவாலை. பசியோடு புழுங்கி புரண்டவாறு வாய்திறந்த குத்துச் செடிகளை ரிஷபங்கள் சாவதானமாய் மேய்ந்து திரியும். வடவாமுகாக்கினியால் தீய்ந்த மேகங்களில் எப்போதாவது ஆலங்கட்டிகள் சிதறிவீழும் வேகத்தில் தழைத்த வனவிருட்சங்கள் கிழக்கே அடர்ந்து உள்ளே மையிருட்டு. இவ்வித காட்டில் சஞ்சரிக்கிறாள் தாடகை. உருவற்ற தாடகை வனம் அது.

மலத கரூச தேசங்கள் தாடகையால் அழிக்கப்பட்டதைக் கூறினான் முனிவன். முன்னே விருத்திகாசுரனைக் கொன்றதனாலான பிரமகத்தி தன் முதுகெலும்பையே உருவி வஜ்ராயுதமாகச் சுழற்றிவந்த தேவேந்திரனைப் பிடித்துக்கொள்ள அதனால் பாவமும் பசியும் இந்திரனுக்குத் தோன்ற மந்திரவேள்வியால் முனிவர் பாவத்தையும் பசியையும் போக்கியதால் மலதகரூசத்தை வாங்கியதால் இத்தேசங்கள் தனதானியங்களால் நிரம்பிக்கதிர்விட மலதமென்றும் கரூசமென்றும் பேர் விளங்குக' என இந்திரன் வரங்கொடுத்தான். ஜீவகோடி ரகஸியத்தில் உலவி நவகதிர்கள் ஏந்தி கரூசத்தையும் மலதத்தையும் உழுது விதைத்தார்கள் பூமத்தியரேகைமனிதர்கள். களஞ்சியத்திலிருந்து உருண்டு போன தானியத்தின் பூனைக்கண்கள் பச்சையாய் நகர்ந்து தாடகை மடிமேல் அமர்ந்தது பூனை. கிளை பெருகிய விருட்சங்களுக்கிடையே மாருதமாய் அமர்ந்து தாடகை பூனையின் பச்சைக் கண்களில் ஓடும் தானியவனங்களை நோக்க அதன்கண்கள் நவ நிறங்களாக உருமாறிக் கொண்டே விண்ணுக்கடியில் வாலாட்டியது பூனை.

பூமியின் கனமான ஜனனத்தைக் கருக்கொண்ட தாடகை சங்கிலியால் குறுக்குத் தளையிட்டு கூந்தலை மரத்துடன் சேர்த்துக் கட்டித் தொங்கவிடப்பட்டிருந்தாள். கூந்தலைப் பாறைகளில் உலத்தி வனம் சூடினாள். அதன் வாசனை எல்லோரையும் சஞ்சலத்தில் ஆழ்த்தியது. நூதனமான ஒரு எமனை ஒத்த தாடகை மனமெரிந்து வீசிய கதிர் கொள்ளும் தீ மலைகள் கோடுகளாய் பரவி வளைந்து விண்ணுக்கடியில் சிலைகள் உருளும் ஓசை. எரிதரு நுதல் விழி பொங்கும் சங்கரனார் கோபம் சுடும் தாடகை பறந்து கூந்தல் விரியும் பாதையில் சலங்கை கட்டி ஓடுகிறாள் சந்நதத்தில்.

பேதலித்தோர் பிணியுற்றவர்களை பாறையில் கிடத்தி கையில் மூலிகைச் செடிகளை ஏந்தி வீசி வீசி அண்ணாந்து ஆவிகளுடன் உரையாடிக் குனிந்து ஊதி மந்திரித்தாள் மூலிகையால். கல்வத்தில் எல்லாவித இலைகளையும் கொண்ட மருந்து அரைபடும் கல்லோசை. கண்களால் பார்த்த மூலிகை பறித்து நாளிகை தெரிந்து சேரும் பூர்வீக மருத்துவ ஏடுகளில் பச்சிலை நெடி. மரப்பெட்டியில் சுருக்கிய ஓலைகளில் சித்தர்வாக்கு சூரணமாய் விளக்கில் எரிந்து பச்சைஒளி தாடகை வனமெங்கும். சர்ப்பங்களில் விஷம் எடுத்து துகள்களில் பிரிந்த விஷமுறிவு உயிர்காக்கும் நாடி ஏடுகள் திறந்து பேசும் தாடகை வீடு. வண்டிகட்டிக் கொண்டுவரப்பட்டவர்கள் உயிர்பிழைத்துத் திரும்பிப் போகிறான் தொலைவிலுள்ள மலைவீடுகளுக்கு.

அவள் தானியாளின் முலைப்பாலினாள் ஈரபூமியைப் பிசைகிறாள். களிமண் பூசிய உடலை தானியக் குதிருக்குள் கிடத்தி உருள்கிறாள் குலவையிட்டு. கைகளில் கால்களில் கொங்கைகளில் கொப்பூழ் ஈர வாசனையில் யோனிமடல் மறைந்த விதைகள் துளிர்த்து இலை விடுகிறாள். நாற்பது நாள் விரதியாகி தேகமெங்கும் முலைப்பால் தளிர்க்கும் மோனத்தில் ஆழ்ந்து செடியாகி அசைவற்று வேர் பிடிக்கிறாள் பிசைந்த பூமியில். தரையடியிலிருந்து அவள் கூந்தலில் சுருளும் ஆவிகள் நிலவோடு கிளம்பிக் கசியும் மங்கலான ஊருக்குள் மயக்கமான தெருவில் யார் யாரோ சைகை செய்து ஒருவரை ஒருவர் நீர்ப் பளிங்கில் அறிந்து கொண்டு மண்பூச்சிகளின் துயிலில் கனவுகளாகக் கரைகிறார்கள். ஈர பூமியை பொதும்ப வைக்கும் பூச்சிகள் புழுக்களின் நெளிவு தாடகை உடல் குடைந்துகொண்டு இருக்கும் நிலமாய் தானியம் முளைத்திருக்கும். மெல்ல இருட்டும் மெலிவான வேளையில் தாடகை விரல்கள் தாவரமாக வளர்ந்தது பிஞ்சும் பூவுமாய். மரங்களாகிப் பாறைகளில் அண்ணாந்த சாயலில் தாடகை ஆழ்ந்திருக்கிறாள் மலையின் சாயலில்.

அலைந்து திரிபவர்கள் அவள் பாதச்சுவடுகள் அகாலத்தில் விரல்கள் பிளவுண்டிருப்பதைப் பார்த்து பிரமையடைகிறார்கள். மரங்களைப் பாறைகளைக் கூந்தலை நேசிக்கும் அவளைத் தேடி சாமம் சாமமாய் திக்கற்றவர்கள் போகிறார்கள். அவள் உரத்த குரலைக் காலடி யோசையைக் கேட்டு ஆண் வனப் பகைவர் தொடுத்த வில்சரம் மண்குத்தி வீழ்ந்தது இசையில். வான்நதி வளைந்து தாடகை முதுகில் பாயும் உயிர் சுரம். போதவனம் கடந்து போனால் அங்கோர் பாலை நிலம். அசுரர் கணம் திரியும் கடும்காடு. ஏழு புறவியும் விண் ஏற வேள்விப் புகைக் கொழுந்துகள் வைதீகக் குமிழ்விட்டு ரிஷபத்தைத் தீண்டுமுன் கூந்தலைப் பிழிந்து அனைத்தாள் வேள்வியை. தாடகை எரிகழல் உதறிவீசி குமிழ் நெருப்பாய் சுழன்று தவமுனிவர் பதறியோட ஆநிரை மீட்டாள்.

‘என் நிழலை பின் தொடரும் ஆண்வனம் பேராசை வெறுப்பு தற்பெருமை இவற்றை வம்ச சரித்திரத்தில் நிழல்களாய் அசைந்து வரும் ஏடு திறந்தால் விநாசம். உயிரை எவரும் பறித்துவிடலாம். ஒருவரும் தர இயலாதே. உயிர் வாழ்வன யாவும் உயிரை நேசிக்கிறதே. ஸர்ப்பயாகம் அகஅழிவு. எத்தனை மோனத்தில் விசும்பி நிறவெளி காட்டும் அரவு புனைநிழல். மனிதனைத் தொடரும் விஷஎல்லையின் சூன்ய ஒளிர்வு. உடல் சுற்றிய நாகங்களின் படத்தில் உடல் மாறிய ஆண்வனம் பெண் வனமாகும் கிரியா சக்தி. சிறிய உயிர்தான்

எனினும் அத்தனை சிறந்தது. அருமைமிக்கது அவ்வுயிர் தொன்மம்' என்றார் அபிதர் தாடகைச் சிறகிலிருந்து.

'வம்சபுராண வார்த்தை எடுத்து அம்புகளாக்கி மகாவம்சர் எய்யும் சரத்தில் அசுரரின் உதிரம். பெண்வனம் தகித்தனர், அபிதரே' என்றாள் தாடகை. அபிதர் நவ இலைகளை தாடகைக்குக் கொடுத்தார். எந்த ஒரு இலையிலும் அழிந்து தோன்றும் சுத்தபிடகத்தை போதித்தவாறு மௌன வெளி ஏகினார் அபிதர்.

வந்தாள் தாடகை நவ இலைகள் ஏந்தி. தானியச் சுவடுகள் தானேவரும். கரங்களில் வார்த்தை மாறும் நவஇலையால் அவள் பூமியைத் தொடும்போது பச்சைக்கோடு. வெளியே அசையும் மேகங்கள் எல்லாம் மறைமுக தானியங்கள். ஈரம் கசிந்து நுண்ணிய வேர்பதிய பூமியை எட்டிப் பிடிக்கும் ஆவல். மணல்வறண்ட காட்டுக்குள் அசையும் பளிங்கு மணிகளின் ஓசை.

சோகச்சங்கு ஊதி எழுந்தது ஈம ஆரணியம். தாடியும் சடாதரிகளாய் முள் முளைத்த சாம்பல் கள்ளிகளின் முரட்டு வனப்பில் பாறை வரிகள் திருகிய கல்கூந்தலை கோதியவாறு ஈம ஆரணியத்திலிருந்து எட்டிப் பார்க்கிறார்கள் வருகிறவர்களை. கபாலத்திரளின் மொழியோசை வெள்ளெலும்புத்தூசி பனிப்புகையாய் எழுந்து வளையும் பாதை. ஈம ஆரணியத்தில் மகாஸர்ப்பம் சாம்பல் உடல் பூசி விசும்பி கிளைகளில் தொங்கி உரையாடும் வட்டத்தாழிகளாய் சுருண்டு கிடந்தது. நாசித் துவாரத்தில் புகுந்தால் நாகலோகம் விஷப்பல்லாவில் ஆலகால விஷம் முற்றி பொங்கிப் பெருமூச்சில் வனமே விஷப் பச்சையாய் தகித்துக் கொண்டிருக்கிறது. எலும்புகளில் கோர்த்த வடிநரம்புகளில் ராவண இசை. அவன் விலா எலும்புகளைப் பல கருவிகளாக்கி ராவண உதிரம் இசை பொங்கி ஸர்ப்ப விஷத்தில் கலந்து அமுதத் துளிகளாய் அந்தரவெளியில் உருண்டு மிதந்த வேளை. மிதக்கும் கண்களின் பாசி ஒளி அலைபடும் கோடு. சாம்பல்பாறைகளில் முளைத்த காலான் குடைகள். ஆமை ஓடுகளிடையே மனிதகபாலம் உறுமிய அலை. துர்தேவதைகள் உள்ளங்கையில் ரேகை ஏந்திய சுடர் வெளிச்சத்தில் கன்யா ஊற்றுக்கு போகிறார்கள். ஏழு சுரங்களும் ஏழு வெந்நீர் கிணறுகளாக மாறி ஏழு கன்னிமார் நீர்பளிங்குகளாய் எழுந்த சிலரை கசியும் வெப்பம் உதிரத்தின் ஒருவித உஷ்ணத்தில் மாறுகொள்ளும். அவரவருக்கான சிலையைத் தழுவும் நியதி. விரல்கள் தானே கன்யா வெந்நீர் ஊற்றில் கண் இமை மூடி இருண்ட நீரை ஸ்பரிசிக்கும் அனந்தவெளி. நீரின் சேல் ஒளியில் கைபடாத

ஏடு வெப்ப அணுக் குமிழ்கள் திரண்டு பொங்கி மனிதரைத் தொட சுபாவத்தை இச்சிக்கிறார்கள். தாடகை பார்த்த நீரின் குண ரூபங்களில் ஈம ஆரணியத்தில் கன்யாபீடம். தாடகைப் பச்சை முகத்தில் பலியான வீரர்களின் முகமாகிறாள். நீராடியில் பார்த்த வேறுமனிதர்கள். முகத்தில் பாதரஸ ஓட்டம். நில வில் மறைந்தவர்களின் ரகஸியத் தொனியைச் சொன்னார். விலைமதிப்பில்லாத அலாதியான உயிர் துளிகளை கன்யா வெந்நீர் ஊற்றில் சேர்த்தாள் தாடகை. சேதமான உயிர்களின் பாதரஸத்திரள் முகமூடிகளாக மூடி கழுத்துடன் கவ்வி அலறினாள் தாடகை. கிணறில் எட்டிப்பார்த்த போது காணாமல் போனவர்களின் முகம் தோன்றும். உருப்பளிங்குகளில் தோன்றும் ஏழு முகமூடிகளை துர்தேவதைகள் அணிந்திருந்தார்கள். இவர்கள் பாழை உழுது ரிஷபத்தின் பிளவுண்ட குளம்படிகளால் பூமிக்கடியில் கல்மழை தான் தாடகை சொரிந்தாள். கன்னிப் போர்தான் அது. கனமழை கீழ் நோக்கிச் சீறியது. எல்லாவனங்களின் கந்தங்களும் பூக்களின் வாசனை மூலகம் உடலில் ஜனித்தது. தாடகைக் காவலில் இருந்தது ஆரணியம். இதிலே பிறக்கும் ஜீவ ஜந்துக்களெல்லாம் தாடகை உடல் மேல் உற்பத்தியாயின. கோரதந்தங்களும் செங் கூந்தலும் விரித்து தாடகையானவள் வனத்தில் பிரவேசித்தாள். அவள் உடலே வனமானது. பெண் என எளிதாய் நினைத்தோர் தாடகை வனம் கண்டதில்லை. 'இக்கொடியாளை வாலமங்கை என்பதோ ஆசில் அறம் கெடுத்தவள் பால் ஆண்மையும் வேண்டுமோ' மேகம் மின்னொடும் அசனியோடும் வீழ்வதேபோல வீழ்வாள் அரக்கி' என்பார். முடியுடை அரக்கருக்கு சூழ்ச்சியேது. வரும் நாள் முந்தி உற்பாதம் ஆக' தாடகைவதம் முதல்பலி ஆகும் என புராண வேடத்தில் சரம் தொடுத்தார் இருட்டில்.

மார்பில் பட்ட அம்பின் வாய் வழி கசிந்த ரத்தம் காடெல்லாம் பரவிமுணு முணுத்தது. ஊழிக்கால அம்பு அடிக்கவே பூமிமேல் வீழ்ந்தாள் தாடகை. கரிய நிறத்தாடகையின் தாவர ஊற்று பொங்கும் மார்பிலே துளைத்து நெடுகிய அம்பு வில்மழைக்கிடையே வளைந்த விட்கள் முறிய மூச்சுவிட்டாள். மீண்டும் எழுந்தாள் தாடகை நின்ற வனமாய். துர்தேவதைகள் அவள் உடல் அம்புகளை நீக்கி எலும்புக் குழல் வாசிக்கிறார்கள். உடலிலிருந்து பிரிந்தவர்கள் நீராகி மறைந்த பின்னும் அவர்களின் நிழல் தனியாகப் பிரிந்து அபிலாசைகளால் மூச்சுவிட்டுக் கொண்டே கல்லிசைக்கனியர்கள் நாககரத்தில் படபடவென நிழல்கள் சேர்ந்து அலையும் தாடகைவனம். தடகையின் சிறகு அடித்த சேனைகள் சிதறிஓட நிழல்களின் தீராத உரையாடல்.

விட்டு விட்டுக் காற்றில் அடித்த தாடகைச் சிறகு. அவற்றின் தொனியை துர்தேவதைகள் அறியக்கூடும். சதுரமான திசைகளில் விரித்த சிறகுகள் மௌனமாய் அசையும். அவள் அமைதியான இருப்பு இரவில் பரவும். எல்லோரும் தனித்தனி குகைகளில் போய் தாடகை உடல் விண்ணுக்கு அடியில் நீண்டு கிடப்பதைப் பார்க்கிறார்கள். ஆழ்ந்து ஈர்த்த பிலப்பாதையில் தடகைச் சித்திரங்கள். குகைவாசலில் கூடி யிருப்பவர்கள் மாபெரும் உடல்மீது ஏறி எறும்புகளாய் ஊர்ந்து பரவுகிறார்கள். துக்கத்துடன் தாடகை உடலுக்குள் பிரவேசித்தார்கள். உள்ளே வியக்கத்தக்க சித்திரவயல்.

மிருக நிலையை அடைந்த வனவாசிகளின் ஆழ்நிலை. பாறைகள் சித்திரவயலாய் மனிதரை இச்சிக்கின்றன ஈர்ப்பில். நுழையும் மனிதரை ஈர்த்து மோனத்தில் ஆழ்த்தும் ஞாபகங்களிலிருந்து விடு பட்ட வெப்பமண்டலப்பாறைகளின் அகோரஉருவங்கள் வெப்பத்தில் தத்தும்பும் ஸர்ப்பங்கள் வாய்திறந்து உமிழ்ந்த நெருப்பு இன்னும் வரும். காட்டுவிலங்குகளின் மாறுபட்ட வெப்பநிலையில் தீட்டி யிருந்த பாறைகளில் தாடகைக்குள் இருப்பவர்கள் விண் பறக் கிறார்கள். வெளிகள் கோர்த்த சிறகு விசிறி. நுரையீரல் அணையாத வெப்பத்தில் பாழ் வெளி. சாம்பல் ஆமைகள் ஒட்டிய உடற்சுவர்களில் மாறும் சிற்பங்கள். சுரம் கோர்த்த உள்மூச்சில் சுருளும் கடைசிகணம். தொடர்ந்து கொண்டே நீளும்வாழ்வு. அது எப்போதும் மனிதர் களுக்காக இசைக்கப்படவும் மறைந்த பாலூட்டிகளின் அபரிமிதமான பாலின் இளஞ்சூட்டில் உறைந்த எரிமலைவாய் சூழ்ந்த தாடகை உடல். சொர்க்கம் தாடகைக்குள்ளே. புனிதரத்தம் ஊர்ந்து பருவம் சுற்றிய கன்னிப்போர் லாவாஆற்றைக் கடந்து நடந்துகொண்டே இருக்கிறார்கள். நுனிவிரலில் வில் வைத்து அண்ணாந்து அதிர்ந்த சரம் தாடகைக்குள் துளைத்து அதில் நீரோடைகள். இருகைகளாலும் குழந்தைகளைத் தூக்கிக்கொண்டு வனங்களைத் தாண்டுகிறாள் தாடகை. காட்டு விலங்குகளைப் பழகி அவற்றின் குரல்வளை கொண்டவளாய் முரட்டு நாக்கில் ஓடிய காட்டின் ஓசை. அவல உணர்வு களிலிருந்து ஆழ்ந்த வலிமையை இசைக்கும் மரபிலிருந்த கல்லிசைக் கனியர்கள் வாழும் சாவுடன் இசைத்த பாலையை கானல் நீரிலிருந்து விடுவிக்கிறார்கள். வாழ்வின் மர்மத்தை கல்நாயனம் இசைக்கக் கூடும்.

'சித்ரவதையில் வாய் பேசாதிருப்பதின் பொருள் என்ன அபிதரே' எனக் கேட்டாள் தாடகை. அவர் அதற்கு மௌனமாக இருந்தார். 'சாவைத் தாண்டி வாழ்ந்து கொண்டிருக்கும் புதிரில் மௌனமாயி இருக்கிறார்கள்' என்றார் அபிதர்.

XXI

செருப்பாழி முற்றுகை

கிழக்கு கடற்கரை பாதைக்கு வடுகவழி எனச் சங்கப்பாடல் ஏடு அவிழக் காடுமண்டியது முன்னே. குடகு வழி நீலகிரி மைவரை பிளந்துபோன படை எலும்புகளில் வம்ப மௌரியரின் எலும்பு களோடு மூவர் யுத்தம் புரிந்த செருப்பாழி முற்றுகை. தெற்கே நடந்த அத்தனை களங்களிலும் அதிகமாக ரத்தமடு கண்டது. மௌரியரின் குதிரைக்கால் எலும்புகள் கல்லாகி உருகிச் சிதறியது துளுவ நாடுவரை. அசோகன் கோசர்களைத் துளுவம் மீது ஏவினான். அகப்பாடலில் மறைந்திருக்கும் 'வாய்மொழிக் கோசர்' 'சத்திய புத்திரர்' என அசோகன் கல்வெட்டும் பார்த்தான். செருப்பாழி யுத்தகளத்தில் கிடந்த அசோகன் படைகளை ஊடுருவி இளஞ்சேட் சென்னி போகிறான் சிதறிய மோரியக் கவசவீரர்களைத் துரத்தும் புழுதியோடு கழுகென மனித வேட்டை. கலிங்கத்தை வென்ற ரத்தவேட்கையில் தென்கோடி நோக்கி வந்த அசோகன் வடதிசைப் பேரரசை விஸ்தரிப்பதில் வரைபடம் நீண்டது குதிரைக் குளம்படி பட்டு. முன்னே திதியன் மோரியரை முறியடித்ததால் பிழைத்தது பாண்டிதேசம். பேரரசுக்கு இடையே வடுகர் கோசர் என்ற முரட்டு வம்சத்தார் யுத்தங்களின் கொடுமைகளால் உழுதுகொண்டு இருந்தார்கள் பகைவர் நகரங்களில் விதைத்து. சங்க ஏடுகளில் சிதறிக் கிடக்கும் கொடுவாட்களின் தீராதபசி உருண்ட சிரசுடன் மௌனமாகக் கூடும். கோசர் நன்னனை முறியடித்து காடுகளுக்கு விரட்டி பட்டத்து ஆனையை வீழ்த்தி, யுத்த ஆனைகள் உரசும் கோட்டைகளையுடைய பாழி நகரை அரணாக்கி அடுத்த யுத்தத்தை எதிர்பார்த்துக் காத்திருந்தார்கள் குரங்கு வில்லுடன்.

துளுவம் குடகு கடந்து ஆற்றூர் கணவாயில் வெட்டிச் செப்பணிட்ட வீயூகத்துக்குள் அசோகப்படை பொங்கி வர துளுவ நாட்டில் வந்து குழுமி பேராறுகளாய் செருப்பாழிக் களம் சூழ்ந்தது மனித உதிரம். கடைசி விருந்தில் அசோகனும் சோழனும் பறிமாறிக் கொண்ட எலும்புகள் துளுவநாடு எல்லைவரை அலறியது. தோற்றோடிய படைகள் விட்டுச் சென்ற பகைவர் எலும்புகளை இரவு நேரத்தில் கொடுத்து நேச எலும்புகளை வாங்கி சமாதிகளை வடிவமைத்தார்கள் சோழனும் அசோகனும். மூவரை வெல்ல முடியாது என நம்பிக்கை தளர்ந்த அசோகன் சமயத்தை

பேர்த்தினாலும் விழுப்புண்களை மூடி வடுக்களுடன் திரும்பிப் போகிறான் செருப்பாழிக் களம் விட்டு:

விஷய சூசிகை

46 பாழிப் பறந்தலை

இலைகளில் நகர்த்த கண்களை ஏந்தி சிங்கங்களின் நாட்டை அடைகிறான் பிக்ஷாஅகலும் சீனச்சவரக்கத்தியும் கொண்டு ஒற்றைப் பல் கழுதைமேல் கல்ஆடியில் பார்த்தான். பூட்டும் அரசிலையும் சேர்ந்தவடிவம். பூட்டின் மேல் பாகம் தாவரப் பிஞ்சும் பூவும் தளிர்த்து வளைந்து கீழ்பகுதி எஃகு உலோகத்தில் இரும்பின் துரு உதிரும் ஈயரவைகள் துளைத்த பூட்டு நகரம். கிரேக்க மன்னன் மினாந்தரும் நாகசேனரும் நடத்திய உரையாடலை ஹிப்பலஸ் டாவோவுக்குக் கொடுத்தான் நூல் வடிவில். கண்ணாடி மணிகளைப் புத்தருக்காகக் கொண்டு வந்தான் அந்த யவன மாலுமி. மணி ஒலியில் மினாந்தரின் நாக்கு ‘ஒவ்வொரு நிமிஷமும், ஒவ்வொரு மணியிலும் ஒவ்வொரு பொருளும் ஆம் அனைத்துமே மாறிக் கொண்டுள்ளது எதுவும் நிலையில்லை என்பதுவே’ என்றதிர்ந்தது. கண்ணாடி மணி ஒன்றை ஹிப்லஸ்ஸிடம் வாங்கி கல்ஆடியின் மேல் வைத்தான். ஒலியின் பிரதிமைகள் பெருகி ‘தெள்ளிய பார்வையும் தேறியபாதையும் நிப்பாணம் உய்விக்கும் பிறப்பினை அறுக்கும்’ என சம்யுக்த நிகாய ஒலி தேய்ந்தது. எதிரெதிராய் எட்டுக்குதிரைகள் வேகத்தில் இழுக்கும் மூர்க்கத்தில் திறந்துகொண்ட பூட்டு நகருக்குள் பிரவேசித்தார்கள் ஹிப்பலஸும் டாவோவும்.

அரசிலைவடிவத் தீவு கடலில் மிதந்து கொண்டிருந்ததைக் கையில் எடுத்துத் துளைத்த துவாரங்களில் புத்தஞாயிறு கதிர்வீசி ஊடுருவி அண்ட கோளங்கள் நகர்ந்து இலை நரம்புகளில் ஒளி வேகத்தில் ஓடுவதைச் சற்று இடைவெளியுடன் நோக்க வெள்ளரசங் கிளையுடன் அகதிகள் கூட்டமாய் மேற்குநோக்கி ஏகுகிறார்கள் முதுகில் சுமந்த பாறைகளுடன். புத்தரின் அவதார தேசம் பெரிய பூட்டுநகர மாகவும் அதன் மீது சங்கிலியில் பிணைத்து தொங்கியவாறு அசையும் சிறிய பூட்டாகவும் சிங்கதேசம் பெண்டுலமாய் அசைந்த துள்ளியமான விநாடியில் புத்தபூர்ணிமாவில் அணுரேகை உயிரின் இருப்பைப் பிரபஞ்சத்தை விட்டு அழிக்கும் திசையில் இந்திரதேசம் ஒரு பழைய மியூசியக் கடிகாரமாய் பெண்டுலம் அதன் உயிர் நாடியாய் அசையும் பூட்டு நகரங்கள். ஒவ்வொரு விநாடியும் கழுமரம். பௌத்த

மியூசியத்தின் மையத்தில் பழைய பெண்டுலக்கடிகரத்தின் நடுமையத்தில் விரியும் வெற்றிடம் எல்லாத்தெருக்களிலும்பரவி வாழும் மரணமாகியிருக்கும் அபாயகரமான கணம் இது.

தேசங்களின் எல்லைக் கோடுகளை அழித்தவாறு யுகங்களுக் கிடையில் அலைகிறார்கள் அகதிகள். சுமையை இறக்க இடம் இல்லாமல் விரைத்த சங்கிலிகள் குறுக்குத்தளைகளாக பிணைத்த வாழ்வின் சுமையுடன் குனிந்த நிழல் நகரும் கருத்த தோணிகளில் வீசும் துயரக் காற்றில் ஆழிசூழ் சிங்கதேசம் விட்டு கரையிலா கடல்வழிஓலம். நாய்க்கு விருந்தோ நரிக்கோ தீக்குள் விறகான சாத்தன் நூல் சாம்பல் பூசிய கங்கு பழுத்த மொழி உடல்களின் புராதன ஓவியங்கள் இசை நரம்புகள் எரியும் சுவடி அறைகளில் பாலி வட நூன்மரபும் முதுமொழி ஏடுகள் நோக்கி மேல்வரும் நாக்குகளின் சீற்றத்தீ. மெல்ல மடிகிறாய் பக்கம் பக்கமாய் திசை சூழ் துகில் மடித்த 'சிறப வயல் ஏடு' அரூபத்தில் எரிந்து வேகமாய் வெற்றிடம் கவ்விய மின் கம்பங்களின் விளக்குகளில் பரவிய சாவின் வெளிச்சம். அகதிகள் போய் சேர்ந்த சுவர்துளையில்உற்புறமாக நாராங்கிமூடிக்கொள்ள உள்ளிருப்பவர் வெளியேறி விடும் தகவமைப்பில் அகதியின் காற்று சிறையிடப்பட்டிருந்தது. சீனர்கள் செய்த பூட்டு மேற்கே பரவி யிருக்கக்கூடும். வெள்ளையன் ராபர்ட் பாரன் அகதிகளுக்காக இரட்டை நெம்புகோல் தத்துவத்தைப் பயன்படுத்திக் காலனியப் பூட்டு நகரங்களை அமைத்தான் சூரியன் மறையாத தூரம் வரை. ரோமானியரும் எகிப்தியரும் இரவில் பட்டின வாசல்களை மூடி அகதிகளை நாடோடிகளை திருடர்களை வெளியேற்றியிருந்தார்கள். வேறு நகரத்தில் அகதிப்பெண் அலைகிறாள். ஷேக்ஸ்பியர் நாடகத்தில் வரும் திருடர்களின் உரையாடலிலிருந்து ஜோசப்பிராமாப் பூட்டு நகருக்குள் உலவிக் கொண்டே இருக்கிறாள். ரத்த ரோஜாச் செண்டுடன் சுடப்பட்ட காதலன் வேறுபெயரில் இறந்து கிடந்த தெருவில் அவனைக் குனிந்து கேசத்தைத் தழுவி அவன் கண்டத்து விஷம் கடித்து வீழ்கிறாள் பூட்டு நகருக்குள். இரும்பு தீவிரமாக ஈர்க்கிறது அவள் கொண்டு வந்த ரத்த ரோஜாவை. மரணத்துடன் பூத்திருந்த காலனியப் பூட்டு நகரப் பூங்காவில் இன அடையாளமிழந்த இதயத்தின் குளிரில் செருகிய ரோஜா அது. உலர்ந்து விடவில்லை.கொழும்புப் பூட்டைத் திறந்து நாடகநடிகர்கள் ஒப்பனைக் கண்ணாடியில் புரட்சியாளர்களாக வேடமணிந்து துப்பாக்கிகளால் பூட்டுத் துளையை சுட்டபடி திரைச்சீலையிலிருந்து வெளியே வருகிறார்கள். நாடகத்தில் பிரசித்தி பெற்ற பிராமாபூட்டு அகதிகள் குடியிருந்த லண்டன்

கதவுகளில் கிடுகிடுத்தது. லண்டனைவிட்டு வெளியேறிவந்த கடல்பயணிகளும் புனிதர்களும் தாமிரலிப்திப் பிரதேசத்தை அடைந்து அமைக்கப் போகும் ஊசிக்கோபுரங்களின் வரைபடச் சுருளுடன் பூமத்திய ரேகைமனிதர்களின் மண்நுரையீரல் கரைத்துப் பிசைந்து வார்த்த பிராமாப் பூட்டு மாதிரிகளை கொழும்பில் கருமான் பட்டறையிலிருந்து வடித்தார்கள். அன்றிலிருந்து பல தேசப் பரங்கிகள் பூட்டு மேல் பூட்டிய நகரை உருவாக்கிவிட்டிருந்தார்கள்.

எழுத்தாணி மூக்கோரம் நாசிக்கும் நெஞ்சுக்கும் இழுத்த ஆவி பிரியுமுன்னே கழுவடி பதிந்த நயனத்தை மூடி உருட்டிய கண்ணீரை விடாமல் துக்கத்தின் கசிவில் உயிரை விட்டார்கள் இவ்வேளை. காக்கை குருவி காச்சல் பட்சிகள் அலறிச் சுழன்று அறவணஞ்சேரி மீன்பள்ளிகளின் ஒப்பாரி மார்பிலடித்த சிறகுகளை அறுத்த சைவர் அன்பே சிவமென்று ஈரல் பதித்த கழு ஆணி ஒடிந்தும் தைத்திருந்தது நெஞ்சு மேல் முளைத்த கொம்பாய். அதைப் பறித்து எறியாமல் அலைந்து கொண்டிருந்தான் ஆமை அரசன் பூட்டிய நகருக்குள். மறலிப் பிச்சன் கருத்த மலைமேல் உதிர்ந்த பட்சிகள் இறகெடுத்து கதிர்விசிறி கோர்த்து தோகைமயில் புஸ்தகத்தில் பட்சிகள் சிகிச்சை முறை வகுத்தான் கழுமுள் வலியோடு. கம்மந்தட்டைக்குள் முகம் மறைந்த ரிஷபங்கள் உருட்டி அழுத கண்ணீர் மறையும் புல்லில் உவர்த்து. கழுகுமலைக் குகையில் நெல்லும் உப்பும் வைத்து வணங்கி வந்த சமண்சேரிப் பெண்களுக்கு விசிறி கொடுத்து 'பேதைமை யென்னும் வித்திற் பிறந்து பின் வினைகளெனும் வேதனை மரங்கள் நாறி வேட்கை வேர் வீழ்ந்து முற்றிக் காதலும் களிப்பும் என்னும் சுவடுவிட்டு அவலம் பூத்து மாதுயர் இடும்பை காய்த்து மரணமே கனிந்து நிற்கும்' என சீவகப்பதுமை உரைத்தான் மறலிப்பிச்சன். அர்த்தமாகதி மொழியில் உருவான திவ்யதொனியின் மூலம் உலகுயிர்களெல்லாம் உய்யுமாறு அருகர் கொடுத்த நவதானியங்களை சமண் சேரிப்பெண்கள் கையில்விட அவை ரேகையால் வேரோடி அவர் உதிரத்தில் படர்ந்து கூந்தல் இலைகளாய் விரிந்தது கொப்பும் கப்புமாய். மீனுருவப் பெண் ஒருத்தி சந்திரகாந்தக் கற்பாறை மீது கிழக்கே திரும்பி ஆடை அணிகலன் விலகிச் சித்தர்களை வணங்கி கேசங்களை ஐந்து பிடியினால் வாங்கி பஞ்சமுஷ்டி செய்து துறவு கொள்வாள் இனி. தன் முதுகெலும்பையே உருவி வஜ்ராயுதமாக ஏந்திய இந்திரன் அவள் தலைமுடி ஆபரணங்களை வாங்கி இரத்தினப் பேழையில் வைத்து அவள் துகிலால் மூடி ஐராவதத்தில் ஏற்றி கழுகுமலை சுற்றிவருவான். கண்ணுக்குப் புலனாகா அருவ

நிலையாவாள் மீன் பள்ளிக் குரத்தி இனி.

ரிஷபம் கழுவன் முகம் பார்த்து ஏர்க்காலில் விழுந்தது. அவ்வேளை உழவுப் புஞ்சையிலிருந்து கூட்டமாய் கலப்பையுடன் வந்தவர்கள் ரிஷபத்தின் மௌனம் பார்த்து அழுதார்கள் உயிர் சுழிந்து. அதன் மேல் பட்சி விசிறியால் கிரியாகலாபத்தை உரைத்தார்கள் சம்சாரிகள். காயத்துடன் நடந்த காளையை தொழுவடிவில் கட்டியிருந்தது. பின்னிரவில் காட்டு இலைகளுடன் பூ ஒன்றைப் பறித்துவந்த பள்ளிக்குரத்தி அதன் காதில் உயிர்களின் ஜீவதொனியைச் சொல்லி பச்சிலை பூசி அலாதிப்பூவினால் நெற்றியைத்தொட்டு காளையைக் கூட்டிக் கொண்டு மலைப்பாதையில் செல்கிறாள். கழுத்தை வளைத்து எட்டிப் பார்த்த மயில் கழுவடி நிழல் பார்த்து அகவியது ஆழத்தில்.

கூலவாணிகன் சாத்தன் தொன்மைச் சுவடிகள் தொகுத்திருந்த செழுங்கலை நியமத்தில் மேகலையை வைத்ததும் பனுவல் வெட்டிய எழுத்தாணிக்காரத்தெருவில் பிக்ஷாஅகல் மரபு செம்பழுப்பாய் ஆதிரை இட்டபிச்சையில் விரல் சிவந்த காவியம் எரிந்ததோ. காயசண்டிகை கடிபசி கலைந்தும் யானைத்தீ பற்றியதோ. யாழின் மெல்லிய நூல்களின் உடல் அறவணஞ்சேரி நியமத்தில் இருந்தவை. பாத பீடிகையில் மறைகிறாள் பாழி.

பருவதவிகாரையில் திறந்து கொண்ட எண்பத்திநாலாயிரம் திரி பிடக உரையாடல் தொனித்த இலைநாக்கில் ஓடிய பச்சை ரேகை தலைகீழ் பிண்டிமரமான நாகார்ஜீனர் நூலகஅறையிலுள்ள ஏடுகளை அரசிலையாக்கி மரமாக்கிவிட்டிருந்தார். இலைகள் முணுமுணுத்த சுத்தபிடக, விநய, அபிதம்ம உற்பிரிவுகளின் தொனிகள் எல்லாம் சூத்திரமாய் எழுதப்பட்டிருந்தது. உதிரும் அரசிலைகளில் பழுத்து வீழும் இலைகளின் அவல ஒலி. சருகுகளால் கூடுகட்டி வரும் வெண்புறா ஒன்று பருவதவிகாரைப் பொந்துக்குள் ஊமையாய் ஒலித்த துக்கம் நீள்கிறது விருட்சத்தின் நரம்புகளில். மகாவம்சர் பகை அம்பு தவறி அதிர்ந்த வில்திறம் சமாதான வெண் சிறகில். குறிகற்றுக் கொள்ளக் கிடைத்த பிக்குவின் நாட்டுக்கட்டைத் துப்பாக்கிக்கு முதல்பலி போதிதர்மத்தில் சிறகடித்த அந்தப் பட்சிதான். அதன் வாழ்விற்கும் நிராயுதபாணிகளான அகதிகள் வாழ்வுக்கும் எந்தவித முன் தொடர்போ பரிச்சயமோகூட இருக்கமுடியாது என்றுதான் நினைக்கிறீர்கள். அதுதான் இல்லை. உணர்ச்சியின் மறைவோடு அவாவின் மறைவோடு பற்றின், உருவாக்கத்தின் மறைவோடு பிறப்பின் மறைவோடு முதுமை மரணம் துன்பம் வேதனை

மகிழ்ச்சியின்மை துக்கம் இந்த சுழற்சியை உடைக்கும் மையப்புள்ளி அவாவுக்கும் ஈர்ப்புக்கும் இடையில் பறந்த போதிகைப் பறவை மீது தவறாத மகாவம்சரின் முதல் குறி போலவே அது சிறகையடித்துக் கொண்டு ரத்தம் சிந்தவிழுந்ததும் நினைவிலிருக்கிறது. சிசுவோ சிறுவனோ வளர்த்த மனிதனோ சுடப்படுகிறான். உயர் போதனை அளித்த பெரும் துறவியரால் ஆயுதத்திலிருந்து புறப்பட்ட சிறுரவையும் குறிதவறாமல் பறவையின் நெஞ்சுக் கூட்டில் நெடுகிப் பயணித் திருந்தது. குண்டுகளின் உலகத்துக்கும் போதிமரத்தடியே ஆழ்ந்த தியானத்திற்கும் என்ன சம்பந்தம் இருக்க முடியும். தம்மத்தைக் காண்பவர் எவரோ அவரே என்னைக் கண்டவர் உண்மையில் வாழ்க்கை மிகச் சிறியதேயாம். ஒருவர் நூற்றாண்டுக்குள் மடிவது திண்ணம். உடைமைகள் யாவும் விட்டேசெல்வர். எனினும் எண்ணுவர் 'இது எனதென்றே' என சுத்தநிபாதம் சொல்ல மகா வம்சருக்கு இரண்டாவது குறி காதலித்துக் கொண்டிருக்கும் வேறு இன பட்சி பலவர்ண இறகு விசிறி நெருங்க இனங்களின் தளையிலிருந்து விடுதலையான காதல் துளைக்கப்பட்டிருந்தது அம்புகளால். 'யார் மீதும் விரோதமிலாத அம்பொன்று' கவிஆனந்தாவிடமிருந்து விண்ணோக்கி எய்யப்படும் சுதந்திரதாகம் நேயத்தில் பலவர்ணமாக விரிந்து ஒரு வர்ணத்தின் கட்டிலிருந்து வெளியேறிவிடுவதுதான். ஏனோ அம்புகளுக்கு பறவைகளைப் போல மனசு அலைபாய்வ தில்லை. இனத்தின் விஷ அம்புகள் நோக்கமுடையவை. வெளியோடு பேசிக் கொண்டிருக்கும் விசிறிச் சிறகு சடபடவென விநோத ஒலியுடன் வெளிகள் அடுக்கிய இறகுக்குள் ரத்தம் கசிந்து கண்களில் உருட்டிய துக்கம் தொனிக்க நெடுகிய அம்புடன் தியானபுத்தர்மேல் சரிந்து வீழ்ந்தது அவர்கரங்களில். விகாரை தன் வீடெனக்கருதி இமைதிறந்து பார்த்தது அபிதரை. அவர் தலைகுனிந்து உயிர்தழுவி பறவைகள் சிகிச்சாலயம் நோக்கிப் போகிறார். ஒருகடும் காற்று வீசியது. சித்ரவதை செய்பவர்களின் கைகள் ஓங்கியபோதெல்லாம் பின்னணியாய் இருந்தது விகாரை. பகுத்தறிவிற்கும் ஜீவராசிகளுக்கும் மனிதருக்கும் கிடைத்த அவமதிப்பை மறைமுகமாகத் தூண்டும் விகாரைகளின் மௌனம் மனதில் வலியும் துன்பமும் கொடுக்க மடாலயத்தை விட்டு வெளியேறியிருந்தார். கைகளை உயரத்தூக்கி நீண்ட காலமாய் நிற்கிறார்கள் நிராயுதபாணிகள். திறந்த ரணமாய் தெருக்களின் வெறுமை. பறவைகளின் சிகிச்சாலயம் வதைமுகாமாகி இருக்கக் கூடும். அவமானத்தின் ஒட்டுமொத்த உருவமாக வதைக்கும் நீதி தலையை நீருக்குள் மூழ்கவைக்கும் தேசிய உருவம் உடலுறுப்புகளை

மின்கம்பி வலை பின்னிய சித்ரவதைக் கூடு. விலங்கிப்பட்டவர் ரத்தக்கசிவுடன் கொடுத்த வாக்குமூலம் நீதியாகி உயிர் உரிமையை அழிக்கக்கூடும். அகதிகள் போனதிசையில் அபிதரின் பாதப்பதிவுகள்.

வெளியின் சிறகில் தைத்த அம்பு விடுபடவில்லை. இரவுகளில் அதன் வாதையை அடைகிறார். மண்ணுலகக்கற்பகத்தரு கிளை குறுத்துகளில் தளிர்த்த அபிதரின் விரல்கள் பட்சிகள் மனிதரின் சிகிச்சைகளை கிழக்கே பரப்பிய நூல் ஏடுகளில் மறையும். கரையில் ஒரு போதி மரம். கரைக்குக் கீழே மனிதமரம் பிணிமூப்பு சாக்காட்டில் ஆழ்ந்திருக்கிறார்கள் ‘அந்த மரங்களை வெட்டாதீர்கள் சிகிச்சையைப் பேசும் இலைகளில் எழுதியிருக்கிறேன் மூலிகைமுறைகளை. இலைகள் உதிர்கின்றன மெதுவாய்’ என்றார் அபிதர். ஜனம் ஜனமாய் பிணியுடன் வருகிறார்கள் போதி விருட்சத்துக்கு. பெண் ஆண் இருவனத்துக்குள் எழும் பட்சிகளின் கூட்டம் இறகுகளால் தொடும் இலைகளில் உரையாடும். பட்சிகளின்இச்சையில் தித்திக்கும் கனிகளின் வாசனை நரம்புகளாகக் காற்றில் சுருளும். பழங்கால போதி விருட்சத்தின் பின்னணியில் மனித உடல் நீர்மை கொள்ளும். மாத விலக்கு உதிரம் பூப்பூத்துக் காய் காய்த்து பழுக்கும் இனப் பெருக்கமாய் நீர் ரூபிகளாக மனிதர்கள் பிணியற்ற மரம்போலும் உடல்கொண்டு திரிந்தார்கள். உடலில் பருவஉதிரம் தெய்வீகப் பொருள். வெளிப்படும் போது வனமே பூக்கிறது. அவள் ரத்தம் சிந்துவது உயிராற்றலின் புனிதம். சுரோனிதமடல் கசிந்த உதிரம் உடலும் ஆன்மாவும் சேர்ந்த ஒருமையில் பெரும் மாற்றம் நிகழும் தாவரங்களின் விதைவித்துகளுக்குள் புகுந்து பருவமாக சுழல்கிறாள் யுவதி. உடலில் உடல் மீண்டும் உயிர்த்தெழச்செய்ய வனம் பழுக்கிறது. சலனமடையும் நீரோடைகளில் காம இச்சைகளில் யோனி பேதங்களில் நிகழும் புதிர். மருத்துவக் குணத்தில் பருவரத்தம் பொருள் வாதத்தின் அடிப்படை வித்தாகக்கூடும். மனித உணர்வுகளை உயிர்த் தெழச் செய்யும் இயற்கையின் நியதி. இருவனங்களின் உதிர்காலம். தளுக்கக்காத்திருக்கும் முளைகளில் உரசும் உயிர்த் தளிர். பொருளை அழியச் செய்தல் மூலம் புதிய ஜனனம் பிணிமூப்பிலிருந்து விடுபட்டு நித்யகன்னியாய் பால்யவனத்தில் பருவரத்தத் துளி ஏந்தி மறைகிறாள் கன்னி. வெளியில் தெரியாத நீர்வீழ்ச்சியின் ஓசை உடலுக்குள்ளே சப்தமிடுகிறது. நிலாச்சரீரயுவதிகள் மனிதர்கள் உள்ளே அடுக்கி கண்ணாடிகள் வெறுங்கண்ணில் தோன்றுவதில்லை. உள்ளே மறைந்திருக்கும் ரத்தமடுவில் மறையாத தோட்டங்கள். குருதி நாளங்கள் தசை இழைகள் தனித்தனி நரம்புகளின் கூட்டில்

ரஸநாளங்கள் திறந்து கொள்ளும் பரிமாணத்தில் பெண்ணின் அதீத உதிரம் நுட்பமான ஆற்றல். திசுக்களின் சுழல். சமவெளியில் அண்ணாந்து படுத்திருக்கிறாள். பாழ் முணங்கும் மணல்வெளிக்குள் உருண்டு ஓடும் ஒருதுளி உதிரத்தைச் செடியாகஊன்றி நீர்ஊற்றைப் பிழிகிறாள். தியானத்தின் விழிப்பு நிலையில் சுவாசத்தின் ஆழத்தில் தொடங்கும் தன்னுணர்வு நீரின் பளிங்காக மாறிய பெண் ஆண் உடல்கள். விசையில் சுழலும் இரு வனங்கள் சேரும் இச்சையில் நுட்பமான நீர் வினாடியாய்த் தொங்கும் கணம்பிளந்து தியானத்தி வளையாய் உருள்கிறார்கள் உள்ளே. உருகிய மெய் ஒருதுளி உதிரம். உடல் பரப்பில் ஓடும் உப்போடைகளில் பதினெட்டு வகை உவர் ரஸநாளங்களை விழிக்கச் செய்யும்.

தோலுக்கு அடியிலுள்ள பின்னலான சுற்றுவழியில் வனம் ஒன்று உடல் படுகையில் எல்லா மூலிகைகளின் வாசனையுடன் அலைகிறது சதாவும். வெண்எலும்புகளில் கரையும் உவர்மண் மனிதர்கள் நிர்வாணிகளாய் திகம்பரவனத்தில். ஏழருவிகள் பாயும் உடல் மடித்த மலைகள் கண்ணுக்குத் தெரிவதில்லை. இருக்கும் உருவத்திலிருந்து மாறுபட்ட வனாந்திரம் இது. உளவியலை மாற்றும் திசுக்களில் உந்தும் பிரபஞ்சவெளி ததும்பி உடலடியில் பாய்கிறது. அகம் புறம் மனம் சடம் இவற்றுக்கிடையிலான எல்லைகள் திறப்பது உடலுக்குத் தெரியாது. தன்னையறியாது பாயும் அருவியுடன் சேர்ந்து உடல் பாய்கின்றன ஆறுகள். உணர்ச்சிகளின் வெளித்தோற்றம் மறைந்து காண் பெரும் புலத்தைவிட்டு ரத்தநாளங்களிடையே பயணமாகி மரபு வனத்துக்கு வருகிறீர்கள். அங்கே புராண ரூபங்களில் மகாவம்சர்கள் வில்லை விசையேற்றி விட்டெறிந்தார் காதவெளி. அது வம்ச புராணமான மகாவம்ச நூலை ஊடுருவி விகாரைகளில் உதிரும் கதாரூபங்களின் வடித்த மூலிகைச்சாறில் எழுதப்பட்ட சரித்திரம் ஆரிய உதிரத்தோடு நகர்ந்து விகாரதேவியின் கர்ப்பத்தில் ஆறு சக்திகளை உடையதோர் ஞானதிருஷ்டியில் அவளுக்குள் தானே கருவானார். மகாவம்சர் ஆண்வனமாயினர். தாடகைவனத்தில் மறைந்து திரிந்த பூமத்திய ரேகை மனிதர்கள் கால்நடைகளுடன் இருட்டில் அலைகிறார்கள். வீசும் துயரக்காற்று வானில் ஆங்காங்கே மேகங் களைக் கொண்டு வரும். கூட்டமாய் மரத்தடிக்கு வரும் கடமான்கள் பிணியுற்றவர்கள் பார்வையில் பட்டு நோய்களை அகற்றி உடல் ஆறு சலனமாகித் தண்ணீரின் சாந்தமாய் உடல் உரசும் விலங்குகள்.

உடல் உயிர் வேறுபடா இடம் மற்றும் இன்மை வாழ்வுக்கு அப்பாற்பட்ட சுதந்திரத்தை உடையதாக இருக்கக்கூடும். சிவப்பு நீலம்

என ஆதாரநிறங்கள் மாறிச் சுழன்று வர்ணமற்ற பளிங்குநிலையில் நோயுற்றவர் ஆழ்ந்த மானின் பாதையில் செல்கிறார்கள். வேறுபட்ட நிறங்களில் கரையும் நீர்மை நிறமற்ற மோனம். பிணியிலிருந்து விடுபட்ட நிலை. உடலை அன்றாட இயல்புக்கு கொண்டுவரும் தாவரங்களின் சாயல். ரஸநாளங்களில் திறக்கும் பெண்வனத்தில் அரூபத்தில் அலைகிறார்கள் பூமத்தியரேகை மனிதர்கள். மடிப்பிச்சை எடுத்து இரத்த உப்பு வெளியாக நீளும் உவர்வனத்தில் புல்நுனிமேல் நீர் உருண்டு நிலையாமையைச் சொல்ல கண்நீர்மை உள்ஆடி உடல் ஓடைகளில் அதிர்கிறது. குடலும் கொழுப்பும் குருதியும் எலும்பும் தொடரும் நரம்போடு தோலும் பசித்தவத்தில் சுருங்கிச் சுண்டிய காயத்துடன் பிண்டி மரத்தின் கீழ் புத்தரின் மறுதவம், மகாவம்சர் களுக்கு எதிராக மோனத்தில் கரைகிறார். புல்லாகிப் புலம்பும் உடல் ஆறுகளில் நீர்பார்த்து கண்கள் இமையாது பனித்திருக்கிறார் தீராத துக்கத்தில். அருக நிலையடைந்த திகம்பரர்கள் அடுத்த நிலை நோக்கித் தியானத்தில் காத்திருக்கிறார்கள் படிநிலை வளர்ச்சியைத் தாண்டி விடுபடல் நிகழக்கூடும். அருவிகள் ஓடும் முதுகெலும்புக்குள் மாசுபடா நீர் உதிரத்தில் ஊறி துளிசேர்ந்து அதன் தூய்மை நிலையிலிருந்தும் பாய்ந்து வெளியேறும் நீர்பளிங்குதான் மனிதன். பிணி உளவியலில் வளர்ந்து நிலையற்ற உணர்ச்சியினால் திரிபாகி நினைவுகளின் குழப்பத்தில் தூண்டுதல் வேறுவிதமாக வருகிறது. தட்வெப்பநிலைகள் மாறிக்கொண்டே இருக்கும் அகதிகளின் இடமற்ற ஓட்டத்தில் தேக்கத்தை ஏற்படுத்தக்கூடும். அபாயங்களில் சிக்கி மனம் பேதலித்தவர்களே அபிதரைச் சூழ்ந்திருந்தார்கள். தோற்றங்களில் அழிந்து சிதைந்து போன நகரங்களில் பாழ் ஊளையிடுகிறது.

தன்னியக்க நரம்புகள் பாதித்த வீதிகளில் வீழ்ந்து கிடக்கிறார்கள் பூமத்தியரேகை மனிதர்கள். அவர்களின் உடலில் ஓடிய மொழியை நாவில் ஒரு வார்த்தையாகக் கீறி 'புத்த திலீசத்வா' எனும் பெண் வனக் குழந்தை நீரின்றித் தவித்திருந்தது பசித்தவனத்தில். அவர் களுக்கு உடனடியாகத் தோன்றும் ஒளிமுக வடிவத்திலிருந்தார் புத்ததிலீசத்வா. அகதிகள் நாடுவிட்டு நாடுசெல்லும் தீராத பயணத்தில் பீடித்த தனிமைக்குள் தெருவிலிருந்து காணாமல் போகிறார்கள். புத்ததிலீசத்வா கோயில்முன் பனிரெண்டுநாள் உடல் கரைந்து சுதந்திரப் பறவைகளைப் பார்த்தவாறு கிராமத்தின் கடைசி மண்ணுடன் உலர்ந்துகொண்டிருந்தார். கோயில் முற்றம் நோக்கி இரவு இரவாய்த் தொடர்ந்து வனத்திலிருந்து வந்துகொண்டே இருக்கிறார்கள்.

மூன்று நாட்கள் சகாக்களோடு பேசினார். ஐந்தாவது நாள் படுத்த படுக்கை. கையில் வனப்பூவுடன் சிறுமிகள் வருகிறார்கள் தொடர்ந்து. அதை வாங்கி நெற்றியில் முத்தமிட்டார் சிறுமிக்கு. அழாதவரே இல்லை. சண்டைக் காயத்தில் குடல் அறுத்துத்தையலுடன் பசித்திருந்தார். அவர் உடல் இன்னும் பறவைகள் சிகிச்சாலயத்தில் இருக்கிறது. தானம் செய்யப்பட்ட கண் நீலவெளிநோக்கி வருவோரைத் தேடிக் கொண்டிருக்கும். ஒளிந்து ஒளிந்து பார்க்கப் போன யுவதிகள் ஓலைக் கொட்டகையில் ஒவ்வொரு கீற்றிலும் கவிதைகள் எழுதி உலர்ந்த கண்களால் சுருள் ஓலைகளை வாஸித்து இருட்டில் மறைகிறார்கள். காற்றும் மணலும் பிரிக்க முடியாத வேகத்தில் வீசுகிறது. கோயில் முற்றத்தில் புத்ததிலீசத்வா நிழல். காலியான மைதானத்தில் மணல் விந்தையாக நெளிந்து மறைகிற உருவங்களோடு புத்த திலீசத்வாவை அழைக்கும். ஆளற்ற மணல் பாதை. கடும் வறுமையில் கிராமத்தில் தானியக் கதிர்களின் அசைவின்றி பயத்தின் வெறி ஈரலைக்கவ்வும் ஆபத்தான தருணங்கள் ஊரில் மிஞ்சியிருக்கும் தந்தை 'அந்தவயல் விளைந்துவிட்டது மகனே... அறுவடைக்கு ஆள் கூட்டிவா' வயல் இறங்கிய பெண்கள் கதிர் அறுக்கிறார்கள் குனிந்து. நெறுநெறுவென்று அறுப்பறுக்கும் ஓசை. தெருக்களில் கருப்பு ஆணிகள் உதிர பூட்ஸ்கள் ஓடும் தட ஓசை துயிலில் கடந்து கொண்டே இருக்கிறது. கனவுகளில் பிரமையூட்டும் தோற்றங்கள். சிலரைச் சங்கிலிகளால் பிணைத்து வேறொரு நூற்றாண்டு வதை முகாமுக்கு இழுத்துப் போகிறார்கள். விந்தையான முட்கிரீடம் அணிந்த பெண்கள் சிரசில் உதிரம் கசிய குலவையிட்டு மறைகிறார்கள் மரங்களுக்குள். பெண்களின் காலடிகளைத் தொடர்ந்து ரத்தமுகமூடி அணிந்த மகாவம்சர்கள் வருகிறார்கள். அவர்கள் விதைத்த வயலை கலைத்து வலைகளை நடுகிறார்கள். வறண்ட காற்று இருள் வீசியது.

வெற்றுவெளியில் அழியாத பாறைமேல் புத்த திலீசத்வா பாதம். நீராவியில் குளித்த கடமான் மறுபடியும் காயங்களுடன் வந்து புத்த திலீசத்வாவை அண்ணாந்து பார்த்தது. கையிலிருந்த புறாவை வருடி அம்பினை அகற்றினார் மெல்ல. அதன் சிறகு விண்மீன்களை மறைத்திருக்கும். நீளமான விரல்களுக்கிடையில் நடுங்கியது ஒரு கணம். விண்மிதக்கிறது விசிறி. வீடுகளை இழந்தவர்கள் தனிலாந்தர் ஒளியில் அமர்ந்திருக்கிறார்கள் பொட்டலில். உருவங்களின் அசைவு. நாடு விட்டு நாடுபோன வேலணையாளின் ஏழு பிள்ளைகளும் இருளில் நடந்து போவதைப் பார்க்கிறார் புத்த திலீசத்வா. இந்த நீண்ட

துக்கத்தில் ஆழ்ந்திருப்பவர் மீது காணாமல் போனவர்களின் உடல் வாசனைகளை வீசி அடித்தததுகாற்று. இறந்தவர்கள் நெடுகிய ரவைகளை உடம்புடன் கொண்டு செல்வதில்லை. மௌனமாகத் தனித்திருந்த சிறுவர்களின் இருப்பு மட்டுமே உயிர் இருப்பதைச் சொல்லும். புத்த திலீசத்வா தனியாக அலைகிறார். உலர்ந்த நிலங்களின் அமைதி மிகப் பயங்கரமானது. பயிர்வைக்க முடியாமல் விரல்களால் கைவிடப்பட்ட பயிர் தலை சொருகிக்காய்கிறது. பிரிந்த குடும்பம் ஒருவரை ஒருவர் கைவிட்டு அந்நிய நகரங்களில் நிழாய் அலையும் வாழ்வு நீடித்த வேளை மனப்பிரமைகளில் மெலிந்திருந்தார்கள்.

ஆற்றின் கரையில் வளர்ந்த நாணல் கோரைகளுக்கிடையில் வந்து கொண்டிருந்தான் இந்திரதேசத்திலிருந்து.

சிங்கங்களின் நாட்டை அடைந்த நாடோடி பண்டைப் பாழிகளை நோக்கி சாவகத் தூபிகளைச் சுற்றி பர்மியக் கதைகள் சொல்லும் பாதையில் தொல்லிலங்கை நோக்கிச் சென்ற புத்தகோசரைப் பின் தொடர்ந்தான். எந்த இடத்தில் போதியாரின் கோரைப்பல் இருக்கிற தென்பதில் கல் ஆடியுடன்சர்ச்சை. இடமற்று ஓடும் பயணத்தில் எங்கெங்கோ அவலோகிதா... அவலோகிதா... எனக் காரை எலும்புகள் ஓலமிட்டு அலறிய தாதுகோபங்களில் பளித்த வெண் உருவாய் சூன்யப் பாதை உருகியிருந்தது அவனுக்கு முன்னே.

சற்றைக்குமுன்னால் குர்தாபோர்வாளுடன் தோன்றிய மாலிக் காபூருக்கு முகத்தில் ஓடும் சருக்கத்தை ஆரூடம் கூறியது கல்ஆடி. ஓலைச்சுவடிகள் தொகுத்திருந்த மதுரை செழுங்கலை நியமத்தைச் சூறையாடி முன்னூறு குதிரைகளைக் குளிப்பாட்ட வெந்நீர் போட்டு அடுப்பெரித்தான் சுவடிநூல்களை. நியமம் காத்த புலவர்கள் பதறி ஓட சிற்பவயலை உடைத்தவாறு கால்தூக்கிய குதிரைகள் மேல் நின்று ஈட்டிகள் நெடுகிப் பாய்ந்த அர்த்தநாரீஸ்வரன் உடல் பிரிந்து ஓடிய பாதையில் அலியுருக்கொண்ட மாலிக்காபூர். 'நீங்கள் இருவரும் படிமத்தின் தொன்மையில் மறையும் திசையில் இருக்கிறேன் என்றான். புழுதி எழுந்த வெண்படலத்தில் மூழ்கிய தெருக்களில் குதிரைகளின் குளம்போசை. ஏடுகள் எரிந்த தழலில் மாலிக்காபூர் நிழல் அசைகிறது. முகத்தை வாஸிக்கும் கல்ஆடியின் ரஸவாதம். அது மாலிக்காபூரை மதுரைத் தெருவில் பார்த்தது. ஹஸர்தினார்... ஹஸர்தினார்... என ஏலமிட்டுக் கொண்டிருந்தார்கள் சிறுவன் மாலிக்கை. கண்ணாடிகளில் வெட்கி ஓடினான் அலிஒருவன். டெல்லி சுல்தானின் உப்பரிகையில் உச்சஸ்தாயி இசைப் பாலகர்களில்

ஒருவனாய் ஆயிரம் தினார்களுக்கு வாங்கப்பட்ட மாலிக்காபூர் சுல்தானின் அடிமை அலிகளில் ஒருவனாய் அந்தப் புரம் புகுந்தான். அவன் முக வெட்டிலிருந்த பெண்சாயல் கண்ணாடி விளக்குகளுக்கு உயிரூட்டி ஒளிர்ந்த திரிநாவில் பால்பருவ இலைகளை வெட்டி வடிவமைக்கப்பட்டு விளக்குச் சிமிழில் இருந்த வண்ணத்துப் பூச்சியை மாலிக்காபூர் உடல்மேல் தைத்தான் விநோதவைத்தியன். சுடர் நிழல் அசைந்தது. திரைச்சீலையின் பின்னே சித்ரவதைமிக்க பாலியல் இருளின் துயர விளக்குகளில் வாசனைத் திரவம் ஊற்றும் கொம்புக் குவளையுடன் கைவளைந்து அவன் முகத்தில் நிறங்களில் ஓடிய ஸ்திரீகள் அந்தரங்க அலிகளாய் மாறுகிறார்கள்.'

அவன் பட்டயத்தால் விழுந்தவர்கள் நரிக்கு இரையாயினர். ஆடியுள் நகரும் கசப்பான பாலியல் துக்கத்தில் ஊறிய இசைப் பாலகன் மாலிக்காபூர் விஷமேறிய அம்புகளுக்கு நாண் ஏற்றி சிலைகளின் மேல் வீசினான். உடைந்த விகாரைகள் தியான படிமங்கள் முகமறுத்து மூக்கறுத்து முலையறுத்த சிலைகளின் விநாசத்தில் சிரித்தவாறு முன்னூறு குதிரைகளின் குளம்படிகளில் ஏடுகள் துடித்து நொறுங்கிய காவியங்கள் சிதறி எரிந்த தழலில் வெந்நீர் சுடவைத்துக் குளித்த புரவிகளின் அரக்குப் பிடரிகளில் சுல்தான் படைகள் நிழல் நகர செப்புத்திருமேனிகள் ஏடுகளை தோணியில் தூக்கிக் கடல்கடந்து யாழில் இறக்கிறார்கள். புலவர் கூட்டம் பழஞ்சுவடிகளை கொண்டு சேர்ந்திருந்தார்கள் ஆடவல்லான் சிலையுடன். கிணற்றில் எறியப் பட்ட அர்த்தனாரீஸ்வரன் இரு உடல் பிரிந்து அலையானான்.

'மாலிக்காபூர் நீ அலியாக மறைந்திருக்கும் கவசத்துக்குள் டெல்லி சுல்தானை உன்நாக்கு தீட்டப்பட்ட சவரக் கத்தியாய் வெட்டும்' எனக் கூறியது கல்ஆடி. 'முட்டாளே காமோஸ் எத்திசையில் போகிறாய்' 'நீ எந்த இடத்திலிருந்து வருகிறாய் கண்ணாடி மணியே' 'இடமென்று எதுவுமில்லை. நகர்ந்து கொண்டிருப்பதின் கண்ணாடியில் அதிர்கிறேன். அதில் திசைகளின் அதிர்வு' 'மாயத்திலிருக்கிறாய்' 'இல்லை. அதிர்வுகள் மாயமானவை. ஓடும் கிரகங்களின் விதியில் சுழலும் கண்ணாடி மணி மாறும் கைவிரல்கள்தொட அதிர்வின் தூரத்தில் முடித்திருக்கிறேன்' 'இல்லாத இடத்திலா. குழப்பாதே என்னை. எல்லா திசையிலும் அபிதரின் சுவடுகள்' 'வெள்ளை அரசமரத்தின் கிளைகள் பொங்கி நடுங்கும் திசைகளில் அவலோகிதர் மறைகிறார்.' 'அவரை நோக்கிப் போகப் போக தெளிவு ஏற்படும்' என்றான் காமோஸ்.

கல்ஆடியும் படிகமணியும் காமோஸைவிட்டுப் பறந்து போய் டாட்டிலுக்கு முன்னால் அந்தரத்தில் நீந்தியவாறு ‘நித்திரை தெளிந்த வுடன் சொப்பணத்தைத் தொலைத்துவிட்டேன் டாட்டில்’ கழுதை நகைத்தது ஒற்றைப் பல் தெரிய. ‘இதுகூடவா தெரியாது. உறக்கத்தில் நடப்பவர்களின் உலகம் வந்துவிட்டது. காலடிகளைத் தொடர்ந்து வாலா தூபியிலிருந்து பிக்குகள் வருகிறார்கள்’ ‘முட்டாளே காமோஸ் பிக்குகள் நடந்து போகையில் கவசப்படைகளின் குதிரைநிழல்கள் ஈட்டியுடன் அசைகிறதே. எனக்குப் பயமாக இருக்கிறது’ என்றது டாட்டில். ‘கிரேக்க அரசன் கொடுத்த கண்ணாடி மணியைத் தேரரிடம் ஒப்படைக்க வேண்டும்.’ ‘வேண்டாம் காமோஸ் என்னை விட்டு விடாதே அபிதர் வெளியேறிவிட்டார் அகதிகளுடன். எனவே அகதிகளிடம் சேர்த்து விடு என்னை’ என்றது கண்ணாடிமணி. மணல்வாடி அழைத்த பாதையில் சிறுவெள்ளியாக புத்ததிலீசத்வா கரங்களில் விடுபட்ட பட்சியின் சிறகொலி. நீர்வறண்ட ஆற்றோரம் பனங்கூட்டத்தில் மறைகிறார். பனைநொங்கின் பளிங்கு இதயத்தைக் கல்லால் வாஸிக்கிறார்கள் கல்லிசைக்கனியர்கள். உயர எழுந்த பனைகளின் உச்சியில் பனுவல் எழுதிய ஓலைகள் உரசும். மண்ணுலகக் கற்பகத்தரு கிளை குருத்துகளில் தளிர்த்த அபிதரின் விரல்கள் நூல் ஏடுகளில் மறையும். சிறிய மணல் வீட்டில் சுவரொட்டி மினுக்கும் சிறு வெள்ளியாகச் சுடர். அது பெண் மீனின் பளிங்கு. சிறுகீற்று நீள்கிறது காணாமல் போனவர்களின் திசையில். வீட்டுக் கூரைமச்சுடன் அமைந்த தானியக் களஞ்சியத்திலிருந்து உதிர்ந்து கொண்டிருந்த சிறு தினைகளின் மெல்லிய படிகங்களைக் குனிந்து புத்ததிலீசத்வா அவற்றை ஒவ்வொன்றாய் பொறுக்கி நவகதிர்களாய் ஏந்தி எல்லா இனங்களின் மீதும் ஓர்மைகொள்ளும் காற்றாய் வீசி எல்லைகளைக் கடந்து பருவ சுழற்சியில் வேறுபடும் நிறங்களைக் கலந்து புத்துயிரின் வீர்யமான நேயத்தில் சுவாசிக்கும் பட்சிகளை ஏவுகிறார் கரங்களிலிருந்து. ஆடாமல் அசையாமல் மண் நுனிவிரலில் செடிகளில் சுவாசிக்கும் ஒற்றை முலைச்சி கடந்த காற்றில் இழந்தவர் களின் மூச்சின் உஷ்ணத்தை ஸ்பரிசிக்கிறாள். திசைசூழ் துகில் விரித்த தாடகை கரைந்து கொண்டே இருக்கிறாள். அவள் சஞ்சல நாண்களில் விம்மி மணலில் மறையக்கூடும். நவகதிர்களில் மறைந்திருப்பவர்கள் அசையும் நயனத்தை மெதுவாய் திறந்து ஒருவரை ஒருவர் தழுவிக் கொள்ளும் கணமொன்று பிளக்கிறது.

அதன் இடைவெளியில் விநாசமடைந்து உயிர்த்தாவரங்கள் மூடிய ஈமப்பேழைகளில் காற்றின் நிசப்தம். மெலிந்து வறண்ட

கரங்களில் துளைத்த ரவைத்துவாரங்களில் விம்மும் குருதி. அது பூமியின் ஆழத்தில் குமுறும் எரிமலைச்சுழி. மகாவம்சர்கள் வெள்ளைகல் நட்டி பேழைகளுக்குமேல் முந்திரித்திராட்சைத் தோட்டத்தை விரித்துக் கொண்டிருக்கும் வேளை. புதைந்தவரின் கருமணிகள் திராட்சைக் கொடிகளில் கருந்திராட்சைத் திரள்களாகக் கண் சிமிட்டுகின்றன. கண்திரள் சுழலும் குருதி வேர் படர்ந்த கொடிக்காலில் நரிகள் அண்ணாந்து சிரிக்கும் ஒலி.

பூட்டுநகருக்கு வந்து சேர்ந்த ஒல்லாந்த போர்ச்சுக்கீசிய பிரிட்டானியப் பாதிரிமார் திறந்த ஆங்கில வித்யாசாலையில் கால்களில் இட்டுக் கொள்ளும் பனைநார்தளைகளை விடுவித்து புஸ்தகத்தைத் திறக்கவும் ஒல்லாந்தரின் திராட்சைத் தோட்டம் விரிந்தது முன்னே. நதியில் நீட்டிய ஓலைகளில் நீர்வரிகளை ஏந்திய பிக்குகள் குளித்துக் கொண்டிருந்தார்கள். நதிக்கரைப் பளிங்குகளில் வழிபாட்டுப் பிம்பங்களின் பெருக்கத்தில் விநயபிடகத்தின் சுவடி கீறியவாறு உருவிய எழுத்தாணி மடக்கி எழுதியபின் நீட்டினால் கத்தியாகமாறி மகாவம்சத்தில் காட்டப்பட்ட எதிரிகளின் ஈரலில் சொருகினார்கள். குரல்வளை நீரில் மூழ்கி ஓசை அடங்கும்வரை உதிரம் கரைந்து ஊர் ஊராய் புலம்பிய ஆறு பாழிகளில் அலறியது அறுபட்ட குரல்.

ஏறிஇறங்கும் பனையேறிக் கனியர்கள் நளவர்கள் ஓலை மடிப்பில் வாஸித்த சுவடி நூலகம். அந்த நூலக அடுக்கில் சித்திர ஏடுகளில் நார்மண்டியிலிருந்து வந்த அகதிகள் நினைவில் செதுக்கியிருந்த கண்ணாடிச் சிற்பங்கள் கதீட்ரல் சீசாச்செண்டுகள் விதானங்களில் கோத்திக் கண்ணாடி வடிகலைஞர்கள் நூறு பேர் கூடிவந்து வரைந்த வாசனை ஒளிகளைப் பக்கம் பக்கமாய் தீட்டிய சித்திர ஏடுகள் பழைய தொகுப்புகளை அடுக்கி வைத்திருந்தார் அங்கே தாவீது அடிகள். நூல்தொகை திறக்கும் திராட்சைத் தோட்டத்திலிருந்து வந்த கிருஸ்தவப் பாதிரிமார் முன் வந்து கட்டிய நாகரீகங்களின் கலவையில் அமைத்த மாடி அறைகள் கூம்புகள் சாளரங்கள் திறக்கும் ரோஜாத் தோட்டத்தில் முட்டாள்கள் மலர்களுக்கு வர்ணமடிக்கும் அதிசய உலகில் குழந்தைகள் நூலறைகள். இருண்ட புஸ்தக ஊற்றுகளில் என்னேரமும் நடந்து திரியும் கலா மூர்க்கத்தில் உயிர் விரியும் கண்டங்களில் விலங்குவனங்கள் முதுகுத் தண்டில்பாயும் நீர்வீழ்ச்சி களாய் துலங்கிய புஸ்தகம் திறந்தது. மரப்படிகளில் ஏறி இறங்கும் பாதங்களின் அடுக்கு கலையாமல் இசைவுடன் அசையும் மரப் படிகளின் வளைவு. யுவதிகளும் மாணவர்களும் மாற்றிக்கொண்ட

புஸ்தகங்கள் கைமாறிச்செல்லும் வாஸிப்பின் வசீகர ஈர்ப்பில் கைவிரல்பட்டு ரேகைகள் படிந்த நூல்கள் பென்சில் புள்ளிகள் கைபட்ட வியர்வை சுவாசங்களில் சுருண்ட காகிதங்களின் சுழற்சியில் வட்டமான புஸ்தகங்கள். அறைவட்ட நூலகம். வருஷங்கள் உருண்டு மாதங்கள் நாட்களில் கரைந்து நாளின் பின் பாதியில் அடைக்கப் போகும் வேளை கடைசிப் புஸ்தகம் வாங்கிப் போன நபரிடமிருந்து பிரியா விடைபெற்ற நூலகம் எனும் சிறுமி மெல்லக் காகிதமடிப்பில் பறந்து போகிறாள். திரும்பவும் அவளைப் பார்க்கப்போன மரப்படிகள் அங்கில்லை. மெதுவாய் யாருக்கும் சத்தம் கேட்காமல் முணுமுணுக்கும் வாஸிப்புகளில் விரிந்த இதயம் புஸ்தகங்களின் வனத்துக்குள் காணாமல் போன நூலகத்தில் படர்ந்த ஒல்லாந்தரின் திராட்சைத் தோட்டத்துக்குள் மறைந்து விட்டிருந்தாள் சிறுமி.

பரங்கிதேசப் பயணி காமோஸின் சேணப்பைக்குள் மத்திய தரைக்கடல் மதுவை இருபிடிகள் கொண்ட ஆம்போரெ ஜாடியில் அடைத்து வைத்திருந்தான். டாட்டிலுக்கும் தனக்குமான காலமற்ற மதுவாய் கடித்தது உதடுகளை. விழித்துக் கொண்ட கல்ஆடியில் நட்சத்திரங்களில் வெடித்து விழுந்த கல்லொன்றில் புத்தரின் ரேகை ஓடித்தரையில் நகர்ந்தது மெல்ல. ‘ஏன் தள்ளாடுகிறாய் டாட்டில். அநுராதபுரப் பாழியில் இரவு சற்றே இளைப்பாறுவோம். மேற்கிலிருந்து வரும் அதிதிகளுக்கு இடமிருக்கக்கூடும்.’ வருந்தும் பிக்குகள் கழுதையைக் கண்டு வெகுநேரம் நிலைகுத்தி வெறித்த பார்வையில் நின்றிருந்தார்கள். டாட்டில் மேலிருந்த நெடுந்தூரப் பயணியை வரவேற்றார்கள். ஹிப்பலஸ்ஸின் கண்ணாடி மணி நாகசேனரின் கடிதமாக உரையாடியது. மினாந்தரின் வணக்கம் என்றது மணி. கையில் அகலுடன் கண்ணாடி மணி ஒலிக்க பிச்சை ஏற்க உடன் சென்றான் காமோஸ். கல் ஆடிக்குள் சங்கமித்ரா வெள்ள ரசங்களைகள் ஏந்தி வருகிறாள் வாளாதூபிக்கு.

புத்தகயாவிலிருந்து திருநிறை அரசமரத்தில் ஒருகிளையைக் கொண்டு முதல் தூபிகள் போதியாரின் காரை எலும்பு பதித்து வளர்ந்த மரபுரையில் சங்க ஏடுகள் நெருப்புக்குள் குமிழ்விட முதுமொழியின் ரத்தம் ஊறி எரிந்து கொண்டிருந்த நூல் தொகையில் வீர சோழியம், திருமந்திரம், திரிகடுகம், சிந்தாமணி மேகலை அருங்கலைச் செப்பு, அறநெறிச்சாரம், நிகழ்காலத்திரங்கல், திரியறக்கலை நூற்கள் சிலம்பும் பரல் சூழன்ற உமிழ் தீ பிக்குகள் அகலில் முடிவிலாத் தழல் வழங்கி எரி அழல் மஞ்சள் ஓலைகளில் செந்நாவுகள் அருந்திய காப்பியம் நெஞ்சறுக்கும் சோகமும் எரியும் உறுமலை ஆர்வமாய்

பார்த்திருந்த தாது கோபங்கள். புத்தரின் உடலெச்சங்களின் பகிர்வு பரவிய தொல்லுரைகளில் திலீசத்வா நோண்பில் கொதித்த அமிலப்பசி மறத்த குடல் வயிற்றில் ஓலைச் சுவடிகள் முளைத்துக் கிளை பரப்பின தீயின் நாவிலிருந்து. நாகதீவத்துள் புதையுண்ட உடல்களின் சிதிலங்களில் ஈயரவை, துளைத்த எலும்பின் எச்சத்தை நொறுங்கிய துவக்குகள் ஈய எலும்புகளை உருக்கி வார்த்த தூபிகளின் அடியில் பதிந்த திலீ சத்வா கோரைப் பல் அதிர்ந்து கொண்டிருந்தது பீடிகையில். எழுத்தாணிகள் எரிந்து போன பனைஓலைச் சந்துகள் மற்றும் சாம்பல் தெருவில் பிக்குகளின் பிக்ஷா அகலில் சிறுவர்களின் காரை எலும்பும் தளிர்க்கும் பற்கள் சில கேசச்சுருள். அது வளர்ந்து கொண்டிருக்கிறது மொழியால் கட்டி முடிக்கப்படாத பண்டைப் பாழிக்குள். வவுனியாக் கற்பாழியில் சாம்பல் வார்த்தை அடங்கிய கீழ்கணக்குத் தொகை ஈமப்பேழையுடன் திலீசத்வா திருமுடி எங்கோ கல்தோன்றிய பாறையில் நெளிந்து உயிர்க்கிறது அகதிகள் தொட்டு வணங்கிய பிரிவின் ஆற்றாமையில் அவலோகிதா... அவலோகிதா... நீ இருக்கிறாய் என்பதில் சந்தேக மில்லை என்றது கல்ஆடி.

கம்பளச் செட்டியின் சிறுகலத்தில் கடலுக்கு அப்பால் கால் வைத்த நிலத்தில் கல்நாயனம் எடுத்து ஊதியவாறு எரிமலைக்குள் ஊடுருவிப் போய் குழல் ஊதுகிறார்கள் கற்குழம்பின் தீநாவுகளை எழுப்பிய அந்த பூமத்தியரேகை மனிதர்கள் வெப்பமண்டலத்தில் திரும்பி பூமியின் விளிம்புகளில் அகதிகளாய் வெளியேறிச் சிறகுகள் உரசித் தீயேற்றிச் செல்கிறார்கள். உலக விளிம்புகளில் அகதிகள் ஏற்றிய தீ எரிந்து கொண்டிருக்கும் இவ்வேளை பூமியைவிட்டு விடுபட்டு மிதக்கும் வெண்சிறகில் வெளிகள் விதிகளாகச் சுழலும் வெற்றிடத்தில் காற்றே இல்லாத இடத்தில் காற்றை ஏற்படுத்திக் கொண்டு பாலை அலைதலின் தனிமைவாசம் புல்பூண்டு அற்ற வெறும்வெண் பூமிக்கு வெளியே துருத்திநிற்கும் பாறைகளின் ஒளியில் சுதந்திரம் அசையும் பாழிக்குள் தஞ்சமடைகிறார்கள். உடலை வருத்தி சஞ்சலத்தில் ஆழ்ந்திருக்கிறார்கள் அகதிகள். ஊசிப்பாறைகள் மீது நிர்வாணமாய் ஏறும் சிறகு விரித்துஅவாந்திரத்தில் விடுதலையின் தாகத்தில் அண்ணாந்து சுருட்டிய கண் சுழலும் கோடுகள் இல்லா பளிங்குவெளி. அது வெள்ளைப் படிகங்களாக நெளிந்து மறையும் வடிவங்களாக மாறிக் கொண்டே இருந்தது. நீலப்பருந்தின் தீவிர அலைவு. வாசனைகள் பரவும் பூமியைக் கையிலேந்தி கால்விலங்குகள் அதிர மௌன வெளியில் மிதக்கிறார்கள் இன்னும் வேறுவேறொரு

தேசங்களின் கோடுகளைவிட்டு வெளியேறியவர்கள் ஒருவரை யொருவர் அந்தர வெளியில் ஓர் உதிர் இறகால் மௌனத்தை எழுதுகிறார்கள். நிர்வாணத்தின் ஆழத்தில் ஒவ்வொரு உயிரின் நெருக்கத்தில் ஜீவராசிகளின் ஒலிகள் அடுக்கிய காற்று வெளிகளை மடித்துவிரியும் காற்றின் புஸ்தகம் அதை அகதிகள்தான் வேறொரு திசையிலிருந்து தலைகீழாகப் பின்பக்க முறையில் பிதிர் சுருளாய் காற்றை மொழியாக மாற்றுகிறார்கள்.

பைத்திய ரேகையோடிய கண்களின் அடியில் கரிய இருள். இழந் தவர்களைத் தேடி மௌனத்தில் கரைகிறார்கள் காட்டுவெளியில். வெயில் வேம்பு அயர்ந்து கிடந்தது. அறுத்தவயல் பயிர்மேனி காணாமல் காயும் உலர்வெளி. சமீபத்தில் இறந்த கிராமவாசிகளின் சுவாசத்துடன் அவர்களின் மரபுமொழி ஏடுகளின் மூச்சுடனும் செடிகள் ஆழ்ந்து சுவாசிக்கின்றன. திடலில் அமைக்கப்பட்ட ஓலைச்சுவடிகளால் ஆன கூரைகளில் உதிரும் மொழி உடலில் நோண்பிருந்தார் திலீசத்வா. ஆயிரம் ஜனத்துடன் திலீசத்வா சேர்ந்து பெருநிலப்பரப்பின் உயிரினங்கள் பூச்சிகள் இருளைச் சுற்றும் துக்கத்தில் நிலா எழும்போது திலீசத்வா எழுகிறார் வேய்ந்த மொழியின் சுவாசத்திலிருந்து. அஞ்சலி வனத்தில் எழுந்த பூக்களின் வாசனையில் பாதைகள் இருளும். தண்ணீர் அருமை சுவை வற்றாத நீர்யாழில் தாகத்தில் நாஉலர்ந்த நோன்பு. எல்லா இடமும் ஊர்வலம் போன உடல் நெஞ்சில் சிறகடித்து ஓலமிட்ட பெண்கள். நாலைந்து தாய்மாரும் நோண்பிருந்த ஏடுகளில் புரண்ட துயரக்காற்று. ஒரே விடியற் காலையில் வீடுகளைவிட்டு ஓடிவர வேண்டிய நிலை. நினைவுப் போட்டோக்கள் பொருட்கள் கரையான் அரித்து அம்மா அப்பா கல்யாணப்பத்திரம் கூட முறிந்த பனை ஓரம். புலவர்தெரு. சிறுநிலம். குறுபயில்யாழ். உயிரற்ற குழந்தை பால் கொடுக்கிற தாய்மடி யிலிருந்து பிரிக்கப்பட்டாள். இந்திரதேசத்துக்கும் குரங்குப் பாலத்துக்கும் இடையில் அலைந்து கொண்டிருக்கும் அகதிப் படகு. இடங்களுக்கு மாறி மாறி விரட்டி யடிக்கப்பட்டுக் கொண்டிருப்பார்கள். எளிய அகதிகள் இடம் பெயர்ந்து பூர்வீக கிராமங்களிலிருந்து ஒவ்வொரு வீட்டுக்குள் வேறு வேறு மனிதர்கள். அவர்கள் யாராக இருக்கக்கூடும். எதையும் எடுக்காமல் ஓடிய பாதை. மரங்கள் நினைவிழந்து பைத்தியத்தில் ஆடும் சுழல் காற்று.

பழமையான தெருக்களில் பதிந்தவர்கள் பின்னிரவில் நிலவுடன் கரைந்து நடக்கிறார்கள். பலியானவர் ஆவிகளும் அழிந்த தோட்டங் களும் அபிதரைப்பின் துரத்துகின்றன. விநாசத்தில் நாகரீகம். சிதைந்த

வெளியில் அலைபாய்கிறார். காற்றின் வடிவிலிருக்கும் சுவாசிப்பதற் கான சுதந்திரத்தை அவர்கள் இழந்துபோயிருந்தனர். தலைமறைவாக காடுகளில் இருப்பவர்களும் ஒவ்வொருவராய் மறைவிலிருந்தும் மறைந்து போகிறார்கள். மரங்களின் வேர்கள் திருகிய பாறைகளின் கோடுகளில் கசியும் குருதியின் ரகஸிய ரேகைகளின் அடியில் புதைக்கப் படுகிறார்கள் யுவதிகள். அவர்களின் கவரிக்கூந்தல் எந்தயுகத்திலும் அழிவதில்லை. கன்னி கழியாத யுவதிகளின் பலிபீடத்தை மகா வம்சர்கள் புதிதாக அமைந்திருந்தார்கள் இங்கு.

ராசகிரகத்து மறைகூடத்தில் அடைபடா எச்சங்கள் இராமகிருகம் தூபியில் பதிந்து சாம்பல்பூசிய சுவடிபுறண்டு நெருப்பு உமிழும் அட்சரங்கள் சிறபவயல் புதைந்த மாணாக்கியர் கபாலத்துள் கருகாத குழல் வரிச்சிகழிகையும் துயிலும் தனியே வெளிப்பட்டன அவியாது புனிதமாய். குருத்துக் கபாலங்கள் கூந்தல் வாசனையுடன் உருண்ட பாழிப் பறந்தலை.

சிங்க வீதியில் அகல் ஏந்திய சித்தார்த்தியுடன் கனவுப் பாதையில் கூடவே அகதிகள் தேசாந்திரமெங்கும் அலைந்துதிரியும் நிழல் கூட்டமாய் முதுகில் பாறைகள் சுமந்து கால்நடைகள் தொலைவே அண்ணாந்து அழைப்பதை வயோதிகர் பின்தங்கி திகைத்த தெருமுனையில் விட்டுப்பிரியாத நாய்களின் சன்னமான அழுகையை சித்தார்த்தி திரும்பிப் பாராமல் தாமரை வடிவக் கண் இதழில் நீர்கருக்க ஏங்கிய பாதையில் அகதிகளின் பெருமூச்சு. உருவன்வலி தாகபை யானைச் சுவரில் அசையும் காதுகள். அதன் வடவாசல் வழிச் சிதைவழி அகதிச் சிறுவர்கள் சூழ குழந்தை சித்தார்த்தி. அகல் ஏந்திய யாத்திரீகன் காமோஸ் அகதிகள் பின்னே நிழலாய் தொடர்கிறான் மேற்கு வாசல் திறந்த கரும்படகில் துக்கம் சுமந்த அலைகளின் ஓலத்துடன்.

ததாகதரின் உடலை குசிநராவில் எரியூட்டியபின் எஞ்சியிருந்த உடலெச்சங்கள் எட்டு நகரப் பிக்குகளிடை பிரிக்கப்பட்டு மரபுரையில் தீராது. பின் எழுந்த ஓர் மரபுரை காரைஎலும்பு நான்கு கோரைப் பற்கள் பேழைகள் எட்டில் அடங்காமல் புறப்பட்ட இடமே சுற்றி வரும். அவைமீது தூபிகள் எழுந்து பிம்பிசாரன் தெருக்கள் முதல் பெருந்தூபிவரை நடந்து திரியும் அகதிகளோடு திலீசத்வா எச்சத்திலிருந்து சிறுதுகள் நுரையீரல் கீறி கசியும் குருதியுடன்.

இவ்வேளை சின்னஞ்சிறு வெள்ளரசங்கிளைகளை ஏந்திச் செல்லும் நாடுகடத்தப்பட்ட முதுபாழிகள் மரபின் மொழி வெவ்வேறு நகரங்களுக்கு வெளியே மேற்கில் பதித்த உதிரநிற போதிஇலை

நரம்புகளிடையே லிபிகளில் ஊறும் ரத்தநினைவுகள் கசிந்து எரிந்த நூலின் வாக்கியங்களாய். ஒவ்வொரு காகிதமும் பற்றிய ஜீவாலையில் வளைந்த புத்தகங்களின் வெண்சுருள் பிரிக்கப்படாமல் கபாலத்தில் ஏந்திச் செல்லக்கூடும் ஒவ்வொரு அகதியும். மகாதூபி அடியில் நிகண்டுகளின் சிரசுகள் பிளந்த ரவைகளின் துளைகளில் முளைத்த ஆசிரிய நிகண்டு கயாதரம் குமுறும் தலைக்குள் வடநூல் தாய்மரபும் உதிர எரியும் யுகமொன்று விரிந்தது அநுராதபுரப்பாழியில். பின்னே அகதிகள் பரசிச்சென்ற பாறைகளின் மடிப்பில் தனித்திருக்கிறது பிக்ஷாஅகல். அசோகன் வைத்த தூதுக்களால் எச்சங்களை வணங்கும் பழக்கம் நாகதீவத்திலிருந்து தலைகீழாய் இறங்கிய நாகரது சிற்பங்கள் கக்கிய அரவு நெருப்பு.

பாழியில் பிரபஞ்சாதீதப்பார்வை கொண்ட காமோஸ் டாடில் முதுகுமேல் இருந்தே உச்சியுற்புகுந்து மனம் வாக்கிற் கெட்டாத அகப் பொருளின் வடிவை நிலவுலகிற்கப்பால் சூன்ய வெளியில் நிறுத்திய அபிதரின் சித்திரவயலில் அசைவற்று நின்றது சாம்பல் கழுதை. மண் நிறங்கள் கசியும் சித்திரவயலில் மரங்கள், கொடிகள் பூக்களின் வாசமென மிருகங்கள் யாவும் ஏழ்நிலை ஒளிமாடங்களில் கலா வேகத்தில் திரிபாகி அசையும் இயற்கையாகிவிடும். தூலரூபத்துக்கு அப்பாற்பட்ட ஒன்றை கல்ஆடியில் பார்த்தான் காமோஸ் சித்திரங்கள் நகரும் ஆடியுள் இந்தியக் காண் பெரும்புலம் சிதைந்து உள்ளோடும் சூன்யத்திரளில் கல் ஆடியின் அகக்கண் நோக்க பித்தத்தில் நிறங்கள் பூமியெங்கும் பகிரும் பண்டைப்பாழிகளில் தாமரைக் கல்லாய் கீறியது ஆடி. சந்திரவட்டப்படிக்கற்களாய் அடுக்கப்பட்ட கல் ஆடியில் பூரண கும்பம், துவாரபாலகர் ஒளிகசியும் பௌர்ணமியை ஒரு கணம் தொட்டுவிடுகிறார்கள் சிற்பிகள்.

தியானபுத்தவடிவம் உவாநாள்விரியச் சித்திரமனிதர்கள் கல் ஆடியில் தோன்றி நிஜத்தில் குருதி ஏறிச் சிவந்தனர் தெருவில். அபிதரின் பாதரேகைகளை கல்ஆடியில் எடுத்துக் கோர்க்கும் பழம் பெண்களை கயாவீதியில் சந்தித்தான் டாவோ. கையிலிருந்த ஆடியைக் கண்டு வெட்க முற்ற ஸ்திரீகள் மென்மையான கொடியைத் தொட்டு மீண்டும் இலையாயினர் சித்திரத்தில். குடத்தின் மேலுள்ள பூக்களின் சித்திர வசீகரம் மென்மையான இயற்கையில் வடிவம் கொள்ள விண்ணுலகப் பட்சிகளின் அறுபட்ட சிறகுகளோடு பாழிகளில் அலறிப்பதிந்த புத்தங்களின் படைபடையான கரும்பட்சிகள் அலகுகள் குத்தித் தலைகீழாய் மாய்ந்த சுவர்களில் புகைவளையங்களின் உள்ளே மறையாத சித்திரங்கள். சுவர்பூசிய மண்தூள் வர்ணங்கள்

மனதை ஊடுருவிச் செல்லும் கீழ் தேசத்து ஆன்மாவின் மென்மையான இயற்கையில் ராமர்பாதம் நசுக்கிய பாழித்துவாரத்தில் மறைந்த சித்திர வயல்களில் நூறுநூறு யுகங்கள். பாறைகளின் கீழ் அடுக்கில் லாவா ஆறுகள் வரைந்த எரியும் பாடல் அலறிவெடித்த புத்தபூர்ணிமாவில் லட்சம் வருஷங்களின் புராதனத்தை மணல் ஒன்றின் மேல் புத்தர் நகங்களால் கீறிய லட்சம் சிலைகள் சூன்யத்தில் தவழ்ந்து கொண்டிருந்த வேளை அம்மணல் மெல்ல உருண்டு பிரபஞ்சத்தின் இருப்பிலிருந்து மறைந்துவிட சிற்ப வயல் மறைந்த அணுக் கீறலில் கசிந்து கோரநகம் முளைத்த சனாதன வேர்களின் கொடும் பிடியில் அழிந்ததோர் மணல் வெண்புறக் களரியில். ஒரு மணல் காணாது மணல் சிலைகள் எழுந்து ஆடும் தாகத்தில் தனியாத சுதந்திரதாகம். மணலின் தாகம் கசிந்த நடனத்தில் பாழி சூழ்கிறாள் துளி நீர் விண் மிதந்து குரல் இடுகிறது முடியாத மணல் நாட்டியத்தில்.

XXII

காலனியத் தோட்டா

தனக்கு எதிராகக் கலகம் புரிந்த போதகர் பௌஷீட் விசாரணைக்கு அழைக்கப்பட்டு அவர் புஸ்தகம் தடை செய்யப்பட்டது பிரிட்டிஷ் அரசினால். இரண்டாவது பாகம் நரிக் குறவர்களின் 'கள்வம்' எனும் நூல் சில அத்தியாயங்களில் பறவைகளின் லட்சம் குரல்களால் நிரம்பியிருந்தது. குறவர்களுக்கு களவுக் குறி சொன்ன ஆந்தையின் இறகால் அந்த வறண்ட நிலப்பரப்பை பச்சைக் குத்தியிருந்த மிருகங்களின் உடல் கோலங்களில் வரையப் பட்டிருந்தது வேறு சில பக்கங்கள். அந்த கிராம சர்ச்சிலிருந்து கையெழுத்துப் பிரதியாக கண்டெடுக்கப்பட்டு தரங்கம்பாடி மியூசியத்தில் வைக்கப்பட்டு போர்ச்சுக்கீசிய பயணி காமோஸின் வருகையால் 'வில்லேஜ் ஆஃப் தீவ்ஸ்' திறந்துக் கொண்டது பூட்டு நகரமாக. போதகர் பௌஷீட்டின் விடுதியில் துப்பாக்கி குறவன் மற்றும் அவன் கூட்டாளிகளின் ஆயுதங்கள் மறைத்து வைக்கப் பட்ட நிலவறையை பிரிட்டிஷ் பட்டாளியன் இருபத்தியேழு குதிரை வீரர்கள் கைப்பற்றிச் சென்ற வேளை 'வில்லேஜ் ஆஃப் தீவ்ஸ்' கையெழுத்துப் பிரதியும் அகப்பட்டுக் கொண்டது. போதகர் கைது செய்யப்பட்டு விக்டோரியக் காலனிய எல்லையிலிருந்து நாடுகடத்தப்பட்டு அகதியாக நாடுகளின் எல்லைகளைத் தாண்டி அலைந்து கொண்டிருந்தார். இரு மலைகளின் சாயலில் தோன்றும் களவுக் கிராமங்களுக்குள்.

தூர தேசங்களில் வாணிகஞ்செய்து கொண்டிருந்த அபிசீனியச் செட்டியின் வீட்டில் பூட்டை உடைக்காமல் கன்னம் வைத்துத் தோட்டாமூக்கனும் துப்பாக்கிக்குறவனும் உள்ளே நுழைந்தார்கள். தேடிப்பார்க்கையில் தோட்டானுடைய கையிலே முடிப்பு ஒன்று அகப்பட்டது. அச்சமயத்தில் ஒழுக்கறைப்பெட்டியை தடவிப் பார்த்த கைப்பிடியில் துப்பாக்கி குறவன் விரல் நீளக்கண்டு செட்டி விழித்துக் கொண்டார். போர்த்துக்கீசிய தோட்டாக்காரர்கள் எல்லோரும் திக்குக்கு ஒருவராக ஓட்டம் பிடித்தார்கள். முடிப்பு எடுத்த தோட்டா மூக்கன் பூட்டு நகருக்குள் இருந்த பூட்டப்பட்ட கோயில் மொட்டைக் கோபுரத்தில் ஏறிப் போய் மறைவாக ஓரிடத்தில் உட்கார்ந்து முடிச்சை அவிழ்த்துப் பார்த்தான். முத்துகளாக இருக்கக் கண்டு அவைகளை எண்ணிப் பார்த்துக் கொண்டிருந்தான். அப்பொழுது துப்பாக்கிக்குறவன் அவ் விடத்துக்கு வந்து 'முத்துக்களில் எனக்கும் பங்கு கொடு' எனக் கேட்டான். முத்தெடுத்த தோட்டான் 'நல்லது' என்று சொல்லி அம்முத்தை பங்கிட்ட போது ஒரு முத்து மீந்தது. அம்முத்து எனக்கு உனக்கு என்று இரண்டு பேரும் வழக்கிட்டுக் கொண்டிருந்தார்கள். அப்பொழுது கீழே சிலை திருடிக் கொண்டிருந்த மணிகெட்டிக் கள்ளன் கருவறையிலிருந்தே இவர்கள் வாக்கைக் கேட்டு மணியடித்தான். அவன் கருவறையிலிருந்து அசரீறியாய் பங்கு கேட்க வந்தது மணிகெட்டிக்கள்ளன் தான் என்பதை ஓசையில் உணர்ந்தவர்கள் அவனையும் பங்கில் சேர்த்துப் பகுந்தார்கள் முத்துகளை. மூன்றாகப் பங்கிடுகையில் ஒரு முத்து மீந்தது. இவ்வாறு ஆறுதோட்டாக்காரர்கள் பூட்டுநகரக் காவலர்களிட மிருந்து தப்பி வந்து மொட்டைக் கோபுரத்தின் மேல் பதுங்கி வாக்குவாதம் செய்வதை பூட்டு ரிப்பேர்காரனான காமோஸ்டாவோ பார்த்து விட்டான். அவனிடமிகுந்த சாவிக் கொத்துகளை எண்ணிப் பார்த்து அதிசயித்த ஆறுதிருடர்களும் மிரண்டு போன சமயத்தில் 'எனக்கொரு பங்கு' என்றான் டாவோ. பிறகு ஏழாந் திருடனுக்கும் பங்கிட முத்துகள் சரியாக இருந்தன. அந்த முடிப்பில் இருந்த முத்துகள் எத்தனை' என்று கேட்டான் நாடோடி. 'உன் கையிலுள்ள சாவிக்கொத்தின் அளவு' என முடித்தான் மணிகெட்டிக்கள்ளன் களவுக் கணக்கைப் புரட்டி. அவன் தொலைவே மணியடித்து தெருக்களில் போய் அறிவித்தான் சூதானமாக நடந்த களவை. மணி அதிர்வுடன் திறந்து கொண்டிருந்தது பூட்டு நகரம்.

47 பூட்டு நகரம்

கனிகளுக்குள் பதுங்கிவருகிறான் சாம்பல் பயணி காமோஸ். கிழக்குக் காற்று துடைத்துச் செல்லும் வாசனைக்குள் மிதந்து செல்லும் பழத்தோட்டம். போதகர் பௌஷீட்டின் 'வில்லேஜ் ஆஃப் தீவ்ஸ்' இரண்டாம் பாகத்தின் முதல் அத்தியாயமான 'பாட்டனி வளைகுடா' நூலில் உள்ள குழந்தைகள் கனிகளுக்குள் காணாமல் போகிறார்கள். பாட்டனிவளைகுடா எனும் பழநூலின் முதல் பக்கத்தைத் திறந்தான் காமோஸ். பலவகையான சாம்பல் கனிச்சாறில் தீட்டப்பட்ட காலனியப்பூட்டு நகரத்தில் படிகஓடைகளுடன் அமைக்கப்பட்ட தோட்டங்கள். அடித்துத் திருத்திய பக்கங்களில் கனிகளின் வெற்றிடம். கடல் பூண்டு நாரில் தீவுவாசிப் பெண்கள் எழுதிக்கொடுத்த அடிமைசாசனத்தில் உள்ள வளைகுடாத் துயரம் மீன் எலும்புகளின் சாபம் கடல் இனங்களிடம் புலங்கிய சாம்பல்முட்கள் பூட்டுநகரின் மனப்போக்கு திருடர்களின் திடீர்திருப்பங்களால் ஆனது. காகிதச் சுருள்களிலிருந்து சீறிவரும் குரல்வளைக்குள் ஒளிந்து கொண்டிருக்கும் பாழி சரித்திரச் சாம்பல் ஏறிய நகரங்களுக்குத் தாவி பூட்டு நகரின் பாழ் வெளியாக மாறிப் போனாள். லேசர் காவியங்களின் நவீன இலையுதிர் காலத்தில் பூட்டுநகரை தேர்ந்தெடுத்த கதைக்காரர்களின் விதியின் விளையாட்டைத் தொடர வெட்டிஒட்டும் காகிதங்களை வடிவமாக்கி மெயில் நாளிதழின் பிரத்யேகக் காலமிஸ்டாகவும் புரூப்ரீடர் என்ற துணை ஆசிரியராகவும் காலனிய ஈயக்கரைசலின் வீங்கிய பஞ்சம், பர்மா அகதிகள், பணவீக்கம் மற்றும் வாய்ப் பூட்டுச் சட்டம், தேவதாசி முளை ஒழிப்புக்கான சட்டசபை விவாதங்கள், தாடி வெண்ணைக்காரர் சுயமரியாதை இயக்கம், கொண்டு வந்த தீண்டாமை ஒழிப்பு பிரோரணைகள் பற்றிக் கார்டூன்களை வரைந்து அதில் தானும் சித்திரம் பெற்று விட்டதை அறியாமல் ஓடிக்கொண்டிருந்த டிராமின் வேகத்துக்கு சுழல் கதவுகள் திரும்பத் திறக்கும் தினசரித்தாள் பரப்பு. காலனியக் காகிதங்களில் தட்டச்சு எந்திரப்பதிவு வார்த்தைக ளைப் பெருக்கித் தள்ளும் நகல்பெருக்கத்தில் கசியும் ஆயில்பூசிப் பிதுங்கி வழியும் வால் பேப்பர்கள் சடசடத்துப் பறந்து அசைந்து கொண்டிருக்கும் நவீன நாணல் காடு.

கிளேஸ் அச்சில் வழுக்கி விழும் ஊதாப்பேனா காலனிய விசுவாச வைதீகப் பாங்குடன் நகர்த்தும் தாள்மடிப்பில் திறந்துகொண்ட தெள்ளுப்பூச்சி மீசை நுனியில் ஆடும் மீடியாவுக்குள் கசியும் வெள்ளை ரத்தம்கொண்ட தாள்பூச்சி உருவங்களாகி வழுச்சிச் செல்லும் சிலிண்டர் உருளையிலிருந்து தெருக்களில் அலையும்

கரப்பானின் தினசரி அமைப்பு. குடிபோதையில் தள்ளாடும் பூட்டு நகர மேன்ஷன்அறைகளில் சுவர்க்கீறலில் பதுங்கி சுண்ணாம்புச் சுவர் நகரெங்கும் உதிர்ந்து பரவி கோட்ஸ்டாண்டில் மாட்டியிருந்த வெள்ளைக் காலரை எடுத்து மாட்டியவும் பத்திரிகை அலுவலக மேஜையிலுள்ள பூட்டுநகரத் தகவல் கூட்டம். வால் பேப்பர்களை கத்தறிக்கும் சுண்ணாம்பு நீலம் தொலை தூர விண்ணில் தெரியப்பரவும் தினசரிச்சாம்பல். மேன்ஷன் டாய்லட் இரும்பு பாக்ஸில் குடிகொண்ட அரக்குப் பூச்சிகளின் சுரங்கப் பாதை அலுவலக மீட்டிங் விழாவில் இறங்கி பூச்சிகளின் கூட்டமும் தகவல் சேகரிப்பும் சேரும். துருப்பிடித்த பாதாளச் சாக்கடைகளில் பிரிந்து செல்லும் மின்வயர்களில் முறுக்கிச் செல்லும் மாஜிப்பத்திரிகை குமாஸ்தா ஆவிகள் விரட்டும் வேகத்தில் அச்சுக் கோர்க்கும் பூட்டு நகர இரும்புக் கை மாறிக்கொள்ளும் மீடியா உத்யோகஸ்தர்கள் ஒவ்வொரு மேன்ஷனாக மாறி அறையைத் தாவிச் செல்லும் போது விட்டு வந்த, நாவல் பிரதிகளில் படிந்த காகித நோய் கிரிமிகள் துன்பத்தைப் பெருக்கி உள் குடைந்து குடலில் சுமந்த மலிவான ஆங்கிலத்தழுவல் நாவல்களின் பதிப்பிலுள்ள தெருக்களில் குடியிருந்த சாம்பல் தொப்பி அணிந்து சுடப்பட்ட புலித்தோலில் தோட்டாக்களின் காலிக்கூடுகளுடன் பழைய போட்டோவிலுள்ள ஸ்காட்டின் வேட்டைத் துப்பாக்கியில் சுழலும் திருப்புமுனையில் இந்த வாரத் தொடரில் எழுதிய திருடன் துப்பாக்கிகுறவன் திருட்டில் திறந்து கொண்டது பத்திரிகைகளின் மாயக்கதவு.

கோல்டன் ஜீப்ளி நாவலுக்குப் பின் ஸ்திரீகளின் பேனா முனையில் வெளிவந்த சத்ருது மலர்களில் அச்சாகி வந்த தொடர்கதைகளின் காகிதமுகமூடி அணிந்த ஸ்திரீகள் லீகோகரி அடுப்பில் பிரான்ஸ் கெட்டில் அனுமான்காபி வாசனை பரவத் திறந்த பக்கத்தில் பிரசித்தி பெற்ற கொள்ளையன் தோட்டாமூக்கன் குரங்கு ஜோடியுடன் நாடோடியாகத்திரிந்து பார்க்கில் கண்ட சந்திரானனாவிடம் மையல் கொள்ள அவள் போன பாதையில் திரும்பிய இருட்டு மாளிகையின் பூட்டைத் திறக்கும் குரங்கு விரல் நீள உள்ளே செல்லும் நியூஸ் பிரிண்ட் காகிதமடிப்பில் குரங்குகள் இரண்டும் கைவிலங்கிடப்பட்டு ஜன்னலில் பதுங்கியது. விருவிருப்பான கரங்களில் காலனியக் கப்பலில் வந்த ஆக்ஸ்போர்டு, பெல் பப்ளிகேஷன் நாவல்களின் தழுவல் பதிப்பில் கள்ளஒட்டுதலாக விரிந்து சென்றது பூட்டுநகரம். பூட்டியிருந்த கருப்புப் பெட்டியைத் திறக்கவும் குரங்குகள் உடைமாற்றிக் கொண்டு சபா ஏஜெண்டுகளுடன் பூட்டுநகருக்கு இடமாறிக் கொள்ளவும் புராண வேடங்களில் வந்தார்கள் பாய்ஸ்

கம்பெனி ஆட்கள், கிசுகிசு வென்று தாள்கள் புறண்ட சலூன்களில் கண்ணாடியில் கலவி கொண்ட மோஸ்தர் ஐரோப்பிய கிராப்பில் பலர் மறைந்தார்கள் தெருவிலிருந்து. தாளில்அச்சிடவும் நிஜக் கொலையாக மாறிச் சந்தித்துக் கொண்ட எஸ். எஸ். கொக்கோ காகிதப் பார்க்கில் திரும்பிய புத்தரை கோல்டன் பீச்சில் வைத்து கடலை தனக்கே அடமானம் வைக்கக் கோரி உலகின் எல்லாச் சிலைத் திருட்டிலும் சேராத அசல் சிற்பவயலில் கண்ணாடி அணிந்து வந்தார் போர்டு காரில். காரைச் சுற்றி காசு கேட்ட சேரிப்பிள்ளைகளை விரட்டும் ரசிகர்கள் பூட்டு நகருக்குள் பிரவேசித்தார்கள் அரசியல் புதிராய்.

கோடைகால பீர்சாவிகளை சுழற்றி காலியான பாட்டிலாகி அடுக்கி வைக்கப்பட்ட குப்பிகளின் அடியிலுள்ள பீர் நுரையில் பூட்டு நகரம் சுழல்கிறது. தார்சாலையில் கசிந்த திரவக்குமிழில் சிக்கிய குதிரை லாடம் தைத்த மனிதமாடு இழுக்கும் கைரிக்ஷாவுடன் நெளியத்தேயும் ரப்பர்கால்களுடன் பட்டாளம்வரை சவாரி போகும் கோவேறு கழுதை ஜட்காவில் அமர்ந்திருக்கும் ஆங்கிலோ இந்தியப் பெண்கள் முகத்திலுள்ள காலனிய அடையாளம் பர்மாக் குடையுடன் போகும் ஸ்லிப்பர் அணிந்த பாதசாரிகளின் குதிகாலில் அடிக்கும் நாடித் துடிப்பு. காகிதப்பரப்பை சறுக்கிவிடுகிற போஸ்டர் சுவர்களில் அனாதை மாடுகள் கிழிக்கும் பழைய நடிகை உருவத்தின் ஒட்டப்பட்ட மனிதக் கண்களின் விரிப்புடன் பெருமூச்சுவிட்டு தாளை அசை போடும் எலும்பு துருத்திப் போகும் பூட்டுநகர மாடுகள் மீது மாலைநேர ஊசியில் ரத்தம் உருமாறி பாலைப்பிழியும் வேளை வைக்கோல்கன்றின் மீதுள்ள பாசம் நாக்கில்சுரக்க காகிதமாகி விரிவு கொள்ளும் தேனீர்க் கோப்பையுடன் நெருங்கும் மரபான விருந்து. பாழி மிக மெலிந்த காலி சீசாவாக காகிதத்தில் சுற்றப்பட்டு தாள் உடையில் தோன்றிப்படபடக்கும் காகிதக்கடலின் காலியான பூட்டு நகரத்தின் ஊளை. காலனியக் காலத்துக்கு முந்திய நகரைத் தோண்டி எடுத்து ஐரோப்பிய புலன்களால் கட்டியமைக்கப்பட்ட பூட்டுநகரம். துபாஷிகள் ஜட்காவில் மறைகிறார்கள்.

உள்ளே தாள் மேல் தாளாய் மடிக்கப்பட்ட கட்டிடச் சுவர்களில் நடந்து திரியும் புஸ்தகங்கள் மனிதர்களைவிடவும் சுருசுருப்பாக இயங்கிக் கொண்டிருந்த அபாயகரமான தருணம். காற்றில் அசையும் கிளைகளோடு பூட்டு நகரத்தன் கிளைகள் தோன்றும். எங்கும் அமைதியிழந்த காகிதங்களின் பரவல். கருப்புத்தார் இருட்டி உள்ளே போகும் சுரங்கப் பாதையில் இஞ்சுக்கிழங்காய் உடல் உறுப்புகள் கிளைத்துப் படர்ந்த குஷ்ட ரோகிகளின் அலறல். தாள்சுருளால்

சுற்றப்பட்ட நிர்வாணத்துடன் எழுதியவாறு செல்லும் வாகனங்களின் சாவுவேகம். நகரம் தூங்குகிறபோது காகிதங்கள் விழித்திருந்து விடியப்போகும் நாளைத் தாளில் பார்க்க அச்சாகிக் கொண்டிருந்த தினசரி மெயில். கார்பன் பேப்பர்களில் நகலெடுப்பதில் வெண்ணிறத்தாள் கூட்டம் அடுக்கடுக்காய் பதியும் அழுத்தமான வெறுமை. கடல் காற்றில் பரவும் உப்பிலிருந்து ஆவணக்காப்பகத்தில் திறந்து கொள்ளும் சரித்திரத்தில் துப்பாக்கிகுறவன் குதிரை லாயத்துக்குள் நுழைந்து மேஜர் பின்னி கொக்குத்துரையின் வெள்ளைப் புரவியைத் திருடிச் செல்கிறான். பிரிட்டிஷ் பட்டாளியன் பதினெட்டின் அருபத்தி ஆறு குதிரைகளுக்கும் சுதேசிப் பசுந் தரையில் புல்லறுத்துக் காடியில் தட்டினான் சுதேசி. கண்ணைக்கட்டி வெள்ளிக் கைத்துப்பாக்கியால் சுதேசிகளைச் சுடும் புதிர்களின் மீது கைவிரல் பட்டதும் வெட்டிய மின்னலில் இரும்புத் தொப்பியை நெடுகிப் பாய்ந்தன ஈயரவைகள். காகிதமுகமூடி அணிந்த போராளிகள் உவர் வீதியில் விளையாட்டுத் துப்பாக்கியுடன் ஒருவர் மேல் ஒருவர் மாற்றிச் சுடும் விளையாட்டு. தாள் விமானங்கள் காகிதங்களை மேலிருந்து வீழ்த்தி தாக்குகின்றன இடைவிடாமல். பறந்து பறந்து தாக்கும் காகிதங்களின் விளிம்பில் உள்ள விஷம் காற்றில் கலந்து மயக்கமடைகிறார்கள் தாள் வீட்டுக்குள் இருக்கும் அடிமைசாசனம் எழுதிக்கொடுத்த பிரஜைகள். ராணி விக்டோரியா பட்டாபிஷேக நாளில் தன் ஆளுகைக்கு உட்பட்ட தேசங்களின் சிறைக்கைதிகளை அனைவரையும் விடுவித்து தன் வெற்றியின் பரிசாக துப்பாக்கித் திருடர்களுக்கு விடுதலையளித்த இவ்வேளை காலனியத்துக்கு முந்திய கத்தி கன்னக்கோலிலிருந்து தோட்டாவுக்கு மாறிய பெரும் பாய்ச்சலாய் காலனியத் திருட்டுக் கிராமங்களாக உருமாறியது வில்லேஜ் ஆஃப் தீவ்ஸ் நூலின் பக்கங்கள்.

லாந்தர் விளக்குடன் படர்ந்த இருளை நோக்கி நகர்ந்து வரும் சலங்கைகள் அணிந்த புராண நாடகக்குழு ஆர்மோனியத்தில் சுருதியேற கொண்டையிட்ட பாலபார்ட் நடிகர்கள் ஒரே சமயத்தில் கத்திகளை நீட்டி கொக்குத்துரை வேடமணிந்த காளி என். ரத்தினத்தின் உடலில் சொருகி பின் வாங்கிச் சுற்றி வந்து கோரஸ் பாடுகிறார்கள். பதறும் கத்திகளின் மின்னல் தாக்க சுட்டுக்கொண்டே சரிகிறான் கொக்குத்துரை. 'ஆளவந்த கொக்கு... அதிகாரம் பண்ணும் கொக்கு... பாக்கெட் கப்பல் கொக்கு பரங்கி தேசக்கொக்கு... என ஒத்திகை நடக்கும் வெள்ளைப் பரங்கியரின் மைதானத்தின் இருட்டில். தொலைவில் ரோந்துப் பணிகளில் வந்துகொண்டிருக்கும்

காவலர்களின் விசில். விளக்குகள் அணைகின்றன. பெட்டியுடன் பதுங்குகிறார்கள் நடிகர்கள்.

சரித்திரச் சாம்பல் பூசிய போதகர் பௌஷீட்டின் மேற்கத்திய புராண மற்றும் விடுகதைக் குள்ளிருந்தது பூட்டு நகரம். கருப்புத் துணியால் கண்கட்டடப்பட்ட நாவிதன் கும்பினிப் படையின் இருபத்தி ஏழாவது பிரிவு குதிரை லாயத்துக்குள் நுழைந்து மேஜர் ராம்லே துரையின் வெள்ளைப் புரவியின் வாலைத் தொட்டு குதிரை வாசனைகளின் தனித்தன்மையை நுகர்ந்து போட்டியில் பரிசு பெற்றான் நரிவேல். பிரிட்டிஷ் சீமாட்டி தலைமுடியை தங்கப் பேழையில் கொண்டுவந்து கொடுக்கவும் தலைமுடியின் நெளிவையும் சுரியலையும் அளந்து அவளையே ஓவியமாகத் தீட்டினான். ஜார்ஜெண்ட் மேஜர்கள் தூக்கத்திலிருக்கும் போதே சவரக்கத்தியால் முகம் மழித்து வாசனைத் திரவியம் பூசி திரும்பி வந்தான் பூட்டு நகருக்குள். கண்ணாடிகளில் தீட்டிய மேஜர்களின் பிஸ்டல்கள் கடுவாய்களைச் சுடும் காட்சிகளுக்கு அடியில் போராளி மயிலப்பனோடு தொடர்பு வைத்து படைப்பிரிவின் ரகஸியத்தை பரிமாறி நரிக்குளிப்பாட்டி வந்தான் மேஜர்களுக்கு. லாயத்திலுள்ள பூளுஜாக் குதிரைக்கு கத்திரியால் பிடரி ரோமங்களை அழகுபடுத்தி மேக்கப் வேளை செய்து அதன் காதில் மேஜருக்கு எதிரான குதிரை மொழியில் பேசினான். சாரட் வண்டியில் சீமாட்டியுடன் மேஜர் புறப்படுமுன் ஐரோப்பிய ஒப்பனையில் நெருக்கமாகி சீசாக்களில் உள்ள ஹேர் கிரீம் லோஷன்களை பூநீறு பூசித் தலை வணங்கி ஸ்கார்ப் அசைக்கவும் பவனிவரும் மேஜர் தம்பதிகளின் வீதி. கண்ணைக்கட்டி வெள்ளித் துப்பாக்கியால் சுதேசிகளைச் சுடும் போட்டியில் ஐரோப்பிய அதிகாரிகளின் விரல் குதிரைகளின் பாய்ச்சல். ஆங்கிலோ சாக்சானிய மேலைக் கலாச்சாரத்தின் மேன்மைக்குப் பலியான காட்டெருமைகளை கருப்பருக்குக் கொடுத்த எருதின் நாக்கை வெட்டி மாலையாகச் சூடிப்பூட்டு நகருக்குள் விக்டோரியாவின் உதட்டுச் சாய நெளிவில் கடைக்கோடி விஷப்புன்னகைக்கு ஏங்கினார்கள் கிழக்கே வந்து. கேப்டன் ரம்லே ஈச நாட்டில் மூவாயிரம் பூமத்திய ரேகை மனிதர்களைப் படுகொலை செய்து மீண்டும் படை எடுத்து ஈராயிரம் பேரை அதே காட்டில் சுழல் துப்பாக்கி பாக்ஷாட் சுனில்டர் ஐ.பி. குறி II எம்.எச் சுல்டர்களால் சோதனை செய்து சொந்த மரத்தில் தூக்கிலிட்டும் கண்ணைக் கட்டி முழங்கால் அளவு தண்ணீரில் நிற்க வைத்துச்சுட்டும் சாகஸங்களின் எண்ணிக்கையில் காட்டெருமை நாக்குகள் கோர்த்து அதில் பூமத்தியரேகை மனிதர்களின் காதுகளை

அறுத்துச் சூடிய நரவேட்டையில் பீதியடைந்து பூட்டு நகருக்குள் ரம்மேயையும் சேர்த்து ரம்லேசாமி என நடுங்கி குலவையிட்டார்கள். மிகப் பெரிய இனப்படுகொலையாக ஆங்கிலேயரை எதிர்த்த பூமத்தியரேகை மனிதர்களைக் கொடுக்கப்பட்ட முதல் பலி. வறண்ட இருமலைகளுக்கு இடையில் போதகர் பௌஷீட் குதிரையில் சென்று உறைந்து கிடந்த கிராமங்களின் மௌனங்களை ஆயுதச் சாலையில் இருந்த துப்பாக்கிகளின் பட்டிகளை இறந்து கிடந்த கும்பனி வீரர்களின் தோள்உறையிலிருந்து கைப்பற்றி கீழ்க்கண்டவாறு எழுதத் தொடங்கினார். 1763-67 நிறுவப்பட்ட தூக்கு மரங்களை வெட்டி அமைக்கப்பட்ட திருட்டு கிராமங்களின் குடியிருப்புக் காலனிகள் அணிவகுத்து நிற்கும் பூட்டு நகரம். பனிரெண்டாயிரம் பனைக் கூட்டத்தை நலிவுறச் செய்து பனையேறிக்கூட்டத்தின் கருப்பு உணர்ச்சிகளை உதாசீனம் செய்து பாழாக்கப்பட்ட பனைகளின் முட்டிலே சர்ச் ஊசிக் கோபுரங்களுக்கு டவர் வடிவத்தில் சாரம் கட்டப்பட்டது. திண்டுக்கல் இரும்புப் பட்டறைகளில் அடிக்கப்பட்ட குத்து வாளும் போர்க்கருவிகளும் திப்புவின் கோபத்துடன் பூட்டு நகரை மோதியது. கல்கோட்டையில் பதுங்கிய ஐநூறு திப்புப் படையினரைக் காடுகளுக்குள் பின் வாங்கச் செய்தது பூட்டு நகரம்:

நெப்போலியன் போனபாட்டின் நெருங்கிவந்த உறவுடன் பிரான்ஸ், மொரீசியஸ், காபூல், கான்ஸ்டாண்டி நோபில், அரேபியா வரை திப்புவின் தூதுவர் செல்லவும் பிரஞ்சு அதிகாரிகள் ராணுவப் பயிற்சிக்கு இறங்கினார்கள் திப்புக் கோட்டையில் ஜாக்கோபின் கிளப் அங்கமாகி பிரெஞ்சு கொடியும் சேர்ந்தது கல்கோட்டையில். திப்புவின் 'தூதுவர்களைச் சந்தித்தேன்' என்றது புளுஜாக். 'மெதுவாகப் பேசு கொடியவன் மேஜர் ரம்லே கேட்டுவிடப் போகிறான்.' 'ஜாக்கோபின் கிளப் அங்கமாகிவிட்ட திப்பு பிரஞ்சுக் கொடியைத் தன் நகருக்கு மேல் ஏற்றியிருப்பதாக கேள்விப்பட்டுட்டேன்' என்றான் நாவிதன் 'காலத்தை தாண்டி நடக்கப்போவதை உணர்ந்துவிட்டாயே. வெள்ளையனின் சவுக்கு என்னைத் தீண்டும் போதெல்லாம் சுதேசியாய் உணர்கிறேன் என்னை. நான் அரேபியமணலின் அஸ்திவாரம். என் மூதாதைகள் மேல் பழமையான சுல்தான் குணமறிந்து நடந்துகொண்டார்கள்' என்றது புளுஜாக். பூட்டு நகரின் விக்டோரியா ஹாலில் நடந்து கொண்டிருந்த குளிர்கால இசையில் கிழக்கும் மேற்கும் சந்தித்துக் கொள்ளும் சந்தர்ப்பம் இது. மெயில் பத்திரிகை கிருஸ்த்மஸ் கால இசை நிகழ்ச்சிகளுக்கென்று இசை மேதைகளைப் பற்றி நான்கு பக்க காகிதங்களை தினசரியில் ஒதுக்கியிருந்தது. மெயில் ரிப்போர்ட்டர்

பாழி தொடர்ந்து கச்சேரிகளை தவறவிடாமல் இது பற்றி விரிவாக எழுதிக் கொண்டிருக்கவே முழு நாளும் ஓடிவிடுகிறது. ஒரே சமயத்தில் நடக்கும் கச்சேரிகளில் பாழி. எல்லா இடங்களிலும் தோன்றுகிறாள். தாள் சுற்றப்பட்ட சீசாவைப் போல பளபளப்பான பாழி. உள்ளே காலி சீசாவில் பிரஸ்வால் பேப்பர் சுற்றிச் சுழலும் பாழி. உள்ளே நிழல்கள் கூட்டம் கூட்டமாய் அலைந்து கொண்டிருக்கும். பூட்டுத் துவாரத்தில் கண்வைத்துப் பார்க்க வளையும் தாா்ச்சாலையில் மழுங்கிய தகரங்களுடன் வாகனங்களுக்குள் சாத்தப்பட்ட கண்ணாடிக் கூண்டுக்குள் பீங்கான் உருவங்களின் அசைவு. இமைமூடிகளைத் திறந்து நகரின் நெரிசலுக்குள் மேடையில் காகிதமுகமூடி அணிந்த அச்சுமுகங்கள். சாய்ந்திருக்கும் நாற்காலியில் எலும்புக் கூடுகளைச் சுற்றி பச்சைப் பூனையின் வாலசைவு. மறைந்திருக்கும் பிஸ்டல் குழல்களின் ஊளை. அடிமைசாசனம் எழுதிக் கொடுத்த பிரஜைகள் கால் தளையிடப்பட்டு பூட்டுடன் இழுத்து நகரும் ஓசை. மைக் தனியே அதிர நாளை வரப்போகும் நியூஸ் பிரிண்ட் காகிதத்தில் வார்த்தைகளை அடுக்கி வைக்கும் மை அச்சு. சாவிகளாய் அசையும் கடிகாரத்தின் பெண்டுலத்தை நடு இரவில் களட்டி நகரைப் பூட்டுகிறார்கள். எல்லாப் பூட்டுத் துளையிலும் காகிதங்களின் ஊளை. காவலரின் கண் பார்வையில் போகும்படி பாதைகள் அடைக்கப் பட்டிருக்கும். உத்தரவுகளின் பயங்கரக் காகிதங்கள் பறந்து கொண்டிருக்க வெளிக் கடைகளில் தொங்கும் பத்திரிகைகளின் தலையங்க எழுத்து மாறுகிறது.

மேஜர் காமிரான் கண்காணிப்பில் வைக்கப்பட்ட அடிமைக் காலனி வீடுகள் கச்சேரிக்கு அருகில் கூப்பிடுதூரத்தில் இருந்தது. ரேகை பதிக்கும் கரங்களைத் திருப்பி நரம்பு சுண்டி இழுக்க கொடுத்த பிரம்படிக் காயங்களுடன் ஆயுதச் சாலையிலுள்ள கருவிகளைப் பழுது பார்க்கும் குற்றவாளிகளில் விசுவாசிகளுக்கு நெருக்கடிக் கயிறுக்குள் வட்டமாய் நிற்க வேண்டியதில்லை. அலுவல் உடுப்புகளுக்கு காக்கிச் சாயமிடும் சுதேசிக்கைதிகளுக்குத் தையல் பயிற்சியும் சேம்பர் கம்பெனிக் கொட்டடிகளில் தோல்பதனிடும் தொழிலுக்கு திருட்டுத் தோட்டாக்காரர்கள் பயன்படுத்தப்பட்டிருந்தார்கள். லாந்தர் விளக்கடியில் உலர்ந்த மாட்டுத் தொலி அறுத்து கரிய வெடிகுண்டு பூட்ஸ்கள் காவலர்களுக்கான பழுப்பு நிறத்தோல் ஷூக்கள் தயாரிக்கும் பணி இடங்களில் வேறுபல கைதிகளுமிருந்தார்கள். பூட்டுநகரின் உள்ளமைப்பில் சிறைகளிலுள்ள இரும்பு கம்பிகளால் தைக்கப்பட்ட எஃகு அறைகளில் பரம்பரைத் திருடர்களான துப்பாக்கிக் குறவன்

தோட்டாமூக்கன் மற்றும் நோக்கமின்றி சுற்றித்திரியும் மரபான ஆதிவாசிகள்வரை பிட்ரகுண்டா சீர்திருத்தப் பள்ளிகளில் அடைபட்டிருந்தனர். தட்டச்சு எந்திரத்துக்கு தூசித் தடை உறை, கீரி உரோமத் தூரிகையில் மரக்கைப்பிடி, எழுகோல் பிடி, நகல் பெருக்கி எந்திரங்களுக்கு ரப்பர் உருளைகள், வில் பதிவு செய்த போர்ச்சுக்கீசிய போதகர் பௌஷீட்டின் சகாக்களான திருட்டுத் தோட்டாக்காரர்கள் கத்திப்பிடி அமைப்பதிலிருந்து வெள்ளையருக்கு பயணத்தோல் பெட்டிகள் கல் அச்சு உருளைகள், கற்றாழைக் கயிறு, நாட்டு சிவப்பு முத்திரை, மெழுகு தயாரிக்கும் தொழிலுக்கு மாறினர். கித்தான் பணப்பை, நார் மெத்தை, கப்பல் பாய் துணிக்கூடாரங்கள் நாடா வரை தொழிலில் கை தேர்ந்தனர் குற்றவாளிகள். செருப்பு ஒரு ஜோடிக்கு ஒரு அணா செலவும் உப்பு இலாகாவுக்கு வேண்டிய தோல் மிதியடிகளை சிறையிலிருந்து பெறலாம். வன இலாகாவுக்கு க்ரோம் மிதியடி, பெனிடென்ஷியர் புதை மிதி முத்திரையிடப்பட்டு போதகர் பௌஷீட் தனது நூலில் முதல் பாகத்தின் அச்சுப் பதிப்பை சீகன் பால்கு மூலம் தரங்கை யந்திரசாலையில் முதல் கல்அச்சு இயந்திரம் மூலம் பதிப்பிக்கப்பட்டு அது ரகசியமாக அஞ்சல் அலுவலகத்தின் மூலம் வினியோகிக்கப்பட்டு அரக்கு சீல் வைத்த பூட்டு நகரம். சுடப்பட்ட சுதேசிகளின் உடல் துவாரங்களிலிருந்து வெண் பறவைகள் சடபடத்துப் பறக்கும் சிறகொலி.

கனிகளுக்குள் பதுங்கி வருகிறான் தோட்டாமூக்கன். கிழக்குக் காற்று துடைத்துச் செல்லும் வாசனைக்குள் மிதந்து செல்லும் திராட்சைத் தோட்டங்கள் மிகுந்த பாதையில் ஏங்கிய குழந்தைகள் கனிகளுக்குள் காணாமல் போகும். காபூல் திராட்சைத் தோட்டங் களி லிருந்து வரும் திராட்சை மதுவுக்காக கொக்குத்துரை பாட்டாளியனிலுள்ள பலஜார்ஜெண்ட் மேஜர்கள் காபூலிவாலாவிடம் சரணடையக்கூடும். பழமையான அராபிய மதுக்கிண்ணிகளில் செதுக்கிய கிஸ்ஸா பொம்மைகள் விசிறியுடன். பலவகையான சாம்பல் கனிச் சாறில் தீட்டப்பட்ட இரவிற் சொன்ன அராபிக் கிஸ்ஸாவில் பித்தளைப் பூட்டுகளில் வெட்டிய சூஃபிகளின் தாயத்து உள்ளே திறக்கும் சாவி மட்டும் சித்தர்களுக்குள் மறைந் திருக்கும்.

புலிக்குகையின் கட்டங்கட்டமான கோடுகளில் விரிந்து செல்லும் பூட்டுநகருக்குள் இரு புராதனத் திருடர்கள் பச்சைக் குத்திய கரங்களை நீட்டி பூட்டின் உள்ளமைப்பில் தோட்டாவால் சுட்டுக்கொண்டே இருக்கிறார்கள். திருடர்கள் இரு திசைகளில் பிரிந்து ஒருவரை யொருவர் எதிர்த்துச் சுடும் ஒத்திகை. துப்பாக்கி குறவன் உடல்மேல்

கீறிய பச்சை உருவங்கள் உடலைவிட்டு முன்னோக்கி எழுந்து எதையோ தேடுகின்றன விரல்களை நீட்டி. துப்பாக்கிகளின் பார்வையில் இரும்பின் ஆரம்ப நிலையிலுள்ள வாட்களுடன் உரசும் வார்த்தைகளின் உரையாடல்.

மிருகங்களின் குரல் வளைவுகள் நெளிவுப் பாம்புக் கோடுகளில் வரும் நட்சத்திர வருகை. பட்சிகளின் அபூர்வ ஒலித்தொகை காட்டி நகருக்குள் பிரவேசிக்கிறார்கள் தோட்டாக்காரனும் துப்பாக்கி குறவனும். வடுவிழுந்த முகத்தில் பச்சை கக்கும் கண்கள் பூட்டில் நகரும். அவன் எந்த நூற்றாண்டைச் சேர்ந்தவன் எனக் குழம்பும் காவலர்கள் உஷாரடைந்து சுற்றி வளைத்திருக்கும் நகரின் உள் அமைப்பில் வேறு பல நூற்றாண்டுகளில் தேடப்பட்ட சாவிக் கொத்தை உலுக்கவும் எதிர்எதிரே நெருங்கும் அபாயகரமான வேளை சந்தித்து விலகி நகரும் கால வெளியில் அடையாளம் தெரியாதவர்களாகி குலுக்கி துப்பாக்கி முனைகளால் இடித்துக்கொள்கிறார்கள் காவலருடன்.

தினசரியிலுள்ள ஒரு கணத்தில்தான் தாக்குதல் நேரடி சாத்தியம் போலும். மறுநாளில் வருபவன் இன்றைய பொழுதில் சுடப் படுவதில்லை. காலத்தின் கலைந்த அடுக்கில் பொக்கிஷங்களிலுள்ள முத்துக்கள் நவரத்தினப் பேழைகளுடன் கண்வைத்துத் திரும்பிப் போகிறார்கள். வில்லரன் எனும் குரங்கும் பௌத்த மடாலயத் திலிருக்கும் பிக்குகளிடமும் அழைத்துப் போகிறது திருடர்களை. அங்கு தாது கோபத்திலுள்ள புத்தரின் தலைமுடி ஒன்று உலகின் மதிப்பைத் தாண்டி விலை கூறப்படுகிறது. இருபத்தைந்து நூறாண்டுகள் பழமையான கேசத்திலுள்ள ரஸம் திருடர்களின் கண்களைத் தொட காலமற்ற வெளியை அடைகிறார்கள். அவ்வெளியே பௌத்த நூலாய் திறந்து கொள்கிறது. நூல் அளவான வெண்நிற இடைவெளி தான் வெற்றிடத்திலுள்ள உயிர் என உணர்ந்து கொண்ட துப்பாக்கி குறவன் சாம்பல் பாறை அடுக்குகளுக்கு மேல் உடையின்றி ஏறிச் செல்கிறான். வழுக்கும் செங்குத்துப் பாறையின் பிடியில் நழுவாமல் சென்ற உறுதி அவன் நரம்புகளில் உள்ள கல்ரேகை. உச்சியில்தான் ததாகதரின் ஸரம் ஓடிக் கொண்டிருக்கிறது. திறந்துகொண்ட கல்பட்டயத்தில் சென்று சந்திரச்செப்பை அடைகிறான் தோட்டாக்காரன்.

பட்டயத்தைக் கண்களால் வாசித்து அவற்றை உடல் கவசமாக பூணி முன்னேறுகிறான் தலைக்கவசம் அணிந்து துப்பாக்கிக் கண்ணுடன். நெடுங்காவியங்களில் திறவுபடாத ஓலை மடிப்புகளைத்

திறந்து நூல் கர்த்தாயிணி பாழியை அடைகிறார்கள். அவள் உடல்மேல் பாசியால் வரையப்பட்ட நெடுங்காவிய லிபிக்கூட்டம் வாஸிக்கப் பட்டதும் மாறி விடுகிறது. வார்த்தைகள் உதிரும் பாழியின் உதட்டில் மூலப் பிரதிகளைத் தேடும் பாதை முணுமுணுத்தது. மிருக எலும்புகளில் அவள் செதுக்கி வைத்த பல்லுயிர்ப் பனுவல் சிற்பங் களின் சாயைகளை அடைகிறது சைகையால். தேய்ந்து பாசியடைந்த நாணயங்களின் குவியலைத் தொடாமல் அவற்றின் மீது நகரும் காலத்தைக் கடக்கிறது பச்சைக்கண். போர்ச்சுக்கீசியச் சாம்பல் நாயொன்றை அழைத்து வருகிறான் உள்ளே. அதன் ஊசி முகத்தில் இருந்த ஈரத்தைத் தொட்டு வருடுகிறான் திருடன். நாயும் தங்களைத் தொடர்ந்து பூட்டின் மீது மந்திர வெட்டுகளை அவன் விரல் ஸ்பரிசிக்கும். பூட்டுக்குள் இன்னும் நெருங்கிப் போகிறான். உள்ளே பதிந்த தோட்டாக்காரர்களின் உயிர் சிலமீனாக அவன் பாதங்களை அரித்துத் தின்று கொண்டிருக்கும். பூட்டுக் குழல்களில் கைவைத்த பழமையான திருடர்களின் தோட்டா சொர்ணவாளாய் நீருக்கடியில் சாம்பல் சுருணைகளாய் சுழிந்து சங்கேத எழுத்தாய் மாறியது. நீரில் செல்லும் திருடர்களின் மறையாத பச்சை விரல்கள் தோன்றி வாளைத்தழுவும். கைபடவும் சூரியன் மேல் எழுகிறது. கதிர்கள் உள்ளே வரும் பச்சை வனத்தின் குளிர்ச்சியை நீண்ட காலங்களுக்கு மறக்க முடியாத ஊசிகளாய் உடலை நெடுகிக் கவர்ந்தது சூரியன் குழலின் அடியிலுள்ள குளிர் தளிர்களுக்குள் மடல் விரிந்த சங்குகள் பெண்ணின் இயல்பில் அசைந்து உள் இழுத்தது திருடர்களை. தோட்டாமூக்கன் நெருங்கிப் பாதாளத்துள் குறுக்கே நீந்தினான் நீரின் மர்மமான பிளவுப் பாறைகளை அடைந்தான். சொர்ணவாளின் இருளுக்குள் செதில் காட்ட ஒளியைத் தொட்டுச் சென்றான் துப்பாக்கிகுறவன். செதில்களை அசைக்கும் பச்சை மீனுடல் கொண்ட அப்ஸரஸ்கள் பாம்புச் சுரிகுழல் நெளியப் பார்த்து ஈர்த்து வசியத்தில் ஆழ்த்தியதுமாயனை. நீந்திப்போய் அப்ஸரஸின் கும்பஸ்தனங்கள் இருநிலவாய் பழுத்து பால் சுரந்துகொண்டிருக்க நெருங்கி உள் நுழைய வெளியே தள்ளியது அலை. சொர்ணவாளை சர்ப்பச் சுரி குழல் சுருட்டி இழுத்தது. ஆழத்தின் நீர் மாடத்தில் நவரத்தினச் செப்பில் சுடரும் கண்களாக கன்னிவேம்பா கசப்பான தைலத்தில் நீந்திக்கொண்டிருந்தாள். வேம்பாவின் இலைச்சிரசு விநாடிக்கு விநாடி விஷம் மாறிச் சுற்றிக்கொண்டிருந்த இலை அரும்புகளில் அகச் சுருணையாக படிகமுத்துகளைக் கழுத்தில் பூணியிருந்தாள். துவாரங்கள் இல்லாத ஏரல்கள் உணரக் கசக்கும் அடிநாதத்தில் கடலின்

யதாஸ்தானத்தில் வீற்றிருந்தாள் கன்னி வேம்பா. மாயன் காலனியத் துப்பாக்கியை நீட்டிப் பணிந்தான் வேம்பாவிடம். அவள் பச்சை உலராத வேங்கொம் புகளை எடுத்து வாஸித்த எல்லா வேம்பு களிலிருந்த காற்றின் அலையோட்டங்களை உணர்ந்தான் தோட்டக்காரன். பட்டயத்திலுள்ள வாசகங்கள் நீரில் படிந்து அழிந்து வேறு வாக்கியங்களின் ஓசை. சந்திரப்பட்டயத்தை எடுத்து வேம்பாவின் முதுகில் அணிவிந்தான் மாயன். மஞ்சள் நிறமான மதில்களையுடைய பிதிர்கள் எழுதப்பட்ட அரக்குச் சுவர்களுடன் பூட்டு நகர மொன்று தெரிந்தது. இதய வடிவிலான பூட்டு நகருக்குள் நுரையீரல் கொடிநார்கள் படர்ந்த *வில்லேஜ் ஆஃப் தீவ்ஸ்* ஸர நூல். காலனிய தேசங்களிலிருந்து கொண்டுவரப்பட்ட ரத்தச் சிவப்பான பழத்தோட்டத்தில் போர்ச்சுக்கீசியக் கனிகளின் கொத்துக் கொத்தான இருளில் பட்சிகள் கூடும் ஒலிகள். கீழ்சரத்தில் துக்கத்தால் சூழப்பட்ட மனிதர்களின் பாழி. கனிக்கும் பாழுக்கும் இடையே வெண் கொம்பினால் திருடர்களின் அலாதிபாவங்களை ஊதினான் காலனிய வாத்தியத்தால். காற்றில் அழிந்து தோன்றுவதாக நகரும் பாலை வெளி நோக்கிவந்து கொண்டிருந்த தூரதேசத் துப்பாக்கிகளின் உரு. வெண் எல்லையில் பறக்கும் அரக்குப் பருந்துகளுக்கு வரைஆட்டு மாம்சம் வீசி வீசி கவண் கல்லால் அதன் அலகுக் கவ்வலில் இருந்த மாம்சத்தை வீழ்த்தி சுடும் பரங்கித் துப்பாக்கி ஓசை காற்றில் மிதந்து வரும். இலைச் சருகுகளைக் குறி தப்பாமல் நெடுகி மணலில் வீழ்த்தி நிறுத்தும் சாகசப் பயிற்சியால் தொலைவாகத் தெரியும் புதிர்களில் மின்னும் அதிசயப் பொக்கிஷங் களை வயிற்றில் பதுக்கியிருக்கும் மலை உடும்பின் நீளமான உடல் பல அடுக்கிய ஜவ்வாது மலைத்தொடர். இரும்புக் கம்பிகள் பாய்ச்சிய குறுக்கு வழியிருந்தது அங்கு. ஒவ்வொரு கம்பியைத் தொடும் போதும் உச்சியிலுள்ள ஒரு விந்தை கைக்குள் ஸ்பரிசப்படும். பிடித்துப் பிடித்து இரும்புச் சுழல்களில் நகர்த்த கீழே படுபாதாளத்தில் வாய் திறந்த உடும்புகளின் சீற்றம். இரும்பு குளிரும் பூட்டு நகரத்தின் சுற்றுமதிலில் நிழல்கூட்டமாய் காலனியத் திருட்டுத் தோட்டாக் களுடன் அலைந்துகொண்டிருக்கும் உடும்பணிந்த முறட்டுக் காவலர்கள். பருந்துகளை முன்னேவிட்டு வரையாட்டு மாம்ச உப்புத் துண்டை எறிகிறான் தோட்டாமூக்கன். உச்சிமுகட்டில் போய் கறித்துண்டு சரிய பருந்துகள் தவறிவிடும்.

கடுமையடைந்த சிறைகளின் ஜன்னலில் அடைபட்ட பெண் களின் பைத்தியஓலம் எப்போதும் கேட்டுக்கொண்டிருக்கும்

பூட்டுநகரம். பருந்தின் நகம் பூட்டுத் துவாரத்தில் உரசிக் கீறல் பலமுறை படிந்து நடுங்குகிறது பூட்டு. கெவியில் தலைகீழாய்ப் பாய்ந்து உப்பு மாம்சத்தைக் கவ்வி விசும்பில் மேல் வந்த பருந்தின் அலகில் புஷ்பராகக் கல் ஒன்றின் ஜுவாலை. கன்னி வேம்பாவின் கவனம் திரும்புகிறது துப்பாக்கிக்காரன் மீது. மறுபடியும் வரையாட்டின் உப்புக்கட்டியை வீசுகிறான். செங்குத்தாய் சரிந்து முத்துமாலையொன்றை அலகில் கோர்த்து மேல் விரிந்தது சிறகில். அம்முத்தே உலகில் எங்கும் காணக் கிடைக்காத 'வில்லேஜ் ஆஃப் தீவ்ஸ்' பனுவலில் மறைந்திருக்கும் துப்பாக்கித் திருடர்களின் பருந்துமூச்சில் எழுதப்பட்ட குறிப்புகள்.

ரோமானிய நாவிதன் ஸிபியா போதகர் பௌஷீட் எழுதிய கையெழுத்துப் படிகளை தங்கநூல் கொண்டு சித்திர இழைபின்னி கீரி மயிர்த் தூரிகையால் அத்தியாய வரைபடங்களை சலூனுக்கு வரும் தோட்டாக்காரனிடம் கொடுத்தனுப்புகிறான். நீர்ப்பாசி கோர்த்து கருப்புத் தோல் உறைமூடிய புஸ்தகத்தை மூடி உள்ளே விரியும் களவுக் கிராமங்களின் மைஇருட்டு. நடந்து போகையில் புஸ்தகத்தை மறைக்கிறாள் நீலயுவதி. அவள் கைகளுக்குள் அடக்கமான மைக் கூட்டுக்குள் நாட்டுப்புற சுடுகருவிகள் தயாரிக்கும் திருட்டு நாணயக்காரர்களின் குறிப்புகளாக காகிதத்தில் விரிந்த பாதையின் அடுத்த பக்கத்தில் பூட்டு நகரம்.

இரண்டாம் பாகத்தின் நாலாம் அத்தியாயத்தில் கருவிகளைப் பழுதுபார்க்கும் கவசக் காவலர்கள் படைக்களங்களுக்கு மசகிட்டு ரங்கூன் எண்ணெய், சணல், தேன்மெழுகு ஆகியவற்றால் துலக்கி தயார் நிலைப்படுத்தவும் கைப்பழக்க முள்ள தோட்டாத் திருடர்களை விசுவாசியாக்கி நிறைவேற்றப்பட்ட சட்டத்தில் காகிதங்களில் ரத்தம் ஒழுக நடந்து 'வில்லேஜ் ஆஃப் தீவ்ஸ்' புஸ்தகத்துக்கு மசகிடு கிறார்கள். அதன் பிற பக்கங்களை துண்டு துண்டாக எடுக்கவும் சேர்த்து ஒன்றாக இணைக்கவும் பூமத்தியரேகைமனிதர்களைப் பயன் படுத்திய ஆயுதசாலைக்காப்பாளர் மேஜர் காமிரான் கண்காணிப்பின் அரசியல் குறிப்புகள். இருநூற்றிப் பனிரெண்டாம் பக்கத்திலுள்ள நாழி ஓடு வேய்ந்த குதிரை லாயங்களுக்கு ஆந்திரநாடோடிப் பாசிகளைக் கொண்டு வெள்ளையர் கைத்துப்பாக்கிகளுக்கு தோல் உறை தயாரிக்கும் தங்கள் சுதேசிமாடுகளின் தொலியைக் கொண்டு தங்களுக்கான கசையடிகளை நடத்தும் சவுக்குகள் தயாரிப்பதில் ஈடுபடுத்தப்பட்டிருந்தார்கள். தாழ்வான நீள வராண்டாவில் காயவைக்கவும் கழிவுகள் ஊரிக்குமட்டும் புறநகரின் புல்வெளியில்

அரேபியக் குதிரை வணிகரும் வெள்ளைப் பரங்கிகளும் மேய்ந்த குதிரைகளுக்கு உரிய லாயம் புஸ்தகத்தில் வரையப்பட்டிருக்கும் குதிரைகளின் பெயர்கள் குதிரைச் சேனத்தில் தைத்த இரும்பு ஆணிகள் உலர்ந்த தோல் தயாரிக்கும் கிராமத் திருடர்கள் பெண்கள் மிருகங்கள் மற்றும் விருட்சங்கள் பறவைகள் யாவும் களவுக் குறி சொல்லும் வல்லூறு ஆந்தைகளின் உரையாடல் பௌஷீட்டின் புஸ்தகத்தில் 'கள்வம்' உடல் மேல் பச்சைக் குத்தப்பட்ட குறியீடுகள் கொண்ட மொழியாக பறவைகளும் மிருகங்களும் சித்திரமாய் எழுதிச் சேரும் எழுத்து.

கனத்த கருப்பு வெடிகுண்டு பூட்ஸ் மற்றும் பெனிடென்ஷயர் புதை மிதியடி சிறை முத்திரையுடன் படைப்பிரிவு இருபத்தி ஏழு பற்றியக் குறிப்புகள். அதன் நடவடிக்கைகள் கருப்பு சீல் பதித்த பக்கங்களில் குளம்பொலி கேட்கும் வேகம். முற்றுகையிட்ட தலைக்கவசம் ஈட்டி வாள்கள் ஒடிந்த குத்துவாள் உடைந்த பீரங்கி இரும்புடன் உருக்கி குதிரைலாடங்கள் தைத்த கல்கத்தாப்பூட்டு கனமான காலனிய நகரத்தை இருபதாயிரம் குதிரை வீரர்களுடன் படைப் பிரிவு இருபத்தேழு அமைந்திருந்தது புஸ்தகத்தின் நடுவில். நில வரைபடங்களின் மடிப்பு மடிப்பான பாதைகளைக் கடந்து புழுதிப் படையுடன் யுத்த மேகங் களுடன் கரையும் கருமை பூசிய காகிதங்களின் சிறகு வெளிமீது குறுக்கிட்ட சுதேசிக் குழுக்களின் கவண் கல்லும் கைவாளும் வெட்ட வெட்ட உடைந்து கிடந்த லாடங்களுடன் குதிரைக்கால்கள் எலும்புகளில் எரியும் வெயிலின் உடைந்த புஸ்தகம்.

லாந்தர் விளக்கடியில் திறந்த 'வில்லேஜ் ஆஃப் தீவ்ஸ்' புத்தகம் விரித்த கைதிப்பிரிவினர் உலர்ந்த மாட்டுத் தொலி அறுக்கும் கத்தியுடன் காவலர்களுக்கான பழுப்பு நிற தோல் ஷூக்கள் கலெக்டர் துரைகளுக்கான ஹண்டிங் ஷூக்கள், பிரம்புக் கைப்பிடிவார், சவுக்கில் பதித்த ஓநாய்ப்பல் எனத் தண்டனை நிறைவேற்றப் போகும் முந்திய நாள் வரை தொழில் பேட்டையாகி இருந்த சிறைகள். வெளியேயும் இருந்த காலனியமனிதர்கள் தலைக்குள் புகுந்த பூட்டுக்குள் பதிந்த விக்டோரியன் வரலாறு புஸ்தகத்தின் அகக்குருட்டு உள் அமைப்பில் சிறை இரும்பு தைக்கப்பட்டிருக்கும். நோக்கமின்றி வேட்டையாடித் திரியும் அந்த கிராமத்திருடர்களின் சுடுகருவி முதல் சூரிக்கத்திவரை கச்சேரியில் ஒப்படைக்கும் உத்தரவுகளை தலையாரி வெட்டியான் மூலம் நிறைவேற்றலானது. பாதர் பௌஷீட் உளவாளிகளால் கண்காணிக்கப்பட்டிருந்த வேளை நடுக்கமான சிலகுறிப்புகள் விரல்பதிவு செய்த துப்பாக்கிக்குறவனும் கைகளை நரம்பு சுண்டி

இழுக்கக் கொடுத்த பிரம்படிக் காயங்களால் ஏற்பட்ட சித்ரவதைக் காகிதங்கள் பறக்கும் பூட்டுநகருக்குள் கத்திப்பிடியில் குத்துவாட்டம் பிடித்த இனங்கள் அதே கத்தியால் வெள்ளையருக்கு பயணத்தோல் பெட்டி செய்யத் தோலைக் கிழித்தனர் சுதேசி எருதிலிருது. பழைய நாடோடி வரைந்த படத்தொலி கிழிந்து தபால் பைகளாய் மடிந்தது. படைக்கல வெடி குண்டுப் பெட்டிகளின் தோல் உறையாக கருப்பர் முதுகு உரிந்த சருக்கத்தை பௌஷீட் விருப்பு வெறுப்பற்று எழுதியிருந்தார். எண் இடப்பட்ட குற்றவாளிக் குடியமைப்புகளில் ஆள் பதிவு களுக்காக துப்பாக்கிக் காவலரின் ரோந்து வேட்டை. சிறைப்பகுதிகள் அறைகள் அதற்கான சாவிகள் காவலறையில் பெட்டிக்குள் பெட்டியாக உள்ளேயும் வெளியேயும் பூட்டப்பட்டு சாவியும் வாயில் காவலில் வைக்கப்பட்டுவிடும் முதன்மைப் பூட்டிலுள்ள காவலர் இரவில் பூட்டை நெருங்கி வரும் நபர்கள் அனைவரையும் யார் என உறக்கக் கேட்கவும் கவாத்துப் பயிற்சியில் கடவுச் சொல் இரவுக் கடமையாக சுற்றிப் பார்ப்பவர் தனிப் பதிவேட்டில் குறிக்கப்படும். இடுப்பில் சாவிகளுடன் பூட்டுநகர அதிகாரி ரோந்து சுற்றுகிறான் குதிரையில். இருட்டில் தட்டச்சு எந்திரங்கள் உத்தரவுகளைப் பதிவு செய்யும் ஒலி ஐந்து சுற்று ரவைத் தோட்டா. வெடிமருந்துகள் தோல்பையில் சுமந்துகொண்டு உஷார் படுத்திச் சுவர்களை நோக்கி நிழல்கள் நடக்கும் க்ரோம் லெதர் கருப்பு பூட்ஸ்களின் கிரீச் ஒலி. முகங்களில் உலர்ந்த சுவர்களின் விரைப்பு. பலவகையான சாவிக் கொத்தில் உரசும் ஒலி. தொடர்ந்து விசில். விளக்குகள் அணைகின்றன. அடுத்த நொடியில் இருளின் அரசாட்சி. பூட்டுகள் குளிரும் ஊதைக்காற்று. அகலமான பூட்டுமுகம் கொண்ட சாவிஅதிகாரி மட்டும் விழித் திருக்கும் தனிமை. கடும் இருளில் கம்பித் தளையிடப்பட்ட குற்றவாளிகள் இரு தடவை நாதாங்கியில் சேர்த்து சிறைப்பட்டவர் கைவிலங்கிடப்பட்டு இருப்பதுடன் குறுக்குத் தடுப்புத் தளையிடுதல் இடைவெளியின்றி இரும்பில் உறைய வைக்கப்பட்ட உடல் எலும்புகள் சாவின் ரகஸியத்தைத் தொடும் இருட்டு. சங்கிலித் தளைகளைக் கழற்றும் ஒலி. கிளங்கிளங்... கென அறைகளுக்குள் சுதேசிகளின் அலைவு. வெள்ளை இரும்புத் தொப்பிகள் தயாரிக்கும் உலைக் கூடத்தில் ஒரு தளையிடப்பட்ட கைதிகள் குதிரை லாடம் வெட்டும் அச்சில் உடல் பதிகிறார்கள் ஆணியுடன். வரலாற்றுச் சீட்டு சீல் வைக்கப்பட்டு குறுக்குச் சங்கிலித் தளையுடன் இணைக்கப்பட்டதும் பூட்டு நகரத்துக்குள் தெள்ளுப் பூச்சிகள் தபால் நூல் முறுக்கியபடி பௌஷீட் எழுதிய தாளில்

அசையும். மிதியடி ஒப்பந்தம் காக்கி உடுப்பு சாயப்பட்டறைக் கைதிகளின் உழைப்பில் முகாம் மடக்கு மேஜைகளுடன் நாற்காலிகளை அப்புறப்படுத்தாமலே இழுக்கத் தகுந்த இருஅறைகள் திறக்கப்படுவதற்கு முழங்கால் இடைவெளியுடன் மூலைகள் உருண்டையாக இருக்கும். சார்ஜெண்டுகளுக்கு தேவையான பூட்ஸ்கள் வாளுறையின் பித்தளை வேலையின் சீர் கோடான நிலையை அகற்றினான் வெள்ளையன். தோல்வார்ப் பட்டைகள் அரைக்கையில் இணைக்கும் உடைவாள் குறிப்பு ஏடுகள் பைகள் பல்வேறு வகை வாளுறைகள் கையால் இயங்கும் குரோம் மிதியடிகளை சுலபமாகச் செய்யும் சுதேசிகள் கிச்சன் விளக்கில் கூடிக்கூடிப் பேசினார்கள். சிறையில் செய்யப்பட்ட தோல் மூடு செருப்புகளை வாங்க மறுக்கும் தேசங்களும் இருக்கும். கருமான் வேலையில் பல அகதிகளும். அலுமினியம், இரும்புத் தகடு அஞ்சள் பெட்டிகள் செய்து முடிக்கப் படும் சிறைக் கதவுகள், அறைகளுக்கான பூட்டு, பெட்டிகள் காற்றுத் தடைக் கம்பிகள், தெற்கே இரும்புப் பாதைபோடும் சிறைக் கைதிகள், முதன்மை வாயிலில் மணி அடித்ததும் சிறைப்போர்க்கருவிகள், சேமிப்பு இடத்தில் ஆயுதங்களும் தோட்டாக்களும் கொண்டு தோல்பட்டைகள் அணிந்து பெருநடையில் சுற்றிவர கலகத்தில் சேர்ந்தவர்கள் உடனடியாகச் சுட்டபடுகிறார்கள். சிலபடைக்கலப் பெட்டகங்கள், பெட்டிகள் செயின் ஜார்ஜ் கோட்டை போர்த்தளவாட அறை எம்.எச். கைத்துப் பாக்கி பி.எல். ஸ்பிரிங். பாக்ஷாட், சுய்டர் குண்டுக்கைத் துப்பாக்கி, வெற்று எம் எச் அல்லது சுல்டர். சுடப்பட்ட தோட்டாக்கள், காலிக் கூடுகள், சுதேசி எலும்பு களிலுள்ள துளைகளில் வெள்ளிக்கைத் துப்பாக்கி ஒ.கு.பி.எல். சுல்டர். சுழல் துப்பாக்கிக் காவல்காரர்கள் பாக்ஷாட் சுனில்டர் ஐ.பி. குறி II பழைய ஈயத் தோட்டாக்கள், புரிகுழல் துப்பாக்கி எம்.எச். அல்லது சுல்டர் சிப்பத்திலுள்ள தாள் சுருள் முத்திரைகள்.

லாந்தர் விளக்கடியில் நாடகத்திற்கான ஒத்திகையில் ராஜபாட் நடிகையும் ஸ்திரீபார்ட் நடிகர்களும் கூடாரம் விரித்த கைதிப் பிரிவினர் உலர்ந்த மாட்டுத் தொலி வெட்டும் கத்தியுடன் பானர் மேனின் பூட்டு நகருக்குள் மாறுவேடத்தில் திரியும் பிரபல நாடகக் கம்பெனி இருபது வருடங்களுக்கு ஒளிந்து திரிந்தவாறு நடத்தும் நாடகத்தில் வரும் தூக்குமரங்களில் மிகக் குறைந்த வயதுடைய பால பாட் நடிகர்கள் ஒவ்வொருவராய் நின்று ஹார்மோனியச் சிம்மத்தில் அலறும் ஓசையில் துடுக்குடன் வசனம் பேசி கயிற்றில் சுருங்கி இருட்டில் மறைகிறார்கள். எஸ்.எஸ். விஸ்வநாததாஸைப் பிடிக்கவந்த மாறுவேடமணிந்த

காவலர்கள் நெருங்கி வர அடுத்தக் கட்டத்தில் உடைகளைக் கலைந்து எடுத்த உடைகளுக்குள் புகுந்து கொண்டு பானர்மேனின் வெள்ளிக் கைத்துப்பாக்கி ஊளையிட திரைச் சீலையில் காத்திருக்கிறார். அடுத்த சீனில் இருந்த சாம்பல் தொப்பி அணிந்த தோட்டாமூக்கன்மேல் சவுக்கடி கேட்கும். 'எசமா... எசமா... எரும மாடு... எசமா எருமமாடு... ஜார்ஜெண்ட் மேஜர் துரைகள் சுழல் துப்பாக்கிகளை ஊதியவாறு ரேகைப்பதிவேட்டில் துப்பாக்கி மாயனின் இருகைகளும் பதிய ரேகைவாங்கிக் கச்சேரிக்குகொண்டு போகும் பாடல். ராப்பூராவும் வட்டமாகச் சுற்றிய கயிறுக்குள் நெருங்க வேண்டும் கூட்டமாய். லாக்கப் அறைகளுக்குள் இரு கமலவேணி ஒரே குரலெடுத்துப் பாடும் ஹார்மோனியச் சுருதி மேலேறிவர நெருக்கடிக் கயிற்றிலிருந்து சிதறி ஓடும் திருடர்களைத் தலைக்கவச மணிந்த காவலர்கள் துப்பாக்கியால் சுடும் ஓசை. கொண்டையிட்ட பாலபார்ட்டுகள் சேர்ந்திசைக்கும்' 'அஞ்சாப் பெரும் வஞ்சகன் செய்த பஞ்சாப் படுகொலை பாரில் கொடியது ஆயிரம் ஆயிரம் பேர்களை டயர் கை ஓயும் மட்டும் சுட்டுக் கொன்று குவித்தனன். கண்ணீர் விட்டுக் கதறிக் கதறித் தண்ணீர்இன்றிச் சாய்த்து மடிந்தனர்' உள்ளே கூட்டம் கூட்டமாய் குரல் ஓங்கி மடிந்து விழும் நிழல்கள் அசையும் திரைச் சீலைக்குள் புலித்தோல் விரிப்பில் தாஸின் உடல் மயில் வாகனத்துடன் சரிந்துவிழ கும்பனித் துப்பாக்கிகள் ஓசை. காவலர்களின் கண் பார்வையில் அரங்கைவிட்டுப் போகும்படி பாதைகளில் நீட்டும் குழலின் கருப்பு சுடுவதற்காகக் காத்திருக்கும். திரும்பவும் உள்ளிறங்கும் கூட்டத்துக்குமுன் திரும்பவும் மைக் அதிர்கிறது. உத்தரவுகளின் பயங்கரக் காகிதங்கள் பறந்து கொண்டிருக்கத் திரைச்சீலையில் தொங்கும் ஸ்திரீபார்ட்களின் கூந்தலில் எழுத்து மாறுகிறது. ஜார்ஜெண்ட் மேஜர்கள் திரைக்குள் தூக்கத்தில் இருக்கும் போதே சவரக்கத்தியால் முகத்தை மழித்து வாசனைத்திரவியம்பூசித் திரும்பி வந்தான் ஸ்திரீபார்ட் நாவிதன். நாடக அரங்குக்குள் கண்ணாடிகளில் தீட்டிய சலூன் சித்திரங்களில் பாணபுரத்து வீரன் காட்சிகளில் மேஜர்களின் துப்பாக்கி புலியைச் சுடும் சீனரி ஓடைப் பாலத்தில் போராளி மயிலப்பனோடு தொடர்பு வைத்து பிரிட்டிஷ் படைப்பிரிவு ரகஸியத்தை இடம் நகர்த்தும் கடிதத்துடன் மறையும் சேவகன் ஸ்காட்லாந்து வீரனிடம் ஒப்படைக்கிறான்.

நாடகத்தில் மூன்று தலைகள் வாலீசன், புரேசன், நாகநாதன். பாணபுரம் தேசத் தலைவனாக வாலீசன் ஈசானபுரம் நகருக்கு அதிரதன்

கொடுங்கோலாட்சி புரிந்தான். பாணபுரத்தைத் தனது அடக்கு முறையின்கீழ் கொண்டு வந்துமக்களை அடிமைப்படுத்தினான். போராளிக்கூட்டத் தலைவன் வாலீசன் நாட்டின் அடிமை நிலையைப் போக்க மறைமுக வேலையில் ஈடுபடுகிறான். ஜனங்களிடம் தேச உணர்வு எழுகிறது. அதனால் கோபமடைந்த அதிரதன் வாலீசனைத் தூக்கிலிடக் கட்டளை இடுகிறான். பின்னே புரேசன் என்பவன் ஜனங்களின் தலைவனாகிறான். புரேசன் வாலீசன் பணியை சிரமேற்கொண்டு விடுதலையில் தாகம் கொள்கிறான். புரேசன் மனைவி சரோஜினி மகள் சுதர்மையை அதிரதன் சிறைப்படிக்கிறான். பாணபுரத்துக்கும் ஈசானபுரத்துக்கும் ஆறுமுறை யுத்தம் நடக்கும் காட்சி. புரேசன் தோற்றுகுகையில் அடைக்கலமாகி இருக்கும் வேளை சிலந்திப் பூச்சி தன் கூட்டை அடைய ஆறுமுறை முயன்று ஏற முடியாமல் ஏழாவது முறையாகக் கூட்டை அடையும். சிலந்தியின் பாதையில் செல்ல வலைக்குள் சிக்கிய சுதர்மை சரோஜினியை மீட்க நாடகத்தின் கடைசிக் காட்சிகள் திரைவிழும் போது கைராட்டுடன் செல்லும் புரோசனைப் பாத்து நாடகப் பார்வையாளர் கேட்கிறார்கள் ‘கைராட்டையை வைத்து என்ன செய்யப் போகிறாய் புரேசன்... ஆங்கிலேயரிடம் துப்பாக்கிச் சனியன்கள் இருக்கும் போது...’ ‘கைராட்டை வைத்தே பூட்டு நகரத்தை உடைப்பேன்’ என்றான் காதோடுகாதாக, நரிக்குளிப்பாட்டும் நாவிதன் வித்தையில் மேஜர் வசீகரிக்கப்பட்டு சவரம் செய்யக் கழுத்தை நாற்காலி மெத்தையில் வைக்கிறான். கில்லட் சவரக்கத்தி முகத்தில் பதிந்து கழுத்தில் ஓடும் மென்மையான ஓட்டம். லாயத்தில் புளூஜாக்குதிரைக்கு கத்திரியால் பிடரிக் கதுப்பைச் சீர்படுத்தி நாடகத்திரைச் சீலைக்குள் வந்த குதிரை கண்ணாடியில் உரையாடுகிறது. ‘பாணபுரத்து வீரன் வரும் நாள்வரை மேஜரின் சீமாட்டியைச் சுமக்கவேண்டும் சீக்கிரம் தைலம் பூசு’ என்றது புளூஜாக்.

கனிகளுக்குள் பதுங்கும் லாந்தர் விளக்குகளுடன் நாடகத்திற்கான ஒத்திகையில் ராஜபாட் நடிகையின் கையில் வெள்ளித் துப்பாக்கி. தோல் பூட்ஸ்களைச் சுடும் ஓசை. கைதிப்பிரிவினர் உலர்ந்த மாட்டுத் தொலி வெட்டும் கத்தியுடன் பூட்டுநகருக்குள் மாறு வேடத்தில் ஒளிந்து நடத்தும் பாணபுரத்து வீரன் சீன்துணிகள் இரவில் படரும் காற்று. அடிமைகளின் ரத்தம் கரைத்துப் பிசைந்து வார்த்த பிராமாப் பூட்டு மாதிரிகள் திண்டுக்கல்லில் கருமான்பட்டறை யிலிருந்து வடிக்கப்பட்ட போது குதிரை லாயங்களைத் தான் முதன் முதலில் பூட்டினார்கள். திருடர்கள் குதிரையுடன் உரையாடி சாரட்

வண்டியைக் கடத்திப் போக நாள் குறித்துச் சென்றார்கள்.

எல்டாம்ஸ்ரோடு ஆவிகள் மதுக்குப்பிகளோடு தினசரிப் பத்திரிகை அரிதாரம் நாறும் வசனங்களுடன் திறக்கப்பட்ட குப்பியில் பழமையான ஸ்காட்லாண்ட் வாடை. டின் சிகரெட் கைமாறி தட்டில் மாம்சத் துண்டுகளுடன் விவாதம். எல்டாம்ஸ் ரோடு ஆவிகள் சுற்றி அலைந்து கொண்டிருந்த ஸ்டூடியோ வாசல். கைரிக்ஷாஓட்டிகளின் உறவுடன் நாடக சாலைக்குப் போகும் கம்பெனிஆட்கள் ராஜநடிகை, ஸ்திரீபார்ட், பபூன் என வருகிறார்கள் ஒற்றைவாடை ரோட்டில் தாளகபாஷாணப் பெட்டியுடன் பேர்போன திருடன்வேஷம் அணிந்தவர்கள் கடிகார அமைப்பிலுள்ள பூட்டுநகரைத் திறக்கிறார்கள். ஒவ்வொரு விநாடியும் காவலர்களால் எண்ணப்படுகிறது. பூட்டின் முகப்பில் எண் அல்லது சொல்லை ரகஸியக் குறியீடுகள் மூலம் உச்சரிக்கிறார்கள். திறந்து கொண்டன பூட்டுநகருக்குள் கும்பினித் துப்பாக்கிக்காவலர்களுக்கு நடுவில் கடத்திச்செல்லப்படவேண்டிய மயிலாசனம். சேர்க்கைப் பூட்டிலுள்ள கைப்பிடியைக் குறிப்பிட்ட திசையில் திருப்பினால் காலனியயுதச்சாலை. அடுத்த பக்கம் திருப்பினால் போருக்குக் காத்திருக்கும் பட்டாளியன் இருபத்தி ஏழு சேணம் பூட்டப்பட்ட குதிரைவீரர்கள் முன்னூறு பேருடன் துப்பாக்கிகளின் விடைத்த பார்வை.

சாவிகளின் பற்களுக்கிடையில் சேகரித்த காலனியப் பூட்டுகள் ஒவ்வொன்றாய்த் 'திறக்கும் பாதைகளில் கைதி செய்யப்பட்ட பாடல். விலங்குகள் பாடலால் உடைபடுகிறது. நபர்கள் கீழே சரிகிறார்கள். உடல்மீது சுடப்பட்ட துளைகளில் காலனியப் பூட்டின் துவாரங்கள்.'

காலனிய இரும்புநுரையீரல் மசகு தொட்டு எழுதிக் கொண்டிருந்த வாக்கியத்தின் மேல் லண்டன் லாந்தர் வெளிச்சத்தில் திருடர்களின் ரேகைகள் ஒளியாக அசைந்து விரல்கள் நீண்டு அவன் சாம்பல் தொப்பியைத் திருடிக்கொண்ட போது விழித்துக்கொண்டான். விக்டோரியன் பூட்டுமூளையால் ஆராயப்பட்ட தென் பிரதேசக் குலங்களின் கபாலம் எட்கர் தர்ஸ்டனை ஒட்டு முடியால் கழுத்தில் சுருக்கிக் கொலை முயற்சி செய்து கொண்டிருந்ததை கவசக்காவலர்கள் பார்த்துப் பிடித்துக் கொண்டார்கள் துப்பாக்கிமாயனை. காலனியப் புலன்களுக்கு எட்டாத கள்வம் துர்தேவதைகளுக்கு எட்டியது. களவுகளின் சருக்கத்தை நிலப்பரப்பின் சடங்குகளாக உதிரபலியின் இசையாகக் கொடுக்கப்பட்ட வழிபாடுகளைத் தடைவிதித்தான் தர்ஸ்டன். லாந்தர் மீது எழுந்த ரேகைகளின் வெளிச்சத்தில் காலனியப்

பூட்டுகள் உடைக்கப்பட்டு வெள்ளையனின் கபாலமும் உருண்டது. களவை திருட்டுக் குற்றமாக்கிய காலனியமூளை திருட்டுப் போகாமலும் சட்டங்கள் எரிந்து போகாமலும் இருக்க எஃகு அறைக்குள் விலங்கிட்டான் சுதேச உடல்களை. ரிச்சர்டு ஸ்காட் என்பவன் பூட்டு நகரத்தை அமைப்பதற்கு பூட்டுகளின் வரைபடத் துடன் வந்திறங்கினான் இரும்புப் பெட்டிகளுடன். நான்கு அல்லது ஐந்து பூட்டுகளும் கதவின் உட்புறம் தாழ்ப்பாள்களைப் போடும் கருவிகளின் சிக்கலான கொண்டி அமைப்பைப் பொருத்தினான். பூட்டுக்குள் கதவைத் துளைத்துத் திறந்துவிடாமல் செய்ய எக்குத் தகடுகளை அடுக்கினான். எட்கர்தர்ஸ்டன் அலறினான் ‘எச்சரிக்கை’ என்று. திருடரின் கபாலங்களில் இருண்ட கள்வம் நாட்டுப் புறப்பாதைகளின் புராவஸ்து. அதன் புதிரைக் கடக்கமுடியாமல் பூட்டு அதிகாரியாகப் போய் சுதேசி இனங்களை ஆராய்ந்தான். எரியும் கட்டிடத்துக்குள் பல நாள் இருந்தாலும் காலனிய மூளை கெடாமல் வளைத்துக் கொண்டன இரும்பின் கவசம். அவன் இரும்புத் தலைக் கவசத்தை உடைத்துவரும் தற்காலப் பிரதிகள் மேல் வெள்ளை ஆயுதங்கள் நெடுகிப்பாய எழுத்தின் துரப்பணத்தால் காலனியக்க பாலத்தை உடைத்து உள்ளே சிக்கிய சுதேசி மொழியின் விடுதலையை பூட்டு நகரை உடைப்பதிலிருந்து கம்பிகளிலிருந்து கூட்டமாய் வெளியேறுவது. தொளைகளற்ற வட்டமான எட்டுப் பூட்டுகளுக்குள் சுதேசிகளின் கபாலத்தை அடைப்பது கைகளுக்கும் பாடலுக்கும் தளையிடுவது புதிய பூட்டு நகரத்தின் விதிகளாய் மாறியிருந்தது. சுதேசத் திருடர்கள் நுழைய முடியாத வலிவான அறைக்குள் இரும்புப் பெட்டிகளின் வரிசைகளுடன் வாடகை மூளைகளைக் களட்டி இரும்பு நுரையீரல்களில் உதிரும் துரு நகரமெங்கும் பரவி இரும்பின் குளிர் நடுக்கும் பூட்டுத் துவாரத்தின் ஊளை.

சுற்றி வளைக்கப்பட்ட நவ காலனிய வார்த்தைகளை பெருக்கித் தள்ளும் எந்திரவாயிலிருந்து பேப்பர்கள் படர்ந்து உள்ளே தாள் மேல் தளாய் மடிக்கப்பட்ட கட்டிடச் சுவர்களில் பூட்டு அதிகாரி தர்ஸ்டன் அடிமைகளின் கிளைகளை அசைத்து ரகஸியக் கனிகளின் விதைகளைத் திருடிப் போனான். அசையும் காகிதங்களின் நிசப்தமில்லாத ஓசை தாள் சுருளால் சுற்றப்பட்ட நிர்வாணத்துடன் எழுதியவாறு செல்லும் கம்ப்யூட்டர்களின் ஜன்னிவேகம். பூட்டுநகரம் காகித உற்பத்தியில் விழித்திருந்த லேசர் பதிவில் பறக்கும் ஆகாய நீலத்தில் ஆவின்பால் தீர்ந்த பாலித்தீன் பேப்பர்களின் வெள்ளைத்தாள் கூட்டமாய் பூட்டு நகரின் உயரத்தில் மிதந்து நீளும் நிறமாய் படபடத்து மரங்களாக

இலைகளாகி வீடுகள் மேல் மறையாத தாள் நீந்தி அலையும் சாவதனம் ஊதிக் கொண்டே ஆகாயத்தில் எழுந்த தாள் சுமந்த விமானங்கள் மேலிருந்து வேற்று தேசக் காகிதங்களை வீசித் தாக்குகின்றன இடைவிடாமல். பறந்து தாக்கும் பாலித்தீன் விளிம்பிலுள்ள விஷம் காற்றில் கலந்து மயக்கமடைகிறது தாள் வீடுகளுக்குள்ளிருக்கும் பூட்டு நகரம்.

பிரசித்திபெற்ற துப்பாக்கிகுறவன் பூட்டைத் திறக்கும் விரல்கள் நீள உள்ளே செல்லும் நியூஸ்பிரிண்ட் காகித மடிப்பிலுள்ள நாவலாசிரியரின் கரங்களில் காலனியக் கப்பலில் வந்த பதிப்பிக்கப் பட்ட பூட்டு நகரம். கருப்பு வெள்ளை உடைமாற்றிக் கொண்டு காலனியத்தொப்பி வைத்த நகலெடுப்பாக எல்லாவேடமிட்டும் நாவலை வளர்க்கப் பதிப்பாளர்கள் சந்தித்துக் கொண்ட காகிதப் பார்க்கில் உலகின் எல்லா அசலை வைத்துப் பக்கத்தில் நியூஸ் பிரிண்ட் விமர்சன ஆர்ட் பேஜ்களில் விளம்பரம் பதிப்பித்தும் தலைகீழாகத் திரும்பியது இலக்கிய மீடியா லேசர் பறவைகள். அவற்றின் சிறகுகள் மண்ணில் மோதி கல்கியிடம் வாங்கிய பேப்பர் ரோல்களை கதைகளாகச் சுருட்டி புத்தரின் பிளாஸ்டர் சிலைகளை வெகுஜன வாசிப்பின் கோல்டன் பீச்சில் வைத்தார்கள். காகிதப் பெருக்கம் புல் அறியாத ஆடுகளின் மேய்ச்சல் நிலம்.

‘சூரியன் திருடன் மேல் உதித்திருந்ததானால் அவன் நிமித்தம் ரத்தப்பலி சுமரும். திருடன் பதில் கொடுத்துத் தீர்க்க வேண்டும். அவன் கையில் ஒன்றும் இல்லாதிருந்தால் தான் செய்த களவுக்காக விலைபடக்கடவன். திருடன் கன்னமிடுகையில் கண்டுபிடிக்கப்பட்டு அடிக்கப்பட்டு செத்தால் அவன் நிமித்தம் ரத்தப்பலி சுமராது. அவன் திருடின மாடாவது கழுதையாவது குதிரையாவது, ஆடாவது உயிருடனோ அவன் கையும் களவுமாக கண்டுபிடிக்கப்பட்டால் இரட்டிப்பாக அவன் கொடுக்க வேண்டும்’ என வேத வசனத்திலிருந்து தொடங்கிய ‘வில்லேஜ் ஆஃப் தீவ்ஸ்’ புஸ்தகம் தென்னிந்திய திருட்டு கிராமங்களின் வரைபடத்தை அடித்துத்திருத்தி எழுதிக் கொண்டிருந்தார் பௌஷீட். துப்பரியும் நாவலைவிட சுறுசுறுப்பான கள்ளத் துப்பாக்கிகளின் வேகம் கொண்டது. சாவித் துளைகளின் வழியே ஆயுதங்களை விட்டுக் குடையும் நாடோடிகள் பூட்டு நகருக்குள் இன்னோரிடத்தில் பூட்டிக்கொள்ளுமாறு சிறைப் படுகிறார்கள். சட்டத்தை மீறும் தலைமறைவுக் குற்றவாளிகள் பழிக்குப் பழிவாங்கும் மூர்க்கத்தை பூட்டுஅதிகாரிகளின் துருப்பிடித்த உத்தரவுகளில் அடையக்கூடும். முட்கம்பியால் தானே குத்திக்கொண்ட களவாளி மீண்டும் சிறைப்படுகிறான். மின்னணு வலையைக்

குற்றவாளியின் கணுக்காலில் மாட்டுகிறார்கள். கண்செலுத்தும் உளவாளிகள் பூட்டுநகரின் மேற்கிலிருந்து உள்ளேறுகிறார்கள். சித்ரவதையில் ஊறிய ரத்தம் முகமூடிகளாக மாற்றப்பட்டு சிறைக் கதவுகள் உடைபடுகின்றன. மரபுத் தண்டனையின் நரம்புகள் கழுத்தில் படர்ந்த சிசுக்கள் பூமத்திய ரேகை மனிதர்களாக இருக்க வேண்டும். வனத்தில் சிதறிக் கிடந்த தளையிடப்பட்டு சுடப்பட்ட கீழ் தேசங்களின் நாடோடி இனங்கள் அறுபது வகையினர் சொந்த சருக்கம் மண் வகைக் குற்றங்களின் சூழ்நிலையில் குற்றங்களுக்கும் தண்டனைக்கும் இடையிலுள்ள மனதின் பரப்பு பௌஷீட்டின் எழுத்தில் காணப்பட்டிருந்தது. ஆனால் வெள்ளையர்கள் பௌஷீட்டுக்கு எதிராய் இருந்தார்கள். சுருக்கப்படும் விதிமுறைகள் சுருக்கு கயிற்றில் வட்டமாக நெருக்கடியில் பிணைந்த நூறு நூறு பேராய் முழங்காலுக்கு கீழ் இரும்புச் சூட்டுக் கோலால் ஒருவருக்கு எதிராக ஒருவர் வடுப்பாய்ச்சிய சுட்டபுண் பூட்டு நகரின் சாம்பல் விதி.

வெள்ளையனின் பயணப்பெட்டி செருப்பு ஒரு ஜோடிக்கு ஒரு அணா செலவும் வன உப்பு, மது ஆகிய துறைகள் வருஷத்துக்கு வேண்டிய மிதியடிகளைச் சிறையில் படைத்தார்கள் மேஜர் காமிரான் மேல் பார்வையில். பூட்டு செய்யும் எந்திரத்தை இயக்கக் கைதிகள் பிரிவு பிரிவாய் அனுப்பப்பட்டிருந்தனர். நாட்டுப்புற போலீஸ் அலுவல் உடுப்பு காக்கிச் சாயமிட்டு லாந்தர் விளக்கு அடியில் இறுக்கிகளுடன் தோல்பட்டைத் தோல் உரைகள், பழுப்பு நிறத்தோல் பூட்ஸ்கள் கரிய வெடிகுண்டு பூட்ஸ்கள், காக்கிப் பட்டி, கற்றாழைக் கயிறு, மரமைக் கூடு எழுதிய காகிதத்தில் 'பூட்டு நகரை' அமைக்கப் போகும் எஞ்சினீயர் ரிச்சர்டு ஸ்காட் முத்திரை இடப்பட்ட விக்டோரியாவின் கடிதத்துடன் கப்பலில் வந்திறங்கினான்.

வீடுகளின் இருட்டில் திருடன் பச்சைகுத்திய கரங்களுடன் உள்ள உருவங்களை உடலை விட்டு முன்னோக்கி அனுப்பி ஏதேதோ சங்கேத மொழியில் பேசுகிறான். பல கைகள் மாறிய சாவிக் கொத்துடன் சரித்திரசாசனங்களின் மௌனத்தைக் காலனியத்துக்கு முந்திய புலன்களால் திறக்கிறான். பழைய சாவிக் கொத்து அவனிடம். ஓலைச் சாசனம் துடியூர் சந்திரப்பட்டயத்தை கண்களால் வாசித்து உடல்கவசமாக அணிந்து கொண்டு முன்னேறுகிறான் பழமையான கனவுகளில் அசையும் வனம் நோக்கி. ரிச்சர்ட் ஸ்காட்டின் சாம்பல் நாய் ஒன்று அவனைப் பின்தொடர பூட்டுக்குள் இன்னும் நெருங்கிப் போகிறான். உள்ளே பூட்டுநகரத்தில் இரும்பின் துரு. மர இலைகள் ஒடிந்து துருவின் அரக்குநிற காற்றாய் வீசிக்கொண்டிருக்கிறது.

துருப்பிடித்த தெருக்களில் இரும்பின் ஊளை. காவல்நாய்கள் உஷாரடைந்து அலைந்து கொண்டிருக்கின்றன அலறும் இரும்பு உலையிலிருந்து. புகைக் கூண்டில் சாவின் அசைவு. சுவாசிப்பதற்கு இல்லாத காற்றில் விலங்குகள் குலுங்கும் ஓசை. தலைக்கவசமணிந்த பெண்களும் ஆண்களும் அங்கிங்குமாக அலைந்து கொண்டிருக் கிறார்கள். அவர்கள் முகம் பூட்டப்பட்டு காலனியப் பூட்டு அசைந்து கொண்டிருந்தது. சாலைகள் சிறைச்சாலைகளுக்கும் அலுவலகங் களுக்கும் கல்லறை நோக்கியும் நகர்த்து செல்லும். தெருவில் குடை விரித்து அதன் நிழலில் பூட்டு ரிப்பேர்காரன் பழைய பூட்டுகளின் உள்ளமைப்பை ஒற்றைக் கண்ணால் துருவிப் பார்த்தான்.

அவன் தகரப்பெட்டியிலுள்ள பிரமாப்பூட்டும் அராபியப் பூட்டுகளும் காலனியப் பூட்டுகள் என வேறு வேறு நகரங்களின் அடக்கு முறையில் பூட்டிய பெரிய சட்டங்களின் ஆணிகள் துரு, நம்பர் பூட்டின் கணித அமைப்பைச் சுற்றிக் கொண்டிருக்கிறான் பழுப்புக் குடைக்குள்ளிருக்கும் சாம்பல்பயணி. மனிதர்களின் தலைக்கவசங் களைக் காலனியமூளையுடன் பொருத்தும் நவ காலனியக்கவசங்கள் தலை மாற்றப்படுகின்றன. உள்ளிருக்கும் சிலிக்கான்வலையை வெட்டி எடுக்கிறான் பூட்டு நகருக்குள்ளிருந்து. பூட்டுநகரரிப்பன் மாளிகைச் சாவியை வாங்க லண்டனில் நடக்கும் விக்டோரிய அரண்மனைச் சடங்கு வாழையடி வாழையாக வந்து கொண்டிருக்கும். 1947 ஆகஸ்ட் 15 இரவு பூட்டியபூட்டை இன்னும் திறக்க முடிய வில்லை. கம்பியில்லாத் தந்தி மூலம் கும்பினியார் காலம் முதல் பட்ஜெட்டை விக்டோரியாவுக்கு அனுப்பும் இன்றுவரை உத்தரவு பெறுவதற்கு மாலையாகிவிடும். சீமாட்டியிடம் பதில் பெற்று சமர்பிக்கும் பட்ஜெட் ஆறு மணிக்கு இன்றும் மரபுத் தொடராய் எங்கும் துருப்பிடித்தகாற்று அரக்குநிறத்தில் பரவிக் கொண்டிருக்கிறது 'வெள்ளையர்கள் சுதேசிகளை இழுத்து வந்து உதடுகளைப் பூட்டுத்துவாரத்தின் மேல் வைத்து வெட்டினார்கள் நாக்கை...' எனக் கடைசி வாக்கியத்தில் போதகர் பௌஷீட் எழுதி முடித்த *வில்லேஜ் ஆஃப் தீவ்ஸ்* இரண்டாம் பாகத்தின் கையெழுத்துப் பிரதி காலம்பழுத்து ஒடியத் துவங்கிய கழுகுத் தூரிகை மை இன்னும் உலர்ந்துவிடாமல் சுதேசி நாக்கு அறுந்த பல்லி வாலாய் துடித்துக் கொண்டிருக்கிறது எனவே.

ஐஐ

படித்துவிட்டீர்களா?
கோணங்கியின் அதி புனைவுகள்
❧

முதல் நாவலான பாழி
'உடைமாற்றி இளவரசியாகத் திரும்பிய கண்ணாடி'
❧

'தன்னை மரமாக மாற்றிக் கொண்டாலன்றி
கிளிகளைப் பிடிக்க முடியாது என்கிறது'
இரண்டாம் நாவலான பிதிரா
❧

'வாசிப்பினால் பெறப்படும் அனுபவம் சொற்களாகத் திரளாமல்
எண்ணத்தின் லார்வா நிலையில் உள்ளுணர்வாய்த் துடிக்கும்
உணர்ச்சிகளையே கோணங்கியை வாசிக்கும்
பொழுது நாம் பிரதானமாகப் பெறுகிறோம். அதுவே
அவருடைய எழுத்து அளிக்கும் வாசிப்பின்பம்' என
மூன்றாம் நாவலான த வை
விமர்சிக்கிறார் எழுத்தாளர் குணா கந்தசாமி
❧

கோணங்கியின் முதல்
ஐந்து தொகுதிகளாலான
முதல் 70 சிறுகதைகளைக் கொண்டிருக்கிறது
சலூன் நாற்காலியில் சுழன்றபடி
❧

மேற்கண்ட மூன்று நாவல்களையும்
சிறுகதைத் தொகையையும்
நூல்நயம் பேணும் அடையாளம் பதிப்புக் குழுமம்
வெளியிட்டுகொண்டிருக்கிறது.